இவர் தமிழர்
இல்லை என்றால்
எவர் தமிழர்?

ப. திருமாவேலன்

தொகுதி – 2

நற்றிணை பதிப்பகம்

## பொருளடக்கம்

| | |
|---|---|
| மொழிவாரி மாகாணம் தொடர்ச்சி | *825* |
| இறுதி இலக்கு பிரிவினையே | *929* |
| VII. மூவரைப் புரிதல் | |
|    1. ம.பொ.சி. – இந்துத்துவ தமிழ்த் தேசியம் | *949* |
|    2. குணா–கிறித்துவ இறையியல் தமிழ்த் தேசியம் | *1043* |
|    3. பெ.மணியரசன் – நிலப்பிரபுத்துவ பழமைவாத தமிழ்த் தேசியம் | *1197* |
| VIII. பெரியாரின் 'திராவிடம்' | |
|    1. திராவிடம் என்ற சொல் | *1325* |
|    2. திராவிடம் எனும் கல் | *1366* |
| IX. பெரியாரின் தமிழியம் | *1421* |
| X. தமிழ் ஈழமும் தந்தை பெரியாரும் | *1517* |
| XI. அடிப்படை ஆவணங்கள், நூல்கள், இதழ்கள் வரிசை, அகராதிகள் | *1565* |

## தென் எல்லையில் பெரியார்!

### 1. தென் தமிழரின் விடுதலை எது?

தமிழ்நாட்டின் தென் எல்லையாக இன்று இருக்கும் கன்னியாகுமரி மாவட்டமும் செங்கோட்டையின் ஒரு பகுதியும் 1956 நவம்பர் முதல் நாளுக்கு முன்பு வரை தமிழ்நாட்டில் இல்லை. இவை திருவிதாங்கூர் சமஸ்தானத்தின் பகுதிகளாக இருந்தன. திருவிதாங்கூர் சமஸ்தானம் முழுவதும் பரவி இருந்த தமிழ் மக்கள், தென் திருவிதாங்கூருக்கு மெல்ல நகர்ந்து வந்தனர். 1810இல் அங்கு மலையாளிகள் எதிர்ப்பு இயக்கம் தொடங்கப்பட்டது. மோசஸ், சாலமன், அருமைநாயகம், டேவிட், நீலன் ஆகியோர் இதில் முக்கிய மானவர்கள். 1822இல் புலிப்பனம் இசக்கிமாடன் மலையாளிகள் எதிர்ப்பு இயக்கம் தொடங்கினார். தமிழர்களுக்குப் படைப்பயிற்சியும் தந்தார்.

1928இல் தமிழர் விடுதலைக் காங்கிரஸ் என்ற அமைப்பை நெய்யூர் குஞ்சன் தொடங்கினார். 1935இல் அப்பாவு ஆசான், தமிழர் கட்சியைத் தொடங்கினார். தமிழர்களை எதிர்த்த மலையாளி களை இவர்கள் எதிர்த்துத் தாக்கினார்கள். ஈத்தாமொழி தமிழ்ச் சங்கம், 1938இல் அம்மச்சியார் கோவில்விளையைச் சேர்ந்த பெ.இராமசாமியால் தொடங்கப்பட்டது.

1937இல் திருவிதாங்கூர் சமஸ்தான காங்கிரஸ் தொடங்கப் பட்டது. 1945இல் நாஞ்சில் தமிழர் காங்கிரஸ் தொடங்கப்பட்டது. இதில்தான் இரா.வேலாயுதம், ஆர்.கே.ராம், பி.எஸ்.மணி, மார்க்கண்டன், காந்திராமன் ஆகியோர் இருந்தார்கள். இதே ஆண்டு கடைசியில் திருவிதாங்கூர் தமிழ்நாடு காங்கிரஸை நேசமணி தொடங்கினார். அதே ஆண்டு டிசம்பரில் அகில திருவிதாங்கூர் தமிழர் காங்கிரஸ் தொடங்கப்பட்டது. எஸ்.சாம் நத்தானியல் இதன் தலைவர். இந்த இயக்கம் 30.6.1946இல் திருவிதாங்கூர் தமிழ்நாடு காங்கிரஸ் எனப் பெயர் மாற்றப்பட்டது.

கல்குளம், விளவங்கோடு, தோவாளை, அகஸ்தீசுவரம், செங் கோட்டை, பீர்மேடு, தேவிகுளம் ஆகிய தாலுக்காக்களில் தமிழர்கள் அதிகம் வசித்தனர். அது தவிர நெய்யாற்றங்கரை, நெடுமங்காடு, திருவனந்தபுரம் தாலுக்காக்களில் வாழ்ந்த தமிழர்களில் பெரும் பான்மையோர் மலையாளமும் அறிந்திருந்ததால் அங்கே தமிழர் களின் எண்ணிக்கை குறைவு என்று கருதி அப்பகுதிகளில் கணக் கெடுக்கப்படவில்லை.

கல்குளம், விளவங்கோடு, தோவாளை, அகஸ்தீசுவரம், செங்கோட்டை, பீர்மேடு, தேவிகுளம் ஆகிய தாலுக்காக்களில் வாழ்ந்த தமிழர்கள் தாங்கள் வாழும் பகுதியை ஐக்கிய கேரளத்துடன் இணைப்பதை எதிர்த்தனர். இந்தத் தமிழ்மக்களின் குரலைத் திருமூலம் மன்னரின் சட்டப்பேரவையில் தமிழ் உறுப்பினர்கள் எதிரொலித்தனர்.

தமிழர்களின் எதிர்ப்பைப் பொருட்படுத்தாமல் சமஸ்தான காங்கிரசார் ஐக்கிய கேரளம் அமைக்கும் குறிக்கோளை முன்னெடுத்துச் சென்றனர். ஐக்கிய கேரளத்துடன் தமிழ்ப் பகுதிகள் இணைவதைத் தடுக்க ஓர் அரசியல் கட்சி தொடங்க முடிவெடுத்தனர். 1945இல் அகில திருவிதாங்கூர் தமிழர் காங்கிரஸ் தொடங்கப்பட்டது. இதற்கு, சாம் நத்தானியல் தலைவராகச் செயல்பட்டார்.

“தமிழர் பகுதிகளை ஐக்கியக் கேரளத்துடன் இணைக்கக் கூடாது. அவற்றைத் தமிழ்நாட்டுடன் இணைக்க வேண்டும். அவ்வாறு தமிழர் பகுதிகளைத் தமிழ்நாட்டுடன் இணைக்கும்வரை அப்பகுதிக்குச் சுயாட்சி வழங்க வேண்டும்” என்று இந்திய கவர்னர் ஜெனரலுக்கு சாம் நத்தானியல் விண்ணப்பம் அனுப்பினார்.

தென் திருவிதாங்கூர் தமிழர் விடுதலைக்குத் தமிழ்நாட்டுத் தலைவர்களிடம் ஆதரவு திரட்ட அகில திருவிதாங்கூர் தமிழ்நாடு காங்கிரசார் முடிவு செய்தனர். அதன்படி 1946 ஆம் ஆண்டு சனவரி மாதத்தில் ஒரு குழுவினர் நத்தானியல் தலைமையில் சென்னைக்குச் சென்றனர். அவர்கள் தமிழ்நாடு காங்கிரஸ் தலைவர் காமராசர், பக்தவத்சலம், எஸ்.எஸ்.கரையாளர், ‘தினசரி’ ஆசிரியர் டி.எஸ்.சொக்கலிங்கம், ‘தினத்தந்தி’ ஆசிரியர் சி.பா.ஆதித்தனார், ‘தி இந்து’ ஆசிரியர் விசுவநாதய்யர், ‘பாரததேவி’ ஆசிரியர் இராமரெத்தினம், ‘தினமணி’ ஆசிரியர் ஏ.என்.சிவராமன், காங்கிரஸ் பிரமுகர் முத்துரங்கர் முதலானவர்களைச் சந்தித்தனர்.

இவர்களைச் சந்தித்துவிட்டு வந்த பின்னரும், தமிழ்நாட்டுத் தலைவர்களிடமிருந்து திருவிதாங்கூர் தமிழர் போராட்டத்திற்கு ஒத்துழைப்புக் கிடைக்கும் என்று தோன்றவில்லை. எனவே அவர்கள் தங்கள் போராட்ட முறையை மாற்றி அமைக்கத் திட்டமிட்டனர். அதற்காக 1946ஆம் ஆண்டு மார்ச் 8ஆம் நாள் அகில திருவிதாங்கூர் தமிழர் காங்கிரசின் அமைப்புக் குழுக்கூட்டத்தைக் கன்னியாகுமரியில் கூட்டினர். அக்கூட்டத்தில் மார்ச் 22 முதல் 29 வரை அகில திருவிதாங்கூர் தமிழர் காங்கிரஸ் வாரமாகக் கொண்டாடுவது என்று முடிவெடுத்தனர். அதன்படி கொட்டாரம், பூதப்பாண்டி, தேரூர், பறக்கை, இரணியல் போன்ற இடங்களில் பிரச்சாரக் கூட்டங்கள் நடத்தினர்.

இந்நிலையில் நாகர்கோவில் வடிவீசுவரத்தில் உள்ள வாலிபர் சங்க விழாவில் பேச 1946 அக்டோபர் 25 அங்கு வந்தார் ம.பொ.சி. இக்கூட்டத்திற்குத் திருவிதாங்கூர் தமிழ்நாடு காங்கிரஸ் தலைவர் நத்தானியல் தலைமை வகித்தார். திருவிதாங்கூர் தமிழர் போராட்டத்தை ஆதரித்து ம.பொ.சி. பேசினார். திருவிதாங்கூர் தமிழர் போராட்டத்தை அவரது தமிழரசுக் கழகம் முழுமையாக ஆதரித்தது.

1948இல் அமைக்கப்பட்ட தார் கமிஷன், சென்னை மாகாணத்தில் இருந்த மலபாரை இணைத்துக் கேரள மாநிலம் அமைக்க முடியும் என்றது. எனவே ஐக்கிய கேரளம் அமைக்க நினைத்தவர்கள் வேகம் ஆனார்கள். திருவிதாங்கூர், கொச்சி, மலபார் இணைந்து ஐக்கிய கேரளம் அமைய வேண்டும் என்று அவர்கள் கோரினார்கள். வல்லபாய் படேலால் அனுப்பப்பட்ட வி.பி.மேனன், திருவிதாங்கூர் கொச்சியை இணைப்பதில் குறியாக இருந்தார். இதைத் தமிழர்கள் கடுமையாக எதிர்த்தனர்.

1949 ஏப்ரல் 13ஆம் நாள் நாகர்கோவில் நகரசபைத் திடலில் நத்தானியல் தலைமையில் பொதுக் கூட்டம் நடைபெற்றது.

அந்தப் பொதுக் கூட்டத்திலேயே திருவிதாங்கூர் அரசின் கெசட்டையும் திருவிதாங்கூர் ஸ்டாம்பையும் தமிழர்கள் கொளுத்தினார்கள். இந்தக் கூட்டத்தில் கலந்து கொண்ட நத்தானியல், ஆர்.கே.ராம், காந்திராமன், பி.எஸ்.மணி ஆகியோர் கைது செய்யப்பட்டனர்.

கைதான நத்தானியல், நேசமணிக்கு ஒரு கடிதம் கொடுத்தனுப்பியிருந்தார். அதில்,

"போராட்டத்தை நடத்துவதற்குத் தலைமைப் பொறுப்பில் உள்ள உங்கள் ஒருவரால்தான் முடியும். ஆகவே உங்களை அதன் சர்வாதிகாரியாக நியமிக்கும் நிர்ப்பந்தம் ஏற்பட்டிருக்கிறது. நீங்கள் இந்தப் போராட்டத்தை விரும்பவில்லை என்பதும் எனக்குத் தெரியும். ஆனாலும் உங்களைத் தவிர வேறு எவரையும் இந்தக் கட்டத்தில் என்னால் எண்ணிப் பார்க்க முடியவில்லை. ஆகவே தயவு செய்து இந்தப் பொறுப்பை ஏற்றுப் போராட்டத்தை நடத்த வேண்டுமென்று நான் கேட்டுக் கொள்கிறேன்" என்று எழுதியிருந்தார்.

தொண்டர் பலமும் பணபலமும் இல்லாத வேளையில் உணர்ச்சிக் கொந்தளிப்பில் தொடங்கப்பட்ட அந்தப் போராட்டத்தை நடத்தும் பொறுப்பு நேசமணிக்கு வந்தது. எனினும் ஐந்து நாள்

போராட்டத்தை நடத்தினார். ஐந்தாவது நாள் காமராசர் (தமிழ்நாடு காங்கிரஸ் கட்சித் தலைவர்) அங்கு வந்தார்.

காமராசருக்குப் பட்டேல் ஒரு தந்தி அனுப்பியிருந்தார். அதில் 'மொழிவழி மாநிலம் அமைக்கப்படும்போது திருவிதாங்கூர் காங்கிரஸ் கட்சியின் கோரிக்கை கவனிக்கப்படும்' என்றிருந்தது. அப்போது காங்கிரஸ் கட்சியின் பொதுச் செயலாளராக இருந்த சங்கர ராவ் தேவ் இது தொடர்பாகக் காமராசருக்கு ஒரு கடிதமும் எழுதியிருந்தார். அவற்றை நேசமணியிடம் காமராசர் கொடுத்தார். அதைப் பார்த்த நேசமணி, அதுபற்றித் தடுப்புக் காவல் சிறையிலிருக்கும் தலைவர்களின் கருத்தை அறிந்து கொள்ள விரும்பினார். காமராசரே சிறையிலிருந்தவர்களிடம், "திருவிதாங்கூரும் கொச்சியும் இரண்டு நாட்டு அரசர்கள் ராஜ்யம் என்ற நிலையில் ஒன்றாக இணைக்கப்படுவது ஒரு அரசியல் கட்டாயம். மலபார் இப்போது இணைக்கப்படப் போவதில்லை. கேரள மாநிலம் இப்போது அமைக்கப்படாது. மலபாரும் கேரளத்தோடு இணைக்கப்பட்டு ஐக்கிய கேரளம் அமைக்கப்படும்போது திருவிதாங்கூரிலுள்ள தமிழ்ப் பகுதிகள் சென்னை மாநிலத்தோடு இணைக்கப்படும்" என்றார். இதை ஏற்றுக் கொண்ட நத்தானியல், ஆர்.கே.ராம், காந்திராமன், பி.எஸ்.மணி ஆகியோர் விடுதலை செய்யப்பட்டார்கள்.

கன்னியாகுமரியில் காமராசர் தங்கியிருந்த கேப் உணவகத்துக்குச் சென்று தலைவர்கள் அனைவரும் அவரைச் சந்தித்தனர். அப்போது, 'திருவிதாங்கூரில் உள்ள தமிழ்ப் பகுதிகளைத் தமிழ்நாட்டுடன் இணைப்பதற்காகப் போராடும் திருவிதாங்கூர் தமிழ்நாடு காங்கிரசைத் தமிழ்நாட்டுக் காங்கிரசின் இணைப்புக் கமிட்டியாக ஏற்றுக் கொள்ள வேண்டும்" என்று வலியுறுத்தினார்கள். 'மலபாரில் உள்ள காங்கிரஸ் கமிட்டியானது கொச்சிதிருவிதாங்கூர் காங்கிரஸ் கமிட்டியுடன் இணைந்திருப்பதைப் போன்றே தமிழ்நாடு காங்கிரஸ் கமிட்டியுடன் திருவிதாங்கூர் தமிழ்நாடு காங்கிரஸ் இணைந்து செயல்படலாம்' என்று நத்தானியல் விளக்கினார்.

"மலபார் முன் உதாரணம் இருக்கவே இருக்கே. இதிலே பெரிய பிரச்சினை ஒண்ணும் இருக்க முடியாது. அடுத்த காரியக் கமிட்டிக் கூட்டத்திலேயே நான் இதைக் கவனித்துக் கொள்கிறேன்" என்று காமராசர் தெரிவித்தார்.

இந்த முடிவுகளைத் தமிழ் மக்களுக்குத் தெரிவிப்பதற்காக நாகர்கோவில் நகரசபைத் திடலில் பொதுக்கூட்டம் போடப்பட்டது. அந்தக் கூட்டத்தில் காமராசரும் கலந்து கொண்டார்.

"இப்பப் பாருங்கோ, கொச்சி–திருவிதாங்கூர் சமஸ்தானங்கள் மதராஸ் மாகாணத்திலிருக்கும் மலபாரோடு இணையப் போற தில்லை. அதனால இப்ப ஐக்கிய கேரளம் அமையப் போறதில்லை. பின்ன இப்ப என்ன நடக்கப் போறதின்னா, கொச்சி மகாராஜாவும் நம்ம மகாராஜாவும் சேர்ந்து இரண்டு ராஜ்யங்களையும் ஒன்றாகச் சேர்க்கப் போறாங்க. இந்தச் சேர்க்கைக்கு இந்திய அரசு அங்கீகாரம் தருது. அவ்வளவுதான். நாம எடுத்துக்கிட்ட நேரடி நடவடிக்கைகள் இந்த இந்திய அரசாங்க அங்கீகாரத்துக்கு விரோதமானது இல்லை. அப்படிக் கேரளவாதிகள் மத்திய சர்க்காரிடம் மூட்டிவிட்டிருக்காங்க. அப்படி அல்ல என்பதற்காக நாம் இப்போது நம்முடைய கிளர்ச்சியைக் கைவிட்டு விடுகிறோம்" என்று நத்தானியல் விளக்கிக் கூறினார். அதை அனைவரும் ஏற்றுக் கொண்டனர். 1949 சூலை முதல் நாள் திருவிதாங்கூரும் கொச்சியும் இணைந்தன. இந்த திருவிதாங்கூர் தமிழர் போராட்டத்தைப் பெரியார் முழுமையாக ஆதரித்தார்.

## 2. பெரியாரும் திருவிதாங்கூரும்!

வைக்கம் காலகட்டத்திலேயே பெரியாருக்கும் திருவிதாங் கூருக்குமான தொடர்பு ஏற்பட்டுவிட்டது. வைக்கம் போராட்டத்தில் ஈடுபட்டு அருவிக்குத்தி சிறையில் ஒரு மாத காலமும், கோட்டயம் சிறையில் ஒரு மாத காலமும் இருந்தார். 1924ஆம் ஆண்டில் ஐந்து மாத காலம் வைக்கத்தில் இருந்தார். இதற்கான வெற்றிவிழா கூட்டத்திலும் கலந்து கொண்டார்.

*(குடி அரசு 29.11.1925)*

"வைக்கம் சத்தியாகிரகத்திற்கு விரோதியாயிருந்தவர்கள் பிராமணர்களே தவிர அரசாங்கத்தார் அல்ல என்பதை அரசாங்கத் தார் நிரூபித்துக் காட்டிவிட்டார்கள்" என்று பெரியார் பேசினார்.

*(குடி அரசு 6.12.1925)*

எனவே திருவிதாங்கூர் அவரது நேரடிப் பார்வையில் உள்ள பகுதியாக எப்போதும் இருந்தது. 'திருவிதாங்கூர் ராஜ்யத்தின் சாதிக் கொடுமை' என்ற தலைப்பில் மிக நீண்ட தலையங்கம் தீட்டினார்.

*(குடி அரசு 19.7.1925)*

மக்கள்தொகையில் தொடங்கி தீண்டாதார் என ஒவ்வொரு பிரிவும் எவ்வளவு பேர் இருக்கிறார்கள் என்ற எண்ணிக்கையை முழுமையாக வெளியிட்டார். இவை அனைத்துக்கும் நம்பூதிரி பிராமணர்களையே குற்றம் சாட்டினார்.

இதன் தொடர்ச்சியாக 1926ஆம் ஆண்டு சுசீந்திரம் கோவில் சாலையில் நடந்த போராட்டத்திலும் கலந்து கொண்டார். அப்போராட்டத்துக்கு முழுமையான ஆதரவை வழங்கினார். 'வைக்கம் போராட்டத்துக்குப் பணம் கொடுத்தும் ஆள் அனுப்பியும் தமிழர்கள் உறுதுணையாக இருந்ததைப் போல சுசீந்திரம் போராட்டத்துக்கும் செய்ய வேண்டும்' என்று கட்டளையிட்டார்.

(குடிஅரசு 31.1.1926)

சனவரி 30 அன்று சுசீந்திரம் சென்றார். போராட்டத் தலைவர் எம்.வி.நாயுடுவுடன் கோவிலைச் சுற்றிய சாலைகளைப் பார்வை யிட்டார். எம்.சிவதாணுப்பிள்ளை தலைமையில் நடந்த பொதுக் கூட்டத்தில் பேசினார். இத்தகவல்களை முழுமையாக 1926 ஆம் ஆண்டு குடிஅரசு இதழில் காணலாம். திருவிதாங்கூரில் போடப் பட்ட பத்திரிக்கை தணிக்கைச் சட்டத்தைக் கடுமையாக எதிர்த்து எழுதினார். "திருவிதாங்கூர் மக்கள் இக்கொடுமையைச் சகித்துக் கொண்டு சும்மா இருக்கக் கூடாது. அரசாங்கம் மூச்சுத் திணறும்படி செய்தல் வேண்டும். அரசாங்கம் ஒத்துவராவிட்டால் அரசாங்கத்துக்கு ஜாமீன் தொகை கட்டாமலேயே ஒவ்வொருவரும் பத்திரிக்கை தொடங்க முன்வர வேண்டும். அதனால் அரசாங்கத்தார் கைது செய்வரேல் ஜெயிலுக்குப் போகத் தயாராக இருக்க வேண்டும். இப்படி ஒவ்வொரு நாளும் தினம் பத்து, இருபது பத்திரிக்கைகள் வீதம் ஆரம்பித்து அதனால் உறுதியுடன் தினம் பத்து, இருபது பேர் ஜெயிலை நிரப்பிக் கொண்டே இருந்தால் அப்பொழுது அரசாங்கம் தானே பணிந்துவிடும் என்று திருவிதாங்கூர் மக்களுக்கு விண்ணப்பம் செய்து கொள்கிறோம்" என்று தூண்டி விட்டார்.

(குடிஅரசு 6.6.1926)

ஆலப்புழையில் 1926 சூன் மாதம் நடந்த திருவனந்தபுரம் தொழிலாளர் மாநாட்டுக்குப் பெரியார் தலைமை வகித்தார். தொழிலாளர் யார் என்ற தலைப்பில் பேசினார். இம்மாநாட்டில் பெரியாருடன் டி.கே.மாதவனும் கலந்து கொண்டார். எர்ணாகுளத்தில் தற்கால காங்கிரஸ், கதர் ஆகிய இரு தலைப்புகளில் பேசினார். கதர்சாலை ஒன்றையும் திறந்து வைத்தார்.

(கேரளாவில் பெரியார் பக்கம் 126)

8.5.1929 அன்று திருவிதாங்கூரில் சுயமரியாதை இயக்க – ஆலயப்பிரவேச மாநாடு நடந்தது. இதில் கலந்து கொண்டு பெரியார் பேசினார். 9.5.1929 அன்று பாலக்காட்டில் பெரியார் பேசினார். அப்போது தமக்கும் கேரளாவுக்குமான தொடர்புகளைச் சொன்னார். முப்பது ஆண்டுகளாக இந்த ஊருடன் வியாபார, வர்த்தகத்

தொடர்பு கொண்டவன் என்றும், வியாபாரத்தை பத்து ஆண்டுகளுக்கு முன்னால் விட்டுவிட்டேன் என்றும், இந்தப் பத்து ஆண்டுகளில் தீண்டாமை அரசியல் காரியங்களுக்காகப் பல தடவை வந்து பேசி இருக்கிறேன் என்றும் பெரியார் குறிப்பிட்டார். சிறு பகுதிகளைக் கூட மறக்காமல் குறிப்பிட்டார்.

(குடிஅரசு 19.5.1929)

திருவிதாங்கூர் சாதிராஜ்யமாக மாறிவருவதைக் கண்டித்து, 'திருவாங்கூரில் பத்மநாப சுவாமி ராஜ்யம்' என்ற தலைப்பில் கடுமையான தலையங்கம் தீட்டினார்.

(குடிஅரசு 14.7.1929)

அகில திருவாங்கூர் இளைஞர் ரிவோல்ட் முதல் மாநாடு வட திருவிதாங்கூரில் 15.9.1929 நடந்தது. அதில் பெரியார் கலந்து கொண்டார்.

அகில திருவாங்கூர் சமுதாயச் சீர்திருத்த மாநாடு நாகர் கோவிலில் 1929 டிசம்பரில் கூடியது. வழக்கறிஞர் பி.சிதம்பரம் ஏற்பாட்டில் கூட்டப்பட்ட மாநாடு இது. (பிற்காலத்தில் திருவிதாங்கூர் விடுதலை இயக்கம் தொடங்கத் தூண்டுதலாக இருந்தவர் இவர்!) இதில் கலந்து கொண்டு பேசினார். 1.6.1930 அன்று கண்ணனூர் செல்வாய் பாகத்தில் உள்ள தர்ம சமாஜத்தின் எட்டாவது ஆண்டு விழாவுக்குத் தலைமை தாங்கிப் பெரியார் பேசி இருக்கிறார். நாகர்கோவிலில் நடந்த பெரியார் கலந்து கொண்ட கூட்டத்துக்குச் சிவதாணுப்பிள்ளை தலைமை வகித்தார். (பிற்காலத்தில் திருவிதாங்கூர் விடுதலைப் போராட்டத்துக்குத் தூண்டுகோலாக இருந்தவர் இவர்!) பெரியார் பேசிய பழைய வரலாறுகள், இலக்கியங்கள், சமுதாய நடைமுறைகள், கொடுமைகள் உண்மை தான் என்றும், இவை சட்டத்தின் மூலமாக தீர்க்கப்படும் என்றும், சுயராஜ்யம் கிடைத்து விட்டால் இவற்றைச் சட்டத்தின் மூலம் மாற்றிவிடலாம் என்றும் சிவதாணுப்பிள்ளை பேசினார். இதற்கு பதிலளித்த பெரியார், சமூக சீர்திருத்த சட்டங்களை காங்கிரசு உறுப்பினர்களே ஏற்கமாட்டார்கள் என்றும், நீங்கள் கேட்கும் சுயராஜ்யத்தில் தாழ்த்தப்பட்ட மக்களுக்கு ஆபத்து அதிகம் என்றும் சொன்னார். கேரளச் சீர்திருத்த மாநாட்டில் ராமவர்மாத் தம்பான் அவர்களுடன் கலந்து கொண்டார். இம்மாநாடு 1930 இறுதியில் நடந்துள்ளது.

(குடிஅரசு 10.9.1930)

திருவாங்கூர் பரூரை அடுத்த மூத்த குன்னத்தில் 12.2.1933 அன்று பெரியார் பேசினார். நான் பேசுவது எதுவும் உங்களுக்குப் பிடிக்காது, நீங்கள் அனைவரும் கோவில் திருவிழாவுக்கு வந்தவர்கள்

என்ற முன்னுரையுடன் பேசினார். திருவிதாங்கூர் சட்டசபைக்குப் போட்டியிட்டு வழக்கறிஞர் பி.சிதம்பரம் போட்டியின்றித் தேர்வு செய்யப்பட்டதை வரவேற்ற பெரியார், ‘திருவிதாங்கூரில் வர்ணாசிரமம் ஒழிந்து சுயமரியாதையும் சமதர்மமும் செழிக்கும்’ என்று அறிக்கை வெளியிட்டார்.

(குடிஅரசு 13.8.1935)

நாகர்கோவிலில் பி.சிதம்பரத்துக்குப் பாராட்டு விழா 13.8.1935 அன்று நடந்தது. பெரியார் இதற்குத் தலைமை வகித்தார். அவரைத் தலைமை தாங்க முன்மொழிந்தவர் சிவதாணுப்பிள்ளை. தன்னை அதிகமாக சிவதாணு அவர்கள் புகழ்ந்ததாகவும் அதற்கு தான் தகுதியுடையவன் அல்ல என்றும் பெரியார் தமது உரையில் குறிப் பிட்டுள்ளார்.

கேரளத்தில் சுயமரியாதைக் கொள்கை வளர்ந்த வரலாற்றையும் வளர்த்தவர்களையும் கொண்ட வரலாற்றுப்பூர்வத் தலையங்கம், ‘கேரளாவில் சுயமரியாதை இயக்கம்’ என்ற தலைப்பில் எழுதினார்.

(குடிஅரசு 24.9.1933)

வகுப்புவாரிப் பிரதிநிதித்துவ முறையில் இருக்கும் தவறுகளைக் கண்டித்துத் துணைத் தலையங்கம் தீட்டப்பட்டது.

(குடிஅரசு 30.6.1935)

‘திருவிதாங்கூர் உயர்நீதிமன்றத்தில் ஈழவர் ஒருவர் முதன் முதலாக நீதிபதியானதை வரவேற்றார்.’

(குடிஅரசு 12.1.1936)

கொச்சி சமஸ்தானத்தில் எர்ணாகுளம், ஒச்சன் துருத்தி, சேத்தன்மங்கலம், கிராங்கனூர் ஆகிய பகுதிகளில் 1936 ஏப்ரல் மாதம் பேசினார். தீயர் இன இளைஞர்கள் இக்கூட்டங்களை ஏற்பாடு செய்திருந்தார்கள். “உங்களைப் பார்க்கும் போது வைக்கம் சத்தியாக்கிரகம் என் நினைவுக்கு வருகிறது. உங்களையும் என்னையும் சந்திக்க வைத்தது வைக்கம் சத்தியாக்கிரகம் தான்’ என்று பேசினார்.

(குடிஅரசு 26.4.1936)

மே மாதம் மீண்டும் கொச்சி சென்ற பெரியார் மட்டாஞ் சேரியில் நடந்த தீயர் மாநாடு, பெண்கள் மாநாடு, அனைத்து மத மாநாட்டில் கலந்து கொண்டார். அனைத்து மதங்களையும் விமர்சித் தார். அனைத்து மதமும் விஷம் என்றார்.

(குடிஅரசு 31.5.1936)

திருவிதாங்கூர் அரசாங்கம் தனது ஆதிக்கத்துக்கு உட்பட்ட கோவில்களில் தாழ்த்தப்பட்ட மக்கள் உள்பட சகல வகுப்பு இந்துகளும் சென்று வணங்கலாம் என்று அறிவித்ததை ஆதரித்தும், இது யாருடைய வெற்றி என்பதற்குப் பதிலும் எழுதியது குடி அரசு. பலரும் மதம் மாறிக் கொண்டிருப்பதால் மற்றவர்களைத் தடுப்பதற்காகச் செய்யப்பட்ட தந்திரம் என்றது அத்தலையங்கம்.

(குடிஅரசு 22.11.1936)

திருவிதாங்கூரில் சர்.சி.பி.இராமசாமியின் ஆட்சியை ஹிட்லர் தர்பார் என்று வர்ணித்தார் பெரியார். இந்து பத்திரிக்கையே 'தாங்கிக் கொள்ளமுடியாத அளவுக்குக் கொடும் தர்பாரை நடத்துகிறார்' என்று விமர்சித்தது. ஒரு கொடிய யதேச்சதிகாரி கையில் திருவிதாங்கூர் சிக்கிக் கொண்டது என்றும், அவர் வெளி யேறாமல் சமஸ்தானம் உருப்படாது என்றும், சர்.சி.பி. ஊழல்வாதி என்றும், அவரது ஊழல்களை சமஸ்தானக் காங்கிரசார் வெளிப் படுத்தி வருகிறார்கள் என்றும், இதனை எதிர்கொள்ளாமல் காங்கிரசாரை ஒழிக்கப் பார்க்கிறார் என்றும், அவர் சர்வாதிகாரியாக மாறிவிட்டார் என்றும் கடுமையாக எழுதியது. திருவிதாங்கூரில் அலங்கோலத் தர்பார் ஆரம்பம் என்று மீண்டும் கண்டித்தது.

(விடுதலை 26.8.1938)

திருவிதாங்கூரில் பொறுப்பாட்சி ஏற்பட வேண்டும் என்று தமிழர், நாயர், கிறிஸ்தவர், முஸ்லீம், ஈழவர், சில பார்ப்பனராகிய அனைவரும் தொடங்கி இருக்கும் போராட்டத்தைப் பெரியார் ஆதரித்தார்.

"இந்தி எதிர்ப்பு இயக்கம் வலுக்க வலுக்கக் கனம் ஆச்சாரியாரின் பிடிவாதமும் ஆணவமும் விருத்தியாகி வருவது போலவே சட்டமறுப்புப் போர் வலுக்க வலுக்க சர் சி.பி.யின் திமிரும் பெருகி வருகிறது. திருவிதாங்கூரில் ஒரு அய்யரும், சென்னையில் ஒரு ஆச்சாரியாரும், காஷ்மீரத்தில் ஒரு அய்யங்காரும் மக்கள் சுதந்திரத்திற்கு யமனாய் முளைத்திருக்கிறார்கள். பார்ப்பனர்களுக்கு நாடாளும் அதிகாரம் கிடைத்தால் ஏழைகளுக்கு ஏற்படும் கதியைத் திருவிதாங்கூரும், சென்னை மாகாணமும், காஷ்மீர் சமஸ்தானமும் விளக்கிக் காட்டுகிறார்கள். இந்தப் பார்ப்பனீயக் கொடுமை ஒழிவது எந்நாள்?" என்றது அத்தலையங்கம்.

(குடிஅரசு 25.9.1938)

'திருவிதாங்கூரில் சர்.சி.பி. தர்பார்' என்று கண்டித்து எழுதினார்.

(விடுதலை 15.3.1938)

'ஸர் சி.பி.யின் திமிர்' என்று கண்டித்தார். (8.9.1938)

'திருவிதாங்கூரில் திமிர் பிடித்த ஆட்சி' என்று தலையங்கம் தீட்டினார்.

(விடுதலை 2.11.1946)

1959ஆம் ஆண்டு மார்த்தாண்டத்தில் பேசிய பெரியார், "மார்த்தாண்டத்துக்குப் பத்து ஆண்டுகளுக்கு முன்பு வந்திருக்கிறேன். 29 ஆண்டுகளுக்கு முன்பும் வந்திருக்கிறேன். அப்போதெல்லாம் நீங்கள் வேறு நாடு, வேறு ஆட்சியின் கீழ் இருந்தீர்கள். ஆனாலும் கூட நாம் அனைவரும் ஒரே இனம். ஒரே சாதி. அதாவது சூத்திரர்கள். திராவிடர்களாகிய நாம் எல்லோருக்கும் பொது இழிவு ஒன்று. அதுதான் இந்த சூத்திரப்பட்டம் என்ற நிலையில் இருந்தோம். இப்போது நாம் ஒரே நாட்டார் ஆகிவிட்டோம். அதாவது நாம் தமிழர்கள்–தமிழ்நாட்டவர்கள். நமக்குள் அதிகமான ஒற்றுமை சம்பந்தம் ஏற்பட்டு ஒரு குடும்பத்தினர் போல் ஆகிவிட்டோம்...." என்று பேசினார்.

(விடுதலை 6.1.1959
தீண்டாமையை ஒழித்தது யார்? நூல் பக்கம் 9-10)

இந்தக் கூட்டத்தில் தான் வைக்கம் போராட்டத்துக்கு நான் எப்படிக் கிளம்பிப் போனேன் என்பதையும் பெரியார் விவரித் திருப்பார்.

இப்படி 1924ஆம் ஆண்டு முதல் பெரியாருக்கும் திருவிதாங் கூருக்கும் அரசியல் சமூக பண்பாட்டுத் தொடர்புகள் இருந்து வந்தன!

## 3. திருவிதாங்கூர் தமிழர்க்குப் பெரியாரின் ஆதரவு

திருவிதாங்கூர் தமிழர் விடுதலைப் போராட்டத்தை அதன் தொடக்க காலம் முதல் பெரியார் ஆதரித்தார்.

அதன் அடையாளமாகத் திருவிதாங்கூர் தமிழர் போராட்டச் செய்திகளைத் தொடர்ந்து தமது 'விடுதலை' நாளிதழில் வெளியிட்டும் வந்தார். பெரியாரின் நிலைப்பாட்டை அறியத் 'திருவிதாங்கூர் தமிழர்' என்ற 16.4.1949 விடுதலை–தலையங்கம் போதும்.

"திருவிதாங்கூர் வட்டாரத்திலுள்ள சுமார் இருபது லட்சத்திற்கு மேற்பட்ட தமிழர்கள் தம் நீண்ட காலக் கோரிக்கையை நிறை வேற்றும் பொருட்டு நேரடிப் போராட்டத்தில் இறங்கி விட்டனர். மலையாளிகள் தாங்கள் திராவிட மக்களின்–தமிழரின்–ஒரு பிரிவினர் என்பதை மறந்து ஆரியரின் கைப்பாவைகளாகி, தாங்கள் ஏதோ

ஒரு தனி இனத்தவர் என்று கருதிக் கொண்டிருக்கின்றனர். திராவிட மொழிகளைப் பேசும் மக்கள் யாவரும் ஒரே இனம் என்னும் உண்மையை உணர்ந்து ஒரே கூட்டாட்சியில் சேர வேண்டிய காலம் நெருங்கிவிட்டதென்றே நினைக்கிறோம். நாட்டுப் பிரிவினையை முழு மூச்சுடன் எதிர்த்து வந்த ஆந்திரத் தலைவர் டாக்டர் சி. ஆர்.ரெட்டியவர்கள் கூட, "சென்னை மாகாணத்தை ஆந்திரா, தமிழ், மலையாளம், கர்நாடக மண்டலங்களின் ஐக்கிய கூட்டாட்சிப் பிரதேசமாகச் செய்து, சென்னை நகரத்தை இந்த கான்படரேஷனின் தலைநகராக ஆக்கிவிடுவதே சிறந்தது," என்று சென்ற வாரத்தில் கூறியிருக்கிறார்.

அப்படியிருந்தும் மொழிவாரிப் பிரிவினை யுணர்ச்சி ஒருபுறம் வலுப்பட்டுக்கொண்டேயிருக்கிறது. இதனால் இந்நாட்டில் பிராமணியம் இன்னும் ஆழமாக வேரூன்றிவிடும் என்றே அஞ்சுகிறோம்.

ஆனால் திருவிதாங்கூர் தமிழர்கள் பிரச்சினை சற்று சிக்கலானதாகும். திருவாங்கூர் மன்னர் ஆட்சியில் தமிழர்களின் உரிமைகள் சூறையாடப்பட்டிருக்கின்றன. மலையாளிகளே முழு ஆதிக்கம் பெற்றிருந்தனர். தப்பித் தவறி ஒரு சில தமிழர்களுக்குப் பெரிய பதவிகளோ, மற்ற வசதிகளோ தரப்பட்டிருந்தாலும் அவை தமிழ்நாட்டுப் பார்ப்பனருக்கே தரப்பட்டிருக்கின்றன. அதுவும் 10 ஆண்டுகளுக்கு மேல் திவானாயிருந்த சர். சி.பி. இராமசாமி அய்யர் காலத்தில் தமிழர்கள் என்ற பெயரால் 100க்கு 100 பார்ப்பனருக்கே எல்லா மேல் பதவிகளும் பிற வசதிகளும் தரப்பட்டன. மொழிவாரிப் போராட்டத்தினால் யார் லாபமடைவார்கள் என்பதை சர். சி.பி.மேனன் சுட்டிக் காட்டிவிட்டார்.

தமிழ்நாட்டில் 100க்கு 90 பதவிகளில் மலையாளிகளே இருப்பதைக் காணும் திருவாங்கூர்த் தமிழர்கள் மனம் எப்படி யிருந்திருக்கும்? தங்கள் உரிமைகளுக்காகப் பெருங்கிளர்ச்சி செய்து வந்தனர்.

இச்சமயத்தில் திருவாங்கூரும் கொச்சியும் இணைக்கப்படும் என்ற செய்தியும் கிடைத்தது. மலையாளிகள் இவ்வளவு கட்டுப் பாட்டுடன் இருக்கும்போது நாம் மட்டும் ஏன் நம் மொழிக்காரர் களுடன் சேர்ந்திருக்கக்கூடாது என்ற உணர்ச்சி ஏற்படுவது இயற்கை தானே!

ஆகவே நேரடிப் போராட்டத்தைத் துவக்கி விட்டனர். திருவாங்கூர் சமஸ்தானத்திலுள்ள தமிழ் வட்டாரங்களையெல்லாம் சென்னை மாகாணத்துடன் இணைக்கவேண்டுமென்ற குறிக்கோளுக்

காகவே இந்தப் போராட்டம். பொறுப்புள்ள தமிழ்த் தலைவர்கள், அதிலும் காங்கிரஸ்காரர்கள், போராட்ட முன்னணியில் நின்று கைது செய்யப்பட்டிருக்கின்றனர்.

திருவாங்கூர் சர்க்கார் 'கெஜட்' போஸ்டல் ஸ்டாம்புகள் ஆகிய வைகளை எரிப்பதன் மூலம் திருவாங்கூர் ஆட்சியின் தொடர்பை வெறுப்பதாகக் காட்டிக் கொண்டனர். (இங்கோ, உளுத்துப் போன கட்டுக்கதை-கம்ப ராமாயணத்தை வளர்க்கும் அறிகுறியாக எரிப்பதாகக் கூறினாலே கொதித்து எழுகின்றார்கள்!) திருவாங்கூர் தமிழ்நாடு காங்கிரஸ் தலைவர் நெத்தேனியல் அவர்கள், நாகர்கோயில் பொதுக் கூட்டத்தில் "இன்று முதல் திருவாங்கூர் சர்க்கார் நம்முடைய சர்க்கார் அல்ல," என்று பிரகடனம் செய்திருக்கிறார். மாவீரர்! பாராட்டுகிறோம்!

"போராட்டம் மும்முரமாகத்தான் தொடங்கப்பட்டிருக்கிறது. இதன் வெற்றியும் தோல்வியும் பின்னால் வரப்போகும் தலைவர் களையும் தமிழர்களின் ஐக்கியத்தையும் பொறுத்தவை. சத்தியாக் கிரகத்தை நிறுத்துமாறு தந்தியனுப்பிவிட்டுத் தோழர் காமராஜர் நாகர்கோவில் சென்றிருக்கிறாராம்! தமிழர்களின் உரிமைக்காகவே தம் உயிரை வைத்திருப்பதாகக் கூறித் திரியும் ஒரு தலைவர் தமிழரின் உரிமைப்போராட்டத்தைக் கொல்வதற்காகச் செல்கிறார்! இது காமராஜ தந்திரமோ! அல்லது நாகராஜ தந்திரமோ! அல்லது வெறும் ராஜ தந்திரமோ, நமக்குத் தெரியாது. இந்தப் போராட்டம் சாதாரண குடும்பச் சண்டை மாதிரி ஆக்கப்பட்டாலும் ஆக்கப் படலாம். எதுவும் காங்கிரஸ் மேலிடத்தைப் பொறுத்ததல்லவா?

ஆனால் ஒன்று கேட்கிறோம். மொழி வேற்றுமையைக் கிண்டி விட்ட பிறகு ஒரு மொழிக்காரர் மற்ற மொழிக்காரர்களால் சுரண்டப் படுவதை யார்தான் சகித்துக் கொண்டிருக்கமுடியும்? மலையாளிகள் மற்ற மலையாளிகளுடன் இணைந்திருக்க வேண்டுமென்று விரும்பி, 20 லட்சம் தமிழர்களைக் கேட்காமலே அவ்விதம் முடிவும் செய்து விடுவதென்றால், தமிழர் மட்டும் என்ன, ஆட்டுக் குட்டிகளா, தலையை ஆட்டிக்கொண்டே அவர்கள் பின்னால் போய்க் கொண்டிருக்க?

தமிழர்கள் ஆட்டுக்குட்டியைப் போல தலையாட்டிக் கொண்டு மலையாளிகளின் பின்னால் செல்ல முடியாது" என்றார் பெரியார். மலையாளிகளின் பின்னால் தமிழர்கள் தலையாட்டிக் கொண்டு செல்ல முடியாது என்ற வரியே அவர்களது விடுதலையை முழுமை யாக வரவேற்கிறது.

*(விடுதலை 16.4.1949)*

திருவிதாங்கூர் வாழ் தமிழர் போராட்டத்தைக் கைவிடுமாறு காமராசர் கூறிய யோசனையை 'விடுதலை' இதழ் (16.4.1949) வெளியிட்டுள்ளது. இதே நேரத்தில் நத்தானியல் கைதுக்கு முக்கியத்துவம் கொடுத்துச் செய்தி வெளியிட்டுள்ளது.

"திருவாங்கூர் தமிழ்நாடு காங்கிரஸ் தலைவரும், காரியதரிசியுமான தோழர்கள் நத்தானியல், ஆர்.கே.ராம் ஆகியோரைக் காவலில் வைக்குமாறு திருவனந்தபுரம் ஜில்லா மாஜிஸ்டிரேட் உத்தரவிட்டுள்ளார். இவர்கள் சத்தியாக்கிரகத்தையொட்டி 13ஆம் தேதி நள்ளிரவில் போலீஸாரால் கைது செய்யப்பட்டனர்.

மேற்படி தலைவர்களைக் கைது செய்யும்படியான சூழ்நிலை ஏற்பட்டது குறித்து விளக்கித் திருவாங்கூர் சர்க்கார் ஒரு அறிக்கை விடுத்துள்ளனர். அது கூறுவதாவது:

நேரடி நடவடிக்கை எடுப்பதெனத் திருவாங்கூர் தமிழ்நாடு காங்கிரஸ் முடிவு செய்ததையொட்டி நாகர்கோயிலில் ஏப்ரல் 13ந் தேதி ஊர்வலமும், ஒரு பொதுக் கூட்டமும் நடத்தப்பட்டன. அதில் தலைமை வகித்த நத்தானியல் திருவாங்கூர் சர்க்காரை மீறும் வகையில் பிரச்சினைகளைத் தூண்டினார். அஞ்சல் இலாகாவை பகிஷ்காரம் செய்யுமாறும், அஞ்சல் சேவிங்ஸ் பாங்கியிலிருந்து பணத்தை வாபஸ் பெறுமாறும் மக்களைத் தூண்டிப் பேசினார். திருவாங்கூர் அஞ்சல் ஸ்டாம்புகளும் கஜட் பதிப்புகளும் பொதுக் கூட்டத்தில் வெளிப்படையாகவே கொளுத்தப்பட்டன.

இந்தச் செய்கைகள் கம்யூனிஸ்டுகள் பிரசாரத்துக்கும், அட்டகாச நடவடிக்கைகளுக்கும் மேற்பார்வையாக ஆகிவிடுமாதலால் நத்தானியலும் ஏனையோரும் கைது செய்யப்பட்டனர். மேற்படி அறிக்கையில் திருவாங்கூர் தமிழ்நாடு காங்கிரஸ் நேரடி நடவடிக்கை, சர்க்காரை எதிர்த்து சர்க்காருக்கு விடப்படும் சவால்" என்றும் கூறப்பட்டுள்ளது.

6.1.1950 அன்று தென் எல்லைமாநாடு கன்னியாகுமரியில் நடந்தது. கவிமணி தேசிக விநாயகம் தொடக்க உரை ஆற்றினார். 'நாங்கள் இணையத் தயாராக இருக்கிறோம். அவர்கள் சேர்க்கத் தயாராக இருக்கிறார்கள். இணைத்து வைப்பது ஒன்றே ஆளும் அதிகாரிகளின் கடமை' என்றார் கவிமணி. முத்தமிழ்க் காவலர் கி.ஆ.பெ.விசுவநாதம், நேசமணி ஆகியோர் கலந்து கொண்டு பேசினார்கள். இதைத் தொடர்ந்து திருவிதாங்கூர் சமஸ்தான காங்கிரஸ் கட்சிக்கும், கொச்சி காங்கிரஸ் கட்சிக்கும் ஒரு சமாதானம் ஏற்பட்டது.

1. திருவிதாங்கூரின் தென் தாலுக்காக்கள் நான்கையும் சேர்த்து ஒரு வருவாய்க் கோட்டம் அமைத்தல்.

2. திருவிதாங்கூரின் வடபகுதியில் உள்ள காசர் கோடு கோர்ட் நடவடிக்கைகளில் தமிழுக்கு முக்கியத்துவம் அளித்தல், தமிழ் தெரிந்த அலுவலர்களை நியமித்தல், புதிய தமிழ்ப் பள்ளிகள் உருவாக்கல்.

3. திருவிதாங்கூர் தமிழ்நாடு காங்கிரஸ் ஒரு புதிய மாவட்டக் காங்கிரஸ் அந்தஸ்துடன் செயல்படும். காங்கிரஸ் மேலிடம் அனுமதி வழங்கும்வரை இது திருவிதாங்கூர்-கொச்சி மாநில காங்கிரஸ் கமிட்டியின் உட்கிளையாக இயங்கும். அனுமதி கிடைத்தால் சென்னையில் உள்ள தமிழ்நாடு காங்கிரஸ் கமிட்டியின் உட்கிளையாக இயங்கும்.

4. திருவிதாங்கூர் தமிழ்நாடு காங்கிரசின் பேரவைக் கட்சி, திருவிதாங்கூர்-கொச்சி காங்கிரஸ் கட்சியுடன் இணைந்து அமைச்சரவைக்கு ஆதரவாக இருக்க வேண்டும்.

5. மொழிவழி மாநிலம் அமையும் போது திருவிதாங்கூர் தமிழ்ப் பகுதிகள், தாய்த் தமிழகத்துடன் இணைவதற்காகச் சட்ட சம்மதம் உள்ள எல்லா நடவடிக்கைகளும் எடுத்துக் கொள்ள இந்தப் புதிய மாவட்டக் காங்கிரஸ் கமிட்டிக்கு உரிமை உண்டு என்ற உடன்பாடு ஏற்பட்டது. இதைத் தொடர்ந்து திருவிதாங்கூர் தமிழர் காங்கிரஸ் கட்சிக்குள் பிளவு ஏற்பட்டது.

திருவிதாங்கூர் தமிழ்நாடு காங்கிரஸ் கட்சியின் தலைவர் பதவியில் இருந்து நத்தானியல் விலகினார். புதிய தலைவராக பி.ராமசாமி 1950 அக்டோபர் 16 தேர்வானார். இவரை எதிர்த்துப் போட்டியிட்டுத் தாணுலிங்கம் தோற்றார். இவர்களைச் சமாதானம் செய்யக் காமராசர் எடுத்த முயற்சிகள் தோற்றன. இந்த இரண்டு அணிகளும் 1953 மார்ச் 29இல் தான் மீண்டும் இணைந்தன.

4. போராட்டத்துக்கு முழு ஆதரவு!

இத்தகைய சூழ்நிலையில் திருவிதாங்கூர் தமிழர் போராட்டத்தை யார் எவர் என்ற பாகுபாடு இல்லாமல் பெரியார் ஆதரித்தார். 'விடுதலை' செய்திகள் வெளியிட்டது. 'விடுதலை' நாளிதழில் வெளியான செய்திகளின் தொகுப்பு:

5.11.1948-தமிழ்நாட்டுடன் நாஞ்சில் நாடு இணைக்கப்பட வேண்டும்-திருவிதாங்கூர் தமிழ்நாடு காங்கிரஸ் சத்தியாகிரகம் துவக்கம்.

*2.4.1949*–திருவிதாங்கூர் தமிழர்கள் கோரிக்கை. டெல்லி முயற்சிகள்–திருவிதாங்கூர் கொச்சி இணைப்பு கூடாது.

*13.4.1949*–திருவிதாங்கூர் தமிழர் அறப்போர்–சென்னை மாகாணத்துடன் சேர வழிகோலுகின்றனர்–நத்தானியல் அறிக்கை.

*14.4.1949*–நாகர்கோவில் திருவிதாங்கூர் தமிழ்நாடு காங்கிரசார் சத்தியாகிரகம்–தமிழ் வழங்கும் தென் திருவிதாங்கூரை சென்னையோடு இணைத்திடுக.

*15.4.1949*–திருவிதாங்கூர் வாழ் தமிழர் போராட்டம்–தலைவர் நத்தானியல் உட்பட நால்வர் கைது–நேசமணி போராட்டத்தின் அடுத்த சர்வாதிகாரி–திருவிதாங்கூர் அஞ்சல் ஸ்டாம்புகள் கொளுத்தப்பட்டன.

*16.4.1949*–திருவிதாங்கூர் தமிழர் தலைமையில் திருவிதாங்கூர் வாழ் தமிழர் போராட்டம்–நந்தானியல் முதலானோர் காவலில் வைக்கப்பட்டனர்.

*17.4.1949*–திருவிதாங்கூர் தமிழர் அறப்போர். பலர் சிறை புகுந்தனர்.

*18.4.1949*–திருவிதாங்கூர் தமிழர் அறப்போர் நிறுத்தம்.

*19.4.1949*–திருவிதாங்கூர் தமிழர் தலைவர்கள் விடுதலை–போலீஸ் அக்கிரமம்.

*21.4.1949*–திருவிதாங்கூர்–கொச்சி பிரதேசம் கவர்னர் ஆட்சிக்கு வரும்–ஐக்கிய கேரளத்துடன் ராஜாவாக ஆக ஆசைப்படுகிறார் திருவிதாங்கூர் மன்னர்–பத்மநாபதாசன் என்று கூறி உரிமை கோருகிறார்.

*1.6.1949*–திருவிதாங்கூர் தமிழர் காங்கிரஸ் அலுவல் குழு தேர்வு.

*9.6.1949*–சூலை முதல் கேரள சமஸ்தான யூனியன் துவக்கம்–மன்னர்கள் வாழ்வைச் செப்பனிடுகிறது மக்கள் நலன் பேணும் காங்கிரஸ்–பரம்பரைத் தன்மைக்குப் பங்கமின்றிப் பாதுகாத்து வசதிகள்.

*29.8.1949*–திருவிதாங்கூர் தமிழர்–கேரள காங்கிரஸ் பேச்சு முறிந்தது–தமிழர் கோரிக்கைக்கு இணங்க மறுப்பு–டில்லிக்கு காவடி தூக்க எத்தனம்.

*7.11.1949*–மலையாளிகளின் நாடாசையும் வளர்கிறது–தமிழ் வட்டாரங்களைப் பங்கு கேட்கின்றனர்–ஐக்கிய கேரளம் கேட்டுத் தீர்மானங்கள்.

12.11.1949-திருவிதாங்கூர் கம்யூனிஸ்ட் கூட்டத்தைப் போலீஸ் சுட்டது.

16.9.1949-திருவிதாங்கூர் அடக்குமுறை ஆட்சி.

27.9.1949-திருவிதாங்கூர் மன்னர் கார் மீது கல்வீச்சு.

10.3.1950-திருவிதாங்கூர் சட்டசபையில் 'திராவிடஸ்தான்' பரபரப்பு-பொருளாதார அடிப்படையில் தென்னாடு தனியாக வேண்டும்-நாட்டின் நலிவுகள் அகல இதுவன்றோ வழி-தமிழர்களுக்கு ஓரவஞ்சனை காட்டப்படுவதாகப் புகார்.

25.3.1950-திராவிட நாட்டுப் பிரிவினைப் போராட்டத்தில் குதிக்க குமரி முனையில் தயார்-திருவிதாங்கூர் சட்டசபை உறுப்பினர் கிருஷ்ணன் பேச்சு.

26.3.1951-கொச்சி மாவட்டத்தைச் சென்னையுடன் இணைக்கவும்-எம்.எல்.ஏ.க்கள் மனு.

24.8.1951-திருவிதாங்கூர் கொச்சி மந்திரி சபையின் கண்மூடிப் போக்கு.

7.2.1952-திருவிதாங்கூர் தமிழர் பிரச்சினை – திருவிதாங்கூர் – தமிழகம் எவ்வளவு சீக்கிரம் தமிழகத்துடன் சேர வேண்டுமோ அவ்வளவு சீக்கிரம் சேர வேண்டும்-ஐக்கிய முன்னணி பேச்சு.

8.2.1952-திருவிதாங்கூர்-கொச்சியும் சென்னையாகிறது.

26.3.1952-திருவிதாங்கூர்-கொச்சி மந்திரி சபைக்குத் தோல்வி.

19.4.1953-சென்னையுடன் கேரள ராஜ்யம் இணைப்பு? டில்லியார் புது சாணக்கியம்-காங்கிரசுக்கு வலிமை தேட தந்திரம்.

திருவிதாங்கூர் கதர்க் குல்லாய் மந்திரிசபையும் கவிழும் – தமிழர்கள் ஒத்துழையாமை.

23.4.1953-எஞ்சிய சென்னை ராஜ்யத்துடன் திருவிதாங்கூர் – கொச்சியை சேர்த்தல்-இந்திய சர்க்காரிடமிருந்து எந்தத் தகவலுமில்லை – தி.கொ. முதலமைச்சர் மறுப்பு.

9.8.1953-திருவிதாங்கூர் மந்திரி சபைக்குத் தலைவலி.

5.9.1953-திருவிதாங்கூர்-கொச்சி மந்திரிசபை ஆட்டங்கண்டு விட்டது. திருவிதாங்கூர் தமிழ்நாடு காங்கிரஸ் உறவு ரத்து செய்ய ஆலோசனை.

8.9.1953-திருவிதாங்கூர் காங்கிரஸ் பிரதிநிதி அப்துல் ரசாக் ராஜாங்க சபையில் பேச்சு. "திருவிதாங்கூர்-கொச்சி ராஜ்யத்திலுள்ள தமிழர் வாழும் பகுதி எஞ்சிய சென்னையுடன் இணைய வேண்டும்" என்று பேசினார்.

25.10.1953-திருவிதாங்கூர் கொச்சி மாணவர் கிளர்ச்சி.

26.5.1954-ஐக்கிய கேரளமைப்பு-கம்யூனிஸ்டுகள் கோரிக்கை.

26.5.1954-திருவிதாங்கூரிலுள்ள நான்கு தமிழ்பேசும் தாலுக்காக்களை கேரள ராஜ்யத்துடன் அடைப்பது ஏற்கத்தக்கதல்ல.

5.7.1954-திருவிதாங்கூர் கொச்சி தமிழர்கள் கொந்தளிப்பு – தலைவர்கள் கைது செய்வதை எதிர்த்து ஆர்ப்பாட்டம் நடத்த முடிவு.

6.7.1954-திருவிதாங்கூர்-கொச்சி தமிழ்நாடு காங்கிரஸ் தலைவர்களுக்குச் சிறை.

8.7.1954-திருவிதாங்கூர் கொச்சியில் தமிழர்கள் கிளர்ச்சி-சூலை 1-அறப்போர் நடத்த ஏற்பாடு-தன்மானத்துடன் சுதந்திரத்துடன் வாழ முடியாதென அறிவிப்பு.

10.7.1954-சூலை 12-திருவிதாங்கூர் கொச்சி அறப்போர் துவக்கம்.

10.7.1954-எல்லைக் கிளர்ச்சியில் காங்கிரசார் கலந்து கொள்ளக் கூடாது-நேரு.

10.7.1954-திருவிதாங்கூர் தமிழர் கிளர்ச்சி.

15.7.1954-தி.கொ.சட்டசபையில் ஒத்திவைப்புத் தீர்மானம் – தேவிகுளம் பிரச்சினை பேசித் தீர்க்கப்பட்டது.

27.7.1954-கோர்ட் நடவடிக்கைகளைத் தமிழில் நடத்தவும் – திருவிதாங்கூர் கொச்சித் தொண்டர்கள்.

9.8.1954-திருவிதாங்கூர் தமிழர் கிளர்ச்சியின் அடுத்த கட்டம் – சர்க்கார் பஸ்களைப் பகிஷ்கரிக்க முடிவு.

12.8.1954-திருவிதாங்கூர் கொச்சியில் தமிழர் கிளர்ச்சி, போலீசார் சுட்டனர்-7 பேர் கொல்லப்பட்டனர்.

20.8.1954-தி.கொ. பிரச்சினை-பி.சோ.கட்சியில் கருத்து வேறுபாடு.

22.8.1954-தி.கொ. கொடுங்கோலாட்சிக்கு லோஹியா கண்டனம்.

22.8.1954-தி.த.நா.கா. தலைவர்-திரு. காமராசரைச் சந்தித்தார்.

23.8.1954-தி.கொ. தமிழர் பிரச்சினையில் நேருவின் கவலை.

26.8.1954-தி.கொ. தமிழ்நாடு காங்கிரஸ் காவல் கைதிகள் பிரச்சினை.

29.8.1954–தி.கொ. தமிழர் மீது பி.சோ. சர்க்கார் தாக்குதல் – கிராமங்களில் போலீஸ் நடத்தும் பேயாட்டம்.

5.9.1954–தி.கொ. த.நா.கா. தலைவர்கள் விடுதலை மனுக்கள்.

22.9.1954–மலையாளிகள் ஆதிக்க எதிர்ப்பு.

10.10.1954–மலையாளிகளும் தமிழரும்.

15.10.1954–தி.கொ. தமிழ் மக்கள் போராட்டம்–திரு. காந்திராமன் கண்டனம்.

29.10.1954–திருவிதாங்கூர் தமிழர்கள் மீது மலையாளிகள் போர்–மீண்டும் தமிழர்கள் மீது கோர அடக்குமுறை–விசாரணைக் கமிஷனை பகிஷ்கரிக்க தி.கொ. த.நா. காங்கிரஸ் முடிவு–ஏ.ஏ.ரசாக் அறிக்கை.

11.11.1954–தி.த.நாடு காங்கிரஸ் தலைவர்கள் ஜாமீன் மனு தள்ளுபடி.

16.11.1954–பட்டம் தாணுப்பிள்ளைக்கும் விரைவில் பிரகாசத்தின் கதி.

18.11.1954–தி.கொ. மந்திரிசபை ராஜினாமா பிரச்சினை.

19.11.1954–தி.கொ. போலீஸ் சுட்டது பற்றிய விசாரணை.

28.11.1954–தி.கொ. மந்திரிசபை ராஜினாமா செய்ய வேண்டிய தில்லையாம் – பி.சோ.கட்சி மாநாட்டின் முடிவு.

13.12.1954–தி.கொ. மந்திரிசபை உயிர் ஊசலாட்டம்.

## 1955

2.1.1955–பட்டம் தாணுப் பிள்ளை மிரட்டல்.

3.1.1955–பி.சோ. கட்சி சர்க்காரைக் கம்யூனிஸ்ட் கட்சி ஆதரிக்காது.

8.1.1955–தி.கொ. த.நா.கா. எம்.எல்.ஏக்கள் மனுக்கள் நிராகரிப்பு – உயர் நீதிமன்றம் தீர்ப்பு.

9.1.1955–தி.கொ. வில் மீண்டும் பொதுத் தேர்தல் நடைபெறுமா?

12.1.1955–தோற்கடித்தால் சபையைக் கலைத்துவிடுவேன்–பட்டம் தாணுப்பிள்ளை மிரட்டுகிறார்.

31.1.1955–தி.கொ.வில் காங்கிரஸ்கட்சி ஏற்படுவதற்கு முட்டுக் கட்டை.

9.2.1955–தி.கொ. பிரஜா சோசலிஸ்ட் மந்திரிசபை விரட்டப் பட்டது – தமிழ் வட்டாரப் பிரதிநிதியின் நம்பிக்கையில்லாத் தீர்மானம் வெற்றி.

11.2.1955–தி.கொ. மந்திரிசபை இராஜினாமா?

14.2.1955–திருவிதாங்கூரில் பதவிக் காய்ச்சல் கலவரம்.

15.3.1955–தி.கொ. இடது சாரி அணி கட்டவிழ்ந்து கொண்டது.

19.3.1955–தி.கொ. தமிழர் மீதுள்ள வழக்குகள்–வாபஸ் பெறுவது பற்றி முயற்சிக்கவில்லையாம்.

13.6.1955–நாஞ்சில் நாட்டுத் தமிழ்ப் பெருமக்களின் அவதிகள் பெருக்கடைகின்றன–இப்போதைய தி.கொ. ஆட்சியும் இருபெரும் தவறுகள் இழைத்துள்ளன.–தி.தமிழ்நாடு பிரமுகர் குஞ்சன்நாடார் முறையீடு.

17.6.1955–திரு. தமிழர் மீதுள்ள வழக்குகள்.

4.7.1955–தமிழர்களின் உயிருக்குப் பதில் பணம் தருகிறார்களாம் – பட்டம் புரிந்த அட்டகாசத்துக்குப் பரிகாரம் தேடுகிறார் பனம்பள்ளி.

11.9.1955–திருவிதாங்கூர் நாஞ்சில் நாட்டுத் தமிழ்ப்பகுதிகள் சென்னை ராஜ்யத்தில் இணைக்கப்படுமா?–ராஜ்ய சீரமைப்புக் கமிஷன் சிபாரிசு.

11.10.1955–மாநிலச் சீரமைப்புக் கமிஷன் அறிக்கை அதிருப்தி தருவது இயல்பே!–முதலமைச்சர் காமராஜர் கருத்து.

15.10.1955–காமராஜருடன் தி.கொ. தமிழர் தலைவர்கள் ஆலோசனை.

17.10.1955–தி.கொ. தமிழ்ப்பகுதிகள் அனைத்தும் தமிழ்நாட்டுடன் இணைய வேண்டும்–இல்லையேல் கேரளத் தமிழருக்கும் இலங்கைத் தமிழர் கதிதான்–தி.கொ. தமிழகத் தலைவர் நேசமணி விளக்கம்.

23.10.1955–தி.கொ. தமிழ்ப்பகுதிகள் குறித்து தமிழ்நாட்டு அமைச்சர் வற்புறுத்தல்.

21.10.1955–தமிழர் நலனை நேரு கையில் ஒப்படைக்கிறார் தமிழ்நாட்டு நிதியமைச்சர்.

23.11.1955–மலையாளிகள் மனிதத் தன்மையுடன் செயல்பட வேண்டும்–குஞ்சன் நாடார் எச்சரிக்கை.

26.11.1955–தி.கொ. தமிழ்ப்பகுதிகள் பற்றி மேலிடமே முடிவு கூறும்–காமராஜரும் பனம்பள்ளியும் டெல்லியில் பேசுவர்.

4.12.1955–தி.கொ. தமிழ்ப்பகுதிகளைத் தமிழகத்துடன் இணைத்தல்–வி.வி.ராமசாமி பேச்சு.

14.12.1955–தி.கொ. தமிழ்ப்பகுதிகள் பிரச்சினை–காங்கிரஸ் மேலிடம் 20ஆம் தேதி பரிசீலிக்கும்.

20.12.1955–தமிழ்நாட்டுரிமையைத் தி.கொ. எம்.பியும் ஆதரிக்கிறார்.

31.12.1955–எல்லைக் கமிஷன் முடிவால் திரு. தமிழர்க்குக் கிடைத்த பரிசு?–தீப்பிடித்த வீட்டில் பிடுங்கியது லாபமா?

## 1956

4.1.56–மலையாளிகள் சாகசம்–தமிழர்களுக்குத் தக்க பாதுகாப்பு அளிப்பார்களாம்–தமிழ்த் தாலுக்காக்களை இறுக்கிப் பிணைக்க தந்திரப் பேச்சு.

4.1.56 மாயவலை என்கிறார் நேசமணி.

12.1.56–மலையாளிகள் ஆட்சி வேண்டாம்–திரு.கொச்சி தமிழர்கள் விடுதலைப் பரணி.

21.1.56–மாநில சீரமைப்பு–மாணவர்கள் கிளர்ச்சி வலுப் பெறுகிறது.

21.1.56–அனைத்துக் கட்சி மாநாடு சென்னையில் 24ஆம் தேதி.

21.1.56–மத்திய மந்திரி கிருஷ்ணமாச்சாரி வீட்டு முன் மறியல்.

21.1.56–நாட்டில் கொந்தளிப்பு.

22.1.56–நாடு சீரமைப்பு–தமிழ்நாட்டில் ரயில், தபாலகங்கள் முன்பு மறியல்.

23.1.56–தொடர்ந்து கிளர்ச்சி வேண்டும்.

24.1.56–இனி அடுத்தடுத்து என்ன?

25.1.56–தமிழர் தலைமீது மற்றொரு அடி.

2.2.56–மலையாளி சர்க்காரிடம் திரு தமிழர்கள் மனக்கொதிப்பு.

4.2.56–மொழிவழி மாநிலக் கோரிக்கை வலுவடைவது கண்டு காங்கிரஸ் கிலி.

12.5.56–பெரியார் கருத்துக்கு நேசமணி ஆதரவு–நாகர்கோவிலில் பொதுக்கூட்டம்.

14.2.56–மூட்டைப் பூச்சிக்குப் பயந்து வீட்டைக் கொளுத்துவதா?

14.2.56–மலையாளிகளை தமிழ்நாட்டிலிருந்து வெளியேற்ற வேண்டாமா?

10.3.56–திரு.கொச்சியில் பனம்பள்ளி மந்திரிசபைக்கு ஆபத்து.

10.3.56–தமிழ்நாட்டில் மலபார் போலீஸ் இருப்பதற்குச் சட்டசபையில் கண்டனம்.

10.3.56–மலபார் போலீசும் நிதிமந்திரியாரும்.

*21.3.56*–வீணாகும் தண்ணீரைத் தமிழகத்திற்குத் தர மலையாளிகள் மறுப்பு.

*24.3.56*–திரு கொச்சியில் குடிஅரசுத் தலைவரின் நேர்முக ஆட்சி–பனம்பள்ளி வருத்தம்–பட்டத்தின் ஏமாற்றம்.

*23.5.56*–மலையாளி ஆதரவு வேண்டாம்–தமிழ்நாட்டு எல்லைக்குள்ளேயே பரம்பிக்குளம் அணை.

*8.6.56*–வெளியேற்றப்படும் மலையாளி உத்தியோகஸ்தர்கள் பட்டியல் தீட்டப்படுகிறது–தமிழ்நாடு அரசாங்கத் தலைமைச் செயலாளர் தரும் செய்தி.

*25.6.56*–மலையாளிகள் உள்ளெண்ணம் அம்பலம்! சுப்பிரமணியத்துக்கு சமர்ப்பணம்–தமிழ்நாட்டுக்குரிய சொத்துகளை எடுத்து வருவதற்கும் கூக்குரல்.

*28.6.56*–தமிழ்நாட்டில் மலபார் போலீஸ்படை ஏன்? மானமுள்ள தமிழா சிந்தித்துப்பார்!

*29.6.56*–தமிழ்நாடு கேரளா பிரிவினை பிரச்சினைகள்.

*5.7.56*–தமிழ்நாட்டிலிருந்து அனுப்பப்படும் மலையாளிகள் உத்தியோகப் பட்டியல் தீட்டப்பட்டுவிட்டது.

*5.7.56*–சாமான்கள், இயந்திரங்களை மலையாளிகள் கடத்துகின்றனர்–காமராஜரிடம் நாஞ்சில் தலைவர்கள் புகார்.

*15.7.56*–100 சதவிகித மலையாளிகளைக் கேரளத்துக்கு விரட்டிவிட வேண்டும்–தமிழ்நாடு அரசாங்க அலுவலர் கழகம் வலியுறுத்தல்.

*17.7.56*–தமிழ்நாடு–கேரளா இணைப்பு கர்ப்பத்திலேயே செத்துப் பிறந்ததாம்–திரு சுப்பிரமணியம் யோசனையைக் கவர்னரே நையாண்டி செய்கிறார்.

*20.7.56*–மலபார் ஸ்பெஷல் போலீஸ் தொல்லை குறையும்–3000 மலையாளிகள் ஏற்றுமதி–தமிழ்நாடு போலீஸ் இன்ஸ்பெக்டர் ஜெனரல் ராஜரத்னம் முயற்சி.

*3.8.56*–கேரள நாட்டில் தமிழர்க்குப் பாதுகாப்புத் தேவை–டில்லி சட்டசபையில் கோரிக்கை.

*10.8.56*–மலையாளிகள் சம்பந்தம் வேண்டாம்.

*21.8.56*–மலையாளிகளின் மற்றொரு முடக்குவாதம்–பணம், கல்லூரியில் பங்கு கேட்கின்றனர்.

*22.8.56*–செங்கோட்டை தாலுகா முழுவதும் தமிழ்நாட்டுடன் சேர்க்கவும்–தேசிய மேல் சபையில் வலியுறுத்தல்.

31.8.56–காமராசரிடம் மலையாளிகள் அபயம்–கேரளரிடம் சந்தேகம்–பிழைக்க வழி செய்ய இந்திய சர்க்காரில் சிபாரிசு செய்ய கோரிக்கை.

3.9.56–மலையாளி அதிகாரிகள் வெளியேற்றப் பட்டியல்.

6.9.56–வேண்டாம் மலையாளிகள்.

8.9.56–மலையாளி அதிகாரிகள் வெளியேற்றம் குறித்து இறுதி முடிவு.

27.9.56–மலையாளிகளின் பொறுப்பற்ற போக்கு.

5.10.56–தமிழ்நாட்டை விட்டு வெளியேறும் எம்.எல்.ஏ.க்கள் 40 பேர்–சபாநாயகர் கோபால் மேனன், அமைச்சர்களும் இங்கு பதவி இழப்பு.

8.10.56–தி.கொ. சர்க்கார் உத்தரவை எதிர்க்க 16 நகரசபைகள் முடிவு.

16.10.56–சென்னையிலிருந்து 300 மலையாளி ஊழியர்கள் வெளியேற்றம்–தனி ரயிலில் அனுப்பி வைக்கப்படுவர்.

3.11.56–குமரி மாவட்டம் உதயம்–கோலாகல விழாவெடுத்தார் தமிழர்–நாஞ்சில் வாழ் மக்களின் கனவு நனவாயிற்று–புதிய மாவட்ட வாசிகளுக்குக் காமராசர் உறுதிமொழி.

8.11.56–தொல்லை ஒழிந்தது.

அதாவது 1940களின் இறுதி முதல் 1960களின் தொடக்கம் வரைக்கும் தெற்கு எல்லைப் போராட்டத்தை முழுமையாக ஆதரித்து நின்றார் பெரியார். இந்தக் காலகட்டத்தில் அவரது கொள்கை மூன்று விதமான மாறுதலை அடைந்துள்ளது. தமிழ்நாடு தமிழருக்கே, திராவிட நாடு திராவிடர்க்கே, மீண்டும் தமிழ்நாடு தமிழருக்கே என்று மாறியுள்ளது. ஆனால் தென் எல்லையில் இருந்த தமிழர்களை கொச்சி சமஸ்தானம், திருவிதாங்கூர் சமஸ்தானம், ஐக்கிய கேரளம், கேரள மாநிலம் ஆகிய எதிலும் இருக்கக் கூடாது தமிழ்நாட்டோடு தான் இருக்க வேண்டும் என்று சொன்னவர் பெரியார்.

## 5. மலையாள எதிர்ப்பின் வேர் அதுவே!

திருவிதாங்கூர் தமிழர் ஆதரவு என்பது மலையாள, கேரள எதிர்ப்பின் வேராகவும் பெரியாரிடம் உருவானதைப் பார்க்கலாம்!

"திருவிதாங்கூர் 'தமிழர் கிளர்ச்சி' என்ற தலைப்பில் தீட்டப்பட்ட தலையங்கத்தில்"

(விடுதலை 10.7.1954)

"திருவிதாங்கூர்-கொச்சி இராஜ்யத்திலுள்ள தமிழ்ப்பகுதிகளை சென்னை இராஜ்யத்துடன் இணைக்க வேண்டுமென்ற உணர்ச்சி பல ஆண்டுகளாகவே இருந்து வருகிறது. இதை மீண்டும் உறுதிப்படுத்திக்காட்டுவதன் அறிகுறியாக, அண்மையில் நடைபெற்ற திருவாங்கூர்-கொச்சி தேர்தலில் பிரிவினைக் கட்சியைச் சேர்ந்த தமிழ்த் தலைவர்கள் எதிர்க்கட்சி அபேட்சகர்களைத் தோற்கடித்து மாபெரும் வெற்றி பெற்றிருக்கின்றனர். இதற்குப் பிறகுங்கூட இந்திய சர்க்கார் இந்தப் பிரச்சினையைத் தள்ளிப்போட்டுக் கொண்டிருப்பது சரியா என்று கேட்கிறோம்.

திருவாங்கூர் தமிழர்கள் நேற்றுமுதல் சத்தியாக்கிரகக் கிளர்ச்சி தொடங்கியிருக்கின்றனர். சட்டசபை மூலம் தங்கள் குறைகளைத் தீர்க்க முடியவில்லை என்பதை உணர்ந்துகொண்ட இவர்கள் கிளர்ச்சி செய்வதைத் தவிர வேறென்ன செய்ய முடியும்? கிளர்ச்சியின் பயனாக எம்.பி.க்கள், முன்னாள் அமைச்சர் முதலிய முக்கியத் தலைவர்களைத் தாணுப்பிள்ளை சர்க்கார் கைது செய்திருக்கின்றனர். இதனால் கிளர்ச்சி மேலும் மேலும் வலுக்கப் போவது உறுதி. 144 தடையுத்தரவை மீறுவதெனத் திருவாங்கூர் பகுதி தமிழ்ப் பெருமக்கள் முடிவு செய்துவிட்டனர். இந்தக் கிளர்ச்சியை நாம் வரவேற்கிறோம்.

தமிழ்நாட்டினுடன் சேர வேண்டும் என்பதைக் காட்டிலும், மலையாளப்பகுதியிலிருந்து பிரிந்து விடவேண்டும் என்பதுதான் இக்கிளர்ச்சியின் முக்கிய நோக்கமாகும். இதில் தவறென்ன? ஒத்து வாழமுடியாத மணமக்களே பிரிந்து கொள்ளலாம் என்று சட்டம் இயற்றப்படும்போது, ஒத்து வாழ முடியாத பல ஊர்கள் தனியே பிரிந்து விடுவதில் குற்றமென்ன?

இந்தியாவின் ஒரு பகுதி பாகிஸ்தானோடு பிணைக்கப் பட்டிருந்தால் இந்திய சர்க்கார் அதை ஏற்றுக்கொள்வார்களா? இந்தியாவுடன் இணைய வேண்டுமே என்று கூறுகின்ற காஷ்மீருக்காக இந்திய சர்க்கார் எத்தனை கோடி ரூபாய் ஆண்டுதோறும் வாரி இறைத்துக் கொண்டிருக்கின்றனர்?

தமிழ்நாட்டில் அய்.சி.எஸ். முதல் அப்பள வியாபாரம் வரையில், கல்வித்துறை முதல் அடுப்பங்கரை வரையில்—எல்லா இடங்களிலும் மலையாளிகள் நிரம்பி வழிந்து கிடக்கின்றனர். ஆந்திரர்களோ, "மழை விட்டும் தூவானம் விடவில்லை" என்பது போல், தனி ராஜ்யம் கிடைத்தபிறகுங்கூட 10-15 மாணவர்களுக்காகப் பொதுப்பள்ளிக் கூடங்களில் தனி வகுப்புக் கேட்டுப் பெற்றுக் கொண்டிருக்கின்றனர். நூற்றுக்கணக்கான பலபெரும் பதவிகளிலும்

விடாப்பிடியாக உட்கார்ந்து கொண்டிருக்கின்றனர். தமிழனைப் போல ஏமாந்தவன் உலகிலேயே வேறு எவனுமிருக்கமாட்டான். வெளிநாடுகளுக்குச் சென்று பிழைக்கவும் வழியில்லாது போய் விட்டது. தமிழ்ப் பகுதிகளோ ஆந்திரர்களாலும் மலையாளிகளாலும் கவரப்பட்டிருக்கின்றன. போதாக்குறைக்கு ஆரியனும் வடநாட்டானும் போட்டி போட்டுக்கொண்டு சுரண்டிக்கொண்டிருக்கிறார்கள்.

தனித்தமிழ் (திராவிட) நாடு பெற்றாலொழிய இம்மாதிரிச் சுரண்டல்களும் ஆக்கிரமிப்புகளும் ஒழியமாட்டா. சென்னை இராஜ்யத்திலும் மற்றப் பகுதிகளிலும் (ஃப்ரெஞ்சு இந்தியப் பகுதிகள் உள்பட) உள்ள தமிழ்ப் பெருமக்கள் இதையுணர வேண்டியது அவசியமாகும்.

இனி, திரு.கொச்சி இராஜ்யத்திலுள்ள தமிழ் மக்களின் கிளர்ச்சிக்குத் தமிழர்கள் யாரும் ஆதரவு அளிக்கவேண்டியது கடமையாகும். தவளையையும் எலியையும் முடிச்சுப் போடுவதுபோல மலையாள ராஜ்யத்துடன் தமிழ்ப்பகுதிகளை முடிச்சுப்போட்டு வைத்திருப்பது தவறாகும். வெள்ளையன் காலத்தில் செய்யப்பட்ட குற்றத்தை இப்போதாவது திருத்தவேண்டாமா?

முதலமைச்சர் நேரு அவர்கள் மொழிவாரிக் கிளர்ச்சியையும் மற்றப் பிரிவினைக் கிளர்ச்சிகளையும் அழுத்தமாகக் கண்டிக்கிறார். "இந்திய யூனியன்", "இந்திய யூனியன்", என்ற பல்லவியை இடைவிடாது பாடிவருகிறார். "மோட்சம்" என்று புரோகிதன் கற்பனை செய்துகொண்டு பாமர மக்களை மிரட்டுவதுபோல் மிரட்டிக்கொண்டிருக்கிறார். இவ்வளவு பெரிய இந்திய யூனியன் எதற்காக? குடியாட்சி பெற்றுள்ள ரஷ்யா, சீனா–போன்ற நாடுகளி லெல்லாம் தேசிய மைனாரிட்டிகளுக்கு (national minorities) முழுச் சுதந்தரம் அளித்திருக்கிறார்களே! மத்திய சர்க்காரின் அதிகாரத் தையோ, மொழியையோ வலுக்கட்டாயமாகத் திணிப்பதில்லையே! அவர்களைப் பார்த்தேனும் நேரு சர்க்கார் திருந்தக் கூடாதா?

முடிவாகக் கூறுகிறோம், மொழி காரணமாகவும், கலாசாரம் காரணமாகவும், இனவேற்றுமை காரணமாகவும்–ஒருவரிடமிருந்து மற்றொருவர் பிரிந்துவிடவேண்டும் என்று முடிவு செய்துவிட்டபிறகு, வலுக்கட்டாயமாக, (சட்டத்தின் பெயரால்) பிணைத்துவைத்திருப்பது ஆபத்தாகும். இதனால் தொல்லையும் மனக்கசப்பும் வளரும். தனிப் பட்ட குடும்பத்திற்கும் சரி; சமுதாயத்துக்கும் சரி, இது பொது விதியாகும். பிரிவினை உணர்ச்சி வலுப்பட்டு வளர்ந்துவிட்ட பிறகு, உடனடியாகப் பிரித்துவிடுவதுதான் சிறந்தது.

ஆதலால் திருவாங்கூர்–கொச்சித் தமிழர்களின் ஒருமனப்பட்ட கோரிக்கையைப் புறக்கணிக்காதபடி, தமிழ்ப் பகுதிகளையெல்லாம் தமிழ்நாட்டுடன் இணைத்துவிட வேண்டுமென்று வற்புறுத்திக் கேட்டுக் கொள்கிறோம். வீணான பிடிவாதம் வேண்டாம்" என்று எழுதினார்.

இந்நிலையில் நாஞ்சில் நாட்டில் திராவிடர் கழகமும் தனது பிரச்சாரத்தைச் செய்தது. மொழிப்பிரச்சினையோடு பகுத்தறிவு பிரச்சாரமும் செய்ய வேண்டும் என்று நினைத்தது திராவிடர் கழகம். இது தொடர்பான செய்தியில்

(விடுதலை 10.1.1955)

"மலையாளிகளின் ஆட்சியிலிருந்து விடுபட்டுத் தமிழ்நாட்டுடன் சேரவேண்டுமென்பதில் நாஞ்சில் நாட்டுத் தமிழ் மக்கள் ஒருமித்த கருத்துடையவர்களாயிருக்கின்றனர். ஆனாலும் வெறும் மொழிப் பிரச்சினையுடன் திருப்திப்படாமல், பெரியார் அவர்களின் தலைமையில் பகுத்தறிவு உணர்ச்சி பெற்று தனித்திராவிடநாடு பெறவேண்டும் என்பதிலும் அடங்காத ஆர்வமுடையவர்களாயிருக் கின்றனர்.

மலையாள அதிகாரிகள் நாஞ்சில்நாட்டுத் தமிழ்மக்களைக் கேவலமாக நடத்திவருகின்றனர் என்பதைத் திராவிடக் கழகப் பொதுச்செயலாளர் தெளிவாக உணர்ந்து கொண்டார். சென்னை ராஜ்ய மந்திரிகள் இதை உணர்ந்திருந்துங்கூட இங்குள்ள அதிகார வர்க்கத்தை ஒரே மலையாள மயமாக்கி வைத்திருப்பதைக் காணும் போது உணர்ச்சியுள்ள தமிழன் இரத்தக் கண்ணீர் வடிக்காமலிருக்க முடியாது. சிறப்பாக, சில மாதங்களுக்கு முன்பு நடந்த திருவிதாங்கூர் தமிழர் கிளர்ச்சிக்குப்பிறகு மலையாள போலீசாரின் தடபுடல் வெலிங்டன் ஆட்சியையும் மிஞ்சிவிடக் கூடியதாயிருக்கிறது. விரைவில் இப்பிரச்சினைக்கு ஒரு முடிவு காணவேண்டும், இல்லையேல், மொழிவெறி காரணமாகப் பல புதுத்தொல்லைகள் ஏற்பட்டே தீரும். சென்னையிலுள்ள ஒரே ஒரு மலையாள மாவட்டத்தைத் திருவாங்கூருடன் இணைத்துவிட்டு நாஞ்சில் நாட்டுப் பகுதியைத் தமிழ்நாட்டுடன் இணைத்துவிட வேண்டும் அப்போதுதான் தமிழ் மொழியில் ஆட்சி நடைபெறுவதற்கான வசதி ஏற்படும்" என்று அச்செய்தி கூறியது.

எல்லைக் கமிஷன் முடிவால் திருவிதாங்கூர் தமிழர்களுக்கு என்ன கிடைத்தது என்று கேட்டது 'விடுதலை'.

"திருவிதாங்கூர் தமிழகம் பல்லாண்டு காலமாகவே புறக் கணிக்கப்பட்டு வந்ததன் காரணமாகத் திரு.தமிழர்கள் சென்னை

யோடு இணையாமல் போராட்டங்களும் நடத்திப் பல உயிர்களையும் பலிகொடுத்து இதன் காரணமாக டில்லி அரசாங்கம் எல்லைக் கமிஷன் குழுவினரைத் திரு.தமிழ்ப் பகுதிகளைப்பற்றி ஆராய அனுப்பியது. திரு.தமிழர்கள் மகிழ்ச்சி அடைந்தனர். எல்லைக் கமிஷன் திரு.தமிழகத்தைப் பற்றி புனர் பரிசீலனை செய்து கொண்டிருந்த போதே, மலையாள திரு.கொச்சி அரசாங்கம், "தமிழ்ப் பகுதிகள் எப்படியும் திரு.கொச்சியை விட்டுப் போகத்தான் போகிறது என்ற எண்ணத்தில் திரு.தமிழர்களுக்குக் கொஞ்சம் கொஞ்சம் செய்துவந்த உதவிகளையும் உதாசீனத்துடன் மற்றும் கன்னியாகுமரியில் காந்தியாரின் ஞாபகார்த்தமாகக் கட்டப்பட்டுக் கொண்டிருந்த காந்தி கட்டட வேலைகள், திரு.தமிழ் பகுதிகள் சென்னையோடு சேரப்போகிறது என்ற எண்ணத்தால் புறக்கணிக்கப் பட்டு வேலைகள் நடைபெறாமல் தடை செய்யப்பட்டுள்ளது. இதுபோன்ற அநியாயச் செயல்களுக்கும் அக்கிரமங்களுக்கும் ஆதிகாரணமாக வீற்றிருப்பது எல்லைக் கமிஷனின் முடிவு. திரு. தமிழர்களின் எண்ணத்தை ஈடேற்ற நல்ல பலன்களைத் தரும் என்று எதிர்நோக்கிய எங்களுக்குக் கிடைத்த பரிசு அநியாயங்களும், அக்கிரமங்களும்.

இந்த இழி செயலுக்குப் பொறுப்பாளி யார்? மத்திய அரசாங்கமே கண்ணை நன்றாகத் திறந்து பார்?" என்று நாஞ்சில் நடராஜன் என்பவர் எழுதியுள்ளார்.

6. ஏமாற்றப்பட்ட தமிழர்கள்!

மலையாளிகள், தமிழர்களை ஏமாற்றிவிட்டதைக் கண்டித்து 'தமிழர்களே உறக்கமா?' என்ற தலையங்கம் தீட்டப்பட்டது.

(விடுதலை 11.1.1956)

"இவ்வாரத்துக்குள்ளாக மேலிடத்தின் மொழிவாரி நாட்டுப் பிரிவினைத் தீர்ப்பு அறிக்கை வெளியிடப்பட்டுவிடும். இது மேலிடத்து அறிக்கையாக இருக்குமாதலால் இதுவேதான் பெரும் பாலும் இறுதி உத்தரவாக இருந்தாலும் இருக்கும். தமிழ்நாட்டின் எல்லையில் நியாயமாகச் சேர வேண்டிய பகுதிகளைத் தமிழ்நாட்டில் சேர்க்காதபடி உத்தரவு பிறப்பிக்கப்படுமானால் தமிழ்மக்கள் என்ன செய்யப்போகிறார்கள் என்பதே நம் கேள்வி.

சிறப்பாக இன்று மலையாள நாட்டில் சேர்ந்துள்ள தமிழ்ப் பகுதிகளில் சில சேர்க்கப்படாமலிருக்கலாமென்ற வதந்தி பரவி வருகிறது. தேவிகுளம், பீர்மேடு போன்ற பகுதிகள்கூட திருவாங்கூர் கொச்சி ராஜ்யத்துக்குச் சென்றுவிடுமென்று கூறப்படுகிறது. சென்னை

ராஜ்யத்துக்கு "தமிழ்நாடு" என்று பெயர் வைப்பதையும் ஆட்சியாளர் ஏற்றுக்கொள்வதாயில்லை.

இந்நிலையில் தமிழர்கள் அனைவரும் உறங்கிக்கொண்டிருப்பது பற்றி நமக்கு மனவேதனை அதிகமாகிறது.

தமிழ்நாட்டிலுள்ள காங்கிரஸ்காரர்கள் இப்பிரச்சினையில் "கட்சிக்கட்டுப்பாடு" என்ற பெயரால் மானங்கெட்ட மவுனம் சாதித்துக் கொண்டிருக்கின்றனர். மகாராஷ்டிரம், கன்னட ராஜ்யம், ஆந்திரப்பகுதி-ஆகிய பிரிவுகளிலுள்ள காங்கிரஸ் எம்.எல்.ஏக்களும், எம்.பி.க்களும் தங்கள் மொழிவழி ராஜ்ய அமைப்புக்காகப் பெருங்கிளர்ச்சி செய்து கொண்டிருக்கின்றனர்.. விலகல் (ராஜினாமா) கடிதத்தையும்கூட நீட்டிவிட்டனர்; தங்கள் மீது மேலிடத்தார் நடவடிக்கையெடுப்பார்களோ என்ற அய்யப்பாடோ, அச்சமோ இல்லாமல் மனிதத் தன்மையுடனும் வீரத்துடனும் நடந்து கொள்கின்றனர்.

ஆனால் தமிழ்நாட்டிலுள்ள காங்கிரஸ் எம்.எல்.ஏ.க்களும் எம்.பி.க்களும் தமிழ்நாட்டின் எல்லையைப் பற்றியோ, தமிழுக்கு இந்தியால் ஏற்படக்கூடிய ஆபத்தைப் பற்றியோ கனவில்கூடக் கவலைப்படுவதாகக் காணோம். அடுத்த தேர்தலில் தமிழர்கள் முன்பு வோட்டுப் பிச்சைக்கு வர வேண்டுமே என்ற சுயநலத்தைக் கொண்டாவது இவர்களே இதில் அக்கறை செலுத்துவதாகக் காணோம்.

ஆகவே, இனிக் காங்கிரஸ்காரர்களை நம்பிப் பயனில்லை. காங்கிரஸ் எதிர்ப்புக்கட்சிகளும், தனிப்பட்ட தலைவர்களும், பொதுநல ஊழியர்களும் விரைவில் ஒன்றுபடவேண்டிய நெருக்கடி வந்துவிட்டது.

பொட்டி ஸ்ரீராமுலுவைப்போல உண்ணாவிரதமிருந்து உயிர்த் தியாகம் செய்யாவிட்டாலும், ஆந்திரரைப் போலவும் மகாராஷ்டிர மக்களைப் போலவும், "ஆகஸ்ட் வேலை" (அநுமார் வேலை) செய்யாவிட்டாலும், நியாயமான, நிதானமான, அமைதியான – கிளர்ச்சிகளையாவது தமிழ்நாட்டுத் தலைவர்கள் ஒன்று சேர்ந்து செய்யக்கூடாதா? தலைவர் பெரியார் அவர்கள் தலைமையில் மற்றக் கட்சித் தலைவர்கள் யாவரும் ஒன்று சேர்ந்து மாபெரும் கிளர்ச்சித் திட்டம் வகுத்தால் தமிழ்நாட்டுக்குச் சேர வேண்டிய தமிழ்ப்பகுதிகளை நிச்சயம் பெற்றுவிடலாமென்பது நம் நம்பிக்கை. தமிழர்கள் யாவரும் ஒரே கருத்தாய்க் கொண்ட இந்தப் பொதுப் பிரச்சினையில்கூடப் பிரிந்து நின்றால் மலையாளிகளும் மற்ற எதிரிகளும் எள்ளி நகையாடுவதில் வியப்பென்ன? "தமிழர்கள்

நெல்லிக்காய்கள் அவிழ்த்துக்கொட்டியவுடன் ஆளுக்கொரு பக்கமாக ஓடிவிடுவார்கள்" என்ற பழிக்கூற்றுக்குத் தமிழ்நாட்டுத் தலைவர்கள் இனியும் இடந்தரக்கூடாதென்று கேட்டுக்கொள்கிறோம்.

நிலைமை முற்றிவிட்டது. இவ்வாரத்திலேயே எல்லாத் தலைவர்களும் ஒன்றுகூடிக் கலந்து பேசித் திட்டம் வகுத்தாக வேண்டும். ஒரு வாரத்துக்காவது தமிழ்நாடெங்கும் பலமான எதிர்ப்புக்கிளர்ச்சி நடந்தாக வேண்டும். வெறும் கடையடைப்பு (ஹர்த்தால்), பள்ளிக்கூட அடைப்பு, கண்டன ஊர்வலம், பொதுக் கூட்டம் ஆகியவை மட்டும் நடந்தால் போதாது. நிர்வாக இயந்திரம் ஓடாதபடி சர்க்கார் பணிமனைகள்கூட ஒருவாரத்துக்கு அடைபட்டுக் கிடக்க வேண்டும். சில தலைவர்களாவது சிறைக்குள் இடம் பெறவேண்டும்.

இம்மாதிரியான மாபெருங் கிளர்ச்சி நடந்தால்தான் மலையாள ஆதிக்கத்தையும், சுரண்டலையும் ஒழிக்க முடியும்.

எந்தக் கட்சிக்கு–எந்தத் தலைவருக்கு–இதன் மூலம் புகழ் மாலை கிடைத்துவிடுமோ என்று துலாக்கோல் தூக்கிப்பார்த்துக்கொண்டிருப்பதற்கு இது நேரமல்ல. காங்கிரஸ்காரர்களே இக்கிளர்ச்சியில் ஈடுபட்டு, அவர்களே வேண்டுமானால் புகழ்மாலையைச் சூடிக்கொள்ளட்டும்.

"பூனைக்கு யார் மணி கட்டுவது?'' என்று ஆலோசித்துக் கொண்டு நேரத்தை வீணாக்காதபடி உடனடியாகக் கிளர்ச்சித்திட்டம் வகுக்குமாறு பொதுநலத் தலைவர்களைக் கேட்டுக் கொள்கிறோம்.

டில்லிமேலிடத்தார் தமிழ்நாட்டுக்கு நீதி வழங்குவார்களென்று நம்பி ஏமாந்து போகாதபடி இப்போதே தமிழர்கள் தயாராயிருக்க வேண்டுமென்று கேட்டுக்கொள்கிறோம். இதுவரையில் உறங்கியதே மன்னிக்கமுடியாத குற்றம்; இனியும் உறங்கக்கூடாது. தமிழ்நாட்டின் எதிரி கதவைத் தட்டிவிட்டான். தமிழா! என்ன செய்யப்போகிறாய்? தலைவர்களே! என்ன செய்யப் போகிறீர்கள்?" "தொடர்ந்து கிளர்ச்சி வேண்டும்" என்று விடுதலையில் *(23.1.1956)* தீட்டினார்.

"பம்பாயில் மராத்திய மக்கள் நாட்டிய கிளர்ச்சியை–கலவரத்தை அடக்கிவிட்டார்கள். ஆட்சியாளரும் இராணுவமும் போலீசும் முனைந்து நின்று அடக்குமுறையை வீசினால் எப்பேர்ப்பட்ட கொந்தளிப்பும் அடங்கித்தான் தீரும்.

ஆனால், மக்களுக்குள்ளிருக்கின்ற மனக்கொதிப்பை எந்த இராணுவமும், போலீசும் அடக்கமுடியாது. அக்கொதிப்பை உருவாக்கி நீண்ட–தொடர்ந்த–கிளர்ச்சியாக நடத்தி, ஆதிக்கக் காரர்களுக்கு இடையறாத தொல்லைகளைக் கொடுத்துக்கொண்டே இருந்தாலொழிய லட்சியத்தில் வெற்றி காண முடியாது.

திடீர்க் கிளர்ச்சிகளெல்லாம் திடீரென்று நின்றுவிடுவது இயற்கை. இதனால் சுய விளம்பரத்துக்கும் தேர்தலில் வோட்டு வேட்டையாடுவதற்கும்தான் பலன் கிடைக்கலாமே தவிரப் பொதுமக்களின் லட்சியம் கைகூடாது. பம்பாயில் நடப்பதைப் பார்த்துத் தமிழர்கள் பொறாமைப்பட்டு ஆவேசப்பட்டு, எதையும் அவசரமாகத் தொடங்கித் திடீரென்று பிசுபிசுத்துப் போகுமாறு செய்துவிடக்கூடாது என்பது நம் கவலையென்பதனாலேயே இதைக் குறிப்பிட வேண்டியிருக்கிறது.

சங்கிலியை இழுத்து ரயில்களை நிறுத்துவதும், போஸ்டாஃபீஸ்கள் முன்பு மறியல் செய்வதும், பள்ளிக்கூடங்கள் முன்பு மறியல் செய்வதும் போன்ற நிகழ்ச்சிகள், ஏதோ சில பேரால் ஏதோ இரண்டொரு ஊர்களில் சுறுசுறுப்பையும் உணர்ச்சியையும் காட்டுவதாகக் கூறப் படுவதற்குப் பயன்படுமே தவிர, டில்லி மேலிடத்தாரை அசைப்ப தற்குப் பயன்படுமா என்பதைப்பற்றிச் சிந்திக்க வேண்டும். தலைவர் பெரியார் அவர்கள் சர்வ கட்சித் தலைவர்களின் ஆலோசனைக் குழுவில் கலந்து, நீண்ட காலத்திட்டம் வகுத்துப் போராட்ட முன்னணியில் நிற்கும் வரையில், இதற்கான அறிக்கை தலைவர் அவர்களிடமிருந்து "விடுதலை" மூலம் அதிகாரப்பூர்வமாக வெளிவரும் வரையில், திராவிட கழகத்தோழர்களும் அனுதாபிகளும் இன்று நடக்கின்ற அவசரக் கிளர்ச்சிகளிலோ, பொதுக்கூட்டங்களிலோ, கலந்து கொள்ளாமலிருப்பது நல்லதென்று தெரிவித்துக் கொள்கிறோம்.

ஏனெனில், தமிழர்கள் முன்னிற்கும் அவசரப் பிரச்சினைகளில் தேவிகுளம், பீர்மேடு, செங்கோட்டைப் பகுதி ஆகியவை தமிழ் நாட்டுடன் சேர்க்கப்படாது என்ற பிரச்சினை மட்டுமே முக்கியமல்ல.

தென் மண்டலம் என்ற பெயரால் தமிழ்நாட்டை மற்ற தென்மொழி நாடுகளுடன் முடிச்சுப்போட்டு, பொது சர்வீஸ் கமிஷன், பொது ஹைகோர்ட் போன்றவைகளைச் சுமத்தப்பார்ப்பதும், பொது ஆலோசனைக்குழு ஏற்படுத்துவதும் மிகமிக ஆபத்தானதும் அவசர மானதுமாகும்.

இதுபோலவேதான், இந்திப் பிரச்சினையும் மிக மிக அவசர மானதுமாகும்.

எப்படியெனில் மலையாளப் பகுதிகளிலுள்ள தமிழ்ப்பகுதிகளைத் தமிழ்நாட்டுடன் இணைப்பதற்கு டில்லி சர்க்கார் ஒப்புக்கொண்டு விட்டால் போதுமா? மாபெரும் ஆபத்தான மண்டலப் பிரச்சினையும் இந்திப் பிரச்சினையும் என்னாவது? அடுத்த மாதம் இவைகளுக்கு மீண்டும் ஒரு கிளர்ச்சியைத் துவங்கமுடியுமா?

ப. திருமாவேலன்

பிற கட்சித் தலைவர்கள் பெரியார் அவர்களுடன் கலந்து கடந்த ஒரு வார காலமாகப் பேசி வருகிறார்கள். கூட்டு அறிக்கை வெளியிடவும் மீண்டும் கலந்து பேசவும் முயன்றுவருகிறார்கள். 27ஆம் தேதியன்றுதான் எல்லாத்தலைவர்களும் ஒன்றுகூடிப் பேசி விரிவான திட்டம் வகுக்கப்போகிறார்கள்.

திராவிடர் கழகத்தின் சார்பாக, அவசரமாக, ஒரு மாநாட்டைக் கூட்டி எல்லாப் பிரச்சினைகளையும் அலசிப் பார்த்து முடிவு செய்யவேண்டியதும் அவசியமாகிறது. ஏனெனில் மற்றக் கட்சிக்காரர்களுடன் கலந்து கிளர்ச்சி செய்ய நேரிடும்போது எல்லாத் துறைகளிலும் அதிதீவிரவாதிகளான (Extremists) கருஞ்சட்டைத் தோழர்கள், எந்தெந்தப் பிரச்சினையில் எந்தெந்த அளவுக்குத் தற்காலிகமாக விட்டுக்கொடுக்க வேண்டும் என்பதைச் சிந்தித்து முடிவு செய்ய வேண்டியது அவசியமாயிருக்கிறது. இம்மாநாடு கழகத்தின் சார்பில்-ஆனால் சர்வ கட்சி மாநாடாகவே இருந்தால் நல்ல பலன் தரும் என்பது நம் கருத்து.

இப்பிரச்சினைகளில் கழகத் தோழர்கள் கவனிக்க வேண்டிய தென்னவென்றால் வடநாட்டு ஆதிக்கத்துக்குக் கீழ்பட்ட தமிழ்நாடு "விசால ஆந்திரா" என்பது போல் "விசால தமிழ்நாடாக" இருந்தால் மட்டுமே போதுமா? தமிழ்நாடு என்பது ஒரே ஒரு மாவட்டமாக, அல்லது ஒரே ஒரு தாலுக்காவாக இருந்தாலும், அது இந்திவாலாக்களுக்கும், டில்லி ஆட்சிக்கும் அடிமைப்படாத சுதந்திரத் தமிழ்நாடாக இருக்க வேண்டாமா? என்பதை எல்லாக் கட்சித் தமிழர்களும் சிந்தித்துப் பார்க்க வேண்டும்.

நாளுக்கு நாள் ஒவ்வொரு அதிகாரமாக டில்லி சர்க்காரால் பறிக்கப்பட்டு வருகிறது. அகில இந்திய எஞ்சினியர் சர்வீஸ், அகில இந்திய காட்டிலாகா, அகில இந்திய டாக்டர் சர்வீஸ் என்றெல்லாம் டில்லி சர்க்கார் அதிவிரைவாக ஆக்கிரமிப்புத் திட்டம் வகுத்து வருகின்றனர். சென்னை மந்திரிகள் கோரிக்கைக்கும் சட்டசபை முடிவுக்கும் டில்லி சர்க்கார் கடுகளவு மதிப்புக்கூடத் தருவதில்லை.

இந்நிலையில் தேவிகுளம் பீர்மேடு என்று மட்டுமே கிளர்ச்சி செய்தால் போதாது. தமிழர் உரிமைக்காகவே பெருங்கிளர்ச்சி செய்யவேண்டியவர்களாயிருக்கிறோம்.

மண்டலப்பிரிவு (Zonal Councils) பிரச்சினையை அலட்சியப் படுத்துவது, வயிற்றின் மீது பூசணிக்காய் அளவுள்ள புற்றுநோயை அலட்சியப்படுத்திப்போட்டு மூடிவைப்பது போன்றதாகும். காங்கிரஸ்காரர் உட்பட எல்லாத் தலைவர்களும் இதைப்பற்றிச் சிந்தித்து முடிவு செய்ய வேண்டியது அவசியமாகும்.

27ந் தேதியன்று சென்னையில் நடைபெறப்போகின்ற சர்வகட்சிக் குழுவில் தலைவர் பெரியார் அவர்களும் கலந்து கொள்வார்களேயானால் (இன்றுவரை முடிவு செய்யப்படவில்லை) எல்லாத் துறைகளிலும் தீவிரமானதும், நீடித்து நன்மை பெறக் கூடியதானுமான மாபெரும் சர்வக்கட்சிக் கிளர்ச்சித் திட்டம் உருவாகும் என்பது உறுதியாகும் வரையில் கழகத்தோழர்கள் அன்புகூர்ந்து பொறுத்திருக்குமாறு வேண்டிக்கொள்கிறோம்" என்று சொன்னார்.

குமரி மாவட்டம் உதயமானபோது 'நாஞ்சில் மக்கள் கனவு நனவாயிற்று' என்று செய்தி வெளியிட்டது. நாஞ்சில் வாழ் தமிழ் மக்களின் நீண்டநாள் கனவு நனவாகும் திருநாள் நவ. 1 ஆம் தேதி மிகச் சிறப்புற கொண்டாடப்பெற்றது. மலையாளி சர்க்கார் பிடியிலிருந்து விடுபடும் நாஞ்சில் தமிழகம் கன்னியாகுமரி மாவட்டம் என்ற பெயரில் உதயமாயிற்று!

(விடுதலை 3.11.1956)

### 7. தென் எல்லைத் தலைவர்களுடன்!

"திராவிடர் கழகமும் எல்லை மீட்புப் போராட்டங்களில் குறிப்பிட்டுச் சொல்லும் படியான பாத்திரம் வகிக்கவில்லை" (திருவிதாங்கூர் தமிழர் போராட்ட வரலாறு, பேராசிரியர் பி. யோகீஸ்வரன் நூலுக்கு எழுதிய அணிந்துரை) என்று எல்லாம் தெரிந்தவரைப் போல பெ.மணியரசன் எழுதி இருக்கிறார். திருவிதாங்கூர் விடுதலை இயக்கத்தின் வரலாற்றை முறையாக அறிந்திருந்தால் அவர் இப்படிச் சொல்லி இருக்க மாட்டார்.

பெ.மணியரசன் அணிந்துரை கொடுத்திருக்கும் அதே நூலில், அகில திருவிதாங்கூர் தமிழர் காங்கிரஸ் என்று அமைப்புக்கு பெயர் சூட்டியவர் நாகர்கோவில் வழக்கறிஞர் பி.சிதம்பரம் என்று பேராசிரியர் பி.யோகீஸ்வரன் எழுதி இருக்கிறார். இந்த பி.சிதம்பரம், பெரியாரின் நண்பர். 'தமிழன்' என்ற இதழை நடத்தியவர். சுயமரியாதை இயக்கத்தைச் சேர்ந்தவர். ஆலயநுழைவு உரிமை, ஆரியரும் திராவிடரும் என்பவை அவரது புகழ் பெற்ற இரண்டு நூல்கள்.

திருவிதாங்கூர் தமிழர் உரிமை அரசியலைப் பேசுவதற்கான அமைப்பு உருவாக்க வேண்டும் என்று வேலாயுதப் பெருமாள் உள்ளிட்ட இளைஞர்கள் வழக்கறிஞர் பி.சிதம்பரத்தைச் சந்தித்துப் பேசியபோது, 'நாஞ்சில் தமிழர் காங்கிரஸ்' என்று பெயர் வைக்கப் போவதாகச் சொல்கிறார்கள். 'அந்தப் பெயரை நீக்குங்கள்,

'திருவிதாங்கூர் முழுவதுமே தமிழர்களைச் சேர்ந்தது தான். அதனால் திருவிதாங்கூர் தமிழர் காங்கிரஸ் என்று பெயர் சூட்டுங்கள்' என்று சொல்லி இருக்கிறார் பி.சிதம்பரம். இதனை வேலாயுதப் பெருமாள் தமது தன் வரலாற்றில் எழுதி உள்ளதைப் பேராசிரியர் யோகீஸ்வரன் மேற்கோள் காட்டுகிறார். பி.சிதம்பரத்தையே இந்த இயக்கத்தின் தலைமைப் பொறுப்பேற்கச் சொல்கிறார்கள். அவர் தவிர்த்து விடுகிறார்.

*(திருவிதாங்கூர் தமிழர் போராட்ட வரலாறு, பக்கம் 17)*

இதே தகவலை ஏ.ஏ. ரசாக் அவர்களும் சொல்கிறார்கள். ரசாக் இந்தப் போராட்டத்தின் நேரடி சாட்சிகளில் ஒருவர்.

'நேசமணி ஒரு சரித்திரத் திருப்பம்' என்று ஒரு நூலை எழுதினார் ஏ.ஏ.ரசாக். இந்நூலைப் பதிப்பித்தவர் டாக்டர் மு.ஆல்பென்ஸ் நதானியேன். குமரி மாவட்டத் தமிழ் அமைப்புகள் கூட்டமைப்பு 1998 ஆம் ஆண்டு நவம்பர் முதல் நாள் கொண்டாடிய 42வது குமரி மாவட்ட விடுதலை விழாவில் இந்நூல் வெளியிடப் பட்டது.

திருவிதாங்கூர் தமிழர் போராட்டத்தின் மாலுமியாக மார்ஷல் நேசமணியையும் திசைமானியாக ரசாக்கையும் சொல்வார்கள். (ரசாக் மகன் ஜபருல்லா எழுதிய பாராட்டுரையில்!) திருவிதாங்கூர் தமிழ்நாடு காங்கிரஸ் சட்டமன்ற உறுப்பினராகவும் (1947–1952), மாநிலங்களவை உறுப்பினராகவும் (1952–1957) இருந்தவர் ரசாக். இவரும் நேசமணியும் இணைந்து ஆங்கிலத்தில் எழுதிய 'திரு. கொச்சியில் எஃகு தீ ஆட்சி' என்ற நூல் வெளியிடப்பட்ட இரண்டு மணிநேரத்தில் திருவிதாங்கூர் அரசால் தடை செய்யப்பட்டது. திருவிதாங்கூர் போராட்டம் குறித்துப் பல்வேறு வரலாறுகள் வெளிவந்த நிலையில் 'நேசமணி ஒரு சரித்திரத் திருப்பம்' என்ற நூலை 1990 இல் ரசாக் எழுதினார். டைம்ஸ் ஆப் இந்தியாவின் மும்பை இதழின் கௌரவச் செய்தியாளராக ஆப்கானிஸ்தான், இலங்கை ஆகிய நாடுகளில் பணியாற்றியவர் இவர்.

"அன்று முப்பெருந்தலைவர்கள் என்று அறியப்பட்ட திரு நேசமணி, திரு சிதம்பரம் பிள்ளை, திரு சிவதாணுப்பிள்ளை மூவரையும் சந்தித்தார்கள். அவர்கள் முயற்சியை இந்த மூவரும் தட்டிக் கொடுத்தார்கள். தென் திருவிதாங்கூரின் குறிப்பாக தமிழர்களின் தாழ்வுற்ற நிலை போக்க நேசமணி முன் வந்தார், இது 1947 அக்டோபர் 3 ..." (ரசாக், பக்கம் 53) என்று எழுதுகிறார் ரசாக். இதில் குறிப்பிடப்படும் சிவதாணுப்பிள்ளையும் பெரியாரின் நண்பர் தான். அவருக்கும் பெரியாருக்குமான நட்பு, இருவரும்

கலந்து கொண்ட கூட்டம் குறித்து முன்பே குறிப்பிடப்பட்டுள்ளது. இந்நூலில் ரசாக் குறிப்பிடுகிறார்: "பெரியார் மலபார் போலீஸைக் கலைத்துவிடுங்கள் என்று சொல்லி வந்தார்.." (பக்கம் 103) என்று தமது நேசமணி வரலாற்று நூலில் பதிவு செய்துள்ளார்.

'நேசமணி ஒரு சரித்திரத் திருப்பம்' என்ற இந்நூலுக்கு அணிந்துரை எழுதி இருக்கிறார் நுள்ளிவிளை ஏ.சுவாமிதாஸ் மார்ஷல் நேசமணி, திருவிதாங்கூர் தமிழ்நாடு காங்கிரசை உருவாக்கிப் போராடும் போது கல்லூரி மாணவராகவும் திருவிதாங்கூர் தமிழ்நாடு மாணவர் காங்கிரசில் செயற்குழு உறுப்பினராகவும் பிரச்சாரக் குழு உறுப்பினராகவும் இருந்தவர் இவர்.

நுள்ளிவிளை ஏ.சுவாமிதாஸ் தமது அணிந்துரையில், "கண்ணில் கண்டவர்களைக் கண்டால் அறியாம் புள்ளி என்று கூறிக் கைது செய்தனர். நான் போலீசுக்குப் பிடி கொடுக்காமல் வாழ்ந்தேன்.... பெரியார் ஈ.வெ.ரா திருவிதாங்கூர் தமிழ் மக்கள் நிலைமையை மார்ஷல் நேசமணியிடம் கேட்டுத் தெரிந்து கொண்டார். இதன் பின்னணியாகச் சென்னை மெரினா கடற்கரையில் ஒரு கூட்டத்தைப் போட்டு, 'திருவிதாங்கூரில் போலீஸ் அடக்குமுறையை உடனடியாக நிறுத்தாவிட்டால் தமிழகத்தில் வாழும் மலையாளிகளை நாங்கள் இங்கிருந்து அடித்துத் துரத்துவோம்' என்று பொதுக்கூட்டத்தில் அறிக்கைவிட்டார். மலையாள அரசு தமிழனைத் துன்புறுத்தியதை நிறுத்தியது.

மார்ஷல் நேசமணி தம் கையால் மாலை அணிவித்த ஒரே தலைவர் பெரியார் தான். பெரியாரும் மார்ஷல் நேசமணி மீது மிக்க மதிப்பு வைத்திருந்தார்..." என்று எழுதி உள்ளார்.

திருவிதாங்கூர் தமிழர் விடுதலை இயக்கத்தில் முக்கியப் பங்கு வகித்தவரும் தமிழரசுக் கழகத் தலைவர்களில் ஒருவரும், ம.பொ.சி.யின் நெருங்கிய நண்பருமான பி.எஸ். மணி எழுதுகிறார்....

".... தேவிகுளம்–பீருமேடு தமிழர்களுக்கு மலையாள அரசினர் தீங்கு விளைவிக்கின்றனர், அவர்களை அப்பகுதியினின்று வெளியேற்றுகின்றனர் என அங்குள்ள மக்கள் குரல் எழுப்பினர். அதனை விசாரித்தறியப் பிரதிநிதிகளாகத் திரு.நேசமணி தலைமையில் மூவர் குழு ஒன்றைத் தி.த.நா. காங்கிரஸ் அனுப்பியது. அங்கு அவர்கள் சென்றதும் அரசு 144 தடையுத்தரவு பிறப்பித்தது. தன்மானத்திற்காக அச்சட்டத்தை மீறப்போவதாக இம்மூவரும் தெரிவிக்கவே கைது செய்யப்பட்டனர். தண்டனை பெற்றுத் திருவனந்தபுரம் மத்திய சிறையில் ஏ வகுப்புக் கைதியாக இவர்கள் வைக்கப்பட்டனர். திரு.நேசமணி வெளியே இல்லாததை வாய்ப்பாகக்

கொண்டு இங்கு தி.தா.நா.காங்கிரஸ் முற்போக்கினர் திரு.குஞ்ஞன் நாடார் தலைமையில் போராட்டம் துவக்கினர். மலையாள அரசின் கடும் அடக்குமுறைகள் நிகழ்ந்தன. துப்பாக்கிப் பிரயோகமும் நடைபெற்றது. 11 பேர்கள் இறந்தனர். சுமார் 500 பேர்கள் கைது செய்யப்பட்டனர். 100க்கும் மேற்பட்டவர்கள் பல சிறைகளில் மாதக்கணக்கில் அடைக்கப்பட்டனர். இப்போராட்டத்தில் தி.மு.க.வும் நூற்றுக்கு மேற்பட்ட தன் ஊழியர்களைச் சட்டம் மீறவும் சிறைக்குச் செல்லவும் அனுப்பியது. கம்யூனிஸ்ட் கட்சியும் கலந்து கொண்டது. ...

இந்நெருக்கடி சமயத்தில் திரு. தமிழரியக்கத்திற்கு ஆரம்ப காலம் முதல் தொடர்ந்து ஆதரவு தந்து வந்த மதிப்பிற்குரிய ம.பொ.சி. அவர்கள் இங்கே வந்து அப்பகுதிப் போராட்டத்தைத் தமிழ்நாடு அளவு விரிவுபடுத்திவிட திரு. நேசமணியைக் கண்டு பேசினார். போராட்டப் பொறுப்பைத் தமிழ்நாட்டுத் தலைவர்களிடம் விட்டுவிடும்படி மன்றாடிக் கேட்டார். தாமும் அண்ணாவும் ஈ.வே. ரா.வும் அப்பொறுப்பினை ஏற்பதாகவும் தெரிவித்தார். திரு.நேசமணி சென்னைக்கு வந்து ஆதரவாளர்களிடம் இது சம்பந்தமாக உடனடி பேசவேண்டுமென்றும் அழைத்தார். இதற்குச் சில தினங்களுக்கு முன்பு அறிஞர் அண்ணாவும், ஈ.வே.ரா. பெரியாரும் இங்கு வந்தார்கள். அனைவரும் இப்போராட்டத்தைத் தமிழ்நாடு அளவு பரப்பவே விரும்பினர்...” என்று எழுதுகிறார் பி.எஸ். மணி.

(நேசமணி ஒரு பொய்–ஆசிரியர் பி.எஸ். மணி,
பக்கம் 69–70, இந்நூல் 1984 வெளியானது)

இந்நூலில் ‘கன்னியாகுமரி’ என்ற தமது இதழில் 12.4.1972 அன்று எழுதிய செய்தி ஒன்றை பி.எஸ்.மணி குறிப்பிடுகிறார்:

“.... 1954 ஆம் ஆண்டு திரு தமிழரியக்கத்தின் இறுதிப் போராட்டம் நடைபெற்றது. இப்போராட்டத்திற்கு ஆதரவு தேட திரு. ஏ.குஞ்ஞன் நாடாரும் நானும் சென்னைக்கு அனுப்பப் பட்டோம். முதலில் கலைவாணர் கிருஷ்ணன் அவர்களைத்தான் சந்தித்தோம். பொருள் உதவியோடு தாமும் இப்போராட்டத்தில் கலந்துகொள்ள வரப்போவதாகவும் அப்போராட்டத்தைத் தமிழ்நாடு அளவு விரிவுபடுத்த ம.பொ.சி., அறிஞர் அண்ணா, ஈ.வெ.இரா ஆகியோரைச் சந்தித்தும் பேச வழிவகையும் செய்தார். தமிழ்நாடு அளவு இப்போராட்டம் அன்று விரிவுபடுத்தப்பட்டிருக்குமானால் கலைவாணர் போன்ற குமரி மாவட்டக் கலைஞர்கள், பல்வேறு அரசியல்கட்சியினர்கள் நிச்சயமாகக் கலந்து கொண்டு சிறைவாசம் அனுபவித்திருப்பார்கள். நாம் இணைப்பின் போது இழந்துவிட்ட

தேவிகுளம், பீருமேடு, செங்கோட்டை காட்டுப்பகுதி, நெய்யாற்றங்கரை, தெற்குப்பாக்கம் ஆகிய தமிழக நிலப்பரப்பு சுமார் 1400 சதுர மைல் களையும் இழந்திருக்க மாட்டோம்....” என்று பி.எஸ். மணி எழுதுகிறார்.

(நேசமணி ஒரு பொய், பக்கம் 77)

இச்சூழலைத் திரு. தமிழரியக்கத்தில் இருந்தவர்கள் தடுத்தார்கள், அல்லது விரும்பவில்லை என்ற செய்திகளைப் பி.எஸ். மணி விவரிக்கிறார். அவை நமது ஆய்வுக்கு அவசியமில்லை என்பதால் இங்கு சொல்லப்படவில்லை.

இப்போராட்டத்தில் தி.மு.க.வின் பங்களிப்பை மறக்காமல், மறைக்காமல் பி.எஸ்.மணி எழுதுகிறார்..

“1954இல் எழுந்த திரு தமிழக, தமிழ்நாடு இணைப்புப் போராட்டத்தில் திராவிட முன்னேற்றக் கழகத்தினருக்கும் பங்குண்டு. அறிஞர் அண்ணா நாகர்கோவில் வந்து அப்போதைய போராட்ட சர்வாதிகாரி திரு.ஏ.குஞ்ஞன் நாடாரையும் போராட்டக் குழு உறுப்பினர்கள் திரு.காந்திராமன், பி. எஸ். மணி ஆகியோரையும் சந்தித்துப் போராட்டத்தில் தி.மு.க. கலந்து கொள்வது பற்றியும் அப்போராட்டத்தை தமிழ்நாடு அளவு விரிவுபடுத்துவது பற்றியும் பேசினார். இதற்கிணங்க அப்போது நாகர்கோவிலில் நடைபெற்று வந்த மாவட்ட நீதிமன்ற மறியல் போராட்டத்தில் ஆகஸ்ட் 6ஆம் தேதி போராட்டத்தைத் தி.மு.க.வினருக்காக போராட்டக் குழு ஒதுக்கியது. செங்கோட்டையிலும் அவ்வாறு மறியல் போராட்டம் நடத்தத் தி.மு.க.வுக்கு பொறுப்புக் கொடுக்கப்பட்டது.

அன்று நாகர்கோவில் தி.மு.க.வினர் ஒழுங்கான சிறப்பான அமைப்பில் போராட்டத்தை நடத்தினர். வடசேரியில் மதுரை முத்து அவர்கள் வழியனுப்ப முப்பது நிமிடத்திற்கு ஒரு பத்து பேர் கொண்ட அணி கோஷங்கள் எழுப்பிக் கொண்டு ஊர்வலமாக மாவட்ட நீதிமன்றம் நோக்கி வந்து கொண்டிருந்தனர். அவ்வாறு அன்று எட்டு அணிகள் அனுப்பப்பட்டன. அனைவரும் கைது செய்யப்பட்டனர். இம்மாதிரியே செங்கோட்டையிலும் 5 பேர்கள் கொண்ட 8 அணிகள் அரசு வட்ட அலுவலகத்தில் போராட்டம் நடத்தினர். அங்கும் அனைவரும் கைது செய்யப்பட்டனர். ...” என்று எழுதுகிறார் பி.எஸ்.மணி.

(நேசமணி ஒரு பொய், பக்கம் 219–220)

திரு.தமிழரியக்கத்தில் முக்கியப் பங்காற்றியவராகக் காந்திராமனைக் குறிப்பிடுகிறார் பி.எஸ்.மணி. பெரியாருடன் வைக்கம் போராட்டத் தில் பங்கெடுத்தவர் காந்திராமன். இவர் சுசீந்திரம் போராட்டத்திலும் முக்கியப் பங்கு வகித்தவர்.

“தி.த.நா.காங்கிரஸின் தொடக்க நாளிலிருந்து இறுதிவரை அதனில் செயல்பட்ட இருவர்களில் ஒருவர் காந்திராமன். தொண்டர்படைத் தளபதியாகவும் செயற்குழு உறுப்பினராகவும் அனைத்துப் போராட்டங்களிலும் கலந்து சிறைவாசம் அனுபவித்த வருமாவார். இவ்வியக்கத்தில் அதிகமாகச் சிறைவாசம் அனுபவித்தவர் இவர் தான். 1948 இல் கைது செய்யப்பட்டுப் போலீஸாரால் கடுமையாகத் தாக்கப்பட்டவர். பிற்காலத்தில் இவ்வடியின் பின் விளைவுகளினால் ரத்தம் கக்கிச் சாவை அனுபவித்தவர்” என்று எழுதுகிறார் பி.எஸ்.மணி.

இன்னொரு செய்தியையும் பி.எஸ்.மணி குறிப்பிடுகிறார், கே.மதியழகன் என்ற மாபெரும் தியாகியைப் பற்றி.

“கே.மதியழகனுக்கு கோட்டாறு சொந்த ஊர். திராவிடர் கழகத் தீவிரவாதி. திரு. தமிழக 1954 போராட்டத்திலும் தீவிரமாகக் கலந்து கொண்டார். ஆகஸ்ட் 11ஆம் தேதியன்று புதுக்கடையில் நடைபெற்ற பொதுக்கூட்டத்தில் திரு.சி.கோபால கிருஷ்ணனோடு பேசிக் கைது செய்யப்பட்டார். போலீஸ் வேனில் உள்ளே இழுத்துப் போட்டு ரிசர்வ் போலீஸார் அடித்த அடியில் திரு,மதியழகன் மூச்சற்றுவிட்டார். இறந்து போனார் என்று போலீஸார் எண்ணிப் போலீஸ் வண்டியிலிருந்து தூக்கி வீதியின் ஓரத்தில் வீசியெறிந்து விட்டனர். வழிப்போக்கர்கள் கண்டு உதவி, ஊருக்கு அனுப்பி வைத்தனர். இவர் உயிரோடு இருக்கிறார் என்பதை அறிந்ததும் போலீஸார் மீண்டும் கைது செய்து திருவட்டாறு போலீஸ் ஸ்டேஷன் லாக்கப்பில் மாதக்கணக்கில் அடைத்தனர். அன்று மரணத்தை எட்டாத மதியழகன் சில நாட்களில் அதனை அடைந்தார்” என்று எழுதுகிறார் பி.எஸ். மணி.

(நேசமணி ஒரு பொய், பக்கம் 184)

பி.எஸ்.மணியின் 70வது பிறந்தநாள் நிறைவு சிறப்பு மலரில் (1987) நாகர்கோவில் ஸ்காட் கிறிஸ்துவக் கல்லூரி தமிழ்ப்பேராசிரியர் இரா.ஆண்டி, ‘கன்னியாகுமரி மாவட்டத்தில் பகுத்தறிவு இயக்கம்’ என்ற தலைப்பில் ஒரு கட்டுரை எழுதினார்.

அதில் தமது இளம்பருவத்துக் காட்சி ஒன்றைச் சொல்கிறார். “1941இல் நான் மருங்கூர் சண்முகானந்த சபை நூலகத்திற்குச் சென்று படிக்கத் துவங்கியபோது, பெரியாரின் இளம்பருவப் படம் அங்கே சித்திரைத் திருநாள் மன்னர் படத்தின் அருகில் இருப்பதைப் பார்த்ததோடு, நூலகத்தின் சுவர்களில் ‘புராணக்குப்பையில் புரளாது எழு’, ‘நாட்டை அழிக்கக் காட்டினர் புராணம்’ போன்ற நல்லுரைகள்

எழுதப்பட்ட அட்டைகள் தொங்குவதைக் கண்டேன்" என்று எழுதுகிறார்.

(பக்கம் 139)

"இம்மாவட்டத்தில் பகுத்தறிவு இயக்கம் பரவுவதற்குக் காரணமாக இருந்து இடம் கொடுத்த பெருமை கோட்டாற்றுக்கே உண்டு. அடுத்தபடி வடசேரிக்கு உண்டு. கோட்டாற்றில் வாழ்வோர், திருவிதாங்கூர் இராச்சியத்தில் அடிமைப்படுத்தப்பட்டுப் பொங்கி எழுந்த நாராயண இயக்கத்தினரின் உறவினர் ஆகையால் இழை யோடிய வளர்ச்சி பகுத்தறிவு இயக்கத்தோடு ஏற்பட்டிருந்தது" என்றும் எழுதுகிறார் பேராசிரியர் இரா. ஆண்டி.

(பக்கம் 138)

தியாகிகளின் வரலாற்றைத் தியாகிகளால் மட்டும்தான் உணர முடியும்!

## 7. எல்லைத் தியாகிகளுக்கு கண்ணீர் துடைத்த கழக ஆட்சி!

கன்னியாகுமரி மாவட்டம் அரசியல் சமூக வரலாறு என்ற நூலைக் கன்னியாகுமரி மாவட்ட வரலாற்றுப் பேரவை வெளியிட்டுள்ளது. இந்நூலைத் தொகுத்தவர் செ.தங்கமணி.

அதில் தென் எல்லைப் போர்த்தியாகிகள் ஓய்வூதியம் பெற்ற வரலாறு இடம்பெற்றுள்ளது. இதனை எழுதி இருப்பவர் தியாகி ஜே.சுந்தர ஜார்ஜ். குமரி மாவட்ட விடுதலைத் தியாகிகள் சங்கத்தின் செயலாளராக இருக்கிறார்.

(பக்கம் 192-199)

1.11.1956 அன்று கன்னியாகுமரி மாவட்டம் உதயம் ஆனது. பலரது தியாகத்தால் உருவானதுதான் இந்த மாவட்டம். எனவே இத்தியாகிகள், குடும்பத்தினர் இணைந்து 17.9.1958 அன்று கூடிக் குமரி மாவட்ட விடுதலைத் தியாகிகள் சங்கத்தை ஏற்படுத்தினார்கள். தியாகி சிங்கராயர் இதன் தலைவர். 500 உறுப்பினர்களைக் கொண்ட சங்கம் இது.

இவர்கள் இணைந்து 18.7.1959 அன்று கன்னியாகுமரி வந்த காங்கிரஸ் தலைவர் டி.செங்கல்வராயனிடம் கோரிக்கையை கொடுத் தார்கள், இவர் இதனைக் காங்கிரசு அரசின் கவனத்துக்குக் கொண்டு சென்றார். "அணுஅணுவாய்ச் சாகிறோம்" என்ற தலைப்பில் இவர்களது கோரிக்கைகளைத் தினமலர், மாலைமுரசு ஆகிய இதழ்கள் (25.9.1959) வெளியிட்டன. 5.7.1960 அன்று அன்றைய

காங்கிரசு தலைவர் ஓ.வி.அளகேசனிடம் இவர்கள் தங்களது கோரிக்கையைக் கொடுத்தார்கள். அவரும் அரசிடம் கொடுத்தார். 14.10.1960 நாகர்கோவில் கோட்டாற்றுக்கு வந்த பெரியாரையும் சந்தித்து இவர்கள் கோரிக்கை வைத்தார்கள். அவரும் அரசின் கவனத்துக்குக் கொண்டு சென்றார். 15.2.1961 திங்கள் நகர் வந்த அன்றைய பொதுப்பணித்துறை அமைச்சர் கக்கனிடம் கோரிக்கை மனு தரப்பட்டது. 14.4. 1961 தமிழக முதல்வர் காமராசரிடம் கோரிக்கை வைக்கப்பட்டது. 1963 முதல் 1967 வரை முதல்வர் பக்தவத்சலத்திடம் பல்வேறு முறை நேரிலும் கடிதம் மூலமாகவும் மனுக்கள் தரப்பட்டன.

27.12.1968 அன்று அன்றைய முதல்வர் அண்ணாவுக்கு அனுப்பி வைக்கப்பட்டது. 4.11.1969 அன்று தக்கலை வந்த அமைச்சர் முத்துசாமியிடம் நேரில் கோரிக்கை வைக்கப்பட்டது.

150 தியாகிகள் கையெழுத்திட்டு முதல்வர் கலைஞருக்கு கோரிக்கை மனு அனுப்பி வைக்கப்பட்டது. கிள்ளியூர் சட்டமன்ற உறுப்பினர் பொன்னப்பர் 17.12.1972 அன்று தமிழகச் சட்டமன்றத்தில் இது தொடர்பாகப் பேசினார். 'பழைய அரசு செய்ய மறந்ததை எல்லாம் இந்த அரசு நிச்சயமாகச் செய்யும். முழுத்தகவல்களை என்னிடம் வழங்குங்கள்' என்று முதல்வர் கலைஞர் சொன்னார். துப்பாக்கிச் சூட்டில் இறந்த 11 தியாகிகளின் குடும்பத்துடன் 137 தியாகிகள் அடங்கிய பட்டியலைப் பொன்னப்பரிடம் 30.1.1973 அன்று ஒப்படைத்தது சங்கம். இவர்கள் யாருக்கும் எந்த ஆவணங்களும் இல்லை. எனவே இரண்டு சட்டமன்ற உறுப்பினர்கள் கையெழுத்தும், தியாகிகள் சங்க ஒப்புதலும் இருந்தால் போதும் என்று அரசு ஒப்புதல் வழங்கியது. இதன்படி புதுக்கடைத் துப்பாக்கிச் சூட்டில் இறந்த 11 தியாகிகளின் குடும்பத்துக்கு 18.10.1974 அன்று தலா 2000 உதவித்தொகையும் உடல் ஊனமுற்ற 25 பேருக்கு தலா 500 ரூபாயும் மொத்தம் 82 பேருக்குத் தியாகச் செம்மல் விருதையும் முதல்வர் கலைஞர் வழங்கினார்.

சிறை சென்ற 65 தியாகிகளுக்கு மாதம் தோறும் 75 ரூபாய் மாத ஊதியம் வழங்கப்பட்டது. மேற்கூறிய 137 பேரில் 72 பேருக்கு மட்டும் ஓய்வூதியம் முதல் கட்டமாக வழங்கப்படவில்லை. அடுத்த கட்டமாக அவர்களுக்கும் வழங்க இருந்த நேரத்தில் தி.மு.க. அரசு கலைக்கப்பட்டது. அவசரக் காலத்தில் இந்த ஓய்வூதியம் நிறுத்தப் பட்டது. அடுத்து வந்த அ.தி.மு.க. அரசு மீண்டும் வழங்கியது. 1.11.1981 சென்னை கலைவாணர் அரங்கில் நடந்த வெள்ளிவிழாவில் தியாகிகள் 11 பேரின் குடும்பத்துக்குத் தலா 10 ஆயிரம் நிதி உதவி

வழங்கினார் முதல்வர் எம்.ஜி.ஆர். கூடுதலாக 142 பேருக்குத் தியாகிகள் உதவித்தொகை வழங்கவும் அவர் உத்தரவிட்டார்.

1989ஆம் ஆண்டு அமைந்த தி.மு.க. அரசு எல்லைப் போர்–மொழிப்போர் தியாகிகளுக்கு வழங்கப்பட்டு வந்த மாத ஊதியத்தை 250இல் இருந்து 350 ஆக்கியது. எல்லைப் போர் வீரர்களுக்கும் இலவசப் பேருந்து சலுகை தந்தது. இறந்தால் 1000 வழங்கவும், இறப்பின் போது வட்டாட்சியர் தகுதி கொண்ட அரசு அலுவலர் வந்து மலர் வளையம் வைக்க வேண்டும் என்றும் உத்தரவிட்டார் முதல்வர் கலைஞர். இந்த உதவிதொகையை 400 ஆக்கினார் முதல்வர் ஜெயலலிதா. 1996ஆம் ஆண்டு இத்தொகையை 1500 ஆகவும், 1997ஆம் ஆண்டு இத்தொகையை 3000 ஆகவும் ஆக்கினார் முதல்வர் கலைஞர். விடுபட்டவர்களைத் தேர்வு செய்வதற்காக ஒரு குழுவை அமைத்தார் முதல்வர் கலைஞர். இதன்மூலம் 142 பேர் மாத ஊதியம் பெற்றார்கள். 2001 ஆம் ஆண்டு மேலும் 6 பேருக்குப் புதிதாக மாத ஊதியம் வழங்கினார் முதல்வர் கலைஞர்.

அதாவது எல்லைப் போராட்ட வீரர்களைக் காத்தது திராவிட முன்னேற்றக் கழக அரசு. முதல்வர் கலைஞர்!

## தேவிகுளம் பீர்மேடு

“மலையாளிகளுக்கு தேவிகுளம் பீர்மேட்டைத் தூக்கித் தர ஈவெரா யார்?” என்று கேட்கிறார் குணா. “ஆமாம்! ஈவெரா யார்? அவர் இந்தியத் தலைமை அமைச்சர் பதவியில் அப்போது இல்லை” என்பது தான் அதற்குப் பதில்!

“பணிக்கர் வந்து என்னிடம் பேசும்போது, அங்கு மலையாளிகள் தான் அதிகம் என்று சொன்னார். நானும் ஒப்புக்கொண்டு விட்டேன்'' என்று ஒரு இடத்தில் பொத்தாம் பொதுவாகச் சொல்கிறார் பெரியார். அந்த வரியை ஆனைமுத்து தொகுப்பில் இருந்து எடுத்து வைத்துக் கொண்டு தமிழ்த் தேசியப் போராளிகள் கனைக்கும் கனைப்பு ஈன இழுப்பாக இருக்கிறது. பணிக்கரிடம் பெரியார் அப்படிச் சொன்னார் என்றால் அத்தோடு பெரியார் வாழ்க்கை முடிந்ததா? அதன்பிறகு தம் வாழ்நாளில் தேவிகுளம் பீர்மேடு குறித்து எதுவும் சொல்லவில்லையா? என்ற ஆராய்ச்சி மனநிலை அவர்களுக்குக் கிடையாது. பெரியாரைத் துரோகப் பட்டியலில் சேர்ப்பதற்கு ஒன்று கிடைத்தது என்பதால் திரும்பத் திரும்பப் பணிக்கரைப் பிடித்து வைத்துக் கொண்டு தொங்குகிறார்கள்.

ஆனால் பெரியார், தேவிகுளம் பீர்மேடு தமிழகத்துக்கு உரிமையானது என்ற பக்கத்தில் நின்றுதான் வாதாடினார்.

இது குறித்த 'விடுதலைப்' பதிவுகள் இவை!

தேவிகுளம்-பீர்மேடு குறித்த பதிவுகள்!

பணிக்கரிடம் சொன்ன ஒரு வார்த்தையை வைத்துக் கொண்டு தொங்குபவர்கள், 'விடுதலை'யை முழுமையாகப் படித்தால்தான் தங்களது அறியாமையில் இருந்து விடுதலை ஆவார்கள்.

7.11.1949–மலையாளிகளின் நாடாசையும் வளர்கிறது–தமிழ் வட்டாரங்களைப் பங்கு கேட்கின்றனர்–ஐக்கிய கேரளம் கேட்டு தீர்மானங்கள்.

7.2.1952–திருவிதாங்கூர் தமிழர் பிரச்சினை – திருவிதாங்கூர் – தமிழகம் எவ்வளவு சீக்கிரம் தமிழகத்துடன் சேரவேண்டுமோ அவ்வளவு சீக்கிரம் சேர வேண்டும்–ஐக்கிய முன்னணி பேச்சு.

15.7.1954–தி.கொ. சட்டசபையில் ஒத்திவைப்புத் தீர்மானம் – தேவிகுளம் பிரச்சினை பேசித் தீர்க்கப்பட்டது.

17.7.1954–தேவிகுளம் கிளர்ச்சி குறித்து நேரு.

29.7.1954–தேவிகுளம் கிளர்ச்சியில் கம்யூனிஸ்டுகள் கைவரிசை – தி.கொ. முதல்மந்திரி பேச்சு.

22.9.1954–மலையாளிகள் ஆதிக்க எதிர்ப்பு.

11.10.1955–மாநில சீரமைப்புக் கமிஷன் அறிக்கை அதிருப்தி தருவது இயல்பே!–முதலமைச்சர் காமராஜர் கருத்து.

'தமிழ்நாடு' என்று பெயர் மாற்றவும்–தேவிகுளம் பீர்மேட்டுக்கும் உரிமைப்போர் குமுறும்!

13.10.1955–தேவிகுளம், பீர்மேடு பற்றிப் புள்ளிவிவரம் சேகரிக்கப் படுகிறது.

21.10.1955–தமிழர் நலனை நேரு கையில் ஒப்படைக்கிறார் தமிழ்நாட்டு நிதியமைச்சர்–தேவிகுளம், பீர்மேடு தமிழகத்துடன் இணைவது பற்றி அமைச்சர் பேச்சு–நேருவின் தீர்ப்பு எதுவானாலும் தமிழர்கள் ஏற்கவேண்டுமாம்.

29.10.1955–பரம்பிக்குளம் ஆற்றுநீரைத் தமிழகத்துக்குத் தரப் போவதில்லையாம்–மலையாளிகளின் குரோதப்புத்தி.

31.10.1955–தேவிகுளம்–பீர்மேடு இணைப்புக்குச் சென்னை அரசாங்கம் முயற்சி–டில்லி அரசாங்கத்திற்குப் புள்ளி விவர விளக்கம்.

*11.11.1955*–தேவிகுளம் பீர்மேடு பிரச்சினை முடிவு–நால்வர் கையிலுள்ளது–டில்லி சென்று வந்த காமராஜர் அறிவிப்பு.

*21.11.1955*–பாலக்காடு தாலுகா 96 தமிழ்க் கிராமங்கள் – தமிழகத்துடனேயே இருக்கக் கோரிக்கை.

*22.11.1955*–தேவிகுளம் பீர்மேடு தமிழ் வட்டாரங்களே–சென்னைச் சட்டசபையில் அமைச்சர் தந்த புள்ளிவிவரம்.

*23.11.1955*–மலையாளிகள் மனிதத் தன்மையுடன் செயல்பட வேண்டும்–குஞ்சன் நாடார் எச்சரிக்கை.

*25.11.1955*–தமிழ்நாட்டுக்குக் கம்யூனிஸ்ட்டுகள் துரோகம் – தமிழகப் பிரச்சினையில் மதில்மேல் பூனைகளாயினர்–தேவிகுளம், பீர்மேடு தமிழ்நாட்டுக்கே எனச் சட்டசபை முடிவு.

*25.11.1955*–தேவிகுளம், பீர்மேடு, கீழ்ப்பாலக்காடு, சித்தூர் இவை தமிழ்நாட்டுக்கே–சென்னை மேல்சபையில் திட்டவட்டமான முடிவு–சென்னை நகர் தமிழ்நாட்டுக்குரியது என்பதற்கும் உறுதி.

*19.12.1955*–தமிழர் உரிமைகளைக் காக்கத் தமிழ்நாட்டுப் பிரதிநிதிகள், டில்லி பயணம்–தேவிகுளம், பீர்மேடு பிரச்சினைபற்றி பேசுவர்.

*19.12.1955*–தேவிகுளம்–பீர்மேடு தமிழர்களுக்கே சொந்தம் – சீரமைப்புக் கமிஷன் முடிவு சரியானதல்ல–மத்திய உள்நாட்டு மந்திரிக்கு திரு. தமிழகக் காங்கிரஸ் கடிதம்.

*21.12.1955*–நால்வர் குழுவிடம் தமிழ்நாட்டுப் பிரதிநிதிகள் விவாதம்–தேவிகுளம் பீர்மேடு பிரச்சினை.

*23.12.1955*–தேவிகுளம் பீர்மேடு தமிழ்நாட்டுக்கே – பார்லிமெண்டில் தென்னாட்டு எம்.பி. வலியுறுத்தல்.

*26.12.1955*–தேவிகுளம், பீர்மேடு–லோக்சபைத் தலைவரிடம் கக்கன் வலியுறுத்தல்.

*3012.1955*–தேவிகுளம் பீர்மேடு தமிழ்நாட்டுக்கே–என்று காமராசர் வலியுறுத்தினார்–நேசமணி எம்.பி. செய்தி.

*31.12.1955*–எல்லைக் கமிஷன் முடிவால் திரு தமிழர்க்குக் கிடைத்த பரிசு?–தீப் பிடித்த வீட்டில் பிடுங்கியது லாபமா?

*1956*

*4.1.56*–மலையாளிகள் சாகசம்–தமிழர்களுக்குத் தக்க பாதுகாப்பு அளிப்பார்களாம்–தமிழ்த் தாலுக்காக்களை இறுக்கிப் பிணைக்கத் தந்திரப் பேச்சு.

*11.1.56–தமிழர்களே உறக்கமா? (தேவிகுளம், பீர்மேடு)*

*17.1.56*–டில்லி வடக்கத்தி ஆதிபத்தியத்தின் அக்கிரமான முடிவுகள் தமிழ்நாட்டுக்கு அநீதிக்கு மேல் அநீதி–மலைவளம் மிக்க தமிழ் வட்டாரங்கள் பறிபோகின்றன–தேவிகுளம், பீர்மேடு, செங்கோட்டையின் மேற்குப்பகுதி தாய்த் தமிழகத்திலிருந்து துண்டிக்கப்படுகின்றன.

*18.1.56*–காமராஜருக்கு 2000 மாணவர் விண்ணப்பம்–தேவிகுளம் பீர்மேடு நம் உயிரும் உடற்பகுதியுமாகும்.

*19.1.56*–தேவிகுளம்–பீர்மேடு இணைப்பு–தமிழ்நாட்டு எம்.பி.க்களுக்குக் கோரிக்கை.

*20.1.56* தமிழர்கள் கிளர்ச்சியைத் தீவிரப்படுத்த வேண்டும் – கம்யூனிஸ்ட் கட்சி வேண்டுகோள்–தமிழ் வட்டாரங்கள் உரிமை பற்றிய விளக்கம்.

*21.1.56*–தேவிகுளம், பீர்மேடு தொடர்பாகத் தோழர் பேபி கந்தசாமி அறிக்கை.

*24.1.56*–தேவிகுளம் பீர்மேடு பிரச்சினை.

*25.1.56*–தமிழர் தலைமீது மற்றொரு அடி.

*14.2.56*–மலையாளிகளைத் தமிழ்நாட்டிலிருந்து வெளியேற்ற வேண்டாமா?

*15.3.56*–தேவிகுளம், பீர்மேட்டை விட்டுக் கொடுக்க ஒருபோதும் இணங்கவில்லை–எல்லைப் பிரச்சினைகளைப் பார்லிமெண்டே முடிவு செய்யும்–சில புகார்களுக்கு நிதியமைச்சர் பதில்.

*21.3.56*–வீணாகும் தண்ணீரைத் தமிழகத்திற்குத் தர மலையாளிகள் மறுப்பு.

*28.6.56*–தமிழ்நாட்டில் மலபார் போலீஸ்படை ஏன்? மானமுள்ள தமிழா சிந்தித்துப்பார்!

*29.6.56*–தமிழ்நாடு கேரளா பிரிவினை பிரச்சினைகள்.

*10.8.56*–மலையாளிகள் சம்பந்தம் வேண்டாம்.

*22.8.56*–செங்கோட்டைத் தாலுகா முழுவதும் தமிழ்நாட்டுடன் சேர்க்கவும்–தேசிய மேல் சபையில் வலியுறுத்தல்.

*3.11.56*–குமரி மாவட்டம் உதயம்–கோலாகல விழாவெடுத்தார். தமிழர்–நாஞ்சில் வாழ் மக்களின் கனவு நனவாயிற்று–புதிய மாவட்ட வாசிகளுக்கு காமராசர் உறுதிமொழி.

*8.11.56*–தொல்லை ஒழிந்தது.

இந்த செய்திகளின் உள்ளடக்கம் உணராமல் உளறுதல் கூடாது.

## 8. தமிழர்களே பெரும்பான்மை!

திருவிதாங்கூர் கொச்சி பகுதியில் இருந்த தமிழ்ப் பகுதிகள் தமிழ்நாட்டுடன் இணைய வேண்டும் என்ற போராட்டத்தை அங்குள்ள தமிழர்கள் தொடர்ந்து நடத்தி வந்தார்கள். அதை முழுமையாகப் பெரியார் ஆதரித்தார். "தமிழகத்துடன் சேர வேண்டும் என்பதை விட கேரளாவில் இருந்து பிரிய வேண்டும் என்பதே அவர்களது நோக்கமாகும்" என்று மிகச் சரியாகக் கணித்தார்.

*(விடுதலை 10.7.1954)*

இக்காலகட்டத்தில் மலையாளிகளைக் கடுமையாகப் பெரியார் விமர்சித்து வந்தார். இந்திய அரசிலும், சென்னை மாகாண அரசிலும் மலையாளிகள் அதிக ஆதிக்கம் செலுத்தி வந்ததும், முக்கியமான அரசுப் பதவிகளில் மலையாளிகள் அமர்ந்திருந்ததும் இதற்குக் காரணம். பார்ப்பனர்களும் மலையாளிகளும் ஒன்று சேர்ந்து விட்டார்கள் என்று பேசிவந்தார் பெரியார். தென்மாநிலங்கள் அனைத்தையும் சேர்த்து தட்சிணப்பிரதேசம் அமைக்க வேண்டும் என்று பிரதமர் நேரு முடிவெடுக்கவே மலையாளிகள் காரணம் என்றும், மலையாளிகள் மொத்தமாக ஆதிக்கம் செலுத்துவதற்காக இப்படிச் செய்கிறார்கள் என்று குற்றம் சாட்டினார்.

இந்தச் சூழ்நிலையில் மொழிவாரி மாகாணங்கள் அமைப்பதற்கான அதிகாரப்பூர்வ அறிவிப்புகள் வெளியாயின. இதனை முழுமையாகப் பெரியார் வரவேற்றார். "இப்போது நமக்குக் கிடைத்துள்ள பகுதியையாவது வைத்துத் தமிழ்நாடு எனப் பெயர் சூட்டி ஆளவேண்டும்" என்றார். 21.10.1955 அன்று ஈரோட்டில் நடந்த பொதுக்கூட்டத்தில் பேசிய பெரியார், "தமிழ்நாடு நிறுவித் தமிழர் பகுதிகளை இணைக்க முயற்சி செய்யுங்கள்" என்று கேட்டுக் கொண்டார்.

"தமிழ்நாட்டுடன் சேர வேண்டிய தமிழ் வட்டாரங்களான தேவிகுளம், பீர்மேடு, சித்தூர், நெய்யாற்றங்கரை முதலியவற்றைக் கேரளத்துடன் பிணைத்திருக்கின்றனர். இவ்வட்டாரங்களில் தமிழ் பேசுபவர்களே பெரும்பான்மை மக்களாவார்கள். அவர்களுக்கு தங்கள் தாய்மொழியைக் கற்கவும் பேசவும் இடமின்றிச் செய்த அக்கிரமம் பொறுக்க முடியாத செய்கையாகும். எனவே அவைகளை தமிழ்நாட்டுடன் சேர்க்க வேண்டுமென்று வலியுறுத்திக் கேட்டுக்

கொள்கிறேன். இதற்கெல்லாம் நாம் பெரும்கிளர்ச்சி செய்ய வேண்டிய நிலை ஏற்படும்” என்று எச்சரிக்கை விடுத்தார்.

*(விடுதலை 29.10.1955)*

தேவிகுளம் பீர்மேடு தமிழகத்துக்கே உரிமையானவை என்பதை அன்றைய சென்னை மாகாண அரசு ஒரு விரிவான அறிக்கையைத் தயாரித்தது. மிக நீண்ட அந்த அறிக்கையை முழுமையாக ‘விடுதலை’யில் வெளியிட்டார் பெரியார்.

தேவிகுளம் பீர்மேடு பகுதிகளைத் தமிழகத்துடன் இணைக்கு மாறு உரிமை கொண்டாடி ஒரு அறிக்கையை மத்திய அரசுக்குச் சென்னை மாகாண அரசு அனுப்ப என்ன காரணம்? ‘அங்குள்ள தமிழர்களை வந்து போகின்றவர்களாகக் கருதி முன்பு ஒரு திட்டம் தீட்டப்பட்டது. அதற்குப் பதிலாகத்தான் இந்த அறிக்கை தயாரிக்கப்பட்டதாகச் சொல்கிறது ‘விடுதலை’. தேவிகுளம், பீர்மேடு சட்டமன்றத் தொகுதியில் தமிழர்களே அதிக வாக்காளர்கள் என்பதை எண்ணிக்கையுடன் விளக்கியது. இந்த அறிக்கையில் உள்ளதை ‘விடுதலை’ விரிவாக விளக்குகிறது...

“சென்னை அரசாங்கம் தம் கோரிக்கைகளுக்கான எல்லா ஆதாரங்களையும் சேகரித்து அக்கோரிக்கையில் விரித்துரைத் துள்ளதாகவும் தெரிகிறது. மேற்படி தாலுக்காக்களில் உள்ள மக்களில் கணிசமானவர்கள் அங்குள்ள தோட்டங்களில் வேலைபார்க்க வந்துபோகும் தொழிலாளர்கள் என்று நாடுகள் புத்தமைப்புக் கமிஷன் தெரிவித்துள்ள கருத்தைச் சென்னை அரசாங்கம் மறுத்துள்ளது.

தேவிகுளம் சம்பந்தப்பட்டவரை அங்குள்ள தமிழர்கள் தொகை 72 சதவிகிதம் எனக் கமிஷனே கூறியுள்ளது. பீருமேட்டில் தமிழர்கள் தங்களுக்கே முழு மெஜாரிட்டி இருப்பதாகவும் கோரியபோதிலும் 44 சதவிகிதம்தான் எனக் கமிஷன் கூறியுள்ளது. தேவிகுளத்திலும் பீருமேட்டிலும் ‘வந்துபோகிற’ தமிழர்கள் முறையே 46, 30 சதவீதம் பேர் என்றும் அங்கேயே நிரந்தரமாக வசிப்பவர்கள் முறையே 26, 14 சதவிகிதம் என்றும் கமிஷன் கூறியுள்ளது. இந்த இரு தாலுக் காக்களின் பரப்பு திருவாங்கூர்–கொச்சியின் மொத்தப் பரப்பில் 12 சதவிகிதம்.

மேற்சொன்ன இரு தாலுக்காக்களின் அசெம்பிளித் தொகுதி களும் தமிழ் நாட்டுடன் இணைக்கப்பட வேண்டுமென்றும் தேவி குளத்திலுள்ள பள்ளிவாசல் பகுதியில் மின்சார நிலையங்கள் இருப்ப தால் அதைப்பற்றியும், பீருமேடு தாலுக்காவிலுள்ள பெருவத்தாடு பகுதி (முண்டக்காளம் குடியிருப்பு உள்பட) ரப்பர் தோட்டப்

பகுதிகளைப் பற்றியும் திரு.கொச்சி சர்க்காருடன் ஒரு உடன்பாடு காண்பதற்காகத் தமிழ்நாட்டுடன் சேர்க்காமல் விட்டு வைக்குமாறும் திருவாங்கூர் தமிழ்நாடு காங்கிரஸ் கமிட்டி வற்புறுத்தியுள்ளது.

கடந்த இரு தேர்தல்களிலும் இணைப்புப் பிரச்சினையை முன் நிறுத்திப் போட்டியிட்டுத் தி.தாலுகா காங்கிரஸ் அசெம்பிளியில் இரு இடங்களைப் பெற்றுள்ளது நினைவிருக்கலாம். தேவிகுளம் பீர்மேடு அசெம்பிளித் தொகுதிகளின் மொத்த வாக்காளர் 1,53,543 பேரில் 1,05,316 பேர் தமிழர்கள் என்று அங்குள்ள தமிழர்கள் கூறுகின்றனர்" என்று அந்த அறிக்கையில் கூறப்பட்டு இருந்தது.

(விடுதலை 31.10.1955)

"தேவிகுளம், பீர்மேடு தமிழ் வட்டாரங்களே!' என்பதைச் சென்னை சட்டசபையில் புள்ளிவிபரங்களுடன் அமைச்சர் சி.சுப்பிரமணியன் விளக்கினார். அதனை முழுமையாக 'விடுதலை' வெளியிட்டுள்ளது.

"1931-1941-1951ஆம் ஆண்டைய ஜனக்கணக்கிலிருந்து இவ்வட்டாரங்களில் தமிழ்மக்கள் ஏராளமாக இருக்கும் புள்ளி விவரத்தையும் தந்தார். இத்தாலுக்காக்களைப் பற்றிய நாட்டுச் சீரமைப்புக்குழு தெரிவித்துள்ள கருத்தையும் மறுத்தார். கோவை – மலையாள மாவட்டங்களின் எல்லையிலுள்ள சித்தூர் வட்டாரத் திலுள்ள தமிழ்ப்பகுதிகளான 14 கிராமங்கள் தமிழ்நாட்டுடன் சேர்க்கப்பட வேண்டியதற்கும் வலிமையான காரணங்களிருப் பதையும் சுட்டிக்காட்டினார்.

அமைச்சர் மேலும் தெரிவித்ததாவது:

தனி சுதந்திர மாநிலங்கள் அமைக்கப்படுவதாகத் தவறாக எண்ணி சிலர் சில பகுதிகளுக்காகக் கிளர்ச்சிகள் செய்து வரு கின்றனர். நிர்வாக வசதிக்காகத்தானிந்தப் புதுநாட்டமைப்பு ஏற்பாடு செய்கிறதென்பதை எண்ணி அத்துறையில் சுமுகமாக நடந்து கொள்ளவேண்டும்.

சென்னை ராஜ்யத்தைப் பொறுத்தவரையில் கமிஷன் தெரிவித்துள்ள விஷயங்கள்:

1. மலையாள ஜில்லாவைச் சென்னை ராஜ்யத்திலிருந்து பிரித்து கேரள ராஜ்யத்தில் சேர்த்தல்.

2. சென்னையிலுள்ள தென் கன்னட ஜில்லாவைக் கர்னாடகத் துடனும், காசர்கோடு தாலுக்காவைக் கேரளத்துடனும் சேர்க்க வேண்டும்.

3. கொள்ளேகாலம் தாலுக்காவைக் கர்னாடகத்துடன் சேர்க்க வேண்டும்.

தொவ்வாலை, அகத்தீசுவரம் கல்குளம் வில்லவன்கோடு செங்கோட்டை முதலிய தாலுக்காக்களைச் சென்னை ராஜ்யத்துடன் சேர்க்கவேண்டும் என்பனவாகும்.

கேரளநாடு ஏற்பட்டால் மலையாள மாவட்டம் கேரளத்துடன் சேரவேண்டுமென்றே சென்னை அரசாங்கம் நெடுநாளாகக் கருத்துக் கொண்டிருந்து வருகிறது. இந்த ஜில்லாவிலுங்கூடக் கோவை ஜில்லாவையடுத்த சில கிராமங்களில் தமிழர்களே வசிக்கின்றனர். இந்தக் கிராமங்களும் பிர்க்காக்களும் சென்னை ராஜ்யத்துடன் சேர்ப்பதற்கானது செய்ய வேண்டும்.

பாலக்காடு தாலுக்காவைப்பற்றி அங்கத்தினர்களே கருத்துத் தெரிவிக்க வேண்டுமென்று கேட்டுக் கொள்கிறேன்.

கோவை மாவட்டத்தை அடுத்து மலையாள மாவட்டத்திலுள்ள சில காட்டு வட்டாரங்கள் பற்றியும் கமிஷனுக்குச் சென்னை அரசாங்கம் தெரிவித்துள்ளது. இப்போது இந்தக் காடுகளும் சென்னை காட்டிலாகா நிர்வாகத்திலுள்ள கொல்லங்கோடு நாடும் சென்னை நிர்வாகத்திலுள்ளன. இந்த வட்டாரத்தில் வசிப்பவர்கள் தமிழர்கள் மாத்திரமேயாகும். இங்குள்ள மலைவாசப்பழங்குடிகளும் தமிழ்மொழியே பேசுகின்றனர். தமிழ் நாட்டில் முக்கிய காட்டு வளப்பகுதியான கொள்ளேகாலத்தை நாம் விட்டுக்கொடுக்க நேரிட்டிருப்பதால் மலையாள வட்டார நாடுகளை நமக்குத் தரவேண்டும். கொள்ளேகாலம் தாலுக்காவில் தென்பகுதி நாடுகளைத் தமிழ் நாட்டுக்குத் தரவேண்டுமென்றும் சென்னை அரசாங்கம் கருத்துத் தெரிவித்துள்ளது.

முக்கியக் கேள்வி தேவிகுளத்தைப் பற்றியதாகும். இதைக் கேரளத்துடன் சேர்க்கவேண்டுமென்று கமிஷன் தெரிவித்தது கண்டு நான் வியப்புற்றேன். பணவசதிக்காக இந்தப் பகுதியைக் கேரளத்துடன் சேர்க்கவேண்டுமென்று சொல்லியிருந்தால் வேறு கூறுவதற்கில்லை.

ஆனால், வக்கீல்கள் ஏதேதோ கூறி வாதிப்பதுபோல் இந்தத் தேவிகுளம், பீர்மேடு விஷயத்திலும் கேரளத்தார் பேசி குழப்பத்தை யுண்டுபண்ணி வருகின்றனர்.

இந்த வட்டாரங்களின் மக்கள் எண்ணிக்கை

| தேவிகுளம்: | 1931 | – | 1941 | – | 1951 |
| --- | --- | --- | --- | --- | --- |
| தமிழர் | 51,730 | – | 53,394 | – | 62,130 |
| மலையாளிகள் | 3894 | – | 8282 | – | 16,050 |

பீர்மேடு:

| | | | | | |
|---|---|---|---|---|---|
| தமிழர் | 24,776 | – | 31,911 | – | 42,570 |
| மலையாளி | 19,254 | – | 31,748 | – | 50,440 |

இந்த வட்டாரத்தில் பெரும் அளவான தமிழர்கள் இங்கு நிரந்தரமாகத் தங்காது வேற்றுவட்டாரங்களிலிருந்து வந்து செல்பவர்கள் என்று கமிஷன் கருதுவது தவறு. இந்த வட்டாரங்களில் மலையாளிகள் எண்ணிக்கை மிகச்சொற்பம் என்பது மேற்கண்ட கணக்கிலிருந்து தெளிவுபடும். தமிழர் எண்ணிக்கை தொடர்ந்து அதிகரித்து வந்துள்ளது. மலையாளிகள் எண்ணிக்கையும் இரண்டு பங்கு மூன்று பங்காக அதிகரித்திருந்தாலும் தமிழர் எண்ணிக்கை யுடன் சரிகட்ட முடியாது. பீர்மேடு தாலுக்காவில் 1941ஆம் ஆண்டு ஜனக்கணக்குக்குப் பின்தான் மலையாளிகள் எண்ணிக்கை தமிழரைவிட அதிகரித்துள்ளது. இதன்படி பார்த்தாலும் இரண்டு தாலுக்காக்களைக் கூட்டிப் பார்க்கும்போது தமிழர் எண்ணிக்கை 57 சதமாகிறது.

1951 கணக்குப்படி தேவிகுளம் தமிழர் 71 சதம், பீர்மேடு தமிழர் 44 சதம்.

பீர்மேடு தாலுக்காவிலும் பெருவந்தானம் கிராமம் தவிர்த்து மற்ற கிராமங்களில் எல்லாம் தமிழர் எண்ணிக்கைதான் அதிகம் என்பதை கமிஷன் கவனிக்கவில்லை. தமிழர்களைப் பெருவாரியாகக் கொண்டுள்ள தேவிகுளம் தாலுக்காவில் பள்ளிவாசல் என்ற ஒரு கிராமத்தில்தான் மலையாளிகள் தமிழரைவிட அதிகம்.

தேவிகுளத்தில் பிறந்த தமிழர் எண்ணிக்கை அங்கு பிறந்த மலையாளிகளைவிட 50 சதம் அதிகம். இந்த வட்டாரங்களை முதலில் வளமாக்கியவர் தமிழர்களே; பிற்காலத்தில்தான் மலையாளிகள் இங்கு தலைகாட்டினர்.

இவ்வட்டார மக்கள் எண்ணிக்கையைப் பற்றி சர்க்கார் கமிஷன் அறிக்கை தந்த கணக்கும் கருத்தும் தவறானவையே. (சில அங்கத்தினரும் இதை ஆதரித்துப் பேசினர். இன்றைய சபைக் கூட்டத்திலும் இவ்விவாதம் தொடர்ந்து நடக்கும்)

திரு. எல்.எம்.சிக்கே கவுடர் தலைமையில் அறுவரைக் கொண்ட நீலகிரி ஜில்லாத் தூதுக்குழுனர் தமிழ்நாடு காங்கிரஸ் தலைவரைக் கண்டு கூடலூர் (வயநாடு, நீலகிரி) தாலுகாவைத் தமிழ்நாட்டுடன் வைத்திருக்கச் செய்யவேண்டுமென்று தெரிவித்துக் கொண்டனர். அவ்வட்டார மலையாளிகள் 30 சதம்தான் என்றும் மலையாளிகள்

அல்லாதார் 70 சதம் என்றும், தேயிலைத் தோட்டத் தொழிலாளரான தமிழர்களின் எண்ணிக்கை மாத்திரம் 18,000 என்றும் கணக் களித்தனர்" என்றும் கூறினார்.

(விடுதலை 25.11.1955)

தேவிகுளம் பீர்மேடு தமிழ்நாட்டுக்கே– என்பது குறித்தும் மேல்சபையில் விவாதம் வந்தது. இந்த விவாதத்தையும் முழுமையாக வெளியிட்டார்.

"சென்னை மேல்சபையில் நாடுகள் சீரமைப்புச் சிபாரிசுகளின் மீது நடைபெற்ற நான்கு நாளைய விவாதம் நேற்றுடன் முடிவுற்றது. சீரமைப்பு அறிக்கை இரு திருத்தங்களுடன் ஒப்புக்கொள்ளப்பட்டது.

திரு.கொச்சி மாநிலத்திலுள்ள தேவிகுளம், பீர்மேடு, பாலக்காடு தாலுகாவின் கீழ்ப்பகுதி, சித்தூர் (கொச்சி) கோவை மாவட்டத் திலுள்ள கொள்ளேகாலம் தாலுக்காவின் காட்டுப்பகுதிகள் ஆகியவை தமிழ்நாட்டுடன் சேர்க்கப்பட வேண்டுமென்று குடியாட்சித் தலைவருக்குச் சிபாரிசு செய்வதாகவும் லட்சத்தீவுகள், அமீனித்தீவுகள், மைனாகா ஆகியவற்றை மத்திய அரசாங்க நிர்வாகத்தில் வைத்துக் கொள்ளலாமென்பதும் நிறைவேறிய திருத்தங்களாகும். அவசியமான எல்லை மாறுதல்களுடன் கேரள, கர்நாடக நாடுகள் அமைக்கப்பட வேண்டுமென்ற கமிஷன் சிபாரிசுகள் பொதுவாக அங்கீகரிக்கப் பட்டன. தென்கன்னட மாவட்டத்துக்குள் இருந்து வருவதும் பயன்வாணி ஆற்றுக்கு வடக்கேயுள்ளதுமான காசர்கோடு தாலுக்கா வடபகுதியைக் கர்நாடகத்தில் சேர்க்க வேண்டுமென்பது சபை செய்த சிபாரிசு ஆகும்.

திரு. ஏ.கஜபதி நாயக்கர் சென்னை ராஜ்யம் என்பதை மாற்றித் தமிழ்நாடு என்று பெயர் வைக்கவேண்டுமென்று ஒரு திருத்தங் கொண்டு வந்தார். ஆனால், அமைச்சர் கொடுத்த வாக்குறுதியின் பேரில் அத்திருத்தம் வாபஸ் பெறப்பட்டது.

வி.கே.ஜான் பேச்சு: தமிழர்கள் பெரும்பான்மையாக வாழும் எல்லாப் பகுதிகளையும் தமிழ்நாட்டுடன் சேர்க்கவேண்டுமெனக் கமிஷன் சிபாரிசு செய்திருக்க வேண்டும். தேவிகுளம் பீர்மேடு தமிழ்நாட்டுடன் சேர்க்கப்பட்டால் ஒன்றும் குடிமுழுகி விடாது. எல்லோரும் அங்கு போகலாம். நிர்வாக வசதிக்காகவே இந்த ஏற்பாடு. இதனால் வீண் சச்சரவு வேண்டாம்.

சென்னை அரசாங்கத்துக்கும் திரு.கொச்சி அரசாங்கத்துக்கும் இடையேயுள்ள பிரச்சினைகளை இரு அரசாங்கமும் தீர்த்துக்கொள்ள முடியாது. இதற்கு உயர்தர மத்தியஸ்தரைக் கொண்டே முடிவு

காண முடியும். சிலர் இப்பிரச்சினை சம்பந்தமாக சுப்ரீம்கோர்ட்டின் முடிவை நாடுவதாகவும் தெரிகிறது.

வி.வி.ராமசாமி பேச்சு: தென்னாடு தமிழ் நாடு, கேரளம், ஆந்திரம், கர்நாடகம் என அமைக்கப்படுவதனால் தென்னாட்டுக்குத் தேவையான பெரிய அபிவிருத்தித் திட்டங்களை நிறைவேற்றுவதற்கு எவ்வித ஒற்றுமைக்குலைவும் ஏற்படாமலிருக்க வேண்டும், சங்கடமான வேளையில் இந்த எல்லா மாநில அமைச்சர்களும் சேர்ந்து சமரச முடிவு காண வேண்டும். எந்தப் பகுதி எந்த மாநிலத்தில் சேர வேண்டுமென்பதில் சச்சரவு வலுத்தால் அதைத் தீர்க்க மக்கள் விருப்பத்தை அனுசரித்து நடப்பது ஒன்றே வழியாகும். சென்னை நகரம் தமிழ்நாட்டுக்கே சொந்தம் என்று ஆந்திரா அமைக்கப்பட்டபோதே முடிவு செய்யப்பட்டதாகும். சென்னை ராஜ்யம் என்பதைத் 'தமிழகம்' என்று அழைக்க வேண்டும்.

முகம்மது ரசாகான்: வடநாட்டினர் தென்னாட்டில் ஆதிக்கம் செலுத்தாமலிருக்கத் தென்னாட்டுத் தலைவர்கள் ஒற்றுமையாயிருந்து கவனித்துக் கொள்ள வேண்டும்.

சர்க்கார் கட்சித் தலைவர் திரு. பக்தவத்சலம் விவாதங்களுக்கும் பதிலளித்ததாவது:

டாக்டர் ஜான் பேசுகையில் இந்தியாவுக்குள் எந்தப் பகுதியிலிருந்தாலும், தனக்குக் கவலையில்லையென்றும் இந்த ராஜ்யத்தின் சில பகுதி வேறு ராஜ்யத்துக்குப் போகிறதென்பதற்கும் வேறு ராஜ்யப்பகுதி இந்த ராஜ்யத்துக்கு வருகிறதென்பதற்கும் சிலர் வீண சச்சரவு செய்யக்கூடாதென்றும் குறிப்பிட்டார். நாம் ஜனநாயக நாட்டிலிருக்கிறோமென்பதையும், மக்களின் விருப்பம்தான் முக்கியம் என்பதையும் மறந்துவிடக்கூடாது.

தேவிகுளத்தில் பெரும்பாலோர் தமிழர்கள். அங்கு சென்று டாக்டர் ஜான் 'உங்கள் தாலுக்காவைக் கேரளத்துடன் சேர்ப்பதை நீங்கள் பொருட்படுத்தக்கூடாதென்று பேசமுடியுமா? அங்குள்ளவர்கள் திரு. ஜானைப்போல பற்றில்லாதவர்களாக இருக்க மாட்டார்கள்.

தாலுக்கா வாரியாக ஏன் கவனிக்கவேண்டுமென்று சிலர் கேட்டார்கள்–தகராறுக்கிடமான கிராமங்களின் பிரச்சினையைக் கூடக் கவனிக்கவேண்டுமென்கிறேன். ஏனெனில் மக்கள் பிரச்சினையைப் பற்றிப் பேசுகிறோம். அவர்கள் விருப்பத்தை மதித்து நடக்க வேண்டும்.

சென்னை அரசாங்கம் சீரமைப்புக் கமிஷன் சிபாரிசுகள் பிரச்சினையில் கட்சியாடுவதாகவும் புகார் செய்யப்படுகிறது.

ஆந்திரா பிரிவினைக் காலத்தில்கூட அப்பொழுதிருந்த பன்மொழி மந்திரிசபை சென்னை நகரவிஷயத்தில் திட்டமான நிலையை வகித்ததைச் சுட்டிக்காட்ட விரும்புகிறேன். சென்னை தமிழ்நாட்டின் ஒரு பகுதியே என்றும் அது தமிழகத்தில்தானிருக்க வேண்டுமென்றும் ஒரே நிலையில் நின்றது. எனவே எந்தப் பிரச்சினையையும் அதற்குரிய தகுதிகளையும் எது நியாயமானது என்பதையும் கருதியே அரசாங்கம் பரிசீலிக்கும்" என்று கூறினார்.

இது தொடர்பாகச் சட்டசபையில் வாக்கெடுப்பு நடந்தது. அதில், தேவிகுளம்–பீர்மேடு தமிழ்நாட்டுக்கே என முடிவுசெய்யப் பட்டது. அந்த செய்தி:

"தேவிகுளம்–பீர்மேடு வட்டாரங்கள் தமிழ்நாட்டுக்களிக்கப்பட வேண்டுமென்று நேற்று சென்னை கீழ் சட்டசபையில் பெருவாரி வாக்குகளால் தீர்மானிக்கப்பட்டது.

இந்தத் தீர்மானத்தின் மீது வாக்கெடுப்பு நடத்தப்பட்டபோது கம்யூனிஸ்ட்கட்சி உறுப்பினர் வாக்களிக்காது ஒதுங்கி நின்று விட்டனர்.

மற்றும் காசர்கோடு தாலுக்கா முழுவதையும் கேரளத்துடன் சேர்க்காது சந்திரகிரி ஆற்றுக்கு அப்பாலுள்ள பகுதியைக் கர்நாடகத்துடன் சேர்க்க வேண்டுமென்றும் லட்சத்தீவுகள் அமீனித்தீவுகள் மிளகாய்த் தீவுகள் ஆகியவற்றை மத்திய அரசாங்க நிர்வாகத்தில் வைக்கப்பட வேண்டும் என்றும் இச்சபை தீர்மானித்தது.

வோட்டெடுப்பின்போது கட்சி அங்கத்தினர்கள் தத்தமது கட்சியைவிட்டுத் தத்தமது மாநிலப் பிரச்சினைக்கு ஆதரவளித்தனர். ஆனால் கர்நாடகமும் தமிழர்களும் முக்கிய விஷயத்தில் ஒருவர் பிரச்சினையை ஒருவர் ஆதரித்தனர்.

நாட்டுச் சீரமைப்பு அறிக்கை பற்றி அரசாங்கச் சார்பில் கொண்டு வரப்பட்ட மூலத் தீர்மானத்துக்கு 4 திருத்தங்கள் பலவும் பின்வாங்கப்பட்டும் தள்ளுபடி செய்யப்பட்டும் போயின.

சென்னை ராஜ்யத்துக்குத் தமிழ்நாடு என்று பெயரிடுவது புதுநாடு அமைப்புப்பற்றி மத்திய பாராளுமன்றத்தில் விவாதிக்கப் படும்போது எடுத்துக்கொள்ளப்பட வேண்டிய விஷயம் என்று நிதியமைச்சர் எடுத்துக்காட்டினார். எனவே இது பற்றிய தீர்மானம் பின்வாங்கிக்கொள்ளப்பட்டது.

அமைச்சர் விளக்கம் :

நான்கு நாள் நடந்த விவாதத்துக்குச் சென்னை அரசாங்க சார்பில் நிதியமைச்சர் சுப்ரமணியம் அளித்த பதிலில் தெரிவித்த தாவது:

சில்லறைக் கருத்து வேற்றுமைகளிருந்தாலும், நாம் இணைந்து முயற்சிக்கவேண்டியவர்கள் என்பதும் பிறர் கருத்துக் கெடுபிடியின்படி நடத்தப்படுகிறவர்களல்ல என்பதும் காட்டப்பட்டுவிட்டது.

அதிகம் கத்துபவர்களுக்கும் காங்கிரஸ் மேலிடத்தில் இழுபிடி யுள்ளவர்கள் சார்பாகத்தான் இறுதிமுடிவு எடுக்கப்படுமென்று எதிர்க்கட்சித் தலைவர் கூறினது கேட்டு வருந்துகிறேன். தமது கம்யூனிஸ்ட் கட்சி நாளுக்குநாள் மேலும் கரைந்துகொண்டு போவது கண்டு அதற்குப் பிடி ஏற்படுவதற்குத்தான் எதிர்க்கட்சித் தலைவர் காங்கிரஸ் மக்களின் நம்பிக்கைக்கு வெடிவைக்க முயற்சிக்கிறார்.

நாட்டுச் சீரமைப்பு ஏற்பட வேண்டுமென்று நாம் எல்லோரும் தீர்மானித்துள்ளோம். இதில் கருத்து வேற்றுமை இருப்பது இயல்பே. பரஸ்பர நன்னம்பிக்கைப்பேச்சின் மூலம் இதைத் தீர்த்துவைத்துக் கொள்ளவேண்டும். கமிஷன் அறிக்கை கம்யூனிஸ்ட் கட்சிக்குப் பெரிய வெற்றி என்று காட்டிக்கொள்ள திரு.பி.ராமமூர்த்தி படாதபாடு பட்டிருக்கிறார்.

பி.ராமமூர்த்தி: இது கம்யூனிஸ்ட் கட்சிக்கு வெற்றியென நான் சொல்லவே கிடையாது. இந்த நாட்டு ஜனநாயகமக்களின் வெற்றி இது.

அமைச்சர்: ஜனநாயகம் என்று சென்னைக் கம்யூனிஸ்ட் கட்சி உபயோகித்தால் அதன் பொருள் என்ன என்று எனக்குத் தெரியும். அதைப்பற்றி இப்போது ஆராய வேண்டியதில்லை (காங்கிரஸ் காரர்கள் பலத்த கைதட்டல்). மக்கள் ஆட்சி என்றால் என்ன என்பதும் எனக்குத் தெரியும்.

இக்கட்சி உண்மைப் பிரச்சினையில் எப்படி முக்காடுபோட்டுக் கொள்கிறது என்பதையும் நான் விளக்குவேன். கிராமத்தில் அதிகம் பேர் பேசுமொழியைக் கணக்கிட வேண்டுமென்கின்றனர். இது நல்ல கோட்பாடுதான். அப்படியானால் கம்யூனிஸ்ட் அங்கத்தினர்கள் தேவிகுளம் பீர்மேடு பிரச்சினையை இந்தக் கருத்தில் கவனித்தனரா? இதோ அறிக்கையிருக்கிறது. தமிழர்கள் பெரும்பான்மையினராக இருந்தாலும்கூட அம்மக்கள் நாடோடிகளாக இருப்பதால் இதைக் கவனிக்கலாகாதென்கிறது அறிக்கை. இதுபற்றிக் கம்யூனிஸ்ட் கட்சி கருத்தென்ன? இதுபற்றிக் கருத்துத் தெரிவிப்பது அவர்களுக்குச் சங்கடம் என்பதும் எனக்குத் தெரியும். உண்மையை அறியாமல், கொள்கைகளைப்பற்றிப் பேசித்தள்ளுவது மிக எளிது. கம்யூனிஸ்ட் களுக்கு குடும்பநாடு நலனைவிட கட்சிதான் உயர்வு.

மலையாள கம்யூனிஸ்ட்களைக் கவனியுங்கள்! தேவிகுளம் பீர்மேட்டைச் சென்னையில் சேர்க்க அவர்கள் வாக்களிப்பாரா?

அப்படிச் செய்யவே மாட்டார்கள் அப்படிச் செய்தால் அவர்கள் கட்சிக்குள் பிளவு கண்டுவிடும்.

மக்கள் தொகை

புது நாட்டமைப்பில் மொழிவழி மைனாரிட்டிகள் இருக்கத்தான் செய்வர். எல்லா நாடுகளிலும் இது ஏற்படும்.

புதிய சென்னை ராஜ்யத்தில் இருக்கக்கூடிய மக்கள் தமிழர்கள் 2 கோடி 47 லட்சம். தெலுங்கர் 32 லட்சம். கன்னடியர் 8 லட்சம். மலையாளிகள் 3 லட்சம். இந்த மொழிவழிச் சிறுபான்மையோருக் கெல்லாம் பாதுகாப்பளிக்கப்படும்.

கேரளத்திலும் கன்னடியர்களும் தமிழர்களும் இருக்கத்தான் போகின்றனர். இதை நாம் மறுக்க முடியாது. இந்த மைனாரிட்டி களுக்குப் பாதுகாப்பளிக்க அதிக நல்ல நிலைமையில் இருப்பது யார்? சென்னை ராஜ்யந்தான். ஏனென்றால் சென்னை கூட்டு ராஜ்யமாக இருந்திருக்கிறது. இத்தகைய சிறுபான்மையோருக்குப் பாதுகாப்பளித்து வந்துள்ளது. இப்போது புதிய ராஜ்ய (கேரள) பிரச்சினையை ஏன் கிளப்ப வேண்டும்? கேரளம் பொருள் துறையில் பிற்பட்டுள்ளதே, மைனாரிட்டிக்கு எப்படிப் பாதுகாப்பு வாழ்வளிக்க முடியும்? நீலகிரி கூடலூரும் தமிழ்நாட்டில் இருக்க வேண்டியதே.

பெரியார் அறிக்கை

கே.குட்டிகிருஷ்ணநாயர்: தேவிகுளம் பீர்மேடு பற்றிப் பெரியார் ஈ.வெ.ராமசாமி வெளியிட்ட கருத்துகளைப் படித்ததுண்டா? என்று சபை முதல்வர் (அரசாங்க கட்சித்தலைவர் சுப்ரமணியம்) தெரிவிப்பாரா?

அமைச்சர்: அவர் அறிக்கைகளைப் படிக்கும் வழக்கம் எனக் கில்லை. திரு.நாயக்கரின் கொள்கைகளில் யாதாவது அங்கத்தினருக்கு ஏற்பாக இருந்தால் என்னிடம் தெரிவிக்கலாம்.

கூடலூர் மாத்திரமல்ல, நீலகிரி ஜில்லா முழுவதும் நாம் கவனிக்க வேண்டும். இதைக் கர்நாடகத்துடன் சேர்க்கவேண்டு மென்கிறார்கள். எண்ணிக்கை தமிழர் 36.2 சதம். மலையாளிகள் 13.3 சதம். கன்னடியர் 12.9 சதம். இப்படியிருக்க எந்த அடிப்படையில் அவர் இப்படி கேட்டாரோ தெரியவில்லை.

கூடலூர் தாலுக்கா மக்கள் மொத்தம் 45598 பேர். பரப்பளவு 279 சதுரமைல். 1952 கணக்கு மதிப்பு தமிழர் 34.4 சதம். மலையாளிகள் 39.4 சதம். மலையாளிகள் தவிர்த்துத் தமிழருட்பட்ட மற்ற மக்கள் ஒட்டுமொத்தமாக 69.6 சதம் என்று செய்தி கூறுகிறது.

(விடுதலை 25.11.1955)

இது தொடர்பாக மறுநாளும் செய்தி வெளியானது.

மலையாளிகளைக் காப்பாற்றுவதா?

"தேவிகுளம்-பீர்மேடு-ஆகிய மலையாளப் பகுதிகளில் தமிழர்கள் மெஜாரிட்டியாயிருப்பதனால் அவை தமிழ்நாட்டுடன் சேர்க்கப்படவேண்டும்," என்றும்,

"கேரளமும், கர்நாடகமும், மதராசும் தனித்தனி இராஜ்யங் களாகப் பிரிக்கப்படவேண்டும்" என்றும் சென்னை சட்டசபையில் தீர்மானம் நிறைவேற்றப்பட்டுவிட்டது.

ஆனால் சென்னை ராஜ்யத்துக்குத் தமிழ்நாடு என்ற மொழிப்பெயர் இருக்கவேண்டுமென்று தீர்மானிக்கப்படவில்லை. இதுபற்றி எவரும் போதுமான கவலையெடுத்துக் கொண்டதாகத் தெரியவில்லை. காங்கிரஸ் எம்.எல்.ஏக்களுக்கு இது அலட்சியமாகத் தோன்றியிருந்தாலும் மற்ற எம்.எல்.ஏ.க்கள் இதுபற்றி ஏன் வற்புறுத்த வில்லையென்பது நமக்கு விளங்கவில்லை. தமிழ்நாட்டில் இதற்காகப் பெருங்கிளர்ச்சி நடந்துதான் தீரவேண்டும் என்று தோன்றுகிறது.

மேற்கண்ட தீர்மானத்தில் கம்யூனிஸ்ட் கட்சி எந்தப் பக்கமும் வாக்களிக்காமல் மதில்மேல் பூனையாக நடுநிலைமை வகித்திருப்பது குறிப்பிடத்தக்கது. இந்தத் துரோகத்தைத் தமிழ் மக்கள் மறந்துவிடக் கூடாது. அடுத்த பொதுத்தேர்தலில் கம்யூனிஸ்ட் கட்சிக்காகத் தமிழர் முன்பு வருவார்களேயானால் (பெரும்பாலும் வரமாட்டார்கள்) "மலையாளத்தாரிடம் வோட்டு கேளுங்கள்; எங்கள் முன்பு நிற்காதீர்கள்!" என்று தமிழ்நாடு வோட்டர்கள் கூறி விரட்டியடிக்கப் போவது நிச்சயம்.

இனி, தமிழ்நாடு பிரிந்த பிறகு நடக்கவேண்டியதைப்பற்றிக் கவனிப்போம்.

புதிய தமிழ்நாட்டில்:

247 லட்சம் தமிழர்களும்,

32 லட்சம் தெலுங்கர்களும்

3 லட்சம் கன்னடியரும்

3 லட்சம் மலையாளிகளும் இருப்பார்களென்று கூறப்படுகிறது.

தமிழ்நாட்டிலுள்ள மூன்று "மைனாரிட்டிகளுக்கும் போதுமான பாதுகாப்பு அளிக்கப்படும்" என்று கல்வியமைச்சர் திருவாய்மலர்ந் தருளியிருக்கிறார்.

‘பெயரளவில் நீங்கள் ஆட்சியை விட்டு வெளியேறி விட்டால் போதும்; உங்கள் சுரண்டல்களுக்கெல்லாம் போதுமான பாதுகாப்பு அளிக்கின்றோம்’ என்று பிரிட்டிஷாரிடம் வாக்குக் கொடுத்து, போலி சுயராஜ்யம் பெற்ற திருக்கூட்டத்தாரில் ஒருவரான திரு.சுப்பிரமணியனாரிடமிருந்து தமிழர்கள் வேறென்ன எதிர்பார்க்க முடியும்? மைனாரிட்டிகளான மற்ற மொழிக்காரர்களுக்கு “பாதுகாப்பு அளிப்பது” என்றால் என்ன பொருள்? அவர்களுக்குக் கல்விவசதி, உத்தியோக வசதி, வாணிபவசதி, தொழில் வசதி முதலிய எல்லா வசதிகளும் செய்து தரப்படும் என்றுதானே பொருள். அப்படியானால் தமிழ்நாடு மொழி அடிப்படையில் பிரிக்கப் படுவானேன்? இதுவரையில் இருந்துவந்தது போல் கதம்பமாகவே இருக்கலாமே?

படிப்பு, ஆட்சி நிர்வாகம் முதலிய யாவும் தமிழிலேயே நடைபெறப்போகும்போது, மற்ற மொழிக்காரர்களுக்குப் பாதுகாப்பு அளிப்பது என்றால் அவர்களுக்காகத் தமிழர்கள் வசதிகளைத் தளர்த்துவது அல்லது குறைப்பது என்றுதானே கொள்ள வேண்டும்?

உதாரணமாக, சர்க்கார் ஊழியத்தில் ஆந்திரரும், மலையாளி களும், கன்னடியருமாகச் சேர்ந்து இன்று 100க்கு 70 பேருக்கு மேல் இருந்துவருகின்றனர் என்பது கல்வியமைச்சருக்குத் தெரியும். தமிழ்நாடு தனிநாடான பிறகுங்கூட இதே நிலைதான் இருந்துவருமா? இதற்குப்பெயர்தான் “மைனாரிட்டி பாதுகாப்பா?” அப்படியானால் இந்தக் கல்வியமைச்சருக்குப் பதிலாக ஒரு மலையாளியே இருக்கலாமே.

மந்திரி பதவிக்கு (சுயநலத்துக்கு) மாத்திரம் ‘தமிழன்’ என்ற உரிமை! மற்றவைகளுக்கு மட்டும் மைனாரிட்டி பாதுகாப்பு!

“தேவிகுளம்–பீர்மேடு பிரச்சினையைப் பற்றிப் பெரியார் கூறியிருப்பதை மந்திரி கவனித்தாரா?” என்று மலையாளி எம்.எல்.ஏ. ஒருவர் கேட்ட கேள்விக்கு,

“அவருடைய அறிக்கைகளை நான் படிப்பதேயில்லை; பொது வாக அவைகளைப் புறக்கணித்து விடுவது வழக்கம். நாயக்கரின் அரசியலும் அறிக்கைகளும் எனக்குப் பழக்கமில்லாதவை” என்று கல்வியமைச்சர் தெரிவித்திருக்கிறார்.

இது உண்மையென்றே வைத்துக்கொண்டாலும், அகம்பாவமான திமிர் பேச்சு என்றோ அறிவு சூன்யமான உளறல் என்றோ குறிப்பிடா மலிருக்க முடியவில்லை. மாற்றுக் கட்சித் தலைவரின் அறிக்கைகளைப் படிப்பதில்லை என்று ஒரு அமைச்சர் கூறுவதிலிருந்தே இவரது ஜனநாயகப் பேச்சு எவ்வளவு போலியானது என்பதைத் தெரிந்து

கொள்ளலாம். இப்படிப் பேசிவிடுவதன் மூலமே இவர் மாபெரும் இந்தியத் தலைவராகிவிட முடியாது. மாற்றார் கூறுவதையும் படித்துணர்ந்து, சமாதானம் கூற வேண்டியது, இவரது படிப்புக்கும் பட்டத்துக்கும் இன்றியமையாத பண்பல்லவா? படிப்பு வேறு பண்பு வேறு என்றாலும், பதவியின் பொறுப்பையாவது கருதிப் பார்க்க வேண்டாமா?

பெரியார் பாதையிலே சென்றுகொண்டு, பெரியாரை அலட்சியப்படுத்துவதுபோல நடிப்பதென்ற பிஞ்சில் பழுத்த பழங்களின் போக்கில் கல்வியமைச்சரும் புகுந்திருப்பது கண்டு இரக்கப் படுகிறோம்.

திரு. ஆச்சாரியார் அவர்களின் தனிப் பிரதிநிதியாக இன்றைய மந்திரிசபையில் வீற்றிருக்கின்ற ஒருவரிடமிருந்து உயர்ந்த கண்ணியம் எப்படி எதிர்பார்க்க முடியும்?" என்று கேட்கிறது அந்தச் செய்தி.

(விடுதலை 26.11.1955)

தமிழர்களே உறக்கமா?

தேவிகுளம் பீர்மேடு கேரளாவுக்கே போகும் சூழல் அதிகமானது. அதை எதிர்த்து 'தமிழர்களே உறக்கமா?' என்று தலையங்கம் தீட்டினார். "தேவிகுளம், பீர்மேடு கொச்சி ராஜ்யத்துக்குப் போய்விடும் என்று சொல்லப்படுகிறது. தமிழர்கள் அனைவரும் உறங்கிக் கொண்டு இருப்பது பற்றி நமக்கு மனவேதனை அதிகமாகிறது... தமிழ்நாட்டுக் காங்கிரஸ்காரர்கள் கட்சிக் கட்டுப்பாடு என்ற பெயரில் மானங்கெட்ட மவுனம் சாதித்துக் கொண்டு இருக்கிறார்கள்... எல்லாத் தலைவர்களும் ஒன்று கூடிக் கிளர்ச்சி செய்ய வேண்டும்... இம்மாதிரியான மாபெரும் கிளர்ச்சி நடந்தால் தான் மலையாள ஆதிக்கத்தையும் சுரண்டலையும் ஒழிக்க முடியும்" என்று தலையங்கம் தீட்டப்பட்டது. இந்த விவகாரம் குறித்து தமிழகத் தலைவர்கள் கூடி முடிவெடுக்க வேண்டும் என்று விடுதலை அறிவுறுத்தியது. இந்தத் தேவிகுளம் பீர்மேடு விவகாரம் முடிவதற்கு முன்பே, தட்சிணப்பிரதேசம் விவகாரம் எழுந்தது. எனவே, தட்சிணப்பிரதேசத்தையும் தேவிகுளம் பீர்மேடு விவகாரத்தையும் பிரிக்கக் கூடாது; ஒன்றாகச் சேர்த்துத்தான் போராட வேண்டும்" என்றார்.

(விடுதலை 11.1.1956)

தேவிகுளம் பீர்மேட்டைத் தமிழகத்துடன் இணைக்க வேண்டும் என்பதற்காக மட்டும் ம.பொ.சி. தனியாக ஒரு போராட்டத்தை நடத்த முயற்சித்தார். அன்றைய மத்திய அரசோடு உள்ள மற்ற

விவகாரங்களையும் சேர்த்துக் கொண்டு போராடச் சொன்னார் பெரியார். எனவே, ம.பொ.சி. நடத்திய அனைத்துக்கட்சிக் கூட்டத்தில் இதனால் பெரியார் கலந்து கொள்ளவில்லை.

பெரியார் கலந்து கொள்ளாத காரணம், தேவிகுளம் பீர்மேடு விவகாரத்துடன் மேலும் நான்கு விவகாரங்களைச் சேர்க்க வேண்டும் என்பதை வலியுறுத்தித்தானே தவிர, தேவிகுளம் பீர்மேடு கேரளாவுக்குப் போனால் போகட்டும் என்பதற்காக அல்ல.

பணிக்கரிடம் சொன்னதையும், இந்த அனைத்துக் கட்சிக் கூட்டத்துக்கு வராததையும் வைத்து, அவரைத் தமிழினத் துரோகி யாகக் காட்ட முயற்சித்தார்கள் குணாவும் மணியரசனும்.

இந்தக் கூட்டத்தில் ஏன் கலந்து கொள்ள முடியவில்லை என்பதை வைத்து, 'தொடர்ந்து கிளர்ச்சி செய்யவேண்டும்' என்ற தலையங்கம் தீட்டப்பட்டது. அதில், "தேவிகுளம் பீர்மேடு என்று மட்டுமே கிளர்ச்சி செய்தால் போதாது. தமிழர் உரிமைக்காகவே பெருங்கிளர்ச்சி செய்ய வேண்டியவர்களாயிருக்கிறோம்" என்று எழுதப்பட்டுள்ளது.

*(விடுதலை 23.1.1956)*

"மலையாள எல்லைக்குள்ளே தவறாகச் சேர்க்கப்பட்டிருந்த தமிழ்ப்பகுதிகளைப் பெற வேண்டும் என்ற போராட்டம் போதுமா? அல்லது இன்றுள்ள தமிழ்நாட்டையே பறிகொடுக்காமல் பாதுகாக்க வேண்டியது அவசியமா?" என்று கேட்டார்.

*(விடுதலை 25.1.1956)*

இந்த விவகாரத்தில் காங்கிரசுக்காரர்கள் காட்டிய மெத்தனத்தைக் கண்டித்து, 'காங்கிரசுகாரர்களுக்கு சோதனை வேளை' என்ற தலையங்கம் தீட்டப்பட்டுள்ளது. "தேவிகுளம் பீர்மேடு பகுதிகளாவது இனிப் புதிதாகச் சேர வேண்டியவை. ஆனால் இன்றுள்ள தமிழ்நாட்டுப் பகுதியே மலையாளத்துடன் மைசூருடன் முடிச்சுப் போடக்கூடிய பேராபத்து வந்துவிட்டது" என்று எழுதினார்.

*(விடுதலை 26.1.1956)*

தமிழ் பேசும் பகுதிகள் கேரளாவுடன் சேர்க்கப்பட்டுவிட்டன. இது குறித்து, 'தமிழர்களுக்கு மான உணர்ச்சி வேண்டும்' என்ற தலைப்பிட்டு எழுதினார்.

"...திருவிதாங்கூர் கொச்சி இராஜ்யத்துக்குள் சிக்கிக் கொண்டி ருக்கின்ற தமிழ்ப்பகுதிகளான 10, 12 தாலுகாக்களோ மலையாள

வெறியாட்சியின் கீழ் அவதிப்பட்டுக் கொண்டிருக்கின்றன. இப்பகுதிகளில் இதுவரை நடைபெற்ற தேர்தல்களிலெல்லாம் தமிழர்களே முழுவெற்றி பெற்றிருந்துங்கூட திருவிதாங்கூர் ராஜ்ய ஆட்சியின் போக்கு மாறவில்லை. கிளர்ச்சிக்காரர்களைத் துப்பாக்கியினால் சுட்டு வீழ்த்தும் அளவுக்கு ஆதிக்க வெறி உச்சநிலையை எட்டி விட்டது" என்று கண்டித்தார்.

(விடுதலை 8.11.1956)

இறுதியில் நடந்தது என்ன?

மாநில புனரமைப்புக் குழுவின் அறிக்கை 1955 அக்டோபர் 10 அன்று வெளியானது.

சென்னை மாகாணம் கேட்டவை:

தோவாளை, அகஸ்தீஸ்வரம், கல்குளம், விளவங்கோடு, நெய்யாற்றங்கரை ஆகியவை திருவனந்தபுரம் மாவட்டத்தில் இருந்தன.

தேவிகுளம், பீர்மேடு, ஆகியவை கோட்டயம் மாவட்டத்தில் இருந்தன.

செங்கோட்டை, கொல்லம் மாவட்டத்தில் இருந்தது.

சித்தூர், திருச்சூர் மாவட்டத்தில் இருந்தது.

இதில் தமிழ் பேசும் தாலுகாக்களை மாநில புனரமைப்புக் குழு ஆணையம் வரையறுத்தது.

தோவாளை, அகஸ்தீஸ்வரம், கல்குளம், விளவங்கோடு—இவற்றில் 79 சதவிகிதம் தமிழர்கள் வாழ்கின்றனர். அங்குள்ள மக்களும் தங்கள் விருப்பத்தை வெளிப்படுத்தி உள்ளார்கள்.

செங்கோட்டைத் தாலூகாவில் 93 விழுக்காடு தமிழர்கள் இருக்கிறார்கள். நில அமைப்பிலும் அது திருநெல்வேலியுடன் சார்ந்தது.

தேவிகுளம், பீர்மேடு மாறுபட்ட இயல்புடையவை. இம்மலைப் பகுதிகள் பொருளாதாரம் மற்றும் பிற காரணங்களுக்காக திரு.கொச்சிக்குத் தேவைப்படுபவையாகும். தேவிகுளத்தில் 72 சதவிகிதம் தமிழர்கள் உள்ளனர். பீர்மேட்டில் 44 சதவிகிதம் தமிழர்கள்தான் உள்ளனர். மேலும் அவர்களில் பெரும்பாலோர் நிலையாகத் தங்காமல் வந்து போய் வாழ்பவர்கள். மேலும் தற்காலக் கணக்கெடுப்பில் சராசரி 30 விழுக்காடே அங்கு தமிழர் உள்ளனர் என்று அந்த அறிக்கையில் கூறப்பட்டிருந்தது.

ப. திருமாவேலன்

அதுபோலவே மலையாளிகள் பெருவாரியாக வாழும் சித்தூர் தாலூகாவையும் நெய்யாற்றங்கரையும் திரு.கொச்சியுடனேயே இருக்கும் என்ற செய்தியும் அந்த அறிக்கையில் அடங்கி இருந்தன.

(தி இந்து 10.10.1955,
பேராசிரியர் யோகீஸ்வரன் மேற்கோள், பக்கம் 269)

இந்த புனரமைப்புக் குழு பரிந்துரைகளை நேசமணி வரவேற்றார். "என்னைப் பொறுத்தவரையில் ராஜிய புனரமைப்புக் கமிஷன் சிபாரிசுகளை வரவேற்பேன். பிறகு மற்ற தாலூகாக்களைப் பெற கிளர்ச்சி செய்வேன்' என்று கூறினார். 1956 சனவரி 16 மத்திய அரசின் முடிவு வெளியானது. தேவிகுளம், பீர்மேடு தமிழர்க்கு இல்லை என்று அறிவிக்கப்பட்டது. செங்கோட்டையின் மேற்குப் பகுதியும் கேரளாவுக்கு தரப்பட்டது. அதன்பிறகு மாகாண வீரர்கள் யாராவது போராடிய வரலாற்றை யாராவது எழுத வேண்டும்.

(யோகீஸ்வரன் நூல் பக்கம் 268)

*ஜீவா பாய்ச்சலுக்கு என்ன காரணம்?*

தேவிகுளம்–பீர்மேடு என்ற வெளியீட்டை ப.ஜீவானந்தம் வெளியிட்டார். 1956 சனவரியில் இது வெளியானது. ஜனசக்தியில் 1955 டிசம்பர் 11, 18, 25, 1956 சனவரி 14 ஆகிய நாட்களில் வெளியான நான்கு கட்டுரைகளின் தொகுப்பு இது.

18.1.1956 இந்தியக் கம்யூனிஸ்ட் கட்சியின் தமிழ்நாடு கமிட்டி வெளியிட்ட அறிக்கையில், "தொடர்ச்சியான பிரதேசத்தையும் கிராமத்தையும் அடிப்படையாகக் கொண்டு, தேவிகுளம்–பீர்மேடு பிரச்சினை தீர்க்கப்பட வேண்டும். அப்படிப் பரிசீலனை செய்யும் பொழுது தேவிகுளம் பீர்மேடு தாலூகாக்களில் பெரும்பகுதி தமிழ்நாட்டுக்குச் சேர வேண்டும். ஒரு சிறுபகுதி கேரளத்திற்குப் போக வேண்டும். இதேபோல் கூடலூர் தாலூகாவில் பெரும்பகுதி கேரளத்திற்குப் போக வேண்டும். சிறுபகுதி தமிழ்நாட்டுக்குச் சேர வேண்டும்..." என்று சொல்லப்பட்டது. இது விவாதத்துக்குள்ளானது. இதற்கான விளக்கமாக ஜீவா எழுதிய கட்டுரைகள்தான் இவை.

தேவிகுளம் பீர்மேடு குறித்து தமிழ்நாடு சட்டசபையில் விவாதம் எழுந்தபோது 'மையமாகத்தான்' பேசினார் ஜீவா. வாக்கெடுப்பின் போது நடுநிலை வகித்தது இந்தியக் கம்யூனிஸ்ட் கட்சி.

"தேவிகுளம் பீர்மேடு நமக்கு என்கிறீர்களா? மலையாளிகளுக்கு என்கிறீர்களா?" என்று நிதி அமைச்சர் சி.சுப்பிரமணியம் கேட்டார்.

இதுதொடர்பாகத் தலையங்கம் தீட்டிய விடுதலை, 'வெண்டைக்காய் பதில்' என்று கிண்டல் அடித்தது ஜீவாவை. இதனால் கோபம் கொண்ட ஜீவா அந்தக் கட்டுரையில், "பலகாலும் தமிழ்நாடு கம்யூனிஸ்டுகளுக்காக பரிதாபக் கண்ணீர் வடித்து வந்திருக்கிற ஈவெராவின் விடுதலை அந்தத் தலையங்கத்திலும் தமிழ்நாட்டுக் கம்யூனிஸ்ட்டுகளின் இருதலைக்கொள்ளி எறும்பு நிலைமையைக் கண்டு கசிந்துருகி, ஒரு குடம் பரிதாபக் கண்ணீர் வடித்திருக்கிறது.....

... திராவிடத் தந்தை ஈவெரா தேவிகுளம் பீர்மேட்டை வியாஜ்யமாகக் கொண்டு தமிழ்த் திராவிடர்களை, மலையாளத் திராவிடர்களோடு போராட அழைக்கிறார். மலையாளிகளை தமிழ்நாட்டிலிருந்து விரட்டிவிட்டே மறுவேலை பார்ப்பேன் என்று போர் முழக்கம் செய்கிறார்....

இதுவரை திராவிட நாட்டுக்காகப் போராடிவந்த ஈவெரா திடீரெனத் தமிழகத்திலிருந்து மலையாளிகளை விரட்டக் கங்கணம் கட்டிக் கொண்டிருக்கிறார். கருத்துப் பிரச்சாரத்தில் இஷ்டம்போல் பிரயாணம் செய்யும் பெரியார் அவர். பணிக்கர் கேட்டபொழுது, தேவிகுளம் பீர்மேட்டைக் கேரளத்திற்குக் கொடுத்தாராம். தமிழர்கள் கோபிக்கக் கண்டதும் அந்தத் தாலூகாக்கள் சென்னையோடு இணையவேண்டும் என்கிறார். இத்தகைய க்ஷணச்சித்தம், க்ஷணப்பித்தம் கொண்ட திராவிடத் தந்தை, தேவிகுளம்–பீர்மேடு மீட்சிப் போராட்டத்தில் குதிக்கும்படி வழக்கம் போல் தமிழ் மக்களுக்கு அறைகூவல் விடுத்தார். ம.பொ.சி.யும் ஒத்துழைக்கத் தயார் என்று பதில் கொடுத்தார். அரசாங்கக் கட்சித் தலைவர் சுப்பிரமணியம், குட்டிகிருஷ்ண நாயரின் கேள்விக்குப் பதில் சொல்லும் போது, "ஈவெராவின் பேச்சை நான் வழக்கம் போல் மதிப்பதில்லை" என்றார். இத்தகைய நவக்கிரகத் தலைவர்கள் தேவிகுளம்–பீர்மேடு தமிழர்களுக்காக ஓரணியாகப் பேரணி வகுத்து நிற்கிறார்களாம்...." என்று திட்டித் தீர்த்தார் ஜீவா.

இதற்கு என்ன காரணம்? தேவிகுளம்–பீர்மேடு தமிழகத்துக்குச் சொந்தம் என்ற நிலைப்பாட்டைப் பெரியார் எடுத்ததால் தானே?

## சென்னையைக் காக்கும் போர்!

ஆகஸ்ட் 15, இந்திய சுதந்திரம். அதனைப் பெரியார் ஏற்கவில்லை. துக்க நாள் என்றார். 'ஆரியரும் வடநாட்டாரும் நம்மை ஏமாற்றும் நாள்' என்றார். இதில் மாகாணங்களின் நிலைமை மிக மோசமானதாக இருக்கும் என்று விமர்சித்தார். சுதந்திரத்துக்கு ஆறு நாட்களுக்கு முன் அவர் விடுத்த அறிக்கையில், "ஏற்படப்போகும்

மாகாண ஆட்சி என்பது வெள்ளையர் அதிகார ஆட்சிக் காலத்திலிருந்த உரிமையை விட மோசமான ஆட்சியாகும்” என்று குறிப்பிட்டார்.

(விடுதலை 9.8.1947)

இச்சூழலைப் பயன்படுத்தித்தான், ஆந்திரா தனிமாகாணம் அமைப்போம் என்றும் எங்களுக்கு சென்னை வேண்டும் என்றும் கோரிக்கைகள் வைக்கப்பட்டன. ‘மாகாணப் பிரிவினைக்கு ஆக்கம் தேடுவதே முதல் வேலை’ என்று சொல்லிக் கொண்டார் பெரியார்.

இது திராவிட நாடு கேட்டுக் கொண்டிருந்த பெரியாருக்குச் சிக்கலை ஏற்படுத்தவில்லை. அவரை மேலும் தெளிவடைய வைத்தது. ஆந்திரர்களின் கோரிக்கையை அது எழுந்ததுமே நிராகரித்துத் தலையங்கம் தீட்டினார் பெரியார். 12.9.1947 விடுதலையில் தீட்டப்பட்ட தலையங்கத்துக்கு வைக்கப்பட்ட பெயர், ‘தெலுங்கர் பேராசை’ என்பது ஆகும்!

“தெலுங்கருக்கு ஹிட்லரைப் போல நாட்டாசை பிடித்திருக்கிறது. சென்னை நகரம் முழுவதும் வேண்டுமாம். வட ஆர்க்காடு, செங்கல்பட்டு, சேலம் ஆகிய மாவட்டங்களிலும் சிற்சில பகுதிகள் வேண்டுமாம். தமிழர்கள் சித்தூர், நெல்லூர் ஆகிய பகுதிகளைக் கேட்பதற்குப் போட்டியாகவே இந்த வெடிகுண்டை வீசியிருக்கிறார்கள்” என்று மண்டையில் கொட்டினார்.

இன்றைய ம.பொ.சி. தாசர்கள் சொல்வதைப் போல, திராவிட நாட்டில்தானே அனைத்தும் இருக்கப் போகிறது என்று தூக்கித் தரவில்லை பெரியார். ஆந்திராவையும் உள்ளடக்கிய திராவிட நாடு கேட்டுக் கொண்டிருந்த சூழலிலும் சென்னை தமிழ்நாட்டுக்கு உரிமையானது என்றும், தமிழர் வாழும் பகுதிகள் தமிழ்நாட்டுடன் தான் இருக்க வேண்டும் என்றும் மொழிவாரி மாகாண நெறிமுறையைத்தான் பெரியார் பின்பற்றினார்.

ஆந்திர மாகாணம் குறித்த தமது கருத்தை விரிவாக எழுதினார். (விடுதலை 17.1.1948). சென்னை பொதுவான நகராகக்கூடாது என்ற செய்திகளுக்கு அழுத்தம் கொடுத்தார். (விடுதலை 13.2.1948). சென்னை நகரம் தனி மாகாணம் ஆக வேண்டும் என்பதை விமர்சித்தார். (விடுதலை 19.4.1948). மொழிவாரிக் கொள்கைக்கு மாற்றுக் கொள்கையாகத் திராவிட நாட்டைக் குறிப்பிட்டார். தனித்திருநாட்டை நிறுவச் சொன்னார். (விடுதலை 30.4.1948). ம.பொ.சி.யின் ‘தமிழ்முரசு’ இதழை வரவேற்று எழுதினார். (விடுதலை 18.7.1948). சென்னை தங்களதே என்று ஆந்திரர்கள் வற்புறுத்தி வருவதைக் கண்டித்தார். (6.8.1948). மொழிவாரி மாகாணப்பித்து தலைக்கேறிவிட்டதாகச் சொன்னார். (16.8.1948)

10.9.1948 அன்று மொழிவாரி ஆணையத்தைச் சந்தித்து கருத்துக் கூறினார் பெரியார். "எனது நோக்கம் இந்தியாவில் இருந்து திராவிட நாட்டைப் பிரிப்பது. அதாவது வடநாட்டில் இருந்து மொத்தமாகத் திராவிட நாடு பிரிய வேண்டும். அதன்பிறகு தனியாக அமையும் திராவிட நாட்டை மொழிவாரியாக நாங்கள் பிரித்துக் கொள்வோம்" என்று தெளிவுபடுத்தினார்.

ஆந்திரர்களையும் தமிழர்களையும் மோதவிட்டு நேரு அரசு குளிர்காய நினைப்பதாகவும், 'இருவருக்கும் வேண்டாம் சென்னையை நாங்கள் வைத்துக் கொள்கிறோம்' என்று சொன்னாலும் சொல் வார்கள் என்று 'விஷயம் விளங்கிவிட்டது' தலையங்கம் சுட்டிக் காட்டியது.

(விடுதலை 1.9.1949)

"இச்சந்தர்ப்பத்தில் சென்னை நகரிலுள்ள தெலுங்கர்களுக்கு ஒரு வார்த்தை. உங்கள் விஷயம் வரவர மிஞ்சிவிட்டது. சென்னையில் 100க்கு 20 பேர் உள்ள நீங்கள் அதுவும் வயிற்றுப் பிழைப்புக்காக இங்கு வந்திருக்கிற நீங்கள், சென்னை நகரத்தின் மீது ஆசை வைப்பது தகாது. முடவன் மலைத்தேனுக்காக தாவினால் என்ன கதியோ அதுதான்! வேண்டாம் இந்த விபரீத எண்ணம். சென்னை நகரத்திலிருப்பதற்குப் பிரியமில்லை யென்றால் அடுத்த ஒரே மாதத்திற்குள் இதை விட்டுப் புறப்படலாம். உள்ளே இருந்து கொண்டே கலகம் செய்ய வேண்டாம். சர்க்காருக்குத் தொல்லை தர வேண்டாம். தமிழர்களுக்கு ஆத்திரமூட்ட வேண்டாம். எச்சரிக்கை" என்று எச்சரிக்கை செய்தது விடுதலை தலையங்கம்.

அமைய உள்ள திராவிட நாட்டின் தலைநகராகச் சென்னையும், அதனுள் அமையும் தமிழ்மாகாணத்தின் தலைநகராகத் திருச்சியும் அமையலாம் என்ற அளவுக்குச் சிந்தித்தார். அதனை 5.9.1949 அன்று நடந்த திருச்சிக் கூட்டத்திலும் வெளிப்படுத்தினார். "மனித உடலுக்கு இதயம் போல் இந்த மாகாணத்துக்கு இதயமாக இருக்கிற திருச்சி தமிழ்நாட்டின் தலைநகராக இருக்கும் தகுதி உடையது" என்று பேசினார். இதனைப் புரிந்து கொள்ளாதவர்கள், 'சென்னையை ஆந்திராவுக்குக் கொடுக்க பெரியார் விரும்புகிறார்' என்று எழுதிவிட்டார்கள். 'சென்னை தமிழ்நாட்டையே சேரும்' என்பதைத் தெளிவுபடுத்தி அறிக்கை வெளியிட்டார் பெரியார்.

(விடுதலை 16.9.1949)

"இந்திய எல்லைக்குள் இருக்கும்போதே மொழிவாரியாக இப்போது பிரியக்கூடாது. திராவிடநாடு பிரிந்தபின் நாங்கள் தனியாக ஏற்படுத்திக் கொள்வோம்" என்றும் பெரியார் சொன்னார்..

"திராவிட நாடு முதலாவதாகப் பிரிந்துவிட்டால் மொழிவாரி மாகாணப் பிரச்சினை அவ்வளவு முக்கியமானதாக இருக்காது" என்ற பெரியார், "ஆனாலும் அந்தந்த மொழி மக்கள் தாங்கள் ஏராளமாய் இருக்கும் பிரதேசம் தனிமாகாணமாக இருக்க வேண்டும் என்றால் சிறிதுகூட ஆட்சேபனை இல்லை" என்றே சொன்னார்.

(உலகத் தலைவர் பெரியார், கி.வீரமணி, பாகம் 3, பக்கம் 55)

இதே அறிக்கையில் தான், "எது எப்படி இருந்தாலும் மொழி வாரி தத்துவப்படி பார்த்தால் சென்னை நகரம் தமிழ்நாட்டுக்குத்தான் சேரும். அது தமிழர்களுடையதுதான் என்பதில் யாருக்கும் ஆட்சேபனை இருக்க முடியாது. சென்னையைத் தமிழர்கள் தவிர வேறு யாரும் உரிமை கொண்டாடவும் முடியாது" என்பதையும் தெளிவாகச் சொன்னார்.

2.10.1949 அன்று திருவாரூரில் தஞ்சை மாவட்டத் திராவிடர் கழக 6 ஆவது மாநாடு நடந்தது. 'திராவிட நாடு' கேட்டுக் கொண்டு இருந்த பெரியார் தலைமையில் நடந்த மாநாட்டில், ஆந்திரர்களைக் கண்டித்துத் தீர்மானம் நிறைவேற்றப்பட்டது.

"சென்னை நகரத்தை ஆந்திரர்கள் தங்கள் மாகாணத்துடன் சேர்த்துக் கொள்ள வேண்டும் என்ற முயற்சியை இம்மாநாடு கண்டிக்கிறது. இதற்கு மத்திய அரசு செவி சாய்த்தால் என்ன காரியம் செய்தாவது சென்னையைத் தமிழர்களுக்கு ஆக்கிக் கொள்வது என இம்மாநாடு தீர்மானிக்கிறது" என்று எச்சரித்தது. "தமிழர்கள் வாழ்வைத் தெலுங்கரிடம் ஒப்படைக்க ஒருக்காலும் இணங்க முடியாது" என்று பெரியார் பேசினார். இது மொழிவாரி மாகாணப் பிரச்சினைக்கு எதிரான நிலைப்பாடா?

6.10.1949 அன்று சென்னை மாநகராட்சியில் சென்னை தமிழருக்கே சொந்தம் என்று தீர்மானம் கொண்டுவந்து நிறை வேற்றியதை முழுமையாக வரவேற்றார் பெரியார். 'ஆந்திரர்க்கு எதிராகச் சென்னை மக்கள் தீர்ப்பு, தமிழர் உடைமை சென்னை என நகரக் கவுன்சிலின் ஒருமனதான முடிவு, இனியும் ஆந்திரர் உரிமை கொண்டாடினால் சென்னையை விட்டு வெளியேறு இயக்கம் தொடங்கும்–' 'ஆர்ப்பாட்டக்காரர்களுக்குத் தமிழர் பிரதிநிதிகள் எச்சரிக்கை' என்று தலைப்பிட்டது விடுதலை. முழு விவாதத்தையும் வெளியிட்ட 'விடுதலை' மறுநாள், 'முற்றுப்புள்ளி வைக்கப்பட்டு விட்டது' என்று தலையங்கம் தீட்டியது.

(விடுதலை 7.10.1949)

சென்னை மாநகராட்சியில் பேசிய உறுப்பினர் டி.கே.கண்ணப்பர், 'தெலுங்கரே வெளியேறுங்கள் கிளர்ச்சியைத்

தொடங்குவோம்' என்றார். இதனை விடுதலை தனது தலையங்கத்தில் சுட்டிக் காட்டி எழுதியது. "நகர சபையில் பல கட்சிக்காரர்கள் உறுப்பினர்களாயிருக்கின்றனர். தெலுங்கர்களும் 20 பேருக்கு மேல் உள்ளனர். ஆயினும் இத்தீர்மானம் ஒருமனதாக நிறைவேறியிருக்கிறது என்பதைத் தெலுங்கர்கள் மட்டும் கவனித்தால் போதாது; டில்லி சர்க்காரும் கவனித்துக் கொள்ள வேண்டும்" என்றது விடுதலை.

16.10.1949 அன்று 'விடுதலை' தலையங்கம், "இப்போதைக்கு நம் மாகாணம் (திராவிட நாடு) இந்திய மத்தியாட்சியில் இருக்கும்போது பிரியக்கூடாது என்பதுதான் நமது அபிப்பிராயம்... சென்னையை ஆந்திராவுடன் சேர்த்துக் கேட்பதால் அவர்கள் பைத்தியக்காரர்கள் ஆவார்கள்..." என்று கோபம் கொண்டது.

6.11.1949 அன்று சென்னையில் தமிழக எல்லை மாநாடு நடந்தது. அதற்கு 'விடுதலை' இட்ட தலைப்பே, 'ஓரங்குல மண்ணையும் விட்டுக் கொடார் தமிழ் மறவர்' என்பதாகும்.

"வடவேங்கடம் முதல் தென்குமரி வரையுள்ள பகுதி கொண்ட தனித்தமிழ் மாகாணம் உடனே அமைய வேண்டுமென்று பல்லாயிரம் தமிழர்கள் கூடி வலியுறுத்தி இருக்கின்றனர். சென்னை நகரத்துக்கு ஆந்திரா உரிமை கொண்டாடுவது செல்லாது, சித்தூர் மாவட்டம் தமிழகத்தையே சாரும், இவற்றை விட்டுக் கொடுக்கத் தமிழர் சம்மதியார் எனத் தமிழக எல்லை மாநாட்டில் தமிழர் பிரதிநிதிகள் முழங்கினர்" என்கிறது விடுதலை.

"மாகாண மொழியும் கலாச்சாரமும் சமயமும் தழைத்தோங்கச் சென்னை மாகாணத்தை உடனடியாக மொழி வாரியாகப் பிரிக்க வேண்டும் என்று இம்மாநாட்டில் தீர்மானம் நிறைவேற்றப் பட்டதாகவும் விடுதலை கூறுகிறது. இம்மாநாடு திராவிடர் கழகம் நடத்திய மாநாடு அல்ல. பெரியார் கலந்து கொண்ட மாநாடும் அல்ல. ஆனால் தமிழக எல்லை மாநாட்டின் அனைவர் பேச்சையும், தமது மாநாடு போல முக்கியத்துவம் கொடுத்து பெரியார் வெளியிட்டுள்ளார். இம்மாநாட்டில் தென் எல்லைக்காகப் போராடி வந்த நேசமணியும் கலந்து கொண்டார். வட எல்லைக்குப் போராடி வந்த மங்கலங்கிழாரும் கலந்து கொண்டார்.

16.11.1949 சென்னையில் பேசிய பெரியாரின் உரையில் வன்முறை வாடை அதிகமாக வீசியது. "சென்னப்ப நாயக்கர் ஆண்டார் என்பதையும் அவன் ஆந்திரன் என்பதையும் அவரிட மிருந்தே வெள்ளையர் வாங்கினர் என்பதையும் அப்படியே ஒப்புக் கொண்டாலும் ஆண்ட காரணத்தினாலே ஒரு நாடோ நகரமோ அந்த இனத்துக்கு உரிமையுடையதாக ஆகிவிட முடியுமா? அப்படி

ஆண்ட உரிமை கொண்டாடினாலும்கூட சென்னப்ப நாயக்கனுக்கு முன், அவனுக்கும் முன் யார் ஆண்டிருக்கிறார்கள் என்று பார்க்க வேண்டாமா? .... ஆண்ட உரிமை அப்போது தமிழர்களுக்குத்தானே அதிகம் இருக்கும்?...

ஆந்திரர் கிளர்ச்சி ஆதாரமற்ற கிளர்ச்சி. இவர்கள் கிளர்ச்சிக்கு யாருமே இணங்க மாட்டார்கள். ஆந்திரர்கள் இதில் பிடிவாதம் காட்டுவார்களானால் இந்நாட்டில் கொந்தளிப்புத்தான் ஏற்படும். சென்னை வங்காள நவகாளி ஆகலாம். பஞ்சாப் ஆகலாம். அநாவசியமான தேவையற்ற குழப்பத்திற்கு ஆந்திரர்கள் நம்மை ஆளாக்கக்கூடாது. கலவரக் குழப்பம் என்றால் மிகவும் பயப்பட வேண்டாம். (செய்ய வேண்டிய ) காரியம் பற்றி மக்களுக்கு வெறி தோன்றிவிடுமானால் அப்புறம் சிந்திக்க மாட்டார்கள். வெற்றி தோல்வியைத்தான் கவனிப்பார்கள். சொந்தக் கட்சியா எதிர்க் கட்சியா என்றுதான் பார்ப்பார்கள்.

தப்பித்தவறி டெல்லி சர்க்கார் சென்னையை ஆந்திரர்களுக்கு ஆக்கிவிடுமானால் தமிழர்கள் விடமாட்டார்கள். கண்டிப்பாகக் குழப்பம் ஏற்படத்தான் செய்யும். இரண்டு பக்கத்திலும் கொஞ்சம் எண்ணிக்கை குறையத்தான் செய்யும். ஆந்திரர்கள் இதையெல்லாம் உணர்ந்து பார்த்துச் சென்னை நகர் ஆக்கிரமிப்பைக் கைவிட வேண்டும்" என்று எச்சரித்தார் பெரியார்.

ஒவ்வொரு சொல்லும் எத்தகைய ஆத்திரமூட்டும் சொல்லாக இருக்கிறது என்பதைக் கவனியுங்கள்.

7.12.1949 அன்று எழுதிய தலையங்கத்தில், தெலுங்கருக்கு மட்டும் தனி மாகாணம் அமைத்துக் கொடுப்பது விபரீதமாக முடியும் என்று சொல்லப்பட்டது. தமிழர் வாழும் சிற்றூர் (சித்தூர்) பகுதிகளைத் தமிழகத்துடன்தான் இணைக்க வேண்டும் என்று வலியுறுத்தப் பட்டது. ஆந்திரர் அரசியல் செல்வாக்குக் காரணமாகப் பல பகுதிகளை அபகரிக்க வாய்ப்புள்ளது என்று சுட்டிய இத்தலை யங்கம், "தமிழ் மக்கள் இனியும் அயர்ந்து உறங்கிக் கிடப்பார்கள் என்று கூற முடியாது. ஆட்சியாளர்களிடம் மோதிக்கொள்ள வேண்டிய அவசியம் தானாக வந்துவிட்டது" என்று எச்சரித்தது.

1950 சனவரி 26 அன்று இந்தியா குடிஅரசு ஆனது. அதற்கு 16 நாட்களுக்கு முன்னதாகப் பெரியார் ஒரு அறிக்கை வெளியிட்டார். இந்தியாவில் இருக்கிற ஒன்பது மாகாணத்தில் சென்னைதான் தனித்துவமானது என்று சொன்ன பெரியார், "இந்துஸ்தான் குடி அரசு ஆட்சியிலிருந்து சென்னை மாகாணம் எனும் திராவிட நாடு விலகி திராவிடக் குடி அரசு நாடாக வேண்டியதைத் தவிர

வழி கிடையாது" என்று அதில் குறிப்பிட்டார். அதாவது ஒன்றுபட்ட திராவிட நாடு, அதற்கு முன்னதாகத் தமிழ் மாகாணம் ஆகிய இரண்டையும் சேர்த்துப் பேசியே, எழுதியே, தீர்மானம் போட்டே, தலையங்கம் தீட்டியே வந்தார் பெரியார். சென்னையை வாங்குவதில் ஆந்திரர்கள் விடாப்பிடியாக இருந்தார்கள். அப்போது, 'தமிழ் மாகாண வீரர்கள் எங்கே?' என்று தீட்டிய தலையங்கம் மீண்டும் இவர்களை உசுப்பேற்றி விடுவதாக அமைந்தது.

*(விடுதலை 23.8.1951)*

ஆந்திராவில் அதிகமான ஆட்கள் உண்ணாவிரதம் இருந்து வந்தார்கள். பொதுவாக உண்ணாவிரதத்தைச் சண்டித்தனம் என்பவர் பெரியார். அதனை ஒரு போராட்டமாகக் கணக்கில் எடுத்துக்கொள்ள மாட்டார். எனவே அத்தலையங்கம் ஆந்திரர்களின் உண்ணாவிரதத்தைக் கிண்டல் செய்தது. இது ஆந்திரர்களின் பிடிவாதத்தைக் காட்டுகிறது என்றும், இதற்கு எதிராகப் போராட வேண்டிய தமிழ் மாகாண வீரர்கள் எங்கே என்றும் 'விடுதலை' கேட்டது. "இத்தகைய தமிழ் மாகாணப் பிரிவினையைத் திராவிடர் கழகம் எதிர்க்கவில்லை. வரவேற்கிறது. .... ஆனால் தமிழ் நாட்டிலே தமிழரசை நாட்டுவோம் என்று கூப்பாடு போட்ட ஒரு சில வீரர்கள் எங்கே போனார்கள்?" என்று கேட்டார்.

"ஆந்திர மாகாணக் கூச்சல் அதிகமாகக் கேட்கிறது" என்று விமர்சித்தார். உண்ணாவிரதம் இருப்பதால் ஆந்திராவுக்குச் சென்னை கிடைத்துவிடாது என்றது அந்தத் தலையங்கம். மாகாணப் பிரிவினை குறித்து இப்போது எதுவும் சொல்லக்கூடாது என்று பிரதமர் நேரு சொன்னதற்குப் பதிலாக இந்தத் தலையங்கம் தீட்டப் பட்டது. மாகாணங்கள் பிரிந்தால் அவை உரிமையை நிலைநாட்டும் என்பதால் நேரு எதிர்க்கிறார் என்றது இத்தலையங்கம்.

*(விடுதலை 15.9.1951)*

அன்றைய சென்னை மாநகரத் தந்தை செங்கல்வராயன் வீட்டில் 2.1.1953இல் அவசரக் கூட்டம் கூடியது. அக்கூட்டத்தில் பெரியார் கலந்து கொண்டார். அக்கூட்டத்தில்தான், 'சென்னை தமிழகத்திற்கே சொந்தம்' என்று தீர்மானம் நிறைவேற்றப்பட்டது. 5.1.1953 அன்று சென்னை ராயப்பேட்டை லட்சுமியுவர் சங்கக் கூட்டத்தில் பேசும் போதும் சென்னை தமிழகத்துக்கே சொந்தம் என்று பேசினார். 11.1.1953 அன்று திராவிடர் கழகத்தின் மத்தியக் குழு கூடி, சென்னை நகர் தமிழ்ப்பகுதிகளோடுதான் இருக்க வேண்டும் என்ற தீர்மானத்தை நிறைவேற்றியது.

13.1.1953 பச்சையப்பன் கல்லூரி விழாவிலும் 17.1.1953 சித்தூர் பொதுக்கூட்டத்திலும் இதனை வலியுறுத்தினார்.

1.2.1953 அன்று சென்னை உயர்நீதிமன்றக் கடற்கரையில் தமிழ் முஸ்லீம் சங்கத்தினர் சார்பில் அனைத்துக் கட்சிக்கூட்டம் நடந்தது. இதில் பெரியார் கலந்து கொண்டு பேசினார். இக்கூட்டத்தில் சென்னை நகர் தமிழகத்துடன் சேர்க்கப்பட வேண்டும் என்றும் சித்தூர் மாவட்டத் தமிழ்ப்பகுதிகள் தமிழகத்துடன் இணைக்கப்பட வேண்டும் என்றும் தீர்மானம் நிறைவேற்றப்பட்டது.

இக்கூட்டங்களில் எல்லாம், 'தனிக்குடித்தனம் போகின்றவன் தனியாகப் போய்விட வேண்டுமே தவிர சமையலை மட்டும் இங்கே செய்து கொள்கிறேன் என்று சொல்வது எவ்வளவு முட்டாள் தனமோ அவ்வளவு முட்டாள்தனம் ஆந்திராவின் நீதிமன்றம் தமிழகத்தில் அமைய வேண்டும் என்பது' என்றும்,

"மடத்தை விட்டுப் போகின்ற சாமியாருக்கு நந்தவனத்தைப் பற்றி என்ன கவலை? அதேபோல கோபித்துக் கொண்டு போகும் ஆந்திரர்களுக்குச் சென்னையைப் பற்றி என்ன கவலை?" என்றும் கேட்டார்.

2.2.1953 சென்னையில் மாபெரும் கண்டனப் பேரணி நடந்தது. அதில் பெரியார் பங்கேற்றார். 11.2.1953 சென்னைக் கடற்கரையில் நடந்த கண்டனக் கூட்டத்தில் பங்கேற்றார். மத்திய அரசுக்கு எதிராக வரிகொடா இயக்கம் தொடங்க வேண்டும் என்று எச்சரித்தார்.

12.2.1953 அன்று இதற்காக அமைக்கப்பட்ட நீதிபதி வாஞ்சு குழுவின் அறிக்கை வெளியானது. ஆந்திராவுக்குச் சென்னையே தலைநகராக இருக்கும் என்றும் ஆந்திர உயர் நீதிமன்றமும் சென்னையில் இருக்கும் என்றும் அந்த அறிக்கையில் கூறப்பட்டது. இந்த அறிக்கை குறித்து ஆலோசிக்க 15ஆம் தேதி திராவிடர் கழகத்தின் அவசரக் கூட்டம் கூடும் என்று 13ஆம் தேதி அறிவிக்கப் பட்டது. 15.2.1953இல் நடந்த ஆலோசனைக் கூட்டத்தில் நீதிபதி வாஞ்சு அறிக்கையைக் கண்டித்துத் தீர்மானம் நிறைவேற்றப்பட்டது. 22 மற்றும் 23 நாட்களில் சென்னை வரும் குடிஅரசுத் தலைவர் பாபு இராஜேந்திர பிரசாத்துக்கு கறுப்புக் கொடி காட்டுவது என்று முடிவெடுக்கப்பட்டது. சென்னை நீங்கலாக மற்ற மாவட்டத்தில் இருப்பவர்கள் இந்த நாட்களைப் பொதுக் கண்டன நாள், கிளர்ச்சிக் கால்கோள் நாளாகக் கொண்டாட அறிவித்தார் பெரியார். 16.2.1953 சென்னைக் கடற்கரையில் சென்னை மாநகரத் தந்தை செங்கல்வராயன் தலைமையில் நடந்த கண்டனக் கூட்டத்தில் பெரியார் கலந்து கொண்டார். ம.பொ.சி.யும் கலந்து கொண்ட கூட்டம்தான் இது. 22 மற்றும் 23 ஆகிய நாட்களில் இந்திய குடிஅரசுத் தலைவர் பாபு இராஜேந்திரபிரசாத்துக்கு கறுப்புக்

கொடி காட்டித் திராவிடர் கழகத்தினர் ஏராளமாகக் கைதானார்கள். மற்ற மாவட்டங்களில் கறுப்புக்கொடிகள் பறக்கவிடப்பட்டன. சென்னையை ஆந்திராவுக்குக் கொடுத்தால் போராட்டம் நடத்துவேன் என்று 24 மற்றும் 28 ஆகிய நாட்களில் அறிக்கை கொடுத்தார். நாடு முழுவதும் 1 மற்றும் 2 (மார்ச் 1953) ஆகிய நாட்களில் வாஞ்சு அறிக்கை கண்டன நாள் நடத்தினார்.

இந்த நிலையில்தான் ஆந்திராவுக்கான தலைநகரம் ஆந்திர மாநிலத்துக்குள் அமையும் என்று 19.3.1953 அன்று மத்திய அரசு அறிவித்தது. ஆனால் நீதிமன்றம் இரண்டு மாகாணத்துக்கும் பொது வாக அமையும் என்று 26.3.1953இல் பிரதமர் நேரு அறிவித்தார். இதனைப் பெரியார் கடுமையாகக் கண்டித்தார். இந்த அத்தனை குழப்பத்துக்கும் பிரதமர் நேருதான் காரணம் என்று சொன்னார் பெரியார். அதே தினத்தில் திருத்தணியில் போராட்டம் நடத்திய தமிழர்கள் கடுமையாகத் தாக்கப்பட்டதைப் பெரியார் கண்டித்தார். 'சென்னை மாகாணத்தின் அமைதி குலைவதற்கு ஆந்திரர்கள் காரணமாக இருக்கிறார்கள்' என்று பெரியார் கண்டித்தார்.

(விடுதலை 9.8.1953)

இப்படிச் சென்னையைக் காக்க எழுந்து நின்றவர் பெரியார்!

### தட்சிணப்பிரதேசம்!

தமிழ்நாடு, கேரளா, கர்நாடகாவின் ஒரு பகுதி ஆகியவற்றை இணைத்து ஒரு கூட்டுமாநிலமாகத் 'தட்சிணப்பிரதேசம்' என்று அமைக்க மாநிலச் சீரமைப்புக் குழு ஒரு அறிக்கையை வெளியிட்டது. இதனைக் கடுமையாக எதிர்த்தார் பெரியார்.

சில அறிவுகெட்டதுகள், 'இதுதானே பெரியார் கேட்ட திராவிடநாடு, அதை எதற்காக எதிர்த்தார்' என்று சொல்லித் திரிகின்றன. அட அறிவிலியே! அவர் கேட்டது, இந்திய எல்லைக்கு வெளியே! கையகல நாடாக இருந்தாலும் தனியாக வேண்டும் என்று தான் கேட்டார். இதைக்கூடப் புரிந்து கொள்ளாத அறிவிலிகள் தமிழ்த் தேசியப் புலிகளாக நடமாடுவதுதான் இந்த நாட்டின் சாபக்கேடு!

இந்த அறிவிப்பு வெளியானதுமே, "தட்சிணப்பிரதேச யோசனையைத் திராவிடர் கழகம் ஆதரிக்கவில்லை" எனத் தெளிவான அறிக்கையைப் பெரியார் வெளியிட்டார். திராவிடர் கழகம் இதை ஆதரிக்கும் என்று சிலர் இன்றுபோல் அன்றும் புரளி கிளப்பினார்கள். "திராவிடர் கழகத் தலைவர் என்ற முறையில்

நான் இந்தச் செய்திகளைக் கண்டிப்பாக மறுக்கிறேன். தட்சிணப் பிரதேச யோசனைக்குத் திராவிடர் கழகத்தின் ஆதரவு கிடையவே கிடையாது" என்றார். "இந்த யோசனையைத் திராவிடர் கழகம் வன்மையாக எதிர்க்கிறது" என்றும் அதில் குறிப்பிட்டார். இந்தத் திட்டமே மலையாளிகள்-பார்ப்பனர்களின் சதி என்று குற்றம் சாட்டினார். ஏராளமான கண்டனக் கூட்டங்களை நடத்தினார்.

*(விடுதலை 13.09.1955)*

*1. தட்சிணப்பிரதேச எதிர்ப்பில்!*

அந்தக் காலகட்டத்து 'விடுதலை' தட்சிணப்பிரதேச எதிர்ப்புப் பீரங்கியாகவே இருந்தது.

*31.5.1955*–தட்சிணப்பிரதேசம்.

*15.9.1955*–தட்சிணப்பிரதேசம் யோசனையைத் திராவிடர் கழகம் ஆதரிக்கவில்லை.

*23.9.1955*–தட்சிணப்பிரதேசம்.

*24.9.1955*–மலையாளிகள்–பார்ப்பனர் சதியை முறியடிப்போம்– பெரியார் முழக்கம்.

*25.9.1955*–தட்சிணப்பிரதேச யோசனைக்கு நாடெங்கும் எதிர்ப்புச் சூறாவளி.

*11.10.1955*–சென்னை அரசாங்கச் சிப்பந்திகளில் மூன்றில் ஒரு பகுதியினர் மலையாளிகள்–சென்னை மலையாளிகள் திகிலும் தவிப்பும்.

*28.10.1955*–தட்சிணப்பிரதேசம் மலையாளிகள் சூழ்ச்சியே.

*14.10.1955*–தட்சிணப்பிரதேசம் வேண்டவே வேண்டாம் – காமராசர் கண்டிப்பு.

*24.10.1955*–தட்சிணப்பிரதேசம் யோசனை ஒதுக்கித் தள்ளப் பட்டது.

*4.11.1955*–மலையாளிகள் தமிழகத்தில் காலூன்ற மற்றொரு புதுத்தந்திரம்–தண்ணீரைத் தந்து தங்குமிடமும் தேடுகின்றனர்– காங்கிரஸ் செயலாளர் மாதவன் நாயரின் மயக்குவழி.

*25.1.56*–தமிழர் தலைமீது மற்றொரு அடி.

*25.1.56*–தட்சிணப் பிரதேச முயற்சியை எதிர்க்கிறேன் – டாக்டர் மு.வ. அறிக்கை.

*26.1.56*–தட்சிணப்பிரதேசம் பற்றி அசெம்பிளியில் சரமாரியான கேள்விகள்.

26.1.56–கேரளத்துடன் சேர்ந்தால் தமிழர்களுக்கு எல்லா வகையிலும் நஷ்டம்–அவினாசிலிங்கம் எச்சரிக்கை.

30.1.56–பெங்களூரில் தட்சிணப்பிரதேச சதிவேலை.

30.1.56–தட்சிணப்பிரதேசம்–மைசூர் முதலமைச்சர் அபாய எச்சரிக்கை.

30.1.56–தட்சிணப்பிரதேசம்–தமிழர் சிறப்பு மறைத்தெறியச் செய்யப்படலாம்–ஏ.ராமசாமி கருத்து.

1.2.56–தட்சிணப்பிரதேசம் குறித்து முதலமைச்சருக்குப் பெரியார் அவசரத் தந்தி.

1.2.56–பதினாறாயிரம் தந்திகள் பறக்கட்டும்.

2.2.56–தட்சிணப்பிரதேசம்–2 கோடி கன்னடரும் எதிர்ப்பு.

2.2.56–தட்சிணப்பிரதேசத்துக்கு எதிராகக் கரூர் மாணவர் போராட்டம்.

2.2.56–தட்சிணப்பிரதேசத்துக்கு எதிராகக் கூட்டு மாநிலம் போராட்டம்–ஒரிசா எதிர்ப்பு.

2.2.56–தட்சிணப் பிரதேசத்துக்குக் குழி தோண்டுவோம். மலையாளி ஆதிக்கத்துக்கு முடிவு கட்டுவோம்.

2.2.56–தமிழரை நிரந்தர அடிமையாக்கவே தட்சிண மண்டலம் வருகிறது–குடந்தையில் பெரியார் பேச்சு.

5.2.56–தட்சிணப் பிரதேசம் எதிர்ப்பு கிளர்ச்சி–ஈ.வெ.ரா வேண்டுகோள்.

7.2.56–தட்சிணப் பிரதேசத்துக்குப் பேராசிரியர் என்.ஜி.ரங்கா எதிர்ப்பு.

9.2.56–தட்சிணப் பிரதேச யோசனை அநாதையாகிறது.

9.2.56–தட்சிணப் பிரதேசத்துக்கு மராட்டிய, ஆந்திர, தமிழக காங்கிரஸ் எதிர்ப்பு.

10.2.56–தட்சிணப் பிரதேசம் பற்றிப் பேச்சு மூச்சில்லை.

12.2.56–தட்சிணப் பிரதேசத்துக்குப் பணிக்கரின் கண்டனம்–பிற ஆதிக்கமில்லாத தனியாட்சி மாநிலங்களே முன்னேற முடியும் என்கிறார்.

23.2.56–தட்சிணப் பிரதேசம் – முதலமைச்சர் காமராசரும் உறுதியாக நிராகரித்துவிட்டார்.

1.3.56–தட்சிணப் பிரதேசம்–காமராசர் பேச்சு.

1.3.56–தட்சிணப் பிரதேசம் பற்றி ஈவெரா அறிக்கை.

2.3.56-தட்சிணப் பிரதேசத்துக்கு வரதராஜுலு எதிர்ப்பு.

11.3.56-தட்சிணப்பிரதேசம் பற்றி அண்ணாமலை நகரில் ஈவெரா பேச்சு.

14.3.56-தட்சிணப் பிரதேசம் – சுப்பிரமணியமும் வழிக்கு வருகிறார்.

17.3.56-தட்சிணப் பிரதேச அமைப்பு முயற்சி புதைக்கப்பட்டு விட்டது.

17.3.56-பெரியார், காமராசர் வெற்றி.

18.3.56-தட்சிணப் பிரதேசம் யோசனை சாவு பற்றி மந்திரி சுப்பிரமணியத்திடம் துக்கம் விசாரிப்பு.

19.3.56-தட்சிண முயற்சி முறியடிப்பு-இனி 'தமிழ்நாடு' என்று பெயரிட ஒருமனதுடன் போராட வேண்டும்-எழும்பூரில் ஈவெரா பேச்சு.

15.5.56-தட்சிணப் பிரதேச பிரச்சாரகர்கள் காந்தியத்துக்கு அவமானம் விளைவிப்பவர்கள்-அண்ணாமலைப் பிள்ளை அறிக்கை.

22.5.56-அன்னிய மாநிலப் பெருச்சாளிகளுக்குத் தமிழ்நாட்டில் தஞ்சமா?

8.6.56-தட்சிணப் பிரதேசம் அமைந்தால் தமிழ்நாடு சுடுகாடு ஆகும்-மதுரையில் ஈவெரா பேச்சு.

13.6.56-தமிழரைச் சிறுபான்மையினராக்கி வாழ்வைக் குலைக்கும் பார்ப்பான், மலையாளி கூட்டுச் சதிக்கு இடமளிப்பதா? – மதுரையில் ஈவெரா பேச்சு.

21.6.56-முதலமைச்சர் காமராசரிடம் சேதுபதியார் சரணாகதி – தட்சிணப் பிரதேசம் என்ற ஆகாத காதலைக் கைவிட்டார்.

28.6.56-தட்சிணப் பிரதேசம் அமைக்க ராஜாராம் நாயுடு எதிர்ப்பு.

10.7.56-தட்சிணப் பிரதேசம்-முற்றுப்புள்ளி வைக்கப்பட்டு விட்டது.

8.8.56-தட்சிணப் பிரதேசம் முயற்சியும் தோல்வி.

12.8.56-தட்சிணப் பிரதேசம் – காவடி தூக்கிய மலையாளி பிரமுகருக்குப் படுதோல்வி.

14.8.56-தட்சிணப் பிரதேச வக்கீல் சுப்பிரமணியத்துக்கே மலையாளிகள் போக்கு கசக்கிறது.

24.8.56-தமிழ்நாடு முன்னேற வேண்டுமானால் தட்சிணப் பிரதேசம் பற்றிப் பேச வேண்டாம்-வினோபா.

24.9.56–மீண்டும் குப்பையைக் கிளறுகிறார் தட்சிணப் பிரதேச வக்கீல் சுப்பிரமணியம்–கூட்டு மொழி மாநில அமைப்பை ஆதரித்து மலையாளிகள் மத்தியில் பேச்சு.

2.10.56–மொழிவழி நாடமைப்பு இந்திய ஒற்றுமைக்கு ஆபத்தாம் – நேரு சொல்கிறார்.

8.11.56–தொல்லை ஒழிந்தது.

18.12.56–தட்சிணப் பிரதேசம் ஏற்பட்டு தமிழர் மைனாரிட்டி ஆக விடலாமா?–பெரியார் சாட்டை.

இப்படி சுமார் ஒன்றரை ஆண்டு காலம் அடித்து தட்சிணப்பிரதேசம் வரவிடாமல் தடுத்தவர் பெரியார்!

2. சிதம்பரமும் சுண்ணாம்பும்!

தட்சிணப் பிரதேசம் குறித்த யோசனையை அன்றைய சென்னை மேயராக இருந்த எம்.ஏ.சிதம்பரம்தான் முதலில் வெளியில் சொன்னார். "மொழிவாரி இராஜ்யங்கள் ஏற்படுவதற்குப் பதிலாகச் சென்னை, மைசூர், திருவாங்கூர் கொச்சி ஆகிய மூன்று தென் இந்திய ராஜ்யங்களையும் சேர்த்து, 'தட்சிணப்பிரதேசம்' என்ற பெயரால் ஒரு அய்க்கிய இராஜ்யத்தை ஏற்படுத்திக் கொள்ளலாம்" என்று அவர் சொன்னார். "தமிழ்–கன்னடம்–மலையாளம் ஆகிய மூன்று மொழிகளும் நெருங்கிய உறவுகொண்ட மொழிகளாகையால் இம்மூன்றும் ஒன்று சேர்ந்து ஒரே நிர்வாகத்தின் கீழ் இருப்பது நல்லது" என்றும் சொன்னார். இதைக் கடுமையாகக் கண்டித்து 'விடுதலை' தலையங்கம் தீட்டியது.

"தெலுங்கும் திராவிடமொழிகளில் ஒன்றாயிருந்த போதிலும், தெலுங்கர் தனி இராஜ்யம் அமைத்துக்கொண்டு விட்டபடியால் அவர்களைப் பற்றி மேயர் ஒன்றும் குறிப்பிடவில்லையென்று கருதுகிறோம். 'திராவிடநாடு' என்று கூறுவதற்குப் பதிலாக 'தட்சிணப்பிரதேசம்' என்ற வடமொழிப்பெயரைச் சூட்ட விரும்பு கிறார். உத்திரபிரதேசம், மத்திய பிரதேசம்–ஆகிய இரண்டையும் இவர் மேற்கோளாகக் காட்டாவிடினும் தம் மனதுக்குள் இப்பெயர் களை நினைத்துக்கொண்டிருக்க வேண்டும்.

ஆனால் இவர் அடிப்படையான ஒரு சங்கதியைப்பற்றி எதுவும் குறிப்பிடவில்லை. இவர் கூறுகின்ற தனி இராஜ்யம் ("தட்சிணப் பிரதேசம்") டில்லி ஆட்சிக்கு உட்பட்டு இருக்க வேண்டுமா? இந்திய அரசியல் சட்டத்துக்குக் கட்டுப்பட்டு இருக்க வேண்டுமா?–அல்லது தனிச் சுதந்திர நாடாக, தனக்கேற்ற அரசியல் சட்டத்தை வகுத்துக்

கொண்டு, தனிப் பார்லிமெண்டுடன் ஆட்சி புரிய வேண்டுமா என்பது பற்றி மேயர் ஒன்றும் குறிப்பிடவில்லை. வெறும் வெற்றிலையையும் பாக்கையும் மட்டும் மென்று தின்றால் பயனென்ன? சுண்ணாம்பில் அல்லவோ இருக்கிறது. வெற்றிலை பாக்கின் ருசியும், அதை மெல்வதனால் உண்டாகும் பவள நிறமும்? நான்கு கால்களும் உடைந்துபோன நாற்காலியை வாங்கி வந்து என்ன பயன்? போர்வாளுக்குப் பிடிமட்டுமிருந்தால் போதுமா? 'நிப்' ஒடிந்து போன பார்க்கர் ஃபவுண்டன் பேனாவும், இயந்திரம் நீக்கப்பட்ட "ரோலெக்ஸ்'' கைக்கெடிகாரமும், அலங்காரத்துக்குத் தானே பயன்படும்? மேலட்டையழகுக்காக மட்டும் புத்தகம் வாங்குவாருண்டா?

மேயர் விரும்பும் 'தட்சிணப்பிரதேசத்தில்' ஆட்சிமுறை எப்படியிருக்கும்? அதிகாரம் யார் கையிலிருக்கும்? மனைவியோடு பேசுவதற்குக்கூட நேருவிடம் காவடி தூக்கிச் செல்ல வேண்டுமா? நமக்கு வேண்டிய கல்வித் திட்டத்துக்கு இன்று காவடி தூக்குவதுபோல், நாம் உண்கின்ற உணவு முறைக்குக்கூட டில்லிக்குக் காவடி தூக்க வேண்டுமா?

இனி, அடுத்தபடியாக புதிய 'தட்சிணப்பிரதேசத்தில்' பார்ப்பானும் வடநாட்டானும் இன்றுபோலவே தனி ஆதிக்கம் பெற்றுச் சுரண்டிக் கொண்டிருப்பார்களா?

'ஆம்; இதிலெல்லாம் எவ்வித மாற்றமுமில்லை! டில்லி ஆட்சிக்கு உட்பட்டுத்தான் இயங்கவேண்டும்' என்று மேயர் கூறுவாரானால் இன்றுள்ளபடியே இருப்பதில் இருப்பதென்ன? மூன்றும் சேர்ந்த இராஜ்யத்தில் புதிதாகக் கிடைக்கப்போகும் நன்மையென்ன? தனித்தனி வீட்டில் குடியிருந்து கொண்டு கொள்ளைக் காரனுக்குத் தெருக்கதவைத் திறந்து விடுவதற்குப் பதிலாக மூவரும் ஒரே வீட்டில் குடியிருந்து கொண்டு அதே கொள்ளைக்காரனுக்குக் கதவைத் திறந்து வைப்பதைத் தவிர வேறு புதுமையென்ன? லாபமென்ன? வசதியென்ன?

இனி, மொழிப்பிரச்சினையைப் பற்றிக் கவனிப்போம். திராவிட மொழிகள் ஒரே மூலத்தை அடிப்படையாகக் கொண்டிருந்த போதிலும், மொழி வெறியர்களின் முயற்சியினாலும் பொது எதிரியான ஆரியர் சூழ்ச்சியினாலும் தனித்தனியாகப் பிரிந்து வாழ ஆசைப்படுகின்றனர்; அதன்படியே தெலுங்கர் பிரிந்துவிட்டனர். கன்னடியர் பிரியப்போகின்றனர். மலையாளிகள் மட்டும், பிரிந்தால் பெரிய தொல்லை ஏற்படுமென்று அஞ்சிக்கொண்டு விடாப்பிடியாக ஒட்டிக்கொண்டிருக்கின்றனர்.

மைசூர் இராஜ்யம் தொழில்துறையில் முன்னணியிலிருக்கிறது. தமிழ்நாடு பின்னணியிலிருக்கிறது. மலையாள இராஜ்யமோ தன் மனித சக்தியை மற்ற இடங்களுக்கு ஏற்றுமதி செய்வதையே நம்பியிருக்கிறது.

தவளை, எலி, வவ்வால்–ஆகிய மூன்றும் ஒன்றோடொன்று முடிச்சுப் போட்டுக் கொண்டால் எப்படியோ அப்படிதானே யிருக்கும்.

மொழிவாரி இராஜ்யங்கள் மிக விரைவில் ஏற்பட்டுவிடப் போவது உறுதி. அந்தந்த மொழியிலேயே ஆட்சி (நிர்வாகம்) நடைபெறப்போவதும் உறுதி.

ஆகையால்தான் திராவிடக் கழகத்தார் தனித்தமிழ்நாடு – சுதந்தரநாடு – வேண்டுமென்கின்றனர். மற்ற மொழிக்காரர்கள் இந்தக் குறிக்கோளுக்கு இசைந்து வரும் போது வரட்டும். அதுவரையில் தமிழர்கள் சும்மாவிருக்கமுடியாது. தனித்தமிழ்நாடுதான் திராவிடம். பிற திராவிட மொழிப்பகுதிகளுக்குச் சென்று பிரசாரஞ் செய்து அவர்களையும் சேர்த்துக் கொள்ளும் பொறுப்பைத் திராவிடர் கழகத்தார் ஏற்றுக்கொள்ள முடியாது. அதுவரையில் காத்திருக்கவும் முடியாது.

ஆதலால் டில்லி ஆதிக்கம் ஒழிந்த தனித்தமிழ் நாடு பற்றி மேயர் போன்றவர்களும் சிந்தித்துப் பார்க்க வேண்டுமென்று கேட்டுக் கொள்கிறோம்" என்று எழுதினார். இதைவிடப் பெரியாரை இனங்காட்டும் தலையங்கம் தேவையில்லை. அவரின் மொத்த முகமும் இதில் இருக்கிறது.

*(விடுதலை 31.8.1955)*

"தட்சிணப் பிரதேச யோசனையைத் திராவிடர்கழகம் ஆதரிக்க வில்லை" (விடுதலை *14.9.1955* ) என்று அறிக்கை வெளியிட்டார். "ராஜ்யங்கள் சீரமைப்புக் கமிட்டியின் அறிக்கை வெளிப்படவிருப்ப தால், தங்கள் சுயநலத்தையே முக்கியக் குறிக்கோளாகக் கொண்ட வியாபாரிகளும் மற்றும் சிலரும், தமிழ்நாடு–கேரளம், கன்னட நாட்டில் ஒரு பகுதி ஆகியவற்றை இணைத்து 'தட்சிணப் பிரதேசம்' என்று ஒரு கூட்டுநாடு ஏற்படுத்தலாம் என்ற யோசனையைக் கிளப்பிவிட்டு வருகின்றனர். இவர்களில் சிலர், இந்த யோசனைக்குத் "திராவிடர் கழகத்தின் ஆதரவுமிருக்கிறது" என்று கூறிக் கொள்ளவும் முற்பட்டுவிட்டனர். திராவிடர் கழகத் தலைவர் என்ற முறையில் நான் இந்தச் செய்திகளைக் கண்டிப்பாக மறுக்கிறேன். 'தட்சிணப் பிரதேச யோசனைக்குத் திராவிடர் கழகத்தின் ஆதரவு கிடையவே கிடையாது என்று நான் தெரிவித்துக் கொள்கிறேன். இந்த

யோசனையைத் திராவிடர் கழகம் வன்மையாக எதிர்க்கிறது. ஈ.வெ.ராமசாமி" என்று அறிக்கை வெளியிட்டார்.

## 3. அறிவுக்குப் பொருந்தாது, நன்மை செய்யாது!

இந்த அறிக்கை வெளியிடுவதற்கு முந்தைய நாள் 13.9.1955 அன்று சென்னைக் கடற்கரையில் அவசரக் கூட்டம் ஏற்பாடு செய்யச் சொன்னார் பெரியார். இந்தக் கூட்டத்துக்குத் திராவிடர் கழக நிர்வாகக் கமிட்டித் தலைவர் வழக்கறிஞர் தி.பொ.வேதாசலம் தலைமை வகித்தார்.தட்சிணப்பிரதேசம் திட்டத்தை ஏன் எதிர்க்க வேண்டும் என்பதை அவர் விளக்கினார்.

"இந்நாட்டை வெள்ளையர்கள் அடிமைப்படுத்தி ஏகாதிபத்திய ஆட்சியின் கீழ் ஆண்டதுபோல் வெள்ளையருக்குமுன் வேறு யாரும் அன்னியர்கள் நம்மை அடிமைப்படுத்தி ஆட்சிபுரிந்தது கிடையாது. சரித்திரபூர்வமான ஆதாரங்களைக் கூறினால் தமிழ்நாட்டைத் தமிழர்களே ஆண்டு கொண்டிருக்கிறார்கள். அது மட்டுமன்றித் தமிழ் மன்னர்கள் பிறநாட்டினர்கள் பலரை அடிமைப்படுத்தி ஆளும் திறமை கொண்டவர்களாக இருந்திருக்கிறார்கள். இமயம்வரை சென்று வெற்றிகண்ட அரசர்களும் கடல்கடந்து அன்னியநாடுகளை வெற்றிகொண்ட திறம்படைத்த தமிழ் மன்னர்களும் இருந்ததாக அறிகிறோம்.

அக்காலத்தில் வெற்றியைத்தான் இம்மன்னர்கள் கண்டார்களே அன்றி, யாரிடமும் தோல்வியுற்று அடிமைப்பட்டதாகக் கூறுவதற் கில்லை. அப்படி இருந்தும் எப்படியோ, சூழ்ச்சியிலும் தந்திரத்திலும் வலுத்த வெள்ளைக்காரர்கள், நம்மை அடிமையாக்கிக் கொள்ளும் நேரம் வந்தது. சுமார் நூறு நூற்றைம்பது ஆண்டுகளாக வெள்ளையர் களின் ஆட்சியின் கீழ் இருந்தோம்.

கடந்த சுமார் 8 ஆண்டுகளாக வெள்ளையர்கள் ஆட்சி போய் வடநாட்டவர்கள் ஆட்சிப் பீடம் ஏறினார்கள். அதற்குப் பார்ப்பனர்கள் பக்கத்துணைவர்களாக இருந்து தமிழ் மக்களையும் காட்டிக்கொடுத்து வருகிறார்கள். எப்படி தி யுனைடெட் ஸ்டேட்ஸ் ஆஃப் அமெரிக்கா (The United States of America) என்று கூறுகிறோமோ அதுபோன்றே தி கவர்மெண்ட் ஆஃப் இந்தியன் யூனியன் (The Government of Indian Union) என்று அழைக்கப்படுகிறது.

இந்த ஆட்சியினுள் அடங்கிய மக்கள் வெவ்வேறு பல இனங் களைச் சேர்ந்தவர்கள். பல மதத்தவர்கள். பல மொழிகள் பேசுகிற வர்கள். தனித்தனியான பற்பல நாகரிகப் பழக்க வழக்கங்களைக் கொண்டு வாழ்பவர்கள். அப்படி இருந்தும் வெள்ளையர் ஆட்சியில்

வெள்ளையர் நிர்வாக சவுகரியத்துக் கேற்றவாறு மாகாணங்கள் என்று நாட்டைப் பல பாகங்களாகப் பிரித்தனர். குறிப்பிட்ட இனம், மொழி, கலாச்சாரம் இவைகளை அடிப்படையாகக் கொண்டு பிரிக்கவில்லை. ஏதோ தங்களுக்குச் சௌகரியப்பட்ட வகையிலும், தங்களுக்கு நன்மை கிடைக்கும் வகையிலும் மாகாணங்கள் பிரிக்கப் பட்டன. காங்கிரஸ் ஆட்சியில், ராஜ்யங்கள் சீரமைப்புக் கமிட்டி (States Re Organization Committee) என்ற பெயரால் பல அங்கத்தினர் களைக் கொண்ட குழு ஒன்று ஏற்படுத்தினர். அதன்மூலம்தான் பல பிரிவுகளாகப் பிரிக்கப்பட்டு தமிழ்நாடு, ஆந்திரநாடு, கர்நாடக நாடு, கேரள நாடு என்று பிரிக்கப்பட்டன.

இப்போது கேரளம், கர்நாடகத்தில் ஒரு பகுதி ஆகியவற்றைத் தமிழ்நாட்டுடன் இணைத்து, 'தட்சிணப்பிரதேசம்' ஏற்படுத்த ஒரு புதுப்பிரச்சினையை எழுப்பிவிட்டிருக்கின்றனர். தட்சிணப்பிரதேசம் என்று அமைப்பது சிறிதளவுகூட அறிவுக்குப் பொருத்தமாகாத செயல். அர்த்தமற்றதும், நன்மையற்றதுமானதாகும். ஒரு நாட்டின் தென்பாகம் என்றுதான் கூற முடியும். ஆனால் அதில் அடங்கிய திராவிட நாட்டின் பெருமையோ மிகவும் சிறப்புடையதாகும். எனவே நாங்கள், தமிழ் நாட்டின் தனி ஆட்சியை அமைத்தால்தான் நம் மக்கள் பூர்ண சுதந்திரம் கொண்டு அடிமை வாழ்வின்றி மனிதத்தன்மையுடன் வாழமுடியுமென்பதை ஆதாரங்களுடன் கூறி வருகிறோம்.

இந்த நேரத்தில் பார்ப்பனர்கள் சூழ்ச்சியும் வடநாட்டவர்கள் சூழ்ச்சியும் அவர்களின் பக்கத்து துணையாளர்களான மலையாளிகள் சூழ்ச்சியும் தலையெடுக்க ஆரம்பிக்கின்றன. எப்படியாவது "தட்சிணப்பிரதேசம்" என்ற பெயரால் நாட்டை அமைத்துவிட்டால் தமிழர்கள் ஒன்றும் செயல்பட முடியாமல் போய்விடும் என்று கண்டுகொண்டனர். தனிப்பட்டவர்களாக இருந்தால்தானே அவர்களுடைய நாட்டிற்குத் தனி ஆட்சியும் தனிமொழியும் தேவை என்று கூறுவார்கள். அப்படிக் கோருபவர்களைத் தனியாக இல்லாமல் மற்றொன்றுடன் பிணைத்துவிட்டால் மற்றவர்களுடைய அபிப்பிராயமும் கோரித்தான் எதையும் செய்யவேண்டி நேரிடும்.

மலையாளிகளோ இந்நாட்டில் லட்சக்கணக்காகக் குவிந்திருக் கின்றனர். பெரும்பான்மை உத்தியோகங்கள் எல்லாம் அவர்களுக்கே. தொழில் துறைகளில் அநேகர் ஈடுபட்டிருக்கின்றனர். இந்நாட்டில் பார்ப்பனர்கள் அனுபவிப்பதற்கு அடுத்தபடியாக உத்தியோகத் துறையில் பங்கு கொள்வது மலையாளிகளே. அப்படி எல்லாவிதச் சவுகரியங்களையும் இந்நாட்டில் அடைந்து கொண்டிருக்கும் மலையாளிகள், நம் நாட்டிற்குச் சுதந்திரம் வந்தபின் பார்ப்பனர்களுக்கு

என்ன மதிப்போ, அதே மதிப்பைத்தான் பெறுவார்கள். எனவே அவர்கள் தமிழ்நாடு தனி ஆட்சி பெறவோ தமிழ்நாட்டில் 'தமிழ்' ஆட்சி மொழியாகவோ அவர்கள் சிறிதும் சம்மதிக்கமாட்டார்கள். அவர்களை எங்கள் நாட்டுடன் இணைப்பது நியாயமும், நேர்மையும் இல்லை என்று கூறுகிறோம். அவர்களின் மொழி வேறு, நாகரிகம் வேறு, பண்பாடுகள் வேறு. எனவே அவர்களுடன் எங்களைப் பொருத்துவது அர்த்தமற்றதாகும் என்கிறோம்.

மேலும் இந்நாட்டில் உள்ள அத்தனை மலையாளிகளும், அவர்களின் நாட்டிற்குச் சென்றார்களானால் நம் நாட்டில் வேலை யற்றிருக்கும் வாலிபர்களுக்கும், வேலை கிடைக்க வாய்ப்புக் கிடைக்கும். மனிதன் நல்லவண்ணம் வாழப் பிரியப்படுதல் என்பது மனிதனின் இயற்கையே என்றாலும் சொந்த நாட்டானுக்குக் கேடுகளை உண்டாக்கி, சொந்தநாட்டான் பிழைக்க வழியின்றி தொல்லை கொடுப்பது என்பது நியாயத்திற்கும் நேர்மைக்கும் சரி இல்லை என்று கூறுகிறோம்.

எனவே, தட்சிணப்பிரதேசம் என்று அமைக்கும், இப்புதிய திட்டத்தைத் தமிழர்கள் அனைவரும் எதிர்க்கிறோம். வீணான கிளர்ச்சி செய்தோ அர்த்தமற்ற முறையிலோ எதிர்க்கவில்லை. எங்கள் நாட்டில் எங்கள் மக்கள் சுகமுடன் வாழவேண்டும் என்பதற்கும், சுதந்திரத்துடன் அடிமை நீங்கிய வாழ்வுபெற வேண்டும் என்பதற்கும் கூறுகிறோம். அதற்கேற்ப முட்டுக்கட்டைகள் எவையோ, அவைகளைத் தகர்த்தெறியச் சிறிதும் அஞ்சமாட்டோம் என்பதையும் தெரிவித்துக் கொள்ளுகிறோம்." என்று தெளிவுபடுத்தினார்.

*(விடுதலை 22.9.1955)*

சென்னைக் கடற்கரையில் 18.9.1955 அன்று இன்னொரு பொதுக்கூட்டத்தைப் பெரியார் நடத்தினார். அதில் அவர் பேசிய பேச்சு:

"இனித் தமிழர்கள் துள்ளுவதற்கு இடமின்றி மலையாளிகளிடம் ஒரு காலையும் கன்னடியர்களிடம் ஒரு காலையும் கொடுத்துப் பிடித்திழுக்கும்படி செய்யத் தீர்மானித்திருக்கின்றனர். நாம் தொப்பென்று கீழே விழ வேண்டிய நிலையில் இருக்கிறோம். தமிழர்கள் கோரும் உரிமைகளுக்கெல்லாம் மலையாளிகள் எதிரிகளா வார்கள். அடுத்துக் கன்னடியர்கள் எதிர்ப்பார்கள். இவர்களின் எதிர்ப்பை நம் பக்கம் திருப்பி விட வேண்டும் என்பதற்காகவே நேருவின் முயற்சியால் இச்சதித்திட்டம் உருவாகி இருக்கிறது.

தமிழ் மக்களின் விழிப்புணர்ச்சியைக் கண்டுகொண்டனர், வடநாட்டு அரசாங்கத்தினர். நாளுக்கு நாள் சுயமரியாதை உணர்ச்சி

வளர்ச்சியடைந்து கொண்டு வருவதை இங்குள்ள பார்ப்பனர்களும், நாட்டைக் காட்டிக்கொடுக்கும் லம்பாடிகளும் டில்லியிடம் முறையிட்டிருக்கின்றனர். எப்படியாவது இங்கு உண்டாகும் தன்மான உணர்ச்சிக்குப் பங்கம் விளைவிக்க வேண்டும்; அதிலும் மக்களுக்குள்ளேயே ஒற்றுமை இன்மையை ஏற்படுத்தி ஒழித்துக்கட்ட வேண்டும் என்பதற்காக நேரு வகுத்திட்ட வழிதான் "தட்சிணப் பிரதேசம்" என்ற சூழ்ச்சித் திட்டமாகும். சுதந்திர ஆட்சி என்றும் ஜனநாயக ஆட்சி என்றும் கூறப்படுகின்ற இந்த ஆட்சியின் வண்டவாளங்கெல்லாம் வெளியாகி, தமிழ்மக்கள் தனிநாடு கோரி, தனி ஆட்சி புரிய வேண்டுமென்று கிளர்ச்சிகளும் போராட்டங்களும் செய்யத் துணிந்திருக்கும் இக்காலத்தின் நிலைமையை அறிந்த வடநாட்டினர் அம்முயற்சியை அழிப்பதற்காகவே கன்னடியர்களையும் மலையாளிகளையும் நம்முடன் சேர்க்கின்றனர். தாய்நாட்டுப் பற்றும் தாய்மொழிப் பற்றும் வளர வளர இந்நாட்டில் ஆரியத்தின் கதி என்னாவது என்று அரசியல் தலைவர்கள் நடுங்குகிறார்கள். குறள் படிப்பவன் எல்லாம் ஆரிய துவேஷி என்று கூறப்படுகிறான். ஏன்? திராவிடன் சிறிதளவு பகுத்தறிவு பெற்றவனாகில் இந்நாட்டு ஆரியத்திற்கும், வடநாட்டு ஆட்சிக்கும் வெடிவைத்துவிடுவானே என்ற பயம்தான். ஆனால் மலையாளமும் கன்னடமும் நம்முடன் சேர்ந்தால் எப்படி நாம் தமிழ்நாடு என்று சொல்லிக்கொள்ள முடியும்? மூன்று நாடுகளும் சேர்ந்த நாட்டிற்கு ஒரு நாட்டினுடைய பெயரை மட்டும் வைக்க மற்றவர்கள் சம்மதிப்பார்களா?

எனவே தமிழ்நாடு என்ற பெயர் மறைந்து போகும். இந்நாட்டில் தமிழ் அரசியல் மொழியாகவேண்டும் என்று கேட்கிறோம். ஆனால் இதற்கு மலையாளிகள் சம்மதிப்பார்களா? கன்னடியர்கள் ஒப்புக் கொள்வார்களா? அவரவர்களின் மொழியே ஆட்சி மொழியாக வேண்டும் என்று குதர்க்க வாதம் பேசுவார்கள். ஆகவே தமிழ் மொழியின் மேன்மையெல்லாம் சீர்குலைக்கப்பட்டுப்போகும்.

இப்பொழுதே பாராளுமன்றத்தில் வடநாட்டவர்களின் ஆணவம் தமிழை அலட்சியம் செய்யும் நிலையில் இருக்கிறது. 500 பேர்கள் கொண்ட சபையில் 450 பேர்கள் வடநாட்டினர். 50 பேர்கள் தமிழ்நாட்டு அங்கத்தினர்கள். வடநாட்டினர் பேசும் பொழுதெல்லாம் இந்தியிலேயே பேசுகின்றனர். புரியவில்லை வேறுமொழியில் பேசு என்று கேட்டால் 'புரியாவிடில் எழுந்து போ வெளியே' என்று நாக்கூசாமல் கூறுகிறார்கள். திமிர் பிடித்த ஆணவம் கொண்ட அரசாங்கத்தின் கொடுமைகள் அங்கேயல்லவா பிரதிபலிக்கின்றன. இப்படி அவர்களின் அட்டகாசங்களைக்

கவனிப்பதற்கும் வெளியாக்கவும் தண்டிக்கவும் வழி இன்றிப் போய் அவர்கள் வைத்ததே அரசநீதியாகிவிட்டது.

இன்னமும் தட்சிணப்பிரதேசம் அமைக்கப்படுமானால் தமிழ்நாட்டின் கதி மற்றவனிடம் சிக்கித் திண்டாட வேண்டிவரும். தமிழ் அழிக்கப்பட்டு, நாளடைவில் மறைந்து போகும். தமிழ்நாட்டின் பெயரே எதிலும் கிடைக்காதபடி மறைந்துபோகும். ஏன்?

தமிழ்ப் பெயர்கள் மறையுமானால் தமிழ்மக்கள் இன்னமும் கீழாகவும், அறிவீனர்களாகவும், கல்வியறிவற்றவர்களாகவும் காட்டு மிராண்டிகளாகவும் ஆகவேண்டிய நிலை உண்டாகியே தீரும். என்றென்றும் காட்டுமிராண்டிகளாகவும் பிறர்க்கு அடிமைப்பட்டு வாழுபவர்களாகவும் தொழிலாளி மக்களாகவும் வாழவேண்டிவரும். ஆங்கிலேயர் ஆட்சியில் 67 மாகாணங்களாகப் பிரிந்திருந்த இந்நாட்டைக் காங்கிரஸ் ஆட்சியில் பல பிரிவுகளாகத் தரம் பிரித்து 27 மாகாணங்கள் வரை பிரித்தனர். இப்படி இருப்பதால் அந்தந்த மாகாண மக்கள் ஒன்று திரண்டு விடுவார்கள். அவ்வளவு பிரிவையும் அடக்கி ஆள்வது கஷ்டம் என்று தெரிந்து கொண்டு, சுருக்கிவைத்துக் கொண்டால் அடக்கி ஆளலாம் என்ற எண்ணத்தின் மீது இப்போது ஒன்றை மற்றொன்றுடன் பிணைத்து வருகிறார்கள். எனவே, இம்முயற்சி திராவிடர் கழகத்தவர்களின் முயற்சிக்கு எதிர்ப்பு முயற்சி என்பதில் சந்தேகமில்லை. திராவிடர் கழகத்தவர்களின் கொள்கைக்கும், நோக்கத்திற்கும் நேர்மாறான முறையில் செய்யப்படும் சூழ்ச்சியே யாகும். நம் கொள்கையை எதிர்க்கத் திட்டமிட்டிருப்பவர்கள் எல்லாரும் சேர்ந்துதான் இம்முயற்சியை நிறைவேற்ற தீர்மானித்திருக் கின்றனர். நம்முடைய எதிர்ப்பை முழு பலத்துடன் காட்ட வேண்டும். மலையாளிகள் வருவார்களானால் நம்முடைய தமிழ் உத்தியோகஸ்தர்களுக்கெல்லாம் ஆபத்தாகிவிடும். தமிழர்களின் தலையில் மலையாளி உட்கார்ந்து கொண்டு எதிலும் முன்னேற விடாமல் செய்துவிடுவார்கள். பார்ப்பனர்கள், மலையாளிகளை தம்முடைய ஆள் என்று நினைத்துக் கொண்டிருக்கின்றனர். மலை யாளிகள் பார்ப்பனர்களுக்கும் பார்ப்பனர்கள் மலையாளிகளுக்கும் உதவி புரிந்துகொள்வதைப் பார்க்கிறோம். அவர்கள் இருவருக்கும் பழக்க வழக்கம், நாகரிகம், கலை, கலாசாரம், மாயங்கள் யாவற்றிலும் ஒற்றுமையுண்டு. பார்ப்பனர் செய்யும் அட்டூழியங்களை எல்லாம் மலையாளிகளும் செய்து வருகின்றனர். எனவே தமிழ்ப் பற்றும் தமிழ் உணர்ச்சியும் மலையாளிகளுக்கு உண்டாவதற்கு வழியே இல்லை.

இதுவரை எந்த மலையாளியினாலாவது ஒரு தமிழருக்கு நன்மை உண்டானது என்று சொல்ல முடியுமா? பார்ப்பனர்,

பார்ப்பன இனத்தை முன்னேற்றுவதிலேயே சகல விதத்திலும் அயோக்கியத்தனம் செய்வதுபோல், மலையாளிகள் மலையாளி இனத்தை முன்னேற்றுவதிலேயே கண்ணும் கருத்துமாய் உள்ளனர்.

இந்த இரண்டு இனங்களும் ஒன்றுக்கொன்று உதவிக்கொண்டும் அதனதன் இனத்தின் முன்னேற்றத்திற்கென்றும் பாடுபடுகின்றன. ஆகவேதான் பார்ப்பன அரசாங்கம் மலையாளிகள் இந்நாட்டில் அளவுக்கு மீறிப் புகவிட்டுப் பலதுறைகளிலும் உத்தியோகங்கள் கொடுக்கிறது. மலையாள போலீஸ்களை உண்டாக்கியுள்ளனர். அந்த மலையாளிகளை விட்டு எங்களைக் குடந்தையில் அடிக்கும்படியும் செய்தனர். இப்படி மலையாளியிடம் அதிகாரத்தைக் கொடுத்து திராவிட மக்களை அடித்துத் துன்புறுத்தும் அளவுக்கு வந்துவிட்டது. சுதந்திரமடைந்த மக்களின் கதி என்ன என்பதை இப்பொழுதாவது தமிழ் மக்கள் உணர வேண்டும். தமிழர்களில் தகுதி உள்ளவர்கள் இல்லையா? கல்விகற்றவர்கள் இல்லையா? அனுபவமும், திறமையும் கொண்டவர்கள் இல்லையா? இங்கிருப்பவர்களுக்கு திண்டாட்டத்தை உண்டுபண்ணிவிட்டு எங்கோ கிடப்பவர்களைக் கொண்டு வந்து புகுத்துவதா?

ஆந்திரா, கன்னடம், மலையாளம், தமிழ்நாடு இந்நான்கும் சேர்ந்து ஒரு ஃபெடரேஷன் முறையில் ஆட்சி நடத்தட்டும். தமிழ் நாட்டுடன் இருப்பதற்கு இவைகள் இஷ்டப்பட்டால் இருக்கட்டும், இல்லையேல் இஷ்டப்படாத நாடுகள் பிரிந்து சென்றுவிடலாம். ஆனால் எங்களுடன் சேருபவர்கள் எப்படியாவது வடநாட்டின் தொடர்பின்றி இருந்தால் போதும். ஏன்? இப்போதும் மலையாளம் வடநாட்டிலிருந்து பிரிந்துவந்து தமிழ் நாட்டுடன் சேருகிறேன் என்று வருமானால் சேர்த்துக்கொள்வோம். அப்படியின்றி வடநாட்டானின் ஆளுகைக்கும் உட்பட்டிருப்பேன், உன்னுடனும் வந்து சேர்ந்து கொள்ளுகிறேன் என்றால், உனக்கு இங்கு வேலை இல்லை.

மலையாளிக்கோ கன்னடியருக்கோ வடநாட்டின் தொடர்பின்றி வாழும் எண்ணம் சிறிதுகூட இல்லை. நம்முடைய நோக்கத்திற்கு எதிர்மாறாகவே செய்கின்றனர். நான் இராமாயணத்தை எரிக்க வேண்டுமென்று முயற்சிக்கையில் கன்னடியர்கள் இராமாயண பிரசாரம் செய்ய 3 லட்சம் ரூபாய் ஒதுக்கியுள்ளார்கள். இங்குள்ள ஆண்டிகளும் அன்னக்காவடிகளும் கொடுக்கும் தொல்லையுடன் கன்னடியர்கள் தொல்லையும் சேர்ந்தால் நம் முயற்சி எல்லாம் பாழாகத்தான் போகும்.

எனவே தட்சிணப் பிரதேச அமைப்பு என்பது நமக்கொரு கேட்டை விளைவிக்கவே திட்டமிட்டதன் பேரில் ஏற்படுத்தப்பட்டிருக்கிறது. இந்த நேரம் நமக்கொரு பெரிய ஆபத்தான நேரம். வேண்டுமென்றே இந்த அக்கிரமச் செயல் செய்ய எண்ணியுள்ளார்கள். இதை நாம் விடக்கூடாது. திராவிடர்கள் நாடாண்ட வீரமக்கள்.

எதற்கும் துணிந்த வீரர்களைக் கொண்ட நாடு திராவிட நாடு. திராவிடத்தின் பரம்பரை மக்களே ஆட்சிப்பீடம் ஏறினவர்கள். தங்கள் நாட்டினைத் தாங்களே ஆண்டு வந்திருக்கும் அரசியல் நிபுணர்களைக் கொண்டது திராவிடநாடு. காட்டுமிராண்டிக் கூட்டங்கள் நாட்டில் புகுந்து சூறையாடிய காலத்தில் திராவிட மக்கள் உயரிய பண்பாடுகளையும், நோக்கங்களையும், பழக்கவழக்கங்களையும் கொண்டு வாழ்ந்தவர்கள். நான் இதை "கப்ஸா" அளப்பதாக எண்ண வேண்டாம் ஆதாரமில்லாமல் கூறவில்லை. பார்ப்பனர்கள் 2000 ஆண்டுகளுக்கு முன் இராமாயணம், மகாபாரதம், கந்தபுராணம் முதலிய ஆபாசக் கதைகளை இயற்றிய அப்பொழுதே தமிழர்களில் அறிவில் சிறந்த மற்ற இலக்கியங்களையும் இயற்றியிருக்கின்றனர். இவைகளை ஆரியர்களின் சரித்திரமே வெளியிடுகின்றது.

எனவே, அவ்விதப் பரம்பரையில் பிறந்தவர்களின் போராட்டம் என்றுமே பின்வாங்கியது கிடையாது. ஏதோ, நல்ல மரத்தில் புல்லுருவி பாய்வது இயற்கையைப்போல் எங்கள் சமுதாயத்திலும் ஒரு சில புல்லுருவிகள் இருக்கிறார்கள். அவர்களைப் பற்றிய கவலையே கிடையாது. மேலும் நாங்கள் நடத்தும் போராட்டங்கள் ஒன்றிலும் பின்வாங்கியது கிடையாது. ஒன்றுக்கொன்று ஒரு படி அதிகரித்துக் கொண்டே போகிறது. கத்தியை வைத்துக் கொள்; அடுத்து பெட்ரோலும் தீப்பெட்டியும் வைத்துக்கொள் என்றேன். அதையும் ஏளனம் செய்து பல்லை இளித்தனர். இஞ்சி தின்ற குரங்கின் சுபாவம் அதுவாகத்தான் இருக்கும் என்பது திண்ணம்; ஆதலால் அதை அலட்சியம் செய்யாது, இப்போதைய போராட்டத்தில் இந்திய யூனியன் கொடியையே கொளுத்துங்கள் என்றேன்.

இப்படிப் போராட்ட முறைகள் உயர்ந்துகொண்டே போகிற இத்தருணத்தில் தட்சிணப் பிரதேச அமைப்பு ஏற்படுத்தப்படுமானால், கொடியை மட்டும் கொளுத்தமாட்டோம்; இன்னமும் வேறு எவைகளைக் கொளுத்தவேண்டும் என்று திட்டமிட்டுள்ளோமோ அவைகளையும் சேர்த்துக் கொளுத்துவோம்.

எனக்கும் இனி என்னைப் பற்றிய கவலையே இல்லை. நான் சராசரி வயதைப்போல் மூன்று பங்கு வயது வாழ்ந்துவிட்டேன். ஓரளவு முன்னோர்கள் சேமித்து வைத்த சொத்தும் இருக்கிறது. காலத்தைக் கழிக்கப் போதிய வசதியுள்ள குடும்பத்தில் பிறந்தவன்.

எனவே பசி, பட்டினி கிடந்து சாக வேண்டும், பாஷாணம் தின்று விட்டு சாக வேண்டும், கழுத்தில் சுருக்கிட்டுத் தற்கொலை செய்து கொள்ள வேண்டும் என்ற எண்ணமும் தோன்றாத வகையில் சுகம் அனுபவிக்க போதிய வசதியுள்ளவன், ஆனால், என்னுடைய உயிர் ஒரே ஒரு இலட்சியத்திற்கு மட்டுமே அர்ப்பணிக்கத் துணிந்தவன். அந்த லட்சியத்தை நிறைவேற்றி என் உயிர் மட்டுமல்ல, என் கழக அன்பர்கள் அத்தனை பேர் உயிரையும் இரையாக்கத் துணிந்தவன். எப்படியோ என்னுடைய வாழ்நாளிலேயே என் லட்சியம் நிறைவேற என் உயிரைப் பலியாக்கத்தான் போகிறேன் என்ற எண்ணமும் பிறந்துவிட்டது; அல்லது காந்தியாரைக் கொன்றது போல் ஏதாவது ஒரு பார்ப்பான் மறைந்து நின்று என்னைக் கொல்வான் என்பதற்குக் கூடப் பயம் கொண்டவன் இல்லை, அப்படி எல்லாம் இருந்திருப் பானாகில் என்னுடைய கொள்கைகள் இவ்வளவு விரிவாகப் பரவி இருக்க முடியாது. இன்றைக்கோ, நாளைக்கோ ஒரு நாள் ஒரு பார்ப்பான்தான் நம் உயிருக்கு முடிவைத் தேடுவான் என்ற முறையில் தீர்மானிக்கும் அளவில் இருக்கிறது. அப்படிப்பட்ட பார்ப்பனர்களின் ஆவேசம் நாட்டில் வளர்ந்து கொண்டே இருக்கின்றது. பெரும் அறிவாளி, அரசியல் நிபுணர் என்றெல்லாம் புகழப்பட்ட பார்ப்பனர்களே தங்கள் மனதில் உள்ள விஷத்தைக் கக்குகிறார்கள் என்றால், அடி முட்டாள் பார்ப்பனர்களின் செய்கையைச் சொல்ல வேண்டியதே இல்லை. ஏதோ ஒரு சவுண்டிப்பார்ப்பான்தான் என்னுடைய உயிருக்கு வெடிவைப்பவனாக அமைய முடியும்; என்றாலும் அதுவரை என்னுடைய தொண்டு நிலைத்தே நிற்கும். சாகும்வரை, என்னுடைய பணியைச் செய்தே தீருவேன்" என்று வீர முழக்கம் இட்டார். இந்த முழக்கம் ஒன்று போதும் அவர் எத்தகைய பெரியார் என்பதைக் காட்டும்.

*(விடுதலை 24.9.1955)*

பெரியார் பேருரைக்குப்பின், 'விடுதலை' ஆசிரியர் எஸ்.குருசாமி தட்சிணப்பிரதேச அமைப்பு முறைக்கு எதிர்ப்பைத் தெரிவிக்கும் தீர்மானம் ஒன்றை வாசித்தார். மக்கள் அனைவரும் தீர்மானத்தை ஆதரித்தனர். 'தட்சிண அமைப்பு முயற்சி ஒழிக' என்றும் விண்ணதிர முழக்கமிட்டனர்.

### *4. மலையாளிகளின் சூழ்ச்சியே!*

*21.10.1955* அன்று ஈரோட்டில் நடந்த பொதுக்கூட்டத்திலும் பெரியார் கோபம் கொப்புளிக்கப் பேசினார். "தட்சிணப் பிரதேச அமைப்பு மலையாளிகளின் சூழ்ச்சியே" என்று அப்போது குறிப் பிட்டார்.

“பார்ப்பனர்கள் எப்படி நம்முடைய முன்னேற்றத்திற்கும் சுகவாழ்க்கைக்கும் குறுக்கே கிடக்கிறார்களோ அதைப் போன்று மலையாளிகளும் நம்முடைய வாழ்க்கைக்குத் தீங்கிழைப்பவர்கள். பார்ப்பனர்கள் அடைந்த உத்தியோகங்கள் போக மீதி உள்ளவைகளில் பெரும்பான்மையை மலையாளிகள் அடைகிறார்கள். மற்றும் மீதி உள்ள சிறிதளவையும் கிறிஸ்தவர்களும் முகமதியர்களும் அடைகிறார்கள். இதற்குச் சமாதானம் கேட்டால் பார்ப்பனர்களைத் தவிர, பார்ப்பனரல்லாதவர்களைத்தானே உத்தியோகத்தில் அமர்த்துகிறேன் என்று கூறுகிறார்கள். இப்படி நம்முடையவர்களுக்கே இடமின்றிப் போய்விடுகிறது. தப்பித்தவறி நம்மவர் யாராகிலும் உயர்ந்த உத்தியோகத்தில் வந்துவிட்டாலோ, அவர்களும் கொஞ்சமாவது தங்கள் இனப்பற்று என்பதைக் கொள்வதில்லை. அப்படி நடப்பவர்களாகப் பார்த்துதான் உத்தியோகமும் கொடுக்கிறார்கள்.

இவ்விதம் பார்ப்பனர்களும், மற்றவர்களும் கொள்ளையடித்தது போக, மற்றுமுள்ள ஓரிரு இடங்களிலும் அரசாங்கத்திற்கு ஏற்றபடி கூத்தாடுபவர்களுக்கும், யார் யாருக்குப் பார்ப்பனர்-பார்ப்பனர் அல்லாதவர் என்ற உணர்ச்சி இல்லையோ, யார் யாருக்கு இனப் பற்றும் நாட்டுப்பற்றும் இல்லையோ அவர்களுக்கும் உத்தியோகம் கொடுக்கிறார்கள்.

எதை எடுத்துக் கொண்டாலும் தமிழனுக்கு இடையூறு செய்ய வேண்டும் என்றே முயற்சிக்கின்றனர். இப்போதும் ஒரு புதிய முறையைக் கையாளத் திட்டமிட்டிருக்கின்றனர். முன்பைவிட இப்போது ஏதோ ஒருசில வழிகளில் இன்றைய தமிழர்களின் ஆட்சியாகிய திரு.காமராசர் அவர்களின் ஆட்சியில் தமிழர்களுக்கு நன்மை கிடைத்து வருகிறது. மாகாணத் தலைமை உத்தியோகங்கள் பலவற்றில் இடம் பெறும் வாய்ப்பு கிடைத்து வருகிறது. இதைத் தடுக்க வேண்டும் என்பதற்கும், தமிழர்கள் ஒருசில உத்தியோகத் துறைகளில்கூடத் தலைதூக்க விடக்கூடாது என்பதற்கும் சூழ்ச்சி செய்கின்றனர். அத்தகைய சூழ்ச்சிகளில் ஒன்றுதான் தட்சிணப் பிரதேசம்” என்று பேசினார். இந்த முடிவைத் “தமிழர்கள் தலைமீது விழுந்த இடி” என்றே கணித்தார்.

*(விடுதலை 28.10.1955)*

“தமிழர்களை நினைத்துக்கொண்டே டில்லி மேலிடத்தார் எல்லாக் காரியங்களையும் செய்து வருகின்றனர்.

இந்தியைத் தமிழர்கள் எதிர்ப்பதுபோல் வேறு எந்த இந்திய மொழிக்காரரும் இவ்வளவு கடுமையாக எதிர்ப்பதில்லை. (மலையாளிகளும், ஆந்திரரும், கன்னடியரும் இதுபற்றிக் கவலைப் படாததுடன் இந்தி ஆதிக்கத்துக்கு இணங்கவும் செய்கிறார்கள்)

சுயநிர்ணய உரிமை வேண்டுமென்றும், டில்லி ஆட்சியின் ஆதிக்கம் குறைய வேண்டுமென்றும், மொழியின் அடிப்படையில் இந்த ராஜ்யத்துக்குப் பெயர் அமைய வேண்டுமென்றும் தமிழர்களைப்போல் வேறெவரும் போராடவில்லை. பீகார், அஸ்ஸாம், வங்காளம், பஞ்சாப், ஒரிசா போன்ற இராஜ்யங்களுக்கு ஏற்கெனவே மொழி அடிப்படையில் பெயர்கள் இருக்கின்றன. புதிய அமைப்பின் படி மராட்டியமும், கேரளமும் மொழி அடிப்படையைக் கொண்டு பெயர் தரப்பட்டிருக்கின்றன.

ஆனால், சென்னைக்கு (மெட்ராஸ்) மட்டும் மொழி அடிப்படையில் "தமிழ்நாடு" என்ற பெயர் கூடாது என்று நேரு சர்க்கார் பிடிவாதஞ் செய்கின்றனர்.

இக்காரணங்களை யெல்லாம் முன் வைத்தே மொழிவாரி இராஜ்ய அமைப்புத் திட்டத்தைக் குப்பைத் தொட்டியில் எறிந்துவிட்டுத் திடீரென்று புதுஜோடி சேர்க்க முடிவு செய்துவிட்டனர்.

வங்காளமும், பீகாரும், அஸ்ஸாமும் சேர்ந்து ஒன்று;

ஆந்திராவும், ஒரிஸ்ஸாவும் சேர்ந்து ஒன்று;

குஜராத்தும், இராஜஸ்தானும் சேர்ந்து ஒன்று;

தமிழ்நாடும், கேரளமும், மைசூரும் சேர்ந்து ஒன்று;

மகாராஷ்டிரம் தனியாக;

மத்தியப்பிரதேசம் தனியாக;

உத்திரப்பிரதேசம் தனியாக;

பஞ்சாப் தனியாக;

ஆக எட்டு இராஜ்யங்களாக இந்நாட்டைப் பிரித்து (பதினாறை எட்டாகக் குறைத்து) ஆட்சி புரிவதென்று உள்நாட்டமைச்சர் அறிக்கையொன்றை விடுத்துள்ளார்.

கலகஞ் செய்தவர்களும், செய்யக்கூடியவர்களுமான பஞ்சாபியர் மராட்டியர் ஆகியோருக்கு மட்டும் தனித்தனி மொழிவழி இராஜ்யங்கள்!

சாதுக்களாகிய தமிழர்களுக்கு மட்டும் தனி ராஜ்யம் கிடையாது.

எனவே, அடித்துக் கொன்று புதைக்கப்பட்ட தட்சிணப்பிரதேசம் உயிர் பெற்று எழும்புகிறது. இதற்குத் திரு.ஆச்சாரியார் திரு.சி. சுப்ரமணியம் போன்றவர்கள் தங்கள் ஒப்புதலைக் கொடுத்து விட்டார்கள்.

இனித் தமிழ்நாட்டின் கதி என்ன?

மலையாள எல்லைக்குள்ளே தவறாகச் சேர்க்கப்பட்டிருந்த தமிழ்ப்பகுதிகளைப் பெறவேண்டும் என்ற போராட்டம் போதுமா? அல்லது - இன்றுள்ள தமிழ்நாட்டையே பறிகொடுக்காமல் பாதுகாக்க வேண்டியது அவசியமா?

தமிழ்ப்பெருமக்கள் இதுபற்றிச் சிந்திக்க வேண்டியது அவசரத்திலும் அவசரமாகும்.

எல்லோரும் போராட்டமுனைக்குப் புறப்படுவதற்குத் தயாராயிருக்க வேண்டுமென்று கேட்டுக் கொள்கிறோம்.

இதுபற்றிய விளக்கத்தைத் தலைவர் பெரியார் அவர்களின் இன்றைய அறிக்கையில் காணலாம். அதை ஊன்றிப்படித்து அய்க்கியத்துடனும், கட்டுப்பாட்டுடனும், நடந்துகொள்வதற்குத் தயாராகும்படி கேட்டுக்கொள்கிறோம்" என்று தலையங்கம் தீட்டினார். இதில் சரியான முடிவைக் காங்கிரஸார் எடுக்கவில்லை என்றால் தலைகுப்புறக் கவிழ்ந்துவிடுவார்கள் என்று எழுதினார்.

*(விடுதலை 25.1.1956)*

"தட்சிணப்பிரதேச முயற்சியை ஆதரித்தால் தமிழர்கள் மாட்டுப் பொட்டியில் மண்ணைப் போட்டு விடுவார்களே!" "தாய்நாட்டுக்கும் தமிழ்மக்களுக்கும் துரோகஞ்செய்து காட்டிக்கொடுத்த கங்காணிக் கூட்டமே!" என்று காரி உமிழ்வார்களே என்ற நடுக்கம் ஒருபுறம்.

"தட்சிணப்பிரதேச" முயற்சியையும் மண்டல கவுன்சில் சூழ்ச்சியையும் துணிந்து எதிர்த்தால் பதவி போய்விடுமே, கட்சியிலிருந்து கழுத்தைப் பிடித்துத் தள்ளிவிடுவார்களே–என்ற அச்சம் ஒருபுறம்.

தமிழ்நாடு தனித்து இயங்காவிடில், தமிழில் ஆட்சி நடப்பதும் தமிழர்களுக்குக் கல்வி–உத்தியோகம்–ஆகிய துறைகளில் உரிமையிருப்பதும் குதிரைக்கொம்பாகிவிடும் என்பது உறுதி. கன்னடத்தில் ஒரு மாவட்டமும், மலையாளத்தில் ஒரு மாவட்டமும் சென்னை இராஜ்யம் என்ற தமிழ்நாட்டுடன் இன்று பிணைக்கப்பட்டுள்ள போதே தமிழ்நாட்டின் உத்தியோக மண்டலத்தில் 100க்கு 90 பேர் மலையாளிகளாகவும் கன்னடியராகவும் இருக்கிறார்கள்! சட்டசபைத் தலைவர் பதவிக்குக்கூட ஒரு மலையாளி! மேயர் பதவிக்குக் கூட ஒரு மலையாளி ஆரியர்! மேல் சட்டசபைத் தலைவர் கூட ஒரு மலையாளி கிருஸ்துவர்! இனி, மூன்று மொழி நாடுகளும் ஒரே கூட்டாக இருக்க நேரிடுமானால் தமிழர்கள் எல்லோரும் அந்தமான் தீவுக்குக் குடியேற வேண்டியதைத் தவிர வேறு வழியிருக்காது. அங்கு இடம் போதாவிட்டால் கடலில் விழுந்து தற்கொலை செய்து கொள்ள வேண்டியதுதான்! இலங்கையிலிருந்தும், மலேயாவிலிருந்தும் தமிழர்கள் விரட்டியடிக்கப்படுகின்ற இன்றைய நிலையில், தமிழ்நாட்டில்

தடுக்கி விழுந்தால் மலையாளி மீது விழுகின்ற மானங்கெட்ட நிலைமை இருக்கலாமா? இந்த ஆதிக்கத்தை ஒழிப்பதற்காக எல்லாத் தமிழர்களும் ஜாதி மதம் இனம் கட்சி கொள்கை ஆகியவற்றை ஒதுக்கி வைத்து ஒன்று சேர வேண்டாமா?

காங்கிரஸ்காரர்கள் இச்சமயம் என்ன செய்யப்போகிறார்கள் என்று கேட்கிறோம். கட்சிக் கட்டுப்பாடு என்ற பெயரால் தமிழர்களை மற்ற மொழிக்காரர்களுக்கும் வடநாட்டாருக்கும் காட்டிக் கொடுக்கப் போகிறார்களா? அல்லது கட்சியைவிடத் தங்கள் மக்களே முக்கியம் என்று கருதி வீரத்துடன் நடந்துகொள்ளப் போகிறார்களா?

தட்சிணப்பிரதேச முயற்சியை எதிர்த்தும் இந்தி ஆதிக்க முயற்சியை எதிர்த்தும், சென்னைக்குத் தமிழ்நாடு என்ற பெயர் வேண்டுமென்று பல தலைவர்களும் பெரியார் அவர்களுடன் பேசி வருவதாகத் தெரிகிறது.

இனி நடக்க வேண்டிய கிளர்ச்சிகள் அமைதியாகவும், பொருட்சேதம்–உயிர்ச்சேதம் எதுவும் (கூடுமானவரையில்) ஏற்படாத முறையிலும், பொதுமக்களுக்குத் தொல்லையில்லாத வழியிலும், நடத்தப்பட வேண்டியிருக்கிறது. இவைகளைத் தனிப்பொறுப்பேற்று நடத்தக்கூடிய தலைவர் ஒருவரைத் தேர்ந்தெடுத்து, விரைவில் நல்ல திட்டம் வகுத்து மாபெருங் கிளர்ச்சிகளைப் படிப்படியாகத் துவக்குவதற்கான முயற்சிகள் முற்றுப்பெறக்கூடிய நிலையிலிருக்கின்றன.

நெருக்கடியான இச்சமயத்தில் காங்கிரஸ் தோழர்கள் என்ன செய்யப்போகிறார்கள் என்பதே நம் கேள்வி. பத்தாயிரம் மக்களைச் சிறைக்குள்ளே தள்ளிவிட்டாவது தட்சிணப்பிரதேசத்தையும், மண்டல கவுன்சிலையும் இந்தியையும் ஆதரிக்கப்போகிறார்களா? அல்லது கட்சியைப் பொருட்படுத்தாமல் தமிழர் உரிமைக்காகப் போராடப் போகிறார்களா?

“இனத்தைக் காட்டிக்கொடுத்த விபீஷணர்கள்” என்று வருங்கால சந்ததிகள் தூற்றுவதற்கு இடமில்லாதபடி தன்மான உணர்ச்சியுடன் நடந்து கொள்வார்களா? என்பதே நம் கேள்வி” என்று கேட்டது.

*(விடுதலை 26.1.1956)*

தட்சிணப்பிரதேசத்தை எதிர்த்துப் போராடப் பெயர்ப் பட்டியல் தயாரிக்கும் பணியில் பெரியார் இறங்கினார். பெயர்ப் பட்டியல் அவரை நோக்கி வந்து கொண்டே இருந்தது. “இவற்றை தனியாக தொகுத்து வைத்திருக்கிறோம். கிளர்ச்சித் திட்டம் வகுக்கப்

பட்டதும் அதை வெளியிடுவோம்" என்று திராவிடர் கழகம் அறிவித்தது.

*(விடுதலை 7.2.1956)*

## 6. திராவிடநாடும் தட்சிணப்பிரதேசமும்!

"திராவிட நாடு கேட்கின்ற பெரியார் ஈ.வெ.ராமசாமியவர்கள் தட்சிணப் பிரதேசத்தை எதிர்ப்பது முன்னுக்குப் பின் முரண்பாடாயிருக்கிறது" என்று கோவை சி.வி.நாகராவ் என்பவர் "இந்து" பத்திரிகையில் எழுதியிருப்பதை விஷமத்தனமானது என்று 'விடுதலை' கண்டித்தது.

*(5.2.1956)*

"திராவிட நாடு என்பது இன்றுள்ள தமிழ்நாடு அளவுக்கு இருந்தாலுஞ்சரி; அல்லது இதைவிடக் குறைவாயிருந்தாலுஞ்சரி இதில் டில்லி ஆட்சியின் தலையீடு இருக்கவே கூடாது" என்பதுதான் பெரியார் அவர்களின் லட்சியம். எனவே தட்சிணப்பிரதேசம் என்பது திராவிடநாடு அல்ல; அதன் நிழல்கூட அல்ல – என்பதைத் தமிழ்ப்பொதுமக்கள் உணர வேண்டுகிறோம். தட்சிணப்பிரதேசத் திட்டம் திணிக்கப்படுமானால் திராவிடக் கழகத்தார் சும்மாயிருக்க மாட்டார்கள்" என்று திராவிடர் கழகம் எச்சரித்தது.

*(விடுதலை 5.2.1956)*

தமிழக நிதி அமைச்சர் சி.சுப்பிரமணியம் தட்சிணப்பிரதேசத்தை ஆதரிப்பது போல கருத்துச் சொன்னதை விடுதலை கண்டித்தது.

"தமிழ்நாடு நிதியமைச்சர் திரு.சி.சுப்ரமணியம் அவர்கள் அகில இந்திய காங்கிரஸ் விஷயாலோசனைக் கமிட்டிக் கூட்டத்தில் பேசுகையில் தம் குரு பீடமான திரு.ஆச்சாரியார் அவர்களின் தட்சிணப்பிரதேச ஆதரவுக்குச் சப்பைக்கட்டுக்கட்டிப் பேசியிருக்கிறார். முதலமைச்சர் "பொதுமக்களைக் கேட்டுத்தான் முடிவு கூறவேண்டும்," என்று மழுப்பியாவது கூறிக்கொண்டிருக்கும்போது, மந்திரிசபையிலுள்ள முக்கியஸ்தரான மற்றொருவர் நேர் விரோதமாகப் பேசிவருவது, சுடுசோற்று மூட்டையில் பெருச்சாளியை வைத்துக் கட்டியது போலவேயிருக்கிறது.

"பீகார்–வங்க முதலமைச்சர்கள் தங்கள் இராஜ்யங்களை இணைக்க ஒப்புக் கொண்டதற்காக அவர்களைப் பண்டிட் பந்த் பாராட்டிய போது எனக்கு ஒருவிதமான ஏமாற்ற உணர்ச்சிதான் ஏற்பட்டது. தென்பகுதியில் பல மொழிகளைக் கொண்ட ஒரு கூட்டு இராஜ்யத்தை உண்டாக்குவதற்கு திரு. காமராசர் ஒப்புக்

கொண்டிருந்தால் இவருக்குத்தான் இப்பாராட்டுக் கிடைத்திருக்கும்" என்று நிதியமைச்சர் பேசியிருக்கிறார்.

முதலமைச்சர் பாராட்டுப் பெறுவதைப் பற்றி இவருக்கு எவ்வளவு அக்கறை பார்த்தீர்களா? ஆடு நனைகிறதென்று ஓநாய் அழுவது போலிருக்கிறது! திரு.ஆச்சாரியார் அவர்களின் தூண்டுதலுக்காளாகி முதலமைச்சர் பதவிக்கு (சட்டசபை கட்சித் தலைமை) போட்டியிட்டவரே இவர் என்பதைத் தமிழ்நாடு இதற்குள் மறந்துவிடவில்லையென்று தெரிவித்துக் கொள்கிறோம்.

"இந்தத் தட்சிணப்பிரதேச பிரச்சினை மூலம் இராஜாஜியவர்கள் திரு. காமராசரைக் கவிழ்த்துவிட்டுப் பதவியேற்கப் பார்க்கிறார். ஏனென்றால் தட்சிணப் பிரதேசம் ஏற்படுமானால் திரு. காமராசர் போன்ற தமிழர்கள் முதலமைச்சர்களாக வரமுடியாது! ராஜாஜிதான் முதலமைச்சராயிருக்க முடியும். இவரைச் சேர்த்து ஒரு சிறு கூட்டத்தார்தாம் தட்சிணப்பிரதேசத்தை ஆதரிக்கிறார்கள்; பொது மக்கள் ஆதரிக்கவில்லை" என்று கம்யூனிஸ்ட் தோழர் ஜீவானந்தம் அவர்கள் சென்ற வாரம் சென்னை கார்ன்ஸ்மித் நகர் மைதானத்தில் (திரு.வி.க. திடலில்) பேசுகையில் குறிப்பிட்டிருக்கிறார்.

ஆகவே திரு.சி.சுப்பிரமணியம் அவர்கள் யாருடைய ஒலிப் பெருக்கியாக இருந்துகொண்டு இப்படி ஏட்டிக்குப் போட்டியாகப் பேசியிருக்கிறார் என்பது நன்கு விளங்குகிறதல்லவா? இவர் தம் பதவியை உதறிவிட்டு இப்படிப் பேசினால் நாணயமாயிருக்கும். அடுத்த பொதுத் தேர்தலுக்குப் பிறகு டில்லி சர்க்கார் மந்திரிசபையில் இடம் பிடிக்கலாம் என்று இரகசியத் திட்டம் இருக்குமானால் இதற்காகத் தமிழ்நாட்டுக்குத் துரோகஞ்செய்து மலையாளிகளிடம் அடகு வைத்துவிட்டுப் போக வேண்டுமா? என்று கேட்கிறோம் ஆரியர்களின் கைப்பாவையாயிருந்து தமிழர்களைக் காட்டிக்கொடுக்க வேண்டுமா? என்று கேட்கிறோம்.

ஒருக்கால் தட்சிணப் பிரதேசம் ஏற்பட்டு கேரளம் தமிழ் நாட்டுடன் இணைக்கப்பட்டு விடுமானால் மலையாள உத்தியோகஸ் தர்களின் கதி என்னவாகுமென்று கருதி, திருவாங்கூர் – கொச்சி சர்க்கார் முன்கூட்டியே அணைபோட்டு விட்டார்களாம். 45 மாதங்களுக்கு முன்பு சர்க்காரில் நியமிக்கப்பட்டுள்ளவர்களைக்கூட (ப்யூன் முதல் செக்ரட்டரி வரையில்) நிரந்தரமாக்கி (confirm) சம்பளத்தையும் கூட்டியிருக்கிறார்களாம். இப்படிச் செய்துவிட்டால் இரண்டு நாடுகளும் இணைக்கப்படும்போது நிரந்தரமாக்கப்படாத தமிழர்களுக்குத்தானே வேலைபோகும்? அதற்காகத்தான்.

எனவே, தமிழ்நாட்டுக்குப் புதிதாகக் கிடைக்க வேண்டிய தேவிகுளம்–பீர்மேடு பகுதிகளுக்காகப் போராடுவதைக் காட்டிலும், மலையாள ஆதிக்கத்தை ஒழிப்பதற்காகப் போராடுவதுதான் முக்கியமென்று தோன்றவில்லையா? இதற்காகத்தான் தனிக்கிளர்ச்சி செய்வதென்று தலைவர் பெரியார் அவர்கள் முடிவு செய்திருக்கிறார்கள்.

தட்சிணப்பிரதேச எதிர்ப்பு என்பது மலையாள ஆதிக்க எதிர்ப்புத்தானே தவிர வேறல்ல.

திரு.நேரு அவர்களுக்கு நல்ல பிள்ளையாகிப் புதுப்பதவி பெறுவதற்காக தட்சிணப்பிரதேசத்தை ஆதரிக்கிறார் நிதியமைச்சர் திரு. சுப்ரமணியம் அவர்கள். தவளையுடன் முடிச்சுப் போட்டுக் கொண்ட மந்திரி தமது முதலமைச்சரையும் சேர்க்கத் தண்ணீருக்குள் இழுத்து அமிழ்த்திவிடப் பார்க்கிறார். தவளை தண்ணீரை விட்டுத் தரைக்கு வந்தால் கழுகுக்கு இரையாகிவிடும்! எலி தண்ணீருக்குள் போனால் மூச்சுத்திணறிச் செத்துப்போய்விடும்.

“உங்களுக்கும் மற்றவர்களுக்கும் தற்கொலையாக முடியும்” என்று தலைவர் பெரியார் அவர்கள் திரு. காமராசர் அவர்கட்குப் பெங்களூருக்கு அனுப்பிய தந்திச் செய்தியின் வாக்கியத்தை மீண்டும் நினைவூட்டுகிறோம். திரு. நேருவுக்கு அஞ்சியோ தற்காலப் புகழை நினைத்தோ திரு. காமராசர் அவர்கள் ஏமாந்துவிடுவாரென்று நாம் நம்பவில்லை. நிதியமைச்சர் போன்ற தம் கட்சிக்காரர்களைத் துரோகமாக நடப்பார்களேயானால் அவர்களை வெளியேற்றி விட்டாவது மலையாளி ஆதிக்கத்திலிருந்து தமிழர்களைக் காப்பாற்ற வேண்டியதுதான் தமிழ்நாடு முதலமைச்சரின் முதற்கடமையாகும். அவசியமான நெருக்கடி ஏற்படுமானால் காங்கிரஸ் கட்சியையே உதறிவிட்டுக்கூடத் தமிழ்மக்களைக் காப்பாற்றியாக வேண்டும் என்று முதலமைச்சருக்குத் தெரிவித்துக் கொள்கிறோம்.

ஆரியர்களுக்கு அவர்களது கூலியாளும் கட்டுப்பட்டுத் தட்சிணப்பிரதேசத்தை ஆதரித்து வருகின்றனர் என்பதைத் தமிழ் பெருமக்கள் நன்குணரவேண்டும். ஆதலால் தட்சிணப்பிரதேச எதிர்ப்புக் கிளர்ச்சி பெரியாரால் விரைவில் துவக்கப்படவிருக்கும் கொந்தளிப்புக் கிளர்ச்சி மலையாள ஆதிக்க ஒழிப்பும் ஆரிய ஆதிக்க ஒழிப்பும் பின்னப்பட்ட மாபெருங் கிளர்ச்சியாகத்தான் இருக்கப் போகிறது. தனிப்பெருங்கிளர்ச்சியில்லாமல் தட்சிணப்பிரதேசத் திட்டம் ஒழியாது போலத் தெரிகிறது” என்று கடுமையாக எழுதியது.

*(விடுதலை 13.2.1956)*

இறுதியாக யாருடைய ஆதரவும் இல்லாத நிலையில் தட்சிணப்பிரதேசம், பிறந்த நிலையில் மறைந்தது.

"தட்சிணப் பிரதேசம்" என்ற பெயரால் தமிழ்நாடு காங்கிரஸ் கட்சிக்குள் குட்டிக்கலகம் செய்து திரு. காமராசர் அவர்களின் ஆட்சியைக் கவிழ்ப்பதற்கு ஒரே கருவியாக இருந்து வந்த அக்கிரகார முயற்சிக்கு முற்றுப்புள்ளி வைக்கப்பட்டுவிட்டது. இதுபற்றிய விவாதத்தை உடனடியாக நிறுத்தி விடவேண்டுமென்று காங்கிரஸ்காரருக்குப் பிரதேச நிர்வாகக் கமிட்டி கட்டளையிட்டு விட்டது. இனிமேல் திரு. ஆச்சாரியார் அவர்களும் அவரால் தூண்டப்பட்டிருக்கின்ற மதுரை "அனுமார்" கூட்டத்தாரும் வேறு ஏதாவதொரு பிரச்சினையைத் தொடவேண்டியதுதான்!! திரு. இராஜா சிதம்பரம் போன்ற புதுக் காங்கிரஸ் காதலர்களைத் தூண்டிவிட்டுக் கூத்தாடச் செய்த சுப்ரமண்யங்களும் இனி வாயடைத்துக் கிடக்கவேண்டியதுதான். மீறிக் கிளர்ச்சி செய்தாலோ பேசினாலோ, கட்சியிலிருந்து கழுத்தைப் பிடித்துத் தள்ளிவிடுவார்கள்.

பொதுமக்களைப் பற்றியவரையில் இப்பிரச்சினை முன்னரே குழிப்பிணமாகிவிட்டது. இப்போது காங்கிரஸ் கட்சியும் அதிகாரப்பூர்வமாக இப்பிரச்சினையைப் புதைத்து முடிவுகட்டிவிட்டது.

அடுத்த பொதுத்தேர்தலில் காங்கிரஸ்கட்சி மீண்டும் வெற்றி பெற்ற பிறகு இந்தப் பிரச்சினையைக் கிளப்பி, வலுக்கட்டாயமாகத் தட்சிணப்பிரதேச அமைப்பைத் திணிப்பார்களானால் என்ன செய்வது?–என்று ஒருசிலர் கேட்கின்றனர். அப்படி நேருமானால் அத்தகைய ஆட்சிக்குப் பொறுப்பான மந்திரிகள் வீட்டைவிட்டு வெளிக்கிளம்ப முடியாத நிலைமையை உண்டாக்குவதற்கு ஒரு மாதகாலமே போதுமே! ஆகையால் அந்தக் கவலை இப்போது தேவையில்லை. அடுத்த ஆண்டு முழுதும் காவிரியாற்றில் தண்ணீரே வராது போய்விட்டால் என்ன செய்வது என்று நினைத்துக்கொண்டு இப்போதே மூலையில் குந்தி அழுவாருண்டா?

இனி இந்தத் தட்சிணப்பிரதேச சவத்தைப்பற்றிய "பிரேத விசாரணை" (Postmortem) இரகசியம் ஒன்றைக் கூற விரும்புகிறோம்.

மொழிவாரி இராஜ்யம் அமைக்க வேண்டும் என்பது மொழிவாரி இராஜ்யப்பிரிவினை கமிஷன் அறிக்கையின் சாரம். ஆனால் பம்பாய் இராஜ்யத்தைப் பொறுத்தமட்டில் குஜராத்தி களுக்கும் மராட்டியருக்கும் பொதுவான இரட்டைமொழி இராஜ்யமாக (Bilingual State) இருக்க வேண்டும் என்று இராஜ்ய சீரமைப்புக் கமிஷன் சிபார்சு செய்தது. இந்த அறிக்கை வெளிவந்தது அக்டோபர் 1955இல்.

ஆனால் பிப்ரவரி 1956இல் நடந்த அமிர்தசரஸ் காங்கிரஸ் மாநாட்டிலும், அடுத்த மாதம் நடந்த பார்லிமெண்ட் கூட்டத்திலும் மராட்டியருக்குத் தனி இராஜ்யம் தந்துவிட வேண்டுமென்று முடிவு செய்யவில்லையா? நேரு சர்க்கார் ஏன் இப்படிச் செய்தார்கள்? மராட்டியர் கிளர்ச்சியைக் கண்டு நடுங்கித்தானே?

இது மட்டுமல்ல. இரட்டை மொழி இராஜ்ய அமைப்பு என்பதைக் கிளப்பிவிட்ட வங்காள முதலமைச்சர் டாக்டர் ராய் ஏன் திடீர் பல்டியடித்தார்? அவருக்குப் பக்க மேளம் வாசித்த பீகார் முதலமைச்சர் இன்று சில ஊர்களைக் கொடுக்க முடியாது என்று வரிந்துகட்டி நிற்கிறார்? ஆங்காங்குள்ள பொதுமக்களின் எதிர்ப்புக்குப் பணிந்துதானே?

இதே போலத்தான் தட்சிணப்பிரதேச அமைப்புக்குத் தமிழ் நாட்டிலுள்ள எதிர்ப்பைக்கண்டு அஞ்சி "தமிழ்நாட்டு முதலமைச்சர் மக்கள் விருப்பத்துக்கு மாறாகத் தட்சிணப்பிரதேசத்தைத் திணிக்க மாட்டோம்" என்று அப்போதே கூறினார். அமிர்தசரஸ் மாநாட்டி லிருந்து திரும்பிய இரண்டாவது நாளே, சைதாப்பேட்டை ஆசிரியர் பயிற்சிக்கல்லூரி நூற்றாண்டு விழாவில் பேசியபோதே கூறினார்.

உண்மை இப்படியிருக்க "அமிர்தசரஸ் காங்கிரஸ் தீர்மானம்" என்ற நுனிக்கொம்பை இங்குள்ள தட்சிணப்பிரதேச ஆதரவுப் பிறவிகள் பிடித்துக்கொண்டு இன்னமும் தொங்குவது ஏன்?

மராட்டியர்–வங்காளிகள்–பீகாரிகள் ஆகிய காங்கிரஸ்காரருக்கு இல்லாத "அமிர்தசரஸ் தீர்மானம்" என்ற பக்தி இங்குள்ள சுப்ரமணியங்களுக்கும், சி.ஆர்.களுக்கும் ஏற்பட்டிருப்பது ஏன்? "அமிர்தசரஸ் காங்கிரஸ் தீர்மானத்தைக் காற்றில் பறக்கவிட்டீரே! இது நியாயமா?"–என்று பண்டிட் நேரு அவர்களை நோக்கியல்லவா இவ்வீரர்கள் கேட்கவேண்டும்? இது ஒருபுறமிருக்க சவப்பரிசோதனை இரகசியத்தைப் படியுங்கள்.

"தட்சிணப்பிரதேச எதிர்ப்பு" என்ற பெயரால் தேர்தல் கூட்டணி சேர்த்தார்களல்லவா? கடையடைப்பு நடத்தினார் களல்லவா? இந்த மாஜிகளின் இருகட்சித் தலைவர்கள் தமிழ்நாடு காங்கிரஸ் கட்சித் தலைவரிடம் சென்று "தட்சிணப்பிரதேசம் இல்லையென்ற வாக்குறுதி கொடுத்து விட்டால் நாங்கள் கடையடைப்புக் கிளர்ச்சியை நிறுத்திக் கொள்கிறோம்" என்று கூறியிருக்கிறார்கள் என்ற இரகசியத்தையும் இன்று வெளியிட்டு விடுகிறோம். இன்னும் ஒரு மாபெரும் "கூட்டணி"த் தலைவர், மந்திரிகளில் ஒருவரைப் பார்த்து இதேபோல் வாக்குறுதி கூறியிருக் கிறார். இவர்களை நம்பி முதலமைச்சரும் "தட்சிணப் பிரதேசம் வராது" என்று உறுதி கூறினாராம்.

ஆனால் கலவரத்துக்காகவும் தேர்தலுக்காகவுமே அவசரக் கூட்டணி அமைத்த பதவி வேட்டைக் கூட்டத்தார் 'கூட்டணித்' தலைவரை மிரட்டிக் கடையடைப்பு நாடகம் நடத்திவிட்டார்கள். இந்த நாடகத்தை நினைத்துக் கொண்டு பொதுமக்களில் எவரும் வோட்டுப்போடப் போவதில்லை. அதற்கு மாறாக, "இந்தக் காலிகள் நம்மை மிரட்டிக் கடையடைக்க வைத்தார்களே! என்ற ஆத்திரத் துடனிருக்கின்ற வியாபாரிகள் அனைவரும் இவர்கள் வோட்டுப் பெட்டியில் மண்ணைத்தான் போடுவார்கள்!

இதையெல்லாம் இன்று ஏன் கூறுகின்றோமென்றால் தமிழ்நாட்டு அரசியலில்–வோட்டு வேட்டையில்–பதவி எலும்புத்துண்டு பொறுக்குவதில்–எவ்வளவு நாணயமும் நேர்மையும் இருக்கின்றன என்பதைப் பொதுமக்கள் உணர்ந்துகொள்வதற்காகவே தவிர வேறல்ல.

காங்கிரக் கட்சியை எதிர்த்து தேர்தலுக்கு நிற்கிறவர்கள் என்பவர்களில் ஒவ்வொருவரும் காங்கிரஸ்காரரின் நாணயக் குறைவைவிடப் பத்துமடங்கு அதிகமான நாணயக் குறைவானவர் என்ற கேவலமான நிலைமையைத்தானே காண்கிறோம்!

உண்மை கசப்பாகத்தானிருக்கும்; பொய் இனிப்பாகத் தானிருக்கும்! என்ன செய்வது?"

*(விடுதலை 10.7.1956)*

இதை இன்று படிக்கும் சிலருக்கு உண்மை கசக்கவே செய்யும்!

### மொழிவாரி மாகாணம் முடிவுரை

புதிய தமிழகம் உருவாகப் பெரியார் பாடுபட்ட வரலாற்றைப் பெரியாரின் வரலாற்றில் தேட வேண்டுமே தவிர, ம.பொ.சி.யின் வரலாற்றில் தேடும் மண்டூகங்களை எந்தப் பட்டியலில் சேர்ப்பது?

புதிய தமிழகம் படைக்கப் பெரியார் உழைத்த உழைப்பை அறிய 1938 தொடங்கி 1960 வரையிலான அவரது நாளிதழைப் பக்கம்பக்கமாகப் புரட்டினால்தான் அறிய முடியும்.

### *1. புதிய தமிழகம் படைக்க முதலில் புறப்பட்டது யார்?*

'புதிய தமிழகம் படைத்த வரலாறு' ம.பொ.சி.யில் இருந்து தொடங்கவில்லை. 1947 ஆகஸ்ட் மாதம்தான் ம.பொ.சி. புறப்படு கிறார். ஆனால் அதற்குப் பத்தாண்டுகளுக்கு முன்பே 1938லேயே 'தமிழ்நாடு தமிழருக்கே' தொடங்கிவிட்டது. அதை முழங்கியவர் பெரியார். இம்முழக்கத்தை நாவலர் சோமசுந்தர பாரதியார்

முன்னெடுக்க மேடை போட்டுத் தந்தார் பெரியார். இம்முழக்கத்தை முன்னெடுக்க திருச்சியில் களம் அமைத்த முத்தமிழ்க்காவலர் கி.ஆ.பெ. விசுவநாதம் அவர்கள் அப்போது நீதிக்கட்சியின் செயலாளர்!

உண்மையில் புதிய தமிழகத்தை முதன் முதலில் கனவு கண்டவர் பண்டிதர் எஸ்.எஸ்.ஆனந்தர். பெரியாரின் நண்பர். மறைமலையடிகளின் மருத்துவர். நீதிக்கட்சியின் தலைவர் சர்.பிட்டி தியாகராயர் இறந்தபோது பண்டிதர் வீட்டில் நடந்த இரங்கல் கூட்டத்தில் கலந்து கொண்டவர் மறைமலையடிகள்.

அடிகள் தமது நாட்குறிப்பில் எழுதுகிறார்:

30.4.1925 – பார்ப்பனரல்லாதாரின் பெருந்தலைவர் சர்.பி. தியாகராய செட்டியார் நேற்று உயிர் துறந்தார் எனும் செய்தியை ஆழ்ந்த வருத்தத்தோடும் துயரத்தோடும் பதிவு செய்கிறேன்.

5.5.1925-பார்ப்பனரல்லாதாரின் தன்னலமில்லாப் பெருந் தலைவர் சர்.பி.தியாகராய செட்டியார் மறைவுக்கு இரங்கல் தெரிவிக்கும் கூட்டம் மருத்துவகுலச் சங்கத்தின் சார்பில் பண்டிதர் ஆனந்தம் அவர்கள் இல்லத்தில் நேற்று நடந்தது. தலைமையேற்க நான் அழைக்கப்பட்டேன். அப் பெருமகனைப் பற்றி 15 மணித்துளி உரையாற்றினேன்.

(தனித்தமிழ் இயக்கத் தந்தை மறைமலையடிகளார்–
மறை. தாயுமானவன் பக்கம் 225)

இத்தகைய நட்பை நீதிக்கட்சியுடன் கொண்டிருந்தவர் பண்டிதர் எஸ்.எஸ்.ஆனந்தர்.

அவர்தான் 1915 இல் தென் இந்திய தமிழ் (சித்த) வைத்திய சங்கம் நிறுவியவர். 1917இல் தமிழ்ச் சங்கமும், தமிழ் மாதர் சங்கமும் நிறுவியவர். 1921இல் சென்னை மாநில மருத்துவ சங்கம் நிறுவியவர். 'மருத்துவன்' என்ற இதழை நடத்தினார். அத்தகைய பண்டித எஸ்.எஸ்.ஆனந்தம் எழுதிய நூல் "தமிழ்நாடு" என்பதாகும். இது 24 பக்கங்கள் கொண்டது.

அதன் முகப்பில்
'தமிழ் மக்கள் வீரம் மாய்கிறது!
தமிழ் நிலப்பரப்பு தேய்கிறது!'

என்று எழுதினார். இந்த நூலைப் பெரியார் தமது 'குடிஅரசு' இதழில் தொடராக வெளியிட்டார். இது எல்லாம் 1943ஆம் ஆண்டில்!

‘தமிழ்நாட்டு எல்லை தேய்கிறது’ என்று 1943லேயே எழுதியது ‘குடிஅரசு’தான் என்பதைக் குணாக்கள் தெரிந்து கொள்ள வேண்டும். இவர்கள் சொல்லும் தமிழ்த் தேசிய பிதாமகர்கள் 1947இல் தான் எல்லை காக்க புறப்படுகிறார்கள்.

‘தமிழ்மக்கள் வீரம் மாய்கிறது–தமிழ்நாட்டு எல்லை தேய்கிறது’ என்ற தலைப்பில் பண்டித எஸ்.எஸ்.ஆனந்தரின் கட்டுரை குடிஅரசு 2.10.1943 இதழில் (பக்கம் 16) வெளியாகி உள்ளது. தமிழர் பகுதிகளைத் தெலுங்கர் சொந்தம் கொண்டாடியதை வெளிப்படுத்து கிறது இக்கட்டுரை.

“... தமிழ்நாட்டின் எல்லை வடநாட்டுப் பாடாமி வரையில் இருப்பதாக நாம் கூறவில்லை. இவற்றை இன்று பொய்யெனக் கூறினும் தமிழ் மொழியையும், தமிழிலுள்ள ஊர்ப்பெயர்களையும், தமிழர் கட்டிய கோயில்களையும் இல்லையெனக் கூற எவராலும் இயலாது... கண்ணப்பநாயனார் கதை நிகழ்ந்த இடம் காளத்தி மலையாதலால் அது தமிழ்நாடேயாகும். திருக்காளத்தி என்ற ஊர் இப்பொழுது தெலுங்கர்களால் காளாஸ்திரியென வழங்கத் தலைப்பட்டது. சிற்றூர் மாவட்டமும் தெலுங்கு மாவட்டமாகக் கருதப்படுகிறது. தமிழ்நாடு நிலவள, நீர் வளத்தில் சிறந்ததா யிருப்பதாலும், அதன் வடகரையில் தெலுங்கர் வசிப்பதாலும், தமிழர் அண்டினவரை ஆதரிக்கும் பண்புடையவராதலாலும் மிக விரைவாகவும், எளிதாகவும் தமிழ்நாட்டில் தெலுங்கர் நாள்தோறும் வந்து சேர்ந்து தங்கள் மக்கள் தொகையைப் பெருக்கிக் கொண்டு தமிழ்நாட்டு எல்லையைத் தங்கள் எல்லையுடன் சேர்த்துக் கொண்டு வருவதோடு தமிழ்நாட்டையே தமது நாடாக்கிக் கொண்டு வருகின்றனர்...தமிழகத்தின் எல்லை தெற்கே குமரியும், வடக்கே குன்றுகள் சூழ்ந்த குண்டூர் எனும் குன்றூரும், கிழக்கே மேற்கே கடலுமாகும். இந் நான்கெல்லைக்குட்பட்டிருந்தது தமிழ்நாடு. நாளேற நாளேறக் குன்றூரும், நெல்லூரும் தெலுங்கு நாடுகளாக மாறின. அதன் பின்னர் திருப்பதி எனும் திருவேங்கடமும், திருக் காளத்தி எனும் கண்ணப்பனூரும், திருத்தணிகை எனும் முருகன் கோயிலும் அடங்கிய சித்தூர் என வழங்கும் சிற்றூர்மாவட்டமாகிய தமிழ்நாட்டைத் தெலுங்கர் தங்கள் எல்லையில் சேர்த்துக் கொண்டனர். அதையும் தமிழர் கவனிக்கவில்லை... தெலுங்கு நாட்டிலுள்ள பல மாவட்டங்கள் நீர்வள நிலவளத்திலும், பொருளாதார நிலையிலும் குறைந்தவை. காவிரி தவழும் தமிழ்நாட்டிலுள்ள கோயில்களைப் போல் ஒரு கோயிலையும், கோயில்களுக்குரிய செல்வத்தையும், தெலுங்கு நாட்டில் காணவியலாது. தெலுங்கு நாட்டிலிருந்து ஏழைமக்கள் பிழைப்புக்காகத் தமிழ்நாட்டில் வந்து

குடியேறினவர்களில் மண்வெட்டிப் பிழைக்கிற உப்பரவரும், தோட்டிகளும், தொழிற் கூடங்களில் (ஆபீசுகளில்) போயி எனும் வேலை பார்க்கிறவர்களுமாக நூற்றுக்கணக்கில் காண்கின்றோம். இவர்கள் வழிவழியாய்த் தமிழ் நாட்டில் குடியேறி நிலைத்துச் சில நூற்றாண்டுகளாகத் தமிழ்நிலத்திலேயே வாழ்கின்றார்கள். .... இதேபோல் நூற்றுக்கணக்கில் மலையாளிகளும், மார்வாரிகளும், மராட்டியர்களும், குசராத்திகளும், பொதுவாகத் தமிழ்நாட்டில், சிறப்பாகச் சென்னையில் பரம்பரையாய் வீடு, நிலம் முதலிய சொத்துகளோடு வாழ்கின்றார்கள். இவர்கள் தமிழ்நாட்டில் பிறந்து வாழ்கின்றவர்களாயிருந்தும் தாம் தமிழர் என்ற உணர்ச்சி சிறிதும் இல்லாமல் அண்மையில் இந்திய மக்கள் குடித்தொகை கணக்கு எடுத்த காலத்தில் தங்களைத் தெலுங்கர், ஆந்திரர் எனவும், மலையாளர் மலையாளி எனவும் தங்களை எழுதியிருக்கின்றார்கள் என்றால் இதை யார் கவனிப்பது?

..... சென்னை மாநிலத்தின் தமிழ்மொழி பேசும் மக்களே பெரும்பகுதி மக்கள், முதன்மையானவர்கள் என்பது மாறி, இன்று தெலுங்கர் முதன்மையானவர்கள்; தெலுங்கு மொழியே பெரும் பகுதி மக்கள் பேசும் மொழி என்று சொல்லிக்கொள்ள ஆந்திரர் ஆசைப்படுகின்றனர்..... பல மொழிகளுக்குத் தாய்மொழியும், பழமையானதுமாகிய உயர் தனிச் செம்மொழிக்குரிய மக்கள் தங்கள் மொழியையும் நாட்டையும் இழந்து அடிமைகளாய் நடைப் பிணங்களாய் மரியாதையின்றி மானமின்றி வீரமின்றி உயிர் வாழ்வதைவிடத் தமிழ்நாட்டுத் தெற்கெல்லையாகிய கன்னியா குமரியில் தவழும் இந்துமா சமுத்திரம் எனும் தமிழ் மாகடலில் வீழ்ந்து மாய்வதே மேலாகும்.....

..... தமிழ்ச் சேரநாடு இடைக்காலத்தில் மலையாள நாடாய் மாறியபின் தென் திருவாங்கூருடன் நாஞ்சில் நாடு சேர்க்கப்பட்டு விட்டது. தனித் தமிழர் வாழும் நாகர்கோயிலில் திருவாங்கூர் அரசினர் மலையாள மொழியைப் பரப்புகின்றனர். ஆங்குள்ள தமிழர் தங்களுக்குத் தமிழ்ப் பள்ளிகள்தான் வேண்டுமெனக் கிளர்ச்சி செய்கின்றனர். தமிழனின் உடம்பில் சூடு சுரணை இருந்தால் தமது நாட்டை அயல் மொழியாளர் கவர்வதைக் கண்டு சும்மா யிருப்பானா?....... தமிழரைத் தவிர உலகிலுள்ள பிற மொழியாளர் எல்லோரும் தமது மொழியையும், தமது மொழிக்குரிய நாட்டையும் தமது உயிரைப்போல் உடம்பைப்போல் நேசிக்கின்றனர். அதனை வளர்க்கின்றனர், அதன் இன்பத்தை நுகர்கின்றனர். தமிழருக்கு மட்டும் அந்த உணர்ச்சி இல்லை....” என்று எழுதியவர் பண்டிதர் எஸ்.எஸ். ஆனந்தர். அதனை வெளியிட்டவர் பெரியார். இவை அனைத்தும் 1943 இல்!

“சென்னை நகரம் தெலுங்கருக்குரிய தென்பது, கதிரவனைக் கையால் மறைப்பதுபோலன்றி வேறென்னவாகும். சென்னையில் வந்து பிழைக்கும் மலையாளத்தார் தெலுங்கரைப் பார்த்து சென்னையில் நாளை தங்களுக்கும் வீதாச்சாரம் போல் பங்கு கேட்கலாம். இதற்கெல்லாம் காரணம் என்ன? தமிழரில் ஆண்கள் எல்லோரும் மண், பொன், பெண் எனும் மூவாசையற்ற முனிவர்களா? மனிதப் பதர்களா? மக்கள் தன்மையற்ற மாக்களா? ஒண்டவந்த பிடாரி ஊர் பிடாரியைத் துரத்துவது போலும், மழைக்கு ஒதுங்க வந்தவன் மனைக்குரியவன் என்பதுபோலு மன்றோ இருக்கின்றது. பிற மொழியாளர் தமது வீட்டின் எல்லையை எல்லைக்கல் நட்டு பாதுகாத்துக் கொள்வதுபோல் தமது நாட்டின் எல்லையையும் அயலார் கவர்ந்து கொள்ளாமல் காத்துக் கொள்ளுகின்றனர். தமிழனுக்கு மட்டும் தமது நாட்டு எல்லை தெரியாது. தமிழனுக்கு தமது நாட்டு எல்லையைப் பற்றிக் கவலை இல்லை. திராவிட நாடு தனியே பிரியவேண்டியது எவ்வளவு முக்கியமோ அதுபோல் முதலில் தமிழ் நாட்டு எல்லை உறுதிப்பட வேண்டியது இன்றி யமையாததாகும்.

தமிழர்களே!

நீங்கள் செய்யப்போவதென்ன?

விட்டுக் கொடுக்கப் போகிறீர்களா? அல்லது,

நீலத்திரைக்கடல் ஓரத்திலேநின்று

நித்தம் தவம்செய் குமரி எல்லைவட

மாலவன் குன்றம் இவற்றிடையே புகழ்

மண்டிக் கிடக்கும் தமிழ்நாடு.

என்பதைப் பெறக் கிளர்ச்சி செய்யப் போகிறீர்களா?

1939ஆம் ஆண்டில் இந்தி கட்டாயத்தை ஒழித்து தமிழ் மொழியைக் காப்பதற்கு நீதிக்கட்சித் தலைவர் பெரியார் ஈ.வெ. ரா. தலைமையில் கைக்குழந்தைகள் உட்பட நூறு பெண்களும் ஆண்களுமாய் ஆயிரம் பேர்களுக்கு மேல் சிறை சென்று வெற்றி யடைந்தீர்கள். அதேபோல் பட்டினம் பறிபோகும் நெருக்கடியான இந்நேரத்தில் தமிழ்நாட்டு எல்லைத் தீர்மானக் கழகம் கண்டு மீண்டும் “தமிழ்நாடு தமிழருக்கே!” என்ற பேரொலியைக் கிளப்பி, தமிழருக்கே உரிய தமிழ் நிலத்தையும், தமிழ் நாட்டுத் தலைநகரமாகிய சென்னையையும் பாதுகாக்கக் கிளர்ச்சி செய்து வெற்றி காண்போமாக” என்று அந்தப் புத்தகம் முடியும்!

இதன் சுருக்கத்தை 2.10.1943 நாளிட்ட 'குடிஅரசு'வில் பெரியார் வெளியிட்டார். 28.10.1944 'குடிஅரசு'வில் பண்டித எஸ்.எஸ். ஆனந்தர் எழுதிய இன்னொரு கட்டுரை இடம் பெற்றுள்ளது. 'திராவிட நாட்டில் தமிழர் கோரிக்கை–தமிழ்நாடு வடக்கும் தெற்கும்' என்பதாகும்.

வடக்கெல்லையாக வேங்கடமலையும்

தெற்கெல்லையாக நாஞ்சில் நாடும்

காரைக்காலும்

புதுச்சேரியும்

இலங்கைத் தீவிலுள்ள யாழ்ப்பாணம் முதலிய ஊர்களும்

சேர்ந்து 'தமிழர் ஆட்சி' அமைய வேண்டும் என்ற முழக்கம் இதில் உள்ளது. இதைத்தான் 'தமிழர் கோரிக்கை' என்கிறார் பண்டித ஆனந்தர். இதையே 'குடிஅரசும்' வெளியிட்டுள்ளது. (28.10.1944)

இதில் இருந்து புதிய தமிழகம் உருவான உண்மையான வரலாறு எழுதப்பட வேண்டும்!

## 2. விடுதலையும் விஸ்தீரணமும்!

"நான் விடுதலைக்காகப் போராடுபவனே தவிர விஸ்தீரணத் துக்காகப் போராடுபவன் அல்ல" என்றவர் பெரியார். இந்திய எல்லையில் இருந்து விடுபடத் துடித்தவர் அவர். அவரை இந்திய எல்லைக்குள் மொழிவாரி மாகாணம் அமைக்க ஏன் போராடவில்லை என்று கேட்பது வரலாறு அறியாமை.

அதேநேரத்தில் மொழிவாரி மாகாணப் போராட்டத்துக்கு எதிராக இருந்தாரா என்றால் இல்லை. தமிழகத்துக்குக் கிடைக்க வேண்டிய தமிழர் வாழும் பகுதிகள், தமிழகத்துக்குத்தான் கிடைக்க வேண்டும் என்பதில் உறுதியாக இருந்தார். அந்த உரிமைப் போராட்டத்துக்கு ஒத்துழைப்பும் தந்தார். அவரே போராட்டங் களைத் தனியாகவும் நடத்தினார்.

ம.பொ.சி. நடத்திய போராட்டங்களோடு சேரவில்லை என்பதற்காகப் பெரியார் தமிழின விரோதி ஆகிவிட மாட்டார். ம.பொ.சி.க்கு அது ஒன்றுதான் வேலை. பெரியாருக்குப் பல வேலைகள் இருந்தன. மேலும், ம.பொ.சி. எதைச் செய்தாலும் அதற்குள் ஒரு உட்பொருள் வேறொன்று இருக்கும் என்பதைத் தொடக்க காலத்திலேயே இனங்கண்டவர் பெரியார். ம.பொ.சி.யும் தாம் இராஜாஜியின் இனம் என்பதை அடையாளம் காட்டிக் கொண்டவர். பெரியாருடன் ஒன்றிணைந்து செயல்படும்

சூழ்நிலையிலும் தம்மைத் தனிமைப்படுத்திக் கொண்டவர் ம.பொ.சி. எனவே, இந்தப் புரிதல்களோடு பெரியாரின் மொழிவாரி மாகாண விவகாரங்களை அணுகவேண்டும்.

'தமிழ்நாடு தமிழருக்கே' என்று 1938ஆம் ஆண்டு தொடங்கியவர் பெரியார். அதுவே பின்னர், 'திராவிட நாடு திராவிடர்க்கே' என்று மாறியது. அவரைப் பொறுத்தவரையில், தமிழ்நாடு தமிழருக்கே என்பதும் திராவிட நாடு திராவிடருக்கே என்பதும் ஒன்று தான். வேறுபாடு இல்லை என்று நினைத்தே சொன்னார். 1940 சனவரி 1 ஆம் நாள் பம்பாய் சென்ற பெரியாருக்கு அண்ணல் அம்பேத்கர் வரவேற்பு அளித்தார். அதில் கலந்து கொண்ட பெரியார், "பார்ப்பன ஆதிக்கத்திலிருந்து தமிழ்நாடு தனியாக ஆகவேண்டும். பர்மாவைப் போலத் தனியாக இருக்க வேண்டும்" என்று கூறினார். இது அவரது சிந்தனையின் அடுத்த வளர்ச்சி.

அதே ஆண்டு சூன் மாதம் சேலத்தில் நடந்த திராவிடநாடு பிரிவினை மாநாட்டில், "இந்தியா, இந்திய தேசியம், இந்தியர் என்னும் பிணைப்பிலிருந்து திராவிடநாடு (அதாவது தற்காலச் சென்னை மாகாணம்) தனியாகப் பிரிந்து அதற்கு தனி அரசாட்சி ஏற்படுத்தி சற்றேறக்குறைய பர்மா, சிலோன் ஆகிய நாடுகளைப் போலத் தனி ஸ்டேட் ஆகிக்கொள்ள வேண்டுமென்று பிரிட்டிஷ் சர்க்காரைக் கேட்கிறது" என்று தீர்மானம் நிறைவேற்றினார் பெரியார்.

(உலகத் தலைவர் பெரியார், கி.வீரமணி, பாகம் 2, பக்கம் 57)

பிரிட்டிஷாரும், ஆரியரும் சேர்ந்து இந்தியாவைச் சுரண்டு கிறார்கள், அதற்காக ஒப்பந்தம் போட்டுக்கொண்டுள்ளார்கள், எனவே இது 'பிரிட்டிஷ்–ஆரிய ஒப்பந்த ஏகாதிபத்தியம்' என்று சேலம் அம்மாப்பேட்டை திராவிடர் கழக ஆண்டு விழாவில் 4.11.1945 அன்று பேசினார் பெரியார். "திராவிடர்க்குப் பிரிட்டிஷ் காரன் எதிரி, துரோகி, வஞ்சித்தவன்" என்று 21.11.1946 அன்று அருப்புக்கோட்டையில் பேசினார். "வெள்ளை அந்நியன் மட்டுமன்றி வேறு எந்த அந்நியனையும் மாகாணத்தவனையும் ஆதிக்கம் செய்ய அனுமதிக்க முடியாது. அந்நிலை ஏற்படும் வரை திராவிடர் கழகம் போராடி வரும்" என்று அரக்கோணத்தில் 9.4.1947 அன்று பேசினார்.

(உலகத்தலைவர் பெரியார், கி.வீரமணி பாகம் 2, பக்கம் 221)

திராவிட நாடு என்ற பெரும் பரப்புக்காகப் போராடி வரும் போது அதில் தமிழ்மாகாணத்தை தனியாக இந்தியாவுக்குள் ஒரு மாநிலமாகப் பிரித்து மனநிறைவு அடைந்து கொள்வது நம்

சக்தியைக் கூறுபோடும் தந்திரமாகப் பார்த்தார். 1947 ஆகஸ்ட் 15 சுதந்திரத்துக்கு முன்னதாகவே அவரது பேச்சில் இவை வெளிப்படுகின்றன.

'திராவிட நாடா? தமிழ்நாடா?' என்ற தலைப்பிட்டுத் தீட்டிய தலையங்கத்தில், "திராவிட நாடு பிரிந்தே தீரும். யார் தடுத்தாலும் நிற்காது. எவர் குறுக்குச் சால் ஓட்டினாலும் பயன்படாது. மொழிவாரி மாகாணங்கள் வயிற்று வலிக்கு விளக்கெண்ணெய் பூச்சு போன்றது. தலைவலிக்குக் காபி குடிப்பதைப் போன்றது. தற்கால சாந்தி தான். வலி நிற்காது. நினைவிருக்கட்டும்" என்று எழுதியதில் இருந்தே பெரியாரின் எண்ணத்தைப் புரிந்து கொள்ளலாம். தனிமாகாணம் என்பது தற்காலிகத் தீர்வு. பிரிவினையே நிரந்தரத் தீர்வு என்றார். அவரும் மொழிவாரி மாகாணத்தை ஆதரித்தும் கருத்துச் சொன்னார். அந்த மொழிவாரி மாகாணம் என்பது பிரிந்த திராவிடநாட்டில் அமைய இருக்கும் நான்கு மொழிவாரி மாகாணங்களைத் தான். "திராவிட நாட்டில் மொழி வாரியாக மக்களின் ஒரு கூட்டு சபை இருக்கும்" என்று பேசினார்.

(விடுதலை 21.4.1947)

தனிமாகாணம் கேட்ட தெலுங்கர் கோரிக்கையை ஆதரித்த பெரியார், அவர்கள் சென்னையைக் கேட்டதைக் கடுமையாக எதிர்த்தார்.

தெலுங்கர் சிக்கலையும் பெரியார் லாவகமாகக் கையாண்டார். 20.5.1947 அன்று திருப்பத்தூரில் பேசிய பெரியார், "தெலுங்கரோ மற்றவர்களோ திராவிட நாட்டின் அய்க்கியத்தில் இருக்க இஷ்டமில்லையென்றால் மீதியுள்ள தமிழகம் திராவிட இன உணர்வின் அடிப்படையில் வேறெந்த நாடாலும் அடிமைப்படாது ஆரியரை ஒழித்த சுதந்திர நாடாக இருக்கும்" என்று அறிவித்தார். அதாவது, ஆந்திரர், கேரளர், கன்னடர் உள்ளிட்ட 'திராவிட நாடு' என்பதில் இருந்து 1947 ஆம் ஆண்டே பெரியாரின் மனம் மெல்ல விடுபடத் தொடங்கிவிட்டதை உணரலாம்.

(உலகத் தலைவர் பெரியார், கி.வீரமணி, பாகம் 2, பக்கம் 233)

ஆகஸ்ட் 15, இந்திய சுதந்திரம். அதனைப் பெரியார் ஏற்கவில்லை. துக்க நாள் என்றார். 'ஆரியரும் வடநாட்டாரும் நம்மை ஏமாற்றும் நாள்' என்றார். இதில் மாகாணங்களின் நிலைமை மிக மோசமானதாக இருக்கும் என்று விமர்சித்தார். சுதந்திரத்துக்கு ஆறு நாட்களுக்கு முன் அவர் விடுத்த அறிக்கையில், "ஏற்படப்போகும் மாகாண ஆட்சி என்பது வெள்ளையர் அதிகார ஆட்சிக் காலத்தி

லிருந்த உரிமையை விட மோசமான ஆட்சியாகும்” என்று குறிப் பிட்டார்.

(விடுதலை 9.8.1947)

10.9.1948 அன்று மொழிவாரி ஆணையத்தைச் சந்தித்துக் கருத்துக் கூறினார் பெரியார். “எனது நோக்கம் இந்தியாவில் இருந்து திராவிட நாட்டைப் பிரிப்பது. அதாவது வடநாட்டில் இருந்து மொத்தமாகத் திராவிட நாடு பிரிய வேண்டும். அதன்பிறகு தனியாக அமையும் திராவிட நாட்டை மொழிவாரியாக நாங்கள் பிரித்துக் கொள்வோம்” என்று தெளிவுபடுத்தினார். “இந்திய எல்லைக்குள் இருக்கும்போதே மொழிவாரியாக இப்போது பிரியக்கூடாது. திராவிடநாடு பிரிந்தபின் நாங்கள் தனியாக ஏற்படுத்திக் கொள்வோம்” என்றும் பெரியார் சொன்னார்.

‘மொழிவாரியாகப் பிரியக்கூடாது’ என்று பெரியார் சொன்ன தாக ம.பொ.சி. தாசர்கள் சொல்லி வருகிறார்கள். பெரியார் அப்படிச் சொல்லவில்லை. ‘மொழிவாரியாக இப்போது பிரியக் கூடாது. இந்தியாவுக்குள் அப்படிப் பிரிய வேண்டாம். திராவிட நாடு அமைந்ததும் அப்படி பிரித்துக் கொள்ளலாம்“ என்றுதான் சொன்னார்.

“திராவிட நாடு முதலாவதாகப் பிரிந்துவிட்டால் மொழிவாரி மாகாணப் பிரச்சினை அவ்வளவு முக்கியமானதாக இருக்காது” என்ற பெரியார், “ஆனாலும் அந்தந்த மொழி மக்கள் தாங்கள் ஏராளமாய் இருக்கும் பிரதேசம் தனிமாகாணமாக இருக்க வேண்டும் என்றால் சிறிதுகூட ஆட்சேபனை இல்லை” என்றே சொன்னார்.

(உலகத் தலைவர் பெரியார், கி.வீரமணி, பாகம் 3, பக்கம் 55)

16.10.1949 அன்று ‘விடுதலை’ தலையங்கம், “இப்போதைக்கு நம் மாகாணம் (திராவிட நாடு) இந்திய மத்தியாட்சியில் இருக்கும்போது பிரியக்கூடாது என்பதுதான் நமது அபிப்பிராயம்... சென்னையை ஆந்திராவுடன் சேர்த்துக் கேட்பதால் அவர்கள் பைத்தியக்காரர்கள் ஆவார்கள்...” என்று கோபம் கொண்டது.

1950 சனவரி 26 அன்று இந்தியா குடிஅரசு ஆனது. அதற்கு 16 நாட்களுக்கு முன்னதாகப் பெரியார் ஒரு அறிக்கை வெளியிட்டார். இந்தியாவில் இருக்கிற ஒன்பது மாகாணத்தில் சென்னைதான் தனித்துவமானது என்று சொன்ன பெரியார், “இந்துஸ்தான் குடிஅரசு ஆட்சியிலிருந்து சென்னை மாகாணம் எனும் திராவிட நாடு விலகி திராவிடக் குடிஅரசு நாடாக வேண்டியதைத் தவிர வழிகிடையாது” என்று அதில் குறிப்பிட்டார். அதாவது ஒன்றுபட்ட திராவிட நாடு, அதற்கு முன்னதாகத் தமிழ் மாகாணம் ஆகிய

இரண்டையும் சேர்த்துப் பேசியே, எழுதியே, தீர்மானம் போட்டே, தலையங்கம் தீட்டியே வந்தார் பெரியார். சென்னை அடங்கி ஆந்திரர் தொல்லை முடிந்த பிறகு கேரளத்தவர் தொல்லை தொடங்கியது. இதற்குக் காரணம், தேவிகுளம், பீர்மேடு ஆகிய பகுதிகளைக் கேரள மாநிலத்தவர் கேட்டு பிரச்சினை செய்தார்கள்.

14.5.1954 அன்று பெரியாரைக் கே.எம்.பணிக்கர் சந்தித்து பேசினார். அப்போது அவர் அப்பகுதியில் மலையாளிகள் அதிகம் வாழ்வதாகச் சொன்னார். அப்படி இருந்தால் அது கேரளாவுக்குச் சொந்தமாகட்டும் என்று பெரியார் சொன்னது உண்மை. அதை அவரே சொல்லி இருக்கிறார். இதையே குணாக்கள் சொல்லி வருகிறார்கள். தமிழர் பகுதியைத் தூக்கிக் கொடுக்க ஈவெரா யார் என்று கேட்கிறார்கள். ஆனால் இந்த நிலைப்பாட்டில் இருந்து பெரியார் சில மாதங்களிலேயே மாறிவிட்டார். ஏனென்றால் தேவிகுளம், பீர்மேட்டில் தமிழர்கள் அதிகம் வசிக்கும் தகவல்கள் அவருக்குக் கிடைக்கின்றன. அந்தத் தகவல்களை விடுதலையில் விரிவாக வெளியிட்டுள்ளார். எனவே தேவிகுளம் பீர்மேடு பகுதிகள் தமிழகத்துடன்தான் சேர வேண்டும் என்று எழுதினார், பேசினார்.

தேவிகுளம், பீர்மேடு பற்றிப் பேசிக்கொண்டிருக்கும் போதே, தட்சிணப்பிரதேசம் பூதம் கிளம்பியது. தமிழகம், கேரளா, கர்நாடகாவின் சில பகுதிகளை இணைத்துத் தட்சிணப்பிரதேசம் அமையும் என்பதே அந்தப் பூதம். முதலில் தடுக்க வேண்டியது தட்சிணப்பிரதேசம்தான் என்றார் பெரியார். தட்சிணப்பிரதேசத்தை தடுத்துவிட்டால் தேவிகுளம் பீர்மேட்டைப் பின்னர் அடைந்து விடலாம் என்று சொன்னார். தட்சிணப்பிரதேசம் என்ற பெயரால் மலையாளிகளும் பார்ப்பனர்களும் சேர்ந்து மொத்தத் தமிழகத்தையே கபளீகரம் செய்யப் பார்க்கிறார்கள் என்று எச்சரித்தார் பெரியார்.

தேவிகுளம் பீர்மேட்டுக்காக மட்டும் தனியாகப் போராட வேண்டாம், தட்சிணப்பிரதேசத்தையும் சேர்த்துப் போராடுவோம் என்று சொன்னார். 8.10.1955 திருச்சி புத்தூர் மைதானத்தில் தட்சிணப்பிரதேச கண்டனக் கூட்டம் நடந்தது. இதில் பேசிய பெரியார், 'தட்சிணப்பிரதேசம் என்ற திட்டம் தமிழ்நாட்டுக்கும் தமிழ்மொழிக்கும் மக்களுக்கும் கேடானதாகும். மலையாளிகள் ஆதிக்கத்துக்கு நாம் முடிவு கட்டியாக வேண்டும். மலையாளிகள் ஆதிக்கத்தை ஒழிக்கத் தமிழர்களே ஒன்று சேருங்கள்' என்று பேசினார்.

"தேவிகுளம், பீர்மேடு, செங்கோட்டையின் மேற்குப்பகுதி ஆகியவை டில்லி வடக்கத்திய ஏகாதிபத்திய அக்கிரமமான

முடிவுகளால் தமிழகத்தில் இருந்து துண்டிக்கப்படுகின்றன. அதனைத் தடுக்க வேண்டும்” என்று முதல்வர் காமராசருக்கு பெரியார் அறிவுறுத்தினார். இந்த சூழ்நிலையில் ஒருங்கிணைந்த போராட்டங் களுக்கான முயற்சியை ம.பொ.சி. எடுத்தார். (இது தொடர்பாக முழுமையான தகவல்கள் ம.பொ.சி.குறித்த பகுதியில் உள்ளது. இங்கே சுருக்கமான சில செய்திகள் மட்டும் சொல்லப்பட்டுள்ளது!)

*(விடுதலை 17.1.1956)*

1956ஆம் ஆண்டு சனவரி மாதத்தின் இறுதி நாட்களில் இந்தப் பேச்சுவார்த்தைகள் நடக்கின்றன. அதாவது சனவரி 24 முதல் 28 வரை நடந்தன. அனைவரும் இணைந்து போராடலாம் என்று பெரியாருக்கு ம.பொ.சி. தந்தி கொடுக்கிறார். அந்தத் தந்தி கிடைத்தது என்று 24ஆம் தேதி பதில் போடுகிறார்.

இக்கடிதத்தின்படி என்ன தெரிகிறது என்றால் 19.1.1956 அன்று பெரியாரும் ம.பொ.சி.யும் சந்தித்துப் பேசி இருக்கிறார்கள். கூட்டுப் போராட்டம் குறித்து அப்போது பேசப்பட்டுள்ளது. இன்னும் சிலரிடம் பேசிவிட்டு வருவதாகச் சொல்லிவிட்டு ம.பொ.சி. சென்றுள்ளார். அப்போது தேவிகுளம், பீர்மேடுக்காக மட்டும் போராட்டம் நடத்த வேண்டாம், மத்திய அரசுடன் நாம் பேசி முடிக்க வேண்டிய மேலும் சில பிரச்சினைகளைச் சேர்த்து மொத்த மாகப் போராடுவோம் என்று சொல்லி இருக்கிறார் பெரியார்.

1. எல்லைக் கமிஷன் தமிழர்க்குச் செய்துள்ள ஓரவஞ்சனைகள்.

2. இந்தி ஆட்சிமொழி ஆவதைத் தடுத்தல்.

3. தமிழ் யூனியன் ஆட்சிக்குப் படை, போக்குவரத்து, வெளியுறவு நீங்கலான அனைத்து அதிகாரங்களும் கிடைத்தல்.

4. தமிழ்நாடு என்று பெயர் சூட்டுதல்.

5.தட்சிணப்பிரதேசம் எதிர்ப்பு–ஆகியவை கொண்டதாக அப்போராட்டம் அமைய வேண்டும் என்றார் பெரியார்.

இதை மற்றத் தலைவர்களிடம் காட்டி, இதற்காக ஒருங்கிணைந்த போராட்டம் நடத்தினால் எனது பெயரையும் இணைத்துக் கொள்ளுங்கள் என்று ம.பொ.சி.க்கு எழுதிய கடிதத்தில் பெரியார் குறிப்பிடுகிறார்.

*(உலகத் தலைவர் பெரியார், கி.வீரமணி பகுதி 5, பக்கம் 229)*

இது தொடர்பாக 19ஆம் தேதி மாலை, பெரியாருடன் ம.பொ.சி. பேசி இருக்கிறார். ‘தேவிகுளம், பீர்மேடு பற்றி மட்டும் சிலர் சம்மதம் தெரிவிக்கிறார்கள், மற்றக் கோரிக்கைகளுக்குச் சம்மதம் தெரிவிக்கவில்லை’ என்று பெரியாரிடம் ம.பொ.சி.

சொல்லி இருக்கிறார். தேவிகுளம், பீர்மேட்டுடன் மற்ற மூன்று விஷயங்களைச் சேருங்கள் என்று பெரியார் சொல்கிறார். எந்த ஒன்று விடுபட்டது என்பதை நம்மால் அறிய முடியவில்லை.

20ஆம் தேதி சென்னையில் இருந்து திருச்சியில் இருந்த பெரியாருக்கு ம.பொ.சி. பேசி இருக்கிறார். 'நீங்கள் என்னிடம் சொன்ன மூன்று விஷயங்களோடு சர்வகட்சிக் கூட்டத்துக்கு அழைப்பு விடுக்கிறேன். அந்த அழைப்பும் தபாலில் வரும்' என்று சொல்கிறார். பெரியார் சொன்னது நான்கு. ஆனால் ம.பொ.சி. சொன்னது மூன்றாகக் குறைகிறது.

21ஆம் தேதி பெரியாருக்கு ம.பொ.சி. ஒரு தந்தி அனுப்புகிறார். 'குருசாமியிடம் இது பற்றிக் கலந்தேன். என் கடிதப்படி உங்கள் சம்மதத்தைத் தந்தியில் சொல்லுங்கள்' என்று அதில் உள்ளது.

இதைப் பார்த்த பெரியார், 'உங்கள் தந்தி கிடைத்தது, கடிதம் கிடைக்கவில்லை' என்று தந்தி அனுப்புகிறார்.

இதைப் பார்த்ததும் பெரியாருக்கு ம.பொ.சி. தொலைபேசியில் பேசுகிறார். கூட்டுப் போராட்டத்துக்கு ஒப்புதல் சொல்லிவிட்டு, கடிதம் மூலமாகவும் ஒப்புதலை அனுப்புகிறார் பெரியார்.

ஆனால் சொன்னபடி நிகழ்வுகள் நடைபெறவில்லை.

27.1.1956 அன்று கூட்டம் நடைபெறுகிறது என்றும் அதுவும் தேவிகுளம், பீர்மேடு பிரச்சினைக்காக மட்டும் என்றும் அதில் இருந்துள்ளது.

மகாஜனசபைக் கட்டடத்தில் நடக்கும் என்று முதலில் தீர்மானிக்கப்பட்டு இருந்தது. அதன்பிறகு தனிப்பட்ட ஒருவர் வீட்டில் என்று இடம் மாற்றப்பட்டு இருந்தது.

பெரியாரிடம் காட்டிய அறிக்கையில் 1. ம.பொ.சி., 2. ஈ.வெ.ரா, 3 அந்தோணிப்பிள்ளை 4. சுயம்பிரகாசம் 5 கம்யூனிஸ்ட் கட்சி அல்லது பி.டி.இராஜன் என்று சொல்லப்பட்டு இருந்தது. ஆனால் பெரியாருக்கு வந்த அழைப்பில் ம.பொ.சி.யின் பெயர் மட்டும் தான் இருந்தது. எனவே ம.பொ.சி.யின் கூட்டத்துக்கு வர முடியாது என்று 26.1.1956 அன்று பெரியார் அறிக்கை கொடுத்தார். தட்சிணப்பிரதேச எதிர்ப்புதான் இப்போது முக்கியம், தட்சிணப் பிரதேசத்தை ஆதரிப்பதாக இருந்தால் அதற்குள்தான் பீர்மேடும் இருக்கப் போகிறதே என்றும் பெரியார் கேட்டார். ம.பொ.சி.யின் கிளர்ச்சி திடீரென ஒத்திவைக்கப்பட்டதாக அறிவிக்கப்பட்டது. அத்தோடு கூட்டுப் போராட்ட முயற்சிகள் முறிந்தன.

பிப்ரவரி முதல் தேதியில் இருந்து தட்சிணப்பிரதேசத்துக்கு எதிராகப் பதினாயிரம் தந்தி மத்திய அரசுக்கு பறக்கட்டும் என்று பெரியார் அறிவித்தார். அப்போது முதல்வர் காமராசர் பெங்களூருவில் இருந்தார். அவருக்கு அவசரத் தந்தி அனுப்பினார் பெரியார்.

அதில், "தட்சிணப்பிரதேசம் ஏற்படுவதென்பது தமிழர்களுக்கு வாழ்வா சாவா என்பது போன்ற உயிர்ப்பிரச்சினையாகும். உங்களுக்கும் மற்றெல்லோருக்கும் இது தற்கொலையானதும் ஆகும். தட்சிணப்பிரதேசம் ஏற்படுமானால் முன்பின் நடந்திராத கிளர்ச்சி செய்வதற்குத் தமிழ் மக்களை நெருக்குவதாகிவிடும், அருள் கூர்ந்து நம் எல்லோரையும் தமிழ்நாட்டையும் காப்பாற்ற வேண்டுகிறேன்" என்று குறிப்பிட்டார்.

(உலகத் தலைவர் பெரியார், கி.வீரமணி, தொகுதி 5, பக்கம் 247)

1956 செப்டம்பர் 17 தமது பிறந்தநாளுக்கான முன்னெடுப்புத் திட்டங்களில் ஒன்றாக, "தட்சிணப்பிரதேசம்–கூட்டுமொழி நாடு அமைப்பு முதலியவைகள் ஏற்படாமல் தடுப்பது" என்று அறிவித்தார் பெரியார்.

1956 நவம்பர் மாதம் மொழிவாரி மாகாணங்கள் பிரிந்து கேரளா, கர்நாடகா அமைந்தபோது "தொல்லை ஒழிந்தது" என்று அறிக்கை வெளியிட்டார்.

(விடுதலை 8.11.1956)

அதன்பிறகும் தொல்லைகள் ஒழியவில்லை. தமிழர் பகுதிகள் குறித்து முடிவெடுக்கப் படாஸ்கர் தலைமையில் ஆணையம் அமைக்கப்பட்டது. தமிழர் பகுதிகள் தமிழகத்துடன் தொடர வேண்டும் என்று எழுதினார்.

(விடுதலை 28.12.1956)

திருத்தணி தமிழகத்துடன் இணைந்து விடும் என்றும் ஹோசூர் குறித்த ஆந்திரர் கோரிக்கை நிராகரிக்கப்பட்டது என்றும் படாஸ்கர் அறிக்கை நாடாளுமன்றத்தில் வெளியான செய்தியை வெளியிட்டார். (விடுதலை 27.7.1957). திருத்தணி தமிழ்நாட்டுடன் இணையும், திருவள்ளூர் பொன்னேரி கிராமங்கள் சில ஆந்திராவுக்குச் செல்லலாம் என்றும் செய்தி வெளியிட்டார். (விடுதலை 28.8.1957). இந்த எல்லைப் பிரச்சினை குறித்த அடுத்தடுத்த கட்டங்கள் 28.4.1959, 4.12.1959 ஆகிய நாட்கள் வெளியிடப்பட்டன. இறுதியாக 1960ஆம் ஆண்டு ஏப்ரல் முதல் வாரத்தில்தான் இறுதி முடிவுகள் எடுத்து அறிவிக்கப்பட்டன.

(விடுதலை 18.3.1960)

இந்நிலையில் மூன்றாண்டுகள் கழித்து மீண்டும் 'தட்சிணப் பிரதேசம்' போல வேறொரு பூதம் கிளம்பியது. அது தமிழகமும் கேரளாவும் இணையப் போகின்றன என்று. டெல்லியில் இருந்து இந்தச் செய்தி கிளம்பியது. இதனை அன்றைய தமிழக முதல்வர் பக்தவத்சலம், அபாயகரமான வீண் யோசனை என்றார். இதை முளையிலேயே கிள்ளி எறிய வேண்டும் என்றார் கேரள முதல்வர். இச்செய்திகளை வெளியிட்டதன் மூலமாக பெரியாரும் எச்சரிக்கையாகக் கவனித்துக் கொண்டு இருந்தார்.

*(விடுதலை 9.2.1963)*

இவை எல்லாம் பெரியாரின் வரலாற்றை அறிந்தால், அவர் நடத்திய 'விடுதலை' நாளிதழைத் தேடிப்பார்த்தால்தான் தெரியுமே தவிர, ம.பொ.சி. புத்தகத்தில் தேடக்கூடாது.

அந்தப் புத்தகத்தின் தலைப்பே, 'எனது போராட்டம்' என்பதாகும். அதாவது ம.பொ.சி.யின் போராட்டங்கள் கொண்ட நூல் அது. அதில் பெரியாரின் வரலாற்றைத் தேடுவது சரவணபவன் சாம்பாரில் சாள மீன் தேடுவதாகும்.

தமிழ்த் தேசியர்கள் இத்தகைய புத்திசாலிகள்தான்!

## இறுதி இலக்கு பிரிவினையே!

தமிழ்த் தேசியம், தன்னுரிமை, தன்னாட்சி, நாம் தமிழர், நம்மை நாமே ஆள்வது,.. என்றெல்லாம் நீட்டி முழக்கிக் கொக்கரிக்கும் கும்பல் இதெல்லாம் இந்தியாவுக்குள்ளா, இந்திய எல்லைக்குள்ளா, இந்திய அரசியலமைப்புச் சட்டத்தின்படி நடந்துகொண்டா, இந்திய நாடாளுமன்றத்தை ஏற்றுக்கொண்டா என்று மறந்தும் சொல்வது இல்லை. சொல்லும் துணிச்சல் இல்லை என்பதல்ல காரணம், ஏமாற்றுத் தந்திரமே இதன் உள்நோக்கம். எது தமிழ்த் தேசிய இலக்கு என்ற புரிதல் இல்லாமையே காரணம். ஆனால் பெரியார் தமது இறுதி இலக்காக, மறையும் வரை சொன்னது, இந்திய எல்லையில் இருந்து தமிழகம் பிரிந்த 'தனித்தமிழ்நாடே!'

இதில் அவருக்கு ஒளிவுமறைவு இல்லை. எந்தக் கட்சியை எதிர்த்தாலும், எந்த ஆட்சியை ஆதரித்தாலும் பிரிவினை இலக்கைக் கைவிடவில்லை. சனநாயக நெறிமுறைப் படியான அனைத்துப் போராட்டங்களையும், தமது பிரிவினைப் போராட்டத்துக்கான முன்னோடிப் போராட்டமாகவே சொல்லிக் கொண்டார். இறுதி, உறுதி இலக்காக பிரிவினையையே வைத்தார்!

1930 ஆம் ஆண்டு சேலத்தில் பேசும்போது, 'இந்தியா ஒரு தேசம் அல்ல' என்றார். 1973 வரை இதையே வழிமொழிந்து கொண்டிருந்தார். 1938 ஆம் ஆண்டு சென்னையில் பேசும்போது, 'தமிழ்நாடு தமிழருக்கே' என்றார். 1973 வரை இதே முழக்கத்தையே தொடர்ந்தார்.

இம்முழக்கங்களில் இருந்த நுட்பமான வேறுபாடுகளை மட்டும் பெரியவர் வே.ஆனைமுத்து அவர்கள் விளக்குகிறார்.

"1938இல் சென்னைத் திருவல்லிக்கேணி கடற்கரையில் தமிழ்நாடு தமிழருக்கே என்ற முழக்கமாகப் பெரியாரால் ஒலிக்கப் பட்டது. இது 1939 முதல் 1945 வரையில் பிரிட்டனின் நேரடி நிருவாகத்துக்கு உட்பட்ட திராவிட நாடாகத் 'திராவிட நாடு திராவிடருக்கே' என்ற கோரிக்கையாக அவரால் முன்வைக்கப் பட்டது.

'முழுத் தன்னுரிமை பெற்ற தனித் திராவிடநாடு' (Sovereign Independent Dravida Nadu) கோரிக்கையாக 1945 செப்டம்பர் 30 தொடங்கி 1956 அக்டோபர் வரை அவரால் முன் வைக்கப்பட்டது.

இதனைப் 'பிரிட்டிஷ்-ஆரிய ஒப்பந்த ஏகாதிபத்தியம் ஒழிக' என 4.11.45 ஆம் நாள் சேலம் அம்மாப்பேட்டையில் முழங்கினார் (குடி அரசு 10.11.45) என்பதைக் கொண்டு அறியலாம்.

1956 நவம்பர் முதல் அவர் எழுதிய மற்றும் 19.12.1973 இரவு அவர் கடைசியாகப் பேசிய பேச்சு வரையில் தனிச் சுதந்திரத் தமிழ்நாடு வேண்டும் என்பதே அவருடைய திடமான – இறுதியான – தெளிவான கோரிக்கையாக இருந்தது.' (பெரியாரியல் 1-பக் 9) என்கிறார் வே.ஆனைமுத்து.

பெரியார், தனித்தமிழ்நாடு கேட்ட போராளி. இறுதிவரை கேட்ட தமிழ்த் தேசியர்!

தேசமா என்ற கேள்வி எழுப்பியவர்!

"இந்தியா ஒரு நாடு என்று ஆனால் தானே, இந்தியா முழுமையும் பற்றிப் பேச நமக்கு உரிமை உண்டு? இப்போது இந்தியா ஒரு நாடாயிருக்கிறதா?" (குடி அரசு 1.6.1930) இது சேலத்தில் பேசியது. பிரிவினை எண்ணத்தின் தொடக்கமாக இதைக் கருதலாம். 1937இல் கொல்லம்பாளையம் பொதுக் கூட்டத்தில் இந்தியாவைப் பிரித்து மேய்ந்தார்.

"இந்தியா 56 தேசமாக இருந்தபோது பொதுமொழி இருந்ததா? இந்தியா நம் தாய்நாடு என்று சொல்வதற்கு என்ன ஆதாரம் இருக்கிறது? இந்தியா என்கின்ற பெயர் இந்த நாட்டுக்கு எப்போது ஏற்பட்டது? இதற்கு எல்லை என்ன? .... தமிழ்நாட்டவர்கள்,–திராவிட மக்கள் எந்தக் காரணம் கொண்டு இந்தியாவைத் தாய்நாடென்று கூறவேண்டும்?... இந்தி மொழி தமிழ்நாட்டில் எப்போது இருந்தது?... 56 தேசமாய் இருந்தபோது 56 மொழிகளின் பேரால்தானே தேசமாய் இருந்தது?... இந்தியா ஒரு தேசமா? அதற்கு மொழி எது? மதம் எது? ...... இந்தியா 'கிராம ராஜ்ஜியமாக' ஆகும் என்று ரஷ்யா ஆகும் என்று ஏன் நான் கருதக்கூடாது? ரஷ்யாவுக்கும் இந்தியாவுக்கும் அதிகத் தூரமில்லை–250 மைல்கள் தாம்! வகுப்பும், மதமும் வெகு அற்பமானவை என்று உண்மையில் இந்தியர்கள் கருதக்கூடிய நாள் வந்தால் அன்றே இந்தியா ரஷ்யா ஆகிவிடும்.... இந்தியா பல மதம், பல வகுப்பு, பல தனிப்பட்ட இலட்சியங்கள் கொண்ட கோரிக்கைகள்

உள்ள நாடு... வடநாடும் தென்னகமும் ஒரே இலட்சியமுடைய தாகுமா?... எக்காரணம் கொண்டாவது – எப்பாடுபட்டாவது நம் நாட்டை வடநாட்டுச் சம்பந்தத்திலிருந்து தனியாகப் பிரித்துக் கொண்டால் ஒழிய நமக்கு விடுதலையோ மானமோ ஏற்படப்போவ தில்லை....." (பகுத்தறிவு மலர் 3; இதழ் 6) என்பதில் அவர் முழுத் தெளிவை அடைந்துவிடுகிறார்.

இந்தியாவிலிருந்து தமிழகம் பிரிய வேண்டும், அந்தத் தமிழகம் ரஷ்யா போல் இருக்கவேண்டும் என்று பெரியார் 19.9.1938இல் பேசியிருக்கிறார். 11.9.1938 அன்று திருவல்லிக்கேணிக் கடற்கரைப் பொதுக்கூட்டத்தில் முதன் முதலாக 'தமிழ்நாடு தமிழருக்கே' என முழங்கினார். இம்முழக்கத்தைத் தொடர்ந்து அனைத்துக் கூட்டங் களிலும் எதிரொலித்தார் பெரியார். எனவே, இதற்கான கண்டனங் களும் பரவியது. 'மெயில்' இதழ் கடுமையான தலையங்கம் தீட்டியது. இதற்குப் பதிலளித்து மெயில் இதழுக்குப் பெரியார் தீட்டிய கடிதம் அவரது பிரிவினைக் கொள்கையை விரிவாகப் பேசியது.

(குடிஅரசு 26.11.1939)

தமிழ், தெலுங்கு, கன்னடம், மலையாளம் முதலிய மொழிகளைத் தாய்மொழியாகப் பேசி வந்த மக்களையே மிகுதியாகக் கொண்ட நாடுகள்–இன்று திராவிடம் என்று அழைக்கப்படுகிறது என்றும், இது திராவிட மொழிவாரியான மாகாணங்களைக் கொண்டதாகவும் இருக்கும் என்றும் பெரியார் விளக்கினார். 'தமிழ்நாடு தமிழருக்கே' என்று இலட்சியக் குறிச்சொல் என்றார். திராவிடநாடு–தமிழ்நாடு இரண்டும் ஒன்றுதான் என்றும், திராவிடம்–தமிழ் இரண்டும் ஒன்றுதான் என்றும் சொன்னார்

(குடிஅரசு 26.11.39)

தமிழனின் ஈன நிலைக்குக் காரணம் இந்து மதத்தை தனது மதம் என்றதும், இந்தியாவைத் தனது தேசம் என்றதும்தான் என்றார். இந்திய தேச அபிமானம் என்பது தமிழன் பல நாட்டாரின் நலனுக்கு உழைத்துப் பல நாட்டாருக்கு அடிமையாய் இருப்பது என்றார். அனைத்துத் தொழில்களும் வட மாநிலத்தவர் கையில் இருப்பதைப் பட்டியலிட்டு உதைக்கும் காலுக்கு முத்தமிட்டுப் பூசை செய்கிறோம். மலத்தை மனமார முகருகிறோம். மானமிழந்தோம். பஞ்சேந்திரியங் களின் உணர்ச்சியை இழந்தோம். மாற்றானுக்கு அடிமையாகி வணங்குகிறோம். இதற்குத்தானா தமிழன் உயிர்வாழ வேண்டும்? எழுங்கள் நம்மை ஏய்த்து அழுத்தி, நம் தலைமேல் கால் வைத்து ஏறி மேலே போக வடநாட்டானுக்கும் தமிழரல்லாதவனுக்கும்

நாம் படிக்கல் ஆகிவிட்டோம். இனியாவது 'தமிழ்நாடு தமிழருக்கே' என்று ஆரவாரம் செய்யுங்கள். உங்கள் கைகளில் 'தமிழ்நாடு தமிழருக்கே' என்று பச்சை குத்திக் கொள்ளுங்கள். உங்கள் வீடுகள் தோறும் 'தமிழ்நாடு தமிழருக்கே' என்ற வாசகத்தை எழுதிப் பதியுங்கள்! நம் வீட்டுக்குள் அன்னியன் புகுந்து கொண்ட தோடல்லாது, அவன் நம் எஜமான் என்றால்–நமக்கு இதைவிட மானமற்ற தன்மை, இழித்தன்மை வேறு என்ன எனச் சிந்தியுங்கள்! புறப்படுங்கள்! தமிழ் நாட்டுக்குப் பூட்டப்பட்ட விலங்கை உடைத்துச் சின்னா பின்னமாக்குங்கள்! தமிழ்நாடு தமிழருக்கே!"

(குடிஅரசு 23.10.1938)

இதே கட்டுரையை விடுதலையில் 3.12.1957இல் மீள் பதிவு செய்கிறார் என்றால் அன்றைய முழக்கத்தைத் தொடர்கிறார் என்றே பொருள். இதனை 'சுயநிர்ணய உரிமை' என்ற சொல்லாடல் மூலமாகக் 'குடிஅரசு' விளக்கி வந்தது.

### தேசியக் கொள்கையை முழங்கியவர்!

"உண்மையிலேயே 'தமிழ் மகன், சுயநிர்ணய உரிமையைப் பெற்றிருந்தால் தன்னைப் பார்ப்பனீயத்துக்கு அடிமைப்படுத்தித் தன்னை தாசி மகன், வேசி மகன், 'சூத்திரன்' என்று அழைத்துக் கொள்ள வெட்கப்படாமலிருப்பானா என்று கேட்கிறோம். இந்த இழிதன்மை, மானங்கெட்ட வாழ்வு ஒழிய வேண்டுமானால் தமிழனுக்குச் சுயநிர்ணய உரிமையிருத்தல் வேண்டும் என்பது நன்கு விளங்கும். அதுபோலவே தமிழ்நாடும் பிறநாடுகளுக்கு அதாவது ஆங்கிலேய நாடுகளுக்கு அடிமையாயிருப்பது போய் வடநாடுகளுக்கு அடிமையாயிருத்தலினின்று விடுபட வேண்டுமானால் தமிழ் நாட்டுக்குச் சுயநிர்ணய உரிமையிருத்தல் வேண்டும்" என்றார்.

(குடிஅரசு 11.2.1940)

இந்தியா ஒரு தேசம் என்று சொல்லப்பட்ட வரையறையைப் பெரியார் தொடர்ந்து மறுத்துப் பேசிவந்தார். குடிஅரசும் மறுத்து எழுதி வந்தது. இது நேஷன் அல்ல என்றார். பல மொழி, பல சாதி, பல மதம் கொண்ட மக்கள் எப்படி ஒரு நேஷன் ஆக முடியும் என்று கேட்டார்.

(குடிஅரசு 28.1.40)

'தமிழ்நாடு தமிழருக்கே என்ற உணர்ச்சியைக் கிளப்பக் குறைந்தது 2 லட்சம் பேராவது சிறைக்குப் போகத் தயாராக வேண்டும்'

என்று திருப்பூரில் (18.12.1939) பேசினார் பெரியார். இக்கருத்துக்கு ஆதரவு திரட்டவே பம்பாய் பயணம் மேற்கொண்டார். ஜின்னா, அம்பேத்கர் ஆகியோரை 1940 சனவரியில் பெரியார் சந்தித்தார். "பார்ப்பன ஆதிக்கத்திலிருந்து விடுபட பர்மாவைப் போன்று தமிழ்நாடு தனி மாகாணம் ஆகவேணும். இங்கிலாந்தில் எவ்வளவு மக்கள் இருக்கின்றார்களோ அவ்வளவு மக்கள் தமிழ்நாட்டில் இருக்கிறார்கள். தமிழ்நாடு ஜெர்மனியின் அளவு பரவியிருக்கிறது. தமிழ்நாட்டிற்குக் கலை, மொழி, வரலாறு இவை தனியானவை" என்று அவர்களிடம் பெரியார் கூறினார். காங்கிரஸுக்கு எதிராக அகில இந்திய அளவில் கட்டமைப்பு உருவாக்குவது பற்றியும் இவர்கள் பேசினார்கள். வடநாட்டு மார்வாடி, குஜராத்திகள், லேவாதேவிக்காரர்கள் ஆதிக்கத்திலிருந்து தமிழர்கள் விடுபட வேண்டும் என்று தர்மபுரியில் பேசினார் (30.03.40). ஈரோடு மாநாட்டில் (7.4.40) பிரிவினைக்கான காரணங்களை அடுக்கினார். 19.4.40ஆம் நாளை பிரிவினை நாளாகக் கொண்டாடினார். தனித்தமிழ்நாட்டில் புரோகிதம் செய்வது கிரிமினல் குற்றம் ஆக்கப் படும் என்று அறிவித்தார். (25.4.40)

நடராசன்–தாளமுத்து ஆகிய இரண்டு மொழிப்போர் தியாகிகளின் நினைவாகச் சின்னம் கட்ட 5.5.40 அன்று பெரியார் அடிக்கல் நாட்டினார். இவ்விழாவில் பேசும்போது, 'நடராசன், தாளமுத்து ஆகிய இருவரின் தியாகத்தைப் பின்பற்றி நாட்டின் விடுதலைக்கு நாம் உழைக்க வேண்டும்' என்றார். திராவிடநாடு பிரிவினை மாநாடு 2.6.1940 காஞ்சிபுரத்தில் நடந்தது. இதில் திராவிடநாடு படத்தைப் பெரியார் திறந்து வைத்தார்.

"இந்திய தேசியம் என்பதின் பேரால் மேலும் மேலும் இழிவான நிலைமையும் இழிவான தன்மையுமே ஏற்படும்படி ஆரியர்கள் செய்து விடுவதால் இந்தியா, இந்திய தேசியம், இந்தியர் என்னும் பிணைப்பிலிருந்து திராவிடநாடு (அதாவது தற்காலத்துக்குச் சென்னை மாகாணம்) தனியாகப் பிரித்து அதற்குத் தனி அரசாட்சி ஏற்படுத்தி சற்றேக்குறைய பர்மா, சிலோன் ஆகிய நாடுகளைப் போல் தனி ஸ்டேட் ஆக ஆட்சி கொடுக்க வேண்டுமாய்ப் பிரிட்டிஷ் சர்க்காரை இம்மாநாடு கேட்டுக் கொள்கிறது."–எனத் தீர்மானம் நிறைவேற்றப்பட்டது. இதற்கான போராட்டத்தை முன்னெடுக்க, கிளர்ச்சியை வடிவமைக்க ஒரு கமிட்டி அமைக்கப்பட்டது.

தமிழ்நாட்டின் தமிழர்களின் தற்காப்புக்காகவும் எதிர்கால நமது போராட்டத்திற்காகவும் சுமார் 10 ஆயிரம் மக்கள் கொண்ட

படை ஒன்றைத் திரட்டி அவர்கட்குத் தியாகம், வீரம், கட்டுப்பாடு, ஒற்றுமை, நல்லுணர்ச்சி, நமது சுதந்திரம், மானம் இவற்றைக் காப்பாற்றிக் கொள்ளக் கற்றுக் கொடுத்து எதிர்கால வேலைகளை வகுத்துக் கொடுக்க வேண்டும் – என்று வில்லிவாக்கத்தில் பெரியார் பேசினார். (23.6.1940)

சென்னை மாகாண 15வது நீதிக்கட்சி மாநாடு 24.8.1940 அன்று திருவாரூரில் நடந்தது. இதில் பெரியார் ஆற்றிய தலைமை உரையில்.....

"நாம் செய்ய வேண்டிய வேலைகளில் முக்கியமானது ஆரியப் பிணைப்பில் இருந்து – அதாவது இந்தியா, இந்தியர் என்ற பிணைப்பிலிருந்து திராவிட நாட்டையும், திராவிட மக்களையும் பிரித்துக் கொள்ள வேண்டியது அவசியமான காரியமாகும்....

திராவிட நாடானது ஒரு ஐம்பது வருஷ காலத்துக்கு முன்னாவது ஆரியத்தினிடம் இருந்து பிரிந்து தனிநாடாக இருந்திருக்குமானால் இன்று அதன் செழிப்பும் மேன்மையும் திராவிட மக்களின் உயர்வும் உலகம்மெச்சக் கூடியதான நிலையை அடைந்திருக்கும்.... இந்தியா என்ற உபகண்டத்தில் உள்ள மற்ற நாடுகள் சுரண்டுவதற்கு ஒரு சந்தை போலவும், மற்ற நாடுகள் ஆதிக்கம் செலுத்தித் தங்கள் வாழ்வுக்குப் பயன்படுத்திக் கொள்வதற்கு ஒரு கருவியாகவும் இது இருந்து வருகிறது...." என்றார்.

(குடிஅரசு 25.8.1940)

மிக நீண்ட உரை இது. பெரியாரின் அறிவாற்ற திறன் அறிய இந்த ஒரு உரை போதும். திருவாரூர் மாநாட்டுக்குப் பிறகு அவரது பேச்சுக்களில் பிரிவினைக் கோரிக்கை தொடர்ந்தது. திராவிடநாடு கிடைக்கவில்லை என்றால் எவன் ஆண்டாலும் ஒன்றுதான் என்று கரூரில் பேசினார்.

(28.10.1942)

27.11.42 அன்று பெரியார் மருத்துவமனையில் இருந்தபோது அவரைச் சந்தித்தார் அண்ணா. அப்போது இருவரும் திராவிடநாடு பிரிவினை பற்றியும், அதற்கான வேலைத் திட்டம் பற்றியும் பேசியதாக ஆசிரியர் கி.வீரமணி எழுதுகிறார். இதைத் தொடர்ந்து தான் 'திராவிடநாடு' என்ற பெயரில் இதழ் தொடங்கினார் அண்ணா. (08.03.1942)

(உலகத் தலைவர் பெரியார் வாழ்க்கை வரலாறு
பாகம் 2-பக்கம் 112)

அன்னிய ஆதிக்கத்திலிருந்து திராவிடத்துக்கு அரசியல் விடுதலை

வடநாட்டுப் பனியாக்களின் சுரண்டலில் இருந்து திராவிடத்திற்கு பொருளியல் விடுதலை

பார்ப்பனியத்தின் பிடியிலிருந்து திராவிடத்திற்குச் சமூகவியல் விடுதலை

என்று மதுரையில் நடந்த திராவிட மாணவர் மாநாடு தீர்மானம் போட்டது. (12.10.44)

திருச்சியில் நடந்த 17ஆவது திராவிடர் கழக மாகாண மாநாட்டுத் தீர்மானத்தில், "திராவிடநாடு (சென்னை மாகாணம்) சமுதாயம், பொருளாதாரம், தொழில்துறை, வியாபாரம் ஆகியவற்றில் பூரண சுதந்திரமும் ஆதிக்கமும் பெற வேண்டும்" என்று தீர்மானம் நிறைவேற்றப்பட்டது. (29.9.1945). இந்திய மத்திய ஆட்சியை பிரிட்டிஷ்–ஆரிய ஒப்பந்த ஏகாதிபத்திய ஆட்சி என்று சொல்லத் தொடங்கினார். (4.11.45) யார் தடுத்தாலும் திராவிடநாடு பிரிந்தே தீரும் என்று தலையங்கம் தீட்டினார் (21.4.47).

தமிழ்நாடு தனியாகச் சுதந்திரத்துடன் வாழ வேண்டும் என்றும், அதே போன்று ஆந்திரமும், மலையாளமும் கன்னடமும் ஆக அனைவரும் இனத்தால் ஒன்றுபட்டவர்களாதலால் ஐக்கிய தொடர்புடன் வாழ வேண்டுவதுடன் வட நாட்டுப் பிடியிலிருந்து விடுபடவேண்டும் என்று திருப்பத்தூரில் 25.5.47 அன்று பேசினார் பெரியார். முதலில் வெள்ளைக்காரன் ஆதிக்கத்திலிருந்தும், அதன்பிறகு வடநாட்டான் ஆதிக்கத்திலிருந்தும் விடுபடவே திராவிடநாடு கேட்கப்படுகிறது என்றார், 1.7.47 அன்று திராவிடநாடு பிரிவினை நாள் பொதுக்கூட்டத்தில். அதனால் தான் 1947 ஆகஸ்ட்–15ஆம் நாளை வடநாட்டாரும் ஆரியரும் நம்மை ஏமாற்றும் நாள் என்றார்.

'இந்திய யூனியனில் நாம் இருந்தால் இந்தி அவசியம்' என்று முதலமைச்சர் ஓமந்தூரார் சொன்னபோது, "இந்திய யூனியனே அவசியமில்லை" என்று சொல்லிவிட்டு வந்தார். (7.8.1948) மொழிவாரி மாகாணப் பிரிவினைக் கமிஷனை சந்தித்த போதும், 'திராவிட நாடு என்னும் சென்னை மாகாணம் பிரிந்து ஒரு தனி சுதந்திர நாடாக வேண்டும்' என்றார்.

(விடுதலை 26.9.1948)

இந்திய சுதந்திரம் உண்மையான சுதந்திரமல்ல, திராவிட நாடு பெறுவதே உண்மையான சுதந்திரம் என்று அறிக்கை வெளியிட்டார். இதே போல் குடி அரசு தினத்தையும் விமர்சித்தார். இந்துஸ்தான் குடியரசிலிருந்து விலகி திராவிடர் குடி அரசு ஆகவேண்டும் என்றார். (10.1.1950) மத்திய சர்க்கார் ஆதிக்கம் ஒழிக, அரசியல்நிர்ணய சபை கூட்டம் ஒழிக, திராவிட நாடு பெறுவோம் என்று கரூரில் குறிப் பிட்டார்.

(31.7.1950)

வடநாட்டுச் சுரண்டல் தடுப்பு மாநாட்டை 2.12.1950 அன்று திருச்சியில் நடத்தினார். இதில் திராவிடத் தனிநாடு கிளர்ச்சிக்கு விரோதமாக நடத்தப்படும் பத்திரிகைகளை வாங்கக்கூடாது என தீர்மானம் நிறைவேற்றப்பட்டது. 5.5.1951 ஈரோட்டில் நடந்த சுரண்டல் தடுப்பு மாநாட்டிலும் திராவிடநாடு தனிச் சுதந்திர நாடாக விடுதலை பெற வேண்டும் என்று தீர்மானம் நிறைவேற்றப் பட்டது. 1.7.1951 அன்று ராமநாதபுரம் மாவட்ட திராவிடநாடு பிரிவினை மாநாடு சாத்தூரில் நடந்தது.

15.2.1953 அன்று கூடிய திராவிடர் கழக நிர்வாகிகள் கூட்டத்தில் சென்னை வரும் பாபு இராஜேந்திர பிரசாத் வருகைக்கு கறுப்புக் கொடி காட்ட முடிவெடுக்கப்பட்டு, அதற்கான தீர்மானத்தில் தமிழக ஆட்சியை, இந்திய யூனியன் ஆட்சி சர்வாதிகாரமாக அடிமையாக நடத்தி வருவதாகக் கூறப்பட்டது. 5.7.1953 திருச்சி திராவிட நாடு பிரிவினை நாள் பொதுக் கூட்டத்தில், இது சுரண்டல் நாடாக இனியும் தொடரக் கூடாது என்று பேசினார்.

1.7.1954 அன்று சென்னையில் திராவிடநாடு விடுதலைநாள் கொண்டாடப்பட்டது. திராவிடநாடு தனியாகப் பிரிந்தால்தான் திராவிட மக்களுக்கு நல்வாழ்வு கிட்டும் என்றார். இந்தித் திணிப்பின் அறிகுறியாக தேசியக் கொடியை கொளுத்தக் கிளம்பினார் பெரியார்.

எல்லையை இனங் கண்டார்!

"எங்களுக்கு-தமிழர்களுக்கு-தமிழ்நாட்டவர்க்கு-இந்திய அரசாங்கம் வேண்டாம். தமிழ்நாடு-தமிழர்கள் இந்திய யூனியனில் இருக்க விரும்பவில்லை. நாங்கள் எங்களை, நாட்டை தனிப்பட்ட பூர்ண சுயேச்சையுள்ள தனியரசு நாடாக ஆட்சி செய்ய எங்களுக்கு சக்தி உண்டு. சகல விதத்திலும் எல்லா விதமான வசதியும் உண்டு. மத்தியில் கூட்டாட்சியில் இருந்து பிரிந்துகொள்ள ஆசைப்படுகிறோம். இந்திய யூனியன் அரசியல் கூட்டத்தில் சட்டப்படியான கிளர்ச்சி மூலம் பிரித்துக் கொள்ள போதியபடி சட்டவசதி இல்லை.

நாங்கள் பிரித்துக் கொள்ள வேண்டும் என்கின்ற எண்ணம் வெள்ளையனால் நடத்தப்பட்ட இந்திய அரசாங்கம் சர்வ வல்லமை யுடன் ஆட்சி நடத்திக் கொண்டிருந்த காலமான 1937–38 லேயே தோன்றி திராவிடநாடு கிளர்ச்சியை நடத்தி வந்திருக்கிறோம். வெள்ளையர்கள் இந்த நாட்டை விட்டுப் போகும்போதும் நாங்கள் ஸ்தாபன பூர்வமாக சட்டமுறைப்படி கிளர்ச்சி செய்திருப்பதோடு டெல்லிக்குத் தூது சென்று வெள்ளையரிடம் எங்கள் விருப்பத்தைத் தெரிவித்துக் கொண்டும் இருக்கின்றோம். இச்சந்தர்ப்பத்தில் வடவர்கள் வெள்ளையர்களுக்கு லஞ்சத்தைக் கொடுத்து எங்கள் விருப்பத்தை லட்சியம் செய்யாமல் செய்து விட்டார்கள்..

அது தேசியக் கொடி என்பது எங்களுக்கு, எங்கள் தேச தேசியக் கொடி அல்ல. இந்திய தேசம் என்பதை எங்களுக்கு சம்பந்தப்பட்ட தேசமாக நாங்கள் வெகு நாளாகக் கொண்டிருக்கவே இல்லை."

என்று பெரியார் அறிக்கை வெளியிட்டார். இதைத்தான் நீதிமன்றத்தில் வாக்குமூலமாகத் தரவேண்டும் என்றார்.

21.7.1956 திருச்சியில் நடந்த மத்திய திராவிடர் கழகச் செயற்குழு கூட்டத்தில் திராவிடநாடு பிரிவினைத் தீர்மானம் நிறைவேற்றப்பட்டது.

"நாம் குறிப்பிட்டு வந்த திராவிடநாடு என்பதின் எல்லைப் பிரதேசத்திலிருந்து ஆந்திர நாடும், கர்நாடக நாடும், கேரள நாடும் அதிகாரப்பூர்வமாகப் பிரிந்து தனித்தனி நாடாக அமைக்கப்பட்டுப் போய் விட்டதன் பயனாக இப்போது எஞ்சியிருப்பது தமிழ் மொழியை மாத்திரம் பேசும் தமிழ் மக்களைக் கொண்ட தனித் தமிழ் நாடாகவே இருக்கிறது. என்றாலும் தமிழ்நாடு என்பதும் அப்போதும் இப்போதும் திராவிட நாடேயாதலால் நாம் இப்போது முதலாவதாக மத்திய ஆட்சிப் பிடியிலிருந்து விடுவிக்கப்பட்ட தமிழ்நாடு கிடைக்க வேண்டும் என்று முயற்சிப்பது திராவிட நாடு பெறுவது என்கின்ற பிரச்சினையை விட்டுவிட்டதாக கருதுவதாக ஆகாது."–என்று அறிவித்தார்.

இந்தி மொழி கமிஷனிடம் ஏன் விளக்கம் அளிக்கச் செல்ல வில்லை என்பதற்கு விளக்கமாக, அங்கு சென்றால் மத்திய வட நாட்டு ஆட்சியை ஒப்புக் கொண்டதாகும் என்றார். மத்திய ஆட்சியில் இருந்து விடுபட நினைப்பவன் அவர்களால் அமைக்கப் பட்ட ஆணையத்தில் தனது கருத்தைப் பதிவு செய்தல் தவறு என்றார்.

(விடுதலை 23.1.1956)

தமிழ்நாடு தனியாகப் பிரிந்தால் இருக்குமா என்று கேட்கிறார்கள். இல்லாமல் காக்கை, கழுகா தூக்கிக் கொண்டு போய்விடும் என்று திருவண்ணாமலையில் கேட்டார்.

(விடுதலை 29.8.1956)

பாகிஸ்தானைப் போல் திராவிட நாட்டை வாங்க முடியும் என்றார்.

(விடுதலை 30.7.1957)

'நம் நாடு தனியாக பிரிந்தே ஆக வேண்டும். ஒரு சுண்டைக்காய் எகிப்து உலகத்தையே கலக்கி விட்டதே. நம்மால் ஆள முடியாதா? நான் சொல்கிறேன்–பிரிந்தால் நாம் சிறந்த வல்லரசாக வாழ்வோம்' என்றார்.

(விடுதலை 1.12.57)

இந்திய அரசியலமைப்புச் சட்டம் பிடிக்கவில்லை என்றால் நாட்டை விட்டு வெளியேறுங்கள் என்றார் பிரதமர் நேரு. இதைச் சொல்ல நேரு யார் என்று கேட்டார் பெரியார். தமிழனின் மானமற்ற தன்மைதான் இப்படி நேருவை கேட்க வைக்கிறது என்று எழுதினார். (விடுதலை 1.12.57)

பொதுவாக ஆந்திரா பிரிந்ததில் இருந்தே நாட்டுப் பிரிவினையில் தனக்கு கவலை இல்லாமல் போய்விட்டதாகச் சொன்னார். இதே போல் கன்னடமும், கேரளாவும் பிரிந்தால் நல்லது. அதுதான் தமிழ்நாடு என்பது அவரது எண்ணமாக இருந்தது (25.10.55) இம்மாதிரியான பிரிவினை எண்ணம் அழியாமல் தொடர்ந்தது. 30.3.1967 நாளிட்ட 'விடுதலை' தலையங்கத்தில் நாட்டுப் பிரிவினையின் வரலாற்றை 1938இல் இருந்து தொடங்கி எழுதினார். திராவிடஸ்தானை முதலில் ஜின்னா ஆதரித்தும், பின்னர் தனது பாகிஸ்தானை மட்டும் கேட்டுக் கொண்டதையும் விளக்கினார். திராவிடஸ்தானை ராஜாஜி ஆதரித்துப் பேசியதையும் சுட்டிக் காட்டினார். காமராஜர் ஆட்சியில் திராவிடநாடு பற்றி அதிகம் பேசாமல் இருந்தோம் என்றார்.

(விடுதலை 30.3.1967)

நம் தமிழ்நாடு பிரிந்தால் என்ன கேடு ஏற்பட்டுவிடும் என்று 1972ஆம் ஆண்டும் கேட்டார். தமிழ்நாட்டுக்காக இந்திய யூனியன் இதுவரை எவ்வளவு செலவு செய்துள்ளது, தமிழ்நாடு அவர்களால் என்ன பொருளாதார ஏற்றம் பெற்றுள்ளது என்று கேட்டார்.

ஒன்று நான் சொல்லுவேன், உறுதியுடன் சொல்லுவேன் – வெள்ளையன் சென்றவுடன் தமிழ்நாடு தனிநாடாக ஆகியிருக்கு மேயானால் முதலாவது தமிழனின் சமுதாய இழிவு ஒழிந்திருக்கும்.

இரண்டாவது தமிழன் பகுத்தறிவில் உச்ச நிலையை அடைந்து இன்றுள்ள காட்டு மிராண்டித் தன்மையில் தன் தாய் நாட்டில்

ஈனப் பிறவி மனிதனாக-கீழ் சாதியாக-வயிற்றுப் பிழைப்புக்கு, பதவிக்கு எதையும் விற்றுப் பிழைக்கும் ஈனத்தன்மை நல்ல அளவுக்கு மறைந்திருக்கும்; பதவிக்காக வடநாட்டானுடையவும் பார்ப்பானுடையவும் பெருவிரலை சூப்பும் ஈனத்தனம் ஒழிந்திருக்கும்..

இன்று இந்திய யூனியனின் முக்கியக் கொள்கைகள் என்னவென்றால், சாதி காப்பாற்றப்பட வேண்டும், மேல் சாதியான் மேல் பதவியில் இருக்கும்படியான தன்மைகள், முறைகள், பரம்பரைப் பழக்க வழக்கங்கள் இவை தவிர, யூனியனில் வேறு எந்த, மற்ற நாடுகளில் இல்லாத சிறப்பான குறிப்பான 'தன்மை'கள் இருக்கின்றன? ஒன்று சொல்லுவேன்; யூனியனில் தமிழ் நாட்டுக்கோ தமிழர்களுக்கோ நன்மை இருக்குமேயானால்-யூனியன் அரசியலில் இருப்பது போதாமல், பலாத்காரப் புணர்ச்சிக்காக தண்டிக்கும் தண்டனைக் காலத்தைவிட அதிக தண்டனை விதிக்கும்படியான அளவுக்கு, பிரிவினைத் தடைச் சட்டம் விதிக்கத் துடிப்பானேன்" (விடுதலை: 9.6.72) என்று கேட்டார். தி.மு.க. அரசால் நிறைவேற்றப் பட்ட அனைத்துச் சாதியினரும் அர்ச்சகர் சட்டம் இந்திய அரசியல் சட்டத்துக்கு முரணானது என்றும் இதனால் அச்சட்டம் செல்லாது என்றும் உச்சநீதிமன்றம் (14.3.1972) தீர்ப்பளித்தது. எனவே இந்து மதத்தை விட்டு திராவிடர் வெளியேறுவதே இதற்கு தீர்வு என்றார். இன இழிவு ஒழிப்பு மாநாடுகளை 1973ஆம் ஆண்டுகளில் நடத்தினார்.

"இன இழிவை-சூத்திரப் பட்டத்தை நிலைநாட்டும் தத்துவத்தைக் காக்கும் அரசியலமைப்புச் சட்டம் திருத்தப்பட வேண்டும். அச்சட்டம் திருத்தப்பட முடியாது என்றால்-இன இழிவு நீங்க-சாதி ஒழிய ஒரே பரிகாரம் நாட்டுப் பிரிவினையே!" என்று எழுதினார், பேசினார்.

நம் நாட்டை நாமே ஆள்வது. (இந்த டில்லி ஆட்சியை ஒழிக்க வேண்டியது. நான் 'தமிழ்நாடு தமிழருக்கே' என்று சத்தம் போட ஆரம்பித்த பிறகு தான் அவன் சட்டம் போட்டான்.)

நான் தேவடியாள் மகனாய் இருக்கக்கூடாது உன் ஆட்சியிலேயே - உன் கூட்டத்திலே, அப்படித்தான் இருக்கனும் என்றால் உன் ஆட்சியை மாற்ற உன் சட்டத்தை நெருப்பு வைத்துக் கொளுத்துகிறேன்.

நான் என்ன செய்கிறேன்? இந்த சாக்கிலேயே நம் நாடு நம்முடையதாக ஆகிவிடாதா?...

ப. திருமாவேலன்

நானும் என்னாலானவரைக்குந்தான் கலகம் பண்ணினேன். ஒரு நாட்டுக்காரனாகப் போய்விட்டேன் நான். 16 நாடுகளிலே தமிழ்நாடு ஒரு நாடு, அதிலே பத்துக் கட்சிகளிலே திராவிடர் கழகம் ஒரு கட்சி. என்ன ஆகும் எங்களாலே?

'தமிழ்நாடு தனியாகப் பிரிந்தாலும் 10 வருஷத்துக்குள்ளாக நாம் எல்லாம் 100 வருஷம் இருப்போம்; ஆகாயத்திலே ஒவ்வொரு வரும் பறப்போம்..

உங்கள் கடமை என்றால் உங்கள் ஒருவரைப் பொறுத்ததல்ல; தமிழர் என்று சொல்லுகிற நாம் இத்தனை கோடி மக்களை பொறுத்தது. பிறகு நாம் வட்டியும் முதலுமாய் உயரலாம். ஒன்றும் தேங்கிப்போகாது.

பெரியாரின் இறுதிச் சொற்பொழிவுகள் என்று சொல்லப் படுகின்ற மரணசாசன உரைகளில் (1973 டிசம்பர் 19) இடம் பெற்றுள்ள சொற்கள் இவை.

இறுதிவரை விடாமல் தொடர்ந்தார்!

11.9.1938-அன்று 'தமிழ்நாடு தமிழருக்கே' என்று தொடங்கினார். 19.12.1973-வரை 'தமிழ்நாடு தமிழருக்கே' என்ற பிரிவினைக் கோரிக்கையை விடாது வலியுறுத்திப் போராடினார். மரணத்துக்கு ஆறு நாட்களுக்கு முன்பு பேசியது இது. இதுவே அவரது இறுதி உரை. இறுதிச் செய்தியும் அதுவே!

14.5.1971-நாளிட்ட உண்மை இதழில் 'தமிழ்நாடு பிரிந்து தனி நாடு ஆகியே தீரவேண்டும்' என்று ஒரு கட்டுரை எழுதினார் பெரியார்.

14.2.1972-நாளிட்ட உண்மை இதழில் 'நாட்டுக்கு விடுதலை கேட்பது பாதகமா?' என்று ஒரு கட்டுரை எழுதினார். இரண்டுமே அவரது கையெழுத்து போட்டு உண்மை இதழில் வெளியாகி உள்ளது.

1973இல் மறைகிறார் பெரியார். அவரது இறுதி எண்ணங்களாக இந்த இரண்டு கட்டுரைகளையும் குறிப்பிடலாம்.

தமிழ்நாடு பிரிந்து தனிநாடு ஆகியே தீரவேண்டும்.

ஆங்கிலேயர் இந்தியாவை விட்டு வெளியேறியவுடன் தமிழ்நாடு அடிமை நாடாகவே ஆகிவிட்டது. அதுவும் பார்ப்பனருக்கு (தமிழ்நாடு) அடிமை நாடாகவே ஆகிவிட்டது. ஆட்சிக்கு ஜனநாயகம் என்கின்ற முறை ஏற்படுத்தப்பட்டு விட்டதால் தமிழர்கள் பதவிக்கு

ஆகப் போட்டி போட்டுக்கொண்டு மான ஈனத்தைப் பற்றிக் கவலைப்படாமல் அடிமைத்தன்மைக்கு முந்தும்படி ஆகிவிட்டது. ஆங்கிலேயர் ஆட்சிக் காலத்தில், ஆங்கில (அவர்களது) ஆட்சிக்குப் பாதகமில்லாமல் தமிழர் நலத்திற்குச் சமுதாய நலம் உள்பட எந்த விதமான தீர்மானமும் செய்து கொள்ள உரிமை இருந்து வந்தது.

ஆங்கிலேயன் போனவுடன் ஆட்சி காங்கிரஸ் (பார்ப்பனர்) கைக்கு வந்தவுடன் அதன் முதல் பணியாக ஜாதி, மதம், மூட நம்பிக்கை, கடவுள்கள், கடவுள் தன்மைகள், மத (பார்ப்பன உயர்வு) தர்மங்கள் காப்பாற்றப்படவும் தமிழ்நாடு என்றென்றும் வடநாட்டானுக்கு (பார்ப்பனருக்கு) அடிமையாக இருக்கவும் இந்தக் கொள்கையே இந்திய ஆட்சிக்கு என்றென்றும் மூலாதார – என்றென்றும் மாற்றப்படாத கொள்கையாக இருக்கவுமான சட்டம் பார்ப்பனராலேயே செய்து கொள்ளப்பட்டு விட்டது. இந்தப்படியே இன்று இந்திய ஆட்சி என்னும் பேரால் தமிழ் நாட்டில் (தமிழர் சமுதாயத்திற்கு) ஆட்சி இருந்து வருகிறது.

இந்த ஆட்சி தர்மப்படி தமிழ் நாட்டில் உள்ள தமிழர்கள் – (மொத்த இந்து சமுதாயத்தில்) 100க்கு 97 பேர் விகிதமுள்ள தமிழ் மக்கள்–தமிழ் நாட்டில் 100க்கு 3 பேர் விகிதமுள்ள பார்ப்பன மக்களால் சட்டப்படி 4ஆம் ஜாதியான், சூத்திரன், இழிமகன் என்று சொல்லப்படும்படியான தன்மையில் வாழ்ந்துவர வேண்டியதாய் இருந்து வருகிறார்கள்.

இந்திய ஆட்சியின் மூலாதார அடிப்படை என்பது தமிழர்களின் இந்த இழிநிலை என்றென்றும் மாற்றப்படக் கூடாதது என்பதேயாகும். இந்தத் துறையில் இந்த நிலையை மாற்ற நாம் எந்த ஒரு சிறு அளவுக்கு முயற்சித்தாலும் நினைத்தாலும் அது இன்றைய இந்திய ஆட்சிச் சட்டத்திற்கு மாறாகவும் மிகச்சிறு சமுதாயமாகிய பார்ப்பனருக்கு "மத விரோதம்", "சட்ட விரோதம்", "மனம் புண்படும் படியான குற்றம்" என்று கூப்பாடு போடப்பட்டு அடக்கப்பட்டுவிடப் படுகிறது. இதற்கு ஆதாரமான சட்ட அமைப்பை மாற்றவோ திருத்தவோ நமக்கு (தமிழனுக்கு) எந்த விதமான தகுதியும் வாய்ப்பும் வசதியும் இல்லாமலேயே இருந்துவருகிறது. எப்படி என்றால் சட்டம் செய்யத் தக்க 500க்கு மேற்பட்ட அங்கத்தினர்களைக் கொண்ட பாராளுமன்றம் என்ற சட்டசபையில் மேலே கண்ட இழிநிலைக் குள்ளான தமிழர்களாகிய நாம்–தமிழ் நாட்டினராகிய நாம்–39 பேர்கள் தாம் இருக்கிறோம். இந்த 39 பேர்களும் பல கட்சிகளாகப் பிரிந்து ஒரே கொள்கை உடையவர்களாக இல்லாமல் பல பிரிவினராகி

நமக்கு எதிரான கொள்கை உடையவர்களாகவும் கூடச் சிதறி இருக்கிறார்கள். மற்றும் "ஜாதி ஒழிக்கப் பட வேண்டும்" என்ற சொல்லைப் பாராளுமன்றச் சட்ட சபையில் நாட்டுச் சட்ட சபையில் உச்சரிக்கப்படக் கூட முடியாதவர்களாக – கூடாதவர்களாக – இருந்து வருகிறோம்.

ஆங்கிலேயர் காலத்தில் மத தர்ம சாஸ்திரங்கள் எல்லாம் கூட மாற்றப்பட்டு இருக்கின்றன. இன்று சுதந்திர ஜனநாயக ஆட்சியில் "மனுதர்மத்திற்கு" மாறாகப் பார்ப்பனரால் பார்ப்பன உயர்வுக்கென்றே செய்து கொள்ளப்பட்ட திட்டங்களுக்கு – சம்பிரதாயங்களுக்கு – ஏற்பாட்டிற்கு மாறாக நடக்க உரிமை செய்து கொண்டால், அதுவும் சட்ட சபையில் தீர்மானம் செய்து கொண்டால் அது கூட "அரசியல் சட்டப்படி செல்லுபடி அற்றதாக" ஆகி விடுகிறது.

மற்றும் மதம் என்பதும் சாஸ்திரம் என்பதும் தர்மம் என்பதும் பார்ப்பனருக்கு முழு உரிமை உடையனவாகவும் அவர்களே அவற்றிற்குக் கர்த்தாவாகவும் வியாக்கியானக்காரர்களாகவும் அறிந்தவர்களாகவும் இருப்பதால் அவைகள் அவர்கள் இஷ்டத்தைப் பொறுத்தவனவாகவே இருந்து வருகின்றன.

இப்படிப்பட்ட கடவுள் மத தர்ம சாஸ்திர ஏற்பாடு ஆகியவை களில் கைவைத்தாலொழிய, மாற்றம் செய்தாலொழிய, நாம் மனிதர்களாகக்கூட இருக்க முடியாதவர்களாக இருந்து வருவோம். இவை மாத்திரமல்லாமல் ஒரு சிறிதளவு கூட வளர்ச்சி அடைய முடியாதவர்களாக முன்னேற்றம் அடைய முடியாதவர்களாக இருந்து வருகிறோம்.

சமுதாயத் துறையில் நமதுநிலை இது என்றால் பொருளாதாரத் துறையில் ஆட்சி, அலுவலகம், சிப்பந்தித் துறைகளில் பார்ப்பனர்கள், மற்ற நாட்டவர்கள் "உண்டு கழித்த எச்சிலையில்" ஓட்டுப் பொறுக்கி வயிறு வளர்க்க வேண்டியவர்கள் போலவே இருந்து வருகிறோம். பெரும் பெரும் தொழில்–லைசென்ஸ் தொழில் ஸ்தாபனம் வட நாட்டானுக்கும் பார்ப்பானுக்கும்தாம்–நாடாளும் அதிகாரமாகிய மாநில மாவட்ட ஆட்சித் தலைமை வடநாட்டார்களுக்கும் பார்ப்பனர்களுக்கும் தாம். வியாபாரமுறையிலும் நம் நாட்டு பணம் வடநாட்டுக்குப் போகும்படியான வியாபாரம், சரக்கு, பண்டங்கள் போக்குவரத்து அபரிமிதமாயிருக்கிறதே தவிர வடநாட்டான்களோடு பெரிதும் நம் நாட்டுக்கு வந்து தொழில் நடத்துபவர்களாக இருக்கிறார்களே ஒழிய, இத்துறைகளில் நாம் வைக்கப்படத்தக்க

வெகு சிறு அளவில் தான் இருந்து வருகிறோம். பத்திரிகை விஷயத்தில் கூட வடநாட்டார்கள் பார்ப்பனர்கள் நம் சமுதாயத்திற்கு எதிரிகளாய் இருந்து வாழ வேண்டியவர்கள் ஆகியவர்கள் கையில் தான் ஏகபோகமாய் இருந்து வருகின்றதே ஒழிய, நம் நாட்டு உணர்ச்சியோ இன உணர்ச்சியோ கொண்டவர்களிடம் செல்வாக்குள்ள பத்திரிகை இல்லவே இல்லை.

ஆகவே இன்றைய தமிழ்நாடு, பார்ப்பான்-வடநாட்டான் முஸ்லீம்-கிறிஸ்தவர் முதலிய தமிழ்நாடு, தமிழ்நாட்டவர் ஆகியவற்றின் நலத்திற்கு வளர்ச்சிக்கு முன்னேற்றத்திற்கு ஏற்ற தன்மையில் இல்லை இல்லவே இல்லை என்றுதான் உறுதியாய்க் கூறவேண்டியிருக்கிறது. இதுதானா தமிழ் நாட்டின் கதி தமிழன் கதி என்று ஒவ்வொரு தமிழனும் சிந்திக்க வேண்டும்.

இந்த நிலைக்குக் காரணம் என்ன? ஆங்கிலேயர் நம் நாட்டை விட்டு வெளியேறியவுடன் தமிழ்நாடு தமிழருக்கு என்று ஆகியிருந்தால் நாம் இன்றைய சூழ்நிலையில் கீழ் நிலையில் இருந்துவர முடிந்திருக்குமா? இந்திய ஆட்சிப் பிடிப்பில் இருந்து பர்மா விலகித் தனிச் சுதந்திர நாடாக ஆகிவிட்டதால் அதற்கு (பர்மாவுக்கு) ஏற்பட்ட கெடுதி என்ன? நம்மை விடப் பர்மியர் மேலானவர்களா? ஆட்சித் திறமையுடையவர்களா? எண்ணிக்கை அதிகமுடைய வர்களா? செல்வ வசதி உடையவர்களா? எதில் மேம்பட்டவர்கள்.

இலங்கை ஒரு மிகச் சிறிய நாடு. தனி நாடாக இருந்து வருவதில் அதற்கு ஏற்பட்ட கெடுதல் என்ன? ஆங்கிலேயன் ஆட்சிக் காலத்திலேயே புதுக்கோட்டை, கொச்சி போன்ற நமது ஒரு தாலுக்கா அளவுள்ள நாடுகள் தனிச் சுதந்திர நாடுகளா இருந்து வந்ததில் அந்த நாடுகளுக்கு ஏற்பட்ட கெடுதி என்ன? இவ்வளவு தானா! அய்ரோப்பாவில் நம் தமிழ்நாட்டு எல்லையை விட, ஜனத்தொகையை விட, "வசதிக்குறைவை" விட எத்துணையோ அளவு சிறிதான சுமார் 10 நாடுகள் முழுச் சுதந்திரமாய் 50, 60 ஆண்டுகளுக்கு மேற்பட்டு இருந்து வருகின்றனவே! சில உலக சந்தைகளையே வெற்றிகொண்டு வாழ்கின்றனவே! அதுமாதிரியே ஒவ்வொரு நாடும் ஒரு அற்புத அதிசயத்தைச் செய்து உலகப் புகழ் பெறுகின்றதே! அவைகளுக்கு ஏற்பட்ட கெடுதி என்ன என்று சிந்திக்க வேண்டாமா?

அது மாத்திரமா! இந்தியாவிலேயே நமக்கு மேற்பட்ட சக்தியோ, அறிவோ வேறு எந்த நாட்டுக்கு ஆவது இருக்கிறது என்று யாராவது சொல்ல முடியுமா? இந்தியாவில் அதிக ஜனத்தொகை கொண்ட நாடு உத்திரபிரதேசம்-யு.பி (உ.பி.) இந்தியாவில் காட்டுமிராண்டி

நாடு, மூடநம்பிக்கை நாடு, கல்வியறிவில்லாத நாடு அதுதான். அந்த நாட்டானுக்குத்தான் இன்று ஆட்சித் தலைமை பாரம்பரியமாக இருந்து வருகிறது. மற்றும் வடநாட்டாரின் யோக்கியதை, அறிவு, வாழ்க்கை உயர்வு முதலியவை பற்றித் தெரிய வேண்டுமானால் அவர்களது வேத சாஸ்திர புராண சம்பந்தத்தையும் அவை சம்பந்த மான கடவுள் புராணக் கதைகளையும் அவற்றின் நடப்புகளையும் நல்ல வண்ணம் துருவி ஆராய்ந்தாலே அவர்களது காட்டுமிராண்டித் தனம் இழிதனம் முதலியவை நமக்கு நன்றாய் விளங்குமே! மற்றும் தென்னாட்டை எடுத்துக் கொண்டாலும் கேரளம், ஆந்திரம், கர்நாடகம்(கன்னடம்) ஆகிய நாட்டாரின் கலாச்சாரம் நாகரிகம் வளர்ச்சி ஆகியவற்றிற்கும் உள்ள பேதத்தைப் பார்த்தாலும் தமிழ் நாட்டின் உயர்வு முதலிய தன்மைகள் நன்றாய் உணரலாகும்.

இப்படிப்பட்ட உயர்ந்த நாடு ஏன், எதற்காக அடிமை நாடாக–அதுவும் 1500 மைலுக்கு அப்பாற்பட்ட ஒரு பழைமைப் பற்றுள்ள அநாகரிக நாட்டு ஆட்சிக்கு அடிமையாக இருக்க வேண்டும்? பார்ப்பானோ வட நாட்டானோ பதவிப் பித்தனாகிய காங்கிரஸ்காரனோ ஒரு நாளும் தமிழ்நாடு சுதந்திரமடைந்த தனித் தமிழ்நாடு ஆகச் சம்மதியான். ஆனால் மற்றவர்கள் 100க்கு 75க்கு மேற்பட்ட 90 சதவிகித மக்கள் இணங்குவார்கள்; ஆதரவளிப்பார்கள்; ஆனால் வடநாட்டார் எளிதில் இணங்கமாட்டார்கள். ஆதலால் நாம் இந்தத் "தனித் தமிழ்ச் சுதந்திர நாடு" பெறக் கிளர்ச்சி செய்தாக வேண்டும் பெரும் போராட்டம் நடைபெற வேண்டியிருக்கும். சிலராவது–மாளவும் தயாராயிருக்க வேண்டும்.

இது இந்தத் தி.மு.க. ஆட்சியில்தான் முடியக்கூடிய காரியமாகும். எனவே, இந்த நோக்கத்துடனேயே இந்த ஆட்சியைப் பலப்படுத் துங்கள். தி.மு.க. ஆட்சி என்றால் அது திராவிடர் கழகத்தின் ஒரு பாகம்தான். திராவிடர் கழகம் "திராவிட நாடு திராவிடருக்கே" என்ற லட்சியச் சொல்லில் வளர்ந்ததாகும். அந்த 35 ஆண்டுகட்கு முன் நாம் "திராவிட நாடு திராவிடருக்கே" என்று முழங்கிய காலத்தில் இந்தப் பார்ப்பனர், "எலிவளை எலிகளுக்கே" என்று கூப்பாடு போட்டார்கள். காரணம் அப்போது அவர்கள் தங்களைப் பூனைகளாக நினைத்துக் கொண்டு நம்மை எலிகளாகக் கருதினார்கள். இப்போது நாம் தனிநாடு பெறுவதன் மூலம் தான் நாம் "பூனைகள்" ஆகமுடியும். "எலிகளை" விரட்ட முடியும். அல்லாதவரை நாம் எலிகள் தாம். தமிழர்களே சிந்தியுங்கள்! சிந்தியுங்கள்! பக்குவமடை யுங்கள்! போர் காத்திருக்கிறது!

(உண்மை 14.5.1971)

*நாட்டுக்கு விடுதலை கேட்பது பாதகமா?*

திராவிட நாட்டு மக்களில் 100க்கு 90க்கு மேம்பட்டவர்களுக்கு தங்கள் நாடு பூரண விடுதலை அடைந்த நாடாக இருக்க வேண்டும் என்கின்ற ஆசை, ஆவல் உள்ளம் நிறைந்து வழிந்து ஓடுகிறது. இதை அறிய வேண்டுமானால் ஜனநாயக ஆட்சி என்று சொல்லிக்கொள்ளும் இந்திய ஆட்சியானது மக்கள் கருத்தை அறியும்படியான ஓட்டு (அபிப்பிராயம்) எடுத்து பாக்கட்டும் என்று சவால் கூறுகிறேன்.

"வெள்ளையனே வெளியேறு" என்று சொல்லி "வெளியேற்றிய வர்களை" வட நாட்டானே எங்களை (எங்கள் கட்டை) அவிழ்த்து விட்டுவிடு என்று சொல்லிக் கெஞ்ச வேண்டியவர்களாக இருக்கி றோம்.

வெள்ளையன் வெளியேறிவிட்டான். வடநாட்டான்; "அப்படிக் கேட்டால் (எங்களை விடுதலை செய்; என்று கேட்டால்) ஏழு வருஷம் கடினக்காவல் தண்டனை கொடுப்பதுடன் அபராதமும் போடுவேன்" என்கிறான். இதுதான் இன்று நமது ஜனநாயகமாக இருக்கிறது. சோவியத் ரஷ்யா ஜனநாயக நாடல்ல, அது ஒரு சர்வாதிகார (கூட்டு) நாடு ஆகும். அந்த நாட்டுக் கூட்டில் இருக்கும் ஒரு நாட்டவன் தனது நாட்டைப் பிரித்துக்கொள்ள அதிகாரம் – உரிமை உள்ளவனாக இருக்கிறான். ஆனால் ஜனநாயக நாடு என்று சொல்லப்படுவதான நாட்டினராக நமக்கு "எனது கட்டை (நாட்டை) அவிழ்த்து விட்டு விடு", என்று கேட்க உரிமை இல்லை, என்பதோடு இதற்கு பதில் இந்தப்படி கேட்டால் தண்டனை என்றால் நாம் எப்படிப்பட்ட அடிமைத் தன்மையில் அடிமைப்பட்டவர்களாக இருக்கிறோம் என்று பாருங்கள்.

நினைத்தால் வேதனை தரும் கருத்தாக அல்லவா இருக்கிறது நமது ஜனநாயகம் என்பது. "இந்தியா"(ஜனநாயகம் என்பதானது) என்றைக்குமே ஒரு நாடாகவோ, ஒரு தேசமாகவோ இருந்ததற்கு ஆதாரமே இல்லை. இந்தியா என்கின்ற சொல்லுக்கே எந்தவித ஆதாரமும் இல்லை. இந்தியாவுக்கு எல்லை என்ன என்பது பற்றி ஆதாரம், அறிகுறி எதுவுமே, எதிலுமே காணப்படவில்லை. இந்தியா என்ற சொல் ஒரு அறுநூறு, எழுநூறு ஆண்டுகளுக்கு முன்பு உச்சரிப்பில் இருந்ததாகக்கூட சொல்லுவதற்கு ஆதாரம் காணமுடிய வில்லை.

இந்தியா என்பதற்குப் பரதகண்டம், இந்து தேசம் என்று பொருள் காணப்படுகிறது. இது அன்னியர்கள் கொடுத்த பெயர் களாகும். இந்து என்ற பதத்திற்கு சிந்து என்றும், சிந்து நதிக்கரையில்

ப. திருமாவேலன் ◆ 945

இருந்தவர்கள்; "சி" மாற்றமடைந்து இந்துவானார்கள் என்றும் ஆதாரங்கள் காணப்படுவதோடு, சிந்து நதிக்கரையில் உள்ளவர்களுக்கு ஏற்பட்ட பெயரானது, வெள்ளையர் காலத்தில் திராவிட நாட்டையும் சேர்த்து, இந்திய என்ற பெயர் அடக்கிக் கொண்டது. இதை திரு. காந்தியார் சொல்லி இருக்கிறார்.

எது எப்படி இருந்தாலும், வெள்ளைக் காரன் தன்னால் ஜெயிக்கப்பட்ட நாடுகளையெல்லாம் ஒன்றாக்கி ஒரு பெயரிட்டு இந்தியாவை உருவாக்கி விட்டான் என்றாலும் பர்மா நாடு இந்தியாவில் சேர்க்கப்பட்டிருந்தாலும் அது பிரிந்து தனி நாடாகிவிட்டது. அது போலவே மற்ற பல நாடுகள் இந்தியாவுடன் ஒரு ஆட்சிக்கு உட்பட்டு பல ஆண்டுகளாக இருந்திருந்தாலும் பாகிஸ்தான் என்னும் பெயரால் இந்தியாவில் இருந்த பல நாடுகள் பிரிக்கப்பட்டு தனி நாடாக ஆகிக்கொண்டன. அவைகளிலும் கூட பிரிவு ஏற்பட்டு, வங்காளதேசம் எனும் பெயரால் ஒரு பெரிய பாகம் பிரிந்து, தனி அரசு நாடாக ஆகிவிட்டது. ஆகவே வெள்ளையன் ஆட்சிக் காலத்தில் ஆக்கப்பட்ட இந்திய தேசம், இந்தியா என்றும் பர்மா என்றும் பாகிஸ்தான் என்றும் வங்காளதேசம் என்றும் நான்கு தேசங்களாக இன்று இருந்து வருகின்றன. இவற்றால் யாருக்கும் எவ்வித கேடும் ஏற்பட்டுவிடவில்லை. அதுபோலவேதான் இன்று மீதியுள்ள இந்தியா என்னும் பெயரில் சிக்க வைக்கப்பட்டுள்ள திராவிடநாடு அல்லது தமிழ்நாடு என்று இருக்கும் ஒரு பாகத்தை, தனி சுதந்திர நாடாக; முழு சுதந்திர நாடாக ஆக்கச் செய்ய வேண்டும் என்பது இன்றைய தமிழ் நாட்டு மக்கள்; அதாவது 4 கோடி (4,00,000,00) மக்களின் ஏக்கமாய் இருந்து வருகிறது. இதைப் பார்ப்பனரும், அரசியல் வேஷத்தால் பிழைக்கும் ஒரு சிலரும் மாத்திரமே தங்கள் சுயநலத்திற்காக ஆட்சேபிக்கிறவர்களாகக் காணப்படுகிறார்களே ஒழிய மற்றபடி 100க்கு 90க்கு மேற்பட்ட தமிழ் நாட்டினர்; தமிழர்களால் எவ்வித நிபந்தனையும் (ரிசர்வேஷனும்) இல்லாமல் கோரப்படுகிறது. அதாவது தமிழ்நாடு தனி முழு சுதந்திர நாடாக இருக்கக் கோரப்படுகிறது. துடிக்கப் படுகிறது. கோருவது மாத்திரமல்லாமல் மக்கள், "ஜனநாயக" அடிமை நாட்டில் குடியாய் இருக்க வெட்கப்படுகிறார்கள்.

ஒரு சிறந்த, மேலான, எல்லா நன்மையும், எல்லா வசவுகளையும், எல்லா சக்திகளையும் கொண்ட ஒரு உயர் தனிநாடு, எந்தவிதமான சம்மந்தமும் தேவையும் இல்லாத ஒரு பழமை உணர்ச்சியும், பேத உணர்ச்சியும் கொண்டிருப்பதுடன்; எந்த விதத்திலும் பொருத்த மில்லாத நாடுகளின் சுரண்டலுக்கும் வாழ்வுக்கும் பயன்படும்படியான

சுரண்டியும் இழிவுபடுத்தியும் வாழும் நாடுகளுடன் சேர்ந்திருக்க ஒன்றுபட்டிருக்க வேண்டும் என்கின்ற அவசியம் என்ன என்பதை தமிழ் நாட்டார் மாத்திரமே அல்லாமல் இந்தியாவில் உள்ள மற்ற நாட்டாரும் சிந்தித்துப் பார்க்க வேண்டும் என்று விரும்புகிறேன்.

இன்று டில்லி நகரிலிருந்து கேரளம் வரையில் உள்ள பதினைந்து இருபது நாடுகளில் உள்ளவர்கள் தமிழ்நாட்டுக்குள் புகுந்து ஊடுருவி, ஆண்டொன்றுக்கு எத்தனையெத்தனை கோடி ரூபாய்களைக் கொள்ளையடித்துக் கொண்டு போகிறார்கள்! எத்தனை லட்சம் பேர் இங்கு வந்து குடியேறி வாழ்க்கை நடத்தி, ஆதிக்கம் செலுத்தி, கொள்ளைகொண்டு போகிறார்கள்! எவ்வளவு தொழிற்சாலைகளை நடத்திக் கொள்ளையடிக்கிறார்கள்? தமிழர்கள், யாராவது வெளி நாட்டில் போய்ப் பிழைக்கிறார்கள் என்றால் இவர்களில் (தமிழர்களில்) 100க்கு 99 வெளிநாட்டுக்குப்போன தமிழர்கள் பியூனாய், எடுபிடி வேலைக்காரனாய், தினக் கூலியாய் இருந்து என்ன செய்தாவது வயிற்றைக் காப்பாற்றிக்கொள்ள துணிந்தவனாகவே இருக்கிறான்.

வெளிநாடு சென்று சிறிது சௌகரியமாக இருக்கிற ஒரு சிலர் இருக்கலாம் என்றால் அவர்கள் தமிழர் என்ற உணர்ச்சி அற்றவர் களாகவும்; தமிழ் நாட்டை, தமிழனைக் காட்டிக் கொடுத்து பிழைக்கிற வர்களாகத்தான் இருக்க முடிகிறதே தவிர 'தமிழர்கள்' தமிழனுக்கோ தமிழ்நாட்டிற்கோ, தமிழ் நாட்டின் மானத்திற்கோ பயன்பட வாழுகிறவர்கள் ஒருவருமே இல்லை என்று சொல்லத்தக்க வண்ணமே தான் வாழ்கிறார்கள்.

மற்றும் தமிழர்கள் தமிழ் நாட்டில் சட்டப்படி சூத்திரர்களாய் 4ஆம் 5ஆம் ஜாதி மக்களாய் வாழ்கிறார்கள். எனவேதான் தமிழ் நாட்டில் தமிழர்கள் இதற்கு ஒரு பரிகாரம் தேட வேண்டுமென்று துடிப்பாய்த் துடிக்கிறார்கள். இந்தத் துடிப்பைப் பாதகமாகக் கருதினால் பிறகு தமிழனுக்கு விடுதலை எங்கே? என்று கேட்கிறேன்." இவை தான் பெரியாரின் மரணவாக்குமூலமாக விளங்கும் கட்டுரைகள்!

(உண்மை 14.2.1972)

இந்தியாவில் இருந்து தமிழகத்தைப் பிரித்து தனி நாடு கேட்டவர் கோழையாம். பயந்தாங்கொள்ளியாம். இந்திய நாடாளு மன்ற தேர்தல் வோட்டுக் கேட்கும் த.தே.க்கள் மாவீரர்களாம்! வெட்கம்!

# VII
## மூவரைப் புரிதல்

# 1

## ம.பொ.சி. – இந்துத்துவ தமிழ்த் தேசியம்

### 1. தமிழ்த் தேசியக் குறியீடா ம.பொ.சி.?

தமிழ்த் தேசியத்தின் குறியீடாக ம.பொ.சி. கொண்டாடப் படுகிறார். அந்தக் குறியீடு அவருக்கு எந்தளவுக்குப் பொருத்த மானது? ம.பொ.சி.யை அளவிடுவது என்பது 1945 தொடங்கி 1956 வரையிலான அளவீடாக இருக்க முடியாது. அவர் 1995 வரை வாழ்ந்தவர். இதனை முழுமையாகப் பார்த்தால் தான், ம.பொ.சி.யின் நினைவை யார் யார் போற்ற வேண்டும் என்ற முடிவுக்கு வரமுடியும். ம.பொ.சி.யின் வாழ்வு 1945-1956 வரையிலான முதல் கட்டம், 1970 வரையிலான இரண்டாம் கட்டம், 1995 வரையிலான மூன்றாம் கட்டம் எனப் பிரித்து தொகுத்துப் பார்த்தால் மட்டுமே ம.பொ.சி.யை முழுமையாக, உண்மையாக அடையாளம் காணமுடியும்.

இந்திய தேசியராய் இருந்து, பின்னர் தமிழ்த் தேசியராய் வளர்ந்து, இந்திய தேசியராய் முடிந்து போனவர் ம.பொ.சி.!

திராவிட இயக்க எதிர்ப்பாளராய் வளர்ந்து, பின்னர், திராவிட இயக்கத்தோடு ஒட்டி உறவாடி முடிந்து போனவர் ம.பொ.சி.

தமிழ்த் தேசியத்தின் குறியீடாக அவருக்கு மகுடம் சூட்டுவோர் இந்திய தேசிய வரலாறு, திராவிட இயக்க வரலாறு அறியாததன் விளைவு இது.

தமிழ்த் தேசியராய் இருந்தபோதும் 'இந்திய ஒருமைப்பாட்டுக்கு' குந்தகம் ஏற்படுத்தாத தமிழ்த் தேசியர்தான் ம.பொ.சி.

திராவிட இயக்க எதிர்ப்பாளர் என்றும் அவரை முழுமையாகச் சொல்லிவிட முடியாது. நாத்திகவாதி, பார்ப்பன எதிர்ப்பாளர், தனித் தமிழ்நாடு கேட்ட பெரியாருக்கு மட்டுமேதான் ம.பொ.சி. எதிர்ப்பாளர். அண்ணா, கலைஞர், எம்ஜிஆர், ஜெயலலிதா என ஆட்சியில் இருந்த திராவிட இயக்கத் தலைவர்களின் எதிர்ப்பாளர் அவர் அல்ல. இந்த நுட்பத்தை விளங்கிக் கொள்ள வேண்டும்.

இராஜாஜியின் சீடர் ம.பொ.சி. என்பதை உணர்ந்தால்தான் அவரது பெரியார் எதிர்ப்பின் வேர் எது என விளங்கும். இராஜாஜியின் சீடர் மட்டுமல்ல, காமராசருக்கு கடும் எதிரி ம.பொ.சி. என்பது தமிழ்த் தேசியர்களுக்கு இன்னும் விளங்காமல் இருப்பது ஏன்?

இந்திய எல்லைக்கு உட்பட்ட தமிழ் பேசும் பகுதிகள் ஒரே மாகாணமாக இருக்க வேண்டும் என்பதே ம.பொ.சி.யின் புதிய தமிழகம். இதில் ஆங்கிலம் கூடாது என்பதே அவரது மொழிக் கொள்கை. இந்தி இருக்கலாம் என்பவர் அவர். தமிழுக்கு இணையானது சமஸ்கிருதம் என்பவர் அவர். இந்தியாவின் ஒருமைப்பாடு காக்கப்படவேண்டும் என்பவர் அவர். ஒருவேளை இந்தியாவின் ஒருமைப்பாட்டுக்கும்-புதிய தமிழகத்துக்கும் பிரச்னை வருமானால் இந்திய ஒருமைப்பாட்டின் பக்கம் நிற்பவர் அவர். எந்த இடத்திலும் வன்முறைப் பாதையை விரும்பாதவர் அவர். தமிழீழ விடுதலைப் புலிகளை மிகக் கடுமையாக விமர்சித்தவர் அவர். கொலைகாரப் பயங்கரவாதிகள் என்றவர் அவர். பிரபாகரன் நினைவையும் ம.பொ.சி. நினைவையும் ஒரே நேரத்தில் எப்படிப் போற்ற முடியும் என்பதால்தான் தமிழ்த் தேசிய அரசியல் சந்தேகத்துக்குரியதாக ஆகிறது. அன்றைய இராஜாஜி வேலைக்குப் பின்னால், தமிழரசுக் கழக வேலைகள் மறைந்துள்ளதால்தான் தோண்டிப் பார்க்க வேண்டியுள்ளது.

## 2. மகத்தான முன்னெடுப்புகள்!

ம.பொ.சி.யின் பிற்காலம் பழுதுபட்டது என்பதற்காக முற்கால முன்னெடுப்புகளைக் குறைத்து மதிப்பிடவில்லை.

"சுதந்திர இந்தியாவில் ராஜ்யங்கள் மொழிவாரி திருத்தி அமைக்கப்பட வேண்டும். ஒவ்வொரு இராஜ்யமும் இந்திய சமஷ்டியில் பூரண சுயாட்சி பெற்ற அங்கங்களாக இருக்க வேண்டும். மத்திய அரசிடம் பாதுகாப்பு, போக்குவரத்து, அயல் கூட்டுறவு ஆகிய மூன்று அதிகாரங்கள் மட்டுமே விடப்பட்டு, எஞ்சிய அதிகாரங்கள் உள்பட எல்லா அதிகாரங்களும் மாநில அரசுகளுக்கே உரிமையாக்கப்பட வேண்டும்" என்று 26.6.1945இல் பேசியவர் ம.பொ.சி. அதற்காக 'தமிழ்முரசு' இதழைத் தொடங்கி அதில் மாநிலச் சுயாட்சி குறித்து எழுதி வந்தவர். "வருங்கால சுதந்திர இந்தியாவில் சுதந்திரத் தமிழரசு அமைத்தே தீரவேண்டும். வயது வந்த வாக்காளர்களால் தேர்ந்தெடுக்கப்பட்ட பிரதிநிதிகள் கூடித் தமிழகத்தில் சுதந்திர (சுயாட்சி)த் தமிழரசை அமைப்பர்" (தமிழ் முரசு மே 1946) என்று அறிவித்தார். 'மொழிவாரித் தேசிய இனங்களுக்குச் சுயநிர்ணய உரிமை உண்டு' என்று 'அரசியல்

நிர்ணய சபை பிரகடனப்படுத்த வேண்டும்' என்று ம.பொ.சி. எழுதினார். (நவம்பர் 1946 'தமிழ் முரசு' 7வது புத்தகம்). அகில இந்திய காங்கிரஸ், இந்திய விடுதலையை மட்டும் குறிவைத்து இருந்ததால் இது பற்றிக் கவலைப்படவில்லை. காங்கிரஸ் கேட்டது இந்திய விடுதலை. காங்கிரஸுக்குள் இருந்து ம.பொ.சி. கேட்டது, இந்தியாவுக்குள் தமிழ்பேசும் மக்கள் சேர்ந்த மாநிலம். அதைச் 'சுதந்திரத் தமிழகம்' என்றார். 'சுதந்திரம்' என்றால் 'விடுதலை' என்ற பொருளில் பொருள் கொண்டு விடக் கூடாது. பிரிட்டிஷாரிடம் இருந்து 'விடுதலை' கேட்டது அகில இந்திய காங்கிரஸ்.

இந்தியாவுக்குள் இருந்து கொண்டே 'சுதந்திரத்' தமிழகம் என்றார் ம.பொ.சி. நான் கேட்டது பிரிவினை அல்ல என்று விளக்கிக் கொண்டே இருந்தார். இந்நிலையில்தான் 1946 நவம்பர் 21ஆம் நாளில் 'தமிழரசுக் கழகம்' உருவாக்கினார்.

தமிழ்மொழியைத் தாய்மொழியாகவும், தமிழ்நாட்டைத் தாய் நாடாகவும் கொள்ளும் தமிழ்நாட்டின் நிரந்தரக் குடிகள் எல்லோரும் தமிழராகக் கருதப்படுவர் என்றும், தெற்கே குமரி முனைக்கும் வடக்கே திருப்பதி மலைக்கும் இடையேயுள்ள நிலப்பரப்பு தமிழகமாக – தமிழர் தாயகமாகக் கொள்ளப்படும் (சென்னை நகரம், செங்கற்பட்டு, வட ஆற்காடு, சித்தூர், தென்னாற்காடு, தஞ்சை, இராமநாதபுரம், திருநெல்வேலி, மதுரை, கோயம்புத்தூர், சேலம், திருச்சி, நீலகிரி ஆகிய 13 ஜில்லாக்களும், திருவிதாங்கூர் சமஸ்தானத் தமிழ்ப் பிரதேசங்களும், புதுக்கோட்டை சமஸ்தானமும், காரைக்கால்–புதுவை ஆகிய பிரெஞ்சிந்தியப் பிரதேசங்களும் இதில் அடங்கும்) என்றும், மேற்சொன்ன புதிய தமிழகத்தைச் சுதந்திர நாடாகச் செய்வதுடன், உழைப்பாளிக்கே உரிமை என்ற கொள்கை யுடையதும் உழைப்புக்கும் தேவைக்கும் ஏற்ற ஊதியம் தருவதுமான சோஷலிசக் குடியரசை நிறுவுவது என்றும், தமிழ் சோஷலிசக் குடியரசில் தமிழ் மொழியை அரசியல் மொழியாகச் செய்வதுடன், இதர எல்லாத் துறைகளிலும்கூடத் தமிழுக்கே முதன்மை தேடித் தருதல், சாதி, சமய வேற்றுமையற்ற தமிழ் இனத்தின் பொதுக் கலைகள், இலக்கியங்கள், பண்பாடுகள் ஆகியவற்றைப் போற்றி, அவற்றின் வளர்ச்சிக்காகப் பாடுபடுதல் என்றும், தமிழ் இனத்தின் நலத்திற்குத் தீங்கற்ற வகையில் பிற இனத்தவருடன் உறவு கொள்ளவும் இந்தியாவின் பூகோள ரீதியான ஒற்றுமையைப் பாதுகாக்கவும் தமிழ் சோஷலிசக் குடிஅரசு இந்தியக் கூட்டரசில் இணைய வேண்டும் என்றும், தமிழகத்துக்கு வெளியே இந்தியாவின் மற்றப் பகுதிகளிலும் வெளிநாடுகளிலும் உள்ள தமிழர் நலனுக்காகப் பாடுபடுதல் என்றும் தமது இயக்கக் கொள்கையை அறிவித்தார்.

ஆந்திரா தனி மாநிலம் கேட்கத் தொடங்கிய காலகட்டத்தில், சென்னை மாகாணத்தை இரண்டாகப் பிரிக்க சர்.பி.என். ராவ் சொன்னதை ம.பொ.சி. கடுமையாக எதிர்த்தார். சென்னை நகர், ஆந்திரர்களும் சொந்தம் கொண்டாடும் சூழல் ஏற்பட்டது. 'தலையைக் கொடுத்தேனும் தலைநகரைக் காப்போம்' என்று ம.பொ.சி. கூறினார். (1.4.47). 'உரிமைக்கு எல்லை வேங்கடம்' 'உறவுக்கு எல்லை இமயம்' என்னும் முழக்கத்தை முதன்முதலாக எழுப்பினார். 1947 ஆகஸ்ட் 16ஆம் நாள் வடக்கு எல்லைப் போராட்டத்தைத் தொடங்கினார் ம.பொ.சி. 21 பேர் கொண்ட குழுவுடன், 'வேங்கடத்தை விடமாட்டோம்', 'தணிகை தமிழ ருடையதே' என்று முழங்கினார். 1948 சனவரி 18, 19 கோவையில் நடந்த தமிழ்நாடு காங்கிரஸ் தமிழ் மாகாண மாநாட்டில் வடக்கே திருப்பதியையும், தெற்கே குமரி முனையையும் எல்லைகளாகவும் சென்னையைத் தலைநகராகவும் கொண்ட தனியரசு அமைய வேண்டும் என்று தீர்மானம் எழுதி அனுப்பினார் ம.பொ.சி. அதில், பூரண சுயாட்சியுடைய சோசலிசக் குடி அரசு அமைக்க தமிழருக்கு சுயநிர்ணயம் வழங்கவும் வழிவகுக்க வேண்டும் என்று குறிப்பிட்டு இருந்தார். ஆலோசனைக் கூட்டத்தில் இத்தீர்மானம் பரிசீலிக்கப் பட்டது. சோசலிசக் குடிஅரசு, சுயநிர்ணய உரிமை ஆகிய சொற்கள் நீக்கப்பட்டது. 'இது பிரிவினை நோக்கம்' என்று காமராசர் சொன்னதாக ம.பொ.சி. கூறுகிறார். ம.பொ.சி.யை அங்கு பேச அனுமதிக்கவில்லை. 'ம.பொ.சி. கேட்பது தனி ஸ்டேட். அது காங்கிரஸ் கொள்கைக்கு விரோதமானது. அதை நான் அனுமதிக்க முடியாது' என்றார் காமராசர்.

1948 சூன் மாதத்தில் என்.கே. தார் தலைமையில் ஆணையம் அமைக்கப்பட்டது. அதில் ம.பொ.சி. தமது கருத்தாக,

"சென்னை மாகாணத்தைத் தமிழகம், ஆந்திரம், கேரளம், கர்நாடகம் என நான்கு மாகாணங்களாக உடனே ஏக காலத்தில் பிரித்தாக வேண்டும். அமைக்கப்படும் தமிழகமானது, சட்டசபை மந்திரி சபையோடு கூடிய சுயாட்சியுடைய மாகாணமாக இருக்க வேண்டும். அயல் நாட்டுறவு, போக்குவரத்து, பாதுகாப்பு ஆகிய மூன்று அதிகாரங்களை மத்திய அரசுக்கு விட்டுக்கொடுத்து, ஏனைய எல்லா அதிகாரங்களுமுள்ள சுதந்திர அரசாக இருக்க வேண்டும். சென்னை நகரம் தமிழ்நாட்டின் உட்பிரதேசம். அது தமிழ்நாட்டுடன் இருக்க வேண்டும்" என்றார். ஆனால் தார் கமிஷன் மொழிவாரிப் பிரிவினைக்கு எதிராக இருந்தது. தார் கமிஷன் அறிக்கை மோச மானது என்றார் ம.பொ.சி.

சென்னை நகரைக் காக்கவும் சித்தூர் மாவட்டத்தில் இருந்து திருப்பதியையும் அதற்குத் தெற்கேயுள்ள திருத்தணி உள்ளிட்ட

பகுதியையும் மீட்கவும் தமிழக எல்லைப் பாதுகாப்பு மாநாடு நடத்தினார் ம.பொ.சி. அன்றைய மத்திய நிதி அமைச்சர் ஆர்.கே. சண்முகம் இதற்குத் தலைமை வகித்தார். 1949 நவம்பர் 5 சென்னையில் மாநாடு நடந்தது. திரு.வி.க., ராஜா சர்.முத்தையா, வடபாதிமங்கலம் வி.எஸ் தியாகராசர், என்.எஸ். கிருஷ்ணன், எம்.எம். தண்டபாணி தேசிகர், ஔவை தி.க.சண்முகம் ஆகியோர் கலந்து கொண்ட மாநாடு இது. 'எல்லோரும் நண்பர் சிவஞானத்தையே நம்பியிருக்கிறோம்' என்றார் திரு.வி.க. மொழிவாரித் தீர்மானத்தை முன்மொழிந்து டி.எஸ்.அவினாசிலிங்கம் பேச, வழிமொழிந்து கல்கி கிருஷ்ணமூர்த்தி பேசினார். அன்றைய அமைச்சர் எம். பக்தவத்சலம் தீர்மானத்தை ஆதரித்துப் பேசினார்.

1952இல் ஆந்திரத் தலைவர்கள் திரும்பவும் தனி ஆந்திர மாநிலக் கோரிக்கைக்குப் புதுவேகம் கொடுத்தனர். பொட்டி ஸ்ரீராமுலு சென்னையில் உண்ணாவிரதம் இருந்தார். அவரை ம.பொ.சி. போய்ப் பார்த்தார்.

'சென்னை நகரம் இல்லாத ஆந்திரத் தனி மாகாணம் கோருவதானால் அவருடைய உண்ணாவிரதம் வெற்றிபெறத் தமிழரசுக் கழகம் ஒத்துழைக்கும்' என்றார் ம.பொ.சி. சென்னை நகரில் ஆந்திர அரசு தற்காலிகமாக இருப்பதைகூட அனுமதிக்க முடியாது என்பதில் ம.பொ.சி. உறுதியாக இருந்தார். இப்படி உண்ணாவிரதம் இருப்பது மாகாணத்தின் அமைதியைக் குலைக்கும் காரியம் என்று சட்டமன்ற மேலவையில் பேசியவர் ம.பொ.சி. மேலும், பொட்டி ஸ்ரீராமுலு மறைவுக்குச் சென்னை மாநகராட்சியில் அஞ்சலித் தீர்மானம் கொண்டு வந்த போது ம.பொ.சி. எதிர்ப்புத் தெரிவித்தார்.

சென்னை மாநகராட்சியின் சிறப்புக் கூட்டம் 3.1.1953இல் நடந்தது. ஆந்திரரின் 'மதராஸ் மனதே' வுக்கு எதிராகக் கண்டன தீர்மானம் நிறைவேற்ற ம.பொ.சி. ஏற்பாடு செய்த கூட்டம் அது. 'ஆந்திர அரசுக்குத் தற்காலிகமாகக் கூடச் சென்னையைத் தரக்கூடாது' என்ற வாசகத்தை நீக்கிவிடுமாறு தன்னிடமும், மேயர் செங்கல்வராயனிடமும் முதல்வர் இராஜாஜி சொன்னதாக ம.பொ.சி. எழுதுகிறார். இதனை ம.பொ.சி. ஏற்கவில்லை.

*(புதிய தமிழகம் படைத்த வரலாறு பக்கம். 243)*

"சென்னை மாநகரம் நீங்கலான ஆந்திர மாநிலம் அமைப்பது பற்றிய பாரதப் பிரதமரின் அறிக்கையை இந்த மாநகராட்சிக் கவுன்சில் வரவேற்கிறது. சென்னை மாநகரமானது தமிழ் நாட்டின் பகுதி என்பது மட்டும் அல்லாது அதிலிருந்து பிரித்தெடுக்கப்பட முடியாத உட்பகுதியும் ஆகும். சென்னை மாநகர் இயற்கையால் தமிழகத்தோடு ஒன்றிவிட்டது மல்லாது அதற்குத் தேவையான ஒரு

பகுதியும் கூட. இதைக் குலைக்கும் எந்தவிதமான முயற்சியையும் இம்மன்றம் முழு மூச்சுடனும் தீவிரமாகவும் எதிர்க்கிறது.

"ஆந்திர மாநிலம் அமையும் அதே நேரத்தில் அதன் தலை நகரமும் அந்த மாநிலத்துக்குள்ளேயே கருத்து வேறுபாடற்ற ஓர் இடத்தில் அமைய வேண்டும் என்று இந்த மாமன்றம் கருதுகின்றது."

"ஆந்திர மாநிலத்தின் தலைநகரம் தற்காலிகமாகச் சென்னை நகரத்தில் அமைந்தாலும்கூட இந்த இரு மாநிலங்களின் நல்லுறவு பாதிக்கப்படும் என இம்மாமன்றம் அஞ்சுகின்றது. இந்த இரு மாநிலங்களின் வளர்ச்சிக்கும் நல்வாழ்விற்கும் தனித்தனித் தலைநகரம் அந்தந்த மாநிலத்தில் அமைய வேண்டியது மிகவும் தேவையான ஒன்றாகும். ஆதலால், ஆந்திர மாநிலத்தின் தலைநகரம் தற்காலிக மாகச் சென்னையில் அமையவேண்டும் என்ற கருத்தையும் இந்த மன்றம் கடுமையாக எதிர்க்கிறது." என்ற தீர்மானத்தை ம.பொ.சி. கொண்டு வந்தார். எம். இராதாகிருஷ்ணன் தீர்மானத்தை வழி மொழிந்தார். தீர்மானம் நிறைவேறியது.

9.4.1953 அன்று சித்தூர் மாவட்டம் முழுவதும் கடை யடைப்புக்கு ம.பொ.சி. அறைகூவல் விடுத்தார். அம்மாவட்டத்தை ஆந்திராவுடன் சேர்ப்பதைக் கடுமையாக எதிர்த்தார். சித்தூர் மாவட்டப் பிரச்னையில் தமிழ்நாடு காங்கிரஸ், ம.பொ.சி.யை ஆதரிக்கவில்லை. காங்கிரஸை மீறித்தான் ம.பொ.சி. போராடினார். 3.5.1953 சித்தூர் தினம் கொண்டாட அறிவித்தார். இதில் காங்கிரஸார் கலந்துகொள்ளக்கூடாது என்று மாநிலக் காங்கிரசு செயலாளர் ஆர். வெங்கட்ராமன் அறிவித்தார். ம.பொ.சி. மீது நடவடிக்கை எடுக்க வேண்டும் என்று ஆந்திர மாகாணக் காங்கிரஸ் கமிட்டி தீர்மானம் போட்டது. வடக்கெல்லைப் போராட்டத்தில் கலந்து கொள்ளும் காங்கிரசார் மீது நடவடிக்கை எடுக்கப்படும் என்று காங்கிரஸ் அறிவித்தது. அன்றைய காங்கிரஸ் இதழ்களான தினசரி, பாரததேவி இரண்டுமே ம.பொ.சியை விமர்சித்தன. தணிகை, சித்தூரில் கலவரங்கள் நடந்தன. தடையை மீறி அங்கு சென்றார் ம.பொ.சி. கலவரத்தைக் காரணம் காட்டிப் போராட் டத்தை நிறுத்தச் சொன்னார் முதல்வர் இராஜாஜி.

எல்லைக் கமிஷன் அமைப்பது பற்றி மத்திய அரசு அதிகாரப் பூர்வமாக அறிவிக்காதது வரை போராட்டம் தொடரும் என்றார் ம.பொ.சி. மறியல் போராட்டத்தை மட்டும் நிறுத்தி வைத்தார் ம.பொ.சி. மற்றப் போராட்டங்கள் தொடரும் என்றார். சித்தூரில் இருந்து செயல்பட்டதைச் சென்னைக்கு மாற்றினார் ம.பொ.சி. இதைத் தொடர்ந்து ம.பொ.சி.யை அழைத்துப் பேசினார் முதல்வர் இராஜாஜி. எல்லைக் கமிஷன் விரைவில் அமைக்கப்படும் என வாக்குறுதி கொடுத்தார். இதனை ம.பொ.சி. ஏற்றுக் கொண்டார்.

'சித்தூரில் நிறுத்தப்பட்ட போராட்டத்தைச் சென்னையில் தொடங்கு வதிலே நான் அவசரம் காட்டவில்லை' என்கிறார் ம.பொ.சி.

(பு.த.ப.வ பக்கம். 284)

ஆந்திரா பிரியும் காலம் நெருங்கியது. சென்னையை விட்டுத் தருவதால் 2 கோடி இழப்பீடு கேட்டனர் ஆந்திரர். அதனைத் தர முதல்வர் இராஜாஜி அரசு ஒப்புக்கொண்டது. இதனை சட்ட மேலவையில் எதிர்த்துப் பேசினார் ம.பொ.சி. 1953 அக்டோபர் 1 ஆந்திரா அமைந்தது.

"ராஜ்யங்களை மொழிவாரி பிரிக்க வேண்டுமென்று நான் கோருவதற்கு முதல் காரணம் அரசியல். இரண்டாவது காரணம் பொருளாதாரம். மூன்றாவது காரணம் மொழி. நான்காவது காரணம் கலாச்சாரம்" என்று அப்போது மேலவையில் பேசினார் ம.பொ.சி.

பசல் அலி ஆணையத்தில் 10.5.1954 அன்று சாட்சியம் அளித்த ம.பொ.சி. மொழிவழி மாநிலம் திருத்தி அமைப்பதை எக்காரணம் கொண்டும் தள்ளிப் போடக் கூடாது என்றார். வடக்கே வேங்கடம், தெற்கே குமரி என எல்லையையும் வகுத்தார். திருவிதாங்கூர் சமஸ் தானத்துக்கு உள்ள திருவிதாங்கூர் தமிழ்நாடு காங்கிரசால் நடத்தப்பட்ட தெற்கு எல்லைக் கிளர்ச்சியில் தமிழரசுக் கழகம் ஆதரவாக இருந்தது. திருவிதாங்கூர்–கொச்சி சமஸ்தானத்துக்குத் தேர்தல் நடந்தது.

கேரளக் காங்கிரஸ் கட்சிக்கு எதிராகத் தி.த.நா. காங்கிரஸ் இருந்தது. அன்று காங்கிரஸில் இருந்த ம.பொ.சி.க்கு இது நெருக்கடியாக இருந்தது. கொள்கை அடிப்படையில் தி.த.நா.கா.வை ஆதரிக்க வேண்டும். ஆனால் அவர் காங்கிரஸ் உறுப்பினர். எனவே பிரச்சாரம் செய்ய செல்லவில்லை. ஆனால் அவரைப் பிரச்சாரம் செய்யப் போகச் சொன்னது காங்கிரஸ் தலைமை. நான் செல்லவில்லை என்றார் ம.பொ.சி. வேண்டுமென்றே தம்மைக் காமராசர் போகச் சொன்னதாக ம.பொ.சி. நினைத்தார். தம்மோடு தேர்தல் பிரச்சாரத்துக்கு ம.பொ.சி. வரவேண்டும் என்று பிரதமர் நேரு கடிதம் எழுதினார்.

திரு.கொச்சி சமஸ்தான தமிழர் பகுதியில் தி.த.நா.கா. வேட்பாளர்களுக்குத் தமிழரசுக் கழக ஆட்கள் வேலை பார்ப்பதாகத் 'தமிழ்நாடு' இதழில் செய்தி வெளியானது. இது நேரு வரைக்கும் ம.பொ.சி. மீதான புகாராகச் சென்றது. 'தமிழரசுக் கழகம் அரசியல் கட்சியா?' என்ற விசாரணைப் படலம் தொடங்கியது. இதற்கிடையில் 1954 ஏப்ரலில் இராஜாஜி பதவி விலகினார். காமராசர் முதல்வ ரானார். எல்லைப் பிரச்னையில் காமராசருக்கு ஆர்வம் இல்லை என்று ம.பொ.சி. எழுதுகிறார். இந்நிலையில் 1954 சூலை 3 'எல்லைக்

ப. திருமாவேலன் ◆ 955

கமிஷன் தினம்' கொண்டாடத் தமிழரசுக் கழகம் சார்பில் ம.பொ.சி. அறிவிப்புச் செய்தார்.

எல்லைப் பிரச்னையைவிடப் பெரிய பிரச்னையாக ம.பொ.சி. பிரச்னை காங்கிரஸில் இருந்தது. இதுபற்றி முடிவெடுக்கக் காங்கிரஸ் கமிட்டி கூடியது. இராஜாஜியை டெல்லி வரச் சொன்னார் பிரதமர் நேரு. 'உங்கள் விருப்பம் போல் முடிவெடுங்கள். நான் டெல்லி வரவில்லை' என்று கடிதம் போட்டார் இராஜாஜி. 'நான் காங்கிரசில் நீடிப்பதிலே இராஜாஜிக்கு அக்கறை இல்லை. இராஜாஜி கை விட்டார்' என்று எழுதுகிறார் ம.பொ.சி.

(பு.த.ப.வ. பக்கம். 316)

தமிழரசுக் கழகத்தில் இருந்து காங்கிரஸார் வெளியேற வேண்டும் என்று தமிழ்நாடு காங்கிரஸ் காரியக்கமிட்டி அறிவித்தது. இதைத் தொடர்ந்து காங்கிரஸில் இருந்து 8.8.1954 அன்று ம.பொ.சி. விலகினார்.

'தமிழகத்தின் வடக்கு–தெற்கு எல்லைகளை மீட்கப் பாடுபட்டதாக நான் பழிவாங்கப்படும் பயங்கரமான சூழ்நிலை உருவாக்கப்பட்டு விட்டது. காங்கிரசிலிருந்து விலக்கப்படுவதை விட, நானாக விலகி விடுவதே சிறந்தது என்று கருதினேன். த.நா.கா. கமிட்டியின் ஆணைபற்றி ஆலோசிக்கத் தமிழரசுக் கழகச் செயற்குழுவைக் கூட்டினேன். அது கூடுவதற்கு முதல் நாளன்று முதலமைச்சராகவும் தமிழ்நாடு காங்கிரசின் தலைவராகவுமிருந்த திரு. காமராசரை அவரது இல்லத்தில் சந்தித்துப் பேசினேன். தமிழரசுக் கழகத்தைக் கலைத்து விட்டுக் காங்கிரசில் நீடிக்குமாறு அவர் மிகுந்த "அன்புடன்" எனக்கு ஆலோசனை கூறினார்.

'தமிழக வடக்குதெற்கு எல்லைகளை மீட்பதற்கான பொறுப்பைத் தமிழக அரசும் தமிழ்நாடு காங்கிரஸ் கமிட்டியும் ஏற்றுக்கொள்ளும் என்று வெளிப்படையாகத் தாங்கள் அறிக்கை விடத் தயாரா?' என்று கேட்டேன். 'எனக்கு எல்லைப் பிரச்சினையிலே நம்பிக்கை கிடையாது' என்று அவர் கூறிவிட்டார். அதன்பின், 'காங்கிரஸ்காரர்களாக நாம் சந்திப்பது இதுவே கடைசி முறையாக இருக்கும். ஆயினும், நாம் என்றுமே நண்பர்களாக இருப்போம்' என்று சொல்லி விட்டுத் திரும்பினேன்" என்று எழுதி இருக்கிறார் ம.பொ.சி.இதன் பிறகு முழுநேரத் தொண்டாகத் தமிழரசுக் கழகத்தில் மூழ்கினார்.

தேவிகுளம் பீர்மேடு பகுதிகளில் போராட்டம் நடந்தது. மூணாறு பகுதிக்கு ம.பொ.சி. சென்றார். ஆகஸ்ட் 11 (1954) கல்குளத்தில் 11 பேரைக் கொன்றது பட்டம் தாணுப்பிள்ளை ஆட்சி. அப்போது ம.பொ.சி. நாகர்கோவில் சென்றார். காவல்துறை

அவரைக் கைது செய்து, உடனே விடுவித்தது. நாகர்கோவில் கூட்டத்தில் ம.பொ.சி. பேசினார். தம்மைக் கைது செய்யும் முயற்சியை அன்றைய முதல்வர் காமராசர் பேசித் தடுத்தார் என்று ம.பொ.சி. எழுதுகிறார்.

பசல் அலி கமிஷன் பரிந்துரை 1955 அக்டோபர் 10இல் வெளி யிடப்பட்டது. மொழிவழி மாகாணங்களை இக்கமிஷன் ஏற்றது. திரு. கொச்சி ராஜ்யத்தில் இருந்த செங்கோட்டை, கல்குளம், விளவங்கோடு, தோவாளை, அகத்தீசுவரம் ஆகிய 5 தாலுகாக்கள் தமிழகத்தோடு சேர்க்கப்பட்டன. சென்னை நகரத்தின் மீது ஆந்திரா கொண்டாடிய உரிமையைப் பசல் அலி கமிஷன் நிராகரித்தது. ஆனாலும் தமிழ்நாடு, தமிழகம் எனப் பெயர் சூட்டாமல் 'மெட்ராஸ் ஸ்டேட்' என்று பெயர் சூட்டியது இந்த ஆணையம். 'இது கமிஷனின் சொந்தக் கருத்தல்ல. திரு.கு. காமராசரை முதல்வராகக் கொண்ட காங்கிரஸ் அரசு தமிழகம் என்ற பெயருக்கு எதிராகச் சென்னை ராஜ்யம் என்ற பெயரே நீடிக்க வேண்டுமென்று கோரியதைத்தான் கமிஷன் ஏற்றது' என்று எழுதுகிறார் ம.பொ.சி. தேவிகுளம், பீர்மேடு தமிழகத்துக்குக் கிடைக்கவில்லை என்று வருந்தியது திருவிதாங்கூர் தமிழ்நாடு காங்கிரஸ். இந்த இரண்டையும் தமிழகத்துக்குத் தர வேண்டும் என்றார் ம.பொ.சி.

(பு.த.ப.வ. பக்கம். 344)

தமிழ்நாடு, தமிழ் ஸ்டேட் என்ற பெயர் சூட்டாததை எதிர்த்து போராட்டம் தொடங்கப் போவதாக 19.1.1956 இல் ம.பொ.சி. அறிவித்தார். தமிழகம் முழுவதும் ஒரு வாரம் நடந்த போராட்டத்தில் 3000 பேர் சிறை சென்றதாக ம.பொ.சி. எழுதுகிறார். எனவே, இந்த இனப் போராட்டத்தைத் தடுக்க 'பன்மொழி இராஜ்யங்கள்' உருவாக்கப் பிரதமர் நேரு திட்டமிட்டார். அதுதான் தட்சிணப் பிரதேசம். தமிழகம், கேரளம், மைசூர், ஆந்திரம், ஐதராபாத் ஆகியவை சேர்ந்து இருக்கும். 'மொழிவாரி பிரதேச உணர்ச்சி காட்டுமிராண்டிகள் நாகரிகம்' என இராஜாஜி விமர்சித்ததாக ம.பொ.சி. சொல்கிறார். இது இராஜாஜிக்கும் ம.பொ.சி.க்குமான மனக் கசப்பாக மாறியது.

தட்சிணப் பிரதேசத்தை எதிர்த்து ம.பொ.சி. நடத்திய அனைத்துக் கட்சிக் கூட்டத்தில் தி.மு.கவும் பங்கெடுத்தது. தமிழகத்தில் தட்சிணப் பிரதேசத்துக்கு ஏற்பட்ட எதிர்ப்பைப் பார்த்த பிரதமர் நேரு, அம்முயற்சியைக் கைவிட்டார்.

மொழி வாரி மசோதா மாநிலங்களவை, மக்களவையில் நிறைவேற்றப்பட்டு 1956 நவம்பர் 1 நடைமுறைக்கு வந்தது. தமிழகம் தனியரசு பெற்ற நாள் 1.11.1956. தமது இடைவிடாத போராட்டத்துக்குக் கிடைத்த வெற்றியாக ம.பொ.சி. இதைச் சொன்னார்.

சென்னை மாகாணம் உருவானாலும் ஆந்திராவுக்கும்–தமிழகத்துக்குமான எல்லைப் பிரச்னை தொடர்ந்தது. 1953 முதல் 1959 வரை இதில் கவனமாக இருந்தார் ம.பொ.சி. இரண்டு மாநிலங்களுக்குமான படாஸ்கர் தீர்ப்பை அமல்படுத்தும் முயற்சியில் ம.பொ.சி. உறுதியாக இருந்தார். இதன்படி 1.4.1960 அன்று தணிகைத் தாலுகா முழுவதும், புத்தூர் மற்றும் சித்தூர் தாலுகாவிலிருந்த சில கிராமங்களும் சட்டப்படி தமிழகத்துக்கு மாற்றப்பட்டன. ஆந்திராவிலிருந்து 394 கிராமங்கள் தமிழகத்துக்கு கிடைத்தன.

வள்ளிமலை, திருத்தணிகை, திருவாலங்காடு ஆகியவை தமிழகத்துக்குக் கிடைத்தன. “எனக்கு ஒரு மனக்குறை, வேங்கடவன் குன்றத்தை வடக்கு எல்லையாக்க நான் முயன்றேன். அப்போதைய தமிழக அரசு கை கொடுத்திருந்தால் நிச்சயம் அதில் வெற்றி பெற்றிருப்பேன். ஆனால் வேலவன் குன்றத்தையேனும் மீட்க முடிந்ததை நினைத்துப் பெருமைப்படுகிறேன்!” என்று எழுதுகிறார் ம.பொ.சி.

1945 தொடங்கி 1960 வரையிலான ம.பொ.சி.யின் சலியாத போராட்டக் குறிப்புகள் இவை. (இதன் முழுமையை உணர அவர் எழுதிய எனது போராட்டம், புதிய தமிழகம் படைத்த வரலாறு ஆகிய நூல்களைக் காணவும்). இந்தியாவுக்குள் தமிழ் மக்கள் வாழும் பகுதிகளைச் சிதறாமல் இணைத்து ஒரு தமிழ் மாநிலம் அமைப்பதே ம.பொ.சி.யின் நோக்கம். அதில் அவர் உறுதியாக இருந்தார். அவரது நோக்கம் சரியானது. நடப்பு செயல்பாடுகளில் விமர்சனங்கள் இருந்தாலும்!

அவரை வைத்துக் கொள்வதா வேண்டாமா என்று காங்கிரஸ் கட்சிக்குத்தான் நெருடல் வருகிறதே தவிர, அவருக்கு வரவில்லை. காங்கிரசில் இருந்து கொண்டே செயல்படுவது அவருக்கு முரண்பாடாகத் தெரிந்ததில்லை. எவ்வளவு முரண்பாடு இருந்தாலும் இராஜாஜியை ம.பொ.சி. விட்டுத்தர மறுக்கிறார். இவரது எண்ணங்களுக்கு விரோதமாக டெல்லி செயல்பட்டாலும் டெல்லி ஆளுகையில் இருந்து வெளியேறும் எண்ணம் துளியும் வரவில்லை. தமிழகத்தின் சுயநிர்ணய உரிமை என்பது இந்திய ஒருமைப்பாட்டுக்குக் குந்தகம் ஏற்படுத்தி விடக்கூடாது என்ற கவனமும் அதிகமாக இருக்கிறது. இந்திய ஒருமைப்பாட்டைத் தமிழர்களின் உரிமை பறிப்பின் மூலமாகவே நிறைவேற்றத் துடிக்கும் மேலாதிக்கத்தை அவர் உணரவில்லை. இப்படிப் பல்வேறு எதிர்வினைகள் வைக்கலாம் என்றாலும், ‘தமிழர் வாழும் பகுதி தமிழ் மாநிலம்’ ஒரு கூட்டுக்குள் இருக்க வேண்டும் என்பதில் விடாப்பிடியாக ம.பொ.சி. இருந்தார். அவரது ஒரே இலக்கு அதுவாகத்தான் இருந்தது.

இந்த 1945–1960 காலகட்டத்தில் தந்தை பெரியார் தமக்கு உதவியாக இல்லை, இன்னும் சொன்னால் எதிராக இருந்தார் என்பது ம.பொ.சி.யின் குற்றச்சாட்டு. இதை வைத்துத்தான் தமிழ்த் தேசியத்துக்கு எதிராகப் பெரியார் இருந்தார் என்கிறார்கள்.

*3. பெரியார் – ம.பொ.சி. முரண்பாடுகள்!*

ஆம்! பெரியார், ம.பொ.சி.க்கு எதிராகத்தான் இருந்தார். ம.பொ.சி.யைப் பெரியார் நம்பவில்லை. இராஜாஜியின் ஆளாகத் தான் பார்த்தார். இது எந்த அளவுக்குப் போனது என்றால் 1967இல் திமுக ஆட்சி அமைந்தபோது, ம.பொ.சிக்கு அமைச்சர் பதவி கொடுத்து விடாதீர்கள் என்று முதல்வர் அண்ணாவுக்குப் பெரியார் எழுதும் அளவுக்குப் போனது.

பெரியார் – ம.பொ.சி முரண்பாட்டுக்கு என்ன காரணம்? 'தமிழ்த் தேசியம்' அல்ல காரணம். ம.பொ.சி.க்குள் இருந்த இந்திய தேசியம், இந்து தேசியமே காரணம். இருவருக்குமான முரண்பாட்டை முதலில் ம.பொ.சியின் குரல் வழியாகப் பார்ப்போம்.

'புதிய தமிழகம்' பற்றிய தமது முதல் சொற்பொழிவில் (26.6.45) 'திராவிடநாடு' கோரிக்கைக்கு நிபந்தனையுடன் ஆதரவு தருவதாகச் சொன்னார் ம.பொ.சி. 'மொழிவாரி மாநிலக் கோரிக்கையை ஏற்பதாயின் இந்திய சமஷ்டிக்கு உட்பட்ட ஒரு துணை சமஷ்டியாகத் திராவிடநாடு அமையலாம்' என்றார். திராவிட நாடு என்பது இந்திய சஷ்டிக்கு உட்படாத தனிநாடு என்பதை ம.பொ.சி. உணர்ந்ததாகத் தெரியவில்லை. 'சொன்னோம்; சொல்கிறார்கள்' என்று இதனை வரவேற்று அண்ணா எழுதி இருந்தார்.

(எனது போராட்டம்–பக்கம். 365)

'காங்கிரஸிலிருந்து என்னைப் பிரித்து விட வேண்டும் என்ற ஆசையில் அண்ணா இப்படி எழுதுகிறார்' என்கிறார் ம.பொ.சி. தென்னிந்தியா முழுமைக்கும் ஒரே திராவிட அரசை நிறுவ முடியாது, ஏனென்றால் மற்ற இனத்தவர் இதனை ஏற்கவில்லை, தமிழர்களை எதிர்க்கிறார்கள் என்றார் ம.பொ.சி. 'தமிழகத்தில் தமிழரசு' என்றார் ம.பொ.சி. 'தி.க. அன்று கோரிய திராவிடநாடு எனது புதிய தமிழகக் கொள்கைக்கு அடிப்படையில் விரோத மானதாகும்' என்றார் ம.பொ.சி.

எனவே இரண்டு இயக்கமும் அடிப்படையில் நேர் எதிரானவை. இந்திய எல்லைக்கு வெளியே திராவிடநாடு என்றது திராவிடர் கழகம். இந்திய எல்லைக்கு உள்ளே தமிழ்நாடு என்றார் ம.பொ.சி.

1947 சனவரி 14ஆம் நாளைத் தமிழர் திருநாள் எனக் கொண்டாடுவது என 12 பேர் கையெழுத்திட்ட அறிக்கை

வெளியானது. திரு.வி.க., காமராசர், டி.டி.கிருஷ்ணமாச்சாரி, விக்டர் ப.சுப்பராயன், ப.ஜீவானந்தம், வ.ரா, டி.கே.சி., த.செங்கல்வராயன், கல்கி கிருஷ்ணமூர்த்தி, பாரதிதாசன், தெ.பொ.மீ, ம.பொ.சி. ஆகியோர் கையெழுத்திட்டிருந்தனர். ம.பொ.சி. யின் தமிழரசுக் கழகச் செயற்குழுவின் முடிவு இது. இந்த அறிக்கையைப் பெரியாருக்கும், அண்ணாவுக்கும் ம.பொ.சி. அனுப்புகிறார். 'அவர்கள் இதற்கு ஒப்புதல் கடிதம் அனுப்பவில்லை. இது எனக்கு மிக வருத்தத்தைத் தந்தது. அப்போது அவர்களோடு எனக்குப் பழக்கமில்லாததால் நேரில் அணுகி அவர்களுடைய ஒத்துழைப்பைக் கோரத் தயங்கினேன்!' என்று எழுதுகிறார் ம.பொ.சி.

(எனது போராட்டம்-பக்கம். 386)

பெரியார், அண்ணா ஆகியோர் ஏன் பதில் தரவில்லை என்பதை விட, 1947 வரை பெரியாருக்கும் ம.பொ.சிக்கும் எந்தத் தொடர்பும் இருந்ததில்லை. நேரில் பார்த்ததும் இல்லை என்பதே கவனிக்கத்தக்கது. 1917இல் தீவிர தேசிய அரசியலில் இருந்து தமிழ்நாடு காங்கிரஸ் தலைவராக இருந்த பெரியாரோடு, 1925இல் சுயமரியாதை இயக்கம் தொடங்கி விட்ட பெரியாரை, குடிஅரசு, புரட்சி, பகுத்தறிவு ஆகிய இதழ்களின் ஆசிரியராக 1925-47 வரை இருந்த பெரியாரோடு அவருக்கு அதுவரை நட்பு இல்லை.

1947 ஆகஸ்ட் 15-இந்திய விடுதலையைத் துக்க நாள் என்றார் பெரியார். ஆனால் சுதந்திர நாள் என்றார் ம.பொ.சி. 'ஆகஸ்ட் 15ஆம் தேதி துக்கநாள் என்போர் விடுதலைக்குப் போரிட்ட தமிழ் வீரர்களின் உணர்ச்சியைப் புண்படுத்துகிறார்கள்' என்று 'தமிழ் முரசு' இதழில் தலையங்கம் தீட்டினார் ம.பொ.சி. 'தமிழரசு' கழகத்தையும் திராவிடர் கழகத்தையும் ஒன்றுபடுத்திப் புதியதொரு இயக்கத்தைத் தோற்றுவிக்க வேண்டுமென்ற தமது ஆசையைப் பெரியார் தகர்த்து விட்டதாக ம.பொ.சி. எழுதுகிறார்.

(எனது போராட்டம்-பக்கம். 403)

'பெரியாரின் அரசியல் சமூகக் கொள்கைகளில் பலவற்றை நான் ஏற்கவில்லை என்றாலும், அவருடைய புரட்சிகரமான போக்கிலே நான் கவர்ச்சியுடையவன். அது காரணமாக அவரிடம் பெருமதிப்பு வைத்திருப்பவன்' என்றும் எழுதுகிறார். இதன் பிறகே திராவிடர் கழகத்தின் போக்கை முற்றிலும் வெறுத்தேன் என்கிறார்.

(எனது போராட்டம்-403)

பெரியாரை முதன் முதலாக ம.பொ.சி. சந்தித்தது 1947 சனவரி 26. சென்னையில் இருந்து விருதுநகருக்குத் திருவனந்தபுரம் விரைவு வண்டியில் ம.பொ.சி. செல்கிறார். அதே வண்டியில் பெரியாரும் செல்கிறார். ம.பொ.சி. இருப்பது அறிந்து அவரைப் பார்க்கப்

பெரியார் வருகிறார். இட்லி கொண்டு வந்து கொடுத்துச் சாப்பிடச் சொல்கிறார் பெரியார். "அதுவரை நான் பெரியாரை நேரில் சந்தித்துப் பேசியதில்லை. என்னை விட வயதில் பெரியவரான அவர் தாமாகவே வலியவந்து என்னை உபசரித்தது எனக்கு வியப்பைத் தந்தது" என்று எழுதுகிறார் ம.பொ.சி.

"ஐயா! 'தமிழ் முரசு' பத்திரிகையில் தாங்கள் எழுதி வருவதை யெல்லாம் நான் தொடர்ந்து படித்து வருகிறேன். எங்களைப் போலவே எழுதுகிறீர்கள், அப்படியே பேசுகிறீர்கள் என்றும் கேள்விப்பட்டேன். காங்கிரஸ்காரர்களும் பார்ப்பனர்களும் ஐயாவுக்குத் தொந்தரவு கொடுக்கக் கூடும். எங்கள் ஆதரவு தங்களுக்கு எப்போதும் இருக்கும். தாங்கள் தொடர்ந்து அப்படியே எழுதி வாருங்கள்.!" என்று சொல்லி இருக்கிறார் பெரியார்.

விருதுநகர் நிலையத்தில் பெரியாரையும், ம.பொ.சி.யையும் சந்தித்த நீதிக்கட்சித் தலைவர் வி.வி.ராமசாமி, 'நீங்கள் இருவரும் ஒன்றுபட்டு விட்டால் தமிழ் நாட்டுக்கு நல்ல காலம் வந்து விடும்' என்று சொல்லி இருக்கிறார்.

ம.பொ.சி. : "ஐயா கோருவது ஆரியர்–திராவிடர் என்ற நிறவழி அடிப்படையிலான தனித் திராவிடநாடு. நான் கோருவது, மொழி இன அடிப்படையிலான தமிழ் மாநிலம். நமக்குள் கருத்து வேற்றுமை இருக்கத்தான் செய்கிறது."

பெரியார்: "நமக்குள் கருத்து வேற்றுமையே இல்லை ஐயா. அப்படி இருந்தாலும் அது காலப் போக்கில் சரியாகி விடும். நாம் ஒன்று சேரத்தான் போகிறோம்."

இப்படி ஒரு உரையாடல் நடந்ததாக ம.பொ.சி. எழுதுகிறார். ம.பொ.சியுடன் இணங்கி வரப் பெரியார் விரும்புகிறார். ஆனால் விலகிச் செல்கிறார் ம.பொ.சி. என்பது அவரது கூற்றில் இருந்தே தெரிகிறது.

(எனது போராட்டம்–408-409)

இது இவர்கள் இருவருக்கும் முதல் சந்திப்பு. முதல் சந்திப்பி லேயே பெரியாருடன் வெட்டிச் செல்ல ம.பொ.சி. விரும்புகிறார். இதற்கு என்ன காரணம் என்றால் பெரியாரின் இந்து எதிர்ப்பு, இந்தி எதிர்ப்பு, இந்தியா எதிர்ப்பு ஆகியவை தான். பெரியார் பேசி வந்த நாத்திகம், பகுத்தறிவு, கடவுள் மறுப்பு, இந்திய எதிர்ப்பு, பிரிவினை ஆகியவற்றின் மீதான ஒவ்வாமைதான் ம.பொ.சி.யின் இந்தப் பேச்சுக்குக் காரணம்.

1947 மார்ச் 1, 2 ஆகிய நாட்களில் சென்னையில் நடந்த தமிழாசிரியர் மாநாட்டில் ம.பொ.சியும் அண்ணாவும் பங்கெடுத் தனர். இதில் பேசிய அண்ணா, 'நாங்கள் கேட்கும் திராவிட

நாட்டுக்குள் ம.பொ.சி.யின் தமிழ்நாடு அடங்கியுள்ளது' என்றார். 'திராவிடநாடு கோரிக்கை அனுபவ சாத்தியமற்றது' என்றார் ம.பொ.சி. இதிலிருந்து இருவரும் நட்பானதாக ம.பொ.சி. கூறுகிறார். விடுதலை தினம் – துக்க தினம் விவகாரத்தில் 'விடுதலை தினமே' என்ற நிலைப்பாட்டை அண்ணா எடுக்க தாம் தான் காரணம் என்கிறார்.

(எனது போராட்டம்–பக்கம். 414)

திராவிடர் கழகமும், தமிழரசுக் கழகமும் இணைந்து செயல்பட வேண்டும் என அண்ணா விரும்பியதாகவும், 'தமிழரசுக் கழகம் தமிழரின் அரசியல் இயக்கம். திராவிடர் கழகம் தமிழரின் சீர்திருத்த இயக்கம்' என்றும் அண்ணா சொன்னதாக ம.பொ.சி. சொல்கிறார். இருவரும் அடிக்கடி சந்தித்ததாகவும், இது பெரியாருக்குப் பிடிக்க வில்லை என்றும் ம.பொ.சி. சொல்கிறார்.

(எனது போராட்டம்–பக்கம். 412)

1948 முதல் நடந்த திராவிடர் கழக மாநாடுகளில் தவறாது திரு.வி.க. கலந்துகொண்டார். திராவிட நாடு படத்தைத் திறந்து வைத்துப் பேசினார். தமிழரசுக் கழகத்தின் வளர்ச்சியை விரும்பாத பெரியார், திரு.வி.க.வை தம்மிடமிருந்து பிரித்தெடுத்துத் தமது மாநாடுகளில் அவரைப் பேச வைப்பதாக ம.பொ.சி. சொல்லிக் கொள்கிறார்.

(எனது போராட்டம்–பக்கம். 442)

இதைப் போன்ற கற்பனாவாதம் எதுவும் இருக்க முடியாது. இதைவிடத் திரு.வி.க.வை யாரும் கொச்சைப்படுத்திவிட முடியாது. திரு.வி.க.வின் மாநாட்டுப் பேச்சுகளைப் படிப்பவருக்குத் தெரியும், வெறும் அழைப்புக்காகப் பேசினாரா, உள்ளார்ந்த ஈடுபாட்டுடன் பேசினாரா என்பதை உணர முடியும். தமக்கு எதிராகப் பெரியார் சதி செய்தது போல காமராசர், ஜீவா, கி.ஆ.பெ.விசுவநாதம், சி.பா.ஆதித்தனார் எனப் பலரும் வெவ்வேறு காலகட்டங்களில் சதி செய்ததாக ம.பொ.சி. நினைத்துக் கொண்டு எழுதி இருக்கிறார்.

1948 இந்தி எதிர்ப்புப் போர் பெரியாரையும் ம.பொ.சி.யையும் ஒரே மேடைக்கு கொண்டு வந்தது. 17.7.48 சென்னையில் நடந்த இந்தி எதிர்ப்பு மாநாட்டில் பெரியார், மறைமலையடிகள், திரு.வி.க. ஆகியோருடன் ம.பொ.சி.யும் கலந்து கொண்டார். "தமிழரசுக் கழகத்தின் சார்பில் நானும் கலந்து கொண்டேன். ஆனால் மாநாடு நடத்தப்பட்ட போக்கு எனக்குப் பிடிக்கவில்லை... இந்தி எதிர்ப்பு மாநாடானது வழக்கம் போல் காங்கிரசையும் இந்திய ஒருமைப் பாட்டையும் எதிர்க்கும் போக்கில் அமைந்திருந்தது. அதனால் தமிழரசுக் கழகம் தனித்து நின்றே இந்தித் திணிப்புக்கு எதிர்ப்புக்

காட்ட வேண்டி ஏற்பட்டது. தமது தலைமையில் அமைந்த இந்தி எதிர்ப்பு இயக்கத்தில் என்னையும் தமது கழகத்தையும் இணைத்துக் கொள்ளப் பெரியார் ஈ.வெ.ரா பெரிதும் முயன்றார். தமது மனைவி மணியம்மையார், குத்தூசி எஸ்.குருசாமியார் ஆகியோருடன் அடிக்கடி எனது இல்லத்திற்கு வந்து என்னுடன் மிகுந்த அன்போடு உறவாடி என் மனதை மாற்ற முயன்றார். அவரது முயற்சி பலன் தரத் தவறி விட்டது" என்கிறார் ம.பொ.சி.

(எனது போராட்டம்-பக்கம்.505-506)

இந்தியைப் புகுத்தியது அன்றைய காங்கிரஸ் ஆட்சி. ம.பொ.சி. அன்று காங்கிரஸ் கட்சியில்தான் இருந்தார். அதனால் காங்கிரஸ் விமர்சனத்தை, மத்திய காங்கிரசு அரசு மீதான விமர்சனத்தைத் தாங்கிக் கொள்ள இயலவில்லை.

"பெரியாரின் ஆரிய-திராவிட இன வேற்றுமைப் பிரச்சாரம் எனக்குப் பிடிக்கவில்லை என்றாலும் அது நீண்ட காலத்திற்கு நிலைத்திருக்க முடியாதென்று கருதியதால் அதைப்பற்றி நான் கவலைப்பட்டதில்லை. அப்படியே அவருடைய கடவுள் எதிர்ப்பு, மத எதிர்ப்புப் பிரச்சாரத்தைப் பற்றியும் நான் கவலைப்படவில்லை. அந்தப் பிரச்சாரம் மக்களிடையே எடுபடாது என்ற நம்பிக்கை எனக்கிருந்தது. ஆம், நான் கவலைப்பட்டதெல்லாம் திராவிடத் தனி நாடு கோரிக்கை பற்றித்தான்" என்கிறார் ம.பொ.சி.

(எனது போராட்டம்-பக்கம். 512)

பெரியாரின் அனைத்துக் கொள்கைக்கும் (ஆரியர் - திராவிடர், கடவுள் மறுப்பு, மத எதிர்ப்பு) எதிரானவர் ம.பொ.சி. என்பதோடு திராவிட நாட்டை அவர் எதிர்த்தது என்பதும் அது இந்தியாவை விட்டு விலகிய நாடு என்பதால் மட்டும்தான் என்பதையும் கவனியுங்கள். 'இந்திய சமஷ்டிக்கு உட்பட்ட திராவிட நாட்டை ஏற்பதாக' பேசியவர்தான் ம.பொ.சி. எனவே பெரியாருக்கும், ம.பொ.சி.க்குமான பிரச்னை என்பது தமிழ்நாடு - திராவிடநாடு என்ற பெயரில் இல்லை. இந்தியாவுக்கு உள்ளேயா, வெளியேயா என்பதில்தான் இருக்கிறது. இந்திய ஒருமைப்பாட்டைக் காக்கத் துடித்த ம.பொ.சி.யைப் பெரியார் கடுமையாக எதிர்க்கத் தானே செய்வார்?

(26.6.1945)

திராவிடர் இயக்க எதிர்ப்பு மாநாடுகளை வெளிப்படையாகவே நடத்தத் தொடங்கினார் ம.பொ.சி. இது குறித்து எனது போராட்டம் நூலில் விரிவாக (535-555) ம.பொ.சி. எழுதி உள்ளார். செங்கோல் இதழ் தொடங்கிய ம.பொ.சி. அதில் திராவிடர் கழகத்தையும், பெரியாரையும் கடுமையாக விமர்சித்தார். திராவிட இயக்க எதிர்ப்பு

மாநாட்டை *1951* மார்ச் *24, 25* சென்னையில் ஏற்பாடு செய்தார். 'இது தேசியவாதிகளின் எழுச்சி' என்றும், 'திராவிடர் கழகத்தின் கொள்கைகளுக்காக அல்ல அதன் நடைமுறைப் போக்கில் மாறுதல் காண' என்கிறார் ம.பொ.சி.

திராவிடர் இயக்க எதிர்ப்பு, காங்கிரஸின் தமிழ் விரோத போக்காகத் தெரிந்து விடக் கூடாது என்பதற்காக முதல் நாள் சிலப்பதிகார மாநாடு என்றும், இரண்டாவது நாள் திராவிட இயக்க எதிர்ப்பு மாநாடு என்றும் ஏற்பாடு செய்கிறார் ம.பொ.சி.

ஓராண்டு காலம் திராவிட இயக்க எதிர்ப்புப் பிரச்சாரத்தைத் தொடர்ந்தார் ம.பொ.சி. ஈரோட்டில் இறுதி மாநாட்டை நடத்தினார். *18.11.1951* சென்னைக் கூட்டத்தில், 'திராவிட இயக்க எதிர்ப்பு மாநாடு இனி நடைபெறாது' என்று அறிவித்தார். 'திராவிட இயக்கத்திற்கு நான் எதிர்ப்பு இயக்கம் நடத்தியது தரும சங்கடமான ஒரு நிலையில் தான். மனதார விரும்பி அதனை நான் நடத்தவில்லை. ஆனால் அதனை நடத்தியதற்காக நான் வருத்தப்படவுமில்லை' என்று பிற்காலத்தில் *(1974)* எழுதினார் ம.பொ.சி.

மொழிவாரி மாகாணப் போராட்டத்தில் பெரியாரும் ம.பொ.சி.யும் சில நேரங்களில் இணைந்து பயணித்தார்கள்.

*16.3.1953*அன்று திருவல்லிக்கேணிக் கடற்கரையில் நடந்த கூட்டத்தில் தாமும் பெரியாரும் பங்கெடுத்ததை ம.பொ.சி. பதிவு செய்கிறார்.

(எனது போராட்டம்–பக்கம். *613*)

வடக்கெல்லைக் கிளர்ச்சியைத் தாம் தொடங்கிய போது பெரியார் தம்மோடு ஒத்துழைக்கவில்லை. இணைந்து போராட முன்வரவில்லை என்கிறார் ம.பொ.சி. 'தமிழரசுக் கழகத்தாரோடு திராவிடர் கழகத்தாருக்குக் கருத்து வேற்றுமை இருப்பதால்தான் சித்தூர்க் கிளர்ச்சியில் எனது கழகம் கலந்து கொள்ளவில்லை' என்று பெரியார் பேட்டி அளித்ததாக ம.பொ.சி. கூறுகிறார்.

(எனது போராட்டம்–பக்கம். *632*)

இராஜாஜி கொண்டு வந்த குலக்கல்வித் திட்டத்தை ம.பொ.சி. மனப்பூர்வமாக வரவேற்றார். தமிழகம் முழுவதும் அதற்கு ஆதர வாகப் பிரச்சாரம் செய்தார். இராஜாஜி பதவி விலகியதை மாபெரும் தியாகம் என்றார் ம.பொ.சி.

தட்சிணப் பிரதேசம் அமைக்கப்படும் என்று பிரதமர் நேரு அறிவித்தபோது பெரியார் அதனைக் கடுமையாக எதிர்த்தார். தட்சிண ராஜ்யத்தை எதிர்க்கவும், தேவிகுளம் பீர்மேடு பகுதிகளை மீட்கவும் தமிழ்நாடு பெயர் கோரிக்கைக்கு வெற்றி தேடவும் அனைத்துக் கட்சிக் கூட்டணி உருவாக்க ம.பொ.சி. முயற்சித்தார்.

பெரியாரைச் சந்தித்தார். இதற்குப் பெரியாரும் இணங்கினார். திமுகவும் திகவும் கடுமையாக மோதிக் கொண்ட காலம் அது. 'திமுகவும் சேர்ந்த கூட்டணியில் இணைவதற்குப் பெரியார் தயங்கினார். சில தடைகளையும் எழுப்பினார்' என்கிறார் ம.பொ.சி. என்ன தடை என்பதை ஏனோ ம.பொ.சி. விளக்கவில்லை. எல்லா வற்றையும் விளக்கமாக எழுதும் ம.பொ.சி., பெரியாரின் நிபந்தனை களை ஏனோ சொல்ல முடியவில்லை. 27.1.1956 அன்று சென்னை யில் நடந்த அனைத்துக் கட்சிக் கூட்டத்தில் பெரியார் கலந்துகொள்ள வில்லை. தி.மு.க., தமிழரசுக் கழகம், கம்யூனிஸ்ட் கட்சி ஆகியவை பங்கேற்றன. (பெரியார் வைத்த நிபந்தனைகள், ம.பொ.சி.யால் ஏற்கப்படாத நிபந்தனைகள் வேறு இடத்தில் விளக்கப்பட்டுள்ளன) அந்த நிபந்தனைகள்தான் பெரியார் யார், ம.பொ.சி. யார் என்பதை விளக்கும்.!

தி.க., தி.மு.க இரண்டுமே பிரிவினைவாத இயக்கங்கள் என்று ம.பொ.சி. விமர்சித்தார். 1963இல் திராவிட நாடு பிரிவினையை அண்ணா கைவிட்ட போது மகிழ்ச்சி தெரிவித்தார் ம.பொ.சி. 'அனுபவமற்ற அரசியல்வாதிகளின் வெற்று ஆரவாரம்' என்றார். தி.க.விடம் இருந்து அண்ணா பிரிந்து வந்த போதே திராவிடப் பிரிவினையைக் கைவிட்டு விட்டுத் தேசிய ஒருமைப்பாட்டுக் கொள்கைக்கு உடன்பாடு தெரிவித்திருக்க வேண்டும் என்கிறார் ம.பொ.சி. பிரிவினையை அண்ணா கைவிட்டது தம்முடைய சாதனை என்றும் சொல்லிக் கொண்டார்.

"தமிழரசுக் கழகம், திமுகவுடன் நடத்திவந்த நெடும் போர்-கடும் போர் வெற்றி பெற்றுவிட்டது. பிரிவினை என்ற விஷ விருட்சம் விழுந்து விட்டதென்றால், அது யதேச்சையாக நிகழ்ந்த சம்பவமன்று. கடந்த பதினேழு ஆண்டுகளாகவே தொடர்ந்து தமிழரசுக் கழகத்தால் தாக்கப்பட்டதனால் வலுவிழந்து இப்போது வீழ்ந்தேவிட்டது.

தமிழரசுக் கழகம் தேசப் பிரிவினையை எந்த வடிவத்திலும் ஏற்றதில்லை. அதனாற்றான் 'திராவிட நாடு வேண்டாம்; தனித் தமிழ்நாடு வேண்டும்' என்று கூறும் தி.க., நாம் தமிழர் இயக்கங் களையும் தமிழரசுக் கழகம் எதிர்க்கின்றது. இன்னும், 'உடனடிப் பிரிவினை வேண்டாம். அவசியமானால் பிரிந்து வாழ உரிமை வேண்டும்' என்று கூறும் தமிழ்த் தேசிய கட்சியிடமும் கருத்து வேற்றுமை கொண்டிருக்கிறது நம் கழகம்' என்று அறிக்கை வெளியிட்டார் ம.பொ.சி.

இந்த அறிக்கை மூலமாகத் திராவிடர் கழகத்தின் தமிழ்நாடு தமிழருக்கே, திராவிட முன்னேற்றக் கழகத்தின் தனித் திராவிட நாடு, நாம் தமிழர் இயக்கத்தின் தனித் தமிழ்நாடு, தமிழ்த் தேசியக் கட்சியின் பிரிவினை உரிமை-ஆகிய நான்கையும் எதிர்ப்பவராக

ம.பொ.சி. இருக்கிறார். அதாவது இவர்கள் கோரும் நோக்கங்களை விட இந்திய தேசிய ஒருமைப்பாட்டைக் காக்க வேண்டும் என்ற ம.பொ.சியின் அக்கறையே தூக்கலாகத் தெரிகிறது.

1967 தேர்தலில் திமுகவுடன் கூட்டணி வைத்துக் கொண்ட கட்சிகளுள் ஒன்று தமிழரசுக் கழகம். ம.பொ.சி. தாம் பேசிய முதல் திமுக மேடை 1966 விருகம்பாக்கம் மாநாடுதான் என்கிறார். தியாகராயர் நகர் தொகுதியில் ம.பொ.சி. போட்டியிட்டார். திருத்தணித் தொகுதியும் அவரது கட்சிக்கு ஒதுக்கப்பட்டது. இந்தத் தேர்தலில் காங்கிரஸ் கட்சியை ஆதரித்துப் பெரியார் பிரச்சாரம் செய்தார். தேர்தல் வெற்றிக்குப் பிறகு பெரியாரைச் சென்று சந்தித்து அண்ணா நட்பானார். தி.மு.க. அமைச்சரவையில் ம.பொ.சி.யை அமைச்சராக்கும் முயற்சிகள் குறித்து அவரே விரிவாக எழுதி இருக்கிறார். அறநிலையத் துறை அமைச்சராகப் பொறுப்பேற்க வேண்டும் என்று ம.பொ.சி.யிடம் வலியுறுத்தினார் கலைஞர். ம.பொ.சி. மறுத்தார். 'திமுகவில் இணைந்து அமைச்சராக முடியாது' என்றார். 'எங்களோடு சேர்ந்து அவர் பணியாற்ற வேண்டும்' என்றார் முதல்வர் அண்ணா. தமிழரசுக் கழகம் கலைக்கப்படும் என்ற வதந்திகளை ம.பொ.சி. மறுத்தார். இந்நிலையில் ம.பொ.சியை அமைச்சரவையில் சேர்க்கக் கூடாது என்று பெரியார் அறிக்கை வெளியிட்டார். 'ஒரு ம.பொ.சி. பத்து பார்ப்பானுக்குச் சமம்' என்றார் பெரியார். அப்போது ம.பொ.சி.யைச் சந்தித்த கலைஞர், 'பெரியாரை நீங்கள் ஒருமுறை நேரில் சந்தித்து விட்டால் அவர் தமது கருத்தை மாற்றிக் கொள்வார்' என்று கூறினார். இது அண்ணாவின் விருப்பம் என்றார். மறுத்தார் ம.பொ.சி.

*(பக்கம். 980)*

“இப்படிக் கலைஞரவர்கள் என்னிடம் கூறியதோடு மறுநாளே பெரியாரைச் சந்திக்கத் தம்முடன் வருமாறு என்னைக் கேட்டுக் கொண்டார். ஒரு வினாடிகூட ஆலோசித்துப் பார்க்காமல் அவருடைய கோரிக்கைக்கு இணங்க நான் உறுதியாக மறுத்துவிட்டேன். பெரியார் எதிர்ப்புக்கு முதல்வர் அஞ்சுவதானால் என்னை அமைச்சரவையில் சேர்க்கும் முயற்சியையே அவர் விட்டுவிடலாமென்றும் கலைஞரிடம் தயக்கமின்றிக் கூறினேன்.

“சமயத்துறையிலே நானும் பெரியாரும் சந்திக்க முடியாத இருவேறு துருவங்களாக இருந்தோம். இது காரணமாகவே அவருடைய வாழ்நாள் முழுவதிலும் அவரோடு எந்த நேரத்திலும் எந்த ஒரு பிரச்னையிலும் நான் ஒன்றுபட்டுச் செயலாற்ற முடியாதவனாக இருந்து வந்தேன்” என்று எழுதினார் ம.பொசி.

*(எனது போராட்டம்–பக்கம். 985–986)*

*1945* இல் விருதுநகர் நிலையத்தில் ம.பொ.சி.யைப் பார்த்து, 'நாம் இருவரும் ஒன்று சேரத்தான் போகிறோம்' என்றார் பெரியார். 'இல்லை இருவரும் வேறு வேறு கொள்கையினர்' என்று ம.பொ.சி. சொன்னார். ம.பொ.சி. சொன்னதுதான் நடந்தது. இருவரும் ஒன்று சேரவே முடியவில்லை. அதற்கு அடிப்படைக் காரணம்,

பெரியாரின் இந்திய தேசிய எதிர்ப்பு எண்ணம்.

பார்ப்பனிய வர்ணாசிரம, சாதிய வாத எதிர்ப்பைப் பெரியார் கைவிடவில்லை.

சுதந்திரத் தமிழ்நாடே இதற்கு இறுதித் தீர்வு எனப் பெரியார் நினைத்தார். அதனால்தான் அவர்களால் ஒன்று சேரமுடியவில்லை!

*4. அப்புறம் என்ன ஆனார் ம.பொ.சி.?*

ம.பொ.சி.யைக் கொண்டாடுபவர்கள் *1967*க்குப் பிறகான அவரது வாழ்க்கையை மறந்தும் சொல்வது இல்லை. இந்திய தேசியத்தில் போய் முற்றுப்பெற்றது அவரது வாழ்க்கை. மிகச் சரியாகச் சொல்வதாக இருந்தால் திராவிட இயக்கத்தால் பதவிகள் பெற்று, இந்திய தேசியத்தில் முடிந்தது அவரது வாழ்க்கை.

*26.6.1906* அன்று பிறந்த ம.பொ.சி *3.10.1995* அன்று மறைந்தார். *89* வயது வரை வாழ்ந்தார்.*1923* இல் காங்கிரஸ் இயக்கத்துடன் இணைந்த ம.பொ.சி. *1954*இல் காங்கிரசில் இருந்து வெளியேறினார். இதன்பிறகும் வெளியில் இருந்து *1966* வரையில் காங்கிரசுக்கு ஆதரவளித்து வந்தார் என்று எழுதுகிறார் பெ.சு. மணி.

(சாகித்ய அகாதமி நூல் – பக்கம். 13)

*1946* நவம்பர் *21*இல் தமிழரசுக் கழகம் என்ற பொது அரசியல் அமைப்பை நிறுவினார். அப்போதும் காங்கிரசில்தான் இருந்தார். *1954*இல் காங்கிரஸில் இருந்து விலகிக் கொண்டார். தமிழரசுக் கழகம் மட்டுமே நடத்தினார். *1967* சட்டமன்றத் தேர்தலில் தி.மு.க. அணியுடன் இணைந்து தேர்தலை எதிர்கொண்டார். சென்னையில் தியாகராயநகர், திருத்தணி ஆகிய தொகுதிகள் தமிழரசுக் கழகத்துக்கு ஒதுக்கப்பட்டன. அவர் போட்டியிட்ட சின்னம் உதயசூரியன்.

தியாகராயர் நகர் தொகுதியில் ம.பொ.சி. வென்றார். திருத்தணி தொகுதியில் வே.கி. குப்புசாமி தோற்றார். *1971* சட்டமன்றத் தேர்தலில் தி.மு.க. ஆதரவுடன் மயிலாப்பூர் தொகுதியில் 'உதயசூரியன்' சின்னத்தில் நின்று ம.பொ.சி. தோற்றார். திருத்தணியில் போட்டியிட்ட தமிழரசுக் கழக வேட்பாளர் ஈ.எஸ். தியாகராஜன் வெற்றி பெற்றார்.

1972இல் திமுக ஆட்சிக் காலத்தில் அன்றைய முதல்வர் கலைஞர் உதவியுடன் மேலவைத் துணைத் தலைவராகத் தேர்ந்தெடுக்கப் பட்டார் ம.பொ.சி. 1978 வரை இப்பதவியில் நீடித்தார். 1977இல் தமிழகத்தில் அ.தி.மு.க. ஆட்சிக்கு வந்துவிட்டது. எம்ஜிஆர் முதல்வர்.

1978ஆம் ஆண்டு ஏப்ரலில் மேலவைத் தலைவர் பதவிக்குத் தேர்தல் வந்தது. ம.பொ.சியை மேலவை உறுப்பினராக்க அன்றைய முதல்வர் எம்ஜிஆர், அன்றைய ஆளுநர் பிரபுதாஸ் பட்வாரியிடம் பரிந்துரை செய்தார். ஆளுநரால் மேலவை உறுப்பினராக்கப்பட்ட ம.பொ.சி.க்கு மேலவைத் தலைவர் பதவியை முதல்வர் எம்.ஜி.ஆர். வழங்கினார்.

"அப்பொழுது மேலவையில் ஆறு பேர்தான் அதிமுக உறுப்பி னர்கள் என்பது குறிப்பிடத்தக்கது. அதைவிடவும் திமுக உறுப்பி னர்கள் கூடுதலாக இருந்தனர். தி.மு.க போட்டியிடுவதைத் தவிர்த்த தால் ம.பொ.சி. ஒருமனதாகத் தேர்ந்தெடுக்கப் பெற்றார்" என்கிறார் பெ.சு.மணி.

*(சாகித்ய அகாதமி நூல்–பக்கம். 23)*

மேலவையில் அதிமுக பெரும்பான்மை பலம் பெற்ற நிலையில் 1983இல் ம.பொ.சி.க்கு மீண்டும் சட்ட மேலவைத் தலைவர் பதவியை எம்.ஜி.ஆர். வழங்கினார். 1986 அக்டோபர் 31இல் மேலவை கலைக்கப்பட்டது. 1972 முதல் 1986 வரை மேலவைத் தலைவராக ம.பொ.சி. செயல்படத் திராவிட இயக்கமான திமுகவும், அதிமுகவும் தான் காரணம்.

1967இல் தமிழகச் சட்டப்பேரவையில் இருந்து மதுரை பல்கலைக்கழக செனட் சபைக்குத் தேர்ந்தெடுக்கப்பட்டார் ம.பொ.சி.

1972 முதல் 1976 வரை சென்னைப் பல்கலைக்கழகத்தின் ஆட்சிக்குழு (சிண்டிகேட்) உறுப்பினராக ஆளுநர் கே.கே. ஷா–வால் தொடர்ந்து இருமுறை நியமிக்கப்பட்டார் ம.பொ.சி.

தஞ்சாவூரில் தமிழ்ப் பல்கலைக் கழகம் தோன்றிய பொழுது அதன் செனட் சபை உறுப்பினராக மூன்றாண்டுக் காலம் இருந்து வந்தார்.

1978 இல் அண்ணாமலைப் பல்கலைக்கழகத்தின் செனட் சபை உறுப்பினராக ஆளுநர் பிரபுதாஸ் பட்வாரியால் நியமிக்கப் பெற்று மூன்றாண்டுக் காலம் இருந்தார்.

1972இல் பத்மஸ்ரீ விருது பெற்றார்.

1976இல் தமிழ்நாடு இயல் இசை நாடக மன்றத்தின் கலைமாமணிப் பட்டம் பெற்றார்.

1979இல் சென்னைப் பல்கலைக்கழகம் டாக்டர் பட்டம் அளித்தது.

1979இல் அண்ணாமலைப் பல்கலைக்கழகம் டாக்டர் பட்டம் அளித்தது.

1985இல் மதுரைக் காமராசர் பல்கலைக் கழகம், 'தமிழ்ப் பேரவைச் செம்மல்' பட்டம் வழங்கியது.

1985இல் ம.பொ.சி.யின் 'விடுதலைப் போரில் தமிழகம்' நூலை நாட்டுடைமை ஆக்கிய தமிழக அரசு ஒரு லட்சம் ரூபாய் வழங்கியது.

கலைஞர், எம்.ஜி.ஆர். ஆட்சியில் நடந்தவை இவை. இந்நிலையில் 1989ஆம் ஆண்டு காங்கிரஸ் கட்சியில் மீண்டும் சேர்ந்தார் ம.பொ.சி.

1954இல் அக்கட்சியில் இருந்து விலகிய ம.பொ.சி. மீண்டும் 1989 அக்கட்சியிலேயே போய்ச் சேர்ந்தார். 'காங்கிரசில் சேர்ந்தேன்' என்று 12.11.1989 'செங்கோல்' இதழில் ம.பொ.சி. எழுதியதைப் பெ.சு.மணி மேற்கோள் காட்டுகிறார்.

"திருவல்லிக்கேணிக் கடற்கரையில் எட்டு லட்சம் பேர் திரண்டிருந்த வரலாறு காணாத சிறப்புப் பொதுக் கூட்டத்தில் பிரதமர் இராஜீவ் காந்தி முன்னிலையில் நான் காங்கிரசில் இணைந்தேன். தமிழ்நாடு காங்கிரஸ் தலைவர் வாழப்பாடி இராமமூர்த்தி நான் காங்கிரசில் இணைந்ததை அறிவித்தார். பிரதமர் இராஜீவ்காந்தி பொன்னாடை அணிவித்துத் தாங்கள் காங்கிரசில் சேர்ந்ததை வரவேற்கிறேன் என்றார்."

(சாகித்ய அகாதமி நூல்-பக்கம். 60)

அப்படியானால் தமிழரசுக் கழகம் என்ன ஆனது? என்ற கேள்வி எழலாம். 'தமிழரசுக் கழகம் கலைக்கப்படவில்லை; காங்கிரசோடு கலந்து விட்டது' என்ற ம.பொ.சி.யின் மேற்கோளைக் காட்டுகிறார் பெ.சு.மணி.

'தாங்கள் திடீரெனக் கழகத்தைக் கலைத்து விட்டுக் காங்கிரசில் சேர்ந்து விட்டீர்களே காரணம் என்ன?' என்று செங்கோல் இதழில் (13.8.1995) ஒருவர் கேள்வி கேட்கிறார்.

ம.பொ.சி. பதில்:

"கழகம் எந்தெந்தக் கொள்கைக்காகத் தோன்றியதோ அவை ஆட்சிக்குப் போகாமலே காங்கிரஸ் கட்சியைப் பயன்படுத்தி நிறைவேற்றி விட்டதால் காந்தியடிகள் போதனைப்படி அது இனியும் தேவைப்படவில்லை. ஆகவே கலைக்கப்படவில்லை. காங்கிரசோடு கலந்துவிட்டது" என்று முடித்துக் கொண்டார்.

(சாகித்ய அகாதமி நூல் – பக்கம். 60)

தமிழரசுக் கழகத்தின் கொள்கைக்கும் அகில இந்திய காங்கிரஸ் கட்சிக்கும் என்ன தொடர்பு? காங்கிரஸ் கட்சியும் அதன் ஆட்சியும் இதில் எதை நிறைவேற்றின? அது என்ன காந்தியின் போதனை? கலைக்கப்படவில்லை என்றால் தமிழரசுக் கழக நிர்வாகக்குழு கூடிய முடிவா? கலந்து விட்டது என்றால் எப்படி என்ற கேள்விக்கு இத்தனை ஆண்டுகள் கழித்து விடை தேடுதல் வீண் வேலை.

தமிழரசுக் கழகமும், காங்கிரஸும் ஒன்றுதான் என்ற உண்மை உணர்ந்தால் அதுவே போதும். ம.பொ.சி.யின் போராட்டம் முற்றுப் பெற்ற கதை இது!

## 5. உடல் இந்திய தேசியத்துக்கே!

1885ஆம் ஆண்டு இந்திய தேசிய காங்கிரஸ் தொடங்கப்பட்டது. 1985இல் அது தனது நூற்றாண்டு விழாவைக் கொண்டாடியது. அப்போது 'இந்திய தேசியத்திற்கு ஒரு நூறு வயது' என்ற தலைப்பில் 'செங்கோல்' இதழில் தொடர் கட்டுரையாக காங்கிரஸ் வரலாற்றை ம.பொ.சி. எழுதி வந்தார். அந்நூல் 1986இல் வெளியானது. சென்னை நகரில் தமிழ்நாடு காங்கிரஸ் நடத்திய நூற்றாண்டு விழா மேடையில் அன்றைய பிரதமர் இராஜீவ்காந்தியிடம் வெள்ளிக் கேடயம் பெற்றார் ம.பொ.சி. 1885 முதல் 1985 வரையிலான காங்கிரஸ் வரலாறாக மட்டுமல்லாமல் இந்நூலின் உள்ளடக்கமாக ம.பொ.சி. சொல்வது... 'இந்திய தேசியம் என்ற தத்துவத்தின் விளக்கமாகவே இந்நூலைப் படைத்துள்ளேன்' என்று எழுதி இருக்கிறார். இந்நூலுக்கு முன்னுரை எழுதியுள்ள பெ.சு.மணி, 'இந்திய தேசியத்தையும் தமிழரசுக் கழகம் மூலம் உருவாக்கிய தமிழ்த் தேசியத் தத்துவத்தையும் இரு கண்களாகக் கொண்டிருந்தார் ம.பொ.சி. இந்திய தேசியத்திற்காகத் தமிழ்த் தேசியத்தையோ தமிழ்த் தேசியத்திற்காக இந்திய தேசியத்தையோ விட்டுக் கொடுக்கவில்லை என்பது குறிப்பிடத்தக்கது. இத்தகைய தெளிவான அரசியல் பார்வை கொண்ட ஐயா ம.பொ.சி." என்கிறார். இதைவிடக் குழப்பமான அரசியல் பார்வை இருந்திருக்க முடியாது!

"இந்திய தேசிய காங்கிரசிடமிருந்துதான் தேசியம் தோன்றியது. இந்திய தேசிய காங்கிரசானது நிறத்துவேஷத்தைப் பாராட்டியதே இல்லை. கடந்த ஒரு நூற்றாண்டுக் காலத்திலே காங்கிரசின் தேசிய மானது பூரண சந்திரனாகவே தண்ணொளி தந்து வருகிறது. இந்திய தேசியம் பெற்றெடுத்த இரட்டைக் குழந்தைகளே தேச விடுதலைப் போராட்டமும் சமுதாயச் சீர்திருத்தப் புரட்சியும். மக்களை மூடநம்பிக்கையிலிருந்து விடுவித்த முதல் இயக்கம் தேசிய காங்கிரசே. இந்திய சமுதாயத்தினர் அனைவருக்கும் ஒரே அமைப்பு அது இந்திய தேசிய காங்கிரஸ்" என்று இந்நூலில் மனந்திறந்து எழுதி

இருப்பார் ம.பொ.சி. இந்நூலில் இந்தியை இந்தியாவின் பொதுமொழியாக நிறுவுவார் ம.பொ.சி.

“மாநிலங்களிடையே இணைப்பு மொழியாக ஒரே பொதுமொழி அது இந்தியாவின் சொந்த மொழிகளில் ஒன்றான இந்திமொழி. காந்திஜியின் தாய்மொழி இந்தி அல்ல; குஜராத்தி! ஆயினும் இந்திய தேசியத்திற்கு வலுத்தேடும் பொருட்டு அதனைப் பொது மொழி யாகப் பரிந்துரைத்தார். இந்திய தேசியம் பிறந்தது காங்கிரசிட மிருந்துதான் என்பதோடு அதனை ஒரு நூற்றாண்டுக் காலமாக வளர்த்து வந்ததும் காங்கிரஸ்தான் சாதி மத வருண வர்க்க வேற்றுமைகளைக் கடந்த முறையில் நாடு முழுவதற்குமான ஒரே அமைப்பை, அதாவது இந்திய தேசிய காங்கிரசை அமைத்து அதனைக் கட்டி வளர்த்தது. இந்தியர் எல்லோரும் ஓர் குலம்; எல்லோரும் ஓர் இனம்; எல்லோரும் இந்நாட்டு மன்னர்; என்னும் சமத்துவ ரீதியிலான ஒருமைப்பாட்டுணர்வினைப் பட்டி தொட்டி களிலெல்லாம் பரப்பியது. இந்திய நிலப்பரப்பைத் தாய் வடிவில் காட்டி அந்த வடிவத்திற்குப் ‘பாரதமாதா’ எனப் பெயர் தந்து இந்தியா ஒரே நாடு, சேதமில்லாத இந்துஸ்தானம், அது இந்திய மக்களின் தெய்வம் என்று மக்கள் நம்பும்படி செய்தும் தேசிய ஒருமைப்பாட்டுணர்ச்சியை வளர்த்தது. தேசபக்தியும் தெய்வபக்தியும் ஒன்றே என்பதை உணர்த்தியது” என்று புல்லரிக்க வைக்கும் அளவுக்கு எழுதுவார்.

இந்தியா மொழிவாரி அமைக்கப்பட்டதைக் காங்கிரசுக் கட்சியின் சாதனைகளில் ஒன்றாகவே ம.பொ.சி. எழுதி இருப்பார்.

“இந்திய தேசிய காங்கிரசானது 1.11.56 அன்று இந்தியா முழுவதிலும் ராஜியங்களை மொழிவாரி திருத்தியமைத்தது. இதன் முடிவில் நவபாரதம் பிறந்தது. வரலாற்றில் முன் எந்தக் காலத்திலும் இந்தியாவில் இராஜ்யங்கள் மொழிவாரி இருந்ததில்லை... இப்படி இராஜ்யங்கள் மொழிவாரி புனரமைக்கப்பட்டதால் மொழிவழித் தேசிய இனங்களின் தனித்தன்மை அரசியல் கூட்டத்தால் அங்கீகரிக்கப்பட்டது... ‘இந்திய தேசியம் என்பது மொழிவழிக் கலாச்சாரத்தின் ‘கூட்டுச் சரக்கு’ என்பது உறுதிப்படுத்தப்பட்டது. ‘தேசியம்’ என்பதன் பொருள் தேசத்தில் உள்ள அனைத்தையும் தழுவியது என்பதாகும்.

இந்தியாவில் மொழிவாரி இனவுணர்ச்சிகள் இருந்து வருகின்றன என்பதை இந்திய தேசிய காங்கிரஸ் எந்த நாளிலும் மறந்ததேயில்லை. உண்மையைச் சொல்வதானால், இனவழித் தேசியத்தை அங்கங் களாகக் கொண்டே இந்திய தேசியம் வளர வேண்டும் என்பதனைத் தான் தோன்றிய காலத்திலிருந்தே காங்கிரஸ் உணர்ந்து வந்திருக்கிறது இந்திய தேசியப் பண்புக்கும் தேசிய ஒருமைப்பாட்டிற்கும் ஒத்த

வகையில் மொழிவழி மாநில உணர்ச்சியோடு காங்கிரஸ் உறவு கொண்டே வந்திருக்கிறது” என்று தேசியத்துக்கே புதுவிதமான விளக்கங்களை ம.பொ.சி. வழங்கினார்.

(பக்கம். 251)

இந்தியாவில் 1975ஆம் ஆண்டு அவசர நிலைப்பிரகடனம் செயல்படுத்தப்பட்டது குறித்து, “1975 நெருக்கடி நிலை என்பது... காங்கிரஸிலிருந்த மூத்த தலைவர்கள் திருமதி. இந்திராவிடமிருந்து ஆட்சியைக் கைப்பற்ற முயன்றதன் எதிர்விளைவாகும்” என்று நியாயப்படுத்தி உள்ளார். “என்னைப் பொறுத்தவரையில் இந்திய விடுதலைப் போராட்ட வரலாறு வேறு, இந்திரா காங்கிரசின் வரலாறு வேறு என்று நான் நினைத்ததில்லை. இந்திய தேசியத்திற்கு ஒரு நூறு வயது நிறைவு பெற்று, அதற்காக நாடெங்கும் தேசிய விழா கொண்டாடப்படும் நேரத்தில் பிரதமர் இராஜீவ் என்ற இளைஞர் அதன் தலைவராக இருக்கிறார். தமிழகத்தின் பிரதி நிதியாக திரு.கருப்பையா மூப்பனார் அனைத்திந்திய காங்கிரசின் பொதுச் செயலாளர்களில் ஒருவராக இருந்து வருகிறார். ஆம். வடக்கும் தெற்கும் இணைந்ததே இன்றைய தேசிய காங்கிரஸ். தனது நூற்றாண்டு விழாவைக் கொண்டாடிக் கொண்டிருக்கும் காங்கிரசால் படைத்து வளர்க்கப்பட்ட இந்திய தேசியத்திற்கு வாழ்த்து கூறுகிறேன். அதற்கு வயது ஒரு நூறு மட்டும் அல்ல, இந்தியத் திருநாடு உள்ள வரை இந்திய தேசியமும் இருக்கும். தேசியப் பண்பிலிருந்து பிரித்தெடுத்து இந்திய தேசியத்தை யாரும் சிதைத்து விட முடியாது, சிதைக்கவும் கூடாது. ஒரு நூற்றாண்டுக் காலம் அரும்பாடுபட்டு இந்தியாவை ஒரு நாடாகச் செய்துவிட்டது காங்கிரஸ். அதனை வலுப்படுத்தி என்றென்றும் நிலைபெறச் செய்வது தேச மக்களின் கடமையாகும்” என்று முடித்திருப்பார்.

‘இந்திய தேசியத்திற்கு ஒரு நூறு வயது’ என்ற நூலில் ம.பொ.சி. உதிர்த்த முத்துகள் இவை. 288 பக்கம் கொண்ட இந்திய தேசிய வரலாற்றை எழுதிய ம.பொ.சி. ‘வாழ்க இந்தியா! வாழ்க இந்திய தேசியம்’ என்றே நூலை முடித்திருக்கிறார். ம.பொ.சி நினைவைத் தமிழ்த் தேசியர்கள் போற்ற வேண்டுமா? இந்திய தேசியர்கள் போற்ற வேண்டுமா?

‘பயங்கரவாதமும் காந்தி சகாப்தமும்’ என்ற நூலை எழுதி 1993 இல் வெளியிட்ட போது ‘வாழ்க காந்தியம்! வளர்க பாரதம்!’ என்றே முடித்தார். ம.பொ.சி.யின் நினைவைப் போற்ற வேண்டிய வர்கள் தமிழ்த் தேசியர்களா? பாரத புத்திரர்களா?

*6. உள்ளம் சமற்கிருதத்துக்கே!*

சிலம்புச் செல்வரின் இரண்டு சிலம்புகளின் ஒன்றில் இருந்தது தமிழ்ப் பரல்கள். இன்னொன்றில் இருந்தது சமற்கிருதப் பரல்கள். அவரது 'தமிழும் சமஸ்கிருதமும்' நூலை (1984) வாசித்தாலே அதில் இவை ஒலிக்கும்!

*26.8.1984* அன்று இந்தியா முழுவதும் சமஸ்கிருத தினம் கொண்டாடப்பட்டபோது சென்னையில் நடந்த கூட்டத்திற்கு ம.பொ.சி. அழைக்கப்பட்டார். அவரது புகழ்பெற்ற உரையைக் கேட்டவர்கள் அதனை எழுதச் சொன்னார்கள். இதனைத் தொடர்ந்து வெளியான நூல்தான் 'தமிழும் சமஸ்கிருதமும்!' இதோ தமிழ்த் தேசியப் பிதாமகர் பேசுகிறார்.

"நான் நம் தாய்மொழியான தமிழிடத்துப் பற்றுடையவன். ஆயினும் சமஸ்கிருதம் போன்ற வேறு மொழி எதனிடமும் பகைமை கொள்ளாதவன். இந்தியனாகிய நான் குமரி முதல் காஷ்மீரம் வரை பரவிக் கிடக்கிற பாரத நிலப்பரப்பிலே ஒவ்வொரு அங்குலத்தின் மீதும் சொந்தங் கொண்டாடுகிறேன். இந்தியன் என்ற முறையிலே – இந்து என்ற வகையிலே சமஸ்கிருதம் எனது கலாச்சார மொழியாக இருந்து வருகிறது நான் ஆங்கிலத்தில் புலமை பெறாததற்காக வருந்தவில்லை. சமஸ்கிருதத்தில் புலமை பெறாததற்காக வருந்துகிறேன் தமிழிலே 'அழிந்து' என்னும் சொல்லுக்கு 'கழிந்து' என்றும் பொருள் உண்டு. 'ஒழிந்து' என்பது அமங்கலச் சொல் அல்ல. 'அது ஒழிய' என்று இலக்கியங்களிலே வரும். அதற்கு 'அது நீங்கலாக' என்பதே பொருள். இப்படித்தான் சுந்தரனார் 'ஆரியம் போல் உலக வழக்கு அழிந்தொழிந்து' என்பதற்கும் பொருள் காண வேண்டும் . சமஸ்கிருதம் இந்து சமயத்தவரின் பொது மொழியாகும். இன்னும் சொன்னால் கலாச்சாரப் பொது மொழியாகும். சமய தத்துவ நூல்களைத் தன்னகத்தே கொண்டுள்ள கலைமொழியாகும். அது சாமானிய இந்துக்களின் பேச்சு மொழியாக இல்லாததனால் அதன் பெருமை குறைந்து விடாது . இந்திய மொழிகளுக்கெல்லாம் தாய்மொழி சமஸ்கிருதமே என்று சொல்லப்படுகிறது. தமிழிடத்துப் பற்றுடையவர்கள் இதனை மறுக்கத் தேவையில்லை. ஏனெனில், இந்திய மொழிகளில் மிகப் பெரும்பாலான மொழிகள் சமஸ்கிருதத்தி லிருந்து கிளைத்த மொழிகளாகவோ, சமஸ்கிருதத்திற்குரிய தேவநாகரி லிபியைப் பெற்றவையாகவோ, இலக்கணத்திலும் சமஸ்கிருதத்தை ஒட்டியவையாகவோ இருக்கக் காண்கிறோம். சமஸ்கிருதம் இந்துக் களுக்கே உரிய மொழி என்றும் சொல்வதற்கில்லை. உலக இலக்கிய மொழிகளில் ஒன்றாக இருக்கும் தகுதி அதற்கு இருக்கிறது. இந்திய

தேசிய ஒருமைப்பாட்டின் அவசியம் கருதியும் நான் சமஸ்கிருதத்தை வெறுக்க மறுக்கிறேன். சமஸ்கிருதம் இந்துக்களின் பொதுமொழியாக இருப்பதன் காரணமாக, இம்மொழியில் 'பீஜமந்திரம்' என்று சொல்லப்படுகிறதே அதை மட்டும் திருக்கோவில்களில் அர்ச்சகர் பயன்படுத்தலாம். அதில் தவறில்லை. சமஸ்கிருத அர்ச்சனையை விரும்புவோருக்கும் தடை சொல்லத் தேவையில்லை. இது இந்து மதத்தவரின் ஒருமைப்பாட்டுக்கும் உதவி புரியும். சமஸ்கிருதத்தை பிராமணர்களுக்கே உரிய மொழியாகக் கருதுவது மூடநம்பிக்கைகளுள் ஒன்றாகும். சமஸ்கிருதம் படித்தவர்களிலே சிலரிடம் காணப்படும் ஆணவத்திற்காக சமஸ்கிருதத்தை வெறுப்பது வாழ்க்கை நெறியாகாது.

சென்னை மாவட்ட நூலக ஆணைக் குழுவின் தலைவர் பொறுப்பில் நான் இருந்த போது மத்திய நூலகத்திலும் தென் சென்னையிலுள்ள பிரதான நூலகங்களிலும் சமஸ்கிருத நூல்களை வாங்கி வைக்க ஏற்பாடு செய்தேன். சமஸ்கிருதம் அரசியல் சட்டப்படி அங்கீகரிக்கப்பட்ட மொழியாகியிருப்பது இந்துக்களுக்கு மகிழ்ச்சியைத் தரக்கூடியதாகும். சமஸ்கிருதம் பேச்சு மொழியாகவும் செய்யப்படுமானால் அதற்காகத் தமிழைத் தாய்மொழியாகக் கொண்டவர்கள் வருந்தப் போவதில்லை. வரவேற்கவும் செய்வார்கள். திருக்கோயில்களின் அருச்சனையில் சமஸ்கிருதத்திற்கும் இடம் இருக்க வேண்டும். அருச்சனை வழிபாடு தமிழிலும் நடைபெறுவ தற்குத் தடையில்லாத வகையிலே அர்ச்சகருக்குச் சமஸ்கிருதத்தில் பயிற்சியளிப்பது தமிழக அரசின் குறிப்பாக அறநிலையத் துறையின் கடமையாகும். இந்துக்களுடைய பொது மொழியான சமஸ்கிருதம் சைவ வைணவ திருக்கோயில்கள் அனைத்திலும் பயன்படுத்தப்பட வாய்ப்பு இருக்க வேண்டும். இது மதம் சம்பந்தப்பட்ட விஷயமாகும்.

சென்னைப் பல்கலைக்கழகத்தின் பிரதிநிதியாகச் சென்னை சமஸ்கிருதக் கல்லூரியின் நிர்வாகக் குழுவில் சில ஆண்டுக் காலம் நான் அங்கம் வகித்த போது அதன் பொருளாதார வறுமை நிலை கண்டு வருந்தினேன். அதற்கு அரசின் உதவியைக் கூடுதலாகப் பெற்றுத் தர அப்போது நான் பரிந்துரை செய்தேன். சென்னைப் பல்கலைக்கழகத்தின் பிரதிநிதியாக சமஸ்கிருத மொழி செல்வாக்குச் செலுத்தும் நிறுவனமாகிய அடையாறு கலாசேத்திரத்தின் நிர்வாக அமைப்பிலும் இடம் பெற்றேன்." இது ம.பொ.சி.யின் இன்னொரு பக்கம்.!

'இன்று இந்தியாவில் சமஸ்கிருத தினம் கொண்டாடப்படுவதால் தமிழ் சமஸ்கிருத உறவு வாழ்க என்று வாழ்த்துகிறேன்' என்று முடிக்கிறார்.

ம.பொ.சி.யை யார் நினைவுகூர வேண்டும் தமிழ்த் தேசியர் களா? சமஸ்கிருதர்களா?

## 7. மனம் இந்து மயமே!

கம்பனில் தோய்ந்தவர் ம.பொ.சி. கம்பர் கவியின்பம், கம்பரிடம் யான் கற்ற அரசியல், கம்பரும் காந்தியடிகளும், கம்பரின் சமயக் கொள்கை என்று வரிசையாக எழுதினார். சிலம்புச் செல்வராக இருந்தாலும் கம்பராமாயண ரசிகர் அவர். இந்திய தேசிய ஒருமைப் பாட்டைத் தமிழ் இலக்கியங்களின் மூலமாகச் செய்ய முடியும் என்று நினைத்தவர் அவர். இந்த வரிசையில் ‘கம்பரின் சமயக் கொள்கை’ நூல் முக்கியமானது.

“நான் என் மதத்தில்–குறிப்பாக இந்து மதத்தில் பற்றுடையவன் தான். அதற்காக பிற மதம் எதனிடமும் நான் பகைமை கொண்ட தில்லை. எனக்குள்ள தமிழன் என்னும் இன உணர்ச்சியும் இந்தியன் என்னும் சமுதாய உணர்ச்சியும் மதப் பூசல்களிலிருந்து என்னைக் காப்பாற்றி வருகின்றன. பாரதியார் வருணிக்கும் வகையிலான ஒரு உட்பூசல் ஹிந்து மதத்தில் தோன்றிய காலத்திலே, அதனைத் தவிர்த்து ஹிந்துக்களை ஒன்றுபடுத்தி, வால்மீகி நூலுக்கு வழி நூலாகக் கம்பர், இராமாயணத்தைப் படைத்தருளியிருக்கிறார். உண்மை என்னவென்றால் கம்பருக்கு முன்பே இளங்கோவடிகள் தமது சிலப்பதிகாரக் காப்பியத்தில் இராமனை அவதார புருஷனென்று கூறினார்.

சமஸ்கிருத மொழிப் புலவர்கள் வேத காலம் என்கிறார்களே அதையே சங்க காலம் என்கிறார்கள். தமிழ்ப் புலவர்கள் சிவன் திருமால் சக்தி முருகன் இந்திரன் ஆகிய தெய்வங்கள் தமிழினத் தவரின் பொதுத் தெய்வங்களாக வேத காலத்தில் அதாவது–சங்க காலத்தில் கருதப்பட்டன. சிலப்பதிகாரம் தோன்றிய கி.பி. 2ஆம் நூற்றாண்டு வரையும் நிலைமை இதுதான். கி.பி. மூன்றாம் நூற்றாண்டுக்குப் பிறகு சமண–பௌத்த மதங்களின் தாக்குதல்களால் வேத மதம் எனப்படும் இந்து மதம் அறுவகைச் சமயங்களாகச் சிதறுண்டன. தமிழர் எல்லோருமே வழிபட்டு வந்த சிவன் – திருமால் – இந்திரன் – கொற்றவை முருகன் ஆகிய தெய்வங்களோடு பல்லவர் காலத்திலே ஆறாவது தெய்வமாகக் கணபதியும் தமிழகத்திற்கு வந்தார். தமிழகத்திலே அரசு தமிழர் வசம் இல்லாத நிலைமை ஏற்பட்டதால் மத விஷயத்தில் தமிழ் மக்களுக்கு வழிகாட்டும் வம்சாவளி மன்னர்கள் இல்லா தொழிந்தனர். இந்த நேரத்தில் தமிழரான ஆதி சங்கரர் தோன்றி, அறுவகைச் சமயங் களையும் ஒன்றுபடுத்திச் சமண பௌத்த மதங்களின் தாக்குதலி லிருந்து வேத மதத்தைப் பாதுகாக்க முயன்றார்.

கம்ப நாடார் ஐயத்திற்கிடமின்றி வேத மதத்தார்... வேதங்கள் இந்துக்களிலே ஒரு வருணத்தாருக்கு மட்டுமே சொந்தமானது இடைக்காலத்தில் தான்... வேத மதம் அறுவகைச் சமயங்களாகப் பிரிவுபட்டது புராணங்களால்தான்... சைவமும், வைணவமும் பரஸ்பரம் தனி உணர்வு கொண்டு வேத வழிப்பட்ட பாதையிலிருந்து விலகிச் சென்றன. வேதம் போற்றப்படாதொழிந்தது.

தமிழ்நாட்டில் சங்க காலத்தில்கூட நான்மறைகளுக்குத் தமிழர் மதிப்புத் தந்தனர். சங்க காலத்தையடுத்துத் தோன்றிய சிலப்பதி காரத்திலும் வேதம் பெருமையோடு குறிப்பிடப்படுகிறது. ஆனால் தேவார–திவ்வியப் பிரபந்த காலத்திற்குப் பின் வேதத்தின் பெருமை மறைந்தொழிந்தது. வட மொழியிலிருக்கும் வேதத்தைப் புறக்கணிக்கத் தமிழ்மொழிப் பற்றும் காரணமானது. இதனால் தாய்மொழியான தமிழுக்கும் மத மொழியான சமஸ்கிருதத்திற்கு மிடையேயும் பூசல் தோன்றி, அது போராட்டமாகவும் வளர்ந்தது. சிவன் கோயில் களெல்லாம் சைவ ஆகமத்தையே கடைப்பிடிக்கலாயின. வேத ஆகமங்களைக் கைவிட்டன. இது வேத மதத்தைப் பிளவுபடுத்திய தோடன்றித் தமிழனமும் பிளவுபடக் காரணமானது.”

என்றெல்லாம் ‘கம்பரின் சமயக் கொள்கை நூலில் வேதத்துக் காகவும், வேத மதத்துக்காகவும் வரிந்து வலிந்து எழுதி விட்டு ‘வாழ்க கம்ப நாடர் புகழ்!’ என்று முடித்தவர் ம.பொ.சி. அவரது நினைவை நினைவுகூர வேண்டியவர் யார் தமிழ்த் தேசியர்களா? வேதியர்களா?

### 8. மூளை இராஜாஜியுடையதே!

அனைத்துக்கும் மேலாக இராஜாஜியைக் குருவாக ஏற்றுக் கொண்டார் ம.பொ.சி. அவரின் சிஷ்யராகத் தம்மைச் சொல்லிக் கொண்டவர் மட்டுமல்ல, அப்படியே நடந்து கொண்டவர் ம.பொ.சி. நாற்பதாண்டு கால நட்பு அது. இந்தக் கால கட்டத்தை 41 கட்டுரைகளாகச் செங்கோல் இதழில் எழுதினார். 15.12.1985 முதல் 11.1.1987 வரை வெளியானது. இக்கட்டுரைகள் ‘நானறிந்த இராஜாஜி’ என்ற நூலாக 1987இல் வெளியானது.

“இராஜாஜியின்பால் யான் கொண்டுள்ள பக்தியிலே வேறு யாரும் என்னை விஞ்சிவிட முடியாது. அவரைத் தென்னாட்டு காந்தி என மக்கள் அழைக்கலாயினர். காந்தியம் என்னும் தத்துவத் திற்கு இராஜாஜி வியாக்கியான கர்த்தாவானார். தம் வாழ்நாள் முழுவதும் என்னிடம் பேரன்பும் பெருமதிப்பும் காட்டி வந்தார். வயதில் என்னை விட 27 ஆண்டுகள் மூத்தவர். அந்த வகையில் அவருக்கும் எனக்குமிடையே தந்தைக்கும் மகனுக்கும் உரிய நிலை யிருந்தது. எங்கள் முதல் சந்திப்பின் போது (1937இல்) என்னை

ஒரு போக்கிரியாக மதிப்பிட்ட இராஜாஜி, காலப்போக்கில் ஒரு மகனாகக் கருதும் அளவுக்கு என் விஷயத்தில் மனமாற்றம் அடைந்தார். எனது மணிவிழாவில் (1966 சூன் 26,27) பேசும் போது, 'ஒரு நல்ல மகானுக்கு மணிவிழா நடத்துகிறோம்' என்று பேசினார். இராஜாஜி ஒரு முனிவரைப் போல் ஆசிரமத்தில் வாழ வேண்டியவர். துரதிருஷ்டவசமாக, ஆசிரம முனிவருக்குரிய பண்பாட்டை ஆட்சிப் பொறுப்பிலிருந்து கொண்டு கடைப்பிடிக்க அவர் முயன்றார்.

இயற்கையாகவே அதிகாரப் பதவிகளை யேற்கும் சுபாவம் இராஜாஜிக்கு இருக்கவில்லை... தமது வாழ்நாளில் எந்த ஒரு சந்தர்ப்பத்திலும் எந்த ஒரு பதவியையும் தாமாக விரும்பிப் பிறரோடு போட்டியிட்டுப் பெற்றதில்லை. இது அவரிடம் யான் கண்ட உயர்ந்த பண்பாடு. இராஜாஜி கொண்டு வந்த புதிய கல்வித் திட்டத்திற்கு ஆதரவாகப் பிரச்சாரம் செய்யும் பொறுப்பைத் தமிழரசுக் கழகம் தானே தனித்து நின்று மேற்கொண்டது. வடமொழியை வெறுப்பதும் பழிப்பதும்தான் தமிழிடத்துத் தங்களுக்கு பற்றை வெளிப்படுத்தும் வழிமுறை என்ற தவறான உணர்வு தமிழரிடையே எப்படியோ புகுத்தப்பட்டுவிட்டது. இது, இராஜாஜிக்குப் பிடிப்பதில்லை. ஏன் எனக்குந்தான்.

தமிழைப் பயிற்சி மொழியாக்கத் தமிழரசுக் கழகம் நடத்தி வந்த கிளர்ச்சியைக்கூட இராஜாஜி விரும்பாதவரானார்... அவரது கருத்தை மறுத்து 'செங்கோலில்' எழுதிய போதெல்லாம் என் மனம் மிகுந்த வேதனையடைந்ததுண்டு. ஆயினும் எங்களிடையே நிலவிய அன்புக்கும் ஆத்மார்த்தமான உறவுக்கும் நலிவு ஏற்படாத வகையிலே நாங்கள் வாதம் நடத்தினோம். இராஜாஜியிடமிருந்து அரசியலிலே முற்றிலும் ஒதுங்கி விடுவதையோ, அவர் தொடங்கிய (சுதந்திராக் கட்சி) கட்சிக்கு எதிராகக் காங்கிரசிடம் சிக்கிக் கொள்வதையோ நான் விரும்பவில்லை. முடிந்தவற்றில் எல்லாம் அக்கட்சிக்கு வெளியே இருந்தேனும் என் தலைவருக்கு ஒத்துழைப்புத் தருவது என்ற எண்ணம் எனக்கு இருந்தது.

சுதந்திராக் கட்சிக்கும் தமிழரசுக் கழகத்திற்கும் இடையில் பூசலோ, போராட்டமோ இல்லையென்றாலும் கழகத்திலிருந்து திறமை மிக்க தலைவர்களையும் தொண்டர்களையும் இழுக்க இராஜாஜி முயற்சி எடுத்தார். தொண்டர்களை இழுப்பதிலே மாவட்டந்தோறும் அவர் ஓரளவு வெற்றி பெற்றார் என்றே சொல்ல வேண்டும். ஆனால் தலைவர்களை இழுப்பதிலே வெற்றி பெற வில்லை. இராஜாஜி தமது இல்லத்திற்கு அழைத்துக் கொஞ்சம் கண்டிப் பாகப் பேசித் தமது கட்சிக்கு என்னை இழுக்க முயன்றார். 'எனக்கும் உங்களுக்கும் ஒரே வட்டாரத்தில்தான் நண்பர்கள் இருக்கின்றனர்.

நான் சுதந்திராக் கட்சியைத் தொடங்கிவிட்டதால், அவர்கள் எல்லோரும் என் கட்சியைச் சார்ந்து விட்டனர். இருவரையுமே ஆதரிப்பது என்பது அவர்களுக்குச் சங்கடம். தாங்கள் தனிமைப்பட்டு விடுவதை நான் விரும்பவில்லை' என்று என்னிடம் கூறினார். 'இராஜாஜியைப் பிரிந்திருப்பது என்னால் சாத்தியமில்லை. அதனால் நான் சுதந்திராக் கட்சியில் சேர்ந்துவிட்டேன்' என்று அறிக்கை விட்டு விடுங்கள் என்றார்... எனது பெருமதிப்பிற்குரிய தலைவரின் இந்தப் போக்கு என் முந்தைய அனுபவங்களுக்கு முற்றிலும் முரணாக இருந்தது.

மூதறிஞர் இராஜாஜிக்கும் எனக்கும் இருந்த தொடர்பு குருவுக்கும் சீடனுக்கும் உள்ளது போன்றதாகும். இராஜாஜிக்கும் எனக்குமிருந்த தொடர்பு புனிதமானது. அவரிடம் எதையும் நான் எதிர்பார்த்ததோ அது கிடைக்காமல் ஏமாந்ததோ கிடையாது... எத்தகைய கைம் மாறும் கருதாது நான் இராஜாஜியின் தலைமையைத் தமிழினத்தார் ஏற்கும்படி செய்யப் பாடுபட்டேன்... அவரிடமிருந்து உதவி எதுவும் எனக்குக் கிடைத்ததில்லை. நானும் கேட்டதில்லை... என் குடும்பத்தைப் பட்டினியில் தவிக்க விட்டு விட்டு நான் தலைவர் இராஜாஜியுடன் சுற்றுலா சென்ற நாட்களும் உண்டு. இந்த அளவுக்கு அவருக்குத் தோள் கொடுத்து யான் தொண்டாற்றியதற்குக் காரணம், தமிழினத்திற்குத் தெய்வம் தந்த தலைவராக அவரை நான் கருதியது தான்.

பிறப்பால் பிராமணர் என்பதற்காகவும் இராஜாஜியின் தலை மைக்குத் தமிழ்நாட்டில் கடுமையான எதிர்ப்பு இருந்து வந்தது... இராஜாஜிக்கு சுய சாதிப்பற்று இருந்ததா இல்லையா என்பது ஒரு பிரச்னையல்ல. இருந்திருந்தாலும் அதைக் குற்றமாகவோ குறை யாகவோ நான் கருதுவதற்கு இல்லை. ஆனால் பிராமண வருணா சிரமத்தில் அவருக்கு நம்பிக்கை கிடையாது. அந்தணர், அரசர், வணிகர், வேளாளர் எனப்படும் நால் வருணத்தாரிலே அந்தணரே உயர் வருணத்தார் என்று சொல்லப்படுவதைத்தான் வருணாசிரம வாதம் என்கின்றனர் சீர்திருத்தவாதிகள். என்னைப் பொறுத்த வரையில் ஆசார ரீதியில் ஒருவர் பிராமணராக வாழ்வாரானால் அதனை நான் வரவேற்கிறேன். வள்ளுவரும் 'அந்தணர் என்போர் அறவோர்' என்று சொல்லி, 'மறப்பினும் ஒத்துக் கொளலாகும் பார்ப்பான் பிறப்பொழுக்கம் குன்றக்கெடும்' என்றும் ஆசார வழியிலான அந்தண்மைக்கு ஆசி கூறுகிறார்... பிற்பட்ட சாதிகளிலே கடைப்பட்ட சாதியில் பிறந்த 'பெருமை' எனக்கு உண்டு. ஆயினும் எந்த ஒரு சந்தர்ப்பத்திலும் என் மனம் வருந்தும்படியாக உயர் சாதி மனப்பான்மையை என்னிடம் அவர் வெளிப்படுத்தியதில்லை.

தி.மு.க. தலைவர் அறிஞர் அண்ணா அவர்கள் திராவிடர் கழகம் தமிழர்களிடையே வளர்த்த வகுப்புவாத உணர்ச்சியின் வேகத்தைக் குறைத்து அதனுடைய விஷத்தன்மையை அழித்தார் என்று சொல்ல வேண்டும். அந்த வகையில் அண்ணாவை 'நஞ்சுண்ட கண்டர்' எனலாம். இராஜாஜிக்கும் அண்ணாவுக்கும் இடையில் ஏற்பட்ட உறவானது தமிழரிடையே நான் விரும்பிய ஒருமைப் பாட்டுணர்ச்சியை உருவாக்கப் பயன்பட்டது மிகமிகப் பிற்பட்ட சாதியில் பிறந்து 'வறுமைக் கோட்டின் கீழே உள்ளவர்கள்' என்று ஏழை மக்களை வருணிக்கிறார்களே அதை விடவும் கொடுமைமிக்க நிலையிலே வறுமைக் குழியிலேயே விழுந்து தவித்த பரம ஏழைக் குடும்பத்தைச் சேர்ந்த யான் உலகறிந்த பெருந்தலைவரும், பேரறிஞருமான இராஜாஜியின் தோழமையைப் பெற்றதை என் வாழ்க்கையில் யான் அடைந்த பெருஞ்செல்வமாகக் கருதுகிறேன்.

இராஜாஜி மறைவதற்கு முன்பு வந்த அவரது பிறந்த நாளிலே வாழ்த்தச் சென்றேன். அப்போது அங்கிருந்த தம் கட்சித் தோழர்களைப் பார்த்து, 'உங்களுக்கு ஆச்சர்யமாக இருக்கிறதல்லவா? இராஜாஜியும் ம.பொ.சியும் பல விஷயங்களில் ஒத்துப் போகாமல் இருந்தும், நேரில் சந்தித்து விட்டால் இப்படிக் குழைகிறார்களே என்று நினைக்கிறீர்கள் அல்லவா? எங்களுடைய உணர்ச்சி பூர்வமான நட்பை உங்களால் புரிந்து கொள்ள முடியாது' என்று சொன்னார். அதுதான் நான் அவரிடம் கடைசியாகப் பெற்ற வாழ்த்து! கடைசியாகக் கேட்ட குரல்! மூதறிஞர் இராஜாஜியின் வாழ்க்கை வரலாறு தமிழ் நாட்டுக்குக் கிடைத்த பெருஞ் சொத்து. தமிழர் அவரை என்றென்றும் தங்கள் இதயத்தில் வைத்துப் போற்றி வர வேண்டும்."

– என்று எழுதிய ம.பொ.சி. இறுதியாக, 'வாழ்க, மூதறிஞர் இராஜாஜியின் புகழ்!' என்று முடித்தார். இராஜாஜியைக் குருவாக ஏற்றுக்கொண்ட ம.பொ.சி.யை நினைவுகூர வேண்டியவர்கள் தமிழ்த் தேசியர்களா? இராஜாஜி தேசியர்களா?

'எங்களுடைய உணர்ச்சி பூர்வமான நட்பை உங்களால் புரிந்து கொள்ள முடியாது' என்று சுதந்திராக் கட்சியினரைப் பார்த்து இராஜாஜி சொன்னார். சுதந்திராக் கட்சியினருக்கு வேண்டுமானால் அது புரியாமல் இருக்கலாம். திராவிட இயக்கத்தவர்க்கு அந்த உணர்ச்சி பூர்வமான நட்புக்குப் பின்னால் இருக்கும் உள்நோக்கம் புரியாதது அல்ல. பிராமணரல்லாதார் இயக்கத்தை எதிர்கொள்ள பிராமணரல்லாதார் ஒருவரைப் பயன்படுத்தியதுதான் அந்த அரசியல். பெரியாரின் சமூகச் சீர்திருத்தத்துக்கு எதிராக மட்டுமல்ல, காமராஜரின் அரசியல் வளர்ச்சிக்கு எதிராகவும் பயன்படுத்த இராஜாஜிக்கு கிடைத்த 'செங்கோல்' தான் ம.பொ.சி. இராஜாஜியுடன்

இணைந்ததற்கு ம.பொ.சி.க்கு உள் நோக்கம் இல்லாமல் இருக்கலாம். ஆனால் ம.பொ.சி.யை சிஷ்யனாக தட்டிக் கொடுத்து வைத்திருந் ததற்கு இராஜாஜிக்கு உள் நோக்கம் இருந்திருக்காது என்பவர்கள் அரசியலும் தெரியாதவர்கள், இராஜாஜியையும் தெரியாதவர்கள்!

*9. அன்றே ஒலித்த பா.ஜ.க. குரல்!*

பாரதிய வித்யா பவனின் மயிலைக் கிளையும் மயிலை இலக்கிய வட்டமும் சேர்ந்து பாரதியார் குறித்துத் தொடர் சொற்பொழிவு நிகழ்த்த ம.பொ.சி.யை அழைத்தன. 20.9.1980 முதல் 24.9.1982 வரை மாதம் ஒரு முறை என 19 சொற்பொழிவுகளை ம.பொ.சி. நிகழ்த்தினார். இந்த சொற்பொழிவுகளைச் 'செங்கோல்' இதழ் தொடர்ந்து வெளியிட்டு வந்தது. இந்தத் தொகுப்பு தான் பாரதியார் பற்றி ம.பொ.சி. பேருரை என்ற 504 பக்க நூலாகும். இந்நூலில் பாரதியைப் பற்றி அறிவதை விட ம.பொ.சி. பற்றி நன்கு அறியலாம்.

(பூங்கொடி பதிப்பகம் வெளியீடு: 1983)

"ஆதியிலே தமிழ் மொழிக்கு இலக்கணம் தந்த அகத்தியர் அந்தண வருணத்தினர்... அகத்தியரின் மாணவரான தொல் காப்பியரும் ஆரியர் என்கிறார் பாரதியார். ஆம், அந்தணர் என்னும் பொருளிலே!... அரச வருணத்தினரான இளங்கோவடிகள் தமிழ் மொழிக்கு தலைக் காப்பியம் தந்தார் சிலப்பதிகாரம் என்னும் பெயரால்! அவருக்குப் பின் வணிக வருணத்தினரான கூலவாணிகன் சாத்தனார் ஐம்பெரும் காப்பியங்களுள் ஒன்றான மணிமேகலையைத் தந்தார். வேளாண் வருணத்தினரான சேக்கிழார் பெருமான் 63 சிவனடியார்களின் வரலாற்றைக் கூறும் திருத்தொண்டர் புராணத்தைத் தந்தது நாடறிந்ததாகும். ... இப்படி வருணந்தோறும் வாழையடி வாழை யெனப் புலவர் பெருமக்களைத் தோற்றுவித்துக் காலந்தோறும் தமிழை வளர்த்து வந்தது தெய்வம்...

உலகில் மதம் தோன்றுவதற்கு முன்பு மொழி ஒன்றுதான் மக்களைப் பிணைக்கும் சக்தியாக இருந்தது. ஒவ்வொரு மொழிக்குரிய பிரதேசமும் தனித்தனித் தீவு போல இருந்தது. ஒரு தீவையும் இன்னொரு தீவையும் பிணைக்கும் சாதனம் இருக்கவில்லை. அந்தச் சாதனமாகத்தான் நம்முடைய முன்னோர் சமயத்தைப் படைத் தார்கள்.

தமிழன் என்று என்னை நான் எண்ணிக் கொள்கிற போது, என்னுடைய உறவினர் நாலரைக் கோடி பேர் தான். அதே நேரத்தில் 'இந்து' என்று நான் என்னை எண்ணிக் கொள்ளும் போது என் னுடைய உறவினர் ஐம்பது கோடிக்கு மேற்பட்டவராகின்றனர். இந்தியா முழுவதுமே எனது தாயகமாகிவிடுகிறது. இது, நான் இந்து

வாக இருப்பதால் எனக்குக் கிடைக்கும் லாபமாகும். பல மொழி பேசும் பல்வேறு இனங்கள் ஒரு மதத்தால் பிணைக்கப்படுகின்றன என்றால் அந்தப் பிணைப்பால் தோன்றிய மதத்தவருக்கு ஒரு பொது மொழி தேவைப்படுகிறது. அப்படித்தான் இந்துக்களுக்கு சமஸ் கிருதமும், இஸ்லாமியருக்கு அரபும், கிறிஸ்தவருக்கு லத்தீனும் மத மொழியாகத் தோன்றியிருக்கின்றன. இந்துக்களின் கலாச்சாரப் பொது மொழியாகவுள்ள சமஸ்கிருதத்தை அடியோடு புறக்கணிப்ப தற்கு இந்துத் தமிழர்களிடையே ஆதரவு கிடைக்கலாம். ஆனால் அரபு மொழியைப் புறக்கணிப்பதற்கு இஸ்லாமியத் தமிழரிடையிலோ, லத்தீன் மொழியை மறுப்பதற்கு கிறிஸ்தவத் தமிழரிடையிலோ ஆதரவு தேட முடியுமா? அப்படி ஆதரவு தேட இதுவரை தனித் தமிழ்ப் பற்றாளர் முயன்றது உண்டா?

(பக்கம். 144)

நான் எத்தனையோ போராட்டங்களை நடத்தியவன். தமிழை ஆட்சி மொழியாக்க வேண்டுமென்றும், பல்கலைக் கழகங்களிலே பயிற்சி மொழியாக்க வேண்டுமென்றும் நான் போராட்டங்களை நடத்தியதுண்டு. ஆனால் திருக்கோயில்களிலே தமிழை அர்ச்சனை மொழியாக்க வேண்டுமென்பதற்காக நான் இதுவரை போராட்டம் நடத்தியதில்லை. இது பேச்சுவார்த்தைகளின் மூலமே நடைபெற வேண்டிய ஒன்று. புனிதமான ஒரு பிரச்னையிலே போராட்டம் கூடாது.

இந்து மதமானது இந்துக்களாலும் பழுதடைந்தது. அடுத்தடுத்து இந்தியாவில் புகுந்து ஆட்சி புரிந்த மதத்தாலும் வேறுபட்ட அன்னியக் கொடுங்கோலர்களாலும் அழிக்கப் பெற்றது. இந்து மதம் மறுமலர்ச்சி அடைய வேண்டுமானால், இந்துக்களிலே ஒவ்வொருவரும், தமிழர் உட்பட, தெய்வம் உண்டு என்பதில் தங்களுக்குள்ள நம்பிக்கையை மேலும் உறுதிப்படுத்திக் கொள்ள வேண்டும். ஏகாதிபத்திய ஏஜண்டுகளாகச் செயல்பட்ட பிரிட்டிஷ் பாதிரியார்கள் இந்து மதத்தைப் பழித்ததையும், இந்துக்களைக் கிறிஸ்தவர்களாக மாற்ற முயன்றதையும் பாரதியார் எதிர்த்தார். உண்மையில் சத்ரபதி சிவாஜி பாடலிலே, தேசிய உணர்ச்சியூட்டும் வீர வாசகங்களையே காண்கிறோம். ஒரு கால், அது இந்து தேசியமாக இருக்கலாம். மொகலாய அரசை எதிர்த்த வீர சிவாஜியைப் பாட்டின் நாயகனாக்கி விட்டதால் இந்து தேசியம் மணப்பது தவிர்க்க முடியாததாகி விட்டது.

இந்தியாவில் மக்கள் தொகையிலும் கலாச்சாரத்திலும் இந்து மதமே தொன்று தொட்டுச் செல்வாக்குப் பெற்று வருவதாலும், தேசம் விடுதலை பெற்ற பின்னரும் அந்த நிலை நீடிக்குமென்பதாலும் பாரதியாருக்கு இந்து தேசியமும் உடன்பாடாக இருந்ததென்று

சொல்லலாம். உண்மையில் தேசம் சுதந்திரம் பெற்றபோது, அதனை 'இந்து சமயச் சார்புடைய நாடு' என்று அப்போதிருந்த தலைவர்கள் அறிவித்திருப்பார்களாயின் அதில் தவறிருக்க முடியாது. இந்தியா சுதந்திரம் பெற்ற காலத்திலும், அதற்குப் பின்னரும் சுதந்திரம் பெற்ற ஆசிய நாடுகளில் பல ஒரு சமயச் சார்புடைய நாடாகவே பிரகடனம் செய்து கொண்டதைக் கண்டோமல்லவா!

– என்று எழுதி 'வாழ்க இந்து மதம்' என்று முடிக்கிறார் ம.பொ.சி. இந்தியாவை இந்து சமயச் சார்புடைய நாடு என்று அறிவித்திருக்க வேண்டும் என்கிற ம.பொ.சியைத் தமிழ்த் தேசியர்கள் நினைவுகூர வேண்டுமா? இந்துத்துவா அமைப்புகள் நினைவுகூர வேண்டுமா?

## *10. அப்பட்டமான ஆர்.எஸ்.எஸ்.!*

ம.பொ.சி.யின் மிகக் குறிப்பிடத்தக்க நூல், 'வள்ளலார் கண்ட ஒருமைப்பாடு'. 1962இல் எழுதப்பட்ட நூல் அது. இதுவும் செங்கோல் இதழில் 23.12.1962 முதல் 1.9.1963 வரை எழுதப்பட்டது. இந்திய சாகித்ய அகாதமி நிறுவனம் 1966ஆம் ஆண்டு பரிசுக்குரிய நூலாக இதனைத் தேர்வு செய்தது. இந்துப் பற்றை விட அன்னிய மதவெறுப்பும் இதில் அதிகம் உண்டு. இந்திய விடுதலைப் போராட்ட வரவாற்றையே தலைகீழாகத் திருப்பிப் போட்டிருப்பார் ம.பொ.சி.

"பாரதம் ஒரு நூற்றாண்டுக் காலம் போராடியதென்றால் அதற்கு முக்கியமான காரணம் பாரத மன்னர்களின் அரசியல் உணர்ச்சியைவிட மக்களின் மத உணர்ச்சியே ஆகும். அன்னிய நாட்டினருக்கு அடிமைப்படுகிறோம் என்பதிலிருந்த வெட்கத்தை விட அந்நிய மதத்தினருக்கு அடிமைப்படுகிறோம் என்ற வேதனையே ஒரு நூற்றாண்டுக் காலம் போராடுவதற்கான ஆற்றலைப் பாரத மக்களுக்குத் தந்தது. ஆம் அன்றைய தேசியம் மதச்சார்புடையது. இந்தியாவில் அரசியல் ஆதிக்கம் பெற்ற ஆங்கிலக் கிழக்கிந்தியக் கம்பெனியாரும் தங்கள் அரசியல் அதிகாரத்தைப் பயன்படுத்தி இந்தியாவில் கிறித்துவ மதத்தைப் பரப்ப முயன்றனர். ஏன்? இந்தியாவையே கிறித்துவ நாடாக மாற்றிடவும் திட்டமிட்டனர் (பக்கம்.20). கிறிஸ்துவ மதத்தைப் பிரிட்டிஷ் சாம்ராஜ்யத்தை விஸ்தரிக்கும் ஒரு கருவியாகப் பயன்படுத்தினர் ஆங்கிலேயர். இந்தியர்களைக் கிறிஸ்தவர்களாக மாற்ற முயன்றனர் பாதிரிகள். பாரதத்தின் தெய்வீகக் கலாச்சாரத்திற்கு கஜினி மாமூது தந்த அடி இந்து சமயவாதிகளை விழித்தெழச் செய்தது. கஜினி மாமூது காலம் தொடங்கி அடிக்கடி பாரதத்தின் மீது ஏற்பட்ட இஸ்லாமியரின் படையெடுப்புகள் பாரத மக்களின் அரசியல் உரிமைகளை மட்டுமல்லாமல் மத வழிப்பட்ட கலாச்சார உரிமைகளையும் தாக்கு

பவையாக இருந்தன. இஸ்லாமிய கிறித்துவ சமுதாயங்கள் ஒன்றன் பின் ஒன்றாக இராணுவ ரீதியில் பாரத கலாச்சாரத்தின் மீது படையெடுத்தும் போரிட்டனர். ஒரு குழுவினருக்கு எதிராக இன்னொரு குழுவினர் ஒன்றுபடுவது ஆன்மநேய ஒருமைப் பாட்டுரிமையாகாது. அதனைத் தற்காப்புணர்ச்சி என்றே சொல்ல வேண்டும்

ஆதி சங்கரர், இந்து சமயங்களிடையே ஒருமைப்பாடு காண முயன்றார். ஆதி சங்கரரின் சமய ஒருமைப்பாட்டு முயற்சி, அவருடைய வெறுப்புக்கும் எதிர்ப்புக்கும் இரையான சமண, பௌத்த மதங்களுக்கு எதிராக அந்த மதங்களின் தாக்குதலிலிருந்து வேத மதத்திற்குத் தற்காப்புத் தேட இந்துக்களை எல்லாம் ஒன்றுபடுத்த எடுத்துக்கொண்ட முயற்சியேயாகும்."

என்று எழுதுகிறார் ம.பொ.சி. இந்திய தேசிய எழுச்சியையே இந்து எழுச்சியாக அடையாளப்படுத்துகிறார் ம.பொ.சி. கிறிஸ்தவ நாடாக மாற்றவே வந்தார்கள் என்பது யாருடைய குரல்? அவரை நினைவுகூர வேண்டியவர்கள் இந்து தேசியர்களா? தமிழ்த் தேசியர்களா?

## 11. இந்தி எதிர்ப்பின் எதிர்ப்பாளர்!

காந்தியும் பாரதியும் ம.பொ.சியின் இரு கண்கள். அவர் எது பேசினாலும் இவர்கள் இருவரையும் விட்டுத் தந்ததில்லை என்பதை விட இவர்கள் வழியையே பின்பற்றினார். பாரதிதான் ம.பொ.சி.யைத் தேசியத்தின் பக்கம் இழுத்துச் சென்றவர். இலக்கியத்தின் பக்கமும் ஈர்த்தவர். பாரதி மூலமாகதான் திருக்குறளையும், சிலப்பதி காரத்தையும் அறிந்ததாக ம.பொ.சி. பல இடங்களில் கூறி இருக்கிறார். காந்தியும் பாரதியும் சீர்திருத்தம் பேசியவர்கள் தான். ஆனால் இந்து மத எல்லைக்கு உட்பட்டுப் பேசினார்கள். இருவரது அரசியலிலும் தீவிரம் உண்டு. ஆனால் இந்தியாவின் எல்லைக்கு உட்பட்டு செயல்பட்டார்கள். ம.பொ.சி.யும் அப்படித்தான்.

இந்து, இந்தியா என்ற கொள்கையை எந்தச் சூழ்நிலையிலும் ம.பொ.சியும் விட்டுத் தரவில்லை. விட்டு விலகவில்லை. 1906ஆம் ஆண்டு பிறந்த ம.பொ.சி. 1923இல் அரசியலில் இறங்கியதாகக் கூறுகிறார். 1927இல் அதிகாரப்பூர்வமாகக் காங்கிரசில் இணைகிறார். டாக்டர் வரதராஜுலு நடத்திய 'தமிழ்நாடு' நாளிதழின் அச்சகத்தில் பணியில் சேருகிறார். 1931 கள்ளுக்கடை மறியலில் ஈடுபட்டார். தேச விரோத துண்டுப்பிரசுரங்களை வழங்கியதற்காகக் கைது செய்யப்பட்டு ஆறு மாதம் சிறையில் இருந்தார். 'தமிழ்நாடு' நாளி தழில் பணியாற்றும் போதுதான் 'குடி அரசு' இதழ்களை ம.பொ.சி. படிக்கிறார்.

தமக்கும் சுயமரியாதை இயக்கத்துக்கும் ஒட்டவே ஒட்டாது என்பதற்கு இரண்டு காரணங்களை வெளிப்படையாகவே ம.பொ.சி. சொன்னார்.

"சுயமரியாதை இயக்கத்தின் பகுத்தறிவுப் பிரச்சாரம் என்னை அந்நாளில் பெரிதும் கவர்ந்தது. அந்த இயக்கமானது நடைமுறையில் பார்ப்பனத் துவேஷம், தெய்வத் துவேஷம் ஆகியவற்றைக் கொண் டிருந்ததன்மையால் அதனோடு தொடர்பு கொள்ள எனக்கு விருப்ப மில்லை" என்கிறார்.

*(எனது போராட்டம்–பக்கம். 86)*

பார்ப்பனர்களை விமர்சிப்பதும், கடவுளை விமர்சிப்பதும் தமக்குப் பிடிக்கவில்லை என்கிறார். பெரியார் ஈவெராவும் அரசியல் விடுதலையைவிட சமூக விடுதலையே முக்கியமெனக் கருதியதில் பிழை ஏதுமில்லை... என்றாலும் பெரியாரை விடுதலைப் போராட்டத்தின் விரோதியாகச் செயல்பட்டவர் என்கிறார் ம.பொ.சி. 1933இல் காந்தியைச் சந்திக்கிறார் ம.பொ.சி. சென்னைத் தொழிற்சங்க இயக்கங்களில் ஈடுபடுகிறார். இதனால் வி.வி. கிரியின் நட்பு கிடைக்கிறது. திருப்பாதிரிப்புலியூர் ஞானியார் அடிகளின் ஆன்மிகச் சொற்பொழிவுகளில் ஆர்வம் கொள்கிறார்.

1934–37 ஆகிய நான்கு ஆண்டுகள் கிராமணி சமூகத்தினர் முன்னேற்றத்துக்காகப் பாடுபடுகிறார். கிராமணி குல மகாஜன சங்கத்தை 1934இல் சென்னையில் நிறுவினார். கிராமணி சாதியினர் படிக்க இரவுப்பள்ளி நடத்தினார். 'கள் இறக்கும் தொழிலாளர் சங்கம்' தொடங்கினார். 'கிராமணி குலம்' என்ற இதழையும் நடத்தினார். 1937இல் இத்தகைய சுயசாதி அமைப்புகளில் இருந்து விலகுகிறார்.

1937இல் இருந்து தீவிர காங்கிரசுக்காரராகச் செயல்படுகிறார். சென்னை மாவட்டக் காங்கிரசு உறுப்பினராக தேர்வு செய்யப் படுகிறார். அதே ஆண்டில் சென்னை மாகாணத்தில் இராஜாஜி அமைச்சரவை அமைந்து விட்டது. 1938இல் இந்தி மொழி திணிக்கப் படுகிறது. இந்தி எதிர்ப்புக்கு எதிர்ப்புக் காட்டும் மனிதராக ம.பொ.சி. இருந்தார்.

"இந்தி எதிர்ப்புக்கு எதிர்ப்புக் காட்டும் அரசியல் பிரச்சாரத்திலே நான் எல்லை கடந்த உற்சாகம் காட்டினேன். சென்னை நகரில் மட்டுமல்லாமல் வெளி மாவட்டங்களிலும் சுற்றுலா செய்தேன்.. இந்தி எதிர்ப்புக்கு எதிர்ப்புக் காட்டும் பிரச்சாரத்திலே வட சென்னையில் நான் முன்னணியில் நின்றது அரசியல் ரீதியில் தான்; காங்கிரஸ்காரன் என்ற முறையில் தான்! அப்போதுகூட பெரியார் ஈவெரா, சி.என். அண்ணாதுரை ஆகியோர் உள்பட ஆயிரக்கணக்கான

தமிழர்கள் சிறையில் அடைக்கப்பட்டது எனக்கு வேதனை தருவதாகவே இருந்தது.

(எனது போராட்டம்-பக்கம். 140)

"இந்தி எதிர்ப்பானது மொழிப்பிரச்னைக்கான வரம்பைக் கடந்து அரசியல் வகுப்புவாத ரீதியிலும் நடத்தப்பட்டதால் நாளடைவில் அப்போதைக்குப் பிசுபிசுத்துப் போய்விட்டது என்றாலும் அது ஒரு மதமாக மாறிவிட்டதனை இன்றளவும் கண்டு வருகிறோம்" என்கிறார்.

(எனது போராட்டம்-பக்கம். 141)

"என்னைப் பொறுத்தவரையில் இந்தி மொழிப் பிரச்னையில் அன்றும் சரி இன்றும் சரி முன்னுக்குப் பின் முரணில்லாத வகையில் ஒரே மாதிரியாகத்தான் செயல்பட்டு வருகிறேன்" என்கிறார்.

(பக்கம். 141)

அன்று என்பது 1938. இன்று என்பது 'எனது போராட்டம்' நூலை எழுதி வெளியிட்ட 1974. ஒரே மாதிரியான நிலைப்பாடு என்று எதைச் சொல்கிறார்? 'இந்தி எதிர்ப்பை எதிர்ப்பது' என்பதைத் தான்!

1942 ஆகஸ்ட் புரட்சியில் ஈடுபட்டு அமராவதி சிறையில் இருந்த ம.பொ.சி., பின்னர் வேலூர் சிறைக்கு மாற்றப்படுகிறார். இங்கு இந்தி வகுப்பில் சேருகிறார். அதனைத் தம்மால் படிக்க முடியவில்லை என்கிறார். "...ஆனால் இந்தி மொழியிலே சொற்கள் பயிலக் கூட என்னால் முடியவில்லை. இந்தி மொழிப் பயிற்சியின் தேவையை நான் என்றுமே உணர்ந்து வந்திருக்கிறேன். அம்மொழி மத்தியில் ஆட்சி மொழியாக வருவது வேறு விஷயம். இந்தியாவின் பொது மொழியாக அதனை ஏற்பது வேறு விஷயம். இந்திய தேசிய ஒருமைப்பாட்டை உண்மையிலேயே விரும்பும் தமிழர் எவரும் இந்தி மொழியில் ஞானம் பெற வேண்டியதன் அவசியத்தை மறுப்ப தற்கில்லை. மொழி வேறுபாடுடைய பல்வேறு மாநிலங்களின் மக்கள் பரஸ்பரம் கலந்து பழகி ஒருமைப்பாடு எய்துவதற்கு இந்தி ஒன்றுதான் சிறந்த மொழி என்பதனை என்றுமே நான் மறந்த தில்லை."

(எனது போராட்டம்-பக்கம். 268)

1938 முதல் இறுதி வரை அவரது நிலைப்பாடு இதுதான்!

## 12. காமராசர் மீதான கசப்பு!

1937இல் சென்னை மாவட்டக் காங்கிரஸ் செயலாளராக ம.பொ.சி. ஆகிறார். அன்றைய காங்கிரஸ் இராஜாஜி, சத்தியமூர்த்தி

ஆகிய இரண்டு குழுக்களாக இருந்தது. இவர் சத்தியமூர்த்தி குழுவில் இருந்தார். காமராஜரும் சத்தியமூர்த்தியின் குழுவைச் சேர்ந்தவரே. 1940இல் தமிழகக் காங்கிரஸ் தலைவர் தேர்தலில் சத்தியமூர்த்தி குழுவின் சார்பில் காமராசரும், இராஜாஜியின் ஆதரவோடு சி.பி. சுப்பையாவும் போட்டியிடுகிறார்கள். காமராசருக்குக் கூடுதலாக இரண்டு வாக்குகள் விழத் தாம் முயற்சித்ததாக ம.பொ.சி. கூறுகிறார். இதனால்தான் காமராசர் அன்று வென்றதாகவும் ம.பொ.சி. கூறுகிறார். அன்று காமராசர் தலைவரானது குறித்து ம.பொ.சி. என்ன எழுதுகிறார் தெரியுமா?

"திரு. காமராசருடைய சகாக்களான திரு. சடகோபனும், திரு. நாகராஜனும் தேர்தல் முடிவு தெரிந்ததும் என்னைப் பாராட்டினர். ஆனால் அன்று நான் செய்த ஒரு சிறிய காரியத்தால் பிற்காலத்தில் இந்தியாவின் அரசியலிலே நான் விரும்பாத பல மாறுதல்கள் ஏற்படப் போகிறதென்றோ, என்னால் ஆதரிக்கப்படுபவர் என்னுடைய வளர்ச்சிக்கு எதிரியாக இருக்கப் போகிறார் என்றோ நான் எண்ணிப் பார்க்கவில்லை.

1940இல் முதன் முதலில் த.நா.கா. கமிட்டித் தலைவராக சந்தர்ப்ப நிர்ப்பந்தம் காரணமாகத் தேர்ந்தெடுக்கப்பட்ட திரு.காமராசர் அதன்பின் தமது திறமையால் 1954 வரை-தொடர்ந்து 16 ஆண்டு காலம் அந்தப் பதவியில் அழுத்தமாக அமர்ந்து கொண்டு விட்டார். அதன் பின் இன்று வரையிலும்கூட அந்தப் பதவி அவரது செல்வாக்கில்தான் சிக்கியிருக்கிறது. சுருக்கமாகச் சொன்னால் நாட்டின் பொதுச் சொத்தான தமிழ்நாடு காங்கிரஸ் திரு. காமராசரின் சொந்தச் சொத்தாகி விட்டது. தமிழ்நாடு காங்கிரசுக்கு இப்படி ஒரு விபத்து ஏற்படுமென்று 1940இல் காமராசரை ஆதரித்தவர்களில் ஒருவர்கூட எண்ணிப் பார்த்திருக்க முடியாதல்லவா?" என்று எழுதினார்.

(எனது போராட்டம்-பக்கம். 172)

காமராசரை 1940இல் விரும்பினேன், ஆனால் அதற்கு முற்றிலும் எதிரான அனுபவத்தையே பிற்காலத்தில் பெற்றேன் என்று எழுதினார் ம.பொ.சி. 1942 காலத்தில் பாகிஸ்தான் பிரிவினையை இராஜாஜி ஆதரித்ததால் அவரோடும் ம.பொ.சி. முரண்பட்டு நின்றார். ஆகஸ்ட் போராட்டத்தில் ஈடுபட்டு அமராவதி சிறையில் அடைக்கப்பட்டார் ம.பொ.சி. இங்குதான் சத்தியமூர்த்தி மூலமாக இராமாயண பக்தர் ஆனார். வேதம் படிக்க ஆரம்பித்தார். இந்த அமராவதி சிறையில்தான் காமராசருக்கெனத் தனிக் கோஷ்டி உருவானது என்றும் ம.பொ.சி. எழுதுகிறார்.

(எனது போராட்டம்-பக்கம். 242)

இதில் சேராமல் படிப்பதிலே மூழ்கினார் ம.பொ.சி. தமிழ் இலக்கியங்கள் பலவற்றைப் படித்து முடித்தார். பழந்தமிழகம் எப்படி இருந்தது என்பதை இலக்கியம் மூலமாக அறிந்தார். புதிய தமிழகம் படைக்க முனைந்தார். பத்து மாதச் சிறைவாசம். அமராவதி சிறையில் இருந்தவர், பின்னர் வேலூர் சிறைக்கு மாற்றப்படுகிறார்.

1945களில் இராஜாஜி மீண்டும் காங்கிரஸ் கட்சிக்குள் நுழைவதைக் காமராஜர் எதிர்த்தார். ஆனால் இராஜாஜி வேண்டும் என்று ம.பொ.சி. நினைத்தார். இராஜாஜியை ஆதரிக்கும் கோஷ்டியில் முதலிடம் பெற்றவராக ம.பொ.சி. இருந்தார். இதனால் காமராசரின் எதிரியானார் ம.பொ.சி. இராஜாஜியைப் பலமான தலைவராகவும் ம.பொ.சி. நினைத்தார். தமிழ் இன உணர்வுதான் இராஜாஜியைத் தாம் ஆதரிக்க காரணம் என்றார்.

"ஆந்திர-கேரள ஆதிக்கத்திலிருந்து தமிழ்நாட்டின் தனி நலன் களைக் காக்கக் கூடிய திறன் திரு. காமராசருக்கு இருக்கிறதென்று அப்போது நான் நம்பவில்லை. அது அவரால் இயலாத காரிய மென்றும் நான் உறுதியாக நம்பினேன். தமிழ் நாட்டின் தலைமையை அவர் ஏகபோகமாக எடுத்துக்கொள்ள முயல்வது அவர் தம்மைப் பற்றி அதிகமாக நினைத்துக்கொண்டதன் விளைவென்றும் நான் கருதினேன்" என்பது ம.பொ.சி.யின் எண்ணமாக இருந்தது.

(எனது போராட்டம்-பக்கம். 305)

இராஜாஜியை போற்றிப் பாடி 14.10.1945 'கல்கி' இதழில் ம.பொ.சி. கட்டுரை தீட்டினார். தலைமை தாங்கும் தகுதி இராஜாஜிக்கே உண்டு என்றார். அவர் நமது புண்ணியம் என்றார். இராஜாஜியைத் தீர்க்கதரிசி என்றார். இதைத் தொடர்ந்து இராஜாஜியை ஆதரிக்கும் கூட்டங்களில் ம.பொ.சி. பங்கெடுத்தார். இதைத் தொடர்ந்து திருச்செங்கோட்டில் இருந்து தமிழ்நாடு மாகாண காங்கிரஸ் பொதுக்குழு உறுப்பினராக இராஜாஜி தேர்வு செய்யப்பட்டார். இது அன்றைய தலைவர் காமராசருக்குத் தெரியாது. இப்படி ஒரு தேர்தல் நடந்ததே தலைவருக்குத் தெரியாது. இந்தத் தேர்தல் செல்லாது என்று காமராசர் அறிவித்தார். இப்படிச் சொல்ல தலைவருக்கு அதிகாரமில்லை என்று செயலாளர் அறிவித்தார்.

'பெரிய பதவியும் சின்னப்புத்தியும்' என்று காமராசரைக் கண்டித்து 'கல்கி' கிருஷ்ணமூர்த்தி எழுதினார். 'கல்கி' இதழ் நாடு முழுவதும் கொளுத்தப்பட்டது. இராஜாஜியைக் காங்கிரசுக்குள் கொண்டு வரும் திருச்செங்கோடு தேர்தலை ரகசியமாக நடத்திய இராமதுரை, ஒரு பார்ப்பனர். இந்த விவகாரத்தில் ம.பொ.சி.யின் நிலைப்பாடு என்ன? மௌனம் தான்!

“திருச்செங்கோடு தேர்தல் நடத்தப்பட்ட முறையும் ‘கல்கி’ தலையங்கத்திற்கு தரப்பட்ட தலைப்பும் எனக்குப் பிடிக்கவில்லை யென்றாலும் அதிருப்தியை நான் வெளியில் காட்டிக் கொள்ள வில்லை. எப்போதும் போல இராஜாஜியை உறுதியாக ஆதரித்தேன்” என்கிறார்.

(எனது போராட்டம்–பக்கம். 311)

*1945* அக்டோபர் இறுதியில் தமிழ்நாடு காங்கிரஸ் ஊழியர் மாநாடு திருப்பரங்குன்றத்தில் நடந்தது. காமராசர்–இராஜாஜி குழுச் சண்டையில் உச்சகட்டம் இங்கு தான். இதில் ம.பொ.சி.யைத் தாக்க முயற்சிகள் நடந்தன. அங்கிருந்து ம.பொ.சி. தலைமறைவாகி, பாதுகாக்கப்பட்டார். மறுநாள் நடந்த கூட்டத்தில் ம.பொ.சி. பேசினார். இராஜாஜியும் பேசினார்.

“என் தலைமையை எதிர்ப்பவர்கள் என்னை விட அதிகமாக கிராமணியாரையே தாக்குகிறார்கள். அதற்குக் காரணமுண்டு, கிராமணியார் வீர அபிமன்யூ போன்றவர். என்னால் உடைக்க முடியாத எதிரிகளின் வியூகத்தை உடைத்து அவர் என்னை உள்ளே அழைத்துச் செல்கிறார்” என்று பேசினார் இராஜாஜி. இதைவிட ம.பொ.சி.யின் அரசியலைத் தெளிவாக யாரும் விளக்கிவிட முடியாது. இராஜாஜியின் எண்ணத்தைத் தமிழ்நாட்டு அரசியலில் செயல்படுத்திக் காட்டவே ம.பொ.சி. முயற்சித்து வந்தார்.

(எனது போராட்டம்–பக்கம். 317)

இதன் பிறகு ம.பொ.சி.யைத் தமது அணிக்குக் கொண்டு வரக் காமராசர் முயற்சிக்கிறார். ம.பொ.சி. மறுக்கிறார். இந்த முயற்சி தோல்வி அடைந்ததால் தம்மை அரசியலிலிருந்தே ஒதுக்கிவிடத் தமது செல்வாக்கைக் காமராசர் பயன்படுத்தியதாக ம.பொ.சி. எழுதுகிறார். காமராசர் தமக்கெதிராக போர்க் கோலம் கொண்ட தாகவும் காமராசர் தமக்குத் தொல்லை கொடுத்ததாகவும் ம.பொ.சி. எழுதுகிறார்.

(எனது போராட்டம்–பக்கம்.331)

ம.பொ.சி. மீது நம்பிக்கை இல்லாத் தீர்மானத்தைக் கொண்டு வந்தனர். ஆனால் அது வெற்றிபெறவில்லை. ஆனால் பொதுத் தேர்தலில் போட்டியிட முடியாமல் ம.பொ.சி. தடுக்கப்பட்டார். வடசென்னைத் தொகுதியில் ம.பொ.சி.க்குப் பதிலாக ஆந்திரரான குண்டூர் நரசிம்மராவ் என்பவருக்கு வாய்ப்புத் தரப்பட்டது.

“என்னைப் பழிவாங்க வேண்டுமென்பதற்காக இன உணர்ச்சி யைக்கூடத் தியாகம் செய்து விட்டார் காமராசர். தம்மை எதிர்ப்பவரைத் தலையெடுக்க விடாமல் அடிப்பதில் எல்லையற்ற

துணிச்சல் படைத்தவர் என்பது எனக்குத் தெரிந்திருந்தது" என்கிறார் ம.பொ.சி.

(எனது போராட்டம்-பக்கம். 342)

வட சென்னைத் தொகுதியில் சரியாக வேலைபார்க்க வில்லை என்று ம.பொ.சி. குற்றம் சாட்டப்பட்டார். இதற்கு விளக்கம் கேட்டு 2.4.1946 அன்று கடிதம் எழுதினார் காமராசர். ஆனால் வடசென்னை வேட்பாளரான குண்டூர் நரசிம்மராவ், ம.பொ.சி.க்கு ஆதரவாகக் கடிதம் கொடுத்தார். 'இந்தக் கடிதத்தின் விளைவாக என் மீது ஒழுங்கு நடவடிக்கை எடுத்து என்னைக் காங்கிரசிலிருந்து வெளியேற்றுவதற்கு காமராசரால் முடியாமல் போனது' என்று எழுதுகிறார் ம.பொ.சி.

(எனது போராட்டம்-பக்கம். 346)

மாகாண சட்டமன்றத் தேர்தலில் காங்கிரசு வென்றது. சட்ட மன்றத் தலைவராக இராஜாஜியைத் தேர்ந்தெடுக்கச் சொன்னது அகில இந்திய காங்கிரஸ் கமிட்டி. அப்போது ஆந்திரர் தமிழர் எனச் சென்னை மாகாணக் காங்கிரஸ் பிரிந்து நின்றது. தமிழகத்தைச் சேர்ந்த இராஜாஜியை ஆந்திரர்கள் எதிர்த்தனர். ம.பொ.சி.யின் ஆந்திரர் எதிர்ப்பு இந்த இடத்தில்தான் தொடங்குகிறது.

இராஜாஜி, காங்கிரஸில் இருந்து வெளியே போய்விட்டு உள்ளே வந்தவர். அவருக்கு அன்றைய 250 உறுப்பினரில் 33பேர் ஆதரவு தான் இருந்தது. காமராசர், இராஜாஜியைக் கடுமையாக எதிர்த்தார். ஆந்திராவைச் சேர்ந்தவர்களும் இராஜாஜியை எதிர்த்தனர். பட்டாபி சீத்தாராமையா, புலுசு சாம்பமூர்த்தி, பிரகாசம் ஆகியோர் பெயர் களை ஆந்திர உறுப்பினர்கள் முன்மொழிந்தனர். இறுதியில் தமிழர்கள் சார்பில் சி.என்.முத்துரங்க முதலியாரும், ஆந்திரர்கள் சார்பில் பிரகாசமும் போட்டியிட்டனர். பிரகாசம், இறுதியில் வென்றார். இது பற்றிய ம.பொ.சி.யின் பார்வை:

"ஆந்திர மாநிலம் கலந்திருந்த அன்றைய சென்னை மாகாணத்திலே முதலமைச்சர் பதவிக்கு வருவதற்கு ஆந்திரருக்கும் உரிமையிருந்ததனை நான் மறுக்கவில்லை. பிற இனத்தாரின் உரிமையைப் பறிப்பதிலே எனக்கு ஆர்வமில்லை-குறிப்பாக ஆந்திர கேசரி திரு.டி.பிரகாசம் அவர்களிடம் எனக்கு மிகுந்த பக்தி உண்டு. அமராவதி சிறையில் நான் எமனுடன் போராடிய காலத்திலே அவர் என்னிடம் காட்டிய பேரன்பை ஏற்கெனவே நான் விவரித்துக் கூறியிருக்கிறேன். ஆயினும் மாற்றுத் தலைமையில்லாத நிலையில், வளர்ந்திருந்த தலைமையையும் பயன்படுத்திக்கொள்ளாமல், தமிழ்நாட்டின் மீது ஆதிக்கம் செலுத்த ஆந்திரர்க்கு அழைப்பு விட்ட தமிழரின் ஏமாளித்தனத்தை நான் எப்படி ஏற்றுக்கொள்ள முடியும்?" என்று கேட்கிறார் ம.பொ.சி.

(எனது போராட்டம்-பக்கம். 348)

ஆந்திர கேசரி பிரகாசம் மீது ம.பொ.சி.க்கு பக்தியே உண்டாம். அவர் பதவிக்கு வர உரிமையும் இருக்கிறதாம். ஆனால் வருத்தம், இராஜாஜி முதல்வராக வரமுடியவில்லை என்பது தானாம். ஆந்திரர் மீதான கோபத்தின் சூட்சுமம் இதுதான். இங்கிருந்துதான் 'புதிய தமிழகம்' படைக்கப் புறப்படுகிறார்.

1. இராஜாஜிக்கு ஆதரவு.

2. காமராசர் மீதான வெறுப்பு.

3. 1946 சட்டமன்றக் கட்சித் தேர்தலில் இராஜாஜி முதல்வராக வர முடியாமல் ஆந்திரர் தடுப்பது.

4. வடசென்னை தொகுதி ம.பொ.சிக்குத் தரப்படாமல் குண்டூர் நரசிம்மராவுக்குத் தரப்படுவது.

5. ம.பொ.சி. மீது நம்பிக்கை இல்லாத் தீர்மானம் கொண்டு வந்தபோது நடந்த விவாதத்தில் ஆந்திரப் பெண்மணி ஒருவர் இவரைத் 'தமிழ் வெறியன்' எனத் திட்டியது.

6. தமிழ்நாடு காங்கிரஸ் கமிட்டி துணைத் தலைவர் ருக்மணி லட்சுமிபதி, ம.பொ.சிக்கு எதிராகவே இருந்தார். இவரை ஆந்திரப் பெண்மணி என்றே ம.பொ.சி. அழைப்பார்.

7. 1946 காங்கிரஸ் கட்சியின் தமிழகத் தலைவர் தேர்ந்தெடுக்கும் தேர்தலில் இராஜாஜி ஆதரவு பெற்ற வேட்பாளர் சா.கணேசன் தோற்று காமராசர் வெற்றி பெறுகிறார். 'திரு. காமராசரின் சாம் ராஜ்யத்திலே வல்லான் வகுத்தது வாய்க்கால் என்னும் போக்கிலே தான் அந்நாளில் காங்கிரஸ் கமிட்டித் தேர்தல்கள் நடைபெற்றன' என்கிறார் ம.பொ.சி.

(எனது போராட்டம்–பக்கம். 351)

8. "தமிழ்நாடு காங்கிரஸ் செயற்குழு உறுப்பினர் தேர்தலில் மாவட்டத்துக்கு ஒருவரைத் தேர்ந்தெடுக்க வேண்டும். சென்னை மாவட்டத்துக்கு போட்டியிட ம.பொ.சி. விரும்புகிறார். இதனை இராஜாஜி தடுக்கிறார். தம்முடைய கோஷ்டியினர் வெறும் காரியக் கமிட்டி உறுப்பினர் தேர்தலில் கலந்து கொள்ள வேண்டாமென்று இராஜாஜி ஆலோசனை கூறினார். கலந்து கொண்டிருந்தாலும் நான் ஒருவன்தான் தேர்ந்தெடுக்கப்பட்டிருப்பேன். தம்முடைய எதிரிகளின் பாசறையிலே என்னை விட்டு வைக்க ராஜ தந்திரியான இராஜாஜி விரும்பவில்லை. இராஜாஜியின் ஆலோசனை எனக்குப் பிடிக்கவில்லை யென்றாலும் அதற்குக் கட்டுப்பட்டுத் தேர்தலில் போட்டியிடாமல் ஒதுங்கி விட்டேன். இம்மாதிரி இராஜாஜியின் ராச தந்திரத்தால் பல சந்தர்ப்பங்களில் எனது முன்னேற்றம் தடைபட்டதுண்டு" என்று எழுதுகிறார் ம.பொ.சி.

(எனது போராட்டம்–பக்கம். 352)

இத்தகைய அரசியல் சூழ்நிலைகள்தான் ம.பொ.சி.க்கு மொழி வழி இன உணர்ச்சியைப் பேசத் தூண்டுகிறது. காங்கிரசு கட்சியில் இருந்த ஆந்திரர்கள் மொழி இன உணர்ச்சி கொண்டவர்களாக இருக்கிறார்கள்; காங்கிரஸ் கட்சியில் இருந்த காமராசர் உள்ளிட்ட தமிழர்கள் மொழி இன உணர்ச்சி அற்றவர்களாக, தமிழர்களுக் குள்ளேயே சண்டைபோடுபவர்களாக (அதாவது இராஜாஜியை ஏற்றுக் கொள்ளாதவர்களாக!) இருக்கிறார்கள்; என்பதே 1946களில் ம.பொ.சியின் வருத்தங்கள். அதாவது அரசியல் வருத்தங்கள். தேர்தல் அரசியல் வருத்தங்கள். இன்னும் சொன்னால் குறுங்குழுவாத அரசியல் வருத்தங்கள்.

"மொழிவாரி இன உணர்ச்சியற்ற போக்கை இரண்டு கோஷ்டி யினரிடமும் (இராஜாஜி காமராசர்) நான் காண நேர்ந்ததால் கோஷ்டிப் பூசலிலிருந்தே விலகிக் கொள்ள என் மனம் விரும்பியது. காங்கிரசுக்கு உள்ளும் புறமுமாகத் தமிழர் என இயக்கம் ஒன்றைத் தோற்றுவிக்க வேண்டுமென்ற எண்ணம் இந்த நேரத்தில்தான் என் உள்ளத்தில் உருவானது. ஆனால் அந்த முயற்சியில் ஈடுபட அப்போது சந்தர்ப்பமும் சூழ்நிலையும் சாதகமாக இல்லை. அதனால் இராஜாஜி கோஷ்டியுடன் ஒட்டியும் ஒட்டாமலும் இருந்து வந்தேன்.... இராஜாஜி – காமராசர் கோஷ்டி பூசல் அதிகார மோகத்தின் விளைவு தான் என்பது ஆரம்ப முதலே எனக்குத் தெரிந்திருந்தது. அந்தப் பூசலுக்குக் கொள்கை எதுவும் அடிப்படையாக இருக்கவில்லை. ஆயினும் யாரேனும் ஒருவர் தமிழ்நாட்டுத் தலைமையை ஏற்றுத் தானே ஆக வேண்டும். அவர் வல்லவராக இருப்பது நல்லதென்று கருதித்தான் கோஷ்டிப்பூசலில் நானும் பங்கு கொண்டேன் என்று வருந்தியபடி அவரது நாட்கள் நகர்கின்றன.

(எனது போராட்டம்-பக்கம். 353)

இத்தகைய சூழலில் மத்தியில் அமைந்த இந்திய இடைக்கால அமைச்சரவையில் இராஜாஜிக்கு அமைச்சர் பதவியைக் கொடுத்து அவரை டெல்லிக்கு அழைத்துக் கொண்டார் நேரு. சென்னை மாகாண அரசியலில் இருந்து இராஜாஜி, டெல்லி அரசியலுக்குப் போய்விட்டார். ம.பொ.சி.க்கு இது ஒரு துன்பத்துக்குரிய நிகழ்வு. இந்தக் கால கட்டத்தில்தான் 'விசால ஆந்திரம்' முழக்கம் ஆந்திராவில் கேட்டது. 'மதராஸ் மனதே' என்றார்கள். கேரளாவில் 'ஐக்கிய கேரளம்' முழக்கம் எழுந்தது. சென்னை மாகாண அரசியலிலும் ஆந்திரர்கள் பலமாக இருந்தனர். இவைதான் ஏற்கெனவே மொழிப்பற்றும் இனப்பற்றும் கொண்ட ம.பொ.சி.யை புதிய அரசியல் போராட்டம் பக்கமாக ஈர்த்தன. இது ம.பொ.சி.யே ஒப்புக்கொண்ட அரசியல் சிந்தனை தான்.

"இராஜாஜி சென்னை மாநிலத்தின் முதல்வராக வரவேண்டு மென்று நான் எடுத்துக்கொண்ட முயற்சி வெற்றி பெறவில்லை.

அதனால் தமிழ்நாடு வல்லவரான தலைமையை இழந்தது. அதே நேரத்தில் மாநில அரசு ஆந்திரர் ஆதிக்கத்தில் சென்றது. இராஜாஜி காமராசர் கோஷ்டிகளிலிருந்த சிலர் பிரகாசம் அமைச்சரவையில் பதவி பெற்றனர். இதனால் தமிழ்நாட்டின் எதிர்காலம் என்னாகுமோ என்ற ஏக்கம் எனக்கு ஏற்பட்டது" என்கிறார் ம.பொ.சி.

*(எனது போராட்டம்-பக்கம். 355)*

'புதிய தமிழகம்' படைக்க இந்த உள் அரசியலே காரணம் ஆனது. 'தமிழகக் காங்கிரசுக்குள் நடைபெற்ற கோஷ்டிப் பூசலில் பங்கு கொண்டிருந்த போதே, புதிய தமிழகம் படைக்கும் பிரச் சாரத்திலும் ஈடுபட்டு விட்டேனென்று சொல்ல வேண்டும்" என்று அவரே ஒப்புக்கொண்டதுதான் இது.

*(எனது போராட்டம்-பக்கம். 359)*

இதன் உள் அர்த்தம் என்னவென்றால் சென்னை மாகாண காங்கிரசு அரசியல் ஆந்திரர் கைக்குப் போனதுதான்.

காங்கிரசு எப்போதும் தமிழ்மாநில உரிமைகளை விட்டுத்தந்து விடும் என்பதை உணராதவர் அல்ல ம.பொ.சி. இதனைப் போராடிப் பெறவே நினைத்தார். அதற்காகத் தனி இயக்கம் கண்டுவிடாமல், காங்கிரசுக்கு உள்ளேயே இருந்து தமிழ்மாநிலம் அமையப் போராட நினைத்தார். ஒருவிதத்தில் அவருக்குப் பலமாகவும் இருந்தது என்றே சொல்லவேண்டும்!

## 13. முதல் காதலும் மோதலும்!

ம.பொ.சி.யின் புதிய தமிழகத்துக்கு எதிரானவரல்ல பெரியார். எக்காலத்திலும் அவரது பொது நோக்கத்தை எதிர்த்தவர் அல்ல. தமிழரசுக் கழகம் தொடங்குவதற்கு முன்பே 'தமிழ் முரசு' இதழைத் தொடங்கி விட்டார் ம.பொ.சி. அதற்கு மதிப்புரை 1946ஆம் ஆண்டே 'குடி அரசு' இதழில் வெளியானது.

"தோழர் ம.பொ.சிவஞான கிராமணியார் அவர்களை ஆசிரிய ராகக் கொண்ட 'தமிழ் முரசு' என்ற திங்கள் வெளியீடு நமது பார்வைக்கு வந்தது. 'தமிழகத்தில் தமிழ் முரசு' என்ற கிராமணியாரின் கட்டுரையில், அவரின் நாட்டுப்பற்றும் இனப்பற்றும் சீர்திருத்தக் கொள்கையும் நன்கு விளங்குகின்றன. கிராமணியார் காங்கிரஸ் இயக்கத்தைச் சார்ந்தவரெனினும், தேசியத்தால் தமிழர்களுக்கும், தமிழ் மொழிக்கும் வந்த இடையூறுகளை வன்மையாகக் கண்டிக் கின்றார். மதம், கடவுள், புராணம் ஆகியவற்றால் தமிழர்களின்

நிலை சீர்குலைந்துள்ளதைக் கண்டித்தும், வருங்காலத்தில் தமிழராட்சி தனித்தியங்க வேண்டுமென்று வற்புறுத்தியும் விளக்கமாக எழுதி யுள்ளார். திரு.வி.க., மு.வரதராசனார் போன்ற தமிழ் அறிஞர்களும் அரிய கட்டுரைகள் எழுதியுள்ளனர். 'தமிழ் முரசு' என்னும் மாத வெளியீட்டைப் பலரும் படித்துப் பயன்பெற வேண்டுமென்பது நமது விருப்பம்" என்று எழுதியவர் பெரியார். இதுதான் பெரியாருக்கும் ம.பொ.சி.க்குமான முதல் காதல்!

(குடிஅரசு 13.7.1946)

அதனால் தான், ம.பொ.சியைச் சந்திக்கும் போது, 'நாம் ஒன்று சேர்ந்து செயல்பட நமக்குள் வேறுபாடு இல்லை' என்கிறார் பெரியார். ஏனென்றால் அப்போது சுய நிர்ணய உரிமையும் சேர்த்துப் பேசி வந்தார் ம.பொ.சி. மாநிலங்களுக்குச் சுயாட்சி கேட்டதோடு, ஒவ்வொரு மாநிலமும் தனித்தனியே அரசிய லமைப்பைத் தயாரித்துக் கொள்ள உரிமையும் வேண்டும் என்று கேட்டார் ம.பொ.சி. அமெரிக்கா, சோவியத் யூனியன் ஆகிய நாடுகளில் இருப்பது போல ஒவ்வொரு மாநிலத்துக்கும் தனித்தனி அரசியலமைப்பு வேண்டும் என்று தொடக்கத்தில் கேட்டவர் அவர்.

(எனது போராட்டம்-பக்கம். 451)

"தமிழரசுக் கழகம் வெறும் அரசுரிமையை வற்புறுத்துவதோடு நின்றுவிடப் போவதில்லை. கழகம் விரும்புவது சுதந்திரத் தமிழகத்தில் சோசலிசக் குடிஅரசு, சுதந்திரம், சுயநிர்ணயம், சோசலிசம் ஆகிய மூன்றும் பிரிக்க முடியாதவாறு ஒன்றோடொன்று பிணைந்திருக் கின்றனவென்றே கழகம் கருதுகிறது" என்று எழுதினார் ம.பொ.சி. சில காலம்.

(தமிழ் முரசு 15.11.1947)

அதனால்தான் 'எங்களைப் போலவே எழுதுகிறீர்கள்' என்றார் பெரியார். தமிழ்க் கொடியையும் ம.பொ.சி உருவாக்கினார். இது அவருக்குக் காங்கிரசுக்குள் சிக்கலை ஏற்படுத்தியதால் 'சுய நிர்ணயம்' என்பதை வெட்டினார்.

1948 சனவரி 18இல் தமிழ் மாகாண காங்கிரஸ் அரசியல் மாநாட்டுக்கு அனுப்பிய தமது தீர்மானத்தை, 'இந்தியாவைத் தாமதமின்றி மொழி வழி மாநிலங்களாகப் பிரிக்க வேண்டும் என்றும், அப்படிப் பிரிக்கப்படும் மாநிலங்களில் வாழும் மக்கள் இந்திய ஐக்கியத்திற்குப் பாதகமில்லாமல் தங்கள் தங்கள் தாயகங்களில் சுதந்திர சோசலிசக் குடிஅரசு அமைத்துக்கொள்ள உரிமை வழங்க வேண்டுமென்றும் இம்மாநாடு மத்திய அரசை வற்புறுத்துகிறது' என்று மென்மைப்படுத்தினார்.

இதில் கூட, 'குமரி முதல் வேங்கடம் வரையிலான தமிழகம் அமைய வேண்டும் என்பதை ஏற்கிறேன். ஆனால் தமிழகத்தில் சோசலிசக் குடிஅரசு அமைய வேண்டும் என்பதை நிராகரிக்கிறேன். இது அகில இந்திய காங்கிரஸ் கமிட்டியின் தீர்மானங்களுக்கு விரோதமானது' என்றார் காமராசர். தமது தீர்மானம் ஐக்கிய இந்தியாவுக்கு விரோதமல்ல என்றார் ம.பொ.சி. இதனைக் காமராசர் ஏற்கவில்லை. இது காங்கிரசு கட்சிக்குள் உட்கட்சிப் போராட்டமாகவே தொடர்ந்தது. அப்போதே காங்கிரசை விட்டு வெளியேறிப் போராட ம.பொ.சி. முயலவில்லை.

இந்நிலையில் 1948இல் இந்தி எதிர்ப்புப் போராட்டம் நடந்தது. 17.7.1948 சென்னை செயின்ட் மேரிஸ் மண்டபத்தில் நடந்த இந்தி எதிர்ப்பு மாநாட்டில் மறைமலையடிகள், பெரியார், திரு.வி.க.வுடன் ம.பொ.சி.யும் கலந்து கொண்டார். இந்தியை எதிர்த்துப் பேசினார். ஆனால் அம்மாநாட்டில் காங்கிரசு எதிர்ப்பு, இந்திய ஒருமைப்பாடு எதிர்ப்பு இருந்ததை அவர் ஏற்கவில்லை. இவர்களோடு சேர்ந்து இந்தியை எதிர்க்க முடியாது என்று முடிவெடுத்தார். இந்தித் திணிப்பைக் கை விடக்கோரி 21 பேர் கொண்ட தமிழரசுக் கழகக் குழுவினர் சென்னைக் கோட்டைக்குச் சென்று முறையிட்டனர். நாடு முழுவதும் ஆர்ப்பாட்டம் செய்தனர். பெரியார், மணியம்மை யார், குத்தூசி குருசாமி ஆகியோர் ம.பொ.சி.யை நேரில் சென்று கூட்டுப் போராட்டத்துக்கு அழைத்தனர். ம.பொ.சி. அதனை ஏற்கவில்லை.

*(எனது போராட்டம்-பக்கம். 506)*

பொதுவாகவே அவருக்குக் கூட்டுப் போராட்டங்களில் ஒரு விதமான 'அலர்ஜி' இருந்துள்ளது. எல்லாரையுமே தமது போட்டி யாகப் பார்க்கும் போக்கு ஆரம்பத்தில் இருந்தே ம.பொ.சி.க்கு இருந்தது. 'எனது போராட்டங்கள்' என்ற நூலில் 'போட்டி இயக் கங்கள்' என்ற தலைப்பில் தனிக் கட்டுரையே எழுதினார்.

தம்மிடம் தனிப்பட்ட முறையில் பெரியார் அன்பு காட்டினார் என்றாலும் தமிழரசுக் கழகத்தைத் திராவிடர் கழகத்துக்குப் போட்டி யாக வந்த இயக்கமென்று பெரியார் கருதினார் என்றும் *(பக்கம். 510)*

என்னிடமிருந்து தமிழ்ப் பெரியார் திரு.வி.க.வைப் பெரியார் ஈவெரா பிரித்தெடுப்பதில் வெற்றி கண்டுவிட்டார் என்றும் *(பக்கம். 511)*

சென்னை மாநில முன்னாள் அமைச்சர் திரு.முத்தையா முதலியார் என்பவர் 'எல்லாத் தமிழர் மாநாடு' ஒன்றைக் கூட்டினார் என்றும் *(பக்கம். 511)*

சிறந்த தமிழறிஞரும், தமிழினத்தின் நல்வாழ்வில் அக்கறையுள்ள வருமான திரு.கி.ஆ.பெ. விசுவநாதம் அவர்களும் என்னுடன் ஒத்துழையாமையைக் கடைப்பிடித்தார்... தமிழரசுக் கழகத்தின் பெயரால் என்னென்ன கொள்கைகளை எல்லாம் நான் பிரகடனப் படுத்தினேனோ அவற்றை எல்லாம் தமிழர் கழகத்தின் கொள்கை களாகத் திரு. விசுவநாதம் அவர்கள் வெளியிட்டார். தமது தமிழர் கழகம் அமைக்கப் போகும் தமிழரசின் அமைச்சரவைப் பட்டியல் ஒன்றையும் திரு.விசுவநாதம் 'தமிழ்நாடு' இதழில் வெளியிட்டார். அந்த அமைச்சரவையில் அண்ணாவுக்கும் எனக்கும்கூட இடம் தந்திருந்தார். நகைச்சுவையான விஷயம் இது என்றும் எழுதி இருந்தார். (பக்கம். 512)

தமிழரசுக் கழகத்தின் வளர்ச்சி தொழிலாளி வர்க்கத்திற்குத் துரோகம் செய்யக்கூடியதென்று 'ஜனசக்தி' வர்ணித்தது–என்றும் (பக்கம். 514) எழுதியவர் ம.பொ.சி. அதாவது தமக்கு எதிராக மாபெரும் சதிக்கூட்டம் இருப்பதாகவும், சதி வலை பின்னப்பட்டு வருவதாகவுமான பிரமை எப்போதுமே அவருக்கு உண்டு. ஒரே கட்சியில் இருந்தவர்களோடே ஒன்றுபட்டுப் போக முடியாதவர், ஒத்த கருத்துடையவர்களோடே ஒன்றுபட்டுச் செயல்பட முடியாதவர், முரண்பாடுகள் கொண்ட பெரியாருடன் எப்படி இணங்கிப் போயிருப்பார்? சாத்தியமில்லை தான்!

இந்நிலையில் 26.10.1950 அன்று 'விடுதலை'யில் 'கிராமணியார்' என்ற தலையங்கம் வெளியானது. பெரியார் – ம.பொ.சி. முரண்பாடு வெளிப்படையாக வந்தது அப்போதுதான்.

"அடடா! கிராமணியார் கதி இப்படியா ஆக வேண்டும்? பார்ப்பானுக்கு அடிமையாய் இருப்பது போதாது என்று அவர் வாழ்வு நலம்பெறப் பனியாவுக்கும் அடிமையாகத் துணிந்துவிட்டார் என்று மக்கள் கருதும் படியாக அவர் பெயரால் ஒரு நோட்டீசு வெளியாகி இருக்கிறது. இது அவர் வெளியிட்டது என்று நாம் நம்பவில்லை." என்கிறது அந்த சிறு தலையங்கம். 'சென்னை இராஜ்யப் பொதுமக்களுக்கு அறிவிப்பு' என்ற நெடுந்தலையங்கத்துக்குக் கீழே சிறு அளவில் இத்தலையங்கம் உள்ளது.

இதற்கு ஒரு மறுப்பு எழுதி 'விடுதலை'க்கு அனுப்பி வைத்தார் ம.பொ.சி. அது 30.10.1950 விடுதலையில் 'சிவஞான கிராமணியார் மறுப்பு' என்ற பெயரில் வெளியானது.

சிவஞான கிராமணியார் மறுப்பு:

'விடுதலை' 26.10.50ஆம் தேதி இதழில் 'கிராமணியார்' என்ற தலைப்பில் என்னைப்பற்றி எழுதப்பட்டுள்ள பகுதியையும், அதற்குக்

காரணம் எனக் கருதப்படும் தமிழ் நாடு மாகாண வாலிபர் காங்கிரஸ் கமிட்டியார் வெளியிட்டிருந்த துண்டுப்பிரசுரத்தையும் ஒரு நண்பரின் மூலம் இன்றுதான் கண்ணுற்றேன்.

பிரஸ்தாப துண்டுப்பிரசுரத்தை முதன் முதலாக இன்றுதான் பார்த்தேன்; படித்தேன். அதுவும் நீங்கள் பத்திரிகையில் வெளியான கண்டனக் குறிப்பின் விளைவாகத்தான் அந்தப் பிரசுரம் என் கைக்கு வர நேர்ந்தது. இதை வெளியிட்டவர்கள் இது சம்பந்தமாக என்னிடம் எந்த விதமான ஆலோசனையோ அல்லது அனுமதியோ பெற்றதில்லை. ஆகவே, பிரசுரத்திலுள்ள எந்த ஒரு வரிக்கோ வார்த்தைக்கோ நான் பொறுப்பேற்பதற்கில்லை. அந்தப் பிரசுரத்தில் என் பெயரைச் சேர்த்தவர்கள் யார் என்பதையும் விசாரித்து வருகிறேன்.

நான் பொறுப்பேற்க முடியாத இரு பிரசுரத்தை ஆதாரமாக கொண்டு நேர்மையற்ற முறையில் என்னைப்பற்றி விடுதலையில் கண்டனக்குறிப்பு வெளியாகி இருக்கிறது. வெறும் சந்தேகத்துக்குரிய சந்தர்ப்பத்தைச் சாதகமாகக் கொண்டு வேண்டுமென்றே என்னைப் பற்றி பொது மக்களிடையே தவறான எண்ணத்தைப் பரப்ப, இந்தக் கண்டனக் குறிப்பை தாங்கள் வெளியிட்டிருப்பதாக நான் எண்ண இடமிருக்கிறது. பிரஸ்தாப பிரசுரத்தைப்பற்றி தாங்கள் கண்டனம் வெளியிடும் முன் அதை என்னிடம் அனுப்பி அதற்கு நான் பொறுப்பாளியா, இல்லையா என்பதைத் தெரிந்து கொண்டிருக்க லாம். இது ஒரு பத்திரிகாசிரியரின் கடமையாகும். ஆனால் தாங்கள் அப்படி செய்யத் தவறியதன் மூலம் எனது பொது வாழ்விற்கு களங்கத்தை உண்டாக்கியிருக்கிறீர்கள். ஆகவே, இந்த மறுப்புக் கடிதம் முழுவதையும் தங்கள் பத்திரிகையின் பிரதான பகுதியில் வெளியிட வேண்டுகிறேன்.” என்ற அவரது கடிதத்தை வெளியிட்ட விடுதலை,

குறிப்பு: 26.10.50ஆம் தேதி தோழர் கிராமணியாரைப் பற்றி எழுதிய குறிப்பு அவருக்கு குறைவேற்பட வேண்டும். அவர் பொதுத் தொண்டுக்கு களங்க மேற்பட வேண்டுமென்று கருதி எழுதப்பட்ட தல்ல. அவர் பேரால் வெளியான ஆயிரக்கணக்கான துண்டு விளம் பரத்தால் ஏற்பட்ட நிலைமையைச் சமாளிக்க எழுதப்பட்டதாகும். ஆதலால் கிராமணியார் இந்த எழுத்தால் தனது பொதுவாழ்வு களங்கப்பட்டு விட்டதாகக் கருதுவது நமக்கு ஆச்சரியத்தை விளை விக்கிறது.

ஆசிரியர் என்று எழுதப்பட்டுள்ளது.

இதுதான் 30.10.1950 விடுதலையில் வெளியான மறுப்பு.

"இதில் தான் சொன்ன வாசகங்கள் எடுக்கப்பட்டு அரைகுறை யாக விடுதலையில் வெளியிடப்பட்டது " என்று ம.பொ.சி. எழுதுகிறார். (எனது போராட்டம்–பக்கம். 539)

இவர் எழுதிய முழுக்கடிதம் நமக்கு பார்க்க இயலாததால் அவரது கடிதம் வெட்டப்பட்டது என்றே வைத்துக் கொள்வோம். ம.பொ.சி. எத்தகைய நாணயஸ்தர் என்பதற்கு உதாரணமாக ஒன்று சொல்ல வேண்டி இருக்கிறது. இந்தக் கடிதத்தை வெளியிட்டு விட்டு 'விடுதலை' ஒரு குறிப்பு எழுதியதாக ம.பொ.சி. சொல்கிறார்.

'அதையொட்டி எழுதப்பட்ட குறிப்பிலும், வழக்கமான வசை மொழிகள் இருந்தன. அதனால் இந்தப் போராட்டம் இத்துடன் முடிந்து விடுவதற்கு மாறாக மேலும் தொடர்ந்தது' என்கிறார் ம.பொ.சி. இவர் சொன்ன மாதிரி 'விடுதலை' எழுதிய 'குறிப்பில்' என்ன 'வசை' மொழி இருந்தது? இதுதான் அந்தக் குறிப்பு.

(எனது போராட்டம்–பக்கம். 539)

"26.10.50ந் தேதி தோழர் கிராமணியாரைப் பற்றி எழுதிய குறிப்பு அவருக்குக் குறையேற்பட வேண்டும், அவர் பொதுத் தொண்டுக்குக் களங்க மேற்பட வேண்டுமென்று கருதி எழுதப்பட்ட தல்ல. அவர் பேரால் வெளியான ஆயிரக்கணக்கான துண்டு விளம்பரத்தால் ஏற்பட்ட நிலைமையைச் சமாளிக்க எழுதப்பட்ட தாகும். ஆதலால் கிராமணியார் இந்த எழுத்தால் தமது பொது வாழ்வு களங்கப்பட்டு விட்டதாகக் கருதுவது நமக்கு ஆச்சரியத்தை விளைவிக்கிறது' ஆசிரியர் (விடுதலை 30.10.1950 பக்கம். 2) என்று தான் எழுதப்பட்டது. இதில் என்ன வசை இருக்கிறது? வழக்கமான வசைமொழிகள் எங்கே இருக்கின்றன? எதற்காக இவ்வளவு அழுக்கு மையால் ம.பொ.சி. எழுதவேண்டும்? இதுவே முதல் மோதலாக மாறியது.

## 14. மோதல் யுத்தமாகிறது!

இதன்பிறகுதான் திராவிடர் இயக்க எதிர்ப்பு மாநாடுகளை நடத்த ஆரம்பித்தார் ம.பொ.சி. 1950–51 ஆகிய இரண்டாண்டுக் காலம் அவரது முழு வேலை திராவிட இயக்க எதிர்ப்பாக இருந்தது. இந்த இயக்கத்தை 1951 நவம்பரில் நிறுத்தினார்.

இவர் நடத்திய திராவிட இயக்க எதிர்ப்புக் கூட்டச் செய்திகளை 'விடுதலை' தொடர்ந்து வெளியிட்டது. சென்னையில் நடந்த கூட்டத்தில் காமராசரும், ம.பொ.சி.யும் சேர்ந்தே பேசினார்கள். வடநாட்டவர், மார்வாடிகள் கடைகள் முன் திராவிடர் கழகம் போராட்டம் நடத்தி வந்த காலம் அது. தமிழ்த் தேசியர்களின் பிதா மகன் 'திராவிடர் இயக்கத்தை' எதிர்க்கத் தொடங்கிய காலமும் அதுதான்.

“திராவிடக் கழக எதிர்ப்புப் பிரசாரத்தைக் காங்கிரஸ்காரர்கள் நேற்று மாலை ராபின்சன் பார்க்கில் வ.உ.சி. படத்திறப்பு என்ற பெயரால் துவக்கி விட்டார்கள். திராவிடக் கழகத்தை ஒழித்துக் கட்டுவதே தங்கள் முழு மூச்சான வேலையென்றும் தோழர் ம.பொ.சி. கிராமணியாரும் காங்கிரஸ் தலைவர் தோழர் கே.காமராசரும் வெளிப்படையாகக் கூறிவிட்டார்கள்.

தோழர் காமராஜர் பேசும்போது திராவிடர் கழகம் வடநாட்டுச் சுரண்டலை எதிர்த்து நடத்தி வரும் மறியலைக் குறிப்பிட்டார். இன்று வடநாட்டுக்கடைகள் முன்மறியல் செய்வார்கள்; நாளை டீக்கடை முதலியவைகள் முன் மறியல் செய்வார்கள் என்றும் இதற்கு எல்லையிருக்காதென்றும் குறிப்பிட்டார். மேலும் பேசுகையில் வடநாட்டு வியாபாரிகள் நடத்தும் கடைகள் முன் மறியல் செய்பவர்கள் கள்ளமார்க்கெட்காரர்கள் கடைகள் முன்னும், உளுத்துப் போன மக்கிப்போன அரிசி கோதுமை முதலியவைகள் போடும் ரேஷன் கடைகள் முன்னும், பணத்தை அடுக்கி வைத்து அழகு பார்ப்பவர்கள் கடைகள் முன்னும் மறியல் செய்வதுதானே” என்றும் குறிப்பிட்டார்.

தோழர் ம.பொ.சி. பேசுகையில் திராவிடக் கழகத்தின் மீதும், பத்திரிகையான ‘விடுதலை’ மீதும் ஆசிரியர் தோழர் குருசாமியின் மீதும் தமது ஆத்திரத்தைக் கக்கினார். இவர் சில கடுஞ்சொற்களை உபயோகிக்கும்போது, அதாவது தோழர் குருசாமியை ‘முட்டாள்’ என்று குறிப்பிட்டுப் பேசும்போது பொது மக்கள் அதை ஆட்சேபித்து தங்கள் அதிருப்தியைக் காட்டினார்கள். இச்சமயத்தில் கூட்டத்தில் பெருத்த கலவரம் நடந்து மக்கள் கூட்டமாக எழுந்து விட்டனர். ஒரே குழப்பம். பலர் வெளியேறிவிட்டனர்.

தோழர் ம.பொ.சி.க்கு இது பெருத்த அவமானமாய் விட்டது. மேலும் ஆத்திரம் கொண்டு போகிறவர்கள் போகட்டும் இருக்கிறவர் களாவது உட்காருங்கள் என்று கேட்டுக்கொண்டார்.

மேலும் இவர் பேசுகையில், திராவிடர் கழகத்தை ஒழித்துக் கட்டுவதே தமது முழு வேலையாகக் கொண்டிருப்பதாகவும், இன்று முதல் அப்பணியைத் துவக்கி விட்டதாகவும் குறிப்பிட்டார். அங்கு கூடியுள்ளவர்கள் வீட்டில் அண்ணன், தம்பி, அல்லது மற்ற உறவினர் கருஞ்சட்டை வைத்திருந்தால், அதைக் கொளுத்தி விட வேண்டுமாம்.

மாணவர்கள் எல்லாம் திராவிடக் கழகப் பிரச்சாரத்தில் மயங்கி விட்டார்கள் என்றும் எவ்வளவுதான் அவர்களைத் திருப்பப் பாடு பட்டாலும் திரும்புவதாகக் காணோமாம். ஆனாலும் சிறிது சிறிதாகத் திருப்பலாம் என்ற நம்பிக்கை இருக்கிறதாம்.

வ.உ.சி. படத்தைத் திறந்து வைத்துப் பேசுவதாக விளம்பரம் செய்து சேர்த்த கூட்டத்தில் வ.உ.சி.யைப்பற்றி ஒரு வார்த்தையும்

கூறவில்லை. காங்கிரஸ்காரர்களின் உள்நோக்கம் என்ன என்பதையும் இவ்வருவருக்கத்தக்க தன்மையில் அவர்கள் நடந்து கொள்வதையும் கண்டு எள்ளி நகைக்கின்றனர்.

இந்தக் கூட்டத்தைச் சேர்க்க நேற்றுப் பகல் முழுவதும் அவ் வட்டாரத்தில் பிரச்சார வானில், ஒலிபரப்பி வைத்துக்கொண்டு கிராமபோன் பிளேட்டுகளை வைத்துத் தெருத் தெருவாகச் சென்று பாடச்செய்து கூட்டம் கூடியதும் ராபின்சன் பார்க்கில் கூட்டம் எல்லோரும் வாருங்கள் என்று பிரசாரம் செய்தும் கூட்டம் கூடவில்லை. கூட்டத்தில் உடுப்புடன் கூடிய போலீசும் சி. அய்யா போலீசும் ஏராளமாயிருந்தனர். எவராவது சிறிது பலமாகச் சிரித்தால் உடனே அவர் மீது சந்தேகம். போலீசு கை அவரது கழுத்தைத் தொட்டுப்பார்க்கும் பெரிய பெரிய போலீசு அதிகாரிகள் கூட வந்திருந்தனர். இவ்வளவு காவலுக்கிடையில் காமராசர்–கிராமணியார் கூட்டம் நடந்தது” என்று செய்தி வெளியாகி உள்ளது.

(விடுதலை 22.11.1950)

ஆர்க்காட்டிலும் ம.பொ.சி. கூட்டத்தில் பிரச்னை ஆகியுள்ளது. “ ‘ஏழவுன்ஸ்’ காரர்களின் பெருமுயற்சியின் பேரில் விபூதி வீரமுத்துச் ‘சாமியார்’ என்பவருக்காக ஒரு கூட்டம் கூட்டப்பட்டது. கூட்டத்தில் ஏராளமான சாதாரண போலீசும், ரிசர்வ் போலீசும் காணப்பட்டன. கூட்டம் நடப்பதற்குச் சில மணிநேரத்திற்கு முன்னதாகவே கழகத் தோழர்களான இளங்குப்பன், பொன்னம்பலம் ஆகியவர்களைப் போலீசார் அழைத்துக் காவலில் வைத்திருந்தனர்.

கூட்டம் துவங்குவதற்கு முன் இக்கூட்டத்தை வெறுப்பவர்கள் ஏராளமாகக் கூடி விட்டார்கள். வீரமுத்துச் சாமியார் மேடைக்கு வருவதே மிகக் கஷ்டமாய் விட்டது. மேடையிலும் அருகிலும் நகர முக்கிய காங்கிரஸ்காரர்களும் அவர்களது கைக்கூலிகளும் கூடி யிருந்தனர். போலீஸ்படையும் சூழ்ந்திருந்தது. இதற்கெல்லாம் சிகரம் வைத்தாற் போல் காங்கிரஸ் கொடியும் மேடையில் எல்லாரையும் மிரட்டுவது போல் பறந்து கொண்டிருந்தது. இவ்வளவும் நம்மைச் சுற்றியிருக்க நமக்கேன் பயம் என்று கருதியோ என்னவோ, அல்லது வழக்கம் போல் வாய்ச்சவடால் அடிப்பது போலவோ என்னவோ “எந்தக் கறுப்புச் சட்டை தேவடியாப்பசங்களாயிருந்தாலும் சரி, தைரியமிருந்தால் மேடைக்கு வரட்டும்” என்று அறை கூவினார் சாமியார். உடனே திராவிடச் சிறுவர் ஒருவர் மேடையின் மீது ஏறி, “மரியாதையாகப் பேசுங்கள்; மரியாதைக்குறைவாகப் பேசாதே யுங்கள்” என்று அறிவுறுத்தினார். உடனே “சாமியார்” அருகிலிருந்த போலீசாரைத் திரும்பிப் பார்த்து ஜாடை, காட்டினார். உடனே சிறுவனின் கழுத்தில் போலீசாரின் கை மோதிற்று. அடுத்த நிமிசத்தில் சிறுவர் போலீஸ் வானில் காணப்பட்டார்.

இதன் பின் விபூதி சாமியார்பேச ஆரம்பித்தார். வகை முறை இல்லாமல் தாக்கிப் பேசினார். பொதுமக்கள் ஆத்திரம் கொண்டனர். மேடை மீது செருப்புகளும் கற்களும் பறந்தன. அவரையும் அவைகள் 'அர்ச்சித்தன'. போலீசார் தலையிட்டு மிக்க கஷ்டப்பட்டு அமைதியை நிலை நாட்டினர். இருந்தும், 'போலீசாரும் கறுப்புச் சட்டைக்காரர்கள்' என்று டி.ஏடி சூப்ரண்ட் முதல் உயர்தர அதிகாரி களைத் தாக்கிப் பேசினார். பிறகு போலீஸ் பாதுகாப்புடன் ரயில்வே ஸ்டேசனை அடைந்து ரயிலில் ஏறிப் பத்திரமாக அமர்ந்தார். ரயில் நிலையத்திலிருந்து போலீஸ் வான் திரும்பி வந்த பின் தான், காவலில் வைக்கப்பட்டிருந்த இரு தோழர்கள் விடுவிக்கப்பட்டனர்" என்கிறது செய்தி.

*(விடுதலை 30.1.1951)*

எல்லா ஊர்களிலும் இத்தகைய 'வரவேற்பு' கிடைத்ததால் தான் திராவிட இயக்க எதிர்ப்புக் கூட்டங்களை ம.பொ.சி. கை விட்டார். தமிழ் மாகாணம் காணப்புறப்பட்டார். அவரது தமிழ் மாகாண அமைப்புப் பயணம் குறித்து எதையும் எழுதட்டும். ஆனால் பெரியார் குறித்துத் தவறான தகவல்களையும் அவதூறு களையும் தூவிச் செல்வதுதான் கண்டனத்துக்குரியது.

"சென்னை பற்றிய பிரச்னையிலே தமிழினத்தார் நிலை ஆரம் பத்தில் பரிதாபமானதாக இருந்தது. தி.க. தலைவர் பெரியார் ஈவெரா 'சென்னை ஆந்திரத்தில் இருந்தாலென்ன? தமிழகத்தில் இருந்தாலென்ன? எங்கிருந்தாலும் திராவிடத்தில் தானே இருக்கப் போகிறது' என்று அறிவித்து விட்டார்" என்று மூன்று வரியில் (எனது போராட்டம்–பக்கம். 608) 'இருபதாண்டு வரலாற்றை' அடக்கிவிட்டார் ம.பொ.சி.'தெலுங்கர் பேராசை' என்று எழுதிய பெரியார், சென்னை எங்கிருந்தால் என்ன என்று விட்டுத் தருபவராக எப்படி இருந்திருக்க முடியும்?

### 15. சுருதி மாறிய சுதந்திரத் தமிழரசு!

உண்மையில் தூங்கிக்கொண்டிருந்தவர்களைத் தட்டி எழுப்பியதே 'விடுதலை' தான்!

1951 ஆகஸ்ட் மாதம், 'தமிழ் மாகாண வீரர்கள் எங்கே?' என்று தலையங்கம் தீட்டியது விடுதலை. ஆந்திரா தனது தனி மாகாணம் அமைப்பதில் மும்முரமாகி விட்டது, 15க்கும் மேற்பட்டோர் அங்கு சாகும் வரை உண்ணாவிரதம் இருக்கிறார்கள், இந்த நேரத்தில் தமிழ் மாகாண வீரர்கள் எங்கே போனார்கள் என்று தட்டி எழுப்பி யது 'விடுதலை'. 'சில ஆண்டுக்கு முன்பு வரை மீசை முறுக்கிய ஒரு சில வீரர்கள் இன்று எங்கே போய்விட்டார்கள்? என்ன செய்து கொண்டிருக்கிறார்கள்?' என்று கேட்டது 'விடுதலை'.

*(விடுதலை 23.8.1951)*

தமிழ் மாகாண வீரர்களைக் கேட்கிறார்களே, திராவிடர் கழகத்தின் நிலைப்பாடு என்ன?

'... தமிழ் மாகாணப் பிரிவினையைத் திராவிடர் கழகம் எதிர்க்கவில்லை. வரவேற்கிறது. திராவிடர் கழகம் விரும்பும் திராவிட நாட்டிலே மொழிவாரி மாகாணங்கள் இருந்தே தீரும். கன்னட மாகாணம், கேரள மாகாணம், தெலுங்கு மாகாணம், தமிழ் மாகாணம் இவைகள் இணைந்த ஒரு நாடுதான் திராவிட நாடு. இன்றைய மத்திய அரசாங்கத்தின் தொடர்பு இல்லாமல் அதாவது பர்மாவைப்போல்–சிலோனைப்போல் இந்த நான்கு மாகாணங்களும் இணைந்த ஒரு சுயேட்சையுள்ள மத்திய அரசாங்கத்தைக் கொண்டு திராவிட நாடு அமைய வேண்டும் என்பதுதான் திராவிடர் கழகத்தின் கொள்கை.

இக்கொள்கையை உணராதவர்கள்தான் திராவிடர் கழகம் மொழிவாரி மாகாணத்தை விரும்பவில்லை, எதிர்க்கிறது என்று பித்தலாட்டம் பேசுவார்கள். ஆகையால் மொழிவாரி மாகாணம் பிரிவதானால் அதைத் திராவிடர் கழகம் வரவேற்கத்தான் செய்யும்" என்றது 'விடுதலை'.

(விடுதலை 23.8.1951)

'தமிழ் மாகாண வீரர்கள் எங்கே?' என்று கேட்ட பெரியார், ம.பொ.சி.யின் போராட்டங்களுக்கான முக்கியத்துவத்தைத் தமது இதழில் தந்தே வந்தார் என்பதையும் கவனிக்க வேண்டும்.

'ஆந்திர மாகாணப் பிரிவினை' குறித்த ம.பொ.சி.யின் அறிக்கையை, 'தோழர் ம.பொ.சியின் அறிக்கை' என்ற தலைப்பிட்டு முழுமையாக 'விடுதலை' வெளியிட்டது.

(விடுதலை 22.12.1952)

இந்த அறிக்கைக்குப் பிறகுதான் ம.பொ.சி.க்குக் காங்கிரசில் இருப்பது சிக்கல் ஆனது. 'ம.பொ.சி.க்குக் காங்கிரசில் சீட்டுக் கிழிக்கப்பட்டு விட்டது' என்று செய்தி வெளியிட்டது 'விடுதலை' (27.12.1952). காங்கிரசு கட்சிக்குள் அவருக்கு ஏற்பட்ட கொள்கை நெருக்கடி குறித்து இச்செய்தி அலசியது. இதைத் தொடர்ந்து 'இந்து' ஆங்கில நாளிதழ் வெளியிட்ட செய்தியில், 'சுதந்திரத் தமிழ்க் குடிஅரசு தேவை' என்று ம.பொ.சி. சொன்னதாகக் குறிப்பிட்டது. இதைப் பார்த்ததும் பதறிப்போனார் ம.பொ.சி.

'சுதந்திரத் தமிழ்க் குடிஅரசு தேவையென்று நான் கூறியிருப்ப தாக இந்நிருபர் கூறுகிறார். தமிழரசு மாநாட்டிலோ அல்லது வேறெங்குமோ நான் என் ஆயுளில் இதுவரையில் எங்குமே இம்மாதிரி கோரியது கிடையாது. இம்மாதிரியான பிரிவினை முயற்சிகளை எதிர்ப்பதற்காகவே தமிழரசுக் கழகம் துவக்கப்பட்டது. இந்த விவரம்

மதிப்புக்குரிய இராஜாஜி அவர்களுக்கும், இந்த மாகாணத்துக் காங்கிரஸ்காரர்களுக்கும் நன்கு தெரியும். இன்றைய இந்திய யூனியனின் ஒரு பகுதியாக மொழிவாரி மாகாணம் ஏற்பட வேண்டு மென்ற இந்தக் கொள்கையைக் காங்கிரசும் ஒப்புக்கொள்கிறது என்பதை என் சொற்பொழிவில் விளக்கியிருக்கிறேன்" என்று ம.பொ.சி. பதில் அனுப்பினார் 'இந்து'வுக்கு.

'நமது வீரபாண்டியன்' ம.பொ.சி. நிலைமை குறித்துத் தலை குனிந்தே தீர வேண்டும் என்று இதற்குப் பதில் எழுதியது 'விடுதலை'. அந்தத் தலையங்கத்துக்கு தலைப்பு: 'பொய்! பொய்! சுத்தப் பொய்?' என்பதாகும்.

(விடுதலை 4.2.1953)

ம.பொ.சி. தமிழரசுக் கழகம் தொடங்கியபோது, 'தமிழ் முரசு' இதழில் என்னென்ன மாதிரி எல்லாம் கர்ஜித்தார் என்பதை எல்லாம் அவருக்கு மீண்டும் நினைவுபடுத்தும் தலையங்கம் அது.

சுய நிர்ணய உரிமை கேட்டவர் ம.பொ.சி. சோசலிசக் குடி அரசு என்று சொல்லிக் கொண்டவர் ம.பொ.சி. இதையெல்லாம் சுட்டிக்காட்டி எழுதப்பட்டது அத்தலையங்கம்!

"உயர்திரு. ம.பொ.சி. அவர்கள் பலநூறு மேடைகளில் தனிச் சுதந்தரத் தமிழரசு பற்றிப் பேசியிருக்கிறார் நாம் கேட்டிருப்பது போலவே பல்லாயிரக் கணக்கான தமிழர்கள் கேட்டிருப்பார்கள். ஆனால் அவைகளையெல்லாம் எழுத்து மூலமாக மெய்ப்படுத்துவது சுளுவல்ல.

ஆதலால், அவரது "தமிழரசு" இதழ்களிலிருந்தே சிலவற்றை எடுத்துக்காட்டுகிறோம்.

"தமிழகத்தின் அரசியல் பிற இனத்தவரின் தலையீடின்றி நடைபெற வேண்டும். அதற்காகத்தான் தாம் சுதந்தரத் தமிழரசு, அதை அமைக்கும் சுயநிர்ணய உரிமை கோருகிறோம்."

"சுதந்திர-சோஷ்யலிசத்-தமிழ்க் குடிஅரசு" என்ற சொற் றொடரை ஒவ்வொரு கட்டத்திலும் ஒளிவு மறைவின்றி அழுத்தந் திருத்தமாக கழகம் வற்புறுத்தி வந்திருக்கிறது."

(இவை 1.11.47 'தமிழ்முரசு',<br>தலையங்கத்தில் 4-5 பக்கங்களில் உள்ளவை)

"மேற்சொன்ன புதிய தமிழகத்தைச் சுதந்திர நாடாகச் செய்வதுடன் உழைப்பாளிக்கே உரிமை என்று கொள்கையுடையதும், உழைப்புக்கும் தேவைக்கும் ஏற்ற ஊதியம் தருவதுமான சோஷ்யலிசக் குடியரசை நிறுவுவது" என்பது, "தமிழரசுக் கழகக்கொள்கைகள்" என்ற தலைப்பில் மூன்றாவது கொள்கையாக 1.6.47 "தமிழ் முரசு" இதழில் அச்சிடப்பட்டிருக்கிறது.

“பிற இனத்தவரின் சுரண்டலுக்குத் தமிழ்நாடு இரையாகக் கூடாது என்பதே தமிழரசுக் கழகத்தின் தலையாய கொள்கை” இது 15.5.47 “தமிழரசு” இதழில் 4ஆம் பக்கத்தில் தலையங்கத்தில் வெளி வந்திருப்பதாகும்.

மேற்கண்ட கருத்துகளில் கடுகளவு அய்யப்பாடு இருந்தாலும் அதுவும் கூடாது என்பதற்காக உயர் திரு.ம.பொ.சி. அவர்கள்,

“தமிழரசுக் கழகத்தாரின் கடமைகளில் இன்னொன்று “ஏ” தொகுதியிலிருந்து தமிழ் நாட்டை விடுவிப்பதாகும்” என்று 15.5.47 தலையங்கத்தில் மிக விளக்கமாகவே எழுதிவிட்டார்.

இதை விட ஆணித்தரமாக எழுத வேண்டுமென்று கருதி, “அரசியல் நிர்ணய மன்றத்தார் தயாரித்துள்ள புதிய அரசியலானது கடந்த கால ஏகாதிபத்திய இந்தியாவில் அமலிலிருந்த அரசியலின் நகல் போன்றதாகும்.” என்று காங்கிரஸ்காரரின் தனிப்பெருமைக்குரிய தான அரசியல் சட்டத்தையே ஒரே வெட்டாக வெட்டி வீழ்த்தி விட்டார்!

(இது 1.11.47 தலையங்கத்தின் இறுதியிலுள்ள பகுதி).

நமக்குத் தெரிந்துள்ள தமிழறிவு வரையில், மேற்கண்ட வாக்கி யங்கள் தனி சுதந்தரத் தமிழ்க் குடியரசைக் குறிக்கின்றன என்று தான் கருதியிருக்கிறோம். இவைகளுக்கு வேறு பொருளோ, தத்து வார்த்தமோ இருந்து விளக்கிக் காட்டுவாரேயானால் அதை வெளியிடத் தயாராயிருக்கிறோம்” என்று எழுதியது விடுதலை!

## 16. கைகோத்த நேரம்!

இதற்குச் சரியாக ஒரு மாதம் கழித்துச் சென்னை விவகாரம் சூடாக நடந்தது. ஆந்திராவுக்கும் சேர்த்துச் சென்னையைத் தலைநகராக்க எதிர்ப்புத் தெரிவித்துச் சென்னை மேயராக இருந்த த.செங்கல்வராயனும், அன்று சென்னை மாநகராட்சியின் ஆல்டர் மேனாக இருந்த ம.பொ.சியும் சேர்ந்து ரிப்பன் கட்டடத்தில் 13.2.1953 அன்று ஒரு கூட்டம் கூட்டினார்கள். இதைத் தொடர்ந்து 16.3.1953 அன்று சென்னைக் கடற்கரையில் மாபெரும் கண்டனக் கூட்டம் ஏற்பாடு செய்யப்பட்டது. த.செங்கல்வராயன் தலைமையில் நடந்த கூட்டத்தில் பெரியாரும் கலந்து கொண்டார். முன்னாள் அமைச்சர் முத்தையா முதலியார், அன்னாள் அமைச்சர் பக்தவத்சலம், ம.பொ.சி., எல்.எஸ்.கரையாளர் (காங்கிரஸ் துணைத் தலைவர்), மீனாம்பாள் சிவராஜ், விநாயகம் ஆகியோர் பங்கேற்றனர்.

1956 இல் நடந்த அனைத்துக் கட்சிக் கூட்டத்துக்குப் பெரியார் வரவில்லை என்று திரும்பத் திரும்பச் சொல்பவர்கள், மறந்தும் கூட 1953 அனைத்துக் கட்சிக் கூட்டத்தில் பெரியார் பங்கெடுத்தார் என்பதைச் சொல்ல மறுப்பது ஏன்?

‘தலையைக் கொடுத்தேனும் தலைநகரைக் காப்பேன்’ என்று ம.பொ.சி. கிளம்பியதைக் காங்கிரஸ் கட்சி விரும்பவில்லை. அவருக்கு நெருக்கடி தொடர்ந்தது. ம.பொ.சி.யைக் காங்கிரஸ் கட்சி நெருக்குகிறது என்பதை ‘விடுதலை’யும் செய்தியாக வெளியிட்டு வந்தது. ‘ம.பொ.சி.க்கு மீண்டும் அபாய எச்சரிக்கை, தமிழரசுக் கழகத்தை உருக்குலைக்க காங்கிரசு மூலவர் கட்டளை, சூன் மாதம் 15ஆம் தேதி வரை தவணை’ என்றது விடுதலை (22.5.1953)

1953 ஏப்ரல் 8இல் ‘தமிழ் இராஜ்யக் கோரிக்கை நாள்’ கொண்டாடினார் ம.பொ.சி. 9.4.1953 கூடிய தமிழரசுக் கழகப் பொதுக்குழு வடக்கெல்லைப் போரை உடனே தொடங்குவது எனத் தீர்மானம் நிறைவேற்றியது. ‘சித்தூர் மாவட்ட எல்லைக்கு உள்ளேயே போராட்டம் நடத்துவது’ என்பதே அவரது தீர்மானம்.

9.4.1953 சித்தூரில் கடையடைப்பு நடத்தப்பட்டது. இதைத் தொடர்ந்து திருத்தணிகை, சித்தூர், புத்தூர் உட்படச் சில நகரங்களின் அரசு அலுவலகங்கள் முன் மறியல் நடத்தப்பட்டது. அன்று தமிழகத்தில் இருந்தது இராஜாஜி அரசு. அதனால் தமிழரசுக் கழகத் தொண்டர்கள் கைது செய்யப்படவில்லை. இந்த நிலையில் 25.4.53 அன்று போராட்டம் நிறுத்தப்பட்டது என்று அறிவித்தார் ம.பொ.சி. 9ஆம் தேதி தொடங்கி 25ஆம் தேதி முடிந்து விட்டது. இச்செய்திகளைத் தொடர்ந்து வெளியிட்டது ‘விடுதலை’

சித்தூரில் நடந்த போராட்டத்தைச் ‘சென்னையில்’ நடத்துவது என்று தீர்மானித்தார். எதனால் இந்த முடிவு? ம.பொ.சி.யை நேரில் அழைத்து முதல்வர் இராஜாஜி பேசினார். ‘வடக்கெல்லைக் கிளர்ச்சி இனியும் நீடிக்குமானால் அது இனச் சண்டையில் கொண்டு போய் விடக்கூடும். தயவு செய்து கிளர்ச்சியைக் கை விடுமாறு கேட்டுக் கொள்கிறேன்’ என்று இராஜாஜி சொன்னதாக ம.பொ.சி.தான் எழுதுகிறார்.

(எனது போராட்டம்–பக்கம். 642)

அப்போது புத்தூரில் நடந்த கூட்டத்தில் ஆந்திரர்கள் புகுந்து கலவரம் ஏற்படுத்தினார்கள். ம.பொ.சி.யின் உயிருக்கே ஆபத்து ஏற்படும் வகையில் அக்கும்பல் நடந்து கொண்டது. அதனால் தான் போராட்டத்தைச் சித்தூரிலிருந்து சென்னைக்கு மாற்றினார் ம.பொ.சி.. “இம்முடிவைக் ‘கல்கி’ (31.5.1953) ஆதரித்தது. நாட்டிலும் நல்ல வரவேற்பிருந்தது. ‘தெலுங்கருக்கும் தமிழருக்குமிடையே இனச் சண்டை ஏற்படுவதைத் தவிர்ப்பதிலே தமிழினத்தாருக்கு இருந்த ஆர்வமே இதற்குக் காரணமாகும்’ என்று எழுதுகிறார் ம.பொ.சி. அதாவது இராஜாஜி ஆட்சிக்கு நெருக்கடி ஏற்படுத்தாமல் ‘ஒரு போராட்டம்’ அவ்வளவுதான்.

(எனது போராட்டம்–பக்கம். 643)

இதைத்தான் 'நாடகம்' என்றது 'விடுதலை'. 3.6.1953 நாளிட்ட 'விடுதலை'யில் 'ம.பொ.சி.யின் திருத்தணி நாடகம் முடிவு, காங்கிரசு மேலிட மிரட்டலின் விளைவு–திருத்தணியில் அல்ல–சென்னையில் இருந்து நடத்தலாம் என முடிவு'–என்று செய்தி வெளியிட்டது. சூன் இறுதியில் திருத்தணியில் நடந்த போராட்டங்களை விரிவாக வெளியிட்டது 'விடுதலை'. ம.பொ.சி.யை விமர்சித்துப் பிரதமர் நேரு பேசியதைக் கண்டித்தது 'விடுதலை'. 23.6.1953 சித்தூரில் தொடங்கிய போராட்டம் 5.7.1953 இல் மீண்டும் நிறுத்தப்பட்டது.

இதற்கு இடைப்பட்ட ஒரு நாளில் அதாவது 26.6.1953 அன்று முதல்வர் இராஜாஜியை ம.பொ.சி. சந்திக்கிறார். அன்று ம.பொ.சி.யின் பிறந்த தினம். 'சித்தூர் பிரச்னையில் தனக்கொரு உறுதிமொழி தருமாறு' ம.பொ.சி. கேட்கிறார். அப்போது, இராஜாஜி சொன்னதாக ம.பொ.சி. எழுதுகிறார்.

'எனது அமைச்சரவையில் சரிபாதிப்பேர் ஆந்திரராயிருப்ப தாலும், சட்டமன்றக் காங்கிரஸ் கட்சிக்குள்ளேயும் சரி பாதிப்பேர் தமிழரல்லாதாராக இருப்பதாலும், ஆந்திரர் நிலைக்கு எதிராகத் தமிழர் மட்டுமே நடத்தும் எல்லைக் கிளர்ச்சிக்கு ஆதரவாக முதல்வர் என்ற முறையில் நான் எதையும் செய்ய இயலாது' என்றாராம்.

(எனது போராட்டம்–பக்கம். 649)

இராஜாஜி மீது பாய்ந்திருப்பார் ம.பொ.சி. என்று நீங்கள் நினைத்தால் ஏமாந்து போவீர்கள்!

'அவரது சங்கடமான நிலையை உணர்ந்தேன்' என்று எழுது கிறார் ம.பொ.சி.

இராஜாஜிக்குச் சங்கடம் தராத வகையில், தம் தலையையாவது காப்பாற்றிக் கொள்ள சத்தியாகிரகத்தை சூலை 3ஆம் தேதி தொடங் கினார். 'தடை மீறிச் செல்ல இருப்பதாக அறிகிறேன். இது தேவை யற்ற முயற்சி. அந்த முயற்சியைக் கை விட்டு உடனே சென்னைக்கு வந்து என்னைப் பார்க்கக் கோருகிறேன்' என்று தந்தி கொடுத்தார் முதல்வர் இராஜாஜி. இந்த அழைப்பை ஏற்கவில்லை ம.பொ.சி.. 'மீறி சிறை செல்ல முடிவெடுத்திருப்பதாகத்' தந்தி அனுப்பினார். அதில் சொல்கிறார்:

'சென்னை மாநிலக் காங்கிரஸ் ஆட்சியிடமோ, அதன் முதல்வ ராகிய தங்களிடமோ எனக்கு எந்தவிதமான மனத்தாங்கலும் இல்லை. மத்திய அரசின் நீதியற்ற போக்குதான் என்னைப் போராட்டத்தில் ஈடுபடுத்தியுள்ளது'–என்றார்.

(எனது போராட்டம்–பக்கம். 651).

எனது கைதுக்கு தாங்கள் காரணமல்ல என்றும் இதில் குறிப்பிட்டார். ம.பொ.சி. கைதானார். ஆறு வாரச் சிறைத்தண்டனை தரப்பட்டது. 'சித்தூர் மாவட்டம் தகராறுக்குரிய பிரதேசம்' என நேரு அறிக்கை வெளியிட்டதை ம.பொ.சி. ஆதரித்தார். வரவேற்றார். ஐந்து நாட்கள் திருத்தணிச் சிறையில் இருந்தார். சென்னை வந்ததும் இராஜாஜியைச் சந்தித்தார். 'உங்களை மீறி சத்தியாகிரகம் செய்ததில் வருத்தமில்லையே' என்று கேட்டார். 'இல்லை' என்றார் இராஜாஜி.

(எனது போராட்டம்–பக்கம். 659)

காங்கிரஸ் ஆட்சியில் போடப்பட்ட தடையை மீறிப் போராட்டம் நடத்தியதாக ம.பொ.சி. மீது கட்சி நடவடிக்கை பாய்ந்தது. 'இது கட்சிப்பிரச்னை அல்ல. தமிழர் பிரச்னை. எனவே கட்சிக் கட்டுப்பாட்டை மீறிய செயலாகப் பார்க்க வேண்டாம்' என்று பதில் அனுப்பினார் ம.பொ.சி. ஏனோ நடவடிக்கை நிறுத்தப் பட்டது. அதற்கு என்ன காரணம் என்று ம.பொ.சி. எழுதுகிறார் தெரியுமா?

'தமிழக வடக்கெல்லைக் கிளர்ச்சி பிரதமர் நேருவின் அறிவுரைப் படி நிறுத்தப்பட்டு விட்டதால் நடவடிக்கை அவசியப்படவில்லை யென்று கட்சியின் செயற்குழு ஒருமனதாக முடிவு செய்தது.' என்கிறார். வடக்கெல்லைக் கிளர்ச்சி யாருடைய அறிவுரைப்படி நிறுத்தப்பட்டது? ம.பொ.சி. தான் சொல்கிறார் நேருவின் அறிவுரைப் படி!

(எனது போராட்டம்–பக்கம். 661)

இதன் பிறகு இராஜாஜியின் குலக்கல்வித் திட்டத்தைக் காப்பாற்றக் கிளம்புகிறார் ம.பொ.சி. 'காங்கிரஸ்காரனாகவும் இருந்த நான் காங்கிரஸ் அரசு கொண்டு வரும் எந்தத் திட்டத்தையும் ஆதரிக்கக் கடமைப்பட்டிருந்தேன். ஆதரிக்க மறுப்பதோ, எதிர்ப்பதோ கட்சிக் கட்டுப்பாட்டைக் குலைக்கும் துரோகச் செயலாகும்' என்ற அடிப்படையில் குலக்கல்வித் திட்டத்தை ஆதரித் தாராம். சித்தூர் எல்லைப் பிரச்னையில் கட்சிக்குத் 'துரோகம்' செய்யத் துணிந்தவர், குலக்கல்வி வர்ணாசிரம தர்ம ஆட்சிக்கு முட்டுக் கொடுக்கத் துணிந்தது எப்படி? காங்கிரஸ் துரோகம் அல்ல முக்கியம்; இராஜாஜிக்குத் துரோகம் செய்ய முடியுமா?

### 9. ம.பொ.சி.யை அழைத்த பெரியார்!

இராஜாஜியைக் காப்பாற்ற நாடு முழுவதும் பயணப்பட்டார். 6.9.1953 மயிலாடுதுறையில் நடந்த கூட்டத்தில் அவர் பேசிக் கொண்டிருக்கும் போது கூட்டத்தில் உட்கார்ந்து இருந்த சிலரே எதிர் முழக்கமிட்டார்கள். கூட்டம் முடித்து விட்டு நடந்து வந்து

கொண்டிருந்த போது ம.பொ.சி. தாக்கப்பட்டார். இரும்புக் கத்தியால் அவரது நெற்றியில் வெட்டு விழுந்தது. திராவிடர் கழகத்தைச் சேர்ந்த ஐவர் பின்னர் கைது செய்யப்பட்டனர். சில மாதங்களில் இராஜாஜி தமிழகத்தில் கடும் எதிர்ப்பை எதிர் கொண்டார். அதைச் சமாளிக்க முடியாமல் பதவி விலகினார். இது ம.பொ.சி.யின் காங்கிரஸ் இருப்பைக் கேள்விக்குள்ளாக்கியது. காமராசர் வசம் காங்கிரஸ் போனது. அவரது தமிழ் முழக்கங்களை பக்தவத்சலம் குழுவினர் ஏற்கவில்லை. இவருக்கும் காங்கிரசில் இருந்து தானே விடுபட மனமில்லை. இந்நிலையில், 'காங்கிரஸ், தமிழரசுக் கழகத் தோழர்களே' எனத் தலைப்பிட்டு 'விடுதலை' ஒரு தலையங்கம் தீட்டியது.

(விடுதலை 23.10.1953)

'உங்களைக் கேட்கிறோம்! நீங்கள் சூத்திரரா?' என்று இத்தலை யங்கம் தொடங்கும். தமிழ்ப் பெருந்தலைவர்கள் என்று ஒரு பட்டியல் இத்தலையங்கத்தில் இருக்கிறது. அதில் மூன்றாவது இடம் ம.பொ.சி.க்குத்தான் தரப்பட்டது. மனுதர்ம சாஸ்திரத்தில் உள்ள சூத்திர சூத்திரங்களை மேற்கோள் காட்டும் இத்தலையங்கத்தில், இன்றைய இந்துச் சட்டப்படி நாம் அனைவரும் சூத்திரர்கள்தானே என்பதற்கான ஆதாரங்கள் அடுக்கப்பட்டன.

'இப்பேர்ப்பட்ட சூத்திரப் பட்டத்தை நீங்கள் ஏற்றுக்கொள்கி றீர்களா? இந்த நாட்டின் சொந்தக்காரரான நீங்களா, அன்னிய ஆரியனின் வைப்பாட்டி மக்கள்? தென் ஆஃப்ரிக்கா மலான்கூடத் தன் எதிரிகளைத் தனக்குப் பிறந்தவர்கள் என்று கூறவில்லையே! இந்தக் கேவலமான பட்டத்தைப்பற்றி மறைமலையடிகள் "வேளாளர் நாகரீகம்", என்ற நூலிலும், "சாதி வேற்றுமையும் போலிச் சைவரும்", என்ற நூலிலும் எழுதியிருப்பதைப் படித்துப் பாருங்கள்.

நீங்கள் எந்தக் கட்சியின் வேண்டுமானாலும் இருங்கள்! ஆனால் நம் இனத்தின் அதாவது உங்கள் இனத்தின் பொது எதிரி முதல் நம்பர் எதிரி ஆச்சாரியார் என்பதை மட்டும் மறந்து விடாதீர்கள்! "சூத்திரன்" என்று அழைத்தமைக்கு மன்னிப்புக் கேட்கச் செய்யுங்கள்!

மேலும், ஆச்சாரியார் தூண்டுதலின் காரணமாக அடிதடிக்கு இறங்கும் போது ஆலோசித்து இறங்குங்கள். உங்களில் ஒருவர் அடிபட்டால் ஆரியரில் இருபது பேராவது அடிபட்டிருக்கிறார்களா என்று கணக்குப்போட்டுப் பாருங்கள்!

உங்கள் கட்சிகளிலும் திராவிட இயக்கத்தார்களிலும் யார் அடிபட்டாலும், யார் செத்து வீழ்ந்தாலும் ஆரியன் கூத்தாடுவான்! நகைப்பான்! இதோ பட்டியல்! இரத்தக் கண்ணீருடன் படிக்க வேண்டிய பட்டியல்!

ப. திருமாவேலன் ◆ 1007

1. தாளமுத்து
2. நடராஜன் (சிறையில்)
3. வேலாயுதம் (உடையார் பாளையம்)
4. மஜீத் (நெல்லிக்குப்பம்)
5. கே.எஸ்.பாண்டியன் (வடசென்னை)
6. கோவிந்தராசன் (தஞ்சை)
7. கருப்பையா பாரதி (மதுரை)

இது அவசரத்தில் நம் நினைவுக்கு வந்த மரணப் பட்டியல்! பொது நலத் தொண்டினால் லட்சக்கணக்கில் பணம் சேர்த்தவர் பட்டியல் அல்ல! சட்ட சபை மெம்பர், மந்திரிகள், பார்லிமெண்ட் உறுப்பினர்-ஆனவர்களின் பட்டியல் அல்ல! செத்துச் சுண்ணாம் பான தமிழ் இளைஞர்கள் பட்டியல்!

மேலும், சேலத்தில் காங்கிரஸ்காரர்களால் கண்ணிழந்தவர் ஒரு தமிழன்! வேலூரில் (பிள்ளையார் உடைப்பின்போது) மண்டை சிதற அடிபட்டவர் ஒரு தமிழன். சென்னையில் கைமுறிபட்டவர் ஒரு தமிழன்! கறுப்புக் கொடி நிகழ்ச்சியின் போது மூவர்ணக் கொடி காட்டிக் கடுந்தாக்குதலுக்கு ஆளானவர்கள் தமிழர்கள்! பச்சையப்பன் மைதானத்தில் (பிள்ளையார் உடைப்புப் பொதுக் கூட்டத்தின் போது) கலகஞ்செய்து நையப் புடைக்கப்பட்டவர் ஒரு தமிழன்! தேனியில் கலவரஞ் செய்து அடித்தும் அடிபட்டும் சீரழிந்தவர்கள் தமிழர்கள்!

சரி! இந்தப் பட்டியலில் லாப-நஷ்டக் கணக்குப் பார்க்காதே, காங்கிரஸ்-தமிழரசுக் கழகத் தமிழா! யாருக்கு லாபமானாலும்-யாருக்கு நஷ்டமானாலும் தமிழன் இனத்துக்கு, திராவிடன் இனத்துக்கு - அழியாப் பழியல்லவா? மறையாத மாசு அல்லவா? சிந்தித்துப் பார்! நீ எப்படி வேண்டுமானாலும் இரு! ஆனால் உன் இனத்தின் எதிரிக்கு ஏணியாக இருக்காதே! கருவியாக இருக்காதே! கேடயமாக இருக்காதே! போர்க்களத்துக்கு அவனைத் தள்ளி விடு! நீ ஒதுங்கி நில்! நமக்குள்ளேயிருக்கும் வேற்றுமைகள் ஒரு நொடியில் சரிப்பட்டு விடும்!

முதலில் அன்னியனான ஆரியன் தமிழ் நாட்டை விட்டு வெளியேறட்டும்! பிறகு நீயும் திராவிட இயக்கத்தாரும் சேர்ந்து சமதர்ம சமுதாயத்தை நிறுவிக் காட்டலாம்! அந்தச் சமுதாயத்தில் நீயே, உங்கள் கட்சியே ஆட்சி புரியலாம்!" என்று எழுதிய தலையங்கம் ம.பொ.சி.யையும் சேர்த்துத்தான் அழைத்தது.

இராஜாஜியின் ஆளாக இருந்தாலும் ம.பொ.சி.யை அங்கீகரிக்க பெரியார் தவறவில்லை என்பதற்கு எடுத்துக்காட்டுத்தான் இந்தத்

தலையங்கம். இராஜாஜி வெளியேறி, காமராசர் முதலமைச்சராக வந்த போது அவருக்கு எதிராக ம.பொ.சி. செயல்பட்டதைப் பெரியார் ஏற்கவில்லை. வெளிப்படையாகவே பேசினார். ம.பொ.சி.யை மட்டுமல்ல, சி.பா. ஆதித்தனாரையும் கண்டித்துப் பேசினார்.

"வீரபாண்டிய கட்டபொம்மன்' பற்றி ம.பொ.சி. பேசி வருவதையும் பெரியார் விமர்சித்தார். 'தமிழன் பெருமைக்கு நாயக்கனான கட்டபொம்மன்தானா கிடைத்தான்?' என்று கேட்டவர் பெரியாரே!

*(விடுதலை 2.7.1954)*

இரண்டரையாண்டு மட்டுமல்ல, அடுத்த அய்ந்தாண்டுங்கூட காமராஜரே முதலமைச்சராக இருக்க வேண்டும் என்று *1.7.1954* அன்று சென்னைக் கடற்கரையில் நடந்த 'திராவிடநாடு பிரிவினை நாள்' பொதுக் கூட்டத்தில் பேசினார். 'திராவிட நாடு பிரிவினையை ஒப்புக்கொண்டால் காங்கிரசில் சேரவும் தயார்' என்றார். காமராசருக்கு எதிராக ம.பொ.சி.யும், சி.பா.ஆதித்தனாரும் செயல்படுவதைக் கடுமையாகக் கண்டித்துப் பேசினார். காமராசர் என்ற தமிழனை நீங்கள் ஆதரிக்க வேண்டாமா? என்று கேட்டார். *(விடுதலை 2.7.54)*. காமராசர் – ம.பொ.சி. மோதல் குறித்து இங்கு விரிவாகப் பேச விரும்பவில்லை. *1954* சூலை மாதத்தில் ம.பொ.சி.க்குப் பெரும் நெருக்கடி கட்சிக்குள் ஏற்பட்டது. இதனையும் 'விடுதலை' செய்தியாக வெளியிட்டுள்ளது. *(19.7.1954)*. இதைத் தொடர்ந்து 'தமிழரசுக் கழகம் கலைக்கப்படுமா?' என்ற தலையங்கம் 'விடுதலை'யில் வெளியானது. *(20.7.1954)*

ஒன்று அவர் காங்கிரசில் இருக்க வேண்டும், அல்லது காங்கிரஸ் கட்சிக்கு அடிப்படை இலட்சியத்திலேயே மாறுபட்ட கட்சி என்பதைக் காட்டக் கூடிய புதிய புரட்சித் திட்டங்களை வகுத்துக் கொண்டு காங்கிரஸ் கட்சிக்கு முழுக்குப் போட்டு விட வேண்டும் என்று ஆலோசனை சொன்னது 'விடுதலை'.

"காங்கிரஸ் கட்சியிலிருந்து விலக்கப்பட்டு விட்டால் தமிழரசுக் கழகத்தாருக்குப் பொது வாழ்க்கையில் இடமேயில்லாது போய் விடாது. ஆனால் மொழிவாரி இராஜ்ய அமைப்பு ஒன்றுதான் தமிழரசுக் கழகத்தின் இலட்சியம் என்றால், ஆந்திரர் தனியாகப் பிரிந்தவுடனேயே இக்கழகம் கலைக்கப்பட்டிருக்க வேண்டும். எஞ்சிய சென்னை இராஜ்யம் என்று கூறப்படுகின்ற பகுதியில் ஒரே ஒரு மலையாள மாவட்டமும், ஒரே ஒரு கன்னட மாவட்டமும் தான் இருக்கின்றன. இவைகளும் விரைவில் அந்தந்த மொழிக்குரிய பகுதியோடு சேர்க்கப்பட்டு விடும். இனி ஆந்திராவினால் கவரப்பட்டுள்ள ஒரு சில தமிழ்ப்பகுதிகளையும், திருவாங்கூர்–கொச்சி

இராஜ்யத்தில் சேர்ந்திருக்கின்ற நாஞ்சில் நாட்டுப் பகுதியையும் தமிழ்நாட்டுடன் இணைத்து விடுவதற்கும் டில்லி மேலிடத்தார் முயன்று கொண்டிருக்கின்றனர். உடனடியாக நடக்காவிட்டாலும் நிச்சயம் இது நடந்தே தீரும். இல்லாவிடில் நிர்வாகத்தில் பல தொல்லைகள் ஏற்படுமென்பது டில்லி மேலிடத்தாருக்குத் தெரியாத தல்ல. ஆதலால் தமிழரசுக் கழகத்துக்கு இனி வேலை கிடையாது.

ஆனால் ஒன்று, தனித்தலைமையை விரும்புகின்ற ஒருவரை எத்தனை நாளைக்குக் கட்டிப்பிடித்துச் சேர்த்து வைத்திருக்க முடியும்? உதாரணமாக திரு. ம.பொ.சி. அவர்களுக்கு திரு. காமராசர் அவர்களின் (த.நா.கா. கமிட்டித் தலைமை) இடத்தைக் கொடுத்திருந்தால் தமிழரசுக் கழகமே பிறந்திருக்காது. திரு. ஆதித்தன் அவர்களுக்குக் கொடுத்திருந்தால் "அய்க்கிய முன்னணி"யே பிறந்திருக்காது. எல்லாம் தலைமைவெறி!

.... 1947இல் திராவிடத் தனிநாடு பிரச்னையை 100க்கு 100 ஆதரித்துப் பல தலையங்கங்கள் தீட்டினார், தம் மாத ஏட்டில்! அதே ம.பொ.சி. இரண்டொரு பதவித்துண்டுகளுக்காக, திராவிட நாடு பிரச்னையைக் கேலி செய்யத் தொடங்கி விட்டார், குறிப்பாக பொதுத் தேர்தலுக்குப் பிறகு எட்டு ஆண்டுகட்கு முன்பு ஹிந்தி நுழைப்பைக் கடுமையாக எதிர்த்தார்! இன்று ஹிந்தியினால் தமிழுக்கு ஆபத்து இல்லை என்று துணிந்து கூறி வருகிறார். (ஹிந்தி எழுத்தை அழித்த தமிழர்களுக்கு எதிராக அதை மண்ணெண்ணெய் போட்டுத் துடைக்கச் செய்தார். தம் கழகத்தாரைக் கொண்டு!)

வடநாட்டுச் சுரண்டலைக் கண்டித்துப் பத்தி பத்தியாக எழுதிய ம.பொ.சி.யின் அதே கை கருஞ்சட்டைக்காரரின் வடநாட்டுக் கடை மறியல் நடந்தபோது "நான் இனி எதிர் மறியல் செய்யப் போகிறேன்", என்று எழுத வேண்டியதாகி விட்டது.........ஆதலால் திரு. ம.பொ.சி. அவர்கள் காங்கிரஸ்காரர் என்று கூறிக்கொண்டு, அதன் மூலம் சுளுவாகப் பெறக் கூடிய பல்வேறு வசதிகளைப் பெறவிரும்பினால் தமது புதுக்கட்சியைக் கலைத்து விட வேண்டும். அல்லது காங்கிரஸ் கட்சிக்கு அடிப்படை இலட்சியத்திலேயே மாறுபட்ட கட்சி என்பதைக் காட்டக் கூடிய புதிய புரட்சித் திட்டங்களை வகுத்துக் கொண்டு காங்கிரஸ் கட்சிக்கு முழுக்குப் போட்டு விட வேண்டும்! இரண்டு ஆடுகள் ஊட்டிய குட்டியாக இருத்தல் கூடாது. வவ்வாலாக இருப்பதை விட வலிமை மிகுந்த வல்லூறாக இருப்பதே மேல்." என்று எழுதியது விடுதலை.

அடுத்த மாதமே காங்கிரசை விட்டு ம.பொ.சி. வெளியேறினார். தமிழரசுக் கழகத்தை தனியே நடத்தத் தொடங்கினார். 1923இல் தொடங்கிய அவரது காங்கிரஸ் பயணம் 1954இல் முடிந்தது.

## 19. தட்சிணப் பிரதேச கடிதப் போக்குவரத்துகள்!

தட்சிணப்பிரதேசக் காலகட்டத்தில் பெரியாரும் ம.பொ.சி.யும் ஒன்று சேர்ந்திருக்க வேண்டும். ஆனால் அதுவும் நடக்கவில்லை. என்ன காரணம்?

எல்லை பற்றி விவாதிக்க பஸல் அலி ஆணையம் அமைக்கப் பட்டது. இதைத் தொடர்ந்து தட்சிணப் பிரதேசம் அமைப்போம் என்ற மத்திய அரசின் மகா மோசடியும் தொடங்கியது. இதில் தட்சிணப்பிரதேசம் அமைப்பதை மிகக் கடுமையாகப் பெரியார் விமர்சித்தார். எனவே பெரியாருடன் ம.பொ.சி. நெருங்கி வரும் சூழல் ஏற்பட்டது. இருவரும் பேச்சுவார்த்தை நடத்தினர். முடிவு ஏற்படவில்லை. பெரியாரின் நிபந்தனைகளை ம.பொ.சி. ஏற்க வில்லை. எனவே 27.1.1956 அன்று நடந்த அனைத்துக் கட்சிக் கூட்டத்தில் பெரியார் பங்கெடுக்கவில்லை. அந்தக் கூட்டத்தில் பெரியார் பங்கெடுக்காததாலேயே அந்தப் பிரச்னைக்கு எதிராக இருந்தார் என்று சொல்லமுடியுமா?

ஒத்த கருத்தாக இருந்தாலும் தனித்தனியே போராட்டம் நடத்துவது இன்றும் உள்ளது. அன்றும் இருந்துள்ளது.

1948இல் நடந்த இந்தி எதிர்ப்புப் போரில் பெரியாருடன் சேர்ந்து ம.பொ.சி. போராடவில்லை. தனியாகப் போராடுவேன் என்றார். அதே போலத்தான் 1956இல் பெரியார், ம.பொ.சி.யுடன் சேர்ந்து போராடவில்லை. தனியாகப் போராடினார்.

ம.பொ.சி. கூட்டிய அனைத்துக் கட்சிக் கூட்டத்தில் பெரியார் பங்கெடுக்காததால் தமிழினத் துரோகி என்று பட்டம் சூட்டுபவர்கள் எதற்காக அவர் கலந்து கொள்ள மறுத்தார் என்பதைத் தேடிப் பார்த்தார்களா? பெரியார் நிபந்தனை விதித்தார் என்றால் என்ன நிபந்தனை என்றாவது பார்த்தார்களா? எல்லாவற்றையும் எழுதிய ம.பொ.சி., பெரியாரின் ஐந்து நிபந்தனைகளை ஏன் எழுதவில்லை? 'இப்படி நிபந்தனை விதித்தாரா? என்பதே சந்தேகமாக இருக்கிறது' என்கிறார் அறிஞர் குணா.

'இதில் எல்லாம் இந்தியை எதற்காகக் கொண்டு வர வேண்டும்?' என்று 2021இல் உட்கார்ந்து கொண்டு 1956இல் என்ன நடக்க வேண்டும் என்று முட்டுக்கட்டை போடுகிறார் பெ.மணியரசன். குறைந்தபட்சம் அப்போது என்ன நடந்தது என்பதைத் தெரிந்து கொள்ளும் ஆர்வமாவது இவர்களுக்கு இருந்திருக்குமா? மிக முக்கியத்துவம் வாய்ந்த வரலாறு 1956இல் பெரியாருக்கும் ம.பொ.சி.க்கும் நடந்த கடிதப் போக்குவரத்து. இவை ஏதோ மாபெரும் இரகசியங்கள் அல்ல. 'விடுதலை'யில் அப்போதே வெளியாகி விட்டது.

ம.பொ.சி. கூட்டத்துக்கு வர முடியாது என்பதற்குக் காரணம் சொல்கிறார் பெரியார். அதே நேரத்தில் கூட்டுக் கிளர்ச்சி தேவை என்றும் சொல்கிறார். ம.பொ.சி. எழுதிய கடிதத்துக்கு 24.1.1956 அன்று பெரியார் கடிதம் எழுதுகிறார். இக்கடிதம் 25.1.1956 'விடுதலை'யில் முழுமையாக உள்ளது.

அன்புள்ள நண்பர் சிவஞானம் அவர்களுக்கு ஈ.வெ.ரா.

வணக்கம்

தங்கள் தந்தி இன்று பகல் கிடைத்தது. அதில் குறிப்பிட்ட கடிதம் எனக்குக் கிடைக்கவில்லை. இதைப் பற்றித் தங்களுக்கு ஒரு தந்தி அனுப்பிவிட்டு விஷயம் என்ன என்று தெரிந்து கொள்ளும்படி தோழர் குருசாமி அவர்களுக்கு டெலிபோன் பேசினேன். அவர் ஊரில் இல்லை என்று அவர்கள் வீட்டில் சொன்னார்கள். வந்தவுடனே தங்களைக்கண்டு பேசி விவரம் எழுதும்படி சொல்லி முடித்தேன். பிறகு இப்போது 3.50க்கு தங்கள் டெலிபோன் வந்தது. டெலிபோனில் பேசிய விஷயங் களை உறுதிப்படுத்த இக்கடிதம் எழுதுகிறேன்.

நாம் 19ஆம் தேதி பேசி முடிவு செய்து கொண்டபடி நடவடிக்கை எடுத்துக்கொள்வதில் அன்று மாலையில் தாங்கள் மற்றும் இரண்டொருவரைச் சந்தித்து முடிவு தெரிவிப்பதாகச் சொன்னீர்கள் நான் என்னுடைய நிலைமையை தெரிவித்து விட்டுப் புறப்பட்டு வந்து விட்டேன், தங்கள் டெலிபோன் வந்த பிறகும் இப்பொழுதும் அந்த முடிவை நான் உறுதிப்படுத்துகிறேன். அதாவது இப்பொழுது இந்திய அரசாங்கம் தமிழ் மக்களுக்குச் செய்துள்ள செய்து வருகிற செய்யப்போகிற அநீதிகளைச் சிந்தித்தால் நாம் நமது எதிர்ப்பை ஏதாவது ஒரு கிளர்ச்சியின் மூலம் இந்திய அரசாங்கம் உணரும்படி செய்ய வேண்டியது அவசியம் என்று கருதுகிறேன். இது போலவே தங்களுக்கும் மற்றும் சில நண்பர்களுக்கும் ஸ்தாபனக்காரர்களுக்கும் கருத்து இருப்பதுகண்டு மகிழ்ச்சியடைகிறேன். இந்தப்படி செய்வதில் கிளர்ச்சிக்கு நமது லட்சியம் என்ன என்பதை அரசாங்கத்தார் உணரும் படியும், பொதுமக்களும் தெரிந்து நமக்கு ஆதரவளிக்க ஆவல் கொள்ளும்படியும் விளக்குகிறேன்.

1. எல்லைக் கமிஷன் என்பது எல்லையை வரை யறுப்பதில் நமக்கு (தமிழர்களுக்கு)ச் செய்துள்ள ஓரவஞ்சனையான காரியங்களைத் திருத்துதல்.

2. இந்தி மொழியை யூனியனுக்கு ஆட்சி மொழியாகவும், இந்தியாவுக்குத் தேசிய மொழியாகவும் ஆக்கப்படுவதற்கு பல வழிகளில் அரசாங்கம் முயற்சிப்பதைத் தடுப்பது.

3. தமிழ் யூனியன் ஆட்சி என்பதில் படை போக்கு வரத்து, வெளிநாடு உறவு தவிர்த்த மற்ற அதிகார ஆட்சி உரிமைகள் தமிழ் நாட்டுக்குக் கிடைக்கும்படி செய்ய வேண்டும்.

இதற்கு ஒரு விளக்கம்: திராவிடக் கழகம், தமிழ்நாடு, யூனியனிலிருந்து பூர்ண சுயேச்சை உரிமையுடன் தனித்து இயங்க வேண்டும் என்பதாக முடிவு செய்து கொண்டிருந்த போதிலும், அந்தக் கொள்கைக்குப் பாதகம் இல்லாமலும் மேற்கண்ட விஷயங்களைப் பற்றிய கிளர்ச்சியை முன்னிட்டு மற்ற ஸ்தாபனக்காரர்களுடைய ஒத்துழைப்பையும் நட்பையும் முன்னிட்டு இந்த மூன்றாவது வாசகத்துக்கு இணங்குகிறது.

4. சரித்திர சம்பந்தமாகவே தமிழ்நாடு என்று பெயரைக் கொண்டு இயங்கி வரும் நம் தமிழ்நாட்டுக்கு ஆங்கிலத்தில் மதறாஸ் என்ற பெயரையோ, தமிழில் சென்னை என்ற பெயரையோ கொடுத்து தமிழ் நாட்டைப் பிரித்து தமிழ்நாட்டுப் பெயரை நிரந்தரமாக மறைப்பதைத் தடுப்பது.

5. தமிழ்நாடு தனித்து இயங்கி, தமிழ்நாட்டின் முன்னேற்ற விஷயத்தில் தமிழ் மக்கள் பாடுபட முன்வந்து தமிழ்நாட்டின் நலம் என்ற சிறிதாவது உணர்ச்சிப் பெற்றிருக்கின்ற இந்த சமயத்தில் தமிழர்களின் பழக்க வழக்கம், கலாச்சார பண்பு, தமிழர் நலம் ஆகியவைகளைப்பற்றிக் கவலை கொள்ள அவசியம் இல்லாத மற்ற நாட்டாரை ஒன்று சேர்த்து தென்மண்டலம் என்பதாகப் பிரிக்க ஏற்பாடு செய்துள்ள மத்திய அரசாங்க முடிவை சிதைப்பது ஆகிய காரியங்களுக்கு நாம் போராட்டம் துவக்க வேண்டும். இசையும் ஸ்தாபனங்களையும், இசையும் தனிப்பட்ட மக்களையும் சேர்த்து பொதுமக்கள் ஒத்துழைப்பையும் பெறுவதற்கான காரியங்கள் செய்து போராட்டத் திட்டம் வகுக்கப்பட வேண்டியவர்களாக இருக்கிறோம். இதற்காக யோசிப்பதற்கென்று ஒரு நாள் குறித்து மற்ற ஸ்தாபன தோழர்களுக்கும், தனிப்பட்ட தோழர்களுக்கும் தாங்கள் மேற்கண்ட கருத்துகளைக் காட்டி அழைப்பு அனுப்பு

வதை நான் மனப்பூர்வமாக ஆதரிக்கிறேன் (இது விஷயமாக நாம் நேரிலும் பேசியிருக்கிறோம்) அதன்படி அனுப்பப்படும் அழைப்பில் என் பெயரையும் திராவிட பார்லிமெண்டரி கட்சித்தலைவர் திரு. சுயம் பிரகாசம் அவர்கள் பெயரையும் சேர்த்துக் கொள்ளச் சம்மதிக் கிறேன்.

அழைப்பை அருள்கூர்ந்து நண்பர் குருசாமி அவர்களுக்கும் காட்ட வேண்டிக்கொள்ளுகிறேன்.

தங்கள் அன்பன்,
ஈ.வெ.ராமசாமி

*ஆசிரியர் குறிப்பு: இக்கடிதம் பெரியார் அவர்களால் ம.பொ.சி. அவர்களுக்கு ஜன.22ந் தேதி சனிக்கிழமையன்று எழுதப்பட்டதாகும்.*

இதுதான் ம.பொ.சி.க்குப் பெரியார் எழுதிய கடிதம். இது ஏதோ பெரியாரும், ம.பொ.சி.யும் இறந்து போன பிறகு வெளியிடப்பட்ட கடிதம் அல்ல. கடிதம் எழுதப்பட்ட இரண்டு நாட்களுக்குள்ளேயே வெளியிடப்பட்டு விட்ட கடிதம் இது!

இதைத்தான் நம்பும் படியாக இல்லை என்கிறார் குணா. அவரை யார் நம்பச் சொன்னது?

பெரியார் தடை எழுப்பினார், தடை எழுப்பினார் என்றால் என்ன தடை என்பதை ம.பொ.சி. சொல்லவில்லை. காமராசருக்காகத் தட்சிணப்பிரதேசத்தை எதிர்த்தார் என்பதும் ம.பொ.சி.யின் தவறான குற்றச்சாட்டு. பார்ப்பனர், மலையாளிகள் ஆதிக்கம் குறித்தே பெரியார் பேசினார். தேவிகுளம் பீர்மேட்டில் அவருக்கு அக்கறை இல்லை என ம.பொ.சி. சொல்வதும் உண்மையை மறைப்பது. தேவிகுளம்–பீர்மேடு தமிழர்களுக்குச் சொந்தம் எனப் பெரியாரே பல கூட்டங்களில் பேசி இருக்கிறார்.

அவரது முதல் நிபந்தனையிலேயே அது அடங்கி இருக்கிறதே!

பெரியாரின் ஐந்து நிபந்தனைகளுக்குப் பதில் சொல்லாமல், அவரைத் தவறாகச் சித்திரிப்பதில்தான் ம.பொ.சி. முனைப்பாக இருந்தார். இதனைப் பெரியார் உணர்ந்து 26.1.1956 அன்று ஒரு அறிக்கை வெளியிட்டார். 'கிளர்ச்சி நடத்த வேண்டிய முறை' என்று அதற்குத் தலைப்புக் கொடுத்தார். இதற்கு மறுநாள் 27.1.1956 தான் அனைத்துக் கட்சிக் கூட்டம் நடக்கப் போகிறது. எனவே இக்கூட்டம், பலனுள்ளதாக இருக்க வேண்டும் என்ற அக்கறையுடன் பெரியார் எழுதினார். 'பீர்மேடு விஷயத்தைப் போலவே மற்ற விஷயங்களும் முக்கியமானவை' என்கிறார். மிக நீண்ட விளக்கம் எழுதிவிட்டு,

'நல்ல வழக்கு சரியானபடி விவகரிக்காததால் கெட்டுப்போகக் கூடாது' என்று சொல்லி முடிக்கிறார்.

(விடுதலை 26.1.56)

"இன்று யூனியன் மத்திய அரசாங்கத்தின் நடத்தை நாளுக்கு நாள் தமிழர்களைத் தமிழ்நாட்டை அழுத்தி வடநாட்டுச் சுரண்ட லுக்கும் ஆதிக்கத்திற்கும் அடிமையாக்கும் காரியத்தில் முனைந் திருக்கிறது.

அடிமை வாழ்வை விட எதிர்த்து அழிந்து போகும் வாழ்வே மேலானது.

(இப்போது தமிழ்நாட்டைப் பற்றி மத்திய அரசாங்க நடத்தைகள், தீர்ப்புகள், உத்தேசங்கள் பற்றித் தமிழ்நாட்டில் தமிழர்களிடையில் பெருங்குமுறல் இருந்து வருகிறது)

அது காரணமாய், கடிவாளம் இல்லாத குதிரைகள் போல் தமிழ் நாட்டுப் பாமர மக்கள் பலரும், மாணவர்கள் பலரும் தன்னிச்சை முறையில் கண்டபடி நடந்து பெரும் காரியங்களைச் செய்கிறார்கள். இவை தேவையும் வரவேற்கத்தக்கதுமானாலும் தக்க லட்சியமில்லாத, பொறுப்புக்கு ஆளில்லாத தன்மையில் அவசரத்தில் நடைபெற்று வருவதாக அறிகிறேன். இந்தப்படி குறை பாட்டுடன் நடக்குமானால் இது சீக்கிரத்தில் ஓய்ந்துவிடக்கூடுமென்று பயப்படுகிறேன்.

இந்திய அரசாங்கம் செய்து வரும் மற்றும் பல கேடுகளை முன்னிட்டு மக்களுக்கு விளக்கிக் காட்டி மக்களின் எல்லோரு டையவும் பலமான ஆதரவு கிடைக்கும்படி செய்து கொண்டு நடக்க வேண்டியது கிளர்ச்சியின் லட்சியத்துக்கு இன்றியமையாத தேவையாய் இருக்க, இன்று மக்களிடையில் இலட்சிய விளக்கமே இல்லாமல் ஒருவரைப் பார்த்து ஒருவர் நடப்பது போல் சில காரியங்கள் நடைபெறுகின்றன. பின்னால் நடக்க வேண்டிய காரியம் முன்னாலும் முன்னால் நடக்க வேண்டிய காரியங்கள் பின்னாலுமாய் நடப்பதாக இருக்கிறது.

கிளர்ச்சி எவைகளுக்காக நடத்துவது, எப்படி நடத்துவது யார் யார் ஆதரவுகளைத் தேடிக்கொண்டு துவக்குவது, அதற்குத் திட்டங்கள் எவை–என்பன முதலியவை பற்றியெல்லாம் சென்ற 19ந் தேதி சென்னையில் ஒரு நண்பர் வீட்டில் திரு.சிவஞான கிராமணி உட்பட சில தோழர்கள் கலந்துபேசி இரண்டொருவர் விரும்பிய திட்டங்களையும் மற்றும் பொதுத்திட்டங்களையும் டைப் அடித்து, கூடிப்பேச ஒரு நாள் குறிப்பிட்டு ஒரு இடத்தையும் குறிப்பிட்டு அந்த நாளைக்கு வரும்படி இன்ன இன்னாருக்கு அழைப்பு அனுப்புவது அதில் இன்ன இன்னார் கையெழுத்து

இருப்பது எனப் பல விஷயங்களைத் தெளிவாய்ப் பேசி முடிவு செய்து கொண்டதோடு பிரிந்து கொண்டோம்.

அன்று மாலையிலேயே திரு.கிராமணியார் என்னைக் கூப்பிட்டு "அழைப்பில் யார் யார் கையொப்பமிடுவது என்று பேசி ஒப்புக் கொண்டவர்களில் சிலரிடம் தாம் சம்மதம் பெற்றுக் கொண்ட தாகவும், ஆனால் அவர்கள் பீர்மேடு தேவிகுளம் விஷயம் ஒன்றுக்குத் தான் கிளர்ச்சி செய்யும் லட்சியத்திற்குக் கையொப்பமிடச் சம்மதிக் கிறார்கள் மற்றது பற்றித் தயங்குகிறார்கள் என்றும் சொன்னார் அதற்கு நான் பீர்மேடு போலவே மற்றும் முக்கியத்துவம் பொருந்திய 4 விஷயங்களையும் அவருக்கு வலியுறுத்தி இவைகளுக்குச் சம்மதித்த வர்கள் கையொப்பம் மட்டும் இருக்கட்டும் என்று சொல்லிவிட்டு திருச்சிக்குப் புறப்பட்டுவிட்டேன். இதன் மீது திரு. கிராமணியார் அவர்கள் 20ந் தேதி சென்னையில் இருந்து –

"நீங்கள் 19ஆம் தேதி என்னிடம் கூறிய மூன்று விஷயங்களையும் இலட்சியத்தில் சேர்த்துப் பல தலைவர்களுக்கு, பிரமுகர்களுக்கு, சர்வ கட்சிக் கூட்டத்திற்கு அழைப்பு அனுப்புவது என்று முடிவு செய்து விட்டேன். அழைப்பு நகல் இத்துடன் வருகிறது. அதில் கையொப்ப மிட்டு மறு தபாலில் அனுப்பினால் அச்சடித்து எல்லோருக்கும் அனுப்பி விடுகிறேன். தாங்கள் நண்பர் குருசாமியிடம் கொடுத்த வேலைத் திட்டங்களும் பெற்றேன்" என்பது ஆக ஒரு கடிதம் எழுதியிருக்கிறார்.

மற்றும் 21ஆம் தேதியில் அவரே,

> "குருசாமியிடம் கலந்தேன்; என் கடிதப்படி உங்கள் சம்மதத்தைத் தந்தியில் சொல்லுங்கள்"

என்பது ஆக எனக்கு ஒரு தந்தி கொடுத்தார்.

அந்தத் தந்தி பார்த்தவுடன் உங்கள் தந்தி வந்தது; கடிதம் எனக்குக் கிடைக்கவில்லை"

என்று திரு.கிராமணியாருக்கு நான் தந்தி கொடுத்துவிட்டேன்.

தந்தி கொடுத்த சிறிது நேரத்திற்குள் திரு.கிராமணியார் சென்னையிலிருந்து டெலிஃபோனில் என்னைக் கூப்பிட்டார். நான் உடனே விபரம் கேட்டு, விபரம் தெரிந்து சம்மதம் கொடுத்து விட்டு நாங்கள் பேசிய டெலிஃபோன் பேச்சை உறுதிப்படுத்தி ஒரு கடிதமும் எழுதி விட்டேன்.

இவ்வளவு நடந்த பிறகு திரு.கிராமணியார் கூட்டத்திற்கு அழைப்பு அனுப்பாமல், வேறு எவ்விதத் தகவலும் எனக்குத் தெரிவிக்காமல் நான் கலந்து கொண்டேன் என்றும் சம்மதித்தேன் என்றும் பல கூட்டங்களில் பேசியும் பல பத்திரிகைகளில் வெளிவரும் படி செய்து விட்டு நாட்டில் கிளர்ச்சிக்குத் தூண்டிவிட்டார்.

மக்களுக்கு லட்சியம் உணர்த்தப்படவில்லை, ஒழுங்கு முறை கற்பிக்கப்படவில்லை. பல பொதுமக்கள், முக்கியஸ்தர்கள் என்பவர்களிடம் தக்கபடி சம்மதம் சம்பந்தம் வைத்துக் கொள்ளவில்லை. ஆங்காங்கு கிளர்ச்சி தாறுமாறாக நடக்கின்றன. பலர் கைது ஆகிறார்கள். போலீசால் துன்புறுத்தப்படுகிறார்கள் இப்படித் துன்புறுத்தப்படுகிறவர்களுக்குப் பரிகாரம் பரிவுகாட்ட வசதி இல்லை இப்படிப்பட்ட இந்த நிலையை அனுமதிப்பது ஒரு தலைவருக்கு நியாயமல்ல என்பதோடு மற்றத் தோழர்களுடன் கலந்து பேசிய பேச்சு முடிவுகளை அலட்சியப்படுத்தி அவர்கள் ஆதரவு இருப்பதாக மக்களுக்குக் காட்டிக்கொண்டு இருப்பதும் அரசியல் ஒழுங்குக்கு ஏற்றதுமல்ல என்பதை வெளியிட வருந்துகிறேன்.

இது எப்படி இருந்தாலும் கிளர்ச்சி பலனற்றுப்போகுமே என்று பயப்படுகிறேன் என்பதோடு எனது கவலையெல்லாம் பீர்மேடு விஷயம் போலவே மற்றும் அதைவிட முக்கியம் என்றுகூடப் பலர் கருதும்படி தமிழர்களுக்கு யூனியன் அரசாங்கம் செய்த மற்றும் பல கேடுகள் இருக்கின்றன. இம்மாதிரி செய்கையால் அவை பின்னணிக்கு மறைந்து போகவும் ஆகிவிடும் போலிருக்கிறது. ஆதலால் இக்கிளர்ச்சியை எல்லா லட்சியங்களுக்குமாகவும் பொதுக் கிளர்ச்சியாகவும் செய்ய வேண்டியது அவசியம் என்று கருதுகிறேன்.

அதற்காகவே நான் சென்னையில் இரண்டொரு நாள் தங்கிப் பலரையும் சந்திக்க ஆசைப்படுகிறேன். சட்டசபை அங்கத்தினர்களையும் தனிப்பட்ட பிரமுகர்களையும் கலந்து பேச இஷ்டப்படுபவர்களையும் காண ஆவலாய் இருக்கிறேன்.

“நல்ல வழக்கு சரியானபடி விவகரிக்காததால் கெட்டுபோகக் கூடாது.”

என்பதுதான் இந்த வெளியீட்டின் தத்துவம்.

முக்கிய குறிப்பு:

எனது கிளர்ச்சித் திட்டம் பலாத்காரம் உயிர்ச்சேதம் நாசவேலை பொருள் நஷ்டம் பொதுஜன அசவுகரியம் ஆகிய காரியங்களுக்குப் பெரிதும் இடமில்லாமல் இருக்கும்படியாக இருக்கும். எதிர்பாராமல் அவை நேரிடுமானால் சமாளிக்கும்படி இருக்குமே தவிர ஓடும்படி இருக்காது ஆதலால் கிளர்ச்சி என்பவைகளில் இவை முதன்மையாகக் கவனிக்கப்பட வேண்டியது அறிவும் பொறுப்பும் உடைய காரியமாகும். ஈ.வெ.ராமசாமி – என்ற அறிக்கையில் முழுமையான தகவல்கள் இருக்கின்றன.

‘ம.பொ.சி. கூட்டத்திற்கு வரமுடியாது’ என்ற பெரியாரின் அறிக்கை 27.1.56 விடுதலையில் உள்ளது. “இன்று திரு.ம.பொ.

சிவஞானம் அவர்கள் தமது சொந்தக் கையெழுத்திட்டு அச்சடித்த ஒரு அழைப்புக் கடிதம் தபாலில் கிடைத்தது.

அந்த அழைப்பு கண்டு நான் வியப்படைந்தேன்.

என்னிடம் அவர் நேரில் ஒப்புக்கொண்டது. 4, 5 விஷயங்களுக் காக எதிர்ப்புக் கிளர்ச்சி நடத்துவது என்பதாகும்.

பிறகு அவர் 20ஆம் தேதி சென்னையிலிருந்து எழுதி அது எனக்கு 22ஆம் தேதி கிடைத்தது. அக் கடிதத்தில் 3 விசயங்களுக்கு ஆக கிளர்ச்சி நடத்துவது என்று ஒப்புக் கொண்டு எனது சம்மதம் கேட்டார் அது எனக்கு அடுத்த நாள் 21ஆம் தேதி கிடைக்காததால் போனில் அவர் சம்மதம் கேட்டதில் 5 விஷயங்களுக்கு என்று ஒப்புக்கொள்ளப்பட்டது. இடம்–மகா ஜனசபை, அழைப்பில் கையெழுத்திடுவது.

திருவாளர்கள் 1. ம.பொ.சி., 2. ஈ.வெ.ரா. 3. அந்தோணியப் பிள்ளை, 4. சுயம்பிரகாசம் 5. கம்யூனிஸ்ட் கட்சி அல்லது பி.டி. ராஜன்.

இப்போது அதற்கு நேர்மாறாக தானே கையொப்பமிட்டு வேறு ஒருவருடைய தனி இடத்தில் பீர்மேடு என்கின்ற ஒரே பிரச்னைக்குக் கிளர்ச்சி என்பது ஆக.

இது சிறிதும் நேர்மை அற்ற காரியம் என்பது எனது கருத்து. இப்படிப்பட்டவர்களுடன் நான் எப்படி இவ்வளவு பெரிய காரியத்தில் கலந்து மக்களை ஈடுபடச்செய்ய முடியும்? ஆதலால் அந்தக் கூட்டத்தில் நான் கலந்து கொள்ள முடியவில்லை என்பதைத் தெரிவித்துக் கொள்கிறேன்.

குறிப்பு: இப்போது தட்சிணப் பிரதேச பிரச்னை பலம்பெற்று இருப்பதால் பீர்மேடு பிரச்னை “செத்து விட்ட”தென்று கருத வேண்டியதாகி விட்டது. அதாவது 3 நாடுகளை ஒன்று சேர்ப்பதனால் பீர்மேடு எதற்காகப் பிரிய வேண்டும் என்கிற கேள்வி எழுமல்லவா, அதை முதலில் ஒழிக்க வேண்டாமா?

சி.ஆர்., 3 நாடு ஒன்று சேருவதற்குத் தட்சிணப்பிரதேசத்திற்கு ஒப்புக்கொண்டதால் அதை விட்டுவிட வேண்டாமா?

மற்றும் இவை சம்பந்தமாகச் சில தகவல்கள் பின்னால் வெளியிடப்படும்.

– ஈ.வெ.ராமசாமி” என்று எழுதினார். அதே நாளில் ‘கூட்டு முயற்சி பாழாகலாமா?’ என்று ஒரு தலையங்கம் தீட்டியது ‘விடுதலை’ (27.1.1956).

‘தமிழக எல்லைப் பகுதிகள் விஷயத்தில் இந்திய அரசினர் வெளியிட்டுள்ள தீர்ப்பும் அவர்கள் நடந்து கொள்ளும் போக்கும்

தமிழக மக்களுக்குக் கேடு விளைவிப்பதாக இருக்கிறது. ஆகவே இது விஷயம் பற்றி நன்கு ஆலோசித்து எல்லோரும் ஒருமனப்பட்டு நடவடிக்கைகள் மேற்கொள்ள வேண்டியது அவசியமாகிறது'-என்று மையமாகத் தீர்மானத்தை வெளிப்படுத்தினார் ம.பொ.சி. 'தேவிகுளம் பீர்மேடு மட்டும்தான் இன்றைய பிரச்னையா? அதைவிடப் பெரிய பிரச்னைகளும் இருக்கிறதே அதையும் சேர்த்துத்தானே போராட வேண்டும்' என்றார் பெரியார்.

"ஒவ்வொருவர் ஒவ்வொரு எண்ணத்துடன் ஒன்று சேர நினைப்பதனால்தான் அவசரமான கிளர்ச்சிக்குத் திட்டம் உருவாகா மலிருக்கிறது.

சிறு அளவில் கிளர்ச்சி என்ற பெயரால் தானாகவே ஏதோ நடந்து வருவது மகிழ்ச்சிக்குரியது என்றாலும் ஒருசில இடங்களில், ஒரே கட்சியின் கொடியை வைத்துக்கொண்டு, "தேவிகுளம் பீர்மேடு தமிழ்நாட்டுக்கே!" என்றும் 'மானங்கெட்ட மந்திரிகளே, ராஜினாமா செய்யுங்கள்!' என்றும் மட்டுமே ஒலித்துக் கொண்டிருக்கிறார் களென்றால், கூட்டு முயற்சியையும் கூட்டுத் திட்டத்தையும் உருக் குலைப்பதற்கான சதித் திட்டம் என்று இதைக் கூறுவதா? அல்லது அவசரத்தினால் ஏற்பட்ட மனக்குழப்பத்தின் விளைவு என்று கூறுவதா?

"உயர்திரு. ஆச்சாரியார் அவர்கள் தட்சிணப்பிரதேச முயற்சியை ஆதரிப்பதுடன், மொழிவழி இராஜ்யப் பிரிவினையையும் எதிர்க் கிறார்; இதற்காகவே உயர்திரு. மா.பொ.சி. அவர்கள் தட்சிணப் பிரதேசத் திட்டத்தை அப்படியே கழுவவிட்டுவிட்டு, தமிழக எல்லைப்பகுதிகள் விஷயத்தில் இந்திய அரசினர் வெளியிட்டுள்ள தீர்ப்பும் அவர்கள் நடந்து கொள்ளும் போக்கும் தமிழக மக்களுக்குக் கேடு விளைவிப்பதாக இருக்கிறது. ஆகவே, இது விஷயம் பற்றி நன்கு ஆலோசித்து எல்லோரும் ஒரு மனப்பட்டு நடவடிக்கைகள் மேற்கொள்ள வேண்டியது அவசியமாகிறது' என்று மட்டும் எழுதி இன்றையக் கூட்டத்துக்கு (மாலை 4 மணிக்கு) அழைப்பு விடுத்திருக் கிறார். இந்த அழைப்பு நமக்கும் வந்திருக்கிறது. இக்கூட்டு முயற்சியில் துவக்க முதல் நாம் ஓரளவு ஈடுபட்டிருந்தபடியால் இந்த அழைப்புத் திடீர் ஏமாற்றத்தையளிக்கிற தென்பதை மறைக்க முடியவில்லை.

தமிழர்களுக்குத் தீமை தரும் தீர்ப்பை வெளியிட்டிருப்பவர்கள் டில்லி சர்க்காராதலால் அவர்களோடுதான் நம் போராட்டக் கிளர்ச்சிகள் நடக்க வேண்டும் என்பது பற்றிப் பல தடவை திரு.ம.பொ.சி. அவர்களுடன் நேரிலும் டெலிஃபோனிலும் கலந்து பேசி முடிவுக்கு வந்ததில் நமக்கும் முக்கியப் பங்குண்டு. இந்நிலையில் இப்பேர்ப்பட்ட திடீர் மாற்றம் ஏற்பட வேண்டிய அவசியமென்ன? எழுத்திலும், நேர்முகப் பேச்சிலும் டெலிஃபோனிலும் ஒப்புக்கொண்ட

கூட்டுத் திட்டத்துக்கு மாறாக, இப்படித் திடீரென்று ஒரு தனிக் கிளர்ச்சியைச் சொந்த முறையில் தொடங்க வேண்டியதும், ஒப்புக் கொண்டதற்கு மாறாகத் தனிப்பட்ட முறையில், ஒரே பிரச்னைக்காக ஆலோசனைக்கூட்டத்தைத் தம் கட்சிக்காரர் வீட்டிலேயே கூட்ட வேண்டியதுமான அவசியம் எப்படி ஏற்பட்டது? யார் தூண்டுதலால் ஏற்பட்டது?, என்பது நமக்கு விளங்கவில்லை. ஆதிமுதல் நேற்றுவரை நடந்த சங்கதிகள் யாவும் நாளைய கடற்கரைக் கூட்டத்தில் தெளி வாக்கப்படும்.

பொது வாழ்க்கையில் இருப்பவர்களுக்கு சுயவிளம்பர லட்சியம் மட்டுமே இருந்தால் போதாது! (அமிர்தாஞ்சனம், ஓவல்டின், லக்ஸ்சோப், ஆஸ்ப்ரோ போன்றவைகளை விடவும் சினிமா நட்சத் திரங்களை விடவும் மிகுந்த விளம்பரத்தை எந்தத் தனிப்பட்டவரும் பெற்று விடமுடியாது) பேச்சிலும் நடத்தையிலும் நாணயம் வேண்டும்; முன்னுக்குப் பின் முரண் இருக்கக் கூடாது, எவரையும் ஏமாற்றி விடலாம் என்ற நினைப்பிருக்கக் கூடாது. இம்மாதிரி நடத்தைகள் இப்போதைக்கு வெற்றிபோல் காணப்பட்டாலும் நீண்ட காலத்துக்கு வெற்றியைத் தந்து விட முடியாது. எந்தத் தலைவரையும் குறிப்பிட்டு நாம் இப்படிக் கூறவில்லை நமக்கு நாமே கூறிக்கொள்கிறோம் என்று வைத்துக்கொண்டாலும் சரி.

திரு.ம.பொ.சி. அவர்கள் பிறர் பேச்சைக்கேட்டு நடக்காதவராக இருப்பாரானால் இவர் மீது மக்கள் சந்தேகப்பட வேண்டிய அவசிய மேயிருக்காது. அவர் திறமையைப்பற்றித் தமிழர்கள் பெருமைப் பட வேண்டியதுதான்; ஆனால் இத்திறமையானது ஆரியத் தலைவர் களின் தாட்சண்யத்துக்கும் சூழ்ச்சிக்கும் பயன்பட்டு வளைந்து கொடுத்து விடுகிறது என்பதுதான் வேதனைக்குரியதாயிருக்கிறது.

தேவிகுளம் பீர்மேடு பிரச்னையைவிட ஆயிரம் மடங்கு ஆபத் தான பிரச்னைகள் திடீரென்று முளைத்து விட்டன. இவை பற்றி நேற்றே குறிப்பிட்டிருக்கிறோம். ஆதலால் 'இன்று கூடுகின்ற ஆலோசனைக் குழுக்கூட்டத்தில்' அதிக அவசரமான பிற பிரச்னை களைப் பற்றிக் கவனிக்க வேண்டுமென்று தெரிவித்துக் கொள்கிறோம் ஒப்பந்தப்படி அனுப்பப்படாத ஓர் அழைப்புக்காக, தனிக் கட்சியின் ஒரே பிரச்னைக்காகக் கூடுகின்ற இன்றைய கூட்டத்தில் நாம் கலந்து கொள்வதனால் பயனிருக்காது என்று கருதியே நாமும் கலந்து கொள்ளவில்லை யென்று தெரிவித்துக் கொள்கிறோம்.

இப்போதும் ஒன்றும் முழுகிப்போகவில்லை. சாதாரண பிரச்னைகளுக்காக நடத்துவது என்பதை நிறுத்திவிட்டு அடிப் படைப் பிரச்னைகளுக்காகக் கிளர்ச்சித் திட்டம் வகுக்கப்பட வேண்டும். இதை யார் யார் ஒப்புக் கொள்வார்கள் என்பது பற்றிய கவலை தேவையில்லை.

இறுதியாகக் கூறுகிறோம். அடுத்த மந்திரி சபையை யார் கைப்பற்றுவது என்ற லட்சியம் மாத்திரம் இருந்தால் போதாது. டில்லி ஆட்சியின் ஆதிக்கத்தை இடுப்பு முறிய அடித்து ஒடுக்க வேண்டும் என்ற லட்சியந்தான் வேண்டும்.

திராவிடர் கழகத் தோழர்கள் கட்டுப்பாட்டுடனும் பெரியார் அவர்களின் அறிக்கை (உத்தரவு)ப் படியும் நடந்து கொள்ள வேண்டுமென்று கேட்டுக்கொள்கிறோம். கூட்டுக் கிளர்ச்சிக்குப் பிறர் இணங்காவிடில் திராவிடர் கழகம் தனிப்பட்ட முறையிலாவது கிளர்ச்சி செய்தே தீரும்.

பெரியார் அவர்களின் கிளர்ச்சித்திட்டம் வெளியாகுமானால் டில்லி ஆட்சி நடுங்கக்கூடிய திட்டமாகத் தானிருக்கும் என்பது நிச்சயம். ஆதலால் அடக்குமுறைக்குத் துணிந்த பல்லாயிரக்கணக்கான தோழர்கள் தயாராயிருக்கும்படி வேண்டிக்கொள்கிறோம்.

பெரியார் அவர்களால் வகுக்கப்படுகின்ற கிளர்ச்சித் திட்டத்தில் பொதுமக்களுக்குத் தொல்லையோ, பெரும் பொருள் சேதமோ உயிர்ச்சேதமோ இருக்க இடம் இருக்காது" என்று எழுதியது அத்தலையங்கம்!

27ஆம் தேதி கூடிய அனைத்துக் கட்சிக் கூட்டத்தில் தி.மு.க., தமிழரசுக் கழகம், கம்யூனிஸ்ட் கட்சி, சோசலிஸ்ட் கட்சி, பிரஜா சோசலிஸ்ட் கட்சி, தாழ்த்தப்பட்டோர் பெடரேஷனர், திராவிட பார்லிமெண்டரி கட்சி, ஜஸ்டிஸ் கட்சி, நாம் தமிழர் இயக்கம், வடக்கெல்லைப் பாதுகாப்புக்குழு ஆகியவை கலந்து கொண்டன. 'மத்திய அரசாங்கத்தார் மொழிவழி ராஜ்யக் கோரிக்கையைக் கொள்கை அளவிலும் ஏற்காததை எதிர்த்தும், எல்லைப்பிரச்னைகளில் தமிழகத்திற்கு நியாயம் வழங்காததைக் கண்டித்தும், சென்னை இராஜ்யம் என்ற பெயரை நீக்கித் தமிழ் நாடு என்று இந்நாட்டிற்குப் பெயர் வைக்கும் கோரிக்கையை ஏற்காததற்கு அதிருப்தி தெரிவித்தும், தமிழர் விரும்பாத தட்சிண ராஜ்ய யோசனையை நிராகரித்தும் பிப்ரவரி 20ஆம் தேதி தமிழகம் முழுவதும் கடையடைப்பும் வேலை நிறுத்தமும் செய்யுமாறு பொதுமக்களை இக்கூட்டம் கேட்டுக் கொள்கிறது' என்று அனைத்துக்கட்சிக் கூட்டம் தெரிவித்தது. இக்கூட்டத்தில் பெரியார் கலந்து கொள்ளவில்லை. இக்கூட்டத்தில் அவர் கலந்து கொள்ளாததுதான் அவர் மீதான மாபெரும் குற்றச் சாட்டாக உள்ளது. இதை முன் வைத்துத் தமிழரசுக் கழகம் நடத்தி வந்த அனைத்துப் போராட்டங்களையும் ம.பொ.சி. நிறுத்தி விட்டார்.

'கிளர்ச்சி நிறுத்தப்பட்டதாம்' என்று 'விடுதலை' இது குறித்துத் தலையங்கம் தீட்டியது. ம.பொ.சி. எந்தப் போராட்டத்தையும் திடீர்

திடீரெனத் தொடங்குவதும், திடீர் திடீரென நிறுத்துவதுமான போக்கை இத்தலையங்கம் கண்டித்தது. ம.பொ.சி.யுடன் உடன்பட்டுப் போக முடியாமைக்கான காரணமாக இதையே சொன்னது.

"பெரியார் அவர்களைத் திருச்சியிலிருந்து அழைத்துக் கிளர்ச்சிப் பொறுப்பை ஏற்றுக்கொள்ள வேண்டும் என்று திரு ம.பொ.சி. அவர்கள் பெரியாரிடம் கேட்டுக் கொண்டபோதே, 'இவரை நம்பியா கிளர்ச்சியில் ஈடுபடப்போகிறீர்கள்? இவர் நட்டாற்றில் விட்டு விட்டுத் தப்பித்துக் கொள்வாரே! முன்பு இந்தி எதிர்ப்புக் கிளர்ச்சியின்போது நாம் பார்க்கவில்லையா? திரு.சி.ஆர். அவர்கள் கண் ஜாடை காட்டியவுடனே கிளர்ச்சிக் கமிட்டியிலிருந்த இவர் ஓடிப் பதுங்கிவிடவில்லையா?' என்று சில கழகத் தோழர்களும் சில எம்.எல்.ஏ.க்களும் பெரியார் அவர்களைக் கண்டு கேட்டனர்.

'என்னமோ, இந்தத் தடவையாவது உண்மையாக நடந்து கொள்ளமாட்டாரா, பார்க்கலாமே' அவர் கட்சிப் பிரச்னையும் இதில் கலந்திருக்கிறதே!'

– என்று பெரியார் அவர்கள் மற்றவர்களுக்குச் சமாதானம் கூறினார்.

நேற்றைய ஆலோசனைக் கூட்டத்தின் முடிவு திரு. ம.பொ.சி. அவர்களைப் பற்றிய பொது ஜனக்கருத்தையும் பெரியாரின் சந்தேகத்தையும் உறுதிப்படுத்திவிட்டது.

தம் கிளர்ச்சியை நிறுத்திக்கொண்டு விட்டதாகத் தெரிவித்து விட்டார்! எதிர்பார்த்தபடியே நிகழ்ந்துவிட்டது.

.........கூட்டுக் கட்சியின் கிளர்ச்சித் திட்டத்தைக் கேட்டு வாங்கிச் சென்று அதைத் தம் சொந்தத் திட்டமாக வெளியிட்டு அதற்குப் பெரியார் ஆதரவு தந்தார் என்றும் கூறிக்கொண்டு, அத்திட்டத்தைக் கூட்டியும் குறைத்தும், 4 நாட்களுக்குப் போலிக்கிளர்ச்சி செய்து விட்டுப் பிறகு அதையும் திடீரென்று கை விட்டு, மக்களையும் காட்டிக் கொடுக்கின்ற மாதிரி நடந்துகொள்வதென்றால் இப்பேர்ப் பட்டவரை நம்பி எப்படிக் கிளர்ச்சி நடக்கும்? நடந்தாலும் தொடர்ந்து நடக்க முடியுமா? தொடர்ந்து நடந்தாலும் லட்சியம் நிறைவேறுமா? இக்கோஷ்டியை உண்மையானவர்கள் நம்புவார்களா?

இப்படியெல்லாம் பித்தலாட்டம் நடக்குமென்பதை எதிர் பார்த்துத்தான் தக்க தருணத்தில் பெரியார் அவர்கள் தமக்கும் திரு. ம.பொ.சி. அவர்களுக்கும் இடையே நடைபெற்ற கடிதப் போக்குவரத்தையும், பேச்சுவார்த்தைகளின் சாரத்தையும் வெளி யிட்டார்.

எனவே, இனி அடுத்தபடி என்ன? அவர் கிளர்ச்சியை நிறுத்தி விட்டாரே என்று கருதித் தமிழ் மக்கள் சும்மாவிருக்கப் போவதில்லை.

பெரியார் அவர்களின் தீவிரமான கிளர்ச்சித் திட்டத்தை ஆவலோடு எதிர்பார்த்துக் கொண்டிருக்கிறார்கள், தமிழ்ப் பெருமக்கள், தேவிகுளம் – பீர்மேடு புதிதாக நமக்குக் கிடைக்க வேண்டும் என்பதைவிட, இப்போதுள்ள பகுதியாவது வடநாட்டு ஆதிக்கத்திலிருந்து தப்பி, "தட்சிணப்பிரதேச"ப் படுகுழியில் விழுந்து நாசமாய்ப் போய்க் கேரளாவுடன் நம்மை இணைக்காமல் இருக்க வேண்டுமென்று அதிக மக்கள் ஆசைப்படுகின்றனர்.

இதற்கான அதிதீவிரக் கிளர்ச்சித்திட்டம் ஒன்று, தட்சிணப் பிரதேசக் கூட்டை முதலாவதாக வைத்து விரைவில் வகுக்கப்படுவது உறுதியென்று தெரிவித்துக் கொள்கிறோம். அண்மையில் திராவிடர் கழக மத்திய செயற்குழுக் கூட்டம் கூட்டப்படலாம். தோழர்கள் ஆயத்தமாயிருக்க வேண்டுகிறோம்" என்று அறிவித்தது விடுதலை.

அத்தோடு கூட்டு முயற்சிகளுக்கு முற்றுப்புள்ளி வைக்கப் பட்டன! திறக்கப்பட்ட திரை மீண்டும் மூடப்பட்டது. இதற்கு யார் காரணம்? ம.பொ.சி. தானே!

## 19. ம.பொ.சி.யின் மாநில சுயாட்சியும் பெரியாரின் விடுதலையும்

"முழு சுதந்தரம் பெற்ற இராஜ்யங்களின் கூட்டமைப்பு ஆட்சி யாகத்தான் யூனியன் சர்க்கார் அமைந்திருக்க வேண்டும். அகில இந்தியப் பிரச்னைகளில் மட்டுமே யூனியன் சர்க்காருக்கு அதிகார மிருக்க வேண்டும். மற்ற எல்லா உள் இராஜ்ய விவகாரங்களிலும் மத்திய சர்க்கார் தலையீடு இல்லாதபடி மாகாண ஆட்சிகளுக்கு முழு அதிகாரமிருக்க வேண்டும்."

இதுதான் ம.பொ.சி.யிடம் குத்தூசி குருசாமி கொடுத்த நகலின் இரண்டாவது நிபந்தனை. பெரியார் சொல்லி குருசாமி எழுதித் தருகிறார்.

திருச்சியில் இருந்து பெரியார் எழுதி அனுப்பிய கடிதத்தில், "தமிழ் யூனியன் ஆட்சி என்பதில் படை, போக்குவரத்து வெளிநாடு உறவு தவிர்த்த மற்ற அதிகார ஆட்சி உரிமைகள் தமிழ் நாட்டுக்குக் கிடைக்கும்படி செய்ய வேண்டும். இதற்கு ஒரு விளக்கம்:–இந்திய யூனியனிலிருந்து பிரிந்து பூரண சுயேச்சை உரிமையுடன் தமிழ்நாடு தனித்து இயங்க வேண்டும் என்பதாகத் திராவிடக் கழகம் முடிவு செய்து கொண்டிருந்த போதிலும் இந்தக் கொள்கைக்குப் பாதகமில்லாமலும் மேற்கண்ட விஷயங்கள் பற்றிய கிளர்ச்சியை முன்னிட்டு மற்ற ஸ்தாபனக்காரர்களுடைய ஒத்துழைப்பையும் நட்பையும் முன்னிட்டு இந்த மூன்றாவது வாசகத்துக்கு இணங்கு கிறது" என்று எழுதப்பட்டு இருந்தது.

இதற்கு இணங்குவதாக இருந்தால், தம்முடைய பெயரைச் சேர்த்துக் கொள்ளலாம் என்று பெரியார் சொல்லிவிட்டார். இதைச் சேர்த்துவிட்டு அழைப்பிதழைக் குருசாமியிடம் காட்டவும் என்றும் சொல்லிவிட்டார். ஆனால் குருசாமியிடம் காட்டாமல் அழைப்பு ம.பொ.சி.யால் அனுப்பி வைக்கப்பட்டு விடுகிறது. 'உங்கள் திட்டங் களை மற்றவர்கள் ஒப்புக்கொள்ளவில்லை' என்று பெரியாரிடம் தொலைபேசியில் ம.பொ.சி.சொல்லிவிட்டார்.

கூட்டத்தில் கலந்து கொள்வதற்காக திருச்சியில் இருந்து சென்னைக்கு வந்துவிடுகிறார் பெரியார். ம.பொ.சி. பேரில் அழைப்பு வந்ததைவிட, தனது நிபந்தனைகள் எதுவும் இல்லாததும் பார்த்த பெரியார் கூட்டத்தில் கலந்து கொள்வதில்லை என முடிவு செய் கிறார்.

இப்பிரச்னை ம.பொ.சி.க்கும் அவருக்குமான பேச்சுவார்த்தை தொடர்பானதே தவிர, தேவிகுளம், பீர்மேடு தொடர்பானது அல்ல. இதனை முதலில் புரிந்துகொள்ள வேண்டும்.

மற்றவர்கள் ஒப்புக்கொள்ளவில்லை என்றால் யார் ஒப்புக் கொள்ளவில்லை? என்று கேட்டது விடுதலை. (4.2.1956)

"யார் ஒப்புக்கொள்ளவில்லை? என்பதை இப்போதாவது விளக்கிக் கூறுவாரா? என்று அறைகூவிக் கேட்கிறோம்.

தமிழ்நாடு என்ற வீட்டுக்குக் கூரை வேண்டும் என்று கேட்பதை மறுத்த சர்வகட்சிக்காரர் யார்? தமிழ்நாடு கூடுமான வரையில் டில்லி ஆதிக்கமில்லாத சுதந்தர நாடாக இருக்க வேண்டும் என்பது தான் பெரியார் அவர்களின் குறைந்த பட்சத் திட்டம். கூரையில்லாத வீடு எவ்வளவு பரந்து இருந்தாலும் அதற்குப் பெயர் குட்டிச்சுவர் தானே? தேவிகுளம் பீர்மேடு கிடைக்க வேண்டியது எவ்வளவு முக்கியமோ, அதைவிட முக்கியமல்லவா டில்லி ஆதிக்கம் குறைய வேண்டுமென்ற கோரிக்கை? இதை நீக்கிய ஒரு கிளர்ச்சி லட்சியத்தை ஒப்புக் கொண்டது. கோழைத்தனமும் காட்டிக் கொடுப்பதும் ஆகுமா? இல்லையா?" என்று கேட்டது. பதில் இல்லை.

இந்நிலையில் 29.1.1956 அன்று வேலூரில் நடந்த திராவிடர் கழகப் பொதுக்கூட்டத்தில் ம.பொ.சி. விவகாரம் குறித்துப் பெரியார் விரிவாகப் பேசினார். அதைப் படித்தாலே ம.பொ.சி.யின் பல்டிகள் புரியும்.

"தமிழ்நாட்டிற்கு இந்திய அரசாங்கம் இழைத்துவரும் கொடுமைகளைக் கவனித்தால் மிகவும் முக்கியமாக நான்கைந்து விஷயங்களில் நாம் கிளர்ச்சி செய்ய வேண்டியவர்களாக இருக்கி றோம். அவைகளில் ஒன்றாகத் தமிழ்நாட்டுடன் இணைக்கப்பட வேண்டிய தமிழர்கள் பெரும்பான்மையும் வசித்துவரும் தேவிகுளம்

பீர்மேடு போன்ற பகுதிகளைத் தமிழ்நாட்டுடன் சேர்க்க வேண்டும் என்பதே. ஆனால் இது அவசியமற்றதாகிவிட்டது, காரணம் தலைக்கே ஆபத்து வருகையில் தலைப்பாகையைப் பத்திரப்படுத்த வேண்டும் என்ற அவசியம் இல்லை. அதைப்போல் நம்முடைய அடிப்படையான நாட்டுக்கே கேடு வருகையில் இப்போது தேவிகுளம் – பீர்மேடு என்று கதறுவதில் பலன் இல்லை. முதலில் நாட்டைக் காப்பாற்றும் முயற்சியில் ஈடுபட்டு நாட்டைக் காப்பாற்றி அதன் பிறகு வேண்டுமானால், தேவிகுளம் பீர்மேடு பற்றிய கவலை கொள்ளலாம்" என்று பேசிய பெரியார், தமக்கும் ம.பொ.சி.க்குமான கடிதப்போக்குப் பேச்சுவார்த்தைகளை இக்கூட்டத்திலும் சொன்னார்.

"நண்பர் ம.பொ.சி. தேவிகுளம் பீர்மேடு சம்பந்தமான கிளர்ச் சிக்குத் திட்டமிடுவதற்கு என்னை அழைத்திருந்தார். 13.01.1956ஆம் தேதி எனக்கு அவர் எழுதிய கடிதத்தில் தங்களை எல்லைக் கிளர்ச்சி சம்பந்தமாகச் சந்தித்துப் பேசவிரும்புகிறேன், தாங்கள் விரைவில் சென்னை வருவீர்கள் என்று நம்புகிறேன் என்பதாக எழுதி இருந்தார். பின்பு 16ந் தேதி எனக்குத் தந்தி கொடுத்து சென்னைக்கு வரும்படி கேட்டிருந்தார் அவர் கொடுத்த தந்தியில்,

"Discussion about Border dispute. Like to meet in person Madras. Letter sent to Trichy"

– என்பதாக இருந்தது. நான் அதற்கு உடனே 19ஆம் தேதி அன்றைய தினம் சென்னைக்கு வருகிறேன் என்பதாகத் தெரிவித்து விட்டேன். அதற்கு அவர் 17.1.56 தேதி,

"Expect at Madras on 19th"

– என்று தந்தி கொடுத்திருந்தார். நண்பர் குருசாமியும் என்னு டைய கடிதத்தைப் பார்த்த பின் நண்பர் ம.பொ.சி.யைக் கலந்து பேசி அவரும் எனக்குத் தந்தி கொடுத்தார். அதில்

"received letter consulted both; your presence nine-teenth Thursday essential"

என்பதாகக் கொடுத்திருந்தார் பிறகு 19ஆம் தேதி அங்கு சென்று நண்பர் ம.பொ.சி. யை ஒரு நண்பர் வீட்டுக்கு வரும்படி செய்து அங்கு இருவரும் சந்தித்துப் பேசினோம். அவர் கேட்டபடி எல்லைப் போராட்டம் சம்பந்தமாக நான் ஒப்புக் கொண்டேன் என்றாலும், என்னுடைய விருப்பத்தையும் அவர் ஒப்புக் கொண்டபிறகுதான் அதில் ஒரு சரியான முடிவுக்கு வந்தோம்.

அவர் எப்படியாவது எல்லைப் போராட்டத்திற்கு மட்டும் என்னைச் சம்மதிக்க வைத்துப் போராட்டத்திற்கு ஆதரவு பெற்றுக் கொண்டால் போதும் என்று ஏதேதோ தந்திரமாகப் பேசினார். ஆனால் நான் விட்டுக் கொடுக்கவில்லை. இன்றைக்குத் தமிழ்

மக்களுக்கு எல்லைப்போராட்டம் மட்டும் முக்கியமில்லை. மொத்தம் நான்கைந்து குறைபாடுகளில் அகப்பட்டுக் கொண்டிருக்கிறோம். ஆகவே அத்தனைக்கும் கிளர்ச்சி தொடங்குவதாக இருக்கவேண்டும். மேலும் நாம் எல்லைப் போராட்டத்திற்கு மட்டும் கிளர்ச்சி தொடங்கினால், நாம் இதுவரை எவையெவைகளை முக்கியம் என்று கருதி வந்தோமோ, அவைகளை எல்லாம் அலட்சியம் செய்துவிட்டு இதைமட்டும் பெரிதாக நினைத்துக் கிளர்ச்சி செய்வதாக அரசாங்கத்தார் நினைத்துக் கொள்ளுவார்கள் எனவே எவைகள் முக்கியம் என்று தோன்றுகிறதோ அவைகள் அத்தனைக்கும் கிளர்ச்சி தேவையாகும் என்று கூறினேன். அவரும் இறுதியில் ஒப்புக்கொண்டார்... (தான் சொன்ன ஐந்து நிபந்தனைகளை பெரியார் குறிப்பிடுகிறார்!)... இந்த அய்ந்துக்கும் கிளர்ச்சி நடத்த வேண்டியது அவசியம். அதற்காகவே நம்முடைய முழு முயற்சியையும் பயன்படுத்த வேண்டும் என்று சொன்னேன். அதற்கு அவர் ஒப்புக்கொண்டு கிளர்ச்சிக்கு யார்யாரைச் சேர்த்துக் கொள்வது என்று கேட்டார்.

நான் அதற்கு, திராவிட பார்லிமெண்டரிக் கட்சித் தலைவர் நண்பர் சுயம்பிரகாசம், ஜஸ்டிஸ் கட்சி என்ற பெயரால் உள்ள கட்சிக்குத் தலைவராய் இருந்துவரும் சர்.பி.டி.ராஜன் மற்றும் கம்யூனிஸ்டு, சோசலிஸ்ட் தோழர்கள் இவர்களைக் கேட்டு அவர்களைச் சேர்த்துக் கொள்ளலாம் என்றேன். அவர் அதற்கு, "கண்ணீர்த்துளி"களைச் சேர்க்கலாமா என்றார். நான் 'இப்போது அவர்கள் தேவையற்றவர்கள் அவர்களால் ஆகக்கூடியது ஒன்றும் கிடையாது சும்மா கூட்டத்திற்காகிலும் ஆள் சேர்ப்பது சரியில்லை. கொஞ்சமாக இருந்தாலும் பொறுக்கி எடுத்த திறமைசாலிகளாக இருந்தால் போதும். உபயோகமற்றதுகளை எல்லாம் சேர்த்துக் கொண்டால் வீண் கயவாளித்தனத்துக்கு இடமாகிவிடும்' என்று சொல்லிவிட்டேன்.

பிறகு நான் வீட்டிற்கு வந்தவுடன் டெலிஃபோனில் நண்பர் ம.பொ.சி என்னைக் கூப்பிட்டார். என்ன விசயம் என்று கேட்டேன். அதற்குள் வீட்டிற்குப் போனவுடன் என்ன நினைத்துக் கொண்டாரோ தெரியவில்லை "நான் கம்யூனிஸ்டுக்காரர்களைக் கேட்டேன். அவர்கள் மேலிடத்தை விசாரித்துச் சம்மதம் பெற்ற பின்புதான் கலந்து கொள்வோம் என்றனர். சோஷியலிஸ்டுகள் சரி என்றார்கள். ஆனாலும் இவர்களும் மற்ற தோழர்கள் சிலரும் எல்லைப் பிரச்னைக்கு மட்டும்தான் கிளர்ச்சி செய்ய வேண்டும் என்கிறார்கள். நீங்கள் தெரிவித்த மற்ற நான்கு கிளர்ச்சிக்கும் சம்மதிக்க மறுக்கிறார்கள். எனவே அவைகளைப் பற்றி யோசித்துத் தான் சொல்ல வேண்டும். உங்கள் அபிப்ராயம் என்ன?' என்று கேட்டார்.

நான் அதற்கு ‘நானும் யோசித்துத்தான் சொல்ல வேண்டும்’ என்று கூறிவிட்டு அன்று இரவே சென்னையை விட்டுப் புறப்பட்டு விட்டேன்.... போனில் பேசினார். நான் அவரிடம் நேரில் பேசிய மேற்குறிப்பிட்ட அய்ந்து பிரச்னைகளை பற்றியும் கிளர்ச்சி செய்ய வேண்டும் என்று கூறினேன். அவர் அதற்கு ‘நான் கடிதத்தில் எழுதி யுள்ளது என்னவென்றால்,

*1. தமிழக எல்லைப்பகுதி, 2. தமிழகம் என்று பெயரிடுவது 3. இந்தித் திணிப்பை எதிர்ப்பது ஆக இந்த மூன்றுக்கு மட்டும் போராட்டம் துவங்கத் திட்டமிடப்பட்டிருக்கிறது. அதற்கான அழைப்பு நகலையும் அனுப்பி இருக்கிறேன். அதைப் பார்த்துக் கையெழுத்திட்டு அனுப்பினால் அதன்படி அச்சடித்து எல்லோருக்கும் அனுப்பி விடுகிறேன்’ என்று கூறினார்.*

நான் ‘அய்ந்து போராட்டங்களுக்குச் சொன்னேன் மூன்றை மட்டும் குறிப்பிட்டால் போதாது’ என்றும் கூறினேன். பிறகு ‘இதனை விவரிக்க இன்று தங்களுக்குத் தபால் எழுதுகிறேன். நாளைக்கு எனது தபாலைப் பார்த்துவிட்டு விபரம் தெரிவியுங்கள்’ என்று கூறிவிட்டு வைத்துவிட்டேன்.... 22ஆம் தேதிதான் எனக்கு நண்பர் ம.பொ.சியின் கடிதம் கிடைத்தது அதில் அவர் எழுதி இருந்ததாவது ‘தாங்கள் 19.01.56 இல் என்னிடம் கூறிய மூன்று விஷயங்களையும் சேர்த்து தலைவர்களுக்கு சர்வகட்சிக் கூட்டத்திற்கு அழைப்பு அனுப்ப முடிவு செய்துள்ளேன். அவை 1. தமிழக எல்லைப்பகுதி, 2. தமிழகம் என்று பெயரிடுவது 3. இந்தித் திணிப்பை எதிர்ப்பது ஆகும்.

அழைப்பு நகல் ஒன்றை இத்துடன் இணைத்துள்ளேன். அதைத் தாங்கள் கையொப்பமிட்டு மறு தபாலில் அச்சிட்டு எல்லோருக்கும் அனுப்பி விடுகிறேன்..’ என்றார். இறுதியில் எதுவும் இல்லாமல் அவர் பெயரால் மட்டுமே அழைப்பு வந்தது.... சென்னை வந்ததும் ம.பொ.சி.யிடம் போனில் இது பற்றி கேட்டேன். அவர் ஒரு காரணத்தைச் சொன்னார்....” என்கிறார் பெரியார்.

அது என்ன காரணம் என்பதைப் பெரியார் சொல்லவில்லை. தட்சிணப்பிரதேசத்தை இராஜாஜி ஆதரிப்பதே ம.பொ.சி.யின் இந்தப் பின்வாங்கலுக்கு காரணம் என்ற பெரியார், “தட்சிணப் பிரதேசம் அமைக்கப்பட்டால் இவர்கள் அத்தனை பேரும் ஆதரித் தாலும் சரியே, நான் மட்டும் விடப் போவதில்லை. அதை அழிக்கும் முயற்சியில் கடுமையாகத் திட்டமிட்டிருக்கிறேன்” என்று அந்தப் பேச்சை முடிக்கிறார்.

‘வரலாற்று ஆதாரங்கள்’ உள்ள வரலாற்றையே இவ்வளவு திரித்தால் ‘ஆதாரங்கள்’ அற்ற வரலாற்றை எவ்வளவு திரிப்பார்கள் இவர்கள் என்பதற்கு இது ஒன்றே மாபெரும் உதாரணம். கொள்கை

முரண்பாட்டின் அடிப்படையில் அந்தக் கூட்டு உருவாகவில்லை. அவ்வளவுதான். அதற்காகப் பெரியார், தேவிகுளம், பீர்மேட்டைக் கேரளத்தவருக்குத் தாரை வார்த்த தமிழினத்துரோகி என்று பட்டம் கட்டுபவர்கள்தான் வரலாற்றுத் துரோகிகள். அறிவு நெறிமுறை அற்ற குற்றவாளிகள்.

இதன் பிறகும் ம.பொ.சி. நடத்தி வந்த வடக்கெல்லைக் கிளர்ச்சி குறித்த செய்திகளுக்கு விடுதலை முக்கியத்துவம் தந்தே வந்தது. சட்டசபை முன்பு ம.பொ.சி. உள்ளிட்ட 68 பேர் கைதானதை முதல் பக்கத்தில் வெளியிட்டது. 'விடுதலை' (26.9.56). ம.பொ.சி. கட்சியின் எல்லைப்போராட்டம்-பல இடங்களில் ரயில் மறியல், அஞ்சல் மனை முன்பு மறியல் என்று 16.10.56 அன்று செய்தி வெளியிட்டது 'விடுதலை'.

"உயர்திருவாளர், நண்பர் ம.பொ.சிவஞானம் அவர்கள் நல்ல தமிழ் ஆர்வமுள்ளவர். உணர்ச்சிமிகு பேச்சாளர், திறமையுள்ள எழுத்தாளர். ஆனால் சிறப்புமிகு ஒரு தமிழரின் சக்தி முழுவதும் தமிழர் நலனுக்கு மாறாகப் பயன்படுவது வேதனையளிக்கிறது" (விடுதலை 4.1.1961) என்பதுதான் பெரியாரின் நிலைப்பாடாக இருந்தது!

## 20. காங்கிரசை நோக்கிய நெடும்பயணம்!

தமிழ் மாநிலம் அமைந்ததும் ம.பொ.சி.யின் பயணங்கள் இந்திய தேசியத்தை, காங்கிரசை நோக்கியதாக அமைந்தன. ஆந்திர-தமிழக மாநில எல்லைப் பிரிவினை முழுமையை எட்டியது 1960 ஏப்ரல் மாதத்தில். அதன் பிறகு 'தமிழ்நாடு' பெயர் வைக்கக் கோரிய போராட்டத்தில் ம.பொ.சி. இறங்கினார். திடீரென அதனை நிறுத்தினார். '1962 பொதுத் தேர்தல் அப்போது நெருங்கிக் கொண்டிருந்த படியால் ஆளும் கட்சியான காங்கிரசைப் பலவீனப்படுத்த நான் விரும்பவில்லை. அதனால் பிரிவினை கோரிய திமுக வலுப்பெறக் கூடும் என்று அஞ்சினேன்' என்கிறார்.

(எனது போராட்டம், பக்கம். 865)

நாட்டின் ஒருமைப்பாட்டுக்காகக் காங்கிரசை ஆதரித்தேன் என்கிறார். 1962 தேர்தலில் காங்கிரஸ் கட்சியையே ஆதரித்தார் ம.பொ.சி. 'காங்கிரசின் வெற்றிக்குத் தமிழரசுக் கழகத்தவர் உழைப்பே காரணம்' என்றும் சொல்லிக் கொள்கிறார். 'அந்த தேர்தலில் தி.மு.க. 50 தொகுதிகளைப் பெற்றது கண்டு பயந்தேன்' என்கிறார். பிரிவினை எண்ணம் தமிழ்நாட்டில் பரவி விடுமோ என்று பயந்தார். அந்தளவுக்கு இந்திய தேசியத்தைக் காப்பாற்றும் துடிப்பில் துளியும் பிசகாமல் இருந்தார்.

இந்திய தேசியத்துக்கு எதிராக, மத்திய அரசுக்கு எதிராகப் பெரியார் நடத்திய அனைத்துப் போராட்டங்களிலும் தமது எதிர்ப்பைப் பதிவு செய்தார்.

1960களில் தமிழ்நாடு நீங்கிய இந்திய வரைபடத்தை எரிக்கும் போராட்டத்தைப் பெரியாரும், சி.பா. ஆதித்தனாரும் சேர்ந்து நடத்தினார்கள். அப்போது ம.பொ.சி. என்ன சொன்னார் என்பதை வாலாசா வல்லவன் மேற்கோள் காட்டுகிறார்.

'தேசபக்தி என்பது தேசப் படமாகிய காகிதத்தில் இல்லை. ஆகவே காகிதப் படத்தைக் கொளுத்தி விட்டால் தமிழனுடைய இந்திய தேசபக்தி எரிந்து விடாது. இந்தியாவைத் தங்கள் இதயத்தில் எழுதி வைத்துக் காக்கும் தேசபக்தர்கள் எண்ணற்றோர் இன்னும் வாழ்கின்றனர். அவர்களுடைய இதயங்களிலுள்ள தேசப்படத்தையும் கொளுத்துவார்களோ?' என்று கேட்டவர் தான் தமிழ்த் தேசிய மூலவர் ம.பொ.சி.!

(செங்கோல் 5.6.1960)

"நாம் தமிழர்களாக மட்டுமல்லாமல் இந்துக்களாகவும் இந்தியர் களாகவும் இருக்கிறோம் என்பதை மறந்துவிடக் கூடாது" என்றவர் தான் தமிழ்த் தேசிய மூலவர் ம.பொ.சி.

(செங்கோல் 24.10.1965)

'தமிழ்நாடு பாரதத்திலிருந்து பிரிக்கப்படுமாயின் அதன் கதியும் பாகிஸ்தானைப் போன்றது தான். தமிழ் நாட்டை இழந்த பின்னும் எஞ்சிய பாரதம் தன் காலிலே நிற்கும். ஆனால் சின்னஞ்சிறிய தமிழகத்தின் கதி என்னவாகும்' என்றவர் தான் தமிழ்த் தேசிய மூலவர் ம.பொ.சி.

(செங்கோல் 18.8.1963)

'தெய்வப்பற்று, பாரத தேசப்பற்று, தேசிய ஒருமைப்பாட்டில் நம்பிக்கை, தேசிய ஒருமைப்பாட்டில் ஆர்வம், ஒழுக்கம், கலாச்சாரம் ஆகியவற்றைக் கொண்ட ஒரு அரசியல் கட்சியே தமிழரசுக் கழகம்' என்றவர்தான் தமிழ்த் தேசிய மூலவர் ம.பொ.சி.

(செங்கோல் 27.3.1966)

அவர் சொன்னதில் தமிழும் இல்லை. தமிழனும் இல்லை. தமிழ்நாடும் இல்லை. தமிழ்த் தேசியமும் இல்லை. இந்துத் தேசியமும், இந்திய தேசியமும்தான் இருக்கின்றன.

'காங்கிரசிலிருந்து வெளியேறிய பிறகும் பன்னிரண்டு ஆண்டு கள் நான் காங்கிரசு ஆதரவாளனாகவே இருந்தேன். காங்கிரசு எதிரிகளை என் எதிரிகளாகவும் கருதி வந்தேன். தேசியத்தில் தெய் வீகத்தின் விரோதியாகத் தம்மை விளம்பரப்படுத்திக் கொண்டுள்ள

தி.க. தலைவர் ஈ.வெ.ரா. தேசியக் கொடி எரிப்புப் போராட்டம், தேசிய விடுதலை நாளைக் குடிஅரசு திருநாளைத் துக்க நாளாகக் கொண்டாடிய போதெல்லாம் அதனை முழு மூச்சாக எதிர்த்தது, தமிழ்நாடு காங்கிரசு அன்று. அதற்கு வெளியே என் தலைமையில் இயங்கிய தமிழரசுக் கழகமே!' என்றவர் தான் தமிழ்த் தேசிய மூலவர் ம.பொ.சி.

(செங்கோல் 28.8.1966)

1924 முதல் 1954 வரை காங்கிரசில் இருந்தவர் அதன் பிறகு 12 ஆண்டுகளும் காங்கிரசின் ஆதரவாளனாகவே இருந்தவர்தான் தமிழ்த் தேசிய மூலவர். பெயர்தான் தமிழரசுக் கழகம். செய்த காரியம் அனைத்தும் காங்கிரசின் வேலையே. அப்படியானால் திராவிடர் கழகத்தை வீழ்த்துவதற்கு சிலருக்குத் தேவைப்பட்ட முகமூடி அமைப்பே தமிழரசுக் கழகம். காங்கிரசால் நேரடியாகச் செய்ய முடியாததைத் தமிழரசுக் கழகம் மூலமாக இராஜாஜி – வகைய றாக்கள் சேர்ந்து செய்துள்ளார்கள்.

## 21. முழு 'இந்தி'யராய்!

1948 ஆம் ஆண்டு இந்தித் திணிப்பை எதிர்த்தார் ம.பொ.சி. அதற்கு முன்னும் பின்னும் இந்தியை ஆதரித்தார். 'இந்தி'யராகவே வாழ்ந்தார்!

இந்தி மொழி ஆணையம் 1957 செய்த அறிவிப்பானது இந்திக்கு மகுடம் சூட்டியது. மாநிலச் சட்டமன்றங்களில் இந்தி, மாநில உயர்நீதிமன்றங்களில் இந்தி என்று எல்லாமே இந்திமயம் என்றது. இதனை எதிர்த்துத்தான் தேசியக் கொடி எரிப்புப் போராட்டத்தை பெரியார் அறிவித்தார். அப்போது ம.பொ.சி. கூறியதை வாலாசா வல்லவன் தமது நூலில் மேற்கோள் காட்டுகிறார்.

'மத்திய அரசின் நிர்வாகத்திற்கும் ஒரு இராஜ்யத்திலிருந்து இன்னொரு இராஜ்யத்துக்கும் தொடர்பு மொழியாக இந்தி இருக்கலாம். இதில் நமக்குச் சந்தேகமில்லை. இராஜ்ய நிர்வாகத்திற்குள் இந்தியைத் திணித்தால் புரட்சி பொங்கும் என்பது திண்ணம்... தமிழகத்தார் திருப்திகரமான அளவில் இந்தி மொழியைப் பயிலும் வரையில் மத்திய அரசின் நிர்வாகம் ஆங்கிலமாக இருக்க வேண்டும். இன்னும் இருபது ஆண்டுகளுக்காவது இந்த முறை நீடிக்க வேண்டும்' என்றவர் தமிழ்த் தேசிய மூலவர் ம.பொ.சி.

(செங்கோல் 13.10.57)

6.8.1960 அன்று திருவல்லிக்கேணியில் ம.பொ.சி. பேசியதை வாலாசா வல்லவன் மேற்கோள் காட்டுகிறார். 'இந்தி மொழியை அம்மொழியோடு சிறிதளவும் இலக்கணத் தொடர்பில்லாத தமிழ்

மக்கள் பயில வேண்டுமானால் தமிழ் லிபியில் (தமிழ் வரிவடிவத்தில்) இந்தி மொழியைப் பயிலுவதற்கு ஏற்ற வகையில் பாடப் புத்தகங்கள் தயாரிக்க வேண்டும்' என்றவர் தமிழ்த் தேசிய மூலவர் ம.பொ.சி.

'1944 முதல் இன்று வரை தென்னிந்திய மாநிலங்களில் காங்கிரஸ் ஆட்சியே தொடர்ந்து நடந்து வந்திருக்கின்றது. இந்த 16 ஆண்டுக் காலத்தில் தமிழ்நாடு மக்கள் திருப்திகரமான அளவில் இந்தியைப் பயின்று இருக்க முடியும். காங்கிரஸ் கட்சியின் தடுமாற்றம் இந்த நிலையைத் தவிர்த்துவிட்டது' என்றவரும் தமிழ்த் தேசிய மூலவர் ம.பொ.சி. தான்!

(செங்கோல் 14.10.62; வாலாசா வல்லவன் மேற்கோள்)

'தமிழக மக்கள் இந்தி பயிலத்தான் வேண்டும். குறைந்த பட்ச தேர்வுக்குரிய மதிப்பெண் பெற வேண்டும் என்ற நிலையில் பாடத்தில் இந்தி இடம் பெற வேண்டும்' என்றவரும் தமிழ்த் தேசிய மூலவர் ம.பொ.சி. தான்!

(செங்கோல் 3.3.1963; வாலாசா வல்லவன் மேற்கோள்)

இந்திய அரசியல் சட்டத்தின் 17வது பிரிவை எதிர்க்கும் போராட்டத்தைத் திமுக அறிவித்த போது எதிர்த்தவர் ம.பொ.சி. 'இது கோரிக்கையில்லை வெறும் கூச்சல்' என்றார். 'அண்ணாவின் படத்தை எரித்தால் சும்மா இருப்பாரா?' (செங்கோல் 2.2.63). 'இந்தி ஒழிக என்று கூறுவது அறியாமை–அனாச்சாரம்' (செங்கோல் 8.8.63 )

'சனவரி 26க்குப் பிறகு மொழிப்பிரச்னையில் மாறுதல். நாடாளுமன்றம் இந்தியில் நடக்கும். டெல்லி உயர்நீதிமன்றத்தின் நிர்வாக மொழியாக இந்தி வரும். சென்னை உயர்நீதிமன்றத்தில் ஆங்கிலமே நீடிக்கும். நாளடைவில் அதை அகற்றி இந்தி வந்து அங்கு அமரும்;' இதுவும் தமிழ்த் தேசிய மூலவர் ம.பொ.சி. தான்.

(செங்கோல் 23.8.64)

'1965இல் தமிழகம் இந்தி வழங்கும் பிரதேசமாகி விடும். இது தவிர்க்க முடியாதது' இதுவும் தமிழ்த் தேசிய மூலவர் ம.பொ.சி.யின் கூற்றே!

(செங்கோல் 27.12.1964)

'1965 சனவரி 26இல் மத்தியில் இந்தி ஆட்சி மொழியாவதால் சில மாறுதல்கள் உடனடியாக நிகழும். பல்கலைக் கழகங்களில் இந்தி பயிற்று மொழியாக மாறும். சனவரி 26இல் இந்தி ஆட்சி மொழியானதுமே 'இந்தி எதிர்ப்பு' என்பது பொருளற்றதாகி விடும். இந்நிலையில் தமிழகத்தின் எதிரே இரண்டு வழிகள் உள்ளன. ஒன்று இந்தி பயிற்சி மொழியாவதை எதிர்த்துக் கலகம் செய்வது; மற்றொன்று

எதிர்ப்பை அடியோடு கை விட்டு இந்தியைக் கற்பது. ஆகவே எதிர்ப்பைக் கை விட்டு இந்தியைக் கற்பதென்றுதான் படித்த வர்க்கத்திற்குள்ள பாதை. அதைத்தான் படித்த வர்க்கம் தேர்ந்தெடுக்கும்' இதைச் சொன்னதும் தமிழ்த் தேசிய மூலவர் ம.பொ.சி.யே!

(செங்கோல் தலையங்கம் 27.12.64)

1965 மொழிப் போராட்டத்தைத் தமிழ்த் தேசிய மூலவர் ம.பொ.சி.யும் ஆதரிக்கவில்லை. 'திமுக – காங்கிரஸ் பகைமை' என்றார் (செங்கோல் 31.1.65) 'காலித்தனம்' என்றார்.

(செங்கோல் 7.2.65)

பெரியார் அப்படிச் சொல்லிவிட்டார், இப்படிச் சொல்லி விட்டார் என்பவர்கள் அப்போது ம.பொ.சி. என்ன சொன்னார் எனப் பார்ப்பது இல்லை.

"செங்கோல் அச்சு எந்திரம் ஏறும் தருவாயில் இந்திக்கு எதிராக மாணவர்கள் நடத்திய ஆர்ப்பாட்டம் பண்பு கடந்த பலாத்காரத்தை அடைந்ததன் எதிரொலியாக விளைந்த நாசங்கள் பற்றியும் அரசினரின் வரம்பு கடந்த அடக்குமுறையால் விளைந்த மரணங்கள் பற்றியும் செய்திகள் கிடைத்துள்ளன" என்றும் எழுதியவர் ம.பொ.சி.யே!

'கரண்ட்' இதழுக்கு ம.பொ.சி. கொடுத்த பேட்டியை வாலாசா வல்லவன் மேற்கோள் காட்டுகிறார்.

'இந்தி எதிர்ப்புப் போராட்டம் நடைபெறக் காரணமென்ன?' என்ற கேள்விக்கு மூலவர் சொல்கிறார்: '15 ஆண்டுகளாகத் தமிழ கத்தை ஆண்ட காங்கிரஸ் கட்சியும் ஆட்சியும் ஒழுங்காக இந்தியைப் பரப்பாததால்' என்கிறார்.

'உங்கள் தமிழரசுக் கழகம் ஆட்சிக்கு வந்தால் இந்தியைக் கட்டாயப் பாடமாகப் பாடத்திட்டத்தில் வைக்குமா?' என்ற கேள்விக்கு, 'இந்திய நாட்டின் நலன் கருதியும் தமிழக மக்களின் நலன் கருதியும் இந்தியைக் கட்டாயப் பாடமாக வைப்பேன்' என்கிறார் மூலவர் ம.பொ.சி.

(செங்கோல் 28.2.1965)

தமிழரசுக் கழக ஆட்சி எப்படி இருக்கும் என்பது ஆட்சி அமைக்காமலேயே தெரிந்துவிட்டது!

## 22. தமிழர்களை அடிக்கச் சொன்ன ம.பொ.சி.!

இங்குள்ள வடநாட்டாரை விரட்டத் துடிக்கிறார்கள் தமிழ்த் தேசிய அமைப்பினர் இப்போது. இவர்களது மூலவரான ம.பொ.சி. என்ன சொல்லியிருக்கிறார் தெரியுமா? 'இங்கே உங்களுக்கு ஆபத்து

வந்தால் வடநாட்டில் வாழும் தமிழர்களுக்கு ஆபத்து வரும். அதனால் உங்களை எதுவும் செய்ய மாட்டோம்' என்கிறார் மூலவர்.

'தமிழகத்தில் தி.மு.க. அமைச்சரவை தோன்றியிருக்கிறது. அதனால் இங்குள்ள வட இந்தியர்கள் சிறுபான்மையினர் தங்கள் எதிர்காலம் என்ன ஆகுமோ? என்று கவலைப்படத் தேவையில்லை. அரசியலமைப்பின்படி திராவிட முன்னேற்றக் கழகம் ஆட்சி நடத்தினாலும் ஆளுகின்ற அமைச்சர்கள் அப்பட்டமான தமிழர்கள், தமிழ் மொழியிடத்திலும் தமிழருடைய பண்பாட்டினிடத்தும் அதிகமான பற்றுடையவர்கள். வடக்கே டில்லி – பம்பாய் – அகமதாபாத் – கல்கத்தா – ஹைதராபாத் ஆகிய நகரங்களில் வாழும் பல லட்சக்கணக்கான தமிழர்களுக்குப் பாதுகாப்பு தேடுவதிலே அக்கறையுடையவர்கள். அதனால் தமிழகத்தில் உள்ள வட இந்தியர்களின் நலன்களுக்குப் பாதுகாப்பளிப்பதன் மூலம் தான் வடக்கே உள்ள தமிழர்களின் நலன்களுக்கும் பாதுகாப்புத் தேட முடியுமென்பதனைத் தமிழக அமைச்சர்கள் அறிவார்கள்'' என்று பேசியவர்தான் மூலவர் ம.பொ.சி. வட இந்தியர்களை இங்கே தி.மு.க.வினர் அடித்தால், நீங்கள் அங்கே அடியுங்கள் என்று வழிகாட்டுகிறார் மூலவர். என்னே தமிழர் பற்று!

*(26.5.1967)*

## 23. கட்டபொம்மனின் வீரபாண்டியன்!

இந்தத் தமிழ்த் தேசிய மூலவருக்கு கிடைத்த ஒரே மாவீரன் வீரபாண்டிய கட்டபொம்மன் தான்.இந்தத் தமிழ்த் தேசிய மூலவர் எதிர்த்த ஒரே மாவீரன் விடுதலைப்புலிகளின் தலைவர் வே.பிரபாகரன். தமிழ்த் தேசிய மூலவர் வாழ்நாளெல்லாம் யாரை எதிர்த்தார்? யாரை ஆதரித்தார்? எனப் பாருங்கள்.

தமது வாழ்க்கை வரலாறான 'எனது போராட்டம்' நூலில் 'கட்டபொம்மன் போராட்டம்' என்று தனிப்பகுதி எழுதும் அளவுக்குக் கட்டபொம்மன் புகழ் பரப்பியவர் ம.பொ.சி.

என்னைப் பொறுத்தவரையில் இதில் நான் குறை காணவில்லை. நிலம் காக்க, காலனியத்துக்கு எதிராகப் போராடிய புகழுக்குரிய மாவீரனே வீரபாண்டிய கட்டபொம்மன். ஆனால் இன்றைய தமிழ்த் தேசியர்கள், கட்டபொம்மனை இரத்தப் பரிசோதனை செய்து தமிழரா–தெலுங்கரா எனப் பார்த்துக் கொண்டிருக்கிறார்களே! இவர்களது தமிழ்ச் சிமிழுக்குள் கட்டபொம்மன் வர மாட்டாரே! அந்தக் கட்டபொம்மனைத் தமிழகமெங்கும் பரப்பியவரே தமிழ்த் தேசிய மூலவர் ம.பொ.சி. தான்!

ஜெமினி அதிபர் எஸ்.எஸ்.வாசன், ம.பொ.சியை அணுகி வீரபாண்டிய கட்டபொம்மன் வரலாற்றைப் படமாக எடுக்க இருப்பதாகவும், அதற்கு வசனம் எழுத வேண்டும் என்று கேட்டுக் கொண்டார். சரியென்று ம.பொ.சியும் ஒப்புக்கொண்டார். அதன்பிறகு இந்தத் திட்டம் பி. ஆர். பந்துலு கைக்கு மாறியது. ஆனால் கதை வசனம் எழுதும் பொறுப்பு சக்தி கிருஷ்ணசாமி கைக்குப் போனது. அவர் ஏற்கெனவே 'கட்டபொம்மன்' நாடகம் எழுதியவர். இந்த நேரத்தில் மருதுபாண்டியர் கதையை வைத்துக் கண்ணதாசன் படம் தயாரித்து வந்தார். இதன் தொடக்க விழாவில் ம.பொ.சி. கலந்துகொண்டு பேசினார். இச்சூழ்நிலையில் தமிழ்வாணன், 'கட்டபொம்மன் கொள்ளைக்காரன்' என்று ஒரு தொடர் எழுதி வந்தார். இதை மறுத்து, 'சுதந்திர வீரன் கட்டபொம்மன்' என்று தொடர் கட்டுரை எழுதத் தொடங்கினார் ம.பொ.சி. தமது செங்கோல் இதழில். இது ஒரு பக்கம்.!

சி.பா. ஆதித்தனாரின் நாம் தமிழர் இயக்க மேடைகளில் 'பூலித்தேவன்' நாடகம் நடத்தப்பட்டு வந்தது. இதையே அவர் திரைப்படமாக்கத் திட்டமிட்டார். 'வீரபாண்டிய கட்டபொம்மனை இழிவுபடுத்தும் வகையில் பூலித்தேவன் கதை வசனம் அமைக்கப்பட்டிருந்தது' என்று எழுதுகிறார் ம.பொ.சி.

(எனது போராட்டம்-பக்கம். 922)

தமிழ்வாணன், கண்ணதாசன், சி.பா.ஆதித்தனார் ஆகிய மூவரும் கட்டபொம்மனுக்கு எதிராக மும்முனைப் போராட்டம் நடத்தியதாக ம.பொ.சி. எழுதுகிறார். சிவாஜியின் வளர்ச்சி கண்டு பொறாமைப் பட்டவர்களும் இந்த மும்முனைப் போரிலே பங்கு பெற்றனர் என்கிறார். இப்போதுதான் 'கட்டபொம்மன் போராட்டத்தை' ம.பொ.சி. தொடங்குகிறார்.

'இந்தப் போராட்டத்தால் கட்டபொம்மன் புகழ் மேலும் ஒளிவிட்டுப் பிரகாசித்தது. எழுத்தாலும் பேச்சாலும் எதிர்ப்புகளை முறியடிக்க முழு மூச்சுடன் பாடுபட்டேன். ஒரு இயக்கமே நடத்தினேன் என்று சொல்ல வேண்டும். 1958 அக்டோபர் 16இல் கட்டபொம்மன் நினைவு நாளைத் தமிழ்நாடு முழுவதிலும் மிகமிகச் சிறப்பாகக் கொண்டாட ஏற்பாடு செய்தேன். சென்னை நகரில் அக்டோபர் 16 முதல் 19 வரை அவ்விழா தேசபக்தியுடைய தமிழினத்தார் பெருமைப்படத்தக்க வகையில் நடத்தப்பெற்றது' என்கிறார் ம.பொ.சி. 16.10.1958 அன்று சென்னையில் கட்டபொம்மன் நினைவு நாள் கூட்டத்தைத் தமிழரசுக் கழகம் நடத்தியது. இராஜாஜி கலந்து கொண்டு பேசினார். 'கட்டபொம்மன் நம்முடைய தேசத்தைச் சேர்ந்தவன். நம்முடைய பாஷையில் பேசியவன். நம்முடைய ஊரின் புறக்கடையிலே கோட்டை கட்டி

வாழ்ந்தவன். அப்படிப்பட்டவனை நாம் போற்றக் கூடாதென்று யாராவது தடுத்தால் அது பைத்தியக்காரத்தனம்' என்றார் இராஜாஜி. 19.10.1958 அன்று வடசென்னை தொடங்கித் தென் சென்னை வரை முடியும் வகையில் வீரபாண்டிய கட்டபொம்மன் உருவச்சிலை ஊர்வலம் தமிழரசுக் கழகத்தால் நடத்தப்பட்டது. இராயபுரம் ராபின்சன் பூங்கா முதல் திருவல்லிக்கேணிக் கடற்கரை வரை நடந்த ஊர்வலம் அது. கட்டபொம்மன் சிலைக்கு மக்கள் ஆரத்தி எடுத்து வழிபட்டனர். மலர் மாலை தூவினார்கள். கடற்கரையில் நடந்த கூட்டத்தில் மு.வரதராசனார், பி.இராமமூர்த்தி (கம்யூனிஸ்ட்), டாக்டர் விஜய லட்சுமி (பிரஜா சோசலிஸ்ட்) உள்ளிட்ட தலைவர்கள் பேசினார்கள்.

'கட்டபொம்மன்' பட முயற்சிகளில் ம.பொ.சி. உடனிருந்தார். லண்டனிலும், டெல்லியிலும் கட்டபொம்மன் படம் திரையிடப்பட்டதாக ம.பொ.சி. எழுதுகிறார். 'இது என்னுடைய, என்னைப் பின்பற்றும் தமிழரசுக்கழகத் தோழர்களுடைய உழைப்புக்குக் கிடைத்த மகத்தான வெற்றி' என்று எழுதுகிறார். 1959 மே 16ஆம் நாள் 'வீரபாண்டிய கட்டபொம்மன்' வெளியானது. 150 நாட்களுக்கு மேல் வெள்ளித் திரையிலே வெற்றி நடைபோட்டது. 'தெலுங்கிலும்' டப் செய்யப்பட்டதாக ம.பொ.சி. எழுதுகிறார். அதன் பிறகு 'கப்பலோட்டிய தமிழன்' என்ற பெயரில் வ.உ.சி.யின் வரலாற்றைப் படமாக்கும் முயற்சியிலும் ம.பொ.சி. பங்கெடுத்தார். அதன்பிறகு அவர் சினிமா முயற்சிகளில் ஈடுபடவில்லை.

"கட்டபொம்மன் அடைந்த வெற்றியைக் 'கப்பலோட்டிய தமிழன்' அடையவில்லை. ஆம்! காங்கிரஸ்காரர்கள் விடுதலைக்குப் பின்னுள்ள கால் நூற்றாண்டு காலத்திலே கடைப்பிடித்த நடைமுறை காரணமாகத் தேசிய வரலாறு அந்த அளவுக்கு மதிப்பிழந்திருந்தது... கட்ட பொம்மன், கப்பலோட்டிய தமிழன் திரைப்படங்களைத் தயாரிப்பதிலே நான் மனமுவந்து பங்கு கொண்டேன் என்றால் அதற்குக் காரணம் அந்த மாவீரர்களின் புகழ் திக்கெட்டும் பரவ வேண்டுமென்ற விருப்பந்தான்" என்றார் ம.பொ.சி.

(எனது போராட்டம்–பக்கம். 930)

தமிழ்த் தேசிய மூலவராம் ம.பொ.சி. 'வீரபாண்டிய கட்ட பொம்மன்' புகழ் பாடிக் கொண்டிருந்தபோது 'வந்தேறி வடுகரான' ஈவெரா என்ன செய்து கொண்டிருந்தார் தெரியுமா?

'பூலித்தேவன்' புகழ் பாடிக் கொண்டிருந்தார்!

சி.பா.ஆதித்தனாரின் நாம் தமிழர் இயக்க மாநாட்டில் இ.ஆர்.சகாதேவனின் 'பூலித்தேவன்' நாடகம் தொடர்ச்சியாக நடைபெற்று வந்தது. நாம் தமிழர் இயக்க மாநாடுகளில் பெரியாரும்

தொடர்ச்சியாகப் பங்கெடுத்து வந்தார். ஏனென்றால் அம்மாநாட்டின் பெயர் 'சுதந்திரத் தமிழ்நாடு மாநாடு.' இப்பெயருக்காகவே பெரியார் கலந்து கொள்வார்.

"நாடகங்கள் நாட்டுப்பற்று இனப்பற்றைத் தூண்டுவனவாக இருக்கவேண்டும். தமிழரின் வீரத்தைத் திறம்படச் சித்திரிக்கிறது 'பூலித்தேவன்' நாடகம். நாம் தமிழர்கள், நமது நாடு தமிழ்நாடு என்பதை நம் மக்களுக்கு உணர்த்தி, உணர்ச்சியை ஊட்டக் கூடிய இம்மாதிரி நாடகங்களே இதுவரை வரவில்லை. நமது இனத்துக்குரிய வீர உணர்ச்சியைச் சிறு குழந்தைக்குக்கூட ஊட்ட வேண்டும்" என்று நாம் தமிழர் இயக்க மாநாட்டில் பேசியவர் தந்தை பெரியார். நெல்லையில் நடந்த சுதந்திரத் தமிழ்நாடு மாநாட்டில்தான் இப்படிப் பேசினார்.

*(விடுதலை 30.1.59)*

7.6.1959ஆம் நாள் திண்டுக்கல்லில் மதுரை மாவட்டத் திராவிடர் கழகம் சார்பில் சாதி ஒழிப்பு மாநாடும், சுதந்திரத் தமிழ் நாடு மாநாடும் நடத்தப்பட்டன. இதில் குன்றக்குடி அடிகளார், திருக்குறள் முனுசாமி, சி.பா. ஆதித்தனார், தமிழ்வாணன், பாவலர் பாலசுந்தரம் ஆகியோர் பங்கேற்றனர். இங்கும் 'பூலித்தேவன்' நாடகத்தை இ.எஸ். சகாதேவன் நடத்தினார். 16.8.1959 அன்று நாம் தமிழர் இயக்கத் தமிழ் மாநில மாநாட்டில் பெரியார், கி.ஆ.பெ. விசுவநாதம், சி.பா.ஆதித்தனார், மா.இராசமாணிக்கனார், மு.வரதராசனார் ஆகியோர் பங்கேற்றனர். இதிலும் 'பூலித்தேவன்' நாடகம் நடத்தப்பட்டது. இப்படிப் பல செய்திகள்.

அதாவது, 'கட்டபொம்மன்' புகழ்பாடிய ம.பொ.சி. தமிழ்த் தேசிய மூலவர்!

'பூலித்தேவன்' புகழ்பாடிய பெரியார், தமிழினத்துரோகியா?

## 24. இலங்கையையும் காப்பாற்றத் துடித்தவர்!

இந்தத் தமிழ்த் தேசியக் குஞ்சுகள் கை தட்டலுக்காகப் பயன் படுத்தும் பெயர்: தம்பி பிரபாகரன்!

தியாகத்தால், தீரத்தால், வீரத்தால், விவேகத்தால் பிரபாகரனின் பெயரை ஒருமுறை சொல்லக்கூட அருகதையற்றவர்கள் இவர்கள். இவர்கள் உச்சரிப்பதால் பிரபாகரனுக்கு அவமானமே தவிர, வேறல்ல. பிரபாகரனைக் கொலைகாரன் என்றும், பயங்கரவாதி என்றும் சொன்னவர்தான் ம.பொ.சி. அவர் எப்படித் தமிழ்த் தேசிய மூலவராக இருக்க முடியும்?

இதோ பத்மநாபா மரணத்தின் போது ம.பொ.சி. என்ன பேசுகிறார் பாருங்கள். 1.9.1990 அன்று சென்னையில் பத்மநாபாவுக்கு இரங்கல் கூட்டம் நடக்கிறது. ம.பொ.சி. பேசுகிறார்:

“ஒரு பெரியவருக்கு, அதுவும் உலகமே அதிர்ச்சியடையும் வகையில் உயிர்த் தியாகம் செய்த வீரருக்கு இரங்கல் தெரிவிக்கும் கூட்டம் இது. அவர் எனக்கு அதிகம் பழக்கம் இல்லாதவர். ஆனாலும் அவரைப்பற்றி நான் அதிகம் கேள்விப்பட்டிருக்கிறேன். அவர் கடைசிக் காலத்தில் மேற்கொண்ட நடவடிக்கை, துணிவான போக்கு, என்னைப் பெரிதும் கவர்ந்ததால் இந்தக் கூட்டத்தில் கலந்து கொண்டு இரங்கல் தெரிவிப்பதைத் தவிர்க்க முடியாத கடமையாக நான் கருதுகிறேன்....

நம்முடைய பத்மநாபாவிடமிருந்த ஒரு பெரிய பற்றுதல் என்னவென்றால் கொள்கைப் பிடிப்புடையவர். அது மட்டுமல்ல இடதுசாரி மனப்பான்மை உடையவர். அவர் அந்தத் தமிழ் மாகாண அமைப்பை, இராஜீவ் – ஜெயவர்த்தனா உடன்படிக்கை படியான அமைப்பைப் போராளிகளிலே சில இரண்டொரு குழுக்கள் ஏற்க மறுத்தபோது அவர்களுடைய பயமுறுத்தல் சூழ்நிலையிலேகூடத் துணிந்து ஆதரித்தார். கொள்கைவாதி அப்படித்தான் நடப்பான் என்பதற்கு நம்முடைய பத்மநாபா சிறந்த எடுத்துக்காட்டு ஆகும். நீண்ட நெடுங்காலம் நான் லட்சியத்திலே பாடுபட்டு, லட்சியத்திலே நடைபோட்டு வருபவன் ஆதலால் அது அவருடைய நிலை என்னைப் பெரிதும் கவர்ந்தது. ஆனால் அதுவே அவரது உயிருக்குக் கேடாக முடிந்தது என்பதை நான் உணர்கிறேன். அவருடைய பிணத்தைத் தாங்கியிருப்பது... இந்தியத் தமிழ்த்தாய் மடியிலே அவர் உயிர் விட்டார் என்கிற போது அவருக்குப் பெருமைதான் அது. எங்களுக்கு சிறுமை என்று நாங்கள் நினைக்கிறோம். எங்களிடத்தில் ஒரு தியாகி இப்படி உயிர் விட வேண்டிய நிலை வந்ததை நினைக்கும் போதெல்லாம் வேதனையும் வெட்கமும் வருகிறது. ஆகவே அவரது மரணத்துக்கு நான் பரிபூரண முறையில் தேசபக்தியுடைய இந்தியன், இனப்பற்றுடைய தமிழன், முழு இலங்கையை, முழு இந்தியாவை விரும்புகின்ற சர்வ தேசியவாதி, அந்த இலங்கையின் உறவுகூட ஈழத்தமிழனின் அடிமைத்தனத்தில் அல்ல என்று நினைக்கும் அரசியல்வாதி என்பதில் உரங்கொண்டு, உறுதி கொண்டு நண்பர் பத்மநாபாவுக்கும் அவரோடு உயிர் நீத்தவர்களுக்கும் இரங்கலைத் தெரிவித்துக் கொள்கிறேன்.

... நம்முடைய பத்மநாபா அவர்கள் இந்தியப்பெண்ணைத்தான் மணந்தார். நாட்டால் லங்கையர் ஆனாலும் மனைவி உறவின் காரணமாக இந்தியாவின் மாப்பிள்ளை அவர். அந்த மாப்பிள்ளை மரணமடைந்ததற்கு வருந்தி ஆன்மா அமைதியடையப் பிரார்த் திக்கிறேன் என்று பேசியவர் ம.பொ.சி.

*(ஒலிப் பேழையில் இருந்து எடுத்தெழுதப்பட்டது)*

அவரது எண்ணம், சிந்தனை எத்தகையது என்பதற்காகவே இப்பேச்சின் முழு வடிவம் தரப்பட்டது.

## *25. யாருடைய ம.பொ.சி.?*

'செங்கோல்' இதழில் 'ஈழத் தமிழரும் நானும்' என்ற தொடரை ம.பொ.சி. எழுதினார். 26.6.1991 அன்று அது, 'ஈழத்தமிழரும் நானும்' என்ற நூலாகவே வெளியானது. இதிலும் புலிகள் மீதான தமது வெறுப்பை உமிழ்ந்திருப்பார் ம.பொ.சி.

'ஈழத்தமிழரோடும் இந்தியத் தமிழரோடும் எனக்குள்ள தொடர்பை இந்நூலில் விவரித்துள்ளேன். வன்முறை அரசியல் வளர்ச்சியுற்ற பின்னர் எனது இலங்கைப் பயணம் அறவே தடை பட்டுப் போய்விட்டது...

இலங்கைத் தமிழர்கள் ஒருமைப்பாடுடைய இலங்கையில் சிங்களரோடு உறவு கொண்டு வாழ வேண்டும் என்ற உறுதியுடன் தான் இன்னமும் நான் இருக்கிறேன். அந்த நாள் விரைவில் வருமென்று நம்புகிறேன்'

– என்று முன்னுரையில் குறிப்பிட்டார். விடுதலைப் புலிகளின் தனித்தமிழீழப் போராட்டத்தை வன்முறைப்பாதை என்றும், இலங்கையில் சிங்களவரோடு ஒருமைப்பாட்டுடன் இலங்கைத் தமிழர்கள் வாழ வேண்டும் என்பதே தமிழ்த் தேசியப் பிதாமகனின் கொள்கை.

இந்நூலில் விடுதலைப்புலிகளை 'வன்முறையாளர்' என நிறுவுவதற்குப் படாத பாடுபடுகிறார் ம.பொ.சி. வன்முறையாளர் என்பதே பொருத்தம் என்கிறார். எந்தச் சட்டத்துக்கும் கட்டுப்படாத நபர்களான புலிகள் புரிந்த பயங்கரவாதச் செயல்கள் என்கிறார். தமிழரின் தேசியக் கட்சி செய்த தவறு வன்முறையாளர்களான புலிகளுக்கும் அவர்களுக்கும் இடைவெளி இல்லாதது என்கிறார். சிங்களவர் சேர்ந்து உருவாக்கிய விமுக்தி பெரமுனாவையும் புலிகளையும் ஒப்பிட்டார். விடுதலைப்புலிகளின் தலைவர் பிரபாகரனை, ம.பொ.சி. சந்திக்க வேண்டும் என்று விரும்புகிறார் முதல்வர் எம்.ஜி.ஆர். ஆனால் 'புலிப்போக்கு பிடிக்காததால் அவரைப் பார்ப்பதைத் தவிர்த்தேன்' என்கிறார் ம.பொ.சி. அவர் எழுதுகிறார்.

''ஈழநாடு எனப்படும் இலங்கையின் வடக்கு – கிழக்குப் பகுதிகளிலே இன்று புலிகள் (எல்.டி.டி.ஈ.) எனப்படும் வன்முறை யாளர் உலக நாடுகளுக்கெல்லாம் அறிமுகமாகிவிட்டனர்.இந்தியா உள்தோன்றி ஆட்சியைக் கவிழ்க்கவும், புதிய ஆட்சியைப் படைக்கவும் முயன்றதை உலக வரலாறு காட்டுகின்றது. அவர்கள்

“டெர்ரரிஸ்டுகள்” (பயங்கரவாதிகள்) என்றே பெயர் பெற்றனர்.

ஈழத்து வன்முறையாளர் “டெர்ரரிஸ்டுகள்” என்ற பெயரை ஏற்கவில்லை. இப்படிச் சொல்லியதற்காக என்மீது எரிச்சல் காட்டியவர்களுமுண்டு. ‘புரட்சியாளர்’ என்றே இவர்கள் தங்களைக் கருதிக் கொள்கின்றனர்.

ஒளிவு மறைவின்றிப் பொது மக்களில் பலர்கூடி ஆட்சியைக் கவிழ்க்க வன்முறையில் ஈடுபடுவதுதான் புரட்சி எனப்படும். இது எப்படியாயினும், ‘வன்முறையாளர்’ என்பது பொருந்தும் என்றே நம்புகிறேன்.

ஈழத்து வன்முறையாளர் பற்றி இந்தியா அதிகமாகத் தெரிந்து கொண்டது 1983இல் தான். அந்த ஆண்டில் இலங்கையின் வடபகுதியான யாழ்ப்பாணத்தில் சிங்கள இராணுவத்தார் பலரை (சுமார் 17 பேர் இருக்கலாம்) புலிப்படையினர் துப்பாக்கியால் சுட்டுக் கொன்றுவிட்டனர்.

இனத்தாலும் வாழும் பிரதேசத்தாலும் வேறுபட்ட சிங்கள ராணுவத்தார் யாழ்ப்பாணத்தில் தமிழ்ப் பெண்கள் பலரைக் கற்பழித்துவிட்டனரென்று சொல்லியே சிங்கள இராணுவத்தினரைப் பழிவாங்கினர் புலிப்படையினர். இந்தச் சம்பவம் சிங்கள இனத்தாரையும் இலங்கை அரசின் இராணுவத்தாரையும் வெறிபிடித்தாடச் செய்தது.

* * * *

வன்முறையில் ஈழநாடு படைக்கப் பாடுபடத் தொடங்கிய எல்.டி.டி.ஈ.யினர் எனப்படும் புலிப்படையினர் மட்டுமல்லாமல் ஈ.பி.ஆர்.எல்.எப்., ஈரோஸ், டெலோ ஆகிய அணிகளைச் சேர்ந்தவர்களும் வன்முறைப் போரில் ஈடுபட்டிருந்தவர்களே. இந்த அணிகளுக்கெல்லாம் ‘போராளிகள்’ எனப் பொதுப் பெயர் தரப்பட்டுள்ளது.

ஒரு கட்டத்தில் புலிப்படை போல வன்முறையில் ஈடுபட்ட குழுக்களின் எண்ணிக்கை எண்பது எனக் கணக்கிட்டு தாம் கூட்டிய அனைத்துக் கட்சிகளின் தலைவர்கள் கூட்டத்தில் அறிவித்து அவற்றின் பெயர்களையும் முதல்வர் எம்.ஜி.ஆர். படித்துக் காட்டினார்.இந்தக் குழுக்கள் தங்களுக்குள்ளும் கொலை வழியைக் கடைப்பிடித்து பரஸ்பரம் அழித்துக்கொள்ள முயன்று வருகின்றன. இதில் எல்.டி.டி.ஈ.யினர் அதிக தீவிரம் காட்டி வருகின்றனர்.

இலங்கையில் வன்முறையில் நம்பிக்கையற்ற தேசிய இயக்கமான தமிழர் ஐக்கிய விடுதலை முன்னணி தொடக்கத்திலிருந்தே தனக்கும் தீவிரவாதிகளுக்கும் நடுவே இடைவெளி ஏற்படுத்தி, அதைக் காத்து வரவும் தீவிரவாதிகளின் வன்முறைச் செயல்களை வெளிப்படையாகக் கண்டித்து வரவும் தவறிவிட்டது.

மாறாக, பயங்கரவாதக் குற்றத்திற்காக மரண தண்டனை பெற்று வெலிக்கடைச் சிறையிலிருந்த திரு.குட்டிமணி என்பவரைத் தன் சார்பில் நாடாளுமன்றத்திற்குத் தேர்ந்தெடுத்தது தமிழர் ஐக்கிய விடுதலை முன்னணி. அதன் மூலம் அவரை மரண தண்டனையிலிருந்து விடுவிக்கலாம் என்று எண்ணியதாம். முன்னணியின் அதிகாரபூர்வ வார ஏடான 'சுதந்தரன்' இதழில் தீவிரவாதிகள் ஆதரிக்கப்பட்டனர்.

தமிழர் ஐக்கிய விடுதலை முன்னணியின் தலைவர்கள் சென்னையில் என்னைச் சந்தித்தபோதெல்லாம் புலிகள் விஷயத்தில் அவர்கள் போக்கிலுள்ள தவறுகளை எடுத்துக்காட்டி, இதனால் எதிர்காலத்தில் ஈழத்தில் தேசிய இயக்கமே அழிந்துவிடக்கூடும் என்று எச்சரித்தேன். அது பயன் தரவில்லை. தேசியத் தலைவர்கள் போராளிகளைக் காட்டி இலங்கை அரசை நல்வழிப்படுத்தலாமென நம்பினர்.

திரு.பிரபாகரன் தலைமையிலுள்ள புலிப்படையினர் தங்களைப் போலவே தனி ஈழநாடு கோரித் திரு.சபாரத்தினம், திரு.பத்மநாபா போன்ற வன்முறைப் புரட்சியில் ஈடுபட்டிருந்தவர்களைக் கொன்றதோடு, தற்காப்புக்காகக்கூட ஆயுதமேந்தாத அகிம்சைவாதிகளான திரு.அமிர்தலிங்கத்தையும், திரு.யோகீசுவரனையும் கொன்றனர்.

இலங்கையில் இருவேறு இனங்களின் பயங்கர இயக்கங்கள் தோன்றின. ஒன்று, வடக்கு-கிழக்குப் பகுதிகளில் வாழும் தமிழினத்தாரின் தனிநாட்டுக்கு கோரிக்கைப் புரட்சி! மற்றொன்று, இலங்கையின் தெற்குப் பகுதியில் சிங்கள இனத்தவராலேயே நடத்தப்படும் விமுக்தி பெரமுனா என்ற பெயருடையதாகும்.

முன்னது சிங்கள இனத்தவரின் ஆதிக்கத்திற்கு எதிரானது. பின்னது முதலாளித்துவத்திற்கு எதிரான வர்க்கப்புரட்சி என்று சொல்லப்படுகிறது. ஆனால், இன்றுவரை இது தெளிவுபடவில்லை. இரண்டுமே கொலை, கொள்ளை ஆகிய போர் முறைகளோடு கூடிய பயங்கரமாகும். இவற்றைப் 'புரட்சி' என்றும் சொல்லுகின்றனர் சிங்களப் பயங்கரவாதிகள்.

இலங்கை அரசின் அதிர்ஷ்டவசமாக, சிங்களப் பயங்கரவாதிகளின் 'விமுக்தி பெரமுனா' இயக்கமும் ஈழத்தமிழரின் பயங்கர இயக்கமும் ஆதிமுதலே ஒன்றுபடவில்லை. அதனால் இன்றுவரை இலங்கை பிழைத்திருக்கிறது. வகுப்பு வாதமும் வர்க்க வாதமும் ஒன்றுபட முடியாதுதானே!

என்னைப் பொறுத்தவரை பயங்கரவாதத்தையே வெறுக்கிறேன். அது எதற்காக நடத்தினாலும் நான் ஆதரிப்பதற்கில்லை.

நான் காந்தியத்தை ஏற்று, அந்தத் தத்துவத்தின் தலைமையில் நடந்த சாத்விகப் போரிலும் ஈடுபட்டு, இந்தியா சுதந்திரம் பெறப் பாடுபட்டவனாதலால் உலகில் எந்த ஒரு நாடும் தனது சுதந்திரத் திற்காக வன்முறையில் ஈடுபடுவதை நான் ஆதரிப்பதற்கில்லை.

அந்த வகையில்தான் என் இனத்தவரான ஈழத்தமிழர் தனி ஈழநாடு கோரி நடத்தும் பயங்கர இயக்கத்தை அது தோன்றிய நாள் முதலே நான் ஆதரிக்கவில்லை.

தனி ஈழநாடு கோரும் பயங்கரவாதிகளின் முன்வரிசைத் தலைவர்களில் எவரையும் நான் சந்தித்ததில்லை.

தனி மாநிலங் கோரியவர்கள் பிற்காலத்தில் இலங்கையைத் துண்டாடித் தனி ஈழம் பெற விரும்பிய போது அது சாத்தியமில்லை யென்று யான் கருதினேன். சாத்தியமானாலும், இந்தியாவுக்கும் இலங்கைக்கும் அது நன்மை செய்யாது என்று கருதினேன்.

தனி ஈழ நாடு பெற ஈழத்தமிழர்கள் சாத்விக முறையில் போராடிய நாள்வரை தார்மிகரீதியில் அவர்களை ஆதரித்து வந்தேன். ஆம் 1948 தொடங்கி 1979 வரை அடிக்கடி ஈழம் சென்று வந்தேன்.

ஆனால், ஈழத்தில் புலிப்படை தோன்றியபின், சாத்விக முறையில் தனி ஈழம் கோரியவர்களுக்கும் வன்முறையாளருக்கும் இடைவெளி குறைந்தபின் அதாவது தமிழர் ஐக்கிய விடுதலை முன்னணி புலிப்படையினருடன் உறவுகொண்ட பின் நான் ஒதுங்கிக் கொண்டேன்.

திரு.பிரபாகரனை நான் நேரில் பார்த்ததில்லை. அவர் சென்னை யிலிருந்தபோது, 'நீங்கள் விரும்பினால் அவரைச் சந்திக்க ஏற்பாடு செய்து தருகிறேன்' என்று முதல்வர் எம்.ஜி.ஆர்.என்னிடம் கூறினார். ஆனால், அவரது புலிப்போக்கு எனக்குப் பிடிக்காததால், அவரை நானாகச் சென்று பார்ப்பதைத் தவிர்த்தேன்.

> – இதுதான் ஈழத்தமிழர் பிரச்னையில் ம.பொ.சி.யின் நிலைப்பாடு. இதுதான் அவரது ஈழக் கொள்கை. இவர் தாம் தமிழ்த் தேசியப் பிதாமகரா?

"இந்துமதம் அழியக்கூடாது. அழிப்பாடுண்டானால் அதை உயிர் கொடுத்துக் காக்க வேண்டும். இந்துமதம் அழியுமானால் இந்தியாவின் ஒருமைப்பாடு நலிந்து போகும்."

என்கிறார் ம.பொ.சி. அவரது எல்லாக் கவலைகளும் எப்போதும் இந்திய ஒருமைப்பாட்டிலேயே கால் பதித்து நின்றன. அதில் குறை காண விரும்பவில்லை. ஏனென்றால் அதுதான் உண்மை ம.பொ.சி.!

தமிழர் என்பதைவிட 'இந்து' என்ற அடையாளத்தையே பெருமையாக நினைத்தார் அவர். "நான் தமிழன் என்பதால் எனக்கு உறவு நாலரை கோடிப் பேர்தான். இந்துவாக இருப்பதால் ஐம்பது கோடிக்கும் மேற்பட்டவர்களுடன் உறவுகொள்ள முடிகிறது. என்னைப் பொறுத்தவரையில் இந்த உறவுக்காகத்தான் நான் இந்துவாக இருக்கிறேன். இனியும் அப்படியே இருக்க விரும்புகிறேன்" என்றவர் அவர். இதில் நான் குறைகாண விரும்பவில்லை. ஏனென்றால் அதுதான் உண்மை ம.பொ.சி.!

பிறகு எதற்காக 'தமிழர்' முகமூடியைப் போட்டுக் கொண்டார்? அது தமிழர்க்காக அல்ல. 'பார்ப்பனர்' காக்க! பார்ப்பனர்க்காக!

"தமிழ்நாட்டிலே ஒரு சாரார் பிராமணர், தமிழர் அல்லர், தமிழர்க்கு அந்நியரான ஆரியரே என்று பிரச்சாரம் செய்தது தலைவர் இராஜாஜிக்கு மிகுந்த வேதனை தந்தது. பிராமணர் – பிராமணரல்லாதார் எனும் வேற்றுமையைப் போக்குகின்ற குறிக்கோளுடன் தான் தமிழர் என்ற இன உணர்ச்சியை நான் வலியுறுத்துகிறேன் என்பதில் இராஜாஜிக்கு அய்யமில்லை" என்கிறார் ம.பொ.சி.! இவர்தான் தமிழ்த் தேசிய மூலவர்!

ம.பொ.சி.யை இவ்வளவு விமர்சிக்க வேண்டிய அவசியம் இதனால்தான் ஏற்படுகிறது! தன்னால் புகமுடியாத சக்கரவியூகங் களை உடைத்து நொறுக்கும் வேலையை ம.பொ.சி. செய்கிறார் என்றார் இராஜாஜி. எத்தகைய சக்கரவியூகங்களையும் உடைத்து நொறுக்கும் வேலையைத் 'திராவிடம்' தினமும் செய்ய வேண்டும் என்பதையே ம.பொ.சி.யின் மறுஉருக்கள் நமக்கு உணர்த்திக் கொண்டே இருக்கிறார்கள்.

# 2

## குணா: கிறித்துவ இறையியல் தமிழ்த் தேசியம்

### *1. குணாவை அறிவோம்!*

ஆரிய சனாதனத்தின் வடிவமாகப் பார்ப்பனர்களால் பூசனை செய்யப்படும் காஞ்சி மடம் சந்திரசேகரரை 'காஞ்சிப் பெரியவர்' என்று (தமிழரின் தொன்மை 2016; பக்கம். 72) போற்றிப் பாடும் குணா, தந்தை பெரியாரை 'ஆங்கிலம் அறவே தெரியாத ஈ.வெ.இராமசாமி நாயக்கர்' என்று (அதேநூல் பக்கம். IV) என்று சொல்வதில் அதிர்ச்சி எதுவும் இல்லை. வாய்க்கு வந்ததை எல்லாம் பேசும், எக் கொள்கையுமற்ற தமிழ்த் தேசியம் என்ற வெற்றுச் சொல் எங்கே கொண்டு போய் நிறுத்தும் என்பதற்கு எடுத்துக்காட்டு இது.

ம.பொ.சி.யைச் சிலப்பதிகாரத்தோடு நிறுத்தியது. மணியரசனை தஞ்சைப் பெரிய கோயிலில் நிறுத்தியது. சீமானை, பழனி முருகனிடம் வேல் அடிக்க வைத்தது. குணாவை மகா பெரியவர் முன் அறிவு மண்டியிட வைக்கிறது. பகுத்தறிவற்ற தமிழ், பண்டாரம் ஆகிடும் என்று இதற்குத்தான் சொன்னார் பெரியார். அவ்வளவு தான்!

குணாவுக்கு, காஞ்சி சந்திரசேகரர்தான் மிகப்பெரிய துல்லிய மான வரலாற்றாசிரியர். 'அவரே சொல்லிவிட்டார்' என்று இறும்பூதெய்தும் அளவுக்குக் குணாவுக்கு அவர் மகா பெரியவர்.

'ஆரிய இனம் எனும் மரபினம் ஒன்று உண்மையில் இருக்கிறதா?' என்ற கேள்வியை குணா தமக்குத் தாமே கேட்டுக் கொண்டு, 'இல்லை' என்று யார் சொன்னதை மேற்கோள் காட்டுகிறார் என்றால் மகா பெரியவரை!

'ஆரிய இனமே இல்லை' என்று மகா பெரியவர் சொன்னதை நம்பும் குணா, 'திராவிடத்தால் வீழ்ந்தோம்' என்று எழுதுவதில் என்ன அதிர்ச்சி இருக்க முடியும்?

"ஆரிய இனம் எனும் மெய்யினம் இருந்ததே இல்லை. அது நிற வெறி கொண்ட ஐரோப்பியர்கள் இட்டுக்கட்டிய புனைகதை

என்கிறார் காஞ்சிப் பெரியவர். அக்னி கோத்ரம் இராமானுஜ தாத்தாச்சாரியார் சொன்னதைப் போல். 'தமிழ் பேசினால் தீட்டு, (தமிழ் பேசினால்) மறுபடியும் ஸ்நானம் பண்ணனும்' என்னும் கருத்துள்ளவர் தாம் காஞ்சிப் பெரியவர் சந்திரசேகர சரசுவதி. அப்படிப்பட்டவரே தமிழின் பெருமைகளைப் பற்றியும் அரிய சில கருத்துகளை உதிர்த்துள்ளார்'' (தமிழரின் தொன்மை பக்கம். 71) என்று காஞ்சியின் அருள்வாக்கை வரலாற்று ஆதாரம் ஆக்குகிறார் குணா.

'தமிழில் பேசினால் ஸ்நானம் பண்ணனும்' என்கிற சந்திரசேகரர், மகாபெரியவராக காட்சி தருதல் எங்ஙனம்? பெரியாரிய எதிர்ப்பே சாம்பல் தேய்த்துக் கொள்ளத் தூண்டுகிறது.

"ஆரிய இனம் என்றோர் இனம் இருந்திருந்தால் பிராமணர் களின் பேதங்கள் கூறவேயில்லையெனப் பிராமணியத்தில் ஊறித் திளைத்த அக் காஞ்சிப் பெரியவர் கூறுகிறார். 'திராவிடர்' எனும் பெயர் தமிழ்ப்பிராமணரை மட்டுமே குறிக்கின்ற சொல்லேயன்றி, ஒரு மெய்யினத்தைக் (Race) குறிப்பதற்காக ஆளப்பட்டு வந்த சொல்லன்று என்பதைக் காஞ்சிப் பெரியவர் ஐயம் திரிபற விளக்குகிறார்.

வட இந்தியாவில் 'திராவிடர்' என்று அழைக்கப்படுவோர் எல்லோருமே பிராமணர்கள் தாம் என்று காஞ்சிப் பெரியவர் தெளிவுறக் கூறுகிறார்... இப்படி காஞ்சி சந்திரசேகர் எழுதியதை ஐயம் திரிபறக் கற்ற குணா, மறைமலையடிகளையும், பாவாணரையும், பெருஞ்சித்திரனாரையும் ஐயம் திரிபறக் கற்காமல் போனதன் விளைவு தான் இக்கெடுதல்கள்.

(பக்கம். 72)

ஆரிய–திராவிடப் போரால், பரப்புரைகளால், விவாதத்தால் நெருக்கடிக்குள்ளான காஞ்சிக்கூட்டம், ஆரியத்தையே இல்லை என்றும், திராவிடர்களே பிராமணர்கள் என்றும் திரித்துப் பொய் யுரைப்பது என்ற அரசியல் இன்னுமா குணாக்களுக்குப் புரிய வில்லை?

"முன்னை நாளில், ஆசியக் கண்டத்தின் வடக்கேயுள்ள வடநாடுகளில் வகித்துக் கொண்டு ஆர்யமொழி வழங்கிய முதுமக்க ளான ஆரியர்மாட்டுத் தோன்றிய வழிமுறையாரே பின்னாளில் ஆரியரென்று பெயர் பெறுந் தகுதியுடையாரென்பதும் ஈண்டு உணரற்பாலனவாம்" என்பது 1905 ஆம் ஆண்டில் மதுரைத் தமிழ்ச் சங்கத்தில் மறைமலையடிகள் செய்த சொற்பொழிவின் தொடக்கம். தனித்தமிழ்த் தந்தை மறைமலையடிகள் சொல்வது ஏற்கத்தக்கதா? 'மகா பெரியவரே' சொல்வது ஏற்கத்தக்கதா? 'மகா பெரியவரைப்'

படித்து மெய்மறந்த பின்னால், மறைமலையடிகளின் ‘பண்டைக் காலத் தமிழரும் ஆரியரும்’ புரியுமா குணாக்களுக்கு?

இதோ ‘திராவிட மொழிநூல் ஞாயிறு’ தேவநேயப் பாவாணர் பேசுகிறார்:

“ஆரிய தமிழ்ப் போர் இந்தியர்களுள் முக்கியமாய்த் தமிழர்க்குள் பிரிவினையுண்டாக்குமாறு ஆங்கிலேயரால் தோற்றுவிக்கப்பட்ட தென்றும், அடிமைத் தமிழரான நீதிக்கட்சியார் அதைக் கடைப் பிடித்து வருகின்றரென்றும் ஒரு சாரார் கூறிவருகின்றனர்.

ஆரிய தமிழ் (திராவிட)ப் போர், ஆரியர் இந்தியாவில் கால் வைத்த நாள் முதலாய் நடந்து வருவது சரித்திரத்தால் அறியப்படும் – ஆரிய மறைகளும் அதற்குச் சான்றாகும்.

பிராமண மதத்திற்கு மாற்றாகப் பௌத்த மதத்தைத் தோற்று வித்த புத்தர், வடநாட்டிலிருந்த ஒரு திராவிட வகுப்பாரே. பிரிவினை யென்னும் படையால், திராவிடரைக்கொண்டே திராவிடரை வென்று வடநாட்டை ஆரியர் கைப்பற்றும் வரையும் போர் நடந்து கொண்டே இருந்தது.

ஆரியர் தமிழ் நாட்டிற்கு வந்தபின், அவர் முறைகளைத் தமிழ்நாட்டிற்குத் தீங்கு விளைவிப்பனவாகக் கண்ட பல தமிழறிஞர், அவ்வப்போது அவற்றைக் கண்டித்து வந்திருப்பதை நெடுகக் காணலாம்.

செங்குட்டுவ கனகவிசயப் போர் பதினெண்நாழிகையும், பாரதப்போர் பதினெண் நாளும், இராம விராவணப் போர் பதினெண் மாதமும், தேவ அசுரப்போர் பதினெண் ஆண்டும் நடந்ததாகச் சொல்லப்படும். ஆயின் ஆரிய தமிழ்ப் போரோ பதினென் நூற்றாண்டாக நடந்து வருகின்றது. ஆய்ந்து நோக்கின் தேவ அசுரப் போர் என்பது ஆரிய திராவிடப் போரே. சேர நாட்டு செங்கோல் வேந்தனும் மாபெருங் கொற்றவனுமாகிய மாவலி அசுரனென்றும் பிராமணர் பூசுரர் (நிலத்தேவர்) என்றும் கூறப்படுதல் காண்க. தமிழ்ச் சித்தர் இலக்கியத் தொண்டும், நயன்மைக் கட்சியின் (Justice Party) அரசியல் தொண்டும் ஆரிய திராவிடப் போராட்டமே!” (தேவநேயம் 2 பக்கம். 44) என்பது பாவாணர் கூற்று. குணா செல்வது பாவாணர் பாதையா? ஓதுவது மகா பெரியவர் கூற்றா?

‘ஆரியர்’ என்பது ஐரோப்பியர் கடைச் சரக்கு என்றால்...

‘ஆரியம் நன்று தமிழ்தீ தெனவுரைத்த..!’ என்று நக்கீரர் சீறினாரே?

நக்கீரருக்கு முந்தியவர்கள் ஐரோப்பிய வரலாற்றாசிரியர்களா? ஆங்கிலம் தெளிவுறக் கற்ற குணா சொல்லட்டும்!

'மறப்பினு மோத்துக் கொளலாகும் பார்ப்பான்
பிறப்பொழுக்கங் குன்றக் கெடும்'–என்கிறது வள்ளுவம். இந்த வள்ளுவத்துக்கு முந்தியவர்களா ஐரோப்பிய வரலாற்றாசிரியர்கள்?

ப்ராஹ்ம ணோஸ்ய முகமாஸித்
பாஹூ ராஜன்ய க்ருத:
ஊரு ததஸ்ய யத்வைஸ்ய:
பத் ப்யாக்ம் ஸூத்ரோ அஜாயத

என்பது இருக்கு வேதம். *(10;90;12)*

பிராமணன் பிரமத்தின் முகத்தினின்றும், சத்திரியன் அதன் தோளில் இருந்தும், வைசியன் அதன் தொடையிலிருந்தும், சூத்திரன் அதன் பாதத்திலிருந்தும் தோன்றினர் என்பது இதன் பொருள். இருக்கு வேதம் முந்தியதா? ஐரோப்பிய வரலாற்றாசிரியர் முந்திய வரா? என்பதை மகா பெரியவரடிமை குணாவே விளக்க வேண்டும்!

ஆரியம் என்பதே இல்லை என்பது இராம.கோபாலன்கள், எஸ்.குருமூர்த்திகளின் கண்டுபிடிப்பு. இதுவேதான் குணாவின் கண்டுபிடிப்பும். இத்தகைய குணா, 'திராவிடத்தால் வீழ்ந்தோம்' என்றுதானே எழுதுவார்?!

இராம.கோபாலன், எச்.ராஜா, எஸ்.குருமூர்த்தி வகைப்பட்ட திராவிட எதிர்ப்பு என்பது இந்துத்துவ அடிப்படையிலானது என்றால், குணா போன்றோரின் திராவிட இயக்க எதிர்ப்பு என்பது கிறித்துவத் தன்னார்வத் தொண்டு நிறுவனங்களின் அடிப்படையிலானது.

பெரியாரியத்தை வீழ்த்த அவரை ஒடுக்கப்பட்ட தலித் மக்களின் விரோதியாகக் காட்டுவதற்குச் சில கிறிஸ்தவத் தன்னார்வத் தொண்டு நிறுவனங்கள் அடித்தளமிட்டது ஒரு வகை என்றால், இன்னொரு பக்கத்தில் பெரியாரியக்கத்தைத் தமிழர்களிடமிருந்தே பிரித்தெடுக்கவும் இதே நிறுவனங்கள் சூழ்ச்சி செய்து வருகின்றன.

பெரியார் இந்து மதத்துக்கு மட்டுமல்ல, எல்லா மதங்களுக்கும் எதிரி. எல்லாப் பழமை வாதத்துக்கும் எதிரி. கோவில்களுக்கு மட்டுமல்ல சர்ச்சுகளுக்கும் தர்க்காக்களுக்கும் எதிரி. எனவேதான் திராவிட இயக்க எதிர்ப்பு, பெரியார் எதிர்ப்பு என்று பேசப்படும் கருத்தாக்கங்கள் அனைத்துமே ஒரே மாதிரியாக இருக்கும். ஒரே நேர்க்கோட்டில் இணையும்.

இராம.கோபாலன், எச்.ராஜா, இந்து முன்னணி, மணியரசன், சீமான், குணா, கிறித்துவத் தன்னார்வத் தொண்டு நிறுவனங்கள், கிறித்துவ மிஷனரிகள் நடத்தும் ஆய்வுக்கூட்டங்கள், ஆராய்ச்சிகள், சில இசுலாமிய அடிப்படைவாதிகள், சாதிய மேலாண்மை பேசும் அமைப்புகள் ஆகியோர் குரல் ஒரே மாதிரியாக இருக்கும்.

இவர்கள் வெவ்வேறு வேடங்கள் தாங்கி வந்தாலும், இவர்களது இலக்கு என்பது ஒன்று தான். அது பெரியாரியத்தை வீழ்த்துவது! இதற்குள் சாதிக்குரலும் உண்டு. சமற்கிருதக் குரலும் உண்டு. தனித்தமிழ்க் குரலும் உண்டு. மதவாதக் குரலும் உண்டு. இதில் கிறித்துவ மெய்யியல் குரல் குணாவுடையது.

2. குணாவுக்குள் ஒளிந்திருக்கும் மோசீசன்!

குணா என்ற பெயருக்குள் ஒளிந்திருக்கும் சாமுவேல் குணசீலன், கோலார் தங்கவயலில் 1941 ஆம் ஆண்டு செப்டம்பர் 15இல் பிறந்தார். அவருடைய தந்தையார் அ.மா.து.சாமுவேல். "வேலூர் ஊரிசு கல்லூரியில் மாணவனாக இருக்கையில் நான் பிறந்த கோலார் தங்கவயலில் 1958ஆம் ஆண்டளவில் பொதுவுடைமைக் கருத்திய லாலும் இயக்கத்தாலும் ஈர்க்கப் பெற்றேன். மோசீசன் (மோசே) காட்டிய பொன்னுலகைப் போல் அப் பொதுவுடைமை இயக்கம் எனக்குத் தென்படவே கனவுலகத்திற்குள் புகுவதைப் போன்றே புத்துணர்வுடன் அதற்குள் மடமடவென அடியெடுத்து வைத்தேன்." (தமிழின மீட்சி; 1994 முன்னுரை) என்று ஒப்புக்கொண்டவர் குணா!

அதாவது மோசேயின் பொன்னுலகம் அவரது ஈர்ப்புக்குரியதாக இருந்தது இயல்பானதுதான். அத்தகையவருக்குப் பெரியாருலகு வெறுப்புக்குரியதே.

குணாவை அறிய அவரது இரண்டு குறுநூல்கள் முக்கிய மானவை. ஒன்று: 'கிறித்துவத்தின் உள்ளீடு தேசிய விடுதலை இறையியலே' (1993)

இரண்டு: 'ஒடுக்குண்ட கிறித்துவர்களும் தமிழ்த் தேசியமும்' (1991)

இந்தச் சிந்தனையின் தொடர்ச்சியாகத்தான் 1994இல் 'திராவிடத்தால் வீழ்ந்தோம்' நூல் வெளியாகிறது.

முதலில், 'ஒடுக்குண்ட கிறித்துவர்களும் தமிழ்த் தேசியமும்' என்ற நூலைப் பார்ப்போம்.

இது மதுரையில் உள்ள தமிழ்நாடு இறையியல் கல்லூரியின் தலித் மக்கள் ஆய்வு மையம் நடத்திய 'அறிவர் அம்பேத்கரின் விடுதலைக் கோட்பாடும் இன்றைய தலித் மக்களின் விடுதலையும்' என்ற கருத்தரங்குக்காக எழுதி அனுப்பி வைக்கப்பட்ட கட்டுரை என்கிறார் முன்னுரையில் குணா. அக்கருத்தரங்கு 1991 மார்ச் 15 மதுரையில் நடந்துள்ளது.

"சாதி ஒடுக்கத்தின் அறிவுக்கொவ்வா வரம்புகளைப் பார்த்து விட்ட வழியறியா மக்களாகிய புலையரும் பள்ளரும் நாட்டாரும்

சாதி இழிவிலிருந்து மீளோமாவென எண்ணி ஏங்கிய வண்ணம் பத்தொன்பதாவது நூற்றாண்டிலும் தங்களுக்கெனச் சில மீட்பர்களை தேடத் தொடங்கினர். அஃது அகமை மீட்சியாகத்தான் இருந்தது. ஆனால் புறமை மீட்சிக்கான முன்னிலைகளும் அதற்குள் இருக்கத் தான் செய்தன. அந்த மீட்பர்களோ பிறநாட்டுச் சமயக் குரவர் களாகவும் குமுகப் புரட்சியாளராகவும் இருந்தனர்.

மதவழியில் தொல் தமிழருக்கு மீட்பர்களாக அறிமுகமான இருவருள் ஒருவர் இயேசு கிறித்து. முகமது நபி இன்னொருவர். இவ்விருவருள் தொல் தமிழரில் மிகப் பெரிய பகுதியினரின் வாழ்வியல் மீது ஒரு பெரிய தாக்கத்தை ஏற்படுத்தியவர் இயேசு கிறித்துவென்னும் மீட்பர் மாதிரி தானென்பதை மறுக்கலாகாது. மேலை நாடு கிறித்துவ விடையூழியர்கள் கொண்டு வந்த அந்த மீட்பரைத் தெய்வமெனத் தழுவி மதமாறிய புறயரிடத்திலும் பள்ளரிடத்திலும் நாட்டாரிடத்திலும் மீனவரிடத்திலும் மதமாற்றத் தால் கண்படக் காணத்தக்க நல்ல பல வாழ்வியல் வளர்ச்சிகளும் பண்பாட்டு மாற்றங்களும் விளைந்தன. குலத் தொழிலாகிய அடிமைத் தொழிலை விட்டு வேறு தொழில்களைத் தேடுகின்ற வாய்ப்பும் பொதுக்கல்வியைப் பெறுகின்ற வாய்ப்பும் இவர்கள் கண்ட பாலைவனச் சோலைகளாயின. மதமாற்றத்தால் சாதிநெறி கெட்டுவிடுமென அஞ்சி, மதமாறிய இக்கீழ்ச் சாதி மக்களைத் தாக்குவது, இவர்களின் குடிசைகளைக் கொளுத்துவது, ஊர்ப் புறக்கணிப்புச் செய்வது போன்ற அடாத செயல்களில் ஈடுபட்டு வந்த மேல்சாதியினரின் கொடுமைகளை எதிர்த்துத் தற்காப்பு வன்முறையில் ஈடுபடுகின்ற புதிய துணிவும் தெம்பும் அப்பேதை மக்களுக்கு மதமாற்றத்தால்தான் வந்தது. ஆங்கிலேயர் காலத்தில் இவர்களிடம் ஒரு சிறிய நடுத்தர வகுப்பும் தோன்றியது.

இசுலாமிய மதத்திற்கு மாறிய தொல்தமிழர்கள் எண்ணிக்கையில் சிலரேயாயினும், முகமது நபியைத் தம் மீட்பராக நம்பி அகமை விடுதலையையும் புறமை மாற்றங்களையும் தேடிக் கொண்டனர்.

மதமாற்றத்தின் வழிவந்த அகமை விடுதலை நாட்டத்தை அடுத்து, அரசியல் வழியில் சிலருக்குப் பெரியாரும் அம்பேத்கரும் மீட்பர்களாகத் தோன்றினர். ஒரு சிலருக்குக் காரல் மார்க்சும் ஒரு மீட்பராகத் தென்பட்டார். ஆனால் அன்றாட வாழ்வியல் பயன் களைப் பொறுத்தவரையில் இந்த மீட்பர்களால் விளைந்த நன்மையோ மதமாற்றத்தால் வந்த நன்மைக்கும் குறைந்த அளவின தாகவே இருந்ததும் இருப்பதும் கண்கூடான (சிலருக்கு கசக்கின்ற) உண்மை” என்று நூற்றாண்டு வரலாற்றைச் சுருக்கமாக விவரிக்கிறார் குணா, தமது சிந்தனைக்கு ஏற்ப!

*(நூல் பக்கம். 13–14)*

அதாவது ஒடுக்கப்பட்டோர் விடுதலை என்பது அரசியல் வழிபட்டதாக இல்லாமல் மதமாற்றத்தால் மட்டுமே சாத்தியம் என்றவர் குணா. அதுதான் இதற்குப் பெரிய அளவில் இயேசு கிறித்துவைப் பரிந்துரைக்கிறார்.

'பாரதம் என்னும் கட்டமைப்பு இருக்கின்ற வரையில் பார்ப் பனரின் மேட்டிமையும் சாதிகளும் இருக்கத்தான் செய்யும்' என்ற பெரியாரின் கூற்றை மறுக்கும் குணா, அனைத்திந்திய சாதி என்ற நிலையில் ஒரு சாதி எதுவும் இல்லை என்கிறார். பார்ப்பனீய எதிர்ப்பே முழுமைக்குமான தீர்வாகாது. தாழ்த்தப்பட்ட சாதியினருக்கும் பிற்பட்ட சாதியினருக்குமான முரண்பாட்டை இவர்களால் தீர்க்க முடியவில்லை என்றும் கூறுகிறார். 'நலிந்தோரெல்லாம் ஒன்றே' என்று பெரியார் கூறுவது, 'அகண்ட பாரதக் கொள்கைக்கு முட்டுக் கொடுப்பதாகும்' என்கிறார்.

(பக்கம். 18)

தமிழ் பேசும் நலிந்தோருக்கு மட்டும் பேசு; மற்ற நலிந்தோருக்குப் பேசாதே என்பது குணாவின் கருத்து. அந்த வகையில் பார்த்தால், தமிழ்நாட்டு நலிந்தோருக்காக மட்டுமே, 'தமிழ்நாடு தமிழருக்கே' என்று பெரியார் பேசியதும், தனிநாடு கேட்டதும் சரியானது தானே?

அதேபோல், 'உலகத் தொழிலாளர்களே ஒன்று சேருங்கள்' என்ற கம்யூனிஸ்ட் முழக்கமும் குணாவுக்கு நகைப்புக்குரியதே. 'இது மெய்ப்படாது, உருப்படாது, கசப்பூட்டுவது' என்கிறார் குணா.

(பக்கம். 18)

பெரியாரியம், மார்க்சியம் இரண்டையும் கிண்டலும் கேலியும் செய்து அதற்கு மாற்றாக மதமாற்றத்தைக் கொண்டு வந்து வைக்கிறார் குணா. கம்யூனிஸ்ட்டுகளைப் பார்த்துப் பார்ப்பனீயம் அஞ்சுவதில்லையாம். எதைப் பார்த்துப் பயப்படுகிறார்கள்? மத மாற்றத்தைப் பார்த்தாம். அதனால் இந்துக்களே, கிறித்துவத்துக்கு மாறுங்கள் என்பதே அவரது வேண்டுகோள். 'செங்கொடிக்கு அஞ் சாதோர் மதமாற்றத்திற்கு அஞ்சுவதேன்?' என்ற ஒற்றைக் கேள்விக்குள் நிற்கிறது குணாவின் உண்மை முகம்!

இந்த மதமாற்றம் என்ற உன்னதக் கொள்கைக்கு எது தடையாக இருக்கிறது தெரியுமா? 'இட ஒதுக்கீடு' என்பதும் குணாவின் கண்டுபிடிப்பே!

இட ஒதுக்கீடு தருவதாய் மனநிறைவு அடைந்து இந்துக்கள், இந்து மதத்திற்குள்ளேயே இருந்து விடுகிறார்களாம். இதனால் மதம்மாறுவது தடைபடுகிறதாம்.

"இடவொதுக்கீடு–சலுகை இன்று புறயரையும், பள்ளரையும், பிறரையும் மயக்குறச் செய்யும் புதிய வகை அபினி. 'இந்து' மதத்தைக் கட்டிக் காக்க வேண்டி அவர்களின் வாயருகில் எட்ட வைத்துக் கட்டப்பட்டுள்ள கொள்ளு முடிச்சு. தொல் தமிழர்கள் பெருமளவில் மதம் மாறுவதைத் தடுக்க வேண்டுமெனில் இடவொதுக்கீடும் சலுகைகளும் இன்றியமையாதவையென அவற்றை எதிர்க்கின்ற பார்ப்பனரால்கூட மெல்லவும் முடியாமல் விழுங்கவும் முடியாமல் தலையெழுத்தென ஏற்றுக் கொள்கின்ற இரங்கத்தக்க நிலையைப் பற்றி சொல்லித் தானே தெரிய வேண்டும்!" என்கிறார். என்ன அபத்தம் இது?

(பக்கம். 19)

இந்து மதத்தைக் காக்கும் உன்னத தத்துவம் இடஒதுக்கீடு என்றால் இந்துமதக் காவலர்களும், பார்ப்பனீயமும் ஏன் இட ஒதுக்கீட்டை எதிர்க்க வேண்டும்? என்ற சிற்றறிவு கூடவா இல்லை? இருக்கிறது–ஆனாலும் சொல்லக் காரணம், மதமாற்றம் தடை படுகிறதே என்ற நப்பாசைதான். தன்னுடைய வாதங்களுக்கு வலுச் சேர்க்கும் வகையில்,

"இந்தி – இந்து வல்லரசுக் கொள்கையில் பெரிய ஓட்டையாக மதமாற்றமே இருக்க முடியும் (பக்கம். 19). அரசியல் வழியில் ஏற்பட்ட குமுகப் பொருளியல் வளர்ச்சியை விட மத மாற்றத்தினால் வாய்த்த குமுகப் பொருளியல் மாற்றங்களும் ஏற்றங்களும் அளவால் பெரியவை. (பக்கம். 20). மதம் மாறா புறயரிடமும் பள்ளரிடமும் ஏற்பட்டுள்ள வாழ்வியல் மாற்றங்களும் ஏற்றங்களுமெல்லாம் பொது வாக உயர்கல்வி கற்று உயர் பதவிகளை எய்தியதால் வந்தனவாகும். இவ்வாறு வளர்ந்தோரின் எண்ணிக்கையோ ஒப்பீட்டளவில் சிறியது" (பக்கம். 20) என்கிறார். அதாவது மதம் மாறாதவர்கள் வளர்ந்தது ஒப்பீட்டளவில் சிறியதுதான் என்கிறார் குணா. அவரது உள்ளீடு என்னவென்று உணர முடிகிறதா?

இத்தகைய மதமாற்றத்தை ஏன் திருச்சபைகள் செய்வது இல்லை என்று அவர்கள் மீது பாய்கிறார் 'கிருத்துவத் திருச்சபைகள் மதமாற்றம் செய்வதை கைவிட்டு விட்டு சமயச் சார்பற்ற தொண்டு நிறுவனங்களாகச் சில பத்தாண்டுகளாக இயங்கி வருகின்றன' என்று கவலை கொள்கிறார்.

(பக்கம். 20)

சைவத்தை தமிழர் மதம் என்று சிலர் நிறுவுவது போல கிறித்துவத்தை நிறுவுகிறார் குணா.

"அய்ரோப்பியர்கள் கி.பி. பதினேழாம் நூற்றாண்டில் தமிழகத் துக்குக் கொண்டு வந்து புகுத்திய மதமல்ல கிறித்துவம். அது

முன்னரே தமிழகத்திற்கு வந்துவிட்டது. தூயர் தோமோ கொண்டு வந்துவிட்டார்" என்று தமிழக மயப்படுத்துகிறார் குணா. (பக்கம். 22). இங்கிருப்பதே மூலமுதல் கிறித்துவம் என்கிறார். (பக்கம். 23)

இது எந்தளவுக்குப் போகிறது என்றால் ஈசா–ஈசாயி–ஈச்சன் ஈசன் என்று வேர்ச் சொல் காட்டும் அளவுக்கு முற்றுகிறது. ஈசனின் திரிபுதான் ஈசாயி என்கிற அரபியம் என்கிறார். அரேபியத்தில் உள்ள அவ்வா என்பது ஏவாளைக் குறிக்கும். அது அவ்வை எனும் தமிழ்ப் பெயரின் திரிபாம். ஆதாம் என்பது ஆதன் எனும் தமிழ்ப்பெயரின் திரிபாம். என்றெல்லாம் சொல்லிக் கிறித்துவத் தலைமையிடம் தமிழ்த் தேசிய ஓர்மை, தமிழ்த் தேசிய பற்றுக்கோடு, தமிழ்மொழியுணர்வைத் திணிக்கத் துடிக்கிறார் குணா. (பக்கம். 24)

தேசிய இன விடுதலை நூலாகவே 'விவிலியம்' உருவகப் படுத்தப்படுகிறது. எகிப்திய நாட்டில் அடிமைப்பட்ட செமித்திய இனப் பழங்குடிகளை ஒன்று திரட்டி மோசே அழைத்துச் சென்ற பொன்னுலகே விவிலியத்தின் பழைய ஏற்பாடாக உருவகப்படுத்து கிறார். (பக்கம். 24). 'பன்னிரு பழங்குடிகளாகப் பிரிந்து தங்களுக்குள் கிடந்த இசுரவேலர்கள் பின்னால் காலத்தால் ஒரு தேசிய இனமாகத் திரண்டு தங்களுடைய விடுதலையை வென்றெடுத்த தென்னும் வரலாறுதானே பழைய ஏற்பாடு?' என்பதும் குணாவே! (பக்கம். 25)

முட்டுக் கொடுக்க வேண்டிய இடங்களில் தேசிய இனம், வடுக வந்தேறி என்ற வார்த்தைகளைப் போட்டுக் கொண்டால் போதும் என்ற வித்தை தெரியாதவரா குணா?

## 3. மதம் மாற்றத் துடிக்கும் குணா!

இனவிடுதலை என்பது குணாவுக்குப் பழைய ஏற்பாட்டுடன் முடிந்து விடவில்லை. யூதத் தேசிய இன விடுதலை உணர்வின் தொடர்ச்சியாகப் புதிய ஏற்பாட்டையும் கணிக்கிறார். (பக்கம். 25). 'யூத மதத்திற்குள் சீர்திருத்தங்களை விதைத்தது போக, உரோமானிய வல்லரசு எதிர்ப்பே உணர்த்துகின்ற தேசிய விடுதலை உணர்வுதான் இயேசுவை யூதர்களின் தலைமகனாக வடித்தது' என்பதும் குணாவின் கண்டுபிடிப்பு!

இத்தகைய இனவிடுதலை நூல் மூலமாகத் தமிழின விடுதலைக் கான முன்னேற்றம் ஒரு துளிகூட உருவாகாதது ஏன் என்பதற்கு குணாக்கள்தான் பதிலளிக்க வேண்டும். 'விவிலியத்தின் இந்த அடிப்படைக் கருத்தைத் திருச்சபைகள் விளங்கிக் கொள்ளவில்லை' என்ற ஒற்றை வரியுடன் குணா பதில் முடிந்து விடுகிறது. (பக்கம். 26). கிறித்துவத்தின் நோக்கம் மதமே தவிர, இனமல்ல. இவராக இனத்தைத் திணிக்க முயற்சித்து ஆள் பிடிக்கத் துடிக்கிறார்.

வீரமாமுனிவரும், போப்பும், கால்டுவெல்லும் தமிழை வளர்த்தார்கள், புத்துயிர் ஊட்டினார்கள் என்று சொல்லும் குணா, 'இவர்களில்லாமல் போயிருந்தால் தமிழென்பது ஓர் உயர் தனிச் செம்மொழியென்னும் உண்மை உலகத்திற்குத் தெரிய வந்திருக்காது. பார்ப்பனீயத்தால் அந்த முதன்மொழி முற்றாக மறைக்கப்பட்டிருக்கும். தமிழின் இக்கால மீட்பர்கள் அவர்கள் தாமெனச் சொல்வது மிகையாகாது' என்கிறார். (பக்கம். 27)

இவ்வளவையும் சொல்லிவிட்டு, 'திருச்சபைகள் காலம் தாழ்த்தியாவது சாதியொழிப்பில் ஈடுபாடு காட்டத் தொடங்கியுள்ளது ஒரு திருப்பம்' என்று வரவேற்று விட்டு.... 'பாரதமெனும் இந்தி – இந்து வல்லரசிய புவியியல் வரம்பிற்குள் அடங்கி நிற்கின்ற எவராலும் சாதியத்தை ஒழித்துவிட முடியாது. அது முடவன் கொம்புத் தேனுக்கு ஆசைப்படுவதைப் போன்றது' என்கிறார். (பக்கம். 28). இதே பாரதெமெனும் இந்தி – இந்து வல்லரசிய புவியியல் வரம்பிற்குள் அடங்கி நிற்காத பெரியாரை முன் பக்கங்களில் கிண்டலடித்த அதே குணாதான் இதுவும்.

அம்பேத்கரை நிராகரிக்கிறார் குணா. அம்பேத்கரியத்தை விடுதலைக்கான ஒரு வழியாகக் கருதுவது புதிய போங்கு என்கிறார் (பக்கம். 28). அம்பேத்கரியத்தின் ஒரே அளவுகோல் இடஒதுக்கீடுச் சலுகை மட்டும்தான் என்கிறார். இது ஆமைவேக மாற்றக் கொள்கை எனக் கிண்டலடிக்கிறார். அம்பேத்கரை இடஒதுக்கீடு ஒன்றில் சுருக்குகிறார் என்பதைவிட இவருக்கு அம்பேத்கரையே தெரிய வில்லை, அம்பேத்கரையே பிடிக்கவில்லை என்பதே சரியானதாக இருக்க முடியும். 'புத்த மதத்தைப் பல் இல்லாத புத்தமதம்' எனக் கிண்டலடிக்கிறார். இந்தி–இந்து வல்லாதிக்கத்தை அம்பேத்கரியத்தால் வீழ்த்த முடியாது என்கிறார். (பக்கம். 29). இந்திய ஆண்டைகள், அம்பேத்கரை இக்கால மனு என்கிறார்களாம். காந்தியைக் காட்டி ஏய்த்தவர்கள், இப்போது அம்பேத்கரைச் சொல்லி ஏய்க்கிறார்களாம். (பக்கம். 30). அம்பேத்கரை விட மதமாற்றத்தால் கிடைத்த நன்மையே அதிகம் என்கிறார். (பக்கம். 30)

திருச்சபைகளுக்குள் சாதி மோதல் இருக்கிறது என்பதற்காக அம்பேத்கரைத் தேடிப் போகாதீர்கள் என்கிறார். அம்பேத்கரை 'பொய்மான்' என்கிறார். 'அம்பேத்கரை நோக்கி நடை கட்டினால் இதற்குத் தீர்வு வந்துவிடுமோ?' எனக் கேட்கிறார். (பக்கம். 32). இந்தப் பீடிகை எல்லாம் எதற்கு என்றால் கிறித்துவ மதமாற்றத்துக்குத் தான்!

மதமாற்றத்தைப் பற்றிய அச்சம்தான் 'இந்து நலன்களின் உயர் நடுவமெனின், ஒளித்தோ ஒளியாமலோ நேர்முகமாகவோ மறைமுகமாகவோ மதமாற்றத்தைத் தொடர்கின்ற துணிவும் உறுதியும் திருச்சபைகளுக்கு மீண்டும் வருவது நல்லது. (பக்கம். 33)

....மதமாற்றமே நல்லதோர் இடைக்கால உத்தி.... (பக்கம். 33) என்று சர்வரோக நிவாரணி ஆக்கினார் குணா.

இசுலாமிய மதத்திற்கு மாறுவதைப் பெரியார் ஆதரித்ததைத் தமக்குச் சார்பாக்கிக் கொள்கிறார். (பக்கம். 34). மதம் மாறுவதால் வேகமான ஒரு நல்ல பண்பாட்டு மாற்றம் நடப்பது கண்கூடு என்கிறார். (பக்கம். 34). படித்த மதமாறாத புறயரின் பண்பாட்டு நிலை பத்தாவது படித்த மதம் மாறியவர்களின் மட்டத்துக்கு இல்லை என்கிறார் (பக்கம். 34). இந்த இடத்தில் மட்டும் பெரியாரைத் துணைக் கொள்கிறார்.

"ஒடுக்குண்டோரின் 'நெஞ்சமில்லா உலகின் நெஞ்சமாகவும் ஆன்மா இல்லாத சூழலின் ஆன்மாவாகவும் ஓய்ந்து குந்துகையில் துன்பச் சுமையை இறக்குகின்ற பெருமூச்சாகவும் கவலையை மறக் கடிக்கின்ற மயக்க மருந்தாகவும் பேதை மக்களுக்கு மதம் இருக்கின்ற வரையில், அதனுடைய வாழ்வியல் சிறப்பும் தேவையும் செத்து விடாது. தள்ளாத அகவையிலும்கூட பட்டித் தொட்டியெல்லாம் அசைந்து, 'நாம் தமிழர்கள், இந்துக்கள் அல்லர்' என அறிவுரைத்த ஈரோட்டுக் கிழவரின் கருத்துரை செவிடன் காதில் ஊதிய சங்காகப் போன நிலையில், (முழு விடுதலையைப் பயக்காதெனினும்) மதமாற்றமென்பது புறயர், பள்ளர் போன்றோரின் வளர்ச்சிக்கென ஒரு படிகட்டுத்தானேயன்றி வேறிலையெனக் கருதுவதில் தவறுண்டோ? புதிய பார்ப்பனிய மென்னும் நச்சுவட்டத்திற் குள்ளிருந்து மீட்கவும் அதன் வழியிலான அகன்ற பாரதெமென்னும் மாயை அகலவும் தொல் தமிழரையெல்லாம் மதமாற்றினால் தமிழினத்திற்கு ஒட்டுமொத்தமாக நல்லது தானே?" (பக்கம். 34–35) என்று மொத்தத் தீர்வாக மதமாற்றத்தில் கொண்டு வந்து வைக்கிறார். பெரியார் குறித்து குணா இந்நூலில் குறிப்பிட்ட பாராட்டுரைகளை இன்றைய இளம் தும்பிகள் அறியமாட்டார்கள். குணாவே மறந் திருப்பார்.

இந்நூலில், காஞ்சி காமகோடிகளை 'தெலுங்கர்களாகிய' என அடையாளப்படுத்துவார் குணா. (பக்கம். 36). 1991இல் தெலுங்கராக இருந்த காமகோடிகள், 2018இல் மகா பெரியவர் ஆவதும், 1991இல் 'தள்ளாத அகவையில் பட்டிதொட்டி எங்கும் அலைந்த ஈரோட்டுக் கிழவனாக' அடையாளம் காட்டப்பட்ட பெரியார் 2018இல் 'ஆங்கிலம் அறவே அறியாத ஈ.வெ.ராமசாமி நாயக்கர் ஆவதும்' யாரின் பார்வைக் கோளாறு?

நிச்சயமாகப் பெரியாரின், காஞ்சி சந்திரசேகரரின் சிந்தனைக் கோளாறுகள் அல்ல. அவர்கள், அவரவர் தத்துவங்களில் கொள்கை களில் சரியாக இருந்தார்கள். குணாக்கள்தான் இருந்து திரிந்து போனார்கள்.

சாமுவேல் குணசீலனுக்கு, மார்க்சீய மாந்தநேயத்தின் வேர் தொல் கிருத்துவத்தில் உண்டென்பதே தெரிகிறது. (பக்கம். 37) கிறித்துவ திருச்சபைகள் மார்க்சியத்தின் பக்கமும், அம்பேத்கரின் பக்கமும் போய்விடக்கூடாது என்கிறார் குணா. (பக்கம். 35). இறுதியாக, தமிழீழ விடுதலைப் போராட்டம் சாதியை ஒழித்தது, எனவே தமிழீழ வழியே சாதியை ஒழிக்கும் என்கிறார். இந்தத் திறனாய்வுக்குள் நாம் இப்போது செல்ல விரும்பவில்லை.

கிறித்துவத் திருச்சபைகள் தமிழ்மயமாகித் தமிழ்த் தேசிய தொண்டாற்ற முன்வரவேண்டும் என்பதும் அதற்குத் தமிழர்கள் அனைவரையும் கிறித்துவத்துக்கு மதமாற்றம் செய்ய வேண்டும் என்பதும் குணாவின் வழிகாட்டுதல். இதில் தமிழ்த் தேசியத்தை விட மதமாற்றமே அதிகமாகப் பேசப்படுவதால் அவரது உண்மை யான உள்ளீடு எது என விளக்கத் தேவையில்லை.

'ஒடுக்குண்ட கிறித்துவர்களும் தமிழ்த் தேசியமும்' என்ற நூலில் (தமிழக ஆய்வரண் 1991) 'தமிழகத்தில் மதமாற்றம்' என்ற கட்டுரை சேர்க்கப்பட்டுள்ளது. 1981 இல் குணா எழுதிய கட்டுரை இது. மீனாட்சிபுரத்தில் நடந்த இசுலாமிய மதமாற்றம் நடந்தபோது எழுதப்பட்ட கட்டுரை இது. இதில் மதமாற்றம் என்பது பெரும் பாதிப்பு ஏற்படுத்த வல்லது என்பதையும், கீழ்ச்சாதி மக்கள் கிறித்துவ மதத்திற்கு மாறியதால் நிகழ்ந்த குமுக எழுச்சிகள் வரலாற்றுச் சிறப்பு மிக்கனவே என்பதையும் (பக்கம். 46) சொல்கிறார்.

ஒவ்வொரு மதமாற்றமும் குமுகத்தின் அடிமட்டத்தில் இருக்கின்ற நலிந்த மக்களுக்கு ஒரு அகமை விடுதலையையும், புறமையில் சில மேலோட்டமான வளர்ச்சிகளையும் தருகிறது என்கிறார். மீனாட்சிபுரத்தில் சிலர் இசுலாத்தைத் தழுவ முன் வந்துள்ளது அடிநிலை மக்களின் அந்த நெடும் பயணத்தின் தொடர்ச்சிதான் என்றும் சொல்கிறார். (பக்கம். 47)

மதமாற்றத்தை, மத எதிர்ப்பின் அறிகுறியான கலகச் செயலாகப் பார்க்கிறார். (பக்கம். 52). மதமாற்றம் என்னும் தற்காப்பு அல்லது நழுவல் முயற்சி–உள்ளடக்கத்தில் தொடக்கத்தில்–முற்போக்கானது தான் என்கிறார் (பக்கம். 53). அனைத்து மதங்களையும் எதிர்ப்பதிலும் அவருக்கு உடன்பாடு இல்லை. 'தமிழகத்தின் ஒரு பெரும்பகுதி இசுலாமியமானால் ஒன்றும் குடி முழுகிப் போகப் போவதில்லை' என்கிறார் (பக்கம். 54). மதமாற்றம் தவறும் இல்லை; அதை எதிர்ப்பதில் பொருளும் இல்லை என்கிறார் (பக்கம். 55). மொத்தத்தில் மதமாற்றமே, குணாவின் முக்கியத் தீர்வாக இருந்தது.

### *4. கிறித்துவத் தமிழர்களும் தமிழ்க் கிறித்துவர்களும்!*

இந்த வரிசையில் வெங்காலூரிலுள்ள (பெங்களூர்) தூய பேதுரு இராயப்பர் குருமடத்தில் 10.12.1992 அன்று குணா பேசுகிறார். இப்பேச்சு 'கிறித்துவத்தின் உள்ளீடு தேசிய விடுதலை இறையியலே' என்ற நூலாக 1993 இல் வெளியானது. (தமிழக் களம் வெளியீடு). இதற்கு முன்னுரை எழுதும்போது, 'பல்லாண்டுகளாக எனக்கு எந்தச் சமயத் தொடர்புகளும் இருந்ததில்லை. ஆயினும் அவர்கள் விடுத்த அழைப்பைத் தயக்கத்துடன் ஏற்றுக் கொண்டேன்' என்கிறார். தமது உரைக்கு நல்ல வரவேற்பு இருந்ததாகச் சொல்கிறார்.

"இந்நூல் ஒரு குறுநூலாயினும், தமிழ்க் கிறித்துவர்களைத் தமிழ்த் தேசியத்தின்பால் ஆற்றுப்படுத்த முயலும் ஓர் ஆற்றுப்படை நூலாகும்.... தமிழரில் கிறித்துவர்கள் தமிழ் மீது கொண்டுள்ள பாசத்தையும் அவர்களிடம் நிரம்பிக்கிடக்கின்ற தமிழ் இன ஓர்மையையும் பற்றித் தெரிந்து கொள்ள இக்குறு நூலுக்குக் கிடைத்த வரவேற்பே எனக்குச் சான்றாகும்" என்றும் சொல்லிக் கொள்கிறார். (பக்கம். IV)

இந்நூலும் தமிழ்த் தேசியத்தைவிட, இறையியலே அதிகம் பேசியது. இன்று 'திராவிடர்கள்' எனக் குதித்துத் தடுக்கும் இதே குணா, 'திராவிடர்கள், தமிழர்களே' என்பார் அவர் உரையின் தொடக்கத்திலேயே!

கீழைப் பாங்கிலமைந்த கிறித்துவம், இந்தியாவின் தென்பகுதி யிலுள்ள திராவிட மக்களிடமே முதன் முதலில் காலூன்றியது—என்ற பேராயர் சார்ஃசெண்ட் குறிப்பை மேற்கோள் காட்டிவிட்டு, அடுத்து சொல்லும் குணா...

"கிறித்துவத்தைப் பரப்புவதில் 'திராவிடர்கள்' ஆற்றிய முன்னேற்றப் பணியைப் பற்றி அவர் வாயாரப் போற்றுகிறார். அவர் குறிப்பிடும் 'திராவிடர்கள்' தமிழரே ஆவர்'' என்கிறார். (பக்கம். 1) இரண்டும் ஒரு பொருள் தரும் இரு சொற்கள் என்று நாம் சொல்வது இதனைத்தான். இது வேர்ச் சொல் காணும் குணாவுக்கு புரிவதில்லை!

அதன் பிறகு கிறித்துவப் புகழ் பாடல்களைக் குணா தொடங்கு கிறார்.

கி.மு.33ஆம் ஆண்டிலேயே தமிழகத்திற்கு வந்து மூலக் கிறித்து வத்தைத் தமிழர்களிடம் பரப்பியவர் திருத்தொண்டர் தோமையா. சங்கம் மருவிய காலத்திலேயே கிறித்துவ நெறி தமிழகத்திற்கு வந்துவிட்டது. (பக்கம். 2). தமிழரின் பண்பாட்டு மரபுகளுடனும் தமிழ் வாழ்வியலோடும் இரண்டறக் கலந்து மயக்கவல்ல இயல்பு கிறித்துவ நெறிக்கு என்றும் உண்டு. (பக்கம். 2)

புத்தத்திற்கோ, அருகத்திற்கோ, (இந்து எனும் முக்காட்டினைப் போட்டு வரும்) பிராமணியத்திற்கோ தமிழரிடம் இல்லாத ஒரு தனி இடம் கிறித்துவ நெறிக்கு உண்டு... கிறித்துவமோ, தமிழ் மொழியின் நலன்களையும் தமிழரின் ஓர்மையையும் தழுவிய தாயுள்ளம். தமிழ்த் தேசியத்திற்கு முரணான ஒரு சமயமாகவோ மதமாகவோ கிறித்துவமும் அதனுடைய இறையியலும் இல்லை (பக்கம். 3)... என்று தொடங்குகிறார் குணா.

அரேபியர்கள் ஒரு தேசிய இனம், சாலமோன், ஈசாக், இசுரயேல், சூசை, யாகோபு, மோயீசன், யாவே, சீயோன், எபுசேயர், எருசலேம், சீருசு, நெருகமியா, எசுத்தர், யூதர்... கதைகளின் வழியாக இயேசுவின் கதையைச் சொல்கிறார். 3 ஆம் பக்கத்தில் தொடங்கிய விவிலியம் 18ஆம் பக்கம்தான் முடிகிறது. மொத்த புத்தகமே 24 பக்கம்தான்.

“கிறித்துவத்தைத் தமிழ்மயமாக்குவது, தமிழகக் கிறித்துவர்களுக்கும் திருச்சபைகளுக்கும் நல்லது. ஒரு நல்ல கிறித்துவன் முதலில் ஒரு நல்ல தமிழனாக இருக்க வேண்டும் என்பதைப் புகட்டுவதே தேசிய விடுதலை இறையியல்”(பக்கம். 18) என்று முடிப்பார் குணா. ‘கிறித்துவத்தின் உள்ளீடு தேசிய விடுதலை இறையியலே’ என்ற கட்டுரையைப் படித்து முடிக்கும் போது, ‘குணாவின் உள்ளீடு, கிறித்துவ இறையியலே’ என்ற முடிவுக்கு வருவது இயல்பானது.

அடுத்து குறிப்பிட வேண்டியது, ‘புதிய சமய உருவாக்கங்கள்’ என்ற நூல். சென்னை பூந்தமல்லி தூய நெஞ்சகக் கிருத்துவக் கல்லூரியின் மெய்யியல் துறை சார்பில் ‘சமயத்தின் வேர்களைத் தேடி’ என்ற கருத்தரங்கு 25.11.1995 அன்று நடக்கிறது. அதில் கலந்து கொண்டு குணா பேசிய பேச்சின் எழுத்து வடிவம் இது.

தமது ‘எழூப்புதல்’ உரையை எதற்காக நடத்தினேன் என்று குணா சொல்கிறார். ‘தமிழ்க் கிறித்துவர்களைத் தமிழர் தேசிய விடுதலை இறையியலின்பால் ஆற்றுப்படுத்துகிற நோக்கில்’ பேசினாராம். பேசத் தொடங்கும் போது, குருமடத்தின் அரங்கில் ‘ஈ.வெ.இராமசாமி நாயக்கனின் பொன்மொழிகள்’ இருந்தனவாம். ‘அப் புன்மொழிகளைக் கண்டு’ சிரித்துக் கொண்டாராம். உடனே பெரியார் படம் வைக்கப்பட்டதற்கு இவரே ஒரு உள்நோக்கம் கற்பித்துக் கொள்கிறார். வடுக மாணவர்க்கும், தமிழ் மாணவர்க்கும் இடையில் நெருடல் அங்கு இருந்ததாம். ‘அதன் வெளிப்பாடாகவே அப் புன்மொழிகள் எழுதி வைக்கப்பட்டிருந்தன போலும்’ என்கிறது குணாவின் பேரறிவு. எந்தப் பிரச்னை எழுதினாலும் ‘வடுக’ என்ற வார்த்தையைச் சேர்த்துவிட்டால் அது தமிழ்த் தேசியமாகிவிடுகிறது!

வடுக சங்க அமைப்பாளர் எவர் வீட்டில் ஈ.வெ.ரா. படம் இருக்கப்போகிறது? தமிழர் வீட்டில்தான் பெரியார் படம் இருக்கும்.

அதுதான் குணாவின் வயிற்றெரிச்சல். அந்தப் படத்தை எடுத்துவிட்டு 'இயேசு' படம் மாட்டும் எண்ணமே குணாவின் எண்ணம்.

பிராமணிய சமயம் மக்களைப் படியடுக்கு முறையில் சாதி களாகவும் வர்ணங்களாகவும் வகுத்தமையால், மிக இறுக்கமான வாழ்வியல் கட்டுக்கோப்புகளை அது வடித்தெடுத்தது என்கிறார் குணா சரியாக. ஆதிசங்கரின் சீர்திருத்தங்களுக்குப் பிறகு அப் பிராமணியம் அவர் கட்டியமைத்த மடங்களின் வாயிலாக நல்ல உரம் பெற்றது என்கிறார். அரச வன்முறைக்கு ஞாயம் கற்பித்து, மக்களை உளத்தியல் நிலையில் அடிமைப்படுத்துகின்ற நோக்கத் திலேயே அரச மதங்கள் செயல்பட்டன என்கிறார். அருகம் (ஜைனம்), புத்தம் ஆகியவற்றை ஆரியச் சமயங்கள் என்கிறார். வந்தேறி வகுப்பினர் இம் மதங்களைத் தமிழகம் கொண்டு வந்தனர் என்கிறார். கருநாடகத்திலிருந்து தமிழகத்தில் வந்தேறிய களப்பிரர் காலத்தில் இம் மதங்கள் மேலோங்கின என்கிறார். பல்லவர் காலத்தில் வள்ளுவம் தூக்கியெறியப்பட்டது என்கிறார். மகேந்திர வர்மன் ஆட்சியில் ஜைன மதம், அரசமதம் ஆனது என்கிறார். இதனால்தான் பக்தி இயக்கம் வந்தது என்கிறார். ஜைன, புத்த சமயத்துக்கான எதிர்வினையே பக்தி இயக்கம்.

சிவனிய நாயன்மார்களும், மாலிய ஆழ்வார்களும் தூய தமிழை ஆண்டனர் என்றும், ஆழ்வார்கள் இயக்கமே அன்றைய தனித்தமிழ் இயக்கத்தின் முன்னோடி என்றும் கூறுகிறார். பன்னிரு ஆழ்வார் களில் சிலர் மட்டுமே பார்ப்பனர்கள், மற்றவர்கள் பார்ப்பன ரல்லாதோர் எனப் பெருமைப்படுகிறார். ஆசிவகம், சிவனியம், மாலியம் ஆகியவற்றுக்குள்ளும், அருகம் (ஜைனம்) புத்தம் ஆகிய சமயங்களுக்கு இடையிலும் மோதல் ஏற்பட்டது, இதனால் ஆசிவகம், அருகம், புத்தம் ஆகியவை தமிழ் மண்ணிலிருந்து வேரறுக்கப்பட்டன என்கிறார்.

சிவனியம், மாலியம் இரண்டுக்குள்ளும் தமிழ்த் தேசிய உள்ளீடு இருந்ததாகவும், அதைப் பிராமணிய நலன்கள் திட்டமிட்டுத் திசை திருப்பிக் கெடுத்தன என்றும் சொல்ல வந்த குணாவுக்குத் திடீரென தமது 'டிரேட்மார்க்' வார்த்தை நினைவுக்கு வருகிறது. போடு, 'வடுக' பிராமணியம் மடிபறித்துக் கொண்டது!

சோழர்களையே 'வந்தேறிகள்' என்று குணா சொல்வதற்கு பெ.மணியரசன்தான் பதில் தரவேண்டும்.

"இடைக்காலச் சோழப்பேரரசு உள்ளீட்டில் வடுகக் கலப்பினால் பேரரசாகவே இருந்தது, கன்னடத்தியான குந்தவைக்கும் பராந்தக சோழனின் மகனாகிய அரிஞ்சயனுக்கும் பிறந்தவனே சுந்தரசோழன், அந்த சுந்தர சோழனின் இரண்டாம் மகனே முதலாம் இராசராசன் என்கிறார். (பக்கம். 9).

'முதலாம் இராசராசனாகிய முக்கால் கன்னடனுக்குப் பிறந்தவனே இராசேந்திரசோழன்', என்கிற குணா, 'பிற்காலச் சோழர் வழியில் இத்தகைய வடுகக் கலப்பு இருந்தது' என்கிறார். இது வடுகக் கலப்பா? கன்னடக் கலப்பா?

"முக்கால் கன்னடனாகிய முதலாம் இராசராசன் அவனுடைய 'திராவிட' இயல்புக்கேற்ப, மிகப் பெரிய பிராமண அடிவருடியாயிருந்தான். காசி, இலாடம், காசுமிரம் ஆகிய நாடுகளிலிருந்து பிராமணர்களை நூற்றுக்கணக்கில் இறக்குமதி செய்தான். பிராமணருக்குப் பணிவதைத் தவிர வேறு பணியை அறியாதவன் அவன். தான் கட்டுவித்த பெரிய கோவிலை நடுவமாக வைத்துக் கோவில் தேவடியாள் முறையை விரிவுபடுத்தி நிலைக்கச் செய்தவன் இராசராசனேயாவான். கன்னடக் கலப்பினால் இடைக்காலச் சோழப் பேரரசு, சங்கத (சமஸ்கிருத) மொழியை மட்டுமே பெரிதாய்ப் போற்றியது; தமிழுக்கு இரண்டாம் இடத்தைத் தந்தது. தமிழ்க் கல்வியை அது புரக்கவில்லை. தமிழரைச் சாதி வழியில் அது கூறாடியது."(பக்கம். 9) என்கிறார் குணா. இதையேதான் பெரியார் சொன்னார். அவர் வடுக வந்தேறி? இவர் தமிழ்த் தேசிய முன்னேறியா?

"வடுகச் சோழர்' காலத்தில்தான் மூத்த குடியினரான தொல் தமிழர்கள் வந்தேறிகளிடம் நிலம் இழந்தார்கள், உழுதுண்ணும் இழிநிலைக்குத் தள்ளப்பட்டனர். வலங்கை இடங்கை சண்டையை 'வடுக சோழப் பேரரசே' மூட்டியது" என்றார். இதுவே விசயநகரப் பேரரசு, நாயக்கர் ஆட்சியாக முடிந்தது என்றார். இதில் கிறித்துவமே, 'தோசையைத் திருப்பிப் போடுவதைப்போலத் தமிழர்களின் வாழ்வியலையே திருப்பிப்போட்டது' என்கிறார். (பக்கம். 12). கிறித்துவ விடையூழிய இயக்கங்கள் யாவும் தீண்டாதாராக ஒதுக்கப்பட்டோரை வென்றெடுத்தன என்கிறார். நெல்லை, கன்னியாகுமரி மாவட்டங்களை உதாரணமாகக் காட்டுகிறார்.

1813 திருவிதாங்கூர் தோள்சீலைப் போராட்டம், 1845 நெல்லை மதமாற்றம் ஆகியவற்றைக் குறிப்பிடும் குணா, 'மதம் மாறிய போக்கே சாதி ஒழுகலாறுகளை அவற்றின் வேரிலேயே அரிக்கத் தொடங்கியது. மதம் மாறியோரின் போர்க்குணமும் இதனால் வளர்ந்தது' என்கிறார். (பக்கம். 13)

இந்த மதமாற்றத்துக்கு எதிராகவே சென்னை நேடிவ் அஸோசியேஷன், சென்னை மகாஜனசபா போன்றவை உருவானதாகச் சொல்கிறார். இதன் உருவாக்கத்துக்குக் காரணமானவராக இலட்சுமணராசு செட்டியாரைச் சொல்லி, 'வடுக வந்தேறி' என்கிறார் குணா.

'பழைய சென்னை மாகாணத்தின் தமிழ்வாழ் பகுதிகளில் வாழ்ந்த வடுகர்கள் கட்டிய பார்ப்பனரல்லாதார் இயக்கம்' என்று

அடுத்து சொல்கிறார். நீதிக்கட்சியை வடுகர் கட்டியதே என்கிறார். தமிழர்கள் அப்போதெல்லாம் என்ன செய்தார்கள், என்ன செய்துகொண்டு இருந்தார்கள் எனச் சொல்லவில்லை குணா!

இந்தப் பிராமணரல்லாதார் இயக்கத்தின் இட ஒதுக்கீட்டைத் 'திருவோட்டு அரசியல்' என்கிறார் குணா. இதனைக் காந்தியம் ஏற்றது கூட, மதமாற்றத்தைத் தடுக்கவே என்கிறார். குணாவின் எல்லா விமர்சனங்களுக்கும் உள்ளீடு அவர் மதமாற்றம் என்பது புரிகிறதா? 'சாதிவழி இடவொதுக்கீட்டையும் சலுகைகளையும் எடுத்துவிட்டால், ஒடுக்குண்ட சாதியினர் பெருமளவில் மதம் மாறி விடுவர் என்ற அச்சத்தாலேயே மதம் மாறாத தாழ்த்தப்பட்டோருக்குச் சலுகை வழங்கினர்' (பக்கம். 14) என்கிறார். மதம் மாறியவர்களுக்கும் சலுகை இருக்கிறதே இப்போது? அதற்கு குணாவின் பதில் என்ன?

இந்த வரிசையில் கிறித்துவத்தைத் 'தமிழர் வாழ்வியலாக' உருவகப்படுத்துகிறார். 'பிராமணியத்தை' 'வடுக ஆரியம்' என்கிறார். இரண்டுமே குழப்பக் குதர்க்கத்தின் உச்சம்.

ஐரோப்பியர் வருகைக்கு முந்தைய கிறித்துவம் 'தமிழர் வாழ்வியலாக' இருந்ததாகவும், பின் வந்த கிறித்துவம், 'இந்தியமயமான தாகவும்' சொல்கிறார் குணா. இதனால் சாதி வேற்றுமையும் மேல் கீழ் பிரிவும் திருச்சபைகளுக்குள் வேரூன்றின என்கிறார். இதில் இருந்து சிலர் விடுபட 'தலித்' எனச் சொல்வதைக் கடுமையாக எதிர்க்கிறார் குணா. புத்த மதச் சார்புடைய சொல் 'தலித்' என்கிறார். இதைச் சொல்லிவிட்டு ஆள் பிடிக்கும் வேலையாக, 'இரண்டு நூற்றாண்டுகளினூடே தொல் தமிழர் வாழ்வியலில் பெரிய பண்பாட்டு மாற்றங்களை விளைவித்தது கிறித்துவச் சமயமேயன்றி, புத்தசமயமோ வேறெந்தச் சமயமோ அன்று என்ற உண்மை அவர் களுக்குத் தெரியவில்லை... தமிழ்க் கிறித்துவர்களுக்குப் புத்தமதம் என்னும் ஊன்றுகோல் தேவையில்லை!' என்கிறார் (பக்கம். 16)

புத்தம் பேசி, தலித்தியம் பேசி, கிறித்துவத் தன்னார்வத் தொண்டு நிறுவன லாபங்களை உண்டு, பெரியாரையும் எதிர்த்து, தமிழ்த் தேசியத்தையும் ஆதரித்துக் கிடக்கும் குழப்ப ஜீவிகள் நிறைந்து போன தமிழகத்தில், குணாக்களுக்கு எதிர்வினைகள் இதுவரை இல்லை!

இதன் உச்சமாக, 'தமிழை மீட்டது கிறித்துவமே' என்கிறார். கால்டுவெல், போப், வீரமாமுனிவர் ஆகியோரின் பங்குகளை நாம் குறைத்து மதிப்பிடவில்லை. ஆனால் குணா சொல்வது என்ன வென்றால், இவர்கள் இல்லாவிட்டால் தமிழ் அழிந்திருக்கும் என்பது தான். 'இந்த விடையூழியர்கள் இன்றேல், தமிழ் எனும் மொழியின் சிறப்பையும் அதன் தனித் தன்மையையும் பற்றிய உண்மையை ஆரியப் பிராமணியம் (வடுக என்ற சொல் ஏனோ இங்கு விடு

பட்டுள்ளது!) முற்றாக இருட்டடிப்புச் செய்து கொன்றிருக்கும். இன்றைய தமிழின மறுமலர்ச்சிக்கும் தமிழரின ஓர்மைக்கும் வித்தாகவும் வேராகவும் உள்ளது அக்கிறித்துவ விடையூழியர்களின் அருந்தமிழ்த் தொண்டுகளும் ஆய்வுகளுமேயாகும்' (பக்கம். 17) என்கிறார்.

நவீன இலக்கியம் மாயூரம் வேதநாயகரால் தோன்றியது என்பதையோ, தமிழ் மருத்துவமும் தமிழிசையும் ஆபிரகாம் பண்டிதரால் செழித்தது என்பதையோ, தமிழின் தனித்தன்மையை நிறுவிக் காட்டியவர் தேவநேயப் பாவாணர் என்பதையோ நாம் மறுக்கவில்லை. இவர்கள் அனைவரும் தமிழர்கள் என்பதும், இவர்களால் தமிழினத்துக்குப் பெருமை என்பதுமே நமது எண்ணம்.

ஆனால் இவர்களைக் குணா, தமிழர்களாக அல்லாமல் கிறித்துவர்களாகப் பார்க்கிறார். குணாவின் உள்ளீடு இனமா, மதமா என்று நாம் கேட்பது இதனால்தான்.

மாயூரம் வேதநாயகரையும், ஆபிரகாம் பண்டிதரையும், தேவநேயப் பாவாணரையும் சொல்லிவிட்டு, 'தமிழரிடையே தமிழுணர்வும் தமிழ்த் தேசிய ஓர்மையும் அரும்பிடக் கிறித்துவ சமயத்தினர் ஆற்றிய தொண்டு அருந்தொண்டாகும்' என்கிறார் (பக்கம். 18). தமிழர்கள் என்பதால் தமிழ் இலக்கியம், தமிழ் மருத்துவம், தமிழிசை, தமிழர் தொன்மை இவர்களால் வளர்க்கப் பட்டனவா? இவர்கள் கிறித்துவர்களாக இருந்ததால் வளர்க்கப் பட்டனவா?

"பன்னூறு ஆண்டுகளாக அடிமையுண்டு, இனமான உணர்வு குன்றியவர்களாகக் கிடந்த தமிழர்தம் உள்ளங்களில் பெரிய நில நடுக்கத்தையே ஏற்படுத்தி, தமிழ்ச் சூழலைத் தலைகீழாகப் புரட்டிப் போட்டதில், கிறித்துவர்களுக்கும் பெரும் பங்கு உண்டு. அடிமையுண்ட இசுரயேல் மக்களுக்கு ஒரு பொன்னுலகைக் காட்டி ஆற்றுப்படுத்தி அவர்களின் இனவிடுதலைக்கு மோயீசன் (மோசே) நல்ல வழிகாட்டியதைப் போன்ற அடிப்படைப் பணியைத் தமிழகத்தில் ஆற்றிய சிறப்பு கிறித்துவத்துக்கு உண்டு' (பக்கம். 18) என்று செம்மாந்து சொல்கிறார் குணா.

'தமிழ்க் கிறித்துவரை இந்தியராக்குவது அவரை இந்துவாக்குவ தாகும்' (பக்கம். 18) என்று பயப்படுகிறார். இந்தியராக்குவதை எதிர்ப்பது ஏன் என்று புரிகிறதா? இந்துவாகி விடுவார்களோ என்பதால் இந்தியராக்குவதை எதிர்க்கிறார். எனவே, கிறித்துவத்தைத் தமிழ்மயப் படுத்த முனைகிறார். தமிழ்மயப்படுத்துவது என்பது இந்துவாக ஆகாமல் தடுக்கவே என்பது இதன் உள்ளீடு. இங்கு தமிழின் நோக்கம் மொழி அல்ல, மதமே!

எனவே கிறித்துவம் தனது போர்க் குணத்தை வெளிப்படுத்த வேண்டும், 'ஒரு கன்னத்தில் அறைந்தால் மறு கன்னத்தைக் காட்டு' என்ற கையறு நிலையை விட வேண்டும் என்று அறைகூவல் விடுக்கிறார். இந்நூலிலும் 'காஞ்சி காமகோடி மடத்தில் கொலு வீற்றிருப்பது வடுக பிராமணரே' என்கிறார். கோவில்களில் தமிழை ஒழித்தவர்கள் வடுக பிராமணரே என்கிறார். கிறித்துவ சபைகள் தமிழ்மயமாக வேண்டும் என்கிறார்.

அதைவிட முக்கியமாக, தமிழர்களின் தேசிய விடுதலை, இறையியலாக இல்லையெனில் அது வரட்டியமாகக் கிடந்து கெடும்; குழப்பத்தையே வலையாய் விரிக்கும்; திசை திருப்பும் என்று சாபம் இடுகிறார். (பக்கம். 23)

கிறித்துவம், தமிழ்த் தேசிய ஓர்மையுடன் கலக்க வேண்டும்

தமிழ்த் தேசியத்தில் கிறித்துவ இறையியல் இருக்க வேண்டும் என்பனவே 'குணாவியம்'. இந்நூலுக்கு 'புதிய சமய உருவாக்கங்கள்' என்று பெயரிட்டு 2014 இல் மீண்டும் வெளியிட்டுள்ளார்கள். இதற்கு 'குணாவின் புதிய தமிழ்த் தேசிய இறையியல் உருவாக்கம்' எனப் பெயரிட்டிருக்கலாம். 1996 முதல் 2014 வரை அவரது மாறாக் கொள்கையாக அது இருக்கிறது என்றும் கொள்ளலாம்.

குணாவை மண்டை கனக்கத் தூக்கிச் சுமக்கும் தமிழ்த் தேசியர்கள், ஏன் இந்த கிறித்துவ இறையியல் குறித்துப் பேசுவது இல்லை. உண்மையில் பேசிப் பின்பற்றி இருக்கத்தானே வேண்டும்? இக் கிறித்துவ தேசிய இறையியல் தான், ஆத்திரம் கண்ணை மறைக்கத் திராவிடம் முன்னெடுத்த சமத்துவ சமூக நீதி மொழி உரிமை அரசியலைக் கவனத்தில் கொள்ளாமல் அதன் நாத்திக வாதத்தை, மத நிறுவன எதிர்ப்பை, பூசாரியியல் எதிர்ப்பை மனதில் வைத்து எதிர்க்கிறது.

சமத்துவ-சமூக நீதி-மொழி உரிமை அரசியலுக்கு மாற்றாக மதமாற்றத் தமிழ்த்திருச்சபையை முன் வைக்கிறது. கிறித்துவ பூசாரி யத்தைக் காக்க, இந்துப் பூசாரியத்தையும் 'தமிழ்ப் பார்ப்பனராக' அடையாளம் காண்கிறது. இட ஒதுக்கீடு எனப்படும் சமூகநீதியால் முன்னேற்றமடையும், தப்பிப் பிழைத்து ஓடும் அரசியலைத் தடுத்து நிறுத்தி அதே தீண்டாமைக் கிராமத்துக்குள் இருந்து கிடக்க வேதப் புத்தகத்தை மட்டும் படிக்க மதமாற்றத்தை முன்மொழிகிறது. திருச் சபைகளின் கற்பனாவாத பழமைவாத-சாதியவாதக் கூறுகளான, மயக்கவாதத்துக்கு முட்டுக் கொடுக்கத் திருச்சபைகளைத் தமிழ்மயப் படுத்த முயற்சிக்கிறது. குணாவின் பொதுவுடைமையர் எதிர்ப்புக்கும் தமிழ்த் தேசியப்' பொருளியலைவிட இந்தக் 'கிறித்துவ தேசியப்' பொருளியலே அடிப்படையாக இருந்திருக்குமோ என அய்யுற வேண்டியுள்ளது.

காங்கிரசுக்குள் இருந்த ம.பொ.சி.யின் தமிழ்ப்பற்று அவரை வெளியில் எடுத்து வந்து தமிழ்த் தேசியப் போர்வைக்குள் இந்து தேசியத்தைக் கட்டமைக்கத் துடித்தது போல்

பொதுவுடைமை இயக்கத்துள் இருந்த குணாவின் தமிழ்ப்பற்று அவரை வெளியில் எடுத்து வந்து தமிழ்த் தேசியப் போர்வைக்குள் கிறித்துவ தேசிய இறையியலைக் கட்டமைக்கத் துடிக்கிறது.

ம.பொ.சி. கம்பராமாயணத்தைத் தூக்கி வந்தார். குணா, விவிலியத்தைத் தூக்கி வருகிறார். ம.பொ.சி.க்கு இராமராஜ்யம். குணாவுக்கு மோசேயின் பொன்னுலகு. ம.பொ.சி., திராவிட எதிர்ப்பு மாநாடுகளை நடத்தினார். குணா, 'திராவிடத்தால் வீழ்ந்தோம்' என்று எழுதினார்.

## 5. குணா பாடிய 'பெரியார்' கீதம்!

குணாவின், 'திராவிடத்தால் வீழ்ந்தோம்' என்பதை வேதப் புத்தகமாய்ப் படிப்பவர்கள், குணாவின், 'இந்திய தேசியமும் திராவிட தேசியமும்' நூலைச் சொல்வது இல்லை. குணாவே சொல்கிறார், 'எனது புத்தகங்களை திராவிடத்தால் வீழ்ந்தோம் நூலுக்கு முன், பின் எனப் பிரித்துப் பார்க்க வேண்டும்' என்பார்.

குணாவின் 'திராவிடத்தால் வீழ்ந்தோம்' என்ற நூலுக்கு மறுப்பாக ஏராளமான செறிவான நூல்கள் அப்போதே வந்துள்ளன. ஆனால் குணாவின் நூலுக்கு மறுப்பை குணாவே எழுதினால் எப்படி இருக்கும்? அதுதான், 'இந்திய தேசியமும் திராவிட தேசியமும்' எனும் நூல். தாமரை கலை இலக்கிய மன்றம் வெங்காலூர் சார்பில் 1.1.1986 அன்று வெளியான நூல் இது. மொத்தப் பக்கங்கள் 428. இந்நூலுக்கு குணா முன்னுரை எழுதி 13.6.1985 என நாள் குறித்துள்ளார். இதில் திராவிட தேசிய அரசியலின் உண்மையான நோக்கங்களைக் குணா சொல்லிவிடுகிறார். திராவிடத்தால் வீழ்ந்தோம் என்ற நூலுக்கு முழுமையான மறுப்பு இதுதான். அந்நூலின் சில குறிப்புகளை மட்டும் இங்கு பார்க்கலாம்.

இவை அனைத்தும் 'குணா'வின் குரல்கள் தான்:

1. பார்ப்பனரல்லாதார் இயக்கத்திற்கு வேறு பொதுக் காரணங் களே இருக்கவில்லையா?

பார்ப்பனர் எதிர்ப்பு இயக்கம் அரும்புவதற்குச் சில சிறுசிறு நிகழ்வுகள் தற்செயலான காரணங்களாக இருந்திருக்கலாம். ஆனால் தொல்காப்பியக் காலம் தொட்டுப் பார்ப்பனர்களை முதன்மையாக வைத்தும் பார்ப்பனியத்தைக் குமுக அரசியல் கொள்கையாக வைத்தும் அரசாண்ட மன்னர்களையும் அரசக் குலங்களையும் நெடுகப் பார்க்கிறோம். இந்தப் பார்ப்பனியப் பிடிப்பு மெள்ள

மெள்ள இறுகித் தமிழ்க் குமுகத்தைக் கெடுத்துக் கொண்டிருந்ததும் கூட ஒரு வரலாறு. அதனால் தமிழ் மக்களிடம் பார்ப்பனர் எதிர்ப் புணர்ச்சி நெடுங்காலமாக நிலவி வந்தது. ஆனால், இந்தக் குமுக முரண்பாட்டைப் பார்ப்பனரல்லாதாராகிய சென்னை மாநில முதலாளிய வகுப்பினர் அரசியலாக்க இயக்கம் கண்டதோ தற்செயல் நிகழ்ச்சி. பார்ப்பனியத்தை எதிர்க்காது, பார்ப்பனியரின் மேலாண் மையை மட்டுமே எதிர்த்தவர்கள் பார்ப்பனரின் குமுகக் கொடுங் கோன்மையைக் காரணமாகக் காட்டித்தான் நேர்மைக் கட்சியைத் (நீதிக்கட்சி) தோற்றுவிக்க முடிந்தது. (பக்கம். 21)

2. அறுபது எழுபது ஆண்டுக்காலத் திராவிட இயக்கத்தின் ஊடே தமிழக மக்கள் பெற்ற நன்மைகளையும் தீமைகளையும் ஆழ்ந்து படித்தும் தொகுத்தும் பார்க்காமல் இருப்பது கேடுதரும் என்று கருதியே 'இந்திய' தேசியத்தையும் 'திராவிட' தேசியத்தையும் முரணிய இருவேறு கருத்தோட்டங்களாக வைத்து இங்கு ஆராயப் புகுந்தோம். இந்திய தேசியத்திற்கு ஒரு வகுப்புப் பின்னணியும் ஒரு வகுப்பு உள்ளடக்கமும் உண்டு. திராவிட தேசியத்திற்கும் தமிழ்த் தேசியத்திற்கும்கூட அத்தன்மைகள் உண்டு. (பக்கம். 23)

3. 'ஆரிய மாயையை' எதிர்க்கக் கிளம்பிய எதிர்க்கணையே 'திராவிட மாயை'. இதுவே 'திராவிட தேசியம்'. இதனுடைய களமும் வரம்பும் தெலுங்கு, கன்னட, துளு, மலையாள, தேசிய இனங்களை உள்ளடக்கிய பழைய சென்னை அரசு. இந்தத் 'திராவிட தேசியத்திற்குப்' பின்னிருக்கும் வகுப்பு தமிழ் தெலுங்குத் தேசிய முதலாளிய வகுப்புகளாகும். மொழிவழியில் 1956ஆம் ஆண்டில் சென்னை மாநிலம் தமிழகமானபோது தமிழக நடுத்தர வகுப்பை நடுவமாகக் கொண்டு எழுந்ததே 'தமிழ்த் தேசியம்'. சில தேசிய இனங்களின் எழுச்சிகளில் 'இந்திய தேசியம்' என்னும் பொய்யுணர்வு மடிந்து விடுகிறது. கன்னட நாட்டிலும், தெலுங்கர் நாட்டிலும், மலையாள நாட்டிலும் 'திராவிட தேசியம்' செல்லுபடியாகவில்லை. ஆனால் திராவிட தேசியமோ, இந்த இந்திய தேசியத்தைத் தமிழகத்தில் இருந்த இடமில்லாமல் செய்து வைத்திருந்த காலமும் உண்டு. திராவிட தேசியமாகப் பெயரளவுக்கு இருந்தாலும் நடை முறையில் 'தமிழ்த் தேசிய'மாகத்தான் இன்று நீறுபூத்த நெருப்பாக அஃது இருந்து வருகிறது. (பக்கம். 24)

4. தமிழகத்தில் பேராயக் கட்சியும், நேர்மைக் கட்சியும் திராவிடர் இயக்கமும் தோன்றிய பின்னர்தான், பார்ப்பனர் எதிர்ப்பு, சாதி எதிர்ப்பு, தீண்டாமை எதிர்ப்பு, கட்டாய கைம்பெண் முறை ஒழிப்பு, சிறார் மண எதிர்ப்பு, கோயில் எதிர்ப்பு, கடவுள் எதிர்ப்பு, சமற்கிருத எதிர்ப்பு, தாலி எதிர்ப்புப் போன்ற முழக்கங்கள் வாயி லாகவும், ஆரிய எதிர்ப்பு; வடவர் (பார்ப்பனர்-பனியா) எதிர்ப்பு

வாயிலாகவும்தான் அம்முதலாளியக் குடியாட்சிப் புரட்சி தமிழகத்தில் எழுந்தது.

(பக்கம். 75)

5. பார்ப்பனர் தலைமையில் அமைந்த பேராயக் கட்சியும் அன்னிபெசன்ட் அம்மையின் உள்ளாட்சிக் கழகமும் பரப்பிய 'இந்திய தேசியம்' பார்ப்பனரல்லாதவரின் நலன்களைக் கெடுத்து அழிக்கும் என்று கருதிய பார்ப்பனரல்லாதாரால் மேட்டுக் குடியினர் 1916ஆம் ஆண்டு தென்னிந்திய மிதவியக் கூட்டமைப்பை (நேர்மை கட்சியை) உருவாக்கித் 'திராவிட தேசியம்' என்னும் கருத்துக்கு வித்திட்டனர். பார்ப்பன நடுத்தர வகுப்பினுடைய மேலாண்மையை முறியடித்து, தமக்குக் கிடைத்த ஓரளவு அதிகாரத்தைக் கொண்டு அப்பார்ப்பனரின் சுரண்டலை ஒழித்துக் கட்டுவதே நேர்மைக் கட்சியினுடைய நோக்கமாக இருந்தது. இதற்கப்பால் சென்று, பார்ப்பனரல்லாதாரின் சுரண்டல் உட்பட்ட பொதுவான சுரண்டலை ஒழித்துக் கட்டுவது இதனுடைய நோக்கமாக இருக்க வில்லை. அன்றைய காலச் சூழலில் அவர்கள் அதற்கு மேலும் சென்றிருக்க முடியாது. ஏனெனில் மக்கள் இயக்கங்கள் அப்போது இன்னும் குழந்தைப் பருவத்தில்தான் இருந்தன. இவர்கள் 16.9.1921 அன்று கொண்டுவந்த முதல் வகுப்புவாரி அரசாணையோ பார்ப்பனரல்லாதாருக்கும் பயனளிக்கவே செய்தது. இத்தகைய ஒதுக்கீட்டு முறையைக் கண்டு அஞ்சிய பார்ப்பனர் வட்டம், 'தகுதியையும் திறமையையும்' புறக்கணிப்பதாக ஓலமிட்டது.

(பக்கம். 256)

6. தீண்டாமைக் கொடுமையை எதிர்த்துத் திருவிதாங்கூர் மன்னராட்சிப் பகுதிகளிலிருந்த வைக்கம் என்னும் பேரூரில் ஓர் இயக்கம் நடந்து வந்தது. ....இந்த தீண்டாமை எதிர்ப்புப் போராட்டத்தில் பங்கெடுக்குமாறு பெரியாருக்கு அழைப்பு வந்தது... பெரியாருக்கு ஒரு திங்கள் காலச் சிறைத் தண்டனை கிடைத்தது.... பெரியாரின் மீது பொய்க்குற்றம் காட்டி அவரைச் சிறையில் அடைத்தார்கள்.... வைக்கம் தீண்டாமை ஒழிப்புப் போராட்டத்தைப் பற்றித் தம்முடைய ஏடுகளில் எழுதிய போதெல்லாம் காந்தியார் வேண்டுமென்றே பெரியார் அப் போராட்டத்தில் வகித்த பங்கைப் பற்றிக் குறிப்பிடாமல் மூடி மறைத்து வந்தார். பெரியார் கொண்டு வந்த வகுப்புரிமைத் தீர்மானத்தை எதிர்த்ததும், சேரன்மாதேவி குருகுலத்தில் நடந்த சாதி வெறிக் கொடுமையும், பார்ப்பனர் பேசுகின்ற 'தேசியம்' ஒரு போலித் தேசியம் என்பதையும்; அவர்களில் சிலர் தீண்டாமையை ஒழிக்கப் போவதாகச் சொல்வதெல்லாம் பித்தலாட்டமே என்பதையும் பெரியாருக்கு உணர்த்தின.

(பக்கம். 273)

7. அறியாமை, பேதமை போன்றவற்றை ஒழிக்க மக்களுக்குத் தன்மான உணர்வை ஊட்டுவதென்பதே தன்மான (சுயமரியாதை) இயக்கத்தின் குறிக்கோள்; இந்தியாவுக்கு ஒரு பொதுத் தேசியமொழி இந்தி மொழியே என்று சொல்லி வடவர் அதனைத் தமிழகத்தில் பரப்ப முனைவதை எதிர்த்துப் பெரியார் குரல் கொடுத்தார். தன்மான இயக்கம் தமிழகத்தின் முதலாளியக் குடியாட்சிப் புரட்சிக்குச் சில முற்போக்கு முழக்கங்களை வகுத்தளித்தது. 1931ஆம் ஆண்டில் ஈரோட்டில் நடந்த தன்மான இயக்க மாநாட்டில் ஒப்புரவியக் (சோசலிச) கருத்துகள் சிலவற்றைப் பெரியார் அறிவித்தார். அவற்றிலிருந்த பொருளியல் விளக்கங்களில் குறைகள் இருப்பினும், பெரியார் அன்று எடுத்த நிலைப்பாடு மற்றொரு வரலாற்றுச் சிறப்புமிக்க திருப்பம் ஆகும். (பக்கம். 299). இந்தி மொழி தமிழகத்தில் கட்டாயப் பாடமானால் தமிழ் வளர்ச்சி சிதையும், தமிழர் நலனும் குன்றும், தமிழ் நாகரிகம் அழியும் என்று பெரியார் முழங்கினார். தமிழ்நாடு தமிழருக்கே என்னும் முழக்கத்தை முதன் முறையாக வைத்தார். இந்தி எதிர்ப்புப் போராட்டத்திற்குத் தானைத் தலைவராக இருந்தார். பெரியார் சிறையில் அடைபட்டுக் கிடந்தபோது திரு.வி.க. தம்முடைய நவசக்தி ஏட்டில் ஓய்வறியா அரிமா இப்போது ஓய்வு பெற்றிருக்கிறது என்று நெஞ்சமுருக எழுதினார். தமிழ்நாட்டுப் பெண்கள் மாநாடு ஈ.வெ.இராமசாமியை இனிப் 'பெரியார்' என்றே அழைக்க வேண்டும் என்று முடிவு செய்தது.

நூற்றுக்கு 97 பேராகிய தமிழக மக்கள் தங்களைப் பார்ப்பன ரல்லாதார் என்று கொள்வது கேலிக்குரியது என்று பெரியார் இடித்துரைத்தார். நம்மை 'இந்தியர்' என்றும் 'இந்து' என்றும் கருதிக் கொள்வது மிகப்பெரும் இழிவு என்று சுட்டிக் காட்டினார். இனி நம்மை நாம் 'திராவிடர்கள்' என்று அழைத்துக் கொள்ள வேண்டும் என்று புகன்றார். 'திராவிட நாடு திராவிடர்க்கு என்றாக வேண்டும்' என்றார். பார்ப்பனர் தங்களை ஆரியர் என்று சொல்லிக் கொள் கின்றனர். எனவே நம்முடைய வரலாறே ஆரியர்-திராவிடர் போராட்டத்தின் வரலாறுதான் என்று பெரியார் விளக்கினார். அந்த ஆரிய வடநாட்டார் பிடியிலிருந்து விடுவித்து, திராவிட நாட்டைத் தனிநாடாக்குவதே நம்முடைய குறிக்கோள் என்று எழுதினார். தனித் திராவிட இனம் என்னும் கருத்தானது, இறை நெறிக் கழகம் போன்ற பார்ப்பன மீட்சி இயக்கங்கள் உருவாக்கிய ஆரிய இன மாட்சிமைக் கோட்பாட்டிற்கு எதிர்வினையாக எழுதப் பட்ட கருத்து என்பது இதனால் விளங்கும். (பக்கம். 354). தமிழின் மறுமலர்ச்சியிலும் பெரியார் பெருநாட்டம் காட்டினார். 1943 ஆம் ஆண்டில் இராசா அண்ணாமலைச் செட்டியார் தொடங்கிய தமிழிசை இயக்கத்திற்குப் பெரியார் ஆதரவு தந்தார் (பக்கம். 365)

*8.* பார்ப்பனியர்–வடவர் முதலாளிய நலன்களுடன் முரணி நின்ற பார்ப்பனரல்லாத கிழார்களும் வணிகர்களும் தொழிலுடையவரும் சேர்ந்து தோற்றுவித்த ஒரு புதிய சூழல் உள்ளபடியே நடுத்தர வறிய வகுப்பினர்–ஒடுக்கப்பட்ட சாதியினர் ஆகியோருக்குச் சில நன்மைகளைப் பயத்தது. பார்ப்பனரல்லாதார் இயக்கத்தினரால் அடிநிலை மக்களுக்கு இதனால் ஒரு நன்மையும் கிடைக்கவில்லை என்று சொல்வது சரியில்லை. அது கடைந்தெடுத்த பிற்போக்கு மயக்கமென்று அறைந்தாற்போல் சொல்வதோ வரலாற்றை இருட்டடிப்புச் செய்வதாகும். *(பக்கம். 392)*

*9.* பெரியார் வித்திட்ட தமிழக விடுதலை முழக்கமே இந்தியத் துணைக் கண்டத்தில் இந்திய அரசு என்னும் சிறைக் கூட்டுக்குள் அடைக்கப்பட்ட அத்துணை நாட்டினங்களின் நாட்டுரிமைக் கோரிக்கைக்கும் முன்னோடி ஆகும். *(பக்கம். 401).* தனிநாடு வேண்டும் என முதன் முதலில் இத்துணைக்கண்டத்தில் குரல் கொடுத்த பெரியார், தனிநாடு பெற்றுத்தர முடியாமல் போனதற்குப் பின்வரும் காரணங்களைக் கூறலாம்.

மாக்சுமுல்லர் போன்றோரின் வெள்ளை நிறவெறி உணர்வுக்கு ஓர் ஆற்றுக்காலாக ஆரியக் கொள்கை பயன்பட்டது. இந்த ஆரியக் கொள்கைக்கு எதிரான ஓர் எதிர்நீச்சலாக ஒரு திராவிடக் கொள்கை தோற்றுவிக்கப்பட்டது. *(பக்கம். 421)....* ‘தமிழ்’ என்னும் இனிய மொழியைத் தம் தாய்மொழியாகக் கொண்ட முது குடியினராகிய ‘தமிழரைத்’ திராவிடர் என வடமொழியில் அழைக்க வேண்டியதில்லை. தமிழ், தமிழ் தான். தமிழ் ஒரு திராவிட மொழியன்று. கன்னடமும், தெலுங்கும், மலையாளமும் துளுவும் போன்ற வடமொழியில் கலந்து மயங்கிய மொழிகளை வேண்டுமானால் திராவிட மொழிகளெனச் சொல்லலாமே தவிர வடமொழியால் இதுவரை அழிக்க முடியாத தமிழைத் திராவிட மொழியெனச் சொல்வது தவறு. கன்னடத்தையும் தெலுங்கையும் மலையாளத்தையும் கூடத் தமிழிய மொழிகள் எனச் சொல்வதுதான் அறிவுக்கும் அறிவியலுக்கும் வரலாற்றுக்கும் பொருந்தும் *(பக்கம். 415)*

ஆரியமென்பது ஓர் உடலினத்தையோ நிற இனத்தையோ குறிக்காது. ஆரிய மென்பது ஒரு செயற்கை கொள்கை. இத் துணைக் கண்டத்துக்கு அப்பாலிருந்து வந்த அவுணர்கள் போன்ற அநாகரிகப் படையெடுப்பாளர்கள் வட தமிழிய (வடதிராவிடப்) பண்பாடுகளைப் படை வலிமையாலும் பிற வலிமைகளாலும் பெற்றனர். அவ்வாறு வீழ்ந்த பண்பாடுகளாலேயே அவர்கள் தம்வயமாக்கிக் கொள்ளப்பட்ட சூழ்நிலையில் தோன்றிய இனவெறிக் கொள்கையாகவே ‘ஆரியம்’ இருந்திருக்கக்கூடும்.... *(பக்கம். 415).* ஆரியமென்பது ஓர் இனவெறிக் கொள்கையேயெனில் ஒரு நிற உடலினத்தைக் குறிக்

காது (பக்கம். 416). இத் திராவிட மாயையால் தமிழர்களுக்கு நன்மையும் உண்டு. தீமையும் உண்டு. முடிவில் தீமைதான் மேலோங்கி நிற்கிறது. பார்ப்பனரின் கொடுங்கோன்மையை இத்திராவிடக் கொள்கை அடியிலேயே அறுக்கத் தலைப்பட்ட தென்னவோ உண்மைதான். ஆனால் இந்நிலை தொடரவில்லை. 'ஓரிந்திய' கொள்கையோடு ஒத்துப் போகவோ ஒன்றுபடவோ தொடங்கிய போதே இத் திராவிட இயக்கம் தன்னுடைய எதிர்மறையாகத் திரிந்துவிட்டது, (பக்கம். 418)

10. தமிழகத்திலிருக்கிற தமிழரல்லாத மொழிச் சிறுபான்மை யருக்கு எதிராகக் கொடி தூக்க வேண்டுமென நாம் இனவெறி அரசியல் பேசவில்லை. உள்ளபடியே அவர்களுக்குத் தரவேண்டிய உரிமைகளை நாம் தருவோம். தமிழின்மீது பிறர் காட்டுகிற ஆதிக்கமும் காழ்ப்பும் பகையும் தேசிய இன முரண்பாடுகளைப் பகைகளாக்கிக் குடியாட்சி இயக்கங்களையே அழித்து வருகின்றன. இத்தகைய நிலையையே இந்தியத் 'தேசிய ஒருமைப்பாடு' என்னும் 'அகன்ற பாரதக்' கொள்கை தோற்றுவித்து வருகிறது. இப்போலி உணர்வுக்கு எதிரான உண்மையான எதிரோட்டமாக தமிழ்த் தேசியமும், கன்னடத் தேசியமும், தெலுங்குத் தேசியமும், மலையாளத் தேசியமும் பிறவும் அறிவியல் நெறியில் வளர்க்கப்பட்டாலன்றித் தேசிய முரண்பாடுகள் பிறழ்ச்சி நிலைகளாகி இந்திய வல்லரசியத் திற்குத்தான் உதவும். (பக்கம். 419)

– 428 பக்கங்கள் கொண்ட 'இந்திய தேசியமும் திராவிட தேசியமும்' என்ற நூலை இன்றைய 'குணா' பக்தாள்ஸ் படித்திருக்க மாட்டார்கள். 'ஆரியம்' என்ற இனவெறிக் கொள்கைகளுக்கு எதிரி யாகவே திராவிடக் கொள்கை செயல்பட்டு வந்ததற்கு வரலாற்று வரிசையில் குணா காட்டும் ஆதாரங்களே போதும்.

அவரது 'திராவிடத்தால் வீழ்ந்தோம்' நூலுக்கு மறுப்பு, அவரது 'இந்திய தேசியமும் திராவிட தேசியமும்' என்கிற நூலேயாகும். 'திராவிடத்தால் வீழ்ந்தோம்' என்ற நூலே யாருக்காக எழுதப்பட்டது தெரியுமா? பாட்டாளி மக்கள் கட்சிக்காக!

"பாட்டாளி மக்கள் கட்சியின் இளைஞரணியிடமிருந்து 1994 சூன் 25–26ஆம் தேதிகளில் குடந்தையில் நடத்தவிருந்த ஒரு கருத்தரங்கில் 'திராவிட மாயை' என்னும் தலைப்பில் கருத்துரையாற்ற ஓர் அழைப்பு வந்தது. கொடுக்கப்பட்டிருந்த தலைப்பு, என்னுடைய முந்தைய முடிவில் ஓர் இயக்கத்தை ஏற்படுத்தியது. அக் கருத்துரைங்கிற்காக நானெழுதிய நீண்ட கட்டுரையே இஃதாகும்' என்பார் குணா, 'திராவிடத்தால் வீழ்ந்தோம்' நூலின் முன்னுரையில்.

'திராவிட மாயை'யால் பாட்டாளி மக்கள் கட்சி பதவிச் சுகம் அனுபவித்துப் பெருத்ததும், கன்னட காமகோடிகளை 'மகாபெரியவர்'

களாகக் குணாக்கள் விழுந்து தொழுவதுமே இந்தத் தமிழ்த் தேசிய மாயாவாதம் கண்ட பலன்.

பெரியாரை மறுக்க, திராவிடத்தை மறுக்கப் புகுந்த குணா 'மகா பெரியவரைக் கட்டித் தழுவும்போதும் 'ஆரியமே வெறும் பொய்யடா' எனப் புலம்பிப் போவதுதான் திராவிடம் வென்றதால் ஏற்பட்ட பயன்களில் ஒன்று.

அதிதீவிரப் பொதுவுடைமையராய் இருந்து, அதிதீவிர திராவிட இயக்கப் பரம்பரையால் லேசாய்த் திரிந்து, பின்னர் அதிதீவிரத் தமிழ்த் தேசியராக உருமாறி எதுவாக மாறினாலும் கிறித்துவ இறையியலாளராகவே வாழ்ந்து இறுதியில் 'திராவிட வெறுப்பு ஆரியச் சார்பாகவே மாறும்' என்ற இயற்பியல்படி இன்று குணாவியம் வெள்ளைப்பட்டுக் கிடக்கிறது. அதுதான் 'தமிழரின் தொன்மை' நூலாக வெளிப்படுகிறது. இதுவே குணாவின் தொன்மை!

### 6. தேவநேயத்துக்கு எதிரானதே குணாவியம்!

திராவிட இயக்கத்தையும் பெரியாரையும் வீழ்த்த நினைத்து, அதற்கு உள்ளீடாக இருக்கும் தமிழியத்தை வீழ்த்தும் ஆரியத்துக்குத் துணைபோவதே குணாவியத்தின் தமிழ்த் தேசியத் தொண்டு! அந்தத் தொண்டைத் 'தமிழரின் தொன்மையால்' சரியாகச் செய்துள்ளார்.

'ஆரியமே பொய்ம்மை' என்று நிறுவுவதற்காகவே எழுதப்பட்ட நூல்தானே தவிர, தமிழரின் தொன்மை குறித்து எழுதப்பட்டதல்ல. திராவிடம் பொய் என மறுக்க வேண்டும். என்ன வழி? ஆரியமே பொய் என நிறுவுவது. அதைத்தான் குணாவும் செய்வார். குருமூர்த்தியும் செய்வார். தமிழ்த் தேசியர்கள், குணாவின் நூல்களை முழுமையாகப் படிக்கிறார்களா, படித்திருப்பார்களா என்பது ஐயமே. ஏனென்றால், தமிழ்த் தேசியத்துக்கே எதிரானது குணாவின் சிந்தனைகள். 'வடுக' என்ற சொல்லைப் போட்டால் 'தமிழ்த் தேசியம்' ஆகிவிடும் என்று நினைக்கிறார் குணா.

'தமிழரின் தொன்மை'யில் தொல்காப்பியம் மேற்கோள் காட்டப்படுவதைவிட விவிலியமே விளையாடுகிறது என்பதைப் படித்தவர் புரிவர். விவிலியத்தை வரலாற்றுச் சான்றாவணமாக எடுத்தாண்டது போல், பழந்தமிழர் இலக்கியங்களைக்கூட எடுத்தாளக் குணாவுக்கு விருப்பமில்லை. அந்தளவுக்கு விவிலியம் மேலோங்கிய நூல்தான் 'தமிழரின் தொன்மை'.

இந்நூலின் மாபெரும் குழப்பம் எதுவென்றால், 'ஆரியம்' ஐரோப்பியர் கற்பனை என்று சொல்லும் குணா, 'ஆரியத்தின்' தீமைகளையும் சொல்கிறார். கற்பனைப் பாத்திரம், திடீரென உயிர்

மனிதனாய் மாறுவது எப்படி? அதாவது, தமது கண்டுபிடிப்பை தாமே மறுக்கிறார். எது உண்மை குணா, எது பொய்ம்மை குணா என நீங்கள் கண்டுபிடிப்பதும் சிரமமே!

மறைமலையடிகளையும், பாவாணரையும், மனுநூலையும் முறையாகப் படித்தவர்கள் சொல்வார்கள்; ''இம்மூன்றையும் படிக்காதவர் எழுதிய நூல்தான் 'தமிழரின் தொன்மை' என்பது'' என்று!

1. ஆரியம் என்பது வடுகத்தையே குறிக்கும் என்கிறார் குணா (பக்கம். IV), அப்படியானால் 'வடுகம்' என்பது எதைக் குறிக்கும்? விளக்கம் இல்லை.

2. ஆரியம் என்பது ஐரோப்பிய சரக்கு; திராவிடம் என்பது வடுகச் சரக்கு (பக்கம். IV) என்கிறார் குணா. ஐரோப்பிய வரலாற்றா சிரியருக்கு முன் ஆரியம் என்பதே இங்கு இல்லையா? மனுநீதி உருவானது எப்போது?

3. 'இந்து', 'இந்துவியம்', 'ஆரியம்', 'திராவிடம்', என்னும் காலில்லாப் பேய்களை ஈன்றெடுத்தவர்களும் ஐரோப்பியர்கள் தாம் என்கிறார் குணா (பக்கம். V). திராவிடம் காலில்லாப்பேய் என்பதை சொல்வதற்காக இந்துவியமும், இந்துவும் காலில்லாப் பேய் என்கின்ற அளவுக்கு 'மகா பெரியவரியம்' தலைக்கேறியிருக்கிறது.

4. 'வெள்ளையியல் ஒரு மீமீசை இனம் (Super Race). ஆரிய இனம் ஆண்டை இனம் (Master Race). என்றெல்லாம் பறைசாற்றும் போக்கு ஐரோப்பிய நாடுகளில் தேசியம் எடுத்த கோலங்களால் வந்தவையே' (பக்கம். 3) என்கிறார் குணா. இவையெல்லாம் ஏடறிய எழுதப்பட்ட வரலாற்றுக்குப் பின்னால். ஏடறிய நடந்த வரலாற்றுக்கு முன்னால் 'ஆரியம்' இருந்ததா? இல்லையா?

5. ஆபிரகாம் பண்டிதரின் ஆய்வுகளாலும், பாவாணரின் ஆய்வுகளாலும் தமிழரிடம் வலுவான தேசிய இன ஓர்மை வேரூன்ற வழி வந்திருக்க வேண்டும். 'திராவிடம் அதைத் திசை திருப்பிவிட்டது' (பக்கம். 3) என்கிறார் குணா. தமிழிசை இயக்கத்துக்காகத் திராவிட இயக்கத்தின் பங்களிப்புகள், மாநாடுகள், தெலுங்கு இசைக்கு எதிராக நடத்திய போராட்டங்களைக் குணா படிக்க வேண்டும். வடமொழிக் கலப்பை எதிர்த்தும், இந்தியை எதிர்த்தும், பாவாணரின் நூல்களை விற்றுக் கொடுத்தும், பாவாணருக்கெனச் செந்தமிழ்ச் சொற்பிறப்பியல் அகர முதலித் திட்டம் உருவாக்கிக் கொடுத்ததும் திராவிட இயக்கமே.

6. பாவாணரின் குமரிக் கண்டக் கோட்பாட்டுக்கு எதிராகத் திராவிடர்கள் 'ஆப்பிரிக்காவிலிருந்து' என்ற ஒட்டைக் கலப்பைச் சொல்கிறார்கள் என்கிறார் குணா (பக்கம். 4). பாவாணரின் குமரிக்

கண்டக் கோட்பாட்டைத் திராவிட இயக்கமோ, பெரியாரோ எதிர்க்கவில்லை. முன்னைய ஆய்வுகளைச் சுட்டி இருக்கிறார்கள். 'இந்தியா முழுமையுமே முன்பு தமிழ்நாடாகத்தான் இருந்தது' என்றே பெரியார் சொல்லி இருக்கிறார்.

"தமிழ்நாட்டு அரசர்கள் பல தடவைகள் வடநாட்டுப் பார்ப்பன அரசர்களின் மேல் படை எடுத்துப் பார்ப்பன அரசர்களை முறியடித்து வெற்றிமாலை சூடி இருக்கிறார்கள். இது கலிங்கத்துப் பரணி போன்ற பழந்தமிழ் நூல்களை ஆராய்ந்தால் தெள்ளிதின் விளங்கும். நற்றமிழ், தமிழ் நூல்களில் நல்ல தேர்ச்சி பெறாமலும், தேர்ச்சி பெற்றாலும் பிராமண–புராண மூட பக்தியின் மிகுதியால் பகுத்தறிவு கொண்டு ஆராயாமலும் தவற விட்டதினால் தான் உலகம் புகழ்ந்த நற்றமிழ் நாடு பலமின்றிப் பாழ்பட்டு வருகிறது...

இச்சரித்திர சம்பவம் வீரத்தமிழர்களின் போர்த்திறமையையும் நாகரிகத்தையும் ஒற்றுமையையும் நன்றாய் விளக்குகின்றதன்றோ?

இவ்விதமாக குமரி முதல் இமயம் வரை வியாபித்திருந்த தமிழர்களின் இராஜ்யம், பாஷை, நாகரிகம் முதலியவைகள் எப்படி அழிந்தன என்பது சிந்திக்கற் பாலதன்றோ? அதுதான் ஆரியர்களின் வஞ்சகம்.

மேலே சொல்லப்பட்ட தமிழர்களின் வீரத்தை அடக்க வேண்டுமென்று ஆரியர்கள் பலவிதச் சூழ்ச்சிகள் செய்து தமிழர்களின் விரிந்த இராஜ்ஜியத்தையும் சிறந்த கலைகளையும், மேலான நாகரிகத்தையும் சிறுகச் சிறுகக் கெடுத்துவிட்டார்கள் என்பது ஆழ்ந்து சிந்தித்தால் விளங்காமல் போகாது...." (குடிஅரசு 5.6.1938) என்றவர் பெரியார். எனவே, பெரியாரை முழுமையாக வெளிக் கொணர்ந்தால் குணாக்கள்தான் குற்றுயிர் ஆவார்கள்.

7. பொல்லாத 'திராவிடமாயை'யைத் தமிழர்களின் தலைகளில் மேயவிட்டு அவர்களின் மொழிவழித் தேசிய இன அடையாளத்தையே இல்லாமல் செய்து மறைந்தும் மறையாமலும் அது துணை போகிறது என்கிறார் குணா (பக்கம். 11). மொழிவழித் தேசிய இன அடையாளம் என்பது வெறும் மொழிப்பற்று, இனப் பெருமை பேசுவது மட்டுமல்ல, மொழி அரசியலை (இந்தி எதிர்ப்பு, சமற்கிருத எதிர்ப்பு) உள்ளடக்கியது என்பதும், இன அரசியலை (ஆரிய எதிர்ப்பு, தமிழர் கல்வி வேலைவாய்ப்பு உரிமை, நாட்டுரிமை, அனைத்துத் தமிழரும் அர்ச்சகர் ஆதல்) உள்ளடக்கியது என்பதுமே பெரியாரின் திராவிடம். பெரிய கோவிலைக் காப்பாற்றுவது மட்டுமல்ல, தேசிய ஓர்மை. தமிழ் மொழிவழித் தேசிய இன அடையாளத்துக்கு எதிராக இருக்கும் அனைத்தையும் எதிர்ப்பதே பெரியாரின் திராவிடம். ஆரிய எதிரியைக் காப்பதே குணாவின்

தமிழ்த் தேசியம். அவர் சொல்லும் 'வடுக' திராவிடத்தையும் பெரியாரின் திராவிடம் எதிர்த்தே வந்துள்ளது. ஆனால் குணா சொல்லும் தமிழ்த் தேசியம் (ம.பொ.சி. முதல் இன்றுவரை) ஆரியத்துக்கு அடிபணிந்தே வந்துள்ளது.

8. ஆரியர் என்போர் பிராமணர்-குறிப்பாகத் தமிழ்ப் பார்ப்பார்-மட்டுமே என்பது ஈ.வெ.ரா.வின் குருட்டுப்பாடம் (பக்கம். 55) என்கிறார் குணா. இவர் பாவாணரிடம் படித்தது குறுக்குப்புத்தி பாடமா எனத் தெரியவில்லை.

'ஆரியர் ஆடு மாடு மேய்க்கும் இனமாகக் கூட்டங் கூட்டமாகக் காந்தார நாட்டு (ஆபுகானித்தானம்) வழி இந்தியாவிற்குட் புகுந்தாராயினும், அவருட் பூசாரியர் தவிரப் பிறரெல்லாம் இந்தியப் பழங்குடி மக்களோடு கலந்து போனமையால் வட நாட்டிலும் தென்னாட்டிலும் ஆரியத்தைப் பரப்பியவரும், ஆரியரென்று பொதுவாகச் சொல்லப்பட்டுவரும் பிராமணரே என்றறிதல் வேண்டும்' என்பதே பாவாணர் முடிவு. (தேவநேயம் தொகுதி 2 பக்கம். 66). யார் படிப்பது குருட்டுப்பாடம் என்பதைக் குணா விளக்க வேண்டும்.

9. திடீரென நம்பிக்கை வேடம் போடுகிறார் குணா. 'ஐரோப்பாவில் தோன்றிய நிறவெறிக் கொள்கையின் வித்தும் வேரும் பிராமணியத்தின் சாதிவெறி நெறியில்தான் உள்ளதென்பது கண் கூடு'. (பக்கம். 64). இந்தப் பிராமணியத்தின் சாதிவெறி நெறிக்கு எதிராகத்தானே பெரியார் வாழ்நாளெல்லாம் போராடினார்?

10. 'ஆரிய இனம்' எனும் மரபினம் என்று உண்மையில் இருக்கிறதா? ஆரிய இனம் எனும் மெய்யினம் இருந்ததே இல்லை; அது நிற வெறி கொண்ட ஐரோப்பியர்கள் இட்டுக்கட்டிய புனை கதை என்கிறார் காஞ்சிப் பெரியவர்' இது குணாவின் மேற்கோள் (பக்கம். 65). ஆனால், பாவாணர் என்ன சொல்கிறார் தெரியுமா? 'ஆரியம் என்பது இனவகையில் ஐரோப்பாவில் தோன்றியதேனும், மொழிவகையில் இந்தியாவிலேயே தொடங்கிவிட்டது.' (தேவநேயம் 2 பக்கம். 64) என்கிறார். குணாவின் வழி மகா பெரியவர் வழியா? பாவாணர் வழியா?

11. 'திராவிடர் எனும் பெயர் தமிழ்ப்பிராமணரை மட்டுமே குறிக்கின்ற சொல்லேயன்றி ஒரு மெய்யினத்தை குறிப்பதற்காக ஆளப்பட்டு வந்த சொல்லன்று என்பதைக் காஞ்சிப் பெரியவர் ஐயம் திரிபற விளக்குகிறார்'-இது குணாவின் மேற்கோள் (பக்கம். 72). பாவாணர் என்ன சொல்கிறார் என்றால்.... '.....ஆரியர் வேறு திராவிடர் வேறு என்பதும் பார்ப்பனர் ஆரியரே என்பதும் வெள்ளிடைமலை.... ஆரியரும் திராவிடரும் ஒரு குலத்தாரென்பதும், பார்ப்பனரும் தமிழரே என்பதும் தமிழ் வட மொழியினின்று வந்தது என்பதும் தவறாகும்'. (தேவநேயம் 2 பக்கம். 48)

12. காஞ்சிப் பெரியவர் ஐயம் திரிபற விளக்குகிறார்.... காஞ்சிப் பெரியவர் தெளிவுறக் கூறுகிறார்.... காஞ்சிப் பெரியவரும் குறிப்பிடுகிறார்... காஞ்சிப் பெரியவர் அருமையாக விளக்குகிறார்.... காஞ்சிப் பெரியவர் விளக்குகிறார்... காஞ்சிப் பெரியவர் மறுக்கிறார்.... சொல்லிக் காட்டும் காஞ்சிப் பெரியவர்.... காஞ்சிப் பெரியவராகிய சந்திரசேகர சரசுவதி... மீண்டும் மீண்டும் சொல்லித் தெளிவுபடுத்துகிற காஞ்சிப் பெரியவர்.... காஞ்சிப் பெரியவர் கூறுகிறார்... என்று (பக்கம். 72-77) ஒரே காஞ்சிப் பெரியவா புராணம்தான்.

யார் இந்த மகா பெரியவா? பாவாணர் அடையாளம் காட்டுகிறார்....

"சென்ற ஆண்டு திரு. காஞ்சி காமகோடி பீட சங்கராச்சாரியாரவர்கள் 'தீக்குறளை சென்றோதோம்' என்னும் ஆண்டாள் கூற்றிற்கு 'குறளைச் சென்றோதோம்" என்று திரித்து ஓரிடத்திற் பொருள் கூறியது பற்றி ஆட்சி மொழிக் காவலர் திரு.கி.இராமலிங்கனார் (எம்.ஏ.) வினவச் சென்றிருந்தபோது, ஆச்சாரியாரவர்கள் (தமிழறிந் திருந்தும்) வடமொழியில் விடை இறுக்க அதை அவர்களது அணுக்கத் துணைவர் தமிழில் மொழி பெயர்த்துக் கூறினாராம். அதன்பின் ஆட்சிமொழிக் காவலர், "ஐயா! அடிகளுக்குத் தமிழ் நன்றாகத் தெரியுமே! அங்ஙனமிருந்தும் ஏன் வடமொழியில் விடை இறுக்க வேண்டும்?' என வினவ, அணுக்கத் துணைவர், 'ஆச்சாரியார் சுவாமிகள் பூஜை வேளையில் நீச பாஷையில் பேசுவதில்லை' என மறுமொழி தந்தனராம்!

தமிழ் மக்காள்! தமிழ் மாணவர்காள்! தமிழ்ப் புலவர்காள்! பார்த்தீர்களா தவத்திரு சங்கராச்சாரியாரவர்கள் கடுங்கூற்றை! தமிழ் இழிந்தோர் மொழியாம்! ஆங்கிலக்கல்வியும் மொழி யாராய்ச்சியும் மிக்க இவ்விருபதாம் நூற்றாண்டிலும் தமிழுக்கு இத்துணை இழிப்பும் பழிப்பும் ஏற்படுமாயின், வடமொழி தேவ மொழியென்றும் பிராமணர் நிலத்தேவர் (பூசுரர்) என்றும் முற்றும் நம்பப்பட்ட பண்டைக் காலத்தில் இவை எத்துணை மடங்கு இருந் திருத்தல் வேண்டும் என்பதை உய்த்துணர்ந்து கொள்க!" என்கிறது பாவாணரின் 'தமிழா விழித்தெழுக!' கட்டுரை! (பாவாணர் தமிழ்க் களஞ்சியம் 46 பக்கம். 78)

காஞ்சி சங்கராச்சாரியாரை இதுவரை பார்ப்பனர்களுக்குத் தான் 'மகா பெரியவா' என நினைத்துக் கொண்டிருந்தோம். தமிழ்த் தேசிய குணாக்களுக்கே 'மகா பெரியவா'வாக அவர் இருப்பதில் அதிர்ச்சி அடைய ஏதுமில்லை. 'தமிழ்த் தேசியமே' அவர்களது தத்துப்பிள்ளை தானே!

“நம் மதத்தில் பிராமண, சத்திரியர், வைசியர், சூத்திரர் என்று நான்கு வர்ணங்கள் ஏற்பட்டிருக்கின்றன. இந்த வர்ணங்களை நாம் சாதி என்கிறோம்” என்ற சந்திரசேகரர்தான் குணாவுக்கு மகாபெரியவர்!

“பிராமணன் தன் கடமையாகிய வேத அத்யயனத்தையும் தர்மானுஷ்டானத்தையும் விட்டான். கடமையை விட்டான்” என்று கவலைப்பட்ட சந்திரசேகரர்தான் குணாவுக்கு மகா பெரியவர்!

‘வேதங்களை எல்லோரும் படிக்கக்கூடாது’ என்றவர் சந்திரசேகரர். அவரைத்தான் குணா மகா பெரியவர் என்கிறார். தன்னுடைய பக்திக்கு வசதியாக சந்திரசேகரரையே திரிக்கிறார் குணா.

“எல்லாவற்றுக்கும் மேலாக ‘மறை’ என்னும் தமிழ்ச் சொல்லுக்கு நிகரான ஒரு சொல் சமஸ்கிருதத்தில் இல்லை என்று வெளிப்படையாகச் சொல்கிறார். மறை என்பது வேதத்தையே குறிக்கும் என்று மீண்டும் மீண்டும் சொல்லித் தெளிவுபடுத்துகிறார் மகா பெரியவர்” – இது குணா. (பக்கம். 76)

ஆனால் சந்திரசேகரர் மறை என்ற சொல்லைத் தமிழர் மறை, தமிழ் மறை என்ற தத்துவார்த்தப் பொருளில் அல்லாமல், மறை அதாவது ஒளித்து வை என்று பொருள் காண்கிறார். “மறை என்ற வார்த்தை ரொம்பவும் ஆழமான பொருத்தமான பொருள் கொண்டது. வேதங்களில் ஆங்காங்கே மறைமுகமாக இரட்சிக்க வேண்டிய பகுதிகளுக்கு ரஹஸ்யம் என்று வேதத்திலேயே பொருள் கொடுத்திருக்கிறது. உபநிஷத்துக்களில் இப்படிப்பட்ட ரஹஸ்யமான பாகங்களையே தனியாக உபநிஷதம் என்று குறிப்பிடப்பட்டிருக்கிறது. வேதியர்கள் தங்களுக்குள்ளேயே ஜாக்கிரதையுடன் கொஞ்சமும் அம்பலப்படுத்தி விடாமல்–மறைவாக இரட்சிக்க வேண்டிய சில பாகங்களை மட்டுமே வேத உபநிஷத்துக்கள் இப்படிச் சொல்கின்றன. தமிழ் இன்னும் ஒரு படி மேலே போய் வேதம் முழுவதையும் மறை என்று சொல்லிவிட்டது. மறை என்றால் மறைந்து இரகசியமாகக் காப்பாற்றப்பட வேண்டியது என்று அர்த்தம்” என்கிறார் சந்திரசேகரர் (தெய்வத்தின் குரல் பாகம் 2).

மறை என்பது மறைக்கப்பட வேண்டியது என்ற குருட்டுப் பாடம் எடுக்கிறார் மகாபெரியவர். அவரைக் காப்பாற்ற குணா, நமக்குத் திருட்டுப்பாடம் எடுக்கிறார். வேர்ச் சொல்லைப் பாவாணரிடம் தேடாமல், பெரியவாளிடம் தேடினால் இப்படித்தான் இருக்கும்.

வடலூர் இராமலிங்க வள்ளலாரிடம் ‘சமச்கிருதமே எல்லா மொழிக்கும் தாய்மொழி’ என்று சந்திரசேகரர் சொல்ல....

'அப்படியானால் தமிழ்தான் தந்தை மொழி' என்று இராமலிங்கர் மறுத்ததாக ஒரு குறிப்பு உண்டு. எல்லா மொழிக்கும் என்றால் தமிழுக்கும் தாய்மொழி சமஸ்கிருதம் என்ற சந்திரசேகரர் எப்படி குணாவுக்கு மகாபெரியவர் ஆனார்?

தேவதாசி முறை ஒழிப்புச் சட்டம் வந்தபோது, 'சாஸ்திர பூர்வமாக விதித்த ஒரு உபசாரம் ஸ்வாமிக்கு நடப்பதற்கில்லாமல் ஆகிவிட்டதே' என்று வருந்திய சந்திரசேகரர் யாருக்கு மகா பெரியவர்?

'ஸ்த்ரீகளுக்குப் பதியே குரு. அவனிடம் கொண்டு சேர்க்கிற விவாஹம்தான் அவளுக்கு உபநயனம். அதாவது சாஸ்திரப் பிரகாரம் ஒரு பிள்ளைக்கு உபநயனம் செய்கிற ஏழாவது வயதில் பெண்ணுக்கு விவாஹம் செய்துவிட வேண்டும்' என்ற சந்திரசேகரர் தான் குணாவின் மகா பெரியவர்.

ஒரு கையில் சந்திரசேகரரின் 'தெய்வத்தின் குரலை'யும் இன்னொரு கையில் ஆசிரியர் கி.வீரமணியின் 'சங்கராச்சாரியார் யார்?'என்ற நூலையும் கையில் வைத்துக் கொண்டு குணாவைப் படித்தால்தான் யார் மகா பெரியவர், யார் மகா சிறியவர் எனப் புரியும்.

13. வடுகர்கள்தான் ஆரியர்கள் என்கிறார் குணா (பக்கம். 81). அப்படியானால் வடுகர்கள் என்பவர்கள் இன்று சொல்லும் பொருளான, 'தெலுங்கு பேசுபவர்கள்' மட்டுமா?

"ஆரியம் என்பது இனவகையில் ஐரோப்பாவில் தோன்றிய தேனும், மொழிவகையில் இந்தியாவிலேயே தொடங்கிவிட்டது. அதன் தொடக்க நிலை வடுகு என்னும் தெலுங்கே. வடுகு என்பது வடகு என்பதன் திரிபாகும். வடகு, வடமொழி, ஆகவே, தெலுங்கு பெயராலும் திரிபாலும் வடமொழி யென்னும் சமற்கிருதத்தை ஒரு புடை பெயர்த்தாம்" என்கிறார் பாவாணர். (தேவநேயம் 2–பக்கம். 64). வடுகர் என்றால் இன்றைய நாயுடு, நாயக்கர், அருந்ததியர் என்று பாடம் கொள்ளல் முடியாது.

14. ஆரியர் என்றால் யார் என்பதை நிறுவ படாதபாடு படுகிறார் குணா.

'வடுக' த்தை வலிமைப்படுத்த 'ஆரியம்' என்ற சொல்லுக்கு வலிமை சேர்க்கிறார்.

வடுகத்தை மேலும் வலிமைப்படுத்த 'ஆரியர் என வேறு யாருமே இல்லை' என்றும் சொல்கிறார்.

'ஆரியர் எனச் சொல்லிக் கொண்ட வடுகரைத் தவிர்த்து வேறெந்த ஆரியரும் உலகில் இல்லை' என்பது 126வது பக்கத்து குணா.

ஆனால் 63வது பக்கத்தில்.... செருமனியின் நாசிகள் (Nazis) தங்களுக்கு முன்பிருந்த ஐரோப்பிய அறிஞர்களின் கருத்துகளையும் தன்வயமாக்கிக் கொண்டனர்.... நாசிகள் அதையே ஆண்டை இனம் (Master Race) என்னும் கோட்பாடாக்கிக் கொண்டனர். Ubermensch என்றால் உம்பர் மாந்தர் என்று பொருள்படும். உம்பர் எனும் தமிழ்ச் சொல்லுக்கு 'மேலிடம், வானம், தேவர், வானோர், தேவலோகம், உயர்ச்சி, பார்ப்பார்' என்று பொருள். 19ஆம் நூற்றாண்டின் இறுதியில், ஆரிய இனத்தை நாத்திக இனம் (Nordic Race) என்றும் அழைத்தனர். அந்த நாத்திக இனமே ஆரிய இனத்தின் மிகத் தூய்மையானது என்றும் கூறப்பட்டது. இந்தக் கூற்றைத் தழுவியே ஆரிய இன மேன்மையியம் (Eugenics) என்ற இன்னோர் இனவெறிக் கோட்பாடு சார்லசு பிர்வினின் உறவினரான பிரான்சிசு கால்டன் என்பவரால் வடிக்கப்பட்டது.... மீமிசை இனம் (Super Race) ஒன்றைத் தோற்றுவிப்பதே அதன் நோக்கமாயிருந்தது.... ஆரிய மரபியல் (Genetic) பண்புகளை மேம்படுத்துவதே ஆரிய இன மேன்மையின் நோக்கமாயிருந்தது. நல்ல பிறப்பிற்குரிய கூறுகளை வளர்த்தெடுப்பதன் வாயிலாக நல்ல மரபியல் பண்புகளை உருவாக்க வியலும் என்று இன மேன்மையர்கள் சொல்லினர். நல்ல பிறப்புடையவர்களை இனப் பெருக்கம் செய்து இனத் தூய்மையைப் பேணுவதே இனமேன்மையரின் கடமையென அவர்கள் வரையறுத்தனர்.

அவரவர் மேனி நிறத்தின் அடர்த்தியை வைத்து இனங்களை மேல் என்றும் கீழ் என்றும் பாகுபடுத்திய இன அடுக்குக் (Hierarchy) கோட்பாடு தோன்ற 'ஆண்டை இனம்' எனும் நிறவெறிக் கோட்பாடு வழிகோலியது. இன அடுக்குக் கோட்பாட்டை கோபினோ உருவாக்கினார். இக்கோட்பாட்டின் அடிப்படையில் ஆத்திரேசாயட் தொல்குடிகளையும் நிலநடுக்கோட்பாடு ஆப்ரிக்கர்களையும் நாசிக் கொள்கையர் இன அடுக்கின் அடியில் வைத்தார். செருமானிய, சுவீடு, நார்வேசிய, டேனிய, பிரிடிசு, ஐரிசு, டச்சு, வட பிரெஞ்சு ஆகிய வெள்ளை நிறத்து ஐரோப்பியர்களை அந்த இன அடுக்கின் உச்சியில் வைத்தனர். ஒட்டு மொத்தத்தில் ஆரிய இனமேன்மைக் கோட்பாடு பின் செருமானியில் மேலோங்கி நின்றது.

பிராமண வேதங்களும் தொன்மங்களும் சாதி வருணப் பாகுபாடுகளுமே கோபினோ முதற்கொண்டு வெள்ளை நிறவெறியினர் எல்லாரும் வடித்த கருத்தியல்களின் ஊற்றுக்கண்ணாகும். இவற்றிலிருந்தே 'ஆரிய இனம்' எனும் கருத்தாக்கத்தை மேற்குலகம் வடித்தது. இந்தியாவிலிருக்கும் மீயுயர் (பிராமணர்) சாதியினர், ஆரியரின் வழித் தோன்றல்களேயென ஆரிய வேதங்கள் செப்புவதாகச் சொல்கின்ற கோபினோ, அந்த ஆரியர்கள் வென்றடக்கிய இழிந்த மக்களின் குருதியுடன் கலவாது அப்பிராமணர்கள் இனத்

தூய்மை பேணி வருவதைக் கண்டு உவந்து நிற்கிறார். இத் துணைக் கண்டம் முழுதும் பரவிய புத்த சமயக் கருத்துகளால் அந்தப் பிராமணர்கள் இழி பிறவிகளுடன் உறவு கொண்டு குருதிக் கலப்பால் கெட்டுவந்த நிலையில் ‘இந்து’ மறுமலர்ச்சி கிளர்ந்தெழுந்து அப்போக்கைத் தடுத்து விட்டதைக் கண்டு கோபினோ பெருமூச்சு விடுகிறார்.

சுருங்கச் சொல்வதெனின், ஐரோப்பாவில் தோன்றிய நிறவெறிக் கொள்கையின் வித்தும் வேரும் பிராமணியத்தின் சாதிவரண நெறியில்தான் உள்ளதென்பது கண்கூடு” (பக்கம். 64) என்பார் குணா.

64வது பக்கத்துக்கும் 126வது பக்கத்துக்கும் எவ்வளவு முரண்பாடுகள்?

15. ‘ஆரியர் என்போர் கைபர், போலன் கணவாய்களின் வழியாக ஆடுமாடு மேய்த்துக் கொண்டோ படையெடுத்தோ வந்தவர்கள் என்னும் புனைகதையை இட்டுக்கட்டி எழுதி அதையே ‘இந்திய வரலாறு’ என்றாக்கினர். பொன்னிற மேனியர் எனப்பட்ட ‘ஆரியருக்கு’ ஓர் எதிர்மறை முரணிப் பகை வேண்டுமே! அதற் காகவே கறுப்புநிறத் திராவிடரை வடித்துக் களத்தில் இறக்கினர். ஆரியர், திராவிடர் இனப் போரே இத்துணைக் கண்டத்தின் வரலாறு என்று பொய்யை அவிழ்த்துவிட்டனர்’ என்கிறார் குணா. (பக்கம். 130)

இது ஏதோ ‘திராவிடம்’ சொல்கிற வரலாறு அல்ல. பாவாணர் கூறுவதும் அதுதான். பார்ப்பனர் வடக்கேயுள்ள குளிர்நாட்டினின்று வந்தவர் என்றவர் பாவாணரும்தான்.

(தேவநேயம் 10 – பக்கம். 140)

‘ஆரியம் தமிழ்நாட்டில் வேரூன்றிப் பார்ப்பனருள் தலைமை யேற்பட்ட பின், தமிழ் வகுப்பினர் தங்களுக்கு, ஆரியத் தொடர்பு கூறுவதை உயர்வாகக் கருதினர்’ என்றவர் பாவாணர்.

(தேவநேயம் 10 – பக்கம். 141)

“வடமொழிக்குத் தமிழ் நூல்களில் ஆரியம் என்னும் பெயரும் வழங்குகின்றது. இப்பெயரொன்றே பார்ப்பனரைத் திராவிடரிட மிருந்து வேறான ஆரியராகக் கொள்ளப் போதிய சான்றாகும். ஆரிய நாடு, ஆரிய பூமி, ஆரியவர்த்தம் என்று சொல்லப்படுவது “பனி (இமய) மலைக்கும் விந்திய மலைக்கும் இடையிலுள்ள பாகமாகும். இதுதான் ஆரியர் இந்தியாவில் முதலாவது பரவி நிலைத்த இடம். இங்கு வழங்கினதினால்தான் ஆரிய மொழிக்கு ‘வடமொழி’யென்று பெயர்!” என்றவர் பாவாணர்.

(தேவநேயம் 10 – பக்கம். 143)

'ஆரியன் என்னும் பெயருக்கு, ஆசிரியன், பெரியோன், பூசாரியன் முதலிய பொருள்களெல்லாம் தமிழில் தோன்றினது தமிழ்நாட்டில் பார்ப்பனத் தலைமை ஏற்பட்ட பிற்காலத்தேயாகும். இப் பொருள்களும் நூல் வழக்கேயன்றி உலக வழக்காகா' என்றார் பாவாணரே.

(தேவநேயம் 10 – பக்கம். 144)

எனவே திராவிடர் இயக்கம் மட்டும் இதனைச் சொல்லவில்லை. பாவாணரும் இப்படித்தான் சொல்லி இருக்கிறார்.

16. இங்கு நாம் கேட்கும் ஓர் அடிப்படைக் கேள்வி இதுதான்; 'திராவிடம்' என்னும் ஒரு மொழி இருந்ததுண்டா?' என்று கேட்கிறார் குணா (பக்கம். 446). 'திராவிடம்' எனும் மொழி இருந்த தாக குணாவுக்கு யார் சொன்னது? அப்படி எந்தத் திராவிடமும் சொன்னதில்லை.

'கொடுந்தமிழ் மொழிகள் செந்தமிழினின்று வடநாட்டாரால் பிரித்துணரப்படு முன் திராவிட என்னும் பெயர் தமிழுக்கினமான மொழிகளையெல்லாம் தமிழுள்ளேயே அடக்கிற்று' என்பார் பாவாணர்.

'செந்தமிழினின்று கொடுந்தமிழ் அல்லது கொடுந்தமிழர்கள் பிரித்துணரப்படும் முன்பும், பிரித்துணரப்பட்ட பின்பும் தமிழைத் திராவிடம் என்னும் பெயராலேயே வடவர் குறித்து வந்திருக்கின்றனர்' என்பார் பாவாணர்.

'திராவிடம் என்னும் பெயர் தமிழையே தவிரத் திராவிட மொழிக் குடும்பம் முழுவதையுங் குறித்தது' என்பார் பாவாணர்.

'செந்தமிழையும் கொடுந்தமிழையும் முறையே தமிழும் திராவிட முமென இடைக்காலத்து இலக்கணிகள் சிலர் வழங்கி வந்தனர்' என்பார் பாவாணர்.

இப்படிப் பாவாணருக்கு எதிராக மகாபெரியவருக்கு ஆதரவாக எழுதப்பட்டதுதான் 'தமிழரின் தொன்மை' என்ற குணாவின் பெருநூல். மொத்தம் 504 பக்கங்கள். தமிழரின் தொன்மையை விட, 'ஆரியம் இல்லை' என்ற மொண்ணை விளக்கங்களே விரவிக் கிடக்கின்றன. தமிழ்த் தேசிய ஓர்மையைவிடக் கிறித்துவ இறையியலே மண்டியிட்டுக் கிடக்கிறது. தமிழரின் தொன்மையில் 'தொல்காப்பியத் யத்தை'விட விவிலியமே வியந்தோதப்படுகிறது. தொல்காப்பியத் திலிருந்து ஓரிரு உதாரணமே உண்டு. ஆனால் விவிலியம் முழுமை யாக இருக்கிறது.

அவராக நான்கைந்து ஆங்கில நூல்களை எடுத்து வைத்துக் கொண்டு, அவர்களைத் திராவிட இயக்க எழுத்தாளர்களாகக் கருதிக்கொண்டு கற்பனை காற்றில் கம்பு சுற்றுகிறார். வடுகத்தை வறுத்தெடுக்கிறார்.

‘ஆரிய நிறவெறி தலைக்கேறிய ஐரோப்பியர்கள் இட்டுக்கட்டிய வரலாற்றின் அடிப்படையில்தான் அந்த ஆரியத்தின் நிழலான ‘திராவிடம்’ இன்று தமிழ்நாட்டில் கோலோச்சுகிறது. ஆனால் தமிழரின் இனமானமும் மொழிமானமும் திராவிடத்தை வேரறுக்கத் தொடங்கிவிட்டது. திராவிடத்தின் சாவு நெருங்கி வருகிறது. திராவிடம் செத்தால் ஆரியமும் செத்துப்பட்ட மரமாகும். ஓர் உதைவிட்டால் ஆணிவேரே இல்லாத அதன் வேர்கள் அறுந்து தொப்பெனத் தரையில் சாயும். ஆரியத்தை வீழ்த்துவதற்கான ஒரு முன்னோட்டமே திராவிட ஒழிப்பு; தமிழரின் விழிப்பு’ (பக் 130) என்று வசனம் பேசுகிறார் வரலாற்றுப் புத்தகத்தில் குணா!

திராவிடம் செத்தால் ஆரியமும் செத்து விடுமாம். ஆரியத்தைச் சாவடிப்பது திராவிடமாகத்தான் இருக்கும் என்பதைக் குணாக்கள் உணரவேண்டும். ஆரியத்தைத் திராவிடத்தால் மட்டுமே (பகுத்தறிவு, சுயமரியாதை, இந்தி எதிர்ப்பு, இந்துத்துவம், இந்திய வல்லாதிக்கம், சமற்கிருத எதிர்ப்பு, சூழலியல் உள்ளடக்கியதாக இருக்கின்றன!) வீழ்த்த முடியும்.

தமிழ்த் தேசியவாதிகள் என்று சொல்லிக் கொள்பவர்களால் (தமிழ்த் தேசியத்தால் எனச் சொல்லவில்லை!) ஆரியத்தையும் ஒழிக்க முடியாது.ஏனென்றால் இவர்களுக்குள் ஆரியத்தின் கூறுகள் (பழம் பெருமை, ரத்த சுத்தம், சாதி பேதம், உயர்வு–தாழ்வு, மேலாதிக்கம், நம்பிக்கைகள், ஆன்மிகம், தெய்வங்கள், கலை என்ற பெயரால் பலவும்!) உள்ளடங்கிக் கிடக்கின்றன.

திராவிட வாளைக் கீழே தூக்கிப் போட்டுவிட்டுத் தமிழ்த் தேசியம் நிற்கும்போது ஆரிய வேலால் அதன் தலை கொன்று முடிக்கப்பட்டு விடும். அதைத்தான் ம.பொ.சி.யிலிருந்து சீமான் வரைக்கும் பார்க்கிறோம். தமிழரசுக் கழகத்தில் பெ.சு. மணிகளும், ஞானக்கூத்தன்களும் நடமாடுவதும் ஆரியத்தின் மோகினி அவதாரங் களில் ஒன்று. விவிலியத்தை ஒரு கையில் ஏந்தி மண்டியிட்டே, ‘மகா பெரியவர்’, என முணுமுணுக்கச் செய்வதும் அதனுடைய ரசாயன மாற்றமே. ஆரியம் எந்தச் சக்கர வியூகத்தையும் உடைத்து ஆளை உள்ளே அனுப்பும். ம.பொ.சி.யை இராஜாஜி அனுப்பியதும் இராஜாஜியை நல்லவர் என்று சீமான் சொல்வதும், காமராசர் என்ற பச்சைத் தமிழரை வீழ்த்த வாழ்நாளை அர்ப்பணித்தவர் ம.பொ.சி என்பதும், இராஜாஜியின் குலத் தொழிலே காமராசர்களை வீழ்த்துவதுதான் என்பதைச் சீமான்கள் உணராமல் போவதும்.

பச்சைத் தமிழரை வீழ்த்தியவர்களாகவே இருந்தாலும் இராஜாஜிகளைப் புகழ்வது ‘பெரியாருக்கு எதிரி’ என்பதால்தான் என்றால் இது தமிழ்த் தேசியம் ஆகாது. தமிழின் பேரால் நடக்கும் விதேசித்தனம்.

## *7. குணாவியம் என்பதே குழப்பவியம் தான்!*

குணா எழுத்துகளை முழுமையாகப் படித்தவர்கள் ஒன்றே ஒன்றைத் தெளிவாகச் சொல்லமுடியும், குணாவியம் என்பதே குழப்பவியம்தான் என்பதை. தான் சொல்ல வருவதை தானே பின்னர் மறுத்துக் கொள்ளுதலே குணாவியம்!

எது ஆரியம், எது திராவிடம், எது தமிழம், எது வடுகம், எது பார்ப்பனியம், எது வடவம், எது பிராமணியம் என்ற புரிதலே இல்லாமல் எல்லாவற்றையும் எல்லாமுமாகப் போட்டுத் தன்னைத் தானே குழப்பிக் கொண்டு தமிழ்ச் சமூகத்தையும் குழப்பியதே குணாவியம்!

'பெரியார், நாயக்கர்; அதனால் தமிழ்ச் சமூகத் துரோகி'–இது தான் குணா நிறுவ நினைப்பது. அதற்காக இவ்வளவு குழப்பங்கள்!

இதற்குப் பெரியாரின் வரலாற்றில் இருந்து வாதாடாமல், பெரியாருக்கு முந்நூறு ஆண்டு முன்பிருந்த வரலாற்றின் மூலமாக வாதாடுவதைப் போன்ற அபத்தம் எதுவுமில்லை. தானாக சில எதிர்மறைக் கருத்துகளை உருவாக்கிக் கொண்டு அவை எல்லாம் 'திராவிடம்' என்று வரிந்து கட்டிக்கொண்டு எதிர்ப்பது குணாவின் பாணி.

'என்கிறது திராவிடம்', 'என்பது திராவிடம்', 'இது திராவிடம்', 'அது திராவிடம்'–என்று கற்பனைக் கருத்தாக்கங்களை அவரே உருவாக்கிக் காற்றோடு மல்லுக் கட்டுகிறார். 'நாற்றங்கால்' என்ற அவரது நூலில் இருந்து மட்டும் பார்ப்போம். எத்தனை குழப்பங்கள்!

*1. பிராமணியத்தின் சூத்திர வடிவமே திராவிடம்.*

*2. 'திராவிடம்' என்ற வந்தேறிக் கருத்தியல்.*

*3. ஆரிய (திராவிட)க் கழைக்கூத்து.*

*4. 'வடுகர்' என்ற அநாகரிக மக்கள்.*

*5. மோரிய அரசு என்ற முதல் வடுக அரசு.*

*6. வடுகம் என்ற கொடுந்தமிழைக் கலந்து..*

*7. பிராமணர் கண்களைப்போல் போற்றும் சங்கத (சமஸ்கிருத) மொழியாகும்.*

*8. ஆரிய–திராவிடக் காழ்ப்பின் வழி நிற்கின்ற ஐராவதங்கள்.*

*9. திராவிடப் பிராமணர்களும்.*

*10. மூலப் பார்ப்பனர்களான மறையர்கள் என்ற ஆசான் களுக்கும்.*

*11. இந்து சனாதன நெறி.*

12. வடுகரில் சூத்திரர்கள் பின்னர் சென்னை மாகாணத்தில் பிராமணரல்லாதார் அல்லது திராவிட அரசியலின் வித்துகளை ஊன்றினர். (நாற்றங்கால் பக்கம். 32)

13. ஐரோப்பியர்கள் புகட்டிய இந்த ஆர்ய திராவிட வரலாற்றியல்.

14. நாயக்கர் ஆட்சியே வடுகப் பிராமணியத்தின் பொற்கால மாகும்.

15. வடுகர்களின் நலன்களைப் பேணும் வந்தேறிச் சூழ்ச்சி அரசியலே திராவிட அரசியல். (நாற்றங்கால் பக்கம். 32)

16. திராவிட அரசியல், உள்ளீட்டில் சூத்திர அரசியல்; குறிப்பாக வடுகச் சூத்திரர்களின் பொட்டுக்கட்டி அரசியல். (நாற்றங்கால் பக்கம். 32)

17. திராவிட மாயை.

18. 'இந்தி'யமும் திராவிடமும்தான் முதல் பகை. (நாற்றங்கால் பக்கம். 33)

19. ஆரியர்-திராவிடர் என்ற பொய்யான வரலாற்றியலே (நாற்றங்கால் பக்கம். 33)

20. திராவிடத்தையும்-அது வலிந்து புகுத்தியுள்ள சாதிவழி காழ்ப்புகளையும் (நாற்றங்கால் பக்கம். 34)

21. 'திராவிடம்' என்னும் வடுக வந்தேறிக் கருத்தியலால் மடை திருப்பப்பட்ட தமிழர் தேசியம் (நாற்றங்கால் பக்கம். 37)

22. 'இந்து' என்னும் புதிய பிராமணியக் கருத்தியல்.

23. கலிங்கத்து வடுகனான கபிலேசுவர கசபதி..... விசயநகர வடுகர்களான சாளுவ நரசிம்மன், நரச நாயக்கன்.....

24. அடுத்தடுத்து வந்த வடுக அநாகரிகளின் படையெடுப்புகளும், வடுக வந்தேறிகள் கொண்டு வந்து தமிழர் மீது திணித்த பிராமணியக் கொடுநெறியும், அவ் வடுகர்கள் தமிழர்களின் நெஞ்சங்களின் நட்ட சாதியுணர்வும் வெறியும் (நாற்றங்கால் பக்கம். 48)

25. தமிழர்மீது நடந்த படையெடுப்புகளெல்லாம் கன்னட, தெலுங்கு, கலிங்க, மராத்திய, வடுகரின் படையெடுப்புகளேயாகும். தமிழரின் மண்ணைக் கவர்ந்து மண்ணுரிமையைப் பறித்து, கொடியையும் கொற்றத்தையும் வீழ்த்தி, தமிழர் இனத்தையே அடிமைப்படுத்தி ஆண்டவர்களெல்லாரும் வடுக அநாகரிகரேயாவர். தங்களை 'ஆரியர்' என்று சொல்லிக் கொண்டவரும் இந்த வடுகரே யாவர். பிராமணியம் என்னும் கொடிய வாழ்வியலைக் கட்டமைத்து – அதைத் தமிழகத்திற்குள் புகுத்தித் தமிழ்மக்களைக் கூறாடி அவர்களிடையே சாதிப் பகையை விதைத்தவரும் இந்த வடுகரே

யாவர். கன்னடக் களப்பாளர் படையெடுப்புக்கு முன்பும் பின்புமெனத் தமிழர் இனத்தின் தனிப் பெரும் பகையாயிருந்து–ஓயாமல் அலைக்கழித்து–இறுதியில் தமிழகத்துக்குள் புகுந்து தமிழரின் நாட்டையே பிடித்தாண்ட அநாகரிகக் குடியினரே இந்த வடுக வந்தேறிகள். (நாற்றங்கால்–பக்கம். 48,49)

26. பண்டு 'பார்ப்பனர்' எனப்பட்ட மறையர்களே.

27. தமிழரை அடிமைப்படுத்திய வடுகர்கள் அவர்களிடமிருந்து திருடித் திருத்தி எழுதி வைத்துக் கொண்டவையே பிராமண மறைகள் (நாற்றங்கால் பக்கம். 51).

28. கன்னட வடுகர்களுக்கு.

29. திராவிட வடுக அரசியல்.

30. பொய்யான ஆரிய–திராவிட வரலாற்றியல் (நாற்றங்கால் பக்கம். 54).

31. மனுநூல், கன்னட வடுகனான கடம்பன் மயூரவர்மனின் அரசவையில் நான்காம் நூற்றாண்டில் அரங்கேற்றப்பட்ட நூல்..... குடிநீக்கிக் காராண்மையையும் குடிநீங்காக் காராண்மையையும் பற்றிய காணியுறவுகளைப் பற்றிய விளக்கம் வடுகர் இயற்றிய அந்த நூலில் இல்லாமலிருக்கலாம். (நாற்றங்கால்–பக்கம். 58).

32. தெற்கில் தோன்றிய பிராமணியமும், வடக்கில் முளைத்த ஆரியமும் ஒன்றோடொன்று மயங்கித் தமிழகத்தில் கடை விரிப்பதற்கு வடுகரின் படையெடுப்புகளே காரணங்களாயின. (நாற்றங்கால்–பக்கம். 101).

33. வடுகரின் ஆரிய மரபுக்கும், பிராமணியத்திற்கும் மருத்துவம் என்றாலே பிடிக்காது. (நாற்றங்கால்–பக்கம். 146).

34. பத்தொன்பதாம் நூற்றாண்டில் ஆங்கிலேயர் கடைவிரித்த 'இந்து', 'இந்தியம்' போன்ற கொள்கைகள் (நாற்றங்கால்–பக்கம். 148).

35. தமிழரின் மருத்துவத்தை ஒழிப்பது என்னும் ஒரு நோக்கத்தின் கருவியாகவே ஆரியமும் பிராமணியமும் ஆயுள் வேதமும் மேலைமருத்துவமும் என்றுமே இயங்கி வந்துள்ளன. (நாற்றங்கால்–பக்கம். 150).

36. வேங்கடமலைக்கு வடக்கே இருந்த வண்ணம் இந்தத் துணைக்கண்டம் முழுவதும் ஓர் இனம் அலைந்து திரிந்துகொண்டிருந்தது. அநாகரிக நிலையிலிருந்த அந்தக் கொடிய நாடோடி இனமே வடுக இனம். வடக்கத்தியர் என்ற பொருளிலேயே 'வடுகர்' என்னும் பெயர் வந்தது. (நாற்றங்கால்–பக்கம். 163).

37. வடுக எதிர்ப்பு என்பது திராவிட எதிர்ப்பேயாகும். (நாற்றங்கால்–பக்கம். 166).

*38.* சூத்திரர் என்ற அடையாளம் வடுகரால் புகுத்தப்பட்ட பிராமணியத்தோடு சேர்ந்து வந்தது. (நாற்றங்கால் பக்கம். 166)

*39.* முதலாம் இராசராசன் பாதிக் கன்னடன். முதலாம் குலோத்துங்கன் முழுக் கன்னடன்.... முதலாம் இராசராசனின் காலத்திலும் முதலாம் இராசேந்திரனின் காலத்திலும் அதாவது கி.பி. 985க்கும் 1044க்கும் இடையில் வடுகச் சோழர்களிடம் பாண்டி நாடு அடிமைப்பட்டது. அந்தப் பாண்டிய நாட்டில் அவ் வடுகச் சோழர்கள் தோற்றுவித்த பிரத வேதங்களிலும் ஆர்வேதிமங்கலங் களிலும் வடுகப் பிராமணர்களே பெருமளவில் குடியமர்த்தப் பட்டனர். (நாற்றங்கால்–பக்கம். 189)

*40.* பிராமணியம் என்ற கொடிய வாழ்வியலும் சாதிநெறியும் பரசுராமன் என்ற வடுகனால் தோற்றுவிக்கப்பட்டது. அப் பிராமணி யத்தைத் தமிழர்கள் மேல் சுமத்தியவர்கள் கன்னடர்களே. அக்கிர காரப் பொருளியலைப் புகுத்தித் தமிழர்களின் மண்ணுரிமையைப் பறித்தவர்கள் வடுகர்களாவர். (நாற்றங்கால்–பக்கம். 190)

*41.* மோரிய வடுகரால் வடதமிழ் அன்று பாசுவதம் என்னும் திரிபு மொழியானது.

*42.* பழைய பிராமணியத்திற்கு 'இந்துவியம்' என்ற புதிய பெயர் சூட்டப்பட்டது.

நாற்றங்கால் என்ற குணாவின் நூல் 2013ஆம் ஆண்டு வெளி யானது. 30 கட்டுரைகள் உள்ள நூல் இது. பல்வேறு கூட்டங்கள், மாநாடுகளில் அவர் பேசிய பேச்சுகள், மற்றும் கட்டுரைகளின் தொகுப்பு இது. 2000–2012 காலகட்டத்தில் அவர் வெளிப்படுத்திய சிந்தனைகளின் தொகுப்பு இது.

ஐரோப்பியர் புகட்டியதே ஆரிய–திராவிடம் என்பார் ஒரு இடத்தில். 'திராவிடப் பிராமணர்களும்' என்று இவரே அடை யாளப்படுத்துவார். தங்களை வடுகர்களே, ஆரியர்கள் என்று சொல்லிக் கொண்டார்கள் என்பார். ஆரியர் என்று சொல்லிக் கொண்டவர் பார்ப்பனரா, பிராமணரா, வடுகரா என்பது இருக் கட்டும். ஆனால் ஐரோப்பியர் வருகைக்கு முன்னே ஏதோ ஒரு "ஆரியர்" இருந்துள்ளார்களே? அது அவரை மீறி வெளிப்படுகிறது. பிராமணியம்தான் அனைத்துக்கும் காரணம் என்று பொய்யுரைத்தது திராவிட இயக்கம் என்று குற்றம் சாட்டும் குணா, இந்நூலில் தெற்கில் தோன்றியதே பிராமணியம் என்பார்.

பிராமணியத்தை வடுகர்களே கட்டமைத்தார்கள் என்பார். தெற்கில் தோன்றிய பிராமணியமும், வடக்கில் முளைத்த ஆரியமும் சேர்ந்தது என்பார்.

ஐரோப்பிய கற்பனையான ஆரியம் என்று ஒரு இடத்தில் சொல்லிவிட்டு இன்னொரு இடத்தில் வடக்கில் முளைத்த ஆரியமும் என்றால் எது உண்மை?

தெற்கில் தோன்றிய பிராமணியமாக இருந்தாலும், வடக்கில் தோன்றிய ஆரியமாக இருந்தாலும் தமிழனைச் சூத்திரனாக்கிய வர்ணாசிரம கருத்தாக்கமே என்று பெரியார் சொன்னது எப்படித் தவறாகும்?

ஐரோப்பிய கற்பனையான ஆரியம் என்று ஒரு இடத்தில் சொல்லிவிட்டு, இந்த ஆரியமும் பிராமணியமும் தமிழ் மருத்துவத்தை ஒழித்தன என்று எழுதுகிறார் என்றால் எது உண்மை?

பொய்யானது ஆரிய-திராவிட வரலாற்றியல் என்றால் இவர் பரபரப்பாகக் குற்றம் சாட்டும் 'பிராமணியம்' வடுகர் உருவாக்கிய தாகவே இருக்கட்டும். போற்றிப் பாதுகாத்துப் பிராமணியர்களாக வாழ்ப வர்கள் பிராமணர்கள் பார்ப்பனர்கள் அல்லவா? தமிழ்ப் பிராமணர், தமிழ்ப் பார்ப்பனர், வடுகப் பிராமணர், வடுகப் பார்ப்பனர், ஆரிய பிராமணர், ஆரிய பார்ப்பனர் யாராக வேண்டு மானால் இருக்கட்டும். வடுகச் சித்தாந்தத்தைப் பின்பற்றி நடப்ப வர்கள் பிராமணர்கள் பார்ப்பனர்கள் என்பதால் பிராமணர் எதிர்ப்பு, பார்ப்பனர்கள் எதிர்ப்பு சரியானது தானே? அதுதானே சரியானது!

வடுக ஆட்சியை, வடுகப் படையெடுப்பை, நாயக்கர் ஆட்சியை, மராட்டியர் ஆட்சியைக் குற்றம் சொன்ன முதல் ஆள் குணா அல்ல. குணாவுக்குப் பிடிக்காத பெரியார், 1940களிலேயே இப்படை யெடுப்புகளைக் கண்டித்துப் பேசிவிட்டார். வடுக மன்னர்கள், நாயக்க மன்னர்கள் ஆட்சி என்பது தமிழர்களுக்கு எதுவும் செய்ய வில்லை, அது பார்ப்பனர் ஆட்சியே என்று பக்கம் பக்கமாகப் பேசிவிட்டார். எனவே குணா, எடுப்பது புதிய பாடம் அல்ல. ஏற்கெனவே கிழிக்கப்பட்ட பழைய பாடம் தான்.

ஆரியமாக இருந்தாலும், பார்ப்பனியமாக இருந்தாலும், பிராமணியமாக இருந்தாலும், வடுகமாக இருந்தாலும், வடவராக இருந்தாலும் தமிழினத் துரோகிகளை அடித்து உடைத்ததுதான் பெரியாரின் கைத்தடி. இந்தக் கைத்தடியைக் கன்னடமாக உருவகப் படுத்தித் தமிழின ஒற்றுமையை, தமிழர் அரசியல் எழுச்சியைப் பலவீனப் படுத்துவதே குணாவின் இறையியல் சூழ்ச்சி.

எப்படியெல்லாம் பெரியாரை, திராவிடர் இயக்க அரசியலைக் (சமூக நீதி, பகுத்தறிவு, இட ஒதுக்கீடு, மத மறுப்பு, சாதி எதிர்ப்பு, தமிழர் ஒற்றுமை, மதமற்ற தமிழ் ஆகியவற்றை!) கொச்சைப் படுத்துவதற்குப் பல்வேறு சொற்சேர்க்கைகளைப் பயன்படுத்துகிறார்!

பெரியாரியம் என்றால் என்ன?

வடுகம்!

வடுகம் என்றால் என்ன?

பெரியாரியம்! திராவிடம்! அவ்வளவுதான் குணாவியம். இந்தக் குருட்டுப் பாடம் படிப்பதால்தான் தமிழ்ச் சமூக வரலாற்றை மொத்தமும் வடுகத்துக்குள் அடக்கி, மயக்கி வருகிறார். மானே, தேனே போலத் தமக்குப் பிடிக்காதது எல்லாம் வடுகம்! திராவிடம்! அவ்வளவுதான் குணாவியம். இது அவரது எல்லா நூல்களிலும் தெரியும்.

## 8. வள்ளுவத்தை வீழ்த்திய பிராமணியத்தை எதிர்த்த பெரியார்!

குணாவின் குறிப்பிடத்தக்க நூல்களில் ஒன்று 'வள்ளுவத்தின் வீழ்ச்சி'!

1996 இல் முதல் பதிப்பும், 2008இல் திருத்திய பதிப்பும், 2019இல் மூன்றாவது பதிப்புமாக வந்த மிகப்பெரிய நூல். இதிலும் எது வடுகம், எது பார்ப்பனியம், எது திராவிடம், எது ஆரியப் பார்ப்பனியம் என்ற குழப்பத்தோடு சேர்த்து யார் தமிழர் என்ற குழப்பமும் இருக்கும்.

ஆரிய–திராவிடங்கள் வரலாற்றியல் பொய் என்பார். இதைத் தமிழர்கள் மீது திணித்தவர்கள் ஐரோப்பியர்களும், வடுகரும் என்பார். பெரியாரை தாம் காக்க நினைக்கும் தமிழ்ப்பண்பாட்டு நெறிமுறைப்படி 'ஒரு வந்தேறிக் காட்டுவிலங்காண்டி' என்பார் (பக்கம். V). தமிழர்களின் நான்மறையை ஆரிய (வடுகப்)பிராமணியம் களவாடிக் கொண்டது என்பார். அது எப்படி ஐரோப்பிய கற்பிதமான 'ஆரியம்', தமிழர்களின் நான்மறையைத் திருட முடியும் என்று தெரியவில்லை. மேலும் வடுகம் என்பது திராவிடமாக இருந்து, எப்படித் திடீரென்று பிராமணியமாக மாறுகிறது என்றும் தெரியவில்லை.

வள்ளுவத்தின் அறிவியலைத் தமிழ்ப் பார்ப்பாரியம் திருடிக் கொண்டது என்பார். இந்தத் தமிழ்ப் பார்ப்பாரியம் வடுக (ஆரியப்) பிராமணியமாகத் திரிந்தது என்கிறார். அது எப்போது திரிந்தது? இந்த வடுக ஆரியப் பிராமணியத்தவர்களை ஆரியர் என்று சொல்லலாமா எனத் தெரியவில்லை?

வள்ளுவமே வடக்கே போய்த் திரிந்து 'அருகம்' ஆனது என்கிறார். 'அருகம்' என்றால் சமணம். வள்ளுவமே அருகம், புத்தத்துக்குள் புகுந்து மறைந்தது என்கிறார். அருகம், புத்தத்துக்குள் புகுந்த வள்ளுவத்தின் மறுபாதியைப் பிராமணியம் மடிபறித்துக் கொண்டது

என்றால் அந்தப் பிராமணியம் வடுகமா? திராவிடமா? ஆரியமா? எனத் தெரியவில்லை.

இந்தக் குழப்பங்கள் போதாது என்று இன்னும் உள்ளே போனால், 'தெந்தமிழ்ச் சூழலில் தோன்றிய பார்ப்பானியமும், தொழில் வழி வர்ணங்களும் சாதிகளும் வடுகரால் தம்வயமாக்கிக் கொள்ளப் பட்டபோது, பிறப்பு வழி வண்ணங்களும் சாதிகளும் தோன்றின என்றும், தமிழ்ப் பார்ப்பாரியம் இவ்வாறே வடுகப் பிராமணியமாகத் திரிந்தது என்றும், ஆரியம் என்பதோ வேறு. அது வடக்கிலிருந்து வடுகர்கள் கொணர்ந்த ஒரு கலப்பினக் கொள்கை என்கிறார். (வள்ளுவத்தின் வீழ்ச்சி–பக்கம். 79)

தமிழ்ப் பார்ப்பாரியம் எந்தச் சிக்கலும் இல்லாதது என்றால் அவர்கள் தொழில் வழி வர்ணங்களையும், சாதிகளையும் ஏன் உருவாக்கினார்கள்? வடுகப் பிராமணியமாகத் தமிழ்ப் பார்ப்பனியம் திரிந்துவிட்டது என்றால் தமிழ்ப் பார்ப்பாரியமும் எதிர்க்கத் தக்கதுதானே?

ஆரியம் என்பது வடக்கிலிருந்து வடுகர்கள் கொணர்ந்த ஒரு கலப்பினக் கொள்கை என்றால் அது எப்படி ஐரோப்பியர் உருவாக்கியதாக இருக்க முடியும்? ஐரோப்பியர் வருகைக்குப் பிந்திய இனமா வடுகர்கள்? என்ன சொல்ல வருகிறது குழப்பக் குணாவியம்?

வடுகப் பிராமணியம் வேறு, ஆரியம் வேறு என்றால் பல இடங்களில் வடுக ( ஆரியப் ) பிராமணியம் என்கிறாரே அது வேறு வேறா?

தொல் தமிழ் எழுத்தைத் தழுவி வடிவமைக்கப்பட்டதே பம்பி. அதாவது பிராமி என்றார். இதனை எழுதுகின்ற வழக்கத்தைத் தமிழர்களாகிய ஆசிவகர்கள் சிலரே தோற்றுவித்திருக்க வேண்டும் என்கிறார். வேறொரு இடத்தில் 'அதென்ன தமிழ் பிராமி?' என்றும் கேட்கிறார்.

வந்தேறிய வடுகப் பிராமணியம் வந்தபோதே 'ஆரிய'மாக வந்தது என்கிறார். (பக்கம். 265). அப்படியானால் அந்த ஆரியம் எது? ஐரோப்பியரின் கற்பனை எப்படிப் படையெடுப்பாக மாறும்? ஆரியமாக வந்தது என்றால் ஆளா? கருத்தா? ஆள் அல்ல கருத்து என்றால், அந்தக் கருத்தைக் கொண்டு வந்த ஆட்கள் யார்?

புத்தம், சமணம் இரண்டையுமே வந்தேறி மதம் என்கிறார். இந்த வந்தேறி மதங்களை ஒழிக்க அன்றைய தமிழர்களுக்கு ஒரு பக்தி இயக்கம் தேவைப்பட்டது, அதனைப் பிராமணர்கள் பயன் படுத்திக் கொண்டார்கள் என்கிறார். பிராமணியம், அருக, புத்த சமயங்களின் தாக்குதலுக்குத் தமிழ் சமயமான ஆசீவகம் ஆளானது என்கிறார். அப்படியானால் தமிழர் சமயத்தை அழித்ததில் பிராமணியம்

முக்கிய பங்காற்றியது என்றுதானே பொருள்? அப்படியானால் 'பிராமணியம்' எதிர்க்கப்பட வேண்டிய கோட்பாடு அல்லவா?

'பிற்கால வடமொழியாளர்கள், தமிழர் மெய்யியலுக்குள் கடவுளைச் செயற்கையாக நுழைத்தனர்' என்கிறார் குணா. (பக்கம். 366). கடவுளை நுழைத்த வடமொழியாளர்கள் யார்? ஏன் இந்த இடத்தில் யார் என்று சொல்லாமல் (வடுகர்களை, ஆரியர்களை, பிராமணியர்களை எனச் சொல்லாமல்) நழுவுகிறார்?

'பிராமணியத்தின் மாந்த நேயமில்லாப் பிறப்புவழிச் சாதி நெறியையும், கருத்தியல் மயக்கங்களையும், சூழ்ச்சிகளையும், ஏய்ப்பு களையும் சுரண்டலையும் பார்க்கையில்....' (பக்கம். 373) என்பதில் பிராமணியம் என்பது ஆரியர்களா? வடுகர்களா? வடுக ஆரியமா? வடுகம் உண்மையாக இருந்தால் ஆரியமும் உண்மையாகத்தான் இருக்க முடியும்?

வடுகர்களே தமிழர்மேல் மனுநெறியைத் திணித்தனர் என்கிற குணா, வடுகச் சோழர்கள் என்று சோழர்களைச் சொல்கிறார். (பக்கம். 376). சோழர்கள் தமிழர்கள் அல்ல, வடுகர்கள் என்கிறார். இந்த வடுகச் சோழர்களே தமிழர்களை வலங்கையர், இடங்கையர் என்று பிறப்புவழிச் சாதியினர்களாக்கினர் என்றும் சொல்கிறார். வள்ளுவக் கணியர்களிடம் இருந்து அரசியல் அதிகாரத்தை 'மறையர்' (அதாவது பறையர்) என்ற தமிழ்ப் பார்ப்பாரே பறித்துக் கொண்டனர் என்கிறார். வள்ளுவர்களுக்கும் மறையர்களுக்கும் இடையே ஏற்பட்ட பகையே வள்ளுவத்தின் வீழ்ச்சிக்குக் கட்டியம் கூறியது என்கிறார் (பக் 377). வள்ளுவத்தை யார் வீழ்த்தியது? பிராமணியம், வடுகம், ஆரியம் அல்லவாம்! மறையர்களே வீழ்த்தினார்கள் என்பது குணாவியம் போதிக்கும் பாடம்.

அதன் பிறகு 'மறையர்களை' வடுகப் படையெடுப்பு வீழ்த்து கிறது. இந்த மறையர்களின் அறிவுச் சொத்துகளைப் பிராமணர்கள் பறிக்கிறார்கள் என்கிறார்.

அப்படியானால் வள்ளுவர், மறையர்களை வீழ்த்திய பிராம ணர்கள் வெறுக்கத் தக்கவர் இல்லையா? இந்தப் பிராமணியத்தை எதிர்த்த பெரியார் எப்படிக் குற்றவாளியாக முடியும்? அதுவும் ஆரிய வடுக பிராமணியத்தை எதிர்த்த பெரியார் எப்படிக் குற்ற வாளியாக முடியும்?

பிராமணியத்துக்கு முந்தைய அரசியல் பாடமாகவும், இலக்கண மாகவும் விளங்கிய வள்ளுவத்தை வீழ்த்திய பிராமணியம், முதல் எதிரியாகத்தானே இருக்க முடியும்?

இந்த வள்ளுவர்களிடம் இருந்த குறைபாட்டையும் குணா சொல்கிறார். பிற்கால வள்ளுவர்களிடம் சடங்கியல் வழிபாட்டுக்

கூறுதான் வலுவாயிருந்தது என்கிறார். புறவழிபாடு, அகவழிபாடு இருந்தது என்கிறார். (பக்கம். 384). பிற்கால வள்ளுவர்களிடம் மந்திர தந்திரங்கள், கணியம் முதலிய அறிவுக்கொவ்வாத் தரவு இருந்தன என்கிறார். கணியம், நிமித்தம் வழியிலான மூடநம்பிக்கைகள் பிற்காலத்தில் அறிவுக்கொவ்வா அளவுக்குப் பெருகவும் அதனால் தமிழினம் வீழவும் பிற்கால வள்ளுவர் காரணமாயினர் என்கிறார் குணா. இதைத்தான், 'தமிழ் மரபில் ஆரியம் கலக்காத அறிவு இருக்கிறதா?' என்று பெரியார் கேட்டார்.

நல்லபொழுது கெட்டபொழுது, பூனை குறுக்கே செல்வது, நாள் கோள்களே நோய் நொடிக்குக் காரணம், எல்லாம் தலையெழுத்து, குறி சொல்லுதல், தீக்குறிகள் எல்லாமே பிற்கால வள்ளுவம் என்கிறார் குணா. முந்தைய அறிவியல் வள்ளுவர் மரபை, இப்படிப் பிற் காலத்தில் சீரழித்தது வடுக (ஆரியப்) பிராமணியம் அல்லவா?

'பொய்யான ஆரிய–திராவிட வரலாற்றியல்'–என்பதுதான் குணாவின் வழக்கமான அடைமொழி. ஆனால் அவரையும் மீறி உண்மை வரலாறு பல இடங்களில் வெளிப்பட்டுவிடும். அத்தகைய ஒரு இடம்தான் 'நாரதபுராணம்' பற்றிய அவரது விளக்கங்கள். (வள்ளுவத்தின் வீழ்ச்சி–பக்கம். 428 முதல்). மாவலி என்ற தமிழரசனை ஆரிய (வடுகப்) பிராமணர் வீழ்த்திய கதையைச் சொல்கிறார் விரிவாகப்–பிராமணர்களுக்குக் காட்டப்படும் சலுகைகளை நாரத புராணம் பட்டியலிடுகிறது. அதை தம்மை மீறி எழுதி வருகிறார் குணா. இதனை ஆரிய வடுகப் பிராமணர்களின் சாதி நலன்கள் என்றும் சொல்கிறார். இத்தகைய ஆரிய வடுக பார்ப்பனிய பிராமணிய – வடவர் சாதி நலன்களுக்கு எதிராகத் தானே பெரியார் செயல்பட்டார்.

நாரதபுராணத்தில் இருந்து குணா தரும் மேற்கோள்கள்....

சூத்திரன் தரும் உணவை உண்பது பாவம், சூத்திரனோ பெண்ணோ கும்பிட்ட சிவன் அல்லது பெருமாள் சிலையைக் கும்பிடுவது பெரும்பாவம், பிராமணனைக் கொல்வது பாவம், பிராமணனைக் குறைகூறுவதும் பாவம், பிராமணரைக் கொன்றவனுக் காவது கழுவாய் உண்டு, பிராமணரை வெறுப்பவர்க்கோ கழுவாய் இல்லை... என்கிறது நாரதப் புராணம்.

இந்த மேற்கோள்களையெல்லாம் சொல்லிவிட்டுக் குணா எழுதுகிறார்:

"பிராமணருக்குப் பிறர் யாவரும் அடிபணிய வேண்டும் என்பதே புராணங்களின் நோக்கமாகும்" என்கிறார்.

ஆமாம்! பிராமணர்களை யாவரும் எதிர்த்து நிற்கவேண்டும் என்பதே பெரியாரின் நோக்கமாகும். இது எப்படித் தவறாக முடியும்?

இந்தப் புராணங்களே 'ஆரிய (வடுகப்) பிராமணன் சூழ்ச்சி' என்கிறார் குணா!

ஆமாம்! இந்த ஆரிய (வடுகப்) பிராமணர் சூழ்ச்சியை அம்பலப் படுத்தி பிரச்சாரம் செய்ததுதான் பெரியார் இயக்கம். இது எப்படித் தவறாகும்?

இந்த ஆரிய (வடுகப்) பிராமணச் சூழ்ச்சிக்கு எதிராகத் தொடங்கிய பெரியாரின் இயக்கத்தை 'வறட்டுக் கடவுளெதிர்ப்பு இயக்கம்' எனச் சுருக்கியதில்தான் குணாவின் கள்ளத்தனம் இருக்கிறது.

'புதிய அறிவும் ஆய்வும் தொடங்கிய சென்ற நூற்றாண்டில் தமிழ்த் தேசிய ஓர்மை கால் கொண்டது என்கிறார் குணா. (வள்ளுவத்தின் வீழ்ச்சி-பக்கம். 432). அந்தத் தமிழ்த் தேசிய ஓர்மை என்ன என்பது குறித்தும், அதனை உருவாக்கியவர் யார் என்பது குறித்தும் பேச மறுக்கிறார் குணா. தமிழ்த் தேசிய ஓர்மை கால் கொண்டது என்றால் யாரால் என எழுத வேண்டாமா? ஏன் அவரால் முடிய வில்லை?

ஆனால், அந்தத் தமிழ்த் தேசிய ஓர்மையைத் திராவிடக் கருத்தியல் தடுத்துவிட்டது என்கிறார். உருவாகாத தமிழ்த் தேசிய ஓர்மையை, இருந்த திராவிடக் கருத்தியல் எப்படித் தடுத்திருக்க முடியும்?

"இருபதாம் நூற்றாண்டின் முற்பகுதியில் திராவிடக் கருத்தியலின் அடிப்படையில் தமிழகத்தில் வளர்ந்த அரசியல் சூழலே இதற்கு முதற் பெருங் காரணமாகும். அதன்வழி நின்ற வடுகர் தலைமையில் அமைந்த வறட்டு எதிர்ப்பு இயக்கமும் இதற்கான காரணமாகும். மூடநம்பிக்கை எதிர்ப்பு எனும் பெயரில் வேதங்களும் தொன்மங்களும் வெறுங் குப்பைகள் என்றும் அவற்றையெல்லாம் தூக்கியெறிய வேண்டும் என்றும் ஓயாது நடந்த எதிர்மறைப் பரப்பலும் அதற்கான காரணமாகும். இதன் விளைவாக தொன்மங்கள், 'ஆரிய' மரபுக்குரியனவேயன்றித் 'திராவிட மரபுக்கு' உரியன வல்லவெனச் சொல்லப்பட்டது. இந்த வறட்டிய விளக்கமே அப் போக்குக்கான முட்டுக்கால்களானது. மறைக்கப்பட்ட தமிழர் வரலாற்றின் மெய்ம்மைக் கூறுகளை அத்தொன்மங்களின் ஊடே மீட்டெடுக்கும் அரிய வாய்ப்பைத் தமிழரினம் அதனால் இழந்தது. தொன்மங்கள் அறிவுக்கொவ்வாத மூடநம்பிக்கைகள் என்றவர்கள் ஒரு கோடியில் நிற்க தொன்மங்களெனத் தமிழருக்கு இல்லவே இல்லை என்பார்

மறு கோடியில் கிடக்க அறிவும் ஆராய்ச்சியும் முடக்கப்பட்டன" என்கிறார் குணா.

(வள்ளுவத்தின் வீழ்ச்சி–432–433)

வேதங்களைத் திராவிடக் கருத்தியல் வெறுங் குப்பை என்றது என்கிறார் குணா. அப்படியானால் எந்த வேதம், சுத்தத் தங்கம் என அவர் விளக்கி இருக்க வேண்டும். மூடநம்பிக்கை எதிர்ப்பு எப்படித் தவறான கருத்தியல் ஆகும்? தமிழரின் தொன்மைக்கு எதிராகத் திராவிடக் கருத்தியல் எங்கே இருந்தது?

வள்ளுவமே திராவிடக் கழகத்தின் நெறி என்றவர் பெரியார். நாம் வள்ளுவ மதத்தைச் சேர்ந்தவர்கள் என்றவர். திருக்குறளுக்கு மலிவுப்பதிப்பு வெளியிட்டவர். திருக்குறள் மாநாடு நடத்தியவர். தமிழன் கையில் திணிக்கப்பட்ட இடத்தை, இராமாயணத்தைப் பறித்துத் திருக்குறளைக் கொடுத்தவர். திருவள்ளுவரையும் ஔவையையும் போற்றியவர். கம்பராமாயணமே, சங்கத் தமிழ் நூல்கள் பரவாமல் தடுத்தது என்றவர். திருக்குறள் உட்கார வேண்டிய இடத்தில் இராமாயணம் உட்கார்ந்து விட்டது என்றவர். கம்பனுக்குத் தந்த மரியாதையைத் திருவள்ளுவருக்குத் தரவேண்டும் என்றவர். இராமலிங்க அடிகளாரைப் போற்றியவர். இராமலிங்க அடிகளார் பாடல்களில் 'தமக்கு வேண்டிய' பாடல்களை மட்டும் எடுத்துக் கொண்டு அதனைத் தனியாகப் பதிப்பித்தவர்.

ஞானியாரடிகளைக் கொண்டு நூல் வெளியிட்டவர். மறைமலை யடிகள், கா.சு.பிள்ளை, திரு.வி.க. ஆகிய மூவரையும் போற்றியவர் சிவானந்த சாஸ்திரியின் 'ஞான சூரிய'னைப் பதிப்பித்து விற்றவர். இறுதி வரையில் குன்றக்குடி அடிகளாருடன் தொடர்பில் இருந்தவர். சைவ நெறியாளர்களான இ.மு.சுப்பிரமணியர், மா. இராச மாணிக் கனார், கி. இராமலிங்கனார் ஆகியோர் இவரைத் தங்களவராகவே போற்றினர். எனவே பெரியாருக்குள் ஒரு தமிழ்த் தொன்ம மரபு உட்கார்ந்திருந்தது. அதுதான் வள்ளுவர், ஔவை, இராமலிங்க அடிகள், ஞானியார், மறைமலையடிகள், திரு.வி.க., குன்றக்குடி அடிகள் வரையிலும் பரவி நின்றது.

அதனால்தான் தமிழ்ச் சமூகத்தின் நூற்றாண்டுகால ஆளுமைகள் எல்லாம் பெரியாரின் அறிவுச் சக்தியாக இருந்தார்கள். மாற்றிச் சொல்வதாக இருந்தால் தமிழ்ச் சமூகத்தின் அறிவுச் சக்திகள் அனைவரையும் பெரியார் பயன்படுத்திக் கொண்டார்.

## *9. திராவிட இயக்க அறிவு மரபு!*

தமிழக அறிவுச் சூழலில் விவாதம் நடக்கவே இல்லை என்று குணா சொல்வது, அறியாமை. அவர் வேண்டுமானால் தெரிந்து கொள்ள முயற்சிக்காமல் இருந்திருக்கலாம்.

திராவிடக் கருத்தியலே 'அறிவால்' வளர்ந்த கருத்தியல் தான். அதனை உருவாக்கிய பெரியாரை வேண்டுமானால் கன்னடன், நாயக்கன், ஆங்கிலம் தெரியாதவர், காட்டுவிலங்காண்டி என்று குணாவின் அறிவு அடையாளம் காட்டலாம். ஆனால் திராவிடக் கருத்தியலை வளர்த்தெடுத்தவர்கள் தமிழர்களே. சுத்தத் தமிழர்களே. பச்சைத் தமிழர்களே. அதுவும், குணாவின் அறிவு ஏற்றுக் கொள்ளும் 'ஆங்கிலம்' அறிந்தவர்களே. சமற்கிருதமும் பலர் அறிந்திருந்தார்கள். இவர்களில் பலர் பன்மொழி கற்றறிந்தவர்களும் இருந்தார்கள். தங்களின் எதிரிகளை எழுதும்போதுகூடப் பண்பாடு, நாகரிகம் காத்து எழுதுபவர்கள். பொட்டுக்கட்டிகள் என்று குணா பாணியில் பார்ப்பனர்களைக்கூடத் திட்டாதவர்கள்.

திராவிடக் கருத்தியல் என்பது, பெரியார் ஏதோ நினைத்ததைப் பேசினார் என்ற தெளிவற்ற கருத்தியல் அல்ல.

இந்தத் திராவிடக் கருத்தியலை வளர்த்தவர்கள்:

ம.வெ.சிங்காரவேலர், கி.ஆ.பெ.விசுவநாதம், சி.கே.சுப்பிரமணியம், தி.க.உலகநாதம், திரு.வி.க., மூவலூர் இராமாமிர்தம், கைவல்ய சாமியார், சாமி சிதம்பரனார், சந்திரசேகரப் பாவலர் எனப்படும் பண்டித இ.மு.சு., குத்தூசி குருசாமி, தர்மாம்பாள், சர்தார் இக்பால் அலிஷா, இராவணதாசன், சித்தார்க்காடு இராமையா, திருநெல்வேலி குற்றாலலிங்கம், திருஞான சம்பந்தன், பண்டித எஸ்.முத்துசாமி பிள்ளை, மயிலை சீனிவேங்கடசாமி, எஸ்.வி.லிங்கம், கள்ளிக்கோட்டை எஸ்.எஸ்.நாதன், நாகர்கோயில் வழக்கறிஞர் சிதம்பரம், வை.சு.சண்முகம், விருதுநகர் ச.சி.சுப்பையா, எஸ்.என்.எஸ்.சுந்தரம், சாக்கோட்டை எஸ்.ஆர்.சாமி, மயில்வாகனன், என்.வி.நடராசன், விருகை விதுரன், எஸ்.லட்சுமிரதன் பாரதி, பட்டுக்கோட்டை கே.வி.அழகிரிசாமி, அருப்புக்கோட்டை எம்.எம். சீனிப்பாண்டியன், பள்ளத்தூர் சிதம்பரம், நாகை காளியப்பன், பண்டித எஸ்.எஸ். ஆனந்தர், பாரிஸ்டர் ஜார்ஜ் ஜோசப், பண்டிதர் திருஞானசம்பந்தர், நாகை முருகேசன், இந்திராணி பால சுப்பிரமணியம், ராஜரத்தினம் பிள்ளை, ஆர்.வி.நாதன், சிவானந்த அடிகள், அ.பொன்னம்பலம், குடியேற்றம் அண்ணல் தங்கோ, பாரதிதாசன், புதுவை சாமி சிவானந்த பாரதியார், சந்தமல்லி அ.சிதம்பரநாத பாவலர், குஞ்சிதம், உமாமகேசுவரனார், கே.எம். பாலசுப்பிரமணியம், இரண்ணியதாசன், தி.பொ.வேதாசலம், எம்.என்.முத்துக்குமாரசாமி பாவலர், குகன், ராதாபுரம் எஸ். மல்லிகார்ச்சுனக் கவிராயர், எஸ்.வி.பரன், குற்றாலம் கல்யாண சுந்தரம், புலவர் முருகிறையனார், திருப்பத்தூர் ஏ.பி. பெரியசாமிப் புலவர், சோழகந்த சச்சிதானந்தன், கருவூர் இ.சி.அடிகள், வித்வான் திருவாரூர் பாவலர் எம்.எஸ். பாலசுந்தரம், ஆர்.நாராயணி அம்மாள்,

பூ.ச.தண்டாயுதபாணி, என்.எஸ்.கிருஷ்ணன், மு.அ.அருணாசலம், தில்லை வில்லாளன், கரந்தை கோ.சி.பெரியசாமி புலவர், அன்னபூரணி அம்மை, சி.டி.டி.அரசு, புதுவை வ.பொன்னம்பலம், நாரா. நாச்சியப்பன், பேரறிஞர் அண்ணா, கலைஞர், கா.அப்பாத்துரை, எஸ்.கருணானந்தம், வாணிதாசன், சாத்தான்குளம் இராகவன், சாமி.பழனியப்பன், திருவாரூர் ஷெரீப், புலவர் அழகுவேலன், புலவர் முடியரசன், அரங்கண்ணல், புலவர் குழந்தை, அரசியல் மணி என்ற மணியம்மை, ஆசிரியர் கி.வீரமணி–ஆகியோர் 1925 தொடங்கி 1950 வரை திராவிடர் இயக்கத்தின் அறிவுச் சக்திகளாக இருந்தவர்கள்.

பெரியார் களஞ்சியம் குடிஅரசு தொகுதி 42இல் ஆசிரியர் கி.வீரமணி வெளியிட்டுள்ள பட்டியலில் ஒரு சிலர் மட்டுமே இங்கு எடுத்தாளப்பட்டுள்ளார்கள். எனவே திராவிட இயக்கம் என்பது இன்றைய இணையத் தளங்களில் நடப்பது போல் எதுவும் தெரியாததுகளின் அரட்டைப் பழிச்சொல் கச்சேரிகளை நடத்திய இயக்கம் அல்ல. ஒவ்வொன்றையும் சீர்தூக்கிப் பார்த்த இயக்கம். இதற்கு வெளியான மறுப்புக்கு, மறுப்பு எழுதி விவாதங்களைத் தொடர்ந்த இயக்கம்.

பெரியார் முன்வைத்தது வறட்டு நாத்திகம் அல்ல. அறிவுப்பூர்வ நாத்திகம்தான். அதனால்தான் பகுத்தறிவு நூற்பதிப்புக் கழகத்தை நடத்தும் பொறுப்பை, தமிழ்ப்பண்பாட்டை மீட்டெடுத்த தமிழறிஞர் சாத்தான்குளம் இராகவன் கையில் பெரியார் ஒப்படைத்தார். இவர்தான் சிந்துவெளித் தமிழ்ப்பண்பாடு குறித்து முதன் முதலில் தமிழில் எழுதியவர். ‘நானும் பெரியாரும் சிந்துவெளித் தமிழ்ப் பண்பாடு குறித்து நீண்ட நேரம் விவாதித்தோம்’ என்று எழுதி இருக்கிறார். எப்போது விவாதித்தார்கள் தெரியுமா? 1930–31களில்! அதற்கு ஐந்து ஆண்டுகளுக்கு முன்புதான் சிந்து சமவெளி ஆய்வுகள் வெளியாயின.

2000 ஆம் ஆண்டில் புத்தகம் போட்டு சிந்துவெளியை எப்படி எழுத வேண்டும் என்று சொல்லிக் கொடுத்துக் கொண்டிருக்கிறார் குணா. இதனை 1930களிலேயே சரியாகச் சொன்னது பெரியாரின் இயக்கம்.

இந்தச் சாத்தான்குளம் அ.இராகவன் மேற்பார்வையில் பகுத் தறிவு நூல் பதிப்புக் கழகத்தைப் பெரியார் நடத்தினார். 1930களில் வெளியிட்ட நூல்களின் பட்டியலைப் பாருங்கள்.

ராபர்ட் இங்கர்சால் எழுதிய மதம் என்றால் என்ன? நான் சம்சயவாதி ஆனதேன்? கடவுள், இரண்டு வழிகள், சீர்திருத்த

மார்க்கம், பேய்–பூதம்–பிசாசு, வால்டேரின் சுயசரிதம், நரகம் எங்கே ஆகிய நூல்கள்.

சார்லஸ் டி.கோர் காமின் முன்னேற்றத்திற்கு மதம் முட்டுக் கட்டை, பெட்ரசன் ரசல் எழுதிய நான் ஏன் கிறிஸ்தவனல்ல, மதம் மக்களுக்கு செய்த நன்மை என்ன?

கே.பிரம்மச்சாரியின் மதமும் விஞ்ஞான சாஸ்திரமும், பிரபஞ்ச உற்பத்தி, ஜி.டவுன்சன் பாக்ஸின் பாதிரிகளின் பிரம்மச்சர்ய இலட்சணம், ஜோசப் மெக்சாபியின் மரணத்திற்குப் பின் ஜீவன் உண்டா?, பாதிரி செனிக்யூவின் பாதிரியும் பெண்களும் பாவ மன்னிப்பும், ஜுன் மெஸ்லியர் எழுதிய பகுத்தறிவு அல்லது கத்தோலிக்க குருவின் மரண சாசனம், கத்தோலிக்கர்களின் வீண் கூச்சல், பகத்சிங்கின் நான் நாத்திகன் ஏன்?, அ.ராகவனின் பெண்ணுரிமையும் மதமும், மிஸ் மேயோவின் இந்திய மாதா, தேவதாசி, இப்படி பல நூல்களை 1925க்கும் 1935க்கும் இடைப்பட்ட காலத்தில் வெளியிட்ட அறிவியக்கமே பெரியாரியக்கம்.

புராணங்கள் குப்பைகள், ஆரிய இலக்கியங்கள் ஆகாத இலக்கி யங்கள் என்று சும்மா சொல்லவில்லை. ஆராய்ச்சி செய்துதான் சொன்னார் பெரியார். அவர் மட்டுமே சொல்லவில்லை. ஆராய்ச்சி செய்தவர்களை வைத்துச் சொல்லச் சொன்னார்.

பெரியாரின் இராமாயண எதிர்ப்புக்கு அறிவு அடித்தளமாக இருந்தவர், சந்திரசேகர பாவலர் எனப்படும் இ.மு.சு. அவரின் 'இராமாயண ஆராய்ச்சி' தான் பெரியாரின் இராமாயண எதிர்ப்பின் அடித்தளமாக இருந்தது. இ.மு.சு. எழுதிய இதிகாசங்களின் தன்மைகள், இராமாயண ஆராய்ச்சி என்ற இரண்டு நூல்களையும் பெரியார் வெளியிட்டார். 'இராமாயண ஆபாசம்' முதல் பதிப்பு 1929 இல் வெளியானது. பங்கஜம் அல்லது பார்ப்பனக் கொடுமை என்று 1934இல் பெரியார் வெளியிட்ட புத்தகத்தை எழுதித் தொகுத்தவர் ஆட்சிமொழிக் காவலர் கி.இராமலிங்கனார்.

சோதிடப்புரட்டு, பொதுவுடைமைத் தத்துவங்கள், பெண் ஏன் அடிமையானாள், பிரகிருதிவாதம், மதம் என்றால் என்ன போன்ற நூல்கள் 1934இல் வெளியாயின. சோதிட ஆராய்ச்சி 1936இல் வெளியானது. இராமாயணப் பாத்திரங்கள் 1944இல் வெளியானது. இனிவரும் உலகம் 1943இல் வெளியானது.

ஞானசூரியன், இந்தியாவின் குறைபாடுகள், Temple Entry, லெனினும் மதமும், பர்னாட்ஷா உபன்யாசம், போல்ஷ்விக் முறை, கத்தோலிக்கர் வீண் அலைச்சல் என்ற நூல்கள் 1930களில் வெளி யானது.

கடவுளும் பிரபஞ்சமும், மெய்ஞ்ஞான முறையும் மூட நம்பிக்கையும் என்ற ம.வெ.சிங்காரவேலரின் புகழ்பெற்ற இரண்டு நூல்களை வெளியிட்டதும் பெரியாரே!

கடவுள் தோன்றியது எப்படி? நரகம் எங்கே இருக்கிறது? மதப்புரட்சி, இங்கர்சாலின் ஜீவிய சரித்திரம், கார்ல் மார்க்சின், வால்டேரின் வாழ்க்கைச் சரிதம், இங்கர்சாலின் பொன்மொழிகள், புராண ஆபாசங்கள், கடவுளை நிந்திக்கும் கயவர் யார்? இவை யெல்லாம் பெரியார் வெளியிட்ட புத்தகங்கள். வறட்டுத்தனமான நாத்திகம் பேசியவர், உலக நாத்திகர்களையெல்லாம் தமிழுக்குக் கொண்டு வந்து அறிமுகம் செய்வாரா?

சுயமரியாதை இயக்கத்துக்கெனக் குடி அரசு, புரட்சி, பகுத்தறிவு, விடுதலை, ரிவோல்ட் (ஆங்கிலம்) ஆகிய ஏடுகளை நடத்தித் தமிழ கத்தின் மொத்த அறிவு ஜீவிகளையும் எழுத வைத்தது மட்டுமல்ல, இந்திய, உலகப் பகுத்தறிவாளர்களது சிந்தனைகளையும் தமிழுக்குக் கொண்டு வந்தவர் பெரியார்.

சுயமரியாதை இயக்கத்தைப் பெரியார் நடத்திவரும்போது சமகாலத்தில் 48 இதழ்கள் இவ்வமைப்பின் சார்பாளர்களால் நடத்தப்பட்டதாக ஆசிரியர் கி.வீரமணி பட்டியலிடுகின்றார்.

1. திராவிட நாடு (சி.என்.அண்ணாதுரை)
2. தமிழன் (பி.சிதம்பரம், நாகர்கோவில்)
3. தமிழ் நிலம் (அண்ணல் தங்கோ)
4. முரசொலி (மு.கருணாநிதி)
5. தமிழ்க்கடல் (கா.நமசிவாயர்)
6. தமிழன் (அப்பாதுரையார், கோலார்)
7. தமிழ்முரசு (கோ. சாரங்கபாணி)
8. முன்னேற்றம் (கோ.சாரங்கபாணி)
9. நாடார்குல மித்திரன் (முத்து)
10. சமத்துவ போதினி (வி.நைனான், சிலோன்)
11. சன்மார்க்கம் (சுவாமி சிவநேசன், திண்டுக்கல்)
12. வெடிகுண்டு (ஏ.எஸ்.ஆனந்தம்)
13. நகர தூதன் (மணவை திருமலைச்சாமி)
14. குமரன் (சொ.முருகப்பா)
15. பிரசண்டவிகடன் (அன்னபூரணியம்மாள்)
16. ரேஷனலிஸ்ட் (எஸ்.ராமநாதன்)
17. வெற்றிமுரசு (சி.நடராசன், மயிலாடுதுறை)

18. சமதர்மம் (வீ.பார்த்தசாரதி)
19. லிபரேட்டர் (ஏ.கிருஷ்ணசாமி)
20. மாதர் சுதந்திரம் (சாமி சிதம்பரனார்)
21. புது உலகம் (டி.என்.இராமச்சந்திரன், சிங்காரவேலர்)
22. வழிகாட்டி (க.அ.புன்னைமுத்து)
23. சண்டே அப்சர்வர் (பாலசுப்பிரமணியம்)
24. சீர்திருத்தம் (எம்.என்.முத்துகுமாரசாமி பாவலர்)
25. இந்தியகேசரி (ஜி.பி.வேதநாயகம், கே.சுப்பிரமணி–தொகுப்பு)
26. தமிழ்த்தென்றல் (வி.வி.இராமசாமி)
27. கவிதாமண்டலம் (பாரதிதாசன்)
28. தமிழ்த்தாய் (இ.மு.சு)
29. ஈரோடுவாசி (சண்முக வேலாயுதம்)
30. பொன்னி (முருகு சுந்தரம்)
31. புதுவை முரசு (பாரதிதாசன், சா.குருசாமி)
32. போர்வாள் (மா.இளஞ்செழியன்)
33. விழியன் (ராய.சொ)
34. சிறுவர்அறிவுக்கதிர் (கே.கே.வேதமுத்து)
35. அறிவு (சாத்தான்குளம் அ.இராகவன்)
36. சேலம் டைம்ஸ் (ஏ.எம்.பாலு)
37. ரிபாம் (கோ.சாரங்கபாணி)
38. அறிவுக்கொடி (சாமி சிதம்பரனார், சிவகாமி)
39. புதுவாழ்வு (பேராசிரியர் க.அன்பழகன்)
40. தங்கானிகா ஒபீனியன் (தென் ஆப்பிரிக்கா)
41. புனித பூமி (எம்.ஹனீப்)
42. இனப்புரட்சி
43. வேளாளன் (புலவர் குழந்தை)
44. வெண்மதி (டாக்டர் டி.எஸ். ராஜலட்சுமி)
45. தோழன் (ஏ.பி.ஜனார்த்தனம்)
46. இனமணி (த.வ.மு.மகாலிங்கம்)
47. தனிஅரசு (ஏ.வி.பி. ஆசைத்தம்பி)
48. குயில் (பாரதிதாசன்)

– என்று பட்டியலிடுகிறார் கி.வீரமணி. 1925 முதல் 1949ஆம் ஆண்டு வரையிலான இதழ்கள் இவை (குடிஅரசு தொகுப்பு 42- பக்கம். 262, 263).

பெரியாரின் இயக்கம் அறிவுப்பூர்வமான விவாதங்களை தொடர்ந்து நடத்தி வந்த இயக்கமே என்பதற்கான உதாரணங்கள் இவை. வறட்டுத்தனமாக இல்லாமல் அறிவாயுதம் கொண்டு தாக்குதல் நடத்தி, அறிவின் மூலமாக வெல்ல நினைத்த இயக்கம். இது அறிவுப்பூர்வமான இயக்கம், அந்த அறிவைத் தமிழ்-தமிழனுக்காக மட்டுமே பயன்படுத்தியது என்பதற்கு ஏராளமான எடுத்துக் காட்டுகளைச் சொல்ல முடியும். ஒரே ஒரு எடுத்துக்காட்டை மட்டும் குணாவுக்கு எடுத்துத் தருகிறேன்.

## 10. முன்னெடுத்ததும் தமிழறிவே!

'தொல்காப்பியப் பொருளதிகார ஆராய்ச்சி' என்ற நூலைத் தமிழறிஞர் மு.இராகவையங்கார் எழுதினார். அதில் என்ன எழுதினார் தெரியுமா?

'நினைத்தவன், நினைத்தவளைக் கொண்டு சென்று கூடி ஒழுகும் இராக்கத முறை போன்ற ஒன்று அக்காலத்தே தமிழரால் கையாளப் பட்டது' என்றும், 'அம்முறை ஆரிய மேலோரால் நீக்கப்பட்டது' என்றும், 'ஆரியர் கற்பியல் முறை தமிழர்க்குப் போதிக்கப்பட்டது' என்றும் எழுதினார் மு.இராகவையங்கார். தமிழர்கள், ஒழுக்கம் கெட்டு அலைந்தார்கள், ஆரியர்கள்தான் தமிழர்களுக்குக் கற்பைக் கற்பித்தார்கள் என்று எழுதினார் அவர். நாவலர் சோமசுந்தர பாரதியாரும், ந.மு.வேங்கடசாமி நாட்டாரும் இதற்கு எதிராகக் கிளர்ந்தெழுந்தபோது அவர்களுக்குத் தோள் கொடுத்தவர் பெரியார். மு.இராகவய்யங்காரைக் கிழித்துத் தொங்கவிட்டது 'குடிஅரசு'. திட்டித் தீர்த்தவர்கள் சுயமரியாதை இயக்கத்தவர்கள். இவை எல்லாம் நடந்தது 1930களில் என்பதை நினைவில் வையுங்கள்!

'நூலைக் கையில் எடுத்து 8 முதல் 18 பக்கங்கள் முடிய வாசித்துப் பார்த்தேன். அதில் ஐயங்காரின் அயோக்கியத்தனம் பார்ப்பனக் குறும்பு நன்கு புலனாயிற்று' என்று பண்டித ஞானாம்பாள் எழுதி இருந்த கட்டுரைக்கு தலைப்பு: 'தமிழர்களுக்குக் கற்பில்லையா?'

(குடிஅரசு 16.2.1936)

நச்சினார்க்கினியனை 'வடிகட்டிய அயோக்கியன்' என்று எழுதும் ஞானாம்பாள், 'தமிழர் பழக்க வழக்கங்களே அறியாமல் பொய் கூறும் வழக்கமுடையவன்' என்கிறார். 'வேளிர் வரலாறு'

எழுதும்போது, 'வேளிர் தமிழர் அல்ல வடநாட்டவர்' என்று மு.இராகவய்யங்கார் எழுதியதை இக்கட்டுரை கண்டித்தது. 'நக்கீரர் தமிழர் அல்லர்' என்று மு.இராகவய்யங்கார் எழுதியதற்கு நாட்டார் எழுதிய பதிலை இக்கட்டுரை குறிப்பிட்டது. 'சேரர் தாயமுறை' என்று மு.இராகவய்யங்கார் எழுதிய நூலுக்கு நாவலர் பாரதியார் எழுதிய மறுப்பை இக்கட்டுரை குறிப்பிடுகிறது. 'இப்படியே விட்டால் சேர சோழ பாண்டியரைக் கூட ஆரியர் என்றே சாதிப்பார்' என்று இக்கட்டுரை கிண்டலடிக்கிறது. (சோழரை வடுகர் என்கிறார் குணா!)

ஆரியர் கற்பியல் முறையைக் கடுமையாக விமர்சித்து எழுதப் பட்டுள்ளது இக்கட்டுரை. சிந்துநதிப் பெண்களின் கால்சட்டை, ஒருத்தியை ஐவர் கூடியது, மச்சகந்தி – பராசரன்; குந்தி – சூரியன், பாண்டு – குந்தி, மாத்திரை – அஸ்வினி, அம்பா– அம்பிகை – வியாசன், தருமன் – துரோபதை–என்றெல்லாம் புராணக் கதைகளை விவரிக்கிறது இக்கட்டுரை. ஒழுக்கச் சிதைவுப் புராணக்கதைகளைப் பட்டியலிட்டுவிட்டுப் பண்டிதை ஞானாம்பாள் கேட்கிறார்:

"இவற்றுள் ஒன்றையேனும் இப்போதுள்ள சங்க நூல்களில் காட்ட இயலுமா? ஆரிய மேலோர் இவற்றைத் தமிழர்க்கு ஓதுவித்தனர் என்றால் ஒன்றுக்காவது இலக்கியம் இருக்க வேண்டு மல்லவா? மானங்கெட்ட–வெட்கம் கெட்ட – பேடித்தனமான– நீசத்தனமான – அமானுஷீகத்தனமான கொடிய ஆரியர் கற்பியல் முறைகளைத் தமிழர்க்கு ஆரியமேலோர் (கீழோர் என்பதே பொருந் தும்) நன்கு ஓதுவித்துப் போந்தனர் என்னும் ஐயங்காரது அகம்பாவம் பொய்யான கூற்று தமிழர் உயிரையே வாங்குவதாகவன்றோ இருக்கிறது? தன் மனைவியின் நடத்தையில் சிறிது ஐயம் தோன்றினும் அக்கணமே அவளை உயிர் வாங்குவது குறவன்–மறவன் முதலிய பழந் தமிழர் வழக்கமென்பதைப் பத்திரிகை வாசிப்பவர் இன்றும் காணலாமென்க. தமிழரது ஒப்புயர்வற்ற கற்பியல் முறை இத்தன்மைத்தென நன்கு விளங்கவில்லையா? இத்தகைய தூய ஒழுக்கமும் கற்பியல் முறையுங்கொண்ட தமிழர்க்கு ஒழுக்கமும், கற்பியல் முறையுமே சிறிது அறியாத ஆரியர், 'கற்பியல் முறை நன்கு விதித்துப் போந்தனர்' என்பது வடிகட்டிய அயோக்கியத்தனம் அல்லவா?

தமிழ்ப்பெண்கள் அவ்வளவு கேவலமாகவா ஐயங்கார் ஆண் களுக்குத் தோன்றுகிறார்கள்? அவர்கள் 'வாலிபரோடு' சேர்ந்து பாடுவதில்லை. சென்னைக் கடற்கரையில் இரவு 12 மணிக்குக் கண்ட புருடனுடன் கூடிக் குலாவுவதில்லை. வந்தே மாதரம் பாடுவதில்லை, பகலெல்லாம் தேசபக்தி இரவெல்லாம் நியோக பக்தி கொண்டிருப்பதில்லை. 'பதிபக்தி' ஒன்றுதான் அறிவார்கள்.

கோவில்களுக்குச் சென்று தாமாக ஆடவர்க்கு முன்வந்து நெருக்கத்தில் அகப்படுவதில்லை. ஆடவர் இடிகளை அலாவுவதில்லை. 'என்ன இருந்தாலும் சூத்திரன் வேலையில் கெட்டிக்காரர்' என்று சர்டிபிகேட் கொடுப்பதுமில்லை. ரிக்ஷாவில் தனித்தனியாக இராக்காலங்களில் சுற்றுவதில்லை. பொதுவாகத் தமிழர் மானத்தையும் சிறப்பாகத் தமிழ்ப் பெண்கள் மானத்தையும் அழிக்க முயன்று வரும் இத் 'தொல்காப்பியப் பொருள் அதிகார ஆராய்ச்சி' என்னும் தமிழர் துரோக நூலை உடனே பறிமுதல் செய்யும்படி அரசாங்கத்தையும், உண்மைத் தமிழராகிய கனம் பி.டி.இராஜன் அவர்களையும், திவான்பகதூர் குமாரசாமி அவர்களையும், தமிழ்ப் பெண்கள் சார்பாக நான் வேண்டிக் கொள்கிறேன். அதனை வித்துவான் பரீட்ஷைப் பாடநூல் தொகுதியிலிருந்து நீக்கி விடுமாறு சென்னை சர்வகலாசாலை துணைவேந்தரையும் வேண்டுகிறேன். தமிழர் மானத்தைக் காக்கும் இத்துறையில் தமிழர், தமிழ் நாடெங்கும் பெருங்கிளர்ச்சி செய்வார்களாக"

(குடிஅரசு 16.2.1936).

– என்று எழுதுகிறார் ஞானாம்பாள். யாருக்காகப் பேசுகிறது இக்கட்டுரை? தமிழர்களுக்காக! வெளிப்பட்டது தமிழறிவு தானே!

ஆரியர் கற்புமுறை உயர்ந்ததா? தமிழர்க்குக் கற்பில்லையா? என்ற நாவலர் சோமசுந்தர பாரதியின் கண்டனத்தைக் 'குடிஅரசு' (23.2.1936) வெளியிட்டுள்ளது. மு.இராகவய்யங்கார் கூற்றை அகம்பாவம், ஆணவம் என்கிறார் நாவலர். இக்கூற்றை எந்தப் பார்ப்பனரும் கண்டிக்கவில்லையே என்று கேள்வி கேட்டார். சுயமரியாதை உள்ளவர்கள் இதனை ஏற்கமுடியாது என்ற நாவலர், இராகவய்யங்கார் மன்னிப்புக் கேட்க வேண்டும் என்ற கண்டனத்தை விரிவாக வெளியிட்டது 'குடிஅரசு'.

'ஆரியரும் கற்பும்' என்ற சுந்தராம்பாளின் கட்டுரை 'குடிஅரசு' 1.3.1936 இதழில் வெளியானது. தமிழ்ப் பண்டிதர்களில் 100க்கு 5 பேருக்காவது பகுத்தறிவுத் தன்மை இருந்திருந்தால் இராகவய்யங் காருக்கு இப்படிச் சொல்லும் தைரியம் வந்திருக்காது என்றார் சுந்தராம்பாள்.

முறை தவறிய தாய் பார்ப்பனரல்லாதார் குடும்பத்தில் நடந்தால் கொலை விழும், ஆனால் பார்ப்பான் குடும்பத்தில் அப்படிக் கொலை விழுவதில்லை. அதற்காக முறை தவறு இல்லை என்று பொருளா என்று கேட்டுவிட்டுச் சுந்தராம்பாள் எழுதுகிறார்....

"கற்புத்தவறி விட்டால் ஆரியக் கொள்கைப்படி அதற்குப் பிராயச்சித்தம் என்ன என்று பார்ப்போமானால் நெய் பூசிக்கொண்டு புணர்ந்தால் தோஷமில்லை என்பது ஒன்று.

புணர்ச்சி ஏற்பட்ட பின்பு மாதவிடாய் ஆகிவிட்டால் அந்த தோஷம் அதோடு போய்விடுகின்றது என்பது இரண்டு.

விபசாரம் செய்ய நேர்ந்துவிட்டால் செய்த நாள் முதல் பதினைந்து நாளைக்கு ஒவ்வொரு கவளம் சாதம் தினமும் குறைத்துச் சாப்பிட்டு வந்து பிறகு சேர்த்துச் சாப்பிடவேண்டியது என்பது மூன்று. இப்படியாகப் பல பிராயச்சித்தங்களும் பராசரர் ஸ்மிருதியில் இருப்பதால் ஆரியர் கற்புத்தவறி விட்ட தோஷமானது தமிழ் மக்கள் கற்புத்தவறிவிட்ட தோஷம் போல் பெண்டாட்டியையோ மகளையோ தங்கையையோ யாராக இருந்தாலும் கொலை செய்து விட்டுத் தானும் தற்கொலை செய்து கொள்வது போன்று அவ்வளவு கடினமான தோஷமாக இல்லை" என்று கிண்டலாக எழுதினார் சுந்தராம்பாள்.

*(குடிஅரசு 1.3.1936)*

உ.வே.சா.வுக்கு எஸ்.என்.எஸ்.சுந்தரம் எழுதிய கடிதத்தைக் 'குடிஅரசு' *3.5.1936* இதழ் வெளியிட்டுள்ளது.

*1.* பொய்யும் வழுவும் தோன்றிய பின்னர், ஐயர் யாத்தனர் கரணமென்ப

*2.* மேலோர் மூவர்க்கும் புணர்த்த கரணம், கீழோர்க்காகிய காலமு முண்டே என்ற இரண்டு தொல்காப்பிய சூத்திரங்களுக்கும் உண்மைப் பொருள் என்ன? என்று கேட்கிறது இந்தக் கடிதம். தமிழ் மக்களுக்கு உண்மை உணர்த்தும்படி கேட்டுக் கொள்கிறேன் என்றார் சுந்தரம்.

*(குடிஅரசு 3.5.1936)*

'இனம் தெரியாத ஆரியரா உத்தம தமிழர்களுக்குக் கற்பு போதித்தது! நினைத்தவனோடு கூடி ஜனித்த சங்கர வம்சம் தானே குரு பரம்பரை?' என்று சித்தக்காடு கே.இராமையாவின் கட்டுரையை வெளியிட்டது 'குடிஅரசு' *(15.3.1936)*. இராகவய்யங்கார் கூற்றை 'ஆனந்தவிகடன்' ஆதரித்துள்ளதைக் கண்டித்து எழுதப்பட்டுள்ளது இக்கட்டுரை.

'தமிழர்களை இழிவுபடுத்தி அய்யங்கார் எழுதி இருப்பதின் அடிப்படையான அந்தரங்கமெல்லாம் தங்கள் வம்ச பரம்பரையின் ஆபாசங்களை மறைத்து முலாம் பூசவேயாகும். சொந்த ஆபாசத்தைப் பரிசுத்தப்படுத்திக் கொள்வதில் நமக்கு ஆட்சேபனை இல்லை. ஆனால் தமிழர்களை இழிவுபடுத்திவிட்டுத் தம் இனத்தைப் பரிசுத்தப் படுத்தப் பார்க்கும் அய்யங்காரின் அகம்பாவத்திற்கும் அய்யங்காருக்கு ஒத்துக்கு மத்தளம் அடிக்கும் யோக்கியர்களுக்கும் தக்க புத்தி கொடுக்க வேண்டுவது ஒவ்வொரு தமிழர்களுடைய நீங்காக் கடமை யாகும்.

ஆரியர் தமிழர்க்குக் கற்பு கற்றுக் கொடுத்தார்கள் என்பதை விடத் தங்களைப்போலவே தமிழர்களையும் மல மூத்திரம் அருந்தக் கற்றுக் கொடுத்தார்கள் என்றால் பொருந்தும்...

தொல்காப்பியமென்ற நூல் எப்படி எழுதப்பட்டதென்றே தெரியாது. இதிலிருந்து நச்சினார்க்கினியன் என்ற ஒரு பார்ப்பன அயோக்கியனும் நமது அய்யங்கார் சுவாமிகளும் தமிழர்களைப் பற்றி பொய் ஆராய்ச்சி செய்யப் புறப்பட்டதேனோ? ஆகவே உத்தமத் தமிழர்கள் வாழும் நாட்டில் விபச்சாரம் போன்ற ஆபாச அழுக்குகளே உருவாயமைந்து சஞ்சரிக்கும் உஞ்சவிருத்திப் பார்ப்பனக் கூட்டத்திற்குக் கற்பியல் முறையைப் போதிக்கத்தக்க கைங்கர்யத்தில் அய்யங்கார் ஈடுபடுவதுதான் அறிவுடைமையாகும். என்று எழுதிய இயக்கம் சுயமரியாதை இயக்கம்.

(குடிஅரசு 15.3.1936)

மு.இராகவய்யங்காரைச் சும்மா விடவில்லை சுயமரியாதை இயக்கம். தொடர்ந்து அறிவால் அடித்தது. மு.இராகவய்யங்காரை ஆதரித்து எழுதிய 'ஆனந்தவிகட'னுக்கு பதிலளித்துப் பண்டித எஸ்.முத்துசுவாமிப்பிள்ளை, 'பார்ப்பன மூளை விகடனுக்குப் பதில்' என்ற கட்டுரை எழுதினார்.

(குடிஅரசு 22.3.1936)

"தமிழர் கற்புக்கும் ஆரியர் கற்புக்கும் மலைக்கும் மடுவுக்குமுள்ள வித்தியாசமுண்டு. தலைவன் மரணத்தையறிந்தவுடன் அப்படியே படியில் சாய்ந்து உயிர் துறப்பது தமிழ்நாட்டுக் கற்பரசியர் மரபு..... கொஞ்ச நாளாக 'நாங்களும் தமிழர்களே' எனப் பார்ப்பனர்கள் உரிமை கொண்டாடி வருகின்றார்கள். ஆனால் 'நானும் தமிழனே' என்று பார்ப்பனர் நுனி நாக்கே கூறுகிறது. உள்ளம் கூறவில்லை. தமிழர் என உரிமை பாராட்டும் பார்ப்பனர்கள் மனுஸ்மிருதிக்கும் வேதங்களுக்குமே மதிப்புக் கொடுக்கிறார்கள்..... பார்ப்பனர் தமிழர் என்று கூறிக் கொள்வது வெளிப்பகட்டே. அந்தரங்கத்தில் ஒவ்வொரு பார்ப்பனக் குஞ்சும் தான் ஆரியன் என்றே நம்பிக் கொண்டிருக்கிறது. பார்ப்பனர்களுக்கு வந்த வாழ்வு நேற்று வந்த வாழ்வே.

சுமார் 100 வருஷங்களுக்கு முன் வரை பார்ப்பனர்கள் ஏதேனும் ஒரு வழியில் தமிழர் கொடுக்கும் தருமத்திலேயே வயிறு வளர்த்து வந்தார்கள். இன்று ஸர்களாகவும், திவான் பகதூர்களாகவும், ராவ்பகதூர்களாகவும், டாக்டர்களாகவும், வக்கீல்களாகவும், ஜமீன்களாகவும், மிட்டாக்களாகவும் வாழ்கிறார்கள்.... பழைய தமிழ் இலக்கியங்களைப் பார்த்தால் பார்ப்பனர்கள் யோக்கியதை நன்கு விளங்கும்" என்று எஸ்.முத்துசுவாமிப்பிள்ளை பாய்ந்தார்.

(குடிஅரசு 22.3.1936)

‘ஓர் வெகுளி எழுதியது’ என்ற புனைபெயரில் மீண்டும் ஒரு எதிர்ப்புக் கட்டுரையைப் பதிவு செய்தது குடிஅரசு. (29.3.1936). ஆரியக் கற்பைச் சூறையாடியது இக்கட்டுரை.

இப்படித் தொடர்ச்சியாக மு.இராகவய்யங்காருக்குப் பதிலளித்தது சுயமரியாதை இயக்கம் என்றால் யாருக்காக? வடுகருக் காகவா? அல்ல! தமிழருக்காக! தமிழுக்காக!

தமிழை, தமிழரை, தமிழ்ப்பெண்களைப் பழித்தார் மு.இராகவய்யங்கார். எனவே, தன் தமிழினம் காக்கப் பேனாவை வாள் ஆக்கியது பெரியார் இயக்கம். இதை மறைத்து வடுக இயக்கம் என்று குணா பெயர் சூட்டுவது குதர்க்கம்!

### 11. பெரியார் பேசிய தமிழ்த்தொன்மம்!

‘தமிழர் தொன்மங்களை எதிர்த்தார் பெரியார்’ என்கிறார் குணா. உண்மை அது அல்ல. தமிழர் தொன்மங்களுக்குள் நுழைந்து விட்ட ஆரியத்தை எதிர்த்தார் பெரியார்.

இராமாயணத்தில், மகாபாரதத்தில், கந்தபுராணத்தில், பெரிய புராணத்தில், பக்தி என்ற பெயரால் உள்புகுத்தப்பட்ட ஆரியத்தை, பார்ப்பனியத்தை, பிராமணியத்தை எதிர்த்தார் பெரியார்.

‘தமிழர்களுக்கு என்ன இருக்கிறது என்று கேட்டவர் பெரியார்’ என்கிறார் குணா. ‘தமிழர்களுக்கு ஆரியம் கலவாத எது இருக்கிறது?’ என்றுதான் பெரியார் கேட்டார்.

“உனது மொழியில் ஆரியம் புகுந்துவிட்டது. உனது இலக்கி யத்தில் ஆரியம் புகுந்துவிட்டது. பண்பாட்டில் ஆரியம் புகுந்து விட்டது. உனது வாழ்க்கையில் ஆரியம் புகுந்துவிட்டது. உனது கல்வியில் ஆரியம் புகுந்துவிட்டது. உணவு, உடை, பழக்க வழக்கங் களில் ஆரியம் புகுந்துவிட்டது. எனவேதான் ஆரியம் கலவாத ஏதாவது தமிழில் உண்டா?” என்று பெரியார் கேட்டார்.

தமிழில் எதுவுமே இல்லை என்று அவர் சொல்லவில்லை. தமிழில் ஆரியம் புகாத காலம் ஒன்று இருந்தது. அந்தக் காலத்தைப் பெரியாரே ஏற்றுக் கொண்டார். ஆரியம் கலந்த பிறகு தமிழ் இடது கை போல ஆக்கப்பட்டது என்றார் பெரியார். இதிலென்ன தவறு இருக்க முடியும்?

தமிழ் மருத்துவம் குறித்து 1987இல் குணா பேசியதை 1931இல் பெரியார் எழுதிவிட்டார்.

தமிழ் மருத்துவம்தான் தமிழரின் தொன்மையான மருத்துவம். இதனை ஆரியமும் பிராமணியமும் ஆயுர்வேதமும், மேலை மருத்து வமும் ஒழிக்க நினைக்கின்றன என்று 14.4.1987இல் பேசுவதற்காக

குணா ஒரு கட்டுரை தீட்டுகிறார். (நாற்றங்கால்–பக்கம். 143). இதைத் தான் 'தமிழ் வைத்தியத்திற்கு உலை' என்ற 'குடிஅரசு' தலையங்கம் சொல்கிறது (6.12.1931)

தமிழ் வைத்தியமே சிறந்தது என்று இத்தலையங்கம் வாதிடுகிறது.

'தமிழருடைய எந்த நூலையாவது ஆரியர்கள் மொழிபெயர்த் திருக்கிறார்களா? பாராட்டுகிறார்களா? உரிமை கொண்டாடு கிறார்களா?' என்று கேட்டவர் பெரியார்.

(விடுதலை 26.1.1943)

இசை மேடைகள் அனைத்திலும் தமிழ்ப்பாடல்களே பாடப்பட வேண்டும் என்று போராடியவர் பெரியார். 98 சதவிகித வடமொழிச் சொற்கள் கொண்டது தமிழ்ப்பாட்டாக எப்படி இருக்க முடியும், புராணப்பாட்டு தமிழ்ப்பாட்டாக எப்படி இருக்க முடியும் என்று கேட்டவர் பெரியார். எப்படிப்பட்ட பாடல் வேண்டும் என்று கேட்டார் தெரியுமா?

'நல்ல தமிழில் இயற்கை எழில்களையும் தமிழரின் வீரத்தையும் அன்பையும் மானமிக்க சமத்துவ வாழ்வினையும் வரலாற்றினையும் நேர்மையையும் நீதிநெறிகளையும், தமிழ்நாட்டுப்பற்றையும், மொழியில் ஆர்வத்தையும் ஒற்றுமையையும் கட்டுப்பாட்டையும் எடுத்துக் காட்டும் பாட்டுகளையே பாடுமாறு செய்தல் வேண்டும்' என்றார் பெரியார். இதில் பெரியார் சொல்வது என்ன? தமிழரின் தொன்மை தானே? வடுகரின் தொன்மையையா வலியுறுத்தினார்?

(குடிஅரசு 25.12.1943)

தமிழில் பாடு என்பது தேசத்துரோகமா? கலைத்துரோகமா? வகுப்புத் துரோகமா? என்று கேட்டார். இப்படிச் சொல்பவன் தமிழன் அல்லாதவனாக இருக்கிறான் என்று கொதித்தார்.

"பெண்களுக்கு ஆண்கள் ஒழுக்க நூலும் கற்பு நூலும் எழுதுவது போல் தமிழனுக்குத் தமிழன் அல்லாதவன், தமிழர்களை அடிமை கொண்டு அடக்கியாண்டு சுரண்டிக் கொண்டிருப்பவன், தேசாபி மானம், மொழி அபிமானம், கலை அபிமானம் முதலியவை கற்பிப்பவனாய்ப் போய்விட்டதே...

தமிழ்நாடும், தமிழ்மொழியும், தமிழன் தன்மானமும், விடுதலை பெற்று வளர்ச்சி அடைய வேண்டுமானால் தமிழன் காரியத்தில் தமிழன் அல்லாதவன் அவன் எப்படிப்பட்டவன் ஆனாலும் தலையி டுவது முதலில் ஒழிந்தாக வேண்டும். இதை வேறு எதை ஒழித்தாவது ஒழிக்க வேண்டும்" என்று எழுதியவர் பெரியார். அவர் சொல்ல வருவது தமிழரின் தொன்மையைக் காப்பாற்றுவதற்குத் தானே? வடுகரின் தொன்மையைக் காப்பாற்றவா இப்படிக் கதறினார்?

(குடிஅரசு 19.12.1944)

கா.அப்பாத்துரையாரின் நூலுக்கு எழுதிய அறிமுக உரையில் பண்டைத் தமிழரின் சீரிய வாழ்வும், சங்ககாலத் தமிழின் மேன்மையும் குறித்த கருத்து வெளிப்படுகிறது.

(குடி அரசு 1.8.1947)

தமிழராட்சி தனித்தியங்க வேண்டும் என்ற ஆர்வத்தை ம.பொ.சியின் 'தமிழ்முரசு'க்கான அறிமுக உரையில் வெளிப் படுத்தினார்.

(குடி அரசு 13.7.1946)

புறநானூற்றுப் பாடல்கள், பண்டைத் தமிழ்ப்பெண்டிர் வீரம், பண்புகளைப் போற்றி எஸ்.சிவப்பிரகாசத்தின் 'மறக்குடி மகளிர்' நூலுக்கான அறிமுக உரையில் எழுதினார்.

(குடி அரசு 1.9.1945)

திரும்பத் திரும்பக் குணா சொல்வது, பெரியாருக்குத் தமிழில் பற்று இல்லை. வெறுப்புதான் இருந்தது என்பதாகும். தமிழில் என்ன இருக்கிறது என்று கேட்டவர் பெரியார் என்பதாகும். தமிழுக்காகப் பெரியார் எதுவும் செய்யவில்லை என்பதாகும்.

இந்திக்கு எதிராக நின்றதில் தொடங்கி, தமிழ் ஆட்சிமொழியாக்க அவர் பாடுபட்டது வரையிலான தகவல்கள் இந்நூலின் பல்வேறு பக்கங்களில் இருக்கின்றன. இதையெல்லாம் தெரிந்து கொண்டே மறைக்கும் நோக்கம் எதற்காகக் குணாவுக்கு இருக்க வேண்டும்?

தமிழை வெறும் இலக்கியச் சுவையுள்ள மொழியாக அல்லாமல் அதனை அரசியல் மொழியாக, பயன்பாட்டு மொழியாக மாற்றியவர் பெரியார். இதை அவரது வரலாற்றை மேலோட்டமாக வாசிப்ப வர்கள்கூட உணரமுடியும்.

சேலம் திருவள்ளுவர் கழகம் சார்பில் 25, 26.12.1943 அன்று தமிழுணர்ச்சி மாநாடு நடந்தது. எஸ்.எம்.நமசிவாயம், ஏ.இராமசாமி, தேவநேயப்பாவாணர் ஆகியோர் கலந்துகொண்ட மாநாடு அது. மொத்தமும் தனித்தமிழ் தீர்மானங்களாக நிறைவேற்றப்பட்ட மாநாடு அது.

(குடி அரசு 1.1.1944)

திருக்கோவிலில் தமிழ் வழிபாடு, தெருக்களுக்குத் தமிழ்ப்பெயர், தமிழ்நாடு தனி மாகாணம், வானொலியில் தூய தமிழ், தமிழ்பாடக் குழுவில் தமிழுணர்ச்சி ஆசிரியர்கள், இசை மேடைகளில் தமிழ், செய்தித் தாள்களில் தூய தமிழ், தமிழர் நாகரிகப்படி படங்கள், மெட்ரிக் தேர்வு தமிழில், தமிழ்ச் சொற்களே சுவைச் சொற்கள், அண்ணாமலைப் பல்கலைக் கழகத்தைத் தமிழ்ப்பல்கலைக்கழக மாக்குதல், ஆங்கில ஆசிரியர்க்கு இணையாகத் தமிழாசிரியர்க்கு

ஊதியம் என்ற 15 தீர்மானங்கள் நிறைவேற்றப்பட்டன. இதனை வழிமொழிந்த 'குடிஅரசு' தமிழ்ப்பத்திரிகையா? வடுகப்பத்திரிகையா?

தமிழ்க் கலைச் சொல்லாக்கத்தை இகழ்ந்தும், தமிழ்ப் பற்றுடையாளரை விமர்சித்தும் வையாபுரியார் எழுதிய போது அதனைக் கண்டித்துச் சேலம் கல்லூரி முதல்வர் அ.இராமசாமி 'குடிஅரசு'வில் தான் எழுதினார்.

"தாய்மொழிப் பற்றென்பது மக்கள் உள்ளத்துள் ஆழ்ந்து கிடப்பது, தமிழரது தாய்மொழி வளர்ச்சியைக் கண்டு வட மொழியினர் சச்சரவு செய்வது, தமிழரைச் சண்டைக்கு இழுப்பது, அப்படி இழுத்தால் வெற்றி காணும் வகையில் தமிழர் போராடுவர்" என்று அ.இராமசாமி எழுதினார்.

'தனித்தமிழை ஒரு ஆரியராவது இன்று ஆதரிக்கின்றனரா? இல்லை. இன்றைய தனித்தமிழ் உணர்ச்சியே பிற்காலத்தில் திருமணம், கடவுள் வழிபாடு, இன்னிசை, அரசியல் முதலிய துறைகளிலும் இத்தகைய கிளர்ச்சிகளை அடுத்தடுத்துத் தோற்றுவித்துத் தமது ஆதிக்கத்தை அழித்துவிடும் என அஞ்சும் ஆரியர் கலைச் சொல்லாக்கத்தைக் கண்டிப்பது இயல்பே!' என்று எழுதினார் அ.இராமசாமி.

தமக்கும் வையாபுரியாருக்கும் நடந்த விரிவான உரையாடலை விளக்கும் அ.இராமசாமி இறுதியாக, 'வடமொழியினின்றும் தமிழைக் காக்குமுன் உட்பகையுடைய தமிழரினின்றும் அதைக் காக்க கடமைப்பட்டுள்ளோம்' என்று எழுதி முடிக்கிறார். தமிழ் காக்கும் அரணான எதிர்வினை அல்லவா இது? இதனை வெளியிட்ட பெரியார், தமிழ்ப்பெரியாரா? வடுகப் பெரியாரா?'

(குடிஅரசு 4.12.1943)

'தமிழ் மொழியும் அதனால் மாணவர்களுக்கு ஏற்படும் பயனும்', என்ற தலைப்பில் ஒரு கட்டுரையைப் பெரியார், 'குடிஅரசு'வில் வெளியிட்டுள்ளார். தமிழ்மொழி குறித்து வெளிநாட்டைச் சேர்ந்த வின்ஸ்லொ, கால்டுவெல், போப், சிலேட்டர், மர்டாக் ஆகியோர் சொன்னதை விவரிக்கும் அக்கட்டுரையில்....

"தமிழ் மாணவர்களின் அறிவைப் பலவிதத் தொகையிலக்கணங்கள், வைப்பு முறைகள், உள்ளுறைப் பொருள்கள், பலவிதச் செய்யுள் விகாரங்கள் ஆகிய இவைகள் உண்மையாகவே கூர்மையாக்குகின்றன.

தமிழ்நூல்களில் உள்ள கற்பனையைக் கற்பதால் மாணவர்களுக்குக் கற்பனை சக்தியை வளர்க்கின்றன. தாய்மொழியாகிய தமிழ்மொழியைக் கற்பதால் நம் மாணவர்களுக்குத் தேசபக்தி மிகுந்து வளரும். தாய் மொழியிடத்து அன்பில்லாத மாணவர்கட்குத்

தாய்நாட்டினிடத்தில் அன்பிராது. ஆகையால் ஒவ்வொரு தமிழ் மாணவனும் தமிழைக் கற்பது இன்றியமையாதது” என்று தாய் மொழிக் கல்வியை வலியுறுத்தும் அக் கட்டுரை, கடந்தகாலத் தமிழகத்தின் பெருமையையும் பேசுகிறது.

1. ஒற்றுமையைக் குலைத்தொழிக்கும் வருணாசிரமப் பேய் அக்காலத்தில் தலைவிரித்தாடியது இல்லை என்பதையும்

2. பண்டைத் திராவிடநாடு கிரேக்கர்களோடும், ரோமர்களோடும், எதிப்தியர்களோடும் பெருவணிகம் செய்து நன்னிலையுற்றிருந்தது என்பதையும்

3. அக்காலத்தில் தமிழ்நாட்டில் தமிழ்ப் பெண்மணிகளிற் சிலர், கற்று வல்ல தமிழறிவோடும், புலவர்களாக விளங்கினார்கள் என்பதையும்

4. பண்டைத் தமிழ் அரசர்கள் நீதி தவறாது அரசாண்டனர் என்பதையும்

5. தமிழ் (திராவிடர்) வீரர் அஞ்சாது போர் புரியும் பேராற்றல் பெற்றிருந்தனர் என்பதையும் அறியும் பொழுது மாணவனுக்குத் தன் தாய்நாட்டைப் பற்றியுண்டாகும் மகிழ்ச்சி மலையிலும் மானப் பெரிதாகும் என்பது தவிரத் தமிழ்மொழியில் சிறந்த புலமை பெறின் பிறமொழிகளிலும் அவர்கள் வெகு விரைவில் புலமை எய்தலாம்” என்று பழம்பெரும், பழந்தொன்மை பற்றி எழுதியது ‘குடிஅரசு’ என்றால் இதில் பேசவிட்டிருப்பது தமிழா? வடுகமா?

(குடிஅரசு 18.12.1943)

1932இல் துறையூரில் நடந்த தமிழர் மாநாடு முக்கியமானது. இது தமிழர் மாநாடா, சைவர் மாநாடா என்று பெரியாரியக்கம் கேள்வி எழுப்பினாலும் சைவம் நீங்கிய தமிழ் மாநாடாக, தமிழர் மாநாடாக அது நடத்தப்பட வேண்டும் என்ற விருப்பத்தைத் தொடர்ந்து தெரிவித்தது. 1932ஆம் ஆண்டு ஆகஸ்ட் 6, 7 நாட்களில் துறையூரில் நடப்பதாக இருந்த மாநாட்டுக்கு சுயமரியாதை இயக்கத்தின் சார்பில் தோழர் அ.பொன்னம்பலம் சில தீர்மானங்களை அனுப்பிவைத்தார். அந்தத் தீர்மானங்களைக் ‘குடிஅரசு’ வெளியிட்டுள்ளது. அத் தீர்மானங்களைப் பார்த்தாலே சுயமரியாதை இயக்கம் தமிழர் இயக்கமா? வடுகர் இயக்கமா? என்ற முடிவுக்கு வரலாம்!

1. இந்தி பிரச்சாரம் செய்வதானது தமிழ் மொழிக்குக் கேடு சூழ்விக்கும் கெட்ட எண்ணத்தோடு செய்யப்படுவதால் இந்தி பிரச்சாரத்தை இம்மாநாடு கண்டிக்கிறது.

2. தமிழர்கள் ஒற்றுமையாக வாழ வேண்டுமானால் தமிழ் மக்களைப் பிடித்துள்ள சாதி வித்தியாசங்கள் ஒழிய வேண்டும்.

3. தமிழர்களின் ஐக்கியத்திற்கு மதப்பிரிவுகள் தடையாக இருப்பதால் மதங்களைத் தமிழர்கள் அடியோடு ஒழிக்க வேண்டும்.

4. தமிழர்கள் பெரும்பாலும் அசைவம் சாப்பிடுவதால், அதைச் சாப்பிடாதவர்கள் சைவம் என்று அவர்களை இழிவுபடுத்தும் மனப்பான்மையை அகற்றவேண்டும்.

5. தமிழர் ஒற்றுமைப்பட புறச்சின்னங்கள் நீக்கப்பட வேண்டும்.

6. தமிழ் நெடுங்கணக்கில் 247 எழுத்துகள் இருப்பதால் புதிதாகத் தமிழ் படிப்பவர்கள் மிகச் சிரமப்படுவதால் அவசியமற்ற பல எழுத்துகளை நீக்கிப் புதிய சப்தங்களுக்காகச் சில புது எழுத்து களையும் சேர்த்துத் தமிழ் மொழியைத் திருத்தம் செய்ய வேண்டு மென்று இம்மாநாடு தீர்மானிக்கிறது.

7. உருவ வழிபாட்டை முற்றிலும் ஒழித்துக் கோவில்களைத் தமிழ்க் கல்லூரிகளாகவும் வைத்திய சாலைகளாகவும் மாற்றி அமைக்க வேண்டும்.

8. தேவாரம், திருவாசகம், திருவிளையாடற்புராணம், ராமாயணம், மகாபாரதம், தலபுராணங்களெல்லாம் கட்டுக் கதை களாக இருப்பதோடு மனித அறிவுக்கு முரண்பட்டதாகவும், அவை கள் இன்று கற்கப்படும் முறையில் தமிழ் இலக்கிய வளர்ச்சிக்குத் தடையாகவும் இருப்பதால் நேர்மையான மொழியில் தமிழ் இலக்கியத்தை வளர்க்க வேண்டும்.

9. சமணர், புத்தர் பற்றிய அவதூறுகள் தமிழ் நூல்களில் நீக்கப்படவேண்டும்.

10. பூர்வீகத் தமிழர் நாகரீகத்திற்கு முரணாக உள்ள கல்யாணச் சடங்கு, சாந்தி முகூர்த்தம், திதி, கருமாதி முதலிய அர்த்தமற்ற சடங்குகள் நீக்கப்படவேண்டும்.

11. திருநீறு, உருத்திராக்கம் முதலிய எந்தச் சின்னங்களைப் பற்றியும் குறிப்பிடாதவரும், சகல மதத்தினரும் தங்கள் தங்களைச் சார்ந்தவர் என்று சொல்லப்படுபவராகிய பெரிய சமதர்மவாதியான திருவள்ளுவரின் உருவத்தை திருநீறு, உருத்திராக்கங்களோடு சைவ சித்தாந்தசபையார் படங்கள் தயாரித்து வெளியிடுவதை இம்மாநாடு கண்டிக்கிறது.

12. சிதம்பரம் அண்ணாமலைக் கல்லூரியில் தமிழ் ஆராய்ச்சி யாளராக நியமிக்கப்பட்டிருந்த தோழர் கா.சுப்பிரமணியம் எம்.ஏ., எம்.எல். அவர்களைப் பார்ப்பனர்கள் சூழ்ச்சி செய்து கல்லூரியை விட்டு வெளியேற்றிய செய்கையைக் கண்டிப்பதுடன் அப்பதவியை அவர்களுக்கு அளிக்க வேண்டுமென்று கல்லூரி நிர்வாகத்தை இம்மாநாடு கேட்டுக் கொள்கிறது.

(குடிஅரசு 31.7.1932)

இந்தப் பன்னிரண்டு தீர்மானங்களிலும் ஒலிப்பது தமிழ்க்குரல் அல்லவா? இம்மாநாட்டுக்கு எஸ்.குருசாமி, குஞ்சிதம், டி.வி.சுப்பிரமணியம் (திராவிடன் ஆசிரியர்), திருஞான சம்பந்தம் (தமிழ்ப் பண்டிதர்), பாரதிதாசன், ப.சு.தண்டபாணி, அ.பொன்னம்பலம், கே.வி. ஆகியோர் செல்வார்கள் என்கிறது இன்னொரு செய்தி. (குடிஅரசு 31.7.1932)

இதே இதழில் 'தமிழ் மாநாடா?–சைவக் கூட்டமா? தமிழர் சமவுரிமைக்கும், தமிழ்மொழி வளர்ச்சிக்கும் உண்மை வழிகாணுமா? சீர்திருத்தக்காரர்களே! ஏமாறாதீர்கள்!' என்ற சாமி.சிதம்பரனார் கட்டுரையும் வெளியாகியுள்ளது.

(குடிஅரசு 31.7.1932)

"நமது தமிழ்மொழி கெட்டழிந்து போனதற்குக் காரணம், இம்மொழி சமயப்பித்தர்களின் கையில் அகப்பட்டதேயாகும். தமிழ்மொழியில் உள்ள நூல்களை இலக்கிய நூல் இன்னின்னவை யென்றும், சமய சம்பந்தமான நூல்கள் இன்னின்னவை யென்றும் பிரித்து இலக்கிய சம்பந்தமான நூல்களையே வளர்க்கவும், பள்ளிக் கூடங்களில் பாடங்களாகச் சேர்க்கவும் கீழ் நாட்டுக்கலை பட்டப் பரீட்சைகளுக்குப் பாடங்களாக அமைக்கவும் ஏற்பாடு செய்ய வேண்டும்"! (குடிஅரசு 31.7.1932) என்று எழுதினார் சாமி. சிதம்பரனார். சுயமரியாதை இயக்கத்தின் நோக்கம் இதுதான். தமிழ் நீக்கம் அல்ல. சமயம் சார்ந்த தமிழ் நீக்கம். இந்த வேறு பாட்டைப் புரியாதவர் வரலாற்று விமர்சனம் செய்யத் தகுதியற்ற வர்கள்.

இம்மாநாட்டில் தேவாரப் பாட்டு தடுக்கப்பட்டது. சுய மரியாதை இயக்கத்தவர் அனுப்பிய தீர்மானங்கள் ஏற்கப்படவில்லை என்றாலும் இந்தித் திணிப்புக்குக் கண்டனம், தமிழ் வளர்ச்சி, தமிழ்க்கல்வி குறித்த சில தீர்மானங்கள் நிறைவேற்றப்பட்டன. 'மதச்சம்பந்தமில்லாத தமிழ்த் தீர்மானங்கள்' என்ற தலைப்பிட்டுக் 'குடிஅரசு' இதனை வெளியிட்டது. இதே இதழில் 'தமிழ் மாநாடு' என்ற தலையங்கமும் எழுதப்பட்டது. மதம், தெய்வீக வளர்ச்சி, சமய உணர்ச்சியை நீக்கி உண்மையான தமிழ் வளர்ச்சிக்கு நீங்கள் பாடுபட்டால் சுயமரியாதை இயக்கம் துணை நிற்கும்' என்று உறுதியளித்தது இத்தலையங்கம்.

(குடிஅரசு 14.8.1932)

இவ்வளவு விமர்சனங்கள் இருந்தாலும் அம்மாநாட்டுக்குத் தலைமை வகித்த மூதறிஞர் கா.நமசிவாயரின் உரையை முழுமையாக வெளியிட்டது 'குடிஅரசு'. இதற்குக் கொடுத்த தலைப்பு: 'பழந்தமிழர் கொள்கைகள்!'

மாணவர் மாநாட்டைத் திறந்து வைத்த சோலை ம.இராமச்சந்திரன், தமிழர் மாநாட்டு வரவேற்புக் குழுத் தலைவர் த.வே.உமாமகேசுவரனார் ஆகியோர் உரைகளையும் 'குடிஅரசு' வெளியிட்டுள்ளது. 'இதெல்லாம் தமிழ்த் தொண்டு இல்லையா?'

'சுயமரியாதை இயக்கமும் தமிழ்ப்பாஷையும்' என்ற தலைப்பில் நாகர்கோவில் பி.சிதம்பரம், பி.ஏ.பி.எல். ஒரு தொடரைக் 'குடிஅரசு' இதழ்களில் எழுதி உள்ளார். (10.10.1930 முதல் ஐந்து இதழ்கள்) இவற்றை வரிசைப்படுத்துவதற்குக் காரணம், இவர்கள் சொல்லும் தொன்மை அனைத்தையும் பெரியாரும் பேசினார். சுயமரியாதை இயக்கமும் பேசியது. திராவிட இயக்கமும் பேசியது என்பதற்காகத் தான்.

மற்றவர்கள் தொன்மையோடு நிறுத்திக் கொண்டார்கள். அந்தத் தொன்மையைத் தொய்வடையச் செய்தவர்கள் யார் என்று பேசியவர் பெரியார். இதுதான் அடுத்த கட்டம். தொன்மையை, பழம் பெருமையைப் பேசினால் மட்டுமே போதும் என்று சிலர் நினைத்தார்கள். பழம்பெருமையின் சிதைவுக்கான காரணங்களைப் பேசாமல் பழம் பெருமை பேசுவதால் பயனில்லை என்றவர் பெரியார்.

12. பழந்தமிழ்க்குடியரசை மீட்க
'குடிஅரசு'வின் முதல் குரல்!

ஆந்திரர்கள் சென்னையைக் கேட்பதற்கு முன்னதாக, ஆந்தி ரர்கள் சித்தூரைத் தரமறுப்பதற்கு முன்னதாக, 'புதிய தமிழகம்' படைக்க ம.பொ.சி.கள் புறப்படுவதற்கு முன்னதாக, பழந்தமிழர் நிலத்தைக் காக்கக் குரல் எழுப்பியது பெரியாரின் குடிஅரசே!

'தமிழ்நாட்டு எல்லை தேய்கிறது' என்று 1943-லேயே எழுதியது 'குடிஅரசு'தான் என்பதைக் குணாக்கள் தெரிந்து கொள்ள வேண்டும். இவர்கள் சொல்லும் தமிழ்த் தேசிய பிதாமகர்கள் 1947இல் தான் எல்லை காக்கப் புறப்படுகிறார்கள்.

'தமிழ்மக்கள் வீரம் மாய்கிறது–தமிழ்நாட்டு எல்லை தேய்கிறது' என்ற தலைப்பில் பண்டித எஸ்.எஸ்.ஆனந்தரின் கட்டுரை குடிஅரசு 2.10.1943 இதழில் (பக்கம். 16) வெளியாகி உள்ளது. தமிழர் பகுதிகளைத் தெலுங்கர் சொந்தம் கொண்டாடியதை வெளிப்படுத்து கிறது இக்கட்டுரை.

மறைமலையடிகள், பெரியார் ஆகிய இருவரின் நண்பர் பண்டித எஸ்.எஸ்.ஆனந்தர். தமிழ் மருத்துவர். நீதிக்கட்சித் தலைவரான தியாகராயர் மறைந்தபோது இவரது வீட்டில் நடந்த இரங்கல் கூட்டத்தில் தாம் பேசியதாக தமது வாழ்க்கைக் குறிப்பில்

மறைமலையடிகள் எழுதுகிறார். அந்தளவு நீதிக்கட்சி சுயமரியாதை இயக்கத் தொடர்பு கொண்டவர் பண்டிதர் ஆனந்தர். இவர் எழுதிய நூல்தான் 'தமிழ்நாடு'. 1943இல் வெளியானது. 'தமிழ் மக்கள் வீரம் மாய்கிறது! தமிழ் நிலப்பரப்பு தேய்கிறது!' என்ற முழக்கம் முதல் பக்கத்தில் இருக்கும். தமிழ்த் தேசிய அறிவர்களாக தங்களைக் காட்டிக் கொள்பவர்களுக்கு நிலக்காப்பு இயக்கத்தின் வேர் எதுவும் தெரியாது. இவர்கள் ம.பொ.சி.யின் எனது போராட்டமே தமிழரின் ஈராயிரம் நூற்றாண்டு வரலாறு என்று நினைத்துப் போற்றும் அரைகுறைகள்.

"தமிழ்நாடு நில, வள, நீர் வளத்தில் சிறந்ததாக இருப்பதாலும், அதன் வடகரையில் தெலுங்கர் வசிப்பதாலும், தமிழர் அண்டினவரை ஆதரிக்கும் பண்புடையவராதாலாலும் மிக விரைவாகவும், எளிதாகவும் தமிழ்நாட்டில் தெலுங்கர் நாள்தோறும் வந்து சேர்ந்து தங்கள் மக்கள் தொகையைப் பெருக்கிக் கொண்டு தமிழ்நாட்டு எல்லையைத் தங்கள் எல்லையுடன் சேர்த்துக் கொண்டு வருவதோடு தமிழ்நாட்டையே தமது நாடாக்கிக் கொண்டு வருகின்றனர்.

தெலுங்கு நாட்டிலுள்ள பல மாவட்டங்கள் நீர்வள, நில வளத்திலும், பொருளாதார நிலையிலும் குறைந்தவை. காவிரி தவழும் தமிழ்நாட்டிலுள்ள கோயில்களைப்போல் ஒரு கோயிலையும், கோயில்களுக்குரிய செல்வத்தையும், தெலுங்கு நாட்டில் காணவியலாது. தெலுங்கு நாட்டிலிருந்து ஏழைமக்கள் பிழைப்புக் காகத் தமிழ் நாட்டில் வந்து குடியேறினவர்களில் மண்வெட்டிப் பிழைக்கிற உப்பரவரும், தோட்டிகளும், தொழிற் கூடங்களில் (ஆபீசுகளில்) போயி எனும் வேலை பார்க்கிறவர்களுமாக நூற்றுக் கணக்கில் காண்கின்றோம். இவர்கள் வழிவழியாய்த் தமிழ் நாட்டில் குடியேறி நிலைத்துச் சில நூற்றாண்டுகளாகத் தமிழ்நிலத்திலேயே வாழ்கின்றார்கள்.

பண்டைக் காலத்தில் தமிழ் நாடாக இருந்துவந்த குண்டூர் எனும் குன்றூர், நெல்லூர் முதலிய ஊர்களே தற்போது ஆந்திர நாடாகக் கருதப்படுவதையும், தற்காலத் தமிழ்நாட்டுக்குக் கடைக்கால வடக்கெல்லை திருவேங்கடம் (திருப்பதி) யெனவும் முன்னமே கூறியுள்ளோம். இந்த நிலையில் சென்னையையும் தங்கள் நாட்டோடு சேர்த்துத் தெலுங்கு நாட்டுக்குத் தலைநகராக்க முயற்சிப்பதை நோக்க முறையற்ற அவர்களுடைய பேராசை வெளிப்படுகின்றது. இம்முயற்சியில் அவர்கள் ஈடுபட்டு வருவதற்கு ஆதாரமிருக்கின்றதா என்பதைத் தமிழர்கள் சிந்தித்துப் பார்க்க வேண்டும்.

தமிழர்களே!

நீங்கள் செய்யப்போவதென்ன?

விட்டுக் கொடுக்கப் போகிறீர்களா? அல்லது,
நீலத்திரைக்கடல் ஓரத்திலேநின்று
நித்தம் தவம்செய் குமரி எல்லைவட
மாலவன் குன்றம் இவற்றிடையே புகழ்
மண்டிக் கிடக்கும் தமிழ்நாடு
என்பதைப் பெறக் கிளர்ச்சி செய்யப் போகிறீர்களா?

1939ஆம் ஆண்டில் இந்தி கட்டாயத்தை ஒழித்துத் தமிழ் மொழியைக் காப்பதற்கு நீதிக்கட்சித் தலைவர் பெரியார் ஈ.வே.ரா. தலைமையில் கைக்குழந்தைகள் உட்பட நூறு பெண்களும் ஆண்களுமாய் ஆயிரம் பேர்களுக்கு மேல் சிறை சென்று வெற்றியடைந்தீர்கள். அதேபோல் பட்டினம் பறிபோகும் நெருக்கடியான இந்நேரத்தில் தமிழ்நாட்டு எல்லைத் தீர்மானக் கழகம் கண்டு மீண்டும் "தமிழ்நாடு தமிழருக்கே!" என்ற பேரொலியைக் கிளப்பித் தமிழருக்கே உரிய தமிழ் நிலத்தையும், தமிழ் நாட்டுத் தலைநகரமாகிய சென்னையையும் பாதுகாக்கக் கிளர்ச்சி செய்து வெற்றி காண்போமாக." – என்பது தான் பண்டிதரின் நூல்.

இதன் சுருக்கத்தை 2.10.1943 நாளிட்ட 'குடிஅரசு'வில் பெரியார் வெளியிட்டார். திருப்பதி, திருக்காளத்தி, சென்னை குறித்த தகவல்கள் விடுபடாமல் குடிஅரசு இதழில் இடம்பெற்றுள்ளன. பழந்தமிழ்க் குடியரசை நிறுவுவதற்கான அடித்தளத்தைப் பெரியாரின் குடிஅரசு அமைத்தது.

28.10.1944 'குடிஅரசு'வில் பண்டித எஸ்.எஸ்.ஆனந்தர் எழுதிய இன்னொரு கட்டுரை இடம்பெற்றுள்ளது. 'திராவிட நாட்டில் தமிழர் கோரிக்கை–தமிழ்நாடு வடக்கும் தெற்கும்' என்பதாகும்.

தமிழ் மொழி, தமிழ் நிலம், தமிழர் கைத்தொழில், தமிழர் வாணிபம், தமிழர் மருத்துவம், தமிழர் சமயம், தமிழ் நாட்டுச் செல்வம் போன்றவற்றின் பாதுகாப்புக்காகத் திராவிட நாட்டுப் பிரிவும், தமிழ்ப் பேரவையும், திராவிடநாட்டுக் கட்டளையும் தமிழர் ஆட்சியும் வேண்டும்.

தமிழ்நாட்டில் தஞ்சை மாவட்டத்திலுள்ள காரைக்காலும், தென்னாற்காடு மாவட்டத்திலுள்ள புதுச்சேரியும் சிறு ஊர்களாகும். இவை பிரான்சியர் ஆதிக்கத்திலிருப்பதால் ஆங்குள்ள தமிழர்கட்கும் ஆங்கில ஆட்சியிலுள்ள தமிழர்கட்கும் போக்குவரத்துக்கு நடுவில் உள்ள சுங்கச்சாவடியும், இந்தியா முழுவதும் ஆங்கிலம் பொது மொழியாயிருக்கும் போது மேற்கூறிய ஊர்களில் மட்டும் பிரான்சு மொழி கட்டாயமாயிருப்பதும் தமிழர்கட்குத் தொல்லையாயிருப்பதால் இத்தொல்லைகளை நீக்கித் தமிழ்நாட்டை ஒன்றுபடுத்த வேண்டும்.

இலங்கைத் தீவின் வடபாகத்திலுள்ள யாழ்ப்பாணம் முதலிய ஊர்கள் தனித் தமிழர் வசிக்கும் தமிழ்நாடாகும். அது தமிழர் ஆட்சியில் சேரவேண்டும்." – என்று பண்டிதர் எழுதிய கட்டுரையை பெரியார் வெளியிட்டுள்ளார்.

வடுக ரத்தம் ஓடியிருந்தால் ஆனந்தர் சொல்லை வழிமொழிந் திருப்பாரா? இந்தியாவிடமிருந்து திராவிட நாட்டைப் பிரிப்பது மட்டுமல்ல, திராவிட நாட்டுக்குள் எது தமிழ்நாடு என்ற புரிதலும் அவருக்கு இருந்தது என்பதற்கு எடுத்துக்காட்டு இவை எனலாம் 1943லேயே!

புதிய தமிழகம் அமைக்கப் புறப்பட்டவர்களால் மறைக்கப்பட்ட வரலாறு இது!

## 13. அயோத்திதாசரையும் சிங்காரவேலரையும் மறைத்தாரா?

குணாவின் அவதூறுகளில் ஒன்று, அயோத்திதாசரையும், சிங்காரவேலரையும் பெரியார் மறைத்து விட்டார் என்பது. அதற்கு என்ன ஆதாரம் கொடுக்கிறார் என்றால், எதுவும் இல்லை! எதையாவது சொல்ல வேண்டும். அதற்காகக் கற்பனையாகச் சொல்வது.

புதுச்சேரியில் 2013ஆம் ஆண்டு குணா தமது ‘எண்ணியம்’ நூலை வெளியிட்டுப் பேசும்போது –

“அயோத்திதாசர் தமிழரிடையே தோன்றிய பெரிய சிந்தனை யாளர்களில் ஒருவர் என்பதிலும் குமுகச் சீர்திருத்தக்காரர் என்பதிலும் ஐயமில்லை. இருபதாம் நூற்றாண்டின் தொடக்கத்தில் பிராமணிய எதிர்ப்புக்கு முதன் முதலில் கொம்பூதியவர் அயோத்தி தாசர். அவர் தம் பிராமண எதிர்ப்பு, சாதி எதிர்ப்பு, மூடநம்பிக்கை எதிர்ப்பு ஆகிய கருத்துகளைத் தழுவியே ஈ.வெ.ராமசாமி நாயக்கர் தமிழர்களிடையே பிராமண எதிர்ப்புக் (மன்னிக்கவும் பார்ப்பன எதிர்ப்புக்) கருத்தியலைப் பரப்பலானார். ஆனால் தமக்குப் பாடம் சொன்ன அயோத்திதாசரையே அவர் மறைத்து இருட்டடிப்புச் செய்தார். தம்மோடு நின்ற சிங்காரவேலர் என்ற பெரிய சிந்தனை யாளரையும் கூட அதேபோன்று வேண்டுமென்றே மறைத்தார். அதாவது அந்த அயோத்திதாசரும் சிங்காரவேலரும் ஈ.வெ.ராமசாமி சப்பிப்போட்ட கொட்டைகள். அந்தக் கொட்டைகள் மீண்டும் முளைக்கவல்லன என்பது வேறு. இது திராவிடத்தால் வந்த வினை” என்கிறார்.

(நாற்றங்கால்– பக்கம். 231)

அயோத்திதாசரும், சிங்காரவேலரும் பெரியார் சப்பிப்போட்ட கொட்டைகளாம். ஒரு ஆய்வாளர், அறிஞர் பயன்படுத்தும்

சொற்களா இவை? ஏதோ ஒரு மனப்பிறழ்ச்சி இப்படியெல்லாம் குணாவை குதற வைக்கிறது. மறைத்தார் என்றால் எதில் மறைத்தார், எங்கு மறைத்தார், என்ற ஆதாரம் தரவேண்டாமா? ஆதாரம் தருவதுதானே ஆய்வறிஞர்க்கு அழகு?

மறைத்தார், என்னை அழிக்கப் பார்த்தார் என்று தமிழ்நாட்டு மேடைகளில் நாலாந்தரப் பேச்சாளர் வாந்தி எடுப்பார்களே அப்படி ஒரு அறிஞர் எழுதலாமா?

பண்டித அயோத்திதாசர் குறித்துப் பெரியார் கூறியவற்றை எனது நூலான 'ஆதிக்க சாதிகளுக்கு மட்டுமே அவர் பெரியாரா?' என்பதில் விரிவாக (பக்கம் 150-184) எழுதியுள்ளேன்.

அயோத்திதாசர் 1914 ஆம் ஆண்டு மறைந்தார். அவர் நடத்திய தமிழன் இதழை 1926ஆம் ஆண்டு ஜி.அப்பாத்துரையார் மீண்டும் தொடங்கினார். அதனை வரவேற்று எழுதியது 'குடி அரசு' (4.7.1926)

1959இல் கோலார் தங்கவயலில் நடந்த கூட்டத்தில் பேசும் போது, 'இந்த ஊரில் அந்தக் காலத்திலேயே திரு.அயோத்திதாசப் பண்டிதரும், தற்போது தலைமை வகித்திருக்கும் ஜி.அப்பாத்துரையார் அவர்களும் அரும்பெரும் தொண்டாற்றினார்கள்' என்று பாராட்டினார் பெரியார்.

(விடுதலை 13.1.1959)

1961இல் கோலார் தங்கவயல் தென்னிந்திய பவுத்த சங்கப் பொதுக் கூட்டத்தில் ஜி.அப்பாத்துரையார் படத்தைப் பெரியார் திறந்து வைத்துப் பேசினார். அப்போது, 'காலஞ்சென்ற அயோத்திதாசப் பண்டிதர் அவர்கள், அறிவு விளக்க நூல்களை நாங்கள் எப்படிக் குறைந்த விலையில் விற்பனை செய்து வருகின் றோமோ அது போலவே குறைந்த விலையில் வழங்கி வந்தார். அயோத்திதாசப் பண்டிதருடன் அப்பாத்துரை அவர்கள் ஈடுபட்டுப் பணியாற்றி வந்திருக்கிறார்கள்' என்று பேசினார்.

(விடுதலை 15.5.1961)

தந்தை பெரியார் திராவிடர்கழகம் சார்பில் 'பெரியாரைத் திரிக்கும் புரட்டுகளுக்கு மறுப்பு' என்ற நூலைத் தோழர்கள் வ.மா.ஓ, புனிதபாண்டியன் ஆகியோர் வெளியிட்டார்கள். இதில் ஏ.கே.சாமி என்பவரால் 1979இல் எழுதப்பட்ட 'பழங்குடி மக்களின் தலைவர்கள் வரலாறு' என்ற நூலை மேற்கோள் காட்டுகிறார்கள். அந்நூலில், 'என் பகுத்தறிவுப் பிரச்சாரத்திற்கும் சீர்திருத்தக் கருத்து களுக்கும் முன்னோடியாக இருந்தவர்கள் பண்டிதமணி அயோத்திதாசரும் தங்கவயல் ஜி.அப்பாத்துரையாரும்தான் என்று பெரியார் பகிரங்கமாகவே தமது 68வது பிறந்தநாள் விழாவில், பெங்களூரில் பேசியிருக்கிறார்' என்று உள்ளது. அதாவது தமது

முன்னோடி என்று பெரியார் குறிப்பிட்டது அயோத்திதாசரையும், ஜி.அப்பாத்துரையாரையும் தான்.

1914இல் மறைந்தவர் அயோத்திதாசர். பெரியாரின் சுயமரியாதை அரசியல் இயக்கம் 1924இல்தான் தொடங்குகிறது. அயோத்தி தாசரைப் பெரியார் சந்தித்தது இல்லை. ஜி.அப்பாத்துரையாருடன் தான் நேரடி அறிமுகம் இருந்தது. அப்பாத்துரையாரின் மகள் அன்னபூரணி திருமணம் ஈரோட்டில்தான் நடந்தது. அவர் ஈரோட்டில் பணியாற்றினார். குடி அரசு இதழில் பணியாற்றிய நெல்லை இரத்தின சபாபதியைத்தான் அன்னபூரணி திருமணம் செய்து கொண்டார். பெரியார் நடத்திய புத்த மாநாட்டுக்கு ஜி.அப்பாத்துரையார் வந்துள்ளார். அவர் காலத்துத் 'தமிழன்' இதழுக்கு முழு ஆதரவு தந்தார் பெரியார். 'குடி அரசு' கட்டுரைகளைத் 'தமிழன்' வெளியிடுவதும், 'தமிழன்' கட்டுரைகளைக் 'குடி அரசு' வெளியிடுவதும் நடந்துள்ளன. கோலார் தங்கவயல் சித்தார்த்தா பதிப்பக நூல்களது விளம்பரங்கள், செய்திகள், மதிப்புரைகள் குடிஅரசுவில் வெளியாயின. கோலார் தங்கவயலில் நடந்த திராவிடர் கழக மாநாடுகளில் ஜி.அப்பாத்துரையார் கலந்து கொண்டுள்ளார். மாநாடுகளில் பெரியார் பங்கேற்றுள்ளார்.

அயோத்திதாசர் நாத்திகர் அல்ல. பெரியார் நாத்திகர்.

அயோத்திதாசர், பௌத்த மதத்தைச் சேர்ந்தவர். பெரியார், அனைத்து மதத்தையும் எதிர்த்தவர்.

அயோத்திதாசருக்குப் புத்தர் கடவுள். பெரியாருக்குப் புத்தர் கடவுளல்ல, சீர்திருத்தவாதி.

ஆதித்தமிழரின் விழாக்களை, சடங்குகளை இந்து மதம் தனது விழாக்களாக, தனது சடங்குகளாக மாற்றிக் கொண்டது என்றவர் அயோத்திதாசர். இந்துமத விழாக்கள், சடங்குகள் அனைத்தையும் கொண்டாடக் கூடாது என்றவர் பெரியார்.

அயோத்திதாசர் குறித்துத் தொடர்ச்சியாக ஆய்வு நடத்திவரும் பேராசிரியர் ஸ்டாலின் ராஜாங்கம், அயோத்திதாசருக்கும் பெரியாருக்குமான வேறுபாட்டை மிகச் சரியாகச் சுட்டிக் காட்டி யுள்ளார்.

"1925க்குப் பிறகு நாத்திகரான பெரியார், அதுமுதலே பௌத்தச் சார்பைக் கொண்டிருந்தார். அவரை வழிப்படுத்தியதில் அயோத்தி தாசர் வழிவந்தோருக்கும் பங்கிருந்தது. .. பெரியாருடையது அரசியல் மயப்படுத்தப்பட்ட பௌத்தமாக இருந்தது. பௌத்தத்தை ஒரு சமயமாகக் கருதி ஆதரிப்பது பகுத்தறிவுக்கு முரணானது என்பதால்

தன்னுடைய அரசியல் கருத்துகளுக்கு ஆதரவான வகையில் மட்டும் பௌத்தத்தைப் பேசினார்” என்று சொல்கிறார்.

(அயோத்திதாசர் வாழும் பௌத்தம், பக்கம். 62)

புத்தரை முதலாவது அறிவுவாதியாகச் சொல்லும் பெரியார், பௌத்த மதம் செயல்பாட்டளவில் ஆரியச் சடங்குகள் கொண்டதே என்றும் சொல்பவராகத்தான் இருந்தார். புத்தரிடம் இருந்து வேதியர் எதிர்ப்பை மட்டும் பெரியார் எடுத்துக் கொண்டார். அந்த அளவீட்டில்தான் அயோத்திதாசரையும் பெரியாரையும் ஒப்பீடு செய்ய வேண்டும். அந்த வகையில் அயோத்திதாசரை மறைக்க இருவரும் சமகாலத்தவர்களும் அல்ல, முழுக்க முழுக்க ஒரே கருத்துக் கொண்டவர்களும் அல்ல.

அயோத்திதாசராவது பெரியாருக்குக் காலத்தால் முந்தியவர். ம.வெ.சிங்காரவேலர், பெரியாரின் சம காலத்தவர். இருவரும் ஒன்றாகவே பயணித்தவர்கள்.

1925இல் சுயமரியாதை இயக்கத்தைப் பெரியார் தொடங்கினாலும் அதனுள் சமதர்மம் நுழைவது 1930களில். அப்போதுதான் ம.வெ.சிங்காரவேலர் அறிமுகம் பெரியாருக்குக் கிடைக்கிறது. தென்னிந்திய ரயில்வே சதி வழக்கில் தண்டனைக் காலம் முடிந்து 1930 ஆகஸ்ட்டில் ம.வெ.சி. வெளியில் வருகிறார். அப்போது அவருக்கு வயது 70. அவருக்குச் சுயமரியாதை இயக்கம் அறிமுகம் ஆகிறது. அதற்குக் காரணம் 1929இல் செங்கல்பட்டில் நடந்த சுயமரியாதை இயக்க மாநாடு. அதில் நிறைவேற்றப்பட்ட புரட்சிகரமான தீர்மானங்கள். 1931இல் விருதுநகரில் நடந்த மூன்றாவது சுயமரியாதை மாநாட்டுக்கு ம.வெ.சியை ஆர்.கே.சண்முகம் அழைக்கிறார். உடல்நலக் குறைவால் ம.வெ.சி. பங்கேற்கவில்லை. ஆனால் மாநாட்டுத் தீர்மானங்களை ஆதரித்துக் ‘குடிஅரசு’வில் (3.8.1931) எழுதுகிறார் ம.வெ.சி.

1931 டிசம்பர் 26 சென்னையில் நடந்த சுயமரியாதை மாநாட்டைத் தொடங்கி வைத்து ம.வெ.சி பேசுகிறார். இதன்பிறகு ‘நம் முன் உள்ள பணி’ என்ற தலைப்பில் 12 கட்டுரைகளைக் ‘குடிஅரசு’வில் தொடராக எழுதினார் ம.வெ.சி. 17.1.1932 முதல் 23.4.1932 வரை அது வெளியானது. அதன்பிறகு ‘கடவுளும் பிரபஞ்சமும்’ என்ற தொடர்கட்டுரையை ‘குடிஅரசு’வில் ம.வெ.சி. எழுதினார். இக்கட்டுரைகள் கடவுளும் பிரபஞ்சமும், விஞ்ஞான வழிமுறையும் குருட்டு நம்பிக்கைகளும் என்ற தலைப்பில் இரண்டு புத்தகங்களாக 1934இல் பெரியாரால் வெளியிடப்பட்டன.

சோவியத் உள்ளிட்ட நாடுகளுக்குச் சென்றுவிட்டு 1932இல் பெரியார் தமிழகம் திரும்பினார். 1932 மே மாதம் சேலம் மாவட்டச்

சுயமரியாதை மாநாட்டில் ம.வெ.சி. பேசினார். சுயமரியாதை இயக்கத்தை சீர்திருத்த இயக்கமாக மட்டுமல்லாமல் சமதர்ம இயக்கமாக மாற்ற ம.வெ.சி. நினைத்தார். ஒரு வேலைத் திட்டத்தைத் தயாரித்து அனுப்பினார். இது 25.12.1932 குடிஅரசுவில் வெளி யானது. இந்த வேலைத்திட்டம் பற்றி 1932 டிசம்பர் 28, 29 ஈரோட்டில் நடந்த சுயமரியாதைத் தொண்டர்கள் ஆலோசனைக் கூட்டத்தில் முன் வைக்கப்பட்டது. இக்கூட்டத்தில் ம.வெ.சி. கலந்து கொண்டார். தென்னிந்திய சமதர்மக் கட்சி என்ற தனிப்பிரிவை உருவாக்கத் தீர்மானிக்கப்பட்டது. சீர்திருத்த இயக்கமாக மட்டும் தொடரலாம் என்றும் சிலர் சொன்னார்கள். இச்சமதர்மத் திட்டத்தை விளக்கி ஈரோட்டில் நடந்த கூட்டத்தில் பெரியாரும், ம.வெ.சியும், ஜீவாவும் பேசினார்கள். இந்தச் சமதர்ம இயக்கத்துக்குத் தமிழகம் முழுவதும் 154 கிளைகள் ஏற்படுத்தப்பட்டதாக அரசு ஆவணத்திலிருந்து உள்ள குறிப்பை முருகேசனும், சி.எஸ்.சுப்பிர மணியமும் குறிப்பிடுவார்கள்.

(தென் இந்தியாவின் முதல் கம்யூனிஸ்ட் நூல் – பக்கம். 141)

1933 சனவரி 15 காஞ்சிபுரத்தில் நடந்த சுயமரியாதை மாநாட்டில் ம.வெ.சி பேசினார். இவரது சமதர்ம பிரச்சாரத்துக்குப் பலரும் நிதி உதவி தந்தனர். மே தினக் கூட்டம் போன்றவற்றில் ம.வெ.சி. கலந்து கொண்டார். 1933 முழுக்கவே சமதர்மப் பிரச் சாரத்தில் பெரியார் இருந்தார். அதே ஆண்டு டிசம்பர் மாதம் சென்னையில் நடந்த நாத்திகர் மாநாட்டுக்கு ம.வெ.சி. தலைமை வகித்தார். 1934 மார்ச் 4 அன்று மன்னார்குடியில் நடந்த சுயமரியாதை மாநாட்டில் ம.வெ.சி. அனுப்பிய தலைமை உரை வாசிக்கப்பட்டது. இத் தலைமை உரை சுயமரியாதை இயக்கத்தவரால் சிறு நூலாக 1934இல் வெளியிடப்பட்டது.

இன்றைய ஆட்சிமுறை ஏன் ஒழிய வேண்டும்? என்ற தலையங் கத்துக்காக 1933 டிசம்பர் 30 அன்று பெரியார் கைது செய்யப் பட்டார். 9 மாத தண்டனை விதிக்கப்பட்டது. வெளியீட்டாளர் என்ற அடிப்படையில் பெரியாரின் தங்கை கண்ணம்மாளும் கைது செய்யப்பட்டார். 'குடிஅரசு' இதழும் நிறுத்தப்பட்டது. அதன்பிறகு 'புரட்சி' இதழ் தொடங்கப்பட்டது. அதன் மீதும் நடவடிக்கை எடுக்கப்பட்டதால் 'பகுத்தறிவு' இதழ் தொடங்கப்பட்டது. 1934 நவம்பர் சட்டசபைத் தேர்தலுக்கு முன்னதாகப் பெரியார் விடுதலை செய்யப்பட்டார்.

1934 இந்திய சட்டசபைத் தேர்தலில் நீதிக் கட்சியைப் பெரியார் ஆதரித்தார். நீதிக்கட்சியை ம.வெ.சி. ஆதரிக்கவில்லை. பிரிட்டிஷ் ஏகாதிபத்தியத்தைக் காங்கிரஸ் எதிர்ப்பதால் காங்கிரசைதான்

ஆதரிக்க முடியும் என்றார் (கே.முருகேசன், சி.எஸ். சுப்பிரமணியம் நூல்-பக்கம். 148)

இத்தேர்தலில் நீதிக்கட்சி தோல்வியடைந்தது. தாம் நீதிக் கட்சியை ஆதரித்தது சரி என்று எழுதிய பெரியார், 'காங்கிரசை வைத்துச் சமூகச் சீர்திருத்தம் செய்ய முடியாது. நீதிக்கட்சி மூலமே சமூகச் சீர்திருத்தம் செய்ய முடியும்' என்று கூறினார்.

(பகுத்தறிவு 18.11.1934)

பகத்சிங் எழுதிய 'நான் நாத்திகன் ஏன்?' என்ற நூல் ஜீவாவால் மொழிபெயர்க்கப்பட்டு உண்மை விளக்கம் அச்சகத்தால் வெளியிடப்பட்டது. இந்நூலை அரசு தடை செய்து ஜீவாவையும், வெளியீட்டாளர் ஈ.வெ.கிருஷ்ணசாமியையும் (பெரியாரின் அண்ணன்) கைது செய்தனர். சுயமரியாதை இயக்கம் அரசாங்க நெருக்கடிக்கு உள்ளானது. 'தங்களுக்கு அரசாங்க வெறுப்பு இல்லை' என்று எழுதித்தந்து ஜீவாவும், ஈ.வெ.கியும் விடுதலை பெற்றார்கள். இப்படிச் சொல்லச் சொன்னது நான்தான் என்று பெரியாரும் அறிக்கை வெளியிட்டார்.

(குடிஅரசு 31.3.1935)

சமூகச் சீர்திருத்தத்துக்காகப் பெரியாரின் நீதிக்கட்சி சார்பும் ஏகாதிபத்திய எதிர்ப்பாளர்கள் என்ற நிலையில் ம.வெ.சி., ஜீவா ஆகியோரின் காங்கிரஸ் சார்பும் இரண்டு தரப்புக்குள் முரண்பாடு ஆயின. இந்நிலையில் சுயமரியாதை சோசலிஸ்ட் கட்சி 1936 பிப்ரவரியில் ஜீவாவால் தோற்றுவிக்கப்பட்டது. இதன்பிறகு பெரியாரும், ம.வெ.சி.யும் பிரிந்து நின்று பணியாற்றினார்கள்.

சேலம் மாவட்ட முதலாவது சுயமரியாதை மாநாட்டில் பேசிய ம.வெ.சி, 'உங்களுடைய சுயமரியாதை இயக்கம் இந்திய சமூகச் சீர்திருத்தங்கள் யாவையும் கொள்ளத்தக்க இயக்கம் என்றே எண்ணத்தகும்–இந்த இயக்கத்தைப் போன்று எந்த ஓர் இயக்கமும் இவ்விதமாக நமது சமூக ஊழல்களை வேர் களைய ஒரே காலத்தில் எழுந்ததை அறியோம். உங்களுடைய இயக்கத்தை one of the Comprehensive Social reformers organ என்று கூறக்கூடும்' என்று பேசினார்.

(குடிஅரசு 7.5.1932)

'இன்று நமது இயக்கம் தமிழ்நாட்டிற்கு ஒரு பெரும் சண்டமாருதமெனக் கருதும்படி ஆயிற்று' என்றும் எழுதினார்.

(குடிஅரசு 30.4.1933)

சுயமரியாதை இயக்கத்துக்கும் தமக்கும் முரண்பாடு ஏற்பட்ட போதும், அதனை விமர்சித்து 'குடிஅரசில்' எழுதியவர் ம.வெ.சி.

அதனை வெளியிட்டவர் பெரியார். சமதர்ம நோக்கமற்றவர்கள் சுயமரியாதை இயக்க மாநாட்டில் தலைமை வகிக்கக்கூடாது என்று ம.வெ.சி. எழுதினார். 'இதனால் இயக்கம் பிளவுபடுமென்று தயங்கக்கூடாது. எந்த இயக்கத்திலும் பிளவு நேரிடுவது சகஜம். அவரவர் விருப்பம் போல் மாநாடு போடக்கூடாது' என்று பெரியாருக்கு அறிவுரை கூறும் கட்டுரை இதழில் வெளியானது. அந்தளவுக்கு அவரது கருத்துக்கு முக்கியத்துவம் தந்தார் பெரியார். விலகி இருந்தாலும் கூட்டுக் கொள்கை மேடைகளில் ஒன்றாகப் பங்கேற்றனர்.

*(குடிஅரசு 8.10.1933)*

1943 சூன் 20 சென்னையில் நடந்த தீண்டாமை ஒழிப்புக் கூட்டத்தில் பெரியாரும், ம.வெ.சி.யும் ஒன்றாகப் பங்கேற்றனர். 2.1.1944 அன்று முத்தமிழ் நிலைய நிகழ்ச்சியில் பெரியாரும், ம.வெ.சி.யும் பங்கேற்றனர். 11.2.1946 மறைந்தார் ம.வெ.சி.

'மறைந்த வீரர்–சிங்காரவேலர்' என்று தலையங்கம் தீட்டியது குடிஅரசு.

'பெரியார் அவர்களின் புரட்சிப்புயல், புதுமைச் சண்டமாருதம், சுயமரியாதைச் சூறாவளி தமிழ்நாட்டில் வீச ஆரம்பித்த காலத்தில் முதலில் நின்ற படைத்தளபதிகளில் பெருமைக்குரிய ஒருவர் தோழர் ம.சிங்காரவேலு அவர்கள். 11.2.1946இல் பாரிசவாயு நோய் அவரை நம்மிடமிருந்து பிரித்தது. 84 வயது நிரம்பிய அந்தக் கிழப்புலியின் மறைவு கேட்டுத் திராவிடம் திடுக்கிட்டது. தோழர் சிங்காரவேலு காங்கிரசையும் காந்தியத்தையும் பூஷ்வா இயக்கம் என்று ஆணித்தரமான ஆதாரங்களோடு மெய்ப்பித்தார். நல்ல ஒரு நாத்திகர். 'கடவுளும் பிரபஞ்சமும்' என்ற நூலிலே அவர் கொடுக்கும் சவுக்கடிகள் ஆதிக்கத்திற்கு அதிர்வேட்டு. அவ்வப்போது குடிஅரசு, பகுத்தறிவு இதழ்களிலே கனல்கக்கும் அவரது கட்டுரைகள், ஆராய்ச்சி வழிந்தோடும் எழுத்தோவியங்கள், முற்போக்கை அள்ளிவீசும் அறிவுத் தொகுப்புகள், நோயுற்ற திராவிடத்திற்கு நல்ல கஷாயங்களாக அமைந்தன. தொழிலாளர்களின் தோழனாக விளங்கிப் பத்து வருட காலச் சிறைத்தண்டனை அடைந்தார். கிளர்ச்சிகள் பலவற்றில் ஈடுபட்டார். பலத்த எதிர்ப்புகள், அரசாங்க உத்தரவுகள் இவைகளில் பலமுறை மோதுண்ட மரக்கலம் நமது மறைந்த மாவீரர். ஜெர்மன், பிரெஞ்சு, ரஷ்ய மொழிகளில் திறமைமிக்கவர் சிங்காரவேலர். சட்டப் பரீட்சையில் தேறியிருந்தும், சமுதாயச் சீர்திருத்தத் திட்டங்களிலேயே கருத்தைச் செலுத்தி விட்டார். அவர் அளித்துப் போன அறிவுக் கருவூலங்கள் திராவிடர் கரங்களை மட்டுமல்ல, கருத்தையும் கவின் பெறச் செய்வனவாகும்.

சிந்தனையாளர் மறைந்தார். சீர்திருத்தவாதி மறைந்தார். பெரியார் இயக்கத்தின் பழைய தோழர் மறைந்தார். கண்ணீர் அரும்பும் கண்களுடனே தொண்டைக் குழிகள் விம்மிடப் பெருமூச்சு விடுகிறது சுயமரியாதை உலகம்.

'வாழ்க அவர் புகழ்' என்று கூறித் திகைத்து நிற்கும் திராவிடத்தைத் தேற்றுகிறோம்!' என்று கண்ணீர் விட்டது திராவிடர் கழகம். அடுத்தடுத்து நடந்த திராவிடர் கழக மாநாடுகளில் சிங்காரவேலர் படமும் திறந்து வைக்கப்பட்டது. இவை எதுவும் அறியாமல், சிங்காரவேலரைப் பெரியார் மறைத்து விட்டார் என்று எழுதுவது பெரியாரின் இயல்பையே மறைக்கும் நோக்கமாகும்.

(குடிஅரசு 16.2.1946)

தமது அரசியல் எதிரிகளுக்குக்கூட அவர்களுக்கு உரிய மதிப்பும் மரியாதையும் கொடுத்தவர் பெரியார். கொடுப்பவர் பெரியார். அத்தகையவர் அயோத்திதாசரையும் சிங்காரவேலரையும் எதற்காக மறைக்க வேண்டும்?

## 14. ஆங்கிலப் பித்துப்பிடித்த மலையாளியா டி.எம்.நாயர்?

எந்த ஆய்வுத்திறனுமற்று அவதூறுகளை வரலாறாக்குவது குணாவின் வேலை. இப்படித்தான் திராவிடர் இயக்க மூலவர்கள் அனைவரையும் கொச்சைப்படுத்தினார் குணா. 14.5.2000 நாளன்று பிரான்சு வானொலிக்கு அவர் அளித்த பேட்டியில் சொல்கிறார்:

'பிராமணரல்லாதார் இயக்கத்தின் முன்னோடியான பிட்டி தியாகராயச் செட்டி, ஒரு வெறிபிடித்த தெலுங்கர். இன்னொரு முன்னோடியான டி.எம்.நாயரோ, ஆங்கிலப் பித்துப் பிடித்த மலையாளி. பெரியார் எனப்பட்ட ஈ.வெ.ராமசாமி நாயக்கர் ஒரு கன்னடர். தமிழை இழிவாகப் பழித்துப் பேசியவர் அவர். அண்ணாதுரையோ ஒரு தெலுங்கர். கருணாநிதியுங்கூடத் தெலுங்கர். ம.கோ.இராமச்சந்திரன் (எம்.ஜி.ஆர்.) ஒரு மலையாளி." என்கிறது குணாவின் நாக்கு.

(நாற்றங்கால் பக்கம். 165)

தியாகராயர் வெறிபிடித்த தெலுங்கர் என்றால் அதற்கு என்ன ஆதாரம்? டி.எம்.நாயர் ஆங்கிலப் பித்துப் பிடித்த மலையாளி என்றால் அதற்கு என்ன ஆதாரம்? அவர் தெலுங்கராகவோ, இவர் மலையாளியாகவோ மட்டும்தான் நடந்து கொண்டார்களா? இதை ஒரு அறிஞன் நிரூபிக்க வேண்டாமா?

1927 நவம்பர் 24ஆம் நாள் பிரபுக்கள் சபையில் இராவ்பகதூர் எம்.சி.இராசா பேசும்போது, தீண்டத்தகாத மக்களின் முன்னேற்றத்துக்காக உழைத்தவர்களைப் பட்டியலிட்டார்: "1917இல் பிராமண

ரல்லாதாரின் கட்சி துவக்கப்பட்டபோது டாக்டர் டி.எம்.நாயர் தமது அரசியல் திட்டத்தின் முதல் படியாகத் தீண்டாமை ஒழிப்பை வைத்தார்' என்று பேசினார் எம்.சி.இராசா.

(பெருந்தலைவர் எம்.சி.இராசா சிந்தனைகள் முதல் தொகுதி தொகுப்பாசிரியர் வே.அலெக்ஸ் பக்கம். 62)

1937 சூலை 4ஆம் நாள் வடஆர்க்காடு மாவட்ட ஆதி திராவிடர் மாநாட்டைத் தொடக்கி வைத்து அன்றைய வருவாய்த் துறை அமைச்சர் இராவ்பகதூர் எம்.சி.இராசா பேசும்போது, டி.எம். நாயர் குறித்துப் பேசினார்.

"அரசியலில் ஒரு கட்சியின் கொள்கை, திட்டங்கள் மற்றும் தத்துவங்கள் மட்டுமல்லாது அக்கட்சியை உற்சாகமூட்டி இயக்கிக் கொண்டிருக்கும் நபர்களின் ஆளுமையும் கருத்தில் கொள்ளப்படும். ஒரு கட்சிக்கு மற்றெல்லாக் கட்சிகளைக் காட்டிலும் ஞானத்தில் சிறந்த அரசியல் சிந்தனை, அனைத்துத் தரப்பினருக்கும் பொருந்தக் கூடிய திட்டங்கள், மிக உயரிய அறநெறி சார்ந்த தத்துவங்கள், மற்றும் நாட்டுப்பற்றும் இருந்தும்கூட அதன் தலைவரோ அல்லது தலைவர்களோ பொது நன்மைக்கான ஆர்வத்தால் தூண்டப்பட்ட வர்களாயிராத பட்சத்தில் அக்கட்சி வெகுவிரைவிலோ அல்லது பிற்காலத்திலோ பொதுமக்கள் முன்பு வேடங்கலைந்த நிலையில் நிற்க வேண்டிவரும்.

இதுபோன்ற சந்தர்ப்பத்தில் இம்மாநிலத்தில் ஒடுக்கப்பட்ட இனத்தவரின் இழிநிலையைப் போக்கிவிடும் இயக்கத்திற்காக அருஞ் சாதனை புரிந்த நீதிக்கட்சியின் நிறுவனர்களுள் ஒருவரான காலஞ் சென்ற டாக்டர் டி.எம்.நாயரின் பங்களிப்பை நன்றியுடன் நினைத்துப் பார்க்காமலிருக்க என்னால் இயலவில்லை. 1917 ஆம் ஆண்டு நான் சென்னையில் கூட்டியிருந்த ஆதிதிராவிடர்களின் கூட்டத்தை நினைத்துப் பார்க்கிறேன். ஆதி திராவிடர்களிடையே உரையாற்றிய டாக்டர் டி.எம்.நாயர், அவர்களை விழித்தெழுந்திடுமாறு வேண்டு கோள் விடுத்தார். அங்ஙனம் எழுந்து நிற்காவிடின் என்றென்றும் வீழ்ந்து போவோம் என்றும் எச்சரித்தார். டாக்டர் நாயர் ஒரு ஜனநாயகவாதியாகத் திகழ்ந்தார். டாக்டர் நாயர் மட்டும் அவ்வியக்கத்தின் தலைவராக இன்று இருந்திருந்தால் அவ்வியக்கத் திலும் கட்சியிலும் ஜனநாயக முறையைப் பாதுகாத்திருப்பார்" என்று பேசியவர் பெருந்தலைவர் எம்.சி.இராஜா. இவர் நீதிக்கட்சியைச் சார்ந்தவர் அல்ல. நீதிக்கட்சி மீது கடுமையான விமர்சனங்களை வைத்தவர். இவர் நீதிக்கட்சி குறித்து எழுப்பிய விமர்சனங்கள் ஏராளமாக இருக்கின்றன. ஆனால் டி.எம்.நாயருக்கு உரிய இடத்தை வழங்கினார் எம்.சி. இராஜா. இத்தகைய டி.எம்.

நாயரைத்தான் மலையாளி என்று மட்டுமே உருவகப்படுத்துகிறார் குணா.

(வே.அலெக்ஸ் தொகுப்பு முதல் தொகுதி பக்கம். 279)

சென்னைப் பல்கலைக் கழகத்தைச் சீரமைத்திட நிதி ஒதுக்கீடு செய்யும் சட்ட முன்வடிவு சென்னைச் சட்டசபையில் தாக்கலான அன்று (15.11.1922) இராவ்பகதூர் எம்.சி.இராஜா பேசும்போது, "பிராமணர் அல்லாதாரின் கட்சியின் தனிப்பட்ட கொள்கையைத் தெளிவுபடுத்தும் வகையில் டாக்டர் நாயர் செய்த முதல் காரியங் களில் ஒன்று, 'கல்விக் கொள்கையில் சமூக அநீதிகள்' எனும் தலைப்பிட்டு ஜஸ்டிஸ் பத்திரிகையில் தொடர்கட்டுரைகள் எழுதியது ஆகும். அக் கட்டுரைகளில் மிகச்சிறிய அளவிலான மக்களே பயன்பெறும் உயர்கல்விக்கென்று மிகப்பெரிய தொகை செலவிடப் படுகிற தெனினும் இடைநிலைக் கல்விக்காகச் செலவிடப்படும் தொகை நாட்டின் தேவைகளுக்கு முற்றிலும் போதுமானதல்ல வென்றும் ஆரம்பக்கல்விக்காகச் செலவிடப்படும் தொகை அற்ப மானதாயும் குறைவானதாயும் உள்ள தென்றும் கஞ்சத்தன்மையும் பிச்சைக்காரத்தனமாயும் உள்ளதென்றும் சொல்லத்தேவையில்லை என்றும் குறிப்பிட்டிருந்தார்" என்று குறிப்பிட்டார். இப்படிப் பல்வேறு காலங்களில் டி.எம்.நாயரை மட்டும் விட்டுக் கொடுக்காமல் பெருந்தலைவர் எம்.சி.இராசா பேசியிருக்கிறார். 'ஆங்கில வெறி பிடித்த மலையாளி' என்று குணாக்களால் கொச்சைப்படுத்தப் படும் அளவுக்கு இங்கிலீஷ் ஸ்போக்கன் கிளாஸ் எடுத்த மலையாள டீச்சர் அல்ல அவர். டி.எம்.நாயரைப் பெரியார், 'திராவிட லெனின்' என்றார். திராவிட இயக்கத்தின் மூன்று மூலவர்களில் ஒருவர். (மற்ற இருவர் தியாகராயரும், நடேசனாரும்! நடேசனாரை ஏன் விட்டுவிட்டார் குணா?)

(அலெக்ஸ் தொகுப்பு நூல் பக்கம். 313)

"டாக்டர் நாயர் இதுவரை உயிருடன் இருந்திருப்பாரானால், இந்தத் துறையில் வெகுதூரம் நாம் முன்னேறியிருப்போம். அவருக்குப்பிறகு சமுதாய சுயமரியாதையுள்ள சரியான தலைவர்கள் திராவிட சமுதாயத்தில் காணுவது மிகக் கஷ்டமாகப் போய்விட்டது. அதனால்தான் டாக்டர் நாயருக்குப் பிறகு அவருடைய இடத்தைப் பூர்த்திசெய்ய ஆளில்லாமல் போய்விட்டது என்று தாம் அடிக்கடி சொல்லுகிறேன்" என்று 20.7.1940 அன்று சென்னையில் நடந்த டாக்டர் நாயர் தின கொண்டாட்டத்தில் பெரியார் பேசினார். எம்.சி.இராசா பேசியதும் பெரியார் பேசியதும் ஒரே மாதிரி உள்ளது.

(குடிஅரசு 28.7.1940)

டி.எம்.நாயர் என்றால் தரவாட் மாதவன் நாயர் என்பது விரிவு. தரவாட் குடும்பப் பெயர். மாதவன் அவரது பெயர். 1868 சனவரி 15இல் பிறந்தவர். கேரள மாநிலம் கள்ளிக்கோட்டை மாவட்டத்தில் வழக்கறிஞர் சி.சங்கரன் நாயரின் மகன் இவர். சென்னை மாநிலக் கல்லூரியில் படித்தவர். சிறிது காலம் சென்னை மருத்துவக் கல்லூரியில் படித்தவர். இதன்பிறகு இங்கிலாந்து சென்று எடின்பர்க் பல்கலைக்கழகத்தில் படித்தார். (1889). அங்கேயே மருத்துவராக இருந்தார். 1896இல் எம்.டி. பட்டம் பெற்றார். 1897இல் சென்னை வந்து காது மூக்கு தொண்டை மருத்துவராகப் பயிற்சி பெற்றார். 'ஆன்டி செப்டிக்' என்ற மருத்துவ இதழைத் தொடங்கி 14 ஆண்டுகள் நடத்தினார்.

1897இல் காங்கிரசில் சேர்ந்து பணியாற்றினார். காங்கிரசு தொண்டர்படையில் இருந்தார். 1905 அன்னிய துணி, பொருள்கள் எதிர்ப்பு இயக்கத்தில் ஈடுபட்டார். அதன்பிறகு நடந்த காங்கிரசு மாநாடுகளில் தொடர்ந்து பங்கேற்றார். 1904 முதல் 1916 வரை 12 ஆண்டுகள் சென்னை மாநகராட்சி உறுப்பினராக இருந்தார். அப்போது ஒரு பிரச்னை எழுந்தது. திருவல்லிக்கேணி பார்த்தசாரதி கோவில் குளத்துக்கு வரி இல்லாமல் சென்னை மாநகராட்சி தண்ணீர் விட வேண்டும் என்று தியாகராயர் ஒரு தீர்மானம் கொண்டுவர, இதனை அனுமதித்தால் எல்லாக் கோவிலில் இருந்தும் கேட்பார்கள் என்று சொல்லி எதிர்த்தவர் டி.எம்.நாயர்.

இதற்கிடையில் சென்னையில் (1912) 'திராவிடர் சங்கம்' தொடங்கி இருந்தார் டாக்டர் நடேசனார். Dravidian Worthies, Non-Brahmin letters ஆகிய இரண்டு நூல்களை இச்சங்கம் வெளியிட்டது. இச்சங்கத்தின் கூட்டங்களில் நாயர் கலந்து கொண்டு பேசினார். 'ஜனநாயக அமைப்பை, முறையை நாம் பின்பற்றி வருகிறோம் என்றாலும் சாதி வேற்றுமைகள் ஒழியும் வரையில் அது உறுதியற்றதாகவே இருக்கும்' என்று பேசினார் டி.எம்.நாயர். நடேசனார், தியாகராயர், டி.எம்.நாயர் ஆகிய மூவரும் இணைந்து 1916 நவம்பர் 20 அன்று 'தென்னிந்திய நல உரிமைச் சங்கத்தைத்' தொடங்கினார்கள். இதன் சார்பில் 'பிராமணரல்லாதார் அறிக்கை' வெளியிட்டார்கள். தமிழர், திராவிடர், இந்தியர் என்பது அல்ல, 'பிராமணரல்லாதார்' என்பதே அவர்களின் அடையாளச் சொல். இதுவே அவர்களின் அரசியல் எது என்பதைக் காட்டிவிடுகிறது. இக்கூட்டத்தில் பேசிய நாயர், 'தென்னாட்டுப் பிராமணரல்லாதார் நலனுக்காக என் உயிரையும் தத்தம் செய்திடத் தயாராகி விட்டேன்' என்று பேசினார். 'ஜஸ்டிஸ்' இதழின் முதல் ஆசிரியர் டி.எம்.நாயர். தமிழ் இதழுக்கு 'திராவிடன்' என்று பெயர் சூட்டியவரும் அவரே!

7.10.1917 அன்று சென்னை ஸ்பர்டாங்கு சாலையில் நடந்த கூட்டத்துக்கு இரட்டைமலை சீனிவாசன் தலைமை வகித்தார். இதில் டி.எம்.நாயர் பேசிய பேச்சே அவர் யாருக்கான தலைவர் என்பதைக் காட்டும்.

'இந்த நாட்டில் இரு இனங்கள் உண்டு. ஒன்று இந்நாட்டின் சொந்தக்காரர்கள் இனமான நம் திராவிடர் இனம். மற்றொன்று நாம் அசட்டையாய்த் தூங்கிக் கொண்டிருக்கும் போது, வீட்டிற்குள் நுழைந்துவிடும் திருடன் போன்ற ஆரியர் இனம்!.... சில வடநாட்டுத் தலைவர்கள் தேசியம் என்று சொல்லிக் கொண்டு, இங்கு வந்து இங்குள்ளவர்களுக்கு அறிவுரைகள் கூறத் தலைப்பிட்டிருக்கின்றனர். இங்கு நிலவும் வருணாசிரம தருமம் காரணமாக இந்துக்களுக்குள்ளே பலப்பல வேறுபாடுகள் ஏற்பட்டுப் பலர் சூத்திரர் என்றும் வேசி மக்கள் என்றும் படிக்கக்கூடாதவர்கள் என்றும் தீண்டத்தகாதவர்கள் என்றும் நெருங்கத்தகாதவர்கள் என்றும் பார்க்கத்தகாதவர்கள் என்றும் இழிவுபடுத்தி வைக்கப்பட்டுள்ளார்கள். இப்படிப் பட்டவர்கள் கோவிலுக்குப் பக்கத்திலேயேகூட வரத்தகாதவர்கள் என்றும் குடி தண்ணீர் நிலைகளை அண்டக்கூடாதவர்கள் என்றும் அவர்கள் எல்லோரும் ஊர்களுக்கு வெளியேதான் வாழவேண்டும் என்றும் அவர்கள் ஓட்டைக் குடிசைகளில்தான் தங்க வேண்டும் என்றும் கொடுமைப்படுத்தப்பட்டு வருகிறார்கள். இப்படிப்பட்ட வர்களை மேலும் கொடுமைப்படுத்தி, இழிவுபடுத்தவே இந்து தருமம் பேசிக்கொண்டு சில வட இந்தியத் தலைவர்கள் இங்கு வந்து கொண்டிருக்கிறார்கள். இவர்களின் செயல், இங்குள்ள பார்ப்ப னருக்கு மேலும் ஆதிக்க அதிகார வெறியை ஊட்டவே பெரிதும் பயன்படுவதாக அமையும். இவர்கள் எந்த மூஞ்சியை வைத்துக் கொண்டு இங்கு வருகிறார்கள் என்று தெரியவில்லை. வடக்கே உள்ள மார்வாடிகளும் குஜராத்தியர்களும் இங்கே வியாபாரிகளாகவும் வந்து வந்து போகிறார்கள். அவர்கள் வட்டிக்குப் பணம் கொடுத்துக் கொள்ளை இலாபம் அடித்துப் பணத்தை மூட்டை மூட்டையாகக் கட்டிக் கொண்டு போவதைப் பார்க்கிறோம் அல்லவா? அதே போக்கில் அரசியல் வியாபாரிகளும் இங்கு அவ்வப்போது வந்து போகிறார்கள். இங்குள்ளவர் எப்பொழுதும் எச்சரிக்கையாக இருக்க வேண்டும் என்று கேட்டுக் கொள்கிறேன்....' என்று பேசினார். டி.எம். நாயர் யாருக்காக பேசினார் மலையாளிகளுக்கா? இல்லை, பிராமணரல்லாதாருக்கு! அன்றைய அடையாளச் சொல் அதுதான்!
(திராவிட லெனின் டி.எம்.நாயர்-கி.வீரமணி பக்கம். 14, 15)

1918 அக்டோபர் 2 அன்று இங்கிலாந்து பாராளுமன்றத்தின் இரு அவைகளிலும் பேசும்போதும், 'வகுப்புவாரிப் பிரதிநிதித்துவத்தை

ப. திருமாவேலன் ◆ 1121

ஏற்று அதற்கேற்ப அரசியல் சீர்திருத்தம் செய்வது ஒன்றுதான் தற்போது சென்னை அரசியலில் நிலவி வரும் நோய்களை ஒழிக்க வழி' என்றார் டி.எம்.நாயர். 1909இல் இஸ்லாமியர்க்கு வழங்கப் பட்டது போன்ற வகுப்புவாரிப் பிரதிநிதித்துவம் பார்ப்பனரல்லா தாருக்கு வேண்டும் என்றார் அவர். இது மலையாளிகளுக்கு மட்டுமா? இல்லை, பார்ப்பனரல்லாதாருக்கு!

மாண்டேகு-செம்ஸ்போர்டு சீர்திருத்தத்தின் போது டி.எம். நாயர் கூறிய மிக முக்கிய கருத்து: 'மாநிலங்களை நிருவாக வசதிக்காக மாற்றியமைக்க வேண்டும். மொழி அடிப்படையில் மாற்றம் செய்ய வேண்டும்–இது அவசியமானது' என்றவர் டி.எம்.நாயர். (டாக்டர் நாயரும், நாயரின் வாழ்வும் தொண்டும் கூ.வ எழிலரசு பக்கம். 144)

அதாவது 1917 ஆம் ஆண்டிலேயே மொழிவாரி மாநிலங்களுக் காகக் குரல் கொடுத்தவர் டி.எம்.நாயர். மாநிலங்களுக்கு அதிகாரங் கள் பரவலாக்கப்பட வேண்டும் என்றும் 1917இல் சொன்னவர் அவர். அப்படிச் செய்தால்தான் கூட்டாட்சி முறை வெற்றி பெறும் என்றவரும் அவரே.

1.6.1918இல் இங்கிலாந்து சென்ற டி.எம்.நாயர் 9.1.1919 அன்று சென்னை திரும்பினார். வகுப்புவாரிப் பிரதிநிதித்துவத்தை இங்கிலாந்து பாராளுமன்றம் ஏற்றுக்கொள்ள வைக்கவே இப்பயணத்தை மேற்கொண்டார். மாண்டேகு-செம்ஸ்போர்டு அறிக்கை சவுத் பரோ என்ற குழுவை நியமித்தது. இக்குழுவின் அறிக்கையை 16.5.1919இல் இந்தியா அமைச்சருக்கும் வைஸ்ராய்க்கும் அனுப்பி வைத்தது. சவுத் பரோ குழு அறிக்கையில் வகுப்புவாரிப் பிரதிநிதித்துவம் பற்றிய எந்த முடிவும் இல்லை. எனவே நாயர் மீண்டும் 6.5.1919இல் இங்கிலாந்து சென்றார். நீதிக்கட்சி சார்பில் டி.எம்.நாயரோடு ஆற்காடு ஏ.இராமசாமி, கே.வி. ரெட்டி, துளசிராம், நோகா அப்பாராவ் ஆகியோரும் அனுப்பி வைக்கப்பட்டனர். டி.எம்.நாயர் அப்போது மிகுந்த உடல்நலம் பாதிக்கப்பட்ட நிலையில் இருந்தார். அத்தகைய உடலோடுதான் சென்றார். அவரது உடல்நிலையைக் கருத்தில் கொண்டு செல்போர்ன் பிரபு, தானே நேரில் வந்து அவரைச் சந்தித்துச் சாட்சியம் பெறுவதாகச் சொன்னார். இதற்காக 18.7.1919 எனத் தேதியும் குறிக்கப்பட்டது. ஏ.இராமசாமியும், கே.வி.ரெட்டியும் நேரில் சென்று செல்போர்ன் பிரபுவிடம் இதற்கான அனுமதியைப் பெற்றனர். அவரும் நாள் குறித்தார். இந்தத் தகவலைச் சொல்வதற்காக நாயரைப் பார்க்க அவர்கள் வந்தார்கள். ஆனால் நாயர் இறந்துவிட்டார். 17.7.1919 அன்று நாயர் மறைந்தார். நாயர் உடல் கோல்டர்ஸ் கிரீன் என்ற இடத்தில் எரியூட்டப்பட்டது இங்கிலாந்தில்.

பார்ப்பனரல்லாதார் உயர்வுக்காக வகுப்புவாரிப் பிரதிநிதித் துவம், கூட்டாட்சி தத்துவத்துக்காக, மாநில சுயாட்சி மொழி உரிமைக்காக மொழிவாரி மாகாணம் தமிழின பொருளாதார மேம் பாட்டுக்காக, மார்வாரி குஜராத்தி எதிர்ப்பு தமிழின மேம்பாட்டுக்காக, வடவர் எதிர்ப்பு 'பஞ்சமர்' விடுதலைக்காக, 'வெறிபிடித்த ஜாதித் தமிழர்கள்' ஒழிப்பு ஆகியவற்றுக்காகக் குரல் கொடுத்தவர்தான் டி.மாதவன் நாயர் என்கிற டி.எம்.நாயர்!

இதில் எது தமிழர் விரோதம்? மலையாளி சார்பு? இத்தகைய மனிதரைத்தான் 'ஆங்கிலப்பித்துப் பிடித்த மலையாளி' என்கிறார் குணா.

ஆங்கிலம் நாயருக்கு அத்துப்படி என்பதால் 'ஆங்கிலப் பித்துப் பிடித்த மலையாளி' என்கிறார் குணா. இவரேதான், 'ஆங்கிலம் அறவே அறியாத இராமசாமி நாயக்கர்' என்றும் சொல்வார். நாயருக்கு ஆங்கிலம் தெரிந்ததும் குணாவுக்குப் பிரச்னையாகத் தெரிகிறது. பெரியாருக்கு ஆங்கிலம் தெரியாததும் குணாவுக்கு பிரச்னையாக இருக்கிறது. தமிழின விடியலுக்கு குணா பிரச்னையாக இருக்கிறார் என்பது மட்டுமே உண்மை!

## 15. தியாகராயர் வெறிபிடித்த தெலுங்கரா?

இதேபோல் தியாகராயரை 'வெறிபிடித்த தெலுங்கர்' என்பார் குணா. 'வெறிபிடித்த தெலுங்கர்' என்றால் கன்னடத்தில் இருக்கும் வட்டாள்நாகராஜ் போலத்தான் என்று நாமும் நினைப்போம். அப்படியா இருந்தார் தியாகராயர்?

1916 டிசம்பரில் தியாகராயர் வெளியிட்ட அறிக்கைக்குப் 'பார்ப்பனர் அல்லாதார் அறிக்கை' என்றுதான் பெயரே தவிர, 'தெலுங்கர் நலவிரும்பிகள் அறிக்கை' என்பதல்ல பெயர்.

1919 நவம்பர் 20ஆம் நாள் தொடங்கப்பட்ட அமைப்புக்குத் 'தென்னிந்திய மக்கள் சங்கம்' என்றுதான் பெயரே தவிர, 'தெலுங்கு மக்கள் சங்கம்' என்பதல்ல பெயர்.

அந்த அறிக்கை தென்னிந்திய மக்களைப் பார்ப்பனர், பார்ப்பன ரல்லாதார் என்றே பிரிக்கிறது. பார்ப்பனர்கள், பொதுப் பணிகளை மொத்தமாக ஆக்கிரமித்துக் கொள்வதைக் கண்டித்தது அந்த அறிக்கை. அரசுப் பணிகளில் உள்ள நிலைமைதான் உள்ளாட்சியிலும் நீடிப்பதாகச் சொன்னது அந்த அறிக்கை. பார்ப்பனர்கள் தாம் கடவுளுக்கும் மனிதர்களுக்கும் இடையில் தெய்வத்தால் உருவாக்கப் பட்ட தெய்வீக ஆற்றல் படைத்தவர்களாக அனைவரையும் நம்ப வைத்துவிட்டார்கள் என்றது அந்த அறிக்கை. இதனைப் பார்ப்பன ரல்லாதார் முதலில் உணர வேண்டும், பார்ப்பனரல்லாதார் ஒருவருக்

கொருவர் உதவவேண்டும் என்றது அந்த அறிக்கை. இறுதியாக... "இந்தியாவில், எந்த வழியிலும் எதிர்காலத்தில் வரும் சில நாள்களில், ஒவ்வொரு சமூகமும் தங்களின் சமூக அமைப்பின் நிலையைச் சரிசெய்து கொள்ள வேண்டும். அப்போதுதான் உயர்ந்த சமூக நோக்கங்களுக்காக மற்ற சமூகங்களுடன் சேர்ந்து செயலாற்றும் போது வெறும் தலைகளை எண்ணும் மந்தைக் கூட்டமாக இல்லாமல், சுதந்திரமற்ற, உதவுவதற்கு எவரும் அற்ற இனமாக இல்லாமல் சுயமரியாதை உணர்வுள்ள–மிகவும் முன்னேற்றம் அடைந்த சமூக அமைப்பாகச் செயல்பட்டு முற்றிலும் சமத்துவம் நிறைந்த ஒரு சமுதாயத்தை உருவாக்குவது என்ற பொது நோக்கத்தை எட்டுவதற்காக விருப்பத்துடன் இணைந்து செயலாற்ற முடியும்."

(நீதிக்கட்சி இயக்கம் 1917, தொகுப்பாசிரியர் டி.வரதராஜுலு, பதிப்பாசிரியர் கி.வீரமணி, தமிழில் த.க.பாலகிருஷ்ணன்–பக்கம். 1–14)

யாருக்காகப் பேசுகிறது தியாகராயரின் அறிக்கை? பார்ப்பன ரல்லாதாருக்கா? தெலுங்கர்களுக்கு மட்டுமா?

இந்தியாவில் எத்தகைய நிர்வாக அமைப்பு அமைய வேண்டும் என்பது குறித்துப் பிரிட்டிஷ் அரசு பரிசீலனை செய்து வந்த காலமது. மாண்டேகு செம்ஸ்போர்டு ஆணையம் இதற்கான ஆலோசனைகளைச் செய்து வந்தது. அப்போது (1917 டிசம்பர்) சென்னையைச் சேர்ந்த பல்வேறு அமைப்பினர் மாண்டேகு செம்ஸ்போர்டைச் சந்தித்துத் தங்கள் அறிக்கையைக் கொடுத்தார்கள். தென்னிந்திய நல உரிமைச் சங்கத்தின் சார்பில் தமது உரையை தியாகராயர் படித்தார்.

"ஆங்கிலேயரிடமிருந்து அதிகாரத்தைக் கேட்கும் ஹோம்ரூல் இயக்கத்தில் பெரும்பாலும் பார்ப்பனர்களே இருக்கிறார்கள். ஆனால் இம்மாகாணத்தில் பெரும்பான்மையான மக்களான பார்ப்பன ரல்லாதாரை அதிகாரத்தில் சேர்க்காதவர்கள் இவர்கள். இத்தகைய பார்ப்பனர்களிடம் அதிகாரம் தருவது பொதுமக்கட்குத் தீங்கு நேரும். படிப்படியான அரசியல் முன்னேற்றம் என்பது தாராளமான சலுகைகள் மூலம் தரப்பட வேண்டும்" என்று தியாகராயர் கூறினார்.

மற்றவர்களைவிடத் தாங்கள் உயர்ந்தவர்கள் என்ற கருத்தைப் பார்ப்பன பூசாரிகள் கொண்டிருக்கும் இந்த மாகாணத்து நிலைமையே வேறு என்ற தியாகராயர், பார்ப்பனர்கள் அதிகப்படி யான இடங்களைப் பெறுவது சமத்துவமற்றது என்றார் இறுதியாக.

"உறுதியான நடவடிக்கை எதுவும் எடுக்கப்படுவதற்கு முன் ஒவ்வொரு மக்கள் பிரிவு, சமூகத்தின் விருப்பங்களை, இதுவரை செய்யப்பட்டது போல வழக்கமான முறையில் அன்றி ஒரு சாதாரண

முறையில் மிகுந்த கவனத்துடன் பரிசீலிக்க வேண்டும் என்று முடிவாக நாங்கள் கேட்டுக் கொள்கிறோம். சமூகப்புறக்கணிப்பும், பிரிவு மற்றும் சாதிப் பிரிவினையின் கடுமையும் மறையாத வரையில் இந்தியாவில் சுய ஆட்சி என்ற நோக்கத்தை எட்டும் நடைமுறை மிகவும் மெதுவானதாகவே இருக்கும்" என்றவர் தியாகராயர். இது பார்ப்பனரல்லாதார் குரலா? தெலுங்கர் குரலா?

(நீதிக்கட்சி இயக்கம் 1917 - டி.வரதராஜுலு–பக்கம். 105)

1917 நவம்பர் 11, 12 ஆகிய நாட்கள் விஜயவாடா மாநாட்டில் பேசிய தியாகராயர், பார்ப்பனர் கொடுமையைப் பற்றியே விரிவாகப் பேசினார். இறுதியாக....

"ஒவ்வொரு பார்ப்பனரல்லாதாரின் கடமையும் தமது மக்களை நன்கு படிக்க வைப்பதேயாகும். அனைத்துப் பார்ப்பனரல்லாத மக்களும் தாராளமாக நன்கொடை அளித்துப் பல்வேறு கல்வி நிறுவனங்களைத் தோற்றுவிக்க வேண்டும்' என்றார். இது பார்ப்பன ரல்லாதார் குரலா? தெலுங்கர் குரலா?

(நீதிக்கட்சி இயக்கம் 1917–பக்கம். 294)

1897இல் வடசென்னையில் ஒரு நடுத்தரப் பள்ளியைத் தியாகராயர் தொடங்கினார். இது இலவசப்பள்ளி. 1904இல் இது உயர்நிலைப்பள்ளி ஆனது.. 1931 முதல் அறக்கட்டளை சார்பில் நடத்தப்பட்டது. 1950இல் இரண்டாம் நிலைக் கல்லூரியாகவும், 1956இல் முதல்நிலைக் கல்லூரியாகவும் உயர்ந்தது. அதுதான் இன்றைய சென்னை தியாகராயர் கல்லூரி. இப்பள்ளியைத் தெலுங்கர்களுக்காகவா தொடங்கினார் தியாகராயர்? நூறாண்டுக் காலத்தில் எத்தனை தமிழன் இங்கு படித்து முன்னேறியிருப்பான்?

தியாகராயர் மறைந்தபோது தமிழ்த்தென்றல் திரு.வி.க 'நவசக்தி' இதழில் (1925 மே) எழுதினார்:

"நம் பெருங்கிழவர் சர்.பி.தியாகராய செட்டியார் நம்மைவிட்டுப் பிரிந்தார்... அன்னார் அரசியல் நோக்கத்திற்கு மாறுபட்டு நிற்கும் மனமுடையேமாயினும் அவரது பிரிவு எமது உள்ளத்தை உருக்குகிறது.... தியாகராஜர் பரு உடல் மறைந்தாலும் அவர் நுண்ணுடல் நாட்டிடை நிலவுகிறது. அப்பெரியார் வாழ்வு பின் வருவோர்க்குப் பேரிலக்கியம் போன்றது.... அவர் வாழ்வு உரிமையில் தோன்றி, உரிமையில் உலர்ந்து, உரிமையில் காய்ந்து, உரிமையிலேயே கனிந்து சென்றது.... அவர் சென்னைக்குச் செய்த சேவையைச் சென்னை மாதே அறிவாள்! தற்போதைய சென்னை நகரம் செட்டி யாரது உழைப்பின் பரிணாமம் என்று கூறுவது மிகையாகாது.... இந்திய கைத்தொழில் வளர்ச்சியிலும் இந்திய வைத்திய முயற்சியிலும் பெருங்கவலை செலுத்தி வந்தார்...

தியாகராஜ செட்டியார் வாழ்வில் அறியக் கிடக்கும் நறுங்குணங் களில் பல. அவைகளுள் தலையாயது அவர்பால் சுயநலமின்மை என்பது. அவர் பரு உடல் மறையும் மட்டும் தமது நலங்கருதி எச்செயலும் நிகழ்த்தியதாகத் தெரியவில்லை. லார்ட் வெல்லிங்டன் காலத்தில் தமக்கு நல்கப்பட்ட மந்திரி பதவியை வேண்டாமென்று செட்டியார் மறுத்த தொன்றே அவரது சுயநலமின்மையை வலியுறுத்தும்..... ஒழுக்கத்திற் சிறந்த செட்டியார் எவர்க்கும் அஞ் சாது தமது மனச்சான்றுக்குத் தோன்றுவதை உள்ளவாறே வெளி யிடுவார்....

தியாகராஜ செட்டியார் அரசியல் வாழ்வில் குறிக்கத் தக்கது ஒன்றுள்ளது. அஃது அவர் தமது முதுமைக் காலத்தில் தோற்றுவித்த ஜஸ்டிஸ்கட்சி என்னும் ஒரு கட்சியைப் பற்றியதாகும். அக்கட்சியின் ஆக்கங்குலைவுற்றிருப்பினும், அதன்பயன் நாட்டில் பலமுகங்கொண்டு நுண்மையாகப் பலதிறச் சீர்திருத்த வேலைகளைச் செய்து விடுவதுண்மை. வகுப்புவாரிப் பிரதிநிதித்துவப் பாடல் சுயராஜ்யப் பாடலாக மாறவேண்டும் என்பது நமது விருப்பம்....'' என்று எழுதியவர் திரு. வி.க. தியாகராயர் வாழ்ந்த காலத்தவர் திரு.வி.க. இருவருக்கும் வகுப்புக் கொள்கையில் மாறுபாடு இருப்பினும் தியாகராயரின் வெள்ளுடை அரசியலை உணர்ந்து திரு.வி.க. எழுதி இருக்கிறார். தெலுங்கராகத் தியாகராயர் நடந்து கொண்டிருந்தால் திரு.வி.க. இப்படி எழுதி இருப்பாரா?

(வெள்ளுடை வேந்தர் சர் பிட்டி தியாகராயர்–
புலவர் ம.அய்யாசாமி–(பக்கம். 252–255)

“உழைக்க ஒரு கூட்டம், உண்ண ஒரு கூட்டம் என்பதை மக்களுக்குத் தெரிவிக்கவே தியாகராயச் செட்டியாரின் நீதிக்கட்சி தோன்றியது. இன்று உயர் பதவிகளில் நம்மில் சிலர் இருப்பதற்குக் காரணம் தியாகராய செட்டியார்தான். தமிழகம் உள்ள வரை தியாகராயரின் புகழ் நிலைத்து நிற்கும்” என்று சொன்னவர் முத்தமிழ்க் காவலர் கி.ஆ.பெ.விசுவநாதம். முத்தமிழ்க் காவலர் சொல்லும் ‘நம்மில் சிலர்’ என்பது தமிழர்களையா? தெலுங்கர் களையா?

27.4.1852 பிறந்த தியாகராயர், 28.4.1925 அன்று மறைந்தார். ஏறத்தாழ 75 ஆண்டுகள் வாழ்ந்தார். இதில் ஐம்பது ஆண்டுகள் பொதுவாழ்வில் இருந்தார். இவரது வாழ்க்கையை ஒட்டு மொத்தமாக ‘வெறி பிடித்த தெலுங்கர்’ என்ற ஒற்றைச் சொல்லில் புறந்தள்ளுதல் தான் ஆய்வு அறமா? அறிஞர் குணமா?

தியாகராயரின் வாழ்க்கையை முழுமையாக ஆய்வு செய்தவர் முனைவர் பி.சரசு (உலகத் தமிழாராய்ச்சி நிறுவனம்) அவர் தருகின்ற

அரிய செய்திகள் தியாகராயர் எத்தகைய மனிதராக வாழ்ந்துள்ளார் என்பதைக் காட்டும்.

கல்லூரிப் பட்டம் பெற்ற ஓரிரு ஆண்டிலேயே பொதுவாழ்வில் இறங்கியவர் தியாகராயர். சென்னை மாநகராட்சி மன்ற உறுப்பின ராக நாற்பதாண்டுகள் இருந்தார். 1919–1923 வரை மாநகராட்சி மன்றத் தலைவராக இருந்தார். 1910–1912 ஆண்டுகளில் மாநகராட்சி பிரதிநிதி என்ற முறையில் சென்னை மாநிலச் சட்டமன்ற உறுப்பின ராக இருந்தார். சென்னை மாகாண சபை, இந்திய தேசிய காங்கிரசு ஆகியவற்றில் இருந்தார்.

1916இல் தென்னிந்திய நல உரிமைச் சங்கத்தைத் தோற்றுவித்தார். 'ஜஸ்டிஸ்' என்ற ஆங்கில இதழையும், 'திராவிடன்' என்ற தமிழ் இதழையும், 'ஆந்திர பிரகாசிகா' என்ற தெலுங்கு இதழையும் நடத்தினார்.

1885–1916 காலகட்டத்தில் காங்கிரஸ் இயக்கத்தில் இருந்தார். 1912இல் நடேசனார் சென்னைத் திராவிடர் சங்கம் உருவாக்கியபோது அதன் கூட்டங்களில் பங்கெடுத்தார். இச்சங்கத்தின் ஆண்டு விழாக் களில் பேசிவந்தார். இதுதான் பெரிய அரசியலமைப்பாகத் தென்னிந்திய நல உரிமைச் சங்கம் என்றானது. 'பார்ப்பனரல்லாதார்' என்ற குடையின் கீழ் இச் சங்கத்தை உருவாக்கியவர்கள் தியாகராயர், டி.எம்.நாயர், நடேசனார் ஆகிய மூவரும். 'பிராமணரல்லாத சமுதாயத்தினர் பலவகைகளிலும் ஒடுக்கப்படுவதை எடுத்துக்கூற ஓர் இயக்கம் தேவை' என்பதையும் தியாகராயர் சென்னையில் நடந்த சைவ சித்தாந்த மகாசபையின் ஆண்டு விழாவில் பேசினார். இச்சங்கத்துக்காகச் சென்னையில் ஒரு இடம் வாங்கப்பட்டது. (அதுதான் இன்றைய சென்னை காஸ்மோபாலிடன் கிளப் அருகில் இருக்கும் எஸ்.வி.எஸ். கிளப் கட்டடம்). இவர் வெளியிட்டதே 'பிராமணரல்லாதார் அறிக்கை!'

இவ்வறிக்கை பிராமணர்களிடம் எத்தகைய அச்சம் ஏற்படுத் தியது என்பதை முனைவர் பி.சரசு குறிப்பிடுகிறார். 'இவ்வியக்கம் நாட்டிற்குப் பயன்படாது' என்று 'இந்துநேசன்' எழுதியதும், 'தியாகராயர் சாதி வேறுபாட்டைத் தோற்றுவித்தார். இவ்வாறு வேறுபாடு தோற்றுவிப்பவர் நமக்கு எதிரிகளேயாவர்' என்று எழுதியதாம் 'சம்பத் அப்யுதா' மற்றும் 'யோகச்சேமம்' ஆகிய இதழ்கள். 'பிராமணர் பிராமணரல்லாதாரிடையே ஏற்படுத்தியுள்ள இக்கிளர்ச்சியைப் பார்க்கும் போது சுய ஆட்சிக்கும் இந்த வகுப்பு வாதப் பூசலுக்கும் இடையே ஒரு சமன்பாட்டை ஏற்படுத்தக்கூடிய ஒரு தலைவராவது சென்னையில் இருக்கிறாரா? என்பது ஐயத்திற் குரியதாக உள்ளது' என்று சாடியது அவ்விதழ். இதைப் பற்றியெல்லாம்

தியாகராயர் அச்சம் கொள்ளவில்லை. பிராமணர் ஆதிக்கம் குறித்துத் தொடர்ந்து எழுதிவந்தார். பேசிவந்தார்.

இதைத் தொடர்ந்து பல்வேறு மாநாடுகளைத் தியாகராயர் நடத்தினார். கோவை (1917 ஆகஸ்ட் 19), கோதாவரி (1917 அக்டோபர் 27,28), கடப்பை (1917 நவம்பர் 3,4), பெசவாடா (1917 நவம்பர் 11, 12) நெல்லை (1917 நவம்பர் 30, டிசம்பர் 1), சேலம் (1917 டிசம்பர்), சென்னையில் முதல் மாநில மாநாடு (1917 டிசம்பர் 28,29), மதுரை (1918 அக்டோபர்), சென்னை நீதிக்கட்சியின் சிறப்பு மாநாடு (1918 அக்டோபர் 21), சென்னை நீதிக்கட்சியின் சிறப்பு மாநாடு (1919 செப்டம்பர் 29, சனவரி 11, 12), சென்னை நீதிக்கட்சி யின் மூன்றாவது மாநில மாநாடு (1919 செப்டம்பர் 29), எனத் தொடர்ச்சியாக அன்றைய சென்னை மாகாணம் எங்கும் நடத்தினார் தியாகராயர். இதுதான் 1920 தேர்தல் வெற்றிக்கு அடித்தளம் அமைத்தது.

'மாண்டேகு–செம்ஸ்போர்டு சீர்திருத்தத்துக்குத் தென்னிந்திய பிராமணரல்லாதார் மகிழ்வதற்கு ஒன்றுமில்லை' என்று (1918 செப்டம்பர் 14) கடிதம் அனுப்பியவர் தியாகராயர். வகுப்புவாரிப் பிரதிநிதித்துவம் அங்கீகரிக்கப்படாதது இம்மக்களுக்குச் சவக் குழியாகும் என்று கண்டித்தார். பிராமணரல்லாதாருக்குத் தனி வாக்குரிமை வேண்டும் என்று இக்குழுவிடம் கோரிக்கை வைத்தவர் தியாகராயர். இதனை மாண்டேகு போர்டு குழு ஏற்காததால் தான் நேரில் சென்று வலியுறுத்த டி.எம்.நாயரைத் தியாகராயர் இங்கிலாந்துக்கு அனுப்பினார். இக்குழுவில் நேரில் சென்று வலியுறுத்துவதற்கு முந்தைய நாள் டி.எம்.நாயர் மறைந்துவிட்டார்.

பிராமணரல்லாதாரின் கோரிக்கையைப் பற்றி ஆராய மெஸ்ட்டன் குழு அமைக்கப்பட்டது. இக்குழு 18.3.1920 ஒரு அறிவிப்பைச் செய்தது. புதிய அரசியலமைப்பில் 28 தொகுதிகள் பிராமணரல்லாதாருக்கு வழங்கப்படும் என அறிவிக்கப்பட்டது. அன்றைய மொத்தத் தொகுதிகள் 65. அதாவது 65இல் 28. தங்கள் கோரிக்கைகள் முழுமையாக ஏற்கப்படவில்லை என்று எதிர்ப்புத் தெரிவித்தார் தியாகராயர். இதன்பிறகுதான் 1920இல் இரட்டை யாட்சி முறைப்படி பொதுத் தேர்தல் நடந்தது. நீதிக்கட்சி வென்றது. கட்சித் தலைவர் என்ற முறையில் தியாகராயரைப் பதவியேற்க அழைத்தார் ஆளுநர் வெலிங்டன். இவர் மறுத்தார். கடலூர் வழக்கறிஞர் சுப்பராயலுவை முதலமைச்சராக இருக்கக் கேட்டுக் கொண்டார் தியாகராயர். இரண்டாம் தேர்தலிலும் (1923) நீதிக் கட்சியே வென்றது. அப்போதும் முதல்வர் பொறுப்பைத் தியாகராயர் மறுத்தார்.

சட்டமன்றத்தில் ஆளும் கட்சியின் தலைவராகத் தியாகராயர் இருந்தார். அரசியல் கைதிகளைச் சாதாரணக் கைதிகளைப் போல நடத்தும் தீர்மானம் வந்தபோது எதிர்த்தார். பிற்பட்டோருக்கு அரசுப்பணிகளில் இடஒதுக்கீடு செய்யும் சட்டதிருத்தம் வரத் தியாகராயர் முயற்சி செய்து, நிறைவேற்றினார். இந்து சமய அறநிலையத்துறை மசோதா ஏற்பட வழிவகுத்தார். பிராமண ரல்லாதார் கல்வி, வேலைவாய்ப்புப் பெறுதல், சென்னை, ஆந்திர பல்கலைக்கழகச் சட்டத்திருத்தங்கள், அண்ணாமலைப் பல்கலைக் கழகம் நிறுவுதல், பிராமணர் அல்லாத மாணவர்கள் கல்லூரிகளில் இடம் பெறும் வகையில் தேர்வுக்குழுக்கள் அமைத்தல், பெண்களுக்கு வாக்குரிமை, தேவதாசி ஒழிப்புச் சட்டம், கலப்பு மணச்சட்டம், இனாம் ஒழிப்புச்சட்டம், வகுப்புவாரிப் பிரதிநிதித்துவச் சட்டம், தொழில்துறை உதவிச்சட்டம், தொழிலாளர்களுக்குள் கடனுதவிச் சட்டம், அறநிலையப் பாதுகாப்புச் சட்டம், கூட்டுறவுத் துறை வளர்ச்சிச் சட்டம் ஆகிய பல சட்டங்கள் சட்டமன்றத்தில் நிறை வேற்றப் பெற்றமைக்குத் தியாகராயரின் முயற்சியே காரண மெனலாம்.

*(பி.சரசு நூல்–பக்கம். 54)*

சென்னை நகராட்சி மன்றத்தில் உறுப்பினர், மேயராக இருந்தபோது தியாகராயர் ஆற்றிய பணிகளைப் பி.சரசு விரிவாக எழுதி உள்ளார். விளக்கு, தண்ணீர் வசதி, நகரத்தூய்மையும் கழிவுநீர் வசதியும், பொதுச் சுகாதாரம், கழிவுநீர் வயல்கள், குழந்தைகள் நலம், பூங்காக்கள், தெருக்கள், அமிழ்த்தண்டூர்தி (டிராம்) வழித் தடங்கள், அங்காடிகள், கூவம் சீரமைப்பு, வரிவிதித்தல், மக்கள் நலம், அரசு உதவி பெறுதல், நகர விரிவாக்கம், நகரை அழகுப் படுத்துதல், என்று தனித்தனியாக விவரித்துள்ளார் பி.சரசு.

*(பக்கம். 65–80)*

தியாகராயர் எத்தகைய சமுதாயச் சமநிலை பேணினார் என்பதையும் விவரித்துள்ளார். பிராமணரல்லாத சமுதாயத்தின ரிடையே காணப்படும் குறைகளைச் சுட்டிக்காட்டி அவர்களிடையே ஒரு விழிப்புணர்ச்சியை உண்டாக்கினார். குறிப்பாக அவர்கள் தங்களுக்குள் ஒற்றுமையின்றி இருப்பதை வன்மையாகக் கண்டித்தார். திருவள்ளுவர், கம்பர், ஔவையார் போன்றோரின் கருத்துகளை எடுத்துக்கூறி மக்கள் அனைவரும் சமம் என்ற கருத்தை வலியுறுத் தினார்....

*(பக்கம். 85)*

'... கோவில்களில் எல்லாச் சாதியினரும் குருக்களாக இருக்க வேண்டும்' அதற்கான தகுதிகளைப் பிராமணரல்லாதார் வளர்த்துக்

கொள்ளவேண்டும். ஆகமப் புரோகிதப் பாட சாலைகள் ஏற்படுத்தப் பட்டு திராவிட பாஷையிலேயே புத்தகங்கள் எழுதிப் பயிற்றுவிக்க வேண்டும்' என்று தமது கருத்தைத் திராவிடனிலும் எழுதி மக்களிடையே சமுதாயச் சமநிலை உணர்வைத் தூண்டினார்.

(திராவிடன் 1917 செப்டம்பர் 19 பக்கம். 86)

அக்காலத்தில் பட்டியலின மக்களின் நிலையை எண்ணி வருந்திய தியாகராயர் அவர்களுக்கு நல்ல குடியிருப்புகள் அமைத்துக் கொடுக்க வேண்டுமென்று வற்புறுத்தினார். (Mc Mp on 31st Oct 1898). இதன் விளைவாக மாதிரிக் குடியிருப்பு ஒன்று கல்லறைத் தெருவில் 51,549 ரூபாய் செலவில் கட்டப்பட மிகவிரைவில் மக்கள் அதில் குடியேறினர். (Administrative report of the Madras Municipality year 1909&1909 p 20). தியாகராயருக்கு இது மிகப்பெரிய வெற்றியாகும். இரண்டடுக்கு கொண்ட மாடிக் கட்டடங்கள் பாந்தியன் தெருவிலும், எழுமூரிலும் கட்டப்பெற்று ஆங்கிலோ இந்தியர்களுக்கு அளிக்கப் பெற்றன. (மேலது 1914&15 p 24). மேலும் பறைச்சேரிகளைச் சீர்திருத்துவதற்கென்று தியாகராயரின் தலைமையில் ஒரு குழு அமைப்பதென்றும் தீர்மானம் நிறைவேற்றப்பெற்றது. அதன் அடிப்படையில் எம்.சி.இராசா அவர்கள் சென்னைச் சட்ட மன்றத்திலும் இத்தீர்மானத்தைக் கொண்டு வந்தார். (Year 1920-21 p 10 and MiCP on 31st Aug 1920 Madras Land Cherries Bill) பஞ்சமர்களுடைய இடுகாட்டில் பிணங்களைப் புதைக்குமிடத்தில் மேடை அமைத்துக்கொடுப்பதென்று தீர்மானிக்கப்பட்டுச் செயல்படுத்தப் பெற்றது. (Mc MP 26th Nov 1921) பஞ்சமர் பறையர் என்னும் சொற்களைப் பயன்படுத்தக் கூடாதென்றும், 'ஆதிதிராவிடர்' என்றே அழைக்கப்பட வேண்டுமென்றும் சட்டமன்றத்தில் சட்டம் இயற்றப்பட்டது. அதனைத் தொடர்ந்து மாநகராட்சி மன்றமும் இதனைச் செயல்படுத்தியது. தியாகராயருக்கும் அவரது இயக்கத்திற்கும் ஆதிதிராவிடர் மகாசபை பேராதரவை நல்கிற்று. (ஆதிதிராவிடர் வரலாறு–ஆ.பெருமாள் பிள்ளை).... இங்ஙனம் தாழ்த்தப்பட்ட ஒடுக்கப்பட்ட ஆதி திராவிடருக்கு நலம் புரிந்த நீதிக்கட்சியின் தலைவராகிய தியாகராயர், தாழ்த்தப்பட்ட மக்களுடன் சமமாகப் பழகினார். இதனால் தமது குலத்தைச் சார்ந்தவர்களின் கண்டனத்துக்குள்ளானார். இத்தகைய கண்டனங் களையும் தாக்குதல்களையும் தாங்கிக்கொண்டு தன்னலமற்றவராய்த் தாழ்த்தப்பட்டோரின் நலத்துக்குழைத்த தியாகராயர் தீண்டாமை ஒழிப்புச் சட்டத்தை ஆதரிக்க மறுத்து விட்டார் என்று கூறப்படுகிறது. ஸ்ப்ராட் (Spratt), இர்ஷித் (Irshick) ஆகிய ஆய்வாளர்கள் இக்கருத்தை வெளியிட்டுள்ளனர். ஆயினும் இக்கருத்துக்கு எந்தவிதமான ஆதாரமுமில்லை. அவர்கள் குறிப்பிட்டுள்ள சட்டமன்றக் குறிப்புகளில்

எந்த இடத்திலும் அவர்களின் கருத்துக்கு உரமூட்டும் ஆதாரம் எதுவும் காணப்பெறவில்லை. எனவே இக்கருத்து உண்மைக்கு மாறானதாகவே தெரியவருகிறது.

(சுதேசமித்திரன் டிசம்பர் 17,1921)

தியாகராயர் சமுதாயத்தின் கீழ்மட்டத்திலிருக்கும் மக்களைக் கண்டு 'இவர்களெல்லாம் கல்வி கற்று மேன்மையுற்று, மற்றவர் களுடன் சரிநிகர் சமானமாக வாழ்வது எப்போது என்று கூறிக் கண் கலங்குவார். எல்லா இனத்தவரும் தமக்குரிய பங்கினைப் பெற்று நல்வாழ்வு வாழ வேண்டும் என்னும் அவருடைய அவா, அவரது கொள்கையறிவிப்பிலும் தெளிவாக விளக்கப்பட்டுள்ளது.'

(பி.சரசு நூல்–பக்கம். 85–89).

திராவிடன், சுதேசமித்திரன், ஜஸ்டிஸ், சட்டமன்ற விவாதங்கள், மாநகராட்சி மன்ற விவாதங்கள், சென்னை மாகாண அரசு உத்தரவுகள், மாநகராட்சி மன்ற உத்தரவுகள் ஆகிய அனைத்தையும் ஆய்வாளர் பி.சரசு நேரில் பார்த்து இத்தகவல்களைத் தருகிறார்.

மாநகராட்சியின் ஆளுகைக்குட்பட்ட முறையில் பல பள்ளிகள் தொடங்கப்பெற வேண்டுமென்றும் அவற்றில் இலவசக் கல்வி அளிக்க வேண்டுமென்றும் மன்றக் கூட்டங்களில் தியாகராயர் பலமுறை எடுத்துக் கூறிவந்தார். அதன் விளைவாக மாதிரிப் பள்ளிகள் ஏற்படுத்தப் பெற்றன. 1915–16ஆம் ஆண்டுகளில் சில பள்ளிகள் சிறப்பாகத் தாழ்த்தப்பட்ட (பஞ்சமர்) மக்களுக்காக நடத்தப்பட்டன. அவற்றில் அவர்களுக்கு இலவசக் கல்வி அளிக்கப் பெற்றது. மாதிரிப் பள்ளிகளில், பாடத்திட்டம் வகுத்தல், பள்ளிகளைச் சீர்படுத்துதல் ஆகியவற்றைக் கவனிக்க அமைக்கப்பெற்ற குழுவில் தியாகராயர் உறுப்பினராக இருந்து அருந்தொண்டாற்றினார்.

(பி.சரசு நூல்–பக்கம். 100)

மதிய உணவுத் திட்டத்தைத் தியாகராயர் தொடங்கியது குறித்தும் பி.சரசு கூறுகிறார். ஆயிரம் விளக்குப் பகுதியில் உள்ள பள்ளிகளில் முதன் முதலில் மாணவர்களுக்கு காலை சிற்றுண்டி வழங்கப் பெற்றது. இதனால் ஓராண்டிற்குள் பிற்படுத்தப்பட்ட வகுப்பைச் சார்ந்த மாணவர்களின் எண்ணிக்கை 3075லிருந்து 3705 ஆக உயர்ந்தது. ஆகவே இத்திட்டம் மீர்சாகிப்பேட்டை, சேத்துப்பட்டு ஆகிய இடங்களுக்கு விரிவுப்படுத்தப்பட்டது. இதற்கான தொகையைச் செலவு செய்வது குறித்து அரசுக்கும், மாநகராட்சிக்கும் கருத்துப் பரிமாற்றம் நடந்த ஓராண்டு (1926) இத்திட்டம் நிறுத்தி வைக்கப்பட்டது. அப்போது சட்டசபையில் பேசிய இரட்டைமலை சீனிவாசன், இத்திட்டத்தை மீண்டும் கொண்டு வரவேண்டும் என்று பேசினார். 1927இல் மீண்டும் கொண்டுவரப்பட்டது. (Proceedings of the Legislative Council of the Government of Madras the 5th March 1925 *பி.சரசு நூல்–பக்கம். 103)*

பொதுமக்களின் மாதச் சந்தா, நன்கொடைகள் மூலம் வடசென்னை இந்துப் பெண்கள் பள்ளியை 1907ஆம் ஆண்டு தியாகராயர் தோற்றுவித்தார். தியாகராயர் தம் சொத்தில் ஒரு பங்கைக் கல்விக்காக அளித்தார். இலவசப் பள்ளியாக இது இயங்கியது. தொழிற்கல்வி, உடற்பயிற்சி ஆகியவற்றை மாநகராட்சிப் பள்ளிகளில் அறிமுகம் செய்தார்.

*(பி.சரசு நூல்–பக்கம். 103–105)*

ஆந்திரர்கள் தங்களுக்கெனத் தனிப்பல்கலைக்கழகம் வேண்டு மென்று கோரிக்கை எழுப்பியபோது, 'இதுபோன்றே தமிழர்களும் மலையாளிகளும் தங்களுக்கெனத் தனித்தனிப் பல்கலைக் கழகங்களை வேண்டுவர். இதனால் பயனில்லை. வீண்பொருட் செலவுதான் ஏற்படும். இதற்காகப் பல லட்சம் ரூபாய் செலவிடுவதை விடுத்துத் தொழிற் பள்ளிகளை ஏற்படுத்த வேண்டும்' என்று தியாகராயர் சொன்னார்.

*(சுதேசமித்திரன் 5, பிப்ரவரி 1920 பி.சரசு நூல்–பக்கம். 105)*

இசுலாமியர் நிலையை உயர்த்துவதற்காக 1885ஆம் ஆண்டு உருவாக்கப்பட்ட அஞ்சுமான் இ–முஃபீத் இ –அல்லா இ–இசுலாம் என்ற கல்வி அமைப்பில் நிர்வாக உறுப்பினர்களில் ஒருவராகத் தியாகராயர் இருந்தார். அவர்கள் உருவாக்கிய பொருட்களை விற்பனைக்கும் ஏற்பாடு செய்தார்.

*(பி.சரசு நூல்–பக்கம். 106).*

பச்சையப்பன் அறக்கட்டளையில் தியாகராயர் உறுப்பினராக இருந்தபோதுதான் செங்கல்வராயர் அறநிதியைக் கொண்டு தொழில் நுட்பப் பயிற்சிக் கூடம் தொடங்கப் பெற்றது. பிராமணர்களின் ஆதிக்கத்திலிருந்த பச்சையப்பன் அறக்கட்டளையையும், கல்லூரியை யும் பிராமணரல்லாதார் வசமாக்கினார். 1921இல் பச்சையப்பன் கல்லூரி முதல்வராக இரத்தினசாமி என்பவரை நியமித்தார். நகர்மன்ற கல்விக் குழுக்களில் பார்ப்பனரல்லாதாரை நியமித்தார். தாழ்த்தப்பட்ட மக்களுடன் கலந்து வாழ்ந்தமைக்காகப் பதவி நீக்கம் செய்யப்பெற்ற இயக்ஞராமன் என்னும் பிராமணப் பேராசிரியருக்குப் பச்சையப்பன் கல்லூரியில் பேராசிரியர் பதவி அளித்து உதவினார்.

*(பச்சையப்பன் கல்லூரிப் பேராசிரியர் செங்கல்வராயனை நூலாசிரியர் பி.சரசு 10.8.1985 அன்று சந்தித்தபோது அவர் கூறிய கருத்து, பி.சரசு நூல்–பக்கம். 107)*

பிராமணரல்லாதாருக்குள் இருந்த வேறுபாடுகளைக் களையத் தியாகராயர் முயன்றார். இதற்கு ஆதாரமாகத் தியாகராயர் எழுதிய 'திராவிடன்' இதழ் தலையங்கத்தைப் பி.சரசு மேற்கோள் காட்டுகிறார். 'தொழிலாளர்களின் கல்வி, அதனால் பிறர்க்கு அசௌகரியம் உண்டாக்குமா?' (திராவிடன் நவம்பர் 17, 1917) என்பது அத் தலையங்கம். 'எல்லோரும் கல்வி அறிவு, ஒழுக்கங்களால்தான் உயர்வு தாழ்வு கருதப்படவேண்டுமேயொழியச் சாதியினால் அன்று' என்று இதில் தியாகராயர் குறிப்பிட்டார்.

(பி.சரசு நூல் பக்கம். 109)

1898இல் சென்னைப் பல்கலைக் கழகத்தின் மத்திய உறுப்பின ராகத் தியாகராயர் இருந்தார். பல்கலைக் கழக ஆட்சிக் குழுவில் பிற துறைகளிலும் பிராமணரல்லாதார் இடம் பெற முடியாத நிலையைக் கண்டார். 1910இல் சட்டமன்ற உறுப்பினரானவுடன் பல்கலைக் கழகத்திற்குரிய தேர்வுகளிலும் வகுப்புவாரிப் பிரதிநிதித்துவம் அமைய வேண்டுமென்று வற்புறுத்தினார். (MLCP 1910-11 p 418). நீதிக்கட்சி ஆட்சியில் சென்னைப் பல்கலைக் கழகச் சட்டத்தில் திருத்தம் ஏற்பட்டது. நீதிக்கட்சி ஆட்சியில் ஆந்திரப் பல்கலைக் கழகம் ஏற்படுத்தப்பட்டது. சென்னைப் பல்கலைக் கழகம் தமிழுக்குச் சிறப்பிடம் தராததால் தமிழ்மொழி வளர்ச்சிக்காகவும் தமிழ் நூல்கள் அச்சிடப் பெறுவதற்காகவும் அண்ணாமலைப் பல்கலைக் கழகம் நிறுவப் பெற்றது.

(பி.சரசு நூல்–பக்கம். 110)

நம் நாட்டு மொழிகளிலேயே கல்வி கற்பிக்க வேண்டும், அதே நேரத்தில் ஆங்கிலத்திலும் நாம் தேர்ச்சி பெற்றவர்களாக இருக்க வேண்டும் என்பதே அவரது மொழிக் கொள்கை.

(திராவிடன் சூன் 14, 1917 பி.சரசு நூல் பக்கம். 111)

சென்னை மாநிலக் கல்லூரியில் தமிழாசிரியர் பதவியைத் திரு.வி.க.விற்கு அளிக்கத் தியாகராயர் முயற்சி செய்தார். 1921ஆம் ஆண்டு தொழிலாளர் வேலை நிறுத்தத்தின் போது திரு.வி.க.வை நாடு கடத்தலினின்று தடுத்து காத்தார். அதற்காக தமது கட்சி அமைச்சரவை பதவி விலகவும் ஆயத்தமாக இருக்கிறது என்றார்.

(பி.சரசு நூல்–பக்கம். 149)

நோய்வாய்ப்பட்டிருந்த நிலையிலும் தியாகராயர், ஆதிதிராவிடர் நலனையே கருதிக் கொண்டிருந்தார். அவர்களுக்குப் பொதுவிடங் களில் மற்ற மக்களுடன் சரிநிகர் சமானமாகப் பழகும் உரிமைகள் கிடைக்க வேண்டுமென்று விரும்பினார். அதற்கான சட்டம் நிறை வேற்றப்பெற்றது என்று தமது இன்னுயிர் நீங்குவதற்கு முன் உணர்ந் தார். தியாகராயரைச் சிலர் பிற்போக்காளர் என்று கருதுகின்றனர்.

மேற்காட்டிய நிகழ்ச்சிகளை நோக்குமிடத்து அவர்களது கூற்று வெற்றுரை என்பது தெளிவாகக் கூடும். எல்லா மக்களும் சரிநிகர் சமானமாக வாழும் உண்மைக் குடியரசையே விரும்பி அதற்காகத் தன்னலமற்ற பான்மையில் உழைத்த தலைவர் அவர் என்பது இதனால் உறுதியாகிறது.

(பி.சரசு நூல்-பக்கம். 156)

பிராமணர் ஆதிக்கத்தைச் சென்னையைப் போலவே எதிர்த்தது பம்பாய் மாகாணம். பிராமணரல்லாதார் தீண்டாதார் என்ற மக்கள் கூட்டத்தை விழித்தெழச் செய்தவர் கோலாப்பூர் அரசர். அவருடன் தியாகராயர் நட்புடன் இருந்தார். வகுப்புவாரிப் பிரதிநிதித்துவக் கொள்கையைக் கோலாப்பூர் அரசரை ஏற்கச் செய்தார் தியாகராயர். 1920 சூலை 27 ஹுப்ளியில் நடந்த பிராமணரல்லாதார் மாநாட்டில் தியாகராயர் தலைமை வகித்தார். சென்னையில் மராட்டியக் கல்வி நிதி கோலாப்பூர் அரசரால் ஏற்படுத்தப்பெற்றது. பெல்காமில் நடந்த அனைத்திந்திய பிராமணரல்லாதார் மாநாட்டில் தியாகராயர் கலந்து கொண்டார். கோலாப்பூர் அரசருக்கு நினைவுச் சின்னம் அமைக்க ஏற்படுத்தப்பட்ட குழுவில் உறுப்பினராகத் தியாகராயர் இருந்தார்.

(பி.சரசு நூல்-பக்கம். 157)

தேசிய மொழியாக இந்தி மொழி இருக்க வேண்டும் என்றபோது தியாகராயர் அதை எதிர்த்தார். ஆங்கிலமே தேசிய மொழியாக இருக்க வேண்டும் என்றார்.

(பி.சரசு நூல்-பக்கம். 158)

'உண்மையான பிராமணத் தன்மை' பற்றி 1921இல் சென்னையில் காந்தி பேசியபோது, 'திராவிட மொழி, பண்பாடு, தத்துவம், இலக்கியம், வரலாறு இவை பற்றியறியாத நிலையில் காந்தி, பிராமணர்களைப் புகழ்ந்துள்ளார்' என்று தியாகராயர் கண்டித்தார்.

(பி.சரசு நூல்-பக்கம். 159)

பிராமணரல்லாதாருக்கு நீதி கிடைக்காவிட்டால் அன்னி பெசன்டைக் காட்டிலும் தீவிரமாகத் தாங்கள் ஆங்கில அரசை எதிர்க்க நேரும் என்று (Non Brahmin 15, April 1917 NNR) தியாகராயர் குறிப்பிட்டார்.

(பி.சரசு நூல்-பக்கம். 167)

ஆய்வாளர் பி.சரசு, திரு ஜோதி வெங்கடாசலம் அவர்களை 15.5.1986 அன்று நேரில் சந்தித்துப் பேட்டி கண்டுள்ளார். அப்போது அவர், 'பல பிராமணரல்லாதார் குடும்பங்களும் ஆதிதிராவிடக் குடும்பங்களும் காணும் பொங்கல் அன்று தங்கள் நலத்துக்காக உழைத்த தியாகராயரின் உருவப் படத்தை வைத்துப் படையலிட்டு

அஞ்சலி செலுத்துகிறார்கள். இவ்வழக்கத்தை எங்கள் குடும்பத்தார் இன்றும் பின்பற்றி வருகிறார்கள்' என்று கூறி உள்ளார்.

(பி.சரசு நூல்–பக் 169, 179)

இத்தகைய தியாகராயரைத்தான் 'வெறிபிடித்த தெலுங்கர்' என்று ஒற்றை வரியில் சொல்கிறார் குணா.

தியாகராயரை என்ன சொல்லலாம் என்றால், 'வெறிபிடித்த பிராமணர் எதிர்ப்பாளர்' எனலாம். 'வெறிபிடித்த பிராமண ரல்லாதார் பற்றாளர்' எனலாம்.

75 ஆண்டு வாழ்க்கையில் 50 ஆண்டுகள் பொதுவாழ்க்கையைக் கொண்ட தியாகராயரை இப்படி ஒற்றைச் சொல்லில் முடிப்பது தான் ஆய்வியல் நெறியா? ஆய்வாளர் பண்பா? அறிஞர் குணமா? இதுதான் அறிஞர் குணாவா?

## 16. பெரியார் சொன்னதைத்தான் குணா வழிமொழிகிறார்!

மராட்டியர், கன்னடர், தெலுங்கர் ஆகியோரே தமிழ்நிலத்தைப் படையெடுத்து ஆக்கிரமித்துக் கெடுத்த ஆக்கிரமிப்பாளர்கள் என்றும் குணா ஏதோ தாம் கண்டுபிடித்தது போல வரலாறு சொல்கிறார். வேறு வரலாற்றுப் புத்தகங்கள் படிக்காதவர்களுக்கு வேண்டுமானால் இது புதுவரலாறாக இருக்கலாம். எல்லா வரலாற்றாசிரியர்களும் இந்த வரலாற்றை, இப்படித்தான் எழுதி இருக்கிறார்கள். களப்பிரரான கன்னடரைக் கடவுள் என்றும், நாயக்கர் ஆட்சியைத் தமிழர்க்கு நன்மை செய்த ஆட்சி என்றும், மராட்டியர்கள் மக்களாட்சி நடத்தியவர்கள் என்றும் தமிழ் வரலாற்றாசிரியர் எவரும் எழுதவில்லை. எனவே குணா, தமிழக வரலாற்றை ஏதும் புதுப்பித்துவிடவில்லை.

"ஆரியர் படையெடுப்புகள் விந்திய மலைக்கு தெற்கே நிகழ்ந்ததே இல்லை. தமிழ் மன்னர்களும் வடக்கே படையெடுத்துச் சென்று பொருள் திரட்டி வந்தார்களே தவிர, அங்கே ஆள நினைக்கவில்லை. வட இந்திய வரலாற்றைத் தமிழக வரலாற்றுக்குள் திணிப்பது தவறு. இது திராவிடக் கொள்கையின் முதல் தவறு.

அப்படியானால் தமிழர்கள் மீது படையெடுத்தவர் யார்?

தமிழகத்தில் நடந்த முதல் படையெடுப்பு களப்பிரர் எனப்படும் கன்னடப் படையெடுப்பு. தமிழ் மன்னர்களோடு மோதியவர்கள் கன்னட களப்பிரரே. அதற்கடுத்து வந்தது விசயநகரப் பேரரசின் தமிழ் மண் கவர்பு. நாயக்க வந்தேறி அரசை மதுரையில் அமைத்தது. இந்தக் கன்னடரும் நாயக்கருமே தமிழகத்தில் இருந்த நாடு என்னும் ஆட்சிக்கூறை அழித்துப் பாளையப்பட்டுக்களாக ஆக்கினார்கள். அடுத்து தஞ்சையில் மராட்டியர் ஆட்சி அமைந்தது.

இவர்கள் என்ன வடவரா? பஞ்ச திராவிட மராட்டியர் தானே?" என்பது குணாவின் கேள்வி. இதனால் தமிழும் தமிழ ரினமும் ஆரியப்படையெடுப்புகளால் கெட்டனவா? திராவிடராம் கன்னடர், தெலுங்கு, மராட்டியர் ஆகியோரால் கெட்டனவா? என்பதுதான் அவர் தொடர்ந்து கேட்டு வரும் மையக் கேள்வி!

(திராவிடத்தால் வீழ்ந்தோம்–பக்கம். 7)

இது திராவிட இயக்கத்துக்கு எதிரான கேள்வி போலக் குணாவால் கேட்கப்படுகிறது. திராவிட இயக்கமும் பெரியாரும் வரலாற்றில் எழுப்பி வந்த கேள்விதான் இது!

நாயக்கர்ஆட்சி குறித்து, மராட்டியர் ஆட்சி குறித்து, தமிழ் நிலத்தை ஆக்கிரமித்த இசுலாமிய ஆட்சி குறித்து, கடுமையான விமர்சனங்களைப் பெரியாரே வைத்துள்ளார். அதைத்தான் குணாக்கள் ஏதோ புதிய கண்டுபிடிப்புகளைப் போல புல்லரிக்க எழுதிக்கொண்டு இருக்கிறார்கள். இந்த ஆக்கிரமிப்பாளர்களால் தமிழர்களுக்கு எந்த நன்மையும் இல்லை, இவர்கள் ஆரிய அடிவருடி ஆட்சியைத்தான் நடத்தினார்கள் என்று கண்டித்தார் பெரியார். குணாக்களையும் தாண்டி, தமிழ் மன்னர்கள் ஆட்சியின் ஆரிய மயமாக்கலையும் சேர்த்துக் கண்டித்தவர் பெரியார்.

"நம்முடைய மூவேந்தர்களோ, பல்லவர்களோ, நாயக்கர், முஸ்லீம், மராட்டியரோ ஆண்டு இருக்கிறார்கள் என்றால், இவர்கள் மனு தர்மத்தை அடிப்படையாகக் கொண்டு ஆண்டார்களே ஒழிய மனித தர்மப்படி ஆளவே இல்லை." என்று (விடுதலை – 14.12.1961) கடுமையாக விமர்சித்தவர் பெரியார். "நமக்கு ஜாதி இல்லை. இருந்ததுமில்லை. இந்த நாட்டு மன்னர்கள் என்பவர்கள் சேரன், சோழன், பாண்டியன், நாயக்கர் ஆகிய எல்லாரும் பார்ப்பானுக்குக் கையாளாக இருந்துதான் இந்த நிலை வந்தது" (விடுதலை –27.12.1956) என்றார் பெரியார். "இந்த அரசர்கள் எல்லோரும் பார்ப்பான் சுகவாழ்வு வாழவும், நாம் என்றென்றைக்கும் இழி மக்களாக இருக்கவுமே மனு (அநீதி) முறைப்படி ஆட்சி செலுத்தி இருக்கின்றனர். இவர்களைப் பற்றிக் குறிப்பிடும் போது எல்லாம் 'இவன் மனு முறை தவறாது ஆண்டவன்' என்றும் புகழ்ந்து கூறப்படுகின்றது. அடுத்து நாயக்கனோ, மராட்டியனோ, முஸ்லீமோ ஆட்சி செலுத்தினார்கள் என்றாலும் இவர்களும் மக்களுடைய குறைபாடுகள் மற்றும் தேவைகள் என்ன என்று ஆய்ந்து அதற்காகப் பரிகாரம் தேடியவர்கள் அல்ல. நமது தற்குறி நிலைமையைப் போக்கவும் நம் இழிவுகள் போக்கவும் பாடுபடவே இல்லை. எனவே இந்த நாட்டு மக்களின் குறைபாடுகளைப் போக்க வேண்டும், இழிவினைத் துடைக்க வேண்டும் என்ற கொள்கையின் பேரில்

எந்தக் காலத்திலும் அரசியல் நடைபெறவே இல்லை" (விடுதலை -29.4.1961) என்றும் அவர் பேசி இருக்கிறார்.

"மூவேந்தர்கள், நாயக்கன், முகமதியன், மராட்டியன், வெள்ளைக் காரன் ஆண்ட காலத்தில் ஆகட்டும், அரசியல் என்று ஒன்று இருந்தது இல்லை. இவர்கள் ஆட்சி எல்லாம், எப்படி மக்களுக்கு என்ன கொள்கையின் பேரில் ஆள்வது என்று அல்ல. எப்படித் தங்கள் ஆட்சியை ஆண்டு கொண்டு சவுக்கியமாக வாழ்வது, பார்ப்பான் தயவுபெற என்ன என்ன செய்வது, அதன் விளைவாகத் தகராறுகள் இல்லாமல் ஆள்வது என்பது தான். இதைத் தவிர அரசியல் என்று ஒன்று மக்கள் நன்மைக்காக இருந்தது இல்லை" என்று அவர்களது ஆக்கிரமிப்பு மனோபாவத்தைப் பெரியாரே கண்டித்துள்ளார்.

(விடுதலை 27.5.1961)

தமிழர்களை இவர்கள் படிக்கவைக்கவில்லை என்பதைப் பெரியார் தொடர்ந்து சொல்லி வந்தார். "சேர, சோழ, பாண்டியர்கள் ஆட்சியிலும் தமிழர்களுக்குப் படிப்பு வசதியில்லை. அவர்கள் மனுதருமப்படித் தான் ஆட்சி செய்தார்கள். பிறகு இசுலாமியன் ஆண்டான். அவன் ஆட்சியிலும் இல்லை. அதற்குப் பிறகு நாயக்கர் ஆண்ட போதும் தமிழர்களுக்குப் படிப்பு வசதி இல்லை" என்பது அவரது பல பேச்சுகளில் இருக்கிறது.

(விடுதலை 19.7.1961)

"எந்த அரசனை எடுத்தாலும் மனுநீதி தவறாத குணசீலன் என்றுதான் புகழ்வான். அவன் பார்ப்பான் பேச்சுப்படி ஆண்டு வந்தவன். ஏதோ வாய்க்கால் வெட்டுவான். குளம் வெட்டுவான். அது வேறு; கோயில் கட்டியிருப்பானே தவிர பள்ளிக்கூடம் ஏற்படுத்தினான், என்று சொல்வதற்கில்லை. பார்ப்பானுக்குத்தான் கோயில் கட்டினான். சோறு போட்டான். பார்ப்பானுக்குத்தான் படிப்பு சொல்லிக் கொடுத்தான். திருமலை நாயக்கர் பத்தாயிரம் பேருக்குச் சோறு போட்டுப் பள்ளிக்கூடம் வைத்தார் என்று உள்ளது. யாருக்குப் பள்ளிக்கூடம்? பார்ப்பானுக்குத் தான், படிப்பு சமஸ்கிருதம் தான். இதுதான் காண்கிறோம். நமக்கு ஓர் அரசனாவது எதுவும் செய்ததாகச் சரித்திரம் இல்லையே? பார்ப்பான் நன்மைக்கு ஆள்வது; அவன் ஆசி பெற்றால் அதுவே போதும் என்பதற்காக ஆட்சி நடத்தியவர்கள்தான் பழங்கால மூவேந்தர் வீரர், வெங்காயம் எல்லாம்!" என்று ஓங்கி அடித்தார்.

(விடுதலை 2.8.1961)

"2000, 3000 ஆண்டுகளாக அரசர்கள் இந்நாட்டை ஆண்டு இருக்கிறார்களே? சேரன், சோழன், பாண்டியன், மராட்டியன்,

நாயக்கன், முஸ்லீம் எவன் எவனோ ஆண்டு இருக்கின்றானே? உழைக்கின்ற மக்களாகிய நம்மிடம் வரி வாங்கிக்கொண்டு ஆண்டு இருக்கின்றார்களே. பார்ப்பான் வரி கொடுத்து இருக்க மாட்டான். ஆனால் பார்ப்பான் மட்டும் 100க்கு 100 படித்தவர்களாக இருந்து வந்து இருக்கின்றனர். உழைக்கின்ற மக்களாகிய நமக்குக் கல்விக்கு வழிவகை செய்யப்படவே இல்லை" என்றார்.

(விடுதலை 18.12.1961)

"சேரன், சோழன், பாண்டியன், பல்லவன், நாயக்கன், மராட்டியன், துலுக்கன் இன்னும் எத்தனையோ பேர்கள் ஆண்டு இருக்கின்றார்கள். இவர்களும் நமது இழிவும் மடமையும் ஒழியாமல் நிலைத்து இருக்கவே பாடுபட்டு வந்து இருக்கின்றனர். யாரும் இந்தப் பணியில் 2000 ஆண்டுகளாக முன் வரவில்லை" என்று பேசியவரும் பெரியாரே!

(விடுதலை 27.7.1962)

"சரித்திர காலத்தில் தமிழ் அரசர்கள் மூன்று பேர்கள் ஆண்டு இருக்கிறார்கள். பிறகு மராட்டியன், முஸ்லீம், நாயக்கன் இப்படி ஆண்டு இருக்கின்றார்கள். இவர்கள் எல்லாம் மனுநீதிப்படி ஆண்டு இருக்கிறார்களே ஒழிய மனித தருமப்படி ஆளவே இல்லை!" என்று மனுதர்ம–மனித தரும விளக்கம் அளித்தார்.

(விடுதலை 7.11.1962)

"சரித்திரங்களை எடுத்துக் கொண்டாலும் தமிழரசர், வடுக அரசர், துருக்க அரசர், மராட்டிய அரசர், வெள்ளை அரசர் ஆகிய இத்தனை அரசர்கள் காலத்திலும் பார்ப்பனர்கள் துரோகமும், மோசடியும் செய்து தங்கள் காரியங்களைச் சாதித்துக் கொண்டதைப் பெருவாரியாகக் காணலாம்" என்று வரலாறு சொன்னவர் பெரியார்.

(விடுதலை 22.11.1962)

"சோழ அரசன் காலம் முதல் மராட்டியன், நாயக்கன் ஆட்சி வரை எவனாவது மக்கள் படித்து அறிவு பெற என்று பள்ளிக்கூடம் கட்டியிருக்கின்றார்களா?" என்று கேட்டார்.

(விடுதலை 15.3.1963)

"திருமலைநாயக்கன் பத்தாயிரம் பேர்கள் படிக்கும்படியான பள்ளி ஒன்று கட்டினான். படிக்கின்றவர்களுக்கு ஓசிச் சாப்பாடும் போட்டான் என்று சரித்திரம் கூறுகின்றது. இப்படி ஏற்படுத்திய பள்ளிக்கூடம் என்ன பள்ளிக்கூடம் என்றால் சமஸ்கிருதப் பள்ளிக் கூடம் ஆகும். படித்தவர்கள் எல்லாம் பார்ப்பனர்களே ஆவர்.

நம்மவர்களைப் பற்றிக் கவலைப்படவே இல்லை" என்று பேசியவரும் பெரியார் தான்!

*(விடுதலை 26.4.1963)*

"நமது நாட்டுக்கு அரசர்கள் இருந்து ஆட்சி நடத்தி வந்திருக்கும் முறையானது மூவாயிரம் ஆண்டுகள் நடந்து வந்துள்ள தன்மை யானது பார்ப்பான் உயர்சாதி, மற்றவன் இழிமகன் என்ற தத்து வத்தைக் கொண்டுதான் ஆளப்பட்டு வந்து இருக்கின்றது. சேரன், சோழன், பாண்டியன், பல்லவன், நாயக்கன், மராட்டியன், மகம்மதியன், வெள்ளைக்காரன் முதலியோரின் ஆட்சிக் காலகங்களில்கூட இந்த நிலைதான் இருந்து வந்து இருக்கின்றது" என்றவரும் பெரியாரே.

*(விடுதலை 26.6.1963)*

"நமக்கு இராஜாக்கள் ஏராளமாக இருந்து இருக்கின்றார்களே. சேரர், சோழர், பாண்டியர், பல்லவர், நாயக்கர், மராட்டியர், துலுக்கர் இப்படி பலபேர்கள், பல காலங்களில் ஆண்டு இருக் கின்றார்கள். இவர்கள் எல்லாம் நமது இன இழிவு ஒழியப் பாடு படவே இல்லையே. எல்லா அரசர்களும் மனுதருமப்படி ஆண்டு பார்ப்பானுக்கு நல்ல பிள்ளையாக ஆகிப் பதவியைக் காப்பாற்றிக் கொண்டவர்களாகவே இருக்கின்றார்களே ஒழிய, மனித தருமப்படி எவனும் ஆளவே இல்லையே" என்ற கேள்வியைத் திரும்பத் திரும்பக் கேட்டார்.

*(விடுதலை 10.7.1963)*

"மூவேந்தர் காலம் முதல் எடுத்துக் கொண்டு பார்த்தாலும் சாதியைக் காப்பாற்றுவது ஒன்றுதான் நமது நாட்டு அரசியலாக மராட்டியன், நாயக்கன், துலுக்கன் காலம் வரை இருந்து வந்து இருக்கின்றது" (விடுதலை – 13.7.1963) என்றும், "வெள்ளையன் வருவதற்கு முன்பு அதாவது ஆயிரமாயிரம் ஆண்டுகளாக நம் முன்னோர்கள் இந்த நாட்டை ஆண்டார்களா? பார்ப்பனர் ஆண்டார்களா? ஆரியர்கள் இந்நாட்டில் வேறு துறையில் பிழைத்து வந்த வெள்ளையர் போன்ற அந்நியர்கள் தானே. இன்னும் கூறுவேன், நம் நாட்டை முஸ்லீம்கள்கூட ஆண்டதாகச் சரித்திர, சாஸ்திரங்கள் இல்லையே? நம் சேர, சோழ, பாண்டிய விஜயநகர மன்னர்களும் தானே ஆண்டார்கள்?" (விடுதலை –17.5.1964) என்றும், "புராணக் காலங்களில் அசுரர்கள்–இராட்சதர்கள் என்பவர்களும் சரித்திர காலம் முதல் சேரன், சோழன், பாண்டியன், மராட்டியன், நாயக்கன், துலுக்கன் என்று இப்படிப் பலர் ஆண்டு இருக்கின்றார்கள். காமராசர் ஆட்சிக் காலத்துக்கு முன் வரையில்கூட அரசியல் என்றால் மனுதருமத்தின் படி ஆட்சி நடத்தி மக்களை

அதனில் இருந்து விலகி நடக்காது அடக்கி ஆக வேண்டும் என்பதாகத்தான் இருந்து வந்து இருக்கின்றது" (விடுதலை –9.6.1963) என்றும், "நம் நாட்டில் சேரன், சோழன், பாண்டியன் ஆகியோரின் காலம் முதல் மராட்டியன், நாயக்கன், முஸ்லீம்கள், வெள்ளைக்காரன் ஆட்சி எத்தனையோ நடந்து உள்ளன. ஒருவன்கூட நமது கல்வியில் அக்கறை செலுத்தவே இல்லை" (விடுதலை –23.9.1964) என்றும், "நமக்குப் புராண காலம், நாட்டுச் சரித்திர காலம் முதல் இன்று வரையுள்ள ஆட்கள் அனைத்தும் நம் சமுதாய இழிவைப் பாதுகாக்கக் கூடிய ஆட்சியாகவே இருந்து வருகின்றன... எங்கள் நாட்டைப் பொறுத்தவரை மராட்டியன், கன்னடியன், துலுக்கன், வெள்ளைக்காரன் ஆண்டான். தமிழன் ஆண்டது உங்களுக்குத் தெரியுமோ, தெரியாதோ? காரணம் சரித்திரம் எழுதியவர்கள் அத்தனை பேரும் பார்ப்பனர் ஆனதால் தமிழனின் சரித்திரத்தை மறைத்து விட்டனர்..." (விடுதலை –24.10.1968) என்றும் பேசியவர் பெரியார்.

"நாம் மனிதர்களாக வாழ்வது பெரிதா? நம் மதம், நம் மொழி, நம் நாடு, நம் கடவுள் என்று சூத்திரர்களாக, இழி மக்களாக, அறிவற்றவனாக இருப்பது பெரிதா? நம்மை நாயக்கன், மராட்டியன், சேரன், சோழன், வெங்காயம் எல்லாம் ஆண்டிருக்கின்றான். அதன் பயன் என்ன? நாம் சூத்திரர்களாகத்தானே இருக்கின்றோம்? நம் இழிவை நீக்குகிறவன் எவன் ஆட்சி செய்தாலும் அவனை வரவேற்பேன்" (விடுதலை –3.9.1970) என்ற கேள்வியை இறுதிவரையில் கேட்டவர் அவர். எனவே, குணா சொல்வது புதிதல்ல. பெரியார் தமது வாழ்க்கை முழுக்கக் கேட்டதைத்தான் குணா வழிமொழிந்து கொண்டு இருக்கிறார்.

திராவிடர் கழகம் என்று வைத்துள்ளார்கள், எனவே திராவிடர்களான மராட்டியர், கன்னடர், ஆந்திரரை விமர்சித்தால் அவர்களுக்கு வலிக்கும் என்று குணாக்கள் நினைக்கலாம். வலிக்காது. பெரியாரே வலிக்கும் வரை கன்னடர், ஆந்திரர், மராட்டியர் விமர்சனங்களை வைத்தவர். ஏனென்றால் 'திராவிடர்' என்பதை ஆரியருக்கு எதிரான அரசியல் சொல்லாகத்தான் பெரியார் பயன்படுத்தினாரே தவிர மராட்டியர், கன்னடர், தெலுங்கரையும் இணைக்கும் சொல்லாக அல்ல. அதனால்தான் ஆந்திரர்கள் சென்னையைக் கேட்டபோது, 'ஹிட்லரை போல நாடு பிடிக்கும் ஆசை ஆந்திரர்க்கு வந்துவிட்டது' என்று பெரியாரால் எழுத முடிந்தது. அதனால் தான், 1970களில் பம்பாயில் மராட்டியர்களால் தமிழர்கள் இன்னலுக்கு உள்ளானபோது, 'இங்குள்ள மராட்டியர்களை விரட்டினால்தான் அங்கே தமிழர்கள் நிம்மதியாக வாழமுடியும்' என்று அவரால் சொல்ல முடிந்தது. குணா சொல்லும் ஆக்கிரமிப்

பாளர்களை மன்னராட்சிக் காலமாக இருந்தாலும் குடியாட்சி காலமாக இருந்தாலும் எதிர்த்தவர் பெரியார்.

## 17. சூத்திரர் ஆக்கியது மனுவா? பெரியாரா?

திராவிட இயக்கத்தையே பொட்டுக்கட்டிகள் இயக்கம், தேவடியாள் வகை சாதியினர் என்று கூறுவதில்தான் குணாவுக்குப் பெருமகிழ்ச்சியாக இருக்குமானால் அவர் என்ன வகைப்பட்ட மனிதர் என்பதைக் கவனிக்க வேண்டியதாக உள்ளது. சூத்திரர் மகன்கள் என்று பார்ப்பனியம் கொச்சைப்படுத்துவதற்கும், தேவதாசிக் கூட்டம் என்று குணாவியம் கொச்சைப்படுத்துவதற்கும் பெரிய வேறுபாடு இல்லை.

எல்லோரையும் சூத்திரர் ஆக்கியது – ஆரிய – பார்ப்பனியம். ஆனால் குணா சொல்கிறார், 'எல்லோரையும் பெரியார்தான் சூத்திரன் ஆக்கினார்' என்று!

ஆரியப் பார்ப்பனர் நீங்கலான அனைவரும் சூத்திரர்கள் இல்லையாம். அப்படிப் பெரியார் தவறான பிரச்சாரம் செய்தாராம்.

'எல்லோரையும் சூத்திரனாக்கியதுதான் பெரியாரின் தவறான பிரச்சாரம். தேவதாசி மரபில் வந்தவர்கள் மட்டுமே சூத்திரர்கள். எல்லோரையும் தேவடியாள் மகன்களாக அவர் ஆக்கியபோது யாரும் எதிர்த்துக் கேட்கவில்லை' என்று எழுதியவர் குணா.

இவ்வளவு அசிங்கமாக ஒருவர் எழுத முடியாது. பிராமணியம் சூட்டிய சூத்திரர்கள் என்பதைவிடக் குணாவியம் சூட்டிய 'பொட்டுக் கட்டிகள்' என்ற பெயர் கேவலமானது. பிராமணர் எதிர்ப்பு இயக்கத்துக்குக் குணா என்ன காரணம் சொல்கிறார் தெரியுமா?

"திரைப்படத் தொழிலுக்குள் புகுந்த பொட்டுக்கட்டிகளுக்கும், பிராமணர்களுக்கும் இடையில் மூண்ட பூசலும் பிணக்குமே பிராமண எதிர்ப்பு இயக்கம் தோன்றக் காரணமானது."

(நாற்றங்கால் – பக். 167)

"திராவிட இயக்கத்தின் பெருந்தலைகள் பெரும்பாலோர் அதனால் பொட்டுக் கட்டிச் சாதியராகவே இருப்பது கண்கூடு. இப்பொட்டுக்கட்டிகள் மக்கள் தொகையில் மிகச் சிறிய பிரிவினராவர். ஆகவே பொட்டுக்கட்டும் வழக்கம் ஏறத்தாழ இல்லாத தமிழ்ச் சாதியினரையும் அழைத்து உட்கார வைத்துக் கொண்டு அந்தப் பொட்டுக்கட்டிகள் 'நாமெல்லாம் சூத்திரர்' எனக் கூறி ஆள்கூட்டப்பார்த்தனர். வரலாறும் உண்மையும் தெரியாத பேதைத் தமிழர்கள் அதற்குத் தலையாட்டினர். அப்பேதைத் தமிழர்கள்

தங்களின் தலைமீது தாங்களே சூத்திரன் என்ற நரகலை வாரித் தூற்றிக் கொண்டனர்” என்கிறார் குணா!

(நாற்றங்கால்–பக்கம். 168)

சூத்திரர் என்பதே தேவதாசி மரபில் வந்தவர்களுக்கு மட்டுமான பெயர் என்று 'நாற்றங்கால்' நூலில் சொல்லும் குணா, 'வள்ளுவத்தின் வீழ்ச்சி'யில் பிராமணியம், ஆரியம் எப்படியெல்லாம் பிராமணர்களை மட்டும் உயர்த்தியது, மற்றவர்களைச் சூத்திரனாக்கியது என்பதைப் பட்டியலிடுகிறார் என்றால் ஒரு குணாவுக்குள் எத்தனை குணாக்கள்?

சூத்திரர்கள் என்று யாரைச் சொல்கிறது மநு?

“ஓய் சுவாமி பிராமண க்ஷத்திரிய வைசிய சூத்திரரென்கிற நான்கு வருணத்தாருடையவும்...” என்று மநுதர்ம சாத்திரத்தில் தொடக்க நூலாரம்பம் கூறுகிறது. அதன் 31 ஆவது சூத்திரம், “உலகவிருத்தியின் பொருட்டு தன்னுடைய முகம் புஜம் துடை கால் இவைகளினின்றும் பிராமணன் க்ஷத்திரியன் வைசியன் சூத்திரன் இவர்களைக் கிரமமாக வுண்டு பண்ணினார்” என்கிறது. 88, 89, 90, 91 ஆகிய வரிசைகளின் படி, பிராமணனுக்கு ஓதுவித்தல், ஓதல், எக்கியஞ்செய்தல், எக்கியஞ்செய்வித்தல், தானம் கொடுத்தல், தானம் வாங்குதல் ஆகிய தொழில்கள் ஏற்படுத்தினார். க்ஷத்திரியனுக்கு பிரஜைகளைத் தருமமாகக் காத்தல், தானங்கொடுத்தல், வேதமோதுதல், பாட்டு கூத்து ஸ்தீரி முதலிய விஷயங்களில் மனஞ் செல்லாமை, இவை நான்கையும் ஏற்படுத்தினார். வைசியனுக்குப் பசுவைக் காப்பாற்றுதல், தானங் கொடுத்தல், வேதமோதல், சலத்திலும் பூமியிலு முண்டான இரத்தினம் நெல்லு முதலியவைகளில் வியாபாரஞ் செய்தல், வட்டி வாங்குதல், பயிரிடுதல் என்கிறார்.

மேலே குறிப்பிட்ட மூன்று வர்ணத்தாருக்கும் பொறாமையின்றிப் பணிசெய்வதைச் சூத்திரனுக்கு முக்கியமான தருமமான ஏற்படுத்தினார் என்கிறது மநுதர்மசாஸ்திரம் முதலத்தியாயம்.

பிராமணனுக்கு மங்களத்தையும் க்ஷத்திரியனுக்கு பலத்தையும் வைசியனுக்குப் பொருளையும் சூத்திரனுக்குத் தாழ்வையும் காட்டுகிற தான பெயரை இடவேண்டியது என்று கூறுகிறது.

(மநு 2: 31)

பிராமணனிடத்தில் வணங்காமையாலும் உபநயனம் முதலிய கர்மலோபத்தாலும் சத்திரிய ஜாதிகள் வரவரச் சூத்திரத்தன்மையை அடைந்தார்கள் என்று கூறுகிறது.

(மநு 10:43)

பவுண்டரம், அவுண்டரம், திரவிடம், காம்போஜம், யவனம், சகம், பாரதம், சீனம், கிராதம், தாதம், கசம் ஆகிய தேசங்களை ஆண்டவர்கள் அனைவரும் சூத்திராளாய் ஆகிவிட்டார்கள்.

(மநு 10:44)

இவை பெரியார் சொன்னது அல்ல. மனு சொன்னது. பெரியாரை வீழ்த்த, மனுவைக் காப்பாற்றுகிறார் குணா!

சூத்திரர்கள் என்றால் யார் என்று மனு சொல்கிறது: "சூத்திரர்களில் ஏழு வகை உண்டு. போரில் புறங்காட்டி ஓடியவன், போரில் கைதியாகப் பிடிபட்டவன், பிராமணனிடத்தில் பக்தியினால் ஊழியம் செய்பவன், விபச்சாரி மகன், விலைக்கு வாங்கப்பட்டவன், ஒருவனால் கொடுக்கப்பட்டவன், தலைமுறை தலைமுறையாக ஊழியம் செய்பவன்" என்று 8ஆவது அத்தியாயம் 415வது ஸ்லோகம் சொல்கிறது. இதுவும் பெரியாரின் கற்பனையல்ல.

இந்தியச் சமூகம் குறித்த அடிப்படைப் புரிதலே இல்லாத அரைகுறைத்தனத்துடன் பெரியாரின் வரலாற்றை அணுகினால் இப்படித்தான் குறைப்பிரசவங்கள் ஏற்படும்.

குறைந்தபட்சம் அண்ணல் அம்பேத்கர் எழுத்துகளை மேலோட்டமாகப் படித்திருந்தாலே போதும், யார் சூத்திரன் என்பதைப் புரிந்து கொள்ளலாம்!

இந்தியச் சமூக அமைப்பை அம்பேத்கரைவிட முற்றிலும் கற்றவர் யாரும் இருக்க முடியாது.

இந்தியச் சமூகம் சதுர்வர்ணத்திற்கு உள்ளே உள்ளவர்கள், சதுர்வர்ணத்திற்கு வெளியே உள்ளவர்கள் ஆகிய இரண்டு முக்கியமான பிரிவுகள் உண்டு என்று சொல்லும் அம்பேத்கர், பிராமணர்கள், சத்திரியர்கள், வைசியர்கள், சூத்திரர்கள் மற்றும் அந்தியஜாஸ் (தீண்டப்படாதவர்கள்) என ஐந்து பிரிவாகப் பிரிக்கப்பட்டது என்கிறார். ஐந்தாவது பிரிவு மட்டும் சதுர்வர்ணத்துக்கு வெளியே உள்ளவர்களாகச் சொல்லப்பட்டவர்கள் என்கிறார்.

(டாக்டர் அம்பேத்கர் நூல்– தொகுப்பு 25)

தமது பதினைந்து ஆண்டுகால உழைப்பின் அடிப்படையில், 'சூத்திரர் யார்?' என்ற ஆய்வு நூலை அம்பேத்கர் எழுதினார். அதில் அவர் சொல்கிறார்:

"இந்தோ ஆரிய சமூகத்தில் சூத்திரன் நான்காம் வர்ணத்தான். இது ரிக்வேதத்தின் பத்தாவது மண்டலத்தில் 96 வது சுலோகமாக உள்ள புருஷசூக்தாவில் உள்ளது. ஆரிய சமூகத்தின் நான்கு பிரிவுகளைப் பற்றிப் பேசுகிறது.

சூத்திரர்களின் சமூக உரிமை பற்றிப் பார்ப்பனர்கள் வகுத்துள்ள சட்டங்களைக் கவனித்தால் சூத்திரர்களைக் கேவலப்படுத்துகிற தண்டனைகளுக்கு ஆளாக்கித் துன்புறுத்துகிற ஒரு அமைப்பை ஏற்படுத்தியுள்ளார்கள் என்பது விளங்கும். சமூக அமைப்பின் கடைசித் தரத்தில் சூத்திரன் வைக்கப்பட்டான். சூத்திரன், மற்றவர்களுக்கு வேலைக்காரனாகத்தான் இருக்க வேண்டும். அவன் தூய்மையில்லாதவன் என்பதால் அவனை அருகில் வைத்துக் கொண்டோ அல்லது அவனுக்குக் கேட்கும்படியாகவோ புனித காரியங்களைச் செய்யக் கூடாது. அவனுடைய வாழ்க்கைக்கு எந்த மதிப்பும் இல்லை, அவனை மற்றவர்களுக்கு ஈடாக மதிக்கக் கூடாது. யார் வேண்டுமானாலும் அவனை இழப்பீடு தராமல் கொல்லலாம், அவனுக்குக் கல்வி தருவது பாவம், அவன் சொத்து வைத்திருக்கக் கூடாது, அவன் பொருள்களைப் பார்ப்பனர்கள் கவர்ந்து கொள்ளலாம், நாட்டு நடப்பில் அவனுக்கு எந்தத் தொடர்பும் கூடாது, மேல்சாதியினருக்கு ஊழியம் செய்வதே அவன் கடமையும் பிறவிப்பயனும் ஆகும், சூத்திரப் பெண்ணை மற்றவர்கள் மணந்து கொள்ளக்கூடாது, வைப்பாட்டியாக வைத்துக் கொள்ளலாம், உயர்சாதிப் பெண்ணைச் சூத்திரன் தொட்டால்கூடத் தண்டனை உண்டு, என்று மனு ஆகிய ஸ்மிருதி எழுதியவர்களும் அபஸ்தம்மா-புஷத்யாயனா போன்ற சூத்திரம் எழுதியவர்களும் எழுதியுள்ள தண்டனைக்குரிய சட்டங்களைப் படிக்கும் போது சூத்திரர்களுக்கு எதிரான தடைகளும் கொடுமைகளும் வேகமாகப் பரவிய அதிர்ச்சி தரும் உண்மை தெரியவரும். பார்ப்பனர்களின் சர்வாதிகாரச் சட்டங்களின் கீழ் அழுத்தி வைக்க சூத்திரன் தேர்ந்தெடுக்கப்பட்டான். பார்ப்பனர்கள் தங்கள் ஆதிக்கத்தைக் காத்துக் கொள்ளக் கையகப்படுத்திய சமூக வசதிகளால் சூத்திரன் செயலற்றுப் போனான்" என்று சூத்திரர்கள் யார் என்ற நூலில் அம்பேத்கர் குறிப்பிடுகிறார்.

"வேதகால முறைமை வீழ்ச்சியடைந்த காலத்தில் சூத்திரர்களும் பெண்களும் மிகத் தாழ்வான நிலைக்குத் தள்ளப்பட்டுவிட்டார்கள். சூத்திரர்களுக்கு எதிராக மனு ஏற்படுத்திய சட்டங்களின் கொடுமை யையும் மனிதத்தன்மையற்ற கடுமையையும் பார்க்கும் போது உடல் நடுங்குகிறது. மனு இரக்கமில்லாதவராகவும் வெட்கமில்லாதவராகவும் இருக்கிறார். மனிதத்தன்மையற்ற இந்தச் சட்டங்களுக்கெல்லாம் அடிப்படை சூத்திரனைப் பற்றிய மனுவின் கோட்பாடுதான். மற்ற மூன்று வர்ணத்தாருக்கும் சூத்திரன் சேவை செய்யப் பிறந்தவன் என்பதே மனுவின் கோட்பாடு" ('பார்ப்பனியத்தின் வெற்றி' நூலை பார்க்கவும்!) என்று பல்வேறு ஆதாரங்களுடன் எழுதி இருக்கிறார்.

சூத்திரர்கள் குறித்த விரிவான ஆராய்ச்சியை இந்திய அளவில் செய்தவர் ஆர்.எஸ்.சர்மா எனப்படும் ராம்சரண் சர்மா.

ஸூக்–த்ரு–த்ர என்று பிரித்து அவர் விளக்கம் அளித்துள்ளார்.

சூத்திரர் குறித்த ஆதிசங்கரரின் விளக்கத்தை ஆர்.எஸ்.சர்மா எடுத்தாள்கிறார். மூன்று விதமான விளக்கங்களை ஆதிசங்கரர் சொல்கிறார். அவன் விரைந்து துக்கத்தில் மூழ்குகிறான், துக்கம் அவனை விரைந்து மூழ்கடித்தது, துக்கத்தில் அவன் மூழ்க விரைந்தான் என்கிறார் ஆதிசங்கரர்.

பாணினியில் இலக்கணத்தை மேற்கோள் காட்டும் ஆர்.எஸ். சர்மா, துக்கப்பட்டவர்களும் ஓடிப்போனவர்களும் உடலுழைப்பு வேலைக்கு அடிமைப்பட்டனர். அவப்பெயர் பெற்றவர்களாகவும் நலிந்தவர்களாகவும் இருந்தனர். அவர்கள் சூத்திரராக்கப்பட்டனர் என்கிறார். பாலி மொழிப் பிரதிகளில் கத்தியர், பிராமணர், கஹபதி ஆகியோர் திரும்பத் திரும்ப வளம் நிறைந்தோர் என அழைக்கப் படுகின்றனர் என்றும், சூத்திரனால் தொடப்பட்ட உணவு தீட்டா கிறது, பிராமணன் அதை உணபதற்கில்லை என்ற கருத்து முதன் முதலில் தர்ம சூத்திரங்களில் வெளிப்படுகிறது என்றும் ஆர். எஸ்.சர்மா சொல்கிறார்.

*(பண்டைய இந்தியாவில் சூத்திரர்கள், பக்கம். 51)*

இவர்கள் யார் என்பதையும் அவர் விளக்கியுள்ளார். "உண்மையில் சண்டாளர்கள் ஓர் ஆதி இனக்குழுவாக இருந்ததாகத் தெரிகிறது. இது அவர்கள் தங்களின் சொந்தப் பேச்சு மொழியைப் பயன்படுத்துவதிலிருந்து தெளிவாகிறது. ஒரு ஜைனப் பிரதியில் அவர்கள் சபரர், திராவிடர், கலிங்கர், கௌடர், காந்தாரர் போன்ற பிற இனக்குழுக்களுடன் கூடவே குறிப்பிடப்பட்டுள்ளனர்" என்றும் சொல்கிறார்.

*(பண்டைய இந்தியாவில் சூத்திரர்கள், பக்கம். 149)*

"பிராமணியமயப்படுத்தப்படுவதற்கு முன்னர் தெற்கே திராவிடர்கள் மத்தியில் தீண்டாமை நிலவியதற்குச் சான்று இல்லை. இதற்கு மாறுபட்டு தெற்கைச் சேர்ந்த சட்ட ஆசிரியர் மோதாயனரும் சில நேரங்களில் அப்பகுதியோடு தொடர்புபடுத்தப்படுகிற ஆபஸ்தம் பரும் உணவு, உடனிருக்கை ஆகிய விஷயங்களில் வடக்கிலிருந்து வந்த தர்ம சூத்திர ஆசிரியர்கள் இருவரைக் காட்டிலும் சூத்திரர் பால் குறைந்த பழமைவாதப் போக்கைக் கொண்டுள்ளனர்" என்கிறார்.

*(பக்கம். 155)*

இந்த விரிவான ஆய்வை முடிக்கும் ஆர்.எஸ்.சர்மா, சூத்திரர் உலகம் ஒரு வகையான பொதுமைப்பட்ட அடிமைத்தனத்துக்கு

உட்படுத்தப்பட்டிருந்தது என்றும், இவர்கள் குறித்து மனு வெளிப்படுத்துவது பிராமணிய வெறித்தனத்தின் கொடிய வடிவம் என்றும் சொல்கிறார். அந்த அடிமைப்பட்ட மக்களின் குரலாகத்தான் பெரியார் ஒலித்தார். அந்த பிராமணிய வெறித்தனத்துக்கு எதிராகவே பெரியார் போராடினார்.

"நான் பிறக்கிறதுக்கு முன்னும் நீங்கள் சூத்திரர், நான் இவ்வளவு போராடிய பிறகும் உங்களைச் சூத்திரர்களாக விட்டுவிட்டுத் தானே போகிறேன். அப்புறம் என்ன என்னுடைய தொண்டு" என்று தம்மையே நொந்து கொண்ட பெரியாரை எந்தளவு கொச்சைப்படுத்துகிறார் குணா... அவர்தான் அனைவரையும் சூத்திரர் ஆக்கினார் என்று! இது அறிவு அறமா?

(விடுதலை 4.11.1973)

## 18. வடவர் ஆக்கிரமிக்கவே இல்லையா?

மராட்டிய, கன்னட, தெலுங்கு ஆக்கிரமிப்புக்கு வலுச்சேர்ப்பதாக நினைத்து, தமிழ்நிலத்தில் வடவர் படையெடுப்பு இல்லை என்கிறார் குணா.

"ஆரியர் படையெடுப்புகள் விந்திய மலைக்குத் தெற்கே நிகழ்ந்ததே இல்லை. தமிழ் மன்னர்களும் வடக்கே படையெடுத்துச் சென்று பொருள் திரட்டி வந்தார்களே தவிர, அங்கே ஆள நினைக்கவில்லை. வட இந்திய வரலாற்றை, தமிழக வரலாற்றுக்குள் திணிப்பது தவறு. இது திராவிடக் கொள்கையின் முதல் தவறு" என்று சொல்லும் குணா, "ஆரியர்களோ, தங்களை ஆரியர்களாகச் சொல்லிக் கொண்ட வடவரோ தமிழகத்தில் மீது படையெடுத்த வரலாறே இல்லை. சைனம், பவுத்தம் ஆகிய ஆரியச் சமயங்களின் வழியாக மட்டும், ஆரியக் கொள்கையும் பண்பாடும் தமிழகத்தில் புகுந்தன. ஆரியச் சமய நெறிகள், வள்ளுவ மெய்யியலைக் கெடுத்துக் குறைபடுத்தி அழித்தன" (திராவிடத்தால் வீழ்ந்தோம்) என்றும் சொல்கிறார்.

வடக்கில் இருந்து எந்தப் படையெடுப்பும் நடக்கவில்லை என்பதே குணாவின் வாதம். மண்ணுக்காக மன்னர்கள் நடத்துவது மட்டும் தான் படையெடுப்பா? பண்பாட்டுப் படையெடுப்புகள் எல்லாம் படையெடுப்புகள் ஆகாவா? மண்ணுக்காக நடந்த படையெடுப்புகளால் விரட்டப்பட்ட பிறகும், துரத்தப்பட்ட பிறகும் அவர்களால் புகுத்தப்பட்ட பண்பாட்டுப் படையெடுப்புகளுக்கு அடிமையாய்க் கிடப்பதுதானே தமிழர்களின் வரலாறு!

வடவர் படையெடுத்து வந்து ஆளவில்லை என்பதற்காக வடவர்க்கு நாம் அடிமையாக இல்லை, அவர்களால் எந்தத் தொல்லையும்

இல்லை என்பது பொருளா? வடவர் படையெடுக்கவில்லை என்பதால் நல்லவர் ஆகிடுவாரா?

வடவர் இங்கே தமது ஆக்கிரமிப்பை மிகவும் தந்திரமாக நடத்தினார்கள் என்பதுதான் வரலாறு சொல்லும் உண்மை!

முதலில் தமிழகத்தை நோக்கி ஆரியர்கள் வந்தனர். அதன்பிறகு சமணர்கள், பௌத்தர்கள் மதத்துக்காக வந்தனர். (இவர்களை உள்ளே அனுப்பியர்கள் வடவரே!) சங்க காலத்தில் கிரேக்கர், சீனர், ரோமானியர் வியாபாரத்துக்காக வந்தனர். ஆட்சியை நிறுவ இசுலாமியர், களப்பிரர், கன்னடர், நாயக்கர், மராட்டியர் வந்தனர். முழுமையாகக் கைப்பற்றிப் பிரிட்டிஷார் உட்கார்ந்தனர். (இவர்களது ஆட்சியின் அதிகாரப் பீடங்களில் ஆரியர்களே அமர்ந்திருந்தார்கள்!)

தென்னிந்திய வரலாற்றை எழுதிய கே.ஏ.நீலகண்ட சாஸ்திரியே, வரலாற்றின் தொடக்கத்தை, 'தென்னிந்தியா ஆரியமயமாதல்' என்று தான் எழுதுகிறார். இமயமலை, விந்தியமலை, மேலைக்கடல், கீழைக்கடல், இந்த நிலப்பகுதியைத்தான் ஆரிய வர்த்தம் என்கிறார்.

(தென்னிந்திய வரலாறு-பக்கம். 110)

"ஆரியர்களின் தென்றிசை இயக்கம் கி.மு. 1000 இல் தொடங்கி இடையில் நின்றுவிடாமல் ஒரே சீராகவும் அமைதியாகவும் முன்னேறி, தமிழகம் தவிர ஏனைய இந்தியா முழுவதையும் தன்னுள் அடக்கிய மௌரியப் பேரரசு தோன்றுவதற்குச் சிறிது காலத்துக்கு முன்பே முடிவு பெற்றது என்பது விளங்குகிறது" என்று சொல்லும் அவர்,

(பக்கம். 114)

"தென்னிந்தியாவை ஆரிய மயமாக்கி ஆரிய நாகரிகத்தை அங்கு பரப்பிய பேரியக்கமே அகத்தியர் கதைகளில் காணப்படும் வரலாற்று உண்மையாகும்" என்றும் சொல்கிறார்.

"அசுரர்களை எதிர்த்து அகத்தியர் வெற்றி அடைந்ததன் பயனாகத் தண்டகாரண்யம் மனிதர் (ஆரியர்) வாழ்வதற்கேற்ற இடமாக மாறியது என்பதுதான் அதில் நாம் தெரிந்து கொள்ள வேண்டிய அரிய செய்தியாகும்" என்று சொல்லும் அவர்,

"ஆரிய வாழ்க்கை முறை தென்னிந்தியாவில் மெதுவாகத்தான் பரவியது. அதனால் தென்னகம் ஆரியமயமாவதற்குப் பல நூற்றாண்டுகள் ஆயின. ஏறக்குறைய கி.மு. 1000 இல் தொடங்கிய அந்த ஆரியமய இயக்கம் கி.மு.நான்காம் நூற்றாண்டில் வாழ்ந்த இலக்கணப் புலவர் காத்தியாயனருடைய காலத்திற்கு முன் முடிவுற்றதாக நம்பலாம்" என்றும் எழுதுகிறார்.

(பக்கம். 125)

ஆரியர்கள் தங்கள் இயக்கத்தை முதலில் வடமேற்கில் தொடங்கிப் பிறகு கிழக்கிலும் தெற்கிலும் நகர்ந்தார்கள் என்று சொல்லும் கே.ஏ.நீலகண்டர், தென்னிந்தியப் பார்ப்பனர்களில் ஒரு கூட்டத்தின் பெயர் பிருகச் சரணர் என்பதாகும் என்றும் அதற்குப் பெரிய இடப்பெயர்வு என்று பொருள் என்றும் சொல்கிறார். (பக்கம். 127). ஆரியர்கள், மைசூர் கோவை மதுரை ஆகியவற்றில் குடியேறித் தென்னிந்தியாவின் மற்றப் பகுதிக்குள் சென்றனர் என்றும் அவர் சொல்கிறார். தென்னிந்தியா ஆரியமயமாவதற்கு ஏழெட்டு நூற்றாண்டுகள் ஆயின என்று சொல்லும் அவர், 'அந்த நீண்ட காலத்தில் ஆரிய வாழ்க்கை முறை சிறிது சிறிதாக வேரூன்றியதன் பலனாகத் தென்னிந்தியாவில் ஒரு புதிய பண்பாடு தோன்றி வளர்ந்தது' என்றும் சொல்கிறார்.

(பக்கம். 127)

'ஆரியத் தாக்கம் கிமு 4 ஆம் நூற்றாண்டிலிருந்து மெதுவாக புகுந்தது. இதனைப் புகுத்தியவர் சமணர், பௌத்தர், வேதியர்' என்று சொல்கிறார் கே.கனகசபை.

குப்தரும், மௌரியரும், அசோகரும் படையெடுத்து வந்து கைப்பற்றவில்லை என்பது உண்மைதான். ஆனால் பண்பாட்டுப் படையெடுப்பை நடத்தினார்கள். இதனைப் புலவர் குழந்தை தமது 'தமிழக வரலாறு' நூலில் எழுதி இருக்கிறார்.

"மௌரிய அரசன் பிந்துசாரன் இதனை முதலில் செய்தான். சமண,பௌத்த துறவிகள் உள்ளே வந்தார்கள். பிந்துசாரனின் தந்தை சந்திரகுப்தன் (கிமு301) தனது இறுதிக் காலத்தில் பல்லாயிரம் சமணர்களை அழைத்து வந்தான். குரு பத்திரபாகு சுவாமியையும் அழைத்து வந்தான். 8000 பேர் தமிழகத்தை வலம் வந்தனர். சமணம் கிமு 3ஆம் நூற்றாண்டிலேயே தமிழகம் நுழைந்தது" என்கிறார் மா.இராசமாணிக்கனார்.

"அசோகன் காலத்தில் (கிமு 273-232) தமிழகத்தை வெற்றி கொள்ள முடியவில்லை. ஆனால் பௌத்தர்களை உள்ளே அனுப்பி னான். தன் மகன் மகேந்திரனையும் மகள் சங்கமித்திரையையும் அனுப்பினான். இலங்கையும் சென்றார்கள். இதற்கு கழுகுமலை கல்வெட்டு ஆதாரம் உள்ளது.

கலிங்க மன்னன் காரவேலனும் (176-163) தமிழகத்துக்குச் சமணர்களை அனுப்பினான். சங்க இலக்கியத்திலேயே ஆரியர் திராவிடர் போர் தொடங்கப்பட்டுவிட்டது" என்கிறார் புலவர் குழந்தை. இந்த மதங்களையும் மதச்சார்பானவர்களையும் பார்த்து மருண்டார்கள் தமிழ் மன்னர்கள். அரசாளப் பிறந்த இளங்கோவை அடிகள் ஆக்கியதும், வாழப்பிறந்த மணிமேகலையைப் பிக்குனி

வேடம் பூண வைத்ததும் இவர்கள்தான் என்கிறார் புலவர் குழந்தை. ஆட்சி முறையை விடுத்துச் சமய எண்ணம் கொண்டவர்களாகத் தமிழ் மன்னர்களை மாற்றியதே வடநாட்டில் இருந்து வந்த சமயத்தவர் தான்.

களப்பிரர்கள் உள்ளே நுழைய வடவர்களான சமண, பௌத்தர் களே பாதை அமைத்துக் கொடுத்தார்கள். பாண்டிய, சோழர் பகுதி களப்பிரர், விசயநகர அரசுகளின் கைக்குப் போக இந்த வடவாரிய பண்பாட்டுப் படையெடுப்புதான் காரணம்.

சமணர், பௌத்தர் எதிர்ப்பு என்ற போர்வையில் வேதியரும் உள்ளே நுழைந்தார்கள். இங்கே இருந்த சைவம் வேதியரின் குணங் களையும் கடன்வாங்கி நவீன வேதியச் சைவமாக வடிவெடுத்தது. அரசர்கள் சமண, பௌத்தர்களாக இருக்க, மக்கள் சைவர்களாக இருந்தார்கள். இது சமயப் போராகவே மாறியது. இவை அனைத்தும் வட ஆரியர்களின் நுழைவாலும், அவர்கள் இங்கிருந்த தமிழ் மன்னர்களை வசப்படுத்தியதாலும் ஏற்பட்ட வினையே!

வட ஆரியர்களை ஆக்கிரமிப்பாளர் அல்ல என்பது போல குணா எழுதுகிறார். ஆனால் குப்தபேரரசு முதலாம் சந்திரகுப்தன் தென்னிந்திய பகுதியை வென்று தக்காண மன்னர்களைச் சிறைப் பிடித்து மீண்டும் விடுதலை செய்தவன் தான். சமுத்திர குப்தனால் கைது செய்யப்பட்டு விடுவிக்கப்பட்டவர்கள் சென்னை மாகாணத் தின் வடபகுதியில் உள்ள கோட்டூர் சுவாமிதத்தன், காஞ்சிபுரம் நகர்ப் பல்லவ மன்னன், வட ஆற்காட்டில் இருப்பதாக நம்பப்படும் தேவாராட்டி நாட்டுக் குபேரன், வட ஆற்காட்டில் இருப்பதாக நம்பப்படும் குஸ்தலப்பூர் நாட்டு தனஞ்செயன் ஆகியோர். இது குணா மறைக்கும் வரலாறு!

(இந்தியச் சிறப்பு வரலாறு, ஆர்.சி.மஜூம்தார், ராய்சௌத்ரி, ஆர்.தத்தா, பக்கம். 191)

முகமதியர் வருகைக்கு முன் இந்தியத் துணைக் கண்டத்திலே நிலவிய பண்பாட்டை ஆராய்ந்தவர் ஏ.எல். பசாம் (இலண்டன் பல்கலைக் கழகத்தில் இந்திய வரலாற்று பேராசிரியர்) 'வியத்தகு இந்தியா' என்ற நூலை எழுதினார்.

"இந்தியாவில் நுழைந்த ஆரியர் ஒருமுகமாகத் திரண்டு ஒரே முறையிற் படையெடுத்து வந்தவரல்லர். மற்று இப்படையெடுப்பும் பல நூற்றாண்டுகளிற் பரந்து நிகழ்ந்தது....இக்காலத்தில் ஆரியர் அந்நிலப்பரப்பில் இயற்கையாக வாழ்ந்து வந்த உண்ணாட்டு மக்களை முற்றாக அடிமைப்படுத்தியிருந்தாரல்லர்" என்றும் சொல்கிறார். மக்களை வசப்படுத்துவதுதான், அவர்களோடு கலந்து விடுவதுதான் அவர்களது படையெடுப்புப் பாணி என்கிறார்.

ப. திருமாவேலன்

“வட இந்தியாவிலே இந்துப் பண்பாட்டு நியமங்கள் குப்தர் காலத்துக்குப் பின் ஓரளவு வீழ்ச்சியடைந்தனவாகத் தக்காணத்திலே அவை செழித்தோங்கி வளர்ந்தன. இக்காலத்தளவில் ஆரியரின் செல்வாக்குக் குடநாடு முழுவதும் ஊடுருவிவிட்டது. ஆரியருக்கும் திராவிடருக்கும் உண்டான தொடர்பால் உரங்கொண்டவொரு பண்பாட்டுக் கலப்பு உண்டானது. இப்புதிய கலப்புப் பண்பாடானது இந்திய நாகரிகம் முழுவதிலுமே தனிப்பெருஞ் செல்வாக்கைச் செலுத்தியுள்ளது. ... கிபி 4 ஆம் நூற்றாண்டு முதல் அரசு புரிந்த பல்லவ மன்னர் பல கோயில்களைக் கட்டுவித்தவராவர். அன்றியும் தென்னிந்தியாவிலே ஆரியரின் சட்டங்களும் பழக்க வழக்கங்களும் பல வேரூன்றி வளர்வதற்கு உறுதுணையாய் இருந்தவராகவுங் காணப்படுகின்றனர்...” என்கிறார். இப்படி ஆரியம் தன்வயமாக்கி வைத்திருந்த நிலத்துக்குள்தான் மற்றவர்கள் படையெடுக்கிறார்கள்.

இப்படி எல்லாம் நடந்தபிறகுதான் தமிழ்நிலத்தைக் கெடுக்க பல்லவர், முகமதியர், சுல்தானியர், மராட்டியர், நாயக்கர், பிரெஞ்சுக் காரர்கள், போர்ச்சுகீசியர், டச்சுக்காரர்கள், ஆங்கிலேயர் வரு கிறார்கள். எனவே ஆக்கிரமிப்பின் வரலாற்றை முறையாகச் சொல்ல வேண்டும்.

தொல்காப்பியத்திலேயே வடசொற்கள் புகுந்துவிட்டன. திருக்குறளில் 136 சொற்கள் உள்ளன என்பார்கள். ஆனால் பாவாணர் 16 சொற்கள்தான் வடசொற்கள் என்கிறார். பரிபாடலிலும் கலித்தொகையிலும் புராணக் கருத்துகள் அதிகம். வடசொற்களும் அதிகம். கம்பர் எடுத்துக் கொண்டதே வடமொழிக் கதையைத் தான். வில்லிபுத்தூராரின் பாரதமும் வடகதையே. அருணகிரிநாதரும் வடசொற்கள் அதிகம் கலந்து எழுதியவர். தமிழ்ச்சொற்களை வடசொற்களாக ஆக்கியது வீரசோழியம். நன்னூலில் வடவர் சார்பு உண்டு. எழுத்துக்கும் பாக்களுக்கும் வருணச்சாதிப் பாகுபாடு செய்தது பாட்டியல் நூல். சாதியைக் கொண்டுபோய்த் தமிழில் கலந்த கேடும் நடந்தது.

சங்கம் மருவிய காலம் என்பது கிமு 50 முதல் கிபி 250 வரை. இந்த 300 ஆண்டுகள் வைதீகம் தலைவிரித்தாடிய காலகட்டம் ஆகும். களப்பிரர் உள்ளே புகுந்தனர். மொழியால், ஆன்மிக மரபு களால் வேறுபட்ட களப்பிரர் தமிழ் நிலத்தை உருமாற்றினார்கள். கி.பி. 3 முதல் 6 வரையிலான நூற்றாண்டுகள் சமற்கிருதமயமாக்கலின் உச்சம் தொட்டன. வைதிகம், பௌத்தம், சமணம் ஆகிய மூன்றும் உள்ளே புகுந்தன. பாலியும் பிராகிருதமும் சமற்கிருதமும் உள்ளே நுழைந்தன. தமிழ் சிந்தனை மரபை மாற்று இறைநெறிகளும் மாற்று மொழிகளும் சேர்ந்து அழித்தன. சங்க கால நிலத் தெய்வங்கள் வைதீக வழிப்பட முருகன், சிவன், கண்ணனாக மாற்றப்பட்டன.

இவை அனைத்துக்கும் மேலாகச் சொல்ல முக்கியமான வரலாறு என்பது, சிந்துச் சமவெளியில் வாழ்ந்த தமிழ் மக்களை அங்கிருந்து தென்னகத்தை நோக்கி விரட்டியவர் வட ஆரியர் தானே!

சிந்துச் சமவெளி என்பது தமிழர் நாகரிகம். மொகஞ்சதரா, ஹரப்பா வரைக்கும் தமிழர்கள் வாழ்ந்துவந்தார்கள். அப்படியானால் அந்தத் தமிழர்களை விந்தியமலைக்குத் தெற்கே வரை இழுத்துக் கொண்டு வந்துவிட்டவர்கள் யார்? விரட்டியது யார்? ஆரியர்கள் உள்ளே நுழைந்த காலத்தில் வலிமை பெற்று இருந்த சிந்து சமவெளி தமிழர்களைத் தென்பகுதிக்கு விரட்டி வேத காலத்தை வலிமையோடு நிறுவியவர்கள் வட ஆரியர் அல்லவா? இங்கு வந்து இடம் பிடித்து ஆளாதது பெரிதா? சிந்துவில் இருந்து தமிழர்களை விரட்டியது பெரிதா?

"ஆரியர்கள் சிந்து நதியின் குடியேறியபோது அங்கு வாழ்ந்த வர்கள் தமிழர்கள். ஆரியர்களுக்கும் தமிழர்களுக்கும்தான் போர் நடந்தது" என்பார் ந.சி.கந்தையா.

''டெல்லிக்கு அண்மையில் கங்காநதி தீரத்தில் இருந்த அத்தினாபுரியாகிய தமிழர் இராச்சியம், ஆரியரின் வளர்ச்சியைப் பஞ்சாபிற்கு வெளியே செல்லாமல் தடை செய்தது. பாஞ்சாலம், விதேகம், கோசலம், விஸ்வலம், வடமதுரை, மகதம், மாளவம் முதலியன தமிழரின் மற்றைய இராசியங்களுள் முக்கியமானவை. இந்நாடுகள் இமயமலை, விந்தியமலை, கிழக்கு மேற்குக் கடல் ஆகிய எல்லைகளின் இடையே கிடந்தன. இங்கு தமிழர்க்கும் ஆரியர்க்கும் நடந்த சண்டையை இருக்கு வேதத்தில் காணலாம்" என்கிறார் ந,சி.கந்தையா.

ஆரியர் வரும்போது வடநாட்டில் நாகரிகத்தால் உயர்ந்த தமிழர் வாழ்ந்து வந்தார்கள். இவர்களின் இருப்புச் செல்வம் குறித்து ஆரியப் பாடல்கள் எடுத்துச் சொல்கின்றன. கிமு 1000 ஆம் ஆண்டுக்குப் பின் வடநாட்டு முனிவர்கள் சிலர் தமது மதத்தை பரப்பும் பொருட்டுத் தென்னாட்டு யாத்திரை செய்தார்கள். இப்படி வந்ததை இராமாயணம் சொல்கிறது.

வடநாட்டிலே ஆரியருக்கும் தமிழருக்கும் நடந்த போர்கள் மதம் சம்பந்தமானவை. புத்தர் மகாவீரரை அடுத்து ஆரியர் சிலர் தென்னாடு வந்தனர். ஆரிய மதம் கிமு மூன்றாம் நூற்றாண்டில் தென்னாட்டை அடைந்தது எனலாம். ஆனால் அது கிபி 7ஆம் நூற்றாண்டில்தான் தமிழ்நாட்டுக் கடவுள்கள் அனைத்தையும் உள்ளடக்கிக் கொண்டு தலையெடுக்கத் தொடங்கியது. சைவ, வைணவத்தை ஆரியர்கள் தமதாக்கிக் கொண்டார்கள். இதனால்

ஆட்சியாளர்களின் மதிப்பு ஆரிய மதத்துக்குக் கிடைத்தது, ஆரியப் பெண்களைத் தமிழ் மன்னர்கள் மணந்தனர்.

கிபி 3ஆம் நூற்றாண்டில் பல்லவர் ஆட்சி மலர்ந்தது. சமற்கிருதமும் பிராமணர்களும் உயர்வை அடைந்தார்கள். வடநாட்டில் இருந்து ஏராளமானவர்களைப் பல்லவர்கள் அழைத்து வந்தார்கள். ஆரியப் பார்ப்பனருக்கு மன்னர்கள் தரும் உதவியைப் பார்த்த தமிழ்ப் பார்ப்பனர்களும் அவர்களோடு சேர்ந்தார்கள்.

கோவில்களில் ஆரியம் புகுந்தது. 'ஆரியம் நன்று தமிழ் தீது' என்று உரைத்தவரை நக்கீரன் வெளுத்தது அந்தக் காலத்தில் தான்.

இதுவே பின்னர் ஆரியம் மேலாண்மை பெற்றது. தமிழ் மன்னர்கள் தமிழைத் தள்ளி வைத்தார்கள். சமற்கிருதம் புனிதமானது. கல்வியே வடமொழிக்கல்வி ஆனது. வழிபாடும் அப்படியே ஆனது, யாகங்கள் செய்யப்பட்டன. பிராமணர்களுக்குத் தானம் வழங்கப் பட்டது. அதிகமான கோவில்கள் கட்டப்பட்டன. தமிழ் மேலானது என்ற காலம், தமிழும் வடமொழியைப் போலவே சமமானது என்ற காலமானது.

தென்னாட்டுப் பார்ப்பாரும், வடநாட்டு பிராமணர்களும் ஒன்று சேர்ந்தார்கள். தென்னாட்டுப் பார்ப்பார், கோயில்கள் வழியே அதிகாரம் பெற்றனர்.கோவில் மேற்பார்வை பார்ப்பார் அனைவரும் பார்ப்பார் எனப்பட்டனர்.

வடநாட்டுப் பார்ப்பார், பிராமணர் எனப்பட்டனர். இவர்கள் சில கிரியை முறைகளை எழுதி வைத்துக் கொண்டு அம்முறைப்படி யாகங்கள் செய்தால் பெரிய நன்மைகள் உண்டாகும், மறுமையிலும் சுகம் எனக் கூறினர். இதனால் அரசர்களின் தயவைப் பெற்றனர். இதனால் நிலம், செல்வங்களை அரசனிடம் இருந்து தானமாகப் பெற்றனர். அசுவமேதம், புருஷமேதம், சோமம், கோமேதம் ஆகியவை அவர்களது யாகங்கள். விலங்குகளைத் தூக்கிப் போட்ட யாகங்கள் இவை. இதற்கு எதிராகவே உயிர்க்கொலை கூடாது என்ற புத்தம் தோன்றியது. அரச மதம் ஆவதற்காக ஆரியர்களும் கொல்லாமை பேசத் தொடங்கினார்கள். ஆரியம் தமிழ் – வடவர் என்ற பேதம் பிரிக்க முடியாத அளவுக்கு ஒன்றாக ஆனது!

"இந்திய அரசாங்க முறையில் மதக்கூறுகள் இருந்ததை இந்திய அறிஞர்கள் சொல்லக் கூச்சப்பட்டனர். மூடிமறைக்க மதச்சார்பற்ற அரசு இருந்தன என்று சொல்ல பெருமுயற்சி எடுத்தனர்" என்பார் ஆர்.எஸ்.சர்மா. வடக்கிலும் தெற்கிலும் இருந்த அனைத்து அரசு களிலும் மதக்கூறுகள் இருந்தன. தெற்கில் இருந்த அரசுகளில் அனைத்து மதங்களையும் மதிக்கும் தன்மையும் ஓரளவு இருந்தது. அது தான் வேறுபாடு. ஒருவனுடைய சாதி அல்லது சமூக வகுப்பு

தொடர்பான கடமைகளைப் பின்பற்றுவதில் அனைத்து அரசுகளும் ஒன்று போலவே இருந்தன. வர்ணம் அல்லது சாதி முறையைக் காப்பது அரசனின், அரசுவின் கடமையாகவே சொல்லப்பட்டது. அதுவே சாஸ்திரப்படி இயங்கும் அரசாகும். அதுவே மனுநீதி ஆனது.

'அரசனின் அதிகாரம் ஆயுதம் இல்லாமல்கூடத் தழைக்கும், பிராமணனின் ஆதரவு இருந்தால் அரசனைத் தோற்கடிக்கவே முடியாது' என்றான் சாணக்கியன். பிராமணர்களை வைத்துக் கொண்டு சத்திரியர்கள் அரசாண்டார்கள். பிராமணர்கள் அதிகாரம் பெற்றவர்களாக இருந்தார்கள் என்பதற்கு எது அளவுகோல்?

அரசாங்கத்தின் நிலங்கள் பிராமணர்களுக்கும், கோவில்களுக்கும் எவ்வளவு தாரை வார்க்கப்பட்டனவோ அந்தளவு அவர்களுக்கு அந்த ஆட்சியில் செல்வாக்கு இருந்தது என்பது பொருள். மௌரியர் காலத்திலும் குப்தர் காலத்திலும் பிராமணர்கள் பெற்ற நிலங்கள், பணங்கள், பொருள்களைப் போலவே இங்கே தமிழ்மன்னர்கள் காலத்திலும் நிலங்கள், பணங்கள், பொருள்கள் பெற்றார்கள். மௌரியர் காலத்தில் சத்திரியர்களும் குப்தர் காலத்தில் பிராமணர் களும் ஏற்றம் பெற்றனர். இங்கு சோழர்கள் காலத்தில் பார்ப்ப னர்கள் ஏற்றம் பெற்றனர்.

சமுத்திரகுப்தன், இரண்டாம் சந்திரகுப்தன் காலத்தில் பிராமணியக் கருத்துகள் ஏற்றம் பெற்றன.

வின்சென்ட் ஏ.ஸ்மித் எழுதினார்: "வடவரின் வெற்றி முடிந்து விட்டதுபோலக் காணப்படினும் ஏறத்தாழ மூவாயிரம் ஆண்டு களாகத் தொடர்ந்து வரும் தென்னகத் திராவிடருக்கும் வடவரின் இந்தோ ஆரியருக்கும் இடையிலான போராட்டம் இன்னும் தொடர்கிறது. வடநாடும் தென்னாட்டவரிடம்தான் இருந்தது. தென்னவர் விரட்டப்பட்டதுதான் இராமாயணக் கதை" என்று எழுதுகிறார்.

இதைத்தான் எஸ்.ஏ.டாங்கே, "தோற்கடிக்கப்பட்ட திராவி டர்கள், ஆரிய மயமானார்கள். ஆனால் அவர்களுடைய மொழியின் அடிப்படை அமைப்பை மட்டும் பாதுகாத்துக் கொண்டார்கள்" என்று எழுதினார்.

(பண்டைக்கால இந்தியா, பக்கம். 37)

தமிழ் வைணவப் பார்ப்பனர்கள் மைசூரில் குடியேறினார்கள். மராத்திப் பார்ப்பனர்கள் தஞ்சாவூர் வந்தார்கள்.

மௌரியர் காலத்துக்குப் பின்னர்தான் மனுவின் சட்டநூலுக்கு பிராமணர்கள் இறுதி வடிவம் கொடுத்தனர் என்கிறார் ஆர்.எஸ்.சர்மா.

வருணத்தைக் காப்பாற்றுபவர்கள் பிராமணர்கள் ஆனார்கள். இதனை எதிர்த்தவர்கள் சூத்திரர்களாக்கப்பட்டார்கள்.

"எந்த ஒரு பழங்குடியோ அல்லது தொழில் இனக்குழு சாதியோ ஏதுவாகிலும் பிராமணர்கள் படிப்படியாக அவற்றினுள் ஊடுருவிச் சென்றனர். அம்முறை இன்றும் தொடர்ந்து நடைபெற்று வருகிறது" என்பார் டி.டி.கோசாம்பி. தெற்கில் நடந்த பிராமண ஊடுருவல் குறித்து அவர் எழுதும்போது, "உயர்ந்த பிராமணப் பண்பாடு பழங்குடிகளின் மீது திணிக்கப்பட்டது. அல்லது அவர்களால் சுவீகரித்துக் கொள்ளப்பட்டது. அதே சமயத்தில் பரிமாற்ற உணர்வின் அடிப்படையில் பிராமணர்கள் பூர்வகாலப் பழங்குடி மரபுக் கூறுகளை ஏற்றுக் கொண்டார்கள்" என்கிறார்.

(பண்டைய இந்தியா அதன் பண்பாடும் நாகரிகமும் பற்றிய வரலாறு–பக்கம். 350)

ஆரிய வடவர் தனியாக எதற்கு நாடு பிடிக்க வேண்டும்? அவர்கள்தான் அனைத்து அரசர்களையும் அரசுகளையும் பிடித்துவிட்டார்களே! படையெடுத்து வராமல், போர் செய்யாமல், ஆக்கிரமிப்பு நடத்தாமல் அனைத்தையும் ஆரியமயமாக்கியதும் சமற்கிருத மயமாக்கியதும், வடவர் மயமாக்கியதும், இந்து மதமாக்கியதும், தமிழர் அறநெறி அழிப்பும், தமிழ் மொழி அழிப்பும் தமிழ்நிலத்தில் நடந்து முடிந்தபிறகு, மராட்டியரும், கன்னடரும், விசயநகர அரசும் வந்து தம் பங்குக்கு ஆரிய நெறியை வைத்தே ஆளத் தொடங்கின. இதைப் பெரியார் பேசினார். உண்மைத் தமிழ்த் தேசியர் பேச வேண்டிய உண்மை வரலாறு இதுதான்!

## 19. எப்போதோ கைவிடப்பட்டது 'திராவிடநாடு'

மொழிவாரிமாகாணமாகப் பிரிந்து 1956இல் தமிழ்நாடு தனியாக உருவானபிறகு பெரியார், 'தமிழ்நாடு' என்ற சிந்தனைக்கு முழுமை யாக வந்துவிட்டார். 1956 ஆவது ஆண்டிலேயே 'தனித்தமிழ்நாடு' என்று பேசத்தொடங்கி 1973 வரை பேசினார். அவரை இன்னமும் 'திராவிடநாடு கேட்டவர்' என்று சொல்வது குருட்டுத்தனமல்லவா? வரலாற்றை இவர்கள் படிக்க மறந்து விட்டு, அவரை விமர்சிப்பது அறிவு வஞ்சகம் அல்லவா?

1956க்குப் பிறகு பெரியார் கேட்டது தமிழ்நாடா? திராவிடநாடா? தமிழ்நாடு தான்! 'திராவிட நாடு என்ற சொல்லைப் பயன்படுத்தக் கூடாது' என்று பெரியாரே சொன்னார் அதன்பிறகு!

பேரறிஞர் அண்ணாதான் 'திராவிடநாடு' கேட்டார். இது தவறு என்று, 'தமிழ்நாடா? திராவிடநாடா?' என்று அப்போதே நூல் எழுதியவர் ஆசிரியர் கி.வீரமணி. எனவே பெரியாரே 1956க்கு

பிறகு பேசாததை அவரது கொள்கையாக இவர்கள் உருவகப்படுத்து கிறார்கள் என்றால் இவர்களது உள்நோக்கம் புரியத்தக்கதே!

'திராவிட நாடு திராவிடருக்கே' என்று சொல்லி வந்த பெரியார், 'சுதந்திரத் தமிழ்நாடு' என்றே 1956க்குப் பிறகு அதிகம் பேசத் தொடங்கினார். இது அப்போதே விமர்சனத்துக்குள்ளானது. பெரியார் தமது கொள்கையைக் கைவிட்டுவிட்டார், பின்வாங்கி விட்டார், இலட்சியத்தில் இருந்து தடுமாறிவிழுந்துவிட்டார் என்றெல்லாம் சொன்னார்கள், எழுதினார்கள். இதற்குப் பதிலளிக்கும் விதமாகத்தான் 'தமிழ்நாடா? திராவிட நாடா?' என்ற கேள்விபதில் வடிவ நூலை ஆசிரியர் கி. வீரமணி எழுதி வெளியிட்டார்.

"திராவிடக் கொள்கை தமிழக அரசியல் வாழ்வியலின் மீது முக்கால் நூற்றாண்டுகளாக அழுந்தக் குந்திக் கிடந்ததனால் தமிழுக்கும் தமிழரினத்திற்கும் நன்மைகளைவிடத் தீமைகளே மிகுந்தன."

*(திராவிடத்தால் வீழ்ந்தோம்-முன்னுரை)*

'அரை நூற்றாண்டுகளாகத் தமிழகத்தை ஆட்கொண்டு நின்ற திராவிடக் கொள்கையியலே தமிழரினம் மேன்மேலும் கெட்டமைக் கான பெரிய காரணம்" என்கிறார் குணா.

'திராவிடர் கழகம்' என்று பெயர் வைத்திருந்தாலும் அது தமிழர் கழகமாகத்தான் செயல்பட்டது. சுயமரியாதை இயக்கம், நீதிக்கட்சி, திராவிடர் கழகம் என 1925க்கும் 1944க்கும் மத்தியில் மூன்று இயக்கங்களுக்கு அவர் தலைமை வகித்தாலும் கொள்கை ஒன்றுதான். அது தமிழர் நலன். தமிழர் மேம்பாடு. தமிழர் எழுச்சி.

1929 - செங்கல்பட்டு சுயமரியாதை மாநாடு முதல் 1973 தமிழர் இழிவு நீக்க மாநாடு வரை நிறைவேற்றப்பட்ட தீர்மானங்களில் ஒருசிலவற்றைப் பார்த்தாலே பெரியாரின் உள்ளம் புரியும்.

1929 - செங்கல்பட்டு சுயமரியாதை மாநாட்டுத் தீர்மானத்தில் கல்வி நிறுவனங்களில் தாய்மொழி, அரசாங்க மொழி தவிர வேறு எந்த மொழிக்கும் அரசு பொதுப்பணத்தைச் செலவு செய்யக் கூடாது என்று தீர்மானம் போட்டவர் பெரியார்.

1931 - விருதுநகர் சுயமரியாதை மாநாட்டில், தேசியத்தின் பெயரால் இந்தி மொழி கற்க வேண்டுமென்பதை வருணாசிரமத்தை ஆதரிப்பது என்று கண்டித்துத் தீர்மானம் போட்டவர் பெரியார்.

1940 - திருவாரூர் தென்னிந்திய நல உரிமைச் சங்க மாநாட்டில், ஸ்ரீ என்ற ஆரிய வார்த்தையை வைத்துத் தமிழை அலட்சியப்படுத்தாமல் திரு என்ற தமிழ்ச் சொல்லைப் பயன்படுத்த வேண்டும் என்று தீர்மானம் போட்டவர் பெரியார். (இம்மாநாட்டில்தான் 'திராவிட நாடு' தீர்மானம் முதன் முதலாகப் போடப்பட்டது).

*1948* - தூத்துக்குடி திராவிடர்கழக 18வது மாகாண மாநாட்டில், திராவிட நாகரிகத்துக்கும் முன்னேற்றத்துக்கும் உரிமைக்கும் விடுதலைக்கும் தடையாகவும் புறம்பாகவும் உள்ள பேச்சு வழக்கற்ற வடமொழியைத் திராவிட நாட்டுப் பள்ளிகளில் கட்டாயப் பாடமாக்கு வதைக் கண்டித்துத் தீர்மானம் போட்டவர் பெரியார். இதே மாநாட்டில், இந்தி மொழியை உபயோகிக்கக்கூடாது என்றும் தீர்மானம் போட்டவர் பெரியார். இதே மாநாட்டில் எல்லாக் கல்லூரிகளிலும் தமிழ் பயிற்று மொழியாகவும், தொழிற் கல்லூரிகளிலும் தமிழ் பயிற்று மொழியாகவும் இருக்க வேண்டும் என்றும் தீர்மானம் போட்டவர் பெரியார்.

*1948* - ஈரோடு திராவிடர் கழகச் சிறப்பு மாநாட்டில், இந்தி எதிர்ப்புப் போருக்குப் போடப்பட்ட தடையை மீற வேண்டும் என்று தீர்மானம் போட்டவர் பெரியார். இந்தி நுழைவால் இந்நாட்டில் கலையும், பண்பும், நாகரிகமும் கெடுவதோடு சிறு குழந்தைகளின் கல்வி வளர்ச்சிக்கே இம்முறை கேடு பயக்கும் என்று தீர்மானம் போட்டவர் பெரியார்.

*1949* - தஞ்சை திராவிட மாணவர் கழக மாநாட்டில், திருக் குறளைப் பரப்பும் பணியில் மாணவர்கள் அதிதீவிரமாக ஈடுபட வேண்டும் என்று தீர்மானம் போட்டவர் பெரியார்.

*1950* - திருவத்திபுரம் திருக்குறள் மாநாட்டில் இந்துத்துவாவிற்குப் பதிலாக திருக்குறளை அடிப்படையாகக் கொண்டு திராவிடர்களுக்குத் தனியே ஒரு சட்டம் நிறைவேற்ற வேண்டும் என்று தீர்மானம் போட்டவர் பெரியார்.

*1950* - திருச்சி சுரண்டல் தடுப்பு மாநாட்டில் இந்திப் பெயர்களை இரகசியமாக அழிக்க வேண்டாம், வெளிப்படையாக அழியுங்கள் என்று தீர்மானம் போட்டவர் பெரியார்.

*1956* - இராமநாதபுரம் மாவட்டத் திராவிடர் கழக 3வது மாநாட்டில், சென்னை ராஜ்யத்தை இனிமேலாவது தமிழ்நாடு என்றே வழங்க வேண்டுமென்றும், தமிழை உடனடியாக ஆட்சி மொழியாக ஆக்க வேண்டுமென்றும் தீர்மானம் போட்டவர் பெரியார். (1956 நவம்பர் 1 தான் மொழிவாரி மாகாணம் பிரிந்தது. ஆனால் இத்தீர்மானம் சூலையில் போடப்பட்டது!)

*1956* - மயிலாடுதுறை சாதி ஒழிப்பு மாநாட்டில், கோவில்களில் தமிழ் மொழியிலேயே அர்ச்சனை செய்ய வேண்டும், தமிழர்களையே அர்ச்சகர்களாக நியமிக்க வேண்டும் என்று தீர்மானம் போட்டவர் பெரியார்.

*1956* - கோவை மாவட்டத் திராவிடர் கழக மாநாட்டில், தமிழை ஆட்சிமொழியாக்கத் தீர்மானம் போட்டவர் பெரியார்.

சென்னை மாநிலத்தில் இருக்கும் கேரள, கன்னட அதிகாரிகளை அவர்கள் மாநிலத்துக்கு அனுப்பத் தீர்மானம் போட்டவர் பெரியார்.

1958 - மன்னார்குடி திராவிடர் கழக மாநாட்டில், பண்டைக் காலத்தில் உலகமே கண்டு வியக்கும் பேரரசாக விளங்கிய தமிழ்த் திருநாடு இன்று அடிமைப்பட்டுக் கிடக்கிறது, தமிழ் மக்கள் சிறுபான்மைத் தன்மையினால் அடிமைகள் என்ற நிலைக்கு ஆளாகி இருக்கிறார்கள். அடிமை விலங்கைத் தகர்த்து விடுதலை பெறுவது என்பது இன்றியமையாததாகி விட்டது என்று தீர்மானம் போட்டவர் பெரியார்.

1961 - பொன்மலை சுயமரியாதை மாநாட்டில் தமிழில் பிரார்த்தனை செய்யப்படாத கோவிலுக்குள் தமிழர்கள் செல்லக் கூடாது என்று தீர்மானம் போட்டவர் பெரியார்.

1962 - சென்னை திராவிடர் கழக மாநில மாநாட்டில், தமிழர் களுக்குக் கர்ப்பக்கிரகத்துக்குள் செல்லும் உரிமை, தமிழர்கள் பூசாரியாக ஆகும் உரிமை, தமிழில் வழிபாடு செய்யும் உரிமை, தமிழர்களே ஆட்சிப் பணிகளில் இருக்க வேண்டும் என்று தீர்மானம் போட்டவர் பெரியார்.

1973 - சென்னை தமிழர் இன இழிவு நீக்க மாநாட்டில், தமிழர் சமுதாய இழிவினை மாற்றுகின்ற கோரிக்கைகளை ஏற்றுக் கொள்ளாமல் டில்லி அரசாங்கம் மறுக்குமானால் எங்களைச் சூத்திரர்களாக இழிபிறவிகளாக ஆக்கும் ஆட்சியின் கீழ் நாங்கள் குடிமக்களாக இருக்கச் சம்மதம் இல்லை என்று தீர்மானம் போட்டவர் பெரியார்.

இப்படிப்பட்ட பெரியாரையா கொச்சைப்படுத்துகிறீர்கள்? இல்லை, பெரியாரைக் கொச்சைப்படுத்துவதாக நினைத்து உங்களை நீங்களே கொச்சைப்படுத்திக் கொள்கிறீர்கள்.

## 20. பொட்டுக்கட்டிகள் இயக்கமா?

திராவிட இயக்கத்தையே பொட்டுக்கட்டிகள் இயக்கம், தேவடியாள் வகை சாதியினர் என்று கொச்சை வரலாறு எழுது கிறார் குணா. அதாவது யாரையாவது கொச்சைப்படுத்த, தாமே ஒரு கொச்சை வரலாற்றை வடிவமைத்துக் கொள்வது அவரது பாணிகளில் ஒன்று.

"இருபதாம் நூற்றாண்டின் முற்பாதியில் தமிழகத்திற்குத் திரைப்படத் தொழில் வந்தது. இந்தத் தொழிலில் முதன்முதலில் புகுந்தவர்கள் தேவதாசிச் சாதியினரான பொட்டுக்கட்டிகளும் பிராமணர்களுமே ஆவர். இப்பொட்டுக்கட்டிகளும் பிராமணர் களும் கோயிலை நம்பியே வாழ்ந்தவர்கள். இவர்களிடையே அரத்த

உறவும் உண்டு. திரைப்படத் தொழிலில் புகுந்தபோது அப் பொட்டுக் கட்டிகளுக்கும் பிராமணர்களுக்கும் இடையில் மூண்ட பூசலும் பிணக்குமே பிராமண எதிர்ப்பு இயக்கம் தோன்றக் காரணமானது. திராவிட இயக்கத்தின் பெருந்தலைகள் பெரும்பாலோர் அதனால் பொட்டுக்கட்டிச் சாதியினராக இருப்பதே கண்கூடு. இப் பொட்டுக் கட்டிகள் மக்கள் தொகையில் மிகச்சிறிய பிரிவினராவர். ஆகவே பொட்டுக்கட்டும் வழக்கம் ஏறத்தாழ இல்லாத தமிழ்ச் சாதி யினரையும் அழைத்து உட்கார வைத்துக் கொண்டு அந்தப் பொட்டுக்கட்டிகள், 'நாமெல்லாம் சூத்திரர்' எனக் கூறி ஆள்கூட்டப் பார்த்தனர். வரலாறும் உண்மையும் தெரியாத பேதைத் தமிழர்கள் அதற்குத் தலையாட்டினர். அப் பேதைத் தமிழர்கள் தங்களின் தலை மீது தாங்களே சூத்திரர் என்ற நரகலை வாரித் தூற்றிக் கொண்டனர்'' என்று நரகலைத் தூற்றுகிறார் குணா.

(நாற்றங்கால்–பக்கம். 167)

தேவரடியார்க்குப் பிறந்தவர்களையே 'சூத்திரர்' என்றார்களாம். பெரியார், அனைவரையுமே சூத்திரர் என்று சொல்லி விட்டாராம். அறிஞர் கண்டுபிடித்திருக்கிறார். வடுக மன்னர்கள்தான் கன்னட, வடுகர்களை இப்படிப் பயன்படுத்தினார்களாம்.

தேவரடியார்க்குப் பிறந்தவர்கள் தான் சூத்திரர்கள் என்று எதில் இருக்கிறது? இவர் எதில் இந்தத் தவறான பாடத்தைப் படித்தார்? இவராகவே அப்படிச் சொல்லிக் கொள்கிறார். அவ்வளவு தான்.

இறைவனின் ஊழியர்கள் என்று பொருள் கொள்ளப்படும் இம்முறையினரைத் தமிழில், 'தேவரடியார்' என்றும் சமற்கிருதத்தில், 'தேவதாசிகள்' என்றும் அழைத்தார்கள். நடன மங்கையர், தேவரடியார், பதியிலார், தளிச்சேரிப் பெண்டிர், எம்பெருமானடியார், அடுக்களைப் பெண்டுகள், நர்த்தகிகள், கணிகையர், ருத்ர கணிகையர், தாசிகள், தாசி ஊழியம், அடிகள்மார், கூத்திகள், மாணிக்கத்தார், வெள்ளாட்டிகள், தேவனார் மகளார், தலைக்கோலி, நக்கன் என்றும் அழைக்கப்பட்டார்கள் என்கிறார் முனைவர் கே.சதாசிவன். (தமிழகத்தில் தேவதாசிகள்). இவர்கள் கேரளாவில் தேவிடிகள், நங்கைமார், குடிக்காரிகள், முறைக்காரிகள் என்றும், கர்நாடகாவில் பொட்டி, ஜோக்கி என்றும், ஆந்திராவில் ஸானிகள் என்றும் அழைக்கப்படுகிறார்கள். ஒரிசா, அஸாம், பம்பாயிலும் இந்த வழக்கம் இருந்தது என்கிறார் கே.சதாசிவன். குணா சொல்வதைப் போல எங்கும் இவர்கள் சூத்திரர்களாக அழைக்கப்படவில்லை.

இப்படிப் பெண்களை புனிதமான சேவைக்கு அர்ப்பணிப்பது உலகளாவிய பழக்கம் என்றும் அது உலகில் எங்கெல்லாம் பரவி

இருந்தது என்பதையும் கே.சதாசிவன் சொல்கிறார். கி.மு.2090 முதல் இதற்கு வரலாறு சொல்லும் கே.சதாசிவன், பாபிலோனை இதன் தொடக்கம் என்கிறார். தமிழகத்தைப் பொறுத்தவரை, கிபி 5 மற்றும் 6ஆம் நூற்றாண்டுகளில் இறுதிப் பகுதியில் இது ஒரு நிறுவனமாக உருவானது எனத் தோன்றுகிறது. பக்தி இயக்கத்தின் ஆகம மரபுகளின் தாக்கத்திற்கு உள்ளான பல்லவர்களாலும் பாண்டியர்களாலும் ஆதரிக்கப்பட்ட இந்த நடைமுறை ஒரு நிறுவன மயமாக்கப்பட்டது. சோழர்கள் மற்றும் பிற்காலப் பாண்டியர்களின் தாராளமான ஆதரவின்கீழ், தமிழ்நாடு முழுமைக்கும் இது விரிவாக்கப்பட்டது. முஸ்லீம் ஆக்கிரமிப்பின் கீழ் இது சற்றுப் பின்னடைவைச் சந்தித்தது. விஜயநகரப் பேரரசுகளின் அதிகாரத்தின் கீழ் இது முன்பைவிட மேலதிகத் தீவிரத்துடன் மீண்டும் தோன்றியது. விஜயநகர சாம்ராஜ்யத்தின் இறுதிக் காலத்தின் போது இது சரிவை நோக்கி நகரத் தொடங்கி நாயக்கர்களின் ஆட்சியின் கீழ் முழுமையாக நலிந்து கீழ்நிலைக்குச் சென்றது" என்கிறார் முனைவர் சதாசிவன்.

(தமிழகத்தில் தேவதாசிகள்–பக்கம். 19)

கிபி 4, 5ஆம் நூற்றாண்டுகளில் சோழ மன்னனாக இருந்த கோச்செங்கணான் ஆட்சிக் காலத்தில் ஆலய வழிபாட்டில் நடனமும் நடனப் பெண்களும் அறிமுகம் செய்யப்பட்டார்கள் என்று அவர் ஆய்வாதாரம் காட்டுகிறார். 7, 8, 9ஆம் நூற்றாண்டில் பல்லவர், பாண்டியர் காலம் இம்முறையை வளர்த்துள்ளது. இசுலாமியப் படையெடுப்புகளால் தேவதாசி முறை (கிபி 1310–1378) வீழ்ச்சியைச் சந்தித்தது. இவர்களில் பலர் கட்டாயமாகத் திருமணம் செய்து வைக்கப்பட்டனர். இதன்பிறகு உருவான விசயநகர ஆட்சியில் மீண்டும் (கிபி 1352–1565) மீண்டும் புத்துயிர் பெற்றது. குமார கம்பணன், இதை மீண்டும் அறிமுகம் செய்தான். நாயக்கர் ஆட்சியில் (கிபி 1565 – 1800) தேவதாசி முறையின் வீழ்ச்சியின் அடையாளங்கள் தெரிந்தன. இக்கால கட்டத்தில் அவர்கள் கோவில்களில் இருந்து வெளியே அரசு விழாக்களுக்கு வந்தனர். கோவில்களுக்குள் மட்டுமே இருந்த அவர்களது வாழ்க்கை சமூக வாழ்க்கையாக மாறுகிறது. அரசுகள், அதிகார வகையில் சிதையும் போது கோவில்களைக் காப்பாற்ற முதலீடுகள் செய்ய மறுக்கின்றன. கோவில்களை நம்பி வாழ்வோர், வீதிக்கு வருகிறார்கள். கோயில்களுக்குள் இருந்து, பின்னர் இழந்த பொருளாதாரத்தைச் சமூகத்தில் தேடத் தொடங்குகிறார்கள். ஜமீந்தார்களின் சொத்தாக மாறினார்கள். ஜமீந்தார்களும் சொத்துக்களை இழக்கும் போது பணம் இருக்கும் இடத்தைத் தேடிச் சேர்கிறார்கள். இப்படிக் கோவில்களால், கோவில் அதிகாரத்தால், பார்ப்பனர்களால், சமயத்தால், சமயப் பீடங்களால்,

அரசால், அதிகார வர்க்கத்தால், பணக்காரர்களால், ஜமீன்களால் சிதைவுக்கு மேல் சிதைவைச் சந்தித்த சமூகம்தான் தேவதாசிச் சமூகம்.

இந்த இருபதாம் நூற்றாண்டிலும் படித்த அறிஞர் ஒருவரால் பொட்டுக்கட்டிகள் என்று கொச்சைப்படுத்தி எழுத முடியுமானால், இருநூறு ஆண்டுகளுக்கு முன்னால், அதற்கும் முன்னால் அவர்களது நிலைமை எப்படி இருந்திருக்கும்?

இந்திய சமூகத்தில் பிரிட்டிஷாரின் அரசியல், பொருளாதாரப் படையெடுப்புக்கு எத்தனையோ எதிர்வாதங்கள் வைத்தாலும் சமூக ரீதியான அவர்களது நுழைவே பல்வேறு சீர்திருத்தங்களுக்குக் காரணம் ஆனது.

கோவில் என்ற வழிபாட்டுரிமை நீங்கலாக, மற்ற அனைத்திலும் இருந்த சமத்துவமின்மையை அவர்களது பல்வேறு சட்டங்கள் உடைத்தன. அதில் பல பெண்கள் வெளியேறினார்கள். அவர்களை அன்றைய சனநாயக இயக்கங்கள் அரவணைத்தன.

குணா சொல்வதைப் போல இவர்கள் குறிப்பிட்ட சாதியைச் சேர்ந்த பெண்கள் அல்ல. இதனை 1901 ஆம் ஆண்டில் எடுக்கப்பட்ட மக்கள் தொகை கணக்கெடுப்பு அறிக்கையும் சொல்கிறது. "தமிழ் நாட்டுக் கோயில்களில் நடனமாடும் பெண்களே தாசிகள் அல்லது தேவதாசிகள் எனப்படுவோர் ஆவர். இவர்கள் நடனமாடியும் பாட்டுப் பாடியும் வாழ்க்கை நடத்துகின்றனர். இவர்களுடைய தொழில் உலகத்திலேயே மிகத் தொன்மையான தொழில் என்று கருதப்படுகிறது. தொடக்கத்தில் வேற்று சாதிகளைச் சேர்ந்த ஆண் பெண்களின் கூடாவொழுக்கத்தின் மூலம் பிறந்த பெண்களே கோயில்களில் தேவதாசிகளாக்கப்பட்டனர். ஆனால் நாளடைவில் மற்ற வகுப்பினர்கள் கோயில்களுக்குப் பெண்களைத் தானமாக வழங்கியதாலும் பெண்களை அடிமையாக விலைக்கு வாங்கியதாலும் தேவதாசிகள் குலம் உருவாகியது" என்று சொல்லப் பட்டுள்ளது.

*(மூவலூர் இராமாமிர்தம் அம்மையார், முனைவர் வளர்மதி, பக்கம். 44)*

தேவதாசி ஒழிப்புச் சட்டத்தைக் கொண்டு வந்த மருத்துவர் முத்துலட்சுமி, "இந்து மதத்தில் பல மாவட்டங்களில் வெவ்வேறு பெயர்களைக் கொண்ட பல சாதிகளிலிருந்தும் தேவதாசிகள் ஆக்கப்படுகிறார்கள். அவர்களுடைய எண்ணிக்கை மற்ற இந்துப் பிரிவுகளிலிருந்து தத்து எடுத்து எண்ணிக்கை குறையாமல் பார்த்துக் கொள்ளப்படுகிறது. வயதான தேவதாசிகள் வீரியமற்றவர்களாகப் போகும் போது, அவர்கள் மற்ற ஏழை இந்து சாதியினரிடமிருந்து பெண்களை விலைக்கு வாங்குகிறார்கள். இந்து சமயத்தின் ஒவ்வொரு

சாதியும் ஏதோ ஒரு நேரத்தில் வாழ்க்கையின் இந்த இன்னலையும் இழிவையும் பகிர்ந்து கொள்ள வேண்டி வருகிறது" என்று சட்டசபையில் பேசியிருக்கிறார். எனவே இதனைக் குறிப்பிட்ட சாதி, மொழிச் சிமிழுக்குள் குணா அடக்குவது உண்மைக்கு மாறானது.

(டாக்டர் முத்துலட்சுமி ரெட்டி சுயசரிதை, பக்கம். 179)

மேலும், இவர்களைப் பரத்தையர் என்றும், இம்முறையையே பரத்தை முறை என்றும் இழிவுபடுத்துகிறார் குணா. 'தேவரடியாள்களுக்கு' என்றும் சொல்கிறார். இதுவே அடிப்படையில் தவறானது. கோவில்களுக்காக ஒப்படைத்துக் கொண்டவர்கள் 'தேவரடியார்கள்' என்று அழைக்கப்பட்டார்கள். இன்றைய 'தேவடியாள்' சொற்பயன் பாட்டை அவர்களோடு ஒப்பிடுவது அடிப்படையில் தவறானதாகும்.

அன்றைய தேவரடியார் அனைவரையும் பாலியல் தொழிலாளிகளாக பார்ப்பதைப் போன்ற மூடத்தனம் எதுவுமில்லை. இதற்கான விளக்கத்தை மருத்துவர் முத்துலட்சுமி அப்போதே சட்டமன்றத்தில் வைத்துள்ளார். "இத்தகைய கோவில்களுக்கு அர்ப்பணிக்கப்படும் பெண்கள் விபச்சார இனத்தைச் சேர்ந்த பெண்கள் அல்லர். அவர்கள் பழம் மரபிற்கும் பழக்க வழக்கங்களுக்கும் மதக் கோட்பாடு என்று தவறாகக் கருதப்பட்டவைக்கும் பலியானவர்கள். தவறிழைப்பது அவர்களுடைய இயல்பு அல்ல. இந்தச் சமூகங்களில் சில நல்ல தூய்மையான பெண்கள் தங்களது சாதி விதிகளையும் இளம் வயதிலிருந்தே கொடுக்கப்பட்ட பயிற்சிகளையும் மீறித் தங்கள் கன்னித்தன்மையைத் தக்க வைத்துக் கொண்டுள்ளனர்.." என்று சொல்லி இருக்கிறார்.

(டாக்டர் முத்துலட்சுமி ரெட்டி சுயசரிதை-பக்கம். 187)

சுயமரியாதை இயக்கத்தைக் கொச்சைப்படுத்துவதாக நினைத்து மொத்தப் பெண்குலத்தையும் கொச்சைப்படுத்துகிறார் குணா.

கோவிலின் பேரால் இழைக்கப்படும் இக்கொடுமையை ஆரம்ப காலத்தில் இருந்து பெரியார் எதிர்த்தார். கோவில் என்பது தமிழர்களையும் பெண்களையும் இரத்தம், பால் ரீதியாக இழிவுபடுத்தும் மையமாக இருப்பதைத் தொடக்கத்தில் இருந்தே எதிர்த்தவர் அவர். புனிதம் என்ற பெயரால் நடக்கும் அசிங்கங்களை அருவருப்புகளைத் துடைத்தெறிய முயன்றார். அதேபோலத்தான் தேவதாசியர் விடுதலைக்காகவும் போராடினார்.

1925ஆம் ஆண்டு மூவலூர் இராமாமிர்தம் ஒரு மாநாட்டை மாயூரத்தில் நடத்தினார். இந்த மாநாட்டை 'நாக பாசத்தார் சங்கம்' சார்பில் இராமாமிர்தம் நடத்தினார். காங்கிரசு இயக்கத்தில் ஈடுபாடு கொண்ட அவர், திரு.வி.க.வின் 'நவசக்தி' இதழின் நேயர். அதனால் அம்மாநாட்டுக்குத் திரு.வி.க.வையும் பெரியாரையும் அழைத்தார்.

இருவரும் அம்மாநாட்டில் கலந்து கொண்டு பேசினார்கள். இதன்பிறகுதான் காஞ்சிபுரம் காங்கிரசு மாநாடு நடக்கிறது. பெரியார் வெளியேறுகிறார். சுயமரியாதை இயக்கம் தொடங்குகிறார். ‘தேவதாசிகளுக்கு ஓர் எச்சரிக்கை’ என்று எழுதி இராமாமிர்தம் இப்பிரச்னையை பொதுச் சமூகத்துக்குக் கொண்டு வந்தார். இராமாமிர்தம் நடத்திய இரண்டாவது மாநாட்டிலும் திரு.வி.க.வும் பெரியாரும் கலந்து கொண்டனர்.

*(குடிஅரசு 13.12.1925)*

1927ஆம் ஆண்டு மயிலாடுதுறைக்கு காந்தி வருகிறார். அவரைத் தேவதாசி இனப் பெண்கள் சென்று சந்திக்கிறார்கள். இதன் பிறகு நடந்த பொதுக்கூட்டத்தில் பேசிய காந்தி, ‘தேவதாசிகள் என்று அழைப்பதன் மூலமாகக் கடவுளை நாம் அவதூறு செய்கிறோம்’ என்று பேசினார். அங்கிருந்து காரைக்குடி சென்ற காந்தி, அங்கும் இவர்களைப் பற்றிப் பேசினார்.

காந்திக்கு ஏற்கெனவே, மருத்துவர் முத்துலட்சுமி இது தொடர்பாகக் கடிதம் எழுதி இருக்கிறார். அன்றைய சென்னை மாகாணச் சட்ட மன்றத்தில் இருந்த மருத்துவர் முத்துலட்சுமி, இது தொடர்பாக ஒரு சட்ட முன்வடிவைக் கொண்டுவந்தார். தேவதாசி முறையைத் தடை செய்வதும், பொட்டுக் கட்டினால் தண்டனை என்றும் அச்சட்டம் சொன்னது. வழக்கம் போல், யாரையாவது முதுகுக்குப் பின்னால் அனுப்பும் பார்ப்பனீயம் இதனையும் அப்படியே எதிர்கொண்டது.

இந்தச் சட்டம் கூடாது என்று தேவதாசிப் பெண்கள் என்று சொல்லிக் கொள்ளும் துரைக்கண்ணு, பார்வதி ஆகிய இருவர் கடிதம் அனுப்பினார்கள். இதனைக் கண்டித்துக் ‘குடிஅரசு’வில் பெரியார் தலையங்கம் எழுதினார். ‘அந்த இரண்டு பெண்களும் இப்படி எழுதி இருக்க மாட்டார்கள், வேண்டுமானால் இந்தத் தொழிலில் இருக்கும் சில மாமாக்கள் தங்கள் வருமானம் போய்விடும் என்று நினைத்து இப்படி எழுதி இருக்கலாம்’ என்றது அத்தலை யங்கம்.

இது புனிதமான காரியம் என்றால் ஏன் ஒரு குறிப்பிட்ட சமுதாயம் செய்யவேண்டும், எல்லாச் சமுதாயமும் இச்சேவையைக் கொஞ்சம் பிரித்துக் கொள்ளலாமே என்றும் அத்தலையங்கம் கேட்டது.

*(குடிஅரசு 30.10.1927)*

அமெரிக்காவைச் சேர்ந்த காதரின் மேயோ, ‘இந்திய மாதா’ என்ற நூலை எழுதினார். இந்நூல் 1928 ஆம் ஆண்டு தமிழில் வெளியானது. இந்தியச் சமூகத்தில் மிகுந்த சர்ச்சையை ஏற்படுத்தியது.

இந்து மதச் சடங்குகள், வைதீகக் கொடுமைகள், பிராமணியம், தேவதாசி முறை, சிறுவர் திருமணங்கள் ஆகியவற்றைக் கடுமையாக போட்டுடைத்த நூல், இதனை, ‘சாக்கடைத்தனமான ஆராய்ச்சி’ என்று எழுதினார் காந்தி. மேயோ கூற்று மெய்யோ, பொய்யோ என்று சுயமரியாதை இயக்கத்தைச் சேர்ந்த கோவை அய்யாமுத்து, ‘குடிஅரசு’ இதழில் தொடராக எழுதினார்.

1929 பிப்ரவரி 2 மீண்டும் சட்டமுன்வடிவை முத்துலட்சுமி தாக்கல் செய்தார். அதனைச் சத்தியமூர்த்தி எதிர்த்தார். இது புனிதமான தொழில் என்றார் சத்தியமூர்த்தி. உங்கள் குடும்பத்தில் இப்படி யாரையாவது அனுப்புவீர்களா என்று முத்துலட்சுமி கேட்டார். இந்தச் சட்டமசோதா பெரியாருக்கு அனுப்பி வைக்கப்பட்டு அவரது கருத்துக் கேட்கப்பட்டது. கருத்தே கேட்கவேண்டாம், நிறைவேற்றலாம் என்றார் பெரியார். அப்போது முத்துலட்சுமி, இராமாமிர்தம் உள்ளிட்டோருக்குத் துணையாக இருந்தது சுயமரியாதை இயக்கம். 1929 செங்கல்பட்டுச் சுயமரியாதை இயக்க மாநாட்டில் தமது நட்பு வட்டாரத்துடன் பங்கேற்றார் இராமாமிர்தம். இம்மாநாட்டை யொட்டித் ‘திராவிடன்’ இதழ் வெளியிட்ட மலரில் முத்துலட்சுமி ‘தேவதாசி மசோதா’குறித்த கட்டுரையை எழுதியுள்ளார். ‘தேசத்தில் சுயமரியாதை உணர்ச்சி ஏற்பட்டு வருகிறது’ என்று அதில் குறிப்பிட்டிருப்பார். இரண்டாவது சுயமரியாதை மாநாட்டுக்கு (1930) இராமாமிர்தம் தலைமை வகித்தார். ஆனாலும் பல்வேறு தடங்கல்கள் ஏற்பட்டன. இதற்கான காரணங்களை முழுமையாக விளக்கி மருத்துவர் முத்துலட்சுமி எழுதிய, ‘சங்கீதத்தாலும் நாட்டியத்தாலும் ஏற்படும் தீமை’ கட்டுரை ‘பகுத்தறிவு’ இதழில் வெளியானது. (1.2.1936). ‘நம் சமூகத்தில் தலைதூக்கி நிற்கும் தீயவழக்கங்களில் சிலவற்றைப் புத்திசாலித் தனமான பிரச்சாரம், சட்டங்களின் மூலம் சமீபத்தில் ஒழிக்கலாம் என்றுதான் நாம் எவ்வாறு நம்ப முடியும்?’ என்று அதில் கேட்டுள்ளார் முத்துலட்சுமி. பிறகு 1947 ஆம் ஆண்டுதான் தேவதாசி முறை ஒழிப்பு மசோதா நிறைவேறியது. கோவிலுக்கு அர்ப்பணிப்பதை இச்சட்டம் தடை செய்தது. இந்தச் சடங்கே தடை செய்யப்பட்டது.

“இளம் சிறுமியர்களை அல்லது இளம் பெண்களைக் கோவில் களுக்கு அர்ப்பணிக்கும் பழக்கம் பெண்களின் நெறியற்ற வாழ்க்கைக்கு அடிகோலுவதன் மூலம் இந்தியப் பெண்மைக்கே கேடு விளைவிப்பது. இப்பழக்கத்தின் மூலம் நம் நாட்டின் கள்ள மறியா இளம் வயதினருக்குப் பெருந்தீங்கு உண்டாகும்.” என்றார் மருத்துவர் முத்துலட்சுமி. அத்தீங்குக்கு எதிராகத்தான் பெரியார் பேசினார். இவர் மட்டுமல்ல, அன்று காந்தியும் பேசினார். அதற்

காகச் சுயமரியாதை இயக்கம் போல் காங்கிரசும் பொட்டுக்கட்டிகள் இயக்கம் ஆகிவிடுமா? சுயமரியாதை இயக்கத்தில் மூவலூர் இராமாமிர்தம் போன்ற பலரும் பங்கெடுத்திருக்கலாம். அதற்காகச் சுயமரியாதை இயக்கத்தில் இருந்தவர்கள் எல்லாம் பொட்டுக்கட்டிகள் என்று சொல்ல முடியுமா? அவர்கள் அத்தனை பேரின் பட்டியலையும் போட்டு யார் யார் என்ன சாதி என்று எழுதுவதும் அசிங்கமாகப் படவில்லை.

கல்வி, வேலைவாய்ப்பு, அரசியல், கலை, இலக்கியம், சினிமா, இசை அனைத்துமே பார்ப்பனர்கள் மட்டும் விளையாடும் பந்தய மைதானமாக இருந்தபோது சுயமரியாதை இயக்கம்தான் துறை தோறும் பார்ப்பனரல்லாதாரைக் களம் இறக்கியது.

சுயமரியாதைச் சுடரானது எல்லா இடங்களையும் சுட்டெரித்தது. அது திரையுலகிலும் பரவியது. அதற்காக இதனைப் பார்ப்பனப் பெண்களுக்கும் தேவதாசி இனப் பெண்களுக்குமான மோதலாகச் சொல்ல முடியாது. இந்தச் சினிமா மோதல்தான் பார்ப்பனரல்லாதார் இயக்கத்துக்கு காரணம் என்பதைவிட அபத்தம் வேறு எதுவும் இருக்கமுடியாது.

ஏனென்றால், தமது வாழ்நாளில் தாம் ஒழிக்க வேண்டும் என்று பெரியார் நினைத்தவற்றில் மிகமுக்கியமான ஒன்று சினிமா தான் குணா அவர்களே!

## 21. ஆங்கிலம் அறவே அறியாதவரா?

தமிழ்த் தேசியத் தத்துவாசிரியர் குணாவின் அளவுகோல்களுள் ஒன்று ஆங்கில அறிவு. அவர் தமிழைவிட ஆங்கிலப் புலமை அதிகம் உள்ளவர் என்பதில் மாற்றுக் கருத்து இல்லை. ஆனால் அவர் பெரியாருக்குக் கொடுக்கும் அடைமொழிகளில் ஒன்று, ‘ஆங்கிலம் அறவே தெரியாத ஈ.வெ.இராமசாமி நாயக்கர்’ என்பது ஆகும்.

(தமிழரின் தொன்மை – 2016; பக்கம். IV)

பெரியாருக்கு ஆங்கிலம் தெரியாமல் இருந்தால் அது ஒன்றும் மாபெரும் குற்றமுமல்ல. ஆனால், ஆங்கிலம் அறியாதவரா பெரியார்? இல்லை, ஆங்கிலம் அறிந்தவர்தான் பெரியார்.

ஆரம்ப காலத்தில் இருந்தே ஆங்கிலம் அறிந்தவராகத்தான் பெரியார் இருந்துள்ளார் என்பதை பெரியவர் வே.ஆனைமுத்துவின் மூலமாக முதலில் அறிந்து கொள்வோம்.

“ஆங்கிலத்தில் எழுத வேண்டிய கட்டாயம் பெரியாருக்கு ஏற்பட்டது 1917 இல் தான். ஈரோடு நகராட்சித் தலைவராக இருந்த இரண்டாண்டுகளிலும் நகராட்சிக் கூட்டங்களில் நிறைவேற்றப்படும்

தீர்மானங்களைத் தலைவர் என்பவர் தம் கைப்பட எழுதவேண்டும். ஆங்கிலத்தில்தான் அதைப் பதிவு செய்ய வேண்டும் என்பது அக்கால நடைமுறை. அதை அவ்வாறே அவர் நிறைவேற்றியுள்ளார். ஈரோடு நகராட்சியின் 1917–1919 ஆண்டுகளின் கூட்ட நடவடிக்கைக் குறிப்புகளை (minites books) நான் 1975 இலும், 1991 இலும் முழுவது மாகப் படிக்க நேர்ந்ததனால் இதை அறிய முடிந்தது.

உள்ளூரில் இருந்த பார்ப்பனர், பார்ப்பனரல்லாதார் வழக்கறிஞர்களோடும் கிறித்துவ மிஷனரிகளோடும் உயர் அதிகாரி களோடும் நெருங்கிப் பழகிய அவர் ஆங்கிலத்தில் உரையாடுவதற்கும் திறமை பெற்றிருந்தார்.....1921–23ஆம் ஆண்டுகளில் தம் இல்லத்துக்கு வந்த காந்தியார், மோதிலால் நேரு, மகமது அலி, சவுகத் அலி சகோதரர்கள், அகில இந்திய கதர் போர்டு தலைவர்கள் மற்றும் காங்கிரஸ் தலைவர்களுடன் பழகவும், ஆங்கிலத்தில் பேசவும் வாய்ப்பைப் பெற்றிருந்தார். இவ்வாய்ப்புகளால் ஆங்கிலத்தில் சுருக்கமாக உரையாற்றும் திறமையும் அவர் பெற்றிருந்தார்" என்று எழுதுகிறார் வே.ஆனைமுத்து.

(பெரியாரியல் பகுதி 2, பக்கம். 229)

வட மாநிலச் சுற்றுப் பயணங்களில் பெரியார், சில கூட்டங் களில் ஆங்கிலத்தில் பேசியதை ஆசிரியர் கி.வீரமணி அவரது நூல்களில் எடுத்துக்காட்டி உள்ளார்.

"1944ஆம் ஆண்டு கான்பூர் சென்ற பெரியார் அனைத்து இந்திய பிற்படுத்தப்பட்ட (பார்ப்பனரல்லாதார்) வகுப்பு லீக் மாநாட்டில் கலந்து கொண்டு ஆங்கிலத்தில் ஒரு மணி நேரம் பேசினார். அவரது பேச்சை லீக் செயலாளர் கவுரிசங்கர்லால், இந்தியில் மொழி பெயர்த்துக் கூறினார்... முடிவுரையாக ஆங்கிலத்தில் அரைமணி நேரம் பேசினார்" என்று எழுதி இருக்கிறார் கி.வீரமணி.

(வடநாட்டில் பெரியார் தொகுதி 1, பக்கம். 126)

1959 ஆம் ஆண்டு பெரியார், கான்பூர் சென்று அங்கு பல கூட்டங்களில் கலந்து கொண்டது குறித்து ஆசிரியர் கி.வீரமணி எழுதும்போது, "கான்பூர் மக்களது வரவேற்புக்கு நன்றி தெரிவிக்கும் கூட்டம் நடந்தது. அதில், 'தற்கால நிலையும் சாதி ஒழிப்பும்' என்ற தலைப்பில் தந்தை பெரியார் தமிழில் பேசினார். அதனை நான் ஆங்கிலத்தில் மொழிபெயர்த்தேன். அதனைத் தீனநாத் மோடி இந்தியில் மொழிபெயர்த்தார். பின்னர், காலதாமதமும் சலிப்பும் தவிர்க்கப்படத் தந்தை பெரியார் ஆங்கிலத்திலேயே சுமார் 2 மணிநேரம் பேசினார். தீனநாத் மோடி இதனை இந்தியில் மொழி பெயர்த்தார்…..

கான்பூர் குடி அரசுக் கட்சி ஊழியர் கூட்டத்தில் கேட்கப்பட்ட கேள்விகள், சந்தேகங்களை இந்தியில் இருந்து மொழிபெயர்த்து தீனநாத் மோடி கூறினார். இதற்குத் தந்தை பெரியார் ஆங்கிலத்திலேயே விடையளித்தார்....

லக்னோவில் தந்தை பெரியார் ஆங்கிலத்தில் சுமார் 2 மணி அளவுக்கு மேல் சொற்பெருக்காற்றினார். அதைக் குடி அரசுக் கட்சித் தலைவர் வழக்கறிஞர் செதிலால் சாத்தி இந்தியில் மொழி பெயர்த்தார்... லக்னோ பல்கலைக் கழகத்தில் பெரியார் தமிழில் பேசினார். அதை ஆங்கிலத்தில் நான் மொழிபெயர்த்தேன்... இங்கு இந்துமகா சபை மாணவர்கள், பெரியாரை இந்தியில் பேச வலியுறுத்தினார்கள்..." என்று நேரடிச் சாட்சியம் தந்துள்ளார் ஆசிரியர் கி.வீரமணி.

*(உலகத் தலைவர் பெரியார் வாழ்க்கை வரலாறு, தொகுதி 7, பக்கம். 74)*

ஆங்கிலத்தில் பெரியார் பதில் அளித்த கேள்வி-பதில்கள் 'விடுதலை' 16.2.1959 நாளிட்ட இதழில் உள்ளன.

பெரியாரின் வடநாட்டு சுற்றுப்பயணத்தை இந்தி, ஆங்கிலம், உருது இதழ்கள் வெளியிட்டுள்ளன. 10.2.1959 நாளிட்ட பயனீர் இதழ் வெளியிட்ட செய்தியில் இறுதியாக, ".... 80 வயது திராவிடர் கழகத் தலைவர் ஆங்கிலத்தில் பேசினார். அதனைக் குடி அரசுக் கட்சித் தலைவர் செதிலால் சாத்தி இந்தியில் மொழிபெயர்த்தார்" என்று குறிப்பிட்டுள்ளது.

*(விடுதலை 18.2.1959)*

லக்னோவில் சோசலிஸ்ட் கட்சித் தலைவர் ராஜ்நாராயண் கலந்து கொண்ட கூட்டத்தில் பெரியார் கலந்து கொண்டது குறித்து குறிப்பிடும் ஆசிரியர் கி.வீரமணி, "... தந்தை பெரியார் அவர்களிடம் பலரும் கேள்விகள் கேட்டனர். விரிவாகவும் தெளிவாகவும் சுமார் மூன்றரை மணிநேரம் தந்தை பெரியார் விளக்க உரையாற்றினார்கள். பெரியார் அவர்கள் ஆங்கிலத்தில் தமது கருத்துகளைத் தெரிவித்தார்கள்" என்று எழுதி உள்ளார். அதன்பிறகு பெரியார், ஆங்கிலத்தில் தான் சொற்பொழிவு ஆற்றியுள்ளார்.

*(வடநாட்டில் பெரியார், தொகுதி 2, பக்கம். 50)*

"இன்று உங்கள் முன்னால் பேசுவதில் எனக்கு மிகவும் சங்கடமாக உள்ளது. உங்களுக்கும் கஷ்டமாகத்தான் இருக்கும். 1500 மைல்கள் கடந்து வந்து என் கருத்தை உங்களிடத்தில் சொல்ல வந்திருக்கிறேன். இதற்கு மொழி ஒரு பெருந்தடையாக உள்ளது. நான் தமிழிலே பேசுவதை ஆங்கிலத்தில் ஒருவர் மொழிபெயர்த்து உங்களிடம் கூறுவது என்பது மிகவும் தொல்லையான காரியமாகும்.

எனவே எனக்குத் தெரிந்த அளவில் ஆங்கிலத்தில் என் கருத்தைக் கூறுகிறேன். அதை உங்கள் மொழியில் மொழிபெயர்த்து உங்களுக்குப் புரியும் படி சொல்வார்கள்" என்று பெரியார் முன்னுரை கூறியதாக 'விடுதலை' 21.2.1959 நாளிட்ட இதழ் கூறுகிறது.

(வடநாட்டில் பெரியார், தொகுதி 2, பக்கம். 81)

இதைக் குறிப்பிட்டு கல்கண்டு இதழில் தமிழ்வாணன் எழுதி இருக்கிறார். தமிழ்வாணன் இதற்குத் தந்துள்ள தலைப்பு, 'எல்லா மொழிகளிலும் பேசினார் பெரியார்' என்பதாகும்.

(கல்கண்டு 8.3.1959)

"பெரியார் இலட்சுமணபுரி (லக்னோ) நகரில் மாணவர்களிடையே கலந்து கொள்ளும்போது, 'வடநாட்டின் எதிரியே திரும்பிப் போ' என்று மாணவர்கள் கத்தினார்கள். அவர்கள் கூட்டத்தில் பேசும்போது பெரியார் ஆங்கிலத்தில் பேசி அவர்களை ஆழச் சிந்திக்க வைத்து வியப்பில் ஆழ்த்தினார். வடநாட்டில் கன்னடப் பகுதியில் பயணம் செய்யும் போது கன்னட மக்களுக்கு மத்தியில் கன்னடத்தில் பேசி கன்னட மக்களைக் கண்கலங்கச் செய்தார். தெலுங்கு மக்கள் நிறைந்த கூட்டத்தில் தெலுங்கில் பேசி மறைக்கப்பட்டிருந்த பல விஷயங்களை அவர்களுக்குத் தெரியப் படுத்தினார். மலையாளிகள் மண்டிக்கிடந்த பகுதியில் மலையாளி களுக்கு மத்தியில் மலையாளத்தில் பேசி அவர்களுக்கிருந்த மயக்கத்தைப் போக்கினார்..." என்று எழுதியதையும் ஆசிரியர் கி.வீரமணி தனது நூலில் குறிப்பிட்டுள்ளார்.

(பக்கம். 99)

பெரியாரின் அறிவுக்கூர்மை வெளிப்பட்ட இடத்தையும் ஆசிரியர் கி.வீரமணி பதிவு செய்துள்ளார். 1967ஆம் ஆண்டு திராவிட முன்னேற்றக் கழகம் ஆட்சியைக் கைப்பற்றியது. பேரறிஞர் அண்ணா முதல்வர் ஆனார். சுயமரியாதைத் திருமணங்களுக்குச் சட்ட வடிவம் கொடுத்தார். சட்டம் நிறைவேறுவதற்கு முன்பு நடந்ததை ஆசிரியர் கி.வீரமணி சொல்கிறார்...

".. அய்யாவிடம் காட்டி ஒப்புதல் பெறுவதற்குச் சுயமரியாதைத் திருமண மசோதாவின் வரைவு என்னிடம் தரப்பட்டது. மருத்துவமனையில் இருந்த அய்யாவிடம் நான் எடுத்துச் சென்று காட்டினேன். இதில் இரண்டு படிகள் எடுத்து, ஒரு உயர் நீதிமன்ற நீதிபதியிடமும் ஒரு சட்ட வல்லுநரிடமும் தரச் சொன்னார். 'இதில் ஏதாவது ஓட்டை இருக்கிறதா?' என்று கேட்கச் சொன்னார். நாளை யாராவது நீதிமன்றம் போனால் அடிபட வாய்ப்பு உண்டா என்று கேட்கச் சொன்னார். நான் அவர்கள் இருவரிடம் காட்டினேன். அவர்களும் ஒப்புதல் தந்துவிட்டனர். அதன்பிறகு என்னைப் படிக்கச்

சொன்னார். வரிவரியாக நானும் படித்தேன். 'நிறுத்துங்கள்' என்றார். மாலை மாற்றிக் கொண்டோ, மற்றபடி உறுதிமொழி கூறிக் கொண்டோ என்றெல்லாம் போட்டுவிட்டு வரைவு மசோதாவில் (and tying thali) அதோடு தாலி கட்டியும் என்ற சொற்றொடர் இருந்ததை அய்யா சுட்டிக் காட்டி and என்று இருப்பதற்குப் பதில் or என்று மாற்றுங்கள். and என்றால் அது கட்டாய அம்சமாகி விடும். or என்றால் தாலி கட்டலாம் தாலி கட்டாமலும் சுயமரியாதை திருமணம் ஆகலாம் என்று ஆகும் இல்லையா என்றார். ஆம் என்று கூறி நான் திருத்தி முதல்வர் அண்ணா இல்லத்தில் கொண்டு போய் கொடுத்தேன்.

அய்யா சொன்ன and , or திருத்தத்தைச் சொன்னேன். அப்போது முதல்வர் அண்ணா, 'நீ எம்.ஏ., பி.எல்.. நான் எம்.ஏ. அரசு சட்டத் துறை எல்லாம் இருந்தும்கூட அய்யாவின் பொது அறிவுக்கூர்மை எப்படிப்பட்டது பார்த்தாயா?' என்று கேட்டார். அய்யாவை வியந்து மகிழ்ந்து கூறிப் பாராட்டினார்" என்று சொல்லி எழுதி இருக்கிறார்.

*(சுயமரியாதைத் திருமணம் தத்துவமும் வரலாறும், கி.வீரமணி–பக்கம். 101)*

இதை எல்லாம் இங்கு சொல்வதற்குக் காரணம், பெரியார் ஆங்கில மேதை என்பதை நிரூபிப்பதற்காக அல்ல. அவருடைய பெருமை என்பது மொழி அறிவில் அடங்கியது அல்ல. ஆனால், பெரியாரைச் சிறுமைப்படுத்துவதாக நினைத்து குணா எத்தகைய அவதூறு பேசுபவராக இருக்கிறார் என்பதை உணர்த்தவே இவற்றைச் சொல்ல வேண்டியதாயிற்று!

## 22. வடுகப்பேயில் இருந்து தெளிவது எப்போது?

பல்லவ வடுகன் வந்தான், விசயநகரத்து நாயக்க வடுகன் வந்தான், சாதி வரண கட்டமைப்பை வைத்துத் தமிழர்களைப் பிரித்தான் வடுகன், திராவிடம் என்று சொல்லி இடுப்பில் இருந்த துண்டையும் பறித்தான் வடுகன், இடவொதுக்கீடு என்ற திருவோட்டையும் திணித்தான் வடுகன், தமிழர்களைச் சாதிவழியில் பிரித்து மோதவிடுகிறான் வடுகன், பொட்டுக்கட்டிகளைக் குறிக்கும் சூத்திரப் பட்டத்தைத் தமிழர்கள் மீது திணித்தான் வடுகன், அவனின் சாதி அரசியலுக்குத் தமிழன் இரையாகிக் கிடக்கிறான், தமிழ் நிலத்தை இன்று வரை வடுகனே அடிமைப்படுத்தி ஆண்டு கொண்டு இருக்கிறான், என்று 'வடுக'பீதியில் மாட்டிக் கொண்டு முழிக்கிறார் குணா. அவரது 'மண்ணுரிமை' நூலின் முன்னுரையை வாசித்தால், வடுகம் என்ற சொல்லை மட்டும் தனியாகப் பிரித்துக் கூட்டி அள்ளலாம். அவ்வளவும் வரலாற்றுப் புரிதலற்ற வசனக் குப்பைகள்.

இவ்வளவும் வடுகம் செய்த போது, தமிழன் என்ன செய்து கொண்டு இருந்தான்? இதைவிடத் தமிழனுக்கு என்ன அவமானம் வேண்டும்? வரலாறு முழுக்க அறிவில்லாமல் அடிவாங்கிக் கொண்டு இருந்தானா தமிழன்?

*1750 ஆண்டுகளாய்த் தமிழன் அடிமைப்பட்டுக் கிடக்கிறானாம்!*

ஆரியனாம் பொல்லாத ஆரியன்!–என்கிறார் குணா. அவருக்கு ஆரியனைவிட வலிமையானவன் வடுகன் தான். அவர்கள்தான் தமிழர்களை அழித்தார்கள். ஆரியர்களையே அவர் வடுகர் என்றே அழைப்பாராம்! இப்படி அனைத்து அழிவுக்கும் வடுகர்களே காரணம் என 'மண்ணுரிமை' நூலில் கொம்பு சுற்றும் குணா,

"நாடிழந்து இறைமை இழந்து மண்ணிழந்து கொடியிழந்து கொற்றமிழந்து வடுகர்களிடம் பன்னூறு ஆண்டுக்காலம் அடிமைப் பட்டுக் கிடந்தார்கள் தமிழர்கள்... வடுகமும் திராவிடமும் தமிழர்களின் அதிகாரத்தையும் கொற்றத்தை அடையாளப்படுத்திய குறியீடுகள் அனைத்தையும் அழித்துவிட்டன" என்றும் சொல்வார். அவரைப் பொறுத்தவரை அத்தனை பேரழிவுக்கும் காரணம் வடுகம்.

(ஏரணம் – முன்னுரை)

ஆனால் 'தமிழர் வரலாறு–கிழாரியம் முதல் முதலாளியம் வரை' என்ற நூலில் தமிழினத்தின் முன்வரலாற்றை எழுதும் போது, 'வடுகம்' வருவதற்கு முன்னால் தமிழரினம் எப்படி இருந்தது என்று எழுதுகிறார் தெரியுமா?

(2014ஆம் ஆண்டு வெளியான நான்காம் பதிப்பில்!)

"தமிழரினத்தின் வரலாறு ஒரு தேங்கிய வரலாறாக இருந்த தில்லை. அதில் சாதி, வரண வடிவங்களிலே இருந்து வந்த வகுப்புகளும் உண்டு. ஆழவோடிய ஆணிவேருடைய தனிச்சொத்தும் உண்டு. விழுதுகளாய் வீழ்ந்து கிளைத்த நிலக்கிழமை உறவுகளுமுண்டு. இந்நிலக்கிழமைக்கு முந்திய கிழாரிய அடிமையுடைமை முறையும் அடிமைகளும் உண்டு. வளராமல் போன முதலாளியத்தின் முளைகளும் உண்டு. இன்று பின் தங்கிக் கிடக்கும் தமிழ்ப்பண்பாடே அன்றைய தாய்ப்பண்பாடு என்பதை இவ்வுலகம் இன்னும் ஏற்றபாடில்லை...

கிழாரிய ஆட்சி தொழில்வழிச் சாதிமுறையை அடிப்படையாகக் கொண்டிருந்தது. தொல்குலச் சண்டைகளில் முறியடிக்கப்பட்ட குக்குலங்கள் (clans) கெட்டு அரசு என்ற ஆட்சிக்கு ஆட்படுகையில் இந்நிலை தோன்றியது. அடிமைப் பொருளியலின் கூறுகளாகிய குக்குலங்களே சாதிகள் என்னும் எதிர்மறைகளாயின. அதனாலேயே குக்குல வாழ்வியலுக்கே இயல்பான அரத்த உறவு, மடி, அகமண புறமண வட்டங்களும் முறைகளும் போன்ற தொல்குலத் தன்மைகள்

இந்தச் சாதிகளின் மிகப்பெரிய எச்சங்களாகத் தொக்கி நிற்கின்றன. இந்நிலையில் அடிமைச் சாதிகளே விளைப்பாற்றல்களில் பெரிய கூறாக இருந்து வந்தன. ஆயினும் வரண முறை நன்கு குதிரவில்லை....

விளைப்பு ஆற்றல்களின் வளர்ச்சிக்குச் சாதிகள் அக்காலத் தடையாக இருந்தன. அரசு என்ற ஆட்சி வரம்பு விரிவடைகையில் பல தொல்குடிகள் அதன் வீச்சுக்கு ஆட்பட்டன. இதன் விளைவாகத் தோன்றிய நால்வரண முறை, வணிக வகுப்பு நலன்களுக்கு ஏற்றதாகவிருந்தது. இந்த வரண முறையின் எதிர்மறையாகவே சாதி முறை முதலில் இருந்து வந்தது. ஆயினும் வரண முறை அகமைக் கருத்தளவில் மட்டுமே இருந்தது. சாதிகளோ நடப்பு உண்மை களாயிருந்தன. முழுதாக என்றுமே நடப்பில் இல்லாத இத்தகு வரணங்களைப் பின்னர்ச் சாதிமுறை தன்வயமாக்கிக் கொண்டது....

இடையறாப் போர்கள், வழிப்பறிகள், கொள்ளைகள் ஆகிய வற்றால் ஊர்களும் அவற்றின் கழனிகளும் தோட்டங்களும் துரவு களும் அழிக்கப்பட்டன. மக்களின் உயிர்களே அன்று அறுவடை களாயின. இந்தக் கொடுமைகளும் அரசியல் குழப்பங்களும் ஓய்ந்து வாழ்வில் ஓர் அமைதி கிடைக்காதா வென்னும் மக்களின் ஏக்கத்தைப் போக்க வந்ததாக காட்டிக் கொண்டு அருகமும் புத்தமும் இங்கு கடைவிரித்தன...

மூன்றாம் கழக (சங்க)க் காலத்திற்குப் பிறகு வேற்றினத்தவர் தமிழகத்தின் மீது அடுத்தடுத்துப் படையெடுத்தனர். அருகரால் ஆரியமயமாகிய களப்பாள வடுகர்கள் கருநாடகத்திலிருந்து வந்து தமிழகத்தைச் சூறையாடினர்...” என்கிறார் குணா. இவை எல்லாம் வடுக அநாகரிகரின் படையெடுப்புகளுக்கு முன்னரே!

இதன் பிறகுதான் தமிழ்நிலத்தில் வடுகம் உள்ளே நுழைகிறது. குறிஞ்சி,முல்லை, மருதம், நெய்தல், பாலையாக இருந்தபோதே எப்படி ஆகிவிட்டோம் என்பதை குணாவின் வாக்குமூலமே சொல்கிறது.

‘தாழ்வு மனப்பான்மை ஆழப் புரையோடியதால் வீழ்ந்து பட்ட இனத்தினரிடையே தோன்றும் அறிவாளிகளைப் பற்றிக் குணா அதிகமாக குறைபட்டுக் கொள்வார். எதிரியை எதிரியாக வலியுறுத்துவதற்காக எதிரிக்கு அளவுக்கு மீறிப் பலத்தைக் கூட்டிக் காண்பிப்பதும் அதில் ஒரு வகை அறிஞர்களுக்கு வழக்கமானதுதான். அந்த வகையினர் இவர்!

எப்போதும் வெளிமுரண்கள் மட்டுமே ஒரு இனத்தை வீழ்த்தி விடாது. உள்முரண்கள் அதற்கு வாய்ப்பாக இருந்தால் மட்டுமே வெளிமுரண்கள் அதனைப் பயன்படுத்தி வீழ்த்தும். அதுதான் தமிழ்நிலத்தில் நடந்தது.

மாற்று இனத்தவர், மாற்று சமயத்தவர், மாற்று நெறிமுறையினர் உள்ளே நுழைந்து கோலோச்ச வசதியாகப் பலவீனப்பட்டுக் கிடந்தது தமிழ்நிலம். அதனைப் பயன்படுத்திக் கொண்டார்கள் ஆரியர், கன்னடர், வடுகர்!

## 23. புவியியல் அறியாக் கேள்வி!

தமிழகத்தில் நடந்த அனைத்துப் படையெடுப்புகளும் வடுக, கன்னட, மராட்டியப் படையெடுப்புகள்தானே தவிர, எதுவும் ஆரியப் படையெடுப்புகள் அல்ல என்பதை 'மண்ணுரிமை' நூலில் நிறுவ முயல்கிறார் குணா. அதற்காக தமிழ் மண்ணில் நடந்த அத்தனை ஆக்கிரமிப்புப் படையெடுப்புகளையும் மூச்சு முட்டும் அளவுக்கு வரிசைப்படுத்துகிறார். வரிசைப்படுத்திவிட்டுக் கேட்கிறார்:
(மண்ணுரிமை–பக்கம். 143–168)

"பாக்கித்தானத்திலுள்ள கைபர்,போலன் கணவாய்களின் வழியாக வேங்கடமே எல்லையான பின், தமிழகத்தின் மீது நிகழ்ந்த நேரடிப் படையெடுப்பு இஃதெனெ ஒரு படையெடுப்பையாவது காட்ட முடியுமா?" என்று கேட்கிறார். இக்கேள்வியின் மூலமாக அவர் உணர்த்த விரும்புவது, ஆரியப் படையெடுப்பு என்பது நேரடியாகத் தமிழ்நாட்டில் நிகழவில்லை என்பதாகும். புவியியலில் சாதாரண அறிவு இருப்பவர்கூட இப்படிக் கேட்க மாட்டார். நில வழியாக ஆக்கிரமிப்புச் செய்பவன், வரிசையாக ஒவ்வொரு எல்லை யாகத்தான் தாண்டி வர வேண்டும். கைபர், போலன் எல்லைக்குள் நுழைகிறான் என்றால், இந்தியாவுக்குள் நுழைகிறான், இந்திய எல்லைக்குள் இருக்கிற எல்லா மாநிலங்களுக்குள்ளும் நுழைகிறான் என்பதுதான் புவியியல் உண்மை.

வானத்தில் இருந்து விமானத்தில் குதித்திருந்தால், ஏன் சென்னைக்குள் குதிக்கவில்லை என்று கேட்கலாம். அவர்கள் நடந்து வந்தார்கள் முதலில். அதன்பிறகு ஒவ்வொரு எல்லையையும் தாண்டி வந்தார்கள். அதனால்தான் இத்தகைய இடப் பெயர்வை, 'நூற்றாண்டுகளாக நடக்கும் இடப்பெயர்வுகள்' என்பார்கள்.

வீட்டின் பூட்டு உடைக்கப்படுகிறது. வீட்டை உடைத்துத் திருட வந்தான் என்று புகார் கொடுப்போமா? பூட்டை உடைத்து விட்டான், 100 ரூபாய் இழப்பீடு கொடுத்தால் போதும் என்போமா?

ஆரிய நுழைவு என்பது பாகிஸ்தான் எல்லைக்குள் நுழைந்தால் அது மொத்த தேச நுழைவுதான். தமிழகத்தைக் குணா எழுதி எழுதி பிரித்தபிறகு வேண்டுமானால், தமிழகத்துக்குள் ஆரியர்கள் நுழைய வில்லை என்று எழுதிக்கொள்ளலாம்!

“வேங்கடம் முதல் குமரி வரை என்றிருந்த தமிழகத்தின் மீது மாலிக்காஃபூரின் படையெடுப்புக்கு முன் நேரடியான வட ஆரியப் படையெடுப்பு ஏதும் வென்ற வரலாறு இல்லை. தமிழர் மண்ணில் வட ஆரியரின் ஆட்சி நிலைகொண்ட வரலாறும் இல்லை. திராவிடர் எனப்படும் கன்னடர், தெலுங்கர் ஆகிய வடுகரின் படையெடுப்புகளாலேயே தமிழகத்தின் எல்லைகள் சுருங்கி, தமிழரினம் கேடுறவும் வீழவும் செய்தனரென்பதே வரலாறு” என்று கூறும் குணா, அதற்கு முந்தைய பகுதியில்,

(*தமிழர் வரலாறு, கிழாரியம் முதல் முதலாளியம் வரை, முன்னுரையில்!*)

“வந்தேறிய அருக, புத்த சமயங்களின் வாயிலாகவே ஆரியக் கொள்கை தமிழகத்துக்குள் ஊடுருவியது” என்பதையும் ஒப்புக் கொள்கிறார். “அருகமும், புத்தமும் தென்னகத்தில் அரசர்களையும் ஆண்டைகளையும் தம்பால் ஈர்த்து ஆட்கொண்டன. ... அருகமும், புத்தமும் தமிழகத்திலிருந்து ஓடவோட விரட்டியடிக்கப்பட்டு வன்முறை வழியிலும் ஒழித்துக்கட்டப்பட்டதே வரலாறு” என்றும் சொல்கிறார் குணா. அவர் மொழியில் சொல்வதாக இருந்தால் வடுகம் படையோடு வந்தது. ஆரியம், பண்பாட்டுடன் வந்தது.

பல்லவர் ஆட்சியில் ஆரியப் பிராமணக் குடும்பங்கள் அலை யலையாகத் தமிழகத்தில் இறக்குமதி செய்யப்பட்டார்கள் என்றும் குணாவே சொல்கிறார்.

இதே அருக, புத்தம் பொருளியல் வழியிலான கவருதலையும் செய்தது என்கிறார் குணா. “அருக, புத்த சமயங்களின் வளர்ச்சியால் வடக்கினில் வணிக வரணம் புதுப்பொலிவைப் பெற்றது. வடக்கி லிருந்து வந்த அப்பெருவணிக வகுப்புக்கு எதிரான உணர்வுகள் கொப்புளிக்கத் தொடங்கின” என்று சொல்பவரும் அவர் தான். பண்பாட்டுப் படையெடுப்பு மட்டுமல்ல, பொருளியல் படை யெடுப்பும் நடந்துள்ளது.

“காரைக்கால் அம்மையார் காலத்துக்கும் அப்பர் காலத்துக்கும் இடையில் வடக்கிலிருந்து கொணரப்பட்ட வடுகப் பிராமணர்கள் சோழநாட்டில் பல்கிப் பெருகினர். கிபி 9ஆம் நூற்றாண்டின் தொடக்கத்தில் சோழ நாட்டின் கருப்பகுதியில் எண்ணரிய தெலுங்குப் பிராமணர்கள் குவிந்து கிடந்தனர் என்பது வரலாறு” என்பதும் அவர் சொல்வது தான். இது ஆரியர்களின் பண்பாட்டுப் படையெடுப்பு அல்லவா!

(*ஆணிவேர்–பக்கம். 42*)

ஆரியப் பிராமணரை வடுக ஆரியர், வட ஆரியர் என்று திராவிட இயக்கம் பிரிக்கவில்லை. எல்லா ஆரியமும் எதிரியே

என்பதே பெரியாரியம். அதேபோல் பார்ப்பாரியத்தையும் ஆரியப் பார்ப்பாரியம்–தமிழ்ப் பார்ப்பாரியம் என்று பெரியாரியம் பார்க்க வில்லை. தமிழ் பார்ப்பாரியமும் தெலுங்கு பிராமணியமும் கன்னட பிராமணியமும் மலையாள பிராமணியமும் எதிரிகள்தான் என்பதே பெரியாரியம்.

## 22. இடஒதுக்கீட்டை முற்றாக ஒதுக்குதல்!

குணாவிடம் இருக்கும் மிகமிக ஆபத்தான கருத்துரு, "இட ஒதுக்கீட்டை முற்றாக ஒதுக்குவதாகும். அதனைத் திருவோடு என்றே பல இடங்களில் அவர் சொல்வார்."

(ஆணிவேர் - பக்கம். 2)

"சாதித் தலைமை இடஒதுக்கீடு, சலுகை என்ற பற்றுக்கோடு களைக் குரங்கெனப் பற்றிக் கொண்டு அரசின் அருளுக்காகக் கெஞ்சி மன்றாடி நின்றதேயொழிய தனது சொந்தக் காலில் நின்று போராடவோ களமாடவோ முனையவில்லை. திருவோடு மட்டுமே திறவுகோல் என்று அவர்கள் நம்பினர்" என்பார். மதமாற்றத்துக்குத் தடையே இடஒதுக்கீடுதான் என்றும் அவர் சொல்லி இருக்கிறார். "இடவொதுக்கீட்டையும் சாதிச் சலுகைகளையும் எடுத்துவிட்டால் ஒடுக்குண்ட சாதியினரில் பெரும்பாலோர் மதம் மாறிவிடுவர் என்பதே பச்சை உண்மை. தாழ்த்தப்பட்டோரில் மதம் மாறாதவர் களின் திருவோட்டு வலிமை என்பது மதம் மாறிய தாழ்த்தப் பட்டோரின் எண்ணிக்கை வலிமையைப் பொறுத்தது என்பதே உண்மை. அதாவது அவர்களுக்குத் தரப்படும் திருவோட்டின் அளவு மதமாற்றத்தைப் பற்றி ஆண்டைகள் கொண்டுள்ள அச்சத்தின் அளவைப் பொறுத்தது" என்பார் அவர். குணாவுக்குக் கசக்கும் கொள்கை என்றால் வகுப்புவாரிப் பிரதிநிதித்துவம் தான். ஆனால் அதுதான் இந்த நூற்றாண்டில் மாபெரும் வரலாற்றுச் சாதனை.

(புதிய சமய உருவாக்கம்–பக்கம். 14)

வேலிக்கு வெளியே நிறுத்திவைக்கப்பட்ட மக்களுக்குப் பிரிட்டிஷ் ஆட்சியில் தொடங்கப்பெற்றது. நீதிக்கட்சி ஆட்சியில் முழுவடிவம் பெற்றது. காங்கிரசு ஆட்சிகளிலும் தொடர்ந்தது. திராவிட இயக்க ஆட்சிகளில் வலிமை பெற்றது. பார்ப்பனர்களுக்கு இன்றைக்கு வரைக்கும் எரிச்சலை ஏற்படுத்தும் அதிகாரவியல் தத்துவமாக இருக்கிறது. இந்த நூற்றாண்டுக் காலத்தில் தமிழ்ச்சமூகம் பெற்ற கல்வி, வளம், வளர்ச்சி, வேலைகள், அதிகாரத்தில் பங்கெடுத் தல், சமூக முன்னேற்றம், சிந்தனை எழுச்சி ஆகிய அனைத்துக்கும் அடித்தளமாக அமைந்தது வகுப்புவாரிப் பிரதிநிதித்துவமே. அதனைத் திருவோடு என்கிறார் என்றால் அவரது அரசியல் ஏந்தச் சொல்லும் திருவோடு என்னவென்று சொல்லட்டும்!

"சமமான சூழ்நிலைகளில் சமமானவர்களைச் சமமாக நடத்துவதே சமத்துவ விதியாகும். வேறுபட்ட சூழ்நிலைகளில் வேறுபட்ட நபர்கள் அல்லது பொருட்களிடையே வேறுபாடு காட்டும் சட்டங்களை இயற்றுவதே வேறுபடுத்துதலின் விதியாகும்" என்று தமது உச்சநீதிமன்றத் தீர்ப்பில் எழுதியவர் வி.ஆர். கிருஷ்ணய்யர். இந்திய தொடர்வண்டித்துறையில் பட்டியலின, பழங்குடியினர் இடஒதுக்கீட்டுக்கு எதிராக அகில பாரத ஒடுக்கப் பட்ட ஊழியர் சங்கம் தொடுத்த வழக்கை 1981ஆம் ஆண்டு தள்ளுபடி செய்து எழுதிய தீர்ப்பில் இப்படிக் குறிப்பிட்டார். சமத்துவமற்ற சமூகத்தைச் சமப்படுத்தும் வழிகளில் ஒன்றாக வகுப்புவாரி உரிமை இருக்கிறது.

1873ஆம் ஆண்டு மகாத்மா ஜோதிராவ்பூலே, உண்மை நாடுவோர் சங்கம் என்ற அமைப்பை மராட்டியத்தில் தொடங்கினார். அடக்கப்பட்டோர் உரிமை பெறக் கல்வியே ஆயுதம் என்று சொல்லித் தனி இடஒதுக்கீடு கோரினார். பூலேவைப் பின்பற்றிய கோல்காப்பூர் சிற்றரசரான சாகுசத்ரபதி, 1902ஆம் ஆண்டு இடஒதுக்கீடு வழங்கினார். அவரது நண்பரான மைசூர் சிற்றரசர் நான்காவது கிருட்டிணராசரும் 1920ஆம் ஆண்டு மைசூர் அரசில் தனி இடஒதுக்கீடு வழங்கினார். அதே ஆண்டு சென்னை மாகாணத்தில் நீதிக்கட்சி ஆட்சி இங்கு இடஒதுக்கீடு செய்து தந்தது. கல்வி, வேலைவாய்ப்பு இடஒதுக்கீடாக இருந்ததை 1937இல் சட்டமன்றத் தனி ஒதுக்கீடாக மாற்ற முயற்சித்தவர் டாக்டர் அம்பேத்கர். மாநிலங்களுக்குள் இருந்த இந்த உரிமையை மத்திய அரசிலும் நடைமுறைப்படுத்த 1943ஆம் ஆண்டு காரணமாக இருந்தவர் அம்பேத்கர். இதுவே 1947ஆம் ஆண்டு இடஒதுக்கீடு சட்டமாகவும் ஆனது. இந்திய அரசியலமைப்புச் சட்டத்தின் முதல் திருத்தம், அனைத்து இடஒதுக்கீடுகளுக்கும் அனுமதி வழங்குவதாக அமைந்தது.

நீதிபதி மண்டல் தமது அறிக்கையில், "உண்மையில் இந்தச் சமுதாயம் எப்போதும் கடுமையான ஒதுக்கீடு அடிப்படையிலேயே வாழ்ந்து வந்துள்ளது. சமுதாயத்தில் உள்ளுக்குள் சாதி அடிப்படை யில் அது செயல்பட்டுள்ளது. சாதி அடிப்படையிலான இட ஒதுக் கீட்டை மீறியதால் ஏகலைவனின் கட்டைவிரல் துண்டிக்கப்பட்டது. சம்புகனின் கழுத்து அறுக்கப்பட்டது. பிற்படுத்தப்பட்டவர்களுக் கான இடஒதுக்கீட்டை இப்போது வெறித்தனமாக எதிர்ப்பவர்கள் இடஒதுக்கீடு கோட்பாட்டை மனத்தில் இருத்தி எதிர்க்கவில்லை. மாறாக அதனால் பலனடையப் போகும் ஒரு புதிய வகுப்பு மக்களை மனத்தில் இருத்தி எதிர்க்கிறார்கள். காலங்காலமாக உயர்சாதியினரின் ஏகபோகமாக இருந்த அரசின் எல்லா வகுப்புகளிலும் பிற்படுத்தப்

பட்ட வகுப்பினர் பங்கு கேட்கிறார்களே என்பதாலேயே எதிர்க் கிறார்கள்" என்று குறிப்பிட்டார். தங்களது ஆதிக்கத்துக்கு, தாங்கள் இதுவரை அனுபவித்து வந்த இடங்களுக்குப் பாதிப்பு வந்துவிட்டதே என்பதற்காக எதிர்க்கிறார்கள்.

இடஒதுக்கீடு என்பது அனைத்துக்குமான தீர்வா என்றால் இல்லை. இடஒதுக்கீடு என்பது சாதியை ஒழித்துவிடுமா என்றால் அதுவும் இல்லை. ஆனால், சாதியின் பேரால் அடக்கி ஒடுக்கப்பட்ட சமூகம், கல்வி, வேலைவாய்ப்பில் இன்றைக்கு அங்கிங்கெனாதபடி நிறைந்திருக்கும் காட்சியைப் பார்க்கிறோம். அதுவே பெரிய சாதனை தான். இந்த இடஒதுக்கீடு கடந்த 100 ஆண்டுகளாக இல்லை என்றால் என்ன ஆகியிருக்கும் என்பதை நினைத்துப் பாருங்கள். இப்படி ஒரு புத்தகத்தை நானே எழுதிக்கொண்டிருக்க மாட்டேன். நீங்களே வாசிப்பவராக இருந்திருக்க மாட்டீர்கள்.

பசியை ஆற்றுவதற்குத் திருவோடும் தேவைதான். அம்பேத்கரோ, பெரியாரோ, திராவிட இயக்கமோ, இடஒதுக்கீடு என்ற திருவோட்டை மட்டும் தரவில்லை. ஆரிய எதிர்ப்பு என்ற கூரிய வாளையும், ஒடுக்கப்பட்டோர் எழுச்சி என்ற தீப்பந்தத்தையும்தான் சேர்த்துக் கொடுத்துள்ளனர்!

## 25. அம்பேத்கரைக் கடுமையாக எதிர்த்தல்!

அண்ணல் அம்பேத்கரையும் குணா ஏற்பது இல்லை. கடுமை யாக விமர்சிக்கிறார். புத்தம்தான் பிராமணியக் கொடுமையில் இருந்து விடுபடுவதற்கான கருவி என்பதும், ஆரியர் திராவிடர் என்ற பொய்யான வரலாறும்தான் அம்பேத்கரின் கருத்தியல் என்றவர் குணா. இடஒதுக்கீடும் (அதாவது திருவோடும்) புத்தமும் தான் சாதியத்திலிருந்து விடுவிக்க வல்ல அரும்பெரும் ஆற்றல்கள் என்று அம்பேத்கர் கருத்துப் பரப்பியதாகக் குணா சொல்கிறார். "அம்பேத்கர் மொழிவழி மாநிலங்களை உருவாக்குவதை மிகக் கடுமையாக எதிர்த்தார். இந்தி மொழி மட்டுமே இணைப்பு மொழியாயிருக்க வேண்டும் என்று வழக்குரைத்தார். பல்வேறு தேசிய இனங்கள் இருப்பதை ஒளிப்பதிலும் மொழிக்கொள்கையிலும் இந்துவிய ஆர்.எசு.எசுவுக்கும் அம்பேத்கருக்கும் ஈ.வெ.இராமசாமி நாயக்கருக்கும் இடையில் பெரிய வேற்றுமை ஏதுமில்லை" என்கிறார் குணா!

(ஆணிவேர் - பக்கம். 3)

இந்நூலின் முடிவுரையாக எழுதும் போது, 'இரவல் தலித்தி யத்தில் விடியலைத் தேடி வருகிற பேதைகள் இரங்கத் தக்கவர்கள்' என்று முடிப்பார் குணா.

(ஆணிவேர் - பக்கம். 53)

அம்பேத்கர் மீது ஏன் இவ்வளவு கோபம் எனத் தெரியவில்லை. ஒருவேளை புத்த மதத்துக்கு மாறிய அம்பேத்கர், கிறித்துவத்துக்கு மாறியிருந்தால் குணாவின் கோபம் தணிந்திருக்கலாம்!

இந்தியத்தில் ஆரிய பிராமணிய–ஆதிக்க சாதியத்துக்கு மாற்றுச் சிந்தனை மரபை உருவாக்கியவர் அண்ணல் அம்பேத்கர். சாதியின் காரணமாக புறக்கணிக்கப்பட்டவர்களுக்குச் சாதிய அழுக்கைத் துடைப்பதற்கான மாற்று மருந்தாகப் புத்த மத மாற்றத்தை அம்பேத்கர் பரிந்துரைத்தார். கல்வி, வேலைவாய்ப்பில் சாதியின் காரணமாகப் பின் தங்கியவர்களை முன்னேற்ற இடஒதுக்கீட்டு முறையைப் பரிந்துரைத்தார். இடஒதுக்கீடும் மதமாற்றமும் அம்பேத்கரின் இரண்டு வழிமுறைகள். அதற்காக இவை இரண்டு மட்டுமே அம்பேத்கரியம் ஆகிவிடாது.

புனிதப்பட்டு நின்ற சாதியையும் மதத்தையும் அடக்குமுறைக் கருவிகள் என்று அம்பலப்படுத்தியதில்தான் அம்பேத்கரின் வெற்றி அடங்கி உள்ளது. சாதி முறையின் அமைப்பியக்கம், அதன் தோற்றம் வளர்ச்சி குறித்து அதன் உருவாக்க உள்ளடக்கத்தோடு மிகச் சரியாகப் பார்த்தவர் அவர். சாதிக்கு மதத்தின் மணமும் உண்டு தீட்டின் நாற்றமும் உண்டு என்றவர் அவர். 'சாதி என்பது தனித்து ஒதுக்கப்பட்டுப் பாதுகாக்கப்படும் ஒரு வர்க்கமே' என்ற அவர் சாதியை முழுமையாக ஆய்வு செய்தார். மனுவே சாதியை உருவாக்கியவர் அல்ல, அதுவரை இருந்தவற்றைத் தொகுத்தவர் என்றார் அம்பேத்கர். சாதிமுறையைப் பிராமணர்கள் திணிக்க வில்லை, சாதிமுறை பரவுவதற்குத் தங்களது நயமான தத்துவங்களின் மூலம் துணை புரிந்தவர்கள் பிராமணர்கள் என்றார். இந்துச் சமூகம் என்பது கற்பனையே என்ற அவர், ஒவ்வொரு இந்துவுக்குள்ளும் சாதிதான் இருக்கிறது என்றார். இந்துமத்தைச் சீர்திருத்துவதைத் தமது நோக்கமாக அம்பேத்கர் கொள்ளவில்லை. அதேநேரத்தில் இந்து சமூக அமைப்பு இடையறாத தாக்குதலுக்கு உள்ளாக வேண்டும் என்றும் அவர் கருதினார்.

அம்பேத்கர் உரிமைக்காகப் போராடினார். போராடத் தூண்டி னார். ஒரு வகுப்பு மற்றொரு வகுப்பின் மீதான அநீதிக்கு எதிராகப் போராட வேண்டும் என்பதே அவரது வாழ்வின் அடிப்படை. மனிதவலிமை, பணவலிமை, மனவலிமை ஆக மூன்றையும் வைத்துத் தான் போராட வேண்டும் என்றார். மானுடச் சிந்தனைக்கு மதிப்பளிக்காத மதத்துக்கு எதிராகப் போராட வேண்டும் என்றார். எவனொருவன் தன்னைத் தான் மட்டும் வழிநடத்துகிறானோ அவனே சுதந்திர மனிதன் என்று அடையாளப்படுத்தினார் அம்பேத்கர். அத்தகைய சுதந்திர மனிதர்களை உருவாக்கப் பாடு பட்டவரே தவிர, குணா சொல்வதைப் போல இரவல் அல்ல!

அண்ணல் அம்பேத்கர், இனவழி அரசியல் பேசியவர் அல்ல. அதேநேரத்தில் இனவழி அரசியலை நிராகரித்தவரும் அல்ல!

அவரது கருத்தை மொழிவாரி மாகாணப் பொறுப்பாண்மைக் குழுவுக்கு 1948 ஆம் ஆண்டு அளித்த அறிக்கையில் தெளிவுபடுத்தி உள்ளார். மகாராஷ்டிரா மாநிலத்தை மொழிவாரியாகத் திருத்தி அமைக்கும் முயற்சியின் போது எழுதப்பட்ட குறிப்புகள் இவை.

(டாக்டர் அம்பேத்கர் நூல் தொகுப்பு 1, பக்கம். 144–280)

“மாகாணங்கள் தெள்ளத் தெளிவான சகலவிதத் தேசிய இன அம்சங்களையும் கொண்டிருக்கின்றன, எனவே அவற்றின் தேசியப் பண்பு முழுநிறைவாய் வளர்ந்து மலரச் சுதந்திர வாய்ப்பு அளிக்கப்பட வேண்டும்” என்று தொடக்கத்திலேயே குறிப்பிடுகிறார் அம்பேத்கர். இதன் எதிர்விளைவுகளையும் பட்டியலிடுகிறார். பட்டியலிட்டுவிட்டு, ‘மொழி அடிப்படையில் மாகாணங்களைத் திருத்தி அமைப்பதால் சில திட்டவட்டமான அனுகூலங்கள் ஏற்படும்’ என்பதையும் அம்பேத்கர் சொல்கிறார்.

“மொழிவாரி மாகாண அமைப்பில் என்னை மிகவும் வலுவாகக் கவர்ந்திழுக்கும் ஒரு பிரதான அனுகூலம் உள்ளது. பல மொழி மாகாணங்களில் காணப்படுவதைக் காட்டிலும் மொழிவாரி மாகாணங்களில் ஜனநாயகம் மேலும் சிறப்பாகச் செயலாற்ற முடியும் என்பதே அது. ஜனநாயகத்துக்குத் தேவையானதை அதாவது சமூக ஓரினத்தன்மையை மொழிவாரி மாகாணம் உருவாக்குகிறது. பொதுவான மரபுமூலத்தில் கொண்டிருக்கும் நம்பிக்கை, பொதுமொழியையும் இலக்கியத்தையும் பெற்றிருத்தல், வரலாற்றுப் பொதுமரபுகள், சமூகப் பழக்க வழக்கங்களில் பொது உணர்வு ஆகியவற்றில் பெருமை முதலியவற்றின் மீதுதான் மக்களின் ஓரினத்தன்மை சார்ந்திருக்கிறது. இந்தக் கருத்துரையை எந்த ஒரு சமூகவியல் மாணவரும் மறுக்க முடியாது....” என்ற அம்பேத்கர், “ஜனநாயகம் செவ்வனே செயல்பட ஒரு மாநிலத்தில் உள்ள குடிமக்கள் ஓரினத்தன்மை கொண்டவர்களாய் இருக்கும் விதத்தில் அது அமைக்கப்பட வேண்டும்...ஜனநாயக அரசியல் சட்டம் செயல்படுவதற்குப் பொருத்தமாக இருக்க வேண்டுமென்றால் ஒவ்வொரு மாகாணமும் மொழியை அடிப்படையாகக் கொண்டிருக்க வேண்டும். இதனில்தான் மொழிவாரி மாகாணங்களின் நியாயத் தன்மை பொதிந்துள்ளது” என்றும் உறுதியாகச் சொன்னார்.

இவர் இதனை எழுதிய காலகட்டத்தில் பம்பாய், சென்னை, மத்திய மாகாணம் ஆகியவற்றில் மொழிவாரி மாகாணப் போராட்டம் நடந்து கொண்டு இருந்தது. இந்தக் கொந்தளிப்புகளை உணர்ந்தவராக, “மொழிவாரி மாகாணக் கோட்பாட்டை அங்கீ கரிக்கும் அதே வேளையில் இந்தியாவின் ஒற்றுமைக்குப் பங்கம்

ஏற்படாமலும் பார்த்துக் கொள்ள வேண்டும்" என்று கருதுபவராக அம்பேத்கர் இருந்தார். இந்த நிலைப்பாட்டைத் தான் குணா, மணியரசன் போன்றவர்கள் குறை சொல்கிறார்கள். இது, இவர்களின் தமிழ்த் தேசிய குருநாதரான ம.பொ.சி.யின் கருத்துத்தானே!

மொழிவாரியாக மாகாணங்கள் இந்தியாவுக்குள் பிரியவேண்டும், ஆனால் இந்தியா ஒற்றுமையாக இருக்க வேண்டும் என்றுதானே ம.பொ.சி. சொன்னார். அதனை ஆதரிப்பவர்களுக்கு அம்பேத்கர் சொல்வது மட்டும் எப்படி இந்திய வாதமாக இருக்க முடியும்?

எனவே, மொழிவாரி மாகாணம் அமைப்பதை அம்பேத்கர் முழுமையாக மனப்பூர்வமாக ஆதரித்தார் என்பது தெளிவாகி விட்டது.

அடுத்த சிக்கல், மொழியைப் பற்றியதாக இருக்கிறது. இதில் அம்பேத்கரின் கருத்து குழப்பமானது தான்.

"மொழி அடிப்படையில் மாகாணங்களை மாற்றியமைக்கும் கோரிக்கையை நான் ஏற்றுக் கொள்ளும் அதேசமயம், ஒவ்வொரு மாகாணத்தின் அதிகாரப்பூர்வ மொழியும், மத்திய சர்க்காரின் அதிகாரப்பூர்வ மொழியும் ஒரே மாதிரி இருப்பதற்கு அரசியல் சட்டம் ஏற்பாடு செய்ய வேண்டும்" என்கிறார். இது முரணான கருத்தாக அவருக்கே தெரிந்துள்ளது. அதை அவரே சொல்கிறார். "மாகாணத்தின் மொழிதான் அதன் அதிகாரப்பூர்வ மொழியாக இருக்க வேண்டும் என்பதே நடைமுறை மரபு. ..ஒரு திசையில் பிணைப்புகளைத் தளர்த்துவதும் அதே சமயம் மற்றொரு திசையில் அவற்றை இறுக்கிச் சேர்ப்பதும் நடைபெறலாம். இதில் தவறேதும் இல்லை. அதனால் மாகாண மொழியும் மத்திய மொழியும் ஒன்றாக இருக்க வேண்டும்" என்றார். இப்படி மாகாண மொழிகளையே மாகாண அதிகாரப்பூர்வ மொழியாக ஆக்கினால் மாகாணங்கள் தனிமைப்பட்டுவிடும், துண்டாகிவிடும் என்று கூறினார்.

இந்தக் கருத்து ஏற்புடையது அல்ல என்பது உண்மைதான். அம்பேத்கர், ஆட்சி மொழியாக அதாவது அரசாங்க அலுவல்களுக்கு மட்டுமே அப்படிப் பயன்படுத்தச் சொன்னார். மற்ற அனைத்துக்கும் மாகாண மொழிகளைத்தான் பயன்படுத்தச் சொன்னார். இவ்வளவையும் சொல்லிவிட்டு, "நான் கூறியிருப்பது இலட்சியத் தீர்வு அல்ல என்பதை உணர்கிறேன்" என்றும் சொல்லியிருக்கிறார் அம்பேத்கர்.

மொழிவாரி மாநிலம் குறித்து 23.4.1953 அன்று அம்பேத்கர் ஒரு கட்டுரை எழுதியுள்ளார். அதில், இந்தியாவை 150 ஆண்டுகள் ஆண்டு வந்த பிரிட்டிஷ் அரசு மொழிவாரி மாநிலம் அமைப்பது குறித்து எண்ணியதே இல்லை என்ற தனது வருத்தத்தை அம்பேத்கர்

பதிவு செய்துள்ளார். 'இந்தியாவிலுள்ள பன்மொழிப் பகுதிகளில் வாழும் மக்களின் கலாச்சார முனைப்பைக் கவனித்து ஆவன செய்ய வேண்டும் என்ற எண்ணம் பிரிட்டிஷாருக்கு இல்லை' என்றும் சுட்டிக் காட்டியுள்ளார். மொழிவாரி பிரச்னையை அறிந்திருந்த பிரிட்டிஷார் ஓரளவு தீர்வு காண முயன்றனர் என்றும், மொழிவாரி கட்டமைப்பை 1920 ஆம் ஆண்டு ஏற்றுக் கொண்ட காங்கிரசுக் கட்சி 1945 வரை அதனை அமல்படுத்தும் நிர்ப்பந்தம் இல்லாமல் இருந்தது என்றும், 1946 ஆட்சிக்கு வந்ததும் அதன் சுமையை உணர்ந்தது என்றும் அம்பேத்கர் சொல்கிறார். இக்கட்டுரையில் மொழிவாரி மாநிலம் அமைப்பதில் உள்ள நியாயச் சூழலை அம்பேத்கர் அடுக்கடுக்காக விவரிப்பார்.

சென்னையை ஆந்திரர்கள் கேட்டதும், அதில் காங்கிரசு சரியாக முடிவு செய்யாததும், பொட்டி ஸ்ரீராமுலு உண்ணாவிரதம் இருந்ததும் பற்றி விவரிக்கும் அம்பேத்கர், "காங்கிரசுக்காரர்கள் அனைவராலும் ஏற்கப்பட்ட ஒரு குறிக்கோளின் பொருட்டு திரு. ஸ்ரீராமுலு பலியாக நேரிட்டது ஆளும்கட்சிக்கு ஓர் இழுக்காகும். இந்நிலையில் இப்போது ஆந்திர மாநிலம் ஒன்றை உருவாக்கும் எண்ணமானது, தியாகம் செய்த திரு. ஸ்ரீராமுலுவின் ஆன்மாவுக்குப் பிரதமர் அளிக்கும் பிண்ட தானம் என்றே கூறலாம். வேறெந்த நாட்டிலாவது ஓர் அரசின் இத்தகைய செயலை மக்கள் பொறுப் பார்களா என்று யோசிப்பதில் பயனில்லை" என்று கண்டித்து வருந்தினார்.

அப்போதும் மொழிவாரி மாநில அமைப்புக்கு மூன்று நிபந் தனைகளை அம்பேத்கர் விதித்தார். மொழிவாரி மாநிலம் என்பது தனித்து இயங்க ஏற்புடையதாக இருக்க வேண்டும், மாநிலத்தில் உள்ள சிறுவகுப்பாரின் நிலை என்ன? என்று அம்பேத்கர் கேள்வி எழுப்பினார். இந்தியா எப்படி, எந்த வகையில் பிரிக்கப்பட்டாலும் சாதிகளால் ஆனது. பெரும்பான்மை சாதியினர், சிறு சாதியினரை எப்படி நடத்துவார்கள் என்பதுதான் அம்பேத்கர் எழுப்பிய ஆழமான கேள்வி. மொழிவாரியாக பிரித்துக் கொள்வதின் உண்மை யான நோக்கம் என்னவாக இருக்க முடியும் என்று கேட்டார். மொழிவாரி அமைந்த மாகாணத்தில் பெரும்பான்மைச் சாதியினரின் ஆட்சி அமைந்தால் அது மொழிவாரி மாகாணமாக அமையுமா என்ற கேள்வியை எழுப்பினார்.

1948 காலகட்டத்தில் எழுப்பிய பொதுமொழி விவகாரத்தை 1953 இல் அம்பேத்கர் வலியுறுத்தவில்லை என்பதைக் கவனிக்கவும். மொழிவழி மாநிலம் அமையுங்கள், அதில் சாதியப் பிரச்னையை எப்படித் தீர்க்கப் போகிறீர்கள் என்பதுதான் அம்பேத்கரின் அடிப்படைக் கேள்வியாக இருந்தது.

1955ஆம் ஆண்டு மொழிவாரி மாநிலங்கள் குறித்த தமது சிந்தனைகளை அம்பேத்கர் விரிவாக எழுதினார். இந்தியாவில் இப்பிரச்னை கொழுந்துவிட்டு எரிந்த நேரம் அது. உடல்நலம் குன்றி இருந்தார் அம்பேத்கர். அச்சூழலிலும் இது பற்றி எழுதினார். மொழிவழி மாகாணம் அமைப்பது அவசியம் என்பதில் ஐயமில்லை, இன்றியமையாதது என்பதிலும் சந்தேகமில்லை என்றுதான் அதன் முன்னுரையில் அம்பேத்கர் எழுதுகிறார். "இரண்டு காரணங்களுக்காக மொழிவாரி மாநிலம் அமையவேண்டுமென்று நாம் கோருகிறோம், ஜனநாயகத்துக்கான பாதையைச் செப்பனிடுவதும். இன, கலாச்சாரப் பதற்ற நிலையை அகற்றுவதுமே இந்த இரு காரணங்கள்" என்று அதில் குறிப்பிடுகிறார். மொழிவாரி அமைக்கும் முயற்சியில் இந்தியா சரியான பாதையில்தான் செல்கிறது என்ற அம்பேத்கர், இதன் பாதகமான கருத்துருக்கள் என்று அவற்றையும் பட்டியலிடுகிறார். மாநிலத்துக்குள் போட்டியும் பொறாமையும் சச்சரவும் அதிகமாக இருக்கும் என்கிறார். 'மொழிவாரியாக பிரியாவிட்டாலும் இந்த அபாயம் இருக்கத்தான் செய்யும்' என்கிறார்.

இதற்கு அவர் சொல்லும் தீர்வு, இந்தியை இந்தியாவின் ஆட்சி மொழியாக ஆக்குவது. ஒரு பொதுமொழி இருந்தால் சர்ச்சை வராது என்று நினைக்கிறார். இந்தியை உடனே ஆட்சி மொழி ஆக்கச் சொல்லவில்லை. "இந்த நோக்கத்திற்கு இந்தியா தயாராகும் வரை ஆங்கிலம் ஆட்சி மொழியாக இருக்கலாம்' என்கிறார். ஒரு மொழிதான் மக்களை ஒன்றுபடுத்தும் என்கிறார். அம்பேத்கரைப் பொறுத்த வரை மொழிவாரி மாநிலங்களையும் ஆட்சிமொழி விவகாரத்தையும் ஒன்றாகப் பார்த்ததன் விளைவுதான் இது. இது தவறானமுடிவே!

மொழிவாரி மாகாணம் அமைப்பதற்கான கோட்பாடுகளை அம்பேத்கர் வகுத்தார். அதில் கலப்பு மாநிலம் அமைக்கக் கூடாது என்றும், ஒரு மாநிலத்தில் ஒரு மொழி பேசுபவர்கள் இருக்க வேண்டும் என்றும், ஒரு மொழி பேசுபவர்களை ஒரே மாநிலமாக அமைத்துவிடக் கூடாது என்றும், ஒரு மொழிபேசும் மக்கள் பல மாநிலங்களைக்கூட அமைத்துக் கொள்ளலாம் என்றும் சிறுபான்மை யினர் பிரச்னைகளை கவனிக்க வேண்டும் என்றும் நிபந்தனைகளை அடுக்கினார்.

குறிப்பாக, வடக்கு, தெற்குப் பிரிவினையை முழுமையாக உள்வாங்கிக் கொண்டவராக அம்பேத்கர் இருந்துள்ளார். வடக்கின் ஆதிக்கத்தைத் தெற்கு சகித்துக் கொண்டிருக்க முடியாது என்று அம்பேத்கர் கருதினார். இந்தியைத் தேசிய மொழியாக ஆக்கும் பிரச்னை குறித்து அரசியல் சட்ட நகல் விவாதத்தின் போது நடந்த விவாதங்களை விரிவாக எழுதும் அவர், வேறு எந்தப் பிரச்னைக்

காகவும் இவ்வளவு விவாதம் நடந்ததில்லை என்கிறார். வடக்கைத் தெற்கு எந்தளவுக்கு வெறுக்கிறது என்பதற்கு இது எடுத்துக்காட்டு என்றார். "வடக்குக்கும் தெற்குக்கும் இடையே மிகப்பெரிய வேறுபாடு உள்ளது. வடக்கு மிதவாத போக்கு கொண்டது. தெற்கு முற்போக்கு எண்ணம் கொண்டது. வடக்கு மூடநம்பிக்கையில் மூழ்கிப் போயிருப்பது. தெற்கு பகுத்தறிவுப் பாசறையாக இருப்பது. தெற்கு கல்வித்துறையில் முந்தி நிற்கிறது. இத்துறையில் வடக்கு பிந்தி இருக்கிறது. தெற்கத்திய கலாச்சாரம் புதுமையானது. வடக்கத்திய கலாச்சாரம் பழமையானது" என்றும் தெளிவாகச் சொன்னவர் அம்பேத்கர்.

இந்தியாவுக்குப் பொதுவான அரசியல் சட்டத்தை அம்பேத்கர் எழுதிவந்த நேரத்தில் இராஜாஜி அவரைச் சந்தித்துப் பேசி உள்ளார். அப்போது, "இந்தியா முழுமைக்கும் ஒரு சமஷ்டியை உருவாக்குவது நடக்காத காரியம், இந்திய பிரதமரும் ஜனாதிபதியும் இந்தி பேசும் பகுதியைச் சேர்ந்தவர்களாகவே இருப்பார்கள். எனவே இரண்டு சமஷ்டியை உருவாக்க வேண்டும். வடக்குக்கு ஒன்று, தெற்குக்கு ஒன்றாக உருவாக்க வேண்டும். இவ்விரண்டையும் கொண்ட மகாசமஷ்டியை உருவாக்க வேண்டும்" என்று இராஜாஜி, அம்பேத் கரிடம் சொன்னாராம். இதனைச் சுட்டிக் காட்டிய அம்பேத்கர்,

இந்தியாவுக்கு இரண்டாவது தலைநகர் தேவை என்ற புதுமைக் கருத்தை வலியுறுத்தினார். அந்தச் சிந்தனைக்கு அவர் வரக் காரணம், வடக்கு-தெற்கு மோதல் தான்!

மொகலாயர் ஆட்சியில் டெல்லி, ஸ்ரீநகர் என்ற இரண்டு தலைநகரங்கள் இருந்தன. பிரிட்டிஷ் ஆட்சியில் கல்கத்தா, சிம்லா ஆகிய இரண்டு தலைநகரங்கள் இருந்தது. பிரிட்டிஷார் போனபிறகு டெல்லி மட்டுமே ஒரே தலைநகராக இருக்கிறது என்று சொன்ன அம்பேத்கர், டெல்லியில் தலைநகரம் இருப்பது தென்னாட்டு மக்களுக்கு வசதிக்குறைவாக இருக்கிறது என்றும், டெல்லியில் இருப்பதால் வடநாட்டு மக்களால் தாங்கள் ஆளப்படுவதாக தென்னாட்டு மக்கள் நினைக்கிறார்கள் என்றும், டெல்லி பாதுகாப் பான இடமல்ல என்றும், ஹைதராபாத் சரியான இடம் என்றும் எழுதியிருக்கிறார். "இப்படி ஆக்கினால் தங்களுக்கு அருகில் தலைநகர் இருக்கிறது என்ற எண்ணம் தென்னக மக்களுக்கு ஏற்படும், வடக்குக்கும் தெற்குக்கும் உள்ள பதற்ற நிலையைத் தணிப்பதற்கு இது மற்றொரு பரிகாரமாக இருக்கும்" என்று எழுதியவர் அவர்.

அவரைத்தான் ஆர்.எஸ்.எஸ். மாதிரி சிந்தித்தவர் என்கிறார் குணா. பெரியாரை எதிர்த்து, திராவிட இயக்கத்தின் தோற்றத்துக்கு களங்கம் கற்பித்து, நீதிக்கட்சியைக் கொச்சைப்படுத்தி, அம்பேத்கரை விமர்சித்து, இடஒதுக்கீட்டை நிராகரித்து, புத்தரையும் தாக்கி,

பார்ப்பனீயம் பிராமணியம் என்ற சொல்விளையாட்டு விளையாடி, ஆரியரும் இல்லை திராவிடரும் இல்லை என்று மொத்த ஆர்.எஸ்.எஸ்.வாதியாகவே வாழ்வது குணா தானே தவிர அய்யாவும் அண்ணலும் அல்ல!

## 26. புத்தம் குறித்த தவறான புரிதல்கள்!

குணாவுக்குப் புத்தம் பிடிக்காது. வேதியம், பிராமணிய மதம் குறித்துக்கூடத் தனி நூல் எழுதவில்லை. ஆனால் புத்தத்துக்கு எதிராகத் தனி நூலே எழுதியும் இருக்கிறார். புத்தத்தில் எந்த முற்போக்குத் தன்மையும் இல்லை என்பது அவரது முடிவு.

"புத்தத்தையும் அருகத்தையும் தமிழ்நாட்டுத் தமிழர்கள் கிபி 7 ஆம் நூற்றாண்டிலேயே ஒழித்துக்கட்டிவிட்டனர்" என்று மகிழ்பவர் குணா. "புத்தத்தில் பிராமணியத்தின் வேர்கள் உண்டு என்னும் உண்மையை உலகுக்குக் காட்டுவதே இந்நூலின் நோக்கம்" என்று 'ஏரணம்' நூலுக்கான முன்னுரையில் எழுதுகிறார் குணா.

இந்நூலில், 'தமிழைக் கெடுத்த புத்தம்' என்ற தனிக்கட்டுரையே உள்ளது. கிரந்த எழுத்தை உருவாக்கியவர் பல்லவர் அல்ல என்றும் புத்தர்கள் என்றும், மணிப்பவழ நடையைத் தோற்றுவித்தவர்கள் புத்தர்கள் என்றும், அதற்குத் துணைபோனவர்கள் அருகர்கள் என்றும், அதனைப் பாலூட்டி வளர்த்தவர் பிராமணர் என்றும், புத்தம் தமிழை வளர்த்தது என்பது நகைப்பூட்டுகிறது என்றும், புத்த சமயம் பிராமணியத்தை எதிர்த்தது என்பது ஐரோப்பிய கட்டுக்கதை என்றும், கடவுள் கோட்பாட்டைப் புத்தம் எதிர்த்தது என்பது தவறு என்றும், சாதி வரண நெறியை மறுத்தது என்பதும் புனைவே என்றும், தமிழுக்கும் தமிழர்க்கும் முதற்பகை புத்தமே என்றும் புத்தம், அருகம் ஆகியவற்றை அடுத்து மூன்றாவது பெரும் பகைதான் பிராமணியம் என்றும் தமது ஏரணத்தில் தோரணம் விடுகிறார் குணா!

புத்தத்தையும் அருகத்தையும் விமர்சிப்பது என்பது பிராமணியத்தை மூன்றாவது எதிரியாகப் பின்னுக்கு நகர்த்திச் செல்லும் தந்திரம் போலவே தெரிகிறது.

புத்தம், அருகம் மீது இவ்வளவு கோபம் கொள்வதற்கான சூழல் இப்போது தமிழகத்தில் இல்லை. ஏனென்றால், இவை இன்று ஆதிக்கம் செலுத்தும் மதங்களாக இன்று இல்லை. (இலங்கை குறிப்பாக ஈழத்தின் சூழலை இங்கு சேர்த்துச் சொல்லவில்லை!) பெரியாரியர்களைப் பொறுத்தவரை எல்லா மதங்களும் ஒரே குட்டைகள்தான். எனவே, நமக்கு அதில் எந்தக் கருத்து முரண்பாடும் இல்லை. ஆனால், குணா வலியப்போய்ப் புத்தம் அருகம் ஆகிய

வற்றின் மீது தாக்குதல் நடத்துவது ஆரியத்தின் மீதான தாக்குதலைக் குறைக்கும், முனைமழுங்க வைக்கும் போக்காகப் பார்க்க வேண்டியுள்ளது. பட்டியலினச் சமூகத்தினர் பௌத்த ஈர்ப்பு கொண்டவர்களாகச் சிந்தனை, அரசியல் ரீதியாக மாறத் தொடங்கும் காலத்தில் அவர்களைத் தடுக்கும் முயற்சியாக இது செய்யப்படுகிறதோ என்றும் ஐயுற வேண்டியுள்ளது.

கிமு 6ஆம் நூற்றாண்டில் மத்திய கங்கைப் பகுதிகளில் இருந்து பல சமயங்கள் தோன்றின. அதில் சமணமும் பௌத்தமும் அடக்கம். 3 மற்றும் 5ஆம் நூற்றாண்டுக்கு மத்தியில் தமிழகத்தில் புத்தம் பரவியது. அசோகரின் முயற்சி அதிக காரணமாகும்.

"பிராமண ஆதிக்கம், சத்திரிய சக்தியின் தவிர்க்க முடியாத கொடூரச் செயல்கள், வைசியத் தொழிலின் லாப வெறி ஆகியவை கண்டு வெறுப்புற்ற சில நபர்கள் உயர்ந்த வர்ணங்களிலிருந்தே தோன்றியதற்கு ஆதாரமுண்டு. அதுதான் ஜைன, புத்த மதங்களின் தோற்றம்" என்பார் ஈ.எம்.எஸ். நம்பூதிரிபாத்.

"ஆள்வோர்களாகச் செயல்பட்டுவந்த சத்திரியர்கள், சமய வினை முறைகளை முன்னின்று நடத்துபவர்கள் என்ற முறையில் பிராமணர்கள் செலுத்திவந்த ஆதிக்கத்தைக் கடுமையாக எதிர்த்தனர். வருண அமைப்பு முறையில் பிறப்புக்கு முக்கியத்துவம் அளிப்பதை அவர்கள் ஒருவகையான கண்டன இயக்கத்தை நடத்தியதாகத் தெரிகிறது. பல்வேறு சலுகைகளையும் தனிஉரிமைகளையும் கோரிய புரோகிதர்களான பிராமணர்களுக்குச் சத்திரியர்கள் காட்டிய எதிர்ப்பு புதிய சமயங்கள் தோன்றுவதற்கான காரணிகளில் ஒன்றாக இருந்தது. மகாவீரரும், புத்தரும் பிராமணர்களின் ஆதிக்கத்தை எதிர்த்தனர்" என்கிறார் ஆர்.எஸ்.சர்மா.

இத்தகைய சூழலில் அறத்தை வலியுறுத்துகிறது புத்தம். அறம் என்பதைப் பாலி மொழியில் 'தம்மா' என்றனர். இக்கோட்பாடுகள் அனைத்தும் அறியாமையை நீக்குவதாகும் என்கிறார் அம்பேத்கர். அறியாமையை விலக்க அதிகமாக வலியுறுத்துவார் புத்தர். ஆன்மா, கடவுள், மோட்சம் ஆகிய மூன்றையும் புத்த தம்மம் ஏற்கவில்லை. இதனை விவாதிப்பதுமில்லை. பார்ப்பனீய வேள்வியில் விலங்குகளை இடுதல் ஒரு பண்பாடாகவே இருந்தது. இதனைக் கண்மூடி ஆதரிப்பதை விடுத்து, அறிவுடன் சிந்திக்கத் தூண்டினார்.

"புத்தர் வேதங்களின் புனிதத் தன்மையை எந்தளவுக்குத் தாக்கினாரோ அதே அளவுக்கு அவர் யாகங்கள் செய்வதையும் கண்டித்தார். இதில் புத்தரின் நிலைப்பாடு புரட்சிகரமானது என்றே எவரும் சொல்ல முடியும். கடவுளை அடைவதற்கும் மதத்திற்கும் எந்தத் தொடர்பும் இல்லை என்று புத்தர் அறிவுறுத்தினார். மதத்தின்

நோக்கம் ஒரு மனிதன் மற்றொரு மனிதனிடம் எப்படி நடந்து கொள்ள வேண்டும் என்பதோடு தொடர்புடையது. இதுதான் புத்தரின் நிலைப்பாடு. கடவுளை அடைவது ஒரு மதத்தின் நோக்க மாக இருக்க முடியாது என்று புத்தர் எண்ணினார். ...பார்ப்ப னீயத்தின் மூன்றாவது தூணான துர்வர்ண தர்மத்தைப் புத்தர் கடுமையாகத் தாக்கினார். ...பார்ப்பனீயத்தில் தாழ்த்தப்பட்ட சாதி யினரும் பெண்களும் துறவிகளாக மாறும் உரிமை மறுக்கப் பட்டுள்ளது. இத்தகைய அநீதியான நிலையைப் புத்தர் ஏற்க மறுத்தார். புத்தர், சமூக சமத்துவத்தை வலியுறுத்திய மாபெரும் போராளி. அவரைப் போன்ற ஒருவரை வேறு எங்கும் காண முடியாது" என்ற அம்பேத்கர்,

"பார்ப்பனர்களே புத்தரின் எதிரிகள். பார்ப்பனர்கள் சமண மதத்தின் நிறுவனரான மகாவீரரையும் எதிர்த்தனர். ஆனால் புத்தர் பார்ப்பனீயத்தின் மீது தொடுத்த கடுமையான தாக்குதல் அளவுக்கு மகாவீரர் தொடுக்கவில்லை...புத்தர் வேதங்களையும் யாகங்களையும் தாக்கியதைப் பற்றிக்கூடப் பார்ப்பனர்கள் பெரிதும் கவலைப்பட வில்லை. ஆனால் சதுர்வர்ண தர்மத்தைப் புத்தர் தாக்கியதை அவர்கள் அத்தனை எளிதாக எடுத்துக் கொள்ளவில்லை" என்கிறார்.
(நான் இந்துவாகச் சாக மாட்டேன், பக்கம். 124)

அந்தக் காலத்தில் இருந்த ஒரே பார்ப்பன எதிர்ப்பு இயக்கமாகப் புத்தருடைய இயக்கத்தைத்தான் அம்பேத்கர் சொல்கிறார். இதனால் தான் பார்ப்பனர்கள் புத்தரை அழிக்க சதி செய்தனர் என்கிறார். புத்தரை விஷ்ணுவின் பத்தாவது அவதாரமாகப் பார்ப்பனர்கள் மாற்றிக் கொண்டதால் பிரச்னை முடிவுக்கு வந்தது என்றும், புத்த மதக் கருத்துகளை தங்கள் மதத்துக்குள் சேர்த்துக் கொண்டனர் என்றும் அம்பேத்கர் சொல்கிறார்.

அம்பேத்கரைவிட புத்தத்தை படித்தவர் யார் இருக்க முடியும்? பத்து லட்சம் மக்களுடன் புத்தம் தழுவினார். ஆனால் அப்படியே திசை திருப்பி வேறொரு கற்பனைப் புத்தத்தைக் காட்டுகிறார் குணா. மற்றப்படி தமிழிலக்கியங்களுக்குள் சமணமும், புத்தமும் புகுந்து தமிழ்நெறிகளுக்குள்ளும் தமிழ் மொழிக்குள்ளும் செய்த வேலைகளை மறுப்பதற்கில்லை. அதற்கும் புத்தருக்கும் எந்தத் தொடர்பும் இல்லை. அது புத்தருக்கும் தெரியாதது தானே!

27. தமிழ்த் தேசிய ஓர்மைக்கு அடியெடுத்துத் தந்தவர்கள் பார்ப்பனர்களா?

வடுகர்கள் மீதான கோபத்தை அதிகப்படுத்துவதற்காக, பார்ப்பனர்களைக் காப்பாற்ற பெரும்பாடுபட்டு வருகிறார் குணா.

மு.இராகவய்யங்கார், எசு.கிருட்டிணசாமி அய்யங்கார், பி.டி.சீனிவாசய்யங்கார், சேச அய்யங்கார், வி.ஆர்.இராமச்சந்திர தீட்சிதர், பரிதிமாற்கலைஞர், கே.வி.சுப்பிரமணிய அய்யர், உ.வே. சாமிநாதர், பாரதியார், சுப்பிரமணிய சிவா ஆகியோரின் தமிழ்த் தொண்டை அடுக்கும் குணா, "இதனால் தமிழ்த் தேசிய ஓர்மைக்கு முதன்முதலில் அடியெடுத்துக் கொடுத்தவர்கள் தமிழ்ப்பார்ப்பனர் சிலருமாவர் என்பது விளங்கும்" என்கிறார். குணாவின் தமிழ்த் தேசியம் விளங்காது என்பது இதன் மூலமே தெரிந்துவிடுகிறது.

பார்ப்பனர்களில் பலரும் தமிழ்த்தொண்டாற்றியவர்கள், தமிழ் வரலாற்றை, தமிழர் வரலாற்றை எழுதியவர்கள் என்பது மறக்க முடியாதது. ஆனால் அது தமிழ்த் தேசிய ஓர்மைக்காகச் செய்யப் பட்டதா? இல்லை! அவர்களது தமிழ்ப்பற்றுக்காகச் செய்யப்பட்டது. தமிழ்ப்பற்று வேறு, தமிழ்த் தேசிய ஓர்மை வேறு. தமிழ்ப்பற்றாளர்கள் அனைவரும் தமிழ்த் தேசியர்கள் என்பதைப் போல ஆபத்தான கோட்பாடு வேறு இருக்க முடியாது.

பரிதிமாற் கலைஞரை, "பிராமணர் தமிழரை ஏமாற்றிவிட்டனர் என்று சொல்லும் அளவும் தமிழின் உண்மையில் புணர்ந்து தமிழ்ப்பற்று விஞ்சிய பிராமணத் தமிழ்ப்புலவர்" என்று பாவாணர் கூறுகிறார்.'மறுமலர்ச்சித் தனித்தமிழ்த் தொண்டைத் தொடங்கி வைத்தார்' என்றும் சொல்கிறார். "மொழிநடையும் சொல்வடிவும் செந்தமிழிலக்கணத்தோடு பொருந்த வல்லன பாரதியார் பாடல்கள். தமிழின் சிறப்பை யுணர்த்தித் தமிழ் பற்றூட்டும் சில பாடல்கள் ஏற்கத்தக்கன" என்றுதான் பாவாணர் சொல்லி இருக்கிறார். உ.வே.சா.வைப் பற்றிக் குறிப்பிடும்போது, 'இவ்விருபதாம் நூற்றாண்டு மாபெரும் புலவர் ஒரு சிலருள் ஒருவர், தமிழுலகம் என்றும் நன்றியறிவோடு நினைவுகூரத்தக்கவர்" என்று ஒரு இடத்திலும், "காவிரி வாய்ப்படவும் கரையான் வாய்ப்படவுமிருந்த கடைக்கழக நூல் ஏட்டுச் சுவடிகளையும் ஊரூராகவும் தெருத்தெருவாகவும் வீடுவீடாகவும் திரிந்து தேடியும் விறகு தலையன் போல் தலையிற் சுமந்து கொணர்ந்தும் அல்லும் பகலும் கண்பார்வை கெடக் கூர்ந்து நோக்கிப் படித்து வெளியிட்டவர்" என்றும் போற்றியுள்ளார். இரா.ராகவையங்கார், மு.இராகவையங்கார் இருவரது நூல்களை மட்டும் பாவாணர் சொல்லிச் செல்கிறார்.

சேசையங்கார், பி.டி.சீனிவாச அய்யங்கார், இராமச்சந்திர தீட்சிதர் ஆகிய மூவரும் தம் வரலாற்று நூலால் தமிழின் பெருமை யைக் காத்தவராவர் என்கிறார் பாவாணர். தமிழர் தென்னாட்டுப் பழங்குடி மக்களே என்று சொன்னவர் பி.டி.சீனிவாச அய்யங்கார் என்பதும், 'கடை வள்ளல் காலம்' என்ற நூலை எழுதியதற்காக எஸ்.கிருட்டிணசாமி அய்யங்காரையும், தமிழின் பெருமையைத்

தக்க சான்று காட்டி விளக்கியவர் என்பதால் சேசையங்காரையும் போற்றியுள்ளார் பாவாணர். இவை தமிழ்த்தொண்டா? தமிழ்த் தேசியத் தொண்டா? அப்படிப் பார்த்தால் இன்றைய தமிழ்ப் பேராசிரியர்கள் அனைவருமே தமிழ்த் தேசியப் போராளி ஆகிவிடு வார்கள்!

அவர்களது தமிழ்த்தொண்டு மதிக்கத்தக்கது. அவர்களது பணியை இன்னும் நுண்மையாக ஆய்வு செய்தவர் பாவலரேறு பெருஞ்சித்திரனார். பரிதிமாற்கலைஞர், உ.வே.சா, பாரதியாரின் தமிழ்த் தொண்டில் இருக்கும் பார்ப்பனீய வேர்களை விரிவாக எழுதி உள்ளார் பெருஞ்சித்திரனார்.

“தமிழரிடத்திருந்து பல அரிய விசயங்களையும் மொழி பெயர்த்துத் தமிழர் அறியுமுன்னரே அவற்றைத் தாமறிந்தன போலவும், வடமொழியினின்றே தமிழிற்கு அவை வந்தன போலவும் காட்டினர்” என்று எழுதிய பரிதிமாற்கலைஞர் தான்,

தமிழுக்கும் தமிழருக்கும் எதிர்மறையானதையும் சொல்லி இருப்பதாக மேற்கோள் காட்டுகிறார் பாவலரேறு!

“பல்லாயிர ஆண்டுகளுக்கு முன்னர் இந்தியா காடடர்ந்து விரிந்ததோர் நிலமாயிருந்தது. அக்காடுகளில் தீய விலங்குகள் திரிந்து கொண்டிருந்தன. அங்கும் இங்கும் காட்டு மனிதர்கள் சிலர் கரடிகளெனக் குகைகளில் வசித்தனர் – அவர்கள் குறுகிக் கறுத்த விகாரவுருவினர், ஆடையற்றவர், அழுக்கேறியவுடலினர். அவர்கள் ‘கற்கால மனிதர்’ எனப்படுவர். கொஞ்சங் காலஞ் சென்ற பின்னர் வடக்கே இமயமலைக்கப்பால் இருந்து சில சாதியார் இந்தியாவினுட் புகுந்தனர். அவர்கள் வந்து சமவெளிகளிற் கண்ட இக்காட்டு மனிதர்களைத் துரத்தினர். துரத்தவே இவர்கள் மலைப்பக்கங்களில் ஓடி அங்கே அநேக காலம் வசித்து வந்தனர். இவர்களில் ஒரு சாதியார் ‘நாகர்கள்’ எனப்படுவோர். இவர்களில் சிலர் நீலகிரியின் உச்சியில் இப்பொழுதும் வசிக்கின்றனர். இனி மேற்கூறிய புராதன இந்தியரைத் துரத்தியவர்கள் தமிழராவர். இவர்கள் இமயமலைக்கு வடக்கேயுள்ள மத்திய ஆசியாவில் வசித்திருந்தவர்கள். தங்கள் ஆடு மாடுகளுக்காகப் புல்லைத் தேடிக் கொண்டு ஊரூராய்த் திரிந்தவர்கள்” என்றும்

“வடமொழி தமிழ்மொழியோடு கலக்கப் புகுமுன்னரே முன்னது பேச்சு வழக்கற்று ஏட்டு வழக்காய் மட்டிலிருக்கும் நிலைமைக்கு வந்துவிட்டது. ஏட்டு வழக்கு ஒன்றுமேயுள்ள பாசையோடு இருவகை வழக்கமுள்ள பாசையொன்று கூடியியங்கப் புகுமாயின் முன்னதன் (வடமொழி) சொற்கள் பின்னதன் (தமிழின்)கண் சென்று சேருமேயன்றிப் பின்னதன் (தமிழின்) சொற்கள் முன்னதன் (வடமொழியின்) கண் சென்று சேரா. இதுவே வழக்காற்று முறை.

இம்முறை பற்றியே வடசொற்கள் பல தமிழின்கண் புகுந்தன. தமிழ்ச் சொற்களில் சிலதாமும் வடமொழியின்கண் ஏறாமற் போயின" என்றும்–

"தமிழ்மக்கள் ஆங்கிலரோடு நாடொறும் ஊடாடுபவராயினர். ஆங்கிலர் ஆள்வோரும் தமிழர் ஆளப்படுவோருமாயிருக்கின்றனர். (நூல் 1903இல் எழுதப்பெற்றது). இவ்வாறு இருவரும் ஒத்தியங்கும் இடத்துத் தமிழ்ச்சொற்கள் ஆங்கில பாஷையிற் புகுதலும் ஆங்கிலச் சொற்கள் தமிழ்ப் பாஷையிற் புகுதலும் இயற்கையே! இதனைத் தடுக்க முடியாது; தடுக்கப் புகுதலும் தக்கதன்றாம்; அவ்வாறு தடுக்கப் புகினும் அது வீண்முயற்சியாய் முடியுமே அன்றி வேறில்லை. பேச்சுத் தமிழில் அளவிறந்த ஆங்கிலச் சொற்களை மேற்கொண்டும், ஏட்டுத் தமிழ் அவற்றை ஏற்றுக் கொள்ளப் பின்னிடுகின்றது. எனினும் 'சுதேசமித்திரன்' போன்ற பத்திரிக்கைகள் ஆங்கிலச் சொற்கள் சிலவற்றைத் தமிழின்கண் ஏற்றுப் புகுந்தன. மதுரைப் பழந்தமிழ்ச் சங்கத்தாரும் சிற்சில ஆங்கிலச் சொற்களை மேற்கோடல் இன்றியமையாதெனக் கண்டனர்; காண்டலும் மேற்கொண்டனர். அவர் செயல் மிகவும் நேரிதே. இவ்வாறு மொழிபெயர்ப்பு வகையில் ஆங்கிலக் கருத்துகள் தமிழின்கண் எவ்வளவு புகினும் நலமே!..." என்றும்–எழுதியிருப்பவர் பரிதிமாற் கலைஞர்.

இந்த மேற்கோள்களைச் சுட்டிக் காட்டும் பாவலரேறு, "எப்படி, தனித்தமிழ் இயக்கத்திற்கு வித்திட்டவராகக் கருதப்படுபவரின் உள்நோக்கம்?" என்று கேட்கிறார். "இவ்வாறு தமிழர்க்குச் சார்பாகவும் வெளிப்படையாகவும் பார்ப்பனரின் ஏமாற்றுத்தனங் களை அவிழ்த்துக் காட்டிய இவரே, தமிழர்களுக்கு மாறாகவும் பல நச்சான கருத்துகளை அந்நூல் முழுவதும் தெளித்து விட்டிருப்பது ஆரியர்தம் திருவிளையாடல்களில் ஒன்று. தமிழர்களுக்குச் சார்பாகவும் நடுநிலையாளர் போலும் சில வரலாற்றுக் கருத்துகளை ஒருபக்கம் எழுதுவது; மறுபக்கம் அவர்களுக்குக் கேடானவும் முற்றும் ஆரியர்களுக்கே ஏற்றந் தருவனவுமான பல கருத்துகளை அதே நூலில் சொல்லிவிடுவது. இவ்வாறு அவர்கள் எழுதுவது ஏனெனில், படிப்பவர்கள் தங்களை நடுநிலையாளர்களாகவும் உண்மையாளர்களாகவும் கருதிக் கொள்ளட்டும் என்பதே" என்கிறார்.

(ஆரியப் பார்ப்பனரின் அளவிறந்த கொட்டங்கள் நூலில்)

"பழைய ஓலைச்சுவடிகளைத் தேடிக் கண்டுபிடித்துப் பதிப்பித்த அரிய தொண்டுகளைச் செய்தவர் உ.வே. சாமிநாதர் என்ற ஆரியப் பார்ப்பனர் என்பதை நாம் நன்றி உணர்வுடன் நினைக்கின்ற அதே பொழுதில், அவர் அவ்வாறு பதிப்பிக்கையில், அவர் இனத்தின் மேம்பாட்டுக்கென்று திட்டமிட்டுச் செய்த சில செயல்களை மறந்துவிடவும் கூடாது" என்று சொல்லிவிட்டு வரிசைப்படுத்துகிறார்.

"இவர் நூல்களில் எங்கும் தமிழ்ப்பாஷை என்றெழுதுவாரே தவிர தமிழ்மொழி என்று எழுதவே மாட்டார். நூல்களைப் புஸ்தகங்கள் என்றெழுதுவதே இவர் வழக்கம். தமிழில் வடமொழிச் சொற்களை விழிப்பாகவும் அவற்றை உயர்த்த வேண்டும் என்ற நோக்கத்துடனும், அவையின்றித் தமிழே இயங்காது என்பதை உண்மைபோல் மற்றவர்களுக்குப் புலப்படுத்த வேண்டும் என்ற கருத்துடனும் இவர் எழுதும் உரைநடைகளிலெல்லாம், அளவிறந்து கலந்து எழுதியது இவரின் வடமொழி உயர்வு மயக்கத்தைத் தெளிவாகக் காட்டும். ஒருகால் ஓரன்பர் இவரிடத்து 'வணக்கம்' என்று சொல்லி வணங்கியும் அதனை ஏற்றுக்கொள்ளாது 'நமஸ்காரம்' என்று கூறச்சொல்லி, அதனை ஏற்று நிறைவடைந்த நிகழ்ச்சியை அறிந்தால் உ.வே.சா. அவர்களின் வடமொழி யுயர்த்தலும், ஆரிய இன மேம்பாட்டு நினைவும் அவரை விட்டு அகலவே இல்லை என்று தெரிந்து கொள்ளலாம்.

கழக நூல்களை அவர் வெளியிடும்பொழுதெல்லாம் 'அந்தணர்' என்று வரும் இடங்களிலெல்லாம் அவர் ஆரியப் பார்ப்பனர் என்றே சிறப்புரையெழுதி மக்களை மயங்கச் செய்து வந்ததுடன் அவர்களின் நடையுடை பழக்கங்களை மிகவுயர்ந்தனவாகக் காட்ட, எப்படியெப்படி இட்டுக்கட்டிச் சொல்ல முடியுமோ, அப்படியப்படி யெல்லாம் தவறாமல் சொல்லியிருக்கின்றார்.

புறநானூற்றில் 'ஆன்முலையறுத்த' என்று தொடரும் 34ஆம் பாட்டில் உள்ள அடிகளில் உள்ள ஒரு சொல், யாழ்ப்பாணத்துப் பழைய வெளியீடு ஒன்றில் 'அறவோர்' என்று வந்துள்ளது என்று உரையாசிரியர் சிலர் குறித்துள்ளனர். உ.வே.சா. பதிப்பில் அச்சொல் 'பார்ப்பார்' என்றே குறிக்கப் பெற்றுள்ளது. மேலும், அதில் உள்ள 305ஆம் பாட்டில் உள்ள 'தன்மை' என்னும் ஒரு சொற்கு 'அவரவர் சாதி இயல்பு' என்று விளக்கம் எழுதியுள்ளார்.

தமிழ் மொழிக்கு மிகவுழைத்தவரெனச் சொல்லப்பெறும் உ.வே.சாமிநாதர் தமிழ்மொழியின் தனிமைச் சிறப்பைப் பலவிடங் களில் தாழ்த்தியுள்ளது கவனிக்கத்தக்கது. ..... தமிழ்மொழி மேல் இவர்க்கு ஒருவகைப் பற்று உளதென்றால், அஃது ஆரியத்தைக் கலப்பதற்கு ஏற்ற ஒரு கருவியாக உள்ளதெனும் மாற்றாந்தாய்ப் பாசமே என்க.

பரிமேலழகர் திருக்குறளை எவ்வாறு தம் இனக் கருத்துகளை ஊன்றுவதற்கு ஏற்ற ஒரு விளைநிலமாக எடுத்துக்கொண்டாரோ, அவ்வாறே உ.வே.சா. கழகப் பதிப்புகளைக் கைக் கொண்டார். இன்றியமையாத சொற்களையெல்லாம் வடமொழியாகவே இவர் பயின்றார். பண்புகள் அல்லது குணங்கள் என்று குறிப்பதால் நிறை வுறாத இவர், குணவிசேடங்கள் என்று குறிப்பதால் மனநிறைவுறுவார்.

மைசூர் நாடு என்று குறிக்காமல் மைஸூர் ஸமஸ்தானம் என்றே குறிப்பார். மேலும் அரசுக்கட்டில் என்பதைச் சிங்காதனம் என்றும், அமைச்சு என்பதை மந்திரி வேலை என்றும், விண்மீன் என்பதை, நக்ஷத்திரம் என்றும், மருத்துவம் என்பதை வைத்தியம் என்றும், வள்ளல் என்பதை உபகாரி என்றும், இளம் பருவம் என்பதை இளம்பிராயம் என்றும், படிகள் என்பதைப் பிரதிகள் என்றும், முற்றூட்டு என்பதை ஸர்வமானியம் என்றும், கல்வெட்டு என்பதைச் சிலாசாசனம் என்றும், சான்று என்பதை ஆதாரம் என்றும், நகைகள் என்பதை ஆபரணங்கள் என்றும், கொடி என்பதைத் துவசம் என்றும், போர் என்பதை யுத்தம் என்றும், பயன்படுத்துதல் என்பதைப் பிரயோகங்கள் என்றும் பலவாறு வடசொற்களைப் பெய்து எழுதுவதில் இவர் பெருமகிழ்வுற்றதாகத் தெரிகின்றது.

அவ்வாறு தமிழ்மொழியோடு வடசொற்களைப் பெய்து எழுதுவதால் வடமொழியாகிய சமசுகிருதத்தின் துணையின்றித் தமிழ் இயங்காது என்பது வலியுறுத்தும் பெறல் வேண்டும் என்பது இவர் கொள்கையாகவிருக்கலாம். இவர் இதனை, ஒரு கொள்கையாக வலிந்தே கையாண்டுள்ளார்... பண்டைப் புலவர்களிலோ, முற்றூட்டுப் பெற்ற சிற்றரசர்களிலோ ஆரியர்கள் இருப்பாராயின் அவர்களை மிகவும் சிறந்தவர்களாகக் குறிப்பது இவரின் இனப் பற்றையும், ஓரம் போகிய தன்மையையும் நன்கு காட்டுகின்றது... எந்தத் துறையில் ஈடுபட்டாலும் சரி, பார்ப்பனர்க்குத் தமிழ் மேல் ஒரு வெறுப்புணர்ச்சியும், தமிழர்மேல் ஒரு பகையுணர்ச்சியும் கட்டாயம் இருந்தே வருவதைக் கண்டு வருந்தாமல் இருக்க முடியாது, மாந்தன் நிலாக்கோளுக்கும் செவ்வாய்க் கோளுக்கும் சென்று கொண்டிருக்கின்ற இவ்விருபதாம் நூற்றாண்டின் இறுதியிலுங்கூட, அவர்கள் அத்தகைய உணர்ச்சிகளைக் கொண்டிருக் கிறார்களென்றால், ஈராயிரம் ஆண்டுகளுக்கு முன் அவர்களின் போக்கு தமிழ்க் குமுகாயத்திற்கே எப்படி மாறுபட்டு இருந்திருக்கும் என்பதை எண்ணிப் பார்க்கவும் முடியாது." என்று எழுதினார் பாவலரேறு.

(ஆரியப்பார்ப்பனரின் அளவிறந்த கொட்டங்கள்)

இந்நூலில் பாரதியார் குறித்தும் பாவலரேறு விரிவாக எழுதி உள்ளார்.

"தமிழ் இலக்கிய வுலகில் கம்பனைப் போல் கற்பனை வளம்படைத்தவர்களைக் காணமுடியாது. இளங்கோ போல் மொழி வளம் மிக்கவர்களும் அருமையே. ஆனால் கம்பனுக்கு விழா எடுப்பது போல் பாரதியாருக்கும் விழா எடுப்பது. போட்டி போட்டுக் கொண்டு செய்யும் ஓர் இன எழுச்சி ஈடுபாடேயொழிய இலக்கியச் சிறப்பான ஒரு செயலன்று. தேசியப் பாவலர் என்பதில் வேறு

ஆரியச் சூழ்ச்சி புதைந்து கிடக்கிறது....கம்பனுக்கு விழா எடுப்பதிலுங்கூட ஆரியப் பார்ப்பனர்க்கே மிகுந்த அக்கறையுண்டு என்பதும் இன்னொரு வேடிக்கை. அவன் இராமாயணத்தை எழுதினான் என்பதே அவன் பாராட்டப் பெறுவதற்குத் தலையாய ஒரு கரணியம். ஏனெனில் இராமாயணத்தில்தான் வேறு எந்த நூலையும்விடத் தமிழர் இழிவு செய்யப்பெற்றுள்ளனர். அதனால் பார்ப்பனர்க்கு அதில் ஈடுபாடு மிகுதி. இதற்காகவே கம்பனும், ஒரு பார்ப்பனர் என்பதற்காகவே பாரதியாரும் பாராட்டப் பெறுகின்றனர். பார்ப்பான் ஒரு துறையில் உள்ள ஒருவனைப் பாராட்ட வேண்டுமானால் முதலில் அவர் பார்ப்பானாக இருத்தல் வேண்டும்; அல்லது அவன் ஒரு பார்ப்பன அடிமையாகவேனும் இருத்தல் வேண்டும். இவ்விரண்டு தகுதியும் ஒருவனிடம் இல்லையானால் அவன் பனைமர உயரத்தவன் என்றால் குட்டையன் என்பான்; பரந்தமுடித்தலையன் ஆனாலும் மொட்டையன் என்பான்....

பாரதியின் தமிழ் உரைநடை இது....

“ஸூர்யோதத்திலேயும் ஸூர்யாஸ்தமனத்திலும் வானத்தில் நடக்கும் இந்திரஜாலக் காட்சியில் க்ஷணந்தோறும் புதிய புதிய விநோதங்கள் மாத்திரமேயன்றி இன்னுமொரு விசேஷமுண்டு”.

*(பாஞ்சாலி சபத விளக்கக் குறிப்புகள்)*

இவ்வாறான ஒரு நடையைப் பாரதியார் எழுதினால் என்ன? யார் எழுதினால் என்ன? இதனால் தமிழ்மொழிக்கு ஆக்கம் ஏற்படும் என்று எவராவது சொல்லமுடியுமா? தம் வடமொழி கலந்த நடை, ‘நம்மவர்க்குப் பிரியந் தருவதாகும்’ என்று வேறு பாரதியார் குறிப் பிடுகின்றார்.

“பாரத தேசத்தில் முற்காலத்திலே பாரத ஜாதி முழுமையின் அறிவுக்குப் பொறுப்பாளியாகப் பிராமணர் என்னும் பெயருடைய ஒரு வகுப்பினர் இருந்ததாகப் பழைய நூல்களிலே காணப்படுகிறது. அந்தப் பிராமணர், தமது கடமைகளைத் தவறாது நடத்தியிருப்பார் களானால் மற்றக் குலத்தவரும் நெறி தவறியிருக்க மாட்டார்கள். ஒரு தேசத்திற்கு ஏற்படும் உயர்வு தாழ்வுகளுக்கு அத் தேசத்திலுள்ள பிராமணர்களே பொறுப்பாளிகள்”.

*(பாஞ்சாலி சபத விளக்கக் குறிப்புகள்)*

மேலே காட்டப்பெற்ற இரு குறிப்புகளே பாரதியார் தமிழ் மொழியைப் பற்றியும் தமிழ் இனத்தைப் பற்றியும் என்ன கருத்துக் கொண்டிருந்திருக்கின்றார் என்பதைத் தெளிவாகக் காட்டப் போதுமான சான்றுகளாகும். ‘ஒரு நாட்டின் அறிவு வளர்ச்சிக்கும் உயர்வு தாழ்வுகளுக்கும் ஆரியப் பார்ப்பனர்கள்தாம் பொறுப் பாளிகள்’ என்றால் மானமுள்ள எந்தத் தமிழன் அவரை வெறும்

பாட்டுத் திறனுக்காகவோ கற்பனைத் திறனுக்காகவோ பாராட்டு வான்?

....பாரதியாரின் உள்ளம் ஆரியர்க்காக எண்ணிய உள்ளம்; அவர் இந்த நாட்டை ஆரிய நாடு என்பதனாலேயே பெருமை கொள்வதாக அவர் பாடல்கள் தெரிவிக்கின்றன. பின்வரும் பாடலடிகளைப் பாருங்கள்.

"பேரிமய வெற்புமுதல் பெண்குமரி ஈறாகும்
ஆரிய நாடு என்று அறி"

"முன்னை இலங்கை அரக்கர் அழிய
முடித்தவில் யாருடை வில்?–எங்கள்
அன்னை பயங்கரி பாரத தேவிநல்
ஆரிய ராணியின் வில்"

"சித்த மயம் இவ் வுலகம்; உறுதிநம்
சித்தத்தில் ஓங்கிவிட்டால்–துன்பம்
அத்தனை யும்வெல்ல லாமென்று சொன்னசொல்
ஆரிய ராணியின் சொல்"

"எம்மை
ஆண்டருள் செய்பவள் பெற்று வளர்ப்பவள் ஆரிய தேவி"

"வீரிய வடிவம்–என்ன
வீரிய வடிவம்–இந்த
ஆரியன் நெஞ்சம், அயர்ந்ததென் விந்தை!"

"எங்கள் ஆரிய பூமி"

"ஆரிய பூமியில் நாரிய ரும்நர
சூரிய ரும்சொலும் வீரிய வாசகம்"

"உன்னத ஆரிய நாடெங்கள் நாடே
ஓதுவம் இஃதை எமக்கில்லை ஈடே"

"ஆதிமறை தோன்றியதால் ஆரியநா டெந்நாளும்
நீதிமறை வின்றி நிலைத்த திருநாடு"

எப்படி? பாரதியாருக்கு இது தமிழ்நாடாகவோ இந்தியா வாகவோ படவில்லை. அப்படிப் பட்டாலும் அவருக்குச் சொல்ல விருப்பமில்லை. இந்திய நாடு அனைத்தையும் பாரத நாடு என்று சொல்வதைவிட ஆரிய நாடு என்று சொல்வதில்தான் அவர்க்குப் பெருமையிருந்திருக்கின்றது.... இப்படிப் பாடல்களைப் பாடுவதாலும் பலமுறை சொல்வதாலும் வரலாற்று உண்மைகளையே மறைக்க

முயற்சி செய்துள்ளார். நாடற்ற ஆரியர்களுக்கு இந்நாடு உரிமையுடையது என்றால் இந்நாட்டையே பிறந்தகமாகக் கொண்ட தமிழர்களுக்கு எந்த நாடு உரிமையுடையது? தமிழ்நாடு என்பதாகவே ஒரு நாடு இருப்பதாக அவர் நினைவு கொள்ளவில்லை. இந்திய நாட்டில் அடங்கிய பத்தொன்பது திராவிட நாட்டுப் பகுதிகளும் ஆரியர் களுடையனவே என்று வல்லடி வழக்கு நடத்தியிருக்கின்றார்.

ஆரியரை இந்தியாவுக்கே உரிமையாக்கி, இந்தியாவை ஆரியர்க்கே உரிமையாக்கிப் பேசும் உணர்ச்சி பாரதியாரிடம் நிறைய இருந்திருக்கின்றது. ஆரியர் என்றால் அவர்களிடம் ஒரு தனித்தன்மை, சிறப்பு, எல்லாருக்கும் உயர்வான ஒரு தேவப் பெருமை இவை யெல்லாம் இருப்பனவாகக் கற்பனை செய்து கொள்ளும் மனநிலை அவர் பாடல்களில் ஒலிக்கின்றது. இந்தியப் பண்பாடு, நாகரிகம், வீரம், சமயம் முதலிய அனைத்துப் பண்புகளையுமே அவர் ஆரிய மாகப் பார்க்கின்றார். அப்பண்புகள் குறைந்தவரை அவர் ஆரியரினும் தாழ்ந்தவராகப் பேசுகின்றார். ஆரியர்களையே – அல்லது அவரைச் சார்ந்தவர்களையே இந்நாட்டுக் குடிமக்களாக எண்ணிக் கொண்டு அவர் யாக்கும் வரிகள் இங்குள்ள எல்லாப் பிரிவினர்களையும் இழிவு செய்வனவாகும். வரலாற்றடிப்படையில் இந்நாட்டுக்கு உரிமையான ஓரினம் உண்டென்னும் ஒரு கருத்தை அவர் அடியோடு மறுப்பனவாகவே இவ்வரிகள் அமைகின்றன.

தமிழ்மொழியைப் பாராட்டுகையிலும், அஃது ஆரியச் சார்பு உடையதனால்தான் பெருமை கொண்டு விளங்குகின்றது என்னும் பொருள்படவே எழுதுகின்றாரே தவிர, அதன் தனித் தன்மை, பழைமைச் சிறப்பு, தாய்மை நிலை, வளமைக் கொழிப்பு முதலியன நிறைந்திருக்கும் தன்மையை அவர் ஒப்புக்கொள்வதில்லை. ஆதிசிவன் பெற்ற தமிழை ஆரிய மைந்தன் அகத்தியன்தான் சிறப்புறச் செய்தான் என்பது பாரதியார் கருத்து. அகத்தியன் போன்ற ஆரிய முனிவர்கள் தமிழ் இலக்கணம் செய்தபின்தான் தமிழ்மொழி ஏற்கெனவே உயர்ந்து விளங்கிய ஆரிய மொழியான சமசுக்கிருதத்திற்கு நிகராக விளங்கிய தாம். பாரதியார் கருத்திது. இப்படி எழுதப் பாரதியார் வரலாறு தெரியாதவராக இருக்க வேண்டும்; அல்லது வரலாற்றை மறைக்கும் முயற்சியில் ஈடுபட்டிருக்க வேண்டும்....

பாரதியாருக்கு ஆரியவுணர்ச்சி அளவிறந்து இருந்ததுடன் வேதங்களே இந்திய நாட்டின் உயர்வுக்கு அடிப்படையானவை என்னும் மூடக் கொள்கையும் மிகுதியாகவிருந்தது. வேதங்களைப் பழிப்பவர்களை 'வெளித்திசை மிலேச்சர்' என்று இழித்தும் அயன்மைப்படுத்தியும் கூறுகின்றார். வேதங்களை மட்டுமன்றி ஆரிய நூல்கள் அனைத்தையும் பாராட்டுகிறார்.

அவை அவர் ஆரிய மதிமயக்கத்தினின்று விடுபடவில்லை என்பதையே காட்டுவதாகும்" என்றும் சொல்லிவிட்டுப் பெருஞ் சித்திரனார் எழுதுவதுதான் குணாவுக்கான நமது பதில்:

"ஆரியப் பார்ப்பனர்கள் தமிழ் நிலையிலாயினும் சரி, குமுகாய நிலையிலாயினும் சரி, அரசியல், தொழில், சமயம் முதலிய எந்த நிலைகளிலாயினும் சரி. அக்காலத்திலிருந்து இக்காலம் வரை, தமிழர்களுடன் இரண்டறக் கலந்து உறவாடவில்லை என்பதையும்; அவர்கள் தவிர்க்கவியலாத நிலையில் தமிழ்நாட்டில் தமிழர் களிடையில் தமிழர்களைப் போன்றே வாழ நேரிட்டாலும், அவர்கள் மனநிலையில் எவ்வகை மாற்றத்தையும் ஏற்படுத்திக் கொள்ளவில்லை என்பதையும், அவர்கள் இன்றும் தங்களை உயர்ந்தவர்களாகவும், தங்கள் மொழியையே தேவமொழி அதுவே உலகிற்கு மூலமொழி யென்று நம்புபவர்களாகவும், அப்படி நம்பச் செய்பவர்களாகவும், அப்படி நம்புகின்ற பிற இனத்தவரையே தாங்கிப் போற்றிக் கொள்பவர்களாகவுமே இருக்கின்றார்கள் என்பதையும்; அந்த நிலைகளுக்கு உ.வே.சாமிநாதர் போலும் தமிழறிஞர்களும், பரிதிமாற்கலைஞர் போலும் தனித்தமிழ் வழிகாட்டிகளும், பாரதியார் போலும் பாவலர்களுங்கூட விலக்கல்லர் என்பதையும் உணர்த்த வேண்டியவே ஆகும்" என்பதே! குணாவுக்கான பதில்.

"தொடக்கத்தில் தமிழ்ப்பார்ப்பனர்களில் சிலரே தமிழ்த் தேசியத்திற்கு வித்திட்டனரென்பதனால் தமிழ்த் தேசியமே பார்ப்பனச் சார்புடைய தென்றாகாது" என்று அவரை மீறிக் குணா எழுதி விடுகிறார்.

தமிழ்ப்பார்ப்பனரைத் தமிழ்த் தேசியத்துக்கு வித்திட்டார்கள் என்று குணா எழுதிய 'திராவிடத்தால் வீழ்ந்தோம்' என்ற நூல் பாவாணருக்குத்தான் நினைவாக ஆக்கப்பட்டு இருந்தது. பாவாணர் இருந்திருந்தால் என்ன சொல்லி இருப்பாரோ! நிச்சயம் தலையில் அடித்துக் கொள்வார். ஏனென்றால் பார்ப்பாரிய, பிராமணிய சூழ்ச்சியியலை அவரே அதிகம் வெளிப்படுத்தியவர்.

'தமிழர் வரலாறு' நூலை முடிக்கும் போது பாவாணர், 'தமிழ்நாட்டுப் பிராமணர்க்கு ஓர் அன்பெச்சரிக்கை' விடுத்தார்.

"அன்பர்காள்! நும் முன்னோர், வேறெந் நாட்டிலும் அயலார் கையாளாத வலக்காரங்களைக் கையாண்டு, கள்ளங் கரவற்ற பண்டைத் தமிழ் மூவேந்தரையும் ஏமாற்றி வயப்படுத்தி அவர் வாயிலாகத் தமிழரிடையும் தன்னலச் சிறுதெய்வ வேள்வி மதத்தைப் புகுத்தி அதனால் தமிழ் கெடவும் தமிழிலக்கியம் இறந்து படவும், தமிழர் இழிந்து சிதறிவிடவும் செய்துவிட்டனர். அத் தீத் தொழிலை அறிவாராய்ச்சியும் உரிமையுணர்ச்சியும் மிக்க இக் காலத்தும் நீவிர் தொடர்தல் இயலாத தொன்றாம்..." என்று எச்சரித்தவர் பாவாணரே.

அவரது நினைவுக்கு வெளியிடப்பட்ட நூலில் எத்தகைய நஞ்சைக் கலந்துள்ளார் குணா!

*28. தியாகமும் அறிவும் வறட்டியமும்!*

தமிழரின் தேசிய இன விடுதலையை உள்ளீடாகக் கொண்டவர் அறிஞர் குணா. அதற்கு உண்மையாக இருப்பவர். அதனாலேயே தடா, பொடா, தேசியப் பாதுகாப்புச் சட்டம் என எல்லா வகை யான அடக்கு முறைச் சட்டங்களும் அவரைக் கழுத்து, கை, கால் ஆகிய மூன்றை முடக்கிய பிறகும் அவரது இதயம், மூளை ஆகிய இரண்டையும் முடக்க எந்தச் சட்டத்தாலும் முடியவில்லை. கருநாடக அரசு மூன்றாண்டுகளுக்கும் மேலாகப் பொய்வழக்குப் புனைந்து சிறையில் தள்ளக் காரணம் அவர் முன்னெடுத்த தமிழரின் தேசிய இனவிடுதலை அரசியல்தான் காரணம். வள்ளுவத்தின் வீழ்ச்சி, மண்ணுரிமை, எண்ணியம் ஆகிய நூல்கள் அவரது அறிவுப் பரப்பைச் சொல்லும்.

குமரிக்கண்டமே இல்லை என்று சு.கி.ஜெயகரன் எழுதி அதனை ஆரிய அறிஞர் குழாம் பரப்பியபோது, அதற்கு மறுப்பாக ‘அறிவுக்கனியை தொடுவானேன்’ என்று அங்குலம் அங்குலமாகப் பிரித்து மேய்ந்து அந்த வாதங்களை பொடியாக்கியவர் குணா. (2006). நிலவியலும் புவியியலும் உணர்வியலும் தமிழியலும் கலந்த நூல் அது.

அந்தத் தியாகமும், அந்த அறிவும் தலைவணங்கத் தக்கன. அறிஞர்கள் தியாகம் செய்யத் தயாராக இருப்பது இல்லை. தியாகிகளோ அறிவுப்பரப்பை விரிவு செய்வதில் சுணக்கம் காட்டு பவர்கள். ஆனால் குணா, இதற்கு முற்றிலும் மாறுபட்டவர். ஆனால் அந்த அறிவும், தியாகமும் தர வேண்டிய பயனை இத்தமிழ்ச் சமுதாயத்துக்கு வழங்காமல் அல்லது தமிழ்ச் சமுதாயம் அவரிடம் இருந்து பெற முடியாமல் போனதற்குக் காரணம், அவரது வறட்டியம். அதுவும் வடுக வறட்டியம். எல்லாப் பழிகளையும் ஒன்றின் தலையில் கட்டி, அதனை நோக்கிக் குவிப்பது. இது தமிழியக் கோட்பாட்டாளர் என்று சொல்லவேண்டிய குணாவை, ‘வடுகப்படையெடுப்புக் கோட்பாட்டாளர்’ என்ற எல்லைக்குள் சுருக்கிவிட்டது. வடுகவியல் அறிஞர் என்று அழைக்க மட்டுமே அவரது அறிவு எல்லை தேங்கி விட்டது!

ஆனால், புலிவாலைப் பிடித்துவிட்டார் குணா. எப்படி எங்கே விடுவது என்று தெரியவில்லை. ஆய்ந்து முடித்த பிறகு ஆய எதுவுமில்லாததால் ‘இங்கி பிங்கி பாங்கி’ போட்டு முடித்து விட்டார். அது என்ன தெரியுமா?

"அடித்துச் சொல்வோம், திராவிடர்தாம் ஆரியர், ஆரியர் தாம் திராவிடர். திராவிடர் அல்லாது வேறு ஆரியர் இல்லை. வடுக இனம் வானளாவி எடுத்த இரண்டு பொய்த்தேர்கள் தான் பொய்த் தோற்றங்கள் தான் ஆரியர், திராவிடர் என்னும் எதிரும் புதிருமாகிய கோலங்கள்! ஆரியத் தவளைக்கும் திராவிட எலிக்கும் இடையிலான இக்கூடா உறவை மனத்தில் கொண்டே ஆரியத்திற்கும் திராவிடத்திற்கும் சேர்த்தே கல்லறை கட்ட வேண்டும். அப்போது தான் தமிழ்த் தேசியம் வானோக்கி வளரும்"என்கிறார் குணா. இதனால் எல்லாம் தமிழ்த் தேசியம் வளராது.

(மண்ணுரிமை, பக்கம். 190)

அரசியல், சமூகம், பொருளாதாரம், பண்பாடு, கல்வி, உணவு, வாழ்வியல் முறை, சூழலியல், மருத்துவம், அறம், தமிழ் ஆகியவற்றில் எதிர்கொள்ளும் நெருக்கடிகளையும் அதிலிருந்து மீளும் வழிகளையும் தான் குணா பேச வேண்டும். அதை விடுத்து, 'திராவிடம்' என்ற சொல்லைப் பயன்படுத்தாமல் போனால் தமிழினம் உயர்ந்துவிடும் என்று முட்டுச் சந்தில் மாட்டிக் கொண்டு விட்டார் குணா.

"அறிவியலையும் அளவையியலையும் தழுவியதாக ஆரிய பிராமண எதிர்ப்பு இருக்க வேண்டும். இதற்கு நேர்மாறான குருட்டுப் பிராமண எதிர்ப்பு சென்ற முக்கால் நூற்றாண்டுக் காலத்தில் அப்பிராமணியத்தின் ஆணிவேரையே வெட்டி எறிவதற்கு மாறாக அது புதிய பிராமணியமாக மறுவடிவம் எடுக்கவும் வலுப்படவும் செய்துள்ளதே கண்கூடு" என்கிறார் குணா. அவர் செய்திருக்க வேண்டிய பணி அதுதான்.

(அறிவுக்கனியைத் தொடுவானேன், பக்கம். 42)

அவரது குற்றச்சாட்டுப்படி, பெரியாரியம் குருட்டுப் பிராமண எதிர்ப்பைச் செய்ததாகவே இருக்கட்டும். அறிவியல் வழிப்பட்ட பிராமண எதிர்ப்பை இக்கால் நூற்றாண்டுக் காலத்தில் குணா செய்திருக்க வேண்டும். ஆனால் அவர், பெரியார் மீதான குருட்டு எதிர்ப்பிலேயே காலத்தைக் கழித்துவிட்டார்.

பெரியார் விமர்சனத்துக்கு அப்பாற்பட்டவர் அல்ல. பெரியார் மட்டுமல்ல எவரும் விமர்சனத்துக்கு அப்பாற்பட்டவர் அல்ல. பெரியாரே விமர்சனத்தை விரும்பியவர். பாராட்டுப் பேச்சுகளை விட, விமர்சனப் பேச்சுகளை உற்றுக் கவனித்தவர். பேசவிட்டுக் கேட்டவர். அதுவும் ஆரியர்களின் விமர்சனத்தை விட, தமிழர்கள் தமது கொள்கையை, தம்மை விமர்சித்துப் பேசுவதை விரும்புபவர். இன்னும் சொன்னால் ரசித்தவர். ஜெயகாந்தனின் மிகக்கடுமையான விமர்சனத்தைக் கேட்டுவிட்டு, அவர் பிராமணப்பிள்ளை அல்ல என்பதைத் தெரிந்து கொண்டபிறகு மகிழ்ந்தவர். எனவே, குணாவின்

விமர்சனங்கள், கண்டனத்துக்குரியவை அல்ல. பதில் அளிக்கத் தகுதியானவையே! ஆனால், பெரியாருக்கு அவர் உள்நோக்கம் கற்பித்தார். கன்னட தெலுங்கு நாயக்கரான இராமசாமி, தமிழைப் பழித்தார், தமிழனை மட்டம் தட்டினார், உள்ளே இருந்து இரண்டகம் செய்தார் என்ற குணாவின் விமர்சனம் மன்னிக்கத்தக்கது அல்ல. அதை அவதூறாகச் சுருக்கிவிடவும் முடியாது. திட்டமிட்டு அசிங்கப்படுத்துவது, அசிங்கப்படுத்துவது ஒன்றையே நோக்கமாகக் கொண்டது பெரியார் குறித்த குணாவின் எழுத்துக்கள். இந்த அசிங்கப்படுத்துதல் யாருக்குப் பயன்பட்டது? குணா யாரை எதிரிகளாக நினைக்கிறாரோ அவர்களுக்குத் தான் பயன்பட்டது. பெரியாரை வீழ்த்த நினைக்கும் சாதிய மதவாத பிராமணிய ஆர்.எஸ்.எஸ். இந்துத்துவா மைய ஆதிக்க வாத நிலப்பிரபுத்துவ பெருமுதலாளித்துவ சக்திகளுக்குத் தான் பயன்படுகிறது. பயன் பட்டது. பயன்படும். பெரியாரை வீழ்த்துவதற்கு அவர்களுக்குத் தமிழின ஆட்கள்தான் தேவை. குணாவின் சொற்கள், மணியரசனின் ஒரு வார்த்தைகூட அவர்களுக்குத் தேனாக இருக்கின்றன. இந்த எழுத்துகளை அதிகம் பரப்புபவர்கள் அவர்கள் தான். குணா சொல்கிறாரே 1750 ஆண்டுகள் அடிமைகளாக இருந்தோம் என்று இன்னும் நூற்றாண்டு அடிமைத்தனம் செய்யக் காத்திருக்கும் சக்திகள் விரும்பும் எழுத்துகள் இவைதான். இது தேவைதானா என்பதே நம் கேள்வி! குணாவின் அறிவு இதற்கா பயன்பட வேண்டும்? அவரது தியாகத்தின் விளைவு இப்படியா போய் முடியவேண்டும்?

வடுகர், கன்னடர் பறித்தது போக மீதி இருக்கும் தமிழ் நிலத்தைச் சூறையாடும் சக்திகளுக்கு எதிராகக் குணா பேனா வீசப் போவது எப்போது? தமிழ்நாடு என்று பெயர் சூட்டிக் கொண்டோம், ஆனால் கோவில்களில் சமற்கிருதம், இசையில் தெலுங்கு, நீதிமன்றங்களிலும் பள்ளிகளிலும் ஆங்கிலம், திரையில் இந்தி... என்று தமிழ்நாடு இந்தியமயமானதில் இருந்து விடுபட குணா பேனா வீசப்போவது எப்போது? தமிழனது எல்லா உரிமைகளும், வேலைவாய்ப்புகளும், சலுகைகளும் படிப்படியாக இந்திய அரசால் பறிக்கப்படும் நிலையைக் குணாவின் பேனா எப்போது உரிக்கும்? தமிழினம் எப்போது தெளியும்?

அப்போதுதான் தமிழினம் அரசியல் ஓர்மை கொள்ளும்! பெரியாரை விமர்சிப்பதால் அல்ல!

# 3
## பெ.மணியரசன் – நிலப்பிரபுத்துவ பழமைவாத தமிழ்த் தேசியம்

எமது தேசிய மொழி தமிழ்
எமது தேசிய இனம் தமிழர்
எமது தேசம் தமிழ்த் தேசம்

இறையாண்மையுள்ள தமிழ்த் தேசக் குடிஅரசு அமைப்பது எமது இலக்கு என்ற கொள்கையின் அடிப்படையில் தமிழ்த் தேசிய பேரியக்கம் என்ற அமைப்பையும் தமிழ்த் தேசியத் தமிழர் கண்ணோட்டம் என்ற இதழையும் நடத்தி வருபவர் பெ.மணியரசன். ஆனால், தனது முக்கியப் பணியாக பெரியாரிய எதிர்ப்பை மட்டுமே மேற்கொண்டும் வருகிறார்! பெரியாரியத்தை வீழ்த்துவதே தமிழ்த் தேசியம் என நினைக்கிறார்!

### 1. இளமைமுதல் இன்றுவரை!

திராவிட முன்னேற்றக் கழகத்தில் இருந்துதான் பெ.மணியரசனின் அரசியல் வாழ்க்கை தொடங்குகிறது. "1965 இந்தி எதிர்ப்புப் போராட்டத்தின் போது நான் திமுகவாகத் தான் இருந்தேன்" என்று மணியரசன் குறிப்பிட்டுள்ளார். திருக்காட்டுப் பள்ளி சர். சிவசாமி அய்யர் உயர்நிலைப்பள்ளியில் மாணவராக இருந்த அவர் இந்தி எதிர்ப்புப் போராட்டக் குழுவின் செயலாளராக இருந்துள்ளார். அவரது இந்திப் பாடப் புத்தகத்தைத்தான் மாணவர்கள் அனைவரும் சேர்ந்து எரித்துள்ளார்கள். ஊர்வலமாகச் சென்று அஞ்சல் அலுவலகத்தில் இருந்த இந்தி எழுத்துகளை அழித்துள்ளார்கள். அப்போது திமுக மாணவராக இருந்த அவர், 1966இல் தமது ஊரான ஆச்சாம்பட்டியில் திமுக கிளையை அமைத்துள்ளார். திமுகவில் இருந்து கொண்டேதான் உலகத் தமிழர் கழகக் கிளையையும் தமது ஊரில் அமைத்துள்ளார். அண்ணாமேல் ஈடுபாடு ஏற்பட்டதாகவும், அண்ணா சோசலிசம் பேசியதாகவும்,

அவரது பேச்சிலும் எழுத்திலும் மார்க்ஸ் வெளிப்பட்டதாகவும் இவரே கூறியிருக்கிறார். அண்ணாவின் மறைவுக்குப் பிறகுதான் இவர் மார்க்சிஸ்ட் கம்யூனிஸ்ட் கட்சியில் இணைகிறார்.

(தமிழ்த் தேசியம் சமகால வினாக்களுக்கு விடை என்ற நூல்)

"திமுகவிலே இருந்தபோது திராவிட நாடு என்ற தனிநாட்டுக் கொள்கையை ஆதரித்தோம், ஆனால் பெருஞ்சித்திரனாரின் தனித் தமிழ்நாடு கொள்கை ஈர்ப்புக்குரியதாக இருந்தது" என்றும் சொல் கிறார்.

பள்ளிப் பருவத்தில் நாவலர் நெடுஞ்செழியனால் ஈர்க்கப் பட்டவர் பெ.மணியரசன். நாவலரின் பேச்சுகள் மூலமாக இனமொழி உணர்வு பெற்றதாக எழுதி இருக்கிறார். "நான்கு அல்லது ஐந்தாம் வகுப்பு படிக்கும்போது செங்கிப்பட்டியில் நாவலர் நெடுஞ் செழியன் பேச்சைக் கேட்டேன். திமுக ஆதரவாளன் ஆனேன். மொழி உணர்வும், இன உணர்வும் திமுக தொடர்பால் என்னிடம் வளர்ந்தன" என்று எழுதி உள்ளார். 1964 முதல் தென்மொழி இதழைப் படிக்கிறார். மொழி, இன, தனித்தமிழ்நாடு ஆகிய சிந்தனை உறுதிப்படுகிறது. 1968ஆம் ஆண்டு அக்டோபர் 6 அன்று உலகத் தமிழ்க் கழகம் திருச்சியில் தொடங்கப்படுகிறது. இதில் மாணவர் என்ற அடிப்படையில் பேசும் வாய்ப்புக் கிடைக்கிறது. தஞ்சைத் திருக்காட்டுப்பள்ளியில் சி.அறிவுறுவோன் என்பவருடன் இணைந்து உலகத் தமிழ்க் கழகக் கிளையைத் தொடங்குகிறார். அவரோடு அப்போது உடனிருந்தவர் புலவர் செந்தலை கவுதமன். அது மொழி இயக்கமாக மட்டும் இருப்பதை தமது உள்ளம் ஏற்கவில்லை என்கிறார். "திமுகவினால் கைவிடப்பட்ட தமிழின உணர்வாளர்கள், மாணவர்கள், இளைஞர்கள் ஆகியோருக்குச் சரியான மாற்று வழியினைக் காட்டித் தலைமை தாங்கும் இயக்கமாக உலகத் தமிழ்க் கழகம் செயல்பட்டிருக்க வேண்டும். அது அவ்வாறு இல்லை" என்று தாம் நினைத்ததாகச் சொல்கிறார். 1969ஆம் ஆண்டு பரமக்குடியில் தமிழ்க்குடிமகன் முயற்சியால் நடந்த உலகத் தமிழ்க் கழக மாநாட்டில் தேவநேயப்பாவாணர் உரை, ஒரு விடுதலை இயக்கத்துக்குரியதாக இல்லாமல் மொழி அறிஞர் உரையாகவே இருந்ததாகவும், அதில் நிறைவேற்றப்பட்ட தீர்மானங்களும் அப்படியே இருந்ததாகவும், அதனால் உ.த.க.வில் இருந்து விலக முடிவெடுத்ததாகவும் சொல்கிறார்.

(த.க.2014 மே)

வியட்நாம் விடுதலைப் போராட்டம் குறித்த தகவலைப் படித்ததாகவும் அதுபோன்ற இயக்கம் தொடங்குவதற்கு முன்னதாகப் பயிற்சி பெறுவதற்காக மார்க்சிஸ்ட் கம்யூனிஸ்ட் கட்சியில் இணைந்த

தாகவும் ஆனால் 1970 முதல் பதினைந்து ஆண்டுகள் அங்கேயே இருந்துவிட்டதாகவும் சொல்கிறார்.

1970–72 ஆகிய ஆண்டுகளில் திருவாரூர் குருக்கத்தி ஆசிரியர் பயிற்சிப் பள்ளியில் படித்தார். 1973 இல் இந்திய மாணவர் சங்கத்தின் தமிழகச் செயலாளராக மணியரசன் இருந்துள்ளார்.

1975 அவசர நிலைப் பிரகடனம் செயல்படுத்தப்பட்டது. ஆகஸ்ட் 15ஆம் நாள் நெருக்கடி நிலை எதிர்ப்பு நாளாகக் கடைப்பிடிக்கத் தஞ்சை நகரத் தோழர்கள் முடிவு செய்கிறார்கள். அப்போது தஞ்சை நகர மார்க்சிஸ்ட் கம்யூனிஸ்ட் கட்சிச் செயலாளராக மணியரசன் இருக்கிறார். சுவரொட்டி ஒட்டுகிறார்கள். இதனால் ஒன்றிரண்டு மாதங்கள் தலைமறைவாக இருக்கிறார். 1976 ஆம் ஆண்டு சனவரி 31 திமுக ஆட்சி கலைக்கப்படுகிறது. எனவே தலைமறைவு நிரந்தரம் ஆகிறது. இவர் இருக்கும் இடத்தைச் சொல்லக் கேட்டு இவரது தாயாரும் பாட்டியும் மிரட்டப்படுகிறார்கள். இவர் திருச்சியில் தலைமறைவாக இருக்கிறார். அப்போது கட்சி இவருக்கு வைத்த தலைமறைவுப் பெயர்தான் டேவிட். இதை வைத்துத்தான் மணியரசன் கிறித்துவர் என்று காவிக் கும்பல் அலறுவது. 1977 சனவரி 16 அன்று மணியரசன்–இலட்சுமி திருமணத்தை விவசாயிகளின் தலைவர் கோ.வீரய்யன் நடத்தி வைக்கிறார்.

1980–90 என்பது ஈழவிடுதலைப் போராட்டக் களமாகத் தமிழகம் இருந்தது.

மார்க்சிஸ்ட் கம்யூனிஸ்ட் கட்சியில் இருந்த மணியரசன் 1985ஆம் ஆண்டு அக்கட்சியில் இருந்து விலகுகிறார். தேசிய இனப் பிரச்னை குறித்து சி.பி.எம்.கட்சியின் நிலைப்பாடு என்ன என்ற சிக்கலான கேள்வியை (இன்றுவரை பதில் சொல்லப்படாத கேள்வியை!) கேட்கும் கட்டுரையை எழுதிக் கட்சிக்குள் சுற்றுக்குள் விட்டார். 'இந்தியாவில் தேசிய இனங்கள்' என்பது இதன் தலைப் பாகும். இதனால் கட்சியில் பலத்த சர்ச்சை கிளம்பியது. இதனால் சிலர் வெளியேறினார்கள். சிலர் வெளியேற்றப்பட்டார்கள். இவர்கள் இணைந்து இந்திய மார்க்சிய பொதுவுடைமைக் கட்சி என்ற அமைப்பைத் தொடங்கினார்கள். பின்னர் இந்திய மார்க்சிய பொதுவுடைமைக் கட்சி (எம்.சி.பி.ஐ) என்ற அகில இந்தியக் கட்சியில் இணைந்து செயல்பட்டார். சிபிஎம் கட்சியின் எதிரி சிபிஎம் கட்சியே என்ற சிறு நூலை வெளியிட்டார். 1989 சட்டமன்றத் தேர்தலில் இக்கட்சி திருவையாறு, காட்டுமன்னார்குடி ஆகிய இரண்டு தொகுதியில் போட்டியிட்டுத் தோல்வியடைந்தது. சிதம்பரத்தில் இக்கட்சியின் முதல் மாநாடு 12.11. 1989 நடந்தது. பிரிந்து போகும் தன்மையுடன் கூடிய தமிழ்த் தேசிய உரிமையை

வலியுறுத்தி சென்னையில் மாநாடு நடத்துவது என்று இக்கூட்டத்தில் முடிவெடுக்கப்பட்டது.

1986ஆம் ஆண்டு கண்ணோட்டம் என்ற இதழை நடத்தினார். தமது விலகல் குறித்து, '44 திரிகளைக் கொண்ட வெண்மணித் தீபம்' என்ற தலையங்கம் தீட்டினார். இந்த இதழ் எம்.சி.பி.ஐ.யின் கடிதம் என்ற அடைமொழியுடன்தான் வந்தது. அந்த இதழின் பெயர், 1993 இல் தமிழர் கண்ணோட்டம் என மாற்றம் பெற்றது. மார்க்ஸ், எங்கெல்ஸ் படம் இதழின் முகப்பில் இடம்பெற்றது. 2009ஆம் ஆண்டு முதல் தமிழ்த் தேசியத் தமிழர் கண்ணோட்டம் என்று மாற்றப்பட்டு இன்று வரை வெளியாகி வருகிறது. இதன் முகப்பில் சிந்துவெளிக் காளை இடம் பெற்றுள்ளது.

1990 பிப்ரவரி 25 ஆம் நாள் சென்னை பெரியார் திடலில் தமிழ்த் தேசத் தன்னுரிமை மாநாடு, மணியரசனைத் தமிழகம் முழுவதும் கொண்டு சேர்த்தது. தன்னுரிமைப் போருக்கு முன்னுரிமை கொடுப்போம், தமிழ்த் தேச வரலாற்றில் புதுயுகம் படைப்போம் என்ற முழக்கத்தோடு இம்மாநாடு நடைபெற்றது. முதல்வரியைக் கவிஞர் தணிகைச் செல்வன் எழுதியதாகவும், இரண்டாவது வரியைப் பேராசிரியர் சுப.வீரபாண்டியன் எழுதியதாகவும் மணியரசன் சொல்லி இருக்கிறார். இரண்டாவது வரியில் புதுயுகத்தை என்பதை புதுயுகம் என்று மாற்றியது தியாகு!

இம்மாநாட்டைத் தாம் நடத்துவதற்கு பேராசிரியர் சுப.வீரபாண்டியன் செய்த உதவிகள் குறித்து மணியரசனே விரிவாக எழுதி இருக்கிறார். "கட்சி சார்பின்றித் தமிழீழ விடுதலைக்கான ஆதரவுப் போராட்டங்களில் முனைந்து ஈடுபட்டுவந்தார் சுப.வீரபாண்டியன். நாங்களும் தோழர் சுப.வீ. அவர்களும் தமிழகத் தமிழ்த் தேசிய இன உரிமைக்கான மாநாட்டை நடத்துவதென்று முடிவெடுத்தோம்" என்று எழுதி இருக்கிறார்.

(த.க. 2014 பிப்ரவரி)

பாரத தேசியம் என்பது பொய்யானது, திராவிட தேசியம் என்பது இல்லாதது, தமிழ்த் தேசியம் என்பதே மெய்யானது என்ற முழக்கத்தை முன்னெடுத்தார். பிரிந்து போகும் தன்மையுடன் கூடிய சுயநிர்ணய உரிமை வேண்டும் என்று தீர்மானம் கொண்டு வந்து இம்மாநாட்டில் நிறைவேற்றினார் மணியரசன். இதனால் பிரிவினைத் தடைச் சட்டத்தின்படி மணியரசன் கைது செய்யப்பட்டார். இம்மாநாட்டில் கவிதை பாடியதற்காகப் பாவலர் அறிவுமதியும் கைது செய்யப்பட்டார். இவர்கள் பிணையில் வெளியில் வந்தார்கள். இருவர் மீதான வழக்கும் எட்டு ஆண்டுகள் நடந்து விடுவிக்கப் பட்டார்கள்.

எனவே, அகில இந்தியக் கட்சியின் தொடர்புகளில் இருந்து விடுபட்டார். இந்திய மார்க்சிய பொதுவுடைமைக் கட்சியில் இருந்து விடுவித்துக் கொண்டு 1991ஆம் ஆண்டு தமிழ்த் தேசப் பொது வுடைமைக் கட்சியைத் தொடங்கினார். 1991 தேர்தலில் பாட்டாளி மக்கள் கட்சி தலைமையிலான அணியில் தமிழ்த் தேசப் பொது வுடைமைக் கட்சி இருந்தது.

1997 தீண்டாமை ஒழிப்பு தமிழர் ஒற்றுமை மாநாட்டை திருத்துறைப்பூண்டியில் நடத்தினார்.

2001 இல் தமிழ்த் தேசப் பொதுவுடைமைக் கட்சி, தமிழ் தமிழர் இயக்கம், தமிழக ஒடுக்கப்பட்டோர் விடுதலை இயக்கம், தமிழர் தன்மானப் பேரவை ஆகிய அமைப்புகள் இணைந்து அமைத்த தமிழ்த் தேசிய முன்னணி என்ற அமைப்பின் அமைப்பாளராக மணியரசன் இருந்தார். இதன் தொடக்கவிழா 7.3.2002 அன்று மதுரையில் நடந்தது. 'தன்னுரிமைப் போருக்கு முன்னுரிமை கொடுப்போம், தமிழ்த் தேசக் குடியரசில் புதுயுகம் படைப்போம்' என முழக்கம் மாற்றியமைக்கப்பட்டது. 2014 தமிழ்த் தேசப் பொதுவுடைமைக் கட்சி என்ற பெயரை தமிழ்த் தேசியப் பேரியக்கம் என்று மாற்றிக் கொள்கிறார். இன்று வரை இந்த அமைப்பின் கீழ் செயல்பட்டு வருகிறார்.

## 2. பெரியார் குறித்த உடன்பாடான கருத்துகள்

தமிழ்த் தேசத் தன்னுரிமை மாநாட்டை பெ.மணியரசன் நடத்திய இடம் சென்னை பெரியார் திடல். 1990 ஆண்டு பிப்ரவரி மாதம் 25 ஆம் நாள் தன்னுரிமை மாநாட்டை அங்குதான் நடத்தினார் பெ.மணியரசன். அங்கிருந்துதான் தமது தன்னுரிமைப் பயணத்தைத் தொடங்கினார்.

1986 ஆம் ஆண்டே, 'திராவிட இயக்கத்தின் இன்றைய பொருத்தப்பாடு' என்ற கட்டுரைத் தொடரைக் கண்ணோட்டம் இதழில் பெ.மணியரசன் எழுதத் தொடங்கினார். "மார்க்சீயம் வழங்கியுள்ள இயக்கவியல் அணுகுமுறை மூலம் பெரியார் சிந்தனைகளை, திராவிட இயக்கத்தை ஆய்வது புதிய தேவையாக நிற்கிறது" என்று அதில் குறிப்பிட்டார்.

1996 திருத்துறைப்பூண்டியில் தீண்டாமை ஒழிப்பு, தமிழர் ஒற்றுமை மாநாட்டைப் பெ.ம. நடத்தினார். இம்மாநாட்டில் சாதி ஒடுக்குமுறை, தீண்டாமைக் கொடுமை குறித்த கண்காட்சியை நடத்தியவர்கள் திருச்சி பெரியார் மையம் தோழர்கள். அதே ஆண்டு சூலை மாதம் ஈழத்தமிழர்க்கு ஆதரவாகத் திராவிடர் கழகம் தலைமையில் அமைத்த அனைத்துக் கட்சிக் கூட்டத்தின் முடிவின்

படி அறிவிக்கப்பட்ட முழு அடைப்புப் போராட்டத்தில் த.தே.பொ.க. கலந்து கொண்டது.

1996ஆம் ஆண்டு தலித் இயக்கத்தவர்கள் பொதுவுடைமை, திராவிட இயக்கத்தினர் மீது விமர்சனம் வைத்தபோது தமிழர் கண்ணோட்டம் ஆற்றிய எதிர்வினை என்ன தெரியுமா? “பொதுவுடைமை இயக்கத்தின் தவறுகளைச் சுட்டிக் காட்டுவது என்ற அடிப்படையில் அவர்கள் மார்க்சியத்தை விமர்சிக்கிறார்கள். திராவிட இயக்கத்தின் தவறுகளைச் சுட்டிக் காட்டுவது என்ற அடிப்படையில் தமிழ்த் தேசியத்தை நிராகரிக்கிறார்கள். மார்க் சீயத்தையும் தமிழ்த் தேசியத்தையும் மறுதலிப்பதன் மூலம் முதலாளித் துவத்துக்கும் பார்ப்பனியத்திற்குமே மறைமுகமாக இவர்கள் சேவை செய்கிறார்கள்”

(பட்டியூர் பாவலன், 1996 சூலை ஆகஸ்ட்)

1996 செப்டம்பரில் ‘தமிழ்த் தேசியமும் தெலுங்கரும் என்ற கட்டுரை தீட்டிய பெ.மணியரசன், தமிழ்த் தேசியத்தின் தந்தை பெரியார்தான். அதற்காக அவரது மொழிக் கொள்கையை ஆதரிக்க வேண்டியதில்லை’ என்று முரண்பாட்டை விலக்கி உடன்பாடானதை ஏற்று மொழிந்தார். ஓவியர் புகழேந்தியின் பெரியார் ஓவியங்கள் தாங்கிய ‘கிழவனல்ல கிழக்குத் திசை’ என்ற நூலில் பெரியார் உரைகளைத் தொகுத்து வெளியிட்டவர் பெ.மணியரசனே. இது 2007இல்!

“தமிழ்த் தேசியம் தனக்குத் தேவையானதை மார்க்சியத் திடமிருந்தும் பெரியாரியத்திடமிருந்தும் அம்பேத்கரியத்திடமிருந்தும் எடுத்துக் கொள்ளும். ஆனால் தமிழ்த் தேசியம் என்பது மார்க்சீயம், பெரியாரியம், அம்பேத்கரியம் ஆகியவற்றின் கலவையல்ல. தமிழ்த் தேசியம் தனித்துவமானது. அது தமிழர் அறம் என்ற மெய்யியலின் மேல் நிற்கிறது” என்று ஒரு திருமண வீட்டில் பேசினார் பெ.ம.

(த.க. 2013 மே)

அதே இதழில் எழுதிய கட்டுரை ஒன்றில், ‘தமிழ்த் தேசியத்துக் கென்று அரசியல் பொருளியல் சமூகவியல் கொள்கைகள் இருக் கின்றன. தமிழ்த் தேசியத்திற்கேற்ற வகையில் மார்க்சிய அரசியல் பொருளியல் கொள்கை, பெரியார் அம்பேத்கர் ஆகியோரின் சமூக வியல் கொள்கைகள் ஆகியவற்றை உள்வாங்கிக் கொள்ள வேண்டும். இவ்வாறான புதிய வார்ப்புத்தான் தமிழ்த் தேசியம்” என்றும் பெ.ம. எழுதி இருக்கிறார்.

“தமிழ்த் தேசியம் பேசும் நாம் பெரியாரைக் கொச்சைப் படுத்தவில்லை. அவரது கருத்துகளைத் திறனாய்வு செய்கிறோம். பார்ப்பன ஆதிக்க எதிர்ப்பு, வருணசாதி எதிர்ப்பு, பெண்விடுதலை, சமத்துவ சமூகப் பார்வை ஆகியவற்றில் பெரியாரின் கருத்து

களையும் களப்போராட்டங்களையும் நன்றியுடன் நினைவுகூர்கிறோம். பாராட்டுகிறோம். ஆனால் அவர் தமிழினம், தமிழ்மொழி, திராவிடர் ஆகியவை பற்றிக் கூறியுள்ள பிழையான கருத்துகளையும் வரையறுப்புகளையும் எதிர்க்கிறோம் என்பதைவிட அவற்றைக் கைவிடக் கோருகிறோம். கன்னடத்தைத் தாய்மொழியாகக் கொண்டவர் பெரியார் என்பதற்காக ஒருபோதும் அவரை அயலராகத் த.தே. பொ.க. கருதியதில்லை. பிறப்பை வைத்து அவரைத் திறனாய்வு செய்யவில்லை" என்று எழுதுகிறார் தமிழ்த் தேசியன்.

(த.க. 2013 சூன்)

2014ஆம் ஆண்டு தஞ்சையில் நடந்த உலகத் தமிழ்க் கழகப் பொதுமாநாட்டில் உரையாற்றிய பெ.மணியரசன், "பெரியார் பார்ப்பனீய எதிர்ப்பைப் பெரும் வீச்சில் கொண்டு சென்றார். இந்தித் திணிப்பு எதிர்ப்புப் போராட்டத்தில் கலந்து கொண்டு அவர் முன்னெடுத்தபின் அது பெரும்வீச்சைப் பெற்றது. தமிழகம் தழுவிய எழுச்சி ஏற்பட்டது. தனித்தமிழ்நாட்டுக்கு முதல் குரல் கொடுத்த வர்கள் தமிழறிஞர்கள். அக்குரல் அறிஞர்கள் குரலாக மட்டும் சுருங்கி விடாமல் அதனை மக்கள் குரலாகப் பரப்பியவர் பெரியார்" என்று கொண்டாடினார்.

(த.க. 2014 மே)

2015ஆம் ஆண்டு ஐஐடியில் அம்பேத்கர் பெரியார் வட்டத்துக்குத் தடை விழுந்தபோது கண்டிக்கவும் மணியரசன் தயங்கியதில்லை. இந்த ஆண்டில் தான், 'மார்க்சியம்–பெரியாரியம் தமிழ்த் தேசியம்' என்ற தொடர் தமிழர் கண்ணோட்டம் இதழில் வரத் தொடங்கியது.

2016ஆம் ஆண்டு சனவரி மாதம் மதுரையில் மணியரசன் நடத்திய மொழி ஈகியர் மாநாட்டில் 1938 இந்தி எதிர்ப்புப் போராட்டம் குறித்துப் பேசிய முனைவர் செயராமன், பெரியாரின் பங்களிப்பை மறைக்காமல் குறிப்பிட்டார். அம்மாநாட்டில் அருணபாரதி முன்னெடுத்த மொழிப்போர்க் கண்காட்சியில் பெரியாரின் படமும் இடம்பெற்றிருந்தது.

'இந்துத்துவா–பாசிச எதிர்ப்பில் தமிழ்த் தேசிய இறையாண்மை' என்ற தலைப்பில் எழுதிய கட்டுரையில், "தமிழ்நாட்டில் தமிழ்த் தேசிய அடித்தளத்தில் நின்றுகொண்டு பெரியாரின் பகுத்தறிவுக் கருத்துக்கள், பார்ப்பன ஆதிக்க எதிர்ப்புக் கருத்துக்கள், பெண்ணுரிமை போன்றவற்றைப் பேச வேண்டும். இந்துத்துவா பாசிசத்திற்கு எதிராக எதிர்வினை ஆற்றுவது மட்டும் ஒருபோதும் அதை வீழ்த்தாது. இந்துத்துவா தேசியவாத பாசிசத்துக்கு எதிராக இயற்கையான தமிழ்த் தேசியத்தைப் பொதுக்கருத்தியலாக ஏற்றி இடதுசாரிச் சிந்தனைகள் பெரியார் சிந்தனைகள் உள்ளிட்ட சிந்தனைகளை,

முன் வைப்பதே சரியான வழிமுறையாகும்" என்று வரையறுத்தார் பெ.மணியரசன்.

(த.க.2016 நவம்பர்)

'அனைவருக்குமான இலட்சியத் திசையில் பெண்ணுரிமைப் பயணம்' என்ற கட்டுரையில் பெண்ணுரிமைக் களத்தில் பெரியாரின் பங்களிப்பு, செங்கல்பட்டு முதல் சுயமரியாதை மாநாட்டுத் தீர்மானம் ஆகியவற்றைக் குறிப்பிட்ட பெ.மணியரசன், இதனால் தமிழகம் முற்போக்குச் செயல்பாட்டின் தளமாக இருந்தது என்கிறார். "தமிழ்நாட்டில் 19ஆம் நூற்றாண்டின் பிற்பகுதியில் தமிழின அடிப் படையிலான மறுமலர்ச்சி தொடங்கியது. அக்காலத்தில் தான் பெரியார், மறைமலையடிகள் ஆகியோர் சீர்திருத்தக் கருத்துகள் பகுத்தறிவுத் தளத்திலும், ஆன்மிகத் தளத்திலும் மக்கள் அரங்கில் வெளிப்பட்டன. தமிழ் இனத்தில் தொடங்கி, ஆரிய உருவாக்கமான திராவிடக் கற்பனை இனத்திற்குப் பெரியார் சென்றாலும் அவரின், செயற்களம் தமிழினத் தாயகம் தான். இப்பின்னணியில் தனித்தமிழ்நாடு, தனித்திராவிட நாடு கோரிக்கைகள் தமிழ்நாட்டில் மக்கள் கோரிக்கை களாக, சமூக இலட்சியங்களாக வளர்ச்சி பெற்றன. மகளிர் விடுதலைக்கு உழைப்போர், போராடுவோர் அந்த வரலாற்றுப் படிப்பினைகளைக் கவனத்தில் கொள்ள வேண்டும்" என்றும் பெ.ம. அறிவுறுத்தினார்.

(த.க. 2017 மார்ச்)

"பெரியாரும் அண்ணாவும் பரந்துபட்ட தமிழ் மக்களிடம் ஆரிய ஆதிக்க எதிர்ப்பை வளர்த்தனர். வலுப்படுத்தினர். பல்வேறு சறுக்கல்கள் கருத்தியல் குறைபாடுகள் இருந்தாலும் பெரியாரும் அண்ணாவும் திராவிடநாடு, தமிழ்நாடு என்ற பெயர்களில் தனிநாட்டுக் கோரிக்கையை வெகுமக்களிடம் பரப்பினர்" என்று மனப்பூர்வமாகப் பாராட்டியவரும் பெ.மணியரசனே.

(த.க. 2017 ஏப்ரல்)

'மூளைச் சோம்பலும் முகமூடித் தமிழ்த் தேசியமும்' என்ற கட்டுரையில், "தமிழ்நாட்டில் பெரியாரும் திராவிட இயக்கத்தினரும் மிகவும் கடுமையாகப் பிராமணர்களைப் பகைவர்களாக்கும் வகையில் பிராமண எதிர்ப்புப் பரப்புரை செய்தார்கள். அதனால் பிராமணர்கள் குறிப்பாகப் பிராமண அறிவுத்துறையினர் தமிழ்த் தேசிய இனத்துடன் ஒருங்கிணையாமல் போய்விட்டார்கள் என்ற வாதம் இங்குப் பேசப்படுகிறது. பிராமண ஆதிக்கக் கொடுமைகள் சகிக்க முடியாத நிலையில் இருந்ததால் பெரியாரும் அவர் வழி வந்தோரும் கடுமையான எதிர்வினை ஆற்றவேண்டிய தேவை இருந்தது. அதனைக் குறைகூற முடியாது' என்று மிகச்சரியாகக் கணித்தார் பெ.ம.

(த.க.2017 ஆகஸ்ட்)

2017ஆம் ஆண்டு ஓசூரில் கூடிய தமிழ்த் தேசியப் பேரியக்கத்தின் எட்டாவது பொதுக்குழுத் தீர்மானத்தில், "மார்க்சீயம், காந்தியம், பெரியாரியம், அம்பேத்கரியம் போன்ற இசங்களிலிருந்து கற்க வேண்டியவற்றைக் கற்க வேண்டும். ஆனால் அவற்றின் அல்லது அவற்றில் ஒன்றின் இசத்தைத் தமிழ்த் தேசியத்துக்கான முழுவழிகாட்டி யாக ஏற்று அதன்படி நம் செயல்திட்டங்களை வகுக்க முனையக் கூடாது" என்று குறிப்பிடப்பட்டுள்ளது.

தேர்தல் பங்கெடுப்பும் தமிழ்த் தேசியமும் என்ற கட்டுரையில், "தமிழர்களின் ஆரியப் பிராமண ஆதிக்க எதிர்ப்பு சங்க இலக்கியங் கள் காப்பிய இலக்கியங்களில் பக்தி இலக்கியங்களில் திருமூலரின் திருமந்திரத்தில் சித்தர்களின் பாடல்களில் வள்ளலாரின் திருவருட் பாவில் மறைமலையடிகளாரின் தனித்தமிழ் இயக்கத்தில் தொடர்ந்து வரும் பின்னணியில்தான் பெரியாரின் ஆரியப் பார்ப்பன எதிர்ப்பு இயக்கம், சனநாயக காலத்தில் உருவாகி வளர்கிறது. அவர் திரிபான திராவிடப் பெயர் சூட்டி அந்த இயக்கத்தை நடத்தினாலும் தமிழர் கள் தங்களின் வரலாற்றுத் தொடர்ச்சி காரணமாக அவ்வியக்கத்தின் வழியாக ஆரிய பிராமணிய ஆதிக்கத்தை எதிர்த்துத் திரண்டார்கள்.

திரிபான வடிவில் பெரியாரும் அண்ணாவும் தனிநாடு கேட் டாலும், தமிழ்நாடு தனியாகும் என்ற நம்பிக்கையில் அவ்வியக்கங் களுக்குத் தமிழர்கள் பேராதரவு நல்கினார்கள்" என்று எழுதுகிறார் பெ.ம. இப்படியெல்லாம் உடன்பாட்டைப் பேசி வந்த அவர் திடீரெனப் பெரியார் எதிர்ப்புப் படையின் தளபதி ஆனார்!

## 3. மணியரசன் மறைக்கும் வரலாறு

எல்லாவற்றுக்கும் பெரியார்தான் காரணம் என்று சொல்வதாக அவராகக் கற்பனை செய்து கொண்டு, எல்லாவற்றுக்கும் பெரியாரே காரணமல்ல என்று சொல்லி வருகிறார்.

"பெரியாரைக் கடவுள் ஆக்காதீர், பகுத்தறிவுப் பக்தி மார்க் கத்தைப் பரப்பாதீர். பெரியார் பிறப்பதற்கு முன் தமிழர்கள் அறிவும் மானமும் அற்ற விலங்குக் கூட்டமாக இருந்தார்கள் என்று பேசித் தமிழினத்தை இழிவுபடுத்தாதீர். தமிழினத்தின் வரலாறே பெரியார் பிறந்ததில் இருந்துதான் தொடங்குகிறது என்பது போல் பாசிசப் பரப்புரை செய்யாதீர்" என்று தமிழர் கண்ணோட்டம் எச்சரிக்கிறது.

அப்படிப் பெரியாரே சொல்லவில்லையே. வள்ளுவரும் புத்தரும் சொன்னதைத்தான் நான் சொல்கிறேன் என்றார் பெரியார். தம்மைப் போலவே அறிவு விளக்க நூல்களை அச்சிட்டு வெளி யிட்டவர் என்று அயோத்திதாசரைக் குறிப்பிடுகிறார் பெரியார். தமக்கு முன்னோடியாக எழுதிய புத்தகங்களை மீள் பதிப்புச்

செய்தார். வள்ளலாரையும் சித்தர்களையும் மேற்கோள் காட்டினார். சமூகநீதித் தத்துவமே நீதிக்கட்சியால் உருவாக்கப்பட்டது என்பதையும் ஒப்புக்கொண்டார். 'இவை அனைத்தும் ஒவ்வொரு காரணங்களால் முடக்கப்பட்டது, அதனால் அழிந்தது, அதனை மீண்டும் பேச நான் வந்திருக்கிறேன். யாரும் வராததால் நான் வந்தேன்' என்று தான் பெரியார் சொன்னார்.

அவரால் உருவாக்கப்பட்ட இயக்கம் அவரை முன்னிலைப்படுத்துவதை எப்படித் தவறு என்று சொல்ல முடியும்? பெரியாரால் தொடங்கப்பட்டு, பெரியாரால் வளர்த்தெடுக்கப்பட்டு, பெரியாரியத்தை மூலத்தத்துவமாகக் கொண்ட இயக்கங்கள் பெரியாரை முன்னிலைப்படுத்தாமல் யாரை முன்னிலைப்படுத்துவார்கள்? எல்லாமே பெரியாரால் வந்தது, பெரியாருக்குப் பின்தான் வந்தது என்று சொல்வது மணியரசனைக் கோபப்படுத்துகிறது.

ஆனால் பல்லாயிரம் ஆண்டு தமிழ் இலக்கிய வரலாறும், நூறாண்டு தமிழ்த் தேசிய எழுச்சியும் கொண்ட இந்த நிலத்தில் தமிழ்த் தேசியம் என்ற தத்துவமே தன்னால்தான் வந்தது என்று மணியரசனால் சொல்லிக் கொள்ள முடியுமானால் சமூகச் சீர்திருத்த எழுச்சிக்குப் பெரியாரைச் சொல்வதில் என்ன தவறு இருக்க முடியும்?

2013ஆம் ஆண்டு ஒரு திருமண விழாவில் பெ.மணியரசன், தமிழ்த் தேசியம் என்பதே இப்போதுதான் உருவானது என்று பேசி இருக்கிறார். "தமிழ்த் தேசியம் என்பது இன்று ஒரு தனித்துவமான சித்தாந்தமாகக் கருத்தியலாக வளர்ந்து வருகிறது. ஏற்கெனவே தமிழ்மொழி சார்ந்து, தமிழ் இனம் சார்ந்து அமைப்புகள் செயல்பட்டிருக்கின்றன. போராட்டங்கள் நடந்திருக்கின்றன. பெருமளவுக்குத் தியாகங்கள் நடந்திருக்கின்றன. ஆனால் அப்பொழுதெல்லாம் தமிழ்த் தேசியம் என்ற ஒரு சித்தாந்தம் முன் வைக்கப்படவில்லை. வளர்க்கப்படவில்லை. இப்பொழுதுதான் தமிழ்த் தேசியம் என்ற சித்தாந்தத்தை முன்வைத்து அதனை வளர்த்து வருகிறோம்" என்கிறார். தமிழ்த் தேசியம் என்பது மணியரசன் வந்தபிறகுதான் வந்ததா? அதற்கு முன் இல்லையா? இது என்ன வகைப்பட்ட பரப்புரை?

(த.க. 2013 மே 115 பக்கம். 18)

பண்டிதர் அயோத்திதாசரின் தமிழர், ஆதித்தமிழர் முன்னெடுப்புகள்–பெரியசாமிப்புலவரின் பழந்தமிழர் நாடகக் கழகம்–வ.உ.சி., கா.சு.வெள்ளக்கால் சுப்பிரமணியர் ஆகியோரின் தமிழர் நலக்காப்பியக்கம் – தமிழ்ப்பாதுகாப்புக் கழகம் – மறைமலை யடிகளின் தனித்தமிழியக்கம் – இந்தி எதிர்ப்புப் போர் – நாவலர் சோமசுந்தரபாரதியின் தமிழர் கழகம் – மறைமலையடிகள், நாவலர்

பாரதியார், பெரியார் எழுப்பிய தமிழ்நாடு தமிழருக்கே முழக்கங்கள் – எஸ்.எஸ். ஆனந்தரின் தமிழ்நாடு – கி.ஆ.பெ.விசுவநாதம் தொடங்கிய தமிழர் கழகம்– ஏ.டி.பன்னீர் செல்வத்தின் தமிழ்நாடு பரப்புரைகள் – அண்ணல் தங்கோவின் தமிழர் மாநாடு – பெரியாரின் திராவிட விடுதலைப் படை – சி.பா.ஆதித்தனாரின் தமிழ்ப்பேரரசு – ம.பொ.சி.யின் தமிழரசுக் கழகம் – பேரறிஞர் அண்ணாவின் திராவிட நாடு – விருதுநகர் சங்கரலிங்கனாரின் உண்ணாமை போரும் உயிர்த்தியாகமும் – ஈ.வெ.கி.சம்பத்தின் தமிழ்த் தேசியக் கட்சி – சி.பா.ஆதித்தனாரின் நாம் தமிழர் இயக்கம் – பெரியாரின் சுதந்திரத் தமிழ்நாடு கொடி எரிப்பு – சட்ட எரிப்பு – தமிழ்நாடு நீங்கிய தேசப்பட எரிப்பு – தமிழ்நாடு தமிழருக்கே என பச்சை குத்திக் கொள்ளுதல் – பேராசிரியர் இலக்குவனாரின் தமிழ்க்காப்புக் கழகம் – சாலை இளந்திரையனின் அறிவியக்கப் பேரவை – பாவாணரின் உலகத் தமிழ்க்கழகம் – பாவலரேறு பெருஞ்சித்திரனாரின் தமிழக விடுதலை இயக்கம் மற்றும் தமிழக விடுதலைக்கான படை–உலகத் தமிழின முன்னேற்றக் கழகம் – தமிழ்நாடு பொதுவுடைமைக் கட்சி (மா.லெ) – ஒடுக்கப்படுவோர் உரிமை மீட்புக் கூட்டமைப்பு–தமிழக மக்கள் விடுதலைக் கூட்டணி – தமிழ்நாடு இளைஞர் பாசறை – தமிழ்நாடு மாணவர் பேரவை – தமிழ்நாடு உழவர் பேரவை – தமிழ்நாடு மக்கள் பேரவை – தமிழின மீட்சிப் படை – வெங்காளூர் குணாவின் தமிழக ஆய்வரண் – சுப.வீரபாண்டியனின் விடுதலைக்குயில்கள் – வழக்கறிஞர் தி.இராமதாசுவின் தமிழ் இன விடுதலைக் கழகம் – அரங்க குணசேகரனின் தமிழக மக்கள் உரிமைக் கழகம் –

தியாகுவின் திலீபன் மன்றம் – தஞ்சை கோ.இரத்தினகிரியின் சுதந்திரத் தமிழர் கட்சி – பழ.நெடுமாறனின் தமிழர் தேசிய இயக்கம் – தமிழ்த் தேசப் பொதுவுடைமைக் கட்சி – தமிழ்நாடு பொது வுடைமைக் கட்சி – தமிழக ஒடுக்கப்பட்டோர் விடுதலை இயக்கம் – தமிழ்நாடு விடுதலைப்படை – தமிழ்நாடு மார்க்சிய லெனினியக் கட்சி –தியாகுவின் தமிழ் தமிழர் இயக்கம் – தமிழக மக்கள் விடுதலைப்படை – தமிழர் உரிமை இயக்கம் – தமிழக விவசாய மக்கள் இயக்கம் – சுப.வீரபாண்டியனின் தமிழ்த் தேசியக் கழகம் – சுப.இளவரசனின் தமிழர் விடுதலை இயக்கம் – தென் தமிழனின் தமிழ்த் தேச இயக்கம் – தமிழக விவசாயிகள் மக்கள் மன்றம் – அரிமாவளவனின் தமிழர் களம் – குமரி மைந்தனின் தமிழகப் பொருளியல் உரிமைக் கழகம் – தமிழ்நாடு பொதுவுடைமைக் கட்சி – தமிழ்த் தேசப் பொதுவுடைமைக் கட்சி–கம்யூனிஸ்ட் கட்சி (மா. லெ) மக்கள் விடுதலை தமிழ்நாடு– தமிழ்நாடு மீட்புப்படை – தமிழர் பாசறை–புதுக்கோட்டை பாவாணனின் தமிழர் கழகம்–தியாகுவின் தமிழ்த் தேசவிடுதலைக் கழகம் – கஸ்தூரிரங்கனின் தமிழர்

தன்மானப் பேரவை – தமிழ்நாடு மார்க்சீய லெனினிய கட்சி – நாம் தமிழர் இயக்கம் – மே 17 இயக்கம் – தமிழ்த் தேசியப் பேரியக்கம் – தமிழக வாழ்வுரிமைக் கட்சி – தமிழ்த் தேச நடுவம் – தமிழ்த் தேச குடிஅரசு இயக்கம் – தமிழர் முன்னணி – ஆதித்தமிழர் பேரவை – தமிழர் விடுதலைக் கழகம் – தமிழர் முன்னணி – சந்திரபோசுவின் தியாகி இமானுவேல் பேரவை – கண. குறிஞ் சியின் தமிழ்த் தேச நடுவம்–மக்கள் சனநாயகக் குடிஅரசுக் கட்சி – தமிழ்த் தேச குடிஅரசு இயக்கம் – இவ்வாறு 1914 முதல் 2014 வரையிலான தமிழ்த் தேசியக் குரல்களை ஓரளவு வரிசைப் படுத்தலாம். இவை முழுமையான பட்டியல் என்று சொல்ல இயலாது. குறிப்பாக 1970க்குப் பிறகு தொடங்கப்பட்ட இயக்கங்களே அதிகம். இவை எதையும் சொல்லாமல் வள்ளலார் பெயரையும் அதற்கு அடுத்துத் தம்மையும் சொல்லிக் கொள்கிறார் பெ.ம. கால் நூற்றாண்டுக் கால அறவழிப்போராட்டங்களையும் கால் நூற்றாண்டுக் கால கருவி வழிப்போராட்டங்களையும் தமது ஒற்றைத் தலைமையைக் காட்டி மறைத்துவிட்டார் மணியரசன்.

தமிழ்த் தேசிய இன எழுச்சியின் கருவி வடிவிலான போராட்டங்கள் மணியரசன் இந்திய தேசியத்தைக் காக்கப் போராடி வந்த 1970 –1985 காலகட்டத்திலேயே பெரும்பாலும் நடந்து கொண்டிருந்தது. திராவிட முன்னேற்றக் கழகத்தில் இருந்த தாம், பெருஞ்சித்திரனாரின் தனித்தமிழ்நாடு கொள்கைபால் ஈர்க்கப்பட்டிருந்தால் (அவர் அப்படி சொல்கிறார்!) அவர் அப்போதே அந்தப் பாதையைத் தேர்வு செய்திருக்க வேண்டும். ஏனென்றால் மார்க்சிஸ்ட் கம்யூனிஸ்ட் கட்சி மீது மிகக் கடுமையான விமர்சனங்கள் வைக்கப்பட்டு நக்சல்பாரி குரல் எழும்பத் தொடங்கிய 1970களின் தொடக்கத்தில் மணியரசன் மார்க்சிஸ்ட் கம்யூனிஸ்ட் கட்சியால் ஈர்க்கப்பட்டதற்கான உள்ளீட்டைப் புரிந்துகொள்ள இயலவில்லை. ‘சில காலம் இயக்கப் பயிற்சிக்காகச் சென்றேன். ஆனால் பதினைந்து ஆண்டுகள் ஆகிவிட்டன’ என்கிறார். அவரைத் தெளிவடைய வைப்பதற்கான தமிழ்த் தேசியப் போராட்டங்கள் அந்தக் காலகட்டத்தில் அதிகம் தொடங்கிவிட்டன.

1970 களில் தமிழக விடுதலை இயக்கத்தைப் பெருஞ்சித்திரனார் தொடங்கிவிட்டார். ‘தமிழ்நிலத்தை விடுவிப்போம்’, ‘தனித் தமிழ்நாட்டை அடைந்தே தீருவோம்’ என்ற முழக்கங்களை முன் வைத்து 1972 இல் திருச்சியில் மாநாடு கூட்டினார். அடுத்த ஆண்டு தமிழகப் பிரிவினை மாநாடு கூட்டினார். ஏராளமான தோழர்கள் கைது செய்யப்பட்டார்கள். இந்த ஊர்வலத்தில் பெரியாரும் பங்கேற்றார். 1975 இல் தமிழக விடுதலை மூன்றாவது மாநாட்டையும் பெருஞ்சித்திரனார் நடத்திக் கைதானார். தென்மொழி இதழ் தடை செய்யப்பட்டது. ஓராண்டு சிறைக்குப் பின் உலகத் தமிழின முன்னேற்றக்

கழகம் தொடங்கினார். ஒடுக்கப்பட்டோர் உரிமை மீட்புக் கூட்டமைப்பு, தமிழக மக்கள் விடுதலைக் கூட்டணி ஆகிய இயக்கங்கள் தொடங்கப் பட்டன. தமிழின விடுதலையா, தன்னாட்சியா என வாக்கெடுப்பு நடத்தி விடுதலை எனத் தீர்ப்பு வந்தது.

தமிழ்த் தேசியப் பார்வையை அந்தக் காலகட்டத்தில் கொடுத்தவை மார்க்சீயமே. சத்தியமங்கலம் நாகராஜன், திருப்பூர் கருணா மனோகரன், வெங்காளூர் குணா ஆகியோர் 1970 களில் மார்க்சீயப் பார்வையில் தேசிய இனப்பிரச்னையை அணுகியவர்கள் என்று சொல்கிறார் பொழிலன். 1969 இல் கம்யூனிஸ்ட் கட்சி – தமிழகம் என்றொரு கட்சி அறிக்கையை நாகராசன் முன் வைத்ததாகப் பொழிலன் எழுதுகிறார். குணாவின் பார்வையில் தமிழ்த் தேசியச் சிந்தனை மார்க்சியத்தைத் தமிழ்த் தேசியக் களத்தில் பயிற்சிக்குள்ளாக்கி இருந்தது என்கிறார் பொழிலன். இக்காலகட்டத்தில் பேராசிரியர் க.நெடுஞ்செழியன், குமரி மைந்தன் ஆகியோர் அதற்கான அறிவுசக்தியாக இயங்கியவர்கள். தமிழக வரலாற்றில் தமிழ்த் தேசச் சிக்கலை முறைப்பட இயங்கியல் அடிப்படையில் ஆய்வு செய்த முதல் அணியாகவே குணாவின் தமிழக ஆய்வரணைச் சுட்டுகிறார் பொழிலன். தமிழர் மெய்யியல், தமிழியப் பொதுவுடைமை, தமிழின மீட்சி ஆகியவை 1980களிலேயே குணாவால் பேசப்பட்டும் எழுதப்பட்டும் வந்தன. 1993க்குப் பிறகு பெரியார் வெறுப்பு மருந்தை உட்கொண்டதால் குணா தமது முந்தைய கருதுகோள்கள் அனைத்தையும் காற்றில் பறக்கவிட்டு, இந்த ஒரு நச்சுக்காற்றையே நாட்டில் பரப்பி வருபவராக ஆகிப்போனார்.

(தமிழ்த் தேச விடுதலைப் போராட்டம், வரலாற்றுப் பார்வை பக்கம். 144)

1970 காலகட்டத்தில் உருவான மார்க்சிய லெனினிய அமைப்புத் தோழர்கள் வர்க்கப் பிரச்னைக்கு முக்கியத்துவம் தந்து வர்க்க எதிரியான இந்திய அரசைக் கடுமையாக எதிர்க்கத் தொடங்கினர். இதனால் ஏராளமான தோழர்கள் உயிர்த்தியாகம் செய்தார்கள். இத்தகைய மார்க்சிய அமைப்புகளில் இயங்கிய தோழர்கள் தேசிய இனப்பிரச்னை தமிழக விடுதலைக்கு முக்கியத்துவம் கொடுக்கும் பார்வையின்பால் ஈர்க்கப்பட்டார்கள். இதனடிப்படையில் 1982இல் முற்போக்கு இளைஞர் அணி, முற்போக்கு மாணவர் அணி அமைப்பின் சார்பில் தேசிய இனப் பிரச்னையும் தமிழின விடுதலையும் என்ற கருத்தரங்கம் சென்னையில் நடத்தப்பட்டது. இரண்டு ஆண்டுகள் கழித்துப் பெண்ணாடத்தில் தமிழீழ விடுதலை ஆதரவு மாநாடும், இந்தியாவில் தேசிய இனங்களின் விடுதலை மாநாடும் நடத்தப் பட்டது. பெருஞ்சித்திரனார், வே.ஆனைமுத்து, செங்கொடி கே.என். இராமச்சந்திரன், மக்கள் உரிமைக்கழகம் இப்ராகிம், மார்க்சியம்

இன்று ஆசிரியர் எஸ்.என்.நாகராசன், எஸ்.வி.இராசதுரை, அறிஞர் குணா ஆகியோர் கலந்து கொண்டனர். இம்மாநாட்டை முன்னின்று நடத்திய புலவர் கலியபெருமாளும் தமிழரசனும் செங்கொடி அமைப்பில் இருந்து நீக்கப்பட்டனர். இவர்கள் வெளியில் வந்து தமிழ்நாடு பொதுவுடைமைக் கட்சி மா.லெ. என்ற அமைப்பைத் தொடங்கினார்கள். தமிழ்நாடு விடுதலையை முன்னிறுத்தியது இக்கட்சி. சாதியத்தை ஒழிப்பதும் தமிழ்த் தேசத்தை விடுதலை செய்வதும் தமிழகப் பாட்டாளி வர்க்கத்தின் தமிழக மக்களின் முக்கியமான கடமை என்று அறிவித்தது. ஒன்றுபட்ட கருத்துள்ள அமைப்புகளைச் சேர்த்து ஒடுக்கப்படுவோர் உரிமை மீட்புக் கூட்டமைப்பைச் சென்னையில் உருவாக்கினார்கள். இதனடிப் படையில் தமிழக மக்கள் விடுதலைக் கூட்டணி மலர்ந்தது.

தமிழ்நாடு பொதுவுடைமைக் கட்சி (மா.லெ)யின் 1984 அரசியலறிக்கை, தனிநாடு விடுதலைப் போராட்டமே சரியானது என்றது. ஆயுதப் போராட்டமே தமிழ்த் தேச விடுதலைப் போராட் டத்தின் முக்கிய வடிவம் என்றது. தமிழ்த் தேசிய விடுதலைப் போரை முன்னெடுப்போம், தாழ்த்தப்பட்ட பிற்படுத்தப்பட்ட மக்களை ஒற்றுமைப்படுத்துவோம், ஆதிக்க நிலவுடைமைச் சாதி அமைப்பைத் தகர்த்தெறிவோம் என்று முழங்கியது. தனிநாட்டுரிமைக்குப் போராடுவோம் என்று அக்கட்சியின் பெண்ணாடம் மாநாட்டு அறிக்கை அறிவித்தது. 'இந்தியா எனப்படுவது தேசிய இனங்களின் சிறைக்கூடம் மட்டுமல்ல, சேரிகள் என்னும் தாழ்த்தப்பட்ட மக்களின் இலட்சக்கணக்கான சிறைக்கூடங்களும் உடையதாகும்' என்றது மீன்சுருட்டி கருத்தரங்க அறிக்கை. தமிழக விடுதலைக்குத் தலைமை ஏற்றவர் தமிழரசன் தான் என்பார் புலவர் கலியபெருமாள். 1968 முதல் 1987 வரை இருபதாண்டுக் காலம் பல்வேறு போராட்டங்களை வழிநடத்திய புரட்சியாளர் என்று தமிழரசனைக் குறிப்பிடுகிறார் புலவர். 1989 ஆம் ஆண்டு உருவான தமிழ்நாடு பொதுவுடைமைக் கட்சி தமிழக மக்கள் குடியாட்சியை நோக்கி என்ற வரைவுத்திட்டத்தை வெளியிட்டது. செல்வமணியன் இதில் முக்கியப் பங்காற்றினார். 1997இல் தாழ்த்தப்பட்டோர் விடுதலையும் தமிழ்த் தேசிய விடுதலையும் என்ற வடிவத்தை அரங்க. குணசேகரன் எடுத்து வந்தார்.

இதில் தமிழரசனின் பங்களிப்பும் தியாகமும் தமிழ்த் தேசிய வரலாற்றில் மறைக்க முடியாதவை. அரியலூர் மாவட்டம் மலர்தலை மாணிக்கம் என்ற கிராமத்தில் 1945 ஏப்ரல் 14 ஆம் நாள் பிறந்தவர் தமிழரசன். கோவையில் பொறியியல் படித்தார். இந்திய மாணவர்

சங்கத்தில் இருந்தார். கல்கத்தா பொறியியல் கல்லூரி மாணவர்கள் நடத்திய போராட்டத்தில் பங்கெடுத்தார். அப்போதுதான் மேற்கு வங்க மார்க்சிஸ்ட் அரசு உழவர் பேரணியில் துப்பாக்கிச் சூடு நடத்தியது. இதற்கு எதிராக நக்சல்பாரிகளாகத் தோழர்கள் கிளர்ந்தெழுந்தார்கள். மாணவர் போராட்டத்தால் கல்கத்தாவுடன் தொடர்பில் இருந்த தமிழரசனும் நக்சல்பாரி எழுச்சியில் பங்கெடுத்தார். அப்பு, புலவர் கலியபெருமாள், ஏ.எம்.கோதண்டராமன், கோவை ஈசுவரன், சீனிவாசன், தஞ்சை மாணிக்கம் ஒருங்கிணைப்பு உருவானது. இந்த நக்சல்பாரி போராட்டத்துக்குத் தலைமை வகித்தவர் சாரு மஜூம்தார். இந்திய பொதுவுடைமைக் (மார்க்சிஸ்ட் லெனினிஸ்ட்) கட்சியை 1969 ஏப்ரல் 2 தொடங்கினார். அப்போது கல்லூரியை விட்டு வெளியேறி இதில் இணைந்தார் தமிழரசன். பண்ணையார்களை அழித்தொழிப்பது அக்கட்சியின் வேலைத் திட்டமாக இருந்தது. திருமுட்டம் இராசகோபால் மீது தாக்குதல் நடத்தினார். காவல்துறை உளவாளி அய்யம்பெருமாளைக் கொலை செய்தார். ஓரத்தூர் நிலவுடைமையாளரான மணியக்காரரைக் கொலை செய்தார். உட்கோட்டை அரங்கநாதன் என்ற வட்டிக் கடைக்காரரைச் செகந்நாதனும் தமிழரசனும் சேர்ந்து கொலை செய்தனர். உளவுத்துறை காவலர் இராசாராமைக் கத்தியால் குத்தினார். இதே காலகட்டத்தில் தஞ்சையில் நடந்த தங்கப்பா அழித்தொழிப்பு தொடர்பாகத் தியாகு, லெனின், குருமூர்த்தி கைதானார்கள். தமிழகத்தில் தருமபுரி, பழனி, தஞ்சை, செயங்கொண்டம் ஆகிய பகுதிகளில் அழித்தொழிப்புகள் நடந்தன. இதனால் பலர் கைது செய்யப்பட்டனர். பலர் காவல்துறையால் கைது செய்யப்பட்டனர். இயக்கத்துக்குள் ஏற்பட்ட பிளவில் ஒரு குழுவின் செயலாளராகத் தமிழரசன் ஆனார். புலவர் கலியபெருமாள் கைது செய்யப்பட்டார். அவரது மகன்கள் வள்ளுவனும் நம்பியாரும் கைது செய்யப்பட்டார்கள், ஏ.எம்.கோதண்டராமனும் கைது செய்யப்பட்டார். அரியலூரில் கைது செய்யப்பட்ட தமிழரசன், திருச்சி மத்திய சிறையில் அடைக்கப்பட்டார். அது மிசா காலம் என்பதால் மிசா சட்டத்தின்படி சிறை வைக்கப்பட்டார். அதே சிறையில் இருந்த புலவரும் தமிழரசனும் அரசியல் நிலைப்பாடுகளில் ஒன்றுபட்டார்கள். சிறையில் இருந்து தமிழரசன், புலவர், முனிராசு, ராதாகிருட்டிணன் ஆகியோர் தப்பிக்கும் முயற்சி தோல்வி அடைந்தது. அப்பு, பாலன், கண்ணாமணி, சீராளன் ஆகியோர் காவல்துறையால் சுட்டுக் கொல்லப்பட்டார்கள். சென்னைச் சிறையில் இருந்த புலவர், அப்போது கைது செய்யப்பட்டுச் சிறைக்குள் வந்த விடுதலைப்புலிகளின் தலைவர் பிரபாகரனையும் சந்தித்தார். பிரபாகரனை விடுதலை செய்யக் கோரிப் போராட்டம் நடத்தத் தமது தோழர்களுக்குப் புலவர் கட்டளையிட்டார்.

1983இல் விடுதலை செய்யப்பட்ட தமிழரசன் சென்னையில் தங்கியிருந்தார். பிணையில் வந்த புலவரும் தமிழரசனும் தேசிய இனப்பிரச்னை குறித்துக் கலந்துரையாடினர். 'ஈழ விடுதலையும் இந்தியாவில் தேசிய இனப்பிரச்னையும்' என்ற நூலை வெளியிட்டனர். தமிழீழ ஆதரவு மாநாட்டைப் பெண்ணாடத்தில் நடத்தினர். இதனால் மக்கள் போர்க்குழுவில் இருந்து நீக்கப்பட்டனர். தமிழ்நாடு பொதுவுடைமைக் கட்சி மா.லெ. உருவாக்கினார்கள். தமிழக விடுதலைக்குப் போராடும் கட்சியாக இது அறிவிக்கப்பட்டது. 'சாதி ஒழிப்பின் தேவையும் தமிழக விடுதலையும்' என்ற நூலைத் தமிழரசன் வெளியிட்டார். தமிழ்நாடு பொதுவுடைமைக் கட்சி மா.லெ., தமிழக மாநிலக் குழு இபொக மா.லெ.மைய சீரமைப்புக் குழு, உலகத்தமிழின முன்னேற்றக் கழகம், பெரியார் சம உரிமைக் கழகம், அறிவியக்கப் பேரவை ஆகிய அமைப்புகள் இணைந்த தமிழக மக்கள் விடுதலைக் கூட்டணி உருவாக்கப்பட்டது. தமிழ்நாடு இளைஞர் பேரவை, தமிழ்நாடு மாணவர் பேரவை உருவாக்கப்பட்டு இளைஞர்களும் மாணவர்களும் ஈர்க்கப்பட்டார்கள். தமிழரசன் தலைமையில் தமிழ்நாடு விடுதலைப்படை அமைக்கப்பட்டது. இந்த அமைப்பினர் ஆயுதப்பயிற்சி எடுத்தனர். இந்திய ஆளும் வகுப்புக்கும் தமிழ் மக்களுக்குமான முரண்பாடே முக்கிய முரண்பாடு என்று தமிழரசன் கொல்லிமலை மாநாட்டில் அறிவித்தார். தமிழக விடுதலையையும் சாதி ஒழிப்பையும் ஒருசேர நடத்தச் சொன்னார். மக்கள் புரட்சியை விரும்புவதும் நாடுகள் சுதந்திரத்தை விரும்புவதும் தேசங்கள் விடுதலையை விரும்புவதும் இன்றைய உலகின் முக்கியத் திசைப்போக்கு என்று சொன்னவர் தமிழரசன். அவரது அடித் தளத்தில்தான் தமிழ்த் தேசிய இயக்கங்கள் சுமார் 20 ஆண்டுகள் நடைபயின்றன. அவரது பெயர் மணியரசனால் உச்சரிக்கப்பட்டதாகத் தெரியவில்லை.

1986 முதல் 2000 வரையில் பதினைந்தாண்டுக் காலத்தில் தமிழகத்தில் கருவிச் செயல்பாட்டுப் போராட்டங்கள் பல நிகழத் தொடங்கின.

பொழிலன் தரும் வரலாற்றினடிப்படையில், 1. நாட்றாம்பள்ளி காவல் துறை தூண்டுதலால் தோழர் வேலு கொலை. 2. பிரதமர் இராஜீவ்காந்தி வருகையைக் கண்டித்துக் குடமுருட்டி பாலத்தில் குண்டு வைப்பு. 3. அரியலூர் மருதையாற்றுப் பாலத்தில் குண்டு வைப்பு 4. பொன்பரப்பியில் தமிழரசன், தருமலிங்கம், செகந்நாதன், அன்பழகன், பழநிவேலு படுகொலை செய்யப்படுதல் 5. சென்னை கத்திப்பாரா நேரு சிலை குண்டு வெடிப்பு 6. கொடைக்கானல் தொலைக்காட்சி ஒலிபரப்பு நிலையக் குண்டு வெடிப்பு 7. உதகை பூங்கா குண்டு வெடிப்பு, 8. கொடைக்கானல் குண்டுவெடிப்பில்

மாறன் இறப்பு 9. கொடைக்கானல் குண்டு வெடிப்பில் இளங்கோவனுக்கு ஏற்பட்ட காயம். 10. இந்திய அமைதிப்படைக்கு எதிராக நடத்தப்பட்ட இந்நிகழ்வுகளுக்காகப் பொழிலன், இளங்கோவன், தமிழ் முகிலன், அறிவழகன், குணத்தொகை, தெய்வமணி, ஈசுவரன் உள்ளிட்டோர் கைது செய்யப்படுதல். 11. உதகை குண்டுவெடிப்பில் பொழிலன், முகிலன், பாண்டியராசன், நாராயணன், சுப்பிரமணியன் ஆகியோர் ஏழாண்டுத் தண்டனை பெறுதல். 12. மருதையாற்றுப் பாலம் குண்டுவெடிப்பில் கைதான தென் தமிழன், கருணாகரன், பெரியசாமி ஆகியோருக்குத் தூக்குத்தண்டனை விதிக்கப்பட்டு ஆயுள்தண்டனை ஆனது 13. திருச்சி நேரு சிலை தகர்ப்பு 14. பத்மினி மீதான பாலியல் வன்முறை தொடர்பாக புத்தூர் காவல்நிலையம் மீது தாக்குதல் 15. கள்ளகம் தொடர்வண்டிப் பாதை தகர்ப்பு 16. குடந்தைத் தொலைக்காட்சி ஒளிபரப்புக் கோபுரம் தகர்ப்பு 17. குடவாயில் காங்கிரசுக் கட்சி அலுவலகம் மீது தாக்குதல் 18.ஆத்தூர் காங்கிரசுக் கட்சி அலுவலகம் மீது தாக்குதல் 19. விழுப்புரம் காந்தி சிலை உடைப்பு 20. குள்ளஞ்சாவடி காவல் நிலையம் மீது தாக்குதல் 21. சென்னை இலங்கைத் தூதரகம் மீது தாக்குதல் 22. கீழையூர் இறால் பண்ணை அழிப்பு 23. தகடூர் பால ஜங்கள மனஹள்ளி கருநாடகம் செல்லும் மின்சாரக் கோபுரம் தகர்ப்பு 24. பேரணை தொடர்வண்டித் தாக்குதல் 25. மயிலாடுதுறை உளுத்துக்குப்பை தொலைக்காட்சி, அஞ்சல் நிலையம் தாக்குதல் 26. ஆண்டிமடம் காவல்நிலையம் தாக்குதல் 27. தூத்துக்குடி மின்கோபுரம் தாக்குதல் 28. கடலூர் தொடர் வண்டிப்பாதை பிரிவுத்தகர்ப்பு. 29. குண்டு வெடிப்பில் தமிழ்நாடு விடுதலைப்படை லெனின் மரணம் 30. இந்த வழக்குகளில் சுந்தரம், மாறன், இளவரசன், வெங்கடேசன், முருகேசன், நல்லரசன், கலையரசன், உத்திராபதி, வரதராசன், புண்ணிய மூர்த்தி, சான்பீட்டர், நடராசன், இரவிச்சந்திரன், அமுல்ராசு, குமார், அனிசுராசா, கோவிந்தராசு, அன்றில், அமிர்தலிங்கம், கண்ணன், அழகர், மணிகண்டன், அசனலி ஆகியோர் ஆண்டுக்கணக்கில் தமிழகத்தின் பல்வேறு சிறைகளில் இருந்தார்கள். 31. சென்னை இந்தி பிரச்சார சபா மீது வெடிகுண்டு தாக்குதல் 32. பாபர் மசூதி இடிப்பைக் கண்டித்தும் அத்வானி வருகையைக் கண்டித்தும் சென்னை வைணவா கல்லூரி முன் குண்டு வெடிப்பு 33. தமிழில் பேசிய மாணவனைத் தண்டித்த சென்னை செவன்த் டே பள்ளி சுற்றுச்சுவர் தகர்ப்பு 34. சேலம் பாலத்தில் வரைபடம் வரைந்து தகர்ப்பு 35. இடஒதுக்கீட்டை எதிர்த்த ஜென்டில்மேன் படத்தின் பதாகைகள் பெட்ரோல் ஊற்றி எரிப்பு 36. தொடர்வண்டிப் பெட்டிக்குத் தீவைப்பு 37. மணிவண்னன், இரவி, தமிழ்நேயன், வேலு ஆகியோர் கைதாகிச்

சிறைவைக்கப்பட்டனர். 38. திண்டுக்கல் நாகராசன் சுட்டுக் கொலை 39. சீலையம்பட்டி இராசாராம் சுட்டுக் கொலை. 40. சரவணன் சுட்டுக் கொலை 41. தமிழின மீட்புப்படை நடத்திய இரவிச்சந்திரன், இராஜீவ் காந்தி வழக்கில் கைதாகி சிறையில் இருக்கிறார். 42. புதுக்கோட்டை முத்துக்குமார் ஈழம் சென்று பயிற்சி பெற்று வந்தார். இவர் வீரப்பனோடு இணைந்து செயல்பட்டுப் பின்னர், கைது செய்யப்பட்டுச் சிறையிலடைக்கப்பட்டார். பின்னர் இவர் சூழ்ச்சியால் கொலை செய்யப்பட்டார். 43. புதுக்கோட்டை முத்துக்குமாருக்கு உதவியதாகப் புதுக்கோட்டை பாவாணன் இரண்டு முறை பொடா சட்டத்தில் கைதானார். 44. தமிழர் பாசறை அமைப்பின் தோழர் இளங்கோவனைக் காணவில்லை. எவ்வகைச் செய்தியும் இல்லை. 45.தகடூர் சீவகன் வெடிவிபத்தில் மரணம் 46. திருப்பத்தூர் இரத்தினவேலு கொலை செய்யப்படுகிறார் 46.சேத்தியாத்தோப்பு சின்னத்தம்பி வெடிவிபத்தில் மரணம் 47.தென்னார்க்காடு இராமசாமி கொலை.

(இவை குறித்த விரிவான தகவல்களைத் தமிழ்த் தேச விடுதலைப் போராட்டம் – பொழிலன், தமிழ்த் தேச அரசியல் போராட்டம் – பொழிலன், 25 ஆண்டுகளில் த.ஒ.வி.இ. அரசியல் அமைப்பியல் போராட்டங்கள், தமிழ்நாடு விடுதலைப் படை வழக்குகளும் தோழர்களும் – வழக்கறிஞர் புகழேந்தி, தோழர் லெனினும் தமிழ்த் தேச விடுதலைக் களமும் – செந்தமிழ்க்குமரன், தமிழ்த் தேசியத் தலைவர் தமிழரசனின் வாழ்வும் அறமும் – இளங்கோவன், பெண்ணாடம் மாநாட்டு அறிக்கைகள் – தோழர் தமிழரசன் ஆகிய நூல்களில் காண்க!)

இவைகள் எல்லாம் மறைக்கப்பட்டு தமிழ்த் தேசிய வரலாற்றைச் சொல்லித் தருகிறார் மணியரசன். அவர் மார்க்சிஸ்ட் கம்யூனிஸ்ட் கட்சியில் இருந்து 1985 தான் வெளிவருகிறார். 1985ஆம் ஆண்டும் தெளிவடையவில்லை. ஒரு அகில இந்தியக் கட்சியில்தான் தம்மை இணைத்துக் கொள்கிறார். மீண்டும் தெளிவடைய ஐந்தாண்டுகள் கூடுதலாகத் தேவைப்படுகின்றன. தமிழ்த் தேசப் பொதுவுடைமைக் கட்சியாக அது 1990இல் மாறுகிறது. பொதுவுடைமை என்ற சொல்லே எல்லாவற்றுக்கும் போதுமானது அல்ல என்றும் தமிழ்த் தேசியம் என்ற சொல்லை அடைவதற்கும் மேலும் 24 ஆண்டுகள் தேவைப்படுகின்றன. 2014ஆம் ஆண்டுதான் தமிழ்த் தேசியப் பேரியக்கம் என்றே மாற்றத்தை ஏற்றுக் கொள்கிறார். மிகச் சரியாகச் சொல்ல வேண்டுமானால் அவர் 1966ஆம் ஆண்டு ஏறி இருக்க வேண்டிய வாகனத்தில் 2014இல் தான் ஏறுகிறார். 48 ஆண்டுகள் கழித்து!

ஏறியவர் சொல்கிறார், தமிழ்த் தேசியம் என்ற சித்தாந்தம் இதுவரை முன் வைக்கப்படவில்லை, இப்போதுதான் முன் வைத்து

வளர்த்து வருகிறோம் என்று. 2013இல் தான் தமிழ்த் தேசிய சித்தாந்தம் முன்வைத்து வளர்க்கப்படுகிறதாம். இப்படித்தான் ஒருவர், தான் வந்த பிறகுதான் தமிழ்நாட்டுக்குப் பிரபாகரனையே தெரியவருகிறது என்று 2015இல் இருந்து சொல்லி வருகிறார்! இவர்கள் எல்லாம் என்ன ரகம்?

*4. இலக்கு இல்லாதவரா பெரியார்?*

"பெரியாரிடம் வரையறுக்கப்பட்ட தமிழ்த் தேசியப் பார்வையும் முன்னுக்குப் பின் முரணில்லாத தமிழக விடுதலை இலட்சியமும் இல்லை" என்கிறார் பெ.ம.

(த.க.2011 சனவரி)

இப்படி அவர் எழுதியதற்கு நான்கு மாதங்கள் கழித்துத் தஞ்சையில் பெரியாரியல் ஆய்வாளரும் போராளியுமான பசு.கவுதமன் மகள் தென்றல் திருமணத்தில் வாழ்த்துரை வழங்கிய பெ.மணியரசன், 'தமிழ்நாடு விடுதலை அடையாமல் சாதி ஆதிக்கத்தை ஒழிக்க முடியாது' என்று பெரியார் கூற்றைச் சுட்டிக் காட்டி மணமக்களை வாழ்த்தினார். இதோ மணியரசன் பேசுகிறார்:

"வர்ணாசிரமத்தையும் சாதியையும் வாழ்நாள் முழுதும் எதிர்த்துப் போராடிய பெரியார், தமது வாழ்நாள் அனுபவமாக ஒரு முடிவுக்கு வந்தார். அது தமிழ்நாடு தில்லியின் கீழ் இருக்கும் வரை வர்ணாசிரமத்தை ஒழிக்க முடியாது, சூத்திரப்பட்டத்தை ஒழிக்க முடியாது என்பதுதான். 1973ஆம் ஆண்டு செப்டம்பர் 17ஆம் நாள் பிறந்தநாள் மலருக்காக எழுதிய கட்டுரையில் பெரியார் இந்தக் கருத்தை அழுத்தந்திருத்தமாகக் கூறுகிறார்..." என்று சொல்லிப் பெரியாரின் கட்டுரையை முழுமையாக வாசிக்கிறார் பெ.ம.

அடுத்த ஆண்டு இப்படி எழுத நான் இருப்பேனா, வாய்ப்பு இருக்குமா என்று தெரியவில்லை என்று அக்கட்டுரையில் பெரியார் எழுதியதை மேற்கோள் காட்டிவிட்டுப் பெ.ம. சொல்கிறார்: "பெரியார் எழுதியபடியே நடந்துவிட்டது. அதே 1973 டிசம்பரில் அவர் இறந்துவிட்டார். ஆனால் பெரியார் குறிப்பிட்டது அடுத்த ஆண்டு பிறந்தநாள் மலருக்கு கட்டுரை எழுதிட உயிரோடு இருப்பேனா மாட்டேனா என்பது மட்டுமல்ல, உயிரோடு இருந்தாலும் கட்டுரை எழுதும்படி வெளியில் இருப்பேனா அல்லது எழுத முடியாமல் சிறையில் இருப்பேனா என்ற பொருளில் ஆகும். தமிழ்நாட்டு விடுதலைக்கான ஒரு பெரும்போராட்டத்தை நடத்தி அதற்காகச் சிறையில் இருக்க வேண்டி வரலாம் என்று கருதினார்" என்று விளக்கமளித்தவர் பெ.ம.

பெரியார் அந்த அறிக்கையில், 'இந்திய ஆட்சியிலிருந்து தமிழ்நாட்டை விலக்கிக் கொள்ள முயற்சி செய்தே ஆகவேண்டிய ஒரு கட்டாயமான நிர்ப்பந்தமான நிலையில் இருக்கிறோம்' என்கிறார். இதனை முழுமையாகப் பெ.ம.வாசிக்கிறார். இந்தியச் சிக்கல்கள் குறித்து விட்டு இறுதியாகப் பெ.ம. சொல்கிறார்: 'உடனடிச் சிக்கல்களுக்குச் சாதி ஆதிக்க எதிர்ப்புப் போராட்டத்தை– வர்ணாசிரம எதிர்ப்புப் போராட்டத்தை நடத்திக் கொண்டே பெரியாரின் கூற்றுப்படி தமிழ்நாடு விடுதலைக்கு முதன்மை கொடுத்துப் போராட வேண்டும்' என்று முடிக்கிறார் பெ.ம. இந்த உரை தமிழ்த் தேசியத் தமிழர் கண்ணோட்டம், 2011 மே 16–31 நாளிட்ட இதழில் பக்கம். 27–28இல் இருக்கிறது. இலக்கு இல்லாதவரா பெரியார்?

தமது இயக்கத்தின் கொள்கைப் பட்டயமாக 'தமிழ்த் தேசக் குடி அரசு' என்ற நூலை 2006 ஆம் ஆண்டு பெ.மணியரசன் எழுதி வெளியிட்டுள்ளார்.

எமது தேசிய இனம் தமிழர், எமது தேசிய மொழி தமிழ், எமது தேசம் தமிழ்த் தேசம், எமது இலக்கு இறையாண்மையுள்ள தமிழ்த் தேசக் குடிஅரசு நிறுவுதல் என்று அதில் குறிப்பிட்டுள்ளார். இது ஒரு தத்துவார்த்த நூல். இந்தியாவில் எது ஆளும் வர்க்கமாக இருக்கிறது என்று பெரியார் சொன்னாரோ அதைத்தான் பெ.ம.வும் வழிமொழிந்துள்ளார். பெரியாரையும் குறிப்பிட்டே வழிமொழிந் துள்ளார். இந்திய அரசமைப்புச் சட்டமும் ஆளும் வர்க்கமும் பார்ப்பனியத்திற்குச் சார்பானவை என்று மார்வாடி, குசராத்தி, சேட்டுகளின் சூறையாடல்களைச் சுட்டிக் காட்டும் மணியரசன், "பெரியார் மிகச்சரியாகக் குறிப்பிட்டது போல விடுதலை பெற்ற இந்தியாவில் ஆளும் வர்க்கங்களாகப் பார்ப்பன – பனியாக்களே உள்ளனர். மார்வாடி குசராத்தி சேட்டுகள்தாம் பனியாக்கள்" என்கிறார் பெ.ம.

(தமிழ்த் தேசக் குடிஅரசு, பக்கம். 11)

தொடக்கம் முதலே வடவர் எதிர்ப்பு, பார்ப்பன பனியா, மார்வாடி, குசராத்தி, மூல்தானி எதிர்ப்பை முன் வைத்தவர் பெரியார். இதில் இருந்து அவர் மாறவில்லை. மாநிலத்தில் கட்சிகளின் ஆதரவை மாற்றி இருக்கலாம். ஆனால் வட இந்திய ஆட்சியைத் தமிழனுக்கு எதிரான ஆட்சியாகவும், அந்த ஆட்சியே தமிழர் விரோத ஆட்சியாகவும் மிகச் சரியாகக் கணித்தவர் பெரியார். இலக்கு இல்லாதவரா பெரியார்?

1947 ஆகஸ்ட் 15 இந்திய விடுதலையைப் பெரியார் ஏற்க வில்லை. இதன் மூலம் தமிழர்களுக்கு அரசியல் விடுதலை கிடைக்கவில்லை

என்றார் பெரியார். 'கொதிக்கின்ற எண்ணெய்ச் சட்டியிலிருந்து தப்பிக்க எகிறிக் குதித்த தவளை, கொள்ளிக்கட்டையில் விழுந்ததைப் போல ஆயிற்று தமிழர்கள் நிலை. அதாவது வெள்ளை ஏகாதிபத்தியக் கொடுமையிலிருந்து தப்பி, இந்தியப் பார்ப்பன–பனியா கொடுமையில் சிக்கிக் கொண்டோம்' என்றார் பெரியார். 'இந்த வரையறையைத் தமிழ்த் தேசியப் பேரியக்கம் ஏற்கிறது' என்கிறார் பெ.ம. இதில் பெரியாரின் கணிப்பு சரியானதுதானே? இலக்கு இல்லாதவரா பெரியார்?

(திராவிடம் தமிழர் மறுமலர்ச்சியை வளர்த்ததா வழிமாற்றியதா? பக்கம்.21)

1938 இல் தமிழ்நாடு தமிழருக்கே என்று முழங்கினார் பெரியார். 1973 இல் இறப்புக்கு மூன்று மாதம் முன்பும் அதையே ஒலித்தார் பெரியார்! இலக்கு இல்லாதவரா பெரியார்?

5. தொடர்ச்சியாகப் பேசவில்லையா?

பெரியார் எல்லாவற்றையும் பேசுவார், ஆனால் தொடர்ச்சி யாகப் பேச மாட்டார் என்று குற்றம் சாட்டுகிறார் மணியரசன். 1923 முதல் 1973 வரை பெரியார் ஒரேவிதமான கருத்துகளைத்தான் திரும்பத் திரும்பச் சொல்லி வந்தார். இந்தக் கருத்துகளையே தொடர்ந்து வலியுறுத்தி வந்தார். அவரது பெரியாரியத்தின் அடிப்படை என்பது இதனுள் தான் இருக்கிறது. அவரது உரைகள், பேச்சுகள், எழுத்துகள், தலையங்கங்கள், அவரை முன்மொழிந்தும் வழிமொழிந்தும் எழுதியவர்கள், பேசியவர்கள் சொன்னவை அனைத்துக்கும் இந்தக் கருத்தாக்கங்கள்தான் அடிப்படை. இந்த மூலத் தத்துவத்தில் இருந்து அவர் எப்போதும் மாறியதில்லை. இதற்கு ஏற்ப அனைவரையும் மாற்ற நினைத்தார் பெரியார். அவை:

* இன உணர்வு: தமிழன் தன்னை இந்தியன் என்று கருதியதால் தமிழ்நாட்டையும், தமிழர் வீரத்தையும் கலையையும் நாகரிகத்தையும் மறந்தான். தமிழன் தன்னை இந்து என்று கருதியதால் தனது மானத்தையும் ஞானத்தையும் பகுத்தறிவையும் உரிமையையும் இழந்தான். இந்தியன், இந்து ஆகிய இரண்டு இக்கட்டிலிருந்தும் விடுபட்டு விட்டாலேயே தமிழன் மனிதன் ஆவான். சுயநலத்தை விட இனநலன் முக்கியம். ஒவ்வொரு மனிதனுக்கும் தன்மானம் முக்கியம். இனமானத்துக்காகத் தன்மானத்தையும் விட்டுத்தரலாம். தமிழன் காரியத்தில் தமிழனல்லாதவன் தலையிடக்கூடாது. பிச்சைக்கு வந்தவன் பிரபுவாகவும் நாட்டிற்கு உரியவன் ஓட்டை யாண்டியாகவும் இருக்க வேண்டுமா?

* சாதி எதிர்ப்பு: சமுதாயத் துறையிலே அனைத்து வேறுபாடுகளும் பேதங்களும் ஒழிந்து ஒரே சமூகமாக மாற வேண்டும். சாதி ஒழிய வேண்டும். மேல்கீழ் தன்மை ஒழிய வேண்டும். சாதிக்கு உள்ள மதத்தன்மை ஒழிய வேண்டும். சாதியை உருவாக்கியது மதம். நம் கடவுளும் மதமும் அரசும் இலக்கியமும் மொழியும் சாதியைக் காப்பாற்றுகின்றன. சாதியை வெட்டும் போது மதத்தையும் சேர்த்து வெட்ட வேண்டும். பிறவியில் சாதி இருப்பது இந்த நாட்டில் தான். கடவுள்தான் அதனைப் படைத்தார் என்பதும் இந்த நாட்டில் தான். சாதியை ஒழித்துவிடலாம். ஆனால் சாதிப் பெருமையை ஒழிக்க முடியாது. திராவிடர் ஆதிதிராவிடர் இருவருக்குள் எந்த வேற்றுமையும் இல்லை.

* சூத்திர இழிவு நீக்கம்: சூத்திரர் என்ற இழிவு நீக்கக் கிளர்ச்சியே எனது சோசலிசப் போராட்டம். இதில் அரசியல் ஏதுமில்லை. இந்த இழிவை வைத்துக் கொண்டு எதிலும் முன்னேற முடியாது. பறையர் பட்டம் போகாமல் சூத்திரப் பட்டம் போய் விடும் என்று கருதுவீர்களேயானால் நீங்கள் வடிகட்டின முட்டாள் களேயாவீர்கள்.

* தீண்டாமை எதிர்ப்பு: தீண்டாமையை ஒழிக்க வேண்டியது பிராமணரல்லாதாருக்கு மிக முக்கியமானதொரு கடனாகும். தீண்டாதாரின் முன்னேற்றம்தான் பிராமணரல்லாதாரின் முன்னேற்ற மாமும். தீண்டாதாரின் துன்பம்தான் பிராமணரல்லாதாரின் துன்பமாகும். தீண்டாமை ஒழிவதன் மூலமாய்த்தான் பிராமண ரல்லாதார் கடைத்தேற முடியும். ஆதிதிராவிடர் நன்மைக்காக பேசப்படும் பேச்சுகளும் முயற்சிகளும் பார்ப்பனரல்லாத எல்லோரு டைய நன்மைக்கும் என்பதாக உணருங்கள்.

* வகுப்புவாரிப் பிரதிநிதித்துவம்: வகுப்புவாரிப் பிரதிநிதித்துவம் என்பது தேசத்தின் ஆட்சியில் பொது உரிமையும், அந்நாட்டின் குடி மக்களின் உரிமை அனைத்தும் எல்லா வகுப்பாருக்கும் ஏற்றத் தாழ்வின்றிச் சமமாய் அடைய வேண்டியது என்பதுதான். இதை அரசாங்கம் 1840 ஆம் ஆண்டே ஒப்புக்கொண்டுள்ளது. எப்போது ஒருவனை வகுப்பு அடிப்படையில் பிரித்தாயோ அப்போதே அந்த வகுப்பு நலனுக்கான உரிமையைக் கேட்பது எப்படித் தவறாகும்? வகுப்புவாரி உரிமையை ஒழிக்க நினைப்பவர்கள் முதலில் வகுப்பை ஒழிக்க முயற்சி செய்யட்டும். இது ஒரு வகுப்பாருக்கு எதிரானது அல்ல, ஒரு வகுப்பாருக்கு ஆதரவானது. இதுதான் சமூகநீதி.

* மத மறுப்பு: நான் எந்த மதத்தையும் ஏற்கவில்லை. எல்லா மதங்களும் ஒரே குட்டையில் ஊறிய மட்டைகள் தான். எல்லா மதங்களும் பூச்சாண்டி காட்டுகின்றன. நான் எந்த மதத்தையும் வழிமுறையையும் போதிக்க வரவில்லை. ஒரு நாட்டின் வளர்ச்சிக்கும்

மதத்துக்கும் எந்தத் தொடர்பும் இல்லை. மதத்தை வைத்துக்கொண்டு சீர்திருத்தம் செய்ய முயற்சித்தவர்கள் வெற்றி பெறவே இல்லை. சமுதாயம் அமைதியாக வாழ வேண்டுமானால் மதம் அற்ற ஒரு புது உலகத்தை உருவாக்க முயற்சி செய்யுங்கள்.

* கடவுள் மறுப்பு: கடவுள் என்பது இன்னது என்று இன்றுவரை புரிந்து கொள்ள முடியவில்லை. கடவுள் எண்ணமே இருக்கக் கூடாது என்பது என் கொள்கையல்ல, மனித சமூக சமதர்ம வாழ்வுக்குத் தடையாக எந்தக் கடவுளும் இருக்கக் கூடாது என்பதே என் கொள்கை. உள்ளதைப் பங்கிட்டு உண்பது, உழைப்பைப் பங்கிட்டுச் செய்வது என்ற நிலை ஏற்பட்டால் கடவுளுக்கு வேலையோ அவசியமோ இருக்காது. ஒருவரது தனிப்பட்ட நம்பிக்கை என்பது பிரச்னை இல்லை. சிலை வணக்கம்தான் பிரச்னையே. அது ஆரிய நச்சு மரத்தின் ஆணிவேர். பயம் அற்றுப் போன இடம்தான், கடவுள் செத்துப் போன இடம்.

* நிறுவனங்களை நிராகரித்தார்: இந்திய தேசத்தின் அடித்தளமே சரியாய் இல்லை. இத்தகைய அடித்தளத்தில் கட்டப்படும் எதுவும் மக்களுக்குப் பயனளிக்கக்கூடியதாக நிச்சயம் இருக்காது. தமிழனுக்குத் தடையாக உச்சநீதிமன்றம் இருக்கிறது. நீதியின்மை, நேர்மையின்மை ஒழிக்கப்பட வேண்டுமானால் வக்கீல் முறை ஒழிக்கப்பட வேண்டும். வியாபாரத்தில் நாணயக்குறைவும் கள்ளவியாபாரமும் ஒழிக்கப்பட வேண்டுமானால் லைசென்ஸ், பெர்மிட் முறை ஒழிக்கப்பட வேண்டும்.

* பார்ப்பன எதிர்ப்பு: வாயில் நாக்கில் குற்றம் இருந்தாலொழிய வேம்பு இனிக்காது, தேன் கசக்காது. பிறவியில் மாறுதல் இருந்தால் ஒழியப் புலி புல்லைத் தின்னாது. ஆடு மனிதனைத் தின்னாது. அதுபோலத்தான் பார்ப்பனர் தன்மையும். நீ கடவுளைக்கூட வணங்கிக் கொள், பார்ப்பான் காலில் விழாதே. பார்ப்பானை பிராமணன் என அழைக்காதே. பார்ப்பான் இல்லையானால் கடவுளும் மதமும் இல்லை. பார்ப்பனர்களின் ஒரே ஆயுதம் சூழ்ச்சி மட்டுமே. சமத்துவத்துக்கும் சுயமரியாதைக்கும் இடைஞ்சலாக இருப்பவர்கள் பார்ப்பனர்கள்.

* இந்திய எதிர்ப்பு: இந்தியா ஒரு தேசமாக இல்லை. சாதிக் காட்சி சாலையாக, மதக் காட்சிச் சாலையாக, மொழிக்காட்சிச் சாலையாகத் தான் இருக்கிறதே தவிர ஒரே மாதிரி இலட்சியமுடைய நாடு அல்ல.

* இந்து மத எதிர்ப்பு: இந்து மதம் என்பதாக ஒரு மதம் இல்லை. அது பார்ப்பனர்களின் உயர்வுக்கும் வயிற்றுப் பிழைப்புக்குமாக உருவாக்கப்பட்ட ஒரு அமைப்பு. வருணாசிரம தர்மம் என்பதை உருவாக்கித் தங்களை உயர்த்தி வைத்து வாழ ஒரு வழிவகை செய்து

கொண்டார்கள். இந்து மதத்தை ஏற்றுக் கொள்வதால் ஒருவகுப்பாரை உயர்வானவர்கள் என்று நாம் ஏற்றுக் கொள்கிறோம். ஒரு வகுப்பாருக்கு நாம் தாழ்ந்தவர்கள் என்பதையும் ஏற்றுக் கொள்கிறோம். நம்மை இழிவாக நடத்துபவர்கள் காலில் விழுந்து கும்பிடும் அவசியத்துக்கு ஆளாகிறோம்.

* இந்தி எதிர்ப்பு: இந்தி மொழி என்பது தமிழ் மக்களுக்கு விரோதமான ஆரியமொழியாகும். இந்தியால் வடமொழி ஆதிக்கம் ஏற்படும். ஆரிய வருணாசிரம கலாச்சாரம் புகுத்தப்படும். இந்தி எதிர்ப்பு ஒரு தேசிய (தேச)ப் போராட்டம். ஒரு தேசமொழிப் போராட்டம்.

* வடவர் எதிர்ப்பு: எனது கவலை, இலட்சியம் யாதெனில் அன்னியன் என்றால் வெள்ளையன், பனியா, முல்தானி, மார்வாடி, காஷ்மீரி, குஜராத்தி ஆகிய இவர்கள் ஆதிக்கத்திலிருந்து–அதாவது எவ்வித ஆரிய ஆதிக்கத்திலிருந்தும் விலகுவது ஆகும். மேலே சொன்ன எவனும் நம்மைச் சுரண்டக் கூடாது என்பது ஆகும். எவன் சுரண்டினாலும் இந்தத் திராவிட நாட்டை விட்டு வெளியே கொண்டு போகக்கூடாது என்பதும் ஆகும். வடநாடு தென்னாடு போராட்டம் புராண காலத்தில் இருந்து நடக்கிறது.

* சமற்கிருத மறுப்பு: சமஸ்கிருதம் நம்முடைய மொழி அல்ல. உயிரோடு இருக்கும் மொழியுமல்ல, செத்த மொழி. அதனை யாரும் பேசுவது இல்லை. நம்மை அடிமையாக்கும் தன்மை வடமொழியில் அதிகம் இருப்பதால் எதிர்க்கிறேன். சமஸ்கிருதம் பரவினால்தான் பார்ப்பான் வாழமுடியும், சுரண்டமுடியும், நம்மை கீழ்சாதியாக்க முடியும். எனவே சமஸ்கிருதம் பரப்புகிறார்கள். சமஸ்கிருத ஆதிக்கத்தின் சரிவு பார்ப்பன ஆதிக்கத்தின் சரிவாகும். வடமொழிக் கலப்பால்தான் தமிழ் பின் தங்கியது.

* தேர்தல் மறுப்பு: அரசியல் மனிதப்பண்பைக் கெடுத்து வருகிறது. அரசியல் போட்டிகள் மிகமிகக் கீழ்த்தரத்துக்குப் போய்க் கொண்டு இருக்கின்றன. அரசியலில் நல்ல ஆட்சியும் நாணயமும் ஏற்பட வேண்டுமானால் தேர்தல் முறை ஒழிக்கப்பட வேண்டும். இங்கே இருப்பது சனநாயகம் அல்ல, பணநாயகம். பார்ப்பனநாயகம்.

* நாடாளுமன்றச் சனநாயகம் எதிர்ப்பு: அரசியலில் நாம் அடைந்த மாறுதல் என்பது கெட்டதிலிருந்து கழிசடைக்கு மாறுவதாகத்தான் இருக்கிறது. மானங்கெட்ட, அயோக்கிய காலித்தனங்களும் கூலித்தன்மைகளும் யோக்கியப் பொறுப்பற்ற தன்மைகளுமே அரசியல். அதனால் திராவிடர் கழகம் அரசியலைக் கைப்பற்றும் காரியத்தில் நேரடியாக இறங்கவில்லை. எங்களை யார் வேண்டுமானாலும் ஆளட்டும், ஆனால் அது யோக்கியமும் மனிதத் தன்மையும் உள்ள ஆட்சியாக இருக்க வேண்டும். சனநாயகம்

என்பது எப்படியாவது பதவி பெறும், பணம் சம்பாதிக்கும் நிறுவனம் ஆகிவிட்டது.

* பதவிகள் மறுப்பு: நான் நீதிக்கட்சித் தலைவனாய் என்று வந்தேனோ அன்று முதலே மந்திரி பதவி வகிப்பதற்கு எதிர்ப்பாக இருந்து வந்துள்ளேன். எல்லாப் பதவிகளும் நான் துப்பிப் போட்ட எச்சில்கள்.

* ஆட்சி மொழி: எங்கள் நாட்டுக்கு எங்கள் மொழி ஆட்சி மொழியாக இருக்க வேண்டும். எங்கள் மொழியாக அல்லாதது ஆட்சிமொழியாக இருக்கக் கூடாது. இந்தியை வலியுறுத்தும் ஆட்சி எங்கள் நாட்டுக்கு வேண்டாம்.

* இலக்கியக் கொள்கை: தமிழில் இருந்து மதத்தைப் பிரித்து விட வேண்டும். பகுத்தறிவுக்கு உடன்பாடு இல்லாத இலக்கியம், இலக்கியமே அல்ல.

மூடநம்பிக்கைக் கருத்துகளை எவ்வளவு சுவைபடச் சொன்னாலும் அதனை மூடநம்பிக்கையாகத்தான் பார்க்க வேண்டுமே தவிரத் தமிழின் சுவையாகப் பார்க்கக் கூடாது. இயற்கை ஞானம், அறிவியல், அறவியல் கொண்டதாக இலக்கியங்கள் இருக்க வேண்டும். தமிழ்ப்பண்பை உணர்த்துவதாகத் தமிழிலக்கியம் இருக்க வேண்டும். அறிவில் நிற்கவேண்டும், சுவையில் அல்ல.

* திரைப்படங்கள்: மக்களிடம் உணர்ச்சி, ஒழுக்கம் ஏற்பட வேண்டுமானால் சினிமா ஒழிக்கப்பட வேண்டும்.

* புனிதங்களை உடைத்தார்: அடிமைத்தனத்தை ஒழிக்க அரசியல் சட்டத்தை ஒழித்தாக வேண்டும். அரசியல் சட்டத்தை ரோட்டில் போட்டு விளக்குமாற்றால் அடியுங்கள். தேசபக்தி என்பது பலநாட்டாருக்குத் தமிழன் அடிமையாக இருக்க வேண்டும் என்பது. நீதியை எதிர்க்கவில்லை, நீதிமன்றங்களைத்தான் எதிர்க்கிறேன்.

* அரசு, அரசாங்கம் ஏற்க மறுப்பு: சமுதாயத்துறையில் வேலை செய்ய அரசியலைக் கைப்பற்றிப் பலன் இல்லை. ஆட்சிப் பீடத்தில் இருந்து கொண்டு எதையும் செய்யலாம் என்று நினைப்பது மிகவும் மோசமானது. இன்றைய அரசாங்கம் பணக்காரர்களைக் காப்பாற்றத் தான் இருந்து வருகிறது. அரசாங்கம் முதலாளிகள் கையில்தான் இருக்கிறது. அர்ச்சகன் பொறுக்கித் தின்ன மதமும், அதிகாரி பொறுக்கித்தின்ன அரசாங்கமும் உருவாக்கப்பட்டன. சமுதாயம் வேறு, அரசியல் வேறு என்று நினைக்கக் கூடாது. சமுதாய அமைப்பைச் சரிவர நடத்துவதுதானே அரசாங்கத்தின் கடமை. ஆனால் அப்படிப்பட்டதாக அரசாங்கம் இல்லை.

* சமதர்மம் : இன்றைய அரசாங்கம் முதலாளிகளின் அரசாங்கம் என்பதால் அது தொழிலாளிகளைக் காப்பாற்றாது. சமதர்மத்தை உருவாக்காது.

ஊரார் உழைப்பைக் கொள்ளை கொள்ளாமல் எவனும் பணக் காரன் ஆக முடியாது. பிறவி பேதத்தை ஒழிப்பதே சம தர்மத்துக்கு முதல்படி. பொருளாதாரச் சமத்துவமே சமூக அமைதிக்கு மருந்து. இந்தியாவில் சமதர்மக் கொள்கை என்றாவது ஒருநாள் ஏற்படும். நாம் இறுதியில் உருவாக்க நினைப்பது கூட்டுறவுத்தன்மையுள்ள கம்யூனிச சமுதாயமே.

* **தொழிலாளர் உரிமை:** தொழிலாளிக்கு வேண்டியது கூலியும் நல்வாழ்க்கை வாழ பணமும் அல்ல. அவனுக்குத் தேவை தொழிலின் பயனைச் சம உரிமையுடன் அனுபவிக்கும் உரிமை வேண்டும். ஒவ்வொரு நிறுவனத்திலும் அவன் வேலைக்காரனாக இருக்கக் கூடாது. கூட்டாளியாக, பங்காளியாக இருக்க வேண்டும். முதலாளி – தொழிலாளி தன்மை கூடாது. பங்காளி தன்மை வேண்டும். நாம் அனைவரும் தொழிலாளிகள். வேலையினால் மட்டுமல்ல, பிறவி யினால் சட்டத்தால் கடவுளால் தொழிலாளி ஆக்கப்பட்டவர்கள். கூலிக்காக மட்டுமல்ல, இழிவு நீக்கத் தொழிலாளி போராட வேண்டும். காசு முதலாளிக்கு எதிராக மட்டுமல்ல கல் முதலாளிக்கு எதிராகவும் போராட வேண்டும்.

* **பெண்ணுரிமை:** பெண்களைக் கூண்டுக்கிளிகளைப் போல வளர்க்காதீர்கள். நாட்டு விடுதலைக்கு முதல் படி, பெண்கள் விடுதலையே. பெண், ஆணுக்கு அடிமை அல்ல. பிள்ளை பெற்றுத் தரும் இயந்திரமல்ல. நகை மாட்டும் ஸ்டாண்ட் அல்ல. உயிருள்ள ஒரு மனுஷி. கற்புக்காக மனத்துள் தோன்றும் உண்மையன்பை, காதலை மறைத்துக் கொண்டு காதலும் அன்புமில்லாதவனுடன் இருக்க வேண்டும் என்ற சமூகக் கொடுமை ஒழிய வேண்டும். வாழ்க்கைத் துணை விஷயத்தில் காதல் மட்டும் போதாது. அறிவு, அன்பு, பொருத்தம், அனுபவம் ஆகியவையும் முக்கியமானவை. நண்பனைப் போன்றவள் வாழ்க்கைத் துணைவி. பிள்ளைகளைப் பெற்றுச் சுமப்பது ஒன்று நீங்கலாக அனைத்தும் இருபாலருக்கும் ஒன்றாக இருக்க வேண்டும். விதவைகள் திருமணம் செய்து கொள்ள வேண்டும். பெண்மை, ஆண்மை என்ற சொற்களை ஒழிக்க வேண்டும். பெண்களின் விடுதலைக்காக ஆண்கள் பாடுபடுவது என்பது எலிகளின் விடுதலைக்காகப் பூனைகள் பாடுபடுவதாகச் சொல்வதைப் போன்றது.

* **சுதந்திரத் தமிழ்நாடு:** நமக்கு மேலானதாகவோ கீழான தாகவோ ஒரு வகுப்பு இருக்கக் கூடாது. நமக்கு மேலானதாக ஒரு அரசாங்கம் இருக்கக் கூடாது. நமக்கு மேலானதாக ஒரு நாடு இருக்கக் கூடாது. சுதந்திரத் தமிழ்நாடு–எனது இலட்சியம் என்ற சொற்களை ஒவ்வொருவரும் இலட்சியச் சொல்லாகக் கொள்ள வேண்டும்.

* சுயமரியாதை: உலகத்திலுள்ள எல்லா அகராதிகளையும் கொண்டு வந்து போட்டுப் புரட்டினாலும் அழகும் பொருளும் சக்தியும் நிறைந்த வார்த்தையாகிய சுயமரியாதை என்ற வார்த்தைக்கு மேலான வார்த்தையைக் கண்டுபிடிக்க முடியாது. மனிதனின் பகுத்தறிவுக்கு முக்கியத்துவம் கொடுப்பதே சுயமரியாதையின் முக்கிய தத்துவம். உங்கள் சுயமரியாதைக்கு விரோதமாக எது இருந்தாலும் தகர்த்தெறியுங்கள் என்கிறேன். முதலும் கடைசியுமான நான் சொல்ல வந்தது இதுதான்.

இவைதான் பெரியார் பேசியவை. இதைத்தான் திரும்பத் திரும்பப் பேசினார். இதில் எதையும் எப்போதும் கைவிடவில்லை!

## 6. தெலுங்கர் பேரியக்கம்!

திராவிடம் என்று சொல்லிக் கொள்வதன் மூலமாகத் தெலுங் கருக்கும், கன்னடருக்கும், மலையாளிகளுக்கும் சேர்த்து திராவிட இயக்கத்தினர் இயக்கம் நடத்துகிறார்கள் என்று சொல்கிறது தமிழ்த் தேசியப் பேரியக்கம். ஆனால் தமிழ்த் தேசியப் பேரியக்கம் தமிழர்களுக்கு மட்டும்தான் கட்சி நடத்துகிறதா என்றால் இல்லை. இவர்களும் தெலுங்கு, கன்னடர், மலையாளிகள் போன்றவர்களுக்கும் சேர்த்துத்தான் இயக்கம் நடத்துகிறார்கள்.

இன்னும் சொன்னால் அவர்களையும் தமிழர்கள் என்றே சொல்லி இயக்கம் நடத்துகிறார்கள்.

'தமிழ்த் தேசியர் இனவெறியரா?" என்று மிக நீண்ட கட்டுரை தீட்டியுள்ளார் பெ.மணியரசன். தாங்கள் இனவெறியர் இல்லை என்பதைவிடத் தங்களின் தெலுங்குப் பாசத்தை குழைவு, நெளிவுத் தமிழில் என்னமாய் எழுதுகிறார் என்று பாருங்கள்...

"தெலுங்கு, கன்னடம், உருது, சௌராட்டிரம், மராத்தி பேசும் மக்கள் முந்நூறு நானூறு ஆண்டுகளாகத் தமிழ்நாட்டைத் தாயகமாகக் கொண்டு இங்கு வாழ்ந்து வருகிறார்கள். அவர்கள் யார்? அவர்கள் தமிழ்த் தேச மக்கள். அவர்களுக்கு வேறு தாயகம் கிடையாது. அவர்கள் மொழியைத் தாய்மொழியாகக் கொண்ட வர்கள் வேறு தாயகங்களில் வாழலாம். ஆனால் இங்கு வாழும் மக்கள் தமிழ் மக்கள். அவர்கள் தங்களைத் தமிழராகக் கருதிக் கொள்ள முழு உரிமை உண்டு. .....

பிறமொழி பேசுவோர் எவ்வாறு தமிழ்மக்களாக தமிழர்களாக உருவளர்ச்சி பெறுகின்றனர்? தங்களின் நிரந்தரத் தாயகமாகத் தமிழ்நாட்டை ஏற்றுக் கொண்டு அவர்கள் வாழ்கின்றனர். தங்களின் பொதுமொழியாக, பேச்சு மொழியாக, கல்வி மொழியாக, ஆட்சி மொழியாகத் தமிழை ஏற்றுச் செயல்படுகின்றனர். வரலாற்று வழிப்பட்ட

இந்த இயல்வளர்ச்சி பிறமொழியைத் தாய்மொழியாகக் கொண்ட அம்மக்களைத் தமிழ்மக்களாக தன்னியல்புப்படுத்தி விடுகிறது. உலக நாடுகளில் தேசிய இன உருவாக்கம் இப்படித்தான் அமைந்துள்ளது...

தமிழ் மொழியிலிருந்து பிரிந்தவைதாம் தெலுங்கு, கன்னட மொழிகள். அந்த வகையில் தமிழர் என்ற மரபிலிருந்து பிரிந்தவர்கள் தாம் தெலுங்கர், கன்னடர் என்ற ஓர் உறவும் கூடுதலாக இருக்கிறது....

தமிழின உணர்வாளர்களில் ஒரு சாராரிடம் தெலுங்கர் எதிர்ப்பு இருக்கிறது. அவர்களின் தெலுங்கர் எதிர்ப்பை நாம் ஏற்க வேண்டிய தில்லை......

தமிழ்நாட்டில் உள் மாவட்டங்களில் வாழும் தெலுங்கு மக்கள் முந்நூறு நானூறு ஆண்டுகளாக இம்மண்ணில் வாழ்ந்து, இம் மண்ணின் மக்களாகி, தமிழைத் தங்களின் இன்னொரு தாய்மொழி யாகவே நேசிக்கும் உளவியல் கொண்டுள்ளார்கள்....

தமிழ்நாட்டில் வாழும் தெலுங்கு பேசும் மக்கள் தமிழ் மொழிக்கும் தமிழ் இனத்திற்கும் வலுச்சேர்க்க நல்கிட்ட அறிவுத் துறைப் பங்களிப்பையும் இயக்க வழிப்பட்ட பங்களிப்பையும் பார்க்க வேண்டும். தமிழ் அறிஞர்களாக, 1965 இந்தி எதிர்ப்புப் போராட்ட வீரர்களாக, ஈழ விடுதலைப் போராட்டத்தில் மெய்யுணர்வோடு பங்கேற்றவர்களாக, அதற்காகத் தம்மை எரித்துக் கொண்டவர்களாக, இன்று தமிழ்வழிக் கல்விப் போராட்டத்தில் களத்தில் நிற்பவர்களாக, தமிழ்த் தேசியத்தின் செயல்வீரர்களாக, தெலுங்கை மரபுவழித் தாய்மொழியாகக் கொண்டவர்கள் நம் முன்னே நிற்கிறார்கள். அவர்கள் எல்லாம் தந்திரமாகச் செயல்படுகிறார்கள், போலியாகச் செயல்படுகிறார்கள் என்று கூறினால் அது முழுப்பூசணிக்காயைச் சோற்றில் மறைக்க முயலும் செயலாக அமையும். அவர்கள் உண்மை யாகவே செயல்படுகிறார்கள்.....

தெலுங்கை மரபுவழித் தாய்மொழியாகக் கொண்ட மக்கள் தங்களுக்கிடையே தாய்மொழியில் பேசிக் கொள்வதை நாம் எதிர்க்கக் கூடாது. அதை அவர்களின் தகுதிக்குறைவாகக் கருதக் கூடாது. தாய்மொழியில் பேசாதே என்று சொல்வது மிகக் கொடிய மனித உரிமை பறிப்பாகும்.

நடைமுறை உண்மை என்னவெனில் தெலுங்கைத் தாய் மொழியாகக் கொண்டவர்களில் பலருக்குத் தெலுங்கே தெரியாது என்பது தான். நயினா, அல்வா என்ற சொற்களைத் தவிர வேறு தெலுங்குச் சொற்கள் அவர்களுக்குத் தெரியா. குடும்பங்களில் அவர்கள் தமிழில்தான் பேசிக் கொள்கிறார்கள். இந்த வளர்ச்சி தான் தன்னியல்புப்படுத்தும் வளர்ச்சி.

நம் இளைஞர்கள் சிலர் குறுக்கிட்டு அவர்களைத் தமிழர்கள் அல்லர் என்று கூறினால், அவர்கள் தெலுங்கைத் தேடும் நிலை உருவாகும். தமிழிலிருந்து பிரிந்தது தெலுங்கு. அவர்கள் தங்களின் மூலத் தாய்மொழிக்குத் திரும்புவது சரியானதுதான். அதேவேளை தெலுங்கில் பேசக்கூடாது, தெலுங்கைப் படிக்கக் கூடாது என்று யாரும் அவர்களைக் கட்டாயப்படுத்தக் கூடாது....

வரலாற்று வழியில் தமிழகம் வந்து தமிழ்நாட்டைத் தாயகமாகக் கொண்டு வாழும் தெலுங்கு, கன்னடம், உருது, சௌராட்டிரம், மராத்தி பேசும் மக்களும் தமிழ் மக்களே. தமிழ்த் தேசிய மக்களே! இந்தப் புரிதல் இளந்தமிழர்களுக்கு வேண்டும். இந்த உணர்வை இம்மொழிகள் பேசும் தமிழ் உணர்வாளர்கள் இம்மக்களிடையே வளர்க்க வேண்டும்" என்று எழுதியவர் பெ.மணியரசனே. தமிழர்களுக்காகப் பக்கம் பக்கமாக எழுதிய அதே கை எழுதியதுதான் இதுவும்.

(த.க. 2017 அக்டோபர்)

தமிழர்களுக்குத் திராவிடர் என்ற புதிய இனப்பெயரைச் சூட்டப் பெரியாருக்கு யார் அதிகாரம் கொடுத்தது என்று கேட்கும் மணியரசன் அவர்களே, தெலுங்கர்களையும், கன்னடர்களையும் மராட்டியர்களையும் தமிழர்களாக இனமாற்றம் செய்ய உங்களுக்கு யார் அதிகாரம் கொடுத்தது என்று இளந்தமிழன் திருப்பிக் கேட்க மாட்டானா?

தமிழர் தனி இனம். தமிழினம் வாழும் இந்த மண்ணில் மாற்று இனத்தவரும் சகோதர வாஞ்சையுடன் வாழலாம். சிறுபான்மை இனத்துக்கான அனைத்து உரிமையையும் பெற அவர்களுக்கு உரிமையுண்டு. அதனை வழங்கும் கடமை தமிழினத்துக்கும் உண்டு. ஆனால் மாற்று இனத்தைச் சேர்ந்தவர் அனைவரையும் தமிழி னத்தைச் சேர்ந்தவர்கள்தான் என்று ஞானஸ்நானம் செய்து வைக்க மணியரசன் என்ன தமிழ்த் தேசியப் பேரரசின் அதிபரா?

1956 நவம்பர் 1 ஆம் நாளுக்குப் பிறகு தமிழகத்துக்குள் வந்த பிற இனத்தவரை தமிழகத்தை விட்டு வெளியே போகச் சொல்கிறார் பெ.மணியரசன்.

எனவே, 1956 க்கு முன்பே வந்துவிட்ட தெலுங்கர்கள், கன்ன டர்கள் அனைவரும் இணைந்த ஒன்றுபட்ட திராவிட மொழிக்குடும்ப வழிப்பட்ட இனக்குழுவின் மாபெரும் தலைவர் தான் மணியரசன்!

பெரியாரைத் தெலுங்கர் என்பதற்காக எதிர்க்கவில்லை என்பதைப் பெ.மணியரசன் தெளிவுபடுத்தி விடுகிறார். "தமிழ்த் தேசியப் பேரியக்கம் பெரியாரைத் திறனாய்வு செய்வது அவர் பிறப்பை வைத்தல்ல. பெரியாரை மட்டுமன்றி பல நூறு ஆண்டு

களுக்கு முன் வரலாற்றுப் போக்கில் தமிழ்நாட்டில் குடியேறித் தமிழ்நாட்டைத் தங்கள் தாயகமாகக் கொண்டுள்ள தெலுங்கு, கன்னடம், சௌராட்டிரம், உருது, மராத்தி போன்ற மொழிகளைப் பேசும் மக்கள் அனைவரையும் இந்த மண்ணின் மக்களாக, தமிழ்மக்களாக ஏற்றுக் கொள்கிறது நாங்கள் முன் வைக்கும் தமிழ்த் தேசியம்" என்கிறார் பெ.ம.

(த.க. 2018 மே)

தமிழ்த் தேசியன் என்ற பெயரில் எழுதும் கட்டுரையாளர், "பிறப்பை வைத்துப் பெரியாரை திறனாய்வு செய்யவில்லை. பெரியாரை மட்டுமன்றி வரலாற்றுப் போக்கில் முந்நூறு ஆண்டுகளுக்கு முன் தமிழ்நாட்டில் குடியேறித் தமிழகத்தைத் தாயகமாகக் கொண்டு வழிவழியாக வாழும் தெலுங்கு, கன்னடம், உருது போன்ற மொழி பேசும் மக்களையும் அயலராகப் பார்க்காமல் மண்ணின் மக்களாகவும் கருதுகிறது. 1956 நவம்பர் 1 தமிழர் தாயகமாக தமிழ்நாடு அமைக்கப்பட்ட பின் தமிழ்நாட்டில் குடியேறிய வெளி இனத்தாரை அயலராக வரையறுக்கிறது. அவர்களை வெளியேற வேண்டும் என்று கோருகிறது" என்கிறார்.

(த.க. 2013 சூன்)

அதாவது எல்லாத் தெலுங்கர்களையும் கன்னடர்களையும் அவர்கள் எதிர்க்கவில்லை. 1956க்கு பின் வந்தவர்களையே எதிர்க்கிறார்கள்.

'தமிழ்நாட்டில் தமிழர்கள் சமூகரீதியாக வெளிப்படுத்திய போர்க்குணத்திற்கு இரு எடுத்துக்காட்டுகளைக் கூறலாம்' என்ற பெ.மணியரசன் 1965 இந்திப் போராட்டத்தையும், 1970களில் நாராயணசாமி நாயுடு (சாதியைச் சேர்த்துத்தான் எழுதுகிறார்!) தலைமையில் நடந்த விவசாயிகள் சங்கப் போராட்டமும் என்கிறார்.

(த.க. 1995 மே)

விவசாயிகள் போராட்டத்துக்குத் தலைமை வகித்தவர் ஒரு நாயுடு. 1965 போராட்டத்தில் ஏராளமான தெலுங்கு மாணவர்கள் கலந்து கொண்டதாக அவரே பல இடங்களில் எழுதி இருக்கிறார். "1965 இந்தித் திணிப்பு எதிர்ப்புப் போரில் தலைமைப் பாத்திரம் வகித்த மாணவர் தலைவர்களில் தெலுங்கு உள்ளிட்ட பிறமொழிகளைத் தாய்மொழியாய்க் கொண்டோரும் இருந்தனர். களப்போராட்டம் நடத்திய மாணவர்களாகவும் அப்பிரிவினர் இருந்தனர்" என்கிறார் பெ.ம.

(த.க. 2012 ஆகஸ்ட்)

அதாவது, மணியரசன் சுட்டிக் காட்டும் வரலாற்றின் அடிப்படையில் தமிழர்கள் சமூகரீதியாக வெளிப்படுத்திய இரண்டு போராட்டத்துக்கும் தமிழர் தலைமை வகிக்கவில்லையா?

சிலர் தெலுங்கு அமைப்பைத் தொடங்குவதையும், அதற்குப் பார்ப்பன இதழ்கள் முக்கியத்துவம் கொடுத்துச் செய்திகள் வெளியிடுவதையும் சதி என்கிறார் பெ.ம. "பல நூற்றாண்டுகளாகத் தெலுங்கை எழுதப்படிக்கத் தெரியாத தெலுங்கைப் படிக்கத் தெரியாத தலைமுறையினர் தமிழை ஏற்று வாழ்ந்து வரும் நிலையில் அவர்களைத் தமிழைப் புறக்கணிக்கத் தூண்டுகிறார்கள். ... இவ்வாறான பார்ப்பன சூழ்ச்சிகள் தொடர்ந்து கொண்டுதானிருக்கும். தெலுங்கு உள்ளிட்ட பிறமொழி பேசும் மக்கள் தங்கள் வாழ்வு தமிழ்நாட்டோடும் தமிழோடும்தான் ஒன்று கலந்திருக்கிறது என்பதை உணரவேண்டும். விழிப்புடன் இருக்கவேண்டும். அதேபோல் தமிழ்த் தேச ஆற்றல்களைப் பிளவுபடுத்தி பலவீனப்படுத்த நடக்கும் சூழ்ச்சிகளைத் தமிழர்கள் புரிந்து கொள்ள வேண்டும். விழிப்பாயிருக்க வேண்டும். தெலுங்கு உள்ளிட்ட பிறமொழி பேசும் மக்களை மாற்றாராகக் கருதக் கூடாது. அவர்களும் சேர்ந்ததுதான் தமிழ்த் தேச மக்கள்சக்தி என்ற வரலாற்றுண்மையை உணரவேண்டும். தமிழக மக்களைப் பொறுத்தவரை தெலுங்கு உள்ளிட்ட பிறமொழி பேசுவோர் தமிழ்மொழி பேசுவோர், என்ற இனவழிப்பட்ட பிளவு பெரிதாகக் கிடையாது.." என்று சொல்லி இருப்பவரும் அவரே!

*(த.க. 2012 ஆகஸ்ட்)*

'முந்நூறு நானூறு ஆண்டுகளாகத் தமிழ்நாட்டில் வாழ்ந்து தமிழ்த் தேசிய மக்களாகிவிட்ட பிறமொழி பேசும் மக்கள் அவர்கள் பிறமொழி பேசுவோர் என்ற காரணத்திற்காக முதலமைச்சராகவே வரக்கூடாது என்பதை நாம் ஏற்கவில்லை' என்றும் மணியரசன் சொல்லி இருக்கிறார்.

*(த.க. 2012 ஆகஸ்ட்)*

'தமிழ்த் தேசியமும் தெலுங்கரும்' என்ற தலைப்பில் பெ.ம. எழுதிய கட்டுரையில், 'தூய்மையான தமிழ்க்குருதி என ஓர் இரத்தவகை வரலாற்றில் இல்லை' என்றும் எழுதி இருக்கிறார். அப்படியானால் இல்லாத தமிழ்க்குருதியை உருவாக்க நினைக்கிறாரா பெ.ம.?

*(த.க. 1996 செப்டம்பர்)*

### *7. பெரியாரைக் கொச்சைப்படுத்தினார்!*

பெரியாரின் பார்ப்பன எதிர்ப்பு, பெண்ணுரிமை ஆகியவை மிகக் குறிப்பிடத்தக்கவை, பெரியாரை நாங்கள் விமர்சிக்கிறோமே தவிரக் கொச்சைப்படுத்த மாட்டோம் என்று சொல்லிக் கொள்ளும் பெ.மணியரசன் அளவுக்குப் பெரியாரை வலதுசாரிகள்கூட கொச்சைப்படுத்தி இருக்க மாட்டார்கள். இவருக்கு ஒரு தத்துவார்த்த

உரைநடைத் திறன் இருப்பதால் அதன் மூலமாக வார்த்தைகளின் வன்மம் சேர்த்து, கொச்சைத்தனத்தை மறைத்து, தம்முடைய கொச்சைப்படுத்தல்களைச் செய்து வருகிறார். பெரியாரின் பண்பை அவரது அரசியல் எதிரிகள்கூடக் கொச்சைப்படுத்தியது இல்லை. ஆனால் பெரியாரின் பண்பையும் கொச்சைப்படுத்துபவராக மணியரசன் இருக்கிறார். ஒருவேளை அந்த உயரிய பண்பே, பிடிக்காமல் போய்விட்டதோ என்னவோ?

'திராவிடம் தமிழர் மறுமலர்ச்சியை வளர்த்ததா வழிமாற்றியதா?' என்ற வரலாற்றுப் புனைவு நூலில், பெரியாரது மொத்தப் பிம்பத்தையும் உடைக்க முயற்சிக்கிறார் மணியரசன். தாம் கன்னடர் என்பதால் தம்மைத் தமிழர்கள் தலைவராக ஏற்றுக் கொள்ள மாட்டார்களோ என்ற ஐயுறவு பெரியாருக்கு இருந்தது என்றும், இந்த இனத்தைத் தட்டி வைக்கவில்லை என்றால் தம்மைத் தலைவராக ஏற்றுக் கொள்ளாமல் போகலாம் என்பதால்தான் தமிழைப் படிக்காதீர் என்றார் என்றும், கடைசி வரை பெரியாருக்கு, தாம் தமிழர் இல்லை என்பது மனதுக்குள் பலவீனமாக இருந்ததால் அவர் தமிழையும் தமிழரையும் விமர்சித்தார் என்றும், தமது புகழ் பரவ வேண்டும் என்று நினைத்தார் என்றும், தமிழ்நாட்டில் ஓர் அரசியல் இயக்கத்துக்குச் சொந்த வாரிசுரிமையை முதன்முறையாகச் சட்ட ஏற்பாட்டுடன் அமைத்தவர் என்றும், ஆணவத் தன்னாதிக்கம் அவருக்கு இருந்தது என்றும், உடனுக்குடன் கொள்கை மாறுவதைப் பகுத்தறிவுக் கலையாகப் பயின்றவர் என்றும், எதிலும் தன்னோக்கு உளவியலும் தன் மைய அணுகுமுறையும் அவருக்கு இருந்தன என்றும், புகழ் ஆசையும் தலைமை ஆசையும் அவருக்கு இருந்தன என்றும், மிகை ஈகோ இருந்தது என்றும், பெரியார் உயிருடன் இருந்திருந்தால் கூடங்குளம் அணு உலையை ஆதரித்திருப்பார் என்றும், பெரியாருக்குச் சொந்தமாகச் சமூகவியல் கோட்பாடுகளை உருவாக்கிக் கொள்ளும் அளவுக்கு அறிவுக் கூர்மை இல்லை என்றும் எழுதி இருக்கிறார் மணியரசன். இவை அனைத்துக்கும் மேலாக, 'ஓர் இலட்சியத் தலைவருக்குள்ள பண்புகளா அவரிடம் இருந்தன?' என்றும் கேள்வி கேட்கிறார்.

பெரியார், பெரியாராக மதிக்கப்படுவது பெரியார் என்ற பட்டம் கொடுக்கப்பட்டதால் அல்ல. அவர் பெரியாரே என்று அவரது ஆதரவாளர்களால் மட்டுமல்ல அவரது எதிரிகளாலும் மதிக்கப்படவே வாழ்ந்தார். அவரைக் கொள்கை ரீதியாகக் கிழித்துத் தொங்கவிட்டவர்கள் கூட, அவரது தலைமைப் பண்பு, தனிமனித இயல்பு, நல்லியல்புகளைப் புகழ்ந்தே வந்தார்கள். 'பெரியார் யோக்கியமானவர், உண்மையானவர்' என்றார் இராஜாஜி. ஆனால் பெரியாரியத்தில் இருந்து பின்பற்றத்தக்க கருத்தாக்கங்கள் இருக்கின்றன

என்று ஒரு பக்கம் சொல்லிக் கொண்டு இன்னொரு பக்கம் அவரை இந்தளவுக்குக் கொச்சைப்படுத்தியவர் யாரும் இல்லை. இரண்டில் எது உண்மையான மணியரசன் என்று கண்டுபிடிப்பது கடினமான பணியல்ல. இதுதான் உண்மையான மணியரசன். பெரியாரைப் புகழ்ந்துரைத்த வார்த்தைகள் எல்லாம் பெரியாரியர்களை ஏமாற்றவும், தம்மை நடுநிலையான விமர்சகன் என்று காட்டுவதற்காகச் சொல்லப்படும் பசப்பு வார்த்தைகள்!

"நான் பல விஷயங்களில் அறிவுக்குறை உள்ளவனாக இருக்கக் கூடும். பல தவறுகள் செய்திருக்கக் கூடும். இன்றைய கருத்தில் இருந்து நாளை மாறுதல் அடையக் கூடும். பல கருத்துகளை மாற்றியும் இருக்கிறேன். இவைகள் எல்லாம் எனது கண்ணியமான அனுபவம், ஆராய்ச்சியைக் கொண்டே இருக்குமே தவிர பணம் சேர்க்கவோ, பதவி பெறவோ, வாழ்க்கையை மேம்படுத்திக் கொள்ளவோ, பெரிய ஆள் ஆகவோ, இழிவை மறைத்துக் கொள்ளவோ கடுகளவுகூடக் காரணம் கொண்டதாய் இருக்காது" என்று சொன்னவர் மட்டுமல்ல, அப்படி வாழ்ந்தவர் பெரியார்.

"துரோகம் செய்து அயோக்கியனாய் வாழ வேண்டிய அவசியம் எனக்கு எந்தக் கட்டத்திலும் வந்ததில்லை" என்றவர் அவர்.

தாம் கன்னடர் என்பதால் தம்மைத் தமிழர்கள் தலைவராக ஏற்றுக்கொள்ள மாட்டார்களோ என்ற அச்சம் அவருக்கு இருந்ததாக பெ.ம. சொல்கிறார். பிறப்பால் கன்னடராக இருந்தாலும் தம்மைத் தமிழன் என்று சொல்லிக் கொண்டவர் பெரியார். அதேநேரத்தில் தாம் கன்னடர் என்பதை அவர் மறைக்கவில்லை. என்னுடைய முன்னோர்கள் தமிழர்கள்தான் என்று சொல்லவில்லை. 600 ஆண்டுக்கு முன் என் முன்னோர்கள் ஈரோட்டில் இருந்து கர்நாடகம் போனார்கள், 300 ஆண்டுகளுக்கு முன்னால் தமிழகத்துக்கு வந்தார்கள் என்று அவர் கதை விடவில்லை.

நான் கர்நாடக பலிஜவார் வகுப்பைச் சேர்ந்தவன் என்று பல்வேறு இடங்களில் வெளிப்படையாகவே அவர் சொல்லியும் இருக்கிறார். 'எங்கள் மூதாதையர் கன்னட மொழிக்காரர் ஆனாலும் வீட்டுமொழி தமிழ்தான். நான் வாணிப சம்பந்தமாக பழகியதில் தெலுங்கும் மலையாளமும் தெரியும். கன்னடம் எனக்கு அரைகுறைதான்' என்று சொல்லி இருக்கிறார். கர்நாடக மாநிலம் மங்களூரில் அம்பேத்கர் சமர சமிதி நினைவு மண்டபத்தில் கன்னடத்தில் பேசியுமிருக்கிறார். கன்னட மொழி தெரியாதது மாதிரி அவர் மறைத்துக் கொள்ளவில்லை. அதனால் கன்னடர் என்பதற்காக தம்மைத் தமிழர்கள் மதிக்காமல் போய் விடுவார்கள் என்ற பயம், தயக்கம் அவருக்கு இருந்ததில்லை.

(குடி அரசு 22.8.1926)

பெரியாருக்குத் தலைமைப் பதவியைத் தக்க வைத்துக் கொள்ள வேண்டும் என்ற ஆசை அதிகமாக இருந்தது என்று மணியரசன் கண்டுபிடித்திருக்கிறார். பெரியாரின் வரலாற்றை உண்மையான இதயசுத்தியோடு படித்திருக்கும் யாரும் அப்படிச் சொல்ல மாட்டார்கள். 'எல்லாப் பதவிகளும் நான் துப்பிப் போட்ட எச்சில்கள்' என்று சொன்னவர் பெரியார். காங்கிரசு இயக்கத்தில் இருந்தபோது 29 பதவிகளை வகித்தார். 29 பதவிகளையும் காந்தியின் ஒத்துழையாமை இயக்கத்துக்காக ஒரே நாளில் தூக்கி எறிந்தார். 1919 சூலை மாதம் ஜில்லா தாலுகா உறுப்பினர், ஈரோடு நகராட்சித் தலைவர் ஆகிய இரண்டு பதவிகளையும் விட்டு விலகினார்.

அன்றைய தினம் உள்ளாட்சிக் கவுன்சில் உறுப்பினராக இருந்த பி.இராசகோபாலாச்சாரியார் (இராஜாஜி அல்ல!) ஈரோடு வந்து, 'உமக்குப் புத்தி இல்லையா? இப்படி முரட்டுத்தனமாகப் பதவிகளை விட்டு விலகலாமா?' என்று கேட்டார். அவரது மனைவி சொன்னார், 'அய்யர் உங்களுக்காக ராவ்பகதூர் பட்டத்துக்குச் சிபாரிசு செய்துள்ளார், ஈரோடு நகராட்சிக்குக் குடிநீர் வழங்கியதற்காக இப்பட்டம் சிபாரிசு செய்யப்பட்டுள்ளது. உங்கள் மாவட்ட ஆட்சியர் ராவ் சாகிப் பட்டத்துக்குத் தான் சிபாரிசு செய்தார். அய்யர் தான் ராவ்பகதூருக்குச் சிபாரிசு செய்துள்ளார். கவர்னருக்குக் கோப்பு அனுப்பி வைக்கப்பட்டு விட்டது. அதற்குள் அய்யருக்கு அவமானம் ஏற்படுவது மாதிரி இப்படிச் செய்துவிட்டீர்களே' என்றார். தமது பதவி விலகலைத் திரும்பப் பெற மறுத்துவிட்டார் பெரியார். காங்கிரசுக் கட்சியில் இருந்தபோதும் சட்டசபைத் தேர்தலுக்கு விண்ணப்பம் வாங்கி வந்து அதில் கையெழுத்துப் போட இராஜாஜி வலியுறுத்தினார், மறுத்தவர் பெரியார்.

இரண்டு முறை இரண்டு வைஸ்ராய்கள், இரண்டு கவர்னர்கள் அவரைச் சந்தித்துச் சென்னை மாகாண பிரதம அமைச்சர் பதவியை (அன்று அதுதான் பெயர்) ஏற்றுக் கொள்ளுங்கள் என்றார்கள். 1940, 1942 ஆகிய இரண்டு முறையும் மறுத்தார். இதனைப் பெரியாரிடம் கேட்டவர் சர். ஆர்தர் ஹோப். உங்கள் தலைமையில் அமைச்சரவை அமையுங்கள் என்றார்கள். இரண்டாம் உலகப்போர் நடந்த நேரம் அது. இது தொடர்பாக நீதிக்கட்சியின் நிர்வாகக் குழுவின் தீர்மானமாகப் பதவி ஏற்க இயலாது என்று போட வைத்தவர் பெரியார். 'உங்கள் தலைவருக்கு ஆங்கிலம் தெரியுமா?' என்று பன்னீர்செல்வத்திடம் கேட்டார்கள். 'ஆங்கிலம் தெரியுமா தெரியாதா என்பதல்ல பிரச்னை, அவர் உங்களது பதவியை ஏற்கமாட்டார்' என்றார் பன்னீர்செல்வம். இராஜாஜியும் இதனை ஏற்றுக் கொள்ளச் சொன்னார். ஏற்கவில்லை. நான் உங்களுக்குக் கீழே ஒரு அமைச்சராக இருக்கிறேன் என்றும் சொல்லிப் பார்த்தார்

இராஜாஜி. அதனையும் இவர் ஏற்கவில்லை. பாகிஸ்தான், திராவிட நாடு ஆகிய இரண்டையும் இராஜாஜி ஆதரித்த காலம் அது. 'சுயமரியாதைக் கருத்துகளைப் பேசினாலே நமக்கு வோட்டுக் கிடைக்காது என்று பயப்படுகிறார்கள். எனவே நமக்கு வேண்டாம் தேர்தலும் பதவியும்' என்றார் பெரியார். பதவியைவிடக் கொள்கையைப் பெரிதாக நினைத்தவர் அவர்.

*1948* காலகட்டத்தில் முதலமைச்சராக இருந்த ஓமந்தூரார், பெரியாரைச் சந்தித்த போது, 'நீங்கள் இருக்க வேண்டிய இடத்தில் நான் இருக்கிறேன்' என்றார். அதற்குப் பெரியார், 'இந்த இடத்தில் நான் இருக்க நினைத்தால் இந்த இடம் எனக்கும் கிடைக்காது. உங்களுக்கும் கிடைத்து இருக்காது' என்று பதில் அளித்தார்.

தலைமைக்கான தகுதி என்பது தன்னைப் பற்றிய பிம்பத்தைக் கட்டமைப்பது. எதிர்மறைச் செய்திகளை மறைப்பது. ஆனால், தம்மைப்பற்றிய எதிர்மறைச் செய்தியை அவரே வெளிப்படுத்திக் கொண்டார். அதனால்தான் அவர் பெரியாராக உயர்ந்தார். தமது பலவீனங்கள் அனைத்தையும் மறைக்காமல் சொன்ன ஒரே தலைவர் அவர் தான்!

ஒன்பது வயதுக்கு மேல் எந்தப் பள்ளிக்கூடத்திலும் நான் படித்ததில்லை என்று அவரே அடிக்கடி சொல்லிக் கொண்டார். நாகம்மாள் மறைவின் போது, அவர் சுயமரியாதை இயக்கத்தின் மாபெரும் தலைவர் ஆகிவிட்டார். ஆனால் அவர் வெளியிட்ட அறிக்கையில் தமது செய்கைகளின் உண்மைத் தன்மையை அவர் மறைக்கவில்லை. அவர் புரட்சிகரக் கருத்துகளை தமிழகத்தில் விதைத்துவந்த சமதர்மக் காலகட்டம் அது. 'நாகம்மாளை நான் தான் வாழ்க்கைத் துணையாகக் கொண்டிருந்தேனே தவிர நாகம்மாளுக்கு நான் வாழ்க்கைத் துணையாக இருந்தேனா என்பது எனக்கே ஞாபகத்துக்கு வர மாட்டேன் என்கிறது' என்று தமது பிம்பத்தைத் தாமே உடைத்துக் கொண்டவர் அவர். "நான் சுயநல வாழ்வில் மைனராய், காலியாய், சீமானாய் இருந்த காலத்திலும் பொதுநல வாழ்வில் ஈடுபட்டுத் தொண்டனாயிருந்த காலத்திலும் எனக்கு வாழ்வின் ஒவ்வொரு துறையிலும் முற்போக்குக்கும் நாகம்மாள் எவ்வளவோ ஆதரவாய் இருந்தாள் என்பது மறுக்க முடியாத காரியம்' என்று உண்மையை உரித்து ஊருக்குச் சொன்னவர் பெரியார்.

அவர் தம்முடைய வாழ்க்கை வரலாற்றை எழுதவில்லை. பலரும் எழுதச் சொன்னார்கள். ஆனால் எழுதவில்லை. தாமே எழுதிய சுயசரிதை என்ற மிகச்சிறிய நூல்கூட, அவரது அரசியல் நுழைவு எப்படி, எதனால் நிகழ்ந்தது என்று சொல்வது மட்டும் தான். அவரது ஒப்புதலுடன் சாமி சிதம்பரனார் எழுதியதுதான்

'தமிழர் தலைவர்' என்பதாகும். இந்தப் புத்தகம் 1939இல் வெளி யானது. 1939ஆம் ஆண்டே அவர் தமிழர் தலைவர் தான். பெரியார் என்ற பட்டத்தைத் தமிழ்நாட்டுப் பெண்கள் மாநாடு கொடுத்து விட்டது. அதன்பிறகு வெளிவருகின்ற நூல் இது. இது தமிழ்நூல் நிலையத்தார் முதலில் வெளியிட்டார்கள். 'தமிழ்நூல் நிலையத்தார் இதன் பல பகுதிகளைப் பெரியாரிடம் படித்துக் காட்டிப் பல திருத்தங்களைப் பெற்றனர்' என்று அதன் முன்னுரையில் உள்ளது. அதாவது பெரியாரின் ஒப்புதலுடன் வெளியானது. இதிலும் தமது இளம்பருவ வாழ்வியல் உண்மைகளை உரித்துச் சொல்லப் பெரியார் அனுமதித்துள்ளார். "ஈவெராவுக்கு வயது 19 ஆயிற்று. நல்ல காளைப்பருவம். விலைமாதர் இல்லங்களில் நாட்டஞ்செலுத்தி மைனர் விளையாட்டு விளையாடத் தொடங்கிவிட்டார். இவருக்கு மணம் முடிக்கப் பெற்றோர்கள் தீர்மானித்தனர்" என்ற வரியை நீக்காமல் அப்படியே வெளியிட ஒப்புதல் அளித்தவர் பெரியார்.

1927ஆம் ஆண்டு கோவில்பட்டியில் திராவிடர் கழகத்தின் 17 ஆவது ஆண்டு விழாவில் பேசும் போது, 'உங்கள் ஊரைச் சேர்ந்த வ.உ.சிதம்பரனார் சுதந்திரப் போராட்டத்தில் ஈடுபட்டுக் கொண்டிருந்த அந்தக் காலத்தில் ஈரோட்டில் மைனராய் நான் சுற்றிக் கொண்டிருந்தேன்' என்று பேசியவர் பெரியார். அரசுப் பதவியில் இருந்துள்ளதால் அதிகாரிகளுக்கு மது வாங்கித் தந்துள்ளேன். ஆனால் நான் குடித்ததில்லை என்று சொல்லி இருக்கிறார். தமக்கு சிகரெட் பிடிக்கும் பழக்கம் இருந்ததை ஒப்புக் கொண்டும் உள்ளார். காந்தியின் சத்திய சோதனைகளை விஞ்சிய காட்சிகள் அல்லவா இவை? தலைமைக்கான ஆசை இருக்கும் ஒருவர் இப்படிப் பேசுவாரா? இதையெல்லாம் எழுத விடுவாரா?

பெரியாரது வாழ்க்கையில் மிக முக்கியமான திருப்பம் மணியம்மையைத் திருமணம் செய்து கொண்டது. அன்று முதல் இன்று வரை அவரது எதிரிகளால் கொச்சைப்படுத்தப்பட்ட நிகழ்வு அது. உங்களுக்குக் கெட்ட பெயர் வரும் என்று இராஜாஜியே சொன்னார். அதைப்பற்றி எல்லாம் கவலைப்படாமல் தம் மனதுக்குச் சரி என்பதை எத்தகைய விமர்சனம் வந்தாலும் கவலைப்படாமல் செய்தார். செய்து முடித்தார். தலைமைப் பிம்பம் சரியும் எனத் துளியும் கவலைப்படவில்லை. இது தொடர்பாகப் பக்கம் பக்கமாக விளக்கங்கள் தரவும் அவர் தவறவில்லை.

பணத்தின் மீது அவருக்கு ஆசை இருந்தது. அதனை அவர் மறைக்கவில்லை. 'என்னவென்று சொல்லத் தெரியவில்லை, பணத்தைப் பார்த்தால் எனக்கு ஆசையாக இருக்கிறது' என்று சொன்ன அவர்தான், தீவிர காங்கிரசு, ஒத்துழையாமை இயக்கத்தில் ஈடுபட்டதும் தமது வியாபார நிறுவனத்தை நிறுத்தினார். தந்தையார் காலம் முதல்

இவரது கட்டுப்பாட்டில் 15 ஆண்டுகாலம் இருந்த வாணிகத்தை நிறுத்தினார். பஞ்சு ஆலையை மூடினார். ஒத்துழையாமை இயக்கத்தில் மூழ்கினார். காந்தியின் தொண்டராய் மாறி விலை உயர்ந்த ஆடைகள் அணிவதை நிறுத்தினார். வெற்றிலை பாக்கு போடுவதையும் சிகரெட் பிடிப்பதையும் நிறுத்தினார். கதர் அணிந்தார். தமது தாயார், மனைவி அனைவரையும் கதர் அணிய வைத்தார். கதர் துணிகளைத் தோளில் தூக்கி விற்கத் தொடங்கினார். ஒத்துழையாமை இயக்கப்படி நீதிமன்றப் புறக்கணிப்பும் அந்தக் காலத்தில் நடந்தது. இவர்களது குடும்பத்துக்கு வரவேண்டிய 50 ஆயிரம் ரூபாயை இழந்தார். 28 ஆயிரம் ரூபாய்க்கு ஒரு அடமானப் பத்திரம் இருந்தது. நீதிமன்றம் சென்று அதனைப் பெற விரும்ப வில்லை பெரியார். அன்றைய காங்கிரசுத் தலைவரான சேலம் சி.விஜயராகவாச்சாரியார், 'இந்த பத்திரத் தொகையைத் தாவா செய்ய உமக்கு விருப்பமில்லை என்றால் அதை என்பெயருக்கு மாற்றிக் கொடுத்துவிடும். நான் இனாமாக வாதாடி வசூல் செய்து தருகிறேன். உமக்குப் பணம் வேண்டாம் என்றால் திலகர் சுயராஜ்ய நிதிக்குத் தந்துவிடும்' என்று கூறினார். பெரியார் இதனை ஏற்க மறுத்துவிட்டார். 'நானே வாதாடுவதும் ஒன்றுதான். உங்களிடம் எழுதிக் கொடுத்து வாதாடுவதும் ஒன்றுதான். இது என் கொள்கைக்கு ஏற்றதல்ல. கொள்கையைவிடப் பணம் பெரிதல்ல' என்று சொன்னவர் பெரியார். கள்ளுக்கடை மறியல் நடந்த காலத்தில் தம் வீட்டுக்கு உரிமைப்பட்ட தென்னைகளை வெட்டிச் சாய்த்தவர் பெரியார். மனைவி நாகம்மாளும், சகோதரி கண்ணம்மாளும் கள்ளுக்கடை மறியல் செய்தார்கள். கள்ளுக்கடை மறியல்களை நிறுத்துவது தொடர்பாக அகில இந்திய பேச்சுவார்த்தை (மாளவியா மாநாடு என்று பெயர்) நடந்தபோது, 'கள்ளுக்கடை மறியலை நிறுத்துவது என் கையில் இல்லை, ஈரோட்டில் இரண்டு பெண்களின் கையில் இருக்கிறது' என்றார் காந்தி. கள்ளுக்கடை மறியலைத் தொடங்குவது என்ற முடிவை 1922இல் ஈரோட்டில் பெரியார் வீட்டில்தான் எடுத்தார் காந்தி.

ஒத்துழையாமை இயக்கக் காலகட்டத்தில் சட்டசபைக்குள் போய்ப் போராடலாம் என்று சி.ஆர்.தாஸ் போன்றவர்கள் சொன்னபோது, சட்டசபைக்குள் போகக்கூடாது என்று சொன்னவர் பெரியார். மாறுதல் வேண்டாதார் என்ற கட்சியில் காந்தி, இராஜாஜி ஆகியோருடன் பெரியாரும் இருந்தார். காங்கிரசுக்காரர்கள் சுயராஜ்யக்கட்சியில் சேர்ந்து பதவிக்குப் போகத் துடித்ததை எதிர்த்தே காங்கிரசில் இருந்து விலகத் திட்டமிட்டார். வகுப்புவாரிப் பிரதிநிதித்துவத் தீர்மானத்தை ஏற்க மறுத்தது அதற்கு அடித்தளம் அமைத்துவிட்டது.

நாகம்மாள் உடல் நலம் பாதிக்கப்பட்டு ஈரோடு மருத்துவ மனையில் சேர்க்கப்பட்ட அன்றே திருப்பத்தூர் சுயமரியாதை மாநாட்டுக்குப் போய்விட்டார். என்னோடு அருகில் இருங்கள் என்றார் நாகம்மாள். இவர் சென்றார். நாகம்மாள் மறைந்தார். அன்றைய தினமே திருச்சி சென்று 144 தடையுத்தரவை மீறிக் கைதானார்.

"பொதுவாழ்வில் இருப்பவர்களுக்குச் சற்று அளவுக்கு மீறிய நாணயமும் கட்டுப்பாடும் உறுதியும் தியாகப் புத்தியும் வேண்டும்" என்று சொல்லிக் கொண்டவர் பெரியார். அதேபோல வாழ்ந்து காட்டியவர் பெரியார். அவரைத்தான் இழிவுபடுத்துகிறார் மணியரசன்.

1903 ஆம் ஆண்டு பெரியாருக்கு 24 வயது. திருச்சியில் உள்ள ஒருவரிடம் இருந்து இவர்களுக்கு ஆயிரம் ரூபாய் வரவேண்டும். அதற்கான வக்காலத்தில் தமது தந்தையார் கையெழுத்துப் போட வேண்டிய இடத்தில் அவரது கையெழுத்தை இவர் போட்டுவிட்டார். போலிக் கையெழுத்துப் போட்டதாக வழக்குப் பாய்ந்தது. சேலம் சி.விஜயராகவாச்சாரியார், 'நான் கையெழுத்துப் போடவில்லை என்று சொன்னால் போதும்' என்று பெரியாருக்குச் சொல்லி அனுப்பினார். நீதிமன்றம் சென்ற பெரியார் தமது வாக்குமூலத்தில், 'எனது தந்தையாருக்கு வயதாகிவிட்டதால் அவரது கையெழுத்தை நான் போட்டேன்' என்று குற்றத்தை ஒப்புக்கொண்டார். யாரையும் இவர் மோசடி செய்யாததாலும் குற்றத்தை ஒப்புக்கொண்டதாலும் வழக்கு தள்ளுபடி செய்வதாக நீதிபதி தீர்ப்பளித்தார். 1900இல் தமது நிர்வாகத்துக்குக் கடை வந்தபோது இலாபத்தை மூன்றாகப் பிரித்தார். தமக்கு ஒரு பாகம், தம் முதலீட்டுக்கு வட்டியாக ஒரு பாகம், தொழிலாளிக்கு ஒரு பாகம் வழங்கியவர் அவர். 'நான் நாத்திகன் ஏன்?' என்ற புத்தகத்தை வெளியிட்டதற்காக ஈ.வெ. கிருட்டிணசாமியும், மொழிபெயர்த்ததற்காக ஜீவாவும் கைதானார்கள். மன்னிப்புக் கடிதம் கொடுக்கச் சொன்னார் பெரியார். எழுதிக் கொடுத்துவிட்டு அவர்கள் வந்தார்கள். அதுதான் ஜீவா, சுயமரியாதை இயக்கத்தை விட்டு வெளியேறவும் காரணமாக அமைந்தது. அப்போது, மன்னிப்புக் கடிதம் எழுதித்தருவதற்கு அவர்கள் இருவரும் பொறுப்பல்ல, நானே பெரும்பாலும் பொறுப்பு என்று வெளிப்படையாக அறிக்கை வெளியிட்டவர் பெரியார். இது இளைஞர்களுக்கு கேவலமாகத் தெரியலாம், நம் இயக்கக் கொள்கையை விட்டுக் கொடுத்ததாக அர்த்தம் அல்ல, 'சுயமரியாதை இயக்கம் சட்ட வரம்புக்கு உட்பட்ட இயக்கம் அல்லவா?' என்றும் விளக்கம் அளித்தவர் அவர். ஜீவா கட்சியை விட்டுச் செல்ல நினைத்தபோது, 'நீங்கள் தீவிரமாகச் செயல்பட நினைக்கிறீர்கள்,

செயல்படுங்கள், நான் என்னளவில் பணியாற்றிக் கொள்கிறேன்' என்று வெளிப்படையாகச் சொன்னவர் பெரியார். தம்மைப் பெரிய தீவிரவாதியாக அவர் காட்டிக் கொண்டதே இல்லை. 'நான் சம்பந்தப்படும் எந்த இயக்கமும் அல்லது கிளர்ச்சியும் அல்லது போராட்டமும் சட்டத்துக்கு உட்பட்டு வன்முறையில்லாமல் தான் இருக்கும். என்னுடைய பேச்சுகள் இதை விளக்கும்' என்றார். எனக்கு வீரப்பட்டம் தேவையில்லை என்றார். அப்போது சுயமரியாதை இயக்கத்தை விமர்சித்து ம.வெ.சிங்காரவேலர் எழுதிய கண்டனக் கட்டுரைகளை 'குடிஅரசு' இதழில் வெளியிட்டவர் பெரியார்.

நீதிக்கட்சித் தலைவராக தாம் ஆக்கப்பட்டபோது, பெரியார் பெல்லாரி சிறையில் இருந்தார். சர் ஏ.டி.பன்னீர்செல்வமும் கி.ஆ.பெ.விசுவநாதமும் சிறைக்குச் சென்று அவரைத் தலைவராக ஒப்புக்கொள்ள வைத்தார்கள். வெளியில் இருந்தால் அவர் தலைவர் பதவியை ஏற்றுக் கொண்டிருக்க மாட்டார். 1927ஆம் ஆண்டு முதல் நீதிக்கட்சித் தலைவர்களோடு நட்பில் இருந்தாலும் அவர் நீதிக்கட்சியுடன் அதிக உறவை ஏற்படுத்திக் கொள்ளவில்லை. அக்கட்சி ஆட்சியில் இருந்த காலத்திலும் அத்தோடு நெருங்காமல் தான் இருந்தார். நீதிக்கட்சி நமக்குச் சரிப்பட்டு வருமா என்று பலரும் அவரைக் கேட்டபோது, 'அதற்காகத்தான் சுயமரியாதை இயக்கத்தைக் கலைக்காமல் வைத்திருக்கிறேன். நீதிக்கட்சி சரிப்பட வில்லை என்றால் உடனே அதிலிருந்து விலகி, சுயமரியாதை இயக்கத் தைப் பலப்படுத்தத் தொடங்கிவிடுவேன்' என்றார். சுயமரியாதை இயக்கத்தின் கொள்கைகளே நீதிக்கட்சியின் கொள்கைகள் என்று அறிவித்தார். தமக்குத் தகுந்தமாதிரி நீதிக்கட்சியை மாற்றி அமைத் தார். ஆங்கில அரசு கொடுத்த பட்டம், பதவிகளை துறக்க வைத் தார். நீதிக்கட்சியையே திராவிடர் கழகமாக மாற்றிக்கொண்டார்.

திராவிடர் கழகம் என்பது அரசியல் கட்சியல்ல. இயக்கம். அதுவும் ஒரு சிந்தனையைப் பின்பற்றி அந்தத் தத்துவத்துக்காக நடைபெறும் இயக்கம். எனவே கருத்துவேறுபாடுகள் என்பது சொந்த விவகாரங்களில் இருக்கலாமே தவிர, கழகத்தைப் பொறுத்த வரை இருக்கக் கூடாது என்றார் பெரியார். இதனை வெளிப்படை யாகவே அறிவித்தார். ஒருவிதத்தில் நான் சர்வாதிகாரம் தான் செய்கிறேன் என்றார். அதே நேரத்தில் அந்தக் காலகட்டத்தில் இருந்த தலைவர்களை அரவணைத்தே இயக்கம் நடத்தினார். நூற்றுக்கணக்கான தலைவர்களை உருவாக்கினார்.

குடிஅரசு இதழைப் பெரியார் தனியாகத் தொடங்கவில்லை. கருங்கல்பாளையம் வாசகசாலை வழக்கறிஞர் தங்கப்பெருமாளுடன் சேர்ந்தே தொடங்கினார். சுயமரியாதை இயக்க மாநாடுகளில்

வ.உ.சிதம்பரனார், ம.வெ.சிங்காரவேலர், டாக்டர் வரதராசலு, திரு.வி.க. ஆகிய தலைவர்களைத் தொடர்ந்து அழைத்துப் பேச வைத்தார். வகுப்புவாரி உரிமைச் சட்டம் கொண்டுவந்தார் என்பதற்காக அமைச்சர் முத்தையாவுக்கு மரியாதை செலுத்த, 'முத்தையா' என்று குழந்தைகளுக்குப் பெயர் சூட்டச் சொன்னார். செங்கல்பட்டுச் சுயமரியாதை இயக்க மாநாட்டுக்குத் தலைமை வகித்தவர் பட்டிவீரன்பட்டி சௌந்தரபாண்டியன். மலேசியாவுக்கு முதல் பயணம் சென்றபோது நாகம்மாள், எஸ்.இராமநாதன், மாயூரம் நடராசன், நாகை காளியப்பன் ஆகியோரை அழைத்துச் சென்றார். ஈரோட்டில் நடந்த இரண்டாவது சுயமரியாதை மாநாட்டுத் தலைவராக அம்பேத்கரை அழைத்தார். அவர் வர இயலாத நிலையில் எம்.ஆர்.ஜெயகரை அவர் அனுப்பி வைத்தார். இளைஞர் மாநாட்டுத் தலைவராக நாகர்கோவில் வழக்கறிஞர் பி.சிதம்பரமும் பெண்கள் மாநாட்டுத் தலைவராக மருத்துவர் முத்துலட்சுமி அம்மையாரும் பொறுப்பு வகித்தார்கள். விருதுநகரில் நடந்த மூன்றாவது சுயமரியாதை மாநாட்டுத் தலைவராக ஆர்.கே.சண்முகம் இருந்தார். சோவியத் உள்ளிட்ட ஐரோப்பிய சுற்றுப்பயணத்தின் போது எஸ்.இராமநாதன், ஈரோடு ராமு ஆகிய இருவரையும் அழைத்துச் சென்றார். சுயமரியாதை சமதர்ம அறிக்கை எனப்படும் ஈரோடு வேலைத் திட்டத்தைத் தயாரித்தவர் ம.வெ.சிங்காரவேலர். அந்தச் சுயமரியாதை சமதர்ம மாநாட்டுக்குத் தலைமை வகித்தவர் கேரளாவைச் சேர்ந்த சீர்திருத்தவாதி அய்யப்பன். இதில் டாக்டர் வரதராசலுவும் கலந்து கொண்டார். லெனின், நாகம்மாள் படத்தைத் திறந்து வைத்தவர் திரு.வி.க.

ஈரோட்டில் பகுத்தறிவு நூல்பதிப்புக் கழகத்தைத் தொடங்கி அதன் பொறுப்பாளராக அறிஞர் சாத்தான்குளம் இராகவனை நியமித்தார் பெரியார். எழுத்துச் சீர்திருத்தத்தில் ஆர்வம் செலுத்திய போது தமக்கு முன்னால் குத்தூசி குருசாமி இதுபற்றி எழுதி வந்துள்ளார் என்பதை மறைக்காமல் குறிப்பிட்டார். இந்திய அளவில் காங்கிரசு எதிர்ப்பு அணியை உருவாக்குவதற்காகப் பம்பாய் சென்று முகமது அலி ஜின்னா, அண்ணல் அம்பேத்கர் ஆகிய இருவருடன் கைகோர்த்தார். பம்பாய் சென்றபோது அண்ணா, சண்டே அப்சர்வர் பாலசுப்பிரமணியம், ஜஸ்டிஸ் இதழாசிரியர் டி.ஏ.வி.நாதன், கே.எம்.பாலசுப்பிரமணியன் ஆகியோரையும் உடன் அழைத்துச் சென்றார். நீதிக்கட்சி அலுவலகத்தை சர் ஏ.டி.பன்னீர்செல்வத்தை வைத்துத்தான் திறக்க வைத்தார். மொழிப்போராளிகள் நடராசன், தாளமுத்து கல்லறையைத் திறந்து வைத்தார். திருவாரூர் மாநாட்டுக்குப் பிறகு நீதிக்கட்சிச் செயலாளராக கி.ஆ.பெ. விசுவநாதத்தையும், கூட்டுச் செயலாளராக அண்ணாவையும்

நியமித்தார். பொதுவுடைமைச் சிந்தனையாளர் எம்.என்.இராய் எழுத்துக்களைத் தொடர்ந்து விடுதலையில் வெளியிட்டார். அண்ணாவை அழைத்துக் கொண்டு வடமாநிலச் சுற்றுப்பயணம் செய்தார். அண்ணா தொடங்கிய திராவிடநாடு இதழுக்கு நிதி உதவி அளித்தார்.

இயக்கத்தைப் பொறுப்பாக இருந்து வழிநடத்துவதற்கு ஒருவர் வேண்டும் என்று 1943 செப்டம்பர் 13 அறிவித்தார். கட்சி, பத்திரிக்கை, பதிப்பகம், அச்சகம் ஆகிய அனைத்தையும் சேர்ந்து கவனிக்க வேண்டும் என்றும் சிலர் சில காலம் இருந்துவிட்டுத் திருமணம் செய்துவிட்டுப் போய்விடுகிறார்கள் என்றும், இது இயற்கை தான் என்றாலும் காரியம் நடைபெறத் தடையாக இருக்கிறது என்றும் அதில் குறிப்பிட்டார். செவிலியராக ஒருவர் தேவை என்று கே.அரசியல் மணி (மணியம்மையார்) அறிக்கையும் அதே ஆண்டு அக்டோபர் மாதம் வெளியானது. பாரதிதாசனின் முத்தமிழ் நிலையத்தைப் பெரியார் தொடக்கி வைத்தார். திராவிட இயக்க மாணவர் மாநாட்டைக் கும்பகோணத்தில் நடத்தச் சொன்னார். இதன்மூலமாகத்தான் பெரியார் இயக்கத்தை நோக்கி மாணவர்கள் ஈர்க்கப்பட்டார்கள். கலைஞர், நாவலர் நெடுஞ்செழியன், பேராசிரியர் அன்பழகன், நன்னன், தவமணிராசன், இரா.செழியன், கவிஞர் கருணானந்தம், இரா.சொக்கப்பா, இரா.செழியன், கடலூர் இளம்வழுதி, மதியழகன் ஆகியோர் இதிலிருந்து வந்தார்கள். ஈரோட்டில் அண்ணா தலைமையில் திராவிட இளைஞர் மாநாட்டைக் கூட்டினார். நாவலர், பேராசிரியர், பழையகோட்டை என்.அர்ச்சுனன், எஸ்.ஆர். சந்தானம் ஆகியோர் இளைஞர் தலைவர்கள் ஆனார்கள். நீதிக்கட்சியின் 16வது மாநாடு சேலத்தில் நடந்தது. அதில் பெயர் மாற்றத் தீர்மானம் கொண்டு வந்ததே அண்ணா தான். அதற்கு அண்ணாதுரை தீர்மானம் என்று பெயர் சூட்டினார் பெரியார்.

1944 திராவிட மாணவர் மாநாட்டுத் தலைவர் பாரதிதாசன். கல்கத்தாவில் எம்.என்.இராய் நடத்திய மாநாட்டுக்குச் சென்ற பெரியார், உடன் அண்ணாவையும் அழைத்துச் சென்றார். புதுப்பேட்டை திராவிட மாணவர் மாநாட்டுத் தலைவர் ஈ.வெ.கி. சம்பத். 17வது நீதிக்கட்சி மாநாட்டைத் திறந்து வைத்துப் பேசியது 21 வயது இளைஞரான என். அர்ச்சுனன். அண்ணா தான் வரவேற்புக்குழுத் தலைவர். திராவிடர் விடுதலைப்படையின் தற்காலிக அமைப்பினராக ஈ.வெ.கி.சம்பத்தும், எஸ்.கருணானந்தமும் அறிவிக்கப்பட்டனர். முதல் கையெழுத்துப் போட்டவர் கலைஞர். கொலை வழக்கில் என்.எஸ்.கிருட்டிணனும் தியாகராச பாகவதரும் கைதானபோது அவர்களது விடுதலைக்காக இறுதிவரை போராடி

யவர் பெரியார். மதுரை கருஞ்சட்டை முதல் மாநாட்டு திறப்பாளர் அண்ணா. கொடியேற்றியவர் என்.அர்ச்சுனன். கும்பகோணம் சுயமரியாதை மாநாட்டுத் தலைவர் ஏ.வி.பி.ஆசைத்தம்பி. 1947 கடலூர் திராவிட நாடு பிரிவினை மாநாட்டில் திராவிடநாடு படத்தைத் திறந்து வைத்தது திரு.வி.க. 1948 இந்தி எதிர்ப்பு மாநாட்டுக்கு மறைமலையடிகள் தலைமை வகித்தார். திரு.வி.க., நாராண.துரைக்கண்ணன், ம.பொ.சி. ஆகியோருடன் பெரியாரும் கலந்து கொண்டார். தூத்துக்குடி மாநாட்டில் பன்னீர்செல்வம் படத்தைப் பட்டுக்கோட்டை அழகிரியும், நடராசன்–தாளமுத்து படத்தை ஏ.பி.சனார்த்தனமும், வ.உ.சி. படத்தைத் திரு.வி.க.வும் திறந்து வைத்தனர். இம்மாநாட்டில் அண்ணா பங்கேற்கவில்லை. அவருக்காகவே சிறப்பு மாநாடு ஒன்றைக் கூட்டினார். ஈரோட்டில் நடந்த திராவிடர் கழகச் சிறப்பு மாநாட்டின் தலைவரான அண்ணா உள்ளிட்ட பிற தலைவர்களை இரட்டை மாட்டு வண்டி சாரட்டில் ஏற்றி உட்கார வைத்த பெரியார், இடுப்பில் துண்டைக் கட்டிக்கொண்டு ஊர்வலத்தில் நடந்து சென்றார். அப்போது பெரியாருக்கு வயது 70. (1948) இம்மாநாட்டில் திருவள்ளுவர் படத்தைப் பெரியாரும், திராவிடநாடு படத்தைத் திரு.வி.க.வும், காந்தி படத்தை என்.எஸ்.கிருட்டிணனும், சிங்காரவேலர் படத்தை என்.வி.நடராசனும், தியாகராயர் படத்தைத் தி.பொ.வேதாசலமும், நாகம்மாள் படத்தை பட்டுக்கோட்டை அழகிரியும், நடராசன் தாளமுத்து படத்தை ஏ.பி.சனார்த்தனமும், பன்னீர்செல்வம் படத்தைச் சேலம் சித்தையனும், மனோன்மணியம் சுந்தரனார் படத்தை நெடுஞ்செழியனும், என்.அர்ச்சுனன் படத்தைச் சி.டி.அரசுவும் திறந்து வைத்தனர்.

திருக்குறள் மாநாட்டை நடத்திய பெரியார், அதில் திரு.வி.க., நாவலர் பாரதியார், தெ.பொ.மீனாட்சி சுந்தரனார், ஏ.சக்ரவர்த்தி நயினார், திருக்குறளார் முனுசாமி ஆகியோரையும் பங்கெடுக்க வைத்தார்.

வடநாடு எதிர்ப்பு மறியல் போராட்டத்தின் முதல் தளபதியாக எஸ்.குருசாமியை அறிவித்தார். 1951 இல் நாடெங்கும் அம்பேத்கர் பிறந்த நாளைக் கொண்டாடினார் பெரியார். தமிழகம் வந்த கம்யூனிஸ்ட் தலைவர் எஸ்.கே.டாங்கே திருச்சி வந்து பெரியாரைச் சந்தித்து ஆதரவு கேட்டார். அந்தத் தேர்தலில் கம்யூனிஸ்ட் கட்சியை ஆதரித்தார். 1952 சேலம் மாநாட்டில் புதியவர் யாராவது வந்து மாநாட்டுக்குத் தலைமை தாங்க வேண்டும் என்று அறிவித்தார்.

1952 இல் பெரியார் சுயமரியாதைப் பிரச்சார நிறுவனத்தைக் கூட்டுறவுச் சட்டப்படி பதிவு செய்தார். அதில் தாம் மட்டுமே இருந்து கொள்ளவில்லை. ஆயுட்கால உறுப்பினர்களாக அய்ந்து

பேரை நியமித்தார். பெரியார், தி.பொ.வேதாசலம், மணியம்மை, ஆனைமலை ஏ.என்.நரசிம்மன், வேலூர் ஈ.திருநாவுக்கரசு ஆகியோர் இடம்பெற்றிருந்தனர். தேர்ந்தெடுக்கப்பட்ட உறுப்பினர்களாக எஸ்.குருசாமி, வி.வீராசாமி, தஞ்சை ஆர்.சொக்கப்பா இருந்தனர். மேலும், ஆனைமலை ஏ.சி.இராமகிருட்டிணம்மாள், நாகரசம்பட்டி விசாலாட்சி அம்மாள், நாகரசம்பட்டி என்.எஸ்.சம்பந்தம், திருச்சி வி.இராமச்சந்திரன், திருச்சி எம்.எஸ். சுந்தரம் ஆகியோரும் இடம்பெற்றிருந்தனர். சாதி ஒழிப்பு மாநாட்டை நடத்தி அதில் டாக்டர் வரதராசலு, முன்னாள் முதல்வர் டாக்டர் சுப்பராயன், காமராசர் ஆகியோரை அழைத்தார். இராஜாஜியின் குலக்கல்வி சட்டத்தை எதிர்த்துச் சட்டசபை முன் மறியல் அறிவித்து வி.வீராசாமி தலைமையில் நடக்கும் என்று அறிவித்தார். ம.பொ.சி.யை முட்டாள் என்று பிரதமர் நேரு சொன்னதை, தமிழர்க்கு ஏற்பட்ட அவமானமாகத் திராவிடர் கழகமும் திராவிட முன்னேற்றக் கழகமும் நினைத்துக் கடும் எதிர்ப்பைத் தெரிவித்தன. வயது முதிர்ந்து படுத்த படுக்கையாக இருந்த திரு.வி.க.வை உற்சாகப்படுத்த 13.9.1953 அன்று படத்திறப்பு விழா நடத்தினார். அடுத்த நான்காவது நாளில் திரு.வி.க. மறைந்தார். எம்.ஆர். ராதாவின் நாடகங்களுக்கு விதிக்கப்பட்ட தடையை எதிர்த்து ஊர்வலம் நடத்தினார். பர்மா பயணத்தின் போது மணியம்மையார், ஆனைமலை நரசிம்மன், ஆனைமலை ராமகிருட்டிணம்மாள், சேலம் இராசாராம் ஆகியோரை அழைத்துச் சென்றார். பழங்குடி இனத்தைச் சேர்ந்த ஆர்.எஸ்.மலையப்பன் என்ற ஐ.ஏ.எஸ். அதிகாரியைப் பார்ப்பன நீதிபதிகள் பழிவாங்க முனைந்தபோது நீதிமன்றத்தைக் கடுமையாக விமர்சித்தார். திராவிடர் கழக நிர்வாகக்குழுத் தலைவராகத் தி.பொ.வேதாசலத்தை ஆக்கினார். தமிழில் வழிபாடு நடத்த வேண்டும் என்ற குன்றக்குடி அடிகளாரின் போராட்டத்தை ஆதரித்தார். பிராமணாள் என்ற பெயர் நீக்கக் கிளர்ச்சிக்குத் தலைமை தாங்கும் பொறுப்பை மணியம்மையார், விசாலாட்சியம்மாள், மனோரஞ்சிதம், எஸ்.குருசாமி, எம்.கே.டி.சுப்பிரமணியம், மு.பொ.வீரன், டி.எம். சண்முகம், திருவாரூர் தங்கராசு, ஏ.பி, சண்முகம் ஆகியோரிடம் கொடுத்தார். 1957 சாதி ஒழிப்பு மாநாட்டுக்குத் தலைமை வகித்தவர் பாரதிதாசன். சாதி ஒழிப்புப் பிரச்சாரப் படைத் தலைவராக நீடாமங்கலம் ஆறுமுகத்தையும் தளபதியாக ஆனைமலை நரசிம்மனையும் அறிவித்தார். நுங்கம்பாக்கம் இந்தி எதிர்ப்பு போராட்ட மாநாட்டில் அனைத்துக்கட்சிகளும் கலந்து கொண்டன. பெரியாரும் பங்கெடுத்தார். உருவவழிபாடு ஒழிப்புக் கழகம் ஒன்றை திருச்சி மையத்தில் அமைத்து அதற்குப் பேராசிரியர் சி.இலக்குவனாரைப் பொறுப்பாளர் ஆக்கினார்.

ஆச்சாரியார் கல்வி எதிர்ப்புப் படை என்ற பெயரில் 25 உறுப்பினர் கொண்ட அமைப்பைத் தொடங்கி அதற்கும் பேராசிரியர் சி.இலக்குவனாரைத் தலைவராக அறிவித்தார். 1956இல் தமிழக எல்லைகளைக் காக்கும் போராட்டத்தில் ம.பொ.சிவஞானம் தொடங்கிய கூட்டுப் போராட்டத்தில் பங்கெடுக்க ஒப்புக் கொண்டார். இவர் விதித்த நிபந்தனைகளை மற்றவர்கள் ஏற்காததால் தனித்துப் போராடினார்.

வருணாசிரம தர்ம எதிர்ப்புப் பிரச்சார நிறுவனம் தொடங்க இருக்கிறேன். அதில் தி.மு.க., கம்யூனிஸ்ட், காங்கிரசு ஆகிய அனைவரும் சேரலாம் என்று அறிவித்தார்.

தமிழ்நாடு விடுதலை இயக்கத்தைச் சி.பா.ஆதித்தனார் தொடங்கினார். அவரது அனைத்துப் போராட்டங்களுக்கும் தமது ஆதரவை வழங்கினார். வேலூர் நாம் தமிழர் மாநாட்டைப் பெரியார் தொடங்கி வைத்தார். பெரியார் திடலில் அவ்வளவு பெரிய அரங்கம் அமைத்த பெரியார், அதற்கு நிதியளித்த எம்.ஆர்.இராதா பெயரைத்தான் சூட்டினார். ஜீவா சிலை அமைக்க நிதி வழங்கினார். சாதி ஒழிப்புப் போராட்டத்தில் தம்மோடு கைதான அனைவருக்கும் சான்றிதழ் வழங்கினார். முத்தமிழ்க்காவலர் கி.ஆ.பெ.விசுவநாதம் ஆகாஷ்வாணிக்கு எதிராகப் போராட்டம் நடத்தியபோது திருச்சி சென்று ஆதரவு தெரிவித்தார். தமிழ்நாடு தவிர்த்த தேசப்பட எரிப்புப் போராட்டத்தை ஆதித்தனாரின் நாம் தமிழர் இயக்கத்துடன் இணைந்தே கூட்டுப்போராட்டமாக அறிவித்தார்.

1962 இல் விடுதலை ஆசிரியராகக் கி.வீரமணியை வரவேற்று எழுதினார். கழகத்துக்குக் கிடைக்கமுடியாத நல் வாய்ப்பு இது என்று எழுதினார். வீரமணி ஆசிரியர் பொறுப்பை ஏற்காமல் போயிருந்தால் விடுதலையை நிறுத்தத் திட்டமிட்டதாகச் சொன்னார். கட்சியில் சிலர் வெளியேறியபோது, இவர்களைவிட அண்ணாதுரை ஆயிரம் மடங்கு யோக்கியர் என்று சொன்னார். கடவுள் ஒழிப்பு மாநாட்டுத் தலைவராகக் காஞ்சி சி.பி.இராச மாணிக்கத்தை அறிவித்தார்.

காமராசரைப் ‘பச்சைத்தமிழர்’ என்று போற்றினார். ‘ரட்சகர்’ என்றும் சொன்னார். காமராசரின் கரத்தை வலுப்படுத்த திராவிடர் கழக ஆதரவாளர்களும், சார்பு உள்ளவர்களும் காங்கிரசில் சேருங்கள் என்றார். இத்தனைக்கும் காமராசரும் அவரும் அதிகமாக சந்தித்துக் கொண்டது இல்லை. 23.7.1957 அன்று டாக்டர் வரதராசலு மறைந்தபோது அந்த இடத்தில் பெரியாரும் காமராசரும் சந்தித்தார்கள். அதன்பிறகு 1962இல் தான் சந்தித்துள்ளார்கள். இராஜாஜியை வீழ்த்துவதற்காகக் காங்கிரசுக் கட்சிக்குள் பெரியார் கண்டெடுத்த ஆயுதம்தான் காமராசர். சுயமரியாதைக் கொள்கைகளை,

அப்படிச் சொல்லிக் கொள்ளாமல் வெளியில் காட்டிக் கொள்ளாமல் நடந்துகொண்டவர் என்பதால் காமராசரை ஆதரித்தார். மணியரசன் சொல்வதைப் போல அண்ணாவுக்கு மாற்றாகக் காமராசரைப் பச்சைத்தமிழன் என்று பெரியார் அழைக்கவில்லை. திமுக இந்தளவுக்கு வளரும் என்று நினைக்காத காலத்தில் காமராசரை வலியப் போய் ஆதரிக்கக் காரணம், இராஜாஜி எதிர்ப்பே அடிப்படையானது. காமராசர் என்று குழந்தைகளுக்குப் பெயர் வைத்தார். காமராசர் பிறந்தநாளுக்கு அவர் வீட்டுக்குச் சென்று வாழ்த்தினார். காமராசரின் பொன்மொழிகளை 15 நாட்கள் தொடர்ந்து விடுதலையில் வெளியிட்டார்.

முதல்வர் பதவியில் இருந்து காமராசர் பதவி விலகியபோது, இது தமிழ்நாட்டுக்கும் தங்களுக்கும் தற்கொலைக்கு ஒப்பானதாகும் என்று அறிக்கை விட்டவர் பெரியார்.

ஆளும்கட்சியை ஆதரித்தார், ஆதரித்தார் என்று பெரியாரைச் சொல்லிக் கொள்கிறார் மணியரசன். அன்றைய முதல்வர் பக்தவத்சலத்துக்குப் பெரியாரைப் பிடிக்கவே பிடிக்காது. காமராசரின் குழுவைச் சேர்ந்தவர் பெரியார் என்பது முதல் காரணம். பகுத்தறிவு, திராவிடக் கொள்கைகள் மீது கடுமையான ஒவ்வாமை கொண்டவர் பக்தவத்சலம் என்பது இரண்டாவது காரணம். திருச்சியில் கல்லூரி அமைக்கப் பெரியார் 5 இலட்சம் ரூபாய் வழங்கினார். அந்த விழாவில் பெரியாரைப் பேச வைக்கவில்லை முதல்வர் பக்தவத்சலம். பல்கலைக் கழகம் தொடங்குவதாக இருந்தால் 25 இலட்சம் தருவதாக நெ.து.சுந்தரவடிவேலுவிடம் சொல்லி அனுப்பினார் பெரியார். அதனை ஏற்கவில்லை அவர். பெரியார் பேச்சை மதிப்பது மில்லை, படிப்பதுமில்லை என்றார் அமைச்சர் சி.சுப்பிரமணியம். பெரியாரும் பக்தவத்சலம் அரசைக் கடுமையாக எதிர்த்தே எழுதினார். பக்தவத்சலம் ஆட்சி கண்டன நாள் கொண்டாடினார். மந்திரிகள் அனைவரும் தகுதியற்றவர்கள் என்று எழுதினார். 1964 டிசம்பர் 25 அன்று தனுஷ்கோடி புயலால் சேதம் அடைந்தது. டிசம்பர் 29 அன்று தனுஷ்கோடியைப் பார்வையிடச் சென்றார் பெரியார். அப்போது தமிழக அமைச்சர் இராமையாவும் அங்கு வந்திருந்தார். அமைச்சரைப் பெரியாருக்கு அறிமுகம் செய்து வைத்தார்கள். ‘அய்யா மன்னிக்கனும், நான் இதுவரை அய்யாவைப் பார்த்ததில்லை’ என்றார் பெரியார். இந்தளவுக்குத்தான் அதிகார மையத்தில் இருந்தவர்களோடு அவருக்கு நேரடித் தொடர்புகள் இருந்தன.

காங்கிரசு ஆட்சியில் அரசு விளம்பரங்கள் ‘விடுதலை’ நாளிதழுக்குத் தரப்பட்டது இல்லை.

அண்ணாவைப் பார்த்துப் பொறாமைப்பட்டார் பெரியார் என்று எல்லாம் தெரிந்தவரைப் போல தம் விருப்ப வரலாறு தீட்டுகிறார் மணியரசன். இருவருக்கும் முரண்பாடுகள் இல்லை என்று சொல்லவில்லை. முரண்பாடுகள் யாருக்குள்தான் இருக்காது? ஆனால் பெரியாருக்கும் அண்ணாவுக்கும் இருந்தது காவிய நட்பு. அண்ணாவைத் தம் மகனைப் போலவே வளர்த்தார் பெரியார். அவரை எப்படி எல்லாம் தம்மோடு பெரியார் உடன் வைத்திருந்தார் என்பதை முன்பே சொல்லி இருக்கிறேன்.

இருவரும் பிரிந்துவிட்டார்கள். பிரிந்து ஆறு மாதம்தான் ஆகியிருக்கின்றன. சூடு குறையாத காலகட்டம். பொன்மொழிகள் நூலுக்காகப் பெரியாரும் ஆரியமாயை நூலுக்காக அண்ணாவும் ஒரே நாளில் தண்டனை பெற்றுத் திருச்சிச் சிறையில் அடைக்கப் படுகிறார்கள். பக்கத்துப் பக்கத்து அறை. பெரியார் தமக்கு வந்த பிஸ்கெட்டுகளை அருகில் இருந்த அண்ணாவுக்குக் கொடுத்து விடுகிறார். இருவரும் பத்து நாட்கள் அருகருகேதான் இருக்கிறார்கள். சந்திக்கவில்லை. 'சந்தித்தால் தனி இயக்கம் தேவையா என்ற நினைப்பு எனக்கு வந்துவிடும் என்பதால் சந்திக்கவில்லை' என்று அண்ணா எழுதி இருக்கிறார். ஒரே நாளில் இருவரும் திடீரென்று விடுதலை ஆகிறார்கள். பெரியாரை அழைத்துச் செல்ல வாகனம் வந்துள்ளது. அண்ணா வெளியில் வருவது தெரியாததால் அவரை அழைத்துச் செல்ல யாரும் வரவில்லை. தமது வாகனத்தில் அண்ணாவையும் ஏற்றிக் கொள்ளச் சொல்கிறார் பெரியார். தமது வீட்டில் போய் இறங்கிக் கொள்கிறார் பெரியார். அண்ணா எங்கு போகச் சொல்கிறாரோ அங்கு கொண்டு போய் விட்டு வரச் சொல் கிறார் பெரியார். சங்கரன் என்பவர் வீட்டில் இறங்கிவிட்டு வாகனத்தை அனுப்பி வைக்கிறார் அண்ணா.

1967 இல் திமுக வென்றதும் பெரியாரைச் சந்திக்கவே அண்ணா வந்தார். கலைஞர், நாவலர், அன்பில் ஆகியோருடன் வந்தார். 'நாங்கள் அவ்வப்போது எப்படி நடந்து கொள்ள வேண்டும் என்பதற்குத் தேவையான அறிவுரைகளை அவ்வப்போது சொல்லி வரவேண்டும்' என்று அண்ணா கேட்டுக் கொள்ள, 'அப்படியே ஆகட்டுங்க' என்றார் பெரியார். 'அண்ணா என்னை வெட்கப்பட வைத்துவிட்டார்' என்று சொன்னார். 'அண்ணா என்னைச் சந்திக்க வந்திருக்காவிட்டால் நான் அவரைச் சந்திக்கச் சென்றிருப்பேன்' என்றும் சொன்னார். பெரியாரின் முடிவுக்கு எதிர்ப்பாகப் பல கடிதங்கள் அவருக்கு வந்தன. இதன் கருத்துக்களை விடுதலையில் வெளியிட்டார். அதற்குப் பதில் அளித்துத் தலையங்கமும் தீட்டினார். "என்னைத் தண்டிப்பது போல் திருச்சிக்கு வந்துவிட்டார் அண்ணா. எனக்குத்தான் வெட்கமாகப் போய்விட்டது. தலை நிமிர்ந்து பேச முடியவில்லை. சங்கடப்பட்டேன்' என்றார் பெரியார்.

'நான் கண்டதும் கொண்டதும் ஒரே தலைவர் பெரியார் தான்' என்றார் அண்ணா. ஜீவாவின் மகள் திருமணத்தை நடத்தி வைத்துப் பேசிய முதல்வர் அண்ணா, 'என் வாழ்வில் எனக்குக் கிடைத்த ஒரே தலைவரான பெரியார் அவர்களே! நானும் அவரும் பிரிகிற போதுகூட நான் அவரையேதான் தலைவராகக் கொண்டேன். வேறு ஒருவரைத் தலைவராகப் பெறவில்லை. அந்த அவசியமும் வரவில்லை' என்றார். அண்ணா உடல்நலமில்லாமல் சிகிச்சை பெற அமெரிக்கா செல்ல இருந்த அன்று மடியில் 25 ஆயிரம் பணத்தை எடுத்து வந்து கொடுத்தார். 'இருக்கிறது அய்யா, வேண்டும் போது வாங்கிக் கொள்கிறோம்' என்றார் அமைச்சர் கலைஞர். சென்னை விமானநிலையத்துக்கு அண்ணாவை வழியனுப்பச் சென்றார். நாம் இங்கிருந்து போவதற்குள் அண்ணா செல்லும் விமானம் பறந்திருக்கலாம் என்று ஆசிரியர் வீரமணி சொல்கிறார். பரவாயில்லை, அண்ணா பறந்து செல்லும் விமானத்தையாவது பார்ப்போம் என்றார் பெரியார். அண்ணா மறைந்தபோது, 'போச்சு போச்சு எல்லாமே போச்சு' என்று சொன்னார் பெரியார்.

அண்ணாவுக்கு அடுத்துக் கலைஞர் தான் முதல்வராகவும் கட்சித் தலைவராகவும் வரவேண்டும் என்றார் பெரியார். கலைஞர் தான் திறமைசாலி, திறமைசாலி கையில்தான் இயக்கம் இருக்க வேண்டும் என்றார். 'அண்ணா எனக்கு அடக்கமாக இருந்தபோதே என்னை எதிர்க்கத் துணிந்தவர் கலைஞர்தான்' என்றார். திட்டக்குடியில் கலைஞரின் படத்தைத் திறந்துவைத்த பெரியார், 'கலைஞரின் உழைப்பும் முயற்சியும் இல்லாவிட்டால் திமுகழகத்தின் செல்வாக்கு இந்தளவுக்கு உயர்ந்திருக்காது' என்றார். கலைஞர் நமக்குக் கிடைத்தற்கரிய பொக்கிஷம் என்றார். அவருக்குச் சிலை வைக்க வேண்டும் என்று அறிவித்தார். அதற்குக் குன்றக்குடி அடிகளார் தலைமையில் குழு நியமித்தார்.

இப்படித் தமது வாழ்நாள் முழுவதும் வாழ்ந்த அனைத்துத் தலைவர்களையும் மதித்துப் போற்றிய தலைவர்தான் தந்தை பெரியாரே தவிர, தம்மை மட்டும் தலைவராக உயர்த்திக் கொள்ள வில்லை. 'தான்' என்று அவர் நினைத்திருந்தால் இத்தனை தலைவர் கள் அவரோடு பயணப்பட்டிருக்க முடியுமா? நூறு... ஆயிரம் எனத் தலைவர்களை உருவாக்கினார். அவர் எந்தத் தலைவரைப் பார்த்தும் பயந்தது இல்லை, பதுங்கியதும் இல்லை.

அவர் வாழ்ந்த காலத்தில் நடந்த கூட்டுப் போராட்டங்கள் அனைத்திலும் பங்கெடுத்தார்.

*1938–இந்தி எதிர்ப்புப் போராட்டம்*
*1940–காங்கிரசு எதிர்ப்பு அணி*

*1944*–தமிழ்நாட்டுத் தலைவர்கள் அறிக்கை

*1948*–இந்தி எதிர்ப்புப் போராட்டம்

*1956*–மொழிவாரி பிரச்னை, வாஞ்சு அறிக்கை கண்டனக் கூட்டம்

*1957*–இந்தி எதிர்ப்பு அனைத்துக்கட்சிக் கூட்டம்

*1960*–தமிழ்நாடு விடுதலைப் போர் நாம் தமிழர் இயக்கத்துடன் – இப்படி கூட்டுப் போராட்டங்களில் பங்கெடுக்கத் தவறவில்லை. தேசியக் கொடி எரிப்பு, இராமன் படம் எரிப்பு, விநாயகர் சிலை உடைப்பு, பிராமணாள் பலகை அழிப்பு, அரசியல் சட்ட எரிப்பு, தேசப்படம் எரிப்பு, வடவர் கடை முன் போராட்டம், கோயில் நுழைவு போன்று அவர் நடத்திய போராட்டங்கள் அவரால் மட்டுமே நடத்தக் கூடியவை. வேறு யாரையும் சேர்க்கவும் இயலாது. சேரவும் மாட்டார்கள். தனித்துப் போராட்டம் நடத்தும் வலிமை அவருக்கு மிக அதிகமாக இருந்தது. வடவர் கடை மறியல் போராட்டத்தில் *556* பேர் கைதானார்கள். பிராமணாள் பெயர் அழிப்புப் போராட்டத்தில் *1110* பேர் கைதானார்கள். சட்ட எரிப்புப் போராட்டத்தில் *4* ஆயிரம் பேர் கைதானார்கள். இப்படித் தனித்து போராட்டம் நடத்தும் வல்லமை உள்ள தலைமை, கூட்டுப் போராட்டங்களுக்கு மற்ற கட்சிகளுடன் வராது. ஆனால் அந்த தன்முனைப்பு இல்லாமல் கூட்டுப் போராட்டங்களிலும் கலந்து கொண்டவர் பெரியார். ஒவ்வொரு தலைவரையும் அவர் வானளாவப் புகழ்ந்துள்ளார். தாம் எந்த அடித்தளத்தில் இருந்து வந்தவர் என்பதையும், தம்மை உருவாக்கியவர்கள் யார் என்பதையும் அவர் என்றும் எக்காலத்திலும் சொல்ல மறந்ததுமில்லை. மறைத்ததுமில்லை.

சீர்திருத்தக் கருத்துகளா? எனக்குத் தூண்டியவர் கருவூர் மருதையா. வேதாந்தமா? எனக்குச் சொல்லிக் கொடுத்தவர் கைவல்யம். திருக்குறள், தமிழிலக்கியங்களா? சுவையை உணர்த்தியவர் பா.வே.மாணிக்கநாயக்கர். பகுத்தறிவுக் கருத்துகளா? எனக்கு முன்னோடி அயோத்திதாசர். தமிழ் எழுதக் கற்றுத்தந்தவரா? திரு.வி.க. தமிழர் நெறிகளை உணர்த்தியதா? மறைமலையடிகள். கா.சு.பிள்ளையும் மறைமலையடிகளும் எனக்கு இடக்கையும் வலக்கையும் போன்றவர்கள் என்றார். எனக்கே தலைவராக இருக்கும் தகுதி படைத்தவரே அண்ணல் அம்பேத்கர். புத்தருக்கு அடுத்த இடத்தில் அம்பேத்கரை வைத்தார்.

தாம் ஏதோ சாதித்ததாக அவர் எங்கும் சொன்னது இல்லை. தம்மை அதிசயப் பிறவி, மகான் என்று அழைத்துக் கொண்டது மில்லை. நான் சிந்திக்கிறேன், அதனை மறைக்காமல் சொல்கிறேன் என்பதைத்தான் தம்முடைய தகுதியாகச் சொல்லிக் கொண்டார்.

"என்ன செய்துவிட்டாய் என்று நீங்கள் கேட்கலாம். அதற்குப் பதில் நீங்களேதான் தேடிப்பார்த்துத் தெரிந்து கொள்ள வேண்டும். ஓய்வு ஒழிச்சல் இன்றி, பசிப்பிணித்தன்மையின்றி உழைத்தேன். திருட்டு, புரட்டு, மோசடி இன்றி வெள்ளையாய் நடந்து கொண்டேன். என் நடத்தையில் பல தவறுதல்கள் தகாத காரியங்கள் ஏற்பட்டு இருக்கலாம். என்னையே நீதிபதியாகக் கொண்டு எனக்கு சரியென்று பட்டதையும் தேவை என்று பட்டதையும் செய்தேன். வாழ்வில் செயலில் நான் பல ஏமாற்றம் அடைந்து இருக்கலாம். ஆனாலும் அதையே ஒரு படிப்பினையாகக் கொண்டு முயற்சியில் சளைக்காமல் நடந்து வருகிறேன். நான் ஒரு அநாமதேய வாழ்வு வாழவில்லை என்பதும் அநாவசியமான மனிதனாய் இருந்து விடவில்லை என்பதும் எனக்கு ஒரு ஆறுதல் தரத்தக்க விஷயம். நான் 1034 பிறை கண்டவன். அதனால் முழு வாழ்நாள் வாழ்ந்து விட்டேன்" என்று தனது 86வது பிறந்தநாளின் போது சொன்னவர் அவர். இன்றைக்கு நான் பேசுவது சரி, என்னைப் பிற்போக்குவாதி என்று சொல்லக் கூடிய அளவுக்கு நாடு முன்னேற்றம் அடைய வேண்டும், அடையும் என்றவர் அவர்.

"பெரியாரோடு நெருங்கிப் பழகும் பேறு பெற்றோருக்கு மட்டுந்தான் பெரியாரின் பண்புகளை உள்ளவாறறிந்து பாராட்டுதல் கூடும். பெரியார் தம் புறப்பொதுவாழ்வில் தன்னலம் பேணாமல் தமிழர் பொதுநலம் நாடிப் புரியும் தொண்டளவில் தன்னிகரற்ற தலைவர் என்பதில் யாரும் வேறுபட முடியாது" என்றவர் நாவலர் சோமசுந்தரபாரதியார். சுயமரியாதை இயக்கம் வந்த பிறகுதான் எனது நூல்கள் அதிகம் விற்கத் தொடங்கின என்றார் மறைமலை யடிகள். எனது நாத்திகத் தலைவர் இவர் என்றார் எம்.என்.ராய். எங்களுக்கு இப்படி ஒரு தலைவர் இல்லையே என்றார் ஜெகஜீவன் ராம். 'உங்களுக்கு வேறு தலைவர் தேடாதீர்கள், உங்கள் நாட்டில் ஈவெராமசாமி இருக்கிறாரே' என்றார் அண்ணல் அம்பேத்கர். 'நீங்கள் அரசியலில் ஈடுபடாமல் சாதி ஒழிப்புப் பணியில் ஈடுபடு வதைப் பாராட்டுகிறேன்' என்றார் வினோபா. 'தலைவர்களில் அனைவரிலும் இவரே தியாகி' என்றார் வ.உ.சிதம்பரனார். 'இயற்கைப் பெரியார்' என்றார் தமிழ்ப்பெரியார் திரு.வி.க.

இத்தகைய பெரியாரைப் பார்த்துத்தான், 'ஒரு இலட்சியத் தலைவருக்கான பண்புகளா அவரிடம் இருந்தன?' என்று கேட்கிறார் பெ.மணியரசன்!

மணியரசன்களால் பெரியாரை அடையாளம் காணமுடியாது!

## 8. அண்ணா பாசம்

அய்யாவின் பிம்பத்தை அண்ணாவை வைத்து உடைத்து விடத் துடிக்கிறார் மணியரசன். அதனால் அவருக்கு அண்ணா பாசம் அதிகமாக வந்திருக்கிறது. தம்மைக் கொல்ல அண்ணா முயற்சித்தார் என்று பெரியார் சொன்னார் என்றும், அதனால் பெரியார் மீது அண்ணா அவதூறு வழக்குப் போட்டார் என்றும், இது பெரிய பிரச்னை ஆனது என்றும், அது நீதிமன்றத்துக்கு வெளியே முடித்துக் கொள்ளப்பட்டது என்றும் தமது அரைகுறைச் சித்தாந்தத்தைக் காப்பாற்ற அரைகுறை வரலாற்றைச் சொல்கிறார் மணியரசன். இதனைப் பற்றித் திராவிட இயக்கத்தினர் பேசுவார்களா? பெரியாரையும் அண்ணாவையும் ஒற்றுமைப்படுத்திப் பேசுவதே தவறு என்கிறார் அவர்.

இந்தப் பிரச்னையைத் திராவிடர் கழகம் மறைக்கவில்லை. அதன் முழு உண்மையை ஆசிரியர் கி.வீரமணி தமது நூலில் மறைக்காமல் குறிப்பிட்டுள்ளார் என்பதை மணியரசன் வாசிக்க வேண்டும். 'உலகத் தலைவர் பெரியார் வாழ்க்கை வரலாறு' என்ற பொதுத்தலைப்பில் பெரியாரின் வரலாற்றைச் சாமி.சிதம்பரனார் விட்ட இடத்தில் இருந்து (1940) தொடர்ச்சியாக எழுதியிருக்கிறார் ஆசிரியர் கி.வீரமணி. இதன் மூன்றாவது பாகத்தைப் பெ.ம. பார்க்க வேண்டும். எந்தப் பிரச்னையாக இருந்தாலும் அது தொடர்பான மூலம் என்ன சொல்கிறது என்பதைப் பார்ப்பதுதான் ஆய்வு, ஆய்வாளர், அறிஞர் என்று சொல்பவர்கள் அரிச்சுவடியாக இருக்க முடியும். அந்த அடிப்படையில் இந்த மூலக் கருத்தை அவர் பார்த்திருக்க வேண்டும். இவை அனைத்தும் பதிவாகாத வரலாறுகள் அல்ல. அந்தக் காலகட்டத்திலேயே பதிவான செய்திகள் தான். எந்தப் பழைய செய்தியையும் தம்மளவில் உறுதிப்படுத்திக் கொள்ளாமல் பொத்தாம்பொதுவாக புனைவு வரலாறுகளை புல்லரிக்கச் சொல்வதுதான் மணியரசனின் வழக்கம். அதுபோன்ற காட்சிப் படுத்தல்களுடன் அண்ணாவின் வழக்கையும் சொல்கிறார்.

'தந்தை பெரியார் மீது அண்ணா, சம்பத் தொடுத்த மானநஷ்ட வழக்குகள்' என்று பொருளடக்கத்தில் சொல்லியே அந்த வரலாற்றை ஆசிரியர் கி.வீரமணி எழுதி இருக்கிறார்.

பெரியாருக்கும் மணியம்மைக்குமான பதிவுத்திருமணம் 9.7.1949 அன்று நடக்கிறது. இது கழகத்துக்குள் பிரச்னை ஏற்படக் காரணம் ஆகிறது. எனவே பெரியார் 13.7.1949 'விடுதலை' நாளிதழில் ஒரு தலையங்கம் தீட்டுகிறார். இதில் தமது பதிவுத் திருமணத்துக்கான பல்வேறு காரணங்களை விளக்குகிறார். அதில் ஒரு குற்றச்சாட்டு, தன்னைக் கொல்லச் சதி நடந்தது என்பதாகும். 'பல காரணங்களால்

தமக்கு எதிராய் உருவான எதிரிகள் கொலை செய்யும் படியான அளவுக்குச் சதி முயற்சி செய்வதாகத் தமக்கு தெரிய வந்திருப்பதாலும் அதன் நடத்தைகளாகப் பல சம்பவங்கள் தமக்குத் தென்பட்டதாலும் இந்த முயற்சி சில காலமாக நடப்பதாக உணர்ந்ததாலும் இத் திருமணம் செய்ய நேரிட்டது' என்று அதில் குறிப்பிட்டு இருந்தார் பெரியார். யாரைச் சொல்கிறேன் என்று குறிப்பிடவில்லை. பேரைச் சொல்லவில்லை பெரியார்.

இத்திருமண ஏற்பாட்டை எதிர்த்த அண்ணா இதைப் பார்த்து வருந்தினார். இத்திருமண ஏற்பாட்டை எதிர்க்கும் நான் தான், பெரியாரைக் கொலை செய்ய முயற்சித்ததாகப் பொதுமக்கள் எண்ணிவிடுவார்களோ என்று பயந்தார். இந்த அடிப்படையில் அவர் ஒரு வழக்கைத் தாக்கல் செய்தார். "பெரியாரின் எதிரிகளில் நானும் ஒருவராகக் கருதக் கூடியவராக இருப்பதால் அந்தக் கொலைக்காரிய சதியில் நானும் கலந்ததாக மக்கள் கருதுகிறார்கள். அது எனது மானத்துக்குக் குறைவை ஏற்படுத்துகிறது. அண்ணா துரையைக் கருதி எழுதவில்லை என்பதைப் பெரியார் சொல்ல வேண்டும். அப்படிப் பெரியார் சொல்லிவிட்டால் இந்த வழக்குப் போட்டதற்காக அவரிடம் நான் மன்னிப்புக் கேட்கத் தயாராக இருக்கிறேன். அதற்காகச் செலவு செய்யப்படும் தொகையையும் நான் கொடுத்துவிடுகிறேன்" என்று தமது மனுவில் அண்ணா சொல்லி இருந்தார்.

இந்த மனு மீதான விசாரணை 26.8.1949 அன்று நீதிமன்றத்தில் விசாரணைக்கு வந்தது. பெரியாரின் வழக்கறிஞராக பி.எஸ்.கைலாசம் வாதிட்டார். 'அந்தத் தலையங்கம் கொலை தொடர்பான காரியங்களில் தோழர் அண்ணாதுரையைக் குறிப்பிடவில்லை' என்று பெரியாரின் வழக்கறிஞர் நீதிமன்றத்தில் குறிப்பிட்டார். அன்னாவின் சார்பில் வழக்கறிஞர் ஜெகந்நாதன் வாதிட்டார். பெரியாரின் வழக்கறிஞரது வாதத்தை தாங்கள் ஏற்பதாக அவர் நீதிமன்றத்தில் குறிப்பிட்டார். 'நாங்கள் கொடுத்த புகார் மனுவைத் தள்ளுபடி செய்துவிடலாம்' என்று அண்ணாவின் வழக்கறிஞர் கூறினார். இதனை ஏற்றுக் கொண்டு நீதிமன்றம் அண்ணாவின் மனுவைத் தள்ளுபடி செய்துவிட்டது. இது தான் அப்போது நடந்தது. இதை வைத்துப் பெ.ம. தமது கற்பனை யோட்டத்தைக் காட்டிக் கதைவிடுகிறார்.

(பக்கம். 43–44)

அண்ணாவைப் பார்த்து பெரியார் பொறாமைப்பட்டார் என்கிறார் பெ.ம. சிறியார் குணத்தைப் பெரியாருக்கு ஏற்றப் பார்க்கிறார். ஈரோடு மாநாடு (1948) என்பது அண்ணாவுக்குப் பட்டாபிஷேகம் சூட்டிய மாநாடுதான். பெரியாரின் பேச்சைப்

பார்த்தாலே உணரலாம். ஈரோடு திராவிடர் கழகச் சிறப்பு மாநாட்டின் தலைவர் அண்ணா. அவரைச் சாரட் வண்டியில் உட்கார வைத்து, பெரியார் நடந்து சென்றார். அம்மாநாட்டில் பெரியார் பேசுகிறார்...

"... இம்மாநாட்டிற்கு நம் அருமைத் தளபதி அண்ணாதுரை அவர்களின் பெயர் தலைமைப் பதவிக்கு பிரேபிக்கப்பட்டுள்ளது. எண்ணிறந்த வாலிபர்கள் அவரே தலைவராக வரவேண்டுமென்று ஆசை கொண்டிருந்தனர். எனக்கும் அந்த ஆசை இருந்தது. தலைமை வகிக்க அவரும் மகிழ்வுடன் ஒப்புக்கொண்டுள்ளார். என்னுடைய பொறுப்பை ஒரு இளைஞரிடம் ஒப்படைக்க வேண்டும் என்று நெடுநாளாகவே எனக்கு ஆசை இருந்து வருகிறது. பெட்டிச்சாவி என்னிடம் இருந்தால் ஆபத்து ஒன்றுமில்லை. பந்தோபஸ்துக்கு ஒன்றும் பங்கம் ஏற்பட்டு விடாது என்ற போதிலும் எத்தனை நாளைக்குத்தான் நாமே வைத்திருப்பது என்ற அலுப்பு ஏற்பட்டுவிட்டது. எனவே சாவியையே கொடுத்து விடுவோம். அவர்களுக்கு உரிமையானதை நாம் ஏன் 70 ஆவது வயது தாண்டியும் சுமந்து திரிய வேண்டும் என்கிற எண்ணம் ஏற்பட்டு விட்டது. வயது ஆக ஆகத் தளர்ச்சி அதிகமாகிக் கொண்டு வருகிறது. எனவே, முன்போல் காரியம் ஆற்ற முடியவில்லை. இனியும் வெளியில் அலைந்து கொண்டிருப்பேனாகில் அது சுத்தப் பைத்தியக்காரத்தனமாகவே ஆகிவிடும் என்று உணர்ந்து உரிமை யாளரிடம் சாவியை ஒப்படைக்க முடிவு கட்டிக் கொண்டேன். இதை நீங்களும் முழுமனதுடன் ஆதரிப்பீர்கள் என்றே நினைக் கிறேன்..." என்று வெளிப்படையாகவே அறிவித்தார் பெரியார்.

(விடுதலை 26.10.1948)

அண்ணா ஆற்றிய தலைமை உரையில், ".. இம்மாநாட்டுக்கு நான் தலைமை வகிக்க ஏதேனும் தனியான தகுதியோ தக்க காரணமோ அவசியமோ உண்டென்றால் இல்லையென்றுதான் கூற வேண்டும். பெரியார் அவர்கள் பெட்டிச் சாவியை என்னிடம் ஒப்படைப்பதாகத் தெரிவித்தார். பொறுப்புள்ள மகனிடம் பெட்டிச் சாவி அளிக்கப்பட்டால் அவன் சாவி கிடைத்ததே என்று தாறுமாறாகவோ அவசியமில்லாதபோதோ அதை உபயோகித்துக் கொண்டிருக்க மாட்டான். திறக்கும்போதெல்லாம் தந்தையைக் கேட்டுக் கொண்டுதான் திறப்பான். தனக்கு வயது வந்த பிறகு சாவி தந்தையிடமே இருந்தால் எவ்வளவு சாதுவான மகனுக்கும் கொஞ்சம் அருவருப்பு ஏற்படுவது சகஜம் தான். இருந்தாலும் அப்படியொன்றும் கிளர்ச்சி செய்தவன் அல்ல நான். மேலும், இயக்கப் பணப்பெட்டியின் சாவியை அவர் என்னிடம் அளிப்பதாக கருதிக்கொள்ளவில்லை. மக்களுடைய உள்ளத்தின் சாவியை,

சிறைச்சாலைப் பூட்டுச்சாவியை இதைத்தான் என்னிடம் ஒப்படைப்ப தாக நான் கொள்கிறேன்” என்று குறிப்பிட்டார்.

(விடுதலை 26.10.1948)

இடையில் என்னென்னவோ நடந்துவிட்டது. அதனை அரசல் புரசலாகப் பெரியார் எழுதி உள்ளாரே தவிர, வெளிப்படையாக எழுதவில்லை. அதில் பெரியார் மறைமுகமாகக் குற்றம் சாட்டும் மனிதர்கள்கூட (அண்ணா அல்ல!) வெளிப்படையாக இதுபற்றி எழுதவில்லை. எனவே, அனுமானத்தின் அடிப்படையில் அந்த நிகழ்வுகளை இங்கு சொல்ல விரும்பவில்லை. அது இந்த ஆய்வுக்குத் தேவையானவையும் அல்ல.

அண்ணாவைப் பொறுத்தவரையில் பெரியார்–மணியம்மை திருமணத்தை விரும்பவில்லை. அதனை ஏற்க மறுத்துத் திராவிடர் கழகத்தில் இருந்து வெளியேறினார். தனிக்கட்சி தொடங்கிய அண்ணா, தலைமைப் பதவியைப் பெரியாருக்காக காலியாக வைத்திருந்தார் என்பதும்–18 ஆண்டுப் பிரிவுக்குப் பின் ஒன்று சேர்ந்த அண்ணா, 'நான் வாழ்வில் கண்டதும் கொண்டதும் ஒரே தலைவர் தான்' என்று சொன்னதும்–'பெரியார் சொன்னால் முதல்வராகத் தொடர்வேன், பதவி விலகிவிட்டுப் போராட்டத்துக்கு வா என்றால் வருவேன்' என்று சொல்லி விட்டு, மேடையில் இருந்த பெரியாரைப் பார்த்து, 'பதவியில் இருக்கவா? வரவா?' என்று கேட்டதும்–'இந்த ஆட்சியே பெரியாருக்குக் காணிக்கை' என்றதும் – 'பெரியாரின் கருத்துக்கு சட்டவடிவம் கொடுக்கவே பதவியில் இருக்கிறோம்' என்றதும்–'பிரிவினை வேண்டும் என்கிறார் பெரியார், வேண்டாம் என்று சொல்ல எனக்கு மனம் இல்லையே' என்று சொன்னதும்–'தமிழர்களுக்குச் செய்த தொண்டில் ஆயிரத்தில் ஒரு பங்கைப் பார்ப்பனர்களுக்கு பெரியார் செய்திருந்தால் அவரைக் கடவுளாக்கி சங்கராச்சாரியாரை விட அதிக மதிப்பும் மரியாதையும் கொண்ட பெரியவராக ஆக்கி இருப்பார்கள்' என்றும்–'தமது வாழ்நாளில் சொல்லவேண்டியதை எல்லாம் சொல்லி செய்ய வேண்டியதை எல்லாம் செய்தவர் பெரியார் மட்டுமே' என்றும் – 'திராவிடர் கழகக் கொடியும் திராவிட முன்னேற்றக் கழகக் கொடியும் வேறு வேறு அல்ல, இரண்டிலும் இருப்பது கறுப்பும் சிவப்பும் தான்' என்றும்–அமெரிக்க மருத்துவமனையில் சிகிச்சை பெற்று வந்த அண்ணா, அங்கிருந்து பெரியாருக்கு எழுதிய கடிதத்தில், 'தங்கள் பிறந்தநாள் கட்டுரை ஒன்றில், மனச்சோர்வுடன் துறவியாகி விடுவேனோ என்னவோ என்று எழுதியிருப்பதைக் கண்டு மிகவும் கவலை கொண்டேன். தங்கள் பணி மகத்தான விழிப்புணர்ச்சியைச் சமூகத்தில் கொடுத்திருக்கிறது. புதியதோர் பாதை மக்களுக்குக் கிடைத்திருக்கிறது. நான் அறிந்த வரையில்

இத்தனை மகத்தான வெற்றி வேறு எந்தச் சமூக சீர்திருத்தவாதிக்கும் கிடைக்கவில்லை, அதுவும் நமது நாட்டில்! ஆகவே சலிப்போ, கவலையோ துளியும் தாங்கள் கொள்ளத் தேவையில்லை. என் வணக்கத்தினைத் திருமதி மணி அம்மையார் அவர்களுக்குத் தெரிவிக்கவும்' என்று எழுதியதும்–வரலாற்றின் வசந்த காலங்கள். 'எனக்கு வசந்த காலம் ஒன்று இருந்தது. அதுதான் பெரியாரோடு நான் இருந்த அந்தக் காலம்' என்றார் அண்ணா. இல்லை, அதை விட முக்கியமான வசந்த காலம், பிரிந்திருந்த அவர்கள் இருவரும் ஒன்று சேர்ந்து இருந்த அண்ணாவின் கடைசி இரண்டு ஆண்டுகள் தமிழகத்துக்கும் தமிழினத்துக்கும் வசந்த காலம். இவை, பெ.ம. படித்துப் புரிந்து கொள்ளவும் பின்பற்றவும் தேவையான தலைமைப் பண்புகள் செழித்து நின்ற காலம். ஏன் பெரியாரும் அண்ணாவும் போற்றப்படுகிறார்கள் என்றால் கொள்கைக்காக மட்டுமல்ல மனிதப்பண்புக்காகவும்தான் என்பதை அனைவரும் உணர்ந்தாக வேண்டும்.

*9. தமக்கு வாரிசே தவிர, இயக்கத்துக்கு வாரிசு அல்ல!*

ஒரு அரசியல் இயக்கத்துக்கு வாரிசை நியமித்த முதல் தலைவர் என்று பெரியாரைச் சாடுகிறார் மணியரசன். மணியம்மை திருமணம் எதற்காக நடந்தது என்ற குறைந்த பட்ச முதல் தகவல் அடிப்படைத் தகவல்கூட அறியாத மனிதராக மணியரசன் இருப்பது வேதனையாக இருக்கிறது.

பெரியாருக்கும் இராஜாஜிக்குமான சந்திப்பு திருவண்ணா மலையில் வைத்து 14.5.1949 அன்று நடந்தது. 'இது சொந்த விஷயங்களைப் பற்றியே ஆகும். அவருடைய அரசியல் பொது நடவடிக்கைகளுக்கும் இதற்கும் சம்பந்தமில்லை' என்று இராஜாஜி விளக்கமளித்தார். மறுநாள் பெரியார் அளித்த விளக்கத்தில், அரசாங்கம், சமுதாயம் தொடர்பாகப் பேசவில்லை என்றும், எனது சொந்த விஷயம் பற்றி பேசப்பட்டது என்றும் விளக்கம் அளித்தார். 'இது சொந்த விவகாரம் என்பதால் என்னால் வெளியில் சொல்ல முடியாது' என்று பொதுக்கூட்டம் ஒன்றில் இராஜாஜியும் விளக்கம் அளித்தார்.'விளக்கம்' என்ற தலைப்பில் வெளியிட்ட அறிக்கையில், 'என்னைப் பற்றி ஓர் ஏற்பாடு செய்து கொண்டு இருக்கிறேன். அது முடிந்தவுடன் தீவிரமாக இறங்கி நடத்தப் போகிறேன்' என்று கூறினார். இந்தி எதிர்ப்புப் போராட்டத்தில் ஈடுபட்டதற்காகவும், உடுமலைப்பேட்டையில் தடையுத்தரவை மீறியதற்காகவும் சென்னையில் பேசிய பேச்சுக்காகவும் பெரியாரைக் கைது செய்ய அரசு முயற்சிப்பதாகச் செய்திகள் வந்தன. 1938 இல் இரண்டாண்டுத் தண்டனை வழங்கப்பட்டது போல வழங்கப்படலாம் என்றும்,

கம்யூனிஸ்ட் கட்சியைப் போல கட்சி தடை செய்யப்பட்டலாம் என்றும், கருஞ்சட்டைப்படை முன்னோட்டமாகத் தடை செய்யப் பட்டது அதனால்தான் என்றும் பெரியார் நினைத்தார். தமக்கு வயதாகி வருவதாக நினைத்தார். அதனால் சொத்துகளைப் பாதுகாக்கும் ஏற்பாட்டைச் செய்ய நினைத்தார்.

(விடுதலை 19.6.1949)

'எனக்கு, என் சொத்துக்கு வாரிசு' என்றுதான் சொன்னாரே தவிர, திராவிடர் கழகத்தின் அடுத்த தலைவராக இவர்தான் வரவேண்டும் என்பதற்காக இத்திருமணம் செய்யப்படுகிறது' என்று அறிவிக்கவில்லை.

"முதலில் எனக்கும் எனது பொருளுக்கும் சட்டப்படியான வாரிசாக ஒருவரை ஏற்படுத்திக் கொள்ள வேண்டியது அவசியமும் அவசரமும் ஆகையால் நான் 5, 6 வருஷ காலமாகப் பழகி நம்பிக்கை கொண்டதும், என் நலத்திலும் இயக்க நலத்திலும் உண்மையான பற்றும் கவலையும் கொண்டு நடந்து வந்திருக்கிறதுமான மணியம்மையை எப்படியாவது வாரிசுரிமையாக ஆக்கிக் கொண்டு அந்த உரிமையையும் தனிப்பட்ட தன்மையையும் சேர்த்து மற்றும் 4,5 பேர்களையும் சேர்த்து இயக்க நடப்புக்கும் பொருள் பாது காப்புக்குமான ஒரு டிரஸ்ட்டு பத்திரம் எழுத ஏற்பாடு செய்திருக் கிறேன்" என்றுதான் பெரியார் அறிக்கை கொடுத்தார். 'எனது விளக்கம்' என்று இதற்குத் தலைப்பிட்டார். இதுவே குடிஅரசு இதழில் தலையங்கமாகவும் வெளியானது.

(விடுதலை 7.7.1949)

பெரியார் – மணியம்மை பதிவுத் திருமணம் 9.7.1949 அன்று நடந்தது. இயக்கத்துக்குத் தலைமை தாங்குவதற்காக மணியம்மையை வாரிசாக ஆக்கவில்லை என்பதற்கான விரிவான விளக்கத்தை 'விடுதலை' விரிவாக விளக்கியது.

" ... இயக்கத் தலைமை என்பது ஒரு தனி மனிதன் சூட்டக்கூடிய வாரிசு கிரமத்தில் கட்டுப்பட்டதா? உலகத்தில் எந்த இயக்கத் தலைமை ஸ்தானமாவது அப்படி இருக்கிறதா? பெரியார் அவரது இந்த 50 வருஷ வாழ்வில் பல தலைமை ஸ்தானத்தில் இருந்திருக் கிறார். இவற்றுள் ஏதாவது ஒன்று ஒரு தனிப்பட்ட மனிதன் வாரிசு கிரமத்தில் சூட்டிய தலைமைப் பதவியாக இருக்கக் கூடுமா? மற்றும் இன்று இந்நாட்டில் எத்தனையோ ஸ்தாபனங்களும் தலைமைப் பதவிகளும் இருந்து வருகின்றன. இவைகளில் எது யாரால் சூட்டப்பட்டதாகும்? திராவிடர் கழகத் (ஜஸ்டிஸ் கட்சி) தலைவர் பெரியாருக்குத் தலைமைப் பதவி அவர் ஜெயிலில் இருக்கும்போது, பொப்பிலி ராஜா வீட்டில் நடந்த தேர்தலில், சென்னையில் தீவு

மைதானத்தில் நடந்த மாகாநாட்டுத் தேர்தலில், திருவாரூர் மாநாட்டுத் தேர்தலில், சேலம் மகாநாட்டுத் தேர்தலில், திருச்சி மகாநாட்டுத் தேர்தலில் தேர்ந்தெடுக்கப்பட்ட தலைவர் பதவியாகும். இப்படிப்பட்ட தலைமைப் பதவி பெரியாரால் மணியம்மைக்குச் சூட்டப்படப் போகிறது என்று போலி ஆத்திரமும் போலி அழுகையும் காட்டி மக்களை ஏய்த்தால், மக்கள் ஒரு நாளைக்காவது சிந்திக்கும் படியான நிலைமை வராதா என்று கருத வேண்டாமா? பெரியார் தலைமைப் பதவியை மணியம்மைக்குச் சூட்டுவதற்காக மணியம்மையை மனைவியாகவோ வாரிசாகவோ பெற வேண்டிய அவசியம் என்ன?

இயக்கத்தில் இதுவரை நடந்து வந்த நடப்பு விதிகள் கான்ஸ்ட்டிடியூஷன் இன்னது என்று தெரியாத அறியாத மனிதர்கூட இதைச் சொல்ல முனையமாட்டாரே? மணியம்மைக்குத் தலைமைப் பதவி சூட்டுவதற்காக நான் வாரிசு முறை ஏற்படுத்துகிறேன் என்று பெரியார் எங்கு சொல்லி இருக்கிறார்? ... இந்த இரண்டு வாக்கியத்திலும் இயக்கத் தலைமைக்காக இந்த ஏற்பாடு என்றாவது, இயக்கத் தலைமையைச் சூட்டுவதற்காக வாரிசு என்றாவது காணப்படுகிறதா என்பதை எதிரிகள் தவிர்த்து மற்றவர்கள் கூர்ந்து பார்க்க வேண்டும். ... இந்த ஏற்பாட்டுக்கும் கழகத்துக்கும் சம்பந்தமே இருக்காது என்று கூடச் சொல்லலாம். எப்படி என்றால், கழகத்துக்கு யார் வேண்டுமானாலும் தலைவராகலாம். கழகம் எப்பேர்ப்பட்டவர்கள் கைக்கும் போய்விடலாம். கழகத்தை இன்றைய போக்கில் யார் வேண்டுமானாலும் விலைக்கு வாங்கி எப்படி வேண்டுமானாலும் நடத்தலாம். இது திராவிடர் கழகத்துக்கு மாத்திரமல்லாமல் எந்தக் கழகத்துக்கும் இயற்கை. அப்போது டிரஸ்ட்டும் நிதியும் சரிவர நடக்க, அதாவது டிரஸ்ட்டு நடக்காமல் இருந்தால் நடக்கும்படியோ, கண்டவர்கள் தவறு செய்தால் செய்யாமல் இருக்கும்படியோ பார்க்க ஒரு அத்துக்கு டிரஸ்ட்டு நிதிக்குடையவனுடைய வாரிசு உரிமை ஒரு காவலாக இருக்கவே தான் வாரிசு. இதுவும் நிரந்தரமாய் இருக்க முடியாது என்பது இயற்கை. ஆனாலும் கூடுமான அளவு ஒரு தலைமுறைக்கு ஆவது நடக்கலாம் என்கிற ஒரு ஆறுதலுக்கு வாரிசு என்று கருதுகிறார். இந்தக் கருத்தை பெரியார் பலதடவை தெளிவுபடுத்தி இருந்தும் 'இயக்கத் தலைமைக்கு வாரிசு' என்றே மக்களுக்குச் சொல்லி ஏய்ப்பதென்றால், இத்தனை மக்களுக்குமா இயக்க நடப்பு விதி தலைவர் தேர்தல் முதலியவை தெரியாமல் இருக்க முடியும்? டிரஸ்ட்டில் இயக்கக் கழகத் தலைவர் இன்னார் என்று எழுதி விடுவதாலும் தலைவராகிவிட முடியுமா? பெரியாருக்கு அவ்வளவுகூட விதிமுறை தெரியாதா? யாரை அவர் தலைவராக எழுதினாலும் மக்கள் ஒத்துக்கொண்டால் தானே, அதுவும் தேர்தலில்

தெரிந்தெடுக்கப்பட்டால் தானே அது செல்லும்?...பெரியாருக்கு இருக்கும் நிதியை நல்லவழியில் பயன்படுத்த (மணியம்மாள்) வாரிசே அல்லாமல் இயக்க நிதிக்கு வாரிசு அல்ல...." என்று தலையங்கமாகத் தீட்டப்பட்டுள்ளது. ..என்கிறார், என்று கருதுகிறார் என்பது போன்ற சொற்களைப் பார்க்கும் போது பெரியாரிடம் பல்வேறு அய்யப்பாடு களைக் கேட்டு எழுதப்பட்ட தலையங்கம் போல இது இருக்கிறது.

(குடிஅரசு 16.7.1949)

16.7.1949 அன்று தன்னிலை விளக்கமாகப் பெரியாரே ஒரு அறிக்கை வெளியிட்டுள்ளார். அதிலும், இயக்கத் தலைமைக்காக வாரிசாகத் தேர்வு செய்யவில்லை என்பதை உறுதிப்படுத்தி உள்ளார்.

"... இயக்கம் எப்படி நடந்தாலும், இயக்கத்துக்கு யார் தலை வராக இருந்தாலும் என்னுடைய கொள்கைகளும் கொள்கைக்கு ஏற்ற பிரச்சாரமும் எனக்குப் பின்னும் நடந்தேற வேண்டும் என்கிற பேராசை எனக்கு உண்டு..." என்று அதில் குறிப்பிட்டார். அறக் கட்டளையானது முறையாகச் செயல்பட்டால்தான் கொள்கை பிரச்சாரம் ஒழுங்காக நடக்கும் என்று பெரியார் கணித்தது இந்த அறிக்கை மூலமாகத் தெரிகிறது. ஈ.வெ.ரா.மணியம்மை என அறிவிக்கப்பட வேண்டும் என்று செய்யப்பட்ட அறிவிப்பில், பெரியார் ஈ.வெ.ராமசாமி அவர்களின் வாழ்க்கைத் துணைவியர் சட்டப்படி மனைவியார் என்றே குறிப்பிடப்பட்டது.

(குடிஅரசு 10.9.1949)

அப்போது இராஜாஜி எழுதிய கடிதத்தைப் பெரியார் வெளியிடவே இல்லை. 2007ஆம் ஆண்டுதான் ஆசிரியர் கி.வீரமணி அந்தக் கடிதத்தை வெளியிட்டார். மணியம்மையைத் திருமணம் செய்து கொள்வதை இராஜாஜி ஏற்கவில்லை. மறுத்தே எழுதி உள்ளார். அந்தக் கடிதத்தில் நாம் பார்க்க வேண்டியது, திராவிடர் கழகத்தின் அரசியல் தலைமைக்காக, வாரிசுக்காக அல்ல, தமது சொத்துக்கு வாரிசு என்ற தகவலைத்தான் இராஜாஜியிடம் பெரியார் சொல்லி இருக்கிறார்.

"... 30 வயதுப் பெண் தங்களுக்குப் பின் தங்களிடம் எவ்வளவு பக்தியும் அன்பும் இருந்தபோதிலும் சொத்தைத் தாங்கள் எண்ணும்படி பரிபாலனம் செய்வாள் என்று நம்புவதில் பயனில்லை. அதற்காக நிபந்தனைகள் வைத்து சாசனம் எழுதினால் அது தகராறுகளுக்கும் மனோ வேதனைக்கும் நீடித்த வியாச்சியங்களுக்கும் தான் காரணமாகும்..." என்று எழுதி இருக்கிறார் இராஜாஜி.

(உலகத் தலைவர் வாழ்க்கை வரலாறு, கி.வீரமணி,
பாகம் 2, பக்கம். 373)

அத்தகைய 'மனைவி' மணியம்மையை முதலில் 'அன்னை' என அழைத்தவர் பாவேந்தர் பாரதிதாசன். "காற்றிறங்கிப் பொதிமாடு போல் பெருத்துத் தொங்கும் அவர் விதையின் ஒரு பால் ஒட்டிய ஆண்குறியினின்று முன்னறிவிப்பு இன்றிப் பெருகும் சிறுநீரை உடனிருந்து கலன் ஏந்திக் காக்கும் ஓர் அருந்தொண்டு அவர் பெருந்தொண்டால் முடியாது. அவர் மக்கள் மேல் வைத்துள்ள அருளால் முடியாது. பெரியார் வாழட்டும் என்று தன் துடிக்கும் இளமையைப் பெரியாருக்கு ஒப்படைத்த ஒரு பொடிப் பெண்ணை, அன்னை என்று புகழாமல் நாம் வேறு என்ன என்று புகழவல்லோம்" என்றார் பாவேந்தர்.

(குயில் இதழ், 10.4.1960)

பாவேந்தருக்கும் மணியரசனுக்குமான வேறுபாடு இதுதான்!

## 10. பெண்ணியம் நுகர்வுவாதமா?

பெரியாரின் பெண்ணியத்தையும் பெண்விடுதலைக் கருத்துகளையும் உதிரிவாதம், நுகர்வுவாதம், நகல்வாதம் என்கிறார் பெ.ம. திருமணம் என்பதை வாழ்க்கை ஒப்பந்தம் என்று பெரியார் சொன்னது சிக்கலானதாம். வீடு வாடகைக்கு ஒப்பந்தம் போடலாம், வாழ்க்கைக்கு ஒப்பந்தம் போடலாமா என்று கேட்கிறார் பெ.ம. கணவன்–மனைவி பிரிவைப் பற்றி அதிகமாகவே கவலைப்படுகிறார். கணவன், மனைவி உறவு வாழ்நாள் உறவாக இருக்க வேண்டும், சிக்கல் எழுந்தால் மணமுறிவு செய்து கொள்ளலாம், அதற்காகத் திருமணம் செய்து கொள்ளும்போதே இது ஒப்பந்தம் என்ற உணர்வு கூடாது, நிரந்தரமற்ற–தற்காலிகத் தன்மை போன்ற தோற்றத்தை உருவாக்கக் கூடாது என்றெல்லாம் வகுப்பு எடுக்கிறார் பெ.ம.

இதன் உச்சமாக 'சகித்து வாழ வேண்டும்' என்று அறிவுரையும் வழங்குகிறார். பிரிந்து போகும் உரிமை இருவருக்கும் உண்டு, ஆனால் உடனே பிரிந்து விடக்கூடாது, மனம் விட்டுப் பேசிச் சரி செய்து கொள்ள முயல வேண்டும், இணக்கம் காண முயல வேண்டும், முடியும் வரை சகித்துக் கொள்ள முயல வேண்டும், இவ்வளவுக்குப் பிறகும் இணக்கம் காண முடியவில்லை என்றால் பிரியலாம்' என்று இறங்கி வருகிறார் பெ.ம. இதற்கு அவர் சொல்லும் காரணம் என்ன தெரியுமா? வாழ்க்கை என்பது ஆசையும் லாபமும் மட்டுமல்ல, மன மதிப்பீடுகளாம். மண முறிவு ஏற்பட்டு மீண்டும் திருமணங்கள் செய்து கொள்ளும் மேற்குலகில் நிம்மதியான வாழ்க்கை இல்லையாம். இதையும் தாண்டி லிவ்விங் டுகெதர் வாழ்க்கைக்குப் போய்க் குழந்தையைப் பெற்றுக்கொண்டு பிரிந்து விடுகிறார்களாம். அறிவியலில் முன்னேறி அன்பு உற்பத்தியில் பின்

தங்கிவிட்டார்களாம், அறவாழ்க்கை அவர்கள் வாழவில்லையாம் என்றெல்லாம் வருத்தப்படுகிறார். இன்றைய நிலையில் ஆணாதிக்கம் அற்ற பெண்ணுரிமை உள்ள குடும்ப வாழ்க்கை வேண்டும் என்றும், உணர்ச்சி வசப்பட்டு உடனடி மணமுறிவு என்ற உதிரி வாழ்க்கை கூடாது என்றும், மணமுறிவு பெற்ற ஆணும் பெண்ணும் நிம்மதியாக வாழ்கிறார்களா என்றால் அதுவும் இல்லை என்றும், பிரிந்த பிறகும் வேறொரு வடிவத்தில் மன உளைச்சல்கள், ஓயாத உறுமல்கள், பொருமல்கள் இருக்கின்றன என்றும் இவற்றுக்குத் தீர்வு காணும் வகையில் பெரியாரின் பெண்ணுரிமைக் கோட்பாடு இல்லை என்றும், சொல்கிறார் பெ.ம.

பெண்ணின் இலக்கு, ஆணின் இடத்தை அடைதல் என்றாராம் பெரியார், இதனை நகல் வாதம் என்கிறார். பிடிக்காவிட்டால் உடனே பிரிந்துவிடுங்கள் என்று பெரியார் சொல்வதை நுகர்வுவாதம் என்கிறார். ஆணைப்போலக் கிராப் வெட்டிக் கொள் என்பதை உதிரி வாதம் என்கிறார். மொத்தத்தில் பெ.ம. சொல்வது அத்தனையும் பழமைவாதமாக இருக்கின்றன. அவருக்குள் இருக்கும் ஆண் இறக்கை கட்டிப் பறக்கிறான்.

பெண் ஆபாசமற்ற, கண்ணியமான உடை உடுத்த வேண்டும் என்கிறார் பெ.ம. கர்ப்பப் பையைப் பெரியார் அகற்றச் சொன்னது எல்லாவற்றையும்விடக் கொடுமையானது என்கிறார். கர்ப்பப் பையைப் பெண்கள் அகற்றிவிட்டால் அதன்பிறகு ஆணும் இல்லை, பெண்ணும் இல்லை, பிறகு சம உரிமை யாருக்கு? என்று கேட்கிறார் பெ.ம. அதாவது அவரது இலக்கணப்படி பெண் என்றால் கர்ப்பப் பை மட்டும் தான். அதனை அகற்றி விட்டால் அவள் பெண் அல்ல. இவை அனைத்தும் 'திராவிடம் தமிழர் மறுமலர்ச்சியை வளர்த்ததா? வழிமாற்றியதா?' என்ற நூலின் புதிய பதிப்பில் இருக்கின்றன.

பெரியார் மீது இவருக்குத் 'திராவிடக் கோபம்' மட்டுமல்ல பல்வேறு கோபங்கள் இருக்கின்றன. அதில் ஆணியக் கோபமும் இருக்கிறது. பெரியார்தான் எங்களுக்காகப் பேசினார், கர்ப்பப் பையைத் தூக்கி எறி என்று சொன்னவர் யார், கிராப் வெட்டிக் கொள் என்று சொன்னவர் யார் என்று பெண்ணியலாளர் கேட்பதைப் பார்த்தால் இவருக்கு ஏனோ வயிறு எரிகிறது. இவருக்கு உள்ளே வேறொன்று இருக்கிறது. அது தான் மொத்தப் புரட்சிகர எண்ணங்களுக்கு எதிராகவும் இவரைப் பேச வைக்கிறது.

சாதி ஒழிப்பு, பெண்ணுரிமை ஆகிய இரண்டும்தான் என்னுடைய சிந்தனைகளுக்கு அடிப்படைத் தத்துவம் என்று பெரியார் சொன்னார். சாதி, மதம், கடவுள், சாஸ்திரம், புராணங்கள் ஆகிய அனைத்தையும் அவர் எதிர்க்கக் காரணம் இவை அனைத்தும்

சாதியைக் காப்பாற்றுகின்றன, பெண்களை அடிமையாக நடத்துகின்றன என்பதால் தான். இதில் அவர் பேசிய பெண்ணியத்தில் பெண்ணுரிமை, பெண்விடுதலை, பெண்ணடிமை, திருமணம், கற்பு, ஆணாதிக்கம், ஆண்மை, பெண்மை, ஒழுக்கம், மணமுறிவு, விதவைகள், விதவைகள் மறுமணம், பெண்கல்வி, இளம்வயது திருமணம், சாதி மறுப்புத் திருமணம், சுயமரியாதைத் திருமணம், தாலி, புரோகிதம், பார்ப்பனர், சொத்து, சொத்துரிமை, அடக்குமுறை, சுதந்திரம், உடன்கட்டை ஏறுதல், தேவதாசி, பொட்டுக்கட்டுதல், சாரதா சட்டம், கர்ப்பம், கர்ப்பத்தடை, கர்ப்பப்பை, அடிமைத்தனம், சடங்கு, மறுமணம், காதல், சீர்திருத்தம், பலதாரம், பல கணவர் முறை, ஆரியரின் அடிமைக் கருத்துகள், பெண்களின் அலங்காரம், நகை ஆசைகள், புடவை மோகம், பெண்கள் வேலைக்குச் செல்லுதல், குடும்பக் கட்டுப்பாடு, வரதட்சணை, திருமணம் தேவையில்லை, காதல் திருமணங்கள், குடும்பம், குடும்ப வன்முறை, குடும்ப வேலைகள், திருமணப் பதிவு, சிக்கனம், ஒரு தார மணம், பலதார மணம், பதிவிரதைத்தன்மை, பத்தினித்தன்மை, குடும்ப நலம், வாழ்க்கைத் துணை, வாழ்க்கைத் துணைவர், குழந்தை வளர்ப்பு, ஆணுக்கும் கற்பு, பெண்களைப் பற்றிய புராணங்கள், பெண்களைப் பற்றிய இலக்கியங்கள், தமிழர் திருமணம், கண்ணகி, அவ்வை, கருச்சிதைவு, கூட்டு வாழ்க்கை, கம்யூன், பெண்ணின் உழைப்பு, பெண்ணுரிமை இயக்கம், சுய மரியாதையும் பெண்களும்... இப்படி அவர் பேசாத கருத்துக்கள் இல்லை. அனைத்தையும் பெண்ணுக்காக, பெண் குரலில் பேசினார். 'பெண்களாகிய நாம்' என்று ஒரு மாநாட்டில் தம்முடைய பேச்சைத் தொடங்கினார்.

பெரியார் பேசியது பெண்ணுரிமை, பெண் விடுதலையே தவிர, உதிரிவாதமும் அல்ல, நகல்வாதமும் அல்ல. ஆணின் இடத்தில் அல்ல, ஆணுக்கு மேலாக கொண்டு போய் வைத்தார் பெரியார். பெண்களைப் படிக்க வேண்டும் என்று மட்டும் சொன்னவர் அல்ல, ஆண்களைவிட அதிகமாகப் படிக்க வேண்டும் என்றார். ஆண்கள் அளவுக்கு அறிவு பெற வேண்டும் என்று சொல்லவில்லை அவர், ஆண்களைவிடப் பெண்களுக்கு அறிவுக்கூர்மை அதிகம் என்று சொன்னார். ஆசிரியர் பணியிடங்கள் மட்டுமல்ல, காவல்துறை பணியிடங்களையும் பெண்களுக்கு அதிகம் தரப்பட வேண்டும் என்று சொன்னார். ஆணிடம் அடங்கி இருந்து (தந்தையாக, கணவனாக, மகனாக!) சகித்துக் கொண்டு வாழ வேண்டும் என்று அவர் சொல்லவில்லை, துன்பப்படும் பெண்கள் வீட்டை விட்டு வெளியேற வேண்டும் என்றார். யார் தயவும் தேவைப்படாதவளாக நீ வாழ் என்பதுதான் பெரியார் சொன்னது. ஆணை அடக்கி வாழ் என்றும் சொல்லவில்லை.

கர்ப்பத் தடை குறித்துப் பெரியார் எழுதியதைப் படிக்கும் பெ.ம. அதிர்ச்சி அடைகிறார். அதாவது 1928 இல் அவர் எழுதியதை நூறு ஆண்டுகள் கழித்துப் படிக்கும் போதே இவருக்கு வேர்க்கிறது என்றால், அன்று எப்படி இருந்திருக்கும்! பெண்களின் விடுதலைக்குத் தடையாக இருப்பதே திருமணமும், குழந்தைகளும் தான் என்று சொன்னவர் பெரியார். இந்த இரண்டையும் அவளது கையையும் காலையும் கட்டியுள்ள விலங்காக உருவகப்படுத்தினார். பிள்ளைப் பேறு என்பது சொத்தோடு, சாதியோடு, குடும்ப கவுரவத்தோடு, ஆண்மையோடு, வீரத்தோடு தொடர்புடையதாக இருக்கிறது. இன்னும் சொன்னால், குழந்தைப் பாக்கியம் என்பது கடவுளின் வரமாகப் பார்க்கப்பட்டது. ஆண்டவன் கொடுப்பதைக் கட்டுப் படுத்தக் கூடாது என்ற காலமாக அது இருந்தது. குழந்தை இல்லை என்பது கடவுளின் தண்டிப்பாக இருந்தது. ஆனால் பெண்ணின் உடல்நிலை, மனநிலை, நலன் இங்கே பார்க்கப்படவில்லை. பெரியார், பெண்ணுரிமையைக் கையில் எடுத்த காலம், குழந்தைத் திருமணங்கள் அதிகம் நடந்த காலம். வயதான முதியவர்களுக்கு இளம்பிள்ளை களைக் கட்டாயத் திருமணம் செய்து வைத்த காலம். இளம்வயது பெண்கள், விதவைகளாக வாழ்ந்த காலம். வயதான கிழவர்கள் மணம்முடித்த காலம். எத்தனை திருமணங்களும் செய்துகொள்ளலாம் என்ற காலம். இதைப் பார்த்துத்தான் கர்ப்பத் தடையைப் பேச ஆரம்பிக்கிறார்.

குடிஅரசு அலுவலகத்துக்கு எதிரே இருந்த வீட்டில் ஐந்தாறு பிள்ளைகளைப் பெற்ற மனைவியை, தினமும் கணவன் அடித்துத் துன்பம் செய்ததை அவர் பார்க்கிறார். அந்தப் பெண்ணை அழைத்துப் பேசுகிறார். 'இவனோடு வாழ்வதற்கு எங்காவது கிணற்றில் விழுந்து எப்போதோ நான் செத்திருப்பேன், ஆனால் என் பிள்ளைகளை என்ன செய்வது?' என்று அந்தப் பெண் கேட்கிறாள். ஒரு பெண்ணின் சுதந்திரச் சிந்தனைக்குத் தடையாக இருப்பது குழந்தைகள் என்பதை உணர்கிறார். அப்போது ஆங்கிலப் பத்திரிக்கை ஒன்றில், கர்ப்பத் தடை குறித்த தகவல் வருகிறது. அதனைப் படித்துவிட்டு, குடிஅரசு மேலாளர் ஒருவரிடம் கொடுத்து அதனை மொழிபெயர்த்துத் தரச் சொல்கிறார். அதுமுதல் இதனைப் பேசத்தொடங்குகிறார். 'கர்ப்ப ஆட்சி அல்லது பிள்ளைப் பேற்றை அடக்கி ஆளுதல்' என்ற புத்தகத்தை 1936இல் பெரியார் வெளியிடு கிறார். பெண் ஏன் அடிமையானாள்? என்ற நூலை 1942இல் வெளியிடுகிறார். கர்ப்ப ஆட்சி என்பது முழுக்க மொழிபெயர்ப்பு நூல். அதிகமாகக் குழந்தைகள் பெற்ற தாய்மார்கள் அதனால் அடைந்த துன்பங்களை விவரிக்கும் கடிதங்கள்தான் அந்த நூல். பெண் ஏன் அடிமையானாள்? என்பது இவரே எழுதியது.

பிள்ளைகளே வேண்டாம் என்பதல்ல அவர் கொள்கை. அதிகம் வேண்டாம் என்றார். ஒன்றிரண்டோடு நிறுத்திக் கொள்ளுங்கள் என்றார். இதனை அவர் அந்தக் காலத்தில் சொல்லும் போது இந்துமதப் பற்றாளர்களும் எதிர்த்தார்கள். கிறித்துவப் பாதிரிமார்களும் எதிர்த்தார்கள். இவர்களை எதிர்த்து, கன்னிமாடத்தின் வண்டவாளம் – பாதிரியும் பாவமன்னிப்பும் என்ற புத்தகமே போட்டார் பெரியார். இது அன்றைய ஆட்சியால் தடை செய்யப்பட்டது. ஆனால் அதுதான் பிற்காலத்தில் குடும்பக் கட்டுப்பாட்டுத் திட்டமாக விரிந்தது. பிரதமர் இந்திரா ஆட்சிக்காலத்தில் (1970) மத்திய சுகாதாரத் துறை அமைச்சராக இருந்த டாக்டர் சந்திரசேகர், பெரியாரைச் சந்தித்து, உங்களுக்கு 1920களில் இந்தச் சிந்தனை வந்ததற்கு என்ன காரணம் என்று ஆச்சர்யப்பட்டுக் கேட்டார். அத்தகைய முன்னோக்கியாகப் பெரியார் இருந்தார். ஒரு பெண்ணின் சுதந்திரத்துக்குத் திருமணமும், குழந்தையும் தடையாக இருக்குமானால் அந்த இரண்டையும் புறக்கணித்துவிட்டு முன்னேறு என்பதே அவரது அறிவுரை.

மனிதனுக்கு வேண்டியது இன்பமும் மனநிறைவும் என்று பெரியார் சொல்கிறார். இது திருமணத்தில் கிடைக்க வேண்டும் என்கிறார். இந்தத் திருமணத்துக்கான துணையை ஆணும் பெண்ணும் தாங்களே தேடிக்கொள்ள வேண்டும் என்றார். பழங்காலத்தில் அப்படித்தான் தேடிக் கொண்டார்கள் என்றார். அன்பும் காதலும் தான் அந்தக் காலத்தில் அடிப்படையாக இருந்தன, ஆனால் அது காலப்போக்கில் மாறிவிட்டது என்றார். 'ஓர் ஆணுக்கு அவள் சமையல்காரி, ஓர் ஆணின் வீட்டுக்கு அவள் வேலைக்காரி, ஓர் ஆணின் குடும்பப் பெருக்குக்குப் பிள்ளை விளைவிக்கும் பண்ணை, ஓர் ஆணின் அழகிற்கு மனப்புளங்கா கிதத்துக்கு ஓர் அழகிய அலங்கரிக்கப்பட்ட பொம்மை என்று ஒரு குடும்பம் இருக்கக் கூடாது' என்றார்.

திருமணத்தை அவர் வெறும் நுகர்வாக மட்டும் நினைக்க வில்லை. திருமணத்துக்குக் காதல் போதும் என்று இன்றுகூடப் பலரும் நினைக்கிறார்கள். காதல் மட்டும் போதாது என்றார் பெரியார். அறிவு, அன்பு, பொருத்தம், அனுபவம் ஆகியவையும் திருமணத்துக்கு வேண்டும். கண்டதும் காதலாக அது இருக்கிறது. அது காதலும் அல்ல என்றார் அவர். இந்தக் காதலை மட்டுமே வைத்துக் கொண்டு இருவரால் வாழ முடியாது. வெறும் காதல், மோகம் முடிந்ததும் முடிந்து போகும். விட்டு ஓடிவிடுவார்கள். சகுந்தலையைத் துஷ்யந்தன் விட்டுப் போவது போல ஓடிவிடுவார்கள் என்று சொன்னவர் பெரியார். வெறும் இச்சை, இச்சைப் பெருக்கம் போதாது என்றார். காதலை மட்டும் வலியுறுத்தி இருந்தால் அதனை

நுகர்வு எனச் சொல்லலாம். அதைத் தாண்டிய பல்வேறு ஒத்திசைவு ஆணுக்கும் பெண்ணுக்கும் இருக்க வேண்டும், அத்தகைய மணம் நிகழ வேண்டும் என்று வலியுறுத்தினார் பெரியார். அப்படி ஒத்திசைவு முறியும்போது விலகிக் கொள்ளலாம் என்றார். இதில் நுகர்வுத்தன்மை எங்கே இருக்கிறது?

அதற்கு அவர் சொன்னது தான், ஒப்பந்தம் போல என்ற சொற்றொடர். இரண்டு தரப்பும் இணங்கி இருக்கும் வரை ஒப்பந்தம் செல்லும் என்பதைப் போல வாழ்க்கையும் செல்லும். செல்ல வேண்டும். மாறாக நடந்தால் முறித்துக் கொள்ளப்படும் என்றது எப்படித் தவறாக இருக்க முடியும்?

சுயநிர்ணய உரிமை கொடுத்தாலே பிரிந்துவிடுவார்கள் என்று அரசு சொல்வதற்கும், ஒப்பந்தம் என்றாலே ஒன்றாக வாழ மாட்டார்கள் என்று மணியரசன் சொல்வதற்கும் வேறுபாடு இல்லை.

கிராப் வெட்டிக் கொள்ள வேண்டும் என்று பெரியார் சொன்னதையே துக்ளக் சோவைப் போல மேற்கோள் காட்டுகிறார் மணியரசன். பெரியார் சொன்ன நூறு கட்டளைகளிலும் அதுவும் ஒன்று. அது மட்டுமே பெரியாரின் கட்டளையல்ல. பெண் அதிக மாகப் படிக்க வேண்டும். ஆணைவிட அதிகம் படிக்க வேண்டும். நிச்சயமாக வேலைக்குப் போக வேண்டும். உடற்பயிற்சி செய்ய வேண்டும். தேகப்பயிற்சியோடு ஆயுதப் பயிற்சியும் தெரிந்திருக்க வேண்டும். எந்த ஆணையும் பலத்தால் வெல்லும் திறன் வேண்டும். வீரத்தோடு வாழ நினைக்கவேண்டுமே தவிர, அழகை மட்டும் விரும்பக் கூடாது.

22 வயது வரை பெண்கள் படிக்க வேண்டும். அதன்பிறகு வேலைக்குப் போகவேண்டும். அந்தப் பெண் விரும்பினால், அவள் தான் விரும்புபவனைத் திருமணம் செய்து கொள்ள வேண்டும். அந்தத் திருமணத்தைப் பெற்றோர் மனப்பூர்வமாக ஏற்றுக் கொள்ள வேண்டும். பெண்கள் வெளியில் சென்று தாராளமாகப் பழகப் பெற்றோர் அனுமதிக்க வேண்டும். சுதந்திரம், வீரம் ஆகியவை ஆண்மையின் அடையாளமாகச் சொல்லப்படுகின்றன. அதனைப் பெண்களும் அடைந்து விட்டால் ஆண்மை என்ற சொல் செத்து விடும் என்றார் பெரியார். அதற்காக அவர் பெண் தன்னை அலங் காரம் செய்வதை முற்றிலும் நிராகரிக்கவில்லை. அதே வேலையாக இருக்கக்கூடாது என்றார். பெண்ணின் உடையில் வேறுபாடு கூடாது, பெயரில் வேறுபாடு கூடாது, வளர்ப்பில் வேறுபாடு கூடாது என்றார்.

'டீசென்சி, சுத்தம், கண்ணுக்கு வெறுப்பில்லாத ரம்மியம் வேண்டாம் என்று நான் சொல்லவில்லை, சுத்தம் இருக்க வேண்டும், பார்வைக்கு வெறுப்பு அசிங்கம் இல்லாமல் இருக்க வேண்டும், பரிசுத்தமாக இருக்க வேண்டும்' என்றவர் அவர்.

பெண்ணின் மனநிலை, மனப்பிரச்னைகள் பற்றிப் பெரியார் பேசவில்லை என்கிறார் பெ.ம. பெண்ணின் பிரச்னை என்பதே மனவியல் பிரச்னையும் தான். நாம் முழு விடுதலையடைய வேண்டியவர்கள் என்ற எண்ணம் பெண்ணுக்கு இல்லை என்றும், பெண்ணின் விடுதலைக்குப் பெண்ணே தடையாக இருக்கிறாள் என்றும் சொன்னவர் அவர். பெண்ணின் பிரச்னையை ஒவ்வொரு ஆணும் தன் மனைவியை நினைத்து முடிவெடுக்கக் கூடாது; மகளை, சகோதரியை நினைத்து முடிவெடுக்க வேண்டும் என்றவர் அவர். அனைத்துக்கும் மேலாக, பெண்ணுரிமை பேசும் ஆண்களை முழுமையாக நம்பிவிடாதே என்றும் சொன்னவர் அவர். பூனைகளால் எலிகளுக்கு விடுதலை கிடைக்காது என்றவர் அவர். நீ மனதளவில் தைரியம் கொள், உனக்குத் தடையாக இருக்கும் அனைத்தையும் உடை, வீட்டை விட்டு வெளியேறு, யாரையும் சார்ந்து வாழாதே, உனக்குப் பிடித்திருந்தால் அவனைத் திருமணம் செய், பிடிக்கவில்லை என்றால் பிரிந்துவிடு, திருமணம் வேண்டாம் என்று முடிவெடுத்தால் திருமணம் செய்யாதே, பிள்ளை வேண்டாம் என்று முடிவெடுத்தால் பெற்றுக் கொள்ளாதே, உனக்காக வாழ், உன் வருமானத்துக்கு உட்பட்டு வாழ், அதைத் தாண்டிய நோக்கம் உனக்கு இருக்குமானால் உன் சமூகத்துக்காக வாழ், இந்தத் தெளிவு உன்னிடம் இருக்குமானால் உனக்கு மனப்பிரச்னையும் வராது. குடும்பப் பிரச்னையும் வராது. பொருளாதாரச் சிக்கலும் வராது—இது தான் பெரியார் சொன்னது. இது பெண்ணின் உணர்வு வாதம், உரிமைவாதம், மனநிறைவுவாதம்!

### *11. அறிவியலை ஆதரித்தாரா?*

பெரியாரின் பகுத்தறிவுவாதம் இயங்கியல் சார்ந்தது இல்லை, எல்லாவற்றுக்கும் மேலானது அறிவியல் என்று சொன்னார், பெரியாரியர்கள் கிட்டத்தட்ட அறிவியல் வழிபாட்டாளர்கள் என்று சொல்கிறார் பெ.ம. அறிவியலை ஆராதித்தல் என்பது கூடக் கடந்து போகக் கூடிய விமர்சனம் தான். ஆனால் அதற்கு மணியரசன் சொல்லும் உதாரணம்தான் நஞ்சு கலந்தது. பெரியார் இருந்திருந்தால் கூடங்குளம் அணு உலையைஆதரித்திருப்பார், காவிரி மாவட்டங்களில் மீத்தேன் எடுக்கும் திட்டத்தை ஆதரிப்பார் என்று இயக்குநர் சங்கரைப் போல மணியரசனின் கற்பனை விரிகிறது. இவ்வளவு கற்பனை வளத்தையடைய அவர் உண்மையில் புனைவு இலக்கியத்துறையில் புகுந்திருந்தால் ஞானபீடங்களைக் கூடக் கைப்பற்றி இருக்கலாம். பெரியார் மீது களங்கம் கற்பிப்பதற்காக எந்தளவுக்கும் மணியரசன் போவார் என்பதற்கு இது உதாரணம்.

"பழையன கழிதலும் புதியன புகுதலும்
வழுவல கால வகையினானே" –என்கிறது நன்னூல்.

எல்லாமே கடவுளால் உருவானது என்று சொல்லப்பட்ட காலத்தில் அறிவியலால் பல்வேறு காரியங்கள் நடந்ததைப் பெரியார் அறிகிறார். எனவேதான் மூடநம்பிக்கைகளுக்கு மாற்று அறிவியல் தான் என்ற முடிவுக்கு வருகிறார். பிள்ளைப் பேறு ஆண்டவனின் வரம் என்றார்கள். ஆனால் சோதனைக்குழாய் மூலமாகக் குழந்தை உருவாக்கப்பட்டதை நாத்திகம் பரப்பும் வழிமுறையாகப் பெரியார் நினைத்தார். பிரம்மனுக்கு சீட்டு கிழிக்கப்பட்டு விட்டது என்று மகிழ்ந்தார். அறிவியலை ஆராதித்தல் அல்ல அது, அவரது கொள்கையைப் பரப்பும் ஒரு வழிமுறையாக, எடுத்துக்காட்டாக, உதாரணமாக, ஆதாரமாக அறிவியலை நினைத்தார்.

பிள்ளைப் பேறுக்கு ஆண்பெண் சேர்க்கை தேவையில்லை என்று அவர் சொன்னார். மாட்டில் பொலிகாளைகளை உருவாக்குவதைப் போலப் பொலிமக்களை உருவாக்குவார்கள் என்று அவர் 1940களில் சொன்னார். எல்லாவற்றுக்கும் மேலானது என்று அவர் சொல்லவில்லை. ஆண்டவனின் சாதனை என்று சொல்லப்படுவதற்கு அறிவியல் மேலானது, ஆண்டவனின் சாதனையை அறிவியல் செய்யும், ஆண்டவனால் செய்ய முடியாததையும் அறிவியல் செய்யும் என்றுதான் சொன்னார்.

மருத்துவர்களைத்தான் உலகத்தின் முதல் நாத்திகர்கள் என்று பெரியார் ஏன் சொன்னார் என்பதைப் புரிந்தால் அவர் ஏன் அறிவியலை ஆதரித்தார் என்பதையும் புரிந்து கொள்ளலாம். நோய் ஆண்டவன் தரும் தண்டனையாகச் சொல்லப்பட்டது, 'ஏன் கடவுளே என்னை இப்படிச் சோதிக்கிற' என்பது மக்களின் குரல். இந்த ஆண்டவனின் சோதனையைத் தகர்த்துக் குணப்படுத்துபவன் மருத்துவன். அதனால் அவனே முதல் நாத்திகன், மருத்துவர்கள் அனைவருமே நாத்திகர்கள் என்றும் சொன்னார். அறிவியல் சாதனைகள் அனைத்தையும் மனிதசமூகச் சாதனையாகவும், அதற்கும் ஆண்டவனுக்கும் எந்தத் தொடர்பும் இல்லை என்றும் சொன்னார்.

அறிவியலாளர்களைப் பகுத்தறிவாளர்கள் என்றார். முன்னோர் சொன்னதை நம்பாமல், தம்முடைய சிந்தனைப்படி அவர்கள் நடப்பதாகக் கணித்தார். உலகம் புராண இதிகாசப் பண்டிதர்களால் வளராது. அவர்கள் ஏற்கெனவே உள்ளதை அப்படியே நம்புகிறார்கள். உலகம், அறிவியல் பகுத்தறிவாளர்களால் வளரும். அவர்கள்தான் மாறுதலை மனப்பூர்வமாக வரவேற்பார்கள் என்று நினைத்தார். இது மக்களின் தேவைக்கு ஏற்ற, சிந்தனைக்கு ஏற்ற, பயன்பாட்டுக்குத்

தேவையான அறிவியலை ஏற்றுக் கொள்வதே தவிர, எல்லா அறிவியலையும் ஏற்பது அல்ல.

பெரியார் பேசியது அனைத்தும் அவர் காண விரும்பிய சமூக உலகம் எத்தகையதாக இருக்க வேண்டும் என்ற அடிப்படையில் இருந்தது.

அவர் எழுதிய 'இனி வரும் உலகம்' என்ற நூல். இந்த உலகம் எத்தகைய அறிவியல் வளர்ச்சி கொண்டதாக மாறும் என்பதைச் சொல்வதாக அமைந்திருந்தது. பெரியார் சமூக விஞ்ஞானியாக மட்டுமல்ல அறிவியல் விஞ்ஞானியாகவும் இருந்தார் என்பதை அதன் மூலம் அறியலாம்.

மாற்றத்துக்குத் தயாராக மனிதன் இருக்க வேண்டும் என்றார் பெரியார். மாற்றத்துக்குத் தயாராக இல்லாதவன் மனித சமூகத்தில் வாழத் தகுதி இல்லாதவன். இப்போது உங்களுக்கு நான் புதுமையானவனாகத் தெரியலாம், என்னைப் பழமைவாதி என்று சொல்ல ஒருவன் வருவான். அப்படி வரவேண்டும் என்றார் அவர்.

'இனிவரும் உலகம்' என்ற அவரது நூல் 1944 இல் வெளியானது. சில திருமண விழாக்களில் பங்கெடுத்த பெரியார், பேசிய பேச்சைக் கேட்ட அண்ணா, அவர் பேசிய கருத்துகளால் ஈர்க்கப்பட்டு அதனை அப்படியே எழுதிப் புத்தகமாக ஆக்கினார். அந்த நூலில் உலகம் எப்படி எல்லாம் மாறும் என்பதைப் பெரியார் சொல்லி இருக்கிறார். அரசுகள் இல்லாத, சொத்துடைமை இல்லாத, போர்கள் இல்லாத, கடவுள் இல்லாத, மோட்சம் இல்லாத, ஒழுக்கக் கேட்டுக்கு இடமில்லாத, அடுத்தவருக்குத் தீமை செய்ய வேண்டிய தேவை இல்லாத உலகமாக அது அமையும் என்று சொல்லி இருக்கிறார். அந்த உலகம் ஆயிரம் ஆண்டுகள் கழித்துக்கூட அமையலாம். அவரது எண்ணம் அது. அது இருக்கட்டும். நடக்கட்டும்.

அந்த உரையில்தான் அறிவியல் பூர்வமான தமது தொலை நோக்குப் பார்வையைப் பெரியார் செலுத்தி இருக்கிறார். அவர் செய்த கற்பனைகளை இன்று நாம் பயன்படுத்தி வருகிறோம். 1944 இல் அவர் சொல்கிறார்... போக்குவரத்து முழுமையாக ஆகாய விமானமும் அதிவேக சாதனையாகவும் இருக்கும் என்கிறார். நாடு விட்டு நாடு அல்ல, மாநிலம் விட்டு மாநிலம் அல்ல, ஒரே மாநிலத்துக்குள் விமானப்பயணம் சாதாரணமாகி விட்டது. கம்பியில்லாத் தந்தி சாதனம் ஒவ்வொருவர் சட்டைப் பையிலும் இருக்கும் என்கிறார். இதோ அனைவர் சட்டைப் பையிலும் செல்லிடப்பேசி இருக்கிறது. ரேடியோ ஒவ்வொருவர் தொப்பியிலும் அமைக்கப்பட்டிருக்கும் என்றார். பண்பலை வரிசைகள் பெருகிவிட்டன இன்று. உருவத்தைத் தந்தியில் அனுப்பும்படியான சாதனம் எங்கும் மலிந்து ஆளுக்காள் உருவம் காட்டிப் பேசிக் கொள்ளத்தக்க சவுகரியம் ஏற்படும் என்றார்

பெரியார். இணையத்தின் முழுப்பயன்பாடும் இப்போது இதுவாகவே அனைவருக்கும் ஆகிவிட்டது. பல்வேறு செயலிகள் வந்துவிட்டன. மேற்கண்ட சாதனங்களால் ஓர் இடத்தில் இருந்து கொண்டே பல இடங்களில் உள்ள மக்களுக்குக் கல்வி கொடுக்கச் சாத்தியப்படும் என்றார் பெரியார். இன்றைக்கு இணையவழிக் கல்வி ஊர்களைக் கடந்து மாநிலம் கடந்து, நாடுகளைக் கடந்து நடந்து கொண்டிருக்கிறது. உணவுகள் சத்துப்பொருட்களாகச் சுருக்கப்பட்டு ஒரு வாரத்திற்குச் சிறு குப்பியில் அடக்கக் கூடியதாக வந்துவிடும் என்றார் பெரியார். இன்றைக்கு உணவுப்பொருட்கள் அனைத்தும் பொட்டலங்களாக வந்துவிட்டன. அப்போது சொன்னதுதான் ஆண், பெண் சேர்க்கைக்கும் குழந்தை பெறுவதற்கும் தொடர்பில்லாமல் போய்விடும் என்று. கருமுட்டை மருத்துவமனைகள் பயன்பாட்டுக்கு வந்து விட்டன.

பெட்ரோலுக்குப் பதிலாக மின்சார சக்தி பயன்படுத்தப்படலாம், அல்லது விசை சேகரிப்பாலே ஓட்டப்படலாம் என்றார். இன்று மின்சாரத்தில் இயங்குபவை, பேட்டரியில் இயங்குபவை என வாகனங்கள் வந்துவிட்டன. மின்சாரப் பயன்பாடு அதிகம் ஆகும் என்றார். இன்று அது தவிர்க்க முடியாததாக ஆகிவிட்டது. எனவே, பெரியார் அறிவியலை நம்பியவர் மட்டுமல்ல, அவரே அறிவியலாளராகவும் இருந்தார்.

அவரது அறிவியல் என்பது மக்கள் பயன்பாட்டை அடிப்படையாகக் கொண்டதாகத்தான் இருந்தது. "விஞ்ஞானம் வாழ்க்கையில் இன்பம் அனுபவிக்கப் பயன்படும்படியான அதிசயப் பொருள்களும் கண்டுபிடிப்புகளும் தனிப்பட்டவர்களின் இலாபத்துக் காக என்று முடங்கிவிடாமல் சகல மக்களும் சவுகரியம் தருகின்ற பொதுச் சாதனங்களாக அமையும்" என்று தான் சொன்னார்.

(இனிவரும் உலகம் பக்கம். 13)

அறிவியல் என்றதும் அணுகுண்டு, அழிவுத்திட்டங்கள் என்று மணியரசனைப் போல பெரியார் நினைக்கவில்லை. அறிவியல் கண்டுபிடிப்புகளின் மூலமாக உலகத்தின் வல்லரசாக இந்தியா ஆக வேண்டும் என்றோ, அணுகுண்டுகளைத் தயாரிக்க வேண்டும் என்றோ பெரியார் சொல்லவில்லை. அப்படிச் சொன்னவர் போன்ற தோற்றத்தை உருவாக்க மணியரசன் நினைக்கிறார்.

கூடங்குளத்தை ஆதரித்திருப்பார் என்பதெல்லாம் எச்.ராஜா பாணியிலான அவதூறுகள்தான்!

'விடுதலை'யின் கோப்புகளைப் புரட்டிய போது என்னை அதிர்ச்சியடைய வைத்த செய்தி ஒன்று உண்டு. அது என்ன தெரியுமா?

ஹிட்லர் தற்கொலை செய்து கொண்ட நாள்: *30.4.1945*. இரண்டாம் உலகப் போர் நடந்து கொண்டு இருந்த நேரம் அது. உலகப் போர் குறித்த செய்திகள் 'விடுதலை'யில் அதிகம் இருக் கின்றன. ஹிட்லர் தற்கொலை செய்து கொண்டு இறப்பார் என்று *7.9.1939* நாளிட்ட 'விடுதலை' இதழில் தலைப்புச் செய்தியாக வெளியிடப்பட்டுள்ளது. அதாவது, ஆறு ஆண்டுகளுக்கு முன்னாலேயே ஹிட்லரின் மரணம், தற்கொலையாகத்தான் முடியும் என்று செய்தி வெளியாகி உள்ளது. அந்தச் செய்திக்கு கீழே, 'நெஞ்சில் வஞ்சமும் ஜோப்பில் துப்பாக்கியும் வைத்திருப்பவன் கதி இதுதான்' என்றும் எழுதப்பட்டுள்ளது. எத்தகைய தீர்க்க தரிசனம் இது?

காந்தியாரைச் சந்தித்தபோது, 'பார்ப்பனர்களுக்கு நீங்கள் பயன்படவில்லை என்றால் உங்களைச் சுட்டுவிடுவார்கள்' என்று *20* ஆண்டுகளுக்கு முன் எச்சரித்தவரும் பெரியார் தான். ஹிட்லர் தற்கொலைதான் செய்து கொள்வார் என்று ஆறு ஆண்டுகளுக்கு முன் சொன்னதும் பெரியார் தான்.

இரண்டாம் உலகப் போர் தொடங்கிய போது, "போர்க்களம் புகட்டப்போகும் புத்தி' என்று தலையங்கம் தீட்டினார். 'ஜெர்மன் மக்கள் இன்று துப்பாக்கித் துரையின் தர்பாருக்கு இலக்காகி இருக்கிறார்கள். எந்த நாட்டுக்கும் இவ்விதச் சர்வாதிகாரம் கூடாது" என்றார் பெரியார். சர்வாதிகாரம் உலகுக்கே ஆகாது என்றும் உரிமைக்கு உலைவைக்கும் என்றும் எழுதினார்.

*(குடிஅரசு 10.9.1939)*

ஹிட்லரிசம் என்றும் அதற்கு ஆரியனிசம் என்றும் *1944*ஆம் ஆண்டே பெயர் சூட்டி எழுதி இருக்கிறார் பெரியார். இந்த ஹிட்லரிசம் விஞ்ஞானத்தின் துணை கொண்டு மற்ற நாடுகளின் சுதந்திரத்தைப் பறிக்கிறது என்று குற்றம் சாட்டினார் பெரியார். இதனை அழித்தாக வேண்டும் என்றார்.

ஹிட்லர் இறந்தபோது இது பொதுவுடைமைக்குக் கிடைத்த வெற்றி என்று எழுதியது குடிஅரசு. "... ஹிட்லர் பலாபலனைச் சிந்திக்காத வெத்துவேட்டுப் வீரராக முடிவெய்திவிட்டார்..பொது வுடைமைக் கொள்கைக்கு எதிராய் நிற்கும் யாரும் இந்தக் கதியைத் தான் அடைவார்கள். பொதுவுடைமைக் கொள்கையை எதிர்ப்பவர்கள் மட்டுமல்ல போலிப்பொதுவுடைமையாளர்களும் இந்தக் கதியைத்தான் அடைவார்கள்" என்று எழுதியவர் பெரியார். எனவே, அறிவியலை அழிவு வேலைக்குப் பயன்படுத்துவதைக் கடுமையாக எதிர்த்தவர்தான் பெரியார்.

*(குடிஅரசு 5.5.1945)*

மீத்தேன் திட்டத்தை ஆதரித்திருப்பார் பெரியார் என்று சொல்வதன் மூலமாக, விவசாயத்துக்கு அவர் எதிரி என்று காட்ட முயற்சிக்கிறார் மணியரசன். கிராமச்சீர்திருத்தம், விவசாயத் தொழிலாளர் சங்கம் ஏன்? ஆகிய நூல்களை அவர் முதலில் படிக்க வேண்டும். விவசாயம், அது ஒதுக்கப்பட்டதாக இல்லாமல் தலை நிமிர்ந்து விவசாயியை வாழ வைக்கும் தொழிலாக மாற வேண்டும் என்றே அவர் சொல்லி இருக்கிறார்.

விவசாயத் தொழிலாளர் வாழ்க்கைத் தரத்தை உயர்த்துவதே அச்சங்கத்தின் நோக்கமாகப் பெரியார் அறிவித்தார்.

கிராமங்களைச் சீர்திருத்தம் செய்ய வேண்டுமானால் உழவுத் தொழிலை உடல் உழைப்புத் தொழிலாக இருப்பதில் இருந்து மாற்றி அதனை இயந்திரத் தொழில் முறையாக மாற்ற வேண்டும் என்றார். உழுவதும், விதைப்பதும் அறுப்பதும் இயந்திரத்தால் செய்யப்பட வேண்டும் என்றார். கிணறு வெட்டுதல், நீர் இறைத்தல், நீர் பாய்ச்சுதல் இயந்திரத்தால் செய்யப்பட வேண்டும் என்றார். இதனால் வேலை இல்லாமல் ஆகிவிடாது. நாள் முழுவதும் உடலுழைப்பு என்பது, சில மணிநேர ஓய்வுக்கு வழிவகுக்கும் என்றும் பெரியார் சொன்னார்.

பெரிய விவசாயிகளைவிடச் சிறுகுறு விவசாயிகளைப் பற்றி அதிகம் கவலைப்பட்டவர் அவர். விவசாயிகள் பாதி விவசாயத்திலும், பாதி அளவுக்கு ஆடு, மாடு, கோழி, பன்றி, மீன் வளர்ப்பிலும் கவனம் செலுத்த வேண்டும் என்றார். உணவுப்பஞ்சம் இதனால் ஒழியும் என்றார். அரிசி சாப்பிடுவதைக் குறைத்துவிட்டு, இறைச்சி சாப்பிடுவதை அதிகப்படுத்த வேண்டும் என்றார்.

வெள்ளை கொல்லும் என்று இன்று சொல்லி வருகிறார்கள் இயற்கை மருத்துவர்கள். அரிசி, பால், சர்க்கரை ஆகிய மூன்றையும் கடுமையாக அவர் எதிர்த்து எழுதி இருக்கிறார். காப்பிக்கே பெருமளவு பால் போவதால் காப்பியைத் தடை செய்ய வேண்டும் என்றார். சத்துள்ள கேப்பை, கீரைகளையும் மனிதன் புறக்கணித்து விட்டான் என்று கண்டித்தவர் பெரியார். 'அரிசியினால் உடலில் உறுதி இல்லை, வீண் செலவும் நோயும் தான் மிச்சம்' என்று எழுதியவர் அவர். விவசாயத்தைப் புறக்கணித்தவர் அல்ல பெரியார்.

*(குடிஅரசு 17.2.1945)*

பொங்கல் விழா மட்டுமே பெரியார் ஏற்றுக் கொண்டார். அதற்கு அவர் சொன்ன ஒரே காரணம் அது உழவர்களுக்கு உரியது என்பதால் தான்.

"இந்நாள் உழைப்பாளிகளுக்கு உரியது, உழவர்களுக்கு உரியது" என்றார். "உழவர்கள் உழைக்கிறார்கள். ஆனால் உழைப்புக்குத்

தகுந்த ஊதியம் பெறுவதில்லை. பாடுபடுகின்றனர். ஆனால் பசியார உணவு உண்பதில்லை. இதற்கெல்லாம் காரணம் யாது?.... நாட்டில் உள்ள நிலங்கள் எல்லாம் அட்டைக் குணம் படைத்த ஒரு சிறு கூட்டத்தினர் கைக்குள் சிக்குண்டு கிடக்கின்றன" என்றவர் பெரியார்.

(குடிஅரசு 11.1.1947)

"உண்டி கொடுத்தோர் உயிர் கொடுத்தோரே அல்லவா? வரப் புயர்ந்தால் தான் மற்றவை உயர முடியுமல்லவா? எங்கு சுற்றியும் உழவனின் காலடியை நோக்கித்தானே இவ்வுலகம் கிடக்கின்றது... இன்று யார் யார் உழவுத்தொழிலைச் செய்கிறார்களோ சேற்றிலும் பனியிலும் கிடந்து சீரழிகின்றார்களோ அவர்களுக்கு நிலத்திலே உரிமையில்லை. ஒரு சிலருக்கு ஏதோ ஒரு அளவுக்கு உண்டு என்றாலும் அது இறங்குமுகமாக நாளுக்கு நாள் கரைந்து கொண்டு தான் வருகிறது. ஏன் இந்த நிலை? என்றைக்குமே இவர்களுக்கு நிலத்தில் உரிமையிருந்ததில்லையா? இல்லை என்று எவராலும் கூற முன்வர முடியுமா? காடு திருத்தி வயலாக்கிக் கழனியாகக் கண்டவன் அவன் பரம்பரை-பின் சந்ததிக்கு எதனால் அந்தக் கழனியில் உரிமை இல்லாது போயிற்று? வயல் வரப்பையே மிதித் தறியாத வாடாத மேனியருக்கு அந்த உரிமை எப்படி வந்தது? ஏமாந்த காலத்தில் சிலர் ஏற்றங்கொண்டு விட்டார்கள்..." என்று எழுதியது பெரியாரின் இதழல்லவா? இத்தகைய பெரியாரைத் தான் மணியரசன் இகழ்கிறார்.

(குடிஅரசு 15.1.1949)

"விஞ்ஞான அறிவு, தன்மான உணர்வு இவை இல்லாவிட்டால் பட்டம், பணம் பெற்று எந்தப் பயனுமில்லை. காலத்துக்கேற்ப உருவாகும் விஞ்ஞான வசதிகளைப் பயன்படுத்திக் கொள்ளவேண்டும். மாறுதலைக் கண்டு மிரள்பவர்களுக்கு எதிர்காலம் இல்லை" என்பதுதான் அவரது அறிவியல் பொதுநோக்கு. இது அறிவு, பயன்பாடு சார்ந்ததே தவிர அழிவு சார்ந்தது அல்ல.

## 12. காமராசர் ஆதரவே தவிரக் காங்கிரசு ஆதரவு அல்ல!

1954 முதல் இந்திய ஏகாதிபத்தியக் கட்சியான காங்கிரசின் பிரச்சார பீரங்கியானார் பெரியார் என்றும், அண்ணாவையும் திமுகவையும் ஒழித்துக்கட்டவே காங்கிரசை ஆதரித்தார் என்றும் அரசியல் பின்புல வரலாற்றைத் துளியும் அறியாமல் புலம்பிக் கொண்டிருக்கிறார் மணியரசன்.

பெரியார் ஆதரித்தது காமராசரைத் தானே தவிர, தமிழ்நாடு காங்கிரசை அல்ல. இந்தியக் காங்கிரசையும் அல்ல. அதனை அவர் பல இடங்களில் தெளிவுபடுத்தியுள்ளார்.

இன்னும் சொன்னால் அவர் காமராசரை ஆதரித்த கால கட்டத்தில்தான் அதிகமான போராட்டங்களையும் நடத்தினார். இந்திய காங்கிரசுக் கட்சிக்கு அதிகமான குடைச்சலையும் கொடுத்தார். மிக நீண்ட அந்த வரலாற்றை முழுமையாக அல்ல, சுருக்கமான சில செய்திகளை மட்டும் இங்கு தருகிறேன். 1954 ஏப்ரல் மாதம் சென்னை மாகாண முதல்வர் ஆனார் காமராசர். இராஜாஜி பதவி விலகி, காமராசர் வந்ததை, பார்ப்பனரின் தோல்வி; திராவிடரின் வெற்றி என்று சொன்ன பெரியார், இந்த வெற்றி நிலையாக இருக்க ஆவன செய்ய வேண்டும் என்றார். பெரம்பலூரில் நடந்த குலக்கல்வித் திட்ட எதிர்ப்பு மாநாட்டில், காமராசருக்கு தமது மனப்பூர்வமான ஆதரவைத் தெரிவித்தார். பெரியாரைக் காமராசர் சந்தித்தார். ஏனென்றால், காமராசர்தான் முதல்வராக வரவேண்டும் என்று பாடுபட்டவர்கள் டாக்டர் வரதராசலுவும் பெரியாரும். அதனால் சந்தித்தார். இராஜாஜி கொண்டு வந்த குலக்கல்வித் திட்டத்தைக் காமராசர் ரத்து செய்தார். டெல்லிக்குக் காவடி எடுக்கும் பழக்கத்தை விட்டுவிட்டுப் பார்ப்பனரைத் தனிமைப்படுத்தி ஒதுக்கிவிட வேண்டும் என்று முதல்வருக்கு மதுரை மாநாட்டில் கோரிக்கை வைத்தார் பெரியார். குலக்கல்வித் திட்டத்தை ரத்து செய்ததால் காமராசரைப் பாராட்டுகிறேன் என்றார். 'நீண்ட நாட்களுக்குப் பிறகு பார்ப்பனரல்லாத, ஆந்திர ரல்லாத, தெலுங்கரல்லாத ஒரு தமிழர் முதல்மந்திரியாக வந்திருக் கிறார்' என்று சிதம்பரத்தில் பேசினார். காமராசர் முதல்வராக வந்துவிட்டாரே என்பதற்காகத் தமது கொள்கைகளை மூட்டை கட்டி வைத்துவிடவில்லை.

திராவிடநாடு பிரிவினை நாள் கொண்டாடுமாறு (1.7.1954) அறிவித்தார். புகைவண்டி நிலையங்களில் இந்தி எழுத்துக்களை அழித்தார். பெரியாரின் இராமாயணம் எதிர்ப்புக் கூட்டத்துக்கு அனுமதி மறுக்கப்பட்டது. ஒலிபெருக்கி இல்லாமல் இரண்டு மணிநேரம் ஆயிரம் விளக்கில் பேசினார். எம்.ஆர்.இராதாவின் நாடகங்களுக்குக் காமராசர் அரசு தடை விதித்தது. மீறி நாடகங்களை நடத்தச் சொன்னார் பெரியார். நாடகத் தடைச் சட்டத்துக்கு எதிராகப் போராட்டம் நடத்தினார். தட்சிணப்பிரதேசம் அமைப்பை மத்திய காங்கிரசு அரசு கொண்டுவர முனைந்தபோது கடுமையாக எதிர்த்தார். காமராசரையும் எதிர்க்கச் சொன்னார். தட்சிணப் பிரதேசம் அமைந்தால் அனைத்து வேலைகளும் கன்னடர், மலையாளிகளுக்குப் போய்விடும் என்றார். மத்திய அரசு இந்தியைத் திணித்தால் இந்தியை அழிப்பதோடு தேசியக் கொடியை எரிப்போம் என்று அறிவித்தார். திராவிடர் கழக மத்திய நிர்வாகக் குழு இதனைத் தீர்மானமாக நிறைவேற்றியது. இந்தி திணிக்கப்படாது என்ற காமராசர், தேசியக் கொடியைக் கொளுத்தினால் நடவடிக்கை

எடுக்கப்படும் என எச்சரித்தார். எந்த அடக்குமுறைக்கும் தயார் என்று அறிவித்தார் பெரியார். 1955 ஆகஸ்ட் 15ஆம் நாளைத் துக்க நாளாகக் கொண்டாடினார். கொடியைக் கொளுத்தினால் சும்மா விடமாட்டோம் என்றும் பார்ப்பனரை விரட்டுவோம் என்பது பைத்தியக்காரத்தனம் என்றும் சென்னைக் கோட்டையில் கொடி ஏற்றி வைத்துப் பிரதமர் நேரு பேசினார். இப்படித் திராவிடர் கழகத்தை மிரட்ட முடியாது என்ற பெரியார், கொடி கொளுத்தினால் நேருவால் என்ன செய்ய முடியும், கொடி கொளுத்தினால் என்ன தண்டனை என்று சட்டத்திலேயே இல்லையே என்றார். இந்தி மொழி ஆணையம் சென்னை வந்தபோது அதனைப் புறக்கணித்தார். மத்திய அரசை நான் ஏற்பது இல்லை, அவர்களால் அனுப்பப்பட்ட ஆணையத்தை எப்படிச் சந்திப்பேன் என்று அறிக்கை விட்டார் பெரியார்.

ஈரோட்டில் இராமர் படம் எரித்தார். நாடு முழுவதும் எரிக்கப் படும் என்றார். தமிழகம் முழுவதும் 5 ஆயிரம் பேர் கைது செய்யப் பட்டார்கள். 5 ஆயிரம் பேர் தூக்குமேடை ஏறத் தயாரானால் திராவிட நாடு கிடைக்கும் என்று அறிவித்தார். திருச்சி மாவட்ட ஆட்சியர் மலையப்பன் தொடர்பான தீர்ப்பைக் கொளுத்தினார் பெரியார். நீதிமன்ற அவமதிப்பு வழக்கு பாய்ந்தது. பிராமணாள் என்ற பெயரை நீக்க நடவடிக்கை எடுக்க வேண்டும் என்று அரசுக்குக் கோரிக்கை வைத்தார். முரளீஸ் கபேக்கு எதிரான தொடர் போராட்டம் நடத்தினார். ஆறு மாதங்கள் தினமும் நடந்த மறியலில் 837 பேர் கைதானார்கள். சாதி ஒழிப்புப் படை அமைத்து அவர்களைத் தஞ்சை முதல் சென்னை வரை நடைப்பயணம் வரவைத்தார். சென்னையில் அவர்கள் கைதானார்கள். தஞ்சையில் நடந்த சாதி ஒழிப்புப் போராட்டத்தில் அரசியல் சட்ட எரிப்புப் போரை அறிவித்தார். தமிழகம் முழுவதும் 10 ஆயிரம் பேர் பங்கெடுத்தார்கள். 3 ஆயிரம் பேர் கைதானார்கள். சிறையில் 15 பேர் இறந்தார்கள். பலரும் பல மாதங்கள் சிறையில் இருந்தார்கள். தனித்தமிழ்நாடு பெறுவதே தமது இலக்கு என்ற 30.11.1957இல் அறிவித்தார். எதையும் தட்டிக்கேட்க உரிமை இல்லாத அரசாங்கம் என்று மாநில அரசை விமர்சித்தார். இந்திய அரசியல் சட்டம் பிடிக்கவில்லையானால் நாட்டை விட்டு வெளியேறுங்கள் என்றும் சட்டம் பிடிக்கவில்லை என்றால் சிறையிலோ மனநல மருத்துவமனை யிலோ தான் இருக்க வேண்டும் என்று திருச்சியில் பிரதமர் நேரு பேசினார். 'இப்போது நாங்கள் சிறையில் தானே இருக்கிறோம்? இது என்ன நாடா? சிறைச்சாலைதானே? பார்ப்பன பனியா ஆட்சி ஏற்பட்ட பிறகு தமிழர்கள் நிரந்தரச் சிறையில் வைக்கப்பட்டார்கள் என்று பேசினார். பெரியாரின் மூன்று பேச்சுகளுக்காக ஆறுமாதம் சிறை வைக்கப்பட்டார்.

(1957 டிசம்பர் 14 முதல் 1958 சூன் 13 வரை)

பிரதமர் நேரு மீது நீதிமன்ற அவமதிப்பு வழக்குப் போட்டார் பெரியார். குடி அரசு தினத்தை துக்கதினமாக அறிவித்தார். சிறையில் இருந்து விடுதலை ஆன மறுநாளே, தமிழகம் நீங்கிய இந்திய வரைபடத்தை எரிக்கப்போவதாக அறிவித்தார். சுதந்திர தமிழ்நாட்டுக்கு வரப் பிரதமர் நேரு பாஸ்போர்ட் வாங்க வேண்டும் என்று அறிவித்தார். நாம் தமிழர் இயக்கமும் திராவிடர் கழகத்துடன் இணைந்தது. தமிழக அமைச்சரவை கூடி, இப்போராட்டத்துக்குத் தடை விதித்தது. போராட்ட நாளன்று பெரியாரும் ஆதித்தனாரும் கைது செய்யப்பட்டார்கள். தமிழகம் முழுவதும் நடந்த எரிப்புப் போராட்டத்தில் 4 ஆயிரம் பேர் கைதானார்கள். சென்னை உயர்நீதிமன்ற நீதிபதிகளின் போக்கைக் கண்டித்துக் கண்டன நாள் கொண்டாடினார். தமிழ்நாடு ஏன் இந்தியாவுடன் இருக்க வேண்டும் என்று கேட்டார். இவை அனைத்தும் காமராசர் முதலமைச்சராக இருந்தபோது நடந்தவை. இந்தக் காலகட்டத்தைத் தான் இந்திய ஏகாதிபத்திய கட்சியான காங்கிரசின் பிரச்சாரப் பீரங்கியாகப் பெரியார் இருந்த காலகட்டம் என்கிறார் பெ.ம. அவர் சொல்வதில் துளியாவது உண்மை இருக்கிறதா?

'காமராசரை ஆதரித்தார் பெரியார்' என்பதோடு நிறுத்துங்கள். காமராசரை ஆதரித்தார் என்றதும் இந்திய ஏகாதிபத்தியத்தை ஆதரித்தார் என்ற கற்பனை தேவையில்லை. தஞ்சாவூர் போனாலே பெரியகோவிலுக்குப் போயிருப்பார் என்பது மாதிரியான வரலாற்றுக் கற்பனைகள் வேண்டாம்!

## 15. காமராசரை ஆதரித்தது ஏன்?

காமராசரைப் பெரியார் ஆதரிக்கக் காரணம், அண்ணா மீதான கோபம் என்று கண்டுபிடித்திருக்கிறார். உண்மை அதுவல்ல, அண்ணா மீதான கோபம் அல்ல. இராஜாஜி மீதான கோபம் தான் காரணம்.

அண்ணா முதல்வர் ஆவார் என்றோ, திராவிட முன்னேற்றக் கழகம் ஆட்சிக்கு வரும் என்றோ 1963 வரைக்கும் பெரியார் நினைக்கவில்லை. 1962 தேர்தலில் 50 இடங்களைத் திராவிட முன்னேற்றக் கழகம் பெற்றதும், முதல்வர் பதவியிலிருந்து விலகிய காமராசர் இங்கிருந்து அகில இந்திய அரசியலுக்குப் போனதும், பக்தவத்சலம் ஆட்சியின் பல்வேறு மிகக் கோளாறான செயல்களையும் பார்த்த பிறகுதான் 1963-64 காலகட்டத்தில்தான் திமுக ஆட்சிக்கு வந்துவிடும் என்று பெரியார் நினைத்தார். 'திராவிட முன்னேற்றக் கழகம் ஆட்சிக்கு வந்தாலும் அவர்கள் பார்ப்பனர்கள் பேச்சைக் கேட்டுத்தான் ஆட்சி நடத்துவார்கள்' என்ற பெரியாரது விமர்சனங்கள் எல்லாம் 1963-64 காலகட்டத்தில்தான் வந்தது.

எனவே, 1954இல் பெரியார், காமராசரை ஆதரிக்கக் காரணம் இராஜாஜி மீதான கோபமே தவிர அண்ணா மீதான கோபம் அல்ல.

இராஜாஜி ஆட்சி மீது பெரியார் வைத்த விமர்சனங்கள் அனைத்தையும் இங்கு சொல்ல இயலாது. அடிப்படையான கடைசிக் கோபம், குலக்கல்வித்திட்டம் ஆகும். இத்திட்டம் தமிழ்ப்பிள்ளைகளுக்குக் கேடானது என்று கருதினார் பெரியார். குலக்கல்வித் திட்ட எதிர்ப்புப் படை அமைத்தார். சட்டசபை முன் மறியல் நடத்தினார். ஆரம்பப் பள்ளிகள் முன் மறியல் நடத்தப் பட்டது. எதிர்ப்பு மாநாடுகளை நடத்தினார். இந்த அமைச்சர வையைப் பணியச் செய்ய வேண்டும் என்று தீர்மானம் போட்டார். குலக்கல்வித்திட்டத்தை ஒழிப்போம், அல்லது நாம் செத்தொழிவோம் என்று பேசினார். இது காங்கிரசுக் கட்சிக்குள்ளும் பிரச்னையை கிளப்பியது. காமராசரும் இத்திட்டத்தை எதிர்த்தார். குலக்கல்வித் திட்ட ஆலோசகராக இருந்த ஜி.இராமச்சந்திரன் பதவி விலகினார். 'பெற்றெடுத்த தாயே பிள்ளையை தூக்கிவிட்டது போல இது இருக்கிறது' என்று கிண்டல் அடித்தார். 'அடுத்து வேறு வழியில்லை, அக்ரகாரத்துக்கு தீ வைக்கும் போராட்டத்தை அறிவிக்கப் போகிறேன். பெட்ரோலும் தீ பந்தமும் தயாராக வைத்திருங்கள்' என்று அறிவித்தார். 'நாடே சொல்வதற்கு முன்னால் பதவி விலகுங்கள்' என்று அறிவித்தார். இதைத் தொடர்ந்து இராஜாஜி பதவி விலகினார். அடுத்த முதல்வர் யார் என்ற பிரச்னை தலைதூக்கியபோது காமராசரை முதல்வர் ஆக்க முழுக்காரணமாக இருந்தவர்கள் பெரியாரும் டாக்டர் வரதராசலுவும் தான் என்பது வரலாறு.

இது குறித்து, 'உலகத்தலைவர் பெரியார் வாழ்க்கை வரலாறு' நூல் 5ஆம் பாகத்தில் ஆசிரியர் கி.வீரமணி விரிவாக விளக்கி இருக்கிறார். இதனை வரதராசலு வாழ்க்கை வரலாற்றை எழுதிய பழ.அதியமானும் உறுதி செய்துள்ளார். மிக விரிவான வரலாற்றைச் சுருக்கச் சொல்வதாக இருந்தால்..

சிதம்பரம் அண்ணாமலைப் பல்கலைக் கழக மாணவராகக் கி.வீரமணி இருக்கிறார். பெரியாரை வைத்துக் கூட்டம் நடத்த ஏற்பாடு செய்துள்ளார்கள். பெரியார் வந்துள்ளார். சென்னைக்கு வரச்சொல்லித் தகவல் வருகிறது. 'நான் உடனடியாகச் சென்னை செல்ல வேண்டும். முடிந்தால் மாலைக்குள் மீண்டும் சிதம்பரம் வருகிறேன். இல்லாவிட்டால் கூட்டத்தை ரத்து செய்து விடுங்கள்' என்று சொல்கிறார் பெரியார். எனக்குச் சென்னை செல்வதற்கு ஒரு வாகனத்தை ஏற்பாடு செய்யுங்கள் என்றும் பெரியார் சொல்கிறார். அவரது வேன், வேகமாகச் செல்லாது. அதனால் வேகமாகச்

செல்லும் வசதி கொண்ட வாகனம் கேட்கிறார். ஏற்பாடு செய்யப் படுகிறது. பெரியார் சென்னை செல்கிறார். சென்னை அரசினர் தோட்டத்தில் இருக்கும் வரதராசலு வீட்டுக்குப் பெரியார் செல்கிறார். அங்கு காமராசர் இருக்கிறார். யாரை முதலமைச்சர் ஆக்கலாம் என்று டாக்டர் வரதராசலு, பெரியார், காமராசர் ஆகிய மூவரும் பேசுகிறார்கள். பலரது பெயர்களும் பரிசீலனை செய்யப்பட்டன. 'யார் வந்தாலும் இராஜாஜி சும்மா விடமாட்டார்' என்று அப்போது இவர்களுக்குள் பேசிக் கொண்டார்கள்.

அப்போது திடீரென்று காமராசரைப் பார்த்து, 'நீங்களே முதலமைச்சராக இருந்து விடுங்கள்' என்று பெரியார் சொல்கிறார். "எனக்கு அனுபவமே கிடையாது. நான் எப்படிப் பதவிக்கு? எனக்கு வேண்டாங்க" என்கிறார் காமராசர்.

"ஒன்றுமில்லைங்க, நீங்கள் தாராளமாக ஆட்சி நடத்தலாம், மற்றவர்களைப் போட்டுவிட்டு அவர்களிடமிருந்து நீங்கள் வேலை வாங்குவதைவிட சங்கடப்படுவதைவிட நீங்கள் தாராளமாகப் பணி செய்யலாம். ஏன் தயங்குகிறீர்கள்? எதிர்ப்பு வரும், சங்கடம் வரும், என்று தானே கருதுகிறீர்கள். எல்லா எதிர்ப்புகளையும் சமாளிக்க வேண்டியது எங்களுடைய வேலை, எதிர்ப்பை நான் பார்த்துக் கொள்கிறேன். ஆட்சியை நீங்கள் நடத்துங்கள். தைரியமாகப் பாருங்கள்" என்று சொன்னார் பெரியார். தயங்கினார் காமராசர், 'யோசிக்காதீர்கள், தாராளமாகச் செய்யுங்கள்' என்றார் பெரியார்.

(கி.வீரமணி நூல் பக்கம். 12)

30.3.1954 அன்று தமிழ்நாடு காங்கிரசின் சட்டமன்றக் கட்சித் தலைவர் பதவிக்கான தேர்தல் நடந்தது. காமராசர் பெயரை வரதராசலு முன்மொழிந்தார். என்.அண்ணாமலை வழிமொழிந்தார். சி.சுப்பிரமணியம் பெயரை, எம்.பக்தவத்சலம் முன்மொழிந்தார். யு.கிருஷ்ணாராவ் வழிமொழிந்தார். காமராசருக்கு 91 வாக்குகள் கிடைத்தன. சி.சுப்பிரமணியத்துக்கு 41 வாக்குகள் கிடைத்தன. இராஜாஜி இதனை எதிர்பார்க்கவில்லை. எனவே, தான் காமராசரைக் காப்பதைத் தமது கடமையாகப் பெரியார் கருதினார். பெரியாரை சி.சுப்பிரமணியம் கிண்டல் அடித்ததை மணியரசன் மேற்கோள் காட்டுகிறார். தம்மை முதல்வராக விடாமல் தடுத்தவர் பெரியார் என்பது சி.சுப்பிரமணியத்துக்குத் தெரியாதா? காமராசரின் ஆள் பெரியார் என்பது பக்தவத்சலத்துக்குப் புரியாதா? அதனால் அவர்கள் இவரை ஏற்கமாட்டார்கள். பெரியார் என்ற ஆள் மட்டுமல்ல, கொள்கையும் அவர்களுக்குப் பிடிக்காதே!

டெல்லி இதனை ஏற்காது என்று முதலில் சொல்லிக் கொண்டு இருந்தார் இராஜாஜி. டெல்லி ஏற்றதாக தகவல் வந்ததும் அமைதியாகிவிட்டார். தமது எதிரிகளையும் தமது அமைச்சரவையில்

சேர்த்துக் கொண்டார் காமராசர். குலக்கல்வித் திட்டம் ரத்து என்று (18.5.1954) அமைச்சர் சி.சுப்பிரமணியம் வாயாலேயே சொல்ல வைத்தார் முதல்வர் காமராசர். மே மாதக் கடைசியில் சிதம்பரத்தில் நடந்த மாநாட்டில் பேசிய பெரியார், காமராசரைப் பச்சைத் தமிழர் என்று அழைத்தார். 'தமிழ்நாட்டில் ஒரு பச்சைத் தமிழனின் மந்திரி சபை அமைந்துள்ளது என்றார். (ஆர்.வெங்கட் ராமன் அமைச்சர் ஆனது பின்னர் தான்!)

இவை எதுவும் தெரியாமல் அண்ணா மீதான கோபம் தான் காமராசரைப் பெரியார் ஆதரிக்கக் காரணம் என்பது அரசியல் அறியாத பேச்சு. இன்னும் சொன்னால் காமராசரைப் பெரியார் ஆதரிக்கத் தொடங்கியது 1954ஆம் ஆண்டிலேயே! திராவிட முன்னேற்றக் கழகம், தேர்தலில் போட்டியிடும் கட்சியாக அப்போது மாறவே இல்லை. மூன்று ஆண்டுகள் கழித்து 1957இல் நடந்த தேர்தலில்தான் முதன்முதலாகப் போட்டியிடுகிறது. தேர்தலில் போட்டியிடுவது என்ற நிலைப்பாட்டையும் அந்தத் தேர்தலில்தான் எடுக்கிறது. எனவே, அண்ணாவைப் பார்த்துப் பெரியார் பயந்தார், ஒழிக்க நினைத்தார் என்பது த.தே.பே. தலைவரின் கற்பனை.

## 13. நீதிக்கட்சியை ஏன் கொண்டாட வேண்டும்?

நீதிக்கட்சி நூற்றாண்டு விழாவின் உள்நோக்கம் என்ன? என்று தமக்குத் தாமே கேட்டுக் கொள்ளும் பெ.மணியரசன், அது தெலுங்கர் கட்சி, அவர்களுக்கு மட்டுமே நன்மை செய்த கட்சி என்று பதில் சொல்லிக் கொள்கிறார்.

(த.க. 2015 செப்டம்பர்)

நீதிக்கட்சி திராவிட இயக்கம் இல்லை என்கிறார். "இடஒதுக் கீட்டிற்கும் திராவிடத்திற்கும் ஒரு தொடர்பும் இல்லை, நீதிக் கட்சிக்கும் திராவிட சித்தாந்தத்துக்கும் எந்தத் தொடர்பும் இல்லை, நீதிக்கட்சித் தலைவர்கள் திராவிடர்–திராவிடநாடு திராவிட சித்தாந்தம் எதையும் ஏற்றுக் கொள்ளவில்லை, திராவிடத்தை மறுத்த நீதிக்கட்சியைத் திராவிட இயக்கத்தின் தாயாக இன்றைய திராவிடவாதிகள் திரித்துக் கூறிக் கொள்வதின் உள்நோக்கம் என்ன?, நீதிக்கட்சித் தலைவர்களுக்குப் பார்ப்பன எதிர்ப்பு, ஆரிய எதிர்ப்பு, சமற்கிருத எதிர்ப்பு, இந்தித் திணிப்பு எதிர்ப்பு என்ற கொள்கைகளே கிடையாது, தமிழின ஏற்பு இல்லாத கட்சி, இடஒதுக்கீடு என்ற ஒன்று மட்டுமே அக்கட்சியின் கொள்கை, ஆனால் இன்றைய தமிழர்கள் பின்பற்ற வேண்டிய அரசியல் சமூகவியல் கொள்கைகளின் மூலக்கூறுகளை நீதிக்கட்சி கொண்டிருந்தது போல் திராவிடவாதிகள் பேசுவது தவறு, இடஒதுக்கீடு என்ற கோட்பாட்டின் கண்டு

பிடிப்பாளர்களே நீதிக்கட்சியினர் என்பது பொருந்தாக் காமம், நீதிக்கட்சியின் பெரும்பாலான தலைவர்கள் தெலுங்கர்கள், ஆனால் ஆந்திராவில் நீதிக்கட்சி நூற்றாண்டுவிழா கொண்டாடப்படவில்லை, டி.எம்.நாயர் அதன் தலைவர், ஆனால் கேரளாவில் கொண்டாடப் படவில்லை. ஆனால் தமிழ்நாட்டில் கொண்டாடுவதன் உள்நோக்கம் என்ன?"

– இவை எல்லாமே பெ.மணியரசன் எழுப்பும் கேள்விகள். ஒரே ஒரு பிழையைக் கண்டுபிடித்துவிட்டு மொத்தத்தையும் பிழையாகக் காட்டி மட்டையடி அடிப்பதுதான் அவரது விமர்சனப் பாணி!

நீதிக்கட்சி தமிழில் நடத்திய நாளிதழின் பெயர் : 'திராவிடன்' ஆகும். 1938ஆம் ஆண்டு நீதிக்கட்சித் தலைவராக பெரியார் தேர்ந்தெடுக்கப்பட்ட போது தமிழ்நாடு தமிழருக்கே, திராவிட நாடு திராவிடருக்கே என்று 'நீதிக்கட்சித் தலைவராக இருந்தே முழங் கினார். 1938 முதல் 1944 வரையிலான மாநாடுகள் அனைத்திலும் 'திராவிட' முழக்கம் உண்டு. எனவே, நீதிக்கட்சிக்கும் – திராவிடத் துக்கும் என்ன தொடர்பு என்பதே வரலாறு அறியாப் போக்கு!

நீதிக்கட்சி எனப்படும் தென்னிந்திய நல உரிமைச் சங்கத்துக்கு அந்தக் காலத்தில் பார்ப்பனரல்லாதார் இயக்கம் என்றே பெயர். 1916இல் வெளியான அவர்கள் அறிக்கைக்கு 'பிராமணரல்லாதார் அறிக்கை' என்றே பெயர்! பார்ப்பனருக்கு எதிராகவே அந்த இயக்கம் தோற்றுவிக்கப்பட்டது. ஆரிய எதிர்ப்பு அவர்களது மூலக் கொள்கை. 1938 இந்தி எதிர்ப்புப் போரில் நீதிக்கட்சியினர் பெருமளவு பங்கெடுத்தனர்.

நீதிக்கட்சியிடம் பின்பற்ற என்ன இருக்கிறது என்று சொல்லும் அதே பெ.மணியரசன் தான், தாம் எழுதிய 'திராவிடம் தமிழர் மறுமலர்ச்சியை வளர்த்ததா வழிமாற்றியதா?' என்ற நூலில் புகழ்ந்தும் எழுதி உள்ளார். அங்கே ஏன் புகழ்கிறார் என்றால், இட ஒதுக்கீடுக்குப் பெரியார் மட்டுமே உரிமை கோர முடியாது என்பதற்காக!

1916 பிராமணரல்லாதார் அறிக்கையை முழுமையாகத் தமது நூலில் மேற்கோள் காட்டும் பெ.ம., ".... கொடிய பார்ப்பன ஆதிக்கத்தை அடக்கிட, தங்களுக்குரிய உரிமைகளைத் தலைநிமிர்ந்து கோரிய, வலியுறுத்திய அறிக்கை என்ற முறையில் இந்த அறிக்கையை நாம் வரவேற்க வேண்டும். இந்த மனித உரிமை முயற்சியில் ஈடுபட்ட நம் முன்னோர் அனைவரையும் பாராட்ட வேண்டும்" என்கிறார்.

(பக்கம். 178)

"வேலை, கல்வி, அரசியல் ஆகியவற்றில் நிலவிய பார்ப்பன ஏகபோகத்தை நீதிக்கட்சி எதிர்த்தது. வகுப்புவாரி ஒதுக்கீட்டைக் கோரியது. அதற்கான முதல் ஆணையை வெளியிட்டது" என்றும் எழுதுகிறார்.

(பக்கம். 194)

இடஒதுக்கீடு பெரியாரால் வந்தது என்றால், இல்லை நீதிக்கட்சி யால் வந்தது என்பார் மணியரசன். நீதிக்கட்சியால் வந்தது என்று நாம் சொன்னால், இல்லை அது பிரிட்டிஷார் ஆட்சியால் கிடைத்தது என்பார். பிரிட்டிஷ் ஆட்சியால் கிடைத்தது என்று நாம் சொன்னால், தமிழ்ச்சமூகத்தில் சாதியே இல்லை என்பார். அவரது மெய்யியல் நம்மை மெய்சிலிர்க்க வைக்கிறது!

நீதிக்கட்சியில் தெலுங்கர் ஆதிக்கம் இருந்தது எதனால் என்றால் அன்றைக்குத் தமிழ் மாவட்டங்களோடு அதிகமான தெலுங்கர் மாவட்டங்கள், அதாவது ஆந்திரா மொத்தமாக இருந்ததுதான் காரணம். அதற்காக நீதிக்கட்சி தெலுங்கர் கட்சி ஆகிவிடாது. அதில் தமிழர்களும் இருந்தார்கள். தெலுங்கர்களும் இருந்தார்கள். அவ்வளவுதான்.

இதனைப் பெ.மணியரசனே, மொழிவாரி மாகாணம் குறித்துப் பேசும் போது சொல்லி இருக்கிறார். "நாம ஆந்திரா எல்லாம் ஒன்னா இருந்தோம்னா தமிழ்நாட்டுக்காரன் முதலமைச்சராககூட வரமுடியாது. ஏன்னா ஆந்திரா பெரும்பான்மை. அதனாலேதான் ஆந்திராகாரங்க இங்கே முதல் மந்திரியா இருந்துக்கிட்டே வந்தாங்க. இப்போ உள்ள தெலுங்கானா, ஹைதராபாத் நிஜாம் கையிலே இருந்தது. பாக்கி முழு ஆந்திராவும் சென்னை மாகாணத்துலேதான் இருந்தது" என்கிறார். இதனால்தான் நீதிக்கட்சியில் பெரும்பான்மை யாக இருந்த ஆந்திராவினர் மேலாதிக்கம் செய்யும் சூழல் இருந்தது. பெரும்பான்மையினர் என்ற அடிப்படையில் அப்படி இருந்தது.

(தமிழ்த் தேசியம் – சமகாலவினாக்களுக்கு விடை, பக்கம். 21)

அவர் கேட்ட கேள்விக்கு அவரே வேறு இடத்தில் பதிலும் எழுதி இருக்கிறார்!

## 15. சாதியைக் காப்பாற்றுவது ஏன்?

தமிழ்த் தேசிய இயக்கங்கள் என்ற பெயரால் முளைத்திருக்கும் சில இயக்கங்கள் (த.தே. பேரியக்கம் அல்ல!) சாதி கேட்பது தமிழ்த் தேசியச் செயல்பாடுகளில் ஒன்றாக இருக்கிறது. அதாவது மொழியைத் தெரிந்து கொள்ளச் சாதியைக் கேட்கிறார்களாம். தமிழ் தவிர மற்ற மொழி பேசுபவர்களை ஒதுக்க நினைக்கிறார்களாம். இது சாதி

ரீதியானவர்கள் ஒன்று சேர்வதற்குத்தான் பயன்படுகிறது. இதனை மார்க்சீயத்தையும் பெரியாரியத்தையும் அம்பேத்கரியத்தையும் நட்பு சக்தியாக நினைக்கும் பெ.ம. துணிச்சலாகத் துடைத்தெறிய முனைய வேண்டும். ஆனால் முணுமுணுக்கிறார்.

"தமிழினப் பெருமிதத்தைத் தன்சாதிப் பெருமிதமாகக் கருதிக் கொள்வோர் தமிழ்த் தேசியத்தில் இருக்கக் கூடும். தமிழர்களிடம் சாதியே கிடையாது என்றும் ஆரியர்கள்தான் சாதியைக் கொண்டு வந்தனர் என்றும் சொல்வது தவறு. சாதி இருந்தது. வர்ணாசிரம தருமமாக இல்லாமல் தொழில் அடிப்படையில் இருந்தது" என்கிறார்.

(த.க. 2013 செப்டம்பர்)

2014 ஆம் ஆண்டு கோவையில் தமிழ்நாடு தெலுங்கு மக்கள் கட்சியை மருத்துவர் இராமதாசு தொடங்கி வைத்தபோதும், 'தமிழ்நாட்டில் ஒரு தெலுங்கானா உருவாக மருத்துவர் இராமதாசு கால்கோள் நாட்டியுள்ளார்' என்று எழுதியுள்ளார் பெ.ம.

(த.க.2014 மார்ச்)

இது குறித்து கி.வெங்கட்ராமன் கொடுத்துள்ள விளக்கம், "பல நூறாண்டுகளாக இங்கே தங்கி வாழ்ந்து வரும் பிறமொழி பேசும் சாதியினரும், தமிழ்த் தேச மக்கள் தான். அவர்கள் அயலார் அல்லர். இந்த உரையாடல் தேவைப்படுகிறது. ஆனால் இவ்வாறு கேட் போரைச் சாதி ஆதிக்கவாதிகள் என்று முத்திரை குத்திவிட முடியாது" என்கிறார். அப்படி முத்திரை குத்திவிடாதீர். சாதி கேட்டால் சொல்லிவிடுங்கள்! என்னே தமிழ்த் தேசியம்?!

(த.க. 2017 நவம்பர்)

## 16. பகையை அடையாளம் காணவில்லை இன்னமும்!

தமிழ்த் தேசியத்தின் முக்கியப் பகைமை சாதியும் மதமும். சாதி என்றால் எல்லாச் சாதியும். மதம் என்றால் எல்லா மதமும் தான்.

தமிழினமாக அணிசேரவிடாமல் தமிழனைத் தடுக்கிறது சாதி. சாதிப் பெருமை. சாதிப் பகைமை.

இந்தச் சாதிப் பகைமைக்கு உயிரூட்டிக் கொண்டே தமிழனை மதரீதியாக நாம் ஒற்றுமையாக இருக்க வேண்டும் என்று கற்பிக்கிறது பெரும்பான்மையினர் அடையாளப்படுத்திக் கொள்ளும் இந்து மதம். இந்த உள்முரண்பாடுகளுக்கு எதிராகப் போராடாமல் திராவிடம் என்று சொன்னதுதான் காரணம் என்று காற்றில் கம்பு சுற்றிக் கொண்டு இருக்கிறார்கள்.

ஆதிக்க சாதிக் குணாம்சத்தையும், இந்துத்துவா மாய்மாலத் தையும் தொடர்ந்து எதிர்த்து வருவது பெரியார் இயக்கங்களே.

நமக்குச் சாதி இல்லை, நமக்கு மதம் இல்லை என்று சொல்லும் பெரியார் இயக்கங்கள், 'தமிழர்கள் நாம்' என்றே சொல்லி வருகின்றன. பெ.மணியரசன் போன்றவர்கள் காணவிரும்பும் தமிழ்த் தேசியத்துக்கான பாதையில் கிடக்கும் கல்லையும் முள்ளையும் அப்புறப்படுத்துவர்கள் பெரியாரியல் வாதிகளே.

இதனால்தான் சாதியவாதிகளால், மதவாதிகளால் பெரியாரியல் வாதிகள் மிகக் கொச்சையாகத் தாக்கப்படுகிறார்கள். அவர்களுக்குத் தமிழக அரசியல், பண்பாட்டு, கலாச்சார வரலாறு தெரியாது. மார்க்சீய, பெரியாரிய, அம்பேத்கரிய மேடும் பள்ளமும் தெரியாது. தெரிந்துகொள்ள முயற்சிக்கவும் மாட்டார்கள். அப்படிப்பட்டவர் களுக்கு இந்த மூன்று மூலத்தத்துவங்களில் இருக்கும் முரண்களை, பலவீனங்களை, தேக்கங்களைச் சொல்லிக் கொடுக்கும் 'மறைமுக துரோணாச்சாரியாராக' மணியரசன் மாறிப்போனார் என்பதுதான் நம்முடைய கவலையும் கோபமும். மணியரசன் சொன்னதை ஹெச். இராஜா மேற்கோள் காட்டுகிறார் என்றால் அதற்காகப் பெ.ம. தலைகுனியத்தான் வேண்டும். அராஜகம் செய்பவன் கையில் இருக்கும் கத்தியாக ஒரு தத்துவவாதி எனக்கென்ன என்று ஜடமாக இருக்க முடியாது. சாதியவாதிகளும் மதவாதிகளும் மணியரசனின் மேற்கோள்களைப் பயன்படுத்துவதும், அவர் பேட்டிகள் வந்த காணொளிகளைப் பரப்புவதும் அதனினும் அவமானகரமானவை. அவர் திட்டமிட்டு இதனைச் செய்வதில்லை என்றாலும் அவரது அறிவும், தர்க்கமும் யாருக்குப் பயன்படுகிறது என்பதை அவர் கவனித்திருக்க வேண்டும்.

சாதியவாதம், மதவாதம் இரண்டையும் அதன் எந்தத் தன்மைக் காகவும் ஒரு துளிகூட ஏற்கக் கூடாது. அதுவே தமிழின ஒற்றுமையை, மேன்மையை, எதிர்காலத்தை, தமிழ்மரபைச் சிதைத்துச் சின்னா பின்னம் ஆக்கும் நாசகாரச் சக்திகள். இந்த இரண்டையும் எதிர்த்து மணியரசன் நிறைய எழுதி இருக்கிறார், பேசி இருக்கிறார் என்பதை மறுக்கவில்லை. ஆனால் சாதியவாதிகளால், மதவாத சக்திகளால் உச்சரிக்கத் தயங்கும் பெயராக அவர் இருந்திருக்க வேண்டும். தீயை விட்டுத் தூரப் பறக்கும் ஈக்களாக அந்தச் சக்திகளை வைத்திருக்க வேண்டும். அதுதான் தமிழ்த் தேசியத்தை உருவாக்கும்.

இந்தியம் திராவிடம் ஆகியவற்றை அம்பலப்படுத்துவதல்ல வழிமுறை. இரண்டும் அரசியல் சித்தாந்தங்கள். இது ஆட்சி, நிர்வாகத்தினைக் கைக்கொள்பவர்க்கு ஏற்பட்ட பலமும் பலவீனமு மாக இருக்கும். ஆனால் சாதியம்-மதவியம் ஆகிய இரண்டும் பண்பாட்டுக் கூறுகள். தமிழ்த் தேசியத்தின் அடிப்படை என்று சொல்லும் தமிழ் அறத்துக்குப் முற்றிலும் எதிரானவை இவை இரண்டும். இந்த அறத்தை புற்றுநோயைப் போல அரிப்பவை

இவை இரண்டும் தான். இவை இரண்டும் தரைமட்டமான இடத்தில் தான் தமிழ்த் தேசியம் மலரும்.

அதனால்தான் பாவேந்தர் சொன்னார், 'தமிழை வளர்த்தல் ஒன்று, சாதியை ஒழித்தல் மற்றொன்று' என்று. பெ.மணியரசன் மீண்டும் புதிய பாதைக்குத் திரும்பவேண்டும் என்று சொல்ல வரவில்லை. அவரது பழைய பாதைக்குத் திரும்ப வேண்டும். 1996இல் அவர் நடத்திய தீண்டாமை ஒழிப்புத் தமிழர் ஒற்றுமை மாநாட்டுக்கு அவர் திரும்பவேண்டும்.

### 17. பிராமணர்களை ஏன் ஒதுக்கினார் பெரியார்?

திராவிடன் என்று சொல்லிக் கொள்ளாமல் தமிழன் என்று சொல்லிக் கொண்டால் பார்ப்பானும் நானும் தமிழன்தான் என்று ஒட்டிக் கொள்வான் என்றார் பெரியார். அப்படி தமிழன் என்று சொல்லிக் கொண்டு இந்த இனத்தையே கெடுத்துவிடுவான் என்று மிகச்சரியாகக் கணித்தார்.

100 ஆண்டுகளுக்கு முன்பே இப்படிக் கணித்தார் பெரியார். பெ.ம.வுக்கு இப்போதுதான் புரிகிறது.

'தமிழ்த் தேசியம் – தமிழகப் பிறமொழியினர் பார்ப்பனர்' என்ற கட்டுரையில், "பார்ப்பனர்களுக்கும் தமிழ் மக்களுக்குமிடையே உள்ள பிளவு சாதிப்பிளவாக மட்டுமல்லாமல் இனப்பிளவாகவும் நடைமுறையில் உள்ளது. பார்ப்பனர்களின் தாய்மொழி தமிழ்தான். ஆனாலும் அவர்கள் கொள்ளும் முரண்பாடு இன முரண்பாடு போல் வருவதேன்?

பார்ப்பனர்களில் மிகப் பெரும்பாலோர் தங்களை இன்றும் ஆரிய இனமாகவே கருதிக் கொள்கின்றனர். சமற்கிருதமே தங்கள் மூலமொழி என்று கருதுகின்றனர்....எத்தனை ஆயிரம் ஆண்டுகள் தமிழ்மண்ணில் வாழ்ந்தாலும் தமிழ் அவர்களுக்கு தாய்மொழி ஆகிவிட்ட போதிலும் ஆரிய மேன்மையும் மேலாதிக்கமும் அவர்கள் மனதைவிட்டு அகலவில்லை. ...தமிழராய்த் தங்களைக் கருதிக் கொள்ளாமல் தாங்கள் ஆரியவழித்தோன்றல்கள் என்றும் ஆரியமே மேன்மையானது என்றும் கருதிக் கொள்ளும் பெரும்பான்மைப் பார்ப்பனர்களிடம் நாம் எச்சரிக்கையாக இருக்க வேண்டும். பார்ப்பனீயம் என்ற கருத்தியல் தமிழினத்தின் பகைமைக் கருத்தியல் என்பதைத் தமிழ்த் தேசியர்கள் என்றும் கவனத்தில் கொள்ள வேண்டும்."

(த.க. 2012 ஆகஸ்ட்)

தமிழ்நாட்டில் வாழும் பிராமணர்கள் தமிழ்ப்பற்று இல்லாமல் வாழ்கிறார்களே என்று இவர் வருந்துகிறார். "தமிழ்நாட்டைத் தவிர மற்ற மாநிலங்களில் உள்ள பிராமணர்களும் பிராமண அறிவுத்துறை யினரும் அந்தந்த மாநிலத் தேசிய இனத்துடன் தங்களை ஒருங் கிணைத்துக் கொண்டு அந்தந்த மொழி இன உரிமைக்குக் குரல் கொடுக்கிறார்கள். தமிழ்நாட்டில் பிராமணர்களில் பெரும்பாலோர் தாங்கள் தமிழர்கள் என்ற உளவியல் ஒருங்கிணைப்பு இல்லாமல் ஒதுங்கியே சிந்திக்கிறார்கள். அதிலும் அறிவுத்துறை மற்றும் ஊடகத் துறையில் உள்ள பிராமணர்களில் பெரும்பாலோர் தமிழின அடை யாளங்களுக்கும் தமிழ்மொழி உரிமைகளுக்கும் எதிராகவே செயல்படுகிறார்கள். அவர்கள் தங்களின் முன்னோர்கள் ஆரியர்கள், தங்களின் புனித மொழி சமற்கிருதம் என்று பல ஆயிரம் ஆண்டு களுக்கு முந்தைய தங்கள் வீட்டு நினைவுடனேயே வாழ்கிறார்கள்.

ஆயிரக்கணக்கான ஆண்டுகள் கடந்த பின்னும் அவர்களது ஆரிய கோத்திர நினைவுகள் அவர்களுக்கு மீண்டும் மீண்டும் வரக் காரணம் என்ன? வர்ணாசிரம தர்மப்படி ஆரியப் பிராமணர்கள் எல்லோர்க்கும் தலைமையாக ஆதிக்கம் செலுத்தியவர்கள். அந்த ஆதிக்கத்தை இன்று விட்டுவிட மனம் வரவில்லை. நவீனமான முறையில் நளினமான வடிவங்களில் இன்றும் பிராமண ஆதிக்கம் நீடிக்க வேண்டும் என்பதே அவர்களது உள்ளுணர்வு...." என்கிறார் பெ.ம.

*(த.க. 2017 ஆகஸ்ட்)*

2017 இல் மணியரசன் கணித்ததை 1925ஆம் ஆண்டே பெரியார் கணித்தது தீர்க்கதரிசனம் அல்லவா?

## *18. திராவிடர் கழகத் தலைவர் கி.வீரமணி வளர்க்கவில்லையா?*

"பெரியாரின் தத்துவத்தைக் கி.வீரமணி வளர்த்தெடுக்கவில்லை. பெரியாரியலில் உள்ள இனம் மொழி குறித்த பிழையான கருத்துகளைக் கைவிட்டு அதன் சரியான சமூகவியல் கருத்துகளை செழுமைப்படுத்தித் தமிழ்த் தேசியத்துடன் பொருத்துவதே தமிழர்களுக்கு நன்மை தரும். பெரியாரியலுக்குப் புத்துயிர்ப்புத் தரும்" என்கிறார் பெ.ம. இதனைத்தான் கி.வீரமணி செய்து கொண்டு இருக்கிறார். இதைத்தான் பெரியாரியர்கள் செய்து கொண்டும் வருகிறார்கள். தமிழ்த் தேசியம் என்பது மணியரசனின் குத்தகைக்கு உட்பட்டது அல்ல. அது தமிழர்கள் அனைவருக்கும் பொதுவானது தான். மணியரசனுக்குத்தான் யாரைப் பார்த்தாலும் ஒவ்வாமை இருக்கிறது. ஒதுங்குகையும் இருக்கிறது.

சாதியவாத,மதவாத, இந்துத்துவ, வர்ணாசிரம,சனாதன சக்திகளுக்கு இன்று வரை சிம்மசொப்பனமாக இருப்பது ஆசிரியர் கி.வீரமணியே. அவரது திறனை நட்புசக்திகளைவிட எதிர்ப்புச் சக்திகளே அதிகம் அறிவார்கள். மதவாதிகளும் சாதியவாதிகளும் பெரியாரையும் வீரமணியையுமே அதிகமாக விமர்சித்து இன்றும் சமூக ஊடகங்களில் எழுதி வருகிறார்கள். பேசிவருகிறார்கள். அவதூறு பரப்பிவருகிறார்கள். அச்சுறுத்தலும் செய்து வருகிறார்கள். வளர்ச்சி இல்லாமல் இந்த எரிச்சல் எழூச்சி எழுந்திருக்காது.

'விடுதலை இதழைக் கி.வீரமணியின் ஏகபோக ஆதிக்கத்தில் ஒப்படைத்துவிட்டேன்' என்று பெரியார் அறிவித்தார். 'வீரமணி இப்பொறுப்பை ஏற்க முன்வராவிட்டால் விடுதலையை நிறுத்திவிட நினைத்தேன். அவரது துணிவையும் தியாகத்தையும் சுயநலமற்ற தன்மையையும் கருதி அவரிடம் ஒப்படைக்கப்படுகிறது' என்றார் பெரியார்.

1974 இல் திராவிடர் கழகத்தின் தலைவராக மணியம்மையாரும், பொதுச்செயலாளராகக் கி.வீரமணியும் மத்திய நிருவாகக் குழுவால் தேர்ந்தெடுக்கப்பட்டார்கள். டில்லியில் இராமலீலாவைத் தடை செய்யாவிட்டால் இராவணலீலா நடத்துவோம் என்று பிரதமர் இந்திராவுக்குக் கடிதம் எழுதினார் கி.வீரமணி. இராவணலீலா நடத்த முற்பட்டு முந்தைய நாள் கைதானார். 1976ஆம் ஆண்டு மிசா சட்டப்படி கைது செய்யப்பட்டு ஓராண்டுக் காலம் சிறையில் இருந்தார். சிறையில் மிகக்கடுமையாகத் தாக்கப்பட்டார். திராவிடர் கழகத் தலைவர் மணியம்மையார் மறைவைத் தொடர்ந்து 1978ஆம் ஆண்டு திராவிடர் கழகப் பொதுச்செயலாளர் கி.வீரமணி முழு ஆளுமை பெற்ற தலைவராக எழுந்தார். 2003 ஆம் ஆண்டு முதல் திராவிடர் கழகத் தலைவராகத் தேர்ந்தெடுக்கப்பட்டார். கி.வீரமணியின் முழு ஆளுமைத் திறனை 1978–2020 ஆகிய காலகட்டம் முழுவதும் தொகுத்துப் பார்க்க இந்த இடத்தில் இயலாது எனினும் பெ.மணியரசன் குற்றம் சாட்டும் இன மொழி குறித்த செயல்பாடுகளை மட்டும் வரிசைப்படுத்த முடியும். தமிழின எழுச்சி, மொழி மேன்மைக்கு உகந்த செயல்பாடுகளையே கி.வீரமணியின் காலகட்டம் மிகுதியாய்ச் செய்து வருகிறது.

தமிழில் வழிபாட்டு உரிமைக்காக ஆசிரியர் கி.வீரமணி மாநாடு நடத்தியபோது (1980) அன்றைய முதல்வர் எம்.ஜி.ஆர், 'நாத்திகர் களுக்கு இதில் என்ன கவலை வந்தது?' என்று கேள்வி எழுப்பினார். 'இது இன சுயமரியாதைக்கும் மொழி சுயமரியாதைக்கும் தேவையான உரிமை' என்று பதிலளித்தார். அந்தப் பதிலில் தேவாரம், திருவாசக வரிகளையும் குறிப்பிட்டார். இம்மாநாட்டில் குன்றக்குடி அடிகளார்,

முத்தமிழ்க்காவலர் கி.ஆ.பெ.வி, பாவாணர், பாவலரேறு பெருஞ் சித்திரனார், ஆட்சிமொழிக்காவலர் இராமலிங்கனார், திருக்குறளார், நாரண. துரைக்கண்ணன், சி.பாலசுப்பிரமணியம், மெ.சுந்தரம் ஆகியோர் பங்கேற்றனர். சமற்கிருதமயமாக்கப்பட்டவை மாநாடு மிக முக்கியமானது. இதில் ஏராளமான தமிழறிஞர்கள் பங்கேற்றனர். தமிழனின் அனைத்து பண்பாடுகளும் எப்படிச் சமற்கிருதமயமாக்கப் பட்டன என்பதை இம்மாநாடு எடுத்துரைத்தது. இக்கட்டுரைகள் கொண்ட ஆய்வு நூல், ‘சமஸ்கிருத ஆதிக்கம்’ என்ற பெயரில் இப்போதும் விற்பனையில் உள்ளது. 1999 சமஸ்கிருத ஆண்டாக அறிவிக்கப் பட்டதைக் கண்டித்துச் சைக்கிள் பேரணி நடத்தச் சொன்ன கி.வீரமணி, இப்பயணத்தைத் தமிழுணர்வு ஊட்டும் பயணமாக மாற்றச் சொன்னார். தமிழில் குடமுழுக்கு நடத்திய கரூர் திருமணி முத்தீஸ்வரர் சிவன் கோவில் பொறுப்பாளர்களைப் பாராட்டினார். கடைகளில் தமிழில் பெயர் சூட்டவும், தமிழில் விளம்பரம் செய்யவும் அறிவுறுத்தினார்.

1980 முதல் புரட்சிக்கவிஞர் பாரதிதாசன் விழாவை நடத்தி வருகிறார். தமிழர் கலைபண்பாட்டுப் புரட்சி விழாவாக நடத்தப் பட்டு வருகிறது. 1995 முதல் தந்தை பெரியார் முத்தமிழ் மன்றத்தைத் தொடங்கினார். கலை, இலக்கியப் பங்களிப்பாளர்களுக்கு விருதுகள் வழங்கப்பட்டு வருகின்றன.

பெண்கள் மேம்பாட்டுக்காகக் கிராமப்புற ஏழை எளிய ஆதரவற்ற விதவை மற்றும் மகளிர் வருவாயைப் பெருக்கும் power, பெரியார் உயிரித் தொழில் நுட்பம் சார்பில் 64 கிராமங்களைத் தேர்வு செய்து probe பணிகள், கிராமப்புற இளைஞர் impersso விழிப்புணர்வு, பெரியார் சமூகத் தொடர் கல்விக் கல்லூரி, பெரியார் ஊரக மரபு சாரா ஆற்றல் ஆய்வுக் கல்வியகம், பெரியார் உயிரித் தொழில்நுட்ப மற்றும் உயிர் மண்டல ஆராய்ச்சிக் கழகம், நாகம்மை குழந்தைகள் இல்லம், கைவிடப்பட்ட குழந்தைகளை வளர்த்துத் திருமணம் செய்து வைத்தல், கைவல்யம் முதியோர் சோலை, அறப்பணி, கணினித் தொழில் வளர்ச்சி, vibgyar நிறுவனம், சீருடை அணிந்த பெரியார் சமூகக் காப்பணி ஆகிய துணை அமைப்புகளை நடத்தி வருகிறார்.

திருக்குறளைக் காக்கும் இயக்கமாக இன்று வரை திராவிடர் கழகம் இருக்கிறது. வழக்கறிஞர் பராசரனின் தந்தையார் கேசவ அய்யங்கார், ‘வள்ளுவர் உள்ளம்’ என்ற புத்தகத்தை எழுதினார். திருக்குறள் வடமொழி நூல் என்றும், வள்ளுவர் வடமொழியாளர் என்றும் அதில் சொல்லப்பட்டு இருந்தது. இதனைக் கண்டித்து இரண்டு நாட்கள் தொடர் சொற்பொழிவு நிகழ்த்தினார் கி.வீரமணி. ‘திருக்குறள் இருக்க தீண்டுவாரோ மனுநீதியை?’ என்ற தலைப்பில்

இரண்டு நாட்கள் முரசொலியில் கடிதம் தீட்டினார் கலைஞர். உடனே இந்துமுன்னணித் தலைவர் இராமகோபாலன், கீதை புத்தகத்தை எடுத்துக் கொண்டு வந்து கலைஞரிடம் கொடுத்தார். அவருக்கு கி.வீரமணியின், 'கீதையின் மறுபக்கம்.' நூலைக் கொடுத்தார் கலைஞர். அப்போதும் கீதை, மனு, குறள் மூன்றையும் வேறுபடுத்தி அறிக்கை கொடுத்தார் கி.வீரமணி.

(2004)

'உடையும் இந்தியா? ஆரிய திராவிடப் புரட்டும் அந்நியத் தலையீடுகளும்' என்ற தலைப்பில் ராஜீவ் மல்கோத்ராவும் அரவிந்த் நீலகண்டனும் ஒரு நூலை எழுதி உள்ளார்கள். அதனை மறுத்துக் கண்டனக் கூட்டம் நடத்தினார் கி.வீரமணி. இந்நூலில் திருக்குறள் மனுதர்மத்தை அடிப்படையாக வைத்து எழுதப்பட்டது என்பதைக் கடுமையாக மறுத்துப் பேசினார். "இந்நூலில் இருக்கும் கொடுமை யான செய்தியே இதுதான்" என்று குறிப்பிட்டார். "இது கோல்வால்க் கரின் குரல். சத்திய கங்கையில் இப்படி எழுதி இருக்கிறார். இப்படி ஆக்கப்பட்டு விடக்கூடாது என்பதற்காகத்தான் பெரியார், திருக்குறள் மாநாடுகளை நடத்தினார். 'திருக்குறளை வைத்துத் திரிபுவாதம் செய்வது பரிமேலழகர் காலத்திலேயே வந்துவிட்டது' என்றார் கி.வீரமணி.

நாகசாமி Thirukkural an abridgement of sastras என்ற நூலை வெளியிட்டுள்ளார். சாத்திரங்களின் கருத்தை எடுத்தே திருக்குறள் எழுதப்பட்டது என்பது இதன் உள்ளடக்கம். இதனைக் கடுமையாக எதிர்த்தது திராவிட இயக்கமே. நாகசாமியின் கருத்தை மறுத்து அறிக்கை வெளியிட்ட திராவிட முன்னேற்றக் கழகத் தலைவர் மு.க.ஸ்டாலின், நாகசாமிக்குக் கொடுத்த பொறுப்பையும் எதிர்த்தார். இதற்குப் பதிலளித்த நாகசாமி, எனது நூலை அனைவரும் படிக்க வேண்டும் என்று கருத்துக் கூறினார். நாகசாமி நூலுக்கு இராசபாளையம், தஞ்சாவூர், சென்னை ஆகிய மூன்று ஊர்களில் நடந்த கூட்டங்களில் ஆசிரியர் கி.வீரமணி பதிலளித்தார். (2018). இந்த உரைகள், 'பண்பாட்டுப் படையெடுப்பும் திருக்குறளும்' என்ற நூலாகவும் வெளிவந்துள்ளது. குறளைப் பரிமேலழகர் வழியாக அல்லாமல் பாவேந்தர், புலவர் குழந்தை, பன்மொழிப்புலவர், பாவாணர் வழியில் படிக்க வேண்டும் என்ற கி.வீரமணி, இனி நம் வேலை வள்ளுவரைப் பரப்புவதல்ல, அதைத் திரிபுவாதிகளிடம் இருந்து பாதுகாப்பது என்றார். இதைத் தொடர்ந்து நாகசாமிக்குப் பெரியாரியல் அறிஞர் மஞ்சை வசந்தன், வாதம் செய்ய அறைகூவல் விடுத்தார். அதனை நாகசாமி ஏற்காத நிலையில், "திருக்குறள் சாஸ்திரங்களின் சாரமா?" (200 பக்கங்கள்) என்ற நூலை வெளி யிட்டார் மஞ்சை வசந்தன்.

தமிழ்வழிப்பாட்டுரிமை மாநாடு (1980), ஐந்தாம் உலகத் தமிழ் மாநாட்டில் கலந்து கொள்ளப் பெருஞ்சித்திரனாருக்கு அதிகாரப் பூர்வமாக அழைப்பு அனுப்பி வைக்கப்பட்ட நிலையில், அது மறுக்கப்பட்டு அவர் காவல்துறையினரால் மிரட்டப்பட்டதைக் கண்டித்துப் போராட்ட அறிவிப்பைச் செய்தார். (1981). சேலம் ஆலையில் மலையாளிகள் ஆதிக்கத்தை எதிர்த்துப் பேரணி (1981), திருச்சி ஆலையில் பார்ப்பன, மலையாளிகள் ஆதிக்கத்தை எதிர்த்து ஆர்ப்பாட்டம் (1982), திரு.வி.க. நூற்றாண்டு விழா (1982), திருச்சியில் வேலைகிடைக்காத தமிழ் இளைஞர் மாநாடு (1983), இந்தி எழுத்து அழிப்பு (1985), ஆகாஷ்வாணி பெயரை எதிர்த்துப் போராட்டம் (1985),

காவிரிப் பிரச்னைக்காக மறியல், கைது (1985), இராவணகாவிய மாநாடு (1986), வஞ்சிக்கப்படும் தமிழர்–தமிழ்நாடு எழுச்சி பிரச்சாரப் பயணம் (1988), காவிரிப் பிரச்னையை நடுவர் குழுவிடம் விட ஆளுநரைச் சந்தித்து வலியுறுத்தினார். கேரளமாநிலம் மாவூரில் தமிழர்கள் விரட்டப்பட்டதைக் கண்டித்து கேரள முதல்வருக்கு எச்சரிக்கை செய்தார். (1989). தமிழகத்தில் எடுக்கப்படும் பெட்ரோலுக்கு ராயல்டி தரக் கோரி நரிமணத்தில் ஆர்ப்பாட்டம், நெய்வேலி நிலக்கரிக்கு ராயல்டி கேட்டுப் போராட்டம், (1989)

வெளிமாநில நீதிபதிகள் நியமனத்தை எதிர்த்து ஆர்ப்பாட்டம் (1990), நீதிபதிகளாகத் தமிழர்களை நியமிக்க ஆர்ப்பாட்டம் (1990)

காவிரி உரிமைப் போராட்டம் (1991), கருநாடகத்தில் தமிழர்கள் தாக்கப்பட்டதைக் கண்டித்து மறியல், கைது (1992), காவிரி உரிமை மறியல், கைது (1992), தமிழகத் தொலைக்காட்சியில் தமிழுக்கான நேரம் குறைக்கப்பட்டதையும், இந்திப்படம் அதிகமாக ஒளிபரப்பப் படுவதையும் கண்டித்துத் தொலைக்காட்சி நிலையம் முன் ஆர்ப் பாட்டம், கைது (1993)

இந்தித் திணிப்பு எதிர்ப்பு இரயில் மறியல் கைது (1994), இந்தி எதிர்ப்பு மாநாடு, இதில் மொழிப்போர் தியாகிகள் அனைவருக்கும் வீரவணக்கம் செலுத்தப்பட்டது (1994), தமிழக மீனவர் உரிமை மாநாடு (1997)

தமிழர் சமூக விழிப்புணர்ச்சிக்கான எழுச்சிப் பயணம் (2003), தமிழ் செம்மொழி அறிவிப்பு நமக்கு இனிக்கிறது, பார்ப்பன சக்திகளுக்கு வேம்பாக கசக்கிறது (2004)

புலவர் குழந்தை நூற்றாண்டு விழா (2005), சிதம்பரம் நடராசர் கோவில் சிற்றம்பலத்தில் தேவாரம், திருவாசகம் பாடிய ஆறுமுகச் சாமி ஓதுவாருக்குத் தீட்சிதர்கள் எதிர்ப்புத் தெரிவித்த நிலையில் நடந்த போராட்டத்தில் திராவிடர் கழகமும் பங்கெடுத்தது. துரை. சந்திரசேகரன் உள்ளிட்ட தோழர்கள் கைது (2006)

தமிழக ஐஏஎஸ் அதிகாரிகளை அவமதித்த நீதிபதி முகோபாத்யா யாவைக் கண்டித்து மறியல் செய்து கைது (2006), பாவாணருக்குத் தபால் தலை வெளியிட வேண்டும் என்று கி.வீரமணி வைத்த கோரிக்கையை ஏற்று முதல்வர் கலைஞர் முயற்சியால் மத்திய அமைச்சர் தயாநிதிமாறனின் உத்தரவில் அஞ்சல் தலை வெளியிடப் பட்டது (2006)

திராவிடர் வரலாற்று ஆய்வு மையம் சார்பில் கடலில் மூழ்கிய தமிழ்நிலம் ஆய்வரங்கம், பசுமைத் தொழில் நுட்ப மாநாடு, (2011)

சிதம்பரம் நடராசர் கோவில் தீட்சிதர்கள் கையில் போனது குறித்துக் கண்டன ஆர்ப்பாட்டம் (2013)

சமற்கிருதவாரம் கொண்டாட எதிர்ப்பு, டாக்டர் கால்டுவெல் 200 ஆவது ஆண்டு விழா, நாரண. துரைக்கண்ணன் நூற்றாண்டு விழா (2014),

காவிரி பிரச்னையின் இன்றைய நிலை பொதுக்கூட்டம், சேலம் இரும்பாலையைத் தனியாருக்குத் தாரை வார்ப்பதா ஆர்ப்பாட்டம், நீட் தேர்வை எதிர்த்து ஆர்ப்பாட்டம், கீழடி அகழ்வாய்வை முடக் காதே ஆர்ப்பாட்டம், ஜனநாயக உரிமை பாதுகாப்புக் கூட்டமைப்பு உருவாக்கம் (2016). இந்தி சமற்கிருத திணிப்புக் கண்டன மாநாடு (2017) ஆகியவை கி.வீரமணியின் முன்னெடுப்புகளில் மிகக் குறிப்பிடத்தக்கவை.

ஈழத்தமிழர் உரிமை, விடுதலைப்புலிகள் ஆதரவு நிலைப் பாட்டுடன் 1980 முதல் இயங்கிய இயக்கம் திராவிடர்கழகம். ஈழத்தமிழர் படுகொலையைக் கண்டித்து 1983 சூலை மாதம் அனைத்துக்கட்சிக்கூட்டம் நடத்திய கி.வீரமணி, கலைஞர், பழ.நெடுமாறன், அப்துல்லத்தீப், பெருஞ்சித்திரனார் ஆகியோரை வைத்துக் கண்டனக் கூட்டம் நடத்தினார். இந்திய சுதந்திர தினத்தைக் கறுப்புத் தினமாக அறிவித்தார். ஈழவிடுதலை மாநாடு கூட்டினார். விடுதலைப்புலிகளுக்கு அடைக்கலம் கொடுத்தார். தமிழீழத் தாயகம் அடையப் பாடுபட உறுதி எடுத்தார். கலைஞர் உருவாக்கிய தமிழீழ ஆதரவாளர் கூட்டமைப்பில் திராவிடர் கழகமும் இடம்பெற்றது. கலைஞர், பேராசிரியர், வீரமணி, பழ. நெடுமாறன், அய்யணன் அம்பலம் ஆகியோர் அதில் இடம்பெற்றனர். பாலசிங்கம், சந்திரஹாசன், சத்தியேந்திரா ஆகிய மூவரும் நாடு கடத்தப்பட்டதைக் கண்டித்து ஒரே நாளில் மாபெரும் ஊர்வலம் சென்னையில் ஏற்பாடு செய்யப்பட்டது. பெங்களூரு வந்த ஜெயவர்த்தனாவை விடுதலைப்புலிகளின் தலைவர் பிரபாகரன் சந்திக்க வேண்டும் என்று அன்றைய மத்திய மாநில அரசுகள் விரும்பின. பிரபாகரன் எங்கே இருக்கிறார் என்று தெரியாத நிலையில் வீரமணியைச் சந்தித்த தமிழக உளவுத்துறை அதிகாரி அவரிடம் இத்தகவலைத் தெரிவித்தார். அப்போது மருத்துவமனையில்

இருந்த வீரமணியைச் சந்திக்கத் திடீரென வந்த பிரபாகரனிடம் இக்கோரிக்கையை வைத்தார் வீரமணி. இதனால் பயன் இருக்காது என்று சொன்னார் பிரபாகரன். இந்நிலையில் விடுதலைப்புலிகள் வசம் இருந்த ஆயுதங்கள் பறிக்கப்பட்டன. இதனை மீண்டும் தரக்கோரி பிரபாகரன் உண்ணாவிரதம் இருந்தார். அந்த உண்ணா விரத்தை முடித்து வைத்தவர் கி.வீரமணி. (23.11.1986). இந்திய இலங்கை ஒப்பந்தத்தைத் தீ வைத்துக் கொளுத்தினார். பிரபாகரன், கிட்டு, பாலசிங்கம், பேபி சுப்பிரமணியம் ஆகியோருடன் நெருங்கிப் பழகினார். இவரை அவர்கள் அடிக்கடி சந்தித்தார்கள். ஆலோசனை பெற்றுச் சென்றார்கள். குடிஅரசுத் தலைவர் கியானி ஜெயில்சிங்கைச் சந்தித்த கி.வீரமணி, தமிழர்கள் ஒரு தனித்த தேசியஇனம் என்ற ஒரே காரணத்துக்காக அவர்களை இலங்கை அரசு நசுக்குகிறது என்று குற்றம் சாட்டினார். (28.1.1987)

"மதத்தால் பிரிந்து, சாதியால் பிரிந்து, கட்சிகளால் பிரிந்து மண்புழுவைவிடக் கேவலமாக வாழ்கிறோம். தமிழனுக்கென்று ஒரு நாடில்லை. பக்கத்திலே 30 கல் தொலைவில் இருப்பது ஈழம். குறுக்கே நம்மைக் கடல் பிரிக்கிறது. எல்லை பிரிக்கிறது. ஆனால் நாம் ஒன்று. விடுதலைப்புலிகள் அங்கு வீரஞ்செரிந்த போராட்டத்தை நடத்தி வருகிறார்கள். புறநானூற்றை நாம் பேசுகிறோம். ஆனால் அவர்கள் நடத்திக் காட்டுகிறார்கள். அங்குதான் உண்மையான புறநானூறு படைக்கப்படுகிறது. பிரபாகரன்தான் அந்தப் புறநானூற்று நாயகன். உங்களைப் போன்ற இளைஞன். இந்த வயதில் எவ்வளவு அறிவு முதிர்ச்சி கொண்டவனாக அவன் இருக்கிறான் தெரியுமா? அந்த இளைஞன் இந்த வயதில் எப்படி இவ்வளவு ஆற்றல் பெற்றவனாக ஆனான் என்பதே கேள்விக்குறி. இருபதாம் நூற்றாண்டின் இணையற்ற காவியநாயகன். பிரபாகரனைச் சுட்டால் தமிழ்நாடு பார்த்துக் கொண்டிராது. இங்கேயும் இளைஞர்கள் விடுதலைப்புலிகளாக மாறுவார்கள்" என்று நாடு முழுவதும் முழங்கினார். 1983 முதல் பத்தாண்டுக்காலம் திராவிடர் கழகத்தின் பணியே ஈழ ஆதரவு-புலிகள் ஆதரவு என்பதாக மாறியது.

(ஈரோடு வாசவி கல்லூரி மாணவர்கள் மத்தியில் பேசியது 1988)

கடவுள் மறுப்பு-பார்ப்பன எதிர்ப்பு ஆகியவற்றைவிடத் தமிழின உரிமை, தமிழீழ விடுதலையே அடிப்படையானதாக மாறிய காலம் அது.

இராஜீவ் காந்தி படுகொலை (1991) தமிழகத்தில் இருந்த ஈழ ஆதரவு, புலிகள் ஆதரவு மனிதர்களை அசைத்துப் பார்ப்பதாக இருந்தது. அந்தச் சூழலிலும் புலிகள் ஆதரவை, ஈழ ஆதரவை விடவில்லை திராவிடர் கழகம். இராஜீவ் கொலை வழக்கில் சிக்க

வைக்கப்பட்டுத் திராவிடர் கழகம் தடை செய்யப்படும் என்ற அளவுக்கு எதிரிகள் சூழ்ச்சி வலை பின்னினார்கள். கி.வீரமணி பின்வாங்கவில்லை. தமது நிலைப்பாட்டை மாற்றிக் கொள்ளவில்லை. புலிகள் இயக்கம் தடை செய்யப்பட்டதைக் கண்டித்தார். தடையை நீக்கப் போராடினார். “இங்கே இல்லாத புலிகள் அமைப்பு மீது எதற்காகத் தடை விதிக்க வேண்டும். ஈழ மக்களைச் சிங்களவர் படுகொலையில் இருந்து காக்கும் இயக்கம் விடுதலைப்புலிகளே' (1994) என்று பேசிவந்தார். திராவிடர் கழகத்தின் பொன்விழா மாநாட்டில் பேசிய கி.வீரமணி, “ தென்னாப்பிரிக்காவில் கறுப்பர் இனம், உரிமை பெற்றுள்ளது. இஸ்ரேலில் யூதர்களுடன் போராடிய பாலஸ்தீனியர் பிரச்னையும் அநேகமாக முடிவைக் கண்டுள்ளது. ஆனால் 30 கல் தொலைவில் நம் தமிழினம் இன்னமும் அழிவதா? அழுவதா? இராஜீவ் கொலையை எந்த மனித நேயக்காரர்களும் கண்டிக்காமல் இருக்க முடியாது. அதற்காக ஈழத்தமிழினமே அழிக்கப்படுவதைக் கண்ணைத் திறந்து பார்த்துக் கொண்டிருக்க முடியாது” (1994) என்று பேசினார். புலிகளே ஈழத்தமிழர்க்கு போர்வாளாகவும் கேடயமாகவும் இருக்கிறார்கள், அதனால் புலிகளை ஆதரிக்கிறேன் என்று அறிவித்தார். (1997) புலிகளை பயங்கரவாத அமைப்பாக அறிவித்த அமெரிக்காவுக்குக் கண்டனம் தெரிவித்துத் திராவிடர் கழக நிர்வாகக் குழு தீர்மானம் நிறை வேற்றியது. (1997)

ஜெயவர்த்தனேவுக்குக் கறுப்புக்கொடி காட்டிக் கைது (1983), ஆகஸ்ட் 15ஆம் தேதியை கறுப்புத் தினமாக அறிவித்தது (1984), ஈழப்பிரச்னையில் தலையிடாத துணைக்குடிஅரசுத்தலைவர் ஆர்.வெங்கட்ராமனுக்குக் கறுப்புக்கொடி காட்டி கைது (1984), தமிழக மீனவர்கள் மீது சிங்களப்படை தாக்குதலைக் கண்டித்து மறியல் (1984), இலங்கைக்குச் செல்லும் கப்பலை மறிக்கத் தூத்துக்குடியில் மறியல், கைது (1987), ரயில் மறியலில் கைது (1987), இந்திய இலங்கை ஒப்பந்தத்துக்கு தீ வைத்து கைது (1987), யாழ்ப்பாணம் மருத்துவமனை மூடப்பட்டதைக் கண்டித்து இலங்கை தூதரகம் முன் ஆர்ப்பாட்டம் (1987), ரயில் மறியல் கைது (1987), டெல்லி சென்று அகில இந்திய தலைவர்களுக்கு இந்திய இலங்கை ஒப்பந்தம் குறித்து விளக்கினார், தமிழகம் முழுவதும் 6 நாட்கள் பயணம் செய்து 90 ஊர்களில் பேசினார். (1987), திலீபன் மறைவுக்கு அஞ்சலி செலுத்தி ஊர்வலம் நடத்தினார் (1987), கடையடைப்பு, தொலைக்காட்சி நிலையம் முன் மறியல், மனிதச்சங்கிலி ஆகியவை நடத்தினார் (1987), ஜெயவர்த்தனே கொடும்பாவி எரித்து கைது (1988), ஈழத்தமிழர்க்குத் துரோகம் செய்யும் குடிஅரசுத் தலைவருக்குக் கறுப்புக் கொடி காட்டிக் கைது (1988), விடுதலைப்புலித் தளபதி கிட்டுவைத் தடையை மீறிச் சந்திக்கச் சென்றதற்காகக் கைது (1988),

பிரபாகரன் உயிருக்கு அமைதிப்படை குறிவைத்ததைக் கண்டித்துத் தென்மண்டல இராணுவத் தலைமையகம் முன் ஆர்ப்பாட்டம் (1988), புலிகளுக்கு ஆதரவாக ஆர்ப்பாட்டம் (1989), புலிகள் தமிழகத்தில் கைது செய்யப்பட்டபோது அவர்களை உடனடியாக விடுவிக்கவேண்டும் என்றும், அவர்களை அழைத்துப் பேசவேண்டும் என்றும் பிரதமர் இராஜீவுக்குத் தந்தி கொடுத்தார். பாதுகாப்புச் சட்டப்படி கைது செய்யப்பட்ட புலிகளை விடுதலை செய்யக்கோரித் திலீபன் நினைவு நாளில் ஊர்வலம் நடத்தினார். கைது செய்யப்பட்ட புலிகளுக்காக நீதிமன்றத்தில் திராவிடர் கழக வழக்கறிஞர்கள் வாதாடினார்கள். (1988), இலண்டனில் நடந்த இரண்டாவது உலகத்தமிழர் மாநாட்டிலும் வாசிங்டனின் நடந்த அமெரிக்கத் தமிழ்ச் சங்கங்களின் ஒருங்கிணைப்பு கூட்டங்களிலும் கி.வீரமணி பங்கெடுத்தார். பிரபாகரன் கொலை செய்யப்பட்டார் என்று தமிழகத்தில் பரவிய செய்தி பொய் என்பதை நாட்டுக்கு உணர்த்தினார். ஈழத்தை விட்டு ராணுவம் வெளியேற ஆர்ப்பாட்டம் நடத்தினார். (1989)

இலங்கைத் துணைத்தூதர் அலுவலகம் முன் ஆர்ப்பாட்டம் (1990), ஈழ அகதிகள் கல்வி பாதுகாப்பு மாநாடு (1992), ஈழத் தமிழர் படுகொலை தடையை மீறிப் பொதுக்கூட்டம் நடத்தியதாகக் கைது (1995), ஈழப்படுகொலையை இந்தியா கண்டிக்க வேண்டும் என்று ஈழத்தில் இனப்படுகொலை என்ற தலைப்பில் பேசினார் (1995), கையெழுத்து இயக்கம் தொடங்கினார். ஐ.நா. பொதுச்செயலாளர் புட் ரோஸ்காலியுடன் பேசினார். (1995). ஈழப்படுகொலையைக் கண்டித்துத் தமிழகம் முழுவதும் பேரணி நடத்தினார். ஈழத்தமிழர் படுகொலை கண்டன மாநாடு நடத்தினார். (1995). ஈழத்தமிழர்க்கு எதிரான இந்தியத் தலையீடு என்ற பொதுக்கூட்டம் நடத்தினார். (1996). இலங்கைத் தூதர் அலுவலகம் நோக்கி பேரணி நடத்தினார். (1996).

ஈழப்பிரச்னையை இந்திய அரசு வேடிக்கை பார்ப்பது வருத்தம் தருகிறது எனத் தீர்மானம் (2005), ஈழத்தமிழர் பாதுகாப்பு பொதுக்கூட்டம், ஈழத்தமிழர் பாதுகாப்புப் பேரணி, ஈழத்தில் நடைபெறுவது என்ன?, ஈழத்தமிழர் வாழ்வுரிமை ஆர்ப்பாட்டம், ஈழம் செல்ல பிரதமர் மன்மோகன்சிங்குக்கு எதிர்ப்பு, மனிதச் சங்கிலிப் போராட்டம் (2006), கண்டன ஆர்ப்பாட்டம் (2007), ரயில் மறியல், பற்றி எரிகிறதே ஈழம் ஆர்ப்பாட்டம், மனிதச்சங்கிலி, பிரதமர் மன்மோகனுடன் சந்திப்பு, முத்துக்குமாருக்கு அஞ்சலி, இலங்கைத் தமிழர் நல உரிமைப்பேரவையின் துணை அமைப்பு தொடக்கம், போரை நிறுத்தக்கோரிப் பேரணி, பொது வேலை நிறுத்தம், ஈழத்தமிழர் வாழ்வுரிமை மீட்பு இயக்கம் தொடக்கம் (2008).

தமிழர் இறையாண்மை மாநாட்டில் பங்கெடுத்து, உலகப்பந்தில் தமிழர்களுக்கெனத் தனி நாடு உருவாகக் கருஞ்சிறுத்தைகளும் விடுதலைச்சிறுத்தைகளும் ஒன்றிணைந்து போராடும் என முழக்கம் (2010).

ராஜபக்சேவைக் குற்றவாளியாகச் சேர்க்க ஆர்ப்பாட்டம், ராஜபக்சேவைக் கைது செய்யக் கோரித் தமிழகம் முழுவதும் பொதுக் கூட்டம் (2011).

ராஜபக்சேவுக்குத் தண்டனை வழங்க நியூயார்க் ஐ.நா. அலுவலகம் முன் திராவிடர் கழக தலைமை நிலையச் செயலாளர் வீ.அன்புராஜ், பெரியார் பன்னாட்டு மைய இயக்குநர் டாக்டர் சோம.இளங்கோவன் ஆர்ப்பாட்டம், (2011).

தமிழர்களின் உணர்வுகளைப் புறக்கணித்த இந்திய அரசைக் கண்டித்து வீடுகளில் கறுப்புக்கொடி, தமிழ் ஈழம் ஆதரவாளர் அமைப்பு தொடக்கம், (2013)

ஈழத்தில் நடைபெற்ற போர்க்குற்ற விசாரணைக்கு வரும் ஐ.நா. குழுவுக்கு இந்திய அரசு விசா கொடுக்க மறுத்ததைக் கண்டித்து ஆர்ப்பாட்டம், தமிழ் ஈழ ஆதரவாளர் அமைப்பு ஆர்ப்பாட்டம் (2014) ஆகியவை குறிப்பிடத்தக்கவை. இனம், மொழி, தமிழக உரிமைகள் சார்ந்த அனைத்திலும் திராவிடர் கழகம் தனது பங்களிப்பைச் சரியாகச் செலுத்தியே வந்துள்ளது.

பெரியாரியக் கொள்கைகளை இன்றைய விழுமியங்களோடு இணைத்தவர் கி.வீரமணி. 'மூடநம்பிக்கை எங்கு இருக்கிறதோ அங்கே தன்னம்பிக்கைக்கு இடமில்லை. எங்கு ஜாதியம் இருக்கிறதோ அங்கு சமத்துவத்துக்கு இடமில்லை. எங்கு தீண்டாமை இருக்கிறதோ அங்கு மனிதத் தன்மைக்கு இடமில்லை. எங்கு பக்தி இருக்கிறதோ அங்கு அறிவுக்கு இடமில்லை. நாட்டுக்கு ஒருமைப்பாடு பேசுவதை விட மனிதனுக்குள் ஒருமைப்பாடு பேசுங்கள்' என்கிறார். 'எல்லார்க்கும் எல்லாம் என்ற இடம்நோக்கி நடக்கட்டும் இந்த வையம்' என்பதே அவரது உரைகளில் அடிக்கடி குறிப்பிடுவது. சாதியும் மதமும் தமிழர் ஒற்றுமையைச் சிதைப்பது என்பதைத் தொடர்ந்து சொல்லி வருகிறார். 'சாதி என்பது தமிழர் ஒற்றுமையைச் சிதைப்பதால்தான் பெரியார் சாதி ஒழிப்பை உயிர்மூச்சுக் கொள்கை யாகக் கொண்டார்' என்றும் விளக்கம் அளித்துள்ளார்.

*(கல்லூரி பல்கலைக் கழகங்களில் தமிழர் தலைவர், பக்கம். 326)*

திராவிடர் கழகத்தின் பொன்விழா (1994) மாநாட்டில் பேசிய கி.வீரமணி, "அரசியல் பொருளாதாரப் படையெடுப்புகளைவிடத் தமிழினம் மீளா வண்ணம் பண்பாட்டுப் படையெடுப்புகள்தான்

அதிகம் நடக்கின்றன. கடவுள் போதை, சாதிப் போதை, மதப் போதை, பதவிப் போதை, புகழ் போதை, சினிமாப் போதை, லாட்டரிப் போதை, மாத்திரைப் போதை பரப்பப்படுகின்றன. சுற்றுச்சூழல் பாதுகாக்கப்பட வேண்டும். அதிகமாக மாசுபடுத்தப் படுகிறது. வடவர், மார்வாடிகளின் சுரண்டல் நாடாக இது மாற்றப்படுகிறது. தமிழ்நாட்டின் வளர்ச்சித் திட்டங்கள் அனைத்தும் மத்திய அரசுகளால் தடுக்கப்படுகின்றன. பார்ப்பன பனியா அச்சு முறிக்கப்பட்டாக வேண்டும்" என்று அறைகூவல் விடுத்தார்.

'தமிழன் என்பது மொழியால் மட்டுமல்ல வழியால், விழியால் தமிழனாக இருக்க வேண்டும்' என்று சொல்லி வருகிறார். "தமிழ், தமிழன், தமிழ்நாடு மூன்றையும் சூழ்ந்த இருளினை விரட்டிய பகுத்தறிவுப் பகலவன் பாதையில் பயணம் தொடர்வோம், பணிமுடிப்போம்" (1989) என்றே சூளுரைத்தார். மொழியைப் பண்பாட்டின் தொகுப்பாகச் சொல்கிறார் கி.வீரமணி. மொழிக்கு ஏற்படும் சிதைவு, பண்பாட்டுக்கு ஏற்படும் மிகப்பெரிய அழிவாக ஆகும் என்கிறார். இந்தித் திணிப்பைச் சமற்கிருதத் திணிப்பாகவே சொல்கிறார். காந்தி சொன்னது இந்துஸ்தானி. ஆனால் ஆட்சி மொழியானது தேவநாகரி வடிவ இந்தி. எனவே, இந்தியைத் திணித்துவிட்டால் சமற்கிருதத்தைத் திணிப்பது எளிமை என்பதால் திணிக்கிறார்கள் என்று ஆதாரங்களுடன் சொன்னார்.

இப்படி தமிழின எழுச்சி, தமிழ்மொழி மீட்பு இயக்கமாகவே திராவிடர் கழகம் செயல்பட்டு வருகிறது. அதற்கு ஆசிரியர் கி.வீரமணியின் தலைமையே காரணம். 1938 இந்தி எதிர்ப்புப் போராட்ட வரலாறான 'தமிழன் தொடுத்த போர்', 1948 இந்தி எதிர்ப்புப் போராட்ட வரலாறான 'இந்திப் போர் முரசு', கு.வெ.கி. ஆசானின் மொழி உரிமை ஆகிய நூல்களைத் திராவிடர் கழகம் வெளியிட்டுள்ளது. கு.வெ.கி, ஆசானின் நூலில் 1965 ஆம் ஆண்டு மொழிப்போர் குறித்து எழுச்சியுடன் எழுதப்பட்டுள்ளது. 1965 மொழிப்போராட்டம் குறித்த பார்வை மாற்றத்தை அறியலாம். அகில இந்திய வானொலியை மீண்டும் ஆகாஷ்வாணி என்று பெயர் மாற்றியதைக் கண்டித்துப் போராட்டம் அறிவித்தார் கி.வீரமணி. அந்த அறிக்கையில் 1938 இந்தி எதிர்ப்புப் போராட்டத்தை மட்டுமல்ல 1965 போராட்டத்தையும் குறிப்பிட்டார் வீரமணி. பலரும் மொழிகாக்க உயிர்த்தியாகம் செய்த போராட்டம் என்று கூறினார் மீண்டும் அகில இந்திய வானொலி ஆக அறிவிக்கப்பட்டது. மொழிவாரி மாகாணம் உதயநாளை நவம்பர் 1 கொண்டாடி வருகிறது திராவிடர் கழகம்! 1.11.2019 அன்று 'மொழிவாரி மாநிலம் உருவாக்கமும் தமிழ்நாடு பெயர் மாற்றமும்' என்ற சிறப்புக்கூட்டத்துக்கு ஏற்பாடுசெய்து அதில் கி.வீரமணி

பேசினார். தியாகி சங்கரலிங்கனார் அவர்களுக்கு வீரவணக்கம் செலுத்தினார். அக்காலகட்டத்து வரலாற்றுத் தகவல்களைக் கொண்ட முக்கிய உரை இது!

இன்றைய மத்திய அரசு அனைத்து வகைகளிலும் தமிழர்–தமிழக உரிமைகளைத் தடை செய்து வருவதைத் திராவிடர் கழகம் கண்டித்து வருகிறது. மாநிலப் பட்டியலுக்குக் கல்வி வரவேண்டும், நீட் தேர்வுக்கு எதிர்ப்பு, புதிய கல்விக்கொள்கைக்கு எதிர்ப்பு, மாநில உரிமைகள் பறிக்கப்படுதல், இந்தி எதிர்ப்பு, சமற்கிருத திணிப்பு எதிர்ப்பு ஆகியவற்றில் தெளிவுடன் இருக்கிறது. பல்வேறு இனங்கள் குறித்த புரிதல் இல்லாதவர்கள் கையில் மத்திய ஆட்சி இருப்பதைக் கி.வீரமணி சுட்டிக்காட்டி உள்ளார். மாநிலங்கள் இல்லாத ஒற்றையாட்சிதான் ஆர்.எஸ்.எஸ். இயக்கத்தின் கொள்கை என்பதைக் கோல்வால்க்கர் காலத்து உதாரணங்கள் மூலமாக விளக்கி வருகிறார்.

இவை அனைத்துக்கும் மேலாக ஆசிரியர் கி.வீரமணியின் வாழ்வியல் சிந்தனைகள், பெரியாரியத்தின் நீட்சியாக உள்ளன. பெண்ணுரிமை போன்ற பிரச்னைகளில் பெண்களின் மனம் குறித்துப் பெரியார் பேசவில்லை என்று பெ.ம. சொல்கிறார். ஆசிரியர் கி.வீரமணியின் வாழ்வியல் சிந்தனைகள் இதுகுறித்து விரிவாகப் பேசுகிறது. மணமுறிவு, மணவாழ்க்கை, ஆடம்பரவாழ்க்கை, இளமையின் பால் கவர்ச்சி, உடல் இன்ப ஆவேசம், விட்டுக் கொடுத்தல், மன இறுக்கம், காமம், பால் உணர்வு ஆகியவை குறித்து விரிவாக எழுதி இருக்கிறார். உணவு, உடல்நலம், சுகாதாரம், சூழலியல், நன்னெறிகள் குறித்தும் விரிவாக எழுதி இருக்கிறார். (மொத்தம் 12 தொகுதிகள் வெளிவந்துள்ளன) பெரியாரியத்தின் நீட்சியாக மட்டுமல்ல, வளர்ச்சியாகவும் இவை உள்ளன!

இதோ பாவேந்தர் சொல்கிறார்: (1958)

> தமிழன் அடிமை தவிர்த்துக் குன்றென
> நிமிர்தல் வேண்டும் என்றே நிகழ்த்தும்
> பெரியார் ஆணை ஒன்றே பெரிதெனக்
> கருதிய கருத்து வீர மணியை
> வீண் செயல் எதிலும் வீழ்த்தவில்லை!

### 19. இன்றைய தேவைக்கு ஏற்பப் பெரியாரியத்தை மாற்ற முடியாதா?

“காந்தியம், மார்க்சியம் ஆகியவை பன்முகத் தன்மையுடன் இன்றைய தேவைக்கேற்பப் பொருத்தப்படுத்துவதுபோல பெரியாரியத்தை

மேம்படுத்த எந்த முயற்சியும் நடக்கவில்லையே" என்று ஏங்கும் மணியரசன், காந்தியம் மார்க்சியம் போல் பெரியாரியத்தை மேம் படுத்திச் சமகாலப் பொருத்தமுடைய சமூகத்தத்துவம் ஆக்க முடியாது என்று தீர்ப்பும் சொல்லிக் கொள்கிறார். அதற்கு அவர் சொல்லும் காரணம் அதைவிட அபத்தமானது. பெரியாரியம் பெரும்பாலும் எதிர்ப்பு மற்றும் ஒழிப்புக் கோட்பாடுகளைப் பேசியதாம். ஆக்கத் திட்டங்கள் பற்றி ஆழமாகவோ விரிவாகவோ செயல்முறைகளுடன் கூடிய விளக்கமாகவோ கூறவில்லையாம். தத்துவாசிரியர் கண்டு பிடித்திருக்கிறார்.

பல்வேறு ஆதிக்கங்களை எதிர்த்த போராளியாகப் பெரியார் விளங்கினார். அந்த ஆதிக்கங்கள் அற்ற வகையில் சமூகத்தை மறு வடிவம் செய்வதற்கான ஆக்கத் திட்டங்களையும் செயல்முறை களையும் முன்வைத்த தத்துவவாதியாக அவர் கருத்தியல் களத்தில் செயல்படவில்லை என்கிறார் பெ.ம. இதை வைத்துப் பார்க்கும் போது பெரியாரியத்தை இவர் படிக்கவில்லை என்பதும், அல்லது அதனை உள்வாங்கும் திறன் இவருக்கு இல்லை என்பதும் தான் தெரிகிறது.

பெரியாரியம் என்பது அழிவு, ஒழிப்புக் கோட்பாடு அல்ல. அது ஆக்கப்பூர்வமான கோட்பாடே. பெரியாருக்கு அவர் உருவாக்க நினைக்கும் உலகு குறித்த மாபெரும் கனவு இருந்தது. அந்தக் கனவை அவர் தமது உரையாடல்களின் மைய இழையாக எப்போதும் வைத்து வந்தார். கடவுளை மற என்று மட்டும் அவர் சொல்லவில்லை. அடுத்ததாக மனிதனை நினை என்று சொன்னார். அவரது அனைத்துச் செயல்பாடும் மனிதனை நினைப்பதாகவே இருந்தன. மானமும் அறிவும் மனிதனுக்கு அழகு என்று இலக்கணம் வகுத்தார். மானம் என்பது அவரது அகராதியில் சுயமரியாதை என்று பொருள். அறிவு என்பது அவரது அகராதியில் பகுத்தறிவு என்று பொருள். அதனால்தான், ஈ.வெ.ராமசாமி என்கின்ற நான் திராவிட சமுதாயத்தைத் திருத்தி மானமும் அறிவும் கொண்ட சமுதாயமாக ஆக்கும் தொண்டை மேற்போட்டுக் கொண்டு செயல்படுகிறேன் என்று தம்மை அறிமுகம் செய்து கொள்கிறார். இப்படி மானமும் அறிவும் கொண்ட சமுதாயமாக ஆக்குவதற்குத் தடையாக எவையெல்லாம் இருக்கின்றன என்று பார்த்து அவற்றிற்கு எதிராக தமது ஆயுதங்களால் தாக்குதல் நடத்துகிறார்.

இத்தகைய சமுதாயம் அமையாமல் போவதற்கு இயற்கைத் தடையும் இருக்கிறது, செயற்கைத் தடையும் இருக்கிறது என்று கண்டறிகிறார். இயற்கைத் தடை என்பது ஒவ்வொரு மனிதனுக் குள்ளும் இருக்கும் தன்னம்பிக்கையின்மையும், எவ்வளவு கிடைத்தாலும் போதாது என்ற பேராசையும் என்கிறார். செயற்கைத்

தடைகள் என்பவைதான் பார்ப்பனர் எழுப்பியுள்ள வைதீகத் தடைகள் என்கிறார். மதம், சாதி, பார்ப்பான், கடவுள், சாஸ்திரம், புராணம் ஆகிய செயற்கைத் தடைகளே மனிதனை மானமும் அறிவும் அற்றவனாக வைத்துள்ளன என்று சொல்கிறார். இதனை உடைத்தால்தான் தமிழன் தன்னை உயர்த்திக் கொள்ள முடியும் என்று நினைத்தார். போலியான தேசபக்தியும், போலியான தெய்வ பக்தியும் தமிழனை மேம்பட முடியாமல் தடுத்தன என்ற முடிவுக்கு வந்தார். தமிழர் நல்வாழ்வுக்காகவே சுயமரியாதை இயக்கம் தொடங்கியதாகச் சொன்னார்.

ஒழுக்கம், நாணயம் இந்நாட்டு மக்களிடம் குறையக் காரணமே இந்த செயற்கைத் தடைகள்தான் என்று சொன்னார். எனது தொண்டு என்பது ஒழுக்கம், நாணயம், யோக்கியப் பொறுப்பு, இன உணர்ச்சி ஆகியவை ஏற்பட வேண்டும் என்பதே என்று சொல்லி வந்தார். சூழ்நிலை, சுற்றுச்சார்பு, நமது கடவுள்கள், புராணங்கள், பழமையைப் பின்பற்றுவது, பழமையை நம்புவது ஆகியவற்றை அவர் எதிர்த்துப் பேசக் காரணமும் இவை தான். புராணக் கதைகள், புராணங்கள் நீதியை ஒழுக்கத்தைப் போதிக்க வில்லை; நமது மாற்றங்களைத் தடுக்கின்றன என்றார்.

*(விடுதலை 31.7.1972)*

இவை பற்றிச் சிந்திக்கச் சொன்னார். சிந்திப்பதால் கெட்டுப் போய்விடமாட்டீர்கள் என்றார். 'ஆணிவேரை வெட்டாமல் கிளைகளை வெட்டிப் பயனில்லை' என்றார். உங்களது தடைகள் அனைத்தையும் ஒழியுங்கள், ஒன்றை விட்டால் இன்னொன்றை ஒழிக்க முடியாது, ஒன்றைப் புரிந்து கொண்டால் எல்லாம் புரிந்துவிடும் என்றார்.

*(விடுதலை 29.2.1948)*

கடவுளைக் கூட சமத்துவத்துக்கு எதிராக இல்லை என்றால் ஏற்கக் கூடியவராகவே அவர் இருந்தார். 'உருவமற்ற கடவுளை – யாவரையும் ஒற்றுமையால் உருவாக்கும் கடவுளை–ஒழுக்கத்திற்குக் கட்டுப்பட்ட கடவுளை–பகுத்தறிவுக்கு ஏற்ற கடவுளை–காசு பணம் செலவு செய்யாமல் வணங்கக் கூடிய கடவுளை–மூடநம்பிக்கைக்கு இடமில்லாத தன்மையில் யாரும் வணங்கலாம்' என்றார்.

*(விடுதலை 29.2.1948)*

மதம் மக்களின் தனிப்பட்ட உரிமையாக இருக்கவேண்டுமே தவிர மதத்திற்கு மக்கள் வாழ வேண்டும் என்பது அறிவீனம் என்றார். நீதிக்கும் நேர்மைக்கும் அறிவுக்கும் அன்புக்கும் கட்டுப்பட்ட எந்த மதத்தையும் யாரும் தழுவலாம், ஆனால் நடைமுறையில் அப்படி ஒரு மதம் இல்லை, இருக்கவும் முடியாது, எனவே மதமற்ற

உலகம் உருவாக வேண்டும் என்றார். மதம் என்பது மனிதனின் கூட்டுவாழ்க்கைக்கும் அதற்கேற்ற ஒழுக்கத்திற்கும் ஏற்ற விதிகளைக் கொண்டதேயாகும் என்று சொல்லப்படுமானால் அம்மாதிரி மதங்களைப்பற்றிச் சுயமரியாதை இயக்கம் அதிகக் கவலைப்படாது என்றார்.

(குடிஅரசு 19.12.1937)

பார்ப்பான் வாழக்கூடாது என்பதல்ல அவரது தத்துவம் தமிழனும் வாழ வேண்டும் என்பதே அவரது தத்துவம். அதனால் தான் அவர்களைக் கருத்துரீதியாக தாக்கினாரே தவிர உடலியல் தாக்குதலைத் தொடுக்கவில்லை.

(விடுதலை 8.1.1953)

சமத்துவ சமூகத்தை விரும்பினார். அது பொதுவுடைமைச் சமூகமாக இருக்கும் என்றார். தொழிலாளியும் விவசாயியுமே உலகின் ஆதாரம் என்று சொன்னார். பார்ப்பான் ஒழிந்தபிறகு முதலாளிகள் ஒழிப்பே தனது வேலைத்திட்டமாக இருக்கும் என்றார். தரகர்களை ஒழிக்கச் சொன்னார். விவசாயிகளும், தொழிலாளர்களும் அடைய வேண்டிய பலன்களை அடையாமல் போவதற்கு இடைத் தரகர்கள் தாம் காரணம் என்றார். விவசாயியும் தொழிலாளியும் ஏழையாக இருக்கத் தரகர்களே காரணம் என்றார்.

(பகுத்தறிவு 2.12.1931)

எவனோ ஒருவன் கோடீஸ்வரன் ஆவது தொழில்வளர்ச்சியும் ஆகாது, நாட்டு வளர்ச்சியும் ஆகாது என்றார். (குடிஅரசு 11.11.1944) கல்முதலாளியைப் போலக் காசு முதலாளியும் ஒழியவேண்டும் என்றார். தொழிலாளி உயரத் தொழிலில் இலாபத்தில் அவனுக்கு பங்குதர வேண்டும், தொழிலில் நிர்வாகத்தில் அவனுக்குப் பங்கு வேண்டும், அவனைப் பங்காளி ஆக்க வேண்டும் என்றார். தொழிற்சங்கம் வைத்துக் கூலிக் கிளர்ச்சி செய்வதால் தொழிலாளர் தன்மை மாறாது என்றார். அனைவர்க்கும் அவரவர் தேவையான அளவுக்கு நிலத்தைப் பிரித்துக் கொடுக்கும் காலம் வரும் என்று தாதம்பட்டியில் பேசினார். (விடுதலை 22.3.1952). முதலாளியை எதிர்ப்பதால் பயனில்லை, முதலாளித்துவ முறையைக் காக்கும் அரசை எதிர்த்துப் போராடுங்கள் என்று பேசினார். கூலிக்கிளர்ச்சி யாக இல்லாமல் உரிமைக் கிளர்ச்சியை நடத்துங்கள் என்று விவசாயத் தொழிலாளர்களைக் கேட்டுக் கொண்டார். பார்ப்பன முதலாளியையும், சாதி அடிமைத் தொழிலாளியையும் மார்க்ஸ் நினைத்திருப்பாரா என்று கேட்டார். கிராமங்களை இணைத்து நகரங்கள் ஆக்க வேண்டும் என்றார். கிராமத்து மக்களைக் கசாப்புக்கடை ஆடுகளாக அரசாங்கம் நினைக்கிறது என்று குற்றம் சாட்டினார்.

விவசாயத்தை உடலுழைப்புத் தொழிலாக இல்லாமல் இயந்திர தொழில்துறையாக மாற்ற வேண்டும் என்ற பெரியார், பூமிகளைச் சீர்திருத்த வேண்டும் என்றார். பயன்படாத பூமிகளில் பாடுபட அவசியமில்லாத பயிர்களைச் செய்யவேண்டும் என்றார். விளை பொருட்கள் ஆங்காங்கே கூட்டுறவு முறைப்படி விற்பனை செய்யப் பட்டுப் பயன் விவசாயிகளுக்கே கிடைக்க வேண்டும் என்றார். கீழான தொழில், ஈனத்தொழில், கஷ்டமான தொழில், சரீரத் தொழில் எதுவும் இருக்கக் கூடாது; எனது முடிவான இலட்சியம், உயரிய கூட்டுறவு வாழ்க்கை முறையே என்றார். அது அமைந்தால் மக்களே கவலையற்று இருப்பார்கள். அதில் அரசாங்கம் என்பது தனியாக இருக்காது. மக்கள்தான் அரசாங்கம் என்றார்.

எல்லாக் காலத்துக்கும் பொருத்தமானது பெரியாரியம் என்று சொல்வதற்கான முக்கியமான எடுத்துக்காட்டு, சூழலியம் குறித்த பெரியாரின் பார்வை!

அவர் காலத்தில் உலகமயமாக்கல் தாராளமயமாக்கல் நகர மயமாக்கல் இயந்திரமயமாக்கல் இல்லை. இந்தளவுக்கு இயற்கை யியல், சூழலியல், பசுமையியல் பேசப்படவும் இல்லை. ஆனால் சூழலியலை மிகத் தெளிவாக உணர்ந்து சொல்லி இருக்கிறார் பெரியார்.

அவர் பகுத்தறிவாளர்களை, இயற்கைவாதிகள் என்றே அடையாளப்படுத்தினார். "அறிவு என்பது இயற்கையைப் பற்றிய தெளிவை அடிப்படையாகக் கொண்டது. அறிவுள்ளவன் இயற்கை வாதியாய் இருப்பான். இயற்கைவாதி அறிவாளியாய் இருப்பான்" என்று சொன்னவர் பெரியார்.

இயற்கையை அறிவது தான் அறிவு என்று சொன்னார். "இயற்கையை நல்லவண்ணம் உணர்ந்து கொள்வதும், அதற்கேற்ப தான வாழ்வை அமைத்துக் கொள்வதுமான அறிவுதான் ஞானமாகும்" என்று சொன்னவர் பெரியார். உண்மையான அறிவு நம்மை அண்டாமல் போனதற்குக் காரணம், இயற்கைக்கு விரோத மான நமது சிந்தனைகள் தான் என்றும் சிந்தித்தவர் அவர்.

இயற்கைக்கு எதிரானது தான் கடவுள், மதம், சாஸ்திரம் ஆகிய அனைத்தும் என்றார். இயற்கையைக் குலைக்கவே அவை உருவாக்கப் பட்டன என்றும் சொன்னார். அரசு, அதிகாரம் ஆகியவற்றையும் இயற்கைக்கு விரோதமானதாகத் தான் பெரியார் சொன்னார்.

"இயற்கைக்கு விரோதமான முறைகள் ஒழிந்துவிடாமல் பாது காப்பதற்குத் தான் அரசாங்கமும் மதமும் கடவுளும் இருக்கின்றன. சாஸ்திரமும் இதற்காகத் தான் அமைக்கப்பட்டு இருக்கின்றன" என்று சொன்னவர் பெரியார்.

அவர் மனிதனை மகத்தானவனாக எந்தக் காலத்திலும் சொல்ல வில்லை. மனிதன் புல்லையும், பூண்டையும், யானையையும் எறும்பையும், பேனையும் சிறு பல்லுயிரியையும் விட மேலானவன் அல்ல என்று சொன்னவரும் அவர் தான். இன்றைய நவீனத்துவ இயற்கைச் சூழலியல் அனைத்தையும் அவர் அந்தக் காலத்திலேயே பேசி இருக்கிறார்.

தமிழர்களுக்காக அவர் பாடிய திருப்பள்ளி எழுச்சிக்கு இன்னும் உயிர் இருக்கிறது. “உதைக்கும் காலுக்கு முத்தமிட்டு பூசை செய்கி றோம். மலத்தை மனதார முகர்கிறோம். மானமிழந்தோம். பஞ்சேந் திரியங்களின் உணர்ச்சியை இழந்தோம். மாற்றானுக்கு அடிமையாகி வணங்குகிறோம். இதற்குத்தானா தமிழன் உயிர்வாழ வேண்டும்? எழுங்கள், தமிழ்நாடு தமிழருக்கே என்று ஆரவாரம் செய்யுங்கள். தமிழ்நாட்டுக்குப் பூட்டப்பட்ட விலங்கை உடைத்துச் சின்னா பின்னமாக்குங்கள்” என்றார்.

*(விடுதலை 3.12.1957)*

அரசியலை, ஜனநாயகத்தை, தேர்தலை, நாடாளுமன்ற சட்ட மன்றங்களை அவர் நம்பவில்லை. ஏற்கவில்லை. இது ஜனநாயகம் அல்ல பணநாயகம், பார்ப்பன நாயகம் என்பதில் இறுதிவரை உறுதியாக இருந்தார். வள்ளுவரையும் புத்தரையும் ஏற்றுக் கொண்டார். வழிகாட்டிகள் என்றார். பொங்கல் விழாவைக் கொண்டாடச் சொன்னார். அதுவே அறுவடைத் திருநாள் என்றார்.

மனிதனின் அனைத்துக் குணக்கேடுகளையும் கண்டித்தார். பார்ப்பானின் சாதித்திமிரும், பார்ப்பனரல்லாதாரின் பணத்திமிரும், மொத்தத்தில் படிப்புத் திமிரும், உத்தியோக அதிகாரத் திமிரும் அழியவேண்டும் என்றார். ஒழுக்கமாக நடங்கள், உண்மையாக நடங்கள், அன்பாக நடங்கள் என்றார். பக்தியைத் தனிச் சொத்தாகச் சொன்ன அவர், ஒழுக்கத்தைப் பொதுச்சொத்தாகச் சொன்னார். பக்தி இல்லாவிட்டால் ஒன்றுமில்லை, ஒழுக்கம் இல்லாவிட்டால் எல்லாம் பாழ் என்றார்.

*(குடிஅரசு 19.3.1933)*

அறவியல்–சமூகவியல்–அரசியல்–மானுடவியல்–பொருளியல் –பெண்ணியல் ஆகிய அனைத்துக்குமான வேர் பெரியாரியத்தில் இருக்கிறது. அதனை எல்லாம் அறிந்தவர்களாக நினைப்பவர்களால் அறிய முடியாது.

பெரியாரின் அறநெறி மெய்யியல் என்பது சுயமரியாதைதான் என்பார் கோவை ஞானி. மானமும், அறிவும், சுயமரியாதையும் பகுத்தறிவுமே பெரியாரின் அறநெறி மெய்யியல். ‘உண்மை’யை அடித்தளமாகக் கொண்டது. ‘பகுத்தறிவு’டன் சிந்திக்கச் சொன்னது. ‘சமதர்மக் குடிஅரசு’ அமைக்கப் ‘புரட்சி’கரக் கோட்பாடுகளைக்

கொண்டது. அது முதலும் இறுதியுமாக விரும்பியது அனைத்துத் தளைகளையும் நீக்கிய 'விடுதலை'யே!

## 20. திராவிடன் என்ற அரசியல் சொல்!

திராவிடம் என்ற சொல்லை இருபதாம் நூற்றாண்டில் திட்டமிட்டு அரசியலில் புகுத்திப் பிரபலப்படுத்தியவர் பெரியார் என்கிறார் பெ.ம. இதுவும் உண்மையல்ல. திராவிடம் என்ற சொல்லை உருவாக்கியது பெரியாரல்ல. ஆரியர்கள் இதனை இனப்பெயராகவும், இடப்பெயராகவும் பயன்படுத்தினர். அதனை மொழிச்சொல்லாகக் கால்டுவெல் பயன்படுத்தினார். தமிழர் என்று சொல்ல முடியாதவர்கள் திராவிடர்கள் என்று சொன்னார்கள் என்பது பாவாணர் காட்டிய வேர்ச்சொல். இதில் வேர்த்து வடியும் அளவுக்குப் பேச எதுவும் இல்லை.

திராவிடம் என்பது மொழிக்குடும்பத்துச் சொல்லாக மட்டுமே இருந்துவந்த நிலையில் அதனை அரசியல் சொல்லாக சமூகப் பயன்பாட்டுச் சொல்லாக மாற்றியது தலித் இயக்கங்களே! இந்தக் கருத்தாக்கத்தின் முதற்கட்ட மூன்று தத்துவாசிரியர்களாகவும் செயற்பாட்டாளர்களாகவும் பண்டிதர் அயோத்திதாசர் (1845-1914), இரட்டைமலை சீனிவாசன் (1859-1945), எம்.சி.இராஜா (1883-1947) ஆகிய மூவரையும் சொல்லலாம்.

1892 இல் ஆதிதிராவிட ஜனசபை என்ற அமைப்பு உருவானது. இதே காலகட்டத்தில் ஜான்ரத்தினம் முயற்சியால் 'திராவிடர் கழகம்' என்ற அமைப்பும் உருவானது. 1916இல் உருவான ஆதி திராவிட மகாஜனசபை, 1928இல் உருவான அகில இந்திய ஆதி திராவிட மகாஜனசபை ஆகிய மூன்றும் மிக முக்கியமான அமைப்புகள்.

பறையர் மகாசன சபை அமைப்பின் உறுப்பினர் சேர்க்கை படிவத்தில், 'நான் ஜாதிபேதமற்ற பூர்வ திராவிட மரபினனாதலால்' என்று பொறிக்கப்பட்டுள்ளது.

அதுவரை இருந்த அடையாளச் சொற்களை மாற்றி 'திராவிடன்' என்ற சொல்லை அயோத்திதாசரும் இரட்டைமலையாரும் பயன் படுத்தினார்கள். மிண்டோ–மார்லி சீர்திருத்தக் குழுவுக்குக் கொடுத்த வகுப்புரிமை விண்ணப்பத்தில் சாதி இந்துக்கள் என்பதை ஒரு பிரிவாகவும் சாதியற்ற திராவிடர்கள்–தாழ்த்தப்பட்ட வகுப்பினர் என்பதை மற்றொரு பிரிவாகவும் பகுத்துக் காட்டினார் அயோத்திதாசர். (1909)

பார்ப்பனரல்லாதார் அரசியல் வெகுவாகப் பேசப்படத் தொடங்கிய பிறகு ஆதிதிராவிடர் என்ற சொல்லுக்கு அழுத்தம்

கொடுத்தார் எம்.சி.இராஜா. "தென்னிந்தியாவில் வாழும் பண்டைய திராவிட இனத்தை பஞ்சமர் அல்லது பறையர் என அழைப்பதற்குப் பதில் தமிழ் மாவட்டங்களில் ஆதிதிராவிடர் என்றும் தெலுங்கு மாவட்டங்களில் ஆதி ஆந்திரர் என்றும் இனிமேல் அழைக்க வேண்டும் என்று சட்டமன்றத்தில் தீர்மானம் கொண்டு வந்தார் எம்.சி.இராஜா. (1922). நீதிக்கட்சியின் ஆட்சியில் தான் ஆதி திராவிடர் என்று அழைக்கும் சட்டம் நிறைவேற்றப்பட்டது.

இதில் குறிப்பாகச் சொல்ல வேண்டியது பண்டித அயோத்தி தாசரை. அவர் ஏன், 'சாதிபேதமற்ற திராவிடர்கள்' என்று அழைத்தார்? பண்டிதரிடம் ஒரு கேள்வி கேட்கப்படுகிறது. 'ஐயா! நமது பத்திரிக்கையில் திராவிடம் என்பது தமிழுக்குரிய பெயரென்று வரைந்து வருகின்றீர். மற்றும் சிலர் திராவிடமென்பது நான்கு பாஷைகளைச் சேர்த்த பொதுப்பெயரென்று கூறுகிறார்கள். எது சரியானது?' என்று மயிலையைச் சேர்ந்த லீ. கோவிந்தராசன் கேட்கிறார். அதற்குப் பண்டிதர் அளித்த பதில்: 'தென்மொழியிலுள்ள அமுதவெழுத்திற்குத் தமிழென்றும், நஞ்செழுத்தாம் வடவெழுத்திற்குத் திராவிடமென்றும் வகுத்துள்ள அனுபவத்தைக் கொண்டும், சிங்கள நாட்டவரும், தெலுங்கு நாட்டாரும், தமிழர்களைத் திராவிடர்களென்று கூறும் வாய்மொழியாலும் அடியிற்குறித்துள்ள தாயுமானவர் பாடலின் உட்கருத்தாலும் தமிழ்ப்பாஷைக்கே திராவிடமென்னும் மறுபெயர் உண்டென்பதை எளிதில் அறிந்து கொள்ளலாம்' என்கிறார் பண்டிதர். திராவிடத்தையே தமிழென்றும் தமிழையே திராவிடமென்றும் தாயுமானவர் மடக்கிச் சொல்லி இருக்கிறார் என்கிறார் பண்டிதர்.

*(7.12.1910 தமிழன் இதழ், அயோத்திதாசர் சிந்தனைகள் தொகுப்பு 2, ஞான. அலாய்சியஸ் பக்கம். 549)*

அதாவது தமிழே திராவிடம் என்றும், திராவிடமே தமிழென்றும் தாயுமானவர் சொன்னதாகப் பண்டிதர் எழுதுகிறார். 'திராவிடர்கள் என்பது தமிழர்களுக்கு உரிய பெயர் அல்ல என்றும் அது கன்னடர், மராட்டியர், ஆந்திரர்க்கு உரிய பெயர் என்றும் தமது அலுவலகத்தில் வேலைபார்க்கும் ஒருவர் சொல்வதாகத் திரிசிரபுரம் கோ. பார்த்தசாரதி என்பவர், பண்டிதருக்கு எழுதிக் கேட்கிறார். இதற்கு அவர் அளித்த பதிலில், "வடமொழி, தென்மொழி யென்னும் இருவகுப்பில் தென்மொழியாம் திராவிடம், தமிழ் என்னும் இருமொழிகளும் ஒரு பாஷைக்குரிய பெயர்களேயாம். அம்மொழிகள் தோன்றியவற்றிற்கு மூல காரணங்கள் யாதெனில், அவ்வட்சரங்களுள் நஞ்செழுத்தாம் விடவட்சரங்களும் அமுதெழுத்தாம் இனியவட்சரங்களுள்ளது கண்டு நஞ்செழுத்தால் திராவிட மென்றும், அமுதெழுத்தால் தமிழென்றும் இரு பெயர்களுண்டாயிற்று. இஃது

யாப்பிலக்கணங்கற்ற பெரியோர்களுக்கே நன்கு விளங்குமன்றி ஏனையோர்க் கெவனும் விளங்காவாம். திராவிட மென்னும் தமிழை... திராவிடமென்னும் மொழியே குறுக்கல் விகாரத்தால் திரவிடமென வழங்கலாயிற்று.. திராவிடமென்பதைத் தமிழென்பதற்கு சூத்திர ஆதாரங்கள் இருப்பதுடன் வடநாட்டோரும் சிங்கள தேசத்தாருந் தமிழைத் திராவிட பாஷையென்றும், தமிழ்ப் பாஷைக் குரியோரைத் திராவிடர்களென்றும் வழங்கி வருவதை நாளது வரையிற் காணலாம். இத்தேசப் பெயரையும் வேதாகமப் புராணங் களையும் கடவுளர்களையும் புரட்ட ஆரம்பித்துக் கொண்டவர்கள் திரிவாட மென்னும் பாஷையையும் புரட்டப்பார்க்கின்றார்கள். அப்புரட்டு தமிழினுக்குரியோர் முன் பிறழாவாம்" என்கிறார் அயோத்திதாசர்.

*(தமிழன் 4.12.1912, ஞான. அலாய்சியஸ் தொகுப்பு 2, பக்கம். 555)*

சேலத்தைச் சேர்ந்த குருமணி என்பவர், முத்தமிழும் திராவிட மும் பௌத்தர்களால் தோன்றியதா என்று கேட்கிறார். அதற்கு அளித்த பதிலிலும் இதனை வலியுறுத்தி உள்ளார் அயோத்திதாசர்.

*(தமிழன், 4.3.1912, ஞான. அலாய்சியஸ் தொகுப்பு 2, பக்கம். 586)*

மொழியியல் ஆய்வுப்படி மட்டுமல்ல இன ஆய்வுப்படியும் திராவிடர் என்று அழைத்தவர் அவர். சாதிபேதமற்ற திராவிடர்கள், பூர்வ திராவிடர்கள் என்றவர் அவர். சாதிபேதமற்ற திராவிடர்களே இத்தேசத்தில் பூர்வீகக் குடிகள் என்றும், சாதிபேதமற்ற திராவிடர்கள் நீலகிரியில் 1891 இல் ஒன்று கூடினார்கள் என்றும் சொன்னவர் அயோத்திதாசர். 'நமதரிய திராவிட சோதரர்கள் யாவரும்' என்று சொல்லிக் கொண்டவர் அவர். மக்கள் தொகை கணக்கெடுப்பின் போது 'சாதிபேதமற்ற திராவிடர்கள்' என்றே சொல்லச் சொன்னவர் அவர். "...பூர்வகுடிகளில் சிலர் பறையர்களென்றும் சிலர் வலங்கைமுகத்தாரென்றும் சிலர் பஞ்சமர்களென்றும் கூறுவார்கள். அவர்கள் யாவரையும் அப்பெயரால் குறிக்காது சாதிபேதமற்ற திராவிடர்களென ஒரே பெயரால் குறிப்பது உத்தமம், பிரிட்டிஷ் ஆட்சியில் இந்துக்கள் அடையும் சுதந்திரங்களைச் சாதிபேதமற்ற திராவிடர்களடையவும் ஏதுவுண்டாகும்.." என்றார் அவர்.

*(14.8.1910 தமிழன், ஞான. அலாய்சியஸ் தொகுப்பு 2, பக்கம். 308)*

திராவிடம்–தமிழ் ஆகிய இரண்டு சொற்களையும் வேறுபாடு இல்லாத ஒரே சொற்களாகத்தான் அயோத்திதாசர் பயன்படுத்தி இருக்கிறார். அவர் நடத்திய ஒரு பைசாத் தமிழன் இதழை நான் முழுமையாகப் பார்வையிட்டேன். 'பூர்வத் தமிழொளி' என்ற தொடர் கட்டுரையை அயோத்திதாசர் எழுதி வந்தார். அதில் மொழி அடையாளமாகத் 'தமிழ்' என்பதற்கு அருகில் திராவிட பாஷா எனக் குறித்துள்ளார். (1.4.1908 தமிழன் இதழ்). இந்தத்

தொடர் முழுவதும் தமிழ்-திராவிட பாஷா என்றே குறித்துள்ளார். 10.6.1908 இதழுக்கு இணைப்பாக ஒரு அனுபந்தம் உள்ளது. அதில் வெளியான கட்டுரைக்கு அடிக்குறிப்பாக, 'தமிழ் பாண்டியரென்பதும் பூர்வ திராவிடரென்பதும் திராவிட பாண்டியரென்பதும் ஒரு பொருளைத்தரும்' என்று எழுதப்பட்டுள்ளது. சாதி பேதமற்ற திராவிடர் என்ற சொல் 21.10.1908 நாளிட்ட இதழில் இருந்து தொடர்ச்சியாகப் பார்க்க முடிகிறது. ஆந்திர சாதி, கன்னடசாதி, மகராஷ்டக சாதி, திராவிட சாதி என்றே சொல்கிறார். (23.2.1908). இப்படி வரிசையாகச் சொல்லிக் கொண்டே போகமுடியும். அயோத்திதாசர் பெயரில் வெளியான கட்டுரைகளில் மட்டுமே இவ்வளவும் உள்ளது.

அயோத்திதாசரின் திராவிடச் சொல்பயன்பாடு குறித்து இருவர் கருத்தை மட்டும் இங்கு குறிப்பிட நினைக்கிறேன். ஒருவர் அன்புபொன்னோவியம். இவர்தான் அயோத்திதாசரின் தமிழன் இதழை மொத்தமாக ஞான அலாய்சியசிடம் கொடுத்து பதிப்பிக்கச் சொன்ன ஆளுமை. அயோத்திதாசரின் சிந்தனை குறித்து எழுதும் அன்புபொன்னோவியம், "அயோத்திதாசர் தமிழர் அனைவரையும் திராவிடர்களாக நினைக்கிறார். இவர்கள் ஒற்றுமையாக சாதிபேத வேற்றுமை பாராட்டாமலும் அந்நியக் கொள்கைகளை ஏற்காமலும் இருந்திருந்தால் ஆரியக் கொள்கைகள் தமிழகத்தில் பரவியிருக்கா. தமிழர்களான திராவிடர்களில் பலர் ஆரியர்களின் பிராமணியத்தைத் தழுவியதால் நாடு கெட்டுப் போய்விட்டது என்ற முடிவுக்கு வருகிறார்" என்கிறார். (ஞான. அலாய்சியஸ் தொகுப்புக்கு எழுதிய முன்னுரையில்!)

அயோத்திதாசர் ஆய்வாளரான ஸ்டாலின் ராஜாங்கம், "அயோத்திதாசரின் சிந்தனையில் திராவிடம் பிரதான இடத்தை வகித்துள்ளது. அவர் மொழிவழி தேசியவாதி இல்லை என்றாலும் திராவிடம் என்பதைத் தமிழ் என்பதற்கான மாற்றுச் சொல்லாகக் கையாண்டார். தெலுங்கு, கன்னடம் போன்ற மொழிகளையும் குறிக்கும் பொதுச்சொல்லாகக் கையாளவில்லை. திராவிடம் என்பது அவரிடம் வெறும் சொல் அன்று. தமிழ் அல்லது திராவிடம் என்பது மொழி மட்டுமல்ல. அது ஒரு பண்பாட்டு நடைமுறை" என்றும் தெளிவுபடுத்துகிறார்.

அதாவது தமிழ், தெலுங்கு, கன்னடம், மலையாளம் உள்ளிட்ட மொழிக்குடும்பத்தை அயோத்திதாசர், திராவிடம் என்று சொல்லவில்லை. தமிழை மட்டுமே திராவிடம் என்கிறார். இத்தேசக் குடிகள் என்று ஆந்திர, கன்னட எனப் பிரித்துவிட்டே 'திராவிடர்களும்' என்று தமிழர்களைச் சொல்வார். இதற்கு மணியரசன் என்ன உள்நோக்கம் கற்பிப்பார்?

(தமிழன் 13.1.1909)

மேற்கு வங்கத்தைச் சேர்ந்த ராஜ்சேகர்பாசு, 'இரண்டு ஒடுக்கப் பட்ட சாதிகளின் சமூக கலாச்சார மாற்றம்: தென் இந்தியாவின் பறையர்கள், புலையர்கள் வரலாறு (1850-1956) என்ற தலைப்பில் கொல்கத்தா பல்கலைக் கழகத்தில் தமது ஆய்வை மேற்கொண்டார். அந்த ஆய்வு, 'நந்தனின் பிள்ளைகள் பறையர் வரலாறு-1850 1956' என்ற நூலாக வெளியாகி உள்ளது.

(தமிழில் அ.குமரேசன், கிழக்கு வெளியீடு)

1850ஆம் ஆண்டைத் தொடக்கப்புள்ளியாக ராஜ்சேகர்பாசு கொள்கிறார். அந்த ஆண்டிலிருந்து பறையர் அடையாளம் கட்டமைக்கப்பட்டதாகச் சொல்லும் அவர், அது ஆதிதிராவிடர் என்ற விரிந்த அடையாளமாக ஒன்று திரட்டப்பட்டது என்கிறார். பிரிட்டிஷ் அதிகாரிகளும், அருள்தந்தை கிளேட்டன், டி.பி. பாண்டியன் போன்றோரும் பறையவர் வரலாற்றைக் கட்டமைத் தார்கள் என்றும், ஆதிதிராவிடர் என்பது போன்ற சொற்களை முதலில் பயன்படுத்தினார்கள் என்றும் சொல்கிறார். 1850இல் மிஷனரிகள், சாதிரீதியான சலுகைகள் வழங்கத் திட்டமிட்டார்கள், அதற்குச் சாதிப் பெயர்களைப் பயன்படுத்துவதை விட, 'ஒதுக்கப் பட்ட மக்கள்' என்ற பிரிவுகளில் வகைப்படுத்தினர்.

பறையர் மகாஜனசபை, ஆதிதிராவிட ஜனசபை (1892), ஆதிதிராவிட மகாஜனசபை (1916), அகில இந்திய ஆதிதிராவிட மகாஜனசபை (1928) ஆகியவை உருவாயின. அதாவது 1892 ஆம் ஆண்டே திராவிடர் என்பது அரசியல் அமைப்புச் சொல்லாகவும், இனச் சொல்லாகவும் பயன்படுத்தப்பட்டு விட்டது.

சென்னை நியூ ரிபார்மர் இதழின் ஆசிரியர் டி.கோபால் 1920 ஆம் ஆண்டு 'ஆதி திராவிடர் பூர்வ சரித்திரம்' என்ற நூலை எழுதினார். இதனைத் திராவிட இயக்க ஆய்வாளர் க.திருநாவுக்கரசு, 2019 இல் மீண்டும் வெளியிட்டுள்ளார்.

"தமிழிலக்கண வித்வான்களும்கூடத் திராவிட நாட்டிலிருந்த வர்களை மக்கள், தேவர், நரகர் என்றனர். இதில் நரகர் என்பது நாகர்.

மக்கள் என்பது தமிழ் மக்கள், தேவர் என்பது ஆரிய பிராமணர். நரகர் என்பது நாகர் என்ற பூர்வகுடிகள். காடுகளிலும் தாழ்ந்த நிலங்களிலும் விளங்காத இடங்களிலும் (நரகம்) இருந்த பூர்வ குடிகளுக்கு நாகர் என்றும் பெயர். மேற்கூறியவைகளாகத் திராவிடர் என்பது ஆதிக்குடிகள், நாகர், தமிழர் என்கின்ற மூவகை ஜனங்கள் ஒன்றுபட்டபிறகு உண்டான பெயர். ஆதிக்குடிகள் இல்லை என்று ஏற்பட்டதால் நாகரும் தமிழரும் சேர்ந்து திராவிட ராயினர்" என்கிறார் டி.கோபால்.

திரிசிரபுரம் ஆ.பெருமாள் 1922இல் எழுதிய 'ஆதிதிராவிடர் வரலாறு' என்ற நூலைக் கௌதம சன்னா பதிப்பித்து வெளியிட்டுள்ளார். திராவிடன், ஆதிதிராவிடன் என்ற சொற்கள் குறித்த விரிவான பதிவுகள் இதில் உள்ளன.

இதற்கான பதிப்புரையில், "1700 ஆம் ஆண்டுகளில் புதிய காலத் தலித் அரசியலுக்கான பாதைகள் உருவாயின. அக்காலத்திற்கே உரிய சாதிய அடையாளத்தோடு அந்த எழுச்சி உருவாகியிருந்தது. தொடர்ந்து இதே காலகட்டத்தில்தான் திராவிட இனம் என்கிற கருத்தாக்கமும் புழக்கத்தில் வந்திருந்தது. அதைத் தொடர்ந்து 1840களில் ஆதிதிராவிடர் என்கின்ற சொல்லும் வழக்கத்திற்கு வந்துவிட்டது" என்கிறார் சன்னா.

திராவிடர் என்ற சொல், சூத்திர இடைச்சாதியினருக்கான சொல்லாக மாற்றப்பட்ட காலகட்டமாக அவர் விவரித்துள்ளார். இந்த அடையாளப் போராட்டம் 1845 முதல் 1920 வரையில் நடந்ததைச் சொல்கிறார். ஆதிதிராவிடர் என்ற இயக்கமும் திராவிடர் கழகமும் சமகாலத்தில் நடத்தப்பட்டதையும் திராவிடர் கழகத்தின் சார்பில்தான் 'திராவிட பாண்டியன்' இதழ் வெளியானதையும் சொல்கிறார். ஆதித்தமிழர், பூர்வத்தமிழர் என்கின்ற அடையாளச் சொற்கள் திராவிடர், ஆதிதிராவிடருக்கான மாற்றுச் சொற்களாக அயோத்திதாசரால் சொல்லப்பட்டதையும் சன்னா விளக்குகிறார்.

திரிசிரபுரம் ஆ.பெருமாள் தமது நூலில், ஆதிதிராவிடர் என்றால் பண்டைத் திராவிடர், முதன்மையான திராவிடர் என்கிறார்.

தட்சிண திசைக்குத் திராவிடம் என்று பெயர் சூட்டப்பட்டது, திராவிடம் என்றால் ஓடிவளைந்தது என்று பொருள், மகாநதி முதல் குமரி வரை ஓடிவளைந்த மண்டலம் என்பதால் இப்பெயர் சூட்டப்பட்டது, திருவிடம் என்பதே திராவிடம். சமஸ்கிருதப் பண்டிதர்களும் தென்னிந்தியாவின் ஒரு நிலப்பகுதிக்கே திராவிடம் என்ற பெயர் என்று கூறுகிறார்கள், இந்தியா முழுமைக்கும் வாழ்ந்தவர்கள் திராவிடர்களாக இருந்ததால்தான் நுழைந்தவர்கள் அனைவரும் தங்கள் இனத்தோடு திராவிடம் என்பதையும் சேர்த்து சீத்திய திராவிடர், மங்கோலிய திராவிடர், சார்த்திக் திராவிடர் என்று அழைத்துக் கொள்கிறார்கள்; திராவிடம் வேறு ஆரிய வர்த்தமானம் வேறு, ஆதி திராவிடமே திராவிடம்; இராவணன் ஆதி திராவிட அரசன்–என்பதை விரிவாகத் தமது நூலில் விவரித்துள்ளார் திரிசிரபுரம் ஆ.பெருமாள்.

தலித் இதழ்கள் 1869–1943 என்ற தலைப்பில் விரிவான ஆய்வை மேற்கொண்ட பேராசிரியர் ஜெ.பாலசுப்பிரமணியம் தமது ஆய்வில் திராவிடச் சொற்கள் கொண்ட பல இதழ்களைக் குறிப்பிடுகிறார்.

திராவிடப் பாண்டியன் (1896), திராவிட கோகிலம் (1907), ஆதிதிராவிடன் (கொழும்பு, தமிழகம் 1919), ஆதிதிராவிட பாது காவலன் (1927), ஆதிதிராவிட மித்திரன் (1934) என்பவை அவர் தரும் பட்டியலில் உள்ளன. அவர் தரும் அக்கால அமைப்புகளின் பெயர்களிலும் ஆதிதிராவிடன் என்று இருப்பதையும் அவர் சுட்டிக் காட்டுகிறார். பறையன் என்ற சொல்லின் பயன்பாட்டை அயோத்தி தாசர் அதிகமாக விமர்சித்ததாக ஜெ.பாலசுப்பிரமணியம் சொல்கிறார். சாதிபேதமற்ற திராவிடர், பௌத்தர், ஆதித்தமிழர் ஆகிய சொற்களைப் பண்டிதர் அடையாளமாக முன்வைத்தார். ஆதிதிராவிடன் என்ற சொல்லுக்குச் சென்னை மாகாண சட்ட சபையில் அங்கீகாரம் வாங்கித்தந்தவர் எம்.சி.இராஜா எனவும் ஆதிதிராவிடர், திருக்குலத்தோர், ஹரிஜன் எனக் குறிப்பிட வேண்டும் என்று சுவாமி சகஜானந்தர் சொன்னார் என்றும் இவர் சொல்கிறார்.

'திராவிடர் கழகம்' என்ற சொல்லும் இவர்களால் முன் னெடுக்கப் பட்டதே ஆகும். மறைதிரு ஜான்ரத்தினமும் அயோத்தி தாசரும் இணைந்து தொடங்கிய இதழ்தான் திராவிடப்பாண்டியன் (1896). இந்த ஜான்ரத்தினம், 1882 இல் 'திராவிடர் கழகம்' என்ற அமைப்பைத் தொடங்கினார். இதுதான் திராவிடம் என்ற பெயரைப் பயன்படுத்தத் தூண்டியது. அயோத்திதாசரும், எம்.சி.இராஜாவும் தாங்கள் தொடங்கிய அமைப்புக்கு ஆதிதிராவிட அடையாளம் சூட்ட இதுவே அடித்தளம் அமைத்தது.

நீதிக்கட்சிக்கு முன்னோடியான திராவிடர் சங்கம் என்ற அமைப்பைச் சென்னையின் புகழ்பெற்ற மருத்துவர் நடேசனார் 10.11.1912இல் உருவாக்கினார். இவரே பார்ப்பனரல்லாத மாணவர் தங்கிப் படிக்க திராவிடன் இல்லம் என்ற விடுதியையும் கட்டினார்.

1915இல் திராவிடர் சங்கத்தினர் பிராமணரல்லாதார் கடிதங்கள், திராவிடர் சிறப்புகள் என்ற இரண்டு ஆங்கில நூல்களை வெளி யிட்டனர். இதுதான் பின்னர் நீதிக்கட்சி உருவாக அடித்தளம் அமைத்தது.

திராவிடர் என்ற சொல் அதுவரை தலித் அமைப்பினரால் மட்டும் பயன்படுத்தப்பட்டு வந்தது. 1916 இல் தொடங்கப்பட்ட தென்னிந்திய நல உரிமைச் சங்கம், 'திராவிடன்' என்ற சொல்லைப் பயன்படுத்தத் தொடங்கியது. பிராமணரல்லாதார் அறிக்கையை வெளியிட்டதன் மூலம் அரசியல் களத்தில் இறங்கிய தென்னிந்திய நல உரிமைச் சங்கம் என்கிற நீதிக்கட்சி தமிழில் தொடங்கிய இதழின் பெயர், 'திராவிடன்' என்பதாகும்.

1917 சூன் மாதம் தொடங்கப்பட்டது இந்த இதழ். இடையில் நிறுத்தப்பட்டு 1932 வரை வெளிவந்ததாகச் சொல்கிறார் ஆய்வாளர் இரா.பகுத்தறிவு. "பார்ப்பனர் அல்லாத அனைத்து வகுப்பாரையும்

ஒரே குறியீட்டுப் பெயரால் அழைக்கும் வழக்கம் ஏற்படவும் அக்குறியீட்டுப் பெயர் அவர்களின் இன உணர்ச்சியை எழுப்பும் நோக்குடன் திகழ்தல் வேண்டும் எனவும் கருதி இதழுக்குத் திராவிடன் என்று பெயர் சூட்டப்பட்டதாக இதழின் சிறப்பாசிரியர்களில் ஒருவரான எஸ்.எஸ். அருணகிரிநாதன் கூற்றாக இச்செய்தி இதழ் அறிவிப்பில் காணப்படுகிறது" என்கிறார் இரா.பகுத்தறிவு.

இந்நிலையில் ஏற்பட்ட சமூக அறிவியலைப் பேராசிரியர் ஜெ.பாலசுப்பிரமணியம் இப்படி விவரிக்கிறார்: "1900களுக்கு முன்பும் சற்று பின்பும் திராவிடன் (திராவிடமித்திரன், திராவிடப்பாண்டியன், திராவிட கோகிலம்) என்னும் முன்னொட்டுடன் பத்திரிக்கைகளைத் தொடங்கிய தலித்துகள் 1915 களுக்குப் பின்பு திராவிடன் என்ற சொல்லில் 'ஆதி' என்று சேர்த்து ஆதிதிராவிடன் என்னும் முன்னொட்டைச் சேர்க்கத் தொடங்கினர். ஆதிதிராவிடன், மெட்ராஸ் ஆதிதிராவிடன், ஆதிதிராவிடப் பாதுகாவலன், ஆதி திராவிட மித்திரன் போன்ற இதழ்ப்பெயர்கள் இதனைக் காட்டுகின்றன. இந்த மாற்றம் திராவிட அடையாளத்திலிருந்து ஆதிதிராவிட அடையாளத்தை நோக்கித் தலித்துகள் நகர்ந்ததைக் காட்டுகிறது. பத்தொன்பதாம் நூற்றாண்டின் இரண்டாம் பாதியிலிருந்து அரை நூற்றாண்டு காலமாகத் திராவிடன் என்பதை அடையாளமாக வரித்துக் கொண்டிருந்த தலித்துகள் அவ்வாறே எழுதியும் இயங்கியும் வந்தனர். ஆனால் இருபதாம் நூற்றாண்டின் தொடக்கத்தில் பிராமணரல்லாதோர் என்னும் அரசியல் கருத்தாக்கம் வலுப்பெறத் தொடங்கியபோது சாதி இந்துக்கள் பிராமணர்களுக்கு எதிரான இன அடையாளமாகத் தங்களைத் திராவிடர் என அழைக்கத் தொடங்கினர். இந்தச் சூழலில் தலித்துகள் தாங்கள் இதுவரை அடையாளப்படுத்தி வந்த திராவிடன் என்னும் அடையாளம் தனித்துவமாக இல்லாமல் போனதாலும், மேலும் சாதி இந்துக்களின் கோரிக்கையும் தங்களின் (தலித்துகளின்) கோரிக்கையும் வேறுபட்டவை என்பதை உணர்த்தும் பொருட்டும் திராவிடன் எனும் அடையாளத்தில் ஆதி என்னும் முன்னொட்டைச் சேர்த்து, திராவிடர்களுக்கெல்லாம் முந்தைய ஆதிதிராவிடர் என்று தங்களை அடையாளப்படுத்திக் கொண்டனர்."

(சூரியோதயம் முதல் உதயசூரியன் வரை, பக்கம். 139-140)

எனவே 1890 களின் இறுதியில் 1900 ஆண்டுகளில் தொடக்கத்திலேயே 'திராவிடன்' என்பது அரசியல் சொல்லாக, சமூகச் சொல்லாக, இனச் சொல்லாக அரசியல், பண்பாட்டுத் தளத்தில் விதைக்கப்பட்டு விட்டது. திராவிடநாடு திராவிடருக்கே, திராவிடர் கழகம் என்பதெல்லாம் 1940க்குப் பிறகே. அயோத்திதாசரும் அந்தச் சிந்தனை மரபும் தமிழுக்கும் தமிழினத்துக்கும் எதிரானதா பெ.ம.?

## 21. சான்று கேட்கிறார் மணியரசன்

திராவிடம் என்பது தூயதமிழரைக் குறிக்கும் என்பதற்கு ஒரு சான்றுகூடப் பெரியாரியர்கள் இதுவரை காட்டியது இல்லை என்கிறார் பெ.ம.

அவருக்குப் பாவாணரைத்தான் சான்று காட்ட வேண்டும். "திராவிடம் என்னும் பெயர் தமிழையும் தமிழினத்தையும் தமிழ் நாட்டையுமே முற்காலத்தில் குறித்து நின்றது" என்கிறார் பாவாணர்.

(பாவாணர் தமிழ்க்களஞ்சியம் தொகுதி 44, பக்கம். 76)

தமிழின் மாபெரும் பேரறிஞர்களில் ஒருவர் ந.சி.கந்தையா. (1893-1967). தமிழ்மொழி, தமிழினம் தொடர்பாகப் பதினைந்துக்கும் மேற்பட்ட ஆய்வு நூல்களை எழுதி இருக்கிறார். திராவிடர் நாகரிகம், திராவிடம் என்றால் என்ன?, திராவிட இந்தியா ஆகிய நூல்கள் தொன்மை மிக்க நாகரிகத்தின் சிறப்புகளை விளக்குகின்றன. 'திராவிடர் நாகரிகம்' என்ற நூல் 1947இல் வெளியானது. "தென்னாட்டில் ஆரிய திராவிடப் போராட்டங்கள் பழமை தொட்டே நடந்து வந்தன, இதனைத் திருமூலர் காலம் முதல் இன்றுவரையும் நாம் காணலாம், பழைய திராவிடர் என்போர் தமிழர், தெலுங்கர், மலையாளர், கன்னடர் முதலிய தென்னிந்திய மக்களின் முன்னோராவார், ஆதியில் இவர்கள் இந்திய நாடு முழுமைக்கும் காணப்பட்டனர்" என்று இந்த நூலில் குறிப்பிடுவார் ந.சி.க.

'திராவிடம் என்றால் என்ன?' என்ற நூல் 1948இல் வெளியானது. திராவிடம் என்ற பெயர், கி.பி. 7 அல்லது 8ஆம் நூற்றாண்டில் உருவான பெயர் என்கிறார். குமரிலப்பட்டர் திராவிடம் என்று சொன்னது, தொடக்கத்தில் தமிழரின் நாட்டுக்கும் மொழிக்கும் பெயராக வழங்கிப் பின் அம்மொழியோடு சம்பந்தப்பட்ட மக்களையும் உணர்த்துவதாயிற்று என்கிறார் ந.சி.க. பாவாணரைப் போலவே தமிழ் என்பதுதான் திராவிடம் எனத் திரிந்தது என்கிறார் இவரும். 'மறைந்த நாகரிகங்கள்' என்ற நூலில், ஆரியர் வருகைக்கு முன் வடநாடு முழுமையும் திராவிட மக்களே வாழ்ந்தார்கள் என்றும், திராவிட நாகரிகமே மெசபடோமியாவரை பரவி இருந்தது என்றும் இந்நூலில் குறிப்பிடுகிறார். இவரது 'திராவிட இந்தியா' என்ற நூல் 1949இல் வெளியானது. ஆரிய நாகரிகத்துக்கு முற்பட்டது திராவிட நாகரிகம் என்றும், ஆறாயிரம் ஆண்டுகளுக்கு முன் திராவிட நாகரிகம் சிந்து ஆற்றுவெளிகளில் பரவியிருந்தது என்றும், திராவிடம் என்பது தமிழ் என்னும் சொல்லின் உச்சரிப்பு வேறுபாடு என்பதே ஆராய்ச்சி அறிஞரின் முடிவு என்றும் கூறுகிறார் ந.சி.க. திராவிடர் என்பது தமிழ் மொழிக்கூட்டத்துக்குரிய மக்களைக் குறிக்கிறது என்கிறார்.

“ ‘தமிழ் இந்தியா’ என்ற தமது நூலில், சாலடியரின் கிமு *6000*க்கும் கிமு *500*க்கும் இடைப்பட்ட களிமண் தகடுகளில் திருவிட (drauvida) திராபட (drapada) என்னும் பெயர்கள் பெரிதும் காணப் படுகின்றன. சாலடியர் தமிழரேயாவர்” என்கிறார் ந.சி.க.

தமிழகம் என்ற அவரது நூலிலும் திராவிடம் பற்றிய விளக்கம் உள்ளது. “திராவிடமென்பது தமிழுக்குப் பிறிதொரு பெயராக வழங்குகின்றது. தமிழ் ‘ழகரத்தை’ உச்சரிக்க வறியாத ஆரியர் தமிழ் என்னுஞ் சொல்லைத் திராவிடம் என வழங்கினர். ‘நகைச்சுவைக்குப் பொருளாவன ஆரியர் கூறுந் தமிழுங் குடரும் முடவரும் செல்லுஞ் செலவும் போல்வன’ என்னும் பேராசிரியர் உரை ஆரியர் திருத்த முறத் தமிழ் பேச அறியார் எனப்புலப்படுத்துகின்றது. ‘திராவிட மென்பது தமிழ் என்பதின் திரிபு அல்லது சமக்கிருத வடிவமாக்கப் பட்ட சொல்’ எனச் சமக்கிருதப் பண்டிதர்கள் கருதுகின்றனர்’ என்று தமிழ் ஆராய்ச்சி என்னும் நூலார் கூறுவர்.

“திசைச் சொல் பன்னா ரென்பது வேறு மொழியில் ழகரம் இன்மையின் தமிழென்னும் பெயரைச் சொல்ல இயலாமை பற்றித் திராவிடம் முதலிய பெயர்களால் தமிழைக் குறிப்பது இது பற்றிப் போலும்” என்றும் அவர் எழுதி இருக்கிறார்.

*(தமிழ்விடுதூது, மகா மகோபாத்தியாய உ.வே.சாமிநாதையர் குறிப்பு)*

மணியரசன் நடத்தும் இதழில் இருந்தே சில மேற்கோள்களைக் காட்டலாம். ‘மனுவின் இந்து ராஜ்யத்தை ஆர்.எஸ்.எஸ். நிறுவும்’ என்று மோகன்பகவத் சொன்னதைக் கண்டித்து உதயன் எழுதிய கட்டுரையில், ‘த்ராவிடம் என்ற பகுதியை ஆண்ட மன்னர்களும் குலந்தாழ்ந்தவர்களே’ என்ற மேற்கோள் ஆதாரம் உள்ளது.

*(த.க. 2018 அக்டோபர்)*

தம்மை மறந்து ‘திராவிடம்’ என்ற பெயரை பெ.மணியரசனே ஒப்புக்கொள்ளவும் செய்துள்ளார். “தமிழரைத் தமிழர் என்றும் தமிழர் வாழும் தாயகப் பகுதிகளைத் திராவிடம் என்றும் ஆரியப் பிராமணர்கள் அழைத்திருக்க வேண்டும்... தங்களைத் திராவிடர்கள் என்று திரிபாகக் கூறுவதைத் தமிழர்கள் ஏற்கவில்லை. ஆனால் அவர்கள் வாழும் நிலப்பகுதியைத் திராவிடநாடு, திராவிடதேசம், திராவிட பூமி என்று பிராமணர்கள் குறித்திருக்க வேண்டும்” என்று அவரே தம்மை மறந்து சொல்லி இருக்கிறார்!

*(திராவிடம் தமிழர் மறுமலர்ச்சியை வளர்த்ததா? வழிமறித்ததா? பக்கம். 49–50)*

## 22. இயக்கப் பெயரே தவிர இனப்பெயர் அல்ல!

ஓர் இனத்தின் பெயரை அழிப்பது இனப்படுகொலைக்குச் சமம் என்று பதற்றப்படுகிறார் பெ.ம. அதாவது தமிழன் என்ற இனப்பெயரை அழித்துவிட்டுத் திராவிடன் என்ற இனப்பெயரைச் சூட்டிவிட்டாராம் பெரியார். அப்படி எந்த இனப்பெயர் படுகொலையும் தமிழ் மண்ணில் நடந்து விடவில்லை. தமிழ்த் தேசியப் பேரியக்கத்தின் பெருந்தலைவர் பதற்றம் அடைய வேண்டாம். போராட்டம் தொடங்க வேண்டாம். நிதானமாக யோசித்தால் போதும். திராவிடர்கள் என்றால் அதில் பிராமணர்கள் சேரமுடியாது என்பதற்குப் பெரியார் பகுத்தறிவுச் சான்று காட்டவில்லை என்றும் பெ.ம. சொல்கிறார்.

பெரியார் தாம் தொடங்கிய இயக்கத்துக்குத் 'திராவிடர் கழகம்' என்று பெயர் சூட்டினாரே தவிர, இந்த இனத்தின் பெயர் திராவிடர்கள் என்றோ, இனி நாம் திராவிடர் என்றுதான் அழைக்க வேண்டும் என்றோ, திராவிடன் என்று பச்சை குத்திக் கொள்ள வேண்டும் என்றோ, திராவிடன் என்றே பதிவு செய்து கொள்ள வேண்டும் என்றோ சொல்லவில்லை. இனப்பெயர் நாமாகத் தேர்வு செய்வதன்று, வரலாற்று வழியில் மரபு வழியில் இயற்கையாக உருவாகிறது. 'ஐந்தாயிரம் ஆண்டுக்கு முன்னம் நம் இனப்பெயர் தமிழர் தான். நம் தேசிய இனப்பெயர் தமிழர் தான்' என்று உதடு துடிக்கச் சொல்கிறார் மணியரசன். ஆமாம்! நம் இனத்தின் பெயர் தமிழன் தான். அதில் எந்த மாற்றமும் இல்லை. அதை எதுவும் பெரியார் மாற்றவில்லை. அதை மாற்றும் அளவுக்கு இந்த நாட்டின் அதிபராக பெரியார் ஆகிவிடவில்லை. அப்படி எந்தச் சட்டமும் போடவில்லை.

தென்னிந்திய நல உரிமைச் சங்கம், அதாவது நீதிக்கட்சியின் 16 ஆவது மாநில மாநாடு சேலத்தில் 27.8.1944 அன்று நடந்தது. இதில்தான் அக்கட்சியின் பெயர் திராவிடர் கழகம் எனப் பெயர் சூட்டப்பட்டது. பெரியாரால் எழுதப்பட்டு, கட்சியின் செயலாளர் பேரறிஞர் அண்ணாவால் கொண்டுவரப்பட்ட அந்தப் பெயர் மாற்றத் தீர்மானத்துக்கு அண்ணாதுரை தீர்மானம் என்று பெயர்.

திராவிடர் கழகம் என்று பெயர் சூட்டியது ஏன் என்பதற்கான விளக்கத்திலேயே இதற்கான அனைத்துப் பதிலையும் பெரியார் சொல்லிச் சென்றுள்ளார். "திராவிடர் கழகம் என்பது இந்நாட்டு மக்களது கழகம். திராவிடர் என்று சொல்லுவதற்கு எவனும் ஒப்புக் கொள்ள மாட்டான். காங்கிரசுக் கட்சிக்காரனும், கம்யூனிஸ்ட்டுக் கட்சிக் காரனும், தமிழரசுக்காரனும், பார்ப்பானும் எவனும் ஒப்புக்கொள்ள மாட்டான். இந்தத் திராவிடர் கழகம் பார்ப்பானைச் சேர்க்காது.

அவனும் இதில் வந்து சேரக்கூடாது என்பதாலும் தென் இந்தியர் என்கின்ற தலைப்பில் தென் இந்தியாவில் வதியும் எல்லா மக்களுமே வரக்கூடுமாதலாலும்

இது தவிர்த்து தமிழர்கள் என்று அழைப்பதாயிருந்தாலும் அந்தத் தலைப்பிலும் தமிழ்ப் பண்பில்லாத தமிழ்க் கலாச்சாரத்துக்கு வேறுபட்ட தமிழ் பேசும் பார்ப்பனர்கள் எல்லோரும் புகுந்து கொள்ளக் கூடுமாதலாலும்

மக்களை இனத்தின் பெயராலேயே, கலாச்சாரத்தின் பேராலேயே ஒற்றுமைப்படுத்த முடியும் என்பதாக அனுபவத்தால் கண்டதாலும் – பார்ப்பனரல்லாதார் கழகத்தை ஜஸ்டிஸ் கட்சியைத் திராவிடர் கழகம் என்கிற பெயரால் அழைக்க வேண்டி ஏற்பட்டது" என்பதே பெரியாரின் விளக்கம்.

(விடுதலை 3.5.1954)

அதாவது பார்ப்பனர் சேரக்கூடாது, கன்னடர் தெலுங்கர் மலையாளிகள் சேரக்கூடாது, தமிழ்ப்பண்பில்லாத வேறுபட்ட மனிதர் சேரக்கூடாது (மணியரசன் சொல்கிறாரே 300 ஆண்டுகளாக இங்கு குடியேறியவர்கள் அனைவரும் தமிழர்கள் என்று! அவர் களும் சேர்க்கக்கூடாது!) என்ற நிபந்தனைக்கு ஏற்ப ஒரு பெயரைத் தேடுகிறார். அதுதான் திராவிடர் என்பது!

இது இல்லாவிட்டால் சூத்திரர் கழகம் என்றுதான் நான் பெயர் வைக்க முடியும் என்கிறார் பெரியார். இதன் பொருள் என்ன வென்றால், எந்தச் சொல்லை உன்னை இழிவுபடுத்த உன் எதிரி பயன்படுத்தினானோ அந்தப் பெயரையே ஆயுதமாக வைத்துப் போராடு என்பதாகும்.

'நாம் ஒரு கூட்டத்தாருக்குத்தான் நன்மை செய்பவர்கள்' என்றார் பெரியார். அந்த ஒரு கூட்டத்தார் என்பது திராவிடர் களையே! அதாவது தமிழர்களையே!

'தமிழர்களுக்கு மட்டுமல்ல, தெலுங்கு கன்னடர் மலை யாளிகளுக்கும் சேர்த்து இயக்கம் நடத்தினார் பெரியார், தமிழர் என்று சொன்னால் அவர்கள் ஒப்புக்கொள்ள மாட்டார்கள்' என்று பெ.ம.குற்றம் சாட்டுகிறார். தெலுங்கு, கன்னடர், மலையாளிகளுக்காக இயக்கம் நடத்தினால் 'தென்னிந்திய நல உரிமைச்சங்கம்' என்ற பெயரையே அவர் வைத்திருக்கலாமே! அதனை எதற்காக மாற்ற வேண்டும்?

'திராவிடன்' என்று சொல்லிக் கொள்ளத் தெலுங்கர், கன்னடர், மலையாளிகள் ஒப்பவில்லை என்றும் பெ.ம. சொல்கிறார். அவர்கள் சொல்ல ஒப்புக்கொள்ளாத பெயரை எதற்காகப் பயன்படுத்த வேண்டும்? சென்னை மாகாணத்தில் இருந்து ஆந்திரா பிரிவதற்கு முன்பே,

ஆந்திரர்களை விலக்கியும் 1956க்கு முன்பே கன்னடர், மலையாளி களை விலக்கியும் அரசியல் பொருள் கொள்ளத்தக்க வகையில் 'திராவிடர்' என்று சொன்னவர் பெரியார். மணியரசனின் வருத்தம், தமிழ்ப் பார்ப்பனர்களையும் விலக்கி விட்டாரே என்பதாக வேண்டுமானால் இருக்கலாம்!

சுயமரியாதை இயக்கத்தின் விதிமுறையாக, 'புரோகிதராகவோ, புரோகித சமுதாயத்தைச் சார்ந்தவராகவோ இருக்கக் கூடாது' என்று சொல்லப்பட்டுள்ளது. யாரெல்லாம் இந்த இயக்கத்தில் சேரலாம் என்ற இடத்தில்!

பெரியாரைப் பொறுத்தவரை, அவரை ஏற்றுக் கொள்கை வாதியானவன் நால்வகைப் பிரிவினையை ஏற்றுக் கொள்ளாதவனாக இருக்க வேண்டும். அப்படி ஒத்துக்கொள்ளாதவனைத் திராவிடன் என்ற கொள்கைவாதியாக ஏற்றுக் கொள்கிறார். 'திராவிடன் என்றால் பிறவியில் பிரிவினையற்ற மனிதன்' என்கிறார். வர்ண, சாதி பாகுபாடற்ற மனித சமுதாயத்தை உருவாக்க எங்களோடு சேர்ந்தோ, சேராமலோ, தனியாகவோ, அல்லது வேறு இயக்கமாகவோ செயல் படும் யாரையும் 'திராவிடன்' என்பேன் என்கிறார்.

"இந்த நாட்டில் வாழும் ஆரியன் தவிர்த்த மற்ற எல்லா மக்களும் முஸ்லீம்களும் கிறிஸ்தவர்களும் உட்பட எல்லோரும் திராவிடர்கள் தாம். ஆரியர் தவிர்த்து என்றால் பார்ப்பனர் தவிர்த்து என்று தான் அர்த்தம் கொள்ள வேண்டும்" என்கிறார். முஸ்லீம்களும் கிறித்தவர்களும் வேற்று நாட்டில் இருந்து குடியேறியவர்கள் அல்ல என்று சொல்லும் பெரியார், இந்த நாட்டில் வாழும் பார்ப்பனர்கள் அனைவரும் வேற்று நாட்டில் இருந்து குடியேறியவர்களா என்ப தற்கும் பதில் சொல்லிவிட்டு, அவர்களை ஏன் சேர்க்காமல் இருக்கிறேன் என்பதையும் சொல்கிறார்.

"இந்நாட்டில் வாழும் தற்காலப் பார்ப்பனர்கள், மத்திய ஆசியாவிலிருந்து குடியேறிய ஆரியர்களின் நேரான சுத்தமான சந்ததியர்கள் அல்ல என்பது உண்மையே ஆனாலும் அவர்களையும் திராவிடர்கள் என்று ஒப்புக்கொள்ளாமைக்குக் காரணம் அவர்களுக்கும் நமக்குமுள்ள பல்வேறு பண்பு, கலை, ஆசாரம், நடப்பு ஆகிய பல வேறுபாடுகள் தாம். நம் கழகத்தில் யாரையும் பிறவி காரணமாக வேறினத்தவர் என்று ஒதுக்கவில்லை. யாரையும் இரத்த பரீட்சை பார்த்து ஒதுக்கவில்லை. பழக்க வழக்கங்களைப் பார்த்துத்தான் அவர்களுக்கும் நமக்கும் இருந்து வரும் அடிப்படை பேதத்தை கருதித்தான் பிரிவினை செய்கிறோம் என்று சிதம்பரத்தில் பேசினார்.

(விடுதலை 5.10.1948)

தமிழன்-திராவிடன்-சூத்திரன் பார்ப்பனரல்லாதார் என்ற பெயர்களை விளக்கியும் விலக்கியும் ஆற்றிய உரையில் மேலும் சொல்கிறார்:

"தமிழர்கள் என்று சொன்னாலே பார்ப்பனர்கள் தாங்களும் தமிழர்கள்தான் என்று கூறி அதில் சேர்ந்து கொள்ளுகிறார்கள். நாங்களும் தமிழ்நாட்டில் பிறக்கிறோம், வளர்கிறோம், தமிழே பேசுகிறோம், தமிழ்நாட்டிலேயே இருக்கிறோம், அப்படியிருக்கும் போது எங்களை எப்படித் தமிழர்கள் அல்ல என்று கூறமுடியும் என்று கேட்கிறார்கள். ஒரு காலத்தில் தமிழர் என்பது தமிழ் (திராவிடப்) பண்புக்குரிய மக்களுக்கு உரிய பெயராய் இருந்திருக்கக் கூடுமானாலும் இன்று அது மொழிப்பெயராக மாறிவிட்டிருப்பதால் அம்மொழி பேசும் ஆரியப் பண்பாடுடைய மக்கள் யாவரும் தாமும் தமிழர் என்று உரிமை பாராட்ட முன்வந்து விடுகிறார்கள். அவர்களும் நாமும் ஒரு கூட்டத்தைச் சேர்ந்தவர்கள் என்பதால் தான் நாம் சூத்திரர்களாகிறோம். ஆகவே நம் கூட்டத்திலிருந்து அவர்களை விலக்கிப் பேசத்தான் நம்மைத் திராவிடர் என்று அழைத்துக் கொள்ள வேண்டியிருக்கிறது" என்றார்.

தமிழ்நாட்டில் பிறந்தவனெல்லாம் 'நான் தமிழன்' என்று சொல்ல வேண்டும் என்பதைப் போல, 'நான் திராவிடன்' என்று சொல்லவேண்டும் என்றவரல்ல பெரியார். 'திராவிடன்' என்று ஒருவன் சொல்லிக் கொள்வதற்கு யோக்கியதை இருக்க வேண்டும் என்று நினைத்தவர்.

'தமிழன்' என்பது பிறவி அடையாளம். 'திராவிடன்' என்பதே ஒருவனது கொள்கை அடையாளம். தமிழன் என்பது பிறந்த எவனும் சொல்லிக் கொள்ளலாம். திராவிடன் என்பது சுயமரியாதைக் கொள்கையில் சிறந்த ஒருவனே சொல்லிக் கொள்ள முடியும்.

### 23. ஆரியரைத் திராவிடர்கள் எதிர்த்தார்களா?

திராவிடர்கள், ஆரியர்களை எதிர்த்ததற்கான ஒரு வரலாற்றுச் சான்றுகூடப் பெரியாரியர்கள் கூறியதே இல்லை என்கிறார் பெ.ம. இது உண்மையல்ல. அவர் எதையும் படித்ததில்லை, படிக்க முயற்சித்ததும் இல்லை என்பதுதான் முழு உண்மை.

வேத இலக்கியங்கள் பெரும்பாலும் ஆரிய திராவிடப் போராட்டத்தைத்தான் குறிப்பிடுகின்றன. இது தொடர்பாக வரலாற்றாசிரியர்கள் எழுதியதை மொத்தமாகப் புலவர் கோ.இமயவரம்பன் தொகுத்துக் கொடுத்துள்ளார்.

(உண்மை 14.1.1971)

டாக்டர் ரோமேஷ் சந்திர மஜூம்தார் (பூர்வீக இந்திய சரித்திரமும் நாகரிகமும்) : திராவிடர்கள் தங்கள் மீது படையெடுத்து வந்த ஆரியர்களோடு கடும்போர் புரிய வேண்டியிருந்தது. இத்தகைய செய்திகள் ரிக்வேதத்திலேயே ஸ்லோகங்களாக உள்ளன.

டாக்டர் ராதாமுகுந்த முக்கர்ஜி (இந்து நாகரிகம்) : ஆரியரல்லா தவர்களை ரிக் வேதத்தில் தாசர் (சூத்திரர்)கள் என்றும், தஸ்யூக்கள், அசுரர்கள் என்றும் கூறப்பட்டிருக்கிறது. ஆரியர்களுக்கும் ஆரிய ரல்லாதாருக்கும் இருந்து கொண்டிருந்த அடிப்படையான பகைமையைப் பற்றி ரிக் வேதத்தில் பல இடங்களில் காணலாம். இரு வகுப்பாருக்கும் இருந்த கலைவேற்றுமையும் அரசியல் வேற்று மையுமே இந்தப் பகைமைக்குக் காரணமாகும்.

ஏ.சி.தாஸ் (ரிக்வேதகால இந்தியா) : ஆரியக் கடவுள்கள் வணக்கத்தை எதிர்த்தவர்களை அசுரர்கள் என்று அழைத்தார்கள். இரு கூட்டத்தாருக்கும் இடையே விடாப்பகை இருந்து கொண்டே வந்தது.

சி.எஸ்.சீனிவாச்சாரி (இந்திய சரித்திரம்) : ஆரியர்களால் தோற்கடிக்கப்பட்ட எதிரிகளாகிய திராவிடர்களைத் தங்களுடைய புத்தகங்களில் திராவிடர்கள்–தஸ்யூக்கள் என்றும், தானவர்கள் என்றும், ராட்சதர்கள் என்றும் குறிப்பிட்டு இருக்கிறார்கள்.இது ஆரியக்கவிகள் திராவிடர்கள் மீது கொண்டிருந்த வெறுப்பைக் காட்டுகின்றது. ஏனெனில் ஆரியர்கள் திராவிட நாட்டில் சிறுகச் சிறுக நுழைந்து ஆதிக்கம் செலுத்துவதில் அடைந்த துன்பத்தினால் இப்படி எழுதினார்கள்.

பண்டிதர் நேரு (கண்டுணர்ந்த இந்தியா) : ஆரியர்கள் இந்தியாவுக்குள் நுழைந்ததால் பல புதிய பிரச்னைகள் கிளம்பின. இனத்தாலும், அரசியலாலும் மாறுபட்ட திராவிடர்கள், ஆரியர் களால் தோற்கடிக்கப்பட்ட திராவிடர்கள் நீண்டகால நாகரீகத்துடன் வாழ்ந்து வந்த படியால், இவர்களைவிடத் தாங்கள் உயர்ந்தவர்கள் என்று கூறிக்கொண்ட ஆரியர்களுக்கும், இவர்களுக்கும் (திராவிடர் களுக்கும்) இடையே விரிந்த பெரிய பிளவு ஏற்பட்டது.

பெரியாரியர்களின் ஆதாரம் தரத் தேவையில்லை. பெரியாரியத்துக்கு வெளியில் இருப்பவர்களே இதற்கு ஏராளமான ஆதாரங்களைத் தந்துள்ளார்கள். அறிஞர் க.சி.கமலையா 'திராவிடர்கள்' என்ற பொதுத்தலைப்பில் ஒரு தொடரைச் 'செந்தமிழ்ச் செல்வி'யில் எழுதினார். அதில் ஏராளமான மேற்கோள்களைக் காட்டுவார். அதில் மிக முக்கியமானது, ஆனந்தகுமாரசாமியின் மேற்கோள்.

ரிக் வேதத்தை 'இந்தியாவின் பைபிள்' என்று சொல்லக் கூடிய ஆனந்தகுமாரசாமி சொல்கிறார்: 'இந்தியா முழுவதிலும் சிறுதொகை யினராய்ப் பரவியிருந்த திராவிடர்கள் தாசர்கள் அல்லது தாசயூக்கள்

என்றழைக்கப்பட்டார்கள். அவர்கள் மீது ஆரியர்கள் போர் தொடுத்தார்கள். வேதங்களில் அவர்களுடைய புர் அல்லது புரங்கள் (நகரங்கள்) பற்றிப் பேசப்படுகிறது. அநாச அல்லது மூக்கில்லாதவர்கள் என்று குறிப்பிடப்படுகிறார்கள். இஃது அவர்கள் இனத்தைக் காட்டும் அடையாளமாகும். (செந்தமிழ்ச்செல்வி 1981, ஆகஸ்ட்). ஆனந்தகுமாரசாமி தமது இந்திய அறிமுகம் நூலில் குறிப்பிட்டதைத் தான் க.சி.கமலையா தருகிறார்.

"திராவிடர்கள் என்ற சொல்லாட்சி விரிந்த பொருளில் சிந்து வெளிநாகரிகத்துடன் இணைந்த மக்களையும் ஆரியர் வருகையால் இந்தியாவின் தென்பகுதியைப் படிப்படியாக அடைந்தவர்களையும் – அஃதாவது இந்தியாவின் தென்பகுதிகளிலும் வடபகுதிகளிலுமுள்ள திராவிடர்களைக் குறிக்கிறது" என்கிறார் க.சி.கமலையா.

"ஆரியர்க்கு, பழங்குடி மக்களாகிய திரவிடரை அடிப்படுத்தி என்றும் தாம் உயர்வாயிருக்க வேண்டுமென்று பெருவிருப்ப மிகுந்தமையாலும், திரவிடர் தென்னாட்டில் நாகரீகத்திலும் பண் பாட்டிலும் கல்வியிலும் செல்வத்திலும் தலைசிறந்திருந்தமையைக் கேள்வியுற்றதினாலும், வேத ஆரியருட் சிலர் தென்னாடு வந்து, தம் வெண்ணிறத்தையும் தம் வேதமொழியின் பொலிவொலியையும் தமிழரின் ஏமாறுந்தன்மையையும் மதப்பித்தையும் முற்றிலும் பயன்படுத்திக் கொண்டு தம்மை நிலத்தேவர் (பூசுரர்) என்றும், தம் வேதமொழியைத் தேவ மொழியென்றும் மூவேந்தரும் நம்புமாறு செய்து விட்டனர்" என்று தமிழ் வரலாற்று நூலில் பாவாணர் குறிப்பிடுகிறார்.

ரிக்வேத கால ஆரியர்கள் குறித்து மிக விரிவாக எழுதியவர் ராகுல்ஜி எனப்படும் ராகுல சாங்கிருத்தியாயன். ஆரியர்களால் தாக்குதலுக்கு உள்ளான சிந்துவெளி மக்களை தஸ்யூக்கள், திராவிடர்கள் என்று இவர் சொல்கிறார். ஆரியர்களின் பழைய தென் திசைப் பகைவர்களில் 'பணி இனத்தவரும்' அடங்குவர் என்கிறார். பணியர் களைத் திராவிடர்கள் என்கிறார்.

"ஆரியர்களின் நெருக்கமான தொடர்புக்குள் வந்தவர்களில் அல்லது அவர்களுடன் மோதியவர்களில் முக்கியமான இரண்டு இன மக்கள் 1. மொகஞ்சதரா–ஹரப்பாவின் நாகரிக இனத்தவரான திராவிடர். 2 காஷ்மீரிலிருந்து அசாம் வரையிலும் அதைக் கடந்த மலைகளிலும் பள்ளத்தாக்குகளிலும் வசித்து வந்த கிர் அல்லது கிராத் இன மக்கள். இந்தியாவுக்குள் நுழைந்ததுமே ஆரியர், முதலில் திராவிடர்களை எதிர்கொள்ள நேர்ந்தது. பின்னர் சப்த சிந்துவில் பரவிய பிறகு அவர்கள் இமயத்தின் பள்ளத்தாக்கில் பிரவேசித்ததும் கிர் இனத்தாருடன் மோத வேண்டி யேற்பட்டது. ரிக் வேத நூல் திராவிடர்களுக்கும் கிராதருக்குமிடையே எவ்வித வித்தியாசமும்

பாராட்டவில்லை. அது இரு இனத்தவரையுமே கறுப்பரென்றும் கருமையான பெண்களுக்குப் பிறந்தவரென்றும் கரு நிறத்தவரென்றும் குறிப்பிடுகிறது. ...” என்கிறார் ராகுல்ஜி.

*(ரிக்வேத கால ஆரியர்கள், பக்கம். 31)*

போரில் தோற்றவர்களைப் பொருளாதார ரீதியாகக் கடுமையாகச் சுரண்டியதோடல்லாமல் சமுதாய ரீதியாகவும் மிகவும் தாழ்வாக நடத்தினார்கள். தேவர்களே அவர்களைத் தாழ்ந்த வர்க்கத்தினராக்கி விட்டார்கள் என்று க்ருத்ஸமத் என்னும் ரிஷி கூறுவதாக ராகுல்ஜி எழுதுகிறார்.

இவற்றை மணியரசன் வாசிக்க வேண்டும்.

## *24.* இறுதிக் கொள்கை என்ன?

தமிழ்த் தேசியம் ஒரு கோட்பாடு, அதை ஒரு தத்துவமாக வளர்த்து வருகிறோம் என்று சொல்லும் பெ.மணியரசன், தமிழ்த் தேசியத்தை ஒரு தத்துவமாக வடிவமைப்பதற்கான மூலக்கூறுகள் அனைத்தும் தமிழினத்தில் இருக்கின்றன, தமிழ் மொழியில் இருக்கின்றன என்கிறார். தொல்காப்பியர், திருவள்ளுவர், அப்பர், திருமூலர், சிவவாக்கியர், வள்ளலார், வைகுண்டரை மேற்கோள் காட்டுகிறார். இனம், தாயகம், அரசியல், சமூகவியல், பொருளியல் கருத்துகளும் தமிழிலக்கியத்தில் உள்ளன என்கிறார். இதனை வைத்தே தமிழ்த் தேசக் குடிஅரசு அமைக்க இருப்பதாகச் சொல்லிக் கொள்கிறார்.

“மாபெரும் மக்கள் எழுச்சியாகவே தமிழ்த் தேசியப் புரட்சி நடக்கும். போர்க்குணம் மிக்க அமைப்பு அப்புரட்சிக்குத் தலைமை தாங்கும். கொரில்லா குழு வடிவமாகவோ அல்லது நாடாளுமன்ற சட்டமன்றப் பாதையாகவோ தமிழ்த் தேசியப் புரட்சிப் பாதை இருக்காது” என்று தெளிவுபடுத்தி விட்டார். தேர்தலில் போட்டியிட மாட்டார்கள். கொரில்லா குழு வடிவத்தில் ஆயுதப் போராட்டத்தையும் முன்னெடுக்க மாட்டார்கள். மக்களை எழுச்சி அடைய வைப்பதையே வழிமுறையாகக் கொண்டுள்ளார்கள்.

தமிழ்த் தேசியம் எது என்ற கேள்விக்குப் பெ.மணியரசன் முடிவாகச் சொல்வது, ‘எமது தேசிய இனம் தமிழர், எமது தேசிய மொழி தமிழ், எனது தேசம் தமிழ்த் தேசம், எமது இலக்கு தமிழ்த் தேசக் குடிஅரசு அமைத்தல் என்பதே தமிழ்த் தேசியம்’ என்கிறார்.

எமது இலக்கு தமிழ்த் தேசக் குடிஅரசு அமைத்தல் என்ற சொல் தான் அவரது இறுதிக் கொள்கையாகக் கொள்ளவேண்டியுள்ளது. அந்தத் தமிழ்த் தேசக் குடிஅரசு எப்படி அமையும் என்பது தான் பிரச்னையே!

இன்றைய தமிழ்நாட்டைத்தான் அவர் தமிழ்த் தேசம் என்கிறார். இவர் சொல்லும் தமிழ்த் தேசம் இப்போது இந்திய அரசுக்குள், மத்திய அரசின் ஆளுகையில் இருக்கிறது. அந்தத் தமிழ்த் தேசக் குடியரசை இந்திய எல்லைக்குள் அமைக்கப் போகிறாரா? அல்லது இந்திய எல்லைக்கு வெளியில் அமைக்கப் போகிறாரா? இதில் தம்முடைய நிலைப்பாடு என்ன என்பதைச் சொல்ல மறுப்பதில் தான் பெ.மணியரசனின் தப்பித்தல்வாதம் தலைநீட்டித் தெரிகிறது.

'இந்தியாவோடு சேர்ந்திருப்பதா பிரிந்து தனிநாடு அமைத்துக் கொள்வதா என்று முடிவு செய்யும் உரிமையான தன்னுரிமையைத் தமிழர்களுக்கு வழங்க வேண்டும்' என்று பெ.ம. கேட்கிறார். 'இந்த இரண்டில் தமிழ்த் தேசியப் பேரியக்கத்தின் நிலைப்பாடு என்ன என்பதைச் சொல்வதைத் தவிர்க்கிறார். இதைத் தெளிவுபடுத் தாமலேயே, தமிழ்த் தேசியத்தின் உயிர்ப்பகுதி தமிழ்நாடு விடுதலை அடைய வேண்டும் என்பதே' என்கிறார்.

விடுதலை என்றால், யாரிடம் இருந்து? என்னவாக? என்பதைச் சொல்லவில்லை.

இதை வைத்துப் பார்க்கும் போது இவர் கேட்பது தன்னுரி மையும் அல்ல, விடுதலையுமல்ல. தன்னுரிமை குறித்து முடிவெடுக்கும் உரிமையை மட்டும்தான் கேட்கிறார்.

விடுதலைப்புலிகளின் தலைவர் பிரபாகரன் கேட்டது, தனித் தமிழீழம். கொழும்பு ஆட்சியில் இருந்து ஈழத்தமிழினம் தனிநாடாகப் பிரிந்து நின்று தனது எல்லையில் தமிழீழத் தனியரசை அமைப்பது. இதில் குழப்பம் இல்லை. என்னை அங்கீகரி, தன்னுரிமை கொடு, முடிவெடுக்கும் அதிகாரம் கொடு என்றெல்லாம் கேட்கவில்லை. 'எனது தேசத்தை விட்டுச் சிங்களவனே வெளியேறு' என்றார். ஆயுதம் எடுத்தார். ஆனால் இதனை மணியரசன் நிராகரித்து விட்டார். அமெரிக்க உலகத் தமிழர் அமைப்பு வெள்ளி விழாவில் பேசிய மணியரசன், "தமிழீழம் போல் தமிழ்நாட்டில் ஆயுதப் போராட்டம் நடத்த வேண்டும் என்று நான் சொல்லவில்லை. இங்கு அது பலன் தராது. அச்சப்பட்டுக் கொண்டல்ல, தமிழ்நாட்டுச் சூழல் வேறு, தமிழீழச் சூழல் வேறு" என்று பேசியிருக்கிறார்.

(த.க.2016 அக்டோபர்)

மார்க்சிய ஆசான்கள் லெனினும், ஸ்டாலினும் சொல்வது 'பிரிந்து போகும் தன்மையுடன் கூடிய சுயநிர்ணய உரிமை' என்பது தான். பெ.மணியரசன், மிக லாவகமாக 'சுயநிர்ணய உரிமை' என்ற சொல்லை மட்டுமே பிரித்துப் பயன்படுத்துகிறார்.

தன்னுரிமை என்ற சொல்லாடலை, சுயாட்சியைவிடக் கூடுதலானதாகச் சொல்லலாமே தவிர அதனை 'விடுதலை' என்ற அளவுக்கு உயர்த்த முடியாது.

'சுயாட்சி, தன்னாட்சி' என்றால் பத்தோடு பதினொன்று ஆகிவிடும் என்பதால் கொஞ்சம் காரம் சேர்ப்பதற்காக தமிழ்த் தேசக் குடி அரசு' என்று சொல்கிறார்களே தவிர, அந்தக் கோட்பாடுகளில் புரட்சிகரத் தன்மையும் இல்லை. விடுதலைத்தன்மையும் இல்லை. ஏற்கெனவே இருக்கின்ற நூற்றுக்கணக்கான தமிழ் அமைப்புகள் கணக்கில் இதுவும் ஒன்று. பழைய மார்க்சிய சொல்லாடல்கள் அவருக்கு மனப்பாடமாக இருப்பதால் அதற்குப் புரட்சிகர புனுகு பூசிக் கொள்கிறார். அது புரியாமல் கைதட்டுகிறார்கள் இணையப் போராளிகள் சிலர்!

## 25. பெ. மணியரசனின் குழப்ப தேசியம்!

முரண்பாடுகளின் மொத்த உருவம் என்றால் அது பெ.மணியரசன்தான். அவரது கருத்துகளுக்கு அவரே எதிர்ப் பதவுரைகளைச் சொல்லி இருப்பார். நேரம், காலம், மேடை, இடம், சூழ்நிலையைப் பொறுத்து அவரது கொள்கைகள் பல்வேறு குட்டிக்கரணங்கள் போடும்.

* பெரியார் குழப்பம்:

தமிழ்த் தேசியத்தின் தந்தை, பெரியார்தான் என்று 1996 இல் எழுதிய மணியரசன்தான் இன்று பெரியாரைத் தமிழ்த் தேசியத்துக்கு எதிரியாகவும் துரோகியாகவும் காட்டத் துடித்தெழுந்து கொண்டு இருக்கிறார். பெரியாரைப் பல இடங்களில் ஆதரிப்பது போல, பாராட்டுவது போலப் பேசினாலும், பெரும்பாலும் பெரியாரைக் கொச்சைப்படுத்துவதும் அவரது பிம்பத்தை முற்றிலுமாக உடைப்பதும் மட்டுமே தமது தொழிலாகக் கொண்டு வருகிறார். பெரியாரைப் புகழ்போலப் பழிப்பது அவரது பாணியாக இருக்கிறது. பெரியாரின் அடித்தளப் பண்பைக் கொச்சைப்படுத்திவிட்டு அவரிடம் உடன்பாடான கருத்துகள் இருப்பதாகச் சொல்வது பெரியாரியர்களை ஏய்க்கும் தந்திரம்.

* இலக்கில் குழப்பம்:

தன்னுரிமை என்பது வேறு. விடுதலை என்பது வேறு. இரண்டையும் ஒன்று போல் கருதி மேடைக்குத் தகுந்தமாதிரிப் பயன்படுத்தி வருகிறார்.

* தேசியக்குழப்பம்:

தேசியம் குறித்துப் பெரியாருக்கு கருத்தே இல்லை என்கிறார் பெ.ம. ஆனால் இவரே, 'தேசியம் என்பது அது தோன்றிய காலத்தில் முதலாளித்துவச் சிந்தனையாகத்தான் இருந்தது என்பதையும் ஒப்புக் கொள்கிறார். அந்த முதலாளியச் சிந்தனை எப்போது முற்போக்கு அடையும், எப்போது பிற்போக்காக மாறும் என்பதை இவர் சொல்ல

வில்லை. ஆனால், 'பார்ப்பனீயம் தமிழ்முகமூடி மாட்டிக் கொண்டும் வரும்' என்று சொல்பவரும் இவர் தான்.

(த.க, 1993 மே)

* இந்தியன் குழப்பம்:

இந்தியன் என்பது கற்பிதம், அப்படி ஒரு இனம் இல்லை என்பார். 2013ஆம் ஆண்டு மார்ச் மாதம் வெளியான தமிழர் கண்ணோட்டம் இதழின் பதிவில் உரிமையாளர் வெளியிடுபவர் பெயருக்கு நேராகப் பெ.மணியரசன் என்று இருக்கிறது. இந்தியக் குடிமகனா என்ற கேள்விக்கு நேராக ஆம் என்றும் இருக்கிறது. அதே ஆண்டு நவம்பர் மாதம் நடந்த முள்ளிவாய்க்கால் முற்றம் திறப்புவிழாவில், இந்தியா நமக்கான நாடல்ல என்ற முடிவுக்கு வாருங்கள் என்று முழங்குகிறார். தன்னுரிமை கேட்பதற்கு முன்னால், தமிழன் என்று போட்டுக்கொள்ளும் உரிமைக்காக அவர் போராடி இருக்கலாமே!

* இனக்குழப்பம்:

தமிழினம், தமிழினம் என்று ஓங்கி ஒலிக்கும் அவர்தான் இனவெறியைத் தவறானது என்றும் சொல்கிறார். தமிழினம் என்று பேசுபவர்கள் இனவெறியர்களாகத்தான் சுட்டிக் காட்டப் படுகிறார்கள். இதனைச் சுட்டிக் காட்டாமல், எந்த வெறியும் தீங்கானது போல் இனவெறியும் தீங்கானது என்கிறார். இன உணர்வு தாய்ப்பால் போன்றது என்பவரும் இவரே!

* சாதிக்குழப்பம்:

'தமிழ் இனத்துக்குள் சாதி புரையோடிப் போயிருக்கிறது' என்று சொல்வதும் இவர் தான். 'தமிழினப் பெருமிதத்தைத் தன் சாதிப் பெருமிதமாகக் கருதிக் கொள்வோர் தமிழ்த் தேசியத்தில் இருக்கக் கூடும்' என்பதும் இவர் தான். 'தமிழர்களிடையே சாதியே கிடையாது என்பதும் ஆரியர்கள்தான் சாதியைக் கொண்டு வந்தனர் என்பதும் தவறு. சாதி இருந்தது. வர்ணாசிரமதர்மமாக இல்லாமல் தொழில் அடிப்படையில் இருந்தது' என்று மறைப்பவரும் இவர் தான்.

(த.க. 2013, செப்டம்பர்)

"தொழில்பிரிவினையாக, குலத்தொழிலாக வேர்விட்ட சாதி ஆரியத்தின் வர்ணாசிரமக் கோட்பாட்டால் பிறப்பு அடிப்படை யிலான நிரந்தர சமூகப் பிரிவுகளாகி, சமூகப் பிளவுகள் ஆனது" என்பதும் இவர்தான். இவை எல்லாம் எந்தக் காலகட்டத்தில் என்று சொல்லவில்லை. இன்றைய சாதி, தமிழ்ச் சமூகத்தை எந்தளவுக்குப் பாகுபடுத்தி வருகிறது என்பது குறித்த நடைமுறைப் புரிதல் இல்லாமல், சாதியை ஒற்றுமைப்படுத்தும் கருவி போன்ற தோற்றத்தையும் அவர் தருகிறார். தமிழ்த் தேசத்தில் உள்ள தமிழர்கள்

பல சாதிகளில் இருந்தாலும் சாதிகள் அனைத்தும் தமிழ்த் தேசிய இனத்தில் ஊடும் பாவுமாய் இணைந்துள்ளன. நூலிழைகள் சேர்ந்திருந்தால் துணி என்ற வாழ்வு பெறும், பயன்பாட்டில் இருக்கும், நூலிழைகள் பிரிந்துவிட்டால் அவற்றிற்குத் தனியே பயன்பாடோ வாழ்வோ கிடையாது" என்கிறார். சாதி அப்படியே இருக்கட்டும், அந்தச் சாதியோடு தமிழனாக ஒன்று சேர் என்று ஆசைகாட்டுகிறார்.

(சாதியும் தமிழ்த் தேசியமும் பக்கம். 91)

இவை அனைத்துக்கும் மேலாக, சில தமிழ்த் தேசியர்கள் சாதி கேட்பதை ஒரு வழக்கமாக வைத்துள்ளார்கள். அதற்கு மணியரசனின் ஞானகுரு கி.வெங்கட்ராமன் சொல்லும் விளக்கம்: 'தமிழரா இல்லையா என்று தெரிந்து கொள்வதற்காகத் தமிழ்த் தேசியவாதிகள் சாதி கேட்கிறார்களாம்'.

தமிழரா இல்லையா என்று கேட்கத் தாய்மொழியைக் கேட்கலாமே? சாதி எதற்காகக் கேட்கவேண்டும்?

சமகாலத் தமிழர்களிடம் சாதி உளவியலும் இருக்கிறது, இன உளவியலும் இருக்கிறது. இன உளவியல் வளர வளரச் சாதி உளவியல் மங்கும் என்று மந்திரம் போடுகிறார் மணியரசன்.

* மதக்குழப்பம்:

இன்றைக்கு மதத்தை எதிர்க்கக் கூடாது என்று அருளுகிறார் பெ.ம. "இந்திய தேசியம் என்பது இந்துமத அடித்தளத்தின் மீதுதான் நிற்கிறது. வடநாட்டு ஆரியப் பார்ப்பனர், ஆரிய சத்திரியர், ஆரிய வைசியர் ஆகியோர் தங்களை இந்து மதத்தின் தலைமை அதிகாரிகளாகக் கருதிக் கொள்கிறார்கள். ஆரியத்துவாவைத்தான் இந்துத்துவா என்று பாசகவினர் பேசுகிறார்கள். இந்துத்துவாவை எதிர்ப்பது தான் உண்மையில் பாசக பாசிசத்தை எதிர்ப்பதாக அமையும் என்று மிகச் சரியாகச் சொல்கிறார்.

(த.க. 2017 சூலை)

தமிழினத்துக்கு எதிராக ஆரியப்பகை இந்துத்துவம் என்ற பெயராலும் இந்தியம் என்ற பெயராலும் தொடர்கின்றது. ஆரியத்துவ இந்தியத்தின் தமிழினப் பகை அரசியல்தான் தமிழ் நாட்டின் மீது அடுக்கடுக்கான தாக்குதல்கள் நடைபெறுவதற்கான அடிப்படைக் காரணமாகும் என்றும் மிகச் சரியாகவே அடையாளம் காட்டினார்.

ஆனால் இன்னொரு இடத்தில் 'இந்து அடையாளத்தை அப்படியே வைத்துக் கொள்ளுங்கள்' என்கிறார். "... தங்களை இந்துக்கள் என்று கருதிக் கொள்கிறார்கள். அவ்வாறு கருதிக் கொள்வதை நாம் மறுக்கவில்லை, அவர்களை இந்துக்கள் என்று அவர்கள் விரும்பும் ஆன்மிக அடையாளத்துடன் அழைப்பதால் தவறும் இல்லை" என்கிறார்.

(த.க. 2017 மே)

இந்து அடையாளம் எதற்காக, யாரால் என்ன நோக்கத்துடன் பயன்படுத்தப்படுகிறது என்று சொல்லி விட்டு அப்படியே சொல்லிக் கொள் என்கிறார்.

இது தொடர்பாகக் கவிஞர் தணிகைச் செல்வனுக்கும் மணியரசனுக்கும் கருத்துப் போரே நடந்தது. ‘இந்து மத ஒழிப்பு என்பதை இலக்காகக் கொள்ளாமல் சாதி ஒழிப்பு–பார்ப்பனீய ஆதிக்க ஒழிப்பு என்பதை இலக்காகக் கொள்ளலாம், இந்து மதத்தை ஒழிப்பதாகச் சொல்வது இந்துத்துவா சக்திகள் வளர வாய்ப்பளிக்கும்’ என்று மணியரசன் எழுதியதைத் தணிகை விமர்சித்து எழுதி இருக்கிறார். ‘இதயமற்ற உலகின் இதயமாக மதம் மாறிவிட்டபிறகு அதை எதிர்க்காமல் எப்படி இருக்க முடியும், இந்து மதத்தை ஒழிப்பதாகப் பேசுவதை நிறுத்திக் கொண்டால் இந்துத்துவ சக்திகள் வளரமாட்டார்களா’ என்று கேட்டார் அவர்.

*(தமிழினத் திரட்சியும் தாயகமீட்சியும் பக்கம். 89)*

“நாங்கள் முன்வைக்கும் தமிழ்த் தேசியத்தில் ஆத்திகர், நாத்திகர் அனைவருக்கும் இடமுண்டு. அவர்கள் எல்லாம் சேர்ந்ததுதான் தமிழினம்” என்று திருமந்திர மாநாட்டில் பெ.ம. பேசி இருக்கிறார். தமிழர் ஆன்மிகத்தைக் காக்க சிவ நெறியாளர்கள் வீதிக்கு வரவேண்டிய நேரமிது என்று அவர் அறைகூவல் விடுத்த மாநாடு இது.

*(த.க. 2016 சனவரி)*

“மதங்களை ஒழிப்போம் என்று கிளம்பிவிடக்கூடாது, மதங் களை எளிதில் ஒழிக்க முடியாது” என்கிறார்.

*(சாதியும் தமிழ்த் தேசியமும் பக்கம். 104)*

தேசிய இன வரையறுப்பிலும் தேச வரையறையிலும் மதம் தீர்மானகரமான பாத்திரம் வகிக்கவில்லை என்கிறார். தேசிய இனத்தை மதம் சிதைக்கிறது என்பது கூடவா புரியவில்லை அவருக்கு?

* கடவுள் குழப்பம்:

கடவுள் யார் என்பதல்ல இன்றைய பிரச்னை. அது என்னவாக இருக்கிறது, யாருக்கு அல்லது எதற்குப் பயன்படுகிறது என்பதே கவனிக்கத்தக்கது. அது இந்துத்துவ சித்தாந்தத்தை இறுக்கமாக்குவ தற்கான கருவியாக இன்று பயன்படுத்தப்படுகிறது. இதனை ஒரு தமிழ்த் தேசியர் என்னவாகப் பார்க்க வேண்டும் என்பதே தெரியாமல், கடவுள் என்றால் மெய்யியல் என்று நாயன்மார் காலத்துக்காரரைப் போல எழுதுகிறார் பெ.ம.

“மதத்தை ஒழிப்போம் என்று கிளம்பிவிடக்கூடாது. மதங்களை ஒழிக்க முடியாது. அவை கடவுள் கருத்தியலுடன் பிரிக்க முடியாத

படி இணைந்தவை. கடவுள் கருத்தியல் ஒரு மெய்யியல் (தத்துவம்) ஆகும்" என்கிறார். கடவுள் தத்துவம் இன்று மெய்யியலாக மட்டுமே இருக்கிறதா? அது யாருடைய ஆயுதமாக எடுத்து வரப்படுகிறது?

(சாதியும் தமிழ்த் தேசியமும் பக்கம். 104)

* தீண்டாமை குழப்பம்:

தமிழ்ச்சமூகத்துத் தீண்டாமை குறித்த மணியரசனின் பார்வை அவர் எந்த நாட்டில் இருக்கிறார் என்றே அடையாளம் காண முடியாததாக இருக்கிறது. பிற்காலத் தமிழ்ச் சமூகத்தில்தான் தீண்டாமைக் கொடுமை வந்தது என்கிறார். சொல்லிக் கொள்ளட்டும். 'ஆனால் தாழ்த்தப்பட்ட மக்கள் என்று அழைக்கப் பட்ட தமிழ் மக்கள் சமூகத்திற்கு வெளியே வைக்கப்படவில்லை. ஒவ்வொரு சாதிக்கும் ஓர் இடம் என்ற வகையில் சாதி ஒடுக்குமுறை தமிழ்ச் சமூகத்தில் உண்டு' என்கிறார். இடைநிலைச்சாதிகள் ஒரு கிராமத்தில் இருந்தால் தனித்தனியாகவா இருக்கிறார்கள்? அவர்கள் மொத்தமாக இருக்கிறார்கள். தாழ்த்தப்பட்ட மக்கள் மட்டும் ஊருக்கு வெளியே தள்ளி வைக்கப்பட்டுள்ளார்கள், இன்று வரை. 'சமூகத்தில் இணைக்கப் பட்ட உறுப்புகளாகவே ஒடுக்கப்பட்ட சாதிகள் இருந்தன, இருக் கின்றன' என்று அவர் சொல்வது எந்தத் தமிழ்நாட்டை என்று தெரியவில்லை.

* திராவிடர் குழப்பம்:

திராவிடர் என்பது பிராமணர்களைக் குறிக்கும், திராவிடர்கள் என்பதற்குள் தமிழர்கள் வரமாட்டார்கள் என்பது பெ.ம.வின் தத்துவம். அவரது கோட்பாடுகள், செயல்முறைகளே இந்த ஒன்றில் தான் நிற்கிறது. அதே பெ.ம. மற்றச் சில இடங்களில் மறந்துபோய், திராவிடம் என்ற சொல்லுக்கான வேரை அடையாளப்படுத்தவும் தவறவில்லை. "ஆரியர்கள் சரியாக ஒலிக்கத் தெரியாமல் தமிழரைத் திரமிளர், திராவிடர் என்று குறிப்பிட்டனர்"என்கிறார். இங்கு, தமிழர்களைச் சுட்ட ஆரியர்கள் பயன்படுத்திய சொல்லே திராவிடர் என்கிறார். 'ஐரோப்பிய வரலாற்றாசிரியர்கள் திராவிட இனம் என்ற பெயரில் தமிழர்களைத் தவறாகக் குறித்து வரலாறு எழுதினர்' என்கிறார். உண்மையில் அவர் எவ்வாறு சொல்லி இருக்க வேண்டும்? 'ஐரோப்பிய வரலாற்றாசிரியர்கள் பிராமணர்களின் பெயரான திராவிடர்கள் என்பதைக் கடன்வாங்கிச் சூட்டினார்கள்' என்பதாகத்தானே இருந்திருக்க வேண்டும்!

(சாதியும் தமிழ்தேசியமும் பக்கம். 46)

* சமூகநீதிக் குழப்பம்:

சமூகநீதி எனப்படும் வகுப்புவாரிப் பிரதிநிதித்துவத்தை ஆதரித் தும் பேசுவார். 'இடஒதுக்கீடு சாதி சமத்துவத்திற்கு பங்களித்ததை விடச் சாதி முரண்பாட்டிற்கும் சாதி இறுக்கத்துக்கும் பங்களித்ததே அதிகம்' என்று கணக்குப் பார்த்தும் சொல்வார்.

* **மன்னர் குழப்பம்:**

தமிழ் மன்னர்களது பெருமிதங்களை ஒரு பக்கம் பேசுகிறார். இன்னொரு பக்கத்தில், 'பிற்காலச் சோழர்களில் இராசராசன், இராசேந்திரன் காலம்தான் தமிழின உணர்வுக்கும் தமிழுக்கும் ஓரளவு வாய்ப்பளித்த காலம். இராசேந்திரனின் மகன் போரில் அழிந்த பின் சோழர்களின் பெண்வழி வாரிசாகத் தெலுங்குச் சோழர்கள் சோழநாட்டை ஆண்டனர். குலோத்துங்க சோழன் தொடங்கி அவ்வாட்சி நடந்தது. பாண்டியரும் சோழரும் ஒருவரை ஒருவர் தாக்கிக் கொண்டு அழிந்தனர்' என்பது மட்டும்தான் அவரது தமிழ் மன்னர் வரலாறு.

(த.க. 2013 செப்டம்பர்)

* **தேர்தல் குழப்பம்:**

1991இல் தேர்தலில் போட்டியிட்டது தமிழ்த் தேசப் பொதுவுடைமைக் கட்சி. பாட்டாளி மக்கள் கட்சி தலைமையிலான கூட்டணி அது. இப்போது நாடாளுமன்ற சட்டமன்றத்தை நாடுவது இல்லை என்கிறார். நாடாளுமன்றப் பாதையை நிராகரிக்கும் மாலெ. அமைப்புகள் பலவும் உண்டு. ஆனால் அவர்கள் தேர்தலையும் ஆதரிக்க மாட்டார்கள், தேர்தலில் நிற்கும் யாரையும் ஆதரிக்க மாட்டார்கள், நாடாளுமன்ற அமைப்புக் குறித்த வழுக்கல்கள் அவர்களிடம் இருக்காது. ஆனால் இவரோ, 'புரட்சிகரத் தமிழ்த் தேசியத்தை முன் வைக்கும் நாம் நாடாளுமன்ற சட்டமன்றத் தேர்தல்களில் பங்கேற்கவில்லை என்றாலும் நாட்டில் நாடாளுமன்ற சனநாயகம் முழுமையாகச் செயல்பட வேண்டும் என்று கருது கிறோம்' என்கிறார். இது என்ன தமிழ்த் தேசியமோ? என்ன புரட்சியோ?

(சாதியும் தமிழ்த் தேசியமும் பக்கம். 80)

* **தமிழர் குழப்பம்:**

யார் தமிழர் என்பது பிரச்னையா, யார் தமிழ்நாட்டில் இருக்க லாம் என்பது பிரச்னையா என்பதே புரியவில்லை. 1956 நவம்பர் 1ஆம் நாளுக்கு முன் தமிழ்நாட்டுக்குள் வந்தவர்கள் இந்நாட்டில் இருக்கலாம் என்கிறார்.

வரலாற்று வழியில் தமிழகம் வந்து வாழும் தெலுங்கர், கன்னடர், உருது, மராத்தி, சௌராட்டிரரும் தமிழ் மக்களே என்கிறார். இப்போது அவர்களுக்கு ஞானஸ்நானம் செய்து வைப்பதுதான் பிரச்னையா?

* **பிறமொழியாளர் குழப்பம்:**

தமிழகத்தில் வாழும் பிறமொழியாளர்கள், இங்கு அவர்களது மொழிக்குரிய, இனத்துக்குரிய உரிமையுடன் வாழலாம். அவ்வளவு தான். ஆனால் பெ.மணியரசன் அவர்களையும் தமிழ்த் தேசியர்களாக

ஆக்கிக் கொள்கிறார். 'தமிழர்கள் மட்டுமன்றி நெடுங்காலமாகத் தமிழகத்தைத் தாயகமாகக் கொண்டுள்ள மக்கள் அனைவரும் தமிழ்த் தேசியச் சக்திகளே. குறிப்பாக முந்நூறு நானூறு ஆண்டு களுக்கு முன் ஆந்திரப்பிரதேசத்திலிருந்து தமிழகம் வந்து இங்கேயே தங்கி தமிழ்நாட்டைத் தாயகமாகவும் தமிழைத் தங்கள் தேசிய மொழியாகவும் ஏற்றுக் கொண்டு வீட்டில் தெலுங்கு பேசும் மக்களும், அதேபோல் தமிழகத்தைத் தாயகமாக ஏற்றுக் கொண்டுள்ள கன்னடம் பேசும் மக்களும், சௌராட்டிரம் போன்ற மொழிகள் பேசும் மக்களும் தமிழ்த் தேசிய சக்திகளே. தமிழ்த் தேசம் அவர் களுக்கும் உரியதே. இதேபோல் உருது பேசும் மக்களும் தமிழ்த் தேசிய சக்திகளே' என்கிறார். எல்லா மொழி பேசுபவர்களையும் 'இந்தியர்' என்பது எவ்வளவு அபத்தமோ அதைப் போன்றதுதான், எல்லா மொழி பேசுபவர்களையும் 'தமிழ்த் தேசியர்' என்பதும்.

(தமிழ்த் தேசக் குடிஅரசு பக்கம். 27)

* பிராமணக் குழப்பம்:

பிராமணர்களை முழுமையாக அடையாளம் காண அவரால் முடியவில்லை. முன்னும் பின்னுமாக அவரே குழம்பிக் கொள்கிறார்.

"சமற்கிருதம் என்பதன் இன்னொரு பெயர் ஆரியம்; ஆரியம் என்பதன் இன்னொரு பெயர் பார்ப்பனீயம்; பார்ப்பனீயம் என்பதன் இன்னொரு பெயர் வருணாசிரமதருமம்; வருணாசிரம தருமத்தின் பொருள் ஆதிக்கம் செலுத்தப் பிறந்தவர்கள் ஆரியர்களும் பார்ப்பனர்களும் ஆவர். மற்ற இனத்தவர் அவர்களுக்கு அடங்கி வாழ வேண்டும், அடிமை வேலை செய்ய வேண்டும்" என்று எழுதியவரும் அவர்தான்.

(த.க. 2014 சூலை)

தமிழ்நாட்டுப் பிராமணர்கள் ஏன் அப்படி இருக்கிறார்கள்? என்று இன்னமும் குழந்தைத்தனமாகக் கேள்வி கேட்டுக் கொண்டு இருப்பவரும் அவர்தான்!

(த.க. 2017 ஆகஸ்ட்)

'தமிழைத் தாய்மொழியாகக் கொண்டுள்ள பார்ப்பனர்கள் தமிழர்களே' என்பதும் அவர்தான். அவர்கள் முழுக்க முழுக்கச் சமற்கிருதம், ஆரியப்பெருமை, கோவில் வழிபாடு, சடங்குகளுக்குள் இருப்பதையும் இந்தியக் கட்டமைப்பில் ஆளும்சக்தியாக இருப் பதையும் சொல்வதும் அவர் தான். 'கொள்கை, நடைமுறை இரண்டிலும் பார்ப்பனீயத்தை மறுத்துத் தமிழ் உணர்வோடு செயல்பட முன்வரும் பார்ப்பனர்களைத் தமிழ்த் தேசியம் அரவணைக் கிறது' என்கிறார். சரிதான். பதினான்கு நாட்களுக்கு ஒரு முறை பரிசோதனை செய்யப்பட வேண்டும் என்பதையும் சேர்த்திருக்கலாம்!

* பிறப்புக் குழப்பம்:

பிறப்பால் ஒருவர் தமிழரா இல்லையா என்பதுதான் இவர்களது ஒரே பிரச்னை. பிறப்பால் தமிழர்கள் இல்லை என்றால் அவர்கள் தமிழ்த் தேசியத்தை விட்டு, தமிழகத்தை விட்டுப் புறம்தள்ளத் தக்கவர்கள். ஆனால் தங்களது கொள்கைப்படி பிறப்பை அடிப்படை யாக வைத்துப் பார்ப்பனர்களை புறக்கணிப்பதில்லை என்று சொல்கிறார். 'பிறப்பிலேயே மனிதர்களின் குணங்களும் தகுதிகளும் நிரந்தரமாகத் தீர்மானிக்கப்பட்டுவிட்டன என்பது வருணாசிரம தர்மம். தமிழ்த் தேசியம் அதை மறுக்கிறது. ஆதலால் தமிழ்த் தேசியம் பிறப்பை அடிப்படையாக வைத்துப் பார்ப்பனர்களைப் புறக் கணிக்காது' என்கிறார். மற்றவர்களைப் பிறப்பை அடிப்படையாக வைத்துப் பிரிப்பவர்கள், பார்ப்பனர்களை மட்டும் பாதுகாக்கிறார்கள்.

(தமிழ்த் தேசக் குடிஅரசு பக்கம். 27)

* தெலுங்குக் குழப்பம்:

தெலுங்கர்களை எதிர்க்கும் அவரே, 'தமிழின உணர்வாளர்கள் ஒரு சாராரிடம் தெலுங்கர் எதிர்ப்பு இருக்கிறது, அவர்களின் தெலுங்கர் எதிர்ப்பை நாம் ஏற்கவேண்டியதில்லை' என்றும் சொல்லிக் கொள்கிறார்.

* அமைப்பில் குழப்பம்:

முதலில் திராவிட முன்னேற்றக் கழகத்தில் இருக்கிறார். தமிழ்ப் பற்றும், இனப்பற்றும், பேரறிஞர் அண்ணா மீது ஆர்வமும் இருக் கின்றன. அது தனித்தமிழியக்க ஈடுபாடாகவும் உள்ளே வளர்கிறது. பாவாணர்–பாவலரேறு ஆகியோரை நோக்கியும் நகர்த்துகிறது. இது எப்படி வளர்ந்திருக்க வேண்டும் என்றால் இதில் அதிதீவிரத் தமிழ்த் தேசியத்தை நோக்கி நகர்ந்திருக்க வேண்டும். ஆனால் இவர், இனவிடுதலைக்கு முக்கியத்துவம் தரவில்லை என்று சொல்லி 'இனவிடுதலையை வகுப்புவாதம்' என்று சொல்லக் கூடிய மார்க்சிஸ்ட் கம்யூனிஸ்ட் கட்சியில் சேருகிறார். 1970 முதல் 1985 வரை அகில இந்திய ஐக்கியத்துக்காகப் பாடுபடுகிறார்.

அகில இந்திய அளவில் மார்க்சிஸ்ட் கம்யூனிஸ்ட் கட்சி கொள்கை நெருக்கடியைச் சந்தித்த காலகட்டம் அது. அதிலிருந்து மிகத்தீவிரர்கள் வெளியேறி மார்க்சிஸ்ட் – லெனினிஸ்ட் – மாவோயிஸ்ட் – நக்சல்பாரி இயக்கங்களை அமைத்து வந்த நேரத்தில் அதே மார்க்சிஸ்ட் கட்சிக்குள் இணைகிறார். இந்த அமைப்புகளிலும் தேசிய இனப்பிரச்னைக்கு முக்கியத்துவம் தரவில்லை என்று சொல்லி மார்க்சீய தமிழ்த் தேசியர்கள் தனி இயக்கம் கண்டு அரசியல் வழி ஆயுத வழிப்போராட்டங்களை நடத்தி வரும் போது இவர் அகில இந்தியக் கட்சியில்தான் இருக்கிறார். 1985இல் தேசிய

இனப்பிரச்னை குறித்த தெளிவு பிறக்கிறது. அதில் இருந்து விலகி, தேசிய இனப்பிரச்னைக்கு முக்கியத்துவம் தரும் அமைப்பைக் கட்டாமல் இன்னொரு அகில இந்தியக் கட்சியில்தான் சேருகிறார்.

அங்கே தெளிவடையச் சில ஆண்டுகள் பிடிக்கின்றன. தமிழ்த் தேசியப் பொதுவுடைமைக் கட்சி உருவாகிறது. இந்தப் பொதுவுடைமை என்ற சொல்லை மாற்றித் தமிழ்த் தேசியப் பேரியக்கம் என்ற பெயரைத் தேர்வு செய்ய இன்னும் பல ஆண்டுகள் தேவைப்படுகின்றன. பேரியக்கம் என்ற சொல்லே முழுமைப்பொருளைத் தரவில்லை என்று பல ஆண்டுகள் கழித்து நினைக்கலாம். தமிழ்த் தேசியப் போரியக்கம் என மாற்றவும் செய்யலாம்!

* தொழில் முதலீட்டுக் குழப்பம்:

தமிழ்த் தேசம் ஒரு நிகரமை-சோசலிச இலக்கு உள்ளதாக இருக்கும் என்கிறார். இந்தச் சோசலிசம், வரம்புக்குட்பட்டுத் தனியார் துறைக்கு வாய்ப்பளிக்கிறது. இன்றியமையாத் தேவையாக உள்ள வெளிநாட்டு நிறுவனங்களை அனுமதிக்கிறது, பெரிய விவசாயிகளின் நிலவுடைமை உரிமையைப் பாதுகாக்கிறது.

* நடைமுறைக் குழப்பம்:

எதற்கு முதன்மை கொடுப்பது என்பதில் அனைத்தையும் புறந்தள்ளி, தமிழ்நாடு விடுதலை பெற்றால் எல்லாம் சரியாகி விடும் என்று சொல்வதும் அவர்தான். 'தமிழ்நாடு விடுதலை பெற்ற பிறகு சாதி ஆதிக்க ஒழிப்பு பற்றிப் பேசலாம் என்பது தேசிய வறட்டுவாதம் ஆகும்' என்பதும் அவர் தான்.

(சாதியும் தமிழ்த் தேசியமும் பக்கம். 74)

* வழிகாட்டிகளைத் தேர்வு செய்வதில் குழப்பம்:

மார்க்சீயம், பெரியாரியம், அம்பேத்கரியம் ஆகியவற்றில் சிலவற்றை ஏற்றுக் கொண்டு வழிகாட்டும் நெறிகளாகக் கொள்வோம் என்று சொல்லும் அவரே இவற்றைக் கடுமையாக விமர்சித்தும் எழுதி இருக்கிறார். இவை தமக்கு போதுமானதல்ல என்றும் சொல்கிறார். ஆனால் அவருக்கு வள்ளலார், சித்தர்கள், அப்பர், திருமூலரின் சில சொற்கள் போதுமானவையாக உள்ளன. எல்லாமே அதில் இருக்கிறது என்பதும் அவரே!

தமிழ் முதலாளிகளைக் காக்க வேண்டும் என்பதால் மார்க்சியமும், பார்ப்பனர்களைப் பாதுகாக்க வேண்டும் என்பதால் பெரியாரியமும், ஆதிக்க இடைநிலைச் சாதிகள் தம்மை எதிர்ப்பார்கள் என்பதற்காக அம்பேத்கரையும் மணியரசன் புறக்கணிக்கிறாரே தவிர வேறு எதுவும் காரணமல்ல.

* வரலாற்றுக் குழப்பம்:

திராவிடர் என்று முதலில் சொன்னது கால்டுவெல் அல்ல. திராவிடர் என்பதை அரசியலுக்கு முதலில் பயன்படுத்தியதும் பெரியார் அல்ல. எங்கோ யாரோ சொன்னதை, நினைவில் உள்ளதை, பொத்தாம் பொதுவாகச் சொல்லப்படுவதை வரலாறாக மணியரசன் மாற்றிக் கொண்டு இருக்கிறார்.

வரலாற்றின் முழுமையை வரிசைப்படி புரிந்து கொள்ள முயலாமல், ஒரு வரியைத் தெரிந்து முழு வரலாற்றைத் தமது வசதிக்கு ஏற்ப எழுதிக் கொள்கிறார். வரலாற்றில் இருந்து கதைக்கான கருவை எடுத்துக் கொண்டு சுற்றிலும் புனைவுகளைக் கட்டமைப் பதைப் போல அவர் வரலாறு சொல்கிறார். அவர் அதிகமாக மேற்கோள் காட்டுபவை இரண்டு நூல்கள். ஒன்று ம.பொ.சி.யின் எனது போராட்டம். அந்த நூலைத் தமிழகத்தின் முழு வரலாறாக நினைத்துக் கொண்டு இருக்கிறார். அது ம.பொ.சி.யின் வரலாறு மட்டும்தான். இந்த நாட்டு வரலாறோ, இன வரலாறோ அல்ல. அதை வைத்துக் கொண்டு அனைத்துக்கும் அவரது தலைக்கு மகுடம் சூட்ட முடியாது. தமிழர் திருநாளையே ம.பொ.சி. தான் உருவாக்கினார், அவர் தான் தொடங்கினார் எனக் கட்டுரைகள் வெளியிடுவது தமிழனின் ஆயிரமாண்டு வரலாற்றுக்குச் செய்யும் துரோகம்.

*(த.க. 2015 சனவரி)*

அதேபோல், அய்யா வே. ஆனைமுத்து 1974 இல் தொகுத்த ஈவெரா சிந்தனைகள் – 3 தொகுதிகள் என்பதும் பெரியாரின் முழுமையான தொகுப்புகள் அல்ல. 'இதைத் தாண்டிப் பெரியார் இல்லை', 'பெரியாரே இவ்வளவுதான்' என்று முடிவுக்கு வரமுடியாது.

ஆனால், ஆனைமுத்து தொகுப்பு – 3 பாகங்கள்; ம.பொ.சி.யின் 'எனது போராட்டம்' இந்த நான்கு நூல்களையே சுற்றி வருகிறார் மணியரசன். அதனால்தான் அவரது பேச்சுகள் – எழுத்துகள் – பேட்டிகள் ஆகியவற்றில் ஒரே மாதிரியான கூறியது கூறல் உள்ளது.

அவர் கூறும் மெய்யியல், இறையயிலாகவும் இருக்கிறது. அந்த இறையியல் என்பது இன்று பார்ப்பனீயத்தின் கட்டுப்பாட்டில் இருக்கிறது.

அவர் கூறும் தமிழ்த் தேசியம் என்பது சாதியையும் – மதத்தையும் காயப்படுத்தாததாக இருக்கிறது.

தமிழர் தம் கடந்தகால வரலாறு விமர்சனத்துக்கு அப்பாற்பட்ட தாக மன்னர்களுக்கு மீண்டும் மகுடம் கட்டுவதாக நிலப்பிரபுத்துவத் தன்மை கொண்டதாக இருக்கிறது. 'தேவதாசி முறையே சோழர்

காலத்தில் இல்லை' என்பதெல்லாம் வரலாற்றை மறைத்தல். திரித்தல் மட்டுமல்ல பழைமைக்கு புனிதம் கட்டுதல்.

பெ.மணியரசனின் நிலப்பிரபுத்துவ சிந்தனையை திராவிட சுயமரியாதைச் சிந்தனை விமர்சனத்துக்கு உள்ளாக்குகிறது. இவரது பழமை வாதத்தைத் தமிழ்ப்பகுத்தறிவு கேள்வி கேட்கிறது.

இவரது நிலப்பிரபுத்துவ – பழமைவாதத் தமிழ்த் தேசியம் இந்துத்துவக் கூட்டுக்குப் பக்கபலமாக மாறிக் கொண்டிருக்கிறது. மாறவே செய்யும்! அது குறித்த கூச்சம் அவர்களுக்கு இல்லை என்பதே வேதனைக்குரியது!

# VIII

## பெரியாரின் 'திராவிடம்'

# 1

## திராவிடம் என்ற சொல்

திராவிடம் என்ற சொல்லைக் கண்டுபிடித்தவர் பெரியார் அல்ல. திராவிடம் என்ற சொல்லை முதலில் பயன்படுத்தியவரும் பெரியார் அல்ல. தாம் மறைந்து கொள்ள திராவிடம் என்ற சொல்லை உருவாக்கியவரும் பெரியார் அல்ல. இன்னும் சொன்னால், திராவிடம் என்ற சொல்லுக்கு அவரும் ஒரு மகனே தவிர தந்தையல்ல!

*1. அகராதிகள் சொல்லும் திராவிடம்!*

தமிழ்ச்சமூகத்தில் உருவான எல்லா அகராதிகளிலும் *1824* முதல் 'திராவிடம்' இருக்கிறது. அது குணா சொன்ன 'வடுகமாக'வோ, மணியரசன் சொல்லும் 'பிராமணன்' ஆகவோ இல்லை. என்னவாக இருக்கிறது?

* *1824*–சதுரகராதி வீரமாமுனிவர்:

திரமிடம் – தமிழ்.

திராமிடம் – தமிழ்.

திராவிடம் – ஓர் தேசம், தமிழ், பதினெண்பாடையிலொன்று.

* *1842*–யாழ்ப்பாண அகராதி சந்திரசேகரப் பண்டிதர், சரவண முத்துப் பிள்ளை.

திரமிடம்: திராவிடம்.

திரவிடம்: திராவிடம்.

திரவிடன்: சத்திரியகுலத்துக்கீழ்மகன்.

திராமிடம்: திராவிடம்.

திராவிடம்: ஓரெண், சாதி நான்கினொன்று, தமிழ், தேயமைம் பத்தாறினொன்று.

* *1897–தரங்கம்பாடி அகராதி என்கிற பெப்ரிசியஸ் அகராதி*

*திரமிடம்:* southern india as *திரவிடம்*

*திரவிடம், திராவிடம்:* southern india, the country and language of the dravidas especially the tamils *திரவிடப்பாஷைகள்,* dravidian languages

*திராமிடம்:* tamil,as *திரமிடம்.*

*திராவிடம்: திரவிடம்.*

* *1909–இருபதாம் நூற்றாண்டுத் தமிழ்ப்பெயரகராதி–பி.இராமநாதன்*

*திரவிடம்: திராவிடம், ஆந்திர கருநாடக தேசங்களுக்குத் தெற்கேயுள்ள தேசம், அது தமிழ்நாடென்பது.*

*திரவிடன்: ஷத்திரியகுலத்துக் கீழ்மகன்.*

*திராவிடம்: ஓரெண், சாதி நான்கினொன்று, தமிழ், தேயமைம் பத்தாறினொன்று, தமிழ்நாடு, பஞ்ச திராவிட கர்னாட கூர்ச்சர மகாராஷ்டிரா தைலங்கமென்ப. இவ்வைந்து நாட்டுப் பார்ப்பனரும் திராவிடரெனப்படுவர். தைலங்கம் திரிலிங்க மெனவும் படும்.*

*திராவிடச்சாரியர்: வடமொழியிலே வேத சூத்திரத்திற்கு ஒரு பாஷியஞ் செய்தவர். ராமானுஜாசாரியர் செய்த பாஷியத்துள் இவர் மதமெடுத்துக் கூறப்படுதலின் இவர் இரண்டாயிரம் வருஷங் களுக்கு முன்னர் விளங்கினவராதல் வேண்டும். தமிழ்நாட்டவராதலின் இப்பெயர் பெற்றார்.*

* *1910–அபிதானசிந்தாமணி – ஆ.சிங்காரவேலு முதலியார்.*

*திரவிடம் :–தமிழ், ஆந்திரம், கன்னடம், மகாராஷ்டிரம், கூர்ச்சரம் தட்சிணத்திலிருந்து கன்னியாகுமரி ஈறாக உள்ள தேசம்.*

*திரவிடன்: சூரியவம்சத்தரசன், இவன் யோகியாயினன்.*

*திராவிடபூபதி: திராவிடதேசத்தரசன், இவனிடம் யாகத்திற்குப் பொருள் கேட்க இவன் அவரது எண்ணத்தை முடிக்கவில்லை.*

*திராவிடம்: தமிழுக்கு ஆரியரிட்ட ஒரு பெயர், ஒரு தேசம்.*

* *1914 இலக்கியச் சொல்லகராதி சுன்னாகம் அ.குமாரசாமிப்பிள்ளை.*

*திராவிடம் : தமிழ்மொழி.*

* *1918 தமிழ்மொழி அகராதி நா.கதிரைவேற்பிள்ளை.*

*திரவிடம்: திராவிடம், ஆந்திர கருநாடக தேசங்களுக்குத் தெற்கேயுள்ள தேசம், அது தமிழ்நாடென்பது.*

*திரவிடன்: சத்திரியகுலத்துக்கீழ்மகன்.*

*திராமிடம்: திராவிடம்.*

திராவிடம்: ஓரெண், சாதி நான்கில் ஒன்று, தமிழ், தேயமைம் பத்தாறினொன்று, தமிழ்நாடு, பஞ்ச திராவிட கர்நாடக கூர்ச்சர மகாராஷ்டிரதைலங்கமென்ப. இவ்வைந்து நாட்டுப் பிராமணரும் திராவிடரெனப்படுவர்.

* *1935* வெள்ளிவிழாப் பேரகராதி–நெல்லை எஸ். சங்கரலிங்க முதலியார்

திரமிடம் : திராவிடம்

திரவிடம்: திராவிடம்

திராவிடன்: சத்திரிய குலத்துக் கீழ்மகன்

திராமிடம்: திராவிடம்

திராவிடம்: ஓரெண், சாதி நான்கினொன்று, தமிழ், தேயமைம் பத்தாறினொன்று.

* *1937*–மதுரைத் தமிழ்ப்பேரகராதி

திரமிடம், திரமிளம்: தமிழ், திராவிடம், தமிழ்மொழி

திரவிடப்பாஷைகள்: தமிழ், தெலுங்கு, கன்னடம், மலையாளம், துளு, கொடகு, கோடா முதலிய தென்னாட்டுப்பாஷைகள்.

திரவிடம்: திராவிடம், ஆந்திர, கர்நாடக தேசங்களுக்குத் தெற்கேயுள்ள தமிழ்நாடு.

திரவிடன்: சத்திரியகுலத்துக்கீழ்மகன்

திராவிடப்பிரபந்தம்: திவ்யப்பிரபந்தம்

திராவிடப்பிராமணன்: தட்சிணப் பார்ப்பனர்

திராவிடம்: ஓரெண், சாதிநான்கில் ஒன்று, தமிழ்த் தேயமைம்பத்தாறினொன்று, தமிழ்நாடு, பஞ்ச திராவிட கர்நாடக கூர்ச்சர மகாராஷ்டிர தைலங்கமென்னும் இவ்வைந்து நாட்டுப் பிராமணரும் திராவிடரெனப்படுவர். தைலங்கம் திரிலிங்க மெனவும்படும்.

திராவிடவேதம்: தமிழ்வேதம், தமிழ்மறை

* *1940*–கழகத் தமிழ்க் கையகராதி சேலை சகதேவமுதலியார், காழி சிவ கண்ணுச்சாமிப்பிள்ளை

திராவிடம்: தமிழும் அதன் கிளைமொழிகளும்

* *1950*–கலைக்களஞ்சியம்

திராவிடர்: தென்னிந்தியாவில் தொன்று தொட்டு வாழ்ந்து வருகின்றவர்கள். தமிழ்,தெலுங்கு, மலையாளம், கன்னடம், துளு முதலிய மொழி பேசுகிறவர்கள்.

திராவிட மொழிகள்: தமிழ், தெலுங்கு, கன்னடம், மலையாளம், ஆகிய நான்கும் திராவிட மொழிகளில் முக்கியமானவை. ஆரியர் முற்காலத்தில் தென்னாடு சென்ற தஸ்யுக்களைத் திராவிடரென அழைத்து வந்தனரென்றும், அதிலிருந்தே அவரது மொழி திராவிடமெனும் பெயர் பெற்ற தென்றும் திராவிடத்தின் திரி சொல்லாகக் கால அளவில் முறையே திராமிட, திராமிள, தமிள, தமிழ் என மாறிற்றென்றும் சிலர் கருதினர்.

திராவிடமொழிகளின் ஒப்பிலக்கணம்: தென்னிந்திய மொழிகளுக்குத் திராவிடமொழிகள் எனப் பொதுவாகப் பெயர்.

திராவிடப்பாடசாலை: வீரசைவ மரபினரான குமரகுருபரர் சிதம்பரத்தில் அமைத்திருந்த பாடசாலையின் பெயர்.

* *1950*–செந்தமிழ் அகராதி – ந.சி.கந்தையா

திரமியம்: திராவிடம்

திராவிடப் பிராமணர்: தக்கண தேசத்துப் பார்ப்பார்

திராவிடமொழிகள்: தமிழ், தெலுங்கு, கன்னடம், மலையாளம், துளு, தொடகு, கோடா முதலிய தென்னாட்டு மொழிகள்.

திராவிடம்: தமிழ்நாடு, ஆந்திரம், கன்னடம், மகாராஷ்டிரம், கூர்ச்சரம் என்ற பஞ்ச திராவிட தேசங்கள். தமிழ், தெலுங்கு, மலையாளம், கன்னடம், துளு ஆகிய மொழிகள்.

* *1965*–சென்னைப்பல்கலைக் கழக அகராதி

Dravidian திராவிடர், திராவிட மொழி, தமிழ் தெலுங்கு கன்னடம் மலையாளம் முதலிய மொழிகளின் குழுவில் ஒரு மொழி. திராவிட, திராவிட இனத்துக்குரிய, திராவிடருக்குரிய.

* *1969*–சிறப்புப் பெயர் அகராதி – கருப்பக்கிளர் சு.அ.இராமசாமிப் புலவர்

திராவிடர்கள்: தென்னிந்தியாவில் தொன்று தொட்டு வாழ்ந்து வருகிறவர்கள் இவர்கள். இவர்கள் தமிழ், தெலுங்கு,கன்னடம், மலையாளம், துளு முதலிய மொழிகளைப் பேசுகின்றனர்.

* *1984* தமிழ் தமிழ் அகரமுதலி – மு.சண்முகம்பிள்ளை

திரவிடமொழிகள்: தமிழ், தெலுங்கு, கன்னடம், மலையாளம், துளு, குடகு, கோடா முதலிய தென்னாட்டு மொழிகள்.

திராவிடப்பிரபந்தம்: ஆழ்வார்கள் அருளிச் செய்த நாலாயிர திவ்யப் பிரபந்தம்

திரவிடம்: தமிழ்நாடு, தமிழ்மொழி, தமிழ் தெலுங்கு கன்னடம் மலையாளம் துளு முதலிய மொழிகள், தமிழ்நாடு ஆந்திரம் கன்னடம் மகாராஷ்டிரம் கூர்ச்சரம் எனும் ஐந்து திராவிடநாடுகள்.

திராவிடவேதம்: தமிழ்வேதம்

* 2010-செந்தமிழ் சொற்பிறப்பியல் பேரகரமுதலி பத்தாம் மடலம், மூன்றாம் பாகம்

திரமிடம்: திரமிளம்

திரமிளம்: திராவிடம், தமிழ்மொழி

திராவிடப்பிரபந்தம்: திவ்யப்பிரபந்தம்

திராவிடப் பிராமணர்: விந்தியமலைக்குத் தெற்கில் குடியேறிய தென்னிந்தியப் பார்ப்பனர். விந்திய மலைக்கு வடக்கில் குடியேறி வாழ்வோரைக் கௌட பிராமணர் என்பதும், தெற்கில் குடியேறிய வரைத் திராவிட பிராமணர் என்பதும் வழக்கம்.

திராவிடம்: 1.தமிழ் 2. தமிழ்நாடு (திராவிடம்), ஆந்திரம், கன்னடம், மகாராஷ்டிரம், கூர்ச்சரம் என ஐந்து (பஞ்ச) திராவிட மாநிலங்கள் 3. தமிழ்மொழி (திராவிடத்திலே வந்ததா விவகரிப்பேன் தாயுமானவர் பாடல்) 4. தமிழ், தெலுங்கு, மலையாளம், கன்னடம், துளு முதலிய தென்மொழிகளும் மற்றும் வடதிராவிட மொழிகளும்.

திராவிடவேதம்: தமிழ்வேதம்

* 2011-க்ரியாவின் தற்காலத் தமிழ் அகராதி

திராவிடம் : (தென்னிந்தியாவில்) தமிழ், தெலுங்கு, கன்னடம், மலையாளம் முதலிய மொழிகளைப் பேசும் மக்கள் வாழும் நிலப்பகுதி.

* 2018-செந்தமிழ்ச் சொற்பொருட் களஞ்சியம் – இரா.இளங்குமரனார்

திரவிடம்: தமிழ் என்பதைச் சொல்ல முடியாத ஆரியர் த்ரமிள, த்ரமிடம், திராவிடம் என்றனர். தமிழ் என்பதற்குரிய ழ அல்லது ழகர ஒற்று ஆங்கிலத்திலோ வடமொழியிலோ இல்லை. – வீரமாமுனிவர் தொடங்கி இரா.இளங்குமரனார் வரை சொன்ன 'திராவிடம்' இதுதான்!

2. திராவிடம் என்பதற்கான தமிழ்ச்சான்றுகள்!

திராவிடம் என்பதற்குத் தமிழ்ச்சான்றுகள் கொடுங்கள் என்று மணியரசன் கேட்கிறார்!

தமிழ், தமிழன், தமிழ்நாடு என்ற சொற்கள் திருக்குறளில் இல்லை. அதற்காக என்ன செய்யலாம் பெ.ம.? தமிழ்த் தேசியம்,

தமிழர்தன்னுரிமை என்ற சொல்லும் திருக்குறளில் இல்லை என்ன செய்யலாம்? அதைப் பேசாமல் விட்டு விட முடியுமா? அந்தச் சொல்லைப் புறக்கணித்துவிட முடியுமா? என்ன தர்க்க ஞானம் இது?

திராவிடம் குறித்த தமிழ்ச் சான்றுகளைத் தேடிய வகையில் கிடைத்தவை:

* காஞ்சிபுராணம்:

இரா.இராகவய்யங்கார் தாம் எழுதிய 'தமிழ் வரலாறு' நூலில், "வடமொழியாளர், த்ரமிளர் எனத் தமிழ்மொழியாளரையும், த்ரமிளம், த்ராவிடம் என அவர் நாட்டினரையும் மொழியினரையுங் குறித்தனர் என்பது உண்மை" என்கிறார்.

(தமிழ்வரலாறு, பக்கம். 6)

"விந்திய மலைக்குத் தெற்கேயுள்ள நாட்டைப் 'பஞ்ச திராவிடம்' என்று வடநூலார் வழங்குதல் நூல்களிற் கண்டது. ஐவகைத் திராவிடத்தினும் வேறாய்த் தெற்கே தலைசிறந்தது தமிழே யென்பதும்" என்று சொல்லும் அவர், காஞ்சிபுராணத்தில் இருந்தும் மேற்கோள் காட்டுகிறார்.

(பக்கம். 10)

"வடமொழியாளர் தமிழிற்கு வழங்கிவந்த 'த்ராவிடம்' என்னும் வேறு சொல்லுக்கு அவர் கூறும் பொருளை மறுத்து அவர் சொல்லுந் தாதுவையே அடியாக வைத்து நன் பொருளுரைத்து இடித்து அறிவுறுத்துவாரைப் போல

'எவ்வினையு மோப்புதலாற் றிராவிட மென்றியல் பாடை "(காஞ்சிப்புராணம், நாட்டுப்பாட்டு) என விளக்கிய நல்லறிவாளரும் இம்மொழியிலுண்டு" என்பார் இரா.

(பக்கம். 12–13)

இப்படி அழைப்பதற்கு என்ன காரணம் என்பதையும் அவர் சொல்கிறார். "பெயரையே தம் மொழிக் கிணங்கிய இன்னோசை கருதியும், தம்மெழுத்திற் கியைவது கொண்டும் 'த்ரமிள' என ரேபங் (ரகாரம்) கொடுத்து முதற்கண் வழங்கினரென்றும், நாளடைவில் அதுவே திரவிட, திராவிட என மாறிற்றென்றும் அங்ஙன மாறிய சொல்லைத் தம் மொழியாகவே நினைத்து 'த்ரு' என்பதனடியாகப் பிறந்ததென்று வைத்து, அதற்கு இனியதல்லாததோர் பொருளை ஏறிட்டனரென்றும் நன்கு துணிதலே தக்கது" . (பக்கம். 14) என்றார். "வடநூலாரும் திரமிள தேசம் இத்தென்னா டென்றே உடன்படுவர்" (பக்கம். 25) என்பதும் இரா.இரா.வின் கூற்று. இப்பாடலைப் பாவாணரும் மேற்கோள் காட்டியுள்ளார்.

*. தாயுமானவர்:

'திரவிடம்' என்ற சொல்லைத் தமிழைக் குறிக்கப் பயன்படுத்து கிறார் தாயுமானவர்.

"......... வடமொழியிலே

வல்லான் ஒருத்தன் வரவும் திராவிடத்திலே வந்ததா விவகரிப் பேன்" என்கிறார் தாயுமானவர். இப்பாடலைப் பாவாணரும் மேற் கோள் காட்டியுள்ளார்.

(சித்தர் கணம் 10:9)

*. நிகண்டுகள், மற்ற இலக்கியங்கள்:

நிகண்டுகள், மற்ற நூல்களில் திராவிடம் என்ற சொல்லின் பயன்பாடு குறித்துக் கே.வி.இராமகிருஷ்ணராவ் தமது ஆய்வுக் கட்டுரையில் காட்டும் மேற்கோள்கள் இங்கு எடுத்தாளப்பட்டுள்ளது. இனரீதியாக இச்சொல் எங்கும் பயன்படுத்தப்படவில்லை, மொழிரீதியாகப் பயன்படுத்தப்பட்டு வந்துள்ளது என்று சொல்லும் ஆய்வாளர் இவர். திராவிடர் என்ற ஓர் இனம் இல்லை என்றும், மொழியியல் சொல்லான திராவிடம் என்பதை இனவியல் சொல்லாக மாற்றிவிட்டார்கள் என்றும் சொல்லும் ஆய்வாளர் இவர். 'திராவிடம்' என்ற சொல்லுக்கான சமற்கிருத மேற்கோள்களை இவர் குறித் துள்ளார். ஆனால் இவர், மொழியியல் வழியாகத் திராவிடம் என்ற சொல் எவ்வகையில் பயன்பட்டுள்ளது என்பதை விளக்கி இருக்கிறார்.

7, 8, 11 ஆகிய நூற்றாண்டுகள் என்று சொல்லப்படும் நாமதீப நிகண்டில் தமிழ் என்பதற்கு 'திரவிடம்' என்று சொல்லைச் சிவசுப்பிரமணியக் கவிராயர் பயன்படுத்தி இருக்கிறார். இவரது நூலைத் தஞ்சைத் தமிழ்ப்பல்கலைக் கழகம் வெளியிட்டுள்ளது.

9 ஆம் நூற்றாண்டைச் சேர்ந்த சேந்தன் திவாகரம், நாட்டில் பேசப்படும் 18 மொழிகளுள் ஒன்றாகத் திராவிடத்தைக் குறிப் பிடுகிறது.

ஸ்காந்தத்து உபதேசக் காண்டம் என்ற நூல் அகத்தியருக்குச் சிவபெருமான் திராவிடத்தின் இலக்கணத்தை எப்படிச் சொல்லிக் கொடுத்தார் என்கிறது.

பிரயோக விவேகம் நூலின் ஆசிரியர் சமஸ்கிருதச் சொல்லான திரமிளம்தான் தமிழ் என்றாகி இருக்க வேண்டும் என்று மாற்றிச் சொல்கிறார்.

*. திவாகரம்:

"அங்கம் வங்கம் கலிங்கம் கௌசிகம்
சிந்து சோனகம் திரவிடம் சிங்களம்

மகதம் கோசலம் மராடம் கொங்கணம்
துளுவம் சாவகம் சீனம் காம்போசம்
பருணம்பப் பரமெனப் பதினெண்பாடை"

என்னும் திவாகர நூற்பாவை மேற்கோள் காட்டுகிறார் பாவாணர்.

*. நாலாயிர திவ்ய பிரபந்தம் 'திராவிட வேதம்' என்று அழைக்கப்பட்டது.

*. திருவாய்மொழியை 'திராமிடோபனிஷத்' என்றார்கள். அதாவது தமிழ் உபநிடதம் என்று பொருள்

*. வேதாந்த தேசிகர், 'த்ரமிடோபநிஷத் தாத்பர்ய ரத்னாவளி' என்ற நூலை எழுதினார்.

*. சிவஞான யோகி 'திராவிடம்' என்பதைத் தென்மொழி என்பதனைக் குறிக்கப் பயன்படுத்துகிறார். சைவ நெறியின் தலையாய நூல் சிவஞானபோதம். இதனை எழுதியவர் மெய்கண்ட தேவர். இந்நூலுக்கு சிவஞான யோகிகள் எழுதிய பேருரையே திராவிட மாபாடியம்.

சிவஞான யோகிகள் 1754இல் பிறந்து 1785 இல் மறைந்துள்ளார். இறுதிக் காலத்தில் திருவாவடுதுறை மடத்தில் வாழ்ந்துள்ளார்.

இவர் சிவஞானபோதத்துக்கு முதலில் ஒரு சிற்றுரையும், பின்னர் ஒரு பேருரையும் எழுதினார். இதில் பேருரைதான் 'திராவிட மாபாடியம்' என்ற நூலாக வெளியானது.

தத்துவ நூல்களில் சமற்கிருத ஆதிக்கம் அதிகம் இருந்த காலத்தில் தமிழில் அதிக விளக்கம் கொண்டதாக எழுதப்பட்ட தமது நூலுக்கு தமிழ் மாபாடியம் என்கின்ற பொருளில் 'திராவிட மாபாடியம்' என்று பெயர் சூட்டினார் சிவஞானயோகி.

*.'பிரயோக விவேகம்' என்ற நூலை எழுதிய சுப்பிரமணிய தீட்சிதர், "தமிழ் என்ற சொல்லே திரமிளம் என்ற சொல்லில் இருந்து தோன்றியது" என்று திரித்தார்.

*. மனோன்மணீயம் சுந்தரனார் (1855–1897)

திராவிட இயக்கத்தின் அடித்தளம் சுந்தரனாரே!

நீராரும் கடலுடுத்த நிலமடந்தைக் கெழிலொழுகும்
சீராரும் வதனமெனத் திகழ்பரத கண்டமிதில்
தெக்கணமும் அதிற்சிறந்த திராவிடநல் திருநாடும்
தக்கசிறு பிறைநுதலும் தரித்தநறுந் திலகமுமே
அத்திலக வாசனைபோல் அனைத்துலகும் இன்பமுற
எத்திசையும் புகழ்மணக்க இருந்தபெரும் தமிழணங்கே–உன்

சீரிளமைத் திறம்வியந்து செயல் மறந்து
வாழ்த்துதுமே வாழ்த்துதுமே வாழ்த்துதுமே

1970 சூன் 17 ஆம் நாள் தமிழக முதல்வர் கலைஞர் இப்பாடலை தமிழக அரசின் தமிழ்த்தாய் வாழ்த்துப் பாடலாக அறிவித்தார்கள்.

இதில் அரசு சார்பில் விடுபட்ட வரிகள்:

பல்லுயிரும் பல உலகும் படைத்தளித்துத் துடைக்கினும் ஓர்
எல்லையறு பரம்பொருள் முன் இருந்தபடி இருப்பதுபோல்
கன்னடமும் களிதெலுங்கும் கவின்மலையாளமும் துளுவும்
உன் உதிரத்து, உதித்து எழுந்தே ஒன்று பல ஆயிடினும்
ஆரியம் போல் உலக வழக்கு அழிந்து ஒழிந்து சிதையாஉன்
சீரிளமைத் திறம்வியந்து செயல்மறந்து வாழ்த்துதுமே!

– என்பதாகும். ஒரு மொழியை வாழ்த்தும் பாடலில் பிறமொழிப் பழிப்பு வேண்டாம் என்ற நெறிப்படி அவ்வரிகள் நீக்கப்பட்டதாக விளக்கம் அளிக்கப்பட்டது. முழுப்பாடலும் சுந்தரனாரின் சிந்தனையை மொத்தமாகச் சொல்லும்.

மனோன்மணீயம் நாடகக் காப்பியம் 1891இல் வெளியானது. தமிழ் எழுச்சிக்கு அடித்தளம் அமைத்தது இந்தப் பாடல்.

1892 ஆம் ஆண்டு திருவனந்தபுரம் வந்த விவேகானந்தர், சுந்தரனாரைச் சந்தித்துப் பேசி இருக்கிறார். சுந்தரனாரின் வீட்டில் விருந்துண்டுள்ளார் விவேகானந்தர். அப்படி வந்தபோது, 'உங்கள் கோத்திரம் என்ன?' என்று கேட்டுள்ளார் விவேகானந்தர்.

சுந்தரனார் எழுதுகிறார்: "வேறு ஒரு தினமாகில் வினாவினைக் கேட்ட நான் வெகுண்டிருப்பேன். உறவென விருந்துக்கு வந்த அந்த உயர்ந்த நண்பரிடம் நான் மெல்லிய குரலில், 'எனக்கும் கோத்திரத் திற்கும் சம்பந்தம் ஒன்றும் கிடையாது. தன்மானம் காக்கும் தென்னாட்டில் பிறந்த திராவிட இனத்தைச் சேர்ந்தவன் நான்' என ஆத்திரமின்றிக் கோத்திரக் கேள்விக்கு விடையளித்தேன்" என்று தமது நாட்குறிப்பில் எழுதியிருக்கிறார்.

(மனோன்மணீயம் சுந்தரம், ந.வேலுசாமி,
சாகித்ய அகாதமி, பக்கம். 116)

*. விருதை சிவஞான யோகிகள்:

திருக்குற்றாலத்தில் 19.10.1908 அன்று விருதை சிவஞான யோகிகளால் திருவிடர் கழகம் தோற்றுவிக்கப்பட்டது.

இதனுடைய துணை அமைச்சர்களாகப் பூவை கலியாண சுந்தரர், ஏ.பால்வண்ணர், மு.இரா. கந்தசாமிக் கவிராயர் ஆகியோர் இருந்தனர். இதன் உறுப்பினர்களாக 52 பேர் இருந்துள்ளார்கள். அதில் ஒருவர் சுவாமி வேதாசலம் எனும் மறைமலையடிகள்.

இந்த திருவிடர் கழகத்தின் நோக்கமாக, திருவிடரின் பழைய வரலாறுகளையும் திருவிட மொழியின் உண்மை வரலாறுகளையும் ஆராய்ச்சி செய்தல் என்று குறிப்பிடப்பட்டுள்ளது. திருவிடரின் அறிவு ஒழுக்கம் ஒற்றுமை நிலைகளை வளர்த்தல், திருவிடர் பழமைகளைக் கண்டுபிடித்தல், திருவிடர் வரலாற்றை நூலாக வெளியிடுதல் என்று கூறப்பட்டுள்ளது. திருவிடர் என்பவர் யாவர், அவர் தோற்றம் யாது எனக் கண்டறிதல் இதன் நோக்கமாக இருந்துள்ளது.

தமிழ் பேசும் திருவிடரும், தமிழின் பிள்ளை மொழிகளாகிய வடுக, கன்னடம், மலையாளம், துளுவம் முதலிய மொழிகள் பேசும் திருவிடரும் என்று சிவஞானயோகி குறிப்பிட்டுள்ளார்.

(தனித்தமிழியக்க வரலாறு, இரா.இளங்குமரனார், பக்கம். 84-86)

*. பி.டி.சீனிவாசர் தம்முடைய 'தமிழர் வரலாறு' நூலில் 'திராவிடம்' என்ற சொல் எவ்வகையில் எல்லாம் பயன்பட்டு வந்துள்ளது என்பதைத் தொகுத்துள்ளார். தக்கண நாடு, வடநாட்டிலிருந்து கட்டுறுதியாகப் பிரிவுண்டு தனிமைப்பட்டிருந்தது என்று சொல்லும் இவர், தொல்காப்பிய உரையாசிரியரான சேனாவரையர் தென்கிழக்கிலிருந்து நாடுகளை வரிசைப்படுத்திச் சொன்னதை அடுக்குகிறார். பொங்கர் நாடு, ஒளிநாடு, தென்பாண்டி நாடு, குட்டநாடு, குடநாடு, பன்றிநாடு, கற்காநாடு, சீதநாடு, பூழிநாடு, மலைநாடு, அருவாநாடு என்று வரிசைப்படுத்தி அருவா வடதலை நாடு என முடிக்கிறார். இறுதியாகக் கூறப்பட்டது தொல்காப்பியர் காலத்திற்குப் பின்னர் தொண்டைநாடு என்றும் வட இந்திய எழுத்தாளர்களால் திராவிடம் என்றும் அழைக்கப்பட்ட நாடாகும் என்கிறார் பி.டி.சீனிவாசர்.

காஞ்சிபுரத்தைத் 'திராவிடம்' என்ற சொல் உணர்த்துகிறது என்பதும் பி.டி.சீனிவாசர் கூற்றுகளுள் ஒன்று. காஞ்சிபுரம் வந்த யுவான் சுவாங், அப்பகுதியை, 'திராவிட' என்ற அச்சொல்லை சீனமொழி ஒலியியல் முறைக்கு ஏற்பத் திருத்தப்பட்ட வடிவாம் 'த்=வொபில' எனப் பெயரிட்டு அழைப்பதை வைத்து அந்த முடிவுக்கு வருகிறார். மகாபாரதத்தில் பல இடங்களில் திராவிடர், சோழர், கேரளர், பாண்டியர் குறிப்பிடப்படுகின்றனர் என்று சொல்கிறார்.

*. தமிழ்க் காசு

"வட இந்தியாவில் வாழ்ந்த மொகஞ்சதரோ மக்கள் திராவிட மொழியையே வழங்கினார்கள். அவர்கள் வழங்கிய சொற்கள் பெரிதும் தமிழிற் காணக் கிடக்கின்றன" என்கிறார் கா.சுப்பிர மணியனார் தமது இலக்கிய வரலாறு நூலில்.

*. கே.ஏ.நீலகண்ட சாஸ்திரி:

தென்னிந்திய வரலாறு எழுதிய கே.ஏ.நீலகண்டர் 'திரமிளம்' குறித்து விரிவாக எழுதி உள்ளார். 'த்ரிம்லை' என்பதும் 'திரமிளம்' என்றும் அழைக்கப்பட்டதைச் சுட்டுகிறார்.

(தென்னிந்திய வரலாறு பாகம் 1, பக்கம். 102)

வடுகர் என்னும் சொல் வடதிசை மக்கள் என்று பொருள்படும். தமிழகத்தின் வடக்கு எல்லையான வேங்கடத்திற்கு அப்பால் வாழ்ந்த மக்களையே சங்க நூல்கள் பொதுவாக வடுகர் என்று குறிப்பிடு கின்றன. இவர் இப்போது அங்கு வாழ்கின்ற கன்னடியர், தெலுங்கர் ஆகியவர்களுடைய முன்னோர்கள்.

(பக்கம். 143)

அசோகர் கல்வெட்டுக்குப் பின் தமிழகத்தைப் பற்றிக் குறிப்பிடுகின்ற மிகப் பழைய பொறிப்பு என்று இவர் குறிப்பிடுவது, காரவேலனுடைய ஹத்திரும்பிக் கல்வெட்டு ஆகும். காரவேலன் கி.மு. இரண்டாம் நுற்றாண்டின் முற்பகுதியில் கலிங்க நாட்டை ஆண்ட அரசன். அவன் பட்டத்துக்கு வந்த 11 வது ஆண்டில் அதாவது சுமார் கி.மு.155 இல் "திரமிள தேச சங்காத்தம்' என்று அவன் பொறிப்பு குறிப்பிடுகின்ற தமிழக வேந்தர்களின் கூட்டணியை முறியடித்தான்" (பக்கம். 183) என்கிறார். இந்தத் 'திரமிள தேச சங்காத்தம்' என்ற கூட்டணி அதற்கு 113 ஆண்டுகளுக்கு முன் தோன்றியது என்றும் குறிப்பிடப்படுகிறது என்கிறார்.

*. திரு.வி.க.

திராவிடம், திராவிட நாடு குறித்துத் தமது இறுதிக்காலத்தில் அதிகம் பேசியவர் திரு,வி.க. சென்னை சிந்தாதிரிப்பேட்டை உயர்நிலைப்பள்ளி ஆசிரியர் அ.கு.பாலசுந்தரனார் எழுதிய, 'திராவிட நாடு' நூலுக்குத் திரு.வி.க. எழுதிய மதிப்புரை முக்கியமானது.

(பதிப்பு 1949)

திராவிட நாடு என்ற முழக்கத்தின் பயனாக இந்நூல் எழுந்ததாகச் சொல்லும் திரு.வி.க., "திராவிடம் என்று தோன்றியது என்ற காலத்தைச் சொல்ல இயலாது, திராவிட நாடு தொன்மை வாய்ந்தது, செவ்விய பண்பாடு உடையது" என்றும் சொல்கிறார்.

திராவிடம், திராவிடநாட்டின் ஆதாரங்களாக மொகஞ்சதரா, ஹரப்பா, பஞ்சதிராவிடம், திருஞானசம்பந்தரைத் திராவிடச் சிசு என்று சங்கரர் சொன்னது, சுந்தரனாரும் தாகூரும் சொன்னது, சபாபதிநாவலரின் திராவிடப் பிரகாசிகை என அனைத்தையும் திரு.வி.க. வரிசைப்படுத்துவார்.

"திராவிட நாடு ஒருபோது நாவலந்தீவாய்த் திகழ்ந்தது, மற்றொருபோது பரதக்கண்டமாய்ப் பொலிந்தது, பின்னே விந்தியம் வரை இழிந்தது, இடை இடையே பலதிற மாறுதல் அடைந்தது, இப்பொழுது தமிழ் தெலுங்கு கன்னடம் மலையாளம் ஆகிய நான்காய் அவற்றுள் ஒன்றிக் குலைகிறது" என்ற திரு.வி.க., திராவிட இயக்கத்தின் நோக்கத்தையும் இந்த மதிப்புரையில் மதிப்பிடுகிறார்.

"திராவிட இயக்கத்தின் நோக்கங்கள் திராவிடநாடு சுரண்டலுக்கு இரையாகாதவாறு அதைக் காப்பதும், அதன் பொருட்டுத் திராவிடத்தின் பண்டை இயல்புக்கும் இக்காலத்துக்கும் உரிய பொதுமை அறத்தை அதன்பால் வளர்ப்பதும், அவ்வறத்தை வடபுலத்தும் அன்பால் புகுத்துவதும், அவ்வழி இந்தியாவை ஒருமைப் படுத்துவதும் உலகுடன் ஒத்து வாழ்வதும், இன்ன பிறவுமாம். திராவிட இயக்கம் சாதிமத வேற்றுமைகளைக் கடந்தது, மக்களை ஒருமைப்படுத்துவது, அதனடியில் இகல், பகை, காழ்ப்பு, பொறாமை முதலிய அனல் கனல்வதில்லை. திராவிட இயக்கத் தொண்டு அருளை அகிம்சையை அடிப்படையாகக் கொண்டு நிகழ்வது கண்கூடு. இஃது இவ்வியக்கத்தின் சார்பில் பெரியார் ஈ.வெ.இரா. அணித்தே விடுத்த அறிக்கைகளால் நன்கு புலனாகிறது. இன்று இந்தியாவில் பொதுமை அறம், அன்பு வழியில் பொதுள நேருமாயின் நாளையே திராவிட இயக்கம் ஒடுங்கிவிடுமென்று யான் எண்ணுகிறேன்" என்கிறார் திரு.வி.க.

இறுதியாக, 'திராவிடம் வெல்க! இந்தியா செழிக்க! உலகம் ஓங்க!' என்றே முடிக்கிறார் திரு.வி.க.

*. வே.வேங்கடராசலு

'தென்மொழிகள்' என்ற நூலை எழுதிய வே.வேங்கடராசலு, "வடமொழிக் காவியங்களில் 'த்ராவிடம்' என்பது தமிழ்மொழியை மட்டுமே குறிப்பதாய் உள்ளது. ஒரு காலத்தில் ஆந்திரம், கன்னடம், திராவிடம் (தமிழ்), கூர்ஜரம், மகாராஷ்டிரம் ஆகிய தேசங்களில் வாழ்ந்த மக்களைப் 'பஞ்சத்ராவிடர்' என்று வழங்கி வந்தனராயினும் கூர்ஜரமும் மகாராஷ்டிரமும் திராவிட மொழியினத்தில் உட்பட மாட்டா என்று அவற்றைப் பின் நீக்கியுள்ளனர். திராவிடர் என்னுஞ் சொல்லின் பழைய வடிவம் 'த்ரமிடம்' என்பது. 'திரமிடம்' என்னுஞ் சொல்லே மகாபாரதத்தில் சில இடங்களில் வழங்கப் பட்டுள்ளது. ஸ்ரீமத் ராமானுஜ பாஷ்ய வியாக்கியானத்தில் 'திரமிடர்' என்று ஒரு ஆசாரியர் குறிக்கப்பட்டுள்ளார். வேதாந்தாசார்யர் திருவாய்மொழியின் பொருளை அமைத்துத் தாம் செய்த வட மொழி நூலுக்குத் 'திரமிடோபநிஷத் தாத்பர்ய ரத்னாவளி' என்று பெயரிட்டிருக்கின்றார். இவற்றால் 'திரமிட' என்னுஞ் சொல்லே

பரத காலம் முதற்கொண்டு வேதாந்தாச்சார்யா காலம் வரை வழங்கி வந்துள்ளதென்று அறியலாம். 'திரமிடம்' என்பதன் தொல்வடிவம் தமிழ் என்பதே. தமிழ் என்னுஞ் சொல் தமிழ், தமிழம், த்ரமிளம், திரமிடம் என்று திரிந்துள்ளது என்பது மொழிநூல் ஆராய்ச்சியாளர் கருத்து" என்கிறார்.

*. மு.வரதராசனார்

இந்தியாவில் உள்ள மக்களையே ஏழுவகையாக வகைப்படுத்தி உள்ளனர் என்று மு.வ. சொல்கிறார். துருக்கி-ஈரானியர், இந்திய ஆரியர், சிந்திய திராவிடர், ஆரியத் திராவிடர் அல்லது இந்துஸ்தானியர், மங்கோலியத் திராவிடர் அல்லது வங்காளியர், மங்கோலாய்ட், திராவிடர்-என்று ஏழுவகையாகப் பகுத்துள்ளனர் என்று தமது மொழி வரலாறு நூலில் சொல்கிறார். 'திராவிட மொழியினம் அல்லது மலபார் மொழியினம் என்று கூறும் வழக்கம் சென்ற நூற்றாண்டில் வளர்ந்தது' என்று சொல்லும் மு.வ. வால்மீகி இராமாயணத்திலும் மனு நூலிலும் பாரதத்திலும் பாகவதத்திலும் திராவிடர் என்ற சொல் வழக்கு உள்ளது என்கிறார்.

இதன் தொடர்ச்சியாகப் பல்வேறு ஆதாரங்களை மு.வ.வரிசைப் படுத்துகிறார்:

"கி.பி.எட்டாம் நூற்றாண்டில் குமரிலப்பட்டர் என்பவர் ஆந்திர திராவிட பாஷா என்ற தொடரை வழங்கியுள்ளார். அவர் கருத்துப்படி ஆந்திரா என்பது தெலுங்கைக் குறிக்கவும், திராவிடம் என்பது தமிழைக் குறிப்பதாகிறது.

1573 இல் தாரநாத் என்பவர் எழுதிய புத்தமத நூலில் 'திரமிள' என்ற சொல் தமிழைக் குறிக்கிறது.

தென்னாட்டு மக்களைப் பொதுவாகக் குறிக்கத் திராவிடர் என்ற சொல்லை வடநூல்கள் வழங்குகின்றன. தமிழில் உள்ள ஆழ்வார் நாயன்மார்களின் பாடல்கள் திராவிட வேதம் என்று குறிக்கப்படுதலும் உண்டு. சங்கராச்சாரியார் திருஞானசம்பந்தரைத் திராவிடச் சிசு என்று கூறியுள்ளார்.

விந்திய மலைக்குத் தெற்கே வழங்கிய மக்களை மகாராஷ்டிரர், ஆந்திரர், திராவிடர், கருநாடகர், கூர்ச்சரர் என்று பகுத்து பஞ்ச திராவிடர் என்று கூறும் மரபும் வடமொழியில் காணப்படுகிறது. தமிழைத் திராவிடம் என்ற பெயரால் குறிப்பிட்டமைக்கு இதுவும் ஒரு சான்றாகும். தமிழ் என்ற சொல்லுக்கு நேரான வடசொல் திராவிடம் என்பதைக் கால்டுவெல் எடுத்துக்காட்டியுள்ளார். தமிழ், திராவிடம் என்பவை வேறுபட்ட இரண்டு சொற்கள் போல் காணப்படினும் ஒன்றன் திரிபே மற்றது என்பதையும் அவர் உடன்படுகிறார்" என்று சொல்லும் மு.வ. –

தமுளியா என்ற திரிபை டச்சு பாதிரிமார்களும் தமிழிரி என்ற திரிந்த வடிவத்தை ரோமர்களும், தெஹிமோலோ என்ற திரிபைச் சீனரும் வழங்கியது போலவே தமிழொலி பயிலாத ஆரியர், தமிழ் என்பதையே தமிளோ, தரமிளோ, திரமிளம், திரவிடம், திராவிடம் எனத் திரித்து வழங்கினர் எனக் கொள்வதே பொருந்தும்" என்கிறார்.

*. மா.இராசமாணிக்கனார்

*4500* ஆண்டுகளுக்கு முன் இந்தியா முழுமையும் திராவிடமே என்ற கொள்கையாளர் மா.இராசமாணிக்கனார். மொகஞ்சதரோ அல்லது சிந்துவெளி நாகரிகம் குறித்த நூலை *1947*இல் எழுதியவர் இவர். அதில், 'திராவிட மக்களாகிய நாம்' என்று தான் குறிப்பிடுவார். சிந்துவெளி எழுத்துகளைக் கொண்ட மொழி பழைய திராவிடமாகும், அத் திராவிடத்தின் பெரும்பாலான சொற்கள் தமிழிலேயே காணப்படுகின்றன என்று எழுதி இருக்கிறார். சிந்து கங்கை வெளியில் ஆரியரை எதிர்த்து நின்றவர் திராவிடரே என்று சொல்லும் இவர் ஆரியப் பண்பாட்டுக்கும் திராவிடப் பண்பாட்டுக்குமான வேறுபாட்டையும் ஒன்றையொன்று எதிர்த்து நிற்பதையும் குறிப்பிடுகிறார். ரிக் வேதத்தில் குறிப்பிடப்படும் தாசர், தாஸ்யுக்கள், வணிகர் ஆகியோர் திராவிடர்களே என்று சொல்லும் இவர், சிந்துவெளியிற் காணப்பட்ட எழுத்துகளையும் மொழியையும் கொண்டிருந்த மக்களே பிற்காலத்தில் திராவிடர் எனப்பட்டனர் என்பார்.

*. தெ.பொ.மீனாட்சி சுந்தரனார்

தமிழ்மொழி வரலாறு என்ற தமது நூலில் குமரிலப்பட்டரின் சொற்களுக்கு மாற்றுப் பொருளைச் சொல்லி இருப்பார் தெ.பொ.மீ.

குமரிலப்பட்டர் சொல்வது, 'திராவிட முதலிய' என்பது தானே தவிர, ஆந்திரம், திராவிடம் முதலியன என்பது அல்ல என்கிறார். சங்கரரும் பிறரும் திராமிடசாரியா என்பவரைக் குறிப்பிட்டுள்ளதாகச் சொல்கிறார். திராவிட மொழிகளின் உயிர் நீட்சி என்பது இதன் ஒலியன் தன்மையாகும் என்றும் இவர் சொல்லி இருக்கிறார்.

*. க.த.திருநாவுக்கரசு

திராவிடம், ஆரியர் வருகைக்கு முன்பு வடஇந்தியா முழுமைக்கும் பரவி இருந்தது என்ற கொள்கையர் க.த.திருநாவுக்கரசு. இவர் சிந்துவெளி தரும் ஒளி என்ற நூலை *1959*இல் எழுதினார். சிந்துவெளி எழுத்துகளைக் கொண்ட மொழி பழைய திராவிடமாகும், அத் திராவிடத்தின் பெரும்பாலான சொற்கள் தமிழிலேயே காணப்படுகின்றன என்றார். சிந்து வெளி நாகரிகத்தை திராவிடப் பண்பாட்டில் அரும்பிய நறுமலர் என்றவர் இவர்.

*. க.சண்முகசுந்தரம்

பழந்தமிழ் வரலாற்றை எழுதிய க.சண்முகசுந்தரம், பல்லவநாடே பழங்காலத்தில் திராவிடநாடு என்று அழைக்கப்பட்டது என்கிறார்.

இதற்கு, பல்லவர் செப்பேடுகள் முப்பது என்ற நூலை ஆதார மாகக் காட்டுகிறார்.

"அந்நாளிலே திராவிட அல்லது திரமிள என்ற சொல் காஞ்சி புரத்தைத் தலைநகராகக் கொண்ட தொண்டை மண்டலத்தையே குறித்து வந்திருக்கிறது. வாதாபிக்குக் கிழக்கே மஹாகூடம் என்னும் இடத்தில் உள்ள மகுடேச்வர நாதர் ஆலயத்தின் கற்றூணில் காணும் மங்களேசன் கல்வெட்டில் அவன் அண்ணனான முதலாம் கீர்த்திவர்மனுடைய புகழைக் கூறுமிடத்தில் அவன் வங்க, அங்க, கலிங்க, வட்டூர, மகத, மத்ரக, கேரள, கங்க, மூஷக, பாண்டிய, த்ரமிள (அல்லது தமிள), சோளிய, ஆளுக, வைஜயந்தி ஆகிய வற்றையும் வேறுநாடுகளையும் வெற்றிகொண்டான் என்று வருணிக்கப்பட்டுள்ளான்" என்று பல்லவர் செப்பேடுகள் முப்பது என்ற நூல் கூறுவதாகச் சொல்கிறார்.

மேற்கூறிய கல்வெட்டில் கேரள, சோள, பாண்டிய, த்ரமிள என நான்கு நாடுகள் தமிழகத்தில் இருந்ததைக் கூறப்பட்டிருப்பது குறிப்பிடத்தக்கது என்கிறார். காஞ்சி நாட்டை 'த்ரை ராஜ்யம்' என்றார்கள். அதுதான் திராவிடம் அல்லது த்ரமிளம் என்கிறார். மேலும் பல ஆய்வுகளை தமது நூலில் சண்முகசுந்தரம் கூறுகிறார்.

கிபி முதலாம் நூற்றாண்டில் சமலயங்கசுத்த என்ற சமண நூல் தமிழ் எழுத்தைத் தமிழி என்கிறது.

கிபி 5 ஆம் நூற்றாண்டில் லலித விஸ்தாரம் என்ற பௌத்த நூல் 'திராவிடி' என்றது.

கிபி 5 ஆம் நூற்றாண்டில் பல்லவர் ஆட்சியில் தமிழ், திராவிடம் என அழைக்கப்பட்டது.

கிபி 14 ஆம் நூற்றாண்டில் ஆசாரிய இருதயம் என்ற நூல் தமிழ்மொழியைத் திராவிடம் என்றது.

கிபி 15 ஆம் நூற்றாண்டில் சிவஞானமுனிவர், 'எவ்வினையும் ஒப்புதலால் திராவிடம் என்றியல்பாடை' என்று காஞ்சிபுராணத்தில் சொன்னார்.

சீனயாத்திரிகன் யுவான் சுவாங் சொல்லும் திலோபிடு என்பது திராவிடநாடு. அதன் தலைநகரம் காஞ்சிபுரம். எனவே காஞ்சி புரத்தைத் தலைநகராகக் கொண்ட பல்லவ நாட்டிற்குத் திராவிடநாடு எனப் பெயர் வழங்கி வந்தது என்கிறார். காஞ்சி நாட்டை மூன்று பகுதிகளாகப் பிரித்து காவல் காத்தார்கள். அதனால் அது முக்காவல்

நாடு என அழைக்கப்பட்டது. முக்காவல் நாடு என்பது வட மொழியில் த்ரி ராஜ்யம் என அழைக்கப்பட்டிருக்கலாம் என்கிறார்.

*. பாவாணரின் திராவிடம்

தமிழர்கள் தங்களைத் திராவிடர்கள் என்று அழைத்துக் கொள்ளக் கூடாது என்று சொன்னவர் பாவாணர். ஆனால் அதேநேரத்தில் திராவிடம் என்றால் அது பார்ப்பனர்களைக் குறிக்கும் என்ற மணியரச மூளையோ, திராவிடர் என்றால் வடுகர்கள் என்ற குணாவிய அறிவோ பாவாணருக்கு இல்லை! திராவிடம் என்ற சொல் எப்படி வந்தது என்பதைப் பாவாணர் தமது படைப்புகளில் பல இடங்களில் விரிவாக அலசியுள்ளார். அவர் மொழிநூலார் மட்டுமல்ல, இனநூலாரும் கூட!

"பழைய காலத்தில் நாட்டுப் பெயர்களும் மொழிப் பெயர்களும் பெரும்பாலும் 'அம்' ஈறு பெற்றுத் தமிழில் வழங்கின.

எ.கா: ஈழம், கடாரம், சீனம், யவனம் தமிழம். த்ரமிள (ம்) த்ரமிட (ம்)–த்ரவிட (ம்)–திராவிட (ம்) என்னும் முறையில் தமிழம் என்னும் சொல்லே திராவிடம் என்று திரிந்ததாகும். தமிழம் என்பது தவிள–தவிட–என்று பிராகிருதத்தில் திரிந்த பின்பு, தமிலி தவிட என்னும் வடிவங்கள் த்ரமில, திரவிட, த்ரவிட, என்று வடமொழியிற் திரிந்ததாக, பண்டிதர் கிரையர்கள் கூறுவர். எங்ஙனமிருப்பினும், தமிழம் என்னும் சொல்லே த்ரவிட என்று திரிந்ததென்பதற்கு எட்டுணையும் ஐயமில்லை" என்று சொல்லும் பாவாணர், "திராவிட மொழிகள் எல்லாவற்றிற்கும், தமிழம் என்னும் பெயரே பொதுப் பெயராக முதலாவது வழங்கி வந்தது. த்ராவிடம் என்னும் வடிவம் தமிழம் என்னும் பொருளிலேயே முதன்முதல் வழங்கியதாகும்."

*(மே.கு.நூல்: பக்.28)*

"தெலுங்கு தமிழினின்று பிரிந்து போனபின்பு, முன்பு ஒன்றாயெண்ணப்பட்ட திராவிட மொழி இரண்டாய்க் கருதப்பட்டு, ஆந்திரா திராவிட பாஷா என்னும் இணைப் பெயராற் குறிக்கப் பட்டது. அதன் பின் கன்னடம், மலையாளம் முதலிய மொழிகள் பிரிந்து திராவிடம் பல்கிய பின், தமிழம் என்னும் பெயரின் மறுவடிவமான தமிழ் திராவிடம் என்னும் சொற்களுள் முன்னது தமிழ் மொழிக்கும் பின்னது திராவிட மொழிகள் எல்லாவற்றுக்குமாக வரையறுக்கப்பட்டன.

இதுகாறும் கூறியவற்றால் தமிழே திராவிட மொழிகட்குள் மிகத் தொன்மையானதும். மிகத் திருந்தியதும் மிக வளமுள்ளதும் அதனால் மிகச் சிறந்த திராவிட எச்சமானதும் என்றறிந்து கொள்க." என்று சொல்கிறார்.

*(மே.கு.நூ–பக் 29)*

“தமிழ், திராவிடம், தென்மொழி என்னும் முப்பெயரும் ஒரு பொருட் சொற்களில் தமிழையே குறித்து வந்திருப்பினும் இன்றை நிலைக்கேற்பத் தமிழின் மூவேறு நிலைகளை உணர்த்தற்குரியனவாய் உள்ளன.” என்றும் சொன்னவர் அவரே.

“செந்தமிழினின்று கொடுந்தமிழ் அல்லது கொடுந்தமிழ்கள் பிரித்துணரப்படு முன்பும், பிரித்துணரப்பட்ட பின்பும் தமிழைத் திராவிடம் என்னும் பெயராலேயே வடவர் குறித்து வந்திருக்கின்றனர். வேத காலத்து வட்டார மொழிகளாகிய பிராகிருதங்களுள் ஒன்றாகத் தமிழ் திராவிடீ எனப்பட்டது. ஆந்திர–திராவிட பாசை என்னும் கூட்டுப் பெயரிலும் பஞ்ச திராவிடப் பெயர்களுள்ளும் தமிழ் திராவிடம் என்றே குறிக்கப்பெற்றது.

கி.பி. 5ஆம் நூற்றாண்டில் மதுரையில் புத்த நெறியினரால் நிறுவப் பெற்ற தமிழ்க் கழகம், தமிழ்ச் சங்கம் எனப்பட்டது.

இன்றைக்கு ஏறத்தாழ 480 ஆண்டுகளுக்கு முன்பிருந்த பிள்ளை லோகார்ய சீயர் தமிழ் நூலைத் திராவிட சாத்திரம் (த்ராவிட சாஸ்த்தரம்) என்றனர். கி.பி. 18ஆம் நூற்றாண்டிலிருந்த தூய தமிழரான தாயுமான அடிகளும் வடநூல் வழக்கையொட்டி, ‘வல்லா னொருத்தன் வரவுந்திரா விடத்திலே வந்ததா விவகரிப்பேன்’ என்றார். இதனால் தமிழ் (தமிழகம்) என்னும் பெயரே வட மொழியில் திராவிடம் எனத் திரிந்துள்ளமை தேற்றம்” என்றதும் அவரே.

“திரவிட மொழிகளெல்லாம், முதற்காலத்தில் வேறுபாடின்றி அல்லது வேறுபடுக்கப்படாது தமிழம் அல்லது திரவிடம் என ஒரே பெயரால் அழைக்கப் பெற்றமை” என்ற அவர், தமிழம் என்னும் பெயரே (த்ரமிளம்–த்ரமிடம்–த்ரவிடம்) திரவிடம் எனத் திரிந்தது என்கிறார்.

“முழுகிப்போன குமரிக்கண்டத்தில் கி.மு. (ஏறத்தாழ) ஐம்பதினாயிரம் ஆண்டுகட்குமுன் முளைத்தெழுந்ததும், திரவிட மொழிகட்கெல்லாத் தாயுமான பழந்தமிழ் ஒரு காலத்தில் பனிமலை (இமயம்) வரை பரவியிருந்ததாலும், கி.மு.1000 ஆண்டுகட்குப் பின்னரே தெலுங்கு முதலிய திரவிட மொழிகள் அதனின்று கிளைத்ததாலும், அவற்றுள்ளும் ஒரு மொழியிலும் கிபி 9ஆம் நூற்றாண்டிற்கு முன் இலக்கியந் தோன்றாமையாலும், திராவிடம் என்னும் பெயர் தமிழையும் தமிழினத்தையும் தமிழ்நாட்டையுமே முதற்காலத்தில் குறித்து நின்றது. தமிழினின்று திரவிட மொழிகள் கிளைத்த பின்பும், திரவிடம் என்னும் சொல் தமிழைத் தனிப்படக் குறிக்கும் வழக்கம் கால்டுவெல் காலம் வரை தொடர்ந்து வந்திருந்த தாகத் தெரிகின்றது.

பிள்ளை லோகார்ய சீயர் (*500 ஆண்டுகட்கு முன்*)

"நெஞ்சுக் கிருள்கடி தீபம் அடங்கா நெடும்பிறவி

நஞ்சுக்கு நல்ல அமுதம். தமிழ நன்னூற்றுறைகள்

அஞ்சுக் கிலக்கியம் ஆரண சாரம் பரசமயப்

பஞ்சுக் கனலின் பொறிபர காலன் பனுவல்களே"

– என்ற பெரிய திருமொழிச் சிறப்புப் பாயிரத்தில், தமிழ நன்னூற்றுறைகளஞ்சுக்கு என்பதன் பொருளை விளக்குமிடத்து, திரவிட சாஸ்திரம், எழுத்து சொல் பொருள் யாப்பு அலங்காரம் என்கிற விலக்கணமான பஞ்ச லக்ஷணத்தோடே கூடியவாறே நிற்பது என வரைந்திருக்கின்றார்.

*18*ஆம் நூற்றாண்டில் திருச்சிராப்பள்ளியில் வாழ்ந்திருந்த தாயுமான அடிகள் பாடிய கல்லாத பேர்களே நல்லவர்கள் என்னும் செய்யுளில்,

"வடமொழியிலே

வல்லான் ஒருத்தன்வர வுந்திரா விடத்திலே

வந்ததா விவகரிப்பேன்

வல்லதமி ழறிஞர்வரின் அங்ஙனே வடமொழியில்

வசனங்கள் சிறிது புகல்வேன்."

– என்னும் பகுதியில், திரவிடம் தமிழ் என்னும் இரு சொல்லும் ஒரு மொழியையே குறிக்கின்றன. ஆழ்வார்கள் அருளிச்செய்த நாலாயிரத் தெய்வப் பனுவல், தமிழ் வேதம், திரவிட வேதம், திரவிடப் பிரபந்தம் என்னும் பெயர்களால் வழங்குகின்றன.

பாகவத புராணத்தில், சத்திய விரதன் என்னும் பெயராற் குறிக்கப்படும் ஒரு தமிழரசன் திரவிடபதி எனப்படுகின்றான். திரவிடம் என்னும் சொல்லுக்கு, தமிழ்நாடு என்னும் பொருளும் அகராதிகளிற் குறிக்கப்பட்டுள்ளது.

ஆரியர் இந்தியாவிற் குடிபுகுந்து வட இந்தியா முழுதும் பரவியபின் குமரிலபட்டர் காலம் (*7*ஆம் நூற்றாண்டு) வரை தென்னாடும், தென்னாட்டு மக்களினங்களும், அவை பேசிய மொழி களும், தமிழின் தலைமைபற்றி, திரவிடம் என்றே அழைக்கப்பட்டு வந்தன.

மனு, தம் (ஆரிய) அற நூலில் (*10:43,44*) ஆரியரல்லாத பல்வேறு இனத்தாரைக் குறிக்குமிடத்துத் தமிழரையும் தெலுங்கர் முதலிய திராவிடரையும் வேறுபடுத்தாது அவரெல்லாரையும் ஒருங்கே தழுவுமாறு திராவிடர் என்னும் சொல்லையே ஆண்டிருக் கின்றார். விந்திய மலைக்குத் தெற்கில் வந்து குடியேறிய பிராமணரும்,

திராவிடப் பிராமணர் எனப்பட்டனர். இது நாடு பற்றியதேயன்றி இனம் பற்றியதன்று. மலேயாத் தமிழர், தென்னாப்பிரிக்கத் தமிழர் என்னும் வழக்கை நோக்குக. இம்முறை பற்றியே, தேவார மூவருள் ஒருவரான திருஞானசம்பந்தரும் திராவிடச் சிசு எனப்பட்டார். வடநாட்டு மொழிநூலறிஞர், முதற்கண், (ஆரிய) வேத காலத்து இந்திய வட்டார மொழிகளைச் சமற்கிருதத்திற்கு முந்தியுள்ளமை பற்றிப் பிராகிருதம் என அழைத்தனர். அவற்றில் அளவிறந்த ஆரியர் சொற்கள் கலந்து சிதைந்த வடிவிற் காணப்படுவதுபற்றிப் பிற்காலத்தார் அம் மொழிகளை வடமொழி (சமற்கிருத) வழியினவாகப் பிறழ வுணர்ந்தனர். இதே காரணம் பற்றி, பழஞ்சேர நாட்டுத் தமிழ்த் திரிபாகிய மலையாளத்தை வடமொழியினின்று வந்ததாக இன்று சிலர் கூறுவது காண்க.

கி.மு. 3ஆம் நூற்றாண்டினராகக் கருதப்படும் காத்தியாயனர், பைசாசி, சௌரசேனி, மாகதி, மகாராட்டிரி எனப் பிராகிருத மொழிகளை நான்காகவே கொண்டனர். திராவிடத்தை அவர் கொள்ளாதது அறியாமையோ புறக்கணிப்போ அறிகிலம்.

ஒருகால் மகாராட்டிரியில் அதை அடக்கினர் போலும். பிற்காலத்தாசிரியர் சிலர் திராவிடி என்பது ஒரு சிறுதரப் பிராகிருதம் என்றனர். ஆயின் 19ஆம் நூற்றாண்டிலிருந்த பாபு ராசேந்திரலால் மித்திரா என்னும் வங்காளர், அதைச் சூரசேனியோடொத்த பெரும் பிராகிருதம் எனக் கூறினர்.

தமிழினின்று முதலாவது பிரிந்த திரவிட மொழி, தெலுங்காகும். அது வட திசையில் தோன்றியமைபற்றி வடுகு எனப்பட்டது. குமரிலபட்டர் காலத்தில் தெலுங்கு தனித்துக் கூறப்படுமளவு வளர்ச்சியடைந்துவிட்டதனால், அவர் அதுவரை திராவிடம் என்னும் பொதுப் பெயராலேயே வழங்கிய செந்தமிழையும் கொடுந் தமிழ்களையும், தெலுங்கு தமிழ்மொழி என்னும் பொருள்பட ஆந்திர திராவிட பாசை என்றனர். தெலுங்கிற்குப் பின் தமிழினின்று பிரிந்த பெருமொழி கன்னடம், அதனால் வடகலை தென்கலை வடுகு கன்னடம் எனக் கம்பராமாயணச் சிறப்புப்பாயிரச் செய்யுளொன்றில் கன்னடமும் சேர்க்கப்பெற்றது. 12ஆம் நூற்றாண்டிற்குப்பின், மலையாளம், துளு, குடகம் முதலிய பிற கொடுந்தமிழ்களும் பிரிந்து போயின. சென்ற நூற்றாண்டில் கால்டுவெல் திரவிட மொழிகள் பதின்மூன்றெனக் கணக்கிட்டார். இன்றோ அவை பத்தொன்பது என பரோ, எமனோ என்னும் இரு மேலை மொழிநூல் வல்லாரால் கணக்கிடப்பட்டுள்ளன. ஒரு காலத்தில் இந்தியா முழுதும் திரவிடம் பரவியிருந்த தென்பதற்கு, இன்றும் பெலுச்சித்தானத்தில் பிராகுவியும், வங்காளத்தில் இராசமகாலும் வழங்கிவருவதே போதிய சான்றாம். ஆரியர் வந்து வட இந்தியா முழுதும் பரவியபின் விந்திய மலைக்குத்

தெற்கிலுள்ள மொழிகளெல்லாம் திரவிடம் என்னுங் கொள்கை யிருந்தது. அதனாலேயே, தெலுங்கு, கருநாடகம், மராத்தி, கூர்ச்சரம் (குசராத்தி), திராவிடம் என்னும் ஐந்தும் பஞ்ச திராவிடம் என்று வட நூல்களும் கூறின. இப்பட்டியில் திராவிடம் என்னும் பெயர் தமிழை மட்டுங் குறித்தல் கவனிக்கத்தக்கது. திராவிட (ம்) என்பது சில வட நூல்களில் திராவிர (ம்) என்றும் திரிந்தது. டகரம் ரகரமானது போலி.

இதுகாறுங் கூறியவற்றால், தொன்று தொட்டுத் தமிழையே தனிப்படவும் தலைமையாகவும் குறித்துவந்த திராவிடம் என்னும் சொல், தமிழம் என்பதன் திரிபே என்பது, வரலாற்றுணர்ச்சி யுடையார்க்கெல்லாம் தெற்றென விளங்குதல் திண்ணம். ஆயினும், ஆனைக்கும் அடி சறுக்கும் என்னும் பழமொழிக்கேற்ப, கால்டுவெல் திரவிடம் என்னும் சொல்லே முறையே, (த்ரவிடம் – த்ரமிடம் – த்ரமிள – தமிழ்) எனத் திரிந்ததென்று தலைகீழாகக் கொண்டார். ஆயின், கிரையர்சன் அதைத் திருத்தி உண்மையைக் கூறியது மகிழ்ச்சிக்குரியது. எனினும், இன்றும் சிலர் மயங்குவதற்குக் காரணம் வரலாற்றறிவின்மையே" என்ற பாவாணரின் எழுத்தில் மணியரசனுக்கான எல்லாப் பதிலும் இருக்கிறது.

*. பாவேந்தரின் திராவிடம்

திராவிடத்தின் கருத்தாக்கம் குறித்து அதிகம் பாடியவர் பாவேந்தர் பாரதிதாசனே!

*1. இனமான திராவிடர் பண்பின் எழில்காண உணர்வு விளக்கேற்றி... (1948).*

*2. உன்விடுதலை திராவிடர் விடுதலையிலுண்டு. (1949).*

*3. கோட்டை நாற்காலி இன்றுண்டு நாளை.*

*கொண்டுபோய் விடுவான் திராவிடக் காளை.*

*கேட்டை விசாரித்துத் திராவிடர் கொள்கையைக் கிள்ள நினைப்பது மடமையாம் செய்கை. (1949).*

*திடுக்கிடச் செய்திடும் உன்னை–இத் திராவிடர் எழுச்சியை மாற்றவா முடியும்? (1949).*

*4. நானிலம் ஆண்ட திராவிடன் அந்நாள், நான்மேல் என்றான் பார்ப்பான் இந்நாள் (1949).*

*5. திராவிட நாட்டின் உரிமைக்குப் போரிடச் சிறிதும் பின்னிடல் இல்லை திராவிடன், பெரிது மானம்!, உயிர் பெரிதில்லை பெற்ற தாயைப் பிறராள விடுவோன் திராவிடனல்லன்! திராவிடன் அல்லன்! (1949).*

*6*. இந்நிலம் திராவிடம் ஆண்டோர் இறந்த நாள் வரலாறு காண்க. மன்னும் திராவிட மன்னன்–எதிர் வந்திட்ட ஆரியரைப் புறம் கண்டதோள் திராவிட மன்னன் தோளே!

திராவிடப் பெருங்குடியில் வந்தவன் திராவிடத்திருநாடு பெற்ற சேய்தான், இத் திராவிடர்க் கின்னல் செய்து தன் நன்மை தேடினான். எனிலவன் தாய்தான்! *(1949)*.

*7*. திராவிடத்தின் தீமை எலாம்
திராவிடரின் தீமை என்க
திராவிடத்தின் நலமெல்லாம்
திராவிடரின் நலமென்க
மருளாதே அஞ்சாதே
வடவர்களை நீக்கிடுவாய்
திராவிடத்தில் திராவிடரின்
ஆட்சியை உண்டாக்கிடுவாய்–*(1952)*

*8*. திராவிடர் திருப்பாடல்–*(1955)*

*9*. அழைத்தார்கள் அன்பால் திராவிடர்கள் உம்மை.... சீர்மலிந்த அன்பின் திராவிடர்கள் பல்லோர்கள் நேர் மலிந்தார் பெற்ற நெருக்கடிக்குத் தீர்ப்பளிப்பார் பார் கலந்த கீர்த்திப் பழைய திராவிடத்தை வேர் கலங்கச் செய்ய வடக்கர் விரைகின்றார்...

ஆழ்கடல் முப்பால் அமைந்த திராவிடத்தில் வாழ்கின்றார் ஆன திராவிடர்கள் வாழ்க! நனிவாழ்க! மற்றோர்கள் வீழ்ந்திடுக! யாழ் கொள் நரம்பும் இசையும்போல் எந்நாளும் வாழ்க திராவிடமும், வான்புகழும் சேர்ந்தினிதே! *(1955)*

*10*. மீள்வது நோக்கம்–இந்த மேன்மைத் திராவிடர் மீளுவ தின்றேல் மாள்வது நோக்கம்–....

திராவிடர் நாங்கள்–இத்திராவிட நாடெங்கள் செல்வ பெருக்கம்!–*(1955)*

*11*. திராவிடர் ஒழுக்கம்–*(1955)*

*12*. தாயொரு மக்களடா–அனைவரும் சரிநிகர் உடமை;
தேயும் நிலைவிடுப்பாய்–இவையே திராவிடர் ஒழுக்கம்–*(1955)*

*13*. திராவிடர்க்கு விண்ணப்பம்–*(1964)*

*14*. தென்னாட்டுத் தாய்மாரே தந்தைமாரே
திராவிடர் நல் இளைஞர்களே உடன் பிறந்தீர்!...
வடநாட்டுப் பொருள் விற்கும் சந்தையாக்கி
வடிகட்ட வழிசெய்தார் திராவிடத்தை!....
இடர் சூழ்ந்த திராவிடத்தை மீட்க வேண்டும்....

*15.* ஏறுமுன்னேறு திராவிடனே இன்னலை நீக்குதல் உன்கடனே.

(தொகுதி *4–220*)

*16.* சேய்மையில் இல்லை திராவிடர் வெற்றி அண்மையில் என்று முரசே.

(நாள்மலர்கள் பக்.*64*)

*17.* செம்மை அடைந்தனர் திராவிட மக்கள்–என்னும் செய்தி புலப்படாது தூத்துக்குடியில்....

இன்பத் திராவிடமும், ஆளும் பொறுப்பும்–எவையும் எமக்கே எனும் இறுதி முரசறைந்தோம்....

(நாள் மலர்கள் பக் *53.*)

*18.* திராவிடர் மீட்சி

திராவிட நாட்டின் பெயர்:

நான் 'மூவேந்தர் நாடென' நவில்வதும் தென் மறவர் நாடென்று செப்பலும் பழந்தமிழ் நாடெனப் பகர்வதும், இந்நாள் வழங்கு 'திராவிடர் நாடென' வரைவதும் ஒன்றே! அது தான் தொன்று தொட்டு வென்று புகழோங்கு நம் அன்னைநாடு!

திராவிடம் தமிழ் மொழி:

திராவிடம் என்று செப்பிய தேன் எனில் 'திருத்தமிழம்' எனும் செந்தமிழ்ப் பெயரை வடவர் திரமிளம் என்று வழங்கினர். திரமிளம், பிறகு திராவிடம் ஆனது.

வேட்டியை வடவர் வேஷ்டி எனினும் அவ்வேட்டி திரிந்த வேஷ்டியும் தமிழே!

அதுபோல்

திருத்தமிழகத்தைத் திராவிடம் என்றால் இரண்டும் தமிழே என்பதில் ஐயமேன்!....

உறுதி ஒன்று திராவிட மறவர் நாட்டை மீட்டு வாழ்வதே!

(வேங்கையே எழுக–பக். *40*)

*19.* பண்டைத் திராவிடநா டண்ணே–இது பாராண்ட தாயகமாம் அண்ணே.

(வேங்கையே எழுக–பக் *44*)

*20.* ஒன்றுபட்டனர் திராவிடர் இந்நாள் உணர்ந்து போற்ற வேண்டிய நன்னாள்.

(தேனருவி)

*21.* அழிக்கின்றீர் அழிக்கின்றீர் அழிக்க ஒண்ணாத் திராவிடத்தை அழிக்க எண்ணி அழிக்கின்றீர்!

(நாள் மலர்கள்–பக் *46*)

*22.* திராவிடர் கண்கள் திறந்திருக்கட்டும் சரேலெனப் பாய்வர் இராஜாஜி. ஒரே உளம் கொள்க உள்ள திராவிடரோ?

*(நாள் மலர்கள்–பக் 48)*

*23.* குருதி வெறிக் கொண்டு திரியும் நாய்களை அடித்துப் போடும் அலுவலைத் திராவிடர் எடுத்துக் கொள்ளக் கூடும் தடுத்துக் கொள்ள முடியுமா பிறர்க்கே?

*(நாள் மலர்கள்–பக் 50)*

*24.* திராவிடர்க்குத் தெரிந்து செய்யும் தீங்கிது.

*(நாள் மலர்கள்– பக் 99)*

*25.* பெற்றிடுவோம் எம் திராவிடர் நாட்டை, பிரித்திடுவோம் பிறர் எண்ணிடும் கேட்டை, இராதீனிப் பிறர் சூழ்ச்சி உணர்வில் குன்றோம் திராவிட நாடு. திராவிடர்க் கென்றோம்....

உலகின் தொடக்கம் திராவிடர் வாழ்வு!

நிலைகெட்டு வந்தவர்க்கோ நாங்கள் தாழ்வு! கலிங்க ளாம்பகை சூழ்ச்சியை வீழ்த்தி நாளும் திராவிடர் வாழ்கென்று வாழ்த்தி!

*(பழம்புதுப் பாடல்கள்–பக் 232)*

*26.* வாழ்க வாழ்கவே
வளமார் எமது திராவிட நாடு
வாழ்க வாழ்கவே

*(பாரதிதாசன் தொகுதி 2 – குயில் 1.10.1947)*

*27.* இனப்பெயர் என்னென்று பிறன் என்னைக் கேட்டால் மனத்தில் எனக்குச் சொல்லொணா மகிழ்ச்சியாம் ‘நான் தான் திராவிடன்’ என்று நவில்கையில் தேன் தான் நாவெல்லாம்! வான்தான் என் புகழ்!

*(பாரதிதாசன் தொகுதி 2 – 1949)*

*28.* இன்பம் உள்ள நாடு–தம்பி
இத் திராவிடந்தான்
....
திராவிடத்தை மீட்பீர்–நம்
செந்தமிழை மீட்பீர்.
திராவிடர்கள் ஒன்றாய்த்–தம்பி
சேர்ந்துழைக்க வேண்டும்.
திராவிடத்தில் மாற்றார்–தமைச்
சேர விட வேண்டாம்

*(ஏற்றப்பாட்டு–பக்கம். 5–1949)*

29. என்னருமை மக்களே இன்பத் திராவிடரே இன்னல் வடக்கர்களை எள்ளளவும் நாடாதீர்!

(பாரதிதாசன் தொகுதி 3–1955)

30. .... திராவிட மாநிலமே
... திராவிட நல்லகமே
.... ஈன்ற திராவிடமே
.... திராவிட நன்னாடு
.... திராவிடப் பெற்றியை
வாழ்த்திடுவோம்!

(பாரதிதாசன் பன்மணித்திரள் குயில் 15.7.1958)

31. தழைந்து திராவிடத் தாயகம் வாழ்கவே.

(பாரதிதாசன் பன்மணித்திரள் பக்கம். 333)

32. பிறர்க்கிடமின்றித் திராவிடநாட்டைப் பிரித்திட வேண்டும் இப்போதே....

தீங்கு தரும் ஆளவந்தார்க்கும் சிறைக்கும் திராவிடர் அஞ்சுதல் இல்லை–எழில் தெற்கு முனைவங்கம் மேல் கீழ்க்கடல்கள் திராவிட நாட்டினர் எல்லை.

(பாரதிதாசன் பன்மணித்திரள்–பக்கம். 230)

33. திராவிடம் திராவிடர் ஆளும் ஒரே இடம் ஆகும் உம் பெயர் ஓங்குமே.

(பாரதிதாசன் பன்மணித்திரள் பக்கம். 223)

34. வாழ்க திராவிடம்....
மீட்பாய் திராவிட நாட்டை! அதோ பார்
வீழ்ந்த துன்றன் பகைப்புலம்
வாழ்ந்தனர் திராவிட மக்கள் இனிதே!

(பாரதிதாசன் தொகுதி 4)

35. திராவிட நாட்டுக் கொடி வணக்கம்.

(குயில் 1.12.47)

36. திண்மையும் உண்மையும் வண்மையும் கொண்ட திராவிடர் மாக்கொடி வாழ்கவெ!

வான்சுடர் வான்நிலை உள்ளள வும் புகழ்

ஓங்கித் திராவிடம் வாழ்கவே.

(குயில் 1.12.47)

37. வையகம் எதிர்க்கட்டும்!
அதிகார மக்கள்தாம்
வாட்படை யோடும் வரட்டும்;
வன்சிறை இதோ என்று
காட்டட்டும் திராவிடம்
கேட்பதெம் குறியாகுமே.

(வேங்கையே எழுக-பக்கம். 34.)

38. திராவிட நாட்டுத் தொண்டால் வரும் இன்பம்.

(வேங்கையே எழுக-பக்கம். 140)

39. திராவிட நாட்டுப்பண்.

(வேங்கையே எழுக-பக்கம். 49)

40. உரைத்த இவை கொண்டே உணர்க தமிழும் திராவிடம் என்றே திரிந்த தென்று!

(தமிழுக்கு அமுதென்று பேர்-பக்கம். 121)

41. கொன்றழி வதுவா கோனரிக் கூட்டமே தெற்கெல்லை திராவிடர்க்கே என அற்பருக் குரைத்துத் திராவிடம் அடைகவே.

(நாள் மலர்கள்-பக்கம். 37 10.12.47)

42. இன்பத் திராவிடத்தில் இந்தி மொழியே-நீ
இட்ட அடி வெட்டப்படும் இந்தி மொழியே!

(30.7.1948)

43. எம் திராவிட மொழியும், பண்பாடும்
கழிவுறும் என்றுயாம் நம்புவதாலும்.

(30.7.48)

44. திராவிடரோ அன்னவர் தாம்? மானமுள்ள
திராவிடரோ? மக்களோ? மாக்கள் தாமோ.

(குயில் 15.7.48)

45. திராவிட மென்னும் தனிப்பெரு நாட்டின்
திராவிட மொழியை உயிரெனக் கொண்ட...

46. திரும்பி வருகிறதாம் இந்திப் பேயாட்டம்
திராவிடர் திரும்புக எடுக்கும் நோய் ஓட்டம்.

(பகுத்தறிவு 1.10.1948)

*47.* தில்லி திமிருக்கோர் மறுப்பு
திராவிடர் காட்டுக வெறுப்பு

*(வேங்கையே எழுக–பக்கம். 143)*

தாயுமானவர் தொடங்கி பாவேந்தர் வரையிலான தமிழ் ஆதாரங்கள் இவை. போதுமா? தமிழாகவும் தமிழினமாகவும் தமிழ்நாடாகவும் 'திராவிடம்' காலமாற்றத்துக்கு ஏற்பப் பயன்படுத்தப் பட்டு வந்துள்ளது! இன்று அது 'அரசியல்' அடையாளச் சொல்லாக இருக்கிறது!

*3. திராவிடம் வடசொல்லா?*

வடசொல்லால் எதற்காக அழைக்க வேண்டும் என்று கேட்கிறார் மணியரசன். திராவிடம் என்பது தென்சொல்லே என்று பாவாணர் எழுதியதை அவர் படிக்கவேண்டும். இதோ பாவாணர் சொல்கிறார்:

த்ரு என்னும் வடமொழி வேர் துரத்துதற் பொருள் தருவதென்றும், ஆரியரால் தெற்கே துரத்தப்பட்டவர் திரவிடர் எனப்பட்டனர் என்றும் கூறுவர் ஒரு சாரார். திரவிடம் என்பது தெற்கு என்று பொருள்படுவதென்றும், தென்கோடி மாகாணத்தார் திரவிடர் எனப்பட்டனர் என்றும் கூறுவர் மற்றொரு சாரார். திரவிடம் தெற்கேயிருப்பதினாலேயே, திரவிடம் என்னும் சொற்குத் தெற்கென்னும் வழிப்பொருள் தோன்றிற்று. சிவஞான முனிவர் உள்ளதைக் கொண்டு நல்லதைப் பண்ணும் முறையில், துரத்துதல் அல்லது ஓட்டுதல் என்னும் வேர்ப்பொருளை ஒப்புக் கொண்டு, தீவினை யகற்றும் அற நூல்கள் தமிழிற் சிறந்திருப்பது பற்றி, தம் காஞ்சிப்புராணத்தில்,

"எவ்வினையும் ஒப்புதலால்
திராவிடம் என்றியல் பாடை"

என்று பாடினார்.

த்ரு என்னும் வடமொழி வேர் 'துர' என்னும் தமிழ் வேரின் திரிபே. இத் தமிழ்வேர் மேலையாரியத்தில் தியூத்தானியம் என்னும் கிளையிலும் சென்று வழங்குகின்றது.

செருமன்: treiben–பண்டை ஆங்கிலம் drifen.

ஆங்கிலம்: drive,

துரத்தல் என்பது ஓட்டுதல்.

ஆகவே, வடமொழியார் கூறும் இரு பொருளும், திரவிடம் என்னும் சொல்லை வடசொல்லாகக் காட்ட இயலாமை காண்க.

இனி, ஒரு சில தமிழர், திரு + இடம் = திருவிடம்-திரவிடம் திராவிடம் என வந்ததாகக் காட்டுவர். இவ் வரலாறு உத்திக்குப் பொருந்தாமையோடு சான்றும் அற்றது. ஒருசார் இளம்புலவர், திரு + இடம் =திராவிடம் எனப் புணர்த்து,

"அன்று வருகாலை ஆவாகுதலும்
செய்யுள் மருங்கின் உரித்தென மொழிப" (258)

என்னும் தொல்காப்பிய விதியையும்,
"அது முன் வருமன் றான்றாந் தூக்கின்" (180)

என்னும் நன்னூல் விதியையும் துணையாகக் காட்டுவர். அது + அன்று என்பது, அதன்று என்று புணர்ந்து செய்யுளில் அதா அன்று என்று அளபெடுத்த நிலையையே மேற்காட்டிய விதிகள் குறிப்பதால், அவர் கூற்று சற்றும் பொருந்தாதென விடுக்க. மேலும், அவர் கருத்துப்படி, திரு + இடம் என்பது திரீடம் அல்லது திரீயிடம் என்றே புணர வேண்டும் என்க.

இதுகாறும் கூறியவற்றால், திரவிடம் என்பது தென் சொல்லே யென்று தெளிக.

தமிழ் என்பது தூய்மையான தமிழையும், திரவிடம் என்பது தமிழினின்று திரிந்த தெலுங்கு, கன்னட முதலிய இனமொழிகளையும் இன்று குறிக்குமென்க. வடமொழியில் உயிர்மெய்ம்முதலை மெய்ம்முதலாக்கி ரகரத்தை வழிச்செருகற்கு, படி-ப்ரதி, பவழம் – ப்ரவாளம் என்பன எடுத்துக் காட்டுகள்.

(தென்றல் – 19.9.1959 பாவாணர் களஞ்சியம் 31)

அதாவது திராவிடம் என்பது வடசொல் அல்ல, தனித் தமிழ்ச்சொல் என இதன் மூலம் உணர்த்தப்படுகிறது.

4. தமிழரல்லாதாரும் திராவிடரா?

திராவிடம் தமிழர் அடையாளம் என்றால் தமிழரல்லாதவர் திராவிடர் என அழைக்கப்படுதல் எதனால் என்று கேட்கப்படு மானால் மொழியின் மூலம், வேர் ஆழமானது. அது கிளைமொழி களையும் தாண்டிய வேர்த்தன்மை உள்ளதாக இருக்கும்.

மொழியினடிப்படையிலான தொடர்புகள் குறித்துப் பாவாணர் விரிவாக எழுதியுள்ளார். பிறமொழிகளுக்கும் தமிழுக்குமான தொடர்புகள் அவை.

இதோ பாவாணர்:

ஒரு காலத்தில் கொடுந்தமிழ் என்றிருந்த திசைமொழிகள் (Regional Dialects), பிற்காலத்தில் திரவிடம் என்னும் கிளைமொழி

களாய்த் திரிந்துவிட்டன. முதலாவது திரிந்த கிளை மொழி தெலுங்கே. அது திரிந்த காலம் ஏறத்தாழ கி.மு. 1500, தெலுங்கு நாட்டிற்குத் தெற்கே நீண்ட காலமாய்த் தமிழொன்றே வழங்கி வந்தது.

“வடவேங்கடம் தென்குமரி
ஆயிடைத்
தமிழ்கூறு நல்லுலகத்து”

என்று தொல்காப்பியர் காலப் பனம்பாரனார் கூறியது போன்றே,

“நெடியோன் குன்றமுந் தொடியோள் பௌவமுந்
தமிழ்வரம் பறுத்த தண்புனல் நன்னாட்டு”

என்று இளங்கோவடிகளும், கடைக் கழகக் காலம்வரை வேங்கடத் திற்குத் தெற்கில் தமிழ்தவிர வேறெம்மொழியும் வழங்காதிருந்தமையைக் குறித்தல் காண்க.

இனி, திரவிடமும் 1. வட திரவிடம், 2. நடுத் திரவிடம், 3. தென்திரவிடம் என முத்திறப்படும். இவற்றை முன் திரவிடம், இடைத் திரவிடம், பின் திரவிடம் என்றும் அழைக்கலாம்.

முதற்காலத்தில் நெடில்களே தமிழில் வழங்கின. பின்பு அவற்றின் குறில்கள் தோன்றின. ஏகார ஓகாரங்கள் பிந்தித் தோன்றிய நெடில்களாதலின், அவற்றின் குறில்களும் பிந்தியே தோன்றியுள்ளன. எகர ஒகரக் குறில் வரிகட்கு மிகைக்குறி யிருப்பதே இதற்குப் போதிய சான்றாம். இவ்விரு குறில்களும் தோன்று முன்னரே, ஒருசார் தமிழர் விந்திய மலையடுத்தும் அதற்கப்பாலும் குடியேறியிருந்திருக்கின்றனர். அவர் மொழியே பின்பு சூரசேனி, மாகதி, மகாராட்டிரம் முதலிய பிராகிருதங்களாகப் பிரிந்து போயிருக்கின்றது. அப்பிராகிருதங்களின் திரிபே இந்தி, வங்கம், மராத்தி, குசராத்தி முதலிய இற்றை மொழிகள். இவற்றில் எகர ஒகரக் குறில்கள் இல்லை. ஆயின், இவற்றின் அடிப் படைச் சொற்கள் தமிழாயிருப்பதுடன், தொடரமைப்பிலும் இவை தமிழையே முற்றும் ஒத்திருக்கின்றன. இவற்றிலுள்ள எண்களும் ஒருமை பன்மை யென்னும் இரண்டே இந்தியில் ஆண் பெண் என்னும் இரு பாலே உள. இம்மொழிகளில் வழங்கும் மரபுத் தொடர்களையும் பல மொழிகளையும் நோக்கின், இவற்றைப் பேசும் மக்களின் முன்னோர் திரவிடரா யிருந்திருத்தல் வேண்டும் என்னும் முடிபிற்கே வர முடியும்.

மராத்தியும் குசராத்தியும் ஒரு காலத்தில் திரவிட மொழிகளாய்க் கொள்ளப்பெற்று, பஞ்சதிரவிடத்தின் இரு கூறுகளாய்க் குறிக்கப் பட்டன. மராத்தியை அடுத்து தெற்கே வழங்குவது தெலுங்கு.

விந்திய மலைக்கு வடக்கிலுள்ள இந்தி, வங்கம் முதலிய மொழிகளை வடதிரவிடம் அல்லது முன் திரவிடம் என்றும், அம் மலையை யடுத்த மராத்தி, குசராத்தி முதலிய மொழிகளை நடுத் திரவிடம் அல்லது இடைத் திரவிடம் என்றும், அவற்றிற்குத் தெற்கிலுள்ள தெலுங்கு, கன்னடம் முதலிய மொழிகளைத் தென் திரவிடம் அல்லது பின்திரவிடம் என்றும் கொள்ளினும் பொருந்தும்.

இற்றை நிலையில் இந்தி வங்க முதலியவற்றை வடநாவலம் என்றும், மராத்தி குசராத்தியை நடுநாவலம் என்றும் கொள்வதும் பொருத்தமாம்.

தமிழ் வடக்கே சென்று திரவிடமாய்த் திரிந்ததென்பதற்குச் சான்றாக, முதற்கண் தென்திரவிடத்தில் தென்கோடி மொழிகளுள் ஒன்றான தெலுங்கினின்றும் வடகோடி மொழிகளுள் ஒன்றான பிராகுவீயினின்றும் சில சொற்கள் ஈண்டு எடுத்துக்காட்டப்பெறும் என்கிறார். இந்த மொழிமூலத்தின் அடிப்படையில் திராவிட என்ற சொல்பயன்பாடு அவர்களுக்குச் சொல்லப்படுகிறது.

*(பாவாணர் தமிழ்க் களஞ்சியம்–6,*
*தமிழ் வரலாறு–2, பக்கம். 74–75)*

## *5.* திராவிடம் குறித்த ஆரியச் சான்றுகள்

தமிழர்களுக்குப் பொய்ப்பெயராகத் திராவிடர் என்று பெரியார் சூட்டினார் என்று சொல்லும் பெ.மணியரசன், திராவிடம் என்று சொன்னால் அதில் பிராமணர்கள் சேரமாட்டார்கள் என்று பெரியார் கட்டுக்கதை உருவாக்கினார் என்கிறார். பிராமணர்கள் என்றால் திராவிடர்கள் என்றளவுக்கு கட்டுக்கதை கட்டுகிறார் – பெ.ம.

திராவிடம் என்பதன் பொருள் என்ன என்பதை ஏராளமான ஆரியச் சான்றுகள் மூலம் அறியலாம். (பெரும்பாலானவை கே.வி.இராமச்சந்திராவ் காட்டும் மேற்கோள்கள்) அதில் சில குறிப்பு களை மட்டும் பார்க்கலாம்....

*. மனு

அசல் மனுதரும சாஸ்திரத்தின் பத்தாவது அத்தியாயத்தின் 33 ஆவது சூத்திரம் என்ன சொல்கிறது என்றால்,

> 'பௌண்ட்ரகாஷ் சௌட்ர த்ரவிடா காம்போஜாயவநா ஷகா
> பாரதா பஹ்ளவாஷ் சீநா கிராதா தரதா கஷா'

என்கிறது சூத்திரம்.

அதாவது, பௌண்டரம் சௌண்டரம் திரவிடம் காம்போசம் யவநம் சகம் பாரதம் பால்ஹீகம் சீநம் கிராதம் தாதம் கசம் இத்

தேசங்களை யாண்டவர்களனைவரும் மேற்சொன்னபடி சூத்திரனாய் விட்டார்கள்–என்கிறது மனுசாஸ்திரம்.

(1919 ஆண்டு பதிப்புப்படி)

இங்கே இடமாகச் சுட்டப்படுகிறது. தவத்தாலும் பிறப்பாலும் உயர்வோடு விளங்கிய குலங்கள் யுகம் மாறமாறத் தாழ்வைப் படிப்படியாக அடையும் என்று சொல்லி வரும் மனு, சத்திரியர்கள் உபநயனம் முதலிய கிரியைகளை விட்டு விட்டதாலும் பிராமணர்கள் மூலமாக யக்ஞங்கள் பிராயச்சித்தங்கள் முதலானவைகளைப் பற்றித் தெரிந்து கொள்ளாமையாலும் மெல்ல மெல்லச் சூத்திரத்தன்மையை அடைந்தார்கள் என்கிறார். இதற்கு அடுத்த சூத்திரமாக இது சொல்லப்பட்டுள்ளது. (மனுநீதி என்னும் மனுதர்ம சாஸ்திரம், அன்னை ஸ்ரீஆனந்த நாச்சியாரம்மா, பக்கம். 536, இந்தக் காலத்தில் போய்ச் சூத்திரர் என்று பேசலாமா என்று சொல்பவர்கள் இந்த நூலின் முன்னுரையை மட்டும் படிக்கவும்!)

திராவிடர்கள் தகுதியிழந்த விலக்கப்பட்ட சத்திரியர் மற்றும் விர்ஸபனுடைய மகன் வழி வந்தவர்கள் என்ற பொருளில் மனு சொல்வதாகவும் வடமொழி ஆய்வாளர்கள் சொல்கிறார்கள்.

*. மகாபாரதம்

பாரத ராசசூய பருவத்து வியாசர், “திராவிடர் காமதேனுவின் பால்மடியிலிருந்துண்டானவர்” என்கிறார்.

வியாசபாரதம் சபா பருவத்தில் பாண்டிய நாட்டின் மணலூர்புரத்து அரசன் மலயத்துவச பாண்டியனை அருச்சுனனுக்கு மாமனாகச் சுட்டப்படுகிறது. இப்பாண்டியன் மகள் சித்திராங் கதையைத் திராவிடக் கன்னியென்றும் அவளுக்கும் அருச்சுனனுக்கும் பிறந்த புதல்வன் பப்புருவாகனன் என்றும் உள்ளது.

(இரா.இராகவய்யங்கார் மேற்கோள்)

மகாபாரதத்தில் கொடுக்கப்பட்டுள்ள இரண்டு தகுதியிழந்த சத்திரியர்களின் பட்டியலில் திராவிடர் என்போர் தென்னிந்தியாவைச் சேர்ந்தோர் என்று உள்ளது.

*. பக்தி தோன்றியது ‘திராவிடத்தில்’ என்கிறது பாகவதம். ‘உத்பந்நா திராவிடே’ என்கிறது பாகவதம்.

*. பாகவத புராணம் சத்தியவிருதனைத் திராவிடர்களின் அரசன் என்கிறது.

*. ஏழாம் நூற்றாண்டில் குமரிலபட்டர் ஆந்திர திராவிட பாஷா என்கிறார்.

*. விசிஷ்டாத்வை இலக்கியம் ‘திரமிடாச்சார்யார்’ என்று குறிப்பிடுகிறது. ஏழாம் நூற்றாண்டைச் சேர்ந்தது இது.

*. தசகுமார சரித்திரம் திராவிட நாட்டைக் குறிப்பிட்டு அதில் காஞ்சி நகரம் உள்ளதாகச் சொல்கிறது. காதம்பரி, அந்த நாட்டைச் சேர்ந்தவர் அல்லது அங்கு வசிப்பவர் திராவிடர் என்கிறது.

*. பரதமுனி தமது நாட்டிய சாஸ்திரத்தில் ஒரு திராவிட மார்க்கம் எனக் குறிப்பிடுகின்றார்.

*.பில்ஹணருடைய விக்ரமாத்தித்யனுடைய திக்விஜயம் என்ற நூலில் சோழனின் படை, திராவிடப் படை எனப்படுகிறது. சோழ மன்னன், திராவிட மன்னன் எனப்படுகிறான்.

இவை அனைத்தையும் சுட்டிக் காட்டும் கே.வி.இராமச்சந்திரராவ், இங்கு திராவிட என்பது பூகோள ரீதியில் தென்னிந்தியர் அல்லது தென்னிந்திய பகுதி மற்றும் தென்னிந்திய மொழி குறிப்பாகத் தமிழைக் குறிக்க உபயோகிக்கப்பட்டது என்கிறார். அவரே சமண, பௌத்த ஆதாரங்களையும் தருகிறார்.

*. கி.பி. 470 இல் வச்சிரநந்தி என்ற சமணமுனி தமது சமயத்தைப் பரப்புவதற்காக 'திரமிள சங்கம்' என்ற சங்கத்தை மதுரையில் உருவாக்கினார். இதனைச் சமணக் கல்விக்கான முயற்சியாகவே பார்க்க வேண்டும்.

*. சதுரன்சாய புராணத்தில் திராவிட வலிக்கில சைத்திரத்ரி தோவாரா என்று குறிப்பிடும்போது விரிஸ்பஸ்வாமியின் மகனாக திராவிட என்று உள்ளது.

*. வலிதாவிஸ்தாரம் என்ற சமற்கிருத நூலில் உத்தன் என்பவரின் காலத்தில் பயன்படுத்தப்பட்ட 64 மொழி வரிவடிவங்களில் திராவிட லிபியும் ஒன்று.

*. யுவான்சுவாங் தமிழகம் வந்தபோது தன் குறிப்புகளில் காஞ்சியைத் திராவிட நாட்டின் தலைநகராகச் சொல்கிறார்.

*. பெய்டிங்கர் அட்டவணைப்படி தில, திமிர், சிம்போ ஆகிய வார்த்தைகள் திராவிட நாட்டைக் குறிக்கப் பயன்படுத்தினர்.

*. பழங்காலத்திலிருந்து 18 ஆம் நூற்றாண்டு வரை தேதியிலுள்ள கல்வெட்டுகளில் சமஸ்கிருத மொழியில் காணப்படும் திரவிட, திராவிட, திரமிட ஆகியவையும், பிராகிருத மொழியில் சொல்லப்படும் தமில, தமிள, த்ரமிட, திரமிள முதலிய பொதுப்பெயர்களும் தமிழ்மொழியைத்தான் சுட்டுகின்றன என்கிறார் கே.வி.இராமச்சந்திரராவ்.

(இவரது ஆய்வுத்தகவல்கள் மட்டுமே இங்கு பயன்படுத்தப்பட்டுள்ளன. இவரது கருத்துகள் அல்ல!)

'மதம் மற்றும் தத்துவங்களில் தென்னிந்தியாவின் பங்கு' என்ற இவரது ஆய்வுக்கட்டுரை இணையத்தில் உள்ளது.

\*. இந்திய அளவிலான முக்கிய ஆய்வாளர்கள், வரலாற்றாசிரி யர்கள் சொல்வதை வரிசைப்படுத்தினால்

1854 இல் இந்திய மொழி நூல் அறிஞர் பேராசிரியர் பாபு இராசேந்திர லால், தென்னிந்திய மொழிகளை 'திராவிடி' என்று அழைக்கிறார்.

\*. ஆரியர்கள் குறிப்பிடும் கருப்பர்கள் திராவிடர்களே என்றார் ஆர்.கே.முகர்ஜி.

\*. "தோற்கடிக்கப்பட்ட திராவிடர்கள் ஆரியமயமானார்கள். ஆனால் அவர்களுடைய மொழியின் அடிப்படை அமைப்பை மட்டும் பாதுகாத்துக் கொண்டார்கள்" என்று எழுதுகிறார் எஸ்.ஏ.டாங்கே.

(பண்டைக் கால இந்தியா)

\*. இந்தியாவின் முக்கிய 12 மொழிகளையும் 753 பேச்சு வழக்கு கொண்ட மொழிகளையும் மூன்று வகுப்புகளாகப் பிரிக்கலாம் என்றும் அவை இந்தோ ஆரிய வகுப்பு, திராவிட வகுப்பு, ஆஸ்திரோ ஆசியா வகுப்பு என்று எழுதுகிறார் டி.டி.கோசாம்பி.

(பண்டைய இந்தியா)

\*. உண்மையில் சண்டாளர்கள் ஓர் ஆதி இனக்குழுவாக இருந்ததாகத் தெரிகிறது. இது, அவர்கள் தங்களின் சொந்தப் பேச்சு மொழியைப் பயன்படுத்துவதிலிருந்து தெளிவாகிறது. ஒரு ஜைனப் பிரதியில் அவர்கள் சபரர், திராவிடர், கலிங்கர், கௌடர், காந்தாரர் போன்ற பிற இனக்குழுக்களுடன் கூடவே குறிப்பிடப்பட்டுள்ளனர் என்கிறார் ஆர்.எஸ்.சர்மா. பிராமணியமயப்படுத்தப்படுவதற்கு முன்னர் தெற்கே திராவிடர்கள் மத்தியில் தீண்டாமை நிலவியதற்குச் சான்றுகள் இல்லை என்றும் இவர் சொல்கிறார்.

(பண்டைய இந்தியாவில் சூத்திரர்கள்)

## 6. திராவிடம் என்பதன் விரிந்த பொருள்!

திராவிடம் என்பது மிகமிக விரிவான பொருள் கொண்டதாகத் தேவநேயப்பாவாணர் சொல்வார்.

"திராவிடம் என்னும் பெயர் தமிழையும் தமிழினத்தையுமே முற்காலத்தில் குறித்து நின்றது" என்பார் பாவாணர். "மனு தமது நூலில் ஆரியரல்லாத பல்வேறு இனத்தாரைக் குறிக்குமிடத்துத் தமிழரையும் தெலுங்கர் முதலிய திராவிடரையும் வேறுபடுத்தாது அவரெல்லாரையும் ஒருங்கே தழுவுமாறு திராவிடர் என்ற சொல்லையே ஆண்டிருக்கிறார்" என்றும் பாவாணர் கூறுகிறார்.

"விந்திய மலைக்குத் தெற்கிலுள்ள மொழிகளையும் திராவிடம் என்னுங் கொள்கை யிருந்தது. அதனால் தெலுங்கு, கருநாடகம்,

மராத்தி, கூர்ச்சரம் (குசராத்தி), திராவிடம் என்னும் ஐந்தும் பஞ்ச திராவிடம் என வடநூல்கள் கூறின. இப்பட்டியலில் திராவிடம் என்னும் பெயர் தமிழைக் குறித்தல் கவனிக்கத் தக்கது" என்றதும் பாவாணரே.

(பாவாணர் தமிழ்க்களஞ்சியம் 44)

திராவிடம் என்பது தமிழையும் தமிழினத்தையும் தமிழ் நிலத்தையும் குறிக்கும் சொல்லாக இருந்த தமிழ்ச்சொல் என்று சொல்பவர் தேவநேயப்பாவாணர். 'இப்போது திராவிடர் என நாம் அழைக்கக் கூடாது' என்னும் கொள்கையர் தான் பாவாணர். ஒரு காலத்தில் அப்படி அழைக்கப்பட்டது என்பதுதான் நாம் அவரிடம் இருந்து தெரிந்து கொள்வது.

திராவிட எனும் சொல் எப்படி எல்லாம் பயன்படுத்தப்பட்டு வந்தது என்பது குறித்து பி.எம்.ஜோசப் எழுதிய கட்டுரையின் தமிழ் மொழிபெயர்ப்பு அப்படியே தரப்படுகிறது:

"திராவிட எனும் சொல் முதலில் குறிப்பிட்ட மக்கள் குழுவைக் குறித்தது. பின்னர், அது வாழிடத்தைக் குறித்தது. காலம் செல்லச் செல்ல, அதே சொல் மொழியைக் குறித்திருந்தது. ஆரிய எழுத் துருவில் ஆதி எழுத்துருவான பிராமியைக் குறிக்கவும் பயன்பட்டது. இச்சொல்லின் பாலி வடிவம் சிலோனில் கி.மு. மூன்றாம் நூற்றாண்டு முதலே தமிழ் மக்களைக் குறிக்கப் பயன்படுத்தப்பட்டது. கிறிஸ்துவின் காலம் துவங்கிய பின்பு, ஆரிய மொழிக்குடும்பத்தைச் சேராத தமிழைக் குறிக்கப் பாலி வடிவம் வழக்கத்திற்கு வந்திருக்க வேண்டும். திராவிட என்கிற சொல்லானது ஐரோப்பிய அறிஞர்கள் இந்திய மொழிக்குடும்பங்களை ஆய்வு செய்யத் துவங்கிய பின்பு தான், இனக்குழுவை அடையாளப்படுத்தும் சொல்லாகியது. அந்த அறிஞர் களும்கூட அதை வசதிக்கேற்பவே பயன்படுத்திக் கொள்கிறார்கள். இருபதாம் நூற்றாண்டின் இரண்டாவது பாதியில் தான் இச்சொல் லானது பல்வேறு அரசியல்வாதிகளிடையே எதிர்ப்பையும், ஆதரவையும் ஒருங்கே பெற்றுக்கொண்டது.

திராவிட என்கிற சொல் சம்ஸ்கிருதத்தில் திராமிட, திராமிள என்று வெவ்வேறு வடிவங்களில் வழங்கி வந்ததோடு, திராவிட என்றும் அழைக்கப்பட்டது. இது பிராகிருதத்தில் தமிள (தமிளா என்று உச்சரிக்கப்பட்டிருக்க வேண்டும்), பாலியில் தமிளா என்று வழங்கி வந்தது.

*. மக்களைக் குறிக்கத் திராவிட எனும் சொல் பயன்பட்ட எடுத்துக்காட்டுகள்:

மோனியர் வில்லியம்ஸ் உருவாக்கிய சம்ஸ்கிருத ஆங்கில அகராதியில் திராவிட (சம்ஸ்கிருத) சொல்லிற்கு–தரந்தாழ்ந்த சத்திரியர்கள்

என்று கருதப்படுபவர்கள்; ரிஷபசுவாமியின் திராவிட மகனின் வழித்தோன்றல்கள் என்று கருதப்படும் மக்களைக் குறிக்கும் பெயர்ச்சொல் என்று குறிப்பிடப்பட்டுள்ளது. மகாபாரதம் 'மக்களைக் குறிக்கும் பெயர்ச்சொல்' என்கிறது. நாட்டிய சாஸ்திரம் விந்திய மலைக்குத் தெற்கே வாழும் மக்களைக் குறிக்கிறது என்கிறது. மனுஸ்மிருதி, 'தரந்தாழ்ந்த சத்திரியக் குழுவை' குறிப்பதாகச் சொல்கிறது. மனுநூல் பௌந்தரகம், அவுதிரம், திராவிடம், காம்போஜம், யவனம் முதலிய பகுதிகளைச் சேர்ந்த சத்திரியர்கள் சில சடங்குகளைப் பின்பற்றத் தவறியதால் அவர்கள் தரந்தாழ்ந்து போனார்கள் என்கிறது. இச்சொற்கள் எல்லாம் அந்தந்த நிலப்பகுதிகளைச் சேர்ந்த மக்களைக் குறிக்கும் பெயர்ச்சொற்கள் ஆகும் என்கிறது ஆப்தே தொகுத்த சம்ஸ்கிருத ஆங்கில அகராதி.

திராவிட 'மக்களைக் குறிக்கும் பெயர்ச்சொல்' – இராஜதரங்கிணி (iv. 24-44)

திரமிள (சம்ஸ்கிருதம்) குறிப்பிட்ட வகுப்பு மக்களைக் குறிப்பதாகும் – நாட்டியசாஸ்திரம் (XVIII.32); இதே சொல் பிராகிருத கல்பதாரு எனும் நூலிலும் வழங்கி வருகிறது. (II. ii.31)

## சிலோனியச் சான்றுகள்

தமேதா : 'ஒரு தமிழர்' என்பதைச் சுட்டுவது – கே.கே.பிள்ளை (தென்னிந்தியாவும், இலங்கையும் பக்கம். 31). இந்த மேற்கோள் ராயல் ஆசியாடிக் கழகத்தின் சிலோன் கிளையின் இதழில் பக்கங்கள் 54-59 வரை எடுத்தாளப்பட்டது. இந்த இதழில் கி.மு. இரண்டாம், மூன்றாம் நூற்றாண்டைச் சேர்ந்த கல்வெட்டுச் சான்றுகள் தரப் பட்டுள்ளன. தமிளரத்தஹவில் இருந்து அங்கே சென்ற வணிகர்கள் பலரின் பெயர்களை இக்கல்வெட்டுகள் பட்டியலிடுகின்றன. இவர்களின் பெயர்கள் இவர்கள் ஆரியர் அல்லாதோர் என்பதைக் காட்டுகின்றன. ஆரியர் அல்லாதோரை குறிக்க ஒரு சொல் பயன் படுத்தப்படுவதை நாம் அறிவது இதுவே முதல்முறை என்பதைக் கவனத்தில் கொள்ள வேண்டும்.

## பௌத்தச் சான்றுகள்

தமிள (பாலி) : தமிழரைக் குறிக்கும் சொல் – பாலி சிறப்புப் பெயர்களுக்கான அகராதி. இந்த மேற்கோள்கள் கி.பி. நான்காம் நூற்றாண்டைச் சேர்ந்த தீபவம்சம், கி.பி. ஐந்தாம் நூற்றாண்டைச் சேர்ந்த மகாவம்சம் முதலிய ஆக்கங்களில் இருந்து எடுத்தாளப் பட்டுள்ளன. இந்தப் படைப்புகளின் படி, இச்சொல் தென்னிந் தியாவின் கிழக்குக் கடற்கரைப் பகுதியில் வாழ்ந்த மக்களைக் குறிக்கிறது.

இந்த வரலாற்று நூல்களில், சிலோனைத் தாக்கிய இளவரசர்கள், அவர்கள் நாட்டில் இயங்கிய வணிகர்கள் ஆகியோரின் பெயர்கள் இடம்பெறுகின்றன. இவையெல்லாம் ஆரியர் அல்லாதோரின் பெயர்களே ஆகும். தமிள எனும் சொல் புழங்கிவரும் கலவைச் சொற்கள் பின்வருமாறு:

தமிளதேவி (பாலி) : 'சந்தமுகச் சிவனின் பட்டத்து அரசி' (மகாவம்சம் XXXV. 48), இதே பெயருடைய இன்னொரு பெண்ணின் பெயர் அங்குத்தர நிகாயம் குறித்த உரையில் இடம்பெறுகிறது. அப்பெண் மகாதாதிகாமஹநாகாவின் அரசி ஆவார்.

தமிளரத்தஹ (பாலி) : தென்னிந்திய நாட்டின் பெயர்ச்சொல். பாலி சிறப்புப் பெயர்களுக்கான அகராதி இது அகிட்டி ஜாதகக் கதையில் காவிரிப்பூம்பட்டினத்தைச் சுற்றியுள்ள நாட்டைக் குறிக் கிறது என்கிறது.

இதே அகராதி, தமிளதுபா என்பது புலத்திபுரத்தில் ஒன்றாம் பராக்கிரமபாஹு தமிள கைதிகளைக் கொண்டு உருவாக்கிய சைத்தியம் என்று சுலவம்சம், (lxxxviii.76) குறிப்பதைச் சுட்டிக் காட்டுகிறது.

தமிளபாஷா (பாலி) : பௌத்த மரபின் படி ஆரிய மொழிகள் அல்லாதவற்றைக் குறிக்கும் பெயர்ச்சொல் பாலி சிறப்புப்பெயர்களுக் கான அகராதி.

(அங்குத்தர நிகாயம் 388-உரை)

சமணச் சான்றுத்தொகுப்புகள்

தமிள (பிராகிருதம்) : 'தென்னிந்தியாவில் வாழும் மக்களைக் குறிக்கும் பெயர்ச்சொல்' – பைய சட்ட மகான்னாவ்.

(பிராகிருத இந்தி அகராதி)

திரமிள – வினைச்சொல், மொழி சம்ஸ்கிருதம், தேவசேனாவின் தரிசனசாரம் எனும் நூலின் பார்வையில் சமணத் துறவிகளின் பிரிவு. இந்நூலின் படி, திரமிள சங்கத்தினை வஜ்ரநந்தி மதுரையில் கி.பி.469இல் துவங்கினார் என்கிற குறிப்பு இடம்பெறுகிறது. இச்சங்கம் தமிழ்நாட்டில் துவங்கப்பட்டதா, கர்நாடகத்தில் துவங்கப் பட்டதா என்பது குறித்துக் கருத்து முரண்பாடுகள் நிலவி வருகின்றன. இதற்குக் காரணம் என்னவென்றால், இந்தச் சங்கத்தைக் குறிப்பிடும் பெரும்பான்மையான கல்வெட்டுகள் கர்நாடகத்தில் காணப்படுவதே ஆகும். எப்படியிருந்தாலும், இச்சங்கம் எண்ணற்ற அறிஞர்கள், துறவிகளை உருவாக்கி ஒட்டுமொத்த இந்தியா முழுவதும் முக்கியத்துவம் மிக்கதாகத் திகழ்ந்தது.

(கி.பி. பத்தாம் நூற்றாண்டு நூல்)

பஞ்சதிராவிட (சம்ஸ்கிருதம்) : 'ஐந்து மக்கள் தொகுப்பை ஒருங்கே குறிப்பது. அதாவது, ஆந்திரர்கள், கர்நாடகர்கள், குர்ஜரர் கள், தைலிங்கர்கள், மகாராஷ்டிரர்கள்' – மோனியர் வில்லியம்ஸ். பொதுவாக இந்நிலப்பகுதிகளைச் சேர்ந்த பிராமணர்களைக் குறிக்கிறது. இந்தப் பஞ்சதிராவிட எனும் சொற்பயன்பாட்டு உருமாறி பஞ்சகௌட எனும் சொல் தோன்றியது. சப்தாத்ரவலியானது முதற்குழுவானது, இரண்டாவது குழுவைவிட ஆச்சாரங்களைப் பின்பற்றுவதில் தீவிரமாக இருந்தது என்கிறது. இங்கே, திராவிட என்பது 'திராவிடத்தோடு தொடர்புடைய' என்கிற பொருளில் பொதுவாக வழங்கி வந்திருக்கிறது. பஞ்சதிராவிட என்கிற கலவைச்சொல்லின் வருகைக்கு முன்புவரை திராவிட என்பது நிலப்பகுதியைக் குறிக்கப் பயன்பட்டிருக்க வேண்டும்.

திராவிட (கன்னடம்) : 'தெற்கைச் சேர்ந்த பிராமணர்' – கிட்டெல் (கன்னடஆங்கில அகராதி)

பஞ்சதிராவிட (மலையாளம்) : 'தமிழ், கேரளா, துளுவா, கர்நாடகா, ஆந்திரா' குண்டெர்ட் (ஆங்கிலமலையாள அகராதி)

பஞ்சதிராவிட (தெலுங்கு) : 'திராவிட, கர்நாடகா, குஜராத், மகாராஷ்டிரா. தைலிங்கா' – பிரவுன் (தெலுங்குஆங்கில அகராதி). ஆப்தேவின் வழியொற்றி பிரவுன் அதே பொருளை வழங்குகிறார்.

திராவிட (கன்னடம்) : 'ஐந்து பிராமணக் குழுக்களில் ஒன்றான திராவிடப் பிராமணர் அதாவது, தமிழர்கள் அல்லது தைலிங்கா, மராத்தா, கர்நாடக மற்றும் குர்ஜர. மைசூரில் மராத்தா, குர்ஜராவுக்குப் பதிலாகக் கேரளத்தின் துளுவாவை இணைத்துக் கொள்ளலாம்.' என்கிறார் கிட்டெல்.

மேற்சொன்ன எல்லா இடங்களிலும் திராவிட எனும் சொல் பிராமணர்களை மட்டுமே குறிக்கிறது. பஞ்சதிராவிட எனும் வகைப்பாட்டின் கீழ் ஆரிய மொழிகள், ஆரியமல்லாத மொழிகள் பேசும் மக்கள் உள்ளடக்கப்பட்டிருக்கிறார்கள்.

*. நாட்டின் பெயராகத் திராவிட எனும் சொல் பயன்படுத்தப் படுவது:

திராவிட (சம்ஸ்கிருதம்) : 'தக்காணத்தின் கிழக்குக் கடற்கரைப் பகுதியில் உள்ள நாட்டினைக் குறிக்கும் பெயர்ச்சொல்'. – மோனியர் வில்லியம்ஸ். இதையே ஆப்தேவும் குறிப்பிடுகிறார். இத்தகைய மேற்கோள்கள் பாணா எழுதிய காதம்பரி (கி.பி. ஐந்தாம் நூற்றாண்டு), தண்டியின் தாசகுமாரசரிதம் (கி.பி. ஏழாம் நூற்றாண்டு). மேலும் காண்க சாலடோர் (பக்கம். 337), எஸ்.கே.சாட்டர்ஜி (பக்கம். 4), டி.சி.சர்க்கார் (பக்கங்கள். 45, 225)

தமிரிகே (லத்தீன்) : 'தக்காணத்தின் கிழக்குக் கடற்கரைப்பகுதியில் உள்ள நாட்டினைக் குறிக்கும் பெயர்ச்சொல்'. – பெரிப்லஸ்.

லிமிரிகே (லத்தீன்) : 'தக்காணத்தின் கிழக்குக் கடற்கரைப் பகுதியில் உள்ள நாட்டினைக் குறிக்கும் பெயர்ச்சொல்'. – டாலமி.

திராவிடமு (தெலுங்கு): 'ஆந்திரா, கர்நாடகம், குஜராத், மகாராஷ்டிரா மற்றும் திராவிடப்பகுதிகளை உள்ளடக்கிய நிலப்பகுதி' 'ஆந்திரசப்தகரணமு' ; 'தமிழ்நாடு' – இதே நூல்.

திராவிடம் (மலையாளம்) : 'திராவிட நாட்டினைக் குறிக்கும் பெயர்ச்சொல்' – குண்டெர்ட்.

திராவிடம் ளம் (கன்னடம்) : 'தக்காணத்தின் கிழக்குக் கடற்கரைப்பகுதியில் உள்ள நாட்டினைக் குறிக்கும் பெயர்ச்சொல்'. – கிட்டெல்.

திராவிடம் (தமிழ்) : 'ஆந்திரா, தமிழ்நாடு, குஜராத், கர்நாடகா, மகாராஷ்டிரா உள்ளிட்ட இடங்களை உள்ளடக்கிய பகுதி' – அபிதானசிந்தாமணி.

சம்ஸ்கிருதத்தில் இதைப்போன்ற சொல்லாகத் திரமிள எனும் பதத்தைக் காண்கிறோம்.

திரமிள (சம்ஸ்கிருதம்) : 'ஒரு நாட்டின் பெயர்ச்சொல்' – மோனியர் வில்லியம்ஸ்.

திராமிடம் (மலையாளம்) : 'தமிழ் நிலப்பகுதி – குண்டெர்ட், சப்தாத்ரவலி.

திராவிட (சம்ஸ்கிருதம்) : 'நிலப்பகுதியைக் குறிக்கும் பெயர்ச்சொல்.'

வராகமிரரின் பிரஹத்சம்ஹிதை (கி.பி. நான்காம் நூற்றாண்டு).

திராவிடம் (தமிழ்) : 'தமிழ் நிலப்பகுதி' – அபிதானசிந்தாமணி.

### சமண மூலங்கள்

திராவிட நிலப்பகுதியில் நீர்ப்பாசனம் குளங்களைக் கொண்டு மேற்கொள்ளப்படுகிறது என்கிறது – (கி.பி. நான்காம் நூற்றாண்டு). படைப்பான பிருஹத்கல்பபாஷ்யா. மோடிசந்திரா, (பண்டைய இந்தியாவில் வர்த்தகம், வர்த்தகப் பாதைகள், பக்கம். 160). ஹேமசந்திரர் எழுதிய ஸ்தவவீரவலிசரிதா நூலானது சம்ப்ராதி சமணத் துறவிகளைத் திராவிட நிலப்பகுதிக்குத் தங்கள் சமயத்தைப் பரப்ப அனுப்பி வைத்ததாகப் பதிவு செய்கிறது. சோமபிரபாசூரி (1184) எழுதிய குமாரபாலபிரதிபோதா சம்ப்ராதி தம்முடைய படைவீரர்களை ஆந்திரா, தமிளா உள்ளிட்ட ஆரியர் அல்லாத பகுதிகளுக்கு அனுப்பி வைத்தார் என்கிறது. ஜெகதீஷ் சந்திர ஜெயின்

(ப்ராக்ரதச் சாகித்திய க இதிஹாஸ், மோதிலால் பனராசிதாஸ், 1961, பக்கம். 464). பி.பி.தேசாய் இதே மரபு இருப்பதை உறுதிப் படுத்துகிறார் (தென்னிந்தியாவில் சமணம் இன்னபிற சமணக் கல்வெட்டுகள் பக்கம். 9). பண்ஹவகரணம் என்கிற சமண நூலானது மக்களை அவர்கள் உண்கிற உணவைக்கொண்டு வெவ்வேறு வகைப்படுத்துகிறது. காட்டுப் பன்றிகளை வேட்டையாடுபவர்களைச் சௌகர்கிகா என்கிறது. மீனவர்களை மச்சபந்தா என்று அழைக்கிறது. மேலும், பறவை பிடிப்பவர்களை, வேட்டையாடுபவர்களை, காட்டுக்கோழிகள், மான்களைப் பிடிப்பவர்களை முறையே சகுனிகா, வியாதா, வகுரிகா என்று அழைக்கிறது. இம்மக்கள் வாழ்கிற நிலப்பகுதிகளாகச் சாகா, யவனம், பப்பரம், முருமுடா , பக்கனியா, பரசா, தமிளா, புலிண்டா,டோம்பா, மராஹத்தா முதலியவை இந்நூலில் குறிக்கப்படுகின்றன. ஆகவே, இங்கு தமிளா என்பது நிலப்பகுதியாகக் குறிக்கப்படுகிறது.

– ஜெகதீஷ் சந்திர ஜெயின் (பக்கம். 92)

### திராவிட நிலப்பகுதியின் இருப்பிடம்

இந்நிலப்பகுதியானது ஆந்திராவோடு இணைத்து ஆந்திர திராவிட என்று குறிக்கப்படுகிறது. இப்படி இணைத்து வழங்குவதே இவ்விரு பகுதிகளும் ஒன்றுக்கொன்று அருகருகே உள்ளன என்பதை வெளிப்படுத்துகிறது. பெரிப்லஸ் தமிரிகே பகுதியானது ஆந்திரோன் பெரியடோன் (பிரத்தியாஸின் ஆந்திரப்பகுதி). பௌத்த மரபில் இந்நிலப்பகுதி கிழக்குக் கடற்கரையில் இருப்பதோடு, காவிரிப்பூம் பட்டினம் இப்பகுதியில் அமைந்துள்ளது. யுவான்சுவாங் தலோபிச்சி, கிஞ்சிபுலோ என்று குறிப்பது முறையே திராவிடப்பகுதி, காஞ் சிபுரம் ஆகியவையே ஆகும். தண்டி தாம் எழுதிய தாசகுமார சரிதத்தில் திராவிடப்பகுதியில் காஞ்சிபுரம் இருப்பதாகக் குறிக்கிறார். ஆகவே, ஆந்திரப் பிரதேசத்தின் கிருஷ்ணா கோதாவரி நதிகளுக்கு இடைப்பட்ட பகுதியே திராவிடப்பகுதி என்று கருத இடமுண்டு.

### திராவிடிமொழி

திராவிடி (சம்ஸ்கிருதம்) பிராகிருதத்தின் வட்டார வழக்கு, ஒரு மொழியினைக் குறிக்கும் பெயர்ச்சொல். பரதர் எழுதிய நாட்டிய சாஸ்திரம் (XVIII 43). மேலும் காண்க, கால்டுவெல் எழுதிய திராவிட மொழிகளின் ஒப்பிலக்கணம் பக்கம். 7.

திராவிடபாஷா (சம்ஸ்கிருதம்) : ‘தமிழ், தெலுங்கு, கனரா மொழி, மலையாளம், துளு’. – மோனியர் வில்லியம்ஸ். குமரில பட்டர் தம்முடைய தந்திர வார்த்திகா எனும் நூலில் இதே பொருளில் குறிக்கிறார். தமிழ் லெக்சிகன், சப்தாத்ரவலி ஆகியவை மோனியர் வில்லியம்சைப் பின்பற்றுகின்றன.

தமிளபாஷா (பாலி) : 'பௌத்த மரபின்படி ஆரியமல்லாத மொழியொன்றைக் குறிக்கும் பெயர்ச்சொல்' (பாலி சிறப்புப் பெயர்களுக்கான அகராதி.)

திராவிடம் (தமிழ்) : 'ஆரியத் தமிழர்களைக் குறிக்கும் பெயர்ச்சொல்' – அபிதானசிந்தாமணி.

திராவிடப் பிராகிருதம் : 'பிராமணர்களின் கருதுகோளின்படி திராவிட மொழிகளுக்கு முன்னோடியான பிராகிருதத்தின் மூலவடிவம்.' கால்டுவெல் (பக்கம். 7)

தமிளி (பிராகிருதம்) : 'சமண மரபுகளின்படி பதினெட்டு எழுத்துவடிவங்களில் ஒன்று'. – மகாலிங்கம், பண்டைய தென்னிந்திய தொல் எழுத்தியல். (பக்கம். 111). பௌத்த மரபுகளின்படி இந்தியாவில் அறுபத்து நான்கு எழுத்து வடிவங்கள் இருந்தன. அவற்றுள் திராவிடியும் ஒன்று (இதே நூல் பக்கங்கள். 130–135). இந்த எழுத்து வடிவத்தின் மாதிரி வடிவானது ஆந்திரத்தின் பட்டிபுரோலுவில் கிடைக்கும் பண்டைய கல்வெட்டுகளில் காணப்படுகிறது என்கிறார் மகாலிங்கம். இவை பண்டைய தமிழ்மொழியை எழுதுவதற்கு மிகவும் உகந்தவையாக உள்ளன.

திராவிட என்கிற சொல் வழங்கிவரும் ஆரம்பக் கால மேற்கோள்களில் இந்தோஆரிய மொழியொன்றை மொழியியல் ரீதியாகக் குறிக்கும் பொருட்டே வழங்கிவந்துள்ளது என்பதைக் கருத்தில் கொள்ளவேண்டும்.

திராவிடத்தோடு தொடர்புடைய புராண பாத்திரங்கள்

திராவிட (சம்ஸ்கிருதம்): 'படைப்பாளியைக் குறிக்கும் பெயர்ச்சொல்'–மோனியர் வில்லியம்ஸ். 'ஸ்ரீகிருஷ்ணரின் மகன்களில் ஒருவரின் பெயர்', 'ரிஷபசிம்மனின் மகனின் பெயர். இம்மகனிடம் இருந்தே தரந்தாழ்ந்த சத்திரியர்கள் தோன்றினார்கள்'. (இதே நூல்). 'மனுவின் மகனான ப்ரியவிரதனின் குடும்பத்தைச் சேர்ந்த மன்னன்' – வேட்டோம் மணி. (புராண கலைக்களஞ்சியம்). 'கந்தர்வனைக் குறிக்கும் பெயர்ச்சொல்' (இதே நூல்).

திராவிட (சம்ஸ்கிருதம்): இலக்கண ஆசிரியர்கள் பலரை உள்ளடக்கிய மரபினைக் குறிக்கும் பெயர்ச்சொல், அமரகோஷரின் மரபினைக் குறிக்கும் பெயர்ச்சொல் – மோனியர் வில்லியம்ஸ். திராமிட, திராமிள : 'உக்ரசேனனின் மனைவியை வன்புணர்வு செய்த கந்தர்வனால் கம்சன் பிறந்தான். அந்தக் கந்தர்வனின் பெயர்.' – வேட்டோம் மணி.

திராமிடன் (மலையாளம்) : 'ஒன்பது யோகிகளில் ஒருவரைக் குறிக்கும் பெயர்ச்சொல்'–சப்தாத்ரவலி.

திராமிளன் (மலையாளம்): 'அம்சுமதியின் தந்தையான சுந்தர்வனைக் குறிக்கும் பெயர்ச்சொல்' – அபிதானசிந்தாமணி. இந்நூலின் ஆசிரியரின் கூற்றுப்படி, இளவரசனாக இருந்தவன் யாருமற்றவனாக ஆனான். முனிவர் ஒருவரின் அறிவுறுத்தலின்படி சனிபிரதோஷத்தை மேற்கொண்டான். இதனால் அம்சுமதியை மணந்து, அவளுடைய தந்தையின் உதவியோடு இழந்த நாட்டை மீட்டான்.

தமிளுடு (தெலுங்கு): 'சாணக்கிய விஷ்ணுகுப்தரின் இன்னொரு பெயர்'–ஆந்திர சப்தரத்னகரமு.

திராமிடவேதம் (கன்னடம்): 'வேதங்கள் குறித்து விளக்கும் புகழ்பெற்ற வைணவ படைப்பு'–கிட்டெல்.

திராவிடன் (தமிழ்): 'சூர்யவம்சத்தைச் சேர்ந்த மன்னனொருவன் துறவியானான். அவனைக் குறிக்கும் பெயர்ச்சொல்'. – அபிதான சிந்தாமணி.

திராவிடாச்சாரியார்: (தமிழ்): 'வேதாந்தசூத்திரத்திற்கு விளக்க வுரை எழுதிய அறிஞர் ராமானுஜர் அவரை மேற்கோள் காட்டு கிறார்.–அபிதானசிந்தாமணி.

திராவிடாஸ் (தெலுங்கு): 'கம்ஸலர்களின் உட்பிரிவுகளில் ஒன்று'–தர்ஸ்டன் (தென்னிந்தியாவில் சாதிகள், பழங்குடிகள்). கம்ஸல என்பது பிராகிருத கம்ஸரவில் இருந்து உருவான சொல் லாகும் ‹ சம்ஸ்கிருத கம்ஸ்யகர.

திராவிடி (சம்ஸ்கிருதம்)–'பெண் ராகம் ஒன்றின் பெயர்' – மோனியர் வில்லியம்ஸ்.

திமிளி (பிராகிருதம்) 'ஓர் திராவிடப் பெண்'–அங்கவிஜயம், பிராகிருத நூல்.

திராவிடக (சம்ஸ்கிருதம்)–'கச்சோரம்'–ஆப்தே.

திராவிடகம் (சம்ஸ்கிருதம்)–'கறுப்பு உப்பு' – ஆப்தே.

இவற்றில் பெரும்பாலான பெயர்கள் ஆரியக் குழுவினைச் சேர்ந்தவர்களைக் குறிப்பதைக் காணலாம்.

திராவிட எனும் சொல்தோற்றம் √த்ரு என்கிற சம்ஸ்கிருதப் பதத்தில் இருந்து ஏற்பட்டிருக்கலாம். இச்சொல்லின் பொருள் 'நகர, பரவ' என்பதாகும். மகதப்பகுதி அல்லது சூரசேன நிலப்பகுதியில் இருந்து இடம்பெயர்ந்து பயணித்த முதல் ஆரிய குழுவே முன்னோடி நாடோடிகள் ஆவர். அதனால், அவர்கள் திராவிட என்று அழைக்கப்பட்டனர். (√த்ரு > திரவ > திராவிட, இதில் த்த என்பது பொருள் ஒருமை முன்னொட்டு ஆகும்.) கிருஷ்ணா கோதாவரி நதிகளுக்கு இடைப்பட்ட நிலத்தில் வாழ இடம்பெயர்ந்து வந்த ஆரிய குழுக்கள் திராவிடர்கள் என்று அறியப்பட்டிருக்கலாம்.

பின்னர், அவர்கள் வாழ்ந்த நிலப்பகுதி திராவிட எனப்பெயர் பெற்றது. முதன்முதலில் திராவிட மொழி என்கிற குறிப்புக்கூடத் தமிழையோ, அம்மொழிக் குடும்பத்தின் வேறெந்த மொழியையோ சுட்டவில்லை. சிலோனில் எதோ குழப்பத்தில் ஆந்திரப்பகுதியில் இருந்து அங்கு வந்து குடிபுகுந்த ஆரியர் அல்லாத மக்களைத் தமேதர்கள் என்று விளித்தார்கள். நூற்றாண்டுகள் நகர்ந்த பின்பு, தமேதர்களின் மொழிகளைக் குறிக்கும் சொல்லாக இது சொற்பொருள் விரிவடைந்தது. மானுடவியல் வகைப்பாட்டினை குறிக்கத் 'திராவிட' என்பது வசதியான அடையாளம் என்று ரிஸ்லே பயன்படுத்தினார். அதன் பின்பு ஐரோப்பிய அறிஞர்கள் அச்சொல்லைப் பிரபலப்படுத்தி விட்டார்கள்.

– என்று எழுதுகிறார் பி.எம்.ஜோசப். (joseph,p.m., 1989, the word dravida, international journal of Dravidian Linguistics, xviii, 2 : 134&42)

இவை அனைத்தும் உணர்த்துவது ஒன்றே ஒன்று தான். திராவிடம் என்ற சொல் தமிழ் மொழியையும் தமிழ் இனத்தையும் தமிழ்நாட்டையும் குறிக்கும் சொல்லாகப் பலராலும் பல நூற்றாண்டு காலமாய்ப் பல்வேறு காலகட்டங்களில் மாற்றி மாற்றிப் பயன் படுத்தப்பட்டு வந்துள்ளதை உணரலாம்.

ஆரிய இனம், தனது எதிரிகளை தஸ்யூக்கள் என்றும் கறுப்பர்கள் என்றும் திராவிடர்கள் என்றும் சூத்திரர்கள் என்றும் இழிவுப்படுத்தி வந்தது. அந்த இழிவுச் சொல்லையே தமது ஆயுதமாகப் பெரியார் ஆக்குகிறார். அந்தச் சொல்லையே பிடித்துக் கல்லாக்கி அவர்கள் மீதே எறிகிறார் பெரியார்.

மற்றபடி தமிழ் – தமிழினத்தை அழிக்கப் பிறந்த சொல் அல்ல இது. தமிழ் – தமிழினத்தை உணரத் தேவையான சொல்லே அது!

## 2
### திராவிடம் எனும் கல்

திராவிடம் என்ற சொல்லை ஆரியர் நோக்கி வீசும் கல்லாகவே பெரியார் பயன்படுத்தினார்!

நீதிக்கட்சி காலகட்டத்தில் பல்வேறு சமூகச் சீர்திருத்தக் கருத்துகளை வலியுறுத்தி வந்தாலும் அனைத்தும் 'தென்னிந்தியா' என்றே சொல்லப்பட்டன. அதுவும், 'பார்ப்பனரல்லாதார்' என்ற பிரிப்பின் அடிப்படையில்தான் சொல்லப்பட்டன. ஏற்கெனவே சுயமரியாதை இயக்கம் என்ற பெயரால் இறங்கி வந்தாலும் 1937 இன் தொடக்கத்தில் 'தமிழ்நாடு பார்ப்பனரல்லாதார் இயக்கப் பிரச்சார மத்தியக் கமிட்டி' என்ற அமைப்பை ஊ.பு.அ.சவுந்திர பாண்டியனும், பெரியாரும் உருவாக்கினார்கள். அனைவரையும் 'தமிழ்மக்கள்' என்று அழைத்து வந்தது 'குடிஅரசு'. பட்டியலின மக்களை ஆதிதிராவிடர், தாழ்த்தப்பட்டோர் என்றும் பெரியார் விளித்தார்.

'விடுதலை' இதழ் தொடங்குவதற்கான காரணத்தை எழுதும் போதும் 'தமிழ் மக்கள்' என்றே எழுதினார்.

தமிழ்நாட்டில்–தமிழ்மக்கள் தன்மானத்துக்கும்,

தமிழ்மக்கள் விடுதலைக்கும் மாறாக

தமிழ்மக்களின் பிறவி எதிரிகளால் நடத்தப்படும்

தொல்லைகளையும்.... (குடிஅரசு 4.7.1937) என்பதிலேயே தமிழ்நாடும், தமிழ்மக்களும் என்றே குறிப்பிட்டார். திராவிடர், தமிழர், பார்ப்பனரல்லாதார், ஆதிதிராவிடர் ஆகிய அனைத்தும் தமிழ்மக்களின் அடையாளங்களாகவே அவரால் பயன்படுத்தப் பட்டன!

### 1. தமிழ் மகன்

இராஜாஜியின் ஆட்சியில் புகுத்தப்பட்ட இந்தித் திணிப்பு நடவடிக்கைகள் அவரது தமிழ்ப்பற்று, தமிழின உணர்வைத் தூண்டின. 'இந்தியா முழுவதும் பத்தே நாளில் அனைவரும் சமஸ்கிருதம்

படிக்கவேண்டும்' என்று முதல்வர் இராஜாஜி சொன்னபோது, 'இதைக் காங்கிரசிலுள்ள ஒரு தமிழ்மகனாவது கண்டிக்கவில்லை' என்றார் பெரியார். (குடிஅரசு 8.8.1937). 'தமிழ் வாலிபர்களே! சுத்தத் தமிழ் ரத்தம் ஓடும் வீரத் தமிழர்களே' என்று விளித்தது 'குடிஅரசு'. (12.9.1937). 'தமிழ் நாட்டவர்கள் திராவிட மக்கள்' என்று கொல்லம்பாளையம் சாலை பொதுக்கூட்டத்தில் பேசும்போது கூறினார். (குடிஅரசு 26.09.1937). மதறாஸ் ஒரு நேஷன் அல்ல என்று கே.பி.பிள்ளை என்பவர் கூறியதை மறுத்துப் பேசிய பெரியார், 'மதறாஸ் ஒரு தனி நேஷனாக இருந்தது. இன்னும் இருக்கிறது. அதுதான் திராவிடம். அதனுடைய நாகரிகம் ஆச்சார அனுஷ்டானம் வேறு, வங்காளம் பம்பாய் வேறு' என்றார். வடநாடு – தென்னாடு பேதம் பிரித்து அதிகம் பேசியதும் இக் கூட்டத்தில்தான்.

"இந்தியை எதிர்க்கும் தமிழர்கள், அறிவிலிகள்" என்று ஆனந்த விகடன் எழுதியது. இதனைக் கண்டித்துப் பெரியார் எழுதினார். சூத்திரர்கள், வேசிமகன், அடிமைகள் என்று அழைத்தவர்கள் இன்று 'அறிவிலிகள்' என்று பட்டம் சூட்டுகிறார்கள் என்றார். 'ஆனந்த விகடன் ஆசிரியருக்குத் தமிழர்கள் நல்ல புத்தி புகட்ட வேண்டும்' என்று எழுதினார். (குடிஅரசு 10.10.1937). இதில் இருந்து 'தமிழர்கள்' என்றே அழைத்தார். தீபாவளி கொண்டாடக் கூடாது என்ற தலையங்கத்துக்கு 'தமிழர்களும் தீபாவளியும்' என்று தலைப்பிட்டார். (குடிஅரசு 31.10.1937)

### 2. தமிழர்–ஆரியர்–திராவிடர்

பார்ப்பனர்–பார்ப்பனரல்லாதார் என்று பேசிவந்த பெரியார் ஆரியர்–திராவிடர் எனப் பேசத் தொடங்குகிறார். இராமாயணக் கதையை இதற்கு மேற்கோளாகக் காட்டுகிறார். தேவர்–அசுரர் சண்டை என்றும் சொல்கிறார். தமிழ்மக்களைத்தான் இப்படி இழிவு படுத்துகிறார்கள் என்றும் சொன்னார்.

(குடிஅரசு 20.2.1938)

இந்தி எதிர்ப்புப் போராட்டத்தின் போது, 'தமிழ்த் தோழர்களே! தமிழ் இளைஞர்களே, தமிழ் மடாதிபதிகள் என்பவர்களே, சுத்த தமிழ் மக்களே, தமிழ் அன்பர்களே' என்று அழைத்தார். தமிழன் என்ற உண்மை உணர்ச்சி, தமிழன் நிலைமை, தமிழனின் தனிமானம் – ஆகியவை குறித்தும் எழுதியது 'குடிஅரசு'.

(குடிஅரசு 8.5.1938)

இதுதான், 'தமிழ்நாடு தமிழருக்கே' என்ற முழக்கமாக வெடித்தது. இது திராவிட நாடு திராவிடருக்கே என்பதாகவும் ஒலிக்கப்பட்டது. இது திராவிடர்–தமிழர் சொற்போருக்கு வழிவகுத்தது.

“ஒருசில தமிழர் தங்களைத் தமிழ் ரத்தம் ஓடும் தமிழர் என்று சொல்லிக் கொண்டு திராவிடம் வேறு, தமிழ் வேறு என்றும், திராவிடமும் ஆரியமும் ஒன்று என்றும், கன்னடமும் தெலுங்கும் மலையாளமும் தமிழ் அல்ல என்றும், கன்னடியரும் தெலுங்கரும் மலையாளிகளும் தமிழர்கள் அல்லவென்றும் குரைக்கிறார்களே இவர்கள் கலப்படமற்ற தமிழர்களா? என்பதுதான் எனக்கு ஆச்சரிய மாய் இருக்கிறது...” என்று பாய்ந்தார். திராவிடநாடு–தமிழ்நாடு இரண்டும் ஒன்றுதான் என்றார். திராவிட மொழிக்குடும்பத்து மொழிகளைப் பேசும் மாநிலத்தைச் சேர்ந்தவர்களை ஒரே நாட்டைச் சேர்ந்தவர்கள் என்றார்.

தனி மாகாணம் உருவாவதை விட, தனிநாடு உருவாவதே முக்கியம் என்றார்.

“வடநாட்டார் நம்மீது ஆதிக்கஞ் செலுத்துவதைத் தடுக்க வேண்டுமானால், வடநாட்டார் சுரண்டுவதைத் தடுக்க வேண்டு மானால் தமிழ்நாடு தனி மாகாணமாகப் பிரிந்தாக வேண்டும். இதற்கு நாம் விடாது போராட வேண்டும். தமிழ்நாடு தமிழருக்கே என்ற கிளர்ச்சிகளும் கூப்பாடுகளும் மூலை முடுக்குகளிலும் தோன்றவேண்டும். உண்மைத் தமிழர்கள் அனைவரும் வீறு கொண்டெழுந்து போராட வேண்டும். அப்பொழுதுதான் தமிழர்கள் தமிழர்களாக மானமுள்ள மனிதர்களாக வாழ முடியும்” என்று சேலத்தில் நடந்த இந்தி எதிர்ப்புக் கூட்டத்தில் பேசினார். கூட்டம் நடந்த நாள்: 16.10.1938.

(குடிஅரசு 30.10.1938)

தமிழும் திராவிடமும் ஒன்றே என்பது அவரது கருத்து. தமிழில் இருந்துதான் திராவிட மொழிகளான தெலுங்கும், கன்னடமும், மலையாளமும் தோன்றின என்பது அவரது கருத்து. தமிழர்களில் இருந்தே தெலுங்கர்களும், மலையாளிகளும், கன்னடர்களும் தோன்றினார்கள் என்பது அவரது கருத்து. அதற்கு ஏற்பவே அன்றைய சென்னை மாகாணத்தில் ஆந்திர, மலையாள, கன்னடப் பகுதிகளும் இருந்தன. இதிலிருந்து தமிழர்களைப் பிரிப்பதே, தமிழர் அரசியலைக் குலைக்கும் செயல் என நினைத்தார். தமிழர் நிலப் பரப்பைக் குறைக்கும் முயற்சிகள் என நினைத்தார். இப்படியெல்லாம் எண்ணம் கொண்டவராக இருந்தாலும் அவர் முழுக்கப் முழுக்க பேசியது தமிழுக்கும், தமிழருக்கும் தமிழ்நாட்டுக்கும்தான்.

### 3. திராவிட மக்கள் – தமிழ்மக்கள்

1938 இந்திப் போருக்குப் பெண்களைத் தூண்டும் வகையில் தமிழ்நாட்டுப் பெண்கள் மாநாட்டில் (13.11.1938) பேசும்போது,

'தமிழ்மொழி, கலை, நாகரிகம் காப்பாற்றப்பட்டு நாடு வளர வேண்டு மானால் பெண்மணிகளாகிய நீங்கள் துணிந்து முன்வரவேண்டும்' என்றுதான் குறிப்பிட்டார். பெண்களைப் போராடத் தூண்டியதாகக் கைது செய்யப்பட்டார். பெல்லாரிச் சிறையில் இருந்தபடியே நீதிக்கட்சி மாநாட்டுக்குப் பெரியார் எழுதி அனுப்பிய உரையை ஏ.டி.பன்னீர்செல்வம் வாசித்தார். இந்த உரையில் 'திராவிட மக்கள் – தமிழ்மக்கள்' என்று அடையாளப்படுத்துகிறார். 'தமிழர் உழைப்பின் பலனை எல்லாம் தமிழரல்லாத ஒரு சிறு கூட்டத்தார் கொள்ளை அடிக்கிறார்கள்" என்றார்.

"இந்தி நுழைவால் தமிழ்மொழி, தமிழ்க்கலை தமிழர் நாகரிகம், தமிழர் தன்மானம் அழிவுறும் என்று சொன்னால் அது அரசியல் எதிரிகளின் கூச்சலாம். ஆந்திர, மலையாள, கன்னட தேசத்தார் இந்தி கட்டாயமாக்கப்படுவதை ஆட்சேபிக்கவில்லையென்று கூறுவார்களாயின் அவர்கள் நாட்டில் அதை நுழைத்துக் கொள்ளட்டுமே, தமிழ்மக்களை அதைப் படிக்கும்படி ஏன் வற்புறுத்த வேண்டும்?" என்று கேட்டவர் பெரியார்.

*(குடிஅரசு 1.1.1939)*

'அவர்கள் நாட்டில்'-என்று பிரித்தே ஆந்திராவையும், மலையாள, கன்னட தேசத்தையும் குறிப்பிடுகிறார். ஆந்திர எதிர்ப்பு என்பது 1938களிலேயே வந்துவிட்டது என்பதற்கு உதாரணம் இராமநாதபுரம் ஜில்லா இரண்டாம் மாநாட்டுத் தீர்மானங்களை ஏற்றுக்கொண்டு அதனைக் 'குடிஅரசு' வெளியிட்டிருப்பது.

அம்மாநாட்டின், 2,3,4,5,6,7,8,9 ஆகிய தீர்மானங்கள் பெரியாரின் நிலைப்பாட்டைத் தெளிவாகக் காட்டும்.

தமிழ்நாடு தனி மாகாணமாகப் பிரிக்கப்பட்டு, தமிழ் அரசாங்க மொழியாக்கப்படல் வேண்டும். அகில இந்திய காரியங்களைத் தவிர மற்ற முழு அதிகாரங்களும் அந்தந்த மாகாண மக்களிடமே யிருக்க வேண்டும், ஆந்திர மாகாணப் பிரிவினைக் கிளர்ச்சியை இம்மகாநாடு பூரணமாக ஆதரிக்கிறது, சென்னை, தமிழ் நாட்டெல் லையைச் சேர்ந்ததாகையால் ஆந்திரர் அதைத் தங்களுக்குத் தலைநகர் ஆக்கச் செய்யும் கிளர்ச்சி நியாயமற்றதென மகாநாடு கருதுகிறது, அண்ணாமலை சர்வகலாசாலை தமிழ்க்கலாசாலை அல்லவென்றும் கலாசாலை துணை அத்யட்சகர் கூறிவிட்ட நிலையில், மற்றொரு தமிழ்க் கலாசாலையை ஏற்படுத்த மகாநாடு சென்னை சர்க்காரைக் கேட்டுக்கொள்கிறது, தமிழ் கட்டாயப் பாடத் திட்டமேற்படுத்த சென்னை சர்க்காரைக் கோருகிறது, தமிழி லேயே எல்லாக் கலைகளையும் கற்பிப்பதற்கு நூல்கள் இயற்றுவதற்குத் தமிழ்க் கழகங்களைக் கலந்து ஓர் கமிட்டியை ஏற்படுத்த வேண்டும், தமிழ்நாட்டிலுள்ள எல்லாப் பள்ளிகளிலும் தமிழுக்கும், தமிழ்

ஆசிரியர்களுக்கும் முதலிடம் அல்லது சுயஉரிமைகள் அளிக்க சர்க்காரை வேண்டுகிறது, மாணவர்களுக்குத் தாய்மொழி தமிழே கட்டாயமில்லாத நிலையில், இந்தியைக் கட்டாயமாக வைக்கக் கூடாதென்று இம்மகாநாடு வற்புறுத்துகிறது. – ஆகிய தீர்மானங்கள் நிறைவேற்றப்பட்டன.

(குடிஅரசு 25.12.1939)

நாவலர் சோமசுந்தரபாரதியார் முன்னின்று நடத்திய மாநாடு அது. அம் மாநாட்டுத் தீர்மானங்களை மொத்தமாக வழிமொழிந் துள்ளது 'குடிஅரசு'. தமிழ்மொழி பேசும் தமிழருக்குத்தான் தமிழ்நாடு சொந்தம் என்றும் எழுதினார் பெரியார். தமிழ்நாடு தான் ஒரு நாடாக இருக்க முடியுமே தவிர இந்தியா இருக்க முடியாது என்று பெரியார் சொன்னார்! அவரது திராவிட நாடு என்பது ஆந்திரம் – கன்னடம் கேரளாவை உள்ளடக்கியதாகச் சொல்லப்பட்டாலும் நடைமுறையில் அதனை உள்ளடக்கியதாக அவர் செயல்படவில்லை என்பதை இதன் மூலம் உணரலாம்.

## 4. பிராமணர்–திராவிடரா? தமிழரா?

*பிராமணர், திராவிடரா? தமிழரா? என்று கேள்வி கேட்டு ஒரு தலையங்கம் தீட்டப்பட்டது. "பிராமணர்கள் மெய்யாகவே தமிழர்களானால் தென்னிந்திய சிவாலயங்களில் முதலில் வேதபாராயணம் செய்ய வேண்டுமென்றும், அப்புறம்தான் தேவாரம் ஓதவேண்டுமென்றும் பிடிவாதம் செய்வதேன்?*

*பிராமணர் தமிழர்களானால் சைவர்கள் மகாநாட்டில் அவர்கள் ஏன் கலந்துகொள்ளவில்லை? பிராமணர் தமிழர்களானால் அறுபத்து மூன்று நாயன்மாரையும், பட்டினத்தார், தாயுமானவர், இராமலிங்க சாமிகள் முதலிய பெரியார்களையும் ஏன் வணங்க வில்லை; சைவ சமயாச்சாரியார்களை ஏன் கும்பிடவில்லை? பிராமணர் தமிழரானால் – திராவிடரானால் பிராமண ஹோட்டல்களில் தமிழர்கள் எல்லாம் வேற்றுமையின்றி ஒன்றாக இருந்து சிற்றுண்டியருந்தும்போது பிராமணர்கள் மட்டும் தனியிடத்திலிருந்து உண்பதேன்? பிராமணர் தமிழரானால் சம்ஸ்கிருதத்துக்கு அவர்கள் உயர்வு கற்பிப்பதேன்? தமிழ் நூல்கள் எல்லாம் வடமொழியிலிருந்து மொழிபெயர்க்கப் பட்டவைகளே எனப் புனைந்து கூறுவதேன்? பிராமணர் தமிழர் களானால், அவர்கட்கு மட்டும் தனிச் சம்ஸ்கிருதப் பள்ளிக்கூடங்கள் ஸ்தாபித்திருப்பதேன்? அப்பள்ளிக்கூடங்களில் தமிழர்கட்கு அனுமதி யளியாததேன்? வேதமோதத் தமிழர்க்கு உரிமையில்லையெனக் கூறுவதேன்? பிராமணர் தமிழர்களானால், சம்ஸ்கிருத மந்திரஞ் சொல்லிக் கலியாண, இழவுச் சடங்குகள் நடத்துவதேன்? பிராமணர்*

தமிழரானால், தமிழர் அநுஷ்டிக்காத பலவகைப்பட்ட நோன்பு களையும், சடங்குகளையும் பிராமணர் மட்டும் அநுஷ்டிப்பதேன்? இப்பொழுதும் தமிழர்களுடன் கலக்காமல் தனித்து வாழ்ந்து வருவதேன்? தமிழர் பார்த்தால் திருஷ்டி, தோஷம் எனக்கூறிப் பிராமணன் மறைவிடங்களில் உண்பதேன்? இவ்வண்ணம் கிரியாம்சையில் தாம் அந்நியர் என்று காட்டிக்கொள்ளும் ஒரு கூட்டத்தார் வாய்ப்பேச்சளவில் மட்டும் நாமும் தமிழர் எனக் கூறினால் யாராவது லட்சியம் செய்வார்களா? பிராமணர் மெய்யாகவே தமிழர்களானால், நடைஉடை பாவனைகளில் அவர்கள் தமிழர் ஆகவேண்டும். முதலில் பூணூலை அறுத்தெறிய வேண்டும். எல்லாத் துறைகளிலும் தமிழர்களைப் போல் நடக்க வேண்டும். தமிழ் நூல்களையே தமது முதல் நூல்களாகக் கொள்ளவேண்டும். தமிழே தமது குலமொழி கோத்திரமொழியென ஒப்புக்கொள்ள வேண்டும். சம்ஸ்கிருதம் தமிழைவிட உயர்ந்தது என்ற தப்பெண்ணத்தை விடவேண்டும். நடைஉடை பாவனைகளால், பழக்கவழக்கங்களால், மதாசாரங்களால் அந்நியர் எனக்காட்டிக் கொள்ளும் பிராமணர் விவாதத்துக்காக மட்டும் தமிழர் எனக் கூறிக்கொள்வது சுத்த அசட்டுத்தனமாகும்" என்றது.

(குடி அரசு 22.01.1939)

'பார்ப்பனர்'-தமிழர்களா? என்று சித்திரபுத்திரன் என்ற புனைபெயரில் ஒரு கட்டுரை தீட்டினார்.

இதில் யார் பார்ப்பனர் என்பதற்கான பதிலைப் பெரியார் தருகிறார். "யார் யார் தங்களை வருணாசிரம தருமமுறைப்படி முதல் ஜாதியார், மேலான ஜாதியார் என்றும் மற்றவர்களைத் தங்களுக்குக் கீழ்ஜாதியார் என்றும் கருதுகிறார்களோ, யார் யார் தங்களை ஆரிய வேத சாஸ்திர முறைப்படி உயர்ந்த ஜாதியாய்க் கருதிக்கொண்டு மற்ற ஜாதியாருடன் உண்பன தொடுவன முதலாகிய காரியங்கள் செய்யக் கூடாதென்றும் அந்தப்படி செய்வது தோஷமான காரியமென்றும் கருதுகிறார்களோ, யார் யார் தங்களது நடை, உடை, பாவனை முதலியவைகளில் மற்ற ஜாதியார்களைவிட மாறுபட்டவர்களாய் இருப்பதோடு அவைகள் (அம்மாறுபாடுகள்) தங்களுக்கு மாத்திரம் உரியனவே ஒழிய மற்ற எவ்வகுப்பாருக்கும் உரியவல்ல என்று கருதுகிறார்களோ, யார் யாருக்குச் சொந்த ஊர் (நாடு) என்பதொன்று இல்லாமல் தொழிலுக்கும், வாழ்வுக்கும் சென்ற இடங்களையே தங்களது இடமாகக் கொண்டு நாடெங்கும் திரிந்து வாழ்பவர்களாக இருக்கிறார்களோ, யார் யார் தமிழ் பாஷையை இழிவான பாஷை என்றும், தமிழைவிட உயர்ந்த பாஷை வேறு ஒரு பாஷை உண்டு என்றும் அதுதான் தேவ பாஷை மற்றது மிலேச்சபாஷை என்றும் கருதுகிறார்களோ, யார் யார்

தங்கள் வைதிக காரியத்தில் ஈடுபட்டு இருக்கும்போது தமிழ் பேசுவது தோஷமான காரியமென்று கருதுகிறார்களோ, யார் யார் தங்களு டைய முன்னோர்களும் கோத்திரத் தலைவர்களும் தமிழர்கள் அல்லவென்றும் அவர்கள் பேசிய பாஷை தமிழ் அல்லவென்றும் அவர்களது சரித்திரங்கள் தமிழில் இல்லை என்றும் கருதிக் கொண்டிருக்கிறார்களோ, யார் யாருடைய சமய மூலஆதாரங்கள் தமிழில் இல்லை வேறு பாஷையில்தான் இருக்கின்றன என்றும் கருதிக் கொண்டிருக்கிறார்களோ இவர்கள் எல்லோருமே தமிழைத் தங்கள் தாய்ப் பாஷையாகக் கொண்டவர்கள் என்று சொல்லிக் கொண்டாலும்கூடப் பார்ப்பனர்களேயாகும்" என்பதைத் தெளிவு படுத்தினார்.

"இந்த எல்லைக்குள் வரும் பார்ப்பனர்கள் தங்கள் வாழ்க்கை அவசியத்தின் பொருட்டுத் தமிழ்நாட்டில் குடியேறிய காரணம் கொண்டு தமிழ் பேசுவார்கள். ஆந்திர நாட்டில் குடியேறிய காரணத்தின் பொருட்டுத் தெலுங்கு பேசுவார்கள். இது போலவே வங்காளத்திலும், குஜராத்திலும், சிந்துவிலும், காஷ்மீரத்திலும், ஒரிஸாவிலும் குடியேறிய காரணத்தின் பொருட்டு அந்த அந்த நாட்டுப் பாஷையே பேசுகிறார்கள்.

ஆதலால் அந்தந்த நாட்டில் அந்தந்த நாட்டுப் பாஷையைப் பேசுகின்ற பார்ப்பன மக்கள் எல்லோரும் அந்தந்த நாட்டார் என்கிற உரிமை கொண்டாடவோ அந்தந்த நாட்டார் என்கின்ற பட்டிகையில் சேர்க்கவோ தகுதியற்றவர்களேயாவார்கள்" என்று சொன்னார். பார்ப்பனர்களை அவர் தமிழர்களாக ஏற்கவில்லை. சூத்திரர், தமிழர்களின் எதிரியே பிராமணர்கள் என்றார்.

*(குடிஅரசு 04.06.1939)*

## *5.* 'கன்னட' இராமசாமி!

*18.6.1939* அன்று சென்னைக் கடற்கரையில் நடந்த கூட்டத்தில் 'கன்னட ராமசாமிக்கு எதற்கு தமிழ் அபிமானம்?' என்று கேட்டவர் களுக்குப் பதில் அளித்தார்.

"நாங்கள் வேறு; ஆரியர்கள் வேறு என்பதைப் பல இடங்களில் கூறியுள்ளோம். பல பார்ப்பன நண்பர்கள் தனியே என்னிடத்தில் வந்து இதை மட்டும் விட்டுவிடு; மந்திரிசபையை எவ்வளவு வேண்டு மானாலும் தாக்கு என்று கூறுகின்றனர்... ஒரு சிலர் கன்னட ராமசாமிக்கு தமிழ் அபிமானம் ஏன் என்கின்றனர். அவர்கள் தமது தாய்மொழியை–கலையை விற்று, பிறருக்கு அடிமையாகி, தன்னையும் விற்றுப் பேசுகின்றனர்.

கன்னடன், தெலுங்கன், மலையாளி என்போர் யார்? எல்லோரும் தமிழர்களே–திராவிடர்களே. தமிழிலிருந்துதான் இவைகள் வந்தன. அம்மொழிகளில் கலந்துள்ள வடசொற்களை நீக்கிவிட்டால் எஞ்சுவது தனித் தமிழே. அப்பொழுது கன்னடம், தெலுங்கு, மலையாளம் என்ற பெயர் மறைந்துவிடும். எனவே, எங்கள் மொழியிலுள்ள சீரிய கலைகளை ஒழிக்க முயல்வதாலேயே பலத்த கிளர்ச்சி செய்கிறோம். இது ஒரு அற்ப விஷயமல்ல. தமிழ்க்கலை ஒழியாதிருக்க வகை தேட வேண்டுவது உண்மைத் தமிழன் கடமையாகும்" என்று பேசினார். இது தொடர்பாகப் பெட்டிச் செய்தி ஒன்றையும் வெளியிட்டார்.

*(குடிஅரசு 25.6.1939)*

13.8.1939 அன்று விருதுநகரில் நடந்த கூட்டத்தில் பேசும்போது 'கன்னடர்' என்ற பிரச்னைக்கு மீண்டும் பதிலளித்தார்.

"தமிழ், கன்னடம், தெலுங்கு, மலையாளம் ஆகிய நான்கு ஒரே தலையைச் சேர்ந்தவைகள் என்பதையும், இவை நான்கு சேர்ந்துதான் திராவிட நாடு ஆகிறதென்பதையும் நீங்கள் அறிந்து கொள்ள வேண்டும். தமிழர்கள் திராவிடர்கள், அவர்களுடைய நாடு அவர்களுக்காகவே இருக்க வேண்டுமே அன்றி வடதேச மார்வாடிகளின், மில்காரர்களின் சுரண்டுதலுக்கு இடம் தருவதாக விட்டு வைக்கத் திராவிடர்களாகிய நாம் என்றும் விட்டுக் கொடுக்க மாட்டோம்" என்று சொன்னார்.

*(குடிஅரசு 20.8.1939)*

## 6. அரக்கன், அசுரன்...

இந்நாட்டிற்கு ஆரியர் வருவதற்கு முன் தமிழர்கள் என்ன நிலையில் இருந்தார்கள்; எவ்வளவு சுதந்திரமும், வீரமும், நாகரிகமும் பெற்று இருந்தார்கள் என்பதும், ஆரியர்கள் வந்தபிறகு தமிழர்களை அவர்கள் எவ்வளவு கொடுமையும், சூழ்ச்சியும் செய்து ஆதிக்கம் பெற்றார்கள் என்பதும் குறித்துப் பெரியார் தொடர்ந்து பேசி வந்தார். தமிழர்களை அசுரனாகவும், ராட்சசனாகவும் ஆக்கி ஆரியர்கள் அழித்ததாகச் சொன்னார். பாரதம், இராமாயணம், கந்தபுராணம், சிவபுராணம், விஷ்ணு புராணம் ஆகியவை ஆரியர்களின் உயர்வும் திராவிடர்களின் இழிவும் கொண்டவை என்றார். அரக்கன், அசுரன், ராட்சசன் என்பவர்கள் பலமும் பராக்கிரமும் வீரமும் கொண்ட தமிழர்கள் என்றார். இராவணனை மாவீரன் என்றார். அவனைக் காட்டிக் கொடுத்த வீடணனை ஆரியத் துரோகி என்றார். இரணியனை வீரன் என்றார். அவன் மகன் பிரகலாதன் துரோகி என்பதால் ஆரிய அடிமை என்றார். கிருஷ்ணனை எதிர்த்த நரகாசுரனை மாவீரன் என்றார்.

இந்த ஆரிய–திராவிடச் சிந்தனையின் வெளிப்பாடாகத்தான் ஆரிய–திராவிட ஆராய்ச்சிப் பள்ளியைப் பெரியார் தொடங்கினார். அவரது அண்ணன் ஈ.வெ.கிருஷ்ணசாமியின் மேற்பார்வையில் அது தொடங்கப்பட்டது.

"தமிழ் மக்கள் தங்களை இந்துக்கள் என்றும், தங்கள் நாடு இந்திய தேசம் என்றும், தங்கள் சமயம் இந்து மதம் என்றும், தங்கள் சமய ஆதாரங்கள் வேதம், சாஸ்திரம், ஸ்மிருதி, புராணம், இதிகாசம் என்றும், தங்கள் கடவுள்கள் இந்திரன், இராமன், கிருஷ்ணன், மகாவிஷ்ணு, கந்தன், பரமசிவன், சுப்பிரமணியன், விக்கினேஸ்வரன் என்றும், தங்கள் சாதி 4வது சாதி என்றும், சூத்திரர்கள் என்றும், 5வது சாதி என்னும் பஞ்சமர் சாதி என்றும் கருதிக் கொண்டும் இவைகளுக்கு ஆரியர் கற்பனைப்படி உண்டான சடங்கு, பண்டிகை, திருவிழா, பூசை ஆகியவைகள் செய்து கொண்டும், சமயத்துறை, சமுதாயத்துறை, அரசியல், கல்வி, பொருளாதாரம் முதலியவைகளில் ஆரியர்களுக்கு அடிமையாகவும் கீழ்மையாகவும் இருந்து வருவ தானது சரியா தப்பா என்றும்,

இது இப்படியே இருந்தால் தமிழன் முன்னேறுவானா இழிநிலைக்கு வந்துவிடுவானா என்றும் யோசித்துத் தக்க முடிவுக்கு வரவும், அம்முடிவைக் காரியத்தில் நிறைவேற்றத் திட்டங்கள் வகுக்கவும், அத்திட்டங்கள் நிறைவேறப் பிரசாரம் செய்யவும், பிரசாரம் செய்யப் பயிற்சி அளிக்கவும், சீக்கிரத்தில் ஒரு மகாநாடு கூட்டப்படும்.

அம்மகாநாட்டில் விவாதிக்கும் விஷயங்களைத் திட்டப்படுத்த அறிஞர்கள், அனுபவசாலிகள் ஆகிய பெரியார்கள் கூட்டம் ஒன்று நடைபெறும். பொதுவில் ஈரோட்டில் சமீபகாலத்தில் இரண்டு மாதத்துக்குக் குறையாமல் நடக்கும்படியான ஒரு ஆராய்ச்சி நிலையம் ஏற்படுத்தப்படும்" என்ற அறிவிப்பில் அவரது மொத்த கொள்கையும் இருக்கிறது.

*(குடி அரசு 19.11.1939)*

## 7. தமிழ்நாடு–திராவிட நாடு

'தமிழ்நாடு தமிழருக்கே' என்று தூத்துக்குடியில் பெரியார் பேசியதைக் கண்டித்து 'மெயில்' இதழ் எழுதியது. அதற்குப் பெரியார் அளித்த மறுப்பு அறிக்கை முக்கியமானது.

"தங்கள் தமிழ்நாடு என்றால் என்ன என்று கேட்டிருக்கிறீர்கள் – தமிழ்நாடு என்பது திராவிடநாடு என்றும், திராவிடநாடு என்பதானது இன்னது என்று வெகுகாலமாகவே அய்ரோப்பிய அறிஞர் முதல் பல உலக ஆராய்ச்சிக்காரர்களாலும் இந்திய சரித்திர

ஆராய்ச்சியாளராலும் எல்லை காட்டி வகுப்பட்டிருக்கிறது என்றும் நான் இது விஷயமாய்ப் பேசுகிற இடங்களில் எல்லாம் இதைப் பற்றி விளக்கிப் பேசியே வந்திருக்கிறேன்.

தமிழ், தெலுங்கு, கன்னடம், மலையாளம் முதலாகிய பாஷை களைத் தாய்ப் பாஷையாகப் பேசி வந்த மக்களையே மிகுதியாகக் கொண்ட நாடுகள் இன்று திராவிடம் என்று சொல்லப்படுவது என்பது யாவரும் அறிந்ததேயாகும். அந்தத் திராவிடம் என்பது பெரிதும் சென்னை மாகாணமாகவே இருக்கிறதுடன் மற்றும் சிறிது சென்னை மாகாணத்தைத் தொட்ட சுற்றுப்புற நாடாகவும் இருக் கிறது. இந்த விஸ்தீர்ணத்திற்கு உட்பட்ட முஸ்லிம்களும், கிறிஸ்தவர் களும், தாழ்த்தப்பட்ட மக்களும், தங்களை ஆரியர் என்று சொல்லிக் கொள்ளும் பார்ப்பனர் அல்லாத மற்ற இந்துக்கள் என்று சொல்லிக் கொள்ளுகிறவர்களும் ஆகிய எல்லோரும் திராவிடர்கள் என்ற தலைப்பின்கீழ்தான் வருவார்கள்.

‘திராவிட நாட்டில் பல மொழிகள் இருக்கின்றனவே’ என்றால் இப்பொழுது காங்கிரஸ் தீர்மானித்து இருப்பதை அடிப்படையாகக் கொண்டே திராவிட தேசம் என்பது அவசியப்பட்டால் திராவிட மொழிவாரியான மாகாணங்களைக் கொண்டதாகவும் இருக்கும்.

உதாரணமாகப் பிரிட்டனானது ஒரு தேசமாகவும், ஒரு ஆட்சியாகவும் ஒரு சமயம் ஒரே சமுதாயம் கொள்கை கொண்டது ஆகவும் இருந்தபோதிலும் வேல்ஸ், இங்கிலாண்ட், ஸ்காட்லாண்ட், அயர்லாண்ட் ஆகிய மாகாணங்கள் பெரிதும் மொழிவாரியாக இருப்பதுபோலும் மற்றும் பல மேல் நாடுகளில் இருக்கும் உள் மாகாணப் பிரிவுகள் போலும் திராவிடம் என்ற தலை தேசத்தில் உள்ள மாகாணங்களாக இருக்கும் என்றும் தெளிவுபடுத்தினார்.

*(குடிஅரசு 19.11.1939)*

திராவிட நாடு திராவிடருக்கே என்று திராவிட நாட்டின் அவசியம் குறித்தும் எழுதினார். “கடந்த 20 ஆண்டுகளுக்கு முன்ன தாகவே டாக்டர் டி.எம்.நாயர், சர்.பி.தியாகராய பெருமான் மனதிலும் தோன்றிவிட்டது. ஆரிய ஆதிக்கத்திலிருந்து திராவிட மக்களை, திராவிட நாட்டைக் காப்பாற்ற வேண்டும், இந்நாட்டி லிருந்து ஆரியக் களையைக் களைந்தெறிய வேண்டும் என்ற கருத்தின்மீது பார்ப்பனரல்லாதார் இயக்கத்தைத் தோற்றுவித்தார்கள். இந்த எண்ணம் அன்று இருந்ததினாலேதான் பார்ப்பனரல்லாதார் இயக்கத்தார் “திராவிடன்” என்ற பத்திரிகையைத் தோற்றுவித்து நடத்தி வந்தார்கள். இப்பொழுது அவ்வெண்ணம் கொழுந்து விட் டெரிகிறது. திராவிட இரத்தம் கொதிக்கிறது. அதன் காரணமாகவே சென்ற 10ஆம் தேதி நாடெங்கும் “தமிழ்நாடு தமிழருக்கே” என்ற முழக்கம் ஒலித்தது. திராவிட நாட்டைத் தனியாகப் பிரித்துவிட

வேண்டும் என்று தீர்மானிக்கப்பட்டிருக்கிறது. தமிழ்நாடு தமிழருக்கே என்றால் சரித்திர அறிவோ, அரசியல் அறிவோ அற்ற ஒரு சிறு கூட்டம் பரிகாசம் பண்ணுகிறது. தமிழ்நாடு தமிழருக்கே ஆய் விட்டால் கன்னடர், ஆந்திரர், கேரளர் என்னாவது என்று கேட்கின்றன அம்முண்டங்கள். தமிழ், தாய்மொழியென்றும் அதிலிருந்து தான் கன்னடம், தெலுங்கு, மலையாளம் ஆகிய மொழிகள் பிறந்தன எனவும் மொழி ஆராய்ச்சி வல்லுநர்கள் புகலுகின்றனரே. அப்படியிருக்க, தமிழ்நாடு தமிழருக்கேயென்றால் அவர்களைச் சேர்ந்த குழுவினர்களாகிய கன்னடர், தெலுங்கர், மலையாளிகள் தனித்துப் பிரிந்துபோய் விடுவார்களா? இந்த அற்ப விஷயம் எப்படி அந்த மர மண்டைகளில் ஏறப் போகிறது?

(குடிஅரசு 17.12.1939)

18.12.1939 ஆம் நாளன்று திருவாரூர் பொதுக் கூட்டத்தில் பேசிய பெரியார், தமிழ்நாடு தமிழருக்கே என்பதை நீதிக்கட்சியின் சார்பாக வேலூர் பொதுக் கூட்டத்தில் சர்.பன்னீர்செல்வம் கூறியதை எடுத்துக்காட்டிப் பேசினார். அன்றைக்குச் சென்னை மாகாணத்தில் மலையாளிகள், தெலுங்கர்களும் சேர்ந்து இருந்தார்கள். ஒன்றுபட்ட சென்னை மாகாணத்தையே 'தமிழ்நாடு தமிழருக்கே' என்றால் மற்றவர்கள் கதி என்ன என்று தமக்குத் தாமே கேட்டுக் கொண்ட பெரியார், 'அவர்களும் தமிழர்கள் தாம்' என்றார். தெலுங்கும் மலையாளமும் தமிழில் இருந்து வந்தவை என்ற மொழியாராய்ச்சிப்படி அனைவருமே தமிழர்கள்தானே என்று சொன்னார். அதற்கு வேறுபாடுகளற்ற தமிழ்-தெலுங்கு சொற்களையும் மேற்கோள் காண்பித்தார். தமிழ்நாடு-தமிழருக்கே என்றால் அதன் பொருள் என்ன என்பதையும் விளக்கினார்.

"தமிழ்நாடு தமிழருக்கே என்றால் தெலுங்கர்கள், மலையாளிகள் யார் என்று சிலர் சந்தேகப்படக்கூடும். அவர்களும் தமிழர்கள்தான். அம்மொழியும் அதாவது தெலுங்கும், கன்னடமும், மலையாளமும் தமிழிலிருந்து உண்டாகியவைதான்.

40, 50 வருடத்திற்கு முந்திய ஆங்கில அகராதியைப் (Dictionary) பாருங்கள். என்சைக்கிளோபீடியாவைப் (Encyclopedia) பாருங்கள். ஆந்திரநாடு, கேரளநாடு ஆகிய இவையெல்லாம் திராவிடநாடு என்று அதாவது தமிழகம் (Tamilagam) என்று எழுதப்பட்டிருக்கிறது. தமிழிலிருந்துதான் மற்ற நாடுகள் பிரிந்திருக்கின்றன என்பதை நீங்கள் நன்கு உணரலாம்...." என்றார்.

(குடிஅரசு 07.01.1940)

7.3.1940 அன்று தென்காசி பாவூர் சத்திரம் பொதுக் கூட்டத்தில் பேசிய பெரியார், 'திராவிடர் என்ற பதத்துக்கு அகராதியில் தமிழர்

என்றே இருக்கிறது’ என்று பேசினார். கிறிஸ்தவர்கள், முஸ்லிம்கள், ஆதிதிராவிடர்கள், தமிழர்கள் இவர்களைத் தவிர மற்றவர்கள் ஆரியர்கள்தான் என்றார். ‘திராவிட நாட்டில் ஒரே மொழிதான். சிறிது வித்தியாசம் இருந்தாலும் அடிப்படையான மொழி தமிழ்தான்’ என்றும் குறிப்பிட்டார்.

‘திராவிடர் அகராதியில் திராவிடர் என்ற பதத்துக்குத் தமிழர் என்றிருக்கிறது. தமிழர் என்ற வார்த்தைக்குத் திராவிடர் என்றிருக் கிறது. தமிழ் மக்கள் தமிழ்நாட்டைத் தவிர வடநாட்டையும் ஆண்டு வந்திருக்கிறார்கள். அய்ரோப்பாவிலும் ஆண்டிருக்கிறார்கள். ஆரியர்கள் வந்தபின் நமது நிலை கீழ் நோக்கிப் போய்விட்டது. நமது கலைகள், நாகரிகங்கள் இவைகளைக் கைக் கொண்டு நம்மையே ஏமாற்றி வந்தனர்’ என்று பேசினார்.

*(குடிஅரசு 17.3.1949)*

சிந்துவெளி–கீழடி–பாகிஸ்தான்–ஆப்கானிஸ்தானில் தமிழின் வேர்கள் உள்ளன என்றும், உலகின் பல சொற்கள் தமிழ்ச் சொற் களாக இருக்கின்றன என்றும் இப்போது பேசி வருகிறோமே அதனை 1940களிலேயே பேசி இருக்கிறார் பெரியார்.

தமிழ், ஆந்திரம், கன்னடம், மலையாளம் ஆகிய மொழிக் கூடாரங்களைக் கொண்ட திராவிட நாடு என்று இதனையும்–இந்து இந்தியா என்று வடநாட்டையும் அடையாளப்படுத்தி அறிக்கை வெளியிட்டார்.

*(குடிஅரசு 31.3.1940)*

தமிழ்நாடு தமிழருக்கே, திராவிடநாடு திராவிடருக்கே என்ற இரு முழக்கங்களையும் ஒருசேரச் சொல்லியும் வந்துள்ளார்கள்.

*(குடிஅரசு 14.4.1940).*

இத்தலையங்கத்தில் ‘திராவிடநாடு திராவிடருக்கே’ என்று முழக்கம் ஒலிக்கிறது. 7.4.1940 ஈரோட்டில் நடந்த நீதிக்கட்சி மாநாட்டில் பெரியார் பேசும்போது தமிழ்நாடு, திராவிடநாடு என்று மாறிமாறிக் குறிப்பிடுகிறார். முஸ்லிம் இந்தியா, ஆரிய இந்தியா, திராவிட இந்தியா என மூன்று பிரிவு உள்ளன என்று இக்கூட்டத்தில் தான் பேசினார்.

*(குடிஅரசு 21.4.1940)*

ஆதிநாள் முதலே திராவிடனுக்கு ஆரியன் எதிரிதான் என்ற பெரியார், இந்தியாவைப் பரதகண்டம் என்று சொல்லக்கூடாது என்றார். திராவிடநாட்டைப் பரதன் ஆண்டதில்லை என்றவர், ‘திராவிட மன்னர்கள் ஆட்சி வேண்டுமானால் ஆரிய நாடுகளில் இருந்திருக்கிறது’ என்றார்.

‘நம் நாடு தனியாகிப் பர்மா சிலோனைப் போலத் தனி அரசு அமைத்துக் கொண்டு டில்லி சர்க்காருக்கோ வைஸ்ராய்க்கோ தொடர்பு இன்றி நேராக இங்கிலாந்து செக்ரட்டரி ஆப் ஸ்டேட்டுக்கு தொடர்பு வைத்துக்கொள்ள வேண்டும் என்று கேட்கிறோம்’ என்றார் உதகையில் நடந்த கூட்டத்தில்.

(குடிஅரசு 5.5.1940)

3.6.1940 அன்று காஞ்சியில் நடந்த பிரிவினை மாநாட்டில், ‘திராவிடநாடு தனி ஸ்டேட் ஆகவேண்டும்’ என்ற தீர்மானம் நிறை வேற்றப்பட்டது. தமிழகம் முழுவதும் பிரிவினைச் சங்கங்கள் ஏற்படுத்த வேண்டும் என்ற கோரிக்கையும் வைக்கப்பட்டது. இந்தக் காலகட்டத்தில் (1940 ஆகஸ்ட் 24, 25) நடந்த திருவாரூர் மாநாடு முக்கியத்துவம் வாய்ந்தது. ‘திராவிடர்களுடைய கலை, நாகரிகம், பொருளாதாரம் ஆகியவைகள் முன்னேற்றமடைவதற்கு பாதுகாப்பதற்கு, திராவிடர்களின் அங்கமாகிய சென்னை மாகாணம் இந்திய மந்திரியின் கீழ் ஒரு தனிநாடாகப் பிரிக்கப்படவேண்டும்’ என்று இம்மாநாட்டில் தீர்மானம் நிறைவேற்றப்பட்டது. ‘மக்கள் தொகை கணக்கெடுப்பில் திராவிடர்கள் என்றே குறிப்பிடவேண்டும், இந்து சமயம் எனச் சொல்லக்கூடாது, திராவிட சமயம் என்று சொல்லவேண்டும்’ என்றது இன்னொரு தீர்மானம். ஆதிதிராவிடர் களை ‘அரிஜனங்கள்’ என்று சொல்லக்கூடாது, ஆதிதிராவிடர் என்றே சொல்ல வேண்டும் என்றது இன்னொரு தீர்மானம். இம் மாநாட்டில் தலைமை உரையாற்றிய பெரியார் பேசும்போது திராவிடர் – தமிழர் என்று இரண்டையுமே குறிப்பிட்டார்.

“நம் நாட்டில் திராவிட மக்களுக்குள்ளேயே திராவிடர் – ஆதிதிராவிடர் என்கின்ற ஒரு பிரிவு இருக்கிறது என்பதோடு ஆதிதிராவிட சமூகம் மிகப்பெரும் எண்ணிக்கை கொண்ட மக்கள் சமூகமாக இருந்து வருகிறது. திராவிட நாட்டில் எப்படி வெளியி லிருந்து வந்த ஆரியர்களுக்குத் திராவிட மக்கள் தீண்டப்படாத வர்களாய் இருக்கிறார்களோ, அப்படித் திராவிடர்களுக்கு ஆதிதிராவிடர்கள் அதைவிட மேம்பட்ட தீண்டப்படாதவர்களாயிருக் கிறார்கள். இந்த நிலைமை திராவிட சமுதாயத்திற்கே ஒரு பெரும் மானக்கேடான நிலைமையாகும் என்பதோடு திராவிடர்களை ஆரியர்கள் தீண்டப்படாத மக்களென்று வகுத்திருப்பதையும் நடத்துவதையும் அரண் செய்கிறது. ஆகையால் ஆதி திராவிடர் என்கின்ற பெயரே மாற்றப்பட்டு இருவரும் திராவிடர்கள் அல்லது தமிழர்கள் என்கின்ற பெயராலேயே வழங்கப்பட வேண்டுமென்பதும் திராவிடருக்கும் ஆதிதிராவிடருக்கும் சமுதாயத் துறையிலுள்ள எல்லா வித்தியாசங்களும் பேதங்களும் ஒழிந்து ஒரே சமூகமாக

ஆக வேண்டும் என்பதும் எனது ஆசை" என்று பேசினார். இதி லிருந்து இரண்டு நோக்கங்களைத் தெளிவுபடுத்துகிறார் பெரியார்.

(குடிஅரசு 25.8.1940)

திராவிடர்–ஆதிதிராவிடர் என்ற இருவருக்கும் எந்த வேற்றுமையும் இல்லை என்பது ஒன்று.

திராவிடர்–தமிழர் என்ற இரண்டு அடையாளங்களுக்குள்ளும் எந்த வேற்றுமையும் இல்லை என்பது இரண்டு.

தமிழர்களுக்குள் பேதமில்லை. திராவிடர்–தமிழர் இரண்டுக்கும் வேறுபாடு இல்லை என்பதுதான் பெரியார் உணர்த்துவது.

## 8. ஆரியர்க்கு எதிரான திராவிடர்

சென்னை எழும்பூர் ஸ்பர்டங் கூட்டத்தில் பேசும்போது, 'நாம் திராவிடர் என்று சொல்லிக் கொள்ள யோசிக்க வேண்டியதில்லை. நம் கட்சிக்குப் பெயரே ஆதியில் திராவிடர் கட்சி என்றே இருந்தது' என்றார்.

(குடிஅரசு 22.9.1940)

ஆரியர்–திராவிடர் பேதம் குறித்த ஆதாரங்களை விரிவாகத் தொகுத்து எழுதினார் பெரியார். டாக்டர் வரதராஜுலு 'தமிழ்நாடு' இதழில் எழுதிய விமர்சனத்துக்குப் பதிலாக இதனைப் பெரியார் எழுதினார்.

(குடிஅரசு 8.9.1940)

ஆரியருக்கு எதிர்ச் சொல்லாகத் திராவிடர் என்பதை நிறுவினார். இந்நாட்டில் நடப்பதே ஆதிகாலத்தில் இருந்து ஆரியர்–திராவிடர் யுத்தமே என்றார். சென்னையில் நடந்த (8.12.1940) தமிழ்நாடு ஆரியர் மாநாட்டில், 'இந்துக்களுடைய மதம் ஆரியமதமே' என்று பேசப்பட்டது. இதைக் கண்டித்து எழுதிய தலையங்கத்தில், 'இந்துமதம் என்பது ஆரியமதம்தான் என்பது பற்றி இனி எந்தத் தமிழனுக்கும், திராவிடனுக்கும் சந்தேகத்திற்கு இடமிருக்கக் கூடாதென்றே கருதுகிறோம்' என்று எழுதினார் பெரியார். "ஆரியர்–திராவிடர் போராட்டம் துவக்கப்பட்டு விட்டது என்பது, திராவிட மக்கள் வெற்றி பெறவோ அல்லது அப்போராட்டத்தில் மடியவோ தயாராயிருக்க வேண்டிய காலத்திலும் நெருக்கடியிலும் நாம் இருக்கிறோம் என்பது ஒவ்வொரு தமிழரும் ஞாபகத்தில் வைத்துக் கொள்ள வேண்டியதாகும்" என்று முடிகிறது அந்தத் தலையங்கம்.

(குடிஅரசு 15.12.40)

ஆரியர் தமது எதிரிகளை நாலாஞ்சாதியார், அய்ந்தாஞ் சாதியார், சதுரன், பஞ்சமன், சூத்திரன், கீழ்மகன், அசுரன், அரக்கன், தஸ்யூ, தாசன் என்று அழைத்ததற்காகக் கோபம் கொண்டார் பெரியார். எத்தனை நாளைக்கு இந்த இழிநிலை என்று கேட்டார். இத்தகைய அடிமைச் சமூகத்தைத் தட்டி எழுப்பத் திராவிடர்–தமிழர் என்ற சொற்களை மாற்றி மாற்றிப் பயன்படுத்தினார் பெரியார். இதைச் சொல்வதற்குக் காரணம் திராவிடர்–தமிழர் என்ற சொல்லாடல் அவரைப் பொறுத்தவரையில் ஒன்றுதான்.

அவரது புகழ்பெற்ற கட்டுரையான 'நம் தாழ்மைக்குக் காரணம் என்ன?' (இது தான் சர்ச்சைக்குரிய கட்டுரையும்!) என்ற கட்டுரை யைத் தொடங்கும்போதே, "தமிழர் (திராவிடர்) நிலை தாழ்ந்திருக் கிறது" என்றுதான் பெரியார் தொடங்குவார்.

(குடிஅரசு 27.11.1943)

நீதிக்கட்சியின் நிர்வாகக் குழுக் கூட்டம் 24.11.1943 அன்று சேலத்தில் நடந்தது. இதில்தான், பெயர் மாற்றம் குறித்த தீர்மானம் நிறைவேற்றப்பட்டது. 'தென்னிந்திய நல உரிமைச் சங்கம் என்ற பெயரைத் 'தென்னிந்திய திராவிடர் கழகம்' என்றும் ஆங்கிலத்தில் South Indian Dravidian Federation என்றும் மாற்றத் தீர்மானம் நிறை வேற்றப்பட்டது. பின்னர் சேலம் மாநாட்டில்தான் 'தென்னிந்திய' என்பது துண்டிக்கப்பட்டது.

(குடிஅரசு 4.12.1943)

"நாம் எல்லோரும் ஒரு பட்டியில், ஒரு கூட்டத்தில் சேரும் படியாக இருக்க வேண்டும் என்று கருதியே நம்மைத் 'திராவிடர்கள்' என்றும், நமது நாட்டைத் 'திராவிட நாடு' என்றும் திராவிட நாடு தனி சுதந்திர நாடாக ஆக வேண்டும் என்றும் கொள்கை கொள்ள வேண்டும் என்று முடிவாகத் தீர்மானித்தேன்.

1917ஆம் ஆண்டிலிருந்து 1943ஆம் ஆண்டு முடிய 26 ஆண்டுகள் மறைந்தன. காலஞ்சென்ற தலைவர்கள் ஆதியில் 'திராவிடர் கட்சி' என்ற பெயரைக் கொள்வதில் அபிப்பிராய பேதம் கொண்டிருந்தார்கள். இந்தத் திராவிடர் கழகத்தின் அங்கத்தினர் களாய் இருக்கும் தேவாங்கர் அந்தக் காலத்தில் தங்களைப் பிராமணர்கள் என்றே கூறிக் கொண்டிருந்தார்கள். மேலும் ஆந்திர ஜமீன்தார்கள் தங்களை ஆரியர் என்றே கருதி வந்தார்கள். காலஞ் சென்ற உறுதியான தலைவர் பனகல் அரசருக்கே பூணூலும், உச்சிக்குடுமியும் இருந்தன. அவர் பெரிய சமஸ்கிருதப் பண்டிதர்.

ஸ்ரீரங்கத்தில் வடமொழியில் வாசித்து அளிக்கப்பட்ட வரவேற்புக்கு வடமொழியிலேயே அவர் பதில் அளித்திருக்கிறார். இந்தி எதிர்ப்புக் காலத்திலே "ஆரியர்–திராவிடர்" பிரச்சினை நம்

கட்சியைப் பலமாக ஆக்கிரமித்தபோது வெங்கடகிரி ராஜா அவர்கள் அதற்காகவே கட்சியை விட்டு விலகினார்.

திராவிட சமுதாயம் என்று நம்மைக் கூறிக்கொள்ளவே கஷ்டமாய் இருக்கும்போது தமிழர் என்று எல்லாரையும் ஒற்றுமை யாக்க முயற்சி எடுத்தால் கஷ்டங்கள் அதிகமாகும். இங்கேயே பாருங்கள் கண்ணப்பர் தெலுங்கர், நான் கன்னடியன், தோழர் அண்ணாதுரை தமிழர். இனி எங்களுக்குள் ஆயிரம் ஜாதிப்பிரிவு. என்னைப் பொறுத்தவரையில் நான் தமிழன் எனச் சொல்லிக் கொள்ள ஒப்புகிறேன். ஆனால் எல்லாக் கன்னடியர்களும் இதற்கு ஒப்ப மாட்டார்கள். தெலுங்கரும் அப்படியே. எனவே, திராவிட சமுதாயத்தின் அங்கத்தினர்கள் நாம். நம் நாடு திராவிட நாடு என்று வரையறுத்துக் கொள்ளுவதில் இவர்களுக்கு ஆட்சேபனை இருக்காது. அது நன்மை பயக்கும்" என்றார்.

16.1.1944 சேலத்தில் நடந்த செவ்வாய்ப்பேட்டை திராவிடர் கழக முதலாம் ஆண்டு விழாவில் பெரியார் இப்படிப் பேசினார். திராவிடர், திராவிட நாடு என்பது குறிச்சொல் என்றார். நீதிக்கட்சி இதற்கு உதவவில்லை என்றால் அக்கட்சியில் இருக்க முடியாது என்றும் சொன்னார்.

(குடிஅரசு 19.1.1944)

இதைத் தொடர்ந்து 'திராவிடர்' என்ற பெயர்த் தேர்வுக்கு விளக்கம் அளிக்கத் தொடங்கினார்.

## 9. திராவிடர்

"நம்முடைய இனத்தைத் திராவிட இனம் என்றும், நம் நாட்டைத் திராவிட நாடு என்பதாகவும் கருதிக்கொண்டு, "இந்து – இந்தியர்" என்பதான உணர்ச்சியைக் கைவிட்ட திராவிடரும், திராவிட நாடும் எப்படி முன்னேறுவது என்ற உணர்ச்சி கொள்ள வேண்டும். நாம் இவ்வாறு தனித்து நின்றால் சீக்கிரம் முற்போக்கடையலாம். இதனால் நம் தாழ்மையைப் போக்கிக் கொள்ள எப்படி முடியும் என்று நீங்கள் குழப்பமடையலாம்!

ஒரு காலத்தில் இந்தியா என்ற இவ்வுபகண்டம் முழுவதும் திராவிடர் ஆண்ட நாடாக இருந்தது. இது புராண ஆதாரத்தால் அல்ல; சரித்திர ஆராய்ச்சியால் விளங்குகிறது. இந்நாட்டுப் பழைய மக்கள் திராவிடர் என்பதாகப் பள்ளிப் பாடத்திலும், சரித்திரப் புத்தகங்களிலும் காணப்படுகிறது. ஆரியர் ஆடு மாடுகள் மேய்த்துக் கொண்டு, வயிற்றுப் பிழைப்புக்காக இந்நாட்டிலே நுழைந்தவர் களென்றும் காணப்படுகிறது. நடுநிலைமையிலிருந்து எழுதப்பட்ட புத்தகங்களில்தான் மேற்சொன்னவை காணப்படும்.

நான் படித்துச் சொல்லுகிறேன் என்று கருத வேண்டாம். இன்று ஆரியன் கடவுளுக்கு அடுத்தபடியாகவும், திராவிடன் நாய்க்குச் சிறிது மேன்மையாகவும் கருதப்படுகிறார்கள். அனுபவத்தின் காரணமாக, சரித்திராசிரியர்கள் கூறுவதைக் கேட்டதன் பயனாக, நான் சொல்லுகிறேன். தலைவர், நாம் சேர, சோழ, பாண்டியர் வழித்தோன்றல்கள் என்று சொன்னார். நாம் அவர்கள் பரம்பரை யினர் என்பதாலும் அவர்களுடைய ஆட்சியைக் கைக்கொள்ளும் அபிலாஷையோடும் காரியம் செய்வதாலேயே நம் காரியம் முடிந்துவிட்டதா? அக்காலங்களிலே அவர்களுக்கு அவர்களுடைய ஆட்சி மாத்திரம் போதுமானதாக இருந்திருக்கும். அம்மூவேந்தர் தாங்கள் இனத்தில் தமிழரென்றாலும் அவர்கள் ஆட்சி நடத்திய முறையில் அவர்கள் ஆரியரே, அல்லது ஆரியமும், திராவிடமும் கலந்தவரே என்று நான் சொல்லுவேன். அவர்கள் பெரிதும் ஆரியத்துக்கும், ஆரியருக்கும் அடிமைகளாகவே விளங்கினார்கள். இவற்றையெல்லாம் 'விடுதலை'யில் எழுதி வந்திருக்கின்றேன்; இனியும் 'குடி அரசில்' எழுதி வருவேன்" என்று புவனகிரியில் பேசினார்.

(குடி அரசு 12.2.1944)

இந்து-இந்தியர் உணர்ச்சியைக் கைவிடத் திராவிடர் என்ற சொல்லை மாற்றுச் சொல்லாகப் பயன்படுத்தினார். திராவிடர்களைத் தமிழர்களே எனவும் விளித்தார். 'தமிழர்களைப் பார்ப்பனரல்லாத திராவிடரே' என விளித்தது 'குடி அரசு'.

(குடி அரசு 8.4.1944)

இப்பெயர்க் காரணத்தை விளக்கித் திருச்சியில் பேசினார்.

"நாம், அதாவது திராவிட மக்களாகிய நாம் உழைக்க, உழைக்க அந்நியன் உழைப்பின் பயனை அனுபவித்து வருகிறான். இந்த நிலை மாற வேண்டுமானால், நாம் நம்மைத் திராவிடரென்றும், 'இந்தியா', 'இந்து', 'இந்தியர்', ஆகியவற்றுக்குச் சம்பந்தப்பட்டவரல்ல ரென்றும் உறுதி செய்து கொள்ள வேண்டும். 'இந்து' என்ற வார்த்தை இந்த நாட்டின் எப்பகுதிக்கும் உரியதல்ல என்பது, பார்ப்பனர் களாலேயே உண்டாக்கப்பட்ட புராணங்கள், இதிகாசங்கள், கற்பனைகள் ஆகியவற்றிலும் அவ்வார்த்தை காணப்படாததிலிருந்து அறியலாம். நம் மக்களை நிலைத்த அடிமைகளாக இருக்கச் செய்யப்பட்ட சூழ்ச்சியே 'இந்து' என்பதாகும். 'இலக்கியம்' 'பஞ்ச காவியங்கள்', 'நீதிநூல்', என்பனவெல்லாம் நம்முடையவை என்று நம் பண்டிதர்கள் பேசிக் கொள்கிறார்கள். ஆனால், அவற்றில்கூட 'இந்தியா' என்பதோ, 'இந்து', என்பதோ 'இந்தியர்' என்பதோ காணப் படவில்லை.

500 அல்லது 600 ஆண்டுகளுக்கு முற்பட்ட சரித்திரங்களில் எல்லாம் நம்மைக் குறித்துத் 'திராவிடர்' என்றே எழுதப்பட்டிருக்கிறது. திராவிடர், ஆரியர் என்ற இனங்களே முன்னாட்களில் இந்தியாவில் இருந்ததாகச் சரித்திர சான்றுகள் கூறுகின்றன. தென்பாகத்தில் திராவிடர்களே பெருங்குடி மக்களாக வாழ்ந்து வருகின்றனர். இவ்வளவு தெளிவாக உள்ள லட்சியத்தை நாம் மறந்து விட்டோம். அது மட்டுமன்றி எதிரிகளுடையதை நாம் ஏற்றுக் கொண்டோம். அதிலும் நாம் அவர்களுக்கு அடிமைகள் எனப்படுவதை ஒப்புக் கொண்டோம். இக்குறைபாடு நீக்கப்படவே நம் மக்களுக்குள்ளே 'இந்து', எனும் உணர்ச்சி மங்கி, 'திராவிடம்' எனும் உணர்ச்சி வேரூன்ற வேண்டும். 'இந்து', 'இந்தியா', 'இந்தியர்', என்பவற்றை "ஆரியம்', 'ஆரியநாடு', 'ஆரியர்', என்பதாகவே நாம் கருதி ஒதுக்க வேண்டும்.

"பார்ப்பனரல்லாதார் என்று நம்மை நாமேன் கூறிக் கொள்ள வேண்டும்? நாம் திராவிடர். நம் எதிரிகள் வேண்டுமானால் 'திராவிடரல்லாதார்' என்று சொல்லிக் கொள்ளட்டுமே! அந்த அல்லாதார் என்ற வார்த்தையே இழிவை உணர்த்தும் சொல்லாகும். இத்துணை நாட்கள் நம்மைத் தமிழர் என்று சொல்லிக்கொண்டு வந்தபோது, நம்மவரிலே கோடரிக் காம்புகள் சில பார்ப்பனரும் தமிழரே என்று சொல்லத் தொடங்கியதன் காரணமாக, அந்தப் பூச்சாண்டியை ஒழிக்க நாம் 'திராவிடர்' என்று சொல்லிக்கொள்ள வேண்டும்" என்றார்.

(குடிஅரசு 03.06.1944)

"தென் இந்தியர், பார்ப்பனரல்லாதார் என்ற இவ்விரண்டும் ஒன்றுக்கொன்று முரண்பட்ட கருத்துகளைக் கொண்டுள்ளன. உத்தியோகங்களைப் பிரித்துக் கொடுப்பதில் 'பார்ப்பனரல்லாதார்' என்ற பிரிவினை ஒப்புக்கொள்ளப்பட்டதே தவிர, இன உணர்ச்சி ஏற்படவேண்டிய முறையில் ஒப்புக்கொள்ளப்படவில்லை. அந்தக் குறைபாடு நம் மனத்தில் பல நாட்களாகவே இருந்து வருகிறது. தென் இந்தியப் பெருங்குடி மக்களுக்கு லட்சியச் சொல் ஒன்றில்லாம லிருப்பது பெருங்கேடு. இந்தக் காரணத்தாலேயும், 'அல்லாதார்' என்ற பட்டம் நமக்குக் கூடாது என்பதாலேயும், நாமெல்லோரும் ஒரு கூட்டிற்குள் வரவேண்டும் என்பதாலேயும் ஒரு குறிச்சொல் தேவை; மிகமிகத் தேவை. இதைப் பல நாட்களாகவே நான் கூறி வருகிறேன்.

"நம்மை, 'யார்?' என்று கேட்டால், பார்ப்பனரல்லாதார் என்று சொல்கிறோம். மற்றப்படி நம் நாடு எது? என்று கேட்டால், நமது அருமை நாட்டின் பெயரை மறந்து, பெரிய நிலப்பரப்பின், நமக்குச் சம்பந்தமில்லாத நாட்டின் பெயரைக் (இந்தியா என்று) கூறுகிறோம்.

அதன் காரணமாக, 'இந்தியர்' என்றும் அழைக்கப்படுகிறோம். அரசாங்கத்தார் நம்மை மகமதியரல்லாதார் என்று அழைக்கிறார்கள். நம் தொகுதிக்கு அதுதான் பெயர். மேல் நாடுகளாகிய ஜெர்மனி, பிரான்சு, இத்தாலி, ஸ்பெயின், கிரீஸ், எகிப்து, துருக்கி ஆகிய எந்த நாட்டை எடுத்துக் கொண்டாலும் மொழி, கலை, நாகரிகம் ஆகியவற்றில் ஏதாவது ஒன்றின் பெயரை வைத்துக்கொண்டு, அதைக் காப்பாற்ற வேண்டி மற்றவர்களுடன் போராடியே வந்திருக் கிறது. ஜெர்மானியன், ஜெர்மனிக்குள் யூதன் ஏன் வாழ்ந்திருக்க வேண்டும்? அவன் நமது நாட்டை ஏன் சுரண்ட வேண்டும்? வெளி நாட்டானுக்கு இங்கு என்ன வேலை? வெளியாள் ஏன் நம்மீது ஆதிக்கம் செலுத்த வேண்டும்? என்ற உணர்ச்சிகளால் உந்தப்பட்டுப் போராடி வந்ததன் காரணமாக, இன்று ஜெர்மனி உலகில் பெரியதோர் வல்லரசாகவும், மற்ற நாடுகள் கண்டஞ்சும்படியாகவும் இருக்கிறது. 'நாமேன் அப்படி ஆகக்கூடாது' என்பதைத் திராவிட மாணவராகிய நீங்கள் யோசிக்க வேண்டும்" என்று 11.06.1944 அன்று விருதுநகரில் இராமநாதபுர மாவட்ட மாநாட்டைத் திறந்து வைத்துப் பெரியார் பேசும்போது சொன்னார்.

(குடிஅரசு 17.06.1944)

## 10. திராவிடர் கழகம்!

சேலம் மாநாட்டில் 'திராவிடர் கழகம்' என்று பெயர் சூட்டு வதற்கு முன்னால் அளித்த விளக்கங்கள் இவை. நாம் திராவிடர், நம் கழகம் திராவிடர் கழகம், நமக்கு வேண்டியது திராவிட நாடு என்று இக்காலகட்டத்தில் முழக்கம் கிளம்பியது. சேலம் மாநாடு 27.8.1944 அன்று நடந்தது. தென்னிந்திய நல உரிமைச் சங்கம் என்ற பெயர் திராவிடர் கழகம் என்றும் இம்மாநாட்டில் மாற்றப் பட்டது. இது குறித்து தொடர்ச்சியாகப் பல விளக்கங்களைப் பெரியார் அளித்தார். பெரியாரை அரசியல் ரீதியாகப் பிடிக்காதவர் களும் அவரைத் தாக்குவதற்கான காரணமாகத் 'திராவிடர்'-பெயரை எடுத்துக் கொண்டார்கள்.

இன்று கட்சிப் பெயர் மாற்றத்தால் இந்த வீரர்களுக்கு வந்துவிட்ட நஷ்டமென்ன? "தென் இந்தியர்" என்பது "திராவிடர்" என்று ஆய்விட்டால் என்ன குடி முழுகிப்போய்விடும்? என்று கேட்டார்.

"நாம் இந்தியர் அல்ல, திராவிடர்கள், நமக்கு இந்திய அரசாங்க சம்பந்தமில்லாத திராவிட நாடு வேண்டும் என்று இருக்கும்போது நம் ஸ்தாபனத்துக்கு திராவிடர் கழகம் என்ற பெயர் இருந்தால் நமக்கு என்ன கெடுதி என்று கேட்கிறேன். அன்றியும் நாம் இந்தியரல்ல

என்று சொல்லிவிட்டு நம் ஸ்தாபனத்தை இந்தியர் சங்கம் என்று வைத்துக் கொள்வதில் அறிவுடைமையோ நாணயமோ இருக்க முடியுமா? ஊரார் நம்மை முட்டாள்கள், அறிவில்லாதவர்கள், மானமற்றவர்கள் என்று பரிகசிக்கமாட்டார்களா?" என்று சொன்னார்.

(குடி அரசு 16.09.1944)

சேலம் மாநாட்டை ஏற்காத நீதிக்கட்சியினர் சிலர் சென்னையில் கூடிச் சில தீர்மானங்களை நிறைவேற்றினர். அதைப் பெரியார் பெரிதாக எடுத்துக் கொள்ளவில்லை. 'திராவிடர் கழகம் என்ற பெயரை வைத்து ஐந்து ஆண்டுகளாக நாம் பிரச்சாரம் செய்து வந்தோம். அப்போதெல்லாம் யாரும் ஏன் எதிர்க்கவில்லை?' என்று கேட்டார்.

(குடி அரசு 30.9.44)

பஞ்சாப், லக்னோ மாகாணத்தவர் தங்கள் மாகாணத்தில் திராவிடர் கழகம் அமைக்கும்படி கேட்டதாகவும், கொச்சி, திருவிதாங்கூர் சமஸ்தானத்திலிருந்தும் இக்கடிதங்கள் வந்திருப்பதாகவும் குடி அரசில் செய்தி வெளியானது.

(குடி அரசு 7.10.1944)

திராவிட நாடு என்பது சென்னை மாகாணம்தான் என்றும், மற்ற மாநிலத்தவர் பாஸ்போர்ட் வாங்கிக் கொண்டு உள்ளே வரவேண்டும் என்றும் சொன்னார். 'திராவிட நாடு என்பது ஒரு பொருளாதார சமுதாய சீர்திருத்தப் பிரச்னையே தவிர அது ஒரு அரசியல் பிரச்னை அல்ல' என்றார். இசுலாமியர்கள், ஆதிதிராவிடர்கள், கிறித்துவர்கள், பவுத்தர்களும் திராவிடர்களே என்று அறிவித்தார்.

(குடி அரசு 2.12.1944)

"நாம் இந்தியர் என்பதை மறுக்கிறபடியாலும் இன உணர்ச்சியும் எழுச்சியும் பெற வேண்டுவதாலும் திராவிடர் என்ற பெயரைக் கொண்டோம்" என்றார். 'திராவிட மக்களே! உங்களை நீங்கள் திராவிட மக்கள் என்று ஒப்புக்கொள்ள விருப்பமில்லை என்றால் பார்ப்பனரல்லாத மக்கள் என்றாவது ஒப்புக்கொள்வீர்கள் என்று கருதித்தான் அல்லாவிட்டால் பார்ப்பனரல்லாத மக்களே என்று தலைப்பில் குறிப்பிட்டோம்" என்றார்.

(குடி அரசு 3.2.1945)

"திராவிடர் என்பதால் அந்தக் காலத்துக்கு அழைத்துச் செல்வதாகக் கருதாதீர்கள். திராவிடர்–ஆரியர் என்று உடல்கூறு சாஸ்திரப்படி பேசுவதாகக் கருதாதீர்கள். நம்மை இன்றைய இழிவிலிருந்து தாழ்மையிலிருந்து முன்னேற முடியாமல் செய்யும் முட்டுக் கட்டைகளில் இருந்து மீண்டு செல்ல நமக்கு ஒரு குறிச்சொல் வேண்டும்.

திராவிடம் என்பது நமக்கு ஒரு குறிச்சொல். இலட்சியச் சொல். ஆரியக் கட்டுப்பாட்டால் நமக்கு ஏற்பட்டிருக்கிற கொடுமையான இழிநிலை முட்டுக்கட்டை நிலைமாறி மேன்மை அடைய வேண்டும். ஆரியம் என்றால் மாற்றத்துக்கு இடமில்லாதது. திராவிடம் என்றால் மாற்றிக் கொள்ள இடமளிப்பது என்பதுதான் உண்மைத் தத்துவமாகும்" என்றார். நமது பிறப்பையும் இனத்தையும் நினைவூட்டுவதே திராவிடர் கழகத்தின் நோக்கம் என்றார். திராவிடர் என்றால் ஆரியர் வேறு என்பதைக் காட்டுகிறது என்றார்.

*(குடிஅரசு 29.9.1945)*

"திராவிடம் என்பது நம்முடைய நாட்டின் பெயராகும்.

திராவிடர் என்பது இந்நாட்டில் உள்ள பழங்குடி மக்களது இனத்துக்கு ஏற்பட்ட உலகப் பெயராகும்.

திராவிடர் கழகம் என்பது இந்நாட்டு மக்களின் நலத்திற்காக அமைத்துக் கொண்ட ஒரு நிறுவனத்தின் பெயராகும்" என்று அறிவித்தார்.

*(குடிஅரசு 2.2.1946)*

"நாம் திராவிடர்கள், நம்நாடு திராவிடநாடு, நம்மை இழிவு படுத்துபவர்கள் ஆரியர்கள். நம்மைச் சுரண்டுகிறவர்கள் ஆரியர்கள். நமது முன்னேற்றத்தைத் தடுப்பவர்கள் ஆரியர்கள். இதற்கு ஆதரவு அளிப்பது வடநாடும் பிரிட்டனும் என்பன. அதனை நம் மக்கள் உணரவேண்டும் என்பதற்காகவே திராவிடர் கழகம் என்பதாக நம் நிறுவனத்துக்கு பெயரிடப்பட்டது" என்று நெல்லை மாநாட்டில் பேசினார் பெரியார்.

*(குடிஅரசு 9.2.1946)*

திராவிடரா, தமிழரா என்ன பெயரை வைத்துக் கொண்டாலும் பார்ப்பானுக்கு அடிமைதானே, இழிமகன் தானே என்று அவர் கேட்ட கேள்வியில்தான் அவரது உண்மையான நோக்கம் இருக்கிறது. எதைச் சொன்னால் பார்ப்பானுக்கும் நமக்கும் வேறுபாடு உணர்த்தப் படும், எதைச் சொன்னால் நம்மோடு பார்ப்பான் இணைந்து கொள்ள மாட்டான் என்று ஆராய்ந்து அதைச் சொன்னார் பெரியார்.

"திராவிடமே! தமிழ்நாடே! நீ எந்தப் பெயரையோ வைத்துத் தொலைத்துக் கொள். இன்று நீ அனாதியாய் அழுவாரற்ற பிணமாய் இருக்கின்றாய். உன்னை ஏன் என்று கேட்க ஆளில்லை" என்றார். திராவிடரா, தமிழரா எப்படி அழைத்துக் கொண்டாலும் இழிவு நீக்க வழி என்ன என்பதே அவரது கேள்வி. திராவிடர் கழகம் என்பதைப் பார்ப்பனரல்லாதார் கழகம், ஆரியரல்லாதார் கழகம் என்றார்.

*(குடிஅரசு 8.3.1947)*

“ஏன் தமிழர் கழகம் என்று அழைக்கக் கூடாது என்று சிலர் ஆராயாமல் கேட்டுவிடுகிறார்கள். தமிழர் கழகம் என்று அழைத்தால் மற்றத் திராவிட மொழிகள் பேசும் மக்களை விலக்கி நிற்கும். பார்ப்பனர்களும் தமிழ் மொழி பேசுவதால் தமிழர் கழகத்தில் இடம்பெறுவார்கள். எனவே தமிழர் கழகம் ஆரியத்தையும் பார்ப் பனீயத்தையும் அழிக்கத் தவறிவிடும். திராவிட மக்களை பார்ப்பனியப் பிடியிலிருந்து விடுவிக்க முடியாமல் போய்விடும்” என்றார். ஆரியம், பார்ப்பனீயத்தை அழிக்க எதிர்க்க ஏற்ற சொல்லாகத் திராவிடர் என்பதை ஏற்றுக் கொண்டார்.

திராவிடர்களைத்தான் ஆரியர்கள், சூத்திரர்களாக ஆக்கி வைத்துள்ளார்கள் என்றார். இதனை மனுநூலின் மூலமாகச் சொன்னார். சூத்திரர் என்ற பெயர் ஆரியரல்லாத மக்களுக்கு ஆரியர் அளித்த பெயர் என்றார். ஆரியர், பார்ப்பனர், பிராமணர் ஆகியோர் சமூக, அரசியல் வாழ்வில் தமிழர்களுக்கு இழைத்த பெரும் கேடுகளை வீழ்த்துவதற்கு மிகச் சரியான சொல்லாகத் ‘திராவிடர்’ என்பதை ஏற்றுச் சொன்னார்.

*(குடிஅரசு 8.5.1948)*

### *11.* பெரியார் கைவிட்ட திராவிடம்

திராவிடம் என்ற சொல்லுக்கு 1948 காலகட்டத்தில் ஒரு நெருக்கடி ஏற்பட்டது. அதுதான் மொழிவாரி மாகாணப் பிரச்னை!

பெரியார் கேட்டுவந்த திராவிட நாடு என்பது அன்றைய சென்னை மாகாணம். இதில் தமிழர்களோடு தெலுங்கர், மலையாளிகள், கன்னடர் வாழ்ந்து வந்தார்கள். இதில் முதன்முதலாக தெலுங்கர்கள் தனிமாகாணம் கேட்டார்கள். இது பெரியாருக்குச் சிக்கலை உணர்த்தியது. நாம் ஒன்றாக இருக்கலாம் என்று முதலில் சொன்னார். தாம் கேட்டு வந்த திராவிடநாட்டுக்கு மொழிவாரி மாகாணப் பிரிவினை என்பதைத் தடை போடும் தந்திரமாக அரசியல் ரீதியாகவும் பார்த்தார். ஆனால், தெலுங்கர்கள் சென்னை நகரையும் தங்களுக்குக் கேட்க ஆரம்பித்தும்தான் பெரியாருக்குள் இருந்த ‘தமிழன்’ விழித்தான். ‘தெலுங்கர் பேராசை’ என்ற தலை யங்கம் தீட்டினார். நான்கு மொழிக்காரர்களையும் திராவிடர்கள் என்று அழைத்து வந்தவர், தமிழர்களைப் பிரித்துத் ‘தமிழ்த் திராவிடர்கள்’ என்று சொல்ல ஆரம்பித்தார். சென்னை நகர், தமிழ்த் திராவிடனிடமிருந்து பறித்துக் கொள்ளப்படுவதை எந்த ஒரு திராவிடனும் ஒப்புக்கொள்ளவே முடியாது” என்று எழுதினார். இதிலிருந்தே தமிழர்களுக்கு மட்டுமான அரசியல் தொடங்கிவிட்டது.

*(குடிஅரசு 27.8.1949)*

ஆந்திரர்கள் தனிமாகாணமாகப் பிரிந்து செல்வதை ஆதரித்த பெரியார், அவர்கள் சென்னையைக் கேட்டதைக் கண்டித்தார். ஆந்திரர்களுக்குச் சென்னை கிடையாது, கிடைக்காது என்று எழுதினார். ம.பொ.சி. சென்னை மாநகராட்சியில் கொண்டுவந்த தீர்மானத்தை முழுமையாக ஆதரித்தார். ஆந்திர ராஜ்யத்துக்கு சென்னை நகர் தற்காலிகத் தலைநகராகவும் இருக்கக் கூடாது என்பதைத் திராவிடர் கழக மத்திய நிர்வாகக் குழு தீர்மானமாக நிறைவேற்றியது.

(விடுதலை 11.1.1953)

சென்னையில் நடந்த கூட்டத்தில் பேசிய பெரியார், "தமிழ் பேசும் மக்கள் நாட்டில் தெலுங்கு பேசும் மக்கள் ஆட்சி இருப்பதா?" என்று கேட்டார். மலையாளிகளுக்கு எதிராக தென் திருவிதாங்கூரில் நடக்கும் தமிழர் போராட்டத்தைப் பெரியார் ஆதரித்தார். வடக்கில் தெலுங்கர், தெற்கில் மலையாளிகள் தமிழர்களுக்கு எதிராக நடத்தும் அனைத்து ஆர்ப்பாட்டங்களையும் கண்டித்தார். தென்னிந்தியப் பகுதிகள் இணைந்த தட்சிணப் பிரதேசம் திட்டத்தை எதிர்த்தார். இதனை மலையாளிகளின் சூழ்ச்சி என்றார். தமிழர் பேசும் பகுதிகளை மட்டும் கொண்ட தமிழ்ப்பகுதிகளை இணைத்துத் தமிழ்நாடு உருவாக்கச் சொன்னார்.

(விடுதலை 11.10.1955)

1956ஆம் ஆண்டு மொழிவாரியாக மாகாணங்கள் பிரிந்து விட்டன. வடநாட்டான் சுரண்டலில் இருந்து முழுமையாக விடுதலையடைய முன்வராத ஆந்திரமும் கேரளாவும் கன்னடமும் பிரிந்து போய்விட்டதால் இனித் தமிழ்நாடு முழு விடுதலையடையப் போராட வேண்டியதுதான் என்றார். இன்றிருப்பது தனித்தமிழ்நாடு தான் என்றார். தமிழ்நாட்டில் எஞ்சியுள்ள தெலுங்கர், மலையாளிகள் அவரவர் மாநிலத்துக்குப் போய்விடவேண்டியதுதான் என்றார். ஆந்திர, கேரள, கன்னட மொழிக்காரர்கள் தொல்லை நீங்கிவிட்டது என்றார்.

அப்படியானால் திராவிடர் என்பதற்குப் பதிலாகத் தமிழர் என்றே இனிக் கூறலாமே என்று தமக்குத் தாமே கேட்டுக் கொண்ட பெரியார், "திராவிடர் என்றால் ஆரியருக்கு எதிரிகள் என்ற பொருளிருப்பதனால் ஆரியர்களை அறவே ஒதுக்க முடிகிறது" என்றார். அதுவரைக் கேட்டு வந்த 'திராவிடநாடு' இனித் 'தமிழ்நாடு' ஆகிறது.

(விடுதலை 8.11.1956)

பல இனங்களைச் சேர்ந்த இந்தியக் கூட்டாட்சியில் பார்ப்பனர்க்கு மட்டும் அதிகாரமேன்? என்று கேட்ட பெரியார், தமிழர்

தனித்துவாழ இயலும், தமிழர் முன்னேற தனிநாடு ஒன்றே வழி என்று பாண்டவர்மங்கலத்தில் பேசினார்.

(விடுதலை 27.8.1957)

தமிழ்நாடு விடுதலைக்குத் தமிழர்கள் ஒன்றுபடக் கேட்டுக் கொண்டார். அடைந்தே தீருவோம் தமிழ்நாடு என்றார். சுதந்திரத் தமிழ்நாடு முழக்கமாக அது மாறியது.

(விடுதலை 5.1.1958)

அடைந்தே தீருவோம் தனித்தமிழ்நாடு, தனித்தமிழ்நாடு ஆகிய இரண்டு தலையங்கங்கள் இந்த வரிசையில் முக்கியமானவை. தமிழ்நாடு இன்று டில்லி ஆட்சியின் அடிமையாக இருக்கிறது, டில்லி ஏகாதிபத்தியம் தமிழ்நாட்டைச் சுரண்டிப் பாலைவனமாக்கி வருகிறது, வடநாட்டான் ஆட்சியில் இருந்து தமிழகம் தனியாகப் பிரியவேண்டும் என்றது தலையங்கம்.

(விடுதலை 4.1.1958)

24.8.1958 அன்று வேலூரில் நடந்த சுதந்திரத் தமிழ்நாடு மாநாட்டில் பேசும் போது, "இன்று மற்றவர்கள் எல்லோரும் பிரிந்து தனித்தனியே நாடுகளாகப் போய்விட்டார்கள். இன்று தமிழ்நாடு என்று தெளிவாகச் சொல்ல முடிகிறது" என்று பேசினார் பெரியார்.

(விடுதலை 30.8.1958)

திடீரென்று குரல் மாற்றிப் பேச ஆரம்பித்துள்ளார் பெரியார் என்ற குற்றச்சாட்டு எழுந்தது. அப்போது தான், 'சூழ்நிலைக்கேற்ப நமது குரல் மாறலாம். கொள்கை அணுவளவும் மாறாது' என்று சென்னையில் பேசினார். 'இனம் நோக்கில் திராவிடமும் மொழி அடிப்படையில் தமிழ்நாடும் அடைவதே நமது இலட்சியம்' என்றார். தமிழ்நாடு கேட்கிறாயே உன் திராவிட நாடு என்ன ஆயிற்று என்று கேட்பவர்களுக்குப் பதில் அளிக்கும் வகையில் பேசினார்.

"திராவிட நாடு என்று சொன்னாலும் தமிழ்நாடு என்று சொன்னாலும் இரண்டும் ஒன்றுதான். அகராதியில் எடுத்துப்பார். இலக்கியத்தைப் படித்துப் பார். அதிலிருக்கிறது தமிழ்நாடு என்றால் திராவிடநாடு. திராவிடநாடு என்றாலும் தமிழ்நாடுதான். இரண்டுக்கும் பெயர்தான் வேறே தவிர மற்றப்படி காரியங்கள் எல்லாம் ஒன்றுதான். ... இனத்தால் நாம் திராவிடர்கள். மொழியால் நாம் தமிழர்கள்" என்று விளக்கம் அளித்தார்.

(விடுதலை 13.8.1958)

இது என்ன முற்றுப்பெறக்கூடிய விவாதமா? தமிழர்–திராவிடர், தமிழ்நாடு–திராவிடநாடு விவாதம் தொடர்ந்தது. பெற்ற பிள்ளையைப் பெரியார் அடிக்கிறார், வளர்த்த செடியை வெட்டுகிறார் என்று

பெரியாரை விமர்சித்துக் கேலிச்சித்திரங்கள் தீட்டப்பட்டன. இந்த விவாதங்களுக்குப் பதில் அளிக்கும் வகையில் ‘மர மண்டைகளுக்கு மீண்டும் கூறுகிறோம்’ என்ற தலையங்கம் தீட்டப்பட்டது. திராவிடன் என்ற சொல்லை ஏன் பயன்படுத்துகிறோம் என்பதற்கான விளக்கம் சொல்லப்பட்டது.

“திராவிடம் என்ற சொல்லை விடக்கூடாது என்று சொல்லி வருகிறோம். திராவிடன் என்ற சொல்லுக்கு அஞ்சுவது போல் தமிழன் என்ற சொல்லுக்கு அக்கிரகாரத்தான் அஞ்சுவதில்லை. தமிழன் என்றால் ஆமாம் சார் நாமெல்லாம் தமிழன்னோ என்று உடனே உறவு கொண்டாடுகிறான். இதைக் கேட்கும் தமிழன் (திராவிடன்) பல்லை இளிக்கிறான். ‘அல்ல சார் அல்ல! நீர் ஆரியர்! நான் தமிழர்’ என்று கூறக்கூடியவன் கருஞ்சட்டைக்காரன் ஒருவன் தானே? தேவநேயப்பாவாணர், சுப்புரெத்தினம், வை.பொன்னம் பலனார் போன்ற அரை டஜன் புலவர்கள் தானே? மற்ற எல்லாத் தமிழ்ப்புலவர்களும் எல்லா அரசியல் கட்சிக்காரர்களும் எல்லாத் தலைவர்களும் ஆரியனையும் தமிழன் என்றுதானே கூறுகிறார்கள்? தென் ஆர்க்காடு கிராமவாசியான ஒரு தற்குறித்தமிழனுக்கு இருக்கிற அறிவுகூட இவர்களுக்கெல்லாம் இல்லையே? கிராமவாசித்தமிழன் படிப்பு எழுத்துவாசனை இல்லாதிருந்தாலும் ‘அதோ போகிறவன் பார்ப்பான், இதோ வருகிறான் தமிழன்’ என்று பிரித்துக் கூறத் தெரிகின்ற அடிப்படை இன உணர்ச்சி அறிவாவது இருக்கிறதே!

அந்த அறிவு எல்லாத் தமிழர்களுக்கும் வருகின்ற வரையிலும் தமிழர் என்ற சொல்லுக்குப் பதிலாகத் திராவிடர் என்ற சொல்லைப் பயன்படுத்த வேண்டியிருப்பது இன்றியமையாததாகிறது என்று எழுதினார்.

(விடுதலை 22.11.1958)

இந்நிலையில் திராவிடநாடும்–தமிழ்நாடும் என்பதை விளக்கிப் புலவர் பழனிவேலன் பி.ஒ.எல். அவர்கள் ஒரு நீண்ட கட்டுரையை எழுதினார். அன்றைய காலகட்டத்தில் ‘திராவிடநாடு’ கேட்டு வந்தார் அண்ணா. ‘தமிழ்நாடு’ கேட்கத் தொடங்கியிருந்தார் பெரியார். எனவே, அண்ணாவுக்குப் பதில் சொல்வதாக இந்தக் கட்டுரை அமைந்திருந்தது. திராவிடம்–தமிழர் என்ற சொல் மோதல் திராவிடர் கழகத்துக்கும் திராவிட முன்னேற்றக் கழகத்துக்குமான மோதலாக நடந்தது. 1957 முதல் 1963 வரை ‘திராவிடநாடு ஏன் சாத்தியமில்லை?’ என்றே பெரியார் பேசி வந்தார். திராவிட நாடு கிடைக்காது என்றே எழுதினார்.

(விடுதலை 20.7.1959)

“திராவிடநாடு கிடைக்குமா? நிச்சயம் கிடைக்காது. தனித் திராவிடநாடு என்பது கானல்நீர். மொழிவழி மாநிலங்கள் பிரிந்த

பிறகு இந்தக் கோரிக்கைக்குப் பொருளேயில்லை. பொருளில்லாதது மட்டுமல்ல, தமிழருக்கு அபாயமானதுங்கூட. இன்றே சென்னை நகரில் ஆந்திரரும் கோவையில் மலையாளிகளும் நிரம்பி வழிந்து கொண்டிருக்கின்றனர். தமிழ்நாடெங்கும் மலையாளி மயமாகவே இருக்கிறது. வடநாட்டுக்காரன் எண்ணிக்கைகூட ஓரளவுக்கு குறைந்து கொண்டிருக்கிறது. ஆனால் மலையாளி எண்ணிக்கையோ சகிக்க முடியாமல் பெருகிக் கொண்டிருக்கிறது. போதாக்குறைக்குத் திராவிடநாடு தனிச்சுதந்திர நாடாக ஆகுமானால் மலையாளி – ஆந்திரர் ஆதிக்க நாடாகத்தான் இருக்கும். இதை நன்றாகச் சிந்தனை செய்து திராவிடநாடு கூச்சலுக்குச் செவி சாய்க்காமல் தனித் தமிழ்நாடு பெறுவதையே குறிக்கோளாகக் கொள்ளுமாறு வேண்டிக் கொள்கிறோம்" என்றது அந்தத் தலையங்கம்.

(விடுதலை 24.9.1959)

"திராவிடம் என்ற பொய்க்கால் குதிரையாட்டம் இனிமேல் நீண்டநாளைக்குப் பயன்படாது. கேளிக்கை பார்க்கும் கூட்டத்தைச் சேர்க்கத்தான் பயன்படும். அக்குதிரையினால் ஓடமுடியாது என்பதையும் அதன்மீது ஆள் ஏற முடியாது என்பதையும் தமிழர்கள் உணர்ந்து கொண்டுவிட்டனர்" என்று தலையங்கம் தீட்டியதும் விடுதலை தான். இத்தலையங்கத்துக்கான தலைப்பு 'தமிழ் தமிழ் தமிழ்நாடு தமிழ்நாடு' என்பதாகும். திராவிட நாடு என்று பேசுவதே தமிழர்களுக்குத் தற்கொலை நாடு என்று பேசினார் பெரியார். திராவிடநாடு அமைந்தால் தமிழர்கள் சிறுபான்மையினர் ஆகிவிடுவார்கள் என்றார். 'நான் 1937ஆம் ஆண்டே தமிழ்நாடு தனியாகப் பிரிய வேண்டும்' என்று பேசிவிட்டேன் என்று நினைவூட்டினார்.

(விடுதலை 2.6.1961)

"நான் முன்பு திராவிடநாடு கேட்டேன். அதில் முக்கால் பாகம் நம்மைவிட்டுப் போய்விட்டதால் இப்போது நாம் இருக்கும் திராவிடநாடு கேட்கிறேன். நாம் மூன்று கோடி இருக்கிறோம். கன்னடியன் இரண்டு கோடி இருக்கிறான். தெலுங்கன் மூன்றரை கோடி இருக்கிறான். மலையாளி ஒன்றரை கோடி இருக்கிறான். அவர் ஏழு கோடி. நாம் மூன்று கோடி பேர். அவர்கள் சேர்ந்தால் நாம் நசுங்கிப் போய்விடுவோமா இல்லையா? அவர்கள் மெஜாரிட்டி. நாம் மைனாரிட்டி. அதனால்தான் திராவிட நாட்டை விட்டுவிட்டுத் தமிழ்நாடு கேட்டேன்" என்று பேசினார் பெரியார்.

(விடுதலை 12.5.1961)

திராவிட நாடு என்பதை எதிர்க்கும் திராவிடர் கழகத்தவர் 'தமிழர் கழகம்' என்று பெயர் வைத்துக் கொள்ள வேண்டியது தானே

என்ற குற்றச்சாட்டு எழுந்தது. 'இது திராவிடர் கழகம், ஆரியர்கள் சேர முடியாத கழகம்' என்று விளக்கம் அளித்தது விடுதலை. பார்ப்பனர் ஆதிக்கத்தை எதிர்ப்பதற்காக உருவாக்கப்பட்ட கழகம், எந்தப் பிரச்னையையும் ஆரியர்-திராவிடர் என்ற பூதக் கண்ணாடி போட்டு சோதிக்கிறது இக்கழகம் என்றது அத்தலையங்கம்.

(விடுதலை 22.6.1961)

இந்த வரிசையில் அபூர்வமான ஒரு செய்தி ஒன்று விடுதலையில் தென்படுகிறது. அது என்னவென்றால், 'திராவிட தேசியத்தை எதிர்த்து ம.பொ.சி. பேசிய பேச்சுக்குத் தரப்பட்டுள்ள முக்கியத்துவம். சட்டக்கல்லூரி தமிழ் இலக்கியப் பேரவையில் பேசிய ம.பொ.சி. "தமிழ்த் தேசியத்திற்கு இடையே இருப்பது ஒன்று இந்திய தேசியம். இந்திய தேசியமென்பது நொண்டிக் குதிரை. திராவிட தேசியமென்பது பொய்க்கால் குதிரை, தமிழ்த் தேசியமென்பது தான் தமிழர்க்கு ஏற்றதும் உரியதும்" என்று கூறியுள்ளார்.

(விடுதலை 23.11.1961)

இந்திய தேசியம், திராவிட தேசியம் என்பதெல்லாம் கற்பனையே, தமிழ் மண்ணிற்குரிய தமிழ்த் தேசிய உணர்ச்சி தான் அனுபவ உண்மை என்று தமிழ்த் தேசியக் கட்சித் தலைவர் ஈ.வெ.கி.சம்பத் பேசிய பேச்சுக்கும் முக்கியத்துவம் கொடுத்தார். (விடுதலை 1.6.1961). தி.மு.க.வின் திராவிட நாடு கோரிக்கையை முதலிலேயே இராஜாஜி எதிர்க்காதது ஏன் என்று கேட்டார். (விடுதலை 3.3.1962). திராவிட நாடு கோரிக்கையை முன் வைத்து தி.மு.க. தேர்தலில் நிற்கிறதா? திமுகவுக்கு விழுந்த வாக்குகள் திராவிட நாடு கோரிக்கைக்கு விழுந்ததவையா? என்று வி.பொ. பழனிவேலனாரின் கட்டுரை வெளியானது. (விடுதலை 25.3.1962). திராவிட நாடு என்பது உறங்க வேண்டிய பிரச்னை என்று பி.டி.இராசன் பேசியதை வெளியிட்டார்.' இந்திய அரசியலமைப்பில் உண்மையான நம்பிக்கை கொண்டிருப்போம் என்று பிரமாணம் செய்தவர்கள் திராவிடநாடு பிரிவினைக்கு எதிரான அரசியல மைப்புக்கு மண்டியிட்டது ஏன் என்று கேட்டார். (விடுதலை 30.3.1962). திராவிட நாடா, தமிழ்ச்சுதந்திரநாடா என்பதற்கு விளக்கம் கொடுத்தார். எனக்கு ஏன் திராவிட நாடு வேண்டாம் என்று எழுதினார். (விடுதலை 15.9.1962). திராவிட முன்னேற்றக் கழகம் திராவிடநாடு கோரிக்கையைக் கைவிட்டபோது, 'சட்டி சுட்டதா கைவிட்டதா?' என்று கண்ணதாசனின் தென்றல் இதழில் வெளியான கருத்துப்படத்தை எடுத்து வெளியிட்டார். (விடுதலை 26.12.1962).

1955ஆம் ஆண்டு பிறந்து அப்போதே கொல்லப்பட்ட தட்சிணப்பிரதேசம் உருவாக்கம் மீண்டும் 1963ஆம் ஆண்டு

வேறொரு வடிவத்தில் வந்தது. தமிழகத்தையும் கேரளாவையும் இணைக்க வேண்டும் என்று அப்போது சொல்லப்பட்டது. 'முளையிலேயே இதனைக் கிள்ளி எறியவேண்டும்' (விடுதலை 9.2.1963) என்று எழுதினார். சுரண்டல் கொடுமை, மலையாளிகள் தொல்லை என்று கண்டித்தார். மலையாளிகளைப் பசுத்தோல் போர்த்திய புலிகள் என்று கண்டித்தும் தலையங்கம் எழுதினார்.

(விடுதலை 10.1.1964)

இப்படி 1956 முதல் 'திராவிடநாடு' என்பதைக் கைவிட்டு, 'தமிழ்நாடு' என்பதை உச்சரித்தார் பெரியார்!

இந்த நிலைப்பாட்டை முழுமையாக விளக்கி ஆசிரியர் கி.வீரமணி அவர்களால் 'தமிழ்நாடா? திராவிட நாடா?' என்ற குறுநூல் எழுதி 4.8.1961 அன்று வெளியிடப்பட்டது.

சென்னை மாகாணமே திராவிடநாடு, அதை முழுமையாகத் தனிநாடாகக் கேட்கப்பட்டது, 1953ஆம் ஆண்டு தமிழர்களுடன் இணைந்து வாழ முடியாது என்று ஆந்திரா பிரிந்துவிட்டது, 1956 ஆம் ஆண்டு மொழிவாரியாகப் பிரிக்கப்பட்ட பிறகு கேரளாவும் கர்நாடாகவும் உருவாகிவிட்டன, இவை போக இருக்கும் 50,113 சதுர மைலும் 3 கோடி தமிழர்களும் கொண்ட சென்னை ராஜ்யம் தான் இன்றைய தமிழ்நாடு என்று உறுதிப்படுத்துகிறது இந்நூல். தமிழ்ப்பகுதிகளைத் தவிர்த்த மலையாளப் பகுதியோ கன்னடப் பகுதியோ ஆந்திரப் பகுதியோ இப்போது இல்லை, இன்றைய சென்னை மாகாணம் அதன் காரணமாகவே பெயரளவில் 4 மொழி நாடாக இருந்தது மாறி தமிழ்நாடு என்ற பெயர் மாற்றத்துக்கு ஆளாகிறது, அவர்கள் மூவரும் பிரிந்ததை வரவேற்ற பெரியார், இன்றைய தமிழ்நாட்டை மட்டுமே பிரிக்க வேண்டும் என்கிறார் என்பதை ஆசிரியர் வீரமணி உறுதிபடச் சொல்லி இருக்கிறார்.

இத்தகைய சூழலில் பெரியாரின் அறிக்கை ஒன்றை வீரமணி மேற்கோள் காட்டுகிறார். அதில் 'திராவிடம்' என்ற சொல்லைத் தாம் எதற்காகப் பயன்படுத்த வேண்டி உள்ளது என்பதைப் பெரியார் சொல்கிறார்.

"நம் நாட்டுக்கு சமுதாயத்திற்கு இனத்திற்குத் திராவிடம் என்று இருந்த பெயர், அது தமிழல்ல என்பதானாலும் நமக்கு அது ஒரு பொதுக்குறிப்புச் சொல்லும் ஆரிய எதிர்ப்பு உணர்ச்சிச் சொல்லு மாக இருக்கிறதே என்று வலியுறுத்தி வந்தேன்" என்கிறார் பெரியார். "திராவிடன் என்ற சொல்லை விட்டு விட்டுத் தமிழன் என்று சொன்னால் பார்ப்பான் (ஆரியன்) நானும் தமிழன்தான் என்று உள்ளே புகுந்து விடுகிறான்" என்கிறார் பெரியார்.

(தமிழ்நாடா? திராவிடநாடா? பக்கம். 13)

திராவிடன் என்ற சொல் தேர்வின் காரணம், ஆரியம் என்பதன் எதிர்ப்புணர்ச்சிக்காகவே!

தமிழன் என்ற சொல்லைப் பயன்படுத்தாமல் இருந்ததற்குக் காரணம், ஆரியப் பார்ப்பனரும் தாங்களும் தமிழர்கள் என்று உள்ளே நுழைந்துவிடுவார்கள் என்பதற்காகத் தான். அதனால் தான் தமிழன் என்று அவர் பேசுவதை விடவில்லை. தமிழா எழுச்சி கொள் என்றே சொன்னார்.

திராவிடர் கழகம் என்று பெயர் வைக்காமல் போயிருந்தால், சூத்திரர் கழகம் என்பதேதான் வைக்கப் பொருத்தமான பெயர் என்று சொன்னதன் காரணம் பார்ப்பனரல்லாதார்–சூத்திரர்–திராவிடர் என்ற சொல்லுக்குள் பார்ப்பனர் நுழைய முடியாது என்பதால் தான்.

மற்றபடி தெலுங்கர்களை உள்ளே நுழைக்க வேண்டும் என்பதற்காக அல்ல!

### 12. திராவிடர் = சூத்திரர்

சூத்திரர்கள் என்று இழிவுபடுத்தப்பட்டவர்கள் திராவிடர்கள். தமிழர்களே, திராவிடர்கள் என அழைக்கப்பட்டார்கள்.

அதனால்தான் சூத்திரர் கழகம்–திராவிடர் கழகம் என்ற இரண்டில் எந்தப் பெயரை வைக்கலாம் என்று திராவிடர் கழகம் என்ற பெயரைத் தேர்வு செய்ததாகப் பெரியார் சொல்கிறார். திராவிடர் கழகம் என்று பெயர் சூட்டாமல் போனால், சூத்திரர் கழகம் என்றுதான் வைத்திருப்பேன் என்றும் அவர் சொல்லி இருக்கிறார்.

சூத்திரன் என்ற சொல்லாடல் ஆதியில் இருந்து என்பதற்கு 'மநுஸ்மிருதி' ஆதாரம் ஒன்றே போதும். அதனை நீட்டத் தேவையில்லை. அந்தச் சூத்திரர் பழி, எல்லா நூற்றாண்டுகளிலும் தொடர்ந்தது. காலனியாதிக்கக் காலத்திலும் கரைந்து போகாமல் இருந்தது.

பிரம்மாவின் முகத்தில் பிறந்தவன் பிராமணன், தோளில் பிறந்தவன் சத்திரியன், தொடையில் பிறந்தவன் வைசியன், காலில் பிறந்தவன் சூத்திரன் என்பதே ரிக்வேதம். இதில் பிராமணன் நீங்கலாக மற்றவர்களின் இழிதன்மையைக் கணக்கிடுகிறது மனு. அடுத்து வந்த வேதிய இலக்கியங்கள் வருணத்தைச் சாதியாக மாற்றி, அதனை இயல்பானதாக ஆக்குகின்றன. இது வட புலத்தில்.

தமிழ்நிலத்தில் தொழிலின் அடிப்படையில் பிரிவுகள் உண்டு. அதில் மேலோர் கீழோர் என்ற பகுப்பும் உண்டு. அது வருணமாக, பிறப்பாக இல்லை. ஆரியர் வருகை இங்கிருந்த தொழில் வேறு

பாட்டைச் சாதிப் பாகுபாட்டாக மாற்றுகிறது. அதுவே காலப் போக்கில் பிறப்பின் அடிப்படையாகவும் உயர்வுதாழ்வுமாகக் கற்பிக்கப்படுகிறது. இது தென் புலத்தில்.

இப்படிப் பிறப்பின் அடிப்படையில் சாதியானவர்கள், தங்களை விட மேலோர் ஆக முயற்சித்தார்கள். அது மட்டுமல்ல, தங்களுக்குக் கீழே பலர் இருக்க வேண்டும் என்றும் நினைத்தார்கள். மனித மனம் அதில் சுகம் காண விரும்பியது. சாதி என்பது ஒரே தளத்தில் இல்லாமல், மேல் கீழ் என அமைக்கப்பட்டதுதான் சிக்கலானது என்றார் அம்பேத்கர். சாதியைக்கூட ஒழித்துவிடலாம், சாதிப் பெருமையை ஒழிக்க முடியாது என்று பெரியார் சொன்னதும் இதனால் தான்.

தொழில் பிரிவை, சாதியாக மாற்ற ஆரியரது இலக்கியம், கடவுள் ஆகிய இரண்டும் பயன்பட்டன. பயன்படுத்தப்பட்டன. அவரை மாதிரி ஆகவும், அடுத்தவருடன் சமமாக வாழ விரும்பாத மனமும் சேர்ந்து சாதி ஏற்றத்தாழ்வைத் தமிழர்களை நம்ப வைத்தது. இவர்களும் ஆரியர்களைப் போல ஆரியப் பாணியில் சாதி நூல்களைப் படைக்க ஆரம்பித்தார்கள். "... இதனால் சூத்திரர்களாகச் சொல்லப்பட்டவர்கள் தங்களை வைசியர்கள் என்றும் சத்திரியர்கள் என்றும் பார்ப்பார்கள் என்றும் புத்தகம் எழுதியதாக" ஆய்வாளர் ர.குமார் சொல்கிறார்.

(பக்கம். 165, ஆய்வேடு)

தமிழகத்தைச் சேர்ந்த அனைவரும் சூத்திரர்கள் என்ற கருது கோளை விதைத்தது மனு. அதன் 10ஆவது அத்தியாயம் 44ஆவது சூத்திரத்தில் தமிழகம் என்பது திராவிடம் என்றே அழைக்கப்படுகிறது.

"பௌண்டரம், ஔண்டரம், திராவிடம், காம்போசம், யவநம், சகம், பரதம், பால்ஹீகம், சீநம், கிராதம், தநதம், கசம் இத்தேசங்களை யாண்டவர்களனைவரும் மேற்சொன்னபடி சூத்திரராய் விட்டார்கள்" என்கிறது மனு.

யார் சூத்திரர் என்றும் எட்டாவது அத்தியாயம் 415ஆவது சூத்திரத்தில் மனு சொன்னார்:

"யுத்தத்தில் ஜெயித்துக்கொண்டு வரப்பட்டவன், பிராமண னிடத்தில் பக்தியினால் வேலை செய்கிறவன், தன்னுடைய தேவடியாள் மகன், விலைக்கு வாங்கப்பட்டவன், ஒருவனால் கொடுக்கப்பட்டவன், குலவழியாகத் தொன்று தொட்டு வேலை செய்கிறவன், குற்றத்திற்காக வேலை செய்பவன்"–என்கிறது மனு.

மனிதர்களில் மட்டுமல்ல அனைத்திலும் வருணம் இருந்தது என்று ர.குமார் பட்டியலிடுகிறார்.

பிறப்பிடத்தில் சதுர்வருணம்: முகம்–பிராமணசாதி, தோள்–க்ஷத்திரியசாதி, தொடை–வைசிய சாதி, பாதம்–சூத்திரசாதி.

தேவர்களில் சதுர்வருணம்: பரமசிவம்–பிராமணசாதி, விஷ்ணு–க்ஷத்திரியசாதி, பிர்மா–வைசியசாதி, இந்திரன்–சூத்திரசாதி.

நவகிரகங்களில் சதுர்வருணம்: சுக்கிரன், குரு–பிராமணசாதி, சூரியன், செவ்வாய்–க்ஷத்திரியசாதி, புதன், சந்திரன்–வைசியசாதி, சனி, இராகு,கேது–சூத்திரசாதி.

இராசிகளில் சதுர்வருணம்: கடகம், விருச்சிகம், மீனம் – பிராமணசாதி, சிம்மம், தனுசு, மேஷம்–க்ஷத்திரியசாதி, துலாம், கும்பம், மிதுனம் – வைசியசாதி, கன்னி, இடபம், மகரம்–சூத்திரசாதி.

மிருகங்களில் சதுர்வருணம்: ஆனை, குதிரை–பிராமணசாதி, சிங்கம்–க்ஷத்திரியசாதி, பசு – வைசியசாதி, எருமை–சூத்திரசாதி

பறவைகளில் சதுர்வருணம்: அன்னம், காகம்–பிராமணசாதி, சரபம், இராஜாளி–க்ஷத்திரியசாதி, மயில் – வைசிய சாதி, ஆந்தை – சூத்திரசாதி.

வருஷங்களின் சதுர்வருணம் : மா, வில்வம்–பிராமணசாதி, அரசு, பூவரசு–க்ஷத்திரியசாதி, பலா – வைசியசாதி, எட்டி–சூத்திரசாதி

பா வகைகளில் சதுர்வருணம்: வெண்பா – பிராமணசாதி, ஆசிரியம்–க்ஷத்திரியசாதி, கலிப்பா – வைசிய சாதி, வஞ்சி–சூத்திரசாதி

(இப்படி மலர்களில், நட்சத்திரங்களிலும் உண்டு) என்று வரிசைப்படுத்துகிறார் ர.குமார். (பக்கம். 99, 101, ஆய்வேடு)

சாதி–வருணாசிரமம் எவ்வளவு தூரம் வேரூன்றி இருந்தது என்பதற்கு இது உதாரணம். மனிதர்களில் மட்டுமல்ல அனைத்திலும் ஊடுருவி நின்றது. சூத்திரர் இழிவே இதன் அடிப்படையாக அமைந்தது.

1907 ஆம் ஆண்டு ‘வருணதருப்பணம்’ என்ற நூல் வெளியானது. இது கா.ஆறுமுகநாயகரால் இயற்றப்பட்டது. இதற்கு உ.வே.சா. அபிப்பிராயம் எழுதி இருக்கிறார். சாதிகள் பற்றிய விஷயங்கள் ஒரே இடத்தில் தொகுத்துத் தரப்பட்டுள்ளதைப் பாராட்டுகிறார். ஜாதி குறித்த முந்தைய பனுவல்கள் அனைத்தும் இதில் மொத்தமாக இருக்கின்றன.

சூத்திரர் தொழில்களாக மேலே உள்ள மூவர்ணத்தார்க்கும் பணிபுரிதல், நிலத்தை உழுதல், பசுமேய்த்தல், பாரஞ்சுமத்தல், அங்காடி விற்றல், சித்திரமெழுதுதல், கூத்தும்பாட்டும் குழலூதுதலும், தோல்கருவி முழக்கம், அந்தணர் பணி விரும்புதல் எனச் சொல்லப் பட்டுள்ளது. இத்தொழில் செய்பவர் ஒவ்வொருவருக்குமான சாதிப் பெயர் கூறப்பட்டுள்ளது. பன்னிரு பாட்டியல் எழுத்தியலில் எழுத்துக்கு

அந்தணர், அரசர், வணிகர், சூத்திரர் ஆகிய வருணம் சூட்டப்பட்டுள்ளது சொல்லப்பட்டுள்ளன. சொல்லியலிலும் நால் வருணத்துக்கான வெண்பா இருக்கின்றன. வருணம் பேசும் அகத்தியர் பாடலும் கம்பர் பாடலும் இதில் சொல்லப்பட்டுள்ளது. காசி காண்டம், அம்பலவாணக் கவிராயர் பாடிய சதுரகிரி ஆகியவற்றில் அந்தணர், அரசர், வைசியர், வேளாளர் சிறப்புப் பாடல்கள் இருக்கிறது. திருத்தொண்டர் புராணமும், திருவிளையாடற் புராணமும் அந்தணர்க்கு வேதசாஸ்திரம் பயிலுதல், அரசர்க்கு வில்வித்தை, வணிகர்க்கு வாணிபம் செய்தல், வேளாளர்க்கு உழவுத்தொழில் என்கின்றன. ஏரெழுபது, வேளாளர் சிறப்பைச் சொல்கிறது. சிலம்பிலும் மணிமேகலையிலும் வருணப்பெயர்கள் ஏராளமாக வருகின்றன. 46 சாதிப்பெயர்களை இந்நூல் பட்டியலிடுகிறது.

பெரியபுராணத்தில் வரும் அடியார்களில் 13 பேர் பிராமணர் கள். ஆதிசைவர், வைதீக பிராமணர், மாமாத்திரப் பிராமணர், சத்திரியர், குறுநில மன்னர், வைசியர், சூத்திரர் யார் யார் என இந்நூல் பட்டியலிடுகிறது. மனுஸ்மிருதி தொடங்கிச் சமற்கிருத இலக்கியங்கள் முதல், தொல்காப்பியம் தொடங்கி பிள்ளையார் புராணம் வரையிலான தமிழ் இலக்கியங்களில் இருக்கும் வருண – சாதிய – தொழில் கூறுகளின் தொகுப்பு இந்த நூல். வன்னியர்களை, சத்திரியர்கள் என்று நிறுவ எழுதப்பட்ட நூல் இது.

1902ஆம் ஆண்டு வெளியானது 'வருண சிந்தாமணி'. கனகசபை பிள்ளையால் எழுதப்பெற்றது. ஆரிய காண்டம், திராவிட காண்டம் என இருகூறுகளாகப் பிரிக்கப்பட்ட இப்புத்தகம் முழுக்க வருணா சிரமமே. மிகப்பெரிய இந்த நூலில் சூத்திரர் பற்றிய பகுதிகளை மட்டும் இங்கு தொகுத்துப் பார்க்கலாம். திராவிடம் என்பதைத் தமிழ் மாவட்டங்கள் என்கிறது இந்நூல்.

"ஆரியர்கள் ஒவ்வொருவருக்கும் எந்தெந்த இடம் உரிமையானது என்று எழுதினார்கள். அதில் முந்தையவர்களுக்கு எல்லா இடங் களும் ஒதுக்கப்பட்டது போக மற்ற இடமும், மிலேச்சருக்கு அசுத்த மான இடமும் ஒதுக்கப்பட்டன. தொழிலைவிட மற்ற வசதிகளை எந்த இடத்தில் பெற மாட்டோர்களோ அந்த இடம் அவர்களுக்கு உரியதாக மனு சொல்வதை இந்நூல் சொல்கிறது. ஆரியர்கள் இந்தியாவில் புகுந்தபோது வென்ற பூர்வக்குடிகளைத் தாசர்கள் என்கிறது இந்நூல். இராட்சதர் என்றும் இவர்கள் சொல்லப் பட்டார்கள். அசுரர் என்றும் பெயர் கொடுத்துள்ளார்கள். ஆரியர்கள் கங்கையாற்றில் தமது தீரங்களை ஸ்தாபனமாக்கியதும் சூத்திரர்களை இழிவான ஸ்திதியுட்புகுத்திவிட்டார்கள்.

வேதத்தில் கூறும் ஜாதி அட்டவணை இந்நூலில் உள்ளது.

முதலில் இருப்பது ஆரிய பதம்–அடுத்து இருப்பது திராவிட பதம்

பிராஹ்மணே–அந்தணன்

க்ஷத்திரிய–அரசன்

மருதபியோ–வேளாளன்

தபஸே–தொழில்செய்வோன்

...

...

இப்படி எல்லாச் சாதியும் வேதத்தில் என்ன பெயரோடு உள்ளது, தமிழில் என்ன பெயரோடு உள்ளது என்பது இதில் இருக் கிறது. தொழில் செய்யுஞ் சூத்திரனுக்கு இவ்விடத்தில் தபஸேயெனக் கூறியது போலத் தைத்திரேயப் பிராஹ்மணத்தில் ஷரமாயாவெனவுங் கூறியிருக்கிறது. உழவிற்கு ஏவல் தொழிலாளர்களாகச் சூத்திரர்கள் சொல்லப்பட்டுள்ளார்கள். சூத்திரர்களையும் தாசர்களையும் ஆரிய வகுப்பினரில் இருந்து வேறானவர் என்கிறார்கள். சூத்திரர்கள் மற்ற மூன்று வருணத்தாருக்கும் பொறாமையின்றிப் பணி செய்ய வேண்டும் என்கிறது. அடுத்தவர்க்குப் பணிவிடை செய்வதே சூத்திரர்க்குத் தவம் என்கிறது. உயர் வகுப்பினருக்கு ஊழியஞ் செய்பவர் நான்காம் வகுப்பினர் என்கிறது. பிராமணனை, சூத்திரன் தனது தலையைக் கொடுத்துக் காக்க வேண்டும், பிராமணனுக்காகவே அவன் சிருஷ்டிக்கப்பட்டுள்ளான், அந்தணனுக்குக் கோபம் வந்தால் சூத்திரனைக் கொடுமையாகத் தண்டிக்கலாம், அந்தணன் சூத்திரனைக் கொன்றால் அது பூனையைக் கொன்றதுக்கு ஒப்பாகும்.

பார்ப்பார், பார்ப்பாரல்லாதாரைச் சூத்திரரெனக் கர்வித்தழைக் கிறார்கள். அதுவேறொன்றுமல்ல, ஐரோப்பாவில் கிரேக்கேயர் கிரேக்கேயரல்லாதாரை மிலேச்சரென்றும் கிருஸ்தவர்கள் கிருஸ்தவ ரல்லாதாரை ஜூஸ் (யூதர்கள்) என்றும் ஒரு ஜாதியார் மற்ற ஜாதியாரைக் குறைத்துக் கூறுதல் போலும்.

ஆதியில் இந்தியாவில் குடியாயுள்ளவர்கள் திராவிடர்களேயாம். இவர்கள் சுத்த சைவ சீலர்களாக வடநாடு முழுமையும் பரவியிருந் தார்கள். அக்காலத்தில் பார்சீக நாட்டிலிருந்து இந்தியாவில் வந்து குடியேறிய ஆரியர்கள் குதிரை ஆடு மாடு முதலியன தின்பதோடு சோமபானமென்னுங் கட் குடித்தலு முடையாராயிருந்ததால் வைதீக கிரியை என்று யாகங்கள் செய்து, அவற்றுள் ஆடுமாடு அசுவமாதிய சீவபலியிட்டுத் தின்று வந்தார்கள். இதனாலேதான் ஆரியரென்ற பதத்துக்குப் பூருவ நூலாசிரியர்கள் மிலேச்சரெனப் பொருள் கூறியிருக்கின்றனர். இதனைப் பிங்கலந்தை ஐந்தாவது ஆடவர் வகைப் பெயர் பிரிவு 72ஆவது சூத்திரத்தாற் காண்க. மிலேச்சர்

என்பதை ஆங்கிலேயர் எனக்கூறுவர். இன்னும் அவ்வாரியர் என்ற நரமாமிச பட்சணியர்களுடன் சம்பந்தப்பட்டவர்களாகவுமிருந் திருப்பார்களென்று நம்ப வேண்டியதாயிருக்கிறது. இது இங்ஙனம் நிற்க, இவ்வாரியர்கள் பெருங்கூட்டமாய் வந்து, பரவினவுடன் திராவிடரோடு யுத்தஞ்செய்து, அவர்கள் நாட்டைக் கைப்பற்றிக் கொண்டார்கள்.அதன்மேல் திராவிடர்கள் விந்தகிரிக்குத் தென்பாகமாகிய தண்டகாரணியத்தில் சேரசோழ பாண்டியநாடு களில் வந்து வாசஞ்செய்திருந்தார்கள். அதன் மேல் ஆரியர்கள் குடிவந்திருந்த நாட்டிற்கு ஆரியவர்த்தம் என்றும், திராவிடர்கள் வந்து வகித்த நாட்டிற்குத் தமிழ்நாடு அல்லது திராவிடதேசம் என்றும் பெயர்கள் வழங்கப்பட்டன...

புதுநாட்டுச் சத்திரியர்களில் ஒருவரும் விந்தகிரியின் தென்பாகத்தில் குடியிருந்ததாகக் குறிக்கப்படவில்லையென்பதை முக்கியமாகக் கவனிக்க வேண்டும். இந்த யசூர்வேதம் 30 ஆவது அத்தியாயம் எழுதி முடிகிறவரையும் ஆரியர்கள் விந்தகிரியைக் கடந்து வரவில்லை. இதனால் விந்தகிரியின் தென்பாகத்திலுள்ள தேசங்களின் வளத்தையும் ஆங்கு வசித்துள்ள திராவிடர்களின் ஆசார ஒழுக்கத்தையும் தேவதாபக்தியையும் சாதி ஏற்பாட்டையும் சிறிதேனும் ஆரியர்களுணர்தற்கேதுவில்லாதிருந்தனர். அதனால் திராவிடர்களுள் சாதியேற்பாடில்லையெனக் கருதி, திராவிடர் எல்லாரும் ஊழிய வகுப்பினராகிய சூத்திரரேயென்று எழுதிவிட்டது மன்றி இக்காலத்தும் திராவிடர்களைச் சூத்திரரென வழங்கி வருகிறார்கள்” என்று பல்வேறு மேற்கோள்களுடன் சொல்கிறது இந்நூல்.

நால்வருணத்தை வலியுறுத்தியும் சூத்திரர்களை இழிவுபடுத்தியும் இன்று வரை நூல்கள் வந்து கொண்டுதான் இருக்கின்றன. எனவே, ‘நாம் சூத்திரர்கள் அல்ல, எல்லாரையும் கூட்டி வைத்துக் கொண்டு அனைவருக்கும் பெரியார்தான் சூத்திரப்பட்டத்தைச் சூட்டினார்’ என்று குணா சொல்வது சுத்த உளறல் மட்டுமல்ல, ஆரியத்தைக் காப்பாற்றுதல்.

### *13. 19–20ஆம் நூற்றாண்டில் சூத்திரர்*

*1861*இல் ஆரிய மேலாதிக்கத்தை மாக்ஸ் முல்லர் எழுத்தில் கொண்டுவந்து தொடங்கி வைத்தார். ஆரியப் பண்பாடு மற்றப் பண்பாடுகளைவிட உயர்ந்தது என்றும், சமஸ்கிருதம் அனைத்துக்கும் மூல மொழி என்றும் சொன்னார். *1871*ஆம் ஆண்டு முதன்முதலாக மக்கள் தொகை கணக்கெடுப்புத் தொடங்கப்பட்டது. இது தமிழ்ச் சமூகத்தின் சாதி இறுக்கம், வன்மம், மேலாண்மை, மேலாதிக்கம் ஆகிய அனைத்தையும் வெளிச்சப்படுத்தியது. எழுதப்படாத குணாம் சங்கள், எழுதப்பட்டன.

1800 தொடங்கி 1950 வரையிலான கால எல்லையில் மொத்தம் 700க்கும் மேற்பட்ட சாதிநூல்கள் வெளியாயின என்கிறார் ஆய்வாளர் ர.குமார். தமிழ் அச்சுப் பண்பாட்டில் சாதி நூல்கள் என்ற தலைப்பில் சென்னைப் பல்கலைக் கழகத்தில் விரிவான ஆய்வைச் செய்தவர் இவர்.

"1871இல் எடுக்கப்பட்ட முதல் மக்கள் தொகைக் கணக் கெடுப்பும் சாதி நூல்கள் தோன்றுவதற்கு முக்கியக் காரணமாக இருந்திருக்கின்றன. இதன்படி எடுக்கப்பட்ட முதல் கணக்கெடுப்பில் சாதிகளை வருணப் பாகுபாடு செய்யவில்லை என்றும் சாதிகளை அகரவரிசையில் மட்டும் வரிசைப்படுத்துவதாகவும் பிரித்தானியர் உறுதியளித்தனர். இதனை, காசி விசுவநாத முதலியாருக்கு எழுதிய மறுகடிதத்தில் சார்லஸ் இ. கோவர் துரை அவர்கள் குறிப்பிடுகின்றார். அது 'வேளாண் மரபியல் 1880 என்ற வேளாளர் சாதி நூலில் மொழிபெயர்த்துக் கொடுக்கப்பட்டுள்ளது. அதன்படி குலமதிப்புச் சபையார், 'ஒவ்வொரு மனிதனும் அவன் சொல்லுகிறபடி அவன் சாதியை எழுதிக்கொள்ளப்படுமென்றும் ஒருவனும் க்ஷத்திரியன், வைசியன், சூத்திரன் என்று தன்னை எழுதிக்கொள்ளும்படி சொல்வதை ஒப்புக்கொள்ளப்படுவதில்லை' என்றும் (1880–60) குறிப்பிட்டனர். ஆனால் இந்தநிலையை மீறித் தமிழ்ச்சாதிகளைச் சூத்திருள் பதினான்கு வகையாகப் பிரித்து அவற்றுக்கான உட்பிரிவுகளும் 1871 இன் கணக்கெடுப்பில் sub & divisions of sudra castes என்ற தலைப்பில் கொடுக்கப்பட்டிருந்தன. இதன்படி முதல் மக்கள் தொகை கணக்கெடுப்பில் பதினான்கு தமிழ்ச்சாதிகள் (ஏராளமான உட்பிரிவுகள்) சாதிமுறையில் வரிசை செய்யப்பட்டு இருந்தன.." (பக்கம். 55, ர.குமார் ஆய்வேடு) என்கிறார் ர.குமார். நாங்கள் சூத்திரர்கள் அல்ல என்று ஒவ்வொரு சாதியினரும் கிளம்பினார்கள். சூத்திரர் என்பது இழிவானது என்றார்கள். தங்களது பெருமைகளைப் புத்தகமாகப் போட ஆரம்பித்தார்கள். சாதி அமைப்புகள் அதிகம் உருவாயின. மாநாடுகள் கூட்டி நாங்கள் சூத்திரர்கள் அல்ல என்று சொன்னார்கள். ஆதாரம் காட்டினார்கள். இது ஆங்கில அரசுக்குச் சிக்கலானது. எனவே, 1881, 1891 ஆகிய இரு பத்தாண்டுகளிலும் மக்கள் தொகைக் கணக்கெடுப்பில் வருணப்பாகுபாடு செய்யவில்லை. ஆனால் 1901 புத்தகத்தில் 'சாதிகளின் சமுதாய அந்தஸ்து' என்ற தலைப்பில் பார்ப்பனர்களைத் தொடக்கமாகக் கொண்டு இறங்கு வரிசையில் சாதிகளின் வரிசைப் பட்டியல் செய்யப்பட்டது.

(பக்கம். 9, ர.குமார் ஆய்வேடு)

*சாதிகளின் சமுதாய படிநிலை குறித்து*

social precedence of castes-censes of India 1901 vol xv. madras part 1, report by w.fancis - *குறிப்பிடப்பட்டு இருப்பதாவது:*

*1. பிராமணரும் அதன் உட்பிரிவினரும்*

*2. க்ஷத்திரியரும் அதன் உட்பிரிவினரும்*

*3. வைசியரும் அதன் உட்பிரிவினரும்*

*4. சத்சூத்திரர் அல்லது நல்ல சூத்திரர்*

*5. சூத்திரருள் பிராமணர்களைப் புரோகிதர்களாக அமர்த்திக் கொள்ளுகிற தொட்டால் தீட்டு மிகக் கொஞ்ச அளவே இருக்கிற சூத்திரர்கள்.*

*6. பிராமணர்களை எப்போதாவது புரோகிதர்களாக உபயோகிக்கிற – ஆனால் தொட்டால் தீட்டு உண்டாக்குகிற சூத்திரர்கள்.*

*7. பிராமணர்களைப் புரோகிதர்களாக உபயோகிக்காத தொட்டால் தீட்டு உண்டாக்குகிற சூத்திரர்கள்.*

*8. தொடாமலேயே தீட்டு உண்டாக்குகிற – ஆனால் மாட்டு இறைச்சி சாப்பிடாத சாதியினர்.*

*9. மாட்டு இறைச்சி சாப்பிடுகிற – ஆனால் தொடாமல்கூட தீட்டு உண்டாக்குகிற சாதியினர்.*

*10. மாட்டு இறைச்சி சாப்பிடுகிற – ஆனால் தொட்டால்கூட தீட்டு உண்டாக்குகிற சாதியினர்.*

*11. பிராமணர்களின் புரோகித அதிகாரத்தை மறுக்கும் சாதியினர்–இதுதான் 1901இல் இந்தச் சமூகத்தின் நிலைமை!*

*(பக்கம். 47, ர.குமார் ஆய்வேடு)*

*அதாவது பார்ப்பனர்களைப் புரோகிதர்களாக வைத்துக் கொள்கிறவர்கள், கொள்ளாதவர்கள், தொட்டால் தீட்டு உண்டாக்குகிறவர்கள், உண்டாக்காதாவர்கள், மாட்டு இறைச்சி சாப்பிடுகிறவர்கள், சாப்பிடாதவர்கள் என்று வரிசைப்படுத்தப்பட்டார்கள். இதுதான் சமுதாயபடி நிலையாகவும் சொல்லப்பட்டது. 1911 இல் எடுக்கப்பட்ட கணக்கெடுப்பில் இந்துக்களில் தீண்டப்படாதாரை வகைப்படுத்த பத்துக் கேள்விகள் கேட்கப்பட்டன என்றும், அதன் பின் எடுக்கப்பட்டவை எல்லாம் தாழ்த்தப்பட்டோர், அல்லாதவர் என்ற முறையில் அமைந்தன என்றும் இவர் சொல்கிறார். 1911 கணக்கெடுப்பில் பறையர் சாதியினர், 'சாதிபேதமற்ற திராவிடர்கள்' என்று பதியுமாறு அயோத்திதாசர் கட்டளையிடுகிறார்.*

*(பக்கம். 10)*

1911 கணக்கெடுப்பில் கேட்கப்பட்ட பத்துக்கேள்விகளை அறிய டாக்டர் அம்பேத்கரின் மேற்கோள் உதவுகிறது.

தீண்டப்படுவோர்–தீண்டப்படாதோர் வேறுபாடு 1911

1. பிராமணர்கள் அனைவரிலும் உயர்ந்தவர்கள் என்பதை மறுப்பவர்கள்.

2. பிராமணகுரு அல்லது அங்கீகரிக்கப்பட்ட வேறு இந்து குருவிடமிருந்து மந்திர உபதேசம் பெறாதவர்கள்.

3. வேதத்தின் அதிகாரத்தை மறுப்பவர்கள்.

4. பெரிய இந்துக் கடவுள்களை வழிபடாதவர்கள்.

5. நல்ல பிராமணர்களின் சேவை அளிக்கப்படாதவர்கள்.

6. பிராமணப் புரோகிதர்களே இல்லாதவர்கள்.

7. சாதாரண இந்துக் கோவில்களில் உள்ளே அனுமதிக்கப் படாதவர்கள்.

8. தீட்டு ஏற்படுத்துபவர்கள்.

9. தங்களில் இறந்தவர்களைப் புதைப்பவர்கள்.

10. மாட்டிறைச்சி உண்பவர்கள், பசுவைப் புனிதமாகக் கருதாதவர்கள் எனப் பிரிக்கப்பட்டன. எவை எல்லாம் சாதியின் மேட்டிமை அளவுகோல்கள் என்பதை அறியலாம்.

(பக்கம். 26, ர.குமார்)

சூத்திரர் என்பது இழிவானது என்று பார்ப்பனர்கள் மட்டும் சொல்லவில்லை, மற்றவர்களும் சொன்னார்கள். "1871ஆம் வருடத்திய ஜனத்தொகை ஏற்பாட்டில் பிரம க்ஷத்திரிய வைசிய சூத்திரரென்னும் நால்வகை வருணக்கிரமப்படி இந்துக்களை வகுக்கத் தொடங்கியதில் நகரவிசாரணை சபையார் வேளாளரைச் சூத்திரரிற் சேர்த்திருப்பது தகுதிக் குறைவும் நியாயவிரோதகமுமாக விருத்தலைப் பற்றித் தெரிவிக்கின்றோம்' என்று 'வேளாண் மரபியல் 1880' நூலை மேற்கோள் காட்டுகிறார் ர.குமார்.

(பக்கம். 76, ஆய்வேடு)

1899இல் கதிரைவேற்பிள்ளை வெளியிட்ட அகராதியில் வேளாளர் என்ற சொல்லுக்குச் சூத்திரர் என்று பொருள் சொல்லப் பட்டது பெரும் பிரச்னை ஆனது. இதனை மறுத்தே 'வருண சிந்தாமணி' எழுதப்பட்டது. வேளாளர் சூத்திரர்தான் என்று சூடாமணி நிகண்டில் பதிப்பித்த ஆறுமுக நாவலரும் இதில் கண்டிக்கப்பட்டார். ஒவ்வொரு சாதியினரும் தாங்கள் சூத்திரர் அல்ல என்று நிறுவுவதற்காக சூத்திரர் என்றால் எவ்வளவு இழிவானது என்பதையும் சொல்லப் போட்டி போட்டுள்ளார்கள்.

இன்னொரு பக்கத்தில் பிராமணர்கள் தங்கள் ஆதிக்கத்தைத் தொடர்ந்து வலியுறுத்தி வந்தார்கள். சாதியாக இருந்ததா, தொழிலாக வந்ததா என்றெல்லாம் இல்லாமல் பிறப்பினடிப்படையில்தான் சாதி என்று காஞ்சி சந்திரசேகர சுவாமி சொன்னார்.

"இந்த ஜாதி தர்மமேதான் உள்ளூர அவரவரின் குணமாகவும் இருக்குமாதலால் குணத்தால் சதுர்வர்ணம் பிரிவதாகப் பகவான் சொன்னதும் பிறப்பால் இப்படி ஜாதியாகப் பிரிவதும் ஒன்றே தான். ஒன்றுக்கொன்று முரணானதல்ல..." என்றார். இந்தப் பெருமை பேசுதல் இன்று வரை தொடர்கிறது.

## 14. விடாமல் தொடர்ந்த மொழியியலாளர்கள்

திராவிடம் என்ற சொல்லை அடையாளச் சொல்லாக்கியவர்கள் அரசியல் தளத்தைவிட இலக்கியத் தளத்திலேயே அதிகம். மொழியியல் அறிஞர்கள், இலக்கிய ஒப்பீடு செய்தவர்கள், ஒப்பியல் அறிஞர்கள்தான் இதனை அதிகமாகச் செய்தார்கள். இன்று வரை செய்தும் வருகிறார்கள்.

இந்தியாவில் 1652 மொழிகள் பேசப்படுகின்றன. இவை எந்தெந்த மொழிக்குடும்பத்தைச் சேர்ந்தவை என்பதை மொழியியல் அறிஞர்கள் தொடர்ச்சியாக எழுதி வந்தார்கள். அதில் மிக முக்கிய மானது திராவிட மொழிக்குடும்பம் குறித்த ஆய்வுகள்.

1816ஆம் ஆண்டு வெளியான கேம்பல் எழுதிய 'தெலுங்கு மொழி இலக்கணம்' என்ற நூலுக்கு முன்னுரை எழுதினார் எல்லீஸ். தமிழ், தெலுங்கு, மலையாளம், கன்னடம் ஆகியவை ஒரே மொழிக் குடும்பம் என்று முன்னுரையில் குறிப்பிட்டார் எல்லீஸ். வள்ளுவர் படம் தாங்கிய நாணயத்தை வெளியிட்டவர் எல்லீஸ்.

"கால்டுவெல் வெளியிட்ட ஆய்வு நூலுக்கு நாற்பதாண்டுகளுக்கு முன்னரே 1816 இல் திராவிட மொழிக் குடும்பம் என்ற புலமைக் கருத்தாக்கத்தைக் கண்டுணர்ந்து உலகுக்கு வெளிப்படுத்தியவர் எல்லீஸ்" என்கிறார் ஆ.இரா.வேங்கடாசலபதி.

(பக்கம். 15, தாமஸ் டிரவுட்மனின்
திராவிடச் சான்று நூலுக்கு எழுதிய முன்னுரையில்)

திராவிட உறவுமுறை என்ற நூலையும் எழுதியவர் தாமஸ் டிரவுட்மன். இவரின் இந்த இரண்டு நூல்களும் ஆரியம், திராவிடம் என்ற இரு திணைகளை மையமாகக் கொண்டவை என்கிறார் சலபதி. எல்லீஸ் முன்மொழிந்த திராவிட மொழிக் குடும்பம் என்ற கருத்தாக்கமே கால்டுவெல் நூலில் முழு மலர்ச்சியும் புலமை விரிவும் கொள்கிறது என்கிறார் சலபதி. மொழியியல் சார்ந்து திராவிடம் என்ற கருத்தாக்கம் உலக அளவில் நிறுவப்பட்டுவிட்டது என்றும் சலபதி எழுதுகிறார்.

(பக்கம். 20)

'பதினெட்டாம் நூற்றாண்டு ஐரோப்பியச் சிந்தனையில் மொழிகளும் தேசங்களும் ஒன்றுக்கொன்று தொடர்புடையனவாக இணையானவையாகப் புரிந்து கொள்ளப்பட்டன. அதாவது இவற்றின் வரலாறுகள் குடிவழி உறவுகளால் வரையறுக்கப்பட்டன என்று கருதப்பட்டன. தேசங்களுக்கிடையிலான உறவின் வரலாற்றில் அறிய முடியாத பகுதிகளை மொழிகளுக்கிடையிலான குடிவழி உறவின் மூலம் இட்டு நிரப்ப இயலும் என்று கருதப்பட்டது. உலக அளவிலான இனவியலுக்கு மொழி வரலாறு ஒரு புதுக்கருவியாகி இன்றளவும் ஏற்றுக் கொள்ளப்படும் மொழிகளுக்கிடையிலான குடும்ப உறவைப் புதியதாகவும் இதுவரை அறியாத வகையிலும் உருவாக்கியது' என்கிறார் தாமஸ் டிரவுட்மன். தமிழ்-தமிழன் என்பதும் மொழிக் கொள்கையும்-இனக் கொள்கையும் ஒன்றுடன் ஒன்று ஒன்றிப் பிணைந்திருப்பதையே டிரவுட்மன் இப்படிச் சொல்கிறார்.

தமிழ் வரலாறு-தமிழர் வரலாறு-தமிழ்நாட்டு வரலாறு ஆகிய மூன்றும் பிணைந்து இருப்பதையும், ஒன்றை விலக்கி விட்டு இன்னொன்றைச் சொல்ல இயலாது என்பதையும்தான் இப்படிச் சொல்கிறார்.

திராவிட மொழிக் குடும்பத்தை நிறுவும் முதல் சான்று 1816 இல் உருவானது. தென்னிந்திய மொழிகளுக்குள் ஒற்றுமை உள்ளது, அதற்குச் சமற்கிருதம் மூலம் அல்ல என்பதை எல்லீஸ் சொன்னதைத் தான் டிரவுட்மன் சொல்கிறார்.

தென்னிந்திய மொழிகளை மொத்தமாகக் கற்பது என்பது கல்வியியலின் ஒரு பகுதியாக இருந்துள்ளது. புனித ஜார்ஜ் கோட்டையில் கல்லூரி உருவாவதற்கு முன்னதாகவே இந்த கருத்து உதயமாகி விட்டது என்கிறார் டிரவுட்மன். புனித ஜார்ஜ் கோட்டையில் கல்லூரி நிறுவுவதற்கான அறிக்கை 1813 சனவரி 13 அன்று வெளியாகி உள்ளது. அதில் தமிழ் உள்ளிட்ட தென்னிந்திய மொழிகளைக் கற்பது என்பது பாடத்திட்டத்தில் சேர்க்கப்படுவதைத் திராவிடக் கருத்தாக்கம் வேர் கொள்வதாக இவர் சொல்கிறார். இதற்காக எழுதப்பட்ட புத்தகத்தின் முன்னுரையில்தான் திராவிட மொழிக் குடும்பத்தை எல்லீஸ் குறிப்பிடுகிறார். எல்லீஸ் தான் இதனை முதலில் சொன்னவர் என்பதை டிரவுட்மன் ஏற்கவில்லை. அவருக்கு முன்னதாகத் 'திராவிட' பயன்படுத்தப்பட்டுள்ளதைத் தமது நூலில் சொல்கிறார்.

1803ஆம் ஆண்டு இந்தோ-சீன மொழிகள் குறித்த ஆய்வு அறிக்கை தயாரிக்க முயற்சிகள் மேற்கொள்ளப்பட்டதாகவும், அதில், 'திராவிட' என்ற சொல் பயன்படுத்தப்பட்டதாகவும் டிரவுட்மன் (பக்கம். 210) சொல்கிறார். மேலும் பலரது ஆய்வு ஆதாரங்களைச் சொல்லும் இவர் முடிவாக, "1800ஆம் ஆண்டிலேயே திராவிடக்

கருத்து என்பது சென்னையில் வாழ்ந்த பல அறிஞர்களினுடைய சிந்தனைகளின் இணைவின் விளைவு என்பதேயாகும்" (பக்கம். 222) என்கிறார். நீதிக்கட்சி முதல் திராவிட முன்னேற்றக் கழகம் மற்றும் அதன் பிரிவுகள் வரையிலான திராவிட அரசியல் இயக்கங்கள் இந்தத் திராவிடச் சான்று மரபில் வருகின்றன என்றும் இவர் சொல்கிறார்.

லாசர் இதனைத் திராவிட மொழிக் குடும்பம் என்று 1844இல் எழுதினார். 1854இல் இந்திய மொழிநூல் அறிஞர் பாபு இராஜேந்திரலால், 'திராவிடி' என்று தென்னிந்திய மொழிகளை அழைத்தார். அதன்பிறகுதான் திராவிட அல்லது தென் இந்திய குடும்ப மொழிகள் ஒப்பிலக்கணம் எழுதினார் கால்டுவெல். (1856). அவர் எழுதிய நூலின் பெயர்: A comparative grammar of the dravidian or south indian family of languages என்பதாகும். முதல் பதிப்பு 1856இல் வெளியாயின. இரண்டாவது பதிப்பு 1875ஆம் ஆண்டும், மூன்றாவது பதிப்பு 1913ஆம் ஆண்டும் வெளியானது. தமிழகத்தில் மொத்தம் 53 ஆண்டுகள் வாழ்ந்தவர் அவர். 1891ஆம் ஆண்டு உதகையில் காலமானார். 15 திராவிட மொழிகள் குறித்து ஆய்வு செய்தார். 'கால்டுவெல்லின் திராவிட அல்லது தென்னிந்திய குடும்ப மொழிகளின் ஒப்பிலக்கணப் பதிப்புகள்' முழுமையாகப் பா.ரா. சுப்பிரமணியம் அவர்களால் விரைவில் வெளியாக உள்ளது. இம்மூன்று பதிப்பு களையும் ஒப்பிட்டு, விடுபடுதல்களைச் சுட்டிக்காட்டி சிறு நூலை அண்மையில் பா.ரா.சு.வெளியிட்டுள்ளார்.

அதில் சில குறிப்புகளைப் பா.ரா.சு. கூறியுள்ளார். கால்டுவெல் வெளியிட்ட முதல் பதிப்பில் இணைப்பாக நான்கு கட்டுரைகள் இருந்துள்ளன என்கிறார்.

தென்னிந்தியாவின் பறையர்கள் திராவிடர்களா? நீலகிரி வாழ் தோதர்கள் திராவிடர்களா? திராவிடர்களின் உடலமைப்பு வகை, திராவிடர்களின் தொன்மையான மதம்–ஆகிய நான்கு கட்டுரைகள் 1856 பதிப்பில் உள்ளன என்கிறார். இரண்டாம் பதிப்பில் 7 கட்டுரை கள் இணைப்பாக உள்ளன என்கிறார். அவை: திராவிட மொழி குடும்பமொழிகள், கோவர் கருத்துக்குப் பதில், சுந்தரபாண்டியன் யார், தமிழகப் பறையர்கள் திராவிடரா, நீலகிரி தோதர்கள் திராவிடரா, திராவிடர்களின் உடலமைப்பு வகை, திராவிடர்களின் தொன்மையான மதம்–ஆகியவை.

இவை இரண்டும் கால்டுவெல் இருக்கும் போது வெளியானவை. அவர் இறந்து 22 ஆண்டுகள் கழித்து 1913ஆம் ஆண்டு மூன்றாம் பதிப்பு வெளியானது. இந்த மூன்றாம் பதிப்பைத்தான் 1956ஆம் ஆண்டு சென்னைப் பல்கலைக் கழகம் வெளியிட்டது. இந்த நூலில் முந்தைய பதிப்புகளில் உள்ள பல நீக்கப்பட்டுள்ளன. 2007ஆம்

ஆண்டு கவிதாசரண் அவர்கள், கால்டுவெல்லின் முதல் பதிப்பை அச்சிட்டு வெளியிடும் அரிய பணியைச் செய்தார். இப்போது இம்மூன்று பதிப்பையும் ஒப்பீடு செய்து முழுமையான பதிப்பைக் கொண்டு வரப்போகிறார் அறிஞர் பா.ரா.சுப்பிரமணியம்.

"பத்தொன்பதாம் நூற்றாண்டின் மொழி ஆய்வு என்பது மொழியை மட்டுமல்ல, மொழியைப் பேசுவோரையும் கவனத்தில் கொள்வதாக இருந்தது. கால்டுவெல் மொழிக் கல்வியோடு அன்றைய மானுடவியல் துறையிலும் பயிற்சி பெற்றிருந்தார்" என்கிறார் பா.ரா.சு. எனவேதான் அவரது நூல், மொழியில் ஏற்படுத்திய தாக்கத்தைவிட அரசியலில் அதிக தாக்கத்தை ஏற்படுத்தியது. அடுத்த பத்தாவது ஆண்டு வியன்னாவில் மொழியாராய்ச்சி மாநாடு நடந்தது. அம்மாநாடு இந்திய மொழிகள் குறித்து ஆய்வு செய்ய ஒரு குழுவை அனுப்பியது. டாக்டர் ஸ்டெங் கெனோ, திராவிட மொழிகள் மொத்தம் 14 என்று 1906இல் அறிவித்தார்.

1897இல் மரணம் அடைந்துவிட்டவர் மனோன்மணியம் சுந்தரனார். அவர் எழுதிய தமிழ்த்தாய் வாழ்த்து அனைவர்க்கும் தெரியும். இராமாயண உள்ளுறைப் பொருளும் தென்னிந்திய சாதி வரலாறும் என்ற குறுநூல் அவரது சிந்தனைகளை அடியொற்றி எழுதப்பட்டது. 1908இல் வெளியான அந்நூல் இப்போது மீண்டும் வெளியாகி உள்ளது. இந்த ஆங்கில நூலுக்கு முதலில் முன்னுரை வழங்கியவர் ஜே.எம்.நல்லுசாமி பிள்ளை. சுந்தரனாரின் கருத்துகளை வெ.ப.சுப்பிரமணிய முதலியார் எழுத்து வடிவில் எழுதியுள்ளார். தம்முடைய தனிப்பட்ட உரையாடலில் சுந்தரனார் சொல்லியவை என்கிறார் வெ.ப.சு. இராமாயண காலத்தில் தமிழகத்தில் சாதி அமைப்பு எப்படி இருந்தது என்பதை இந்நூல் ஆராய்கிறது. திராவிடம் என்ற சொல்லைத் தமிழ், தமிழ்ச் சமூகம் என்ற பொருளில் இந்நூல் குறிக்கிறது. சமஸ்கிருத ஆதிகாவியமாகிய இராமாயணத்தால் திராவிட ஜாதியாருள் ஒரு சில வகுப்பாரது வரலாற்றையும், அவருள் பேரரசராய் இருந்தோரது செல்வ மாட்சி, திண்போர் வலி, ராஜரீக முறைமை, நாகரிக வாழ்க்கை முதலிய சிறப்புகளையும் அறிந்தோம் என்றும், இராவணன், நீலம், சுக்ரீவன், வாலி ஆகியோரைத் திராவிட அரசர்கள் என்றும், தென்னிந்தியாவைத் திராவிட தேசம் என்றும் சுந்தரனார் சொல்கிறார்.

தென்னிந்தியாவுக்குத் திராவிட தேசம் என்ற பெயர் பூர்வீகமானது என்றும், தமிழ் தெலுங்கு மலையாளம் கன்னடம் துளுவம் ஆகிய ஐந்தும் பஞ்ச திராவிடங்கள் என்று கூறப்படும் என்றும் சுந்தரனார் சொல்கிறார். ஆரியர் வருமுன் திராவிடருள் சாதி வேற்றுமை இல்லை என்றும் சொல்கிறார் சுந்தரனார்.

இதற்கிடையே 1886இல் திராவிட பாண்டியன்–அயோத்திதாசர், ஜான்ரெத்தினம் ஆகியோர் நடத்திய இதழும், 1887இல் திராவிட ரஞ்சனி–திருச்சி என்ற இதழும் வெளியாயின. 1880இல் சென்னையில் இருந்த ஒரு அச்சுக்கூடத்தின் பெயர்–திராவிட ரத்னாகரம் அச்சுக் கூடம். ஆரிய பிரகாசினி அச்சுக்கூடம், ஆரியர் முத்தமிழ் வாணி பீடம் அச்சுக்கூடம் ஆகியவையும் இருந்துள்ளன. (மயிலை சீனி)

டி.ஆர்.சேஷ அய்யங்கார், பி.டி.சீனிவாசர், வி.ஆர்.ராமச்சந்திரர் ஆகியோர் திராவிடர்தம் வரலாற்றைத் தொடக்கத்தில் எழுதிய வர்கள். டி.ஆர்.சேஷ அய்யங்கார் எழுதிய நூல், dravidian india என்பதாகும். 'ஆரியரின் படைப்புதான் திரவிட மொழிகள் என்றும் ஆரியர்களின் நாகரிகம்தான் தென்னகத்துத் திரவிடர்தம் நாகரிகம் என்றும் சொன்ன ஆர்.சாமிநாத அய்யரின் கொள்கை ஏற்றுக் கொள்ளக் கூடியது அல்ல' என்று மறுத்து எழுதியவர் டி.ஆர்.சேஷ அய்யங்கார் என்கிறார் சோதிப்பிரகாசம்.

(பக்கம். 104, திரவிடர் வரலாறு)

'இந்தியா முழுவதும் திரவிட மொழிகளை மட்டும்தான் புதிய கற்கால மக்கள் பேசிக்கொண்டு இருந்தனர்' என்றவர் பி.டி.சீனிவாசர். குமரிக் கண்டத்தில் தோன்றி உலகு எங்கும் பரவியவர்கள் தமிழர்கள் என்று நிறுவியவர் இவர். இவரது புகழ் பெற்ற நூல் History of the tamils.

"திராவிடம் என்ற சொல்–மக்கள் அடைக்கலம் புகுந்த நிலப் பகுதி என்ற அடிப்படையில் நிலத்துக்கு–மக்களுக்கு–பின்பு அவர் மொழிக்கு இச்சொல் பெயராயிருக்கும்" என்று எம்.ஸ்ரீநிவாச அய்யங்கார் எழுதினார். வடமொழியில் தமிழ் என்னும் பெயரையே தம் மொழிக்கு இணங்கிய இன்னோசை கருதி 'த்ரமிள' என்றதாக இரா.இராகவய்யங்கார் 'தமிழ் வரலாறு' நூலில் சொல்கிறார். சி.வை. தாமோதரத்தால் 'திராவிட சாஸ்திரி' என வழங்கப்பட்டார் பரிதிமாற்கலைஞர்.

இந்த வரிசையில் தென்னிந்திய–திராவிட மொழிகள் குறித்த ஆய்வுகள் அதிகமாக நடக்கத் தொடங்கின. கே.வி.சுப்பையா, எல்.வி.இராமசாமி அய்யர் (திராவிட மொழிகளின் சந்தி, 1925), இ.எச்.டட்டில், (1919), சர்.டேனிஸ் ப்ரே (1934), டி.பர்ரோ (1930), எம்.பி. எமனோ (திராவிட மொழி ஒலியன்களின் ஒப்பாய்வு), பர்ரோ–எமனோ ஆகியோர் இருவரும் இணைந்து தொகுத்த திராவிட மொழிகளின் சொற்பிறப்பியல் அகராதி (3 பாகம்), அதிபூஷன் பட்டாச்சார்யா, பி.எச்.கிருஷ்ணமூர்த்தி (தெலுங்கு வினையடிகள்), கபிலசுவலபில் (திராவிட மொழி ஒலியன்களின் ஒப்பாய்வு), டி.என். சங்கரபட், தெ.பொ.மீனாட்சிசுந்தரம், வி.அய்.சுப்பிரமணியம், செ.வை.சண்முகம், என்.குமாரசாமிராஜா, இ.அண்ணாமலை,

ஜி.சாம்பசிவராவ், மார்ட்டின் பீஃபர், சுப.திண்ணப்பன், ச.அகத்தியலிங்கம், எம்.இஸ்ரேல், முத்துசண்முகம், பொற்கோ, ஜான் சாமுவேல் – ஆகியோர் கொண்ட மிக நீண்ட வரிசை அது. (முழுமையானது அல்ல!)

கீழ்க்கண்ட நூல்கள் வெளியாயின:

*1785*க்கு முன்–திராவிட மாபாடியம்–சிவஞான முனிவர்

1856-The comparative grammar of the dravidian or south indian family of languages- robert caldwell

*1867*–திரவிட மகாபாரத வசனம்–சண்முகக் கவிராயர்

*1880*–இதிகாசமாகிய திராவிட மகாபாரத வசனங்கள் 4 பாகம்

*1880*–திராவிட சத்திரியர்கள்–சாமுவேல் சற்குணர்

*1885*–திராவிட பூர்வகாலக் கதைகள்–நடேச சாத்திரி

*1886*–திராவிட மத்திய காலக் கதைகள்–நடேச சாத்திரி

*1890*–பால திரவிட பாஷா சந்திரிகை (தமிழ் மொழி பற்றிய 23 செய்திகள்)–R.புருஷோத்தமர்

*1889*–திராவிட பால நீதிபோதினி–சிவசங்கர படையாச்சி

*1899*–திராவிடப்பிரகாசிகை–சபாபதி நாவலர்

*1899*–திராவிட சப்த தத்துவம் (வினையியல்)–சேஷகிரி சாத்திரி

*1902*–திராவிட இலக்கிய சித்தாந்த தீபிகை–முன்ஷி

*1917*–திராவிட வாசகம் (பள்ளி மாணவர் பாடப்புத்தகம் மூன்று பாகம்) கா.நமசிவாய முதலியார்

*1918*–திராவிட இயக்கமும் வேளாளக் கவுண்டரும் (திராவிடர்களின் விழிப்புணர்ச்சியும், வேளாளர்களின் முன்னேற்றமும்) – எப்.எப்.டேவிட்

*1919*–Aravidic Studies 3 தொகுதிகள்–சென்னைப் பல்கலைக் கழகம்

*1919*–திராவிட பௌத்தவர்கள் விவாக விளக்கம்–அயோத்திதாசர்

*1922*–ஆதிதிராவிடர் வரலாறு–திரிசிரபுரம் ஆ.பெருமாள்

*1924*–Dravidian element in Indian culture – கில்பர்ட் சிலேட்டர்

*1925*–ஆதிதிராவிடர் பூர்வ சரித்திரம்–டி.கோபால் செட்டி

*1935*–Studies in dravidian philology-K. Ramakrishnayya

*1939*–திராவிட ஆராய்ச்சி–அநவரதவிநாயகம் பிள்ளை

*1944*–திரவிடத்தாய்–ஞா.தேவநேயப்பாவாணர்

*1946*–திராவிட மொழிகளின் ஆராய்ச்சி–எஸ்.வையாபுரியார்

*1948*–திராவிட நாகரிகம்–ந.சி.கந்தையா

*1949*–திராவிட இந்தியா–ந.சி.கந்தையா

*1959*–Diravidian comparative vocabulary-சென்னைப் பல்கலைக் கழகம்

*1961*–comparative grammer of the dravidian languages, Robertcaldwell,university of madras.

-Dravidian Etymological Dictionary,T.Burrow & M.B Emeneau,oxford.

1967-Dravidian linguistic ethnology and folk tales-collected papers, M.B. Emeneau Annamalai university.

*1963*–திராவிட சிற்ப ரகஸ்யம்–பி.என்.சுப்பிரமணியம்

*1976*–திராவிட மொழிகள்–ச.அகத்தியலிங்கம்

Dravidian Element in Indian culture,Gilbert slater, Ess publication, New Delhi.

*1994*–திராவிட உலகம்–தொகுப்பு: நொபொரு கராஷிமா

இந்தப் பட்டியல் முழுமையானது அல்ல. சில மட்டும் தான். இதனுடைய உள்ளடக்கம் என்பது பெரும்பாலும் திராவிட மொழிக் குடும்பம் பற்றியே பேசுகிறது.

‘தமிழ்’என்ற சொல்லின் சமற்கிருத வடிவமே ‘திராவிடம்’ என்ற சொல் என்கிறார் ப.அருளியார். ‘திரவிடம்’ என்ற சொல்லே ‘தமிழ்’ ஆனது என்று மாற்றிச் சொல்கிறார் கால்டுவெல். ‘தமிழ்’ தான் ‘திராவிடம்’ ஆனது என்பார் பாவாணர். இதுவே சரியானது. இதனைச் சுட்டிக் காட்டி எழுதுகிறார் அருளியார்.

“தமிழ் + அம்: தமிழம்

தமிழம் – த்ரமிள – த்ரமிட – த்ரவிட – திரவிட – திராவிட – (திராவிடம்)

தமிழே திராவிடமாகியது! பாவாணர் பெருமகனாரின் கருத்தும் இஃதொத்ததே!

அண்ணல் அம்பேத்கர் அவர்களின் தெளிவும் இவ்விடத்திற் கருதிப் பார்க்கத்தக்கது.

“திராவிடர் எனும் சொல், ஒரு மூலச்சொல் அன்று. தமிழ் என்பதன் சமற்கிருத வடிவமே அது. தமிலா damila–தமில்லா damilla – த்ரமிடா dramida - திராவிட என்றவாறு படிப்படியாக மருவி யுள்ளது. திராவிட என்பது ஒரு மொழியின் பெயரைக் குறிப்பது. அது மக்களினத்தைக் குறிப்பதன்று. தமிழ் அல்லது திராவிடா என்ற மொழியானது தென்னிந்தியாவில் மட்டும் பேசப்பட்ட

மொழியன்று. ஆரியர்களின் வருகைக்கு முன் அனைத்திந்திய அளவிலும் காசுமீர் முதல் கன்னியாகுமரி வரை பேசப்பட்ட மொழியாகும். இம் மொழிக்குச் சொந்தக்காரர்களே இந்தியா முழுமையிலும் நிறைந்து வாழ்ந்த முன்னோர்கள்” என்று அருளியார் குறிப்பிடுகிறார்.

*(பக்கம். 25, சுவாமி ஞானப்பிரகாசரின் பண்டைத்தமிழர், நூலுக்கு எழுதிய முன்னுரையில்)*

'பரத கண்டத்துக்கு வெளியே தமிழருக்கு இட்டபெயர் திராவிடர்' என்கிறார் ஞானப்பிரகாசர். தமிழர் பரதகண்டத்திலேயும் முற்காலத்தில் திரமிளர் என அழைக்கப்பட்டனர் என்றும், வடமொழி நூல்களில் திரவிடம், திராவிடம் எனத் திரித்து வழங்கப் பட்டது என்றும், சில இடங்களில் தென்னாட்டார் அனைவரையும் பொதுவாய்க் குறித்த இக்குறியீடு பின்னர் தமிழரை மட்டும் குறித்தது என்றும், தமிழர், கன்னடர், தெலுங்கர், மலையாளர் எல்லாம் ஆதிதிரமிளருள் அடங்கியவர்களே என்றும், பிற்காலத்தில் தமிழர் மட்டும் 'திரமிளர்' எனக் கூறப்பட்டனர் என்றும், இவர்கள் மொழி தான் திரமிளம் எனச் சிறப்புப் பெயர் அடைந்தது என்றும் கூறுகிறார் ஞானப்பிரகாசர்.

*(1875–1947)*

திர என்பது தற்கால திரை அல்லது கடல் ஆகும் என்றும், திர+இல்+அர் என்பது கடலில் அல்லது கடற்கரையில் குடிகொண்டவர் என்பதே பொருள் என்றும், இதனாலேதான் பிற்காலத்தில் பரவர், திரையர், திரமிலர், மீனர் ஆகிய பிரிவுகள் தோன்றியது என்றும் கூறுகிறார். இச்சொல்லின் பொருளை ஆரியர் மாற்றியதாகவும் சொல்கிறார். “பின்னாளில் வட இந்தியாவில் வந்திறங்கிய ஆரியர் தம்மோடு போர் முனைந்து முதுகுகொடுத்துத் தென்னாட்டை அடைந்திருந்தோரின் பழைய பெயரையே திரமிளர் என்றும் அப்பால் திரவிடர், திராவிடர் என்றும் படிப்படியாய் மாற்றியமைத்துக் கொண்டு அன்னோர் தோற்று ஓடியதை அவர்களது பெயரோடு பொருத்தி 'த்ரு' (துரத்து) எனும் அடியாய்ப் பிறந்ததே திராவிடம் எனும் சொல் போலும். இது பின்னெண்ணத் தால் எழுந்த சொற்பிறப்பே என்பது வெளிப்படை. ஸம்ஸ்கிருதத்திலே தமிழினின்று சென்றடைந்த வேறு பலசொற்களுக்கும் இவ்வாறே அம்மொழியாளர் பொருந்தாத சப்தோற்பத்தி செய்திருத்தல் பிரசித்தம் என்பதை எமது சொற்பிறப்பொப்பியலகராதியில் ஆங்காங்குக் கண்டு கொள்க” என்கிறார் சுவாமி ஞானப்பிரகாசர். 'திரமிலர்' என்பதே தமிழர் ஆயிற்று என்பது இவரது முடிவு. 72 மொழிகளை அறிந்திருந்தவர் இவர் என்றும், 12 மொழிகளில் புலமை பெற்றிருந்தார் என்றும் சொல்கிறார் முனைவர்

ஜெ.அரங்கராஜ். 'சொற்பிறப்பு ஒப்பியல்' என்ற தலைப்பில் ஆறுபாகம் வெளியிட்டவர் ஞானப்பிரகாசர்.

*(பக்கம். 30–35, பண்டைத்தமிழர்)*

திராவிடம் என்ற சொல் தமிழில் எங்கெல்லாம் எடுத்தாளப் பட்டுள்ளது என்பதை மொழியியல் அறிஞர்கள்தான் முதலில் சொன்னார்கள்.

திராவிட மொழிகளில் மிகவும் பண்பட்டதும் மேம்பாட டைந்ததுமான மொழி தமிழ் என்று 'இந்திய கலைக்களஞ்சியம்' கூறியது. மொழியியல் அறிஞர் பி.எச்.கிருஷ்ணமூர்த்தி ஆங்கிலத்தில் எழுதிய நூலின் பெயர், திராவிட மொழிகள் என்பதாகும்.

"மொழியை, மக்களை, நாட்டைக் குறிப்பதாகத் திராவிடம் என்ற சொல்லைப் பல நூற்றாண்டுகளுக்கு முன்னேயே உலகோர் பயன்படுத்திக் கொண்டார்கள்" என்று ச.வே.சுப்பிரமணியம் கருது கிறார். திராவிடம் என்பதைப் பதினெண் பாடைகளில் ஒன்றாக ஒன்பதாம் நூற்றாண்டின் சேந்தம் திவாகரம் குறிப்பிடுவதையும், தாயுமானவர் குறிப்பிடுவதையும் இவர் சொல்கிறார். பிளினி (கிபி 23–79) 'தார்தே' எனக் குறிப்பிடுவது திராவிடம் அல்லது தட்சிணம் என்கிறார் இவர். பெரிப்ளூஸ் (கிபி 50–80) டிமிரிகா என்பது தமிழகத்தையே குறிக்கும் என்றும் சொல்கிறார். திராவிடதேசம் என்பதைத் திலோபிடு என்று யுவான்சுவான் சொன்னதாகச் சொல்லும் இவர் தமிழ் என்பதே திராவிடம் என்ற சொல்லின் மூலம் என்கிறார். சமற்கிருத ஆங்கில அகராதியை மேற்கோள் காட்டும் இவர், அதில் த்ரமிட–நாக மன்னன், த்ரமிட–ஆரியத்திலிருந்து வேறுபட்ட இலக்கணக் கோட்பாட்டினர், த்ரமில–ஒரு நாட்டின் பெயர் என்று சொல்லப்பட்டுள்ளதாகச் சொல்கிறார்.

*(பக்கம். 1,. திராவிட மொழி இலக்கியங்கள்)*

திராவிட மொழி குடும்பத்தில் 30 மொழிகள் இருக்கின்றன என்று மொழியியல் அறிஞர்கள் சொல்கிறார்கள். அம்மொழிகளைத் தென் திராவிடம், நடுத்திராவிடம், வடதிராவிடம் எனப் பிரிக் கிறார்கள். தென் திராவிடத்தில் உள்ள மொழிகள் தமிழ், மலையாளம், கன்னடம், குடகு, துளு போன்றவை. நடுத்திராவிடத்தில் உள்ளவையே தெலுங்கு உள்ளிட்ட மொழிகள், வட திராவிடத்தில் மூன்று மொழிகள் இருக்கின்றன.

*(பக்கம். 6, திராவிட மொழி இலக்கியங்கள்,*
*ச.வே.சுப்பிரமணியன்)*

மனோன்மணியத் தமிழ்த்தாய் வணக்கமும் திராவிட மொழிகள் பிரிந்த வரலாறும் என்ற ஆழமான கட்டுரையை வ.சுப்பையா எழுதினார். சைவசித்தாந்த நூற்பதிப்புக்கழகத்தின் ஆட்சியர் இவர்.

‘திராவிடம்’ குறித்து மொழியியல் அடிப்படையில் வெளியான அனைத்து நூல்களையும் இதில் பட்டியல் இடுகிறார் வ.சு. அதில் அரிய தகவல் ஒன்றைச் சொல்கிறார்.

சைவ சித்தாந்த நூற்பதிப்புக் கழகத்தின் வழி ஆங்கில இதழ் ஒன்றைத் தொடங்கும் முயற்சி 1937ஆம் ஆண்டு நடந்ததாகவும், அந்த இதழுக்கு Dravidian antiquary என்று பெயர் சூட்ட வேண்டும் என்று 30.10.1937 அன்று நெல்லையில் நடந்த செயற்குழுக் கூட்டத்தில் முடிவெடுக்கப்பட்டதாகவும் சொல்கிறார். பின்னர் 10.2.1938 அன்று நடந்த கூட்டத்தில் அந்த இதழுக்கு Dravidian culture என்று பெயர் சூட்ட முடிவெடுத்ததாகவும் சொல்கிறார். இம்முயற்சிகள் பின்னர் கைவிடப்பட்டதையும் சொல்கிறார்.

(பக்கம். 5, மனோன்மணியம் சுந்தரனார் கலையும் கருத்தியலும்)

காஞ்சி சந்திரசேகர சுவாமிகள் ‘தமிழ் என்பதுதான் த்ரவிட என வழங்கப்படுகிறது’ என்கிறார். ஆரியர், திராவிடர் என்ற இனத்தை மறுப்பவர் இவர்.

(பக்கம். 34, தெய்வத்தின் குரல், இரண்டாம் பாகம்)

பஞ்ச கௌட–பஞ்ச திராவிட என்பதைப் பிராமணப் பிரிவு என்று தவறாகச் சொல்கிறார்கள்; ஒட்டுமொத்த மக்களும் பஞ்ச கௌட–பஞ்ச திராவிட என்று பிரிக்கப்பட்டதாகவே காஞ்சி சந்திரசேகரர் சொல்கிறார்.

இது இனவேற்றுமை அல்ல, பிரதேச வேற்றுமை என்கிறார். விந்திய மலைக்கு வடக்கே உள்ள தேசம் முழுவதும் கௌட தேசம். அதற்கு தெற்கே உள்ளது முழுதும் திராவிட தேசம்.

பஞ்ச கௌடர்கள்: காஷ்மீரத்தில் இருந்தவர்கள் ஸாரஸ்வதர்கள் பஞ்சாப்பில் இருந்தவர்கள் கான்யருப்ஜர்கள்–உத்தரப்பிரதேசம், பீகாரில் இருந்தவர்கள் மைதிலர்கள்–ஒரிஸாவில் இருந்தவர்கள் உத்கலர்–வங்காளத்தில் இருந்தவர்கள் கௌடர்கள் என்றும்,

பஞ்ச திராவிடர்கள் : கூர்ஜரர், மகாராஷ்டிரர், ஆந்திரர், கன்னடர், திராவிடர் என்றே வைக்கப்பட்ட தமிழ்த் தேசத்தவர் என்றும் சொல்கிறார்.

(பக்கம். 37, தெய்வத்தின் குரல், இரண்டாம் பாகம்)

இவை இரண்டும் வெவ்வேறு இனமில்லை, பிரதேச ரீதியில் ஒரே இனத்தின் பத்துப் பிரிவுகள் என்கிறார். இன்று கௌட என்றால் வங்காளிகள் என்றாகிவிட்டது, திராவிடர் என்றால் தமிழர்கள் தான் என்றாகிவிட்டது என்கிறார்.

வட இந்தியாவில் சில பிராமணர்களுக்குத் திராவிடர்கள் என்ற பெயர் இருப்பதை வைத்து, திராவிடர்கள் என்றாலே

பிராமணர்தான் என்று தலையைச் சுற்றிக் காதைத் தொடும் மணியரசனுக்கு காஞ்சி சந்திரசேகரர் பதில் சொல்கிறார்.

'இதே மாதிரி காசி முதலான அநேக உத்தேச்ட ஸ்தலங்களில் இருக்கிற சில பிராமணர்களுக்கு த்ரவிட் என்று வம்சப் பெயர் இருக்கிறது. ஆதி காலத்தில் தமிழ்த் தேசத்திலிருந்து அங்கே போய்க் குடியேறினவர்களின் வம்சத்தில் வந்தவர்களே இந்த த்ரவிட்டுகள்.' (பக்கம். 38, தெய்வத்தின் குரல், இரண்டாம் பாகம்) என்கிறார். தமிழ்நாட்டில் இருந்து வடபுலம் போய்க் குடியேறியவர்களைத் திராவிட (நாட்டில் இருந்து வந்த) பிராமணர்கள் என்று சொல் கிறார்கள். மராட்டியத்தில் இருந்து தஞ்சாவூர் வந்து குடியேறியவரை, 'அவர் மகாராஷ்டிரா பிராமின்' என்பதைப் போல, இட அடையாள மாகச் சொல்கிறார்கள்.

அங்கே சென்ற பிராமணர்கள் மட்டும் த்ரவிட் என அழைக்கப் பட்டுள்ளார்கள். மணியரசன் சொல்வது போல, இங்கே உள்ள பிராமணர்களும் திராவிடர்கள் என அழைக்கப்பட்டதாகக் காஞ்சி சந்திரசேகரரும் சொல்லவில்லை.

திராவிட என்னும் சொல் ஒரு காலத்தில் குறிப்பிட்ட பண் பாட்டினையுடைய மக்கள் வாழ்ந்த நாட்டைக் குறித்தது. இச்சொல் மிகப்பழைய சொல். ஆனாலும் இன்று இச்சொல் திராவிட மொழிகளில் ஒன்றான தமிழை மட்டுமே குறிப்பது என்கிறார் டாக்டர். தங்கமணியன். (திராவிட மொழிகளின் ஒப்பீட்டாய்வு).

தென்னிந்திய மொழியினங்களையும் மக்களையும் சுட்டுவதற்குத் திராவிடர் என்ற சொல்லைக் கையாண்டனர் என்று ஜான்சாமுவேல் குறிப்பிடுகிறார். (திராவிடவியலும் செம்மொழித் தகுதிப்பாடும்). "திராவிட இனம் என்று அழைப்பது அண்மைக் காலத்தில் ஏற்பட்ட வளர்ச்சி நிலையாகும். திராவிடம் என்ற சொல் முதன் முதலில் மனுஸ்மிருதியில் உள்ளது. தாழ்ந்த இனத்தவர், தீண்டத்தகாதவர் என்னும் பெயரளவில் உள்ளது. கடவுளுக்கு நிகரானவர்கள், தலைமைத் தன்மை உடையவர்கள் என்றும் பலதிறப்பொருள்படும் ஆரியர்கள் என்னும் வடசொல்லுக்கு எதிர்ச்சொல்லாகத் திராவிடம் என்ற சொல் வட இந்திய மரபில் பன்னெடுங்கால வழக்கில் இருந்து வருகிறது" (பக்கம். 54) என்கிறார் ஜான்சாமுவேல். பெரும்பாலும் மனுஸ்மிருதி தவிர்த்த பிற வடநூல்களில் தமிழ் மொழியை மட்டும் கூடத் திராவிடம் என்னும் சொல் சுட்டப் பயன்படுத்தப்படுவதைக் காண்கிறோம் என்றும், தமிழ் மொழியைக் குறிக்க வடவர்களால் கையாளப்பட்ட ஒரு சொல்லே திராவிடம் என்றும் சொல்கிறார். (பக்கம். 55). ரிக்வேதம், ஆரிய எதிரிகளைத் தஸ்யூக்கள் என்கிறது, மனு தஸ்யூக்களைத் திராவிடர் என்கிறார், ஆங்கில சமஸ்கிருத அகராதி திராவிடர்களைத் தாழ்ந்த வகுப்பினர் என்கிறது என்கிறார்

ஜான்சாமுவேல். இடைக்காலத்தில்தான் தென்னிந்திய மொழிகளின் இணைச்சொல்லாகத் திராவிடம் மாறுகிறது என்கிறார். கிபி 8 வரை திராவிடம் என்ற சொல்லை யாரும் பயன்படுத்தவில்லை என்று சொல்லும் இவர், தாயுமானவர் தமிழர்களைத் திராவிடர்கள் என்றதாகவும் எடுத்துக்காட்டுகிறார். திராவிடம் என்ற சொல் தமிழர்கள் அல்லாதவர்களால் தங்களோடு முரண்பட்ட ஒரு மக்கள் பிரிவினரையும் தமிழ்மொழியையும் பின்னர், தென்னிந்திய பகுதியையும் குறிக்கும் சொல்லாகப் பயன்படுத்தப்பட்டது என்கிறார். (பக்கம். 57).

திராவிடர் (துரத்தப்பட்டவர்) என்பதன் அடிப்படையில் மட்டுமன்றி, 'தாமிர' (செம்புநிற மாந்தர்) என்று மற்றொரு மூலமும் வடமொழியாளரிடம் உள்ளது முனைவர் மலையமான்.

(பக்கம். 1, திராவிட மொழி இலக்கியங்கள்)

"திராவிடம் என்ற கருத்தாக்கம் இன்றும் வலுவானது என்று நினைக்கிறீர்களா?" என்று தொ.பரமசிவத்திடம் கேட்கப்பட்டது. அவர் சொன்னார்:

"வலுவாக இருக்கிறது என்று கருதவில்லை. அர்த்தமுடையதாக இருக்கிறது என்று நினைக்கிறேன்".

(சண்டே இண்டியனுக்கு கொடுத்த பேட்டி, 2010).

### 15. திராவிடம் என்ற சொல்லே ஆயுதம்!

திராவிடர்–தமிழர்–சூத்திரர்–பார்ப்பனரல்லாதார் ஆகிய நான்கும் பெரியாருக்கு ஒரே பொருள் தரும் சொற்கள் தான். இதில் தமிழர் என்பதில் மட்டும் 'நானும் தமிழன் தான்' என்று பார்ப்பனர் களும் உள்ளே நுழைய முடியும் என்று நினைத்தார். இன்று சிலர் தங்களைத் திராவிடர் என்று சொல்லிக் கொள்ள முன்வருகிறார்களே என்று மணியரசன் சொல்வாரேயானால் பெரியார் தம்முடைய இயக்கத்தின் பெயரை இன்று இருந்திருந்தால் 'சூத்திரர் கழகம்' என்று பெயர் மாற்றிக் கொள்வார். சூத்திரர்களுக்குள் பார்ப்பனர்கள் வர ஒப்புக் கொள்ள மாட்டார்களே!

'திராவிடம்' என்ற சொல் குறித்து வந்த அனைத்து விமர்சனங் களையும் பெரியார் வரவேற்றார். அதற்குப் பக்கம் பக்கமாக விளக் கம் கொடுத்துள்ளார். பழைய குடிஅரசு இதழ்களைப் பார்க்கும்போது ஒரு செய்தி:

'திராவிடன் என்ற சொல் இழிவானதா? இல்லையா?' என்ற தலைப்பில் ஒரு பட்டிமன்றம் நடந்துள்ளது. மதுரையில் நடக்க இருந்த அந்த பட்டிமன்றம் விருதுநகருக்கு மாற்றப்பட்டு நடந்துள்ளது. அதற்கு வரலாற்று ஆசிரியர் ஜெ.எ.துரைராஜ், தமிழ்ப்புலவர்

கண்ணாயிரம் ஆகிய இருவர் தலைமை வகித்துள்ளனர். திராவிடம் என்ற சொல் இழிவானது என்று செங்குட்டுவன், வேங்கை மார்பன், இளம்பெருவழுதி, மதிவாணன், மு.ராமலிங்கம் ஆகியோர் பேசி உள்ளார்கள். இல்லை என்று பாஸ்கரன், சோமசுந்தரம், தெய்வநாயகம், ஜெகதீசன், ஆசைத்தம்பி, சுதந்தரசாமி ஆகியோர் பேசி உள்ளார்கள்.

(13.8.1944)

மொழிவாரி மாகாணப் பிரிவினை ஆணையத்திற்கு அளித்த பேட்டியில், 'திராவிடர்கள் அல்லாதவர்கள் யார்?' என்று கேட்கப் பட்டபோது, ' ஆரியர் முதலிய வேறு இனத்தவர்' என்று பெரியார் சொன்னார். 'உங்கள் இயக்கத்தில் எல்லோரும் சேர உரிமை உண்டா?' என்று கேட்டபோது, "ஆரியர் தவிர மற்றெல்லோரும் சேர உரிமை உண்டு' என்று சொன்னார் பெரியார். இதைத் தொடர்ந்துதான், 'திராவிடம் என்பது ஜாதியற்ற தமிழர் பண்பாடு' என்றார் பெரியார்.

(விடுதலை 26.9.1948)

"பெரியாரைப் பொறுத்தமட்டில், திராவிடர் என்பது பிராமண ரல்லாத தமிழர்களை மட்டும் குறிக்கக் கூடியதாகவுள்ளது" என்கிறார் டாக்டர் ஜெரி. தீண்டத்தகாதவர்களைப் பிரித்து, 'ஆதிதிராவிடர்' என முதலில் பேசினாலும் பிற்காலத்தில் அவர்களையும் இணைத்துத் 'திராவிடர்' என்றே பெரியார் பேசியதாக ஜெரி சொல்கிறார்.

(பக்கம். 49, மனிதம்)

'திராவிட மக்களே! அல்லாவிட்டால் பார்ப்பனரல்லாத மக்களே!" என்று அழைத்தார். பார்ப்பனரல்லாதார் இயக்கம் தொடங்கியபோது இந்த இயக்கத்தின் ஆரம்பமே பொய் என்றவர் மகாகவி பாரதி. 'பிராமணரல்லாதார் என்ற ஒரு சாதியே கிடையாது என்றார். அதனால்தான் 'வருணாசிரமம் மறுக்கும் எவரும் திராவிடரே' என்று பெரியார் சொன்னதாக எம்.எஸ்.எஸ்.பாண்டியன் எழுதுகிறார். 'தாம் கருதியுள்ள தேசத்தில் இந்தியாவிலுள்ள சூத்திரர் அனைவருக்கும் இடமுண்டு' என்று பெரியார் நினைத்ததாகப் பாண்டியன் எழுதுகிறார்.

(குடி அரசு 3.2.1945)

திராவிடம் என்பதை இனம்,மொழிச் சொல்லாகப் பெரியார் பயன்படுத்தவில்லை. அதனை அரசியல், பண்பாட்டுச் சொல்லாகப் பயன்படுத்தினார். அதனால் தான், 'திராவிடம் என்பது அரசியல் என்பதைத் தாண்டிய பண்பாட்டு அர்த்தம் இன்றும் உயிர்ப்புடன் தொடர்கிறது' என்கிறார் தொ.ப. அவரே, 'திராவிடம் என்ற சொல் அர்த்தமுடையதாக இருக்கிறது' என்றும் சொல்லி வருகிறார்.

சிலர் திராவிடம் என்பதும் தமிழ்த் தேசியம் என்பதும் ஒன்றுதான் என்கிறார்கள். திராவிட கருத்தாக்கத்துக்குள் தமிழ்த் தேசியமும் அடக்கம் என்று சொல்லலாமே தவிர இரண்டும் ஒன்று என்று சொல்லிவிடக் கூடாது. 'திராவிடம்' என்ற சொல்லுக்கு இருக்கும் அரசியல் - பண்பாட்டு - பகுத்தறிவு விழுமியங்கள் தமிழ்த் தேசியம் என்ற சொல்லில் இல்லை. அதனால் தொ.ப., 'திராவிடம் என்ற கருத்தாக்கம் வேறு, தமிழ்த் தேசியம் வேறு' என்றார். அதற்காக, 'பெரியார் தமிழ்த் தேசியத்துக்கு எதிரானவரல்ல' என்றும் தொ.ப. சொல்கிறார்.

"திராவிடன் என்றால் என்ன மொழி என்று சிலர் கேட்கிறார்கள். என்ன வார்த்தையாகத்தான் இருக்கட்டுமே. இந்தக் கருத்து இருக்க வேண்டும். இழிவுள்ள சகல மக்களுக்கும் ஒன்று சேர அவ்வார்த்தையில் இடம் இருக்க வேண்டும் என்பதுதானே எங்கள் ஆசை. தமிழர் என்றால் பார்ப்பான் தானும் தமிழன் என்று கூறிக் கொண்டு நம்மை மேலும் கெடுக்கப் பார்ப்பான். திராவிடர் என்றால் எந்தப் பார்ப்பானும் தன்னைத் திராவிடன் என்று கூறிக் கொண்டு நம்முடன் சேர முற்பட மாட்டான்" என்று தெளிவுபடுத்தினார்.

(விடுதலை 8.12.1947)

எதைச் சொன்னால் எதிரி உள்ளே வரமாட்டானோ அதைச் சொன்னார் பெரியார்.

"ஐரோப்பிய ஆசிரியர்கள் தமிழைக் குறிக்கத் தமுலியன் என்ற சொல்லைப் பயன்படுத்தியது போலவே, வட ஆரியர்களும் தமிழைத் திராவிடம் எனக் குறித்தனர்" என்பார் பேராசிரியர் க.நெடுஞ் செழியன். "கால்டுவெல், திராவிடர் என்று குறிப்பது தமிழ்ச் சமூகம் சார்ந்தவர்களை மட்டுமே" என்றும் இவர் கூறுகிறார்.

'அறியப்படாத தமிழ்மொழி' என்ற நூலில் முனைவர் கண்ணபிரான் ரவிசங்கர் இன்னும் தெளிவாக, விரிவாக விளக்கி உள்ளார்.

"சேர, பாண்டிய கடல் வணிகம் கொடிகட்டிப் பறந்த காலத்தே தமிழ் என்று நம் சிறப்பு 'ழ' கரத்தை ஒலிக்காவியமாக நம் நட்பு இனங்களில் தமிழுக்கு இன்னொரு பெயரும் கிடைத்தது. அதுவே திராவிடம்!

திராவிடம், சங்கத் தமிழில் இருக்குமா? - இருக்காது!

நமக்குத்தான் 'ழ' கரம் நல்லா வருமே! நாம் ஏன் திராவிடம் என்று சொல்லப் போகிறோம்? ஆனால் உலக அரங்கின் தொன்மை யான நூல்களில் 'திராவிடம்' இருக்கும். என்னவாக? திராவிடம் = தமிழாக இருக்கும். அது தமிழையே குறிக்கும்!

தமிழம் என்ற சொல்லுக்கு திராவிடம் என்பது திசைச் சொல்.

கிரேக்க மொழியில் தொன்ம ஆவணம். Periplus of the Erythraean Sea என்பதாகும்.

இதில் தமிழகம் என்பதை Damitica / Dravida என்றே குறிக்கின்றது. திராவிடம் சமஸ்கிருத சொல் அல்ல. கிரேக்கம், உரோமானிய, எகிப்து நாடுகளில் கூட வழங்கிய Exonym சொல்!

தமிழகம் – Damirica ஆவது போலவே –

தமிழகம் – Dramidan / Dravidan ஆனது.

Ionian / Graiko என்பதை நாம் யவனம் என்பது போல –

Zhongguo என்பதை நாம் சீனம் என்பது போல –

Kedah என்பதை நாம் கடாரம் என்பது போல –

English என்பதை ஆஸ்பிலம் என்பது போல –

அவர்கள் தமிழம் என்பதை திராவிடம் என்றார்கள்.

தொலெமி எனும் கிரேக்க மேதை காலம் ISOCE, புவியியல் கணித அறிஞரான அவர் Dimirike என்றே தமிழகத்தைக் குறிப்பிடுகிறார், Geographike Hyphegesis எனும் நூலில்!

அவருக்கும் முன்பே *425* BEE இல் Herodotus எனும் வரலாற்று ஆசிரியர் 'திராவிடம்' என்றே குறிக்கின்றார்.

உலகம் தமிழுக்கு வழங்கிய இதே திசைச் சொல்லைச் சமஸ் கிருத மொழியிலும் பயன்படுத்திக் கொண்டார்கள். அவ்வளவே! சொல்லப்போனால், இந்த உலகச் சொல்லை வைத்து 'இழிவு' செய்தும் உள்ளார்கள்.

மஹாபாரதம் – அனுசாசன பர்வதத்தில் 'திரமிட (திராவிட) நாட்டு அரசர்கள், க்ஷத்ரிய அந்தஸ்து குறைந்துபோய் சூத்திரர்கள் ஆகிவிட்டார்கள், பிராமணர்களைப் பகைத்துக் கொண்டதால்! உயர்ந்த அப்பிராமணர்களைப் பகைத்துக் கொண்டு எவனாலும் நாடாள முடியாது" என்கிறது. (Book 13, Chapter 35, Sloka 17-21)

மகாபாரதம் 'திராவிடம்' என்ற சொல்லுக்குச் செய்த இழிவை, பின்னாளில் இராமானுஜர் போன்றோர் துடைத்தார்கள். அதே சமஸ்கிருத மொழியில் 'ஹே! திராவிட வேதமே உன்னை வணங்குகிறேன்' என்று சுலோகம் எழுதப்பட்டது.

தமிழ்மொழி சற்றே கருவறைக்குள் நுழைந்த காலம்! 'தமிழ் வேதம்' எனச் சொல்லி 'திராவிட' வேதம் என்ற பெயர் சூட்டப் பட்டது நம்மாழ்வார் தமிழுக்கு!

நம்மாழ்வார் தெலுங்கிலா எழுதினார்? அல்ல. 'திராவிட' வேதம் என்பது தமிழையே குறிக்க வந்த சொல்! பின்புதான் திராவிட

மொழிக் குடும்பமான தெலுங்கு, கன்னடம், மலையாளம், துளு, கொடவா... அனைத்துக்கும் ஆகி வந்தது.

தமிழ் என்ற பெயர் – எப்படித் திராவிடம் என்று திரிந்ததோ, தமிழ் என்ற மொழியும் – திராவிடம் எனத் திரிந்து பல மொழிகளாகக் கிடைத்தது.

தெலுங்கு மொழி கிளைத்த போது அதை 'ஆந்திர திராவிடம்' என்று அழைக்க ஆரம்பித்தனர் வடநூலார் (குமரிலபட்டர்).

தெலுங்கு அல்லாத பழைய தொகுதி – தமிழ் / திராவிடம் என்றும் –

புதிய தெலுங்கை, 'ஆந்திர திராவிடம்' என்றும் குறிக்கலாயினர்.

வடக்குத் தமிழ் 'வடுகு' என்ற பெயரும் சங்கத் தமிழிலேயே காணலாம்!

சேரன் தமிழும், மலையாளம் என்று கிளைத்தது.

இதுவே ஒரு திராவிடம் (தமிழ்) பல திராவிடம் ஆன கதை. தமிழுக்கு மூலம், திராவிடம் அல்ல. திராவிடத்துக்கு மூலமே தமிழ்!

ஸ்ரமணம் – தமிழில் 'சமணம்' ஆனதால் அது அருகனின் சமயமே அல்ல! என்பது எவ்வளவு மூடத்தனமோ, அதுபோலவே உலக வழக்கில் தமிழ் – திராவிடம் ஆனதால் அது தமிழே அல்ல என்பதும்!

நாம் நம் மொழியை, திராவிடம் என்று ஒரு நாளும் சொல்லப் போவதில்லை. அதற்காக உலகத்தின் திசைச் சொல்லையெல்லாம் அழித்தால் தமிழ் மொழியின் உலகத் தொன்மம் யாவும் பாழ்பட்டுப் போய்விடும்." ( *அறியப்படாத தமிழ்மொழி* பக் 150–167) என்கிறார் கண்ணபிரான் இரவிசங்கர். சிந்துவெளிப் பண்பாட்டின் திராவிட அடித்தளம் குறித்து ஆர்.பாலகிருஷ்ணன் விரிவாக எழுதி இருக்கிறார். திராவிட மொழியியலையும் சிந்துவெளிப் புவியியலையும் பிணைத்து உருவாக்கப்பட்ட கருதுகோள் இது என்று இந்நூலுக்கு வழங்கிய அணிந்துரையில் ஐராவதம் மகாதேவன் சொல்கிறார்.

சிந்துவெளியிலும் ஆப்கானிஸ்தான், ஈரான் போன்ற நாடு களிலும் இன்று வரை திராவிட இடப்பெயர்கள் தொடர்ந்து நிலை பெற்றுள்ளதை எடுத்துக்காட்டுகளுடன் நிறுவியுள்ளார். வட இந்தியாவில் கோட்டை, ஊர் ஆகிய திராவிடப் பெயர்கள் உள்ளன. பிராகுயி என்ற திராவிட மூல மொழியை அவர் சுட்டிக் காட்டுகிறார்.

தமிழோடு தொடர்பு படுத்தாமல் திராவிட மொழி என்பது ஏன் என்பதற்கும் ஆர்.பாலகிருஷ்ணன் விளக்கம் அளித்துள்ளார். இவை அனைத்தும் பழந்தமிழ்த் தொன்மங்களே. ஆயினும் கீழ்கிழக்கு மேல்மேற்கு என்ற நெடுவீச்சுச் சிந்தனை திராவிட மொழிப்புலம்

முழுவதும் பரவிக்கிடக்கிறது என்பதையும் சங்க இலக்கிய வாழ்வியல் முறைகளுக்குள் இன்றும் கூட வட இந்திய தொல்திராவிடப் பழங்குடியினர் நிகழ்காலச் சான்றாக வாழ்கிறார்கள் என்பதையும் புறக்கணிக்க முடியவில்லை என்கிறார்.

"திராவிடர் என்பது இந்நாட்டில் உள்ள பழங்குடி மக்களது இனத்துக்கு ஏற்பட்ட உலகப் பெயராகும்' என்று மிகச் சரியாகச் சொன்னார் பெரியார். தமது இயக்கத்துக்கு 'திராவிடர் கழகம்' என்று பெயர் வைத்தாரே தவிர, அனைவரையும் தமிழர்கள் என்றே அழைத்தார். சுதந்திரத் தமிழ்நாடு அமைக்கவே போராடினார்.

திராவிடர் கழகம் திராவிடம் என்ற சொல்லை விடாமல் இருந்தது, பார்ப்பனரை நுழைய விடாமல் தடுப்பதற்காக! 'சுதந்திரத் தமிழ்நாடு' என்பது தமிழர்களின் இன எழுச்சி விடுதலைக்காக!

திராவிடர் என்பதை இனச்சொல்லாக மட்டும் பெரியார் பயன்படுத்தவில்லை. அரசியல் பண்பாட்டுச் சொல்லாகப் பயன் படுத்தினார்.

தமிழ்நாடு என்பதையும் வெறும் நில அளவுச் சொல்லாக மட்டும் பயன்படுத்தவில்லை. பண்பாட்டு நில மதிப்புச் சொல் லாகவே பயன்படுத்தினார். 'கையகலம் இருந்தாலும் போதும், அது நம் கனவு நாடாக இருக்க வேண்டும்' என்றார்.

திராவிடர் எனப் புறக்கணிக்கப்பட்ட, ஒடுக்கப்பட்ட, இழிவு படுத்தப்பட்ட மனிதர்கள் சேர்ந்து அமைக்கும் கனவுநாடாகத் தமிழ்நாட்டை அவர் உருவகப்படுத்தினார். அந்த நாட்டில் ஆரிய ருக்கும் இடமில்லை. வடவருக்கும் இடமில்லை. தமிழர் நீங்கலாக வேறு எவருக்கும் இடமில்லை. அப்படியானால் அவரின் திராவிடம் தமிழே! அவரின் திராவிடர் தமிழரே! அவரின் திராவிட நாடு தமிழ்நாடே!

# IX
## பெரியாரின் தமிழியம்

# 1

## பெரியாரின் தமிழியம்!

"சூரியன் உதிப்பது கிழக்கிலா என்ற கேள்வியில் உள்ள அபத்தமே, பெரியாருக்குத் தமிழுணர்வு, தமிழன் என்ற உணர்வு இருந்ததா என்ற கேள்வியிலும் உள்ளது" என்றார்கள் அறிஞர்கள் எஸ்.வி.ராஜதுரையும் வ.கீதாவும்.

*(பெரியார் : சுயமரியாதை சமதர்மம், பக்கம். 553)*

"பெரியாருக்கும் சுயமரியாதை இயக்கத்தினருக்கும் இருந்த தமிழுணர்வு என்பது அவர்களுக்கு இயல்பாகவே வாய்க்கப் பெற்றிருந்த ஒன்றுதான். அத் தமிழுணர்வு தமிழ்மொழியையும் தமிழர்களையும் சாதிமத வேறுபாடற்ற பகுத்தறிவுடைய ஒரு சமுதாயத்தை நோக்கி முன்னேறிச் செல்லத் தூண்டுவதாக இருந்தது" என்று சொல்லும் இவர்கள், "எனினும் அது முதலில் தமிழ்த் தேசிய உணர்வாக–அதன் அரசியல் பொருளில் உருவாகவில்லை" என்றும் சொல்கிறார்கள்.

*(பக்கம். 561)*

ஆனால் குடிஅரசு, விடுதலை ஆகிய இதழை (1925–1950 காலம் வரை) முழுமையாக நோக்கும் போது தமிழ்த் தேசிய மொழி உணர்வின் அடிப்படையையும் இன எழுச்சியின் தூண்டுதலையும் விதைத்ததில் பெரும் பங்கு வகித்தது பெரியாரின் இயக்கமே என்று துணிந்து சொல்லலாம்!

எடுத்துக்காட்டாக 'விடுதலை' நாளிதழின் குறிப்பிட்ட ஐந்தாண்டுக் காலத்தை மட்டும் மேற்கோளாகத் தருகிறேன்.

### *1. விடுதலை விதைத்த விதைகள்*

தமிழின மேம்பாட்டுக்காகவும் எழுச்சிக்காகவும் 1937–1941 ஆகிய ஐந்து ஆண்டுகளில் மட்டும் 'விடுதலை' ஆற்றிய அறிவியக்கப் பணிகளை இங்கு தலைப்புகளாக மட்டும் தொகுத்துள்ளேன். அதனைக் கவனியுங்கள்!

தமிழ், மொழிவரலாறு, மொழியின் சிறப்பு, சிதைவுக்குக் காரணம், தமிழினத்தின் மேன்மை, பழம்பெருமை, தமிழர் வீரம், பண்பாடு, மன்னர்களின் சிறப்பு, அவர்களது படையெடுப்புகள், இசை, மருத்துவம்–என அனைத்தும் கொண்ட கட்டுரைகள் 'விடுதலை'யில் இடம்பெற்றுள்ளன.

13.10.1937–தமிழ்த்தாய் புலம்பல்

16.12.1937–தமிழா உனக்கு என்ன மீதி? நீ ஏன் இன்னும் உயிர்வாழ வேண்டும்?

5.2.1938–முற்காலத்தமிழர் நிலைமை–மா.லோகநாதர் முழக்கம்

16.4.1938–தமிழன்னை மானத்தைக் காப்பாற்ற முந்துங்கள் – எம்.கே.வேங்கடபதி வேண்டுகோள்

30.4.1938–ஐயோ ஐயோ தமிழ்க்கொலை! தமிழன் இதனைச் சகிப்பானா? மொழி உயிரினும் பெரிதல்லவா? தமிழர் எதிர்ப்பு வெறும் மிரட்டலாம் –ஆச்சாரியார் எள்ளி நகையாடுகிறார். சேலம் தோழர் மாணிக்கம் உறுதி

14.5.1938–தமிழா என்ன செய்யப் போகிறாய்? இந்தி வந்து விட்டது

17.5.1938–இந்திப் புரட்டின் நோக்கம், தமிழரை அடிமைப்படுத்துவதே! தமிழர் விடுதலை பெற வேண்டுமானால் பார்ப்பன மத உணர்ச்சி ஒழிய வேண்டும்

18.5.1938–தமிழ்த்தாய் மீது ஆச்சாரியாரின் இந்திக் கத்தி வீச்சு

19.5.1938–தமிழர்களே இதற்கென்ன பதில் சொல்லப் போகிறீர்கள்?

3.7.1938–தமிழ்த்தாய் போற்று–நாகூர் ஹுசைன்

9.7.1938–பார்ப்பனீயத்தால் தமிழர் வீழ்ச்சி

12.7.1938–தமிழ் வேட்டல்–கோவில்பட்டி ஜி.பாலசுப்பிரமணியன்

16.7.1938–தமிழர் புலம்பல்–புதுவை எஸ்.சிவப்பிரகாசம்

23.7.1938–எங்கள் தமிழ்–புதுவை பாரதிதாசன்

28.7.1938–தமிழகச் சிறப்பு

17.8.1938–தமிழ்க்கொடிப் பாட்டு–எஸ்.சி.பரன்

27.8.1938–தமிழின் பெருமையும் பழமையும்–வடமொழியால் வந்த கேடு – தமிழ் மொழியும் தமிழ் நாகரிகமும் கெட்டது – மா.இராசமாணிக்கனார் விளக்கம்

27.8.1938–இந்தி எதிர்ப்பு இயக்கம், தமிழர் இயக்கம்

3.9.1938–தமிழைக் கட்டாயப் பாடம் ஆக்காதது ஏன்? தமிழ் எம்.எல்.ஏ.க்கள் என்ன செய்யப் போகிறார்கள்?

4.9.1938–தமிழ்த்தாய் வாழ்த்து–பூவை அ.க.நவநீதகிருட்டிணன்

10.9.1938–வடமொழியால் தமிழ் நாகரிகம் அழிந்தது, தமிழர் மணமுறை ஒழிந்தது–காஞ்சி வித்வான் கணேசன் விளக்கம்

17.9.1938–தமிழ்நாடு தமிழருக்கே–மறைமலையடிகள், நாவலர் பாரதியார், பெரியார் பேச்சு

19.9.1938–தமிழ்நாடு தமிழருக்கே

1.10.1938–அகில தமிழ்த் தேச விடுதலைச் சங்கம் தொடக்கம் – திருச்சியில் தாயகம்

1.10.1938–தமிழர் ஒற்றுமை இயக்கம் தொடக்கம்–தமிழ்க்கொடி உருவாக்கம்

4.10.1938–இந்தி செத்தது

7.10.1938–தமிழர் தகவுரை–மன்னார்குடி சண்முகநாதன்

8.10.1938–தமிழர்க்கே அர்ப்பணம்

15.10.1938–தமிழனுக்குத் தாய்நாடு எது? தாய்நாடு தமிழ்நாடு தானே?

19.10.1938–தமிழ்நாடு பெற்ற செல்வர்–வித்வான் எஸ்.முத்து ஸ்ரீரங்கம் பவானி

20.10.1938–தமிழ்நாடு தமிழருக்கே ஆகவேண்டுமானால் ஆகமதாபாத் முதலிய பிறநாட்டுத் துணிகளை வாங்காதீர்கள். தமிழ்நாட்டுத் துணிகளையே வாங்குங்கள்

27.10.1938–தமிழ்நாடு ஒற்றுமை இயக்கம்–தன்மதிப்பியக்கக்கழகம் தொடக்கம்

26.10.1938–நமது தமிழர் ஆட்சி முறை

2.11.1938–தமிழ்க்கொடி

5.11.1938–தமிழர் தனியரசு பெறுவது எப்படி?–சோழ கந்த சச்சிதாநந்தன்

26.11.1938–தமிழர் கழகம் கொடியேற்றம்

17.12.1938–சங்கீதம் பிறந்தது எம்மொழியில்? தமிழிலா? வடமொழியிலா?–டைகர் வரதாச்சாரியாருக்கு மா.நாதமுனி அறைகூவல்

23.12.1938–தமிழர் இயக்கம்–சுதந்திர இயக்கம்–ஜஸ்டிஸ் இதழ் தலையங்கம்

24.12.1938–தமிழர் நோக்கம் தனி ஆட்சியே, தமிழர் தேசியம் உதயமாக வேண்டும், பாரதநாடு முழுவதும் தமிழர் ஆள வேண்டும் இது கனவாகத் தோன்றலாம் நனவாதல் கூடும், சோழ கந்த சச்சிதாநந்தன்

*28.12.1938*–தமிழர் யார்? பார்ப்பனர் தமிழரல்ல – பன்னீர்செல்வம் பேச்சு

*28.12.1938*–தமிழர் கோரும் இராஜ்யம், திராவிட ராஜ்யமே

*4.1.1939*–தமிழ்த்திருநாள்–பொங்கலோ பொங்கல்–வித்வான் வி.சிவக்கொழுந்து

*6.1.1939*–தமிழர் இருக்கின்றனரா? இறந்துவிட்டனரா?

*7.1.1939*–தமிழர், தமிழரல்லாதார் சண்டையைக் கிண்டிவிட்டவர் யார்?

*8.1.1939*–தமிழ்த்திருநாள்

*11.1.1939*–தமிழ்த்திருநாளைக் கொண்டாடுக–கரந்தைத் தமிழ்ச்சங்கம் வேண்டுகோள்

*11.1.1939*–பொங்கல் வருகிறது, தமிழ்க்கொடி ஏற்றுங்கள், தமிழ்ப்பாதுகாப்புக் கழகம்

*14.1.1939*– தமிழர் உயிர் தமிழே–எஸ்.சி.பரன் முழக்கம்

*14.1.1939*–பொங்கல் விழாப் பாடல்கள்

*17.1.1939*–தற்காலத் தமிழ்க் கொலைக்குக் காரணம் – தமிழரல்லாதார் பத்திரிக்கையைப் படிப்பதே; தனித்தமிழ் பத்திரிக்கை களைப் படிக்க சோழ கந்த சச்சிநாதநந்தர் முழக்கம்

*18.1.1939*–தமிழ்த்துரோகிகள்–எஸ்.எஸ்.கோமதிநாயகம்

*18.1.1939*–தமிழா தமிழ்மொழி நம்மொழி–பத்மன் செல்லப்பன்

*18.1.1939*–மாகாணப் பிரிவினை மட்டும் போதாது, தமிழ்நாடு பர்மாவைப் போலத் தனிஅரசு ஆக வேண்டும்–எஸ்.பி.சாமி

*19.1.1939*–தமிழ்மக்கள் தாழ்வுற்ற வரலாறு–சோழகந்த சச்சி

*21.1.1939*–வாரீர் வீரத்தமிழ் மக்காள்–சோழகந்த சச்சி

*21.1.1939*–தமிழே அரசியல் மொழியாக வேண்டும் – ஆலமரத்துப்பட்டி உழவன் சி.பழனிக்குமாரன் எழுதுவது

*25.1.1939*–தமிழ்நாடு வேண்டின் முதலில் தமிழ்மொழி வேண்டுக! – தமிழே தமிழனுக்கு உயிர் – ஔவை சு.துரைசாமி

*26.1.1939*–தமிழர் தனியாட்சி வேண்டுவது தமிழர் நன்மைக்கே – சோழகந்த சச்சி

*2.2.1939*–தமிழர்களே ஜெர்மனியை நோக்குக! ஜெர்மனியின் விழிப்புக்குக் காரணமென்ன? அவர்கள் வலிமைக்கும் வளர்ச்சிக்கும் காரணமென்ன? கலைப் பற்றும், நாகரிகப் பற்றும் அல்லவா? தமிழர் கலை நாகரிகச் சிறப்பு வெளியாக வேண்டும்–தியாகராயபுரம் இரத்தினம்மாள்

3.2.1939–ஆரியம் செத்தமொழி, தமிழ் சீவ மொழி–கிருட்டிணமூர்த்தி

11.2.1939–மதுரத் தமிழ் காத்த மதுரைத் தமிழர்கள் என்ன செய்கிறார்கள்? முச்சங்கம் சமைத்து முத்தமிழ் படைத்த முதல் நகர்!

18.2.1939–தமிழரல்லாதார் பேதமையகற்றல்–நாடகம் தமிழ்ச்சொல்லே – சோழகந்த சச்சி

21.2.1939–தமிழர்க்குத் தாய் தமிழ்தான், தமிழின் பெருமை யார் அறிவர்? தமிழை வளருங்கள்–ஞானியார் சுவாமிகள் பேச்சு

21.2.1939–தமிழ்நாடு ஒற்றுமை இயக்கம்–எம்.ஏ.நித்தியானந்தன்

25.2.1939–தமிழர் இயக்கம் திருச்சி

3.3.1939–பழைய தமிழ்நாட்டின் அரசியல் நிலை–தமிழ் மன்னர்கள் பராக்கிரமம்–எ.சி.பாலசுந்தர நாயகர்

4.3.1939–தமிழ் மன்னர்கள் மாட்சி பிற மன்னர்க்குண்டோ? பழம் பாண்டிய மன்னரொருவர் பெருந்தன்மை–சோழகந்த சச்சி

15.3.1939–அன்று தமிழ்நாடும், இன்று தமிழ்நாடும் – பிளவு பட்டிருக்கும் தமிழினத்தை ஒருமைப்படுத்த வழி என்ன? தமிழ்மொழி யின்றி வேற்றுமொழியால் முடியுமா? தெருவெல்லாம் தமிழ்முழக்கம் செய்வோம்–செங்குன்றூர்ச் சேரல்

19.4.1939–தமிழர் யார்? தமிழ்நாடு எது?–நெல்லை மாநாட்டில் எஸ்.முத்தையா (முன்னாள் அமைச்சர்)

17.5.1939–தமிழ் ஒன்றே தனித்தியங்கக் கூடியது. தமிழுக்குப் பிறமொழிக்கலப்பு வேண்டாம்.–கருவூர் ஈழத்தடிகள்

17.5.1939–மோரீஸ் தீவில் தமிழர்–சமத்துவம் நிலவும் நாடு, தமிழ்மொழியின் நிலை – த.வடிவேலு சேதுராயர்

27.5.1939–தமிழர் துரத்தப்படுகின்றனரே (இலங்கைப் பிரச்னை)

12.7.1939–தமிழர் திருமண மாநாடு. உமாமகேசுவரனார், கா.சு., நாவலர் பாரதியார், பண்டிதமணி கதிரேசர், கார்மேகர், எஸ். முத்தையா பங்கேற்பு

20.7.1939–ஆரிய மணமுறிவும் தமிழர் மணமுறிவும்–சரசு

22.7.1939–தமிழர் மணம் வேறு, ஆரியர் மணம் வேறு–நாவலர் பாரதியார்

26.7.1939–நான் ஏன் தமிழைப் போற்றுகிறேன்? மொழி மூலம் கலை, கலை மூலம் வாழ்வு–பெரியார் பேச்சு

13.11.1939–தமிழர் நிலைகுலைவின் காரணம், தமிழர் தனிமனித விளக்கம்

16.11.1939–தமிழரின் மதமே தலைசிறந்தது–பொள்ளாச்சி பி.என். இராமானுஜம்

21.11.1939–தமிழ்நாடு தமிழருக்கே

22.11.1939–தமிழ்நாடு தமிழருக்கே

23.11.1939–தமிழ்நாடு தமிழருக்கே

24.11.1939–தமிழ்நாடு தமிழருக்கே

27.11.1939–திராவிடநாடு திராவிடருக்கே–பொள்ளாச்சி இராமானுஜம்

28.11.1939–தமிழ்நாடு தமிழருக்கே நாள் கொண்டாட்டம்

1.12.1939–தமிழ்நாடு ஆரியமயமானதால் வந்த அவதி–செல்வராஜ்

4.12.1939–ஆரியர் திராவிடர் நாகரிகம்–போளூர் ம.சிதம்பரம்

5.12.1939–ஆரிய தெய்வத்தின் உண்மைத் தத்துவம் – வேலூர்க்குறிச்சி பி.டி.என்.மாரிமுத்து

6.12.1939–தமிழ்நாடு பிரிந்தால் ஏற்படும் நன்மை–சேலம் ஆ.மாணிக்கம்

8.12.1939–ஆரியர் வருமுன் தமிழர் நிலைமை–விடலை

10.12.1939–தமிழ்நாடு தமிழருக்கே நாள்

12.12.1939–திராவிடம் என்னும் சொல் ஆராய்ச்சி–திராவிட நாகரிகம் 1000 ஆண்டுகளுக்கு முந்தியது, செந்தமிழ்மொழியின் சிறப்பு–மதுரை பி.ஜெகதீசன்

13.12.1939–ஆரியர் தமிழர் நாகரிகம் ஒன்றல்ல–தி.வே.அ.

14.12.1939–தமிழர், ஆரியரால் தாழ்வுற்ற விதம்–பொள்ளாச்சி இராமானுஜம்

15.12.1939–பண்டைத் தமிழரின் உயரிய பண்புகள்–தி.வே.அ.

16.12.1939–இந்தியாவின் பூர்வீக மக்கள் யார்?–சென்னை ஏ.முருகேசம்

18.12.1939–தமிழ் மக்களுக்கு மந்திரம் கிடையாதா?–தி.வே.அ.

19.12.1939–ஆரியர் தமிழராக முடியுமா?–மண்ணச்சநல்லூர் இ.மாணிக்கம்

20.12.1939–தமிழ்மொழியின் தற்கால நிலைமை–தி.வே.அ.

21.12.1939–திராவிட நாகரிக மேம்பாடுகள்

22.12.1939–செந்தமிழ் மொழியின் பண்டைச் சிறப்பு – பொள்ளாச்சி இராமானுஜம்

*23.12.1939*–தமிழ்நாடு பிரிந்தால் தாய்மொழி சிறப்புறும் தி.வே.சு.

*26.12.1939*–நல்ல தமிழமுதத்தில் ஆரிய நஞ்சு–தி.வே.சு.

*27.12.1938*–அந்த நாள் ஆரியர் சூழ்ச்சிகள்–பொள்ளாச்சி இராமானுஜம்

*28.12.1939*–தமிழ்நாடு தனிநாடாகக்கூடாதா? தி.வே.சு.

*29.12.1939*– ஆரியர் ஆதிக்கமே தமிழ்நாட்டைத் தாழ்வடையச் செய்தது?–தி.வே.சு.

*1.1.1940*–செந்தமிழ்மொழியின் ஒப்பிலாச் சிறப்பு–மா.குமாரசாமி

*2.1.1940* தமிழின் போக்கும் தாய்மொழி நிலைமையும்–தி.வே.சு.

*3.1.1940*–தமிழ்நாடு தமிழருக்கே(திராவிடநாடு திராவிடருக்கே)

*4.1.1940*–பண்டைத்தமிழரின் சிறப்பியல்புகள்

*6.1.1940*– தமிழ் ஒன்றே இயற்கைத்தனிமொழி, அதற்கிணையான மொழியில்லை

*8.1.1940*–பண்டைத்தமிழர் வாழ்க்கைச் சிறப்பு–அய்யம்பேட்டை கனி

*10.1.1939*–தமிழ்மக்களின் போர்க்குணம்–உழவன் கி.பழனிகுமரன்

*11.1.1940*–யார் குரங்குகள்?

*13.1.1940*–தமிழ்ப்புலவர் மாண்புகள்–தி.வே.சு.

*17.1.1940*–தாய்மொழிக் கல்வியறிவு ஏன் பெருக வேண்டும்? – தி.வே.சு.

*18.1.1940*–இந்தியாவின் பூர்வக்குடிகள் யார்?–தி.வே.சு.

*19.1.1940*–தமிழின் சிறப்பு சாய்ந்ததெவ்வாறு?–தி.வே.சு.

*23.1.1940*–புராணங்கள் தமிழர் சொத்தா?–தி.வே.சு.

*29.1.1940*–செந்தமிழ் மொழியின் இணையில்லாச் சிறப்பு – வாடிப்பட்டி செங்கண்ணன்

*30.1.1940*– சாதிப்பிரிவினை தமிழருக்குடையதா?–பி.டி.என். மாரிமுத்து

*31.1.1940*– வடமொழியால் தமிழ் வளமிழந்ததெவ்விதம்–தி.வே.சு.

*5.2.1940*– அந்தநாள் தமிழரின் தன்மை எத்தனையது?– மு.சி.பூரணலிங்கம்

*7.2.1940*–தமிழரும் பார்ப்பனீயமும்–விருதுநகர் சா.வேதமுத்து

*9.2.1940*– அந்த நாள் புலவர் சிறப்பு–தி.வே.சு.

*9.2.1940*– தமிழ்மொழியும் தமிழ் மக்கள் உயிரும்–சாமியப்பா

10.2.1940– தமிழும் பிறமொழிச்சொற்களும், அந்நியமொழியால் தமிழ் அழகுபெறாது–தி.வே.சு.

12.2.1940– மொழியும் நாகரீகமும்–ந.சி.மீ.

16.2.1940– தமிழ்நாட்டில் சாதிப்பிரிவினையை ஏற்படுத்துவது யார்?–பேராசிரியர் எம். சீனிவாசசுப்பிரமணியம்.

19.2.1940– தமிழர் பண்டிகை பற்றி ஒரு கருத்து–சு.முனுசாமி.

21.2.1940– ஆரியர் திராவிடர் கொள்கை–தி.வே.சு.

22.2.1940– தாய்மொழி ஆக்கத்துக்குப் பணிபுரிதல் தவறா? – தி.வே.சு.

4.3.1940– தமிழர்களை ஆரியர் போரில் வென்றதுண்டா?– சா.வே.தைரியம்.

5.3.1940– தமிழர் தன்மதிப்பு யாரால் நிலை பெற்றது? – தமிழர் கழகம் நிறுவப்பட வேண்டும்.

12.3.1940– பண்டைத் திராவிட சாம்ராஜ்யம், இந்தியாவின் ஆதிமொழி தமிழ்!

13.3.1940– ஆயிரம் வருடங்களுக்கு முன் தமிழர் பேரரசு – சக்ரவர்த்தி இராஜேந்திர சோழன் பராக்கிரமம்–சா.வே.தைரியம்.

15.3.1940–தமிழர் திருமண நிகழ்வில் தமிழ் முறையில் நடைபெறாதது தமிழர்க்கு மானக்கேடு.

16.3.1940–தமிழ்நாட்டில் தமிழர் வாழவழியில்லையே – சென்னை இளங்கோ.

18.3.1940– தமிழ்மொழியின் பண்டைச் சிறப்பு–மயிலை முனிசாமி.

19.3.1940– ஐந்தாயிரம் வருடங்களுக்கு முன் தமிழர் நாகரிகம் – சிந்துநதி தீரத்தில் பண்டைத்தமிழர் வாழ்க்கைச் சிறப்பு – சா.வே.தைரியம்.

21.3.1940– தொல்காப்பிய வரலாறு, இதற்கு முதனூல் எது?– அ.சுப்பையா.

25.3.1940– பண்டைத்தமிழர் பாண்டியர் பெருமை – டி.எம்.சண்முகம்.

27.3.1940– ஆரியர் வருகையும், தமிழ்மொழி சிதைவும்–ஆ.சி. மோகனராசு.

29.3.1940– தமிழ்நாட்டுக் கப்பல் வர்த்தகச் சிறப்பு – சா.வே.தைரியம்.

4.4.1940– தாய்மொழியின் பண்டைச் சிறப்பு–நிலக்கோட்டை மு.வ. இரத்தினசபாபதி.

5.4.1940– தாய்மொழிப்பற்றும் தமிழரும்–தி.வே.அ.

9.4.1940– பழந்தமிழருக்கு கோவில்கள் உண்டா?–மயிலை முனிசாமி

10.4.1940– அசோகரும், அக்பரும் அடங்காத் தமிழரே. அது என்றும் யாருக்கும் தலைவணங்கியதில்லை–ஆர்.கே.சண்முகம் பேச்சு

11.4.1940– தமிழ்நாட்டின் தனிக்கொடியைப் பறக்கவிடுவோம்– அண்ணா பேச்சு

15.4.1940– குமரிமுதல் விந்தியம் வரை தமிழகமே–சா.வே.தைரியம்

16.4.1940– திருக்குறளில் புதைந்து கிடக்கும் தமிழ்நாகரிக இரகசியங்கள்–சா.வே.தைரியம்

20.4.1940– தொல்காப்பியம் இலக்கண நூல் மட்டுமல்ல, அதனை தமிழ் அறிவு நூல் என்பதே தகும்–சி.எம்.இராமச்சந்திரன்

24.4.1940– பலநாடுகளில் தமிழ்நாகரிகம் பரவிய வரலாறு – சா.வே.தைரியம்

26.4.1940– தமிழகத்து வரலாற்று நிலைமை – சிலப்பதிகாரம், மணிமேகலை ஆகியவை நாட்டு வரலாற்றில் இடம்பெற வேண்டும் அ.கிருட்டிணமூர்த்தி

29.4.1940– தமிழர் நாகரிகமும் தொல்காப்பியமும்–சேலம் அ.மாணிக்கம்

1.5.1940– பண்டைத் தமிழர் பெருமை–அரவக்குறிச்சி சே.ஜாபர் உசேன்

2.5.1940– வடநாடு வவ்விய தமிழ் மருத்துவம்–திரட்டு

7.5.1940–தமிழர் திருமணம் பற்றி ஒரு கருத்து–மயிலை முனிசாமி

9.5.1940– தமிழர் ஆரியர் நாகரிக வேறுபாடு திருவத்திபுரம் கா.கோவிந்தன்

14.5.1940– அந்த நாள் தமிழர் அடைந்திருந்த முற்போக்கு – பொள்ளாச்சி இராமானுஜம்

16.5.1940– ஆரிய திராவிட வைத்திய தோற்றம்–டி.கே.கமலம்

15.5.1940– தமிழ் வைத்தியத்தின் தனிமைச் சிறப்பு–டி.கே. கமலம்

31.5.1940– தமிழரும் தாய்மொழியும்–தி.வே.அ.

5.6.1940– ஆரியரும் தமிழரும் ஆரியரா?–செம்மலையார்

6.6.1940– பாண்டிய நாட்டின் பண்டைப் பெருமை– பொ.வெ.வீராசாமி

10.6.1940– தமிழர்களின் புராதன யுத்த ஆயுதங்கள், ஐவள வளங்கள் நிறைந்த செந்தமிழ்நாடு–சா.வே.தைரியம்

13.6.1940– பாண்டியநாடும் எகிப்துராணியும், கொற்கை நகரத்தின் சிறப்பு – சா.வே.தைரியம்

14.6.1940– பாண்டிய நாட்டின் பண்டைச்சிறப்பு – சா.வே.தைரியம்

14.6.1940– இலங்கை மீது செழியன் படையெடுப்பு

20.6.1940– தமிழரும் தாய்மொழிப்பற்றும் – ஏ.வி.முத்தையா

21.6.1940– தமிழின் விழிப்பும் ஆரியன் திகைப்பும் – டி.எஸ்.அப்துல்ரசூல்

25.6.1940– சாதிப்பாகுபாடு தமிழருக்கில்லை – தி.வே.அ.

26.6.1940– தமிழ்நாட்டுச் சித்தரும் மிலேச்சரும் – சுவாமி விமலானந்தா

28.6.1940– தமிழரும் பிறமொழிச்சொற்களும் – தி.வே.அ.

1.7.1940– தமிழ்மொழியில் சொற்களில்லையாம் – தி.வே.அ.

2.7.1940– பாவாணரின் ஒப்பியன்மொழிநூல், குடி அரசு, விடுதலை சந்தாதாரர்களுக்குச் சலுகை விலையில்!

5.7.1940– அந்தநாள் தமிழரின் கைத்தொழில் சிறப்பு–நாகை டி.கே.நாராயணசாமி

6.7.1940– வீரம் மிக்க தமிழர் வீழ்ச்சியடைந்த காரணம், சென்றநாள் தமிழரின் செல்வ நிலைமை–பொள்ளாச்சி இராமானுஜம்

11.7.1940–திராவிடர்களின் சிறப்பியல்புகள்–கோலாலம்பூர் சி.வி.குப்புசாமி

12.7.1940– பண்டைநாள் தமிழர் கொள்கையும் திறனும் – கோலாலம்பூர் சி.வி.குப்புசாமி

18.7.1940– தமிழரை ஒடுக்க ஆரியர் சூழ்ச்சி–பொள்ளாச்சி பி.கே.பாபு சாகிப்பு

19.7.1940– தமிழ்நாட்டு வீரத்தாய்மார்கள்–சென்னை டி.கோபால்

23.7.1940– தமிழ்நாட்டில் அந்நியர் சுரண்டல்–சி.மு.பொ.

24.7.1940– அந்த நாள் தமிழர் ஆட்சி முறைமை–நாகை தி.நா.இராமானுஜம்

27.7.1940– தமிழ்மொழியின் பாகுபாடுகள், இயல் இசை நாடகம் விளக்கம்–நாகை தி.நா.இராமானுஜம்

12.8.1940– தமிழ்மொழியின் இன்றைய நிலைமை

20.8.1940– ஆரியர் வருமுன் திராவிடர் நிலை–இளந்தமிழன்

*4.9.1940*– தமிழே தெரியாதவர்கள் தமிழை எப்படி வளர்க்க முடியும்? – தி.வே.அ.

*5.9.1940*– தமிழ்மொழி சிறப்புற்றது, சமஸ்கிருதத்தின் சம்மதத்தினாலா?–தி.வே.சு.

*6.9.1940*– சமஸ்கிருதம் உயிருள்ள மொழியா?–தி.வே.அ.

*12.9.1940*– தமிழ்மொழியின் பெருமையும் அதன் தற்கால நிலையும்–போளூர் ஔவை மாணவன்

*20.9.1940*– தமிழ்நாட்டில் தாய்மொழி நிலைமை–தி.வே.அ.

*26.9.1940*– தமிழ்நாட்டின் இன்னிசைக் கருவிகள்–கவிகோகிலம் வி.இராதாமணி

*27.9.1940*– தமிழ்நாகரிகம் எத்தன்மையது–பி.என்.குருசாமி

*30.9.1940*– இலக்கணமும் செய்யுளும்–தி.வே.அ.

*3.10.1940*– தமிழகத்தின் தொன்மை–எஸ்.அற்புதானந்தா

*15.10.1940*– பண்டைத் தமிழர் சிறப்பு–தி.வே.சு.

*15.10.1940*– தமிழ்மொழியின் சிறப்பு–சர் சண்முகம்

*15.10.1940*– அகில இந்தியத் தமிழர் மதமாநாடு மறைமலையடிகள், நாவலர் பாரதியார், கா.சு., கி.ஆ.பெ.வி. பங்கேற்பு

*21.10.1940*–தமிழர் பாதுகாப்பு முறைகள்

*24.10.1940*– தமிழர் மதம் யாது?–சோழகந்த கச்சி

*29.10.1940*– சேரன்செங்குட்டுவன் வீரம்–இரணியதாசன்

*16.11.1940*– ஆரியரால் நசிந்த தமிழர் இசைக்கலை

*18.11.1940* – தமிழ் நடிகமணிகளைப் படுகுழியில் வீழ்த்தும் சினிமா, ரேடியோ–தமிழ்மொழியை வதை செய்யும் கொடுமை

*4.1.1941*–ஆரிய ஆடல் பாடல்

*5.1.1941* –ஆரிய ஆடல் பாடல்

*6.1.1941*– ஆரிய ஆடல் பாடல்

*8.1.1941* –ஆரிய ஆடல் பாடல்

*13.1.1941* –பொங்கலோ பொங்கல்

*16.1.1941* –தமிழ்மொழி இசை நிலை–சண்முகம் உரை

*22.1.1941* –தமிழ் இலக்கியம் பாழ்பட்டது ஏன்?

*22.1.1941* –தமிழிலக்கிய வளர்ச்சி–வையாபுரி–புராணங்களால் தமிழ் வளராது

*2.4.1941* –மதத்துவேசம் இல்லாத தமிழ் நாகரிகச் சிறப்பு வீரதாமனார்

3.9.1941-தமிழ் மறுமலர்ச்சி கண்டு ஆரியர் சீற்றம்-தமிழோடு இசை பாட மறுத்தவருக்கு, இசைத்தமிழ் மாநாடு, தமிழிசைக்கு ஆதரவு

5.9.1941 -திராவிடர்களை அடிமை கொண்ட வரலாறு

30.12.1941 -பேசுவதெல்லாம் தமிழா?

இவை அனைத்தும் 'விடுதலை'யில் வெளியான கட்டுரையின் தலைப்புகள் மட்டும் தான். இக்கட்டுரைகளைத் தொகுத்தாலே பல ஆயிரம் பக்கங்கள் வரும். தமிழ்த் தேசிய மொழி உணர்வின் அடிப்படையையும் இன எழுச்சியின் தூண்டுதலையும் விதைத்ததில் பெரும் பங்கு வகித்தது பெரியாரின் இயக்கமே என்று துணிந்து சொல்லலாம் என இக்கட்டுரையின் முன்னுரையில் சொல்வது இதனை வைத்துத்தான்!

பெரும் பங்கு என்றுதான் சொல்லியிருக்கிறேனே தவிர முழுப் பங்கும் என்று சொல்லி விடவில்லை. ஏனென்றால் மொழி உருவான போதே, அதனையே தனது இனமாகவும் தொடக்க காலத்திலேயே, அனைத்து இனங்களுக்கும் முன்னதாக அடையாளம் கண்டு கொண்டதும் தமிழினம் தான். தமிழ்த் தேசியர்கள் சொல்லிக் கொள்வது போல ம.பொ.சி.யால் பிறப்பிக்கப்பட்டதும் அல்ல, மணியரசனால் மறுபிறப்பு கொண்டதும் அல்ல.

## 2. உருவானது தமிழ்நாட்டு எல்லை!

செந்தமிழ் நிலத்து, செந்தமிழ் சேர்ந்த பன்னிரு நிலத்து, செந்தமிழ் இயற்கை சிவனியநிலம்-என்று தமிழகத்தைச் சொல்கிறார் தொல்காப்பியர்..

'இருந்தமிழே உன்னால் இருந்தேன்; இமையோர்
விருந்தமிழ்தம் என்றாலும் வேண்டேன்'-என்றது தமிழ்விடுதூது.

சங்க காலத்தில் தமிழகம் நாகரிகம், பண்பாடு கொண்டதாக இருந்தது. மொழி வளர்ந்தது. நாடு செழித்தது. தமிழர்களும் வளம்பெற்று வாழ்ந்து வந்தனர். மொழிக்கு மட்டுமல்லாமல் வாழ்க்கைக்கும் இலக்கணம் வகுத்தவன் தமிழன். அதன்படி வாழ்ந்தான். அறம், பொருள், இன்பம் என வாழ்க்கையை வகுத்து வாழ்ந்தான். இவ்வாழ்க்கைதான் சங்க இலக்கியமாகக் கிடைக்கிறது. கல்வி செழித்தது. 'சான்றோனாக்குதல் தந்தைக்குக் கடனே' என்கிற அளவில் பொதுக் கல்வியாக இருந்தது. 'கணக்கியல் இல்லாத உலகும் நன்மை பயத்தல் இல' என்கிற அளவில் நாள்தோறும் கல்வியாளர்கள் இருந்தனர். பதினான்காயிரம் மாணவர்களுக்குக் கல்வி கற்பித்தவர் 'குலபதி' எனப்பட்டவர். இரந்தும் கல்வி பெற்றார்கள்.

தொழிலுக்கு ஏற்பக் குலங்கள் இருந்தன. அளவர், இடையர், இயவர், உமணர், உழவர், எயிண், கடம்பர், கம்மாயர், களமர், கிளைஞர், குயவர், குறவர், குறும்பர், கூத்தர், கொல்லர், கோசர், தச்சர், துடியர், தோப்பாகர், துணையர், பரதவர், பறையர், பாணர், புலையர், பொருநர், கழவர், வடவடுகர், வண்ணார், வணிகர், வேடர் – எனப் பல குலங்கள் இருந்தன. இக்குலத்தவர்களுக்குள் திருமணக் கலவிக்குத் தடை இல்லை. தமிழர்கள் உயிர் துறந்தவர் களுக்கு நடுகல் நட்டனர். நடுகல் வணங்கப்பட்டது. மரங்களுக்குத் தெய்வத்தன்மை உண்டென்று மக்கள் நம்பினர். ஐந்திணைகளுக்கும் ஐந்து கடவுள்கள் இருந்தன. சேயோன், மாயோன், வேந்தன், வருணன், கொற்றவை எனப்பட்டார்கள்.

செந்தமிழ் நாடு என்பது வைகையாற்றின் வடக்கும் மருதயாற்றின் தெற்கும் கருவூரின் கிழக்கும் மருவூரின் மேற்குமாம் என்கிறார் பாவாணர். செந்தமிழ் நிலமானது 12 நாடுகளைக் கொண்டதாக இருந்தது. இந்தத் தமிழ்நாடும் தமிழ்ப்பகுதிகளும் ஒரே தமிழ்மன்னரால் ஆளப்படவில்லை. சேர, சோழ, பாண்டியனோடு குறுநில மன்னர்களைச் சேர்த்தால் 120க்கு மேற்பட்டவர்கள் இருந்ததாக வின்செண்ட் ஸ்மித்தை மேற்கோள் காட்டிச் சொல்கிறார் கு.ச.ஆனந்தன். சங்க இலக்கியங்களில் 300க்கும் மேற்பட்ட அரசர்களின் பெயர்கள் காணப்படுகின்றன. தமிழகத்திலிருந்த அந்நாடுகள் பெரிதாயினும் சிறிதாயினும் வரையறுத்த நிலப்பகுதிகளாகவிருந்தன. அவற்றில் வாழ்ந்த மக்கள் பண்டைய சமுதாயங்கள், அவற்றை உள்ளடக்கிக் கொண்ட தமிழ்ப்பேரரசு எதுவும் உருவாகவில்லை. மாறாகப் பண்டு தொட்டுப் பலநாடுகள்-வல்லரசுகள் பரவலாக இருந்து வந்தன" என்கிறார் கு.ச.ஆனந்தன்.

(இந்தியாவில் தேசிய இனங்களும் தமிழ்த் தேசியமும், பக்கம். 174)

காலனியாதிக்க வல்லரசு உருவாக்கிய இந்தியப் பரப்புக்குள், தமிழ் நிலம் இணைக்கப்பட்டது. காலனியத்தின் பிடியில் இருந்து இந்தியா விடுபட்டபோது, அத்தோடு சேர்ந்து தமிழ்நிலமும் விடுபட்டது. ஆனால் இந்திய எல்லைக்குள் அமைந்தது. இந்திய எல்லைக்குள் அமைந்த தமிழ்நிலத்தில் தமிழ்பேசும் பெரும்பான்மை யினர் பகுதியைக் கொண்ட ஒரு மாநிலம் அமைக்க வேண்டும் என்று 1940-1960 காலகட்டத்தில் தமிழகத்தின் வடக்கிலும் தெற்கிலும் பல்வேறு அமைப்புகளால் போராட்டங்கள் முன்னெடுக் கப்பட்டன. முழுமையாக இல்லாவிட்டாலும் தமிழ்ப்பகுதிகள் மட்டும் கொண்ட தமிழ்நிலமானது ஒரே ஆட்சியாக 1956இல் தான் உருவானது. அந்த நிலமும் சென்னை மாகாணம் என்றே அழைக்கப் பட்டது. தமிழ்ப்பகுதிகள் மட்டும் கொண்ட தமிழ் மாகாணத்துக்குத்

'தமிழ்நாடு' என்று 1967ஆம் ஆண்டு திராவிட முன்னேற்றக் கழகம் ஆட்சி அமைந்த பிறகு முதல்வரான பேரறிஞர் அண்ணா சூட்டினார்.

### 3. தமிழின வீழ்ச்சி!

ஆரியத் தாக்கம் கி.மு. 4 ஆம் நூற்றாண்டை ஒட்டி நடந்திருக்கும் என்கிறார் கே.கே.பிள்ளை. பிராமணீயத் தாக்கம் அதிகம் ஆனது கிபி 600க்குப் பின்னரே.

தொல்காப்பியத்திலேயே ஆரியக் கலப்பு ஏற்பட்டுவிட்டது. வட தொன்மக் கதை பரிபாடலிலும், திருமுருகாற்றுப் படையிலும் கலந்துவிட்டது. சிலப்பதிகாரம், மணிமேகலைக் காலத்தில் மறைவழி காட்ட மாமுது பார்ப்பான் வந்துவிட்டான். களப்பிரர் காலத்தில் பிராகிருதமும், பாலியும் வந்து தமிழைப் பின்னுக்குத் தள்ளின. பல்லவர்கள் பிராகிருத மொழியை மட்டும் திணிக்கவில்லை. தமிழில் கிரந்த எழுத்துகளையும் கொண்டுவந்து புகுத்தினார்கள். பார்ப்பனர் குடியேற்றம் அதிகம் நடந்தது. வடமொழிக் கல்வி செழித்ததோடு தமிழும் சிதைந்தது.

சங்க காலத்தில் பாண்டிய மன்னன் பிராமணர்க்கு ஊரைத் தானமாகத் தந்ததை வேள்விக்குடி சாசனம், தளவாய்புரம் செப்பேடு சொல்கிறது. பல்லவர் ஆட்சியில் 20 பிரம்மதேயங்கள் இருந்ததாகச் சாசனக்குடி செப்பேடு சொல்கிறது. சோழர்கள் அதிகம் வழங்கினார்கள், இராசராசசோழன் காலத்தில் 246 பிரம்மதேயங்கள் இருந்ததாகக் கல்வெட்டுகள் சொல்கின்றன. இதனால் பிராமணர்கள், நிலப்பிரபுக்களாக ஆகிறார்கள். ஏராளமான கோவில்கள் கட்டப்பட்டன. அதற்கு நிலங்களும் தரப்பட்டன. கோவில் நிலங்கள் பிராமணர்களுக்கும் நிலப்பிரபுக்களுக்கும் மட்டுமே குத்தகைக்கு தரப்பட்டன. தஞ்சை, நெல்லை, மதுரை, திருச்சி, செங்கல்பட்டு ஆகிய இடங்களில் பிராமணர்கள் நிலவுடைமையாளர்களாக இருந்தனர் என்கிறார் ஏ.கே.காளிமுத்து.

(தமிழகத்தில் காலனியமும் வேளாண் குடிகளும்)

சிலப்பதிகாரக் காலத்திலேயே ஆரியர்கள் வேள்வி வளர்க்கத் தொடங்கினர். மன்னர்கள் யாகம் வளர்த்தனர். பல்யாகச் சாலைகள் இருந்தன. சிறு தெய்வ வழிபாடு இருந்தது. ஆரியர் நுழைவு பண்பாட்டு வழியிலும், களப்பிரர் நுழைவு அரசியல் வழியிலும் தமிழர் வாழ்வை, தமிழ்நாட்டைச் சிதைக்கத் தொடங்கின. கி.பி. 3 ஆம் நூற்றாண்டில் இருள் பரவியது.

வேங்கடத்துக்கு மேலிருந்து வந்து தமிழகம் முழுக்கப் பரவிய வர்கள் களப்பிரர்கள். இவர்களது சமயம் பௌத்தமாகவும், பிறகு சமணமாகவும் இருந்தது. வைதிக மதத்தை எதிர்த்தார்கள். தமிழ்

மொழி தாழ்வுற்றது. பாலியும் பிராகிருதமும் அரசு மொழிகளாயின. தமிழில் கற்பிக்க மறுத்தனர். வைதிகம், சைவம், பிரமவாதம், ஆசிவகம், நிகண்டம், சாங்கியம், வைசேடிகம், பௌதிகம், உலோ காயதம் – எனப் பல சமயங்கள் இருந்தன. பல்லவர் கல்வெட்டுகள் முதலில் பிராகிருதம், பிறகு சமஸ்கிருதம், பிறகு கிரந்தத் தமிழ் எழுத்தில் உள்ளன. சிற்பக் கலையும், கட்டடக் கலையும் இவர்கள் ஆட்சியில் செழித்தன. கோவில்கள் அதிகம் கட்டப்பட்டன. பிரம்மா, விஷ்ணு, சிவன் ஆகிய தெய்வ சிலைகள் நிறுவினர்.

சங்ககாலம் கழிந்து களப்பிரரும், பல்லவரும் உள்ளே நுழைந்த பிறகு தமிழர் பண்பாடு அன்னிய–ஆரிய–வடமொழி பண்பாடுடைய தாக மாறியது. குலப்பிரிவு, பிராமண மேம்பாடு, மொழிக்கலப்புத் தோன்றின. வைதிகம், சமணம், பௌத்தச் சண்டைகள் அதிகம் நடந்தன. நாயன்மார்களும், ஆழ்வார்களும் சைவம், வைணவத்தோடு வந்தார்கள். மன்னனை வளைத்து அவனைத் தங்கள் சமயமாக மாற்றும் முயற்சிகள் அதிகம் நடந்தன.

சமண, சைவ, வைணவ இலக்கியம் அதிகம் தளிர்த்தது. திருநாவுக்கரசர், ஞானசம்பந்தர், திருமங்கை ஆழ்வார்–மூவரும் பல்லவர் காலத்தவர். கடவுள் இது எனக் காட்டாத சமணமும், பௌத்தமும் வீழ்ந்தது. பல்லவர் காலத்தில் பிராமணர்களுக்கு நிலங்கள் தானமாகத் தரப்பட்டன. இதுவே பிரம்ம தேசங்கள். கோவில்களுக்குத் தரப்பட்டது தேவபோகம், தேவதானம். சமண பௌத்தத்திற்குத் தரப்பட்டது 'பள்ளிச் சந்தம்'. கோவில் அர்ச்சகர், பணி செய்வோர்க்கு நிலங்கள் தரப்பட்டன.

தமிழர் வீரத்தின் மாபெரும் அடையாளமாகப் போற்றப்படுவர் இராசராசனும், அவன் மகன் இராசேந்திரனும். வீரத்தில் இங்கு பேரரசு நிறுவியவன் மட்டுமல்ல அயலகம் சென்றும் வென்று காட்டியவன். தஞ்சைப் பெருதனயர் பேரவை உருவாக்கியவன் இராசராசன். கங்கை கொண்ட சோழபுரம் இராசேந்திரன் அமைத்தது. சமய குருமார்களுக்கு அரசவையில் முக்கிய இடம் இருந்தது. அவர்கள் சொற்படி நடந்தனர். அதிகமான கோபுரங்கள் கட்டினர். மன்னர்களின் சிலைகளும் கோவிலில் வைக்கப்பட்டு வணங்கப்பட்டன. பிராமண குடியிருப்புகள் அகரம், பிரம்மதேயம், சதுர்வேதி மங்கலம் எனப்பட்டன.

மன்னர்கள் நிறுவிய பள்ளிகள் யாவும் பிராமணர்கட்கு மட்டும் வடமொழி பயிற்சி அளித்து வந்தன. தென்னாட்டில் முதலாம் இராசேந்திரன் உருவாக்கிய பள்ளியில் 340 பிராமண மாணவர்கள் மட்டுமே படித்தனர். மடங்கள் சைவம் வளர்த்தன. இடங்கை – வலங்கை பிரிவினை சோழர் காலத்தில் உருவானது. சுமார் ஒன்பது (11–19) நூற்றாண்டுகளாகத் தமிழரின் வாழ்வை அலைக்கழித்தது

இப்பிரிவினை. வலங்கையில் 96 குலங்கள், இடங்கையில் 96 குலங்கள் இருந்தன. இவர்களுக்குள் பெரும் கலகம் கி.பி. 1071 இல் நடந்துள்ளது. ஒரே சாதிக்குள் இருபிரிவினைகள் இது. பணம் வைத்திருந்தவர், பணமில்லாதவர் என்றும் சொல்லப்பட்டது.

வலங்கையினர் செல்வாக்குப் பெற்றவர்களாக இருந்தனர். இடங்கையினர் தொழிலாளர்கள். குடிமக்கள் வரிப்பணம் வேள்வி களுக்கு, மடங்களுக்குப் போனது. தேவரடியார்க்குத் தனி வீதிகள் உருவாக்கப்பட்டன.

மன்னரும், செல்வரும் பல மனைவியரை மணந்தனர். அரசிகள் சிலர் உடன்கட்டை ஏறினர். உடன்கட்டை கட்டாயமாக இல்லை. பெண்டிர்க்குச் சொத்துரிமை இருந்தது. அரசர்களின் அலுவல்களில் பட்டத்தரசிகளும் இருந்தனர். அரசிகள் கோவில் கட்டினார்கள்.

தஞ்சைக் கோவிலுக்காக 400 தேவரடியார் இருந்தனர். குடிமக்களில் சிலர் தங்களைக் கோவில் அடிமைகளாக விற்றுக் கொண்டனர். சங்க காலத்தில் பிணங்கள் புதைக்கப்பட்டன. சோழர் காலத்தில் எரிக்கப்பட்டன. ஏராளமான மரங்கள் நடப்பட்டன. நிலங்கள் தானமாகத் தரப்பட்டன. சைவம், வைணவம் இரண்டும் தழைத்தன. சிவன், திருமால் வழிபாடு பெருகியது. எண்ணம் நிறைவேற 'வேண்டுதல்' உருவானது.

இந்தியாவிலேயே மிகச் சிறந்த நாடு என்று பாராட்டப்பட்ட பாண்டியநாடு, உட்பகையால் முடிந்தது. பாண்டியரிடம் பொன்னும், மணியும் இருந்தன எனினும், மக்கள் வறுமையில் இருந்தனர். தேவரடியார் வழக்கமும், உடன்கட்டை ஏறுதலும் இருந்தன. அரசுரிமைப் போராட்டங்களாலும் மாலிகாப்பூரின் அட்டூழியங் களாலும் பாண்டியநாடு சீர்குலைந்து போயிற்று.

பாண்டியரின் உட்பகையில் விசயநகர அரசு உள்ளே நுழைந் தது. மதுரையில் நாயக்கராட்சி, தஞ்சாவூரில் நாயக்கர் ஆட்சி, அதன்பிறகு மராட்டியர் ஆட்சி எனத் தமிழ்பரப்பு மொத்தமும் அன்னியராட்சியாகத் தொடர்ந்தது. 13 முதல் 18ஆம் நூற்றாண்டு வரை தமிழ்ச் சமூக நிலை கவலைக்கிடமாக ஆனது.

மன்னராட்சியின் முடிவும் காலனியத்தின் தொடக்கமும் மிக மிக மோசமானதாக இருந்தன.

அன்னிய மொழி மன்னர்கள்–ஆரியத்தனத்தில் மூழ்கியிருந்தனர். அதே சூழலில் வைதிகம், சமணம், பௌத்தம், இசுலாம், கிறித்துவம் என்ற மதக் கோட்பாடுகளின் வேட்டைக்காடாகவும் தமிழ் நிலம் மாறிக்கிடந்தது.

உயர்வை நோக்கிய பயணத்தில், பல்வேறு தடைக்கற்கள் இருந்தன. மாபெரும் தடையான சாதியே, பெருமைக்குரியதாகவும்

மக்களால் உணரப்பட்டது. சாதி அகற்றுதல் என்று இல்லாமல் சாதிப்பெருமை பேசுவதாக மற்ற உயர்சாதிகள் திட்டமிட்டார்கள். தீண்டாமை தலை விரித்தாடியது. சோழப்பேரரசு காலம் போலவே விசயநகர, நாயக்க, மராட்டிய அரசும் பிராமணர் விரும்பும் அரசாக இருந்தது. விசயநகரப்பேரரசு, நாயக்கர் ஆட்சியில் தெலுங்கு, கன்னட மொழியினர் தமிழகத்தினுள் ஏராளமானோர் வந்து குடியேறினர். மாலிக்காபூர் படையெடுப்புக்கு முன்பே இசுலாமியர் குடியேறிவிட்டார்கள். இந்த 1500–1600களில் ஐரோப்பியர்கள் உள்ளே நுழைகிறார்கள்

தமிழ் நிலத்துக்குள் வெவ்வேறு காலகட்டத்தில் புகுந்தவர்கள் ஆரியர், களப்பிரர், தெலுங்கர், பல்லவர், முகமதியர், சுல்தானியர், மராட்டியர், டச்சுக்காரர்கள், போர்ச்சுகீசியர், பிரெஞ்சுகாரர், ஆங்கிலேயர்.

இவர்கள் மூலமாக வேதியம், பௌத்தம், சமணம், இசுலாம், கிறித்துவம் ஆகியவை புகுந்தன. தமிழ்ச் சிந்தனை மரபைச் சிதைத்தவர்கள் மாற்று இனத்தவர், மாற்று மொழியினர், மாற்று மதத்தவர். (இங்கே தமிழர்நெறிக்குப் புறம்பானவை என்ற பொருளில் மதம் என்ற சொல் பயன்படுத்தப்படுகிறது. தமிழர் மதம் என்ற பொருளில் அல்ல!)

வடக்கே குப்தர் ஆட்சி இருந்தபோது இங்கே களப்பிரரும் பல்லவரும் ஆண்டார்கள். ஏக இந்தியாவில் சமற்கிருத வேத ஆட்சியாகத்தான் இதனைக் கணிக்க முடியும். வைதிகம், சமணம், பௌத்தம் ஆகிய மூன்றும் சமற்கிருதம், பாலி, பிராகிருதம் ஆகிய மூன்றைத் தாங்கி வந்தன. சமயநெறியினரும் மாற்று மொழியினரும் பண்பாடு, கலாச்சாரங்களுக்கு வேட்டு வைத்தார்கள். சங்க கால நிலத் தெய்வங்களுக்கு வைதீகப் பெயர்கள் சூட்டப்பட்டன.

தமிழின் தோற்றம் கிமு ஏறத்தாழ ஐம்பதினாயிரம் ஆண்டு களுக்கு முற்பட்டது என்பார் பாவாணர். கொடுந்தமிழ்களுள் வடுகமென்னும் தெலுங்கு திரிந்தது கிமு 10ஆம் நூற்றாண்டு என்றும், கருநடம் என்னும் கன்னடம் திரிந்தது கிபி 6ஆம் நூற்றாண்டு என்றும் சேரலம் என்னும் கேரளம் அல்லது மலையாளம் திரிந்தது கிபி 13 ஆம் நூற்றாண்டு என்றும் சொல்கிறார். தமிழே திராவிடத்தின் மூலமும் ஆரியத்தின் தாயும் என்கிறார். இன்றைக்குத் திராவிட மொழிகள் பிரிந்து இருந்தாலும் ஒரு காலத்தில் அவை ஒன்றாக ஒருமொழியாக இருந்தவையே என்பார்.

மொழிகள் திரிந்து கொண்டே மாறுவதால் முற்காலக் கொடுந்தமிழே பிற்காலத் திராவிட மொழிகள் என்பார். ஆரியர் வந்து தமிழைக் கெடுத்தது குறித்தும், வட சொற்களைத் திணித்தது குறித்தும், தொல்காப்பியத்திலேயே வட சொல் புகுந்துவிட்டது

குறித்தும் பாவாணர் எழுதியிருக்கிறார். ஆரியரும் ஆரியமும் பிராமணருமே கேடானவர்கள், அனைத்தையும் கெடுத்தவர்கள் என்பார் பாவாணர். ஆரியர் தமிழரை அடிமைப்படுத்திய வகைகள் குறித்துப் பாவாணருக்கு இணையாக எழுதிய தமிழறிஞர் எவருமில்லை.

### *4.* தமிழின் மீட்சி

“திருக்குறள் போன்றவை தோன்றினும் அது வெறும் ஏட்டுப் புரட்சியே. நாட்டுப் புரட்சியாக மலரவில்லை. மலர்வதற்கு வாய்ப்பாக ஆளும் வர்க்கமும் அனுமதிக்கவில்லை. அடங்கிக் கிடந்த பொதுமக்கள் கூட்டமும் தகுதி பெற்றதாக இல்லை” என்பார் க.ப.அறவாணன்.

ஆரியம் நன்று தமிழ் தீ தெனவுரைத்த
காரியத்தால் காலக் கோட் பட்டானைச் – சீரிய
அந்தண் பொதியில் அகத்தியனார் ஆணையால்
செந்தமிழே தீர்க்கசுவா கா

– என்ற நக்கீரர் பாடல் தமிழ் வடமொழிப்போராட்டத்துக்கான எதிர்வினை.

தமிழுக்குத் தெய்வத்தன்மை உண்டு என்றது திருவிளையாடற் புராணம்.

ஆரியன் கண்டாய் தமிழன் கண்டாய்–என்றார் திருநாவுக்கரசர்.

அருந்தமிழ்ச் சம்பந்தன் என்று சொல்லிக் கொண்டார் ஞானசம்பந்தர். சமற்கிருதமும் பிராகிருதமும் பேசுவோரைக் கத்தும் சனங்கள் என்றார். பிற சமயத்தவர் பிறமொழிகளை உளறுவதாகச் சொன்னார் சுந்தரர்.

தமிழைப் பலபெயரிட்டுப் புகழ்ந்தது தேவாரம். ஞானமளந்த மேன்மைத் தமிழ் என்றார் சேக்கிழார். என்றுமுள தென்றமிழ் என்றார் கம்பன். ‘தென்னன் தமிழ் என்று பிறந்தது, தென்றல் என்று பிறந்தது’ என்றவர் குமரகுருபரர். முத்தமிழால் வைதாரையும் வாழவைப்போன் என்றார் அருணகிரிநாதர்.

இவர்கள் அனைவரும் தமிழைத் தமிழகம் முழுவதும் விதைத்தவர்கள். இந்த அடியார்கள் தமிழ்நெறியை மீட்டுருவாக்கம் செய்யாமல், சைவ நெறியை ஆரியமயமாக்கினார்கள். வேத வேள்வி களை ஞானசம்பந்தர் ஏற்று நின்றார். சமணம், பௌத்தம் தாங்கிய மன்னர்களைச் சைவர்கள் ஆக்கப் பாடுபட்டார்கள். வேதிய மதத்தைத் தங்களுக்கு நெருக்கமானது என்று சைவர்கள் நினைத்ததும், நெருக்கமானதுதான் என்று வேதியர்கள் நடித்ததும் பக்தி இயக்கத்தின்

மூலமாகத் தமிழினம் அடைந்திருக்க வேண்டிய எழுச்சியைத் தடுத்துவிட்டது.

1867 வள்ளலார் நடத்திய திருக்குறள் வகுப்புகள்; 1845–1914 அயோத்திதாசரின் இலக்கிய முயற்சிகள்; 1901 மதுரையில் தமிழ்ச்சங்கம் தொடங்கிய பாண்டித்துரையின் அமைப்பாக்கம்; சென்னைப் பல்கலைக் கழகத்தின் இடைநிலை வகுப்பில் விருப்பப் பாடமாக மட்டுமே இருந்த தமிழை நீக்கிவிடும் முடிவைச் சென்னைப் பல்கலைக் கழக ஆட்சிப் பேரவை எடுத்தபோது பரிதிமாற் கலைஞர், மு.சு. பூரணலிங்கம் ஆகியோர் காட்டிய எதிர்ப்புகள்; தமிழர்கள் தாய்மொழியில் பேசுதல் வேண்டும், அயல் மொழியில் பேசுதல் கூடாது, அப்படிப் பேசினால் அவர்களைத் திருத்தும் பொறுப்பைத் தமிழர்கள் ஏற்க வேண்டும் என்று 1918ஆம் ஆண்டு சென்னை மாகாணச் சங்க மாநாட்டில் திரு.வி.க. தீர்மானம் கொண்டு வருவது; 1921 சென்னையில் மறைமலையடிகள் தலைமையில் கூடிய அறிஞர்கள் திருவள்ளுவர் ஆண்டை நிர்ணயித்தல்; 1927 தென்காசி திருவள்ளுவர் கழகம் முதல் பல்வேறு அமைப்புகள் தொடங்கியது... போன்ற இவையெல்லாம் ஒரு பக்கம்.

1796 இல் சென்னை ஆட்சியர் எல்லீசு திருக்குறளை ஆங்கிலத்தில் மொழிபெயர்த்தார். வள்ளுவர் உருவம் கொண்ட காசுகளை உருவாக்கினார். இவருக்குத் திருக்குறளை அறிமுகம் செய்தவர் கந்தப்பன். இவரது பேரன்தான் பண்டிதர் அயோத்திதாசர். இவரும், திருக்குறளை எடுத்துச் சொல்வதில் முன்னோடியாக இயங்கினார்.

1811 இல் எல்லீசு எழுதினார், “செந்தமிழ், கொடுந்தமிழ், மலையாளத்தமிழ், தெலுங்கு, கன்னடம் ஆகிய ஐந்து இன உறவு மொழிகளின் இலக்கணம் மரபுத்தொடர் முதலியன தமிழிலிருந்து பெறப்பட்டன” என்றார். தமிழ்பேசும் நாடுகளின் வரலாறு, தமிழ்மொழி அதன் பழைய புதிய கிளைமொழிகள், தமிழ் யாப்பியல், தமிழ் இலக்கியம் ஆகிய நான்கு நூல்களை எழுத எல்லீசு திட்ட மிட்டிருந்ததாகத் தாமஸ் டிரவுட்மன் எழுதுகிறார்.

1811 இல் அம்பலவாணக் கவிராயர் திருக்குறள் மூலத்தைத் தமிழில் அச்சடித்தார். 1856 கால்டுவெல்லின் திராவிட மொழிகளின் ஒப்பிலக்கணம் வெளியானது. “தமிழின் தொன்மையை உலகிற்கறி வித்தவர் கால்டுவெல் பெருமகனார். தனித்தமிழுக்கு வித்திட்டவர் பரிதிமாற் கலைஞர். செடியாகத் தழையச் செய்தவர் நிறைதமிழ் மலையாம் மறைமலையடிகள். நான் மரமாக வளர்த்து வருகிறேன்” என்றார் பாவாணர்.

பழந்தமிழ் பிரதிகள் பதிப்பிக்கும் பணி தொடங்கியது. கலித்தொகை (1887), பத்துப்பாட்டு (1889), தொல்காப்பியம் எழுத்து (1901), சொல் (1902), பதிற்றுப்பத்து (1904) ஆகியவை வெளியாயின.

1905 முதல் இதழ்களின் முகப்பில் திருக்குறள் இடம்பெற்றது. மனோன்மணீயம் 1886இல் வெளியானது.

திருக்குறளைச் சென்னைப் பல்கலைக் கழகம் பி.ஏ. தேர்வுக் குரியதாக (1900) ஏற்றது.

மறைமலையடிகளின் திருக்குறள் ஆராய்ச்சி 1902இல் வெளி யானது. பாரதியின் பாடல்கள் வெளியாயின.

படைப்பிலக்கியமாகப் பிரதாப முதலியார் சரிதம் (1879), கமலாம்பாள் சரிதம் (1896), பத்மாவதி சரிதம் (1898), மனோன்மணியம் நாடகக்காப்பியம் (1891), 1914இல் எம்.சீனிவாசரின் 'தமிழ் வரலாறு', 1929இல் பி.டி.சீனிவாசரின் 'தமிழர் வரலாறு' ஆகிய நூல்கள் வெளியாயின.

தமிழின் மிக முக்கியமான நூல்கள் அனைத்தும் 1876–1925 காலகட்டத்தில் வெளியாயின. சிலப்பதிகாரம், கலித்தொகை, பத்துப்பாட்டு, மணிமேகலை, புறநானூறு, அகநானூறு, கம்ப ராமாயணம், பெரிய புராணம், பதிற்றுப்பத்து, நற்றிணை, குறுந் தொகை, பரிபாடல் ஆகிய நூல்கள் வரிசையாகப் பதிப்பு செய்யப் பட்டன. இதன் உச்சமாகத்தான் 1940 இல் சங்க இலக்கியத்தின் வையாபுரியார் பதிப்பு வெளியானது. மாறல் கார்த்திகேயரின் மொழி நூல் (1913) வெளியானது, தமிழ்ச்சொற்பிறப்பு ஒப்பியல் அகராதியை 1938இல் ஞானப்பிரகாசர் கொண்டுவந்தார். பாவாணரின் ஒப்பியன் மொழிநூல் 1940இல் வெளியானது. 1903 செந்தமிழ் ஏடு தொடக்கம். 1925 சைவசித்தாந்த நூற்பதிப்புக் கழகம் தொடங்கி, திருக்குறள் மூலத்தை வெளியிட்டது. செந்தமிழ்ச்செல்வி, தமிழ்ப்பொழில், செந்தமிழ் இதழ்கள் போன்ற முக்கியமான இதழ்கள் வெளியாயின,

தமிழ் இலக்கண, இலக்கியங்களை 1812இல் இருந்து பதிப் பித்தவர்களை இரா.இளங்குமரனார் பட்டியலிடுகிறார். அம்பல வாணக் கவிராயர், எல்லீசு, சரவணப் பெருமாளையர், விசாகப் பெருமாளையர், முகவை இராமானுசக் கவிராயர், வாகீசர், காஞ்சி இலட்சுமணர், புதுவை நயனப்பர், மழவை மகாலிங்கர், வேதகிரி, சேதனப்பட்டு இராமசாமி கவிராயர், ஆறுமுக நாவலர், சாமுவேல், திருநெல்வேலி வரதப்பர், பவர்துரை, சுப்பராயர், கன்னியப்பர், இராசகோபாலர், சீனிவாசராகவன், தி.க.சுப்பராயர், ப.அரங்கசாமி, சி.வை. தாமோதரம்பிள்ளை, உ.வே.சாமிநாதர் என்று பட்டியல் மிக நீளமானது. பார்ப்பனர்களைத் தமிழர்கள் என்று நிறுவுவதற்காக உ.வே.சா.வுக்கு மகுடம் சூட்டும் தமிழ்த் தேசியர்கள் அதற்கு முந்தைய தமிழர்களைக் காவு கொடுக்கிறார்கள் என்பதையும் கவனிக்க வேண்டும். தனித்தமிழியக்கத்துக்கு இதுவே விதையானது.

தனித்தமிழ் இயக்கத்தை 1916ஆம் ஆண்டு மறைமலையடிகள் நடத்தினாலும் அவரது தமிழ்ச் சார்பும், ஆரிய மறுப்பும் 19ஆம் நூற்றாண்டின் தொடக்கத்திலேயே உருவாகிவிட்டன. தமிழின் தனித்தியங்கும் தன்மை குறித்துத் தமது கல்லூரி திராவிட மொழிச் சங்கத்தில் 1901இல் அடிகள் பேசுகிறார். தமிழின் தோற்றம் என்ற கட்டுரையை எழுதுகிறார். 1905 இல் மதுரைத் தமிழ்ச்சங்கத்தில் 'பண்டைக்காலத் தமிழர் ஆரியர்' என்ற தலைப்பில் அடிகள் பேசியது சைவர் மற்றும் தமிழப் போர்வையில் இருந்த பார்ப்ப னர்க்குச் சினம் ஏற்படுத்தியது.

வேதாசலம் என்ற பெயரை மறைமலையடிகள் என மாற்றிக் கொண்டார். அவரது சமரச சன்மார்க்க நிலையம், பொதுநிலைக் கழகம் ஆனது. ஞானசாகரம் என்ற அவரது இதழ் அறிவுக்கடல் ஆனது. அயல்மொழிச் சொற்கலவாமல் தமிழைத் தூயதாய்ப் பாதுகாக்க வேண்டும்; ஆரியருக்கு அடிமைப்பட்டு சொற்களை தமிழில் கலத்தல் தீங்கு; தமிழில் அயல்மொழி கலப்பவர் எவ்வளவு கற்றவராயினும் மதியேன் என்று அறிவித்தார் அடிகள். அவரை எதிர்த்தவர்கள் உ.வே.சா, ஞானப்பிரகாசர் போன்ற தமிழ்ப் புலவர்களே.

தமிழைச் செம்மொழியாக்கச் சென்னை பச்சையப்பன் கல்லூரியில் கா.சு. தலைமையில் கூட்டம் நடந்தது.

நீலாம்பிகையின் தனித்தமிழ்க் கட்டுரைகள் நூல் 1924இல் வெளியானது. வடசொல் தமிழ் அகரவரிசை 1937இல் வெளி யானது.

தனித்தமிழியக்கத்தை வையாபுரி எதிர்த்தார். 'தூய தமிழ்க் கிளர்ச்சியானது அறிவின் பகை. கல்வியின் பகை. ஒற்றுமையின் பகை. நாணயத்தின் பகை. தேசிய முன்னேற்றத்தின் பகை. இதனை அறிவுடையோர் ஆதரித்தல் சிறிதும் தகாது' என்றவர் வையாபுரியார். தமிழ்த் தேசியத்தின் மூலவரான ம.பொ.சி.யார், 'தனித்தமிழ் எழுத வேண்டுமென்ற கிளர்ச்சி வளர்ச்சிக்குத் தடை. பொதுமக்களோடு தொடர்பு கொள்ள விரும்பும் எவரும் தூயதமிழ் வைதீகத்தைக் கடைப்பிடிப்பது சாத்தியமில்லை. தமிழ் வளர்ச்சிக்குக்கூட அது தேவைப்படவில்லை' என்றார். இந்த இயக்கத்தை மிகச் சரியாக அடையாளம் கண்டவர் கா.சிவத்தம்பி. இதனைத் தமிழின் தொன்மை மீட்பு இயக்கம் என்றார் இவர். "மறைமலையடிகள் தமது பிராமண எதிர்ப்பியக்கத்தை, தமிழின் தொன்மையான தூய்மையைக் கெடுக்கும் ஒரு சமூக சக்திக்கெதிரான ஓர் இயக்க மாகவே கொண்டாரென்பது தெரியவரும். பிராமணர் எதிர்ப்பியக்க மானது திட்டவட்டமான ஓர் அரசியல் இயக்கமாக முகிழ்த்துக் கிளம்பியபொழுது அந்த அரசியல் சக்தியின் வளர்ச்சிக்கு இவரது கருத்து, செயல், நடவடிக்கைகள் உதவின" என்கிறார்.

தமிழை உயர்தனிச் செம்மொழி என்றார் பரிதிமாற்கலைஞர். வடமொழி கலவாத தனித்தமிழ்நடையில் சேந்தன் செந்தமிழ் நூலை வழங்கினார் பாம்பன் குமரகுருபரதாச சுவாமிகள். பிறமொழி கலவாத தமிழுக்காகப் போட்டிகள் நடத்தினார் சுப்பிரமணிய சிவா. கரந்தைத் தமிழ்ச்சங்கம் தொடங்கினார் உமாமகேசுவரனார். மதுரை தமிழ்ச்சங்கம் (1901), கரந்தைத் தமிழ்ச்சங்கம் (1911), சொல் லாக்கக் கழகம், சென்னை மாகாணத் தமிழ்ச்சங்கம் (1934), தமிழ்ப் பாதுகாப்புக் கழகம் (1937) ஆகியவை உருவாயின. இவற்றால் பரந்துபட்ட தமிழ்மொழிப்பற்று உருவானது. 1938 இந்தித் திணிப்பின் போது அரசியல் பார்வையுடன் மிகச் சரியாகக் கணிக்கப்பட்டுத் தமிழ்ப்புலவர்களாலும் எதிர்க்கப்பட்டது.

## 7. கல்வி கண் லேசாகத் திறக்கிறது

இதற்கு இடையில் தமிழர்களில் படித்த தலைமுறை ஒன்று உருவாகத் தொடங்கியது. இது சாதாரணமாக நடந்து விடவில்லை.

1813ஆம் ஆண்டு உருவாக்கப்பட்ட சாசனச் சட்டப்படி இந்தியர்க்குக் கல்வி கொடுக்கும் முயற்சியை ஆங்கில அரசு மேற்கொண்டது. இதற்காக இந்தியா முழுமைக்கும் ஒரு லட்சம் ரூபாயைச் செலவு செய்ய முடிவெடுத்தார்களே தவிரப் பத்தாண்டு காலம் இந்த நிதியை ஒதுக்கீடு செய்யவில்லை. 1835ஆம் ஆண்டுதான் மெக்காலே கல்வி முறை வந்தது. மேலை நாட்டு அறிவியலையும், கீழை நாட்டு இலக்கியத்தையும் ஆங்கிலத்தில் கற்பிப்பதற்கு மெக்காலே அடித்தளமிட்டார். அதே ஆண்டுதான் இந்தியாவில் ஆங்கிலம் ஆட்சி மொழி ஆனது. மெக்காலே கல்விக் கொள்கைப் படி உருவாக்கப்பட்ட கல்வியைப் பிராமணர்கள் கைப்பற்றினார்கள். இரத்தத்தாலும் நிறத்தாலும் இந்தியர்களாகவும் அறிவால் ஆங்கிலேயர்களாகவும் இருக்க வேண்டும் என்பதே இக்கல்வியின் அடிப்படை என்றார் மெக்காலே. மரபு வழிப்பட்ட இந்தியக் கல்வியானது மறைந்தது.

இந்தியக் கல்வி குறித்த உட்ஸ் அறிக்கை 1854ஆம் ஆண்டு வெளியானது. இந்தியாவில் ஆங்கிலக் கல்வியைப் புகுத்துவதே அரசாங்கத்தின் கொள்கை என அறிவிக்கப்பட்டது. எனவே, உயர்கல்வி ஆங்கிலத்திலும் கிராமப்புறப் பள்ளிகள் தாய்மொழியிலும் நடக்கும் என்று அறிவிக்கப்பட்டது. மாவட்ட அளவில் ஒரு கல்லூரி அமைக்கப்படும் என்று அறிவிக்கப்பட்டது. சென்னை, கல்கத்தா, பம்பாய் ஆகிய இடங்களில் 1857இல் பல்கலைக் கழகங்கள் உருவாக்கப்பட்டன. அப்படித் தொடங்கப்பட்டதுதான் சென்னைப் பல்கலைக் கழகம்.

1885இல் சென்னை மாகாணத்தில் 120 உயர்நிலைப்பள்ளிகள் இருந்ததாகவும் அதில் 26 ஆயிரம் மாணவர்கள் படித்ததாகவும், 623 நடுநிலைப்பள்ளிகள் இருந்ததாகவும் அதில் 40 ஆயிரம் மாணவர்கள் படித்ததாகவும் பி.கோமதிநாயகம் எழுதுகிறார். (தமிழக வரலாறு–சங்ககாலம் முதல் இன்றுவரை). உருவாக்கப்பட்ட சென்னைப் பல்கலைக் கழகத்தில் 1871 வரை 197 பேர் பட்டம் பெற்றுள்ளார்கள். 1891 வரை 2679 பேர் பட்டம் பெற்றுள்ளார்கள். இந்தக் காலகட்டத்தில் தமிழகம் முழுவதும் 7500 திண்ணைப் பள்ளிகள் இருந்துள்ளன.

இக்கல்வி நிறுவனங்களில் பிராமணர்களே அதிகம் படித்தார்கள். 1891 மக்கள் தொகையில் பார்ப்பனர்கள் 3.1 சதவிகிதம் என்றால் அதில் படித்தவர்கள் 68.8 சதவிகிதம் பேர். 1895 இல் ரிக்கெட்ஸ் அறிக்கைப்படி சென்னை மாநிலத்தில் வேலை பார்த்த வட்டாட்சியரில் 117 பேர் மராத்தி பார்ப்பனர்கள். 68 பேர் பிற பார்ப்பனர்கள்.

பள்ளிகள் திறந்தன என்பதால் அனைவரும் படித்தார்கள் என்பது பொருள் அல்ல. 1911இல் இந்தியாவில் கல்லாதவர் எண்ணிக்கை 94 சதவிகிதம் என்றும் 1921 இல் 92 சதவிகிதம் என்றும் பிபின் சந்திரா சொல்கிறார். ஆங்கிலக் கல்வி என்பதே, அனைவர் கல்வியையும் தடை செய்தது என்று சொல்லும் அவர், மாணவர்களிடம் கட்டணம் வசூல் செய்யப்பட்டதால் அது வசதி படைத்தவர் கல்வியாக இருந்தது என்றும் சொல்கிறார். 1921 இல் இந்தியப் பெண்களில் 100க்கு 2 சதம் பேருக்கே எழுதப்படிக்கத் தெரியும் என்கிறார். 1886 இல் இந்திய அரசின் மொத்த வருமானம் 47 கோடி என்றும் அதில் கல்விக்குச் செலவு செய்யப்பட்டது ஒரு கோடி என்றும் சொல்கிறார். (நவீனகால இந்தியா)

19 ஆம் நூற்றாண்டு முழுக்கப் பார்ப்பன மயமாகிவிட்டது. ஆட்சி ஆங்கிலேயர் கையில் இருந்தாலும் கல்வி முழுமையாகப் பிராமணர்கள் கைக்குப் போனது. அதனால் பிராமணர்களே அதிகமான வேலைகளையும் பெற்றார்கள். இதனை உணர்ந்த பிரிட்டிஷ் அரசு, வருவாய் வாரியத்தின் சார்பில் 1851இல் ஒரு உத்தரவைப் போட்டது. பிராமணரல்லாதாரை வருவாய்த்துறையின் பணியிடங்களில் நியமிக்க வேண்டும் என்றது அந்த உத்தரவு.

சென்னை மாகாணத்தில் 19 ஆம் நூற்றாண்டின் இறுதியிலும் 20 ஆம் நூற்றாண்டின் தொடக்கத்திலும் கல்வி, வேலை வாய்ப்பு ஆகியவை பார்ப்பனர் கையிலேயே இருந்தன. ஆங்கிலக் கல்வி பயின்று அரசு வேலைகளைப் பெற்றவர்களில் 80 சதவிகிதம் பேர் பார்ப்பனர்களாக இருந்தனர்.

1833 இல் வர்ண, சாதி, மத பேதமின்றி அனைவரும் அரசுப் பணியில் சேரலாம் என்ற உரிமை தரப்பட்டாலும் பார்ப்பனரும் சில குறிப்பிட்ட உயர் சாதியினரும் தவிர யாரும் உள்ளே நுழைய முடியாத நிலைமையே தொடர்ந்தது.

முனைவர் மாரியப்பன் கொடுத்த ஒரு புள்ளிவிபரம் அன்றைய நிலைமையைச் சொல்லும்.

1892க்கும் 1904 க்கும் இடைப்பட்ட ஆண்டுகளில் ஐ.சி.எஸ். பணிக்குத் தெரிவு செய்யப்பட்டவர்கள் மொத்தம் 16 பேர். இதில் 15 பேர் பிராமணர்கள்.

1912 இல் இருந்த துணை மாவட்ட அதிகாரிகள் 140 பேரில் 77 பேர் பிராமணர்கள்.

128 மாவட்ட முன்சீப்களில் 93 பேர் பிராமணர்கள்.

18 துணைநீதிபதிகளில் 15 பேர் பிராமணர்கள்.

1917 இல் இருந்த 230 தாசில்தார்களில் 135 பேர் பிராமணர்கள்.

310 துணை தாசில்தார்களில் 214 பேர் பிராமணர்கள்.

1918 இல் சென்னைப் பல்கலைக் கழகத்தில் பதிவு செய்திருந்த 15,216 பட்டதாரிகளில் 10,269 பேர் பிராமணர்கள்.

இதேபோல் அரசியலிலும் பிராமணர்களின் ஆதிக்கம் படர்ந்து கிடந்தது. அப்போதைய சென்னை மாநிலத்தின் சார்பாக அகில இந்தியக் காங்கிரசு கமிட்டிக்குத் தேர்ந்தெடுக்கப்பட்ட 15 பேரில் 14 பேர் பிராமணர்கள்.

*(தமிழக வரலாறு, ஒரு சமூகப் பொருளாதாரக் கண்ணோட்டம், பக்கம். 50)*

நீதிக்கட்சி ஆட்சியில் பிறப்பிக்கப்பட்ட பல்வேறு சட்டங்கள் தமிழர்களை வீடுகளுக்குள் இருந்து வெளியில் வர வைத்து, சமூகவெளியில் கால்பரப்ப வைத்தது.

1921 இல் பிறப்பிக்கப்பட்ட கட்டாயத் தொடக்கக் கல்விச் சட்டமும், அதே ஆண்டு தரப்பட்ட பெண்களுக்கு வாக்குரிமையும், இந்து சமய அறநிலையச் சட்டமும், தேவதாசி முறை ஒழிப்பும் மிக முக்கியமானவை. சமூக நீதி எனப்படும் வகுப்புவாரிப் பிரதிநிதித் துவத்தை (1922-1928) நீதிக்கட்சி ஆட்சி கையில் எடுத்ததன் மூலமாகப் படிக்கவும், வேலைவாய்ப்புகள் பெறவும் வழி ஏற்பட்டது. தமிழர் வரலாற்றில் இதுவே சிந்தனைப் புத்துணர்ச்சியை ஏற்படுத்தியது. ஆங்காங்கே படித்த வர்க்கம் தமிழர்களில் தோன்றத் தொடங்கியது.

கல்வியையும் வேலை வாய்ப்பையும் பெறுவதில் பார்ப்பனர் – பார்ப்பனரல்லாதார் மோதல் தோன்றுகிறது. பார்ப்பனரல்லாதார் கல்விக்கு அடித்தளம் இட்ட பிரிட்டிஷ் அரசுக்கும், பார்ப்பன ரல்லாதார் வேலை வாய்ப்பை உருவாக்கித் தரும் நீதிக்கட்சியின் முழக்கங்கள்–அதன் தொடர்ச்சியாக ஆட்சி ஆகியவற்றுக்கும் எதிராகப் பார்ப்பன இளைஞர்களை அணிதிரள வைத்தது. அதுவே

அவர்களின் காங்கிரசு ஈடுபாட்டுக்குக் காரணமானது. சுயராஜ்யக் கட்சியை நோக்கியும் நகர்ந்தார்கள். தியோசாபிகல் சொசைட்டி பக்கமும் போனார்கள். இந்த அணிச்சேர்க்கை 1920களில் நடந்தது.

மயிலாப்பூர் அணி-எழும்பூர் அணியாக காங்கிரசு பிரிந்து இருந்தாலும், தீவிரவாதிகள்–மிதவாதிகள் எனச் சொல்லிக் கொண்டாலும் நீதிக்கட்சியை எதிர்ப்பதிலும், சமூகநீதியை எதிர்ப்பதிலும் இவர்கள் அனைவரும் ஒன்றாக இருந்தார்கள். காங்கிரசுக்கும் ஹோம்ரூல் இயக்கத்துக்கும் எந்தத் தொடர்பும் இல்லை என்று சொல்லிக் கொண்டாலும் இவர்கள் இருவரும் சேர்ந்தே பார்ப்பனரல்லாதார் முன்னேற்றத்துக்கு முட்டுக்கட்டையாக இருந்தார்கள். நீதிக்கட்சித் தலைவரான டி.எம்.நாயர் பேச்சுகளில் காங்கிரசு தலைவர்களுக்கு இணையாக ஹோம்ரூல் இயக்கத்தலைவர் அன்னிபெசண்ட் மீதான தாக்குதலும் இருக்கும். அதற்குக் காரணம் இதுதான்!

நீதிக்கட்சி இயக்கம் ஆட்சியைக் கைப்பற்றுதல், பார்ப்பன ரல்லாதார் நலனுக்கான சலுகைகள் என்று இருந்தாலும் நீதிக் கட்சியைச் சார்ந்த இளைஞர்கள், மாணவர்கள் பார்ப்பனர் எதிர்ப்பு, வர்ணாசிரம எதிர்ப்பு, சடங்கு மறுப்பு, வேத மறுப்புக் கொள்கையில் தீவிரமாக இறங்கினார்கள். எழுதினார்கள். பேசினார்கள். ஜே.எஸ். கண்ணப்பர், ச.தண்டபாணி ஆகியோரை இதில் குறிப்பிடத்தக்கவர்களாகக் கொள்ளலாம். நீதிக்கட்சியைச் சமாளிக்க காங்கிரசு சார்பில் சென்னை மாகாண சங்கத்தை பிராமணரல்லாதார் உருவாக்கியாக வேண்டிய நெருக்கடியை நீதிக்கட்சி ஏற்படுத்தியது. நீதிக்கட்சியின் சமூகநீதிக் கொள்கையைக் காங்கிரசு கட்சி ஏற்றுக் கொள்ளும் என்று நம்பினார் பெரியார். ஆனால் அவர்கள் நான்காண்டுக் காலமாகப் பரப்புரை செய்தாலும் வகுப்புவாரி உரிமையைத் தீர்மானம் ஆக்க மறுத்தார்கள்.

இது அரசியல் களத்தில் மிக முக்கியமான தாக்கத்தை ஏற்படுத்தியது. காங்கிரசில் இருந்த ஈ.வெ.ராமசாமியை வெளியே இழுத்து வந்து பெரியார் ஆக்கியதும் இந்தத் தத்துவார்த்த போராட்டம் தான்.

6. இரண்டு 'மேட்டிமை' உருவாகிறது!

கல்வி லேசாகப் பாய்ந்த சமூகத்தில் இரண்டு விதமான மேட்டிமைகள் உருவாயின. ஒன்று ஏற்கெனவே இருந்த பார்ப்பன மேலாதிக்கம்.

இன்னொன்று இடைநிலைச் சாதிகளின் மேலாதிக்கம்.

இரண்டும் தங்கள் ஆதிக்கத்தை நிலை நிறுத்தத் துடித்தன. இருவரும் போட்டி போட்டுச் சாதியை வளர்த்தெடுத்தார்கள்.

அந்தக் காலகட்டத்தில் வெளியான புத்தகங்கள், உருவான அமைப்புகள், மாநாடுகள், கூட்டங்கள் அதனை வெளிப்படுத்தும்.

பிறப்பொக்கும் எல்லா உயிர்க்கும் என்ற குறள்–நீலகேசி–திருமூலர்–இராமானுஜர்–சித்தர்களில் சிவவாக்கியர், பாம்பாட்டிச் சித்தர், குதம்பைச்சித்தர், அகப்பேய்சித்தர்–பட்டினத்தார்–கபிலரகவல் எழுதிய கபிலதேவநாயனார்–வள்ளலார்–அயோத்திதாசர்–என்ற மிக நீண்ட சாதி எதிர்ப்பு அரசியல், இலக்கிய வடிவில் இருந்த தமிழ்ச் சமூகத்தில் 19ஆம் நூற்றாண்டானது சாதி மேட்டிமை ஆண்டாக நின்றதைப் பல்வேறு நூல் வடிவில் பார்க்க முடிகிறது.

1867 முதல் 1930 வரையில் வெளியான புத்தகங்கள் அன்றைய சமூகச் சூழலை வெளிச்சப்படுத்தும். இவை அனைத்தும் தமிழ்நூல் விவர அட்டவணை, நூற்றொகை நூல்களில் இருந்து திரட்டப் பட்டவை.

ஆரிய தர்ம ஸ்மபாஷணம் (1897), நவ ஸம்மிதை அல்லது ஆரியர் ஆசாரம் என்னும் இந்து சமய சாஸ்திரம் (1894), ஆரிய தர்ம போதினி (1897), வன்னிகுல விளக்கம் (1891), பறையர் உற்பத்தி விளக்கம் (1894), திராவிட சத்திரியர் (1880), வைசிய விளக்கம் (1874), கருணீகர் புராணச்சுருக்கம் (1887), சாண் க்ஷத்திரிய பிரசண்ட மாருதம்(1884), சாதி நூல் (1875), செங்குந்தர் பிள்ளைத்தமிழ் (1869), சாணார் விகற்ப வினாவிடை, ஆரிய புராண வசனம் (1870), வேளாளர் இயல்பு (1875), நாட்டுக்கோட்டை நகரத்தார் சரித்திரம் (1894), பாண்டிகுல விளக்கம் (1883), ஜாதி சங்கர சாரம் (1872), பள்ளிகள் வாயாப்பு (1894), சாணார்கள் சத்திரியர்களே(1889), வருண தர்மபரிபாலினி (1891), வன்னிய குலத்திரட்டு(1907), சிராந்த காண்ட உத்பர பாகம் (1914),

பள்ளியர் பரதமவம் (1914), கள்ளர் சரித்திரம் (1913), ஆர்ய வைதிக சந்தியா வந்தனம் (1916), வன்னியர் பிரதாபமாலை (1918), பள்ளி பத்து (1918), ஆதி சைவ குல மான்யம் (1918), தன வைசியரின் மரபு விளக்கம் (1918), பிரம்ம சத்திரிய வைசிய சூத்திர வருண விளக்கம் (1920), ஆதி திராவிடர் பூர்வசரித்திரம் (1920), ஜாதி தத்துவ நிரூபணம் (1920), ஆரிய சரித்திரம் (1918), ஆரிய சரித்திரமாலை(1916), ஆர்ய வைஸ்ய மஹாசபை கான்பரன்ஸ் (1914), கொண்டையன் கோட்டை மறவர் ஐக்கிய பொதுவிபர ஒப்பந்தம் (1920), நாடார் குல வரலாறு (1918), சைவர் ஜாதி மகிமையும் சைவர் முன்னேறும் வழியும் (1918), க்ஷத்திரியர் புராணம் (1922), கள்ளர் மகாசங்கம் அறிக்கை (1924), தென்னிந்தியா மறவர் குல விருத்தாந்த கவி (1923), ஆதிதிராவிடர் வரலாறு (1922), தமிழர் சரித்திரம் அல்லது வேளாளர் யாவர்? (1923), மறவர் சமுதாயம் (1921), இந்து மக்களும் அவர்களின் சுடலையும்( சுடுகாடு)–

கோவிந்தசாமி நாயுடு (1925)–இவை அனைத்தும் சுயசாதிப் பெருமை பேசுகின்ற நூல்கள்.

சீர்திருத்தக் கருத்துகளை மறுத்துச் சாதிய மேலாண்மையை வலியுறுத்திப் பல புத்தகங்கள் வெளியாயின. ஜாதி சமயாசார விளக்கம்–சின்னையா முதலி–இந்துப்பிள்ளைகள் கிறிஸ்தவ மிஷனரி பள்ளிகளுக்கு பிள்ளைகளை அனுப்பக் கூடாது (1897), வர்ணாசிரம தர்மம் எம்.எஸ்.சுப்பிரமணிய சாஸ்திரி (1911), ஹிந்து மத ஜாதியும் சீர்திருத்தமும்–ஏ.ரங்கஸ்வாமி அய்யர் (1920), தொன்மை மறவேல்–ஜே.லெயோன் வாஸ் (1920), ஓர் எச்சரிப்பு–எஸ்.வி.விஸ்வநாத அய்யர், தென்னிந்திய பிராமணர்கள் பழைய சாதி வழக்கங்களை அனுசரிக்க வேண்டும் (1919), துர்வாத துர்ப்போத தூஷணா கண்டனம்–சுப்பராமய்யர், பெத்தநாயக்கம் பாளையம், சாதி மதம் கூடாது என்பதைக் கண்டிக்கிறது (1922), ஜாதியாராய்ச்சி விளக்கம்–தயானந்த சுவாமி (1922) ஆகியவற்றைச் சொல்லலாம்.

இவற்றில் ஜாதியை விமர்சித்து எழுதப்பட்டவை: இந்திய தேசத்தில் வகுத்துள்ள நூதன சாதிகளின் நூற்பல பீடிகை அயோத்திதாசர் (1912), தமிழர்கள் சரித்திரம்–டி.கோபால்செட்டி (1912), ஜாதி வித்தியாசத் தடை விடை–தில்லைவாணன் (1913), தென்னிந்திய ஒடுக்கப்பட்டவர்கள் சங்கம் (1913),

ஜாதி யோக்கியதை–அன்னிபெசண்ட் பேச்சு (1916), ஜாதி பேத ஆபாச விளக்கம்–சி.மாணிக்கம்(1919),

நாம் செய்யவேண்டிய வேலைகள்–டி.கே. ராஜகோபாலன் (1920), தீண்டாமையும் ஒடுக்கப்பட்டவர்களும்–பி.கே.ஏ. சாமுவேல் (1921–25) ஆகியவற்றைக் குறிப்பிடலாம்.

பார்ப்பனர்கள் தங்கள் சனாதனம், பிராமணியத்தைக் காக்கவும் அவர்களுக்கு அடுத்த நிலையில் இருப்பவர்கள், 'நாங்களும் உயர்ந்த வர்கள் தான்' என்று காட்ட நினைக்கவும் எழுதப்பட்ட புத்தகங்கள் இவை. இதில் தமிழின ஓர்மை என்பது ஒரு துளிகூட இல்லை!

இந்தச் சூழலில் பார்ப்பன மேலாண்மைக்கு எதிராகச் சுயமரியாதை இயக்கம் தொடங்கிய பெரியார், இடைநிலைச் சாதிகள் மத்தியில் இருந்த சாதிப்பெருமையைக் கேள்விக்கு உள்ளாக்கினார். அவர்கள் அனைவரும் ஒருவரே, பார்ப்பனர் நீங்க லாக அனைவரும் ஒருவரே, என்பதற்கான அடையாள அரசியலை முன்னெடுத்தார். பார்ப்பன மேலாதிக்கத்தைத் தமது எதிரியாக அடையாளம் காட்டினார் பெரியார்! இடைநிலைச் சாதிகளுக்குள் இருந்த சாதி மேட்டிமையை அடித்து, அனைவரையும் 'தமிழர்' என்ற ஓர்மைக்குள் நிறுத்தினார் பெரியார்! அவரது சிந்தனை அடித்தளம் இதுதான்!

## 7. தமிழ்ச் சுயமரியாதை!

1925இல் காங்கிரசில் இருந்து வெளியேறிய பெரியார், தம்முள்ளே இருந்த அனுபவங்கள் அனைத்தையும், தாம் இதுவரை பெற்ற படிப்பினைகள் அனைத்தையும், அவரது நெருங்கிய நண்பர்களான கைவல்யம், காரைக்குடி வை.சு.சண்முகம், கருங்கல்பாளையம் வாசகசாலை தங்கப்பெருமாள் ஆகியோரது ஆலோசனைகளையும் வைத்து ஒரு இயக்கத்துக்கு வடிவம் கொடுக்கிறார். சாதி வேற்றுமை எதிர்ப்பு, மத ஆதிக்க எதிர்ப்பு, பார்ப்பனர் எதிர்ப்பு, மொழி உணர்வு, இனப்பற்று, பெண் விடுதலை, விதவை மறுமணம், குழந்தை திருமணம் ஒழிப்பு, தேவதாசி முறை ஒழிப்பு, எல்லோர்க்கும் எல்லாம், தொழிலாளர்க்கு வியாபாரத்தில் பங்கு–ஆகிய அனைத்தையும் உள்ளடக்கிய ஒரு இயக்கம் காண நினைத்தார். அதற்காக அவர் தேர்ந்தெடுத்த சொல்தான் 'சுயமரியாதை'. மனிதனின் சுயமரியாதைக்குத் தடையாக எதுவெல்லாம் இருக்கிறதோ அதற்கு எதிராகவே சுயமரியாதை இயக்கத்தைத் தொடங்கினார்.

தொடக்க காலத்தில் சமூக நீதி எனப்படும் இடஒதுக்கீடும், பெண் விடுதலையுமே சுயமரியாதை இயக்கத்தின் நோக்கமாக இருந்தன. இடஒதுக்கீட்டையும் பெண் விடுதலையையும் பார்ப்பனர்கள் எதிர்த்தார்கள். அதனால் இவர் பார்ப்பனர்களை எதிர்த்தார். சாதிக்கு ஆதாரமாகப் புராணங்களைக் காட்டினார்கள். புராணங்களை நிராகரித்தார். புராண பாத்திரங்கள் தான் கடவுளின் அவதாரங்கள் என்று சொல்லப்பட்டன. அந்த அவதாரங்களை எதிர்த்தார். பிறப்பிலேயே சாதி ஏற்றத்தாழ்வை ஆண்டவன் படைத்தான் என்றார்கள். அப்படி ஒரு ஆண்டவன் இருக்க முடியாது என்றார் பெரியார். அப்படி ஒரு ஆண்டவன் இருந்தால் அவனை ஆண்டவனாக ஒப்புக்கொள்ள மாட்டேன் என்றும் சொன்னார். இந்த ஆண்டவனின் ஆதாரமாகச் சமஸ்கிருத ஸ்லோகங்களைக் காட்டினார்கள். சமஸ்கிருதத்தை ஒரு மொழியாகக் கூட ஏற்கமாட்டேன் என்றார். அதனைத் தெய்வீக பாஷை என்றார்கள். பெரும்பான்மை மக்களுக்கு புரியாத, தெரியாத, அவர்கள் பேசாத மொழி எதுவாக இருந்தால் என்ன என்று கேட்டார். தமிழை அவர்கள் நீச பாஷை என்றார்கள். இதுவே இங்கு மக்களின் பாஷை, மண்ணின் பாஷை என்றார். இந்தியைத் திணித்தார்கள். தமிழை ஒழிப்பதற்காகவே இந்தி புகுத்தப்படுகிறது என்றார். முதலில் இந்தியைப் புகுத்துவார்கள், பிறகு சமற்கிருதத்தைப் புகுத்துவார்கள் என்றார். இன்னும் சொன்னார், இந்தித் திணிப்பு என்பது தமிழ் மொழி மீதான தாக்குதல் மட்டுமல்ல, தமிழினத்தின் பண்பாட்டின் மீது நடத்தப்படும் தாக்குதல், அதனால்தான் நான் எதிர்க்கிறேன், ஒரு இனத்தின் பண்பாடு மாறியபிறகு தமிழினம் என்று எப்படிச் சொல்ல முடியும்

என்று கேட்டார். தமிழ் பேசுபவர்கள் அனைவரும் தமிழர்களாகத் தான் வாழ்கிறோமா என்றும் கேட்டார்.

1930களுக்குப் பிறகு இனம், மொழி குறித்து அதிகம் கவலை கொள்பவராக மாறினார் பெரியார்.

மொழியை அடையாளமாகக் கொண்ட இனத்தை உயர்த்துவதும் இனத்தின் அடிநாதமாக விளங்கும் மொழியைக் காப்பதும் – அவரது அரசியலின் நோக்கமாக அதன்பிறகு மாறத் தொடங்கின.

## 8. தமிழ்க் காப்பு முழக்கங்கள்!

சுயமரியாதை இயக்கத்தின் தொடக்கம் முதல் தமிழ்க் காப்பு போராட்டம் ஒன்றையும் பெரியார் தொடந்து நடத்தி வந்தார். அந்த விரிவான போராட்டம் குறித்த சிறுகுறிப்புகள் இவை:

* மனுஸ்மிருதி, வருணாசிரமம், ஜாதி ஆகிய பெயர்கள் தமிழ்ப் பெயர்கள் அல்ல, அந்நியப்பெயர்கள் என்ற பெரியார், இவற்றை முழுமையாக நிராகரிக்கச் சொன்னார்.

(குடிஅரசு 21.6.1925)

* தமிழுக்குத் துரோகமும் இந்தி மொழியின் இரகசியமும் என்ற கட்டுரையை 1926ஆம் ஆண்டே எழுதி, இந்தி எதிர்ப்புக் கொள்கையை வடிவமைத்தார் பெரியார். தமிழ்நாட்டில் தமிழுக்காகத் தனியாக எத்தனை பள்ளிக்கூடம் இருக்கிறது என்று கேட்டார். தமிழ்வித்வான்கள் என்றால் உ.வே.சா.வும், ராகவய்யங்காரும் தானா என்று கேட்டார். தமிழ் ஏட்டுச் சுவடிகளைத் திரட்டிப் பிராமண மதத்துக்கு ஏற்றவாறு மாற்றிக் கொண்டு மாற்றாத சுவடிகளை எரித்துவிடுகிறார்கள் இவர்கள் என்று குற்றம் சாட்டினார்.

(குடிஅரசு 7.3.1926)

* தமிழுக்காக ஒரு பல்கலைக் கழகம் அமைக்கப்பட்ட குழுவில் பார்ப்பனர்களே நியமிக்கப்பட்டதைக் கண்டித்த பெரியார், பார்ப்பனரல்லாத தமிழறிஞர் பட்டியலை வெளியிட்டு அவர்களை அதில் போடச் சொன்னார்.

(குடிஅரசு 1.8.1926)

* 1927இல் நெல்லையில் நடந்த திருநெல்வேலி மாவட்ட சுயமரியாதை மாநாட்டில் சென்னை அரசினரால் தமிழ் அறிவியல் நூல்கள் பாடமாக வைத்திருப்பதில் அறிவியல் சொற்கள் எல்லாம் இதுவரை வடமொழி உருவாக அமைக்கப்பட்டிருப்பதை இம்மாநாடு கண்டிக்கிறது என்றும், அறிவியல் சொற்கள் எல்லாம் தூய தனித்தமிழ் மொழியிலேயே அமைக்க வேண்டும் என்றும், தமிழில்

அமைக்க முடியாத இடங்களில் பிறமொழிகளில் அமைக்கலாம் என்றும் தீர்மானம் நிறைவேற்றப்பட்டது.

(குடிஅரசு 11.12.1927)

* தமிழ்ப் புத்தகங்களில் ஆரியர் மேலோர் என்று எழுதப் பட்டுள்ளதைக் கண்டித்த பெரியார், தமிழ்ப்புலவர்கள், பண்டிதர்களுக்கு வெட்கமில்லையா என்று கேட்டார்.

(குடிஅரசு 19.2.1928)

* இந்தியைப் பரப்ப வட இந்தியத் தலைவர்களைத் தமிழகத்துக்கு அழைத்து வருவதைக் கண்டித்த பெரியார், தமிழர்கள் யாரும் இந்தி வளர்ச்சிக்குப் பணம் தரக்கூடாது என்று கேட்டுக் கொண்டார். அது சமூகத் துரோகம் என்றார். தற்போது தமிழகத்தில் உள்ள உணர்ச்சியை ஒழிக்கவே இந்தியைப் புகுத்துகிறார்கள் என்றார்.

(குடிஅரசு 20.1.1929)

* 1930 ஆம் ஆண்டு நன்னிலத்தில் நடந்த சுயமரியாதை இயக்க மாநாட்டில் இந்தித் திணிப்பைக் கண்டித்துத் தீர்மானம் போடப் பட்டது.

* இந்திக்கு எதிராகத் தமிழ்ப்புலவர்கள் கிளர்ந்து எழ வேண்டும் என்று தலையங்கம் தீட்டித் தூண்டி விட்டார்.

(குடிஅரசு 10.5.1931)

* மக்களுடைய வாழ்க்கைக்குப் பயன்படக்கூடியதும் அறிவையும் திறமையையும் தைரியத்தையும் உண்டாக்கக் கூடியதும் ஆகிய சிறந்த கலைகளையெல்லாம் தமிழில் எழுதிப் பரவச் செய்வதன் மூலம் மக்களுடைய அறிவையும் தமிழ்மொழியையும் செம்மை செய்வதே தமிழ் வளர்ச்சி என்று கருதுபவர்கள் சுயமரியாதை இயக்கத்தினர் என்று அறிவித்தார்.

(குடிஅரசு 14.8.1932)

* பெரும்பாலும் பார்ப்பனர்களே கூடி, சென்னையில் 1933 அன்று கூட்டிய புத்தகாலய பிரச்சார இயக்க மாநாட்டைக் கண்டித்து எழுதியதும் பெரியாரின் குடிஅரசே. தமிழ் மொழி வளர்ச்சிக்காக அதுவரை பாடுபட்ட தமிழறிஞர்கள் பலரது பெயரையும் பட்டியலிட்ட குடிஅரசு, இவர்களை அழைக்காததைக் கண்டித்தது. இது போன்ற மாநாடுகளால் பார்ப்பனர்களுக்குப் புத்தகம் எழுதும் வேலையும், புத்தக விற்பனை வேலையும் கிடைப்பதோடு தமிழ்நாட்டில் புராணப் பிரச்சாரம் பெருகும்; பிராமணத் தமிழும் மணிப்பிரவாளமும் புகுத்தப்படும் என்று தலையங்கம் தீட்டப்பட்டது.

(19.11.1933)

* கே.பி.சுந்தராம்பாள் குறித்து பார்ப்பன பத்திரிக்கைகள் நஞ்சு கக்கி எழுதியபோது பெரியார் அதனைக் கடுமையாகக் கண்டித்தார். "நாடகக் கலையில் ஒரு தமிழ்மாது புகழ்பெறக்கூடாது என்று செயல்படுகிறார்கள். பார்ப்பனர் விஷமம் எல்லைக்கு அடங்காமல் மேலும் மேலும் அதிகரித்து வருகிறது, இந்நாட்டில் இனிப் பார்ப்பனர் வாழ்வதா, தமிழர் வாழ்வதா என்பதை இரண்டில் ஒன்று பார்க்க வேண்டும்" என்று எழுதினார்.

*(குடிஅரசு 1.3.1935)*

* மறைமலையடிகளின் 'அறிவுரைக்கொத்து' நூலுக்கு எதிராகப் பார்ப்பனர்கள் கடுமையான பரப்புரை செய்தபோது அடிகளுக்கு ஆதரவாகக் கட்டுரைகள் தீட்டினார். அந்தப் புத்தகம் சென்னைப் பல்கலைக் கழக இண்டர் மீடியேட் வகுப்பின் பாடத்திட்டமாக இருந்தது. அதனை நீக்கச் சொன்னார்கள். இது தொடர்பான கட்டுரைகளைத் தொகுத்து மறுப்புக்கு மறுப்பு என்ற நூலாகவும் வெளியிட்டார்.

*(1935)*

* தமிழில் எழுத்துச்சீர்திருத்தம் செய்ய வேண்டும் என்பதைத் தொடர்ந்து பேசத் தொடங்கினார்.

*(1935)*

* திரு.வி.க.வும் தமிழ்ச்சங்கத் தலைவர் கா.நமசிவாயரும் நடத்திய தமிழ்த்திருநாள் விழாவில் கலந்து கொண்டு பெரியார் பேசினார். தமிழ் வளர வேண்டுமானால் தமிழையும் மதத்தையும் பிரிக்க வேண்டும் என்றார். இது போன்ற விழாக்களைத் தமிழர் கூட்டுறவுக்காக எல்லா ஊர்களிலும் நடத்த வேண்டும் என்றார்.

*(குடிஅரசு 28.1.1936)*

* தமிழ் லெக்சிகன் சென்னைப் பல்கலைக் கழகத்தால் உருவாக்கப்பட்டபோது பெரியார் எப்படி நடந்து கொண்டார் என்பதை எஸ்.வி.ராஜதுரை, வ.கீதா ஆகியோர் விரிவாக எழுதி உள்ளார்கள். "சென்னைப் பல்கலைக் கழகத்தின் சார்பில் தமிழ் அகராதி உருவாக்கும் குழுவில் எஸ்.வையாபுரிப்பிள்ளை பத்தாண்டுக் காலம் பதிப்பாசிரியராகப் பணியாற்றினார். அப்பணி முழுமை பெற்றதைக் கொண்டாட 1936 மார்ச் மாதம் பல்கலைக் கழக செனட் மண்டபத்தில் அகராதிக்குழுத் தலைவர் கே.என். கிருஷ்ணசாமி அய்யர் என்பவர் தேநீர் விருந்தொன்றை நடத்தினார். அப்போது அவர் ஆற்றிய உரையில் வையாபுரிப்பிள்ளையை ஒரு வார்த்தைகூடச் சொல்லிப் பாராட்டவில்லை. மாறாக அகராதிப் பணியின் பெருமை முழுவதும் எடிட்டரையும் அவரது ஸ்டாப்பையும் சேரும் என்று பேசினார். விருந்துக்கு வந்திருந்த உ.வே.சாமிநாத

அய்யர், வையாபுரிப்பிள்ளையின் உதவியாளராக இருந்த மு.ராகவய்யங்காரை முதலில் புகழ்ந்துவிட்டு பிறகு ஒரு வார்த்தை பிள்ளையைப் பற்றியும் கூறினார். அந்நிகழ்ச்சி பற்றி செய்தி வெளியிட்ட 'இந்து' ஆங்கில நாளேடு, 'வையாபுரி முதலியார்' என்று குறிப்பிட்டு இருந்தது. 'சுதேசமித்திரன்' எழுதிய தலையங்கம், கிருஷ்ணசாமி அய்யரை வானளாவப் புகழ்ந்துவிட்டு 'அகராதிக்கு காரணஸ்தர்களான ஆசிரியர்களையும் பண்டிதர்களையும் அவர்களுக்கு அப்பொழுது யோசனை கூறி உதவிய மற்றோரையும் பாராட்டுகிறோம்' என்று எழுதி வையாபுரிப் பிள்ளையின் பெயரை இருட்டடிப்புச் செய்துவிட்டது. பார்ப்பனர்களின் இந்தச் சிறுமைக் குணத்தைக் கண்டித்த ஒரே இயக்கம் சுயமரியாதை இயக்கம் தான், (குடி அரசு 29.3.1936) இத்தனைக்கும் பிள்ளையவர்கள் அவ்வியக்கத்திற்கு ஆதரவாளராக இருந்தவரல்ல.

(சுயமரியாதை சமதர்மம், பக்கம். 556-557)

* தமிழ்ப்பெண்களின் கற்புக் குறித்து மிக மோசமாக எழுதிய மு.ராகவய்யங்காரைக் கண்டிக்கும் கட்டுரைகளை 1936 இல் தொடர்ந்து 'குடிஅரசு'வில் வெளியிட்டவர் பெரியார். (இது குறித்து குணா பற்றிய கட்டுரையில் விரிவாக உள்ளது)

* தமிழுக்குப் பெருமையில்லையா, கலை இல்லையா, ஒரு தமிழன் தமிழ்ப்பெருமையைப் பாராட்டாமல் இருப்பானா என்று பெரியார் கேட்டார்.

(விடுதலை 28.7.1937)

* தமிழ் வாழ, தமிழ் மொழி வளர, தமிழ்க் கலையோங்க விடுதலை வாங்கிப்படியுங்கள் என்றே விளம்பரம் செய்தார்.

(விடுதலை 14.9.1937)

* இந்தியைப் பாடமாக்க இருப்பதால் சமஸ்கிருதத்தை விருப்பப் பாடமாக வைக்க வேண்டும், ஆங்கிலத்தைப் பற்றிக் கவலைப்பட வேண்டியது இல்லை என்றும், ஆங்கிலம் பேச முயற்சி செய்யக் கூடாது என்றும், தமிழ் நூலின் இன்பம் நுகர வேண்டுமே தவிரப் பற்று தேவையில்லை என்றும் ஆனந்த விகடன் தலையங்கம் (17.10.1937) தீட்டியபோது 'விகடன் விஷமம்' என்று எதிர்த் தலையங்கம் தீட்டினார் பெரியார். தலையங்கம் தீட்டியவர் புத்திசாலியா, படிப்பவர்கள் மடையர்களா என்று கேட்டார். இந்தியையும் சமஸ் கிருதத்தையும் தமிழன் தலையில் கட்டிப் பழையபடி சூத்திரர்களாக்கி, தாசிமக்களாக்கச் செய்யும் சூழ்ச்சி என்றார்.

(குடிஅரசு 17.10.1937)

* மாகாணக் கல்லூரியில் சமஸ்கிருதப் போதகருக்கு மாதம் 350 முதல் 500 ரூபாய் சம்பளம். தமிழ்ப் போதகருக்கு அதில்

பாதிகூடக் கிடையாதா என்று கேட்டார் பெரியார். *(பகுத்தறிவு 19.9.1937)*

* *1937–1940* காலகட்டத்தில் நடந்த இந்தி எதிர்ப்புப் போராட்டத்தில் பெரியாரின் பங்களிப்புகளும் அவர் சிறையில் அடைந்த துன்ப துயரங்களும் குறித்து இந்நூலில் முன்பே குறிப்பிடப் பட்டுள்ளன. இதனை அரசியல் போராட்டம் அல்ல, கலாச்சாரப் போராட்டம் என்றார். 'தமிழ்நாடு தமிழருக்கே' என்ற முழக்கம் எழுப்பினார். "ஓ தமிழனே, தமிழ் அன்னை உன் கடமையைச் செய்ய அழைக்கிறாள். ஆரியக் கொடுமையிலிருந்து தன்னை விடுவித்து விடும்படி ஓலமிட்டுக் கொண்டிருக்கிறாள். தாய் நன்றி கொன்ற மகனும் தாய்ப்பணிக் கடமை கொன்ற மகனும் மனிதனாவானா?" என்று கேட்டார்.

*(குடிஅரசு 29.8.1937)*

தமிழ்த்தாயின் துகிலை இராஜாஜி உருவுவது மாதிரியும், ஒரு கையில் தொல்காப்பியத்தையும் இன்னொரு கையில் திருக்குறளையும் வைத்துள்ள பெண்ணை இராஜாஜி கத்தியால் குத்துவது மாதிரியும், இந்தி எதிர்ப்பு ஊர்வலத்தில் கலந்து கொண்ட தமிழ்த்தாயை இந்திப் பாம்பு கடிப்பதாகவும் கருத்துப்படங்கள் போட்டதாக எஸ்.வி,ஆர்., வ.கீதா ஆகியோர் தங்கள் நூலில் எழுதுகின்றனர். "இந்தி எதிர்ப்புப் போராட்டம்தான் முதன்முதலாகத் தமிழ்த் தேசியத்தை உருவாக்கிற்று. அத்தமிழ்த் தேசியம், தமிழ்ச் சமுதாயத்தில் பல்வேறு தாக்கங்களை, நேரடியாகவோ மறைமுகமாகவோ ஏற்படுத்திவிட்டது" என்றும் அவர்கள் எழுதுகிறார்கள்.

*(சுயமரியாதை சமதர்மம், பக்கம். 667–668)*

* நாடு என்பது தமிழ் வார்த்தை, தேசம் என்பது வடமொழி. கருத்து ஒன்றுதான். நாடு என்பதைப் பயன்படுத்துங்கள் என்றார்.

*(விடுதலை 20.10.1938)*

* தமிழகப் பள்ளிகளில் வைக்கப்பட்டுள்ள தமிழ்ப்பாடப் புத்தகங்களில் இருக்கும் இலக்கணத் தவறுகளை எடுத்துப் போட்டுத் 'தமிழ்க்கொலை' என்ற கட்டுரையைத் தீட்டினார். இதனை வெளியிட்டவர்களுக்கு என்ன தண்டனை தரலாம் என்று கேட்டார்.

*(குடிஅரசு 13.11.1938)*

* தமிழுக்கு எதிராகச் சில ஏற்பாடுகளை சிதம்பரம் அண்ணாமலைப் பல்கலைக் கழகம் செய்ய முயன்றபோது அதற்கு எதிராகத் தொடர்ந்து செய்திகளை வெளியிட்டார் பெரியார்.

*(குடிஅரசு 18.12.1938)*

\* மு.ராகவய்யங்காருக்கு ராவ் சாகிப் பட்டம் தரப்பட்டபோது அவரது தமிழ் ஆராய்ச்சிக்காகத் தரப்பட்டதா, அல்லது தமிழ்ப் பெண்கள் கற்பில்லாதவர்கள் என்று சொன்னதற்காகத் தரப்பட்டதா என்று கேட்டார் பெரியார்.

(குடிஅரசு 8.1.1939)

\* தமிழ்க்கோவில்களில் பார்ப்பனர்கள் புகுந்து வடமொழியில் வழிபாடு செய்யத் தொடங்கியது முதல் தமிழ்நாடு சிறப்பிழந்தது என்பதை 'ஆரிய நுழைவும் தமிழ்க் கோயில்களும்' என்ற தலைப்பில் எழுதினார்.

(குடிஅரசு 5.4.1939)

\* ஈரோட்டில் தாம் தொடங்கிய அச்சகத்துக்கு தமிழன் அச்சகம், தமிழன் பிரஸ் என்று பெயர் சூட்டினார் பெரியார்.

(விடுதலை 29.12.1939)

\* தமிழில் எழுதப்படும் புத்தகங்கள் தமிழில்தான் எழுதப்பட வேண்டும், ஆனால் பார்ப்பனர்கள் வெளியிடும் தமிழ்ப்புத்தகங்களில் தமிழ்ச் சொற்களைக் காண்பதே அரிதாக இருக்கிறது, தமிழைச் சமஸ்கிருதமாக்க வேலை செய்கிறார்கள், தமிழில் சமஸ்கிருதம் கலந்து எழுதச் சொல்பவர்கள் சமஸ்கிருதத்தில் தமிழைக் கலந்து எழுதுவார்களா என்று கேட்டார்.

(விடுதலை 17.5.1941)

\* 'தமிழ்க் கொலை' என்ற தலைப்பில் தலையங்கம் தீட்டப் பட்டது. பள்ளிப்பிள்ளைகளுக்காக உருவாக்கப்பட்ட பாடப்புத்தகங் களில் குறியீட்டுச் சொற்களுக்குப் பொருத்தமான தமிழ்ச்சொற்களைக் கண்டுபிடித்து எழுதாமல் அதற்குப் பொருத்தமான சமற்கிருதச் சொற்களைச் சேர்த்துவிட்டார்கள். இதனைப் பெரியார் கண்டிக்கிறார். ஆங்கிலச் சொல்லுக்கு இணையான தமிழ்ச்சொல்லை உருவாக்காமல் சமற்கிருதச் சொல்லைப் போடுவது தமிழ்க்கொலை என்றார் அவர். இது தொடர்பாக அமைக்கப்பட்ட குழு, திராவிட மொழிகள் அனைத்துக்கும் குறியீட்டுச் சொற்கள் சமற்கிருதமாக இருக்கலாம் என்று முடிவெடுத்தது. இதனைத்தான் தமிழ்க்கொலை என்று கண்டித்தார். கலைச்சொற்கள் அனைத்தும் தமிழிலேயே எழுதப்பட வேண்டும், அப்படி எழுதாவிட்டால் கிளர்ச்சிக்குத் தயாராக வேண்டும் என்று அறிவித்தார்.

(விடுதலை 21.8.1941)

\* சென்னை வானொலி நிலையத்தில் தமிழ் மொழி புறக் கணிக்கப்படுவது தொடர்பாக நேரடியாக அவர்களிடம் முறை யிட்டார் பெரியார். தமிழ்ப்பாட்டுகளுக்கும் பேச்சுகளுக்கும் முதன்மை தர வேண்டும் என்று கேட்டுக்கொண்டார்.

(விடுதலை 22.12.1941)

* ஸ்ரீ என்பதற்குப் பதிலாகத் திரு என்பதைப் பயன்படுத்த வேண்டும் என்று பெரியார் அறிக்கை வெளியிட்டார். நமது மாநாடுகளிலும் கூட்டங்களிலும் கலந்து கொள்பவர்களுக்கு முன்னதாக ஸ்ரீ போடக்கூடாது, திரு எனப் போட வேண்டும் என்று தீர்மானம் போட்டார். அதையே அரசு பின்பற்ற வேண்டும் என்றும் அறிக்கை கொடுத்தார். இது பற்றிப் பொதுமக்கள் கருத்தை அறிய அரசு விரும்பி ஒரு அறிவிப்பைச் செய்தது. உடனடியாக அனைத்து அமைப்புகளுக்கும் வெளிப்படையாகப் பெரியார் அறிவிப்பு ஒன்றை வெளியிட்டார். ஸ்ரீ க்குப் பதிலாகத் திரு எனப் பயன்படுத்த வேண்டும் என்று தீர்மானம் போட்டு அரசுக்கு அனுப்பச் சொன்னார்.

(10.3.1942 அன்று பெரியார் பெயரில் வெளியான அறிக்கை 23.3.1942 அன்று விடுதலையில் வெளியாகி உள்ளது)

* சென்னை லயோலா கல்லூரியில் பேசிய வி.எஸ்.ஸ்ரீனிவாச சாஸ்திரி, தாய்மொழிக் கல்விக்கு எதிராகக் கருத்துச் சொன்னார். வெட்கமில்லாமல் பேசுகிறார் சாஸ்திரி என்று குடி அரசு கண்டித்தது. தாய்மொழி மூலமாக அல்லாமல் வேறு எந்த மொழி மூலம் கற்பிப்பது? தாய்மொழி மூலமாகக் கற்பிக்காத நாடு ஒருநாளும் முன்னேற முடியாது என்றது.

(விடுதலை 1.2.1943)

* தமிழ் குறித்துத் தமிழரும், பார்ப்பனரும் எத்தன்மையில் சொல்லி இருக்கிறார்கள் என்பதைப் பிரித்து வெளியிட்டது குடிஅரசு. ஆரியத்தை தாழ்த்திச் சுந்தரனார் எழுதுவதும், ஆரியத் தையும் தமிழையும் ஒரே இடத்தில் பாரதியார் வைப்பதையும் விளக்குகிறது இக்கட்டுரை.

(குடிஅரசு 6.11.1943)

* திருநெல்வேலியில் நடந்த நான்காவது மாநிலத் தமிழர் மாநாட்டில் தயாரிக்கப்பட்ட கலைச்சொற்கள் நூலைச் சென்னை அரசாங்கம் ஏற்றுக் கொள்ளவில்லை. சமஸ்கிருதச் சொற்களைக் கலக்காமல் நல்ல எளிய தூய தமிழ்ச்சொற்களைப் பயன்படுத்த வேண்டும் என்று தமிழறிஞர்கள் தெரிவித்து வந்த விருப்பங்களை வையாபுரியார் 'ஜாதி சச்சரவு' என்று ஒதுக்கியதைக் கண்டித்தார்.

(குடிஅரசு 4.12.1943, எஸ்.வி.ராஜதுரை, வ.கீதா. நூல், பக்கம் 669)

* தமிழன் நுகரும் இசையைத் தமிழில் இசை, தமிழில் பாடு, தமிழர்களைப் பாடு, தமிழர்களுக்கு ஏற்றதைப் பாடு, தமிழர்களுக்குப் பயன்படுமாறு பாடு என்றார் பெரியார். தெலுங்கில் பாடாதே என்றார்.

(குடிஅரசு 19.2.1944)

* புராணப்புலவர்களாகத் தமிழ்ப்புலவர்கள் இருக்கக் கூடாது என்று நினைத்த பெரியார், பகுத்தறிவுப் புலவர் மாநாட்டைக் கூட்டினார்.

*(குடிஅரசு 23.9.1944)*

* அந்நியச் சொற்களை அரசியலில் இருந்து விரட்டி அடிக்க வேண்டும் என்று பெரியார் பேசினார். காந்திக்கு ஜே என்று எதற்காகச் சொல்கிறீர்கள், காந்தி வாழ்க என்று சொல்லுங்கள். பார்ப்பான் எந்த மொழியில் வேண்டுமானாலும் சொல்வான். அவனுக்குத் தாய்மொழி கிடையாது. ஆனால் தமிழ்மகன் இதனைச் செய்யக் கூடாது என்றார்.

*(குடிஅரசு 12.1.1946)*

* தமிழ்க் கலைக்களஞ்சியம் உருவாக்கும் முயற்சியில் அரசு இறங்கியபோது, அது எத்தகையதாக வர வேண்டும் என்று தலையங்கம் தீட்டப்பட்டது. மறைமலையடிகள், நாவலர் பாரதியார், திரு.வி.க. ஆகியோரை அழைத்துப் பேசாமல் பத்திரிக்கை ஆசிரியர்கள், எழுத்தாளர்களை அழைத்துப் பேசுவது ஏன் என்று கேட்கிறது இத்தலையங்கம். சில ஆண்டுகளாகத்தான் தமிழில் மதக் கருத்துகள் இல்லாத புத்தகங்கள் வர ஆரம்பித்துள்ளன, அவர்களை அழைத்துப் பேசுங்கள் என்று அறிவுறுத்தியது அத்தலையங்கம்.

*(விடுதலை 10.12.1947)*

* 1948இல் மீண்டும் இந்தி எதிர்ப்புப் போராட்டக் களமானது தமிழகம். பெரியார் இந்தப் போராட்டத்திலும் முன்னணியில் இருந்தார். ஆரியக் கலாச்சாரப் படையெடுப்பு, வடவர் படையெடுப்பு இது என்றார். நாம் தமிழர், திராவிடர் உணர்ச்சி இல்லாமல் ஆக்குவதற்காகவே இந்தி திணிக்கப்படுவதாகச் சொன்னார். மறைமலையடிகளுடன் இணைந்து களம் கண்டார். அன்றைய முதல்வர் ஓமந்தூரார், பெரியாரை அழைத்துப் பேச்சுவார்த்தை நடத்தினார். இந்திய யூனியனில் இருக்கும் போது இந்தியை ஏற்றுக் கொண்டாக வேண்டும் என்றார். இந்திய யூனியனில் இருக்க வேண்டிய அவசியமில்லை என்றார் பெரியார். (இப்போராட்டம் குறித்து முன்பே விரிவாகச் சொல்லப்பட்டுள்ளது.)

* இந்தியை ஆதரித்து வைத்தியநாத அய்யர், வரதாச்சாரியார் போன்றவர்கள் அது தேசிய மொழி என்று விளக்கமளித்தபோது, நம் நாட்டுக் கலாச்சாரத்தை அழிக்கவே இந்தியைப் புகுத்துகிறார்கள், தேசியமொழி என்பதெல்லாம் பித்தலாட்டமான வார்த்தைகள் என்று பதிலளித்தார் பெரியார்.

* திராவிட மக்களை ஆரியம் பிரித்துப் பாழ்படுத்தியது போலத் திராவிட மொழிகளையும் பிரித்துப் பாழ்படுத்தியது என்று கட்டுரை

எழுதினார். தமிழ், தெலுங்கு, கன்னடம், மலையாளம் ஆகிய நான்கு மொழிகளில் உள்ள சொற்கள் ஒரே போன்று இருப்பதை விளக்கு கிறது இக்கட்டுரை.

*(விடுதலை 27.11.1948)*

– "இந்தி எதிர்ப்புப் போராட்டத்தில் வெற்றியின்றேல் தமிழ்நாடு போம்! தமிழ்க்கொடி போம்! தமிழன் சிறப்பெல்லாம் தகர்ந்து போம்! நியாயம் நம் பக்கத்தில்தான் இருக்கிறது. தமிழ்காக்க வாரீர்! எங்களுக்கும் வயதாகி விட்டது! நாங்களும் வெற்றி காண ஆசைப்படுகிறோம். ஆகவே தன்மானத் திராவிடர்காள், தமிழர்காள், வெற்றி காணப் போராட்டத்தில் ஈடுபட முன்வாருங்கள்! யார் எந்தக் கட்சியில் இருந்தாலும் தன்மானமிருந்தால் தமிழ் காக்க முன்வாருங்கள்! சாவேன் அல்லது வெற்றியோடு மீள்வேன் என்ற உறுதியோடு முன் வாருங்கள்" என்று பெரியார் அழைத்தார்.

*(விடுதலை 20.7.1948)*

அவரது உள்ளீடு என்பது தமிழ்க்காப்பே!

### 9. தமிழின எழுச்சியின் மையம்!

தமிழின எழுச்சியின் மையப்புள்ளியாகப் பெரியாரே 1930களில் இருந்துள்ளார்.

இந்தி எதிர்ப்புப் போராட்டத்தை மொழிப்போராட்டமாக மட்டும் பார்க்காமல், அல்லது சுருக்கி விடாமல் அதனைத் தமிழர் விடுதலைப் போராட்டமாக மாற்றிய பெருமை பெரியாருக்கே உண்டு!

இந்தி ஆதிக்கம் என்பதைத் தமிழுக்கு ஆபத்து என்று சொல்லாமல், 'தமிழர்க்கு ஆபத்து' என்று பொதுமைப்படுத்தினார் பெரியார். 'தமிழர்களே ஆபத்து' என்ற தலைப்பில் தலையங்கம் தீட்டினார். இந்தியைத் திணித்துத் தமிழுக்கு உலை வைத்துவிட்டார் ஆச்சார்யார் என்றார் பெரியார். எத்தகைய போராட்டங்கள் நடத்தப்பட வேண்டும் என்பதையும் சொன்னார். ஒப்புக்காகப் போராட்டம் நடத்தினால் இந்தியை ஒழிக்க முடியாது, சிறைகளை நிரப்ப வேண்டும், உயிர்த்தியாகம் செய்ய வேண்டும் அப்படிச் செய்தால்தான் இந்தியைத் தடுக்க முடியும் என்றார். பேசுவது, தீர்மானம் நிறைவேற்றுவது, உண்ணாவிரதம் இருப்பது, பத்திரிக்கை களில் பத்திபத்தியாக எழுதுவது அனைத்தும் பயன்படா என்றார். அப்போது அவர் தூண்டியதுதான் 'தமிழர் படை' என்ற சிந்தனை.

"திருநெல்வேலியில் இருந்து தமிழர்கள் புறப்படட்டும், சென்னைக்குக் கால்நடையாகச் செல்லட்டும், வழிநெடுகத்

தமிழபிமானிகள் அதில் சேர்ந்து கொள்ளட்டும், பிரதம மந்திரி, கல்வி மந்திரி வீட்டு வாயிலை மறிக்கட்டும், பத்தோ இருபதோ பேர் சாகட்டும்” என்று எழுதினார்.

*(விடுதலை 18.8.1937)*

அதற்கு முந்தைய நாள்தான் இராஜாஜி, இராமகிருஷ்ணர் மாணவர் விடுதியில் பேசும்போது இந்தி புகுத்தப்படுவது குறித்த அறிவிப்பை வெளியிட்டார். மறுநாளே ‘விடுதலை’ நாளிதழில் ‘தாய்மொழிக் கொலை பார்ப்பன ராஜ்ய ஆரம்பம், ஹிந்தியைக் கட்டாயப்பாடம் ஆக்குவதால் வரும் ஆபத்து’ என்ற தலைப்பில் ‘தமிழன்’ என்ற புனைபெயரில் கட்டுரை ஒன்று வெளியானது. எனவே, இந்திப் போராட்டத்தில் பின்னர் வந்து பெரியார் ஒட்டிக் கொண்டார் என்ற வாதமும் பொய்யானது. தாய்மொழி பக்தர்கள், தமிழனுக்குப் பிறந்த சட்டசபை உறுப்பினர்கள் என்ன செய்யப் போகிறார்கள் என்று தூண்டியதே ‘விடுதலை’ தான்.

“தாய்மொழி ஒவ்வொருவருக்கும் உயிரினும் அரிது. தாய்மொழிப் பற்றில்லாதவன் மனிதனாக மாட்டான். தமிழர்களின் தாய்மொழி யான தமிழுக்கு இன்று பேராபத்து வந்திருக்கிறது. சதுர்மறை ஆரியம் வருமுன் ஜெகம் முழுவதும் பரவியிருந்த தமிழை இலக்கியமோ இலக்கணமோ சொந்த லிபியோ இதர சிறப்போ இல்லாத ஒரு லம்பாடி பாஷையான ஹிந்திக்கு அடிமையாக்க சென்னை முதன்மந்திரி கனம் ஆச்சாரியார் முடிவு செய்துவிட்டார்.

‘ஹிந்தி, தமிழ்த்தாயின் வேலைக்காரி’ என்று கனம் ஆச்சாரியார் கூறுவது பக்கா மழுப்பலாகும். வயிற்றுப் பிழைப்புக்காகத் தென்னாட்டில் புகுந்த ஆரியர்கள் மதத்தின் பேரால் கடவுள் பேரால் தமிழ்மக்களை அடிமைப்படுத்தி விட்டது போல இன்று வேலைக்காரியாக வரும் ஹிந்தி நாளை தமிழ்நாட்டரசி ஆவது நிச்சயம். ...ஆச்சாரியார் அட்டூழியங்களையெல்லாம் சகித்துக் கொண்டு நம்மவர்களில் சிலர் அவருடைய உதைக்கும் காலுக்கு முத்தம் கொடுத்து வருவதினால் அவர் அத்தகைய அகம்பாவ எண்ணம் கொண்டிருப்பது ஆச்சர்யமல்ல. சுயமரியாதையற்ற தமிழர்கள் ஆச்சார்யார் பாதங்களில் விழுந்து கிடக்கட்டும். சுயமரியாதையுடைய தமிழர்கள் ஹிந்தியைத் தடுக்கும் உபாயம் கண்டு விரைவில் செயலாற்ற முன்வர வேண்டுமென்று கேட்டுக் கொள்கிறோம்” என்று தமிழர்களைத் தட்டி எழுப்பியவர் பெரியார். ‘தமிழர் கடமை’ என இத்தலையங்கத்துக்குத் தலைப்பும் கொடுத் திருந்தார்.

*(விடுதலை 7.5.1938)*

தமிழ்மொழியின் வரலாற்றைச் சொல்லி, வடமொழியால் தமிழர் கெட்ட கதையைச் சொல்லி இந்தி எதிர்ப்புப் போராட்டத்தை நடத்தியது பெரியாரியக்கம். வேலூரில் கூடிய தமிழ்ப்பெண்கள் மாநாட்டில் பண்டிதை நாராயணி அம்மையார் முழக்கத்தை 'விடுதலை'யின் தலைப்புச் செய்தியாக வெளியிட்டவர் பெரியார்.

"தமிழின் பெருமையை முன்னதாக விவரித்துப் பேசிய நாராயணி, சமற்கிருதத்தால் தமிழும் தமிழ் நாகரிகமும் எப்படிக் கெட்டன" என்பதைப் பின்னர் விவரித்தார். தமிழ் ஒன்றே இந்தியாவில் சமற்கிருதத்தின் உதவி இல்லாமல் இயங்கக் கூடியது என்று பெருமையுடன் சொன்னார். சமற்கிருதம் தமிழுக்குள் புகுந்திருப்பதை வரிசைப்படுத்தினார். வடமொழியை நாம் விரட்டத் துணிந்த பிறகு இந்தி இடையில் வந்து புகுகிறது என்றார்.

இறுதியாக ஆறு மிக முக்கியமான முழக்கங்களை அவர் செய்தார்.

* நான் தமிழ்ப்பெண். தமிழே என் உயிர். அதன் முன்னேற்றமே எனது முன்னேற்றம். அதன் தூய்மையே எனது தூய்மை. அதன் தாழ்வே எனது தாழ்வு.

* கட்டாய இந்தி ஒழியும் வரை கட்டாயத் தியாகத்தைச் செய்வோம்.

* சமற்கிருதத்தை அனைத்து வகையிலும் ஒழித்து ஓரங்கட்ட வேண்டும்.

* தமிழைத் தாழ்த்தியும் சமற்கிருதத்தை உயர்த்தியும் பேசுபவர்களைத் தேர்தலில் ஆதரிக்கக் கூடாது.

* தமிழைப் படியுங்கள், தமிழ்ப்பெயரைச் சூட்டுங்கள், தமிழைப் பற்றியே சிந்தியுங்கள்.

* தமிழர் பொருட்களையே வாங்குங்கள், சாதி பேதம் பார்ப்பவர்களை ஒதுக்குங்கள் என்று கட்டளையிட்டார் நாராயணி.

(விடுதலை 27.12.1938)

தமிழனைத் தவிர மற்ற இனத்தவர் அனைவரும் இங்கிருக்கும் அன்னியர்கள்தான் என்ற குரலை எழுப்பியதும் விடுதலையே!

'தமிழனுக்கு தாய்நாடு எது? தாய்நாடு தமிழ்நாடு தானே? ஏனையோர் அன்னியர் அல்லவா? அவர்கள் அடிமையிலிருந்து விலக வேண்டாமா? விடுதலை பெறச் சொல்வது தப்பா? தமிழா! என்ன பதில் சொல்லப் போகிறாய்?–என்று கேட்டது 'விடுதலை'. பெரியாருக்குத் தெளிவான மொழிக்கொள்கை இல்லை, உறுதியான இனக்கொள்கை இல்லை என்பவர்கள் இது போன்ற கட்டுரைகளை வாசித்து இருக்க மாட்டார்கள். (மிக நீண்ட கட்டுரையில் சுருக்கம்

மட்டுமே இங்கு தரப்படுகிறது. கட்டுரையின் நீளம் கருதி கருத்து எனது சொற்களில் சுருக்கப்பட்டுள்ளது!)

‘முப்பது ஆண்டுகளுக்கு முன்னால் பாலக்காட்டில் இருந்து சென்னைக்கு வந்த மணி அப்போது தரித்திரன். ஆனால் இன்று சம்பாதித்த பணத்தை வைத்து மலையாள நாட்டில் சொத்து வாங்குகிறான்…வடநாட்டானும் இங்குச் சம்பாதித்து அவன் மாநிலத்தில்தான் நிலம் வாங்குகிறான்.. இதனால்தான் தெலுங்கர்கள் தனிமாகாணம் கேட்கின்றனர். அவர்கள் பிரிந்து செல்லட்டும்.. தமிழர்கள் இப்போதுதான் ‘தமிழ்நாடு தமிழருக்கே’ என்று சொல்ல ஆரம்பித்திருக்கிறார்கள்…அதனைச் சில மார்வாடிகள், தமிழர் ரத்தத்தை உறிஞ்சிக் கொழுத்த முல்தானிகளின் குலாம்கள் கிண்டல் செய்கின்றன.. இந்தி புகுத்தப்பட்டதால்தான் தமிழர் உணர்ச்சி பெற்றுப் போராட்டம் நடத்தி வருகிறார்கள்.. இந்தக் கிளர்ச்சியைப் பார்த்து மார்வாடி பயப்படுகிறான்.. தமிழர் பெரும்படை போகும் இடமெல்லாம் அந்த ஊரில் குடியேறிப் பிழைக்கும் மார்வாடியின் காசுதான் விஷமம் செய்தது. ..

தமிழ்நாட்டில், தமிழர் நலங்கருதி, தமிழர் செய்கின்ற கிளர்ச்சிக்கு ஏற்படும் எதிர்ப்புகளுக்கு முக்கியக் கருவியாயிருப்பது தமிழ்நாட்டில் குடியேறித் தமிழர் நிழலில் ஒண்டி காசு சம்பாதித்த வடக்கத்தியார், அதாவது அந்நியரின் பொக்கிஷமேயாகும். பிர்லா, பஜாஜ் போன்றவர்கள் வடக்கேயிருந்தும், மார்வாடிகள், முல்தானிகள், பனியாக்கள் போன்றவர்கள் இங்கேயே சென்னை மாகாணத்தில் இருந்தும் காங்கிரசுக்கு நிதியாகக் கொடுக்கும் பணமே தமிழர் இயக்கத்தை நசுக்கப் பயன்படுகிறது… இந்தியாவுக்கு வெள்ளைக்காரன் எப்படி அந்நியனோ அதேமாதிரிதான் வடக்கத்தியான் தமிழ்நாட்டுக்கும் அந்நியனாகிறான்.. வெள்ளைக்காரன் இங்கிருந்து ஐரோப்பாவுக்குப் பணத்தை கொண்டு செல்வதைப் போல வடநாட்டான் இங்கிருக்கும் பணத்தை வடநாடு கொண்டு செல்கிறான். வெள்ளைக்காரனின் காசு இந்திய சுதந்திர உணர்ச்சிக்கு பயன்படுத்தப்படுவது போல, வடநாட்டான் காசு தமிழரின் சுதந்திரத்துக்கு விரோதமாகச் செலவு செய்யப்படுகிறது. .. ‘நானும் பாரத அன்னையின் பிள்ளை, இந்தியன் உங்கள் சகோதரன் என்று சொல்லிக் கொண்டே தமிழனை உறிஞ்சி உபத்திரவமும் செய்து கொண்டிருக்க வடக்கத்தியானுக்கு வசதி இருக்கிறது.’

தமிழகத்தில் தமிழனும் பார்ப்பானும் போடும் சண்டையை விடத் தமிழனுக்கும் வடக்கத்தியானுக்குமான சண்டைதான் முக்கியமானது.. இது வெறும் எலும்புத் துண்டுக்கான சண்டை மட்டும் தான்.. இந்தச் சண்டையில் யாருக்கும் தெரியாமல் வடநாட்டான் அடித்துக் கொண்டு போகிறான்… சென்னையில்

அதிக லாபம் தரத்தக்க தொழில்கள் எல்லாம் தமிழ்நாட்டுக்குப் புறம்பானவர் கையில் இருக்கின்றன.. சில வெள்ளைக்கார கம்பெனிகள் போக, ஒரே ஒரு அய்யங்கார் கம்பெனி போக அனைத்துமே பனியாக்களும் பார்சிக்களும் தான். (எந்தெந்தத் தொழில் யார் யார் கையில் இருக்கிறது என்று வரிசையாகச் சொல்லப்படுகிறது!) ... சென்னை நகரின் பொருளாதாரம் பூராவும் அன்னியர்கள் இரும்புப் பெட்டியில் தங்கி நிற்கிறது. தமிழன் ரிக்ஷா இழுக்கிறான், மோட்டார் ஓட்டுகிறான், டிராம் வண்டி செலுத்துகிறான், வடநாட்டாரின் வர்த்தக நிலையங்களில் காவல் வேலை, எடுபிடி வேலை பார்க்கிறான். தெருவில் பெருங்காயம் விற்கிறான். பழைய பேப்பர் வாங்குகிறான். தலையில் பழஞ்சுமந்து விற்கிறான். மற்றும் சில சில்லறை வியாபாரமும் கவுரவமாகச் செய்கிறான். அவ்வளவுதான்.... நல்ல வேளை ஆச்சாரியார் இந்தியைப் புகுத்தியதால் நாம் உணர்ச்சி பெற்றுத் தமிழ்நாடு தமிழருக்கே என்கிறோம்" என்ற கட்டுரை ஊட்டிய உணர்ச்சிதான் அன்றைய எழுச்சிக்குக் காரணம்.

*(நகர தூதன் கட்டுரை, விடுதலை மீள் பிரசுரம், 15.10.1938)*

## 10. தமிழர் தேசியத்தின் உதயம்!

ம.பொ.சி.யில் இருந்து தமிழ்த் தேசிய வரலாற்றை எழுதிக் கொண்டு இருப்பவர்களுக்குச் சோழ கந்த சச்சிதாநந்தன் என்பவரை அறிமுகம் செய்ய விரும்புகிறேன்.

1938 ஆம் ஆண்டே 'தமிழ்த் தேசியம் உதயமாக வேண்டும்' என்று எழுதியவர் சோழகந்த சச்சிதாநந்தன். 'விடுதலை'யில் ஏராளமான கட்டுரைகளை எழுதி இருக்கிறார். பெரியாரின் மாநாடுகளில் பங்கெடுத்துள்ளார். தமிழ்த் தேசியம் என்ற சொல்லை ஊன்றியவர் இவர்.

"...அந்நியர் ஆட்சியால் நம் நலன்கள் நமக்கு முற்றும் கிட்டுவதற்கு இல்லை யென்று அன்றோ தேசியமென்னும் ஒரு கட்சி அமைந்தது. அதிலும் ஒரு பகுதி நாட்டின் நலத்தைப் பெரிதாக்கி எல்லா மாகாணத்தும் இன்னல் விளைவிப்பதானால் இதுவும் முன்னைய அந்நியர் ஆட்சிபோல இதனையும் விலக்கித் தமிழர் தேசியம் ஒன்று நம்நாட்டு நலனுக்காக அமைக்க வேண்டி யிருக்கிறது. இத்தமிழர் தேசியத்தின் முதல் முயற்சி மொழியைப் பற்றிய போராயிற்று. தமிழ்மொழி பிறமொழிகளால் தாக்கப்படாது வளர இடங்கடக்காது இருக்கத்தக்க பாதுகாவலைச் செய்வதாகும். தமிழ்மொழியைக் காத்தலுக்காக முயல்வதினின்றே தமிழர் தேசியம் பிறந்திருக்கிறது எனலாம். தமிழர் தேசியத்தால் தமிழருக்கு ஆக வேண்டியவைகள் எல்லாம் ஆதற்கு முயன்றே தீரவேண்டும்.

தமிழர் தம்நாட்டு உரிமை பெற்றாலன்றித் தமிழ்நாட்டு நலன்களை நம்மால் பெறமுடியாது. நாட்டுரிமைக்காகவும் நாம் முயன்று வரவேண்டும். ... அந்நியர் ஆட்சியின் கீழ் நம் எல்லா நலன்களையும் அடைய முடியாது. நம் தமிழ் மாகாண ஆட்சி தமிழரிடத்திலேயே தமிழரின் பெரும்பான்மையார் ஆதரிக்கும் தமிழ்த் தலைவர்களாலேயே அடையப்பெற்றிருத்தல் வேண்டும். ... தமிழர் ஆட்சிக்குத் தமிழர் பதவிகட்கு நிற்க வேண்டும். தமிழ்மக்கள் ஆதரிக்க வேண்டும். தமிழர்கள் தலைமைப் பதவிகளைக் கைப்பற்றித் தமிழர்க்காகப் பாடுபட வேண்டும். இதுவே தமிழர் தேசியமாக நாம் முன்னர் அடைய வேண்டுவதாகும். இவ்வதிகாரத்தினின்று நாம் வகுக்கும் ஆட்சி யொழுங்கு முறைகளினால் பிறநாடுகளின் ஆட்சியும் நம் ஆட்சியில் இணைக்கப் பெறத் தானே வலிய வர ஏற்று இந்திய நாட்டு முழு ஆட்சியும் தமிழரதாக வேண்டும்..... யார் என்ன சொன்னாலும் காரியத்தில் கண்ணாயிருங்கள். தமிழர் தேசியம் வேண்டும், தமிழர்க்கு ஆட்சி வேண்டும், அதிகாரம் வேண்டும், தலைமை வேண்டும்....தமிழர் முன்னேற வேண்டும், தமிழர் ஆட்சி பெற வேண்டும், தமிழர் ஆட்சியில்தான் தமிழர் குறைநீங்கி நிறைவு பெற வேண்டும், தமிழர் தேசியம் வளர்வதாகுக!" என்ற சோழகந்த சச்சிதாநந்தரின் முதல் முழக்கத்தை இன்றைய த.தே.கள் தெரிந்து கொள்ளவில்லை.

*(விடுதலை 24.12.1938)*

தமிழர் தேசியத்தை எழுப்பித் தமிழர் நாடு அமைப்பதும், இதே போன்ற தன்னெழுச்சி தேசிய எழுச்சியைப் பிறமாநிலங்களிலும் எழுப்புதலும், அதன்பிறகு அந்தத் தேசிய இனங்களைக் கொண்ட கூட்டமைப்பை உருவாக்குதலுமான திட்டமிடுதலுடன் சோழகந்தர் எழுத அதனைப் பெரியார் வெளியிட்டுள்ளார்.

இந்தி எதிர்ப்புப் போராட்டத்தைத் தமிழறிஞர்கள் நடத்தி னார்கள், அதில் வந்து பெரியார் ஒட்டிக் கொண்டார் என்று கற்பனை வரலாறு படைப்பவர்க்குத் தெரியுமா?, மொழிப்பிரச்னை யைத் தேசிய இனப்பிரச்னையாகப் பெரியாரியக்கம் மாற்றியது என்பது!

"தமிழர் நாடு என்பது சென்னை முதல் குமரி வரையிலானதே என்று வேலூரில் நடந்த சென்னை மாநிலத் தமிழர் மாநாட்டில் பேசிய தலைவர் சர்.ஏ.டி.பன்னீர்செல்வம் விளக்கினார். நாம் இந்துமாக்கடலில் இருந்து வடக்கே சென்றோமா, அல்லது மத்திய ஆசியாவில் இருந்து தெற்கே வந்தோமா என்பதை வரலாற்று ஆசிரியர்கள் உணர்த்த வேண்டும் என்ற இவர், இதுவே நமது தாயகம் என்றார். பார்ப்பனர்கள் தமிழர்கள் ஆகமாட்டார்கள் என்றார். வடநாட்டார் அனைவரும் நமக்கு அந்நியர் என்று

அறிவித்தார். திராவிட மக்களாகிய நாம் இந்தியர்கள் அல்ல என்றும் அறிவித்தார். நமது சுயராஜ்யம் என்பது தமிழ் அல்லது திராவிட ராஜ்யம் தான் என்று முழங்கினார். திராவிட இயக்கத்தின் கொள்கையை வடிவமைத்ததில் மிக முக்கியமான உரையாக பன்னீர்செல்வத்தின் உரை அமைந்தது.

(விடுதலை 28.12.1938)

"இந்த உரையை வழிமொழிந்து 'ஸர். பன்னீர்செல்வம் கர்ஜனை' என்று தலையங்கம் தீட்டியது 'விடுதலை'. "இந்தி எதிர்ப்புப் போர் என்பது உண்மையில் தமிழர் - ஆரியர் போராகும். தமிழர்களின் பிற்கால வாழ்வு இந்தப் போர் முடிவையே பொறுத்திருக்கிறது. கட்டாய இந்தி தமிழரை ஆரியர்க்கு அடிமைப்படுத்துவதற்கான ஆரம்ப வேலையாகும். இதில் தமிழர் விட்டுக்கொடுத்தால் தமிழர் குலமும் கலையும் மொழியும் நாகரிகமும் பாழாவது நிச்சயம்" என்று குறிப்பிட்டது.

## 11. பேசியது பழம் பெருமை!

தமிழர் பழம் பெருமையைக் கட்டி எழுப்பும் பணியையும் விடுதலை செய்தது.

ஈரோடு தமிழ்த்திருநாள் விழாவில் பேசிய பெரியார், தமிழர் பெருமையைப் புகழ்ந்து தள்ளி இருக்கிறார். ஆரியர் உற்சவங்களால் தமிழர் பெருமை மறைக்கப்பட்டது, தமிழர் வீழ்ச்சிக்குக் கம்பனின் இனத்துரோகமே காரணம் என்ற பெரியார், சேரசோழபாண்டியர் ஆட்சி வரலாறு எங்கே என்று கேட்டார்.

"இன்று எல்லை என்று குறிப்பிடப்படும் திராவிடநாடு மாத்திரமல்லாமல் இமயம் முதல் கன்னியாகுமரி வரை தெற்கு வடக்காக மேல்கடலும் கீழ்க்கடலும் கிழக்கு மேற்காக உள்ள எல்லை பூராவும் திராவிட நாடாகவும் திராவிட மக்களாகவும் திராவிட மொழியாகவுமே இருந்திருக்கிறது" என்று பெரியார் பேசினார். (விடுதலை 22.1.1942). இது தமிழ்த் திருநாள் விழாவில் பேசியது. அதற்குச் சில ஆண்டுகளுக்கு முன்னால் அதாவது 1936ஆம் ஆண்டு தான் பெரும்புலவர் நமசிவாயர் முயற்சியால் தமிழ்த்திருநாள் விழா ஏற்பாடு செய்யப்பட்டது. அதிலும் பெரியார் கலந்து கொண்டு பேசினார். இதன் தொடர்ச்சியாகத் தமிழ்த்திருநாள் விழாக்களில் பெரியார் பங்கேற்றுவந்தார். இந்தச் செய்திகளை 1938–39 காலகட்டங்களில் அதிகமாக விடுதலையில் காணலாம். தமிழ்த்திருநாள் விழா கொண்டாட்டங்கள் குறித்த செய்திகள் அவை.

ஆனால் ம.பொ.சி.பொங்கல் விழா நடத்தத் தொடங்கியது எல்லாம் 1948க்குப் பிறகு. நமசிவாயரின் பெருமையையும் தூக்கி ம.பொ.சி.யின் தலை தாங்காத அளவுக்குக் கட்டிக் கொண்டு இருக்கிறார்கள் இன்றைய த.தே.க்கள்!

'பழந்தமிழர் தாழ்வுற்ற வரலாறு' குறித்து விரிவாக எழுதினார் சோழகந்த சச்சிதாநந்தனார். இக்கட்டுரையை 'விடுதலை' தனது முதல்பக்க தலைப்புச் செய்திக் கட்டுரையாக வெளியிட்டுள்ளது. பண்டைத் தமிழர் உலகியல் நடத்திய விதத்தை வியந்து எழுதி உள்ளார் சோழகந்தர். புராணங்களும் ஆலயங்களும் எதற்காகத் தோன்றின, அவை எந்த வகையில் தமிழனை அடிமைப்படுத்தின, இதன் மூலமாக வந்தவர் எப்படிப் பெருமை பெற்றனர், தமிழர் எவ்வகையில் தாழ்வுற்றனர் என்பதை எழுதுகிறார். 'நம் தற்போதைய தமிழ்ப் பெரியார் ஈ.வெ.இராமசாமி அண்ணல் போன்ற ஒரு சிலர் மட்டும் ஆரியக் கூத்திலும் தம் காரியத்தின் மேல் கண்ணாயிருந்து தமிழா ஏமாறாதே என்று அறிவுறுத்தி வந்தனர்' என்று முடிக்கிறார்.

(விடுதலை 19.1.1939)

"தமிழர் ஆட்சிக்கு அடிகோல வாரீர் வீரத் தமிழ் மக்காள்!" என்று அழைப்பு விடுத்தார் சோழகந்த சச்சிதாநந்தனார். பழந்தமிழரை நினைத்து வாருங்கள் என்று அழைத்தார். 'என்னே தமிழரின் வீரமிகுந்த வரலாறு! உன்னதத்தே நின்றார்களின் இன்றைய ஆடவர் எவ்விடத்தே திகழ வேண்டும்? முன்னைத் தமிழரின் வடிவம் அன்பர்க்கன்பராய், இருந்ததென்பது உன்ன வுன்ன வடிவெடுத்துக் காட்சியளிக்கும்" என்று அதில் பெருமிதங்களை அள்ளித் தெளித்திருப்பார். இது முதல் பக்க தலைப்புச் செய்தியாகவே வெளியானது.

(விடுதலை 21.1.1939)

5000 ஆண்டுகளுக்கு முந்தைய தமிழர் நாகரிகம் குறித்த விரிவான கட்டுரை வெளியாகி உள்ளது. சிந்துநதி தீரத்தில் பண்டைத் தமிழர் வாழ்க்கைச் சிறப்பு குறித்து இது பேசுகிறது. சிந்துவெளியில் இருந்த பண்டை நகரங்கள், வீடுகள், அறைகள், தெருக்கள், கருவிகள், பொருட்கள் ஆகியவற்றை விவரிக்கும் இக்கட்டுரை, இவை தமிழ் மக்கள் 5000 ஆண்டுகளுக்கு முன் வாழ்ந்த வாழ்வுக்கான ஆதாரம் என்கிறது. ஜான் மார்ஷல் இது குறித்து கூறியதை முழுமையாக இக்கட்டுரையாளர் சொல்லி இருக்கிறார். மேற்கண்ட ஆராய்ச்சி முடிவுகள் தமிழ் நாகரிகத்தின் தொன்மையையும் சிறப்பையும் தெளிவாக எடுத்துக்காட்டுகின்றன. இந்தியாவின் புராதன நாகரிகம் தமிழ்நாகரிகமே என்றும் தமிழ் நாகரிகமும் தமிழரும் வெளிநாட்டிலிருந்து இந்தியாவுக்கு வராமல் புராதன காலத்திலேயே இந்தியாவில் தமிழகத்திலே தோன்றி

வளர்ந்தவர்களென்றும் ஏற்கெனவே எடுத்துக்கூறியிருக்கிறோம். மகேஞ்சதாரோ ஆராய்ச்சி அவ்வுண்மைகளையே வற்புறுத்துகிறது.

(விடுதலை 19.3.1939)

மதுரை பி.ஜெதீன் என்பார், திராவிட நாகரிகம் 1000 ஆண்டுகளுக்கு முந்தையது என்ற தலைப்பில் கட்டுரை எழுதி இருக்கிறார். செந்தமிழின் சிறப்பு, தமிழில் வடமொழி கலந்த விதம் ஆகியவை குறித்து விரிவாக எழுதி உள்ளார். தமிழில் சமற்கிருதம் கலந்தாலும் அது அந்நியமொழியாகவே தெரியும் அளவுக்குத் தான் கலந்துள்ளது, கடைச்சங்க காலத்தைச் சேர்ந்த ஆரியராலும் சமணராலுமே அதிகமாகச் சமற்கிருதம் கலக்கப்பட்டது(குணா இன்று சொல்வதை 1938இல் சொல்லி இருக்கிறது விடுதலை), தமிழானது கால சம்பவங்களினால் மாறுதல் அடைந்தாலும் அதன் இலக்கணம் மாறாமல் ஒரே மாதிரியாயிருக்கக் கூடிய அவ்வளவு தேர்ச்சியை அனேகமாயிரம் வருஷங்களுக்கு முன்னாலேயே அடைந்திருக்கிறது என்றும் பெருமைப்படுகிறது இக்கட்டுரை.

(விடுதலை 19.4.1939)

சென்னையைச் சேர்ந்த ஏ.முருகேசம் என்பார், 'இந்தியாவின் பூர்வீக மக்கள் யார்?' என்ற தலைப்பில் விரிவாக எழுதி இருக்கிறார். ஆரியர்கள் இந்தியாவில் குடியேறியவர்கள் என்பதை நிறுவுகிறார். ரிக்வேதத்தில் சொல்லப்படும் ஆரியர்கள்–தஸ்யூக்கள் என்பதில் தஸ்யூக்கள் தமிழர்கள் தான். இந்த தஸ்யூக்களே இந்தியாவின் பூர்வீகக் குடிகள், இந்தியாவில் பழங்கற்கால மனிதன் தெற்கேதான் இருந்தான் என்பதை ஆதாரங்களுடன் நிறுவுகிறார். பாவாணரின் குமரிக்கண்ட கோட்பாடு குறித்து திராவிட இயக்கத்தவர் பேசுவது இல்லை என்கிறார் குணா. ஆனால் விடுதலை கட்டுரை வெளியான ஆண்டைக் கவனியுங்கள்!

(விடுதலை 16.12.1939)

நெல்லையில் நடந்த தமிழர் மாநாட்டில் பேசிய முன்னாள் அமைச்சர் எஸ்.முத்தையா, தமிழர் பெருமை பொங்கப் பேசிய பேச்சை 'விடுதலை' வெளியிட்டது. அன்றைய சென்னை மாகாணத்தையே முழுமையான தமிழ்நாடு என்றும்,

ஒரு காலத்தில் இந்தியா முழுவதும் தமிழர்கள் பரவி இருந்தார்கள் என்றும், தமிழர் நாகரிகம் எகிப்து சுமேரிய நாகரிகங்களைவிட பழமையானது என்றும் பேசினார்.

(விடுதலை 12.12.1939)

"யார் குரங்குகள்?" என்று கேட்டது 'விடுதலை'. அரக்கர், அசுரர், ஹனுமான் என்று தென்னாட்டில் உள்ள ஆதிக்குடிகளை அடையாளச் சொல்லாகப் பயன்படுத்தியுள்ளது இராமாயணம்.

ஆரியர்களை எதிர்த்ததால் இப்படிக் கொச்சைப்படுத்தப்பட்டார்கள் என்கிறது இத்தலையங்கம். இந்தியை எதிர்ப்பவர்களைக் குரங்குகள் என்று இந்தப் பொருளில்தான் இராஜாஜியும் சொல்கிறார் என்று கண்டித்தது. நாம் குரங்குகள் அல்ல, தமிழர்கள், மானமுள்ள தமிழர்கள் என்பதை நிரூபித்தாக வேண்டும், கும்பகர்ணனைப் போலத் தமிழன் தூங்கினால், குரங்கு என்றுதான் அவர்கள் அழைப்பார்கள் என்றது இத்தலையங்கம்.

(விடுதலை 11.1.1940)

பண்டைத் திராவிட சாம்ராஜ்யம் குறித்த கட்டுரை வெளியாகி உள்ளது. இந்தியாவின் ஆதிமொழி தமிழே என்கிறது இக்கட்டுரை. கிமு 5000 முதல் கிபி 400 வரையிலான திராவிடர் வாழ்க்கை நிலை குறித்து திருச்சி ம.சுப்பராயன் விரிவாக எழுதி இருக்கும் கட்டுரை அது.

(விடுதலை 12.3.1940)

திராவிட நாடு, தக்காணம், ஆரியவர்த்தம் ஆகிய மூன்றுதான் பரதகண்டத்தின் பிரிவுகள் என்று சொல்லும் கட்டுரை ஒன்று 'விடுதலை'யில் வெளியானது. 'குமரி முதல் விந்தியமலை வரை தமிழகமே' என்றது இக்கட்டுரை. 'திராவிடநாடு ஆதிமுதல் தன்னரசு தான்' என்றும் சொன்னது. சா.வே.தைரியம் என்பார் இதனை எழுதி உள்ளார்.

".. இந்தியா ஒரு நாடல்ல, பல நாடுகளைக் கொண்ட ஒரு கண்டம்... விந்தியமலை, நருமதை ஆற்றுக்குத் தெற்கே கன்னியாகுமரி முனைவரையில் தமிழகம் இருந்தது...தென்னிந்தியா என்றால் தமிழகமே(எஸ்.கிருஷ்ணசாமி அய்யங்கார் நூலை மேற்கோள் காட்டுகிறார்!) .. ஆனால் தமிழர்களின் அதிகாரமும் செல்வாக்கும் விந்தியமலை வரையிலும் சில வேளைகளில் இமயமலை வரையிலும் பரவியிருந்ததாகத் தெரிகிறது" என்று சொன்னார்.

(விடுதலை 13.4.1940)

"தமிழன் வாழ்வு கூலி, அடிமை வாழ்வாக இருக்கிறது. சமுதாயத்தில் நாலாம் ஐந்தாம் ஜாதியாக இருக்கிறது. நாடோ தமிழ்நாடு! மக்களோ தமிழ்நாட்டை ஆண்ட தமிழ் மன்னர்கள் பரம்பரையினர். அவர்களது சரித்திர வீரமும், சக்தியும், தமிழ்நாட்டை ஐரோப்பியர் வருகிற வரை ஆரியர் கைக்கோ வேறு யார் கைக்கோ போகாமல் பாதுகாத்து ஆண்டு வந்ததுடன், ஆரிய வர்த்தம் முதலிய நாடுகளையும் வெற்றி கொண்டு ஆட்சி புரிந்ததாக இருக்கிறது" என்றே எழுதி தமிழர்களைத் தட்டி எழுப்பினார் பெரியார்.

(விடுதலை 5.9.1941 )

‘திரைகடலோடித் திருநலம் பரப்பிய திண்தோள் வரலாறு’ தீட்டியுள்ளது ‘விடுதலை’. 1000 ஆண்டுகளுக்கு முன் தமிழர் சாம்ராஜ்யம் இருந்த நிலை, சுமத்திராவில் தமிழ்க்கொடி நாட்டிய சோழ மன்னன், பசிபிக் கடலில் செயல்பட்ட தமிழர் கடற்படை போன்றவற்றை விளக்குகிறது அக்கட்டுரை. புராணக் கதைகளும் மதப்பிரச்சாரமும் தமிழ் மக்களின் பழம்பெருமையை வெளிப்படுத்த விடாமல் நசுக்கிவிட்டன என்றும் சொல்கிறது. இக்கட்டுரை எழுதப் பட்ட காலம் என்பது இரண்டாம் உலகப் போர் நடந்து கொண்டி ருந்த நேரம். அதனால் மக்களுக்குத் தைரியம் கொடுக்கும் வகையில் தமிழர் வீரத்தைப் பறை சாற்றும் கட்டுரையை வெளியிடுவதாக அறிவித்துள்ளார்கள். இராசேந்திர சோழன் எப்படிக் கடாரம் கொண்டான் என்பதைக் கதையாக விளக்குகிறது.

*(விடுதலை 23.3.1942)*

## 12. எங்கு திரும்பினும் தமிழ்நாடு தமிழருக்கே!

‘தமிழ்நாடு தமிழருக்கே’ என்பது ஒருநாள் முழக்கமல்ல! ஒரு கடற்கரைக் கூட்டத்தில் பேசிவிட்டதால் முடிந்து போய்விடுவதோ கிடைத்துவிடுவதோ அல்ல என்பது பெரியாருக்குத் தெரியும். அதனால்தான் மறைமலையடிகளும், நாவலர் பாரதியாரும் தாமும் சொன்ன ‘தமிழ்நாடு தமிழருக்கே’ என்பதை தமிழ்நாட்டின் அனைத்துத் தமிழனும் சொல்லியாக வேண்டும் எனத் திட்டமிட்டு, அதற்கான பரப்புரையைச் செய்தவர் பெரியார். ‘தமிழ்நாடு தமிழருக்கே’ என்று பச்சை குத்திக் கொள்ளச் சொன்னார். ஒரு தமிழன், இன்னொரு தமிழனைப் பார்க்கும் போது, ‘தமிழ்நாடு தமிழருக்கே’ என்று சொல்லச் சொன்னார். ‘தமிழ்நாடு தமிழருக்கே’ என்று நாள் கொண்டாடினார்.’தமிழ்நாடு தமிழருக்கே’ என்ற தலைப்பில் ‘விடுதலை’யில் தொடர் தலையங்கம் தீட்டினார்.

* தமிழ்நாடு தமிழருக்கே–விடுதலை 21.11.1939
* தமிழ்நாடு தமிழருக்கே–விடுதலை 22.11.1939
* தமிழ்நாடு தமிழருக்கே–விடுதலை 23.11.1939
* தமிழ்நாடு தமிழருக்கே–சமய விளக்கம் விடுதலை 24.11.1939
* தமிழ்நாடு தமிழருக்கே–ஆரியர் சமயம்–விடுதலை 25.11.1939
* தமிழ்நாடு தமிழருக்கே–நாள் கொண்டாட்டம் விடுதலை 28.11.1939

– ஆகிய ஆறு நாட்கள் எழுதப்பட்ட தொடர் தலையங்கங்கள் மிக முக்கியமானவை. இதன் சுருக்கம் மட்டுமே இங்கு தரப்படுகிறது.

“தமிழ்நாடு தமிழருக்கே என்ற முழக்கம் 1938ஆம் ஆண்டு டிசம்பர் மாதம் சென்னையில் நடந்த தென்னிந்திய நலவுரிமைச் சங்க மாநாட்டிற்குப் பெரியார் அனுப்பிய பேச்சில் இருக்கிறது. வேலூர் மாநாட்டில் பன்னீர்செல்வம் வலியுறுத்தினார். சில பார்ப்பன பத்திரிக்கைகள் இதை எதிர்த்து எழுதுகின்றன. எலி வலை எலிகளுக்கே என்கிறது. தமிழ்நாடு தமிழருக்கே என்றால் கன்னடியனுக்கு இங்கு என்ன வேலை என்று எழுதுகிறார்கள். ஆந்திரர், மலையாளிகள் கதி என்ன ஆவது என்கிறார்கள். தமிழ்நாடு என்றால் திராவிடமே. தமிழ்நாடு தமிழருக்கே–திராவிட நாடு திராவிடருக்கே என்பது இரண்டும் ஒன்றுதான். ‘திராவிட’ என்பதற்குப் பொருள் தமிழ்நாடு என்பதுதான். (பல்வேறு அகராதி ஆதாரங்கள் தரப்படுகின்றன!) இந்த முழக்கத்தை அரசியலாகச் சொல்லவில்லை. அரசியல், சமுதாய இயல், பொருளாதாரவியல், விஞ்ஞான இயல், தற்காப்பு இயல், பொதுமுன்னேற்ற இயல் ஆகியவைகளைக் கருதியே குறிப்பிடுகிறோம். இன்று திராவிடத்தில் தமிழன், தெலுங்கன், கன்னடியன், மலையாளி, தொளுவன், இலங்கையன், கிறித்துவன், துருக்கன், ஆதி திராவிட, ஆதி ஆந்திர, ஆதி கன்னட, அதிககிரத ஜாதி என்ற பல வகுப்பார் இருக்கிறோம். இந்த மொத்தக் கூட்டத்தையும் ஆரியம் வீழ்த்தியது. நாம் தனித்த நாடாக இருந்தால் வீழ்த்தி இருக்க முடியாது. நம்மில் இருக்கும் கூலிகளைப் பிடித்து தேர்தலில் நிறுத்திச் சண்டை போட வைத்தார்கள். திராவிட நாட்டிலுள்ள தெருப்பெருக்கி, கக்கூஸ் கழுவி, மூட்டை தூக்கி, வண்டி இழுத்து, பங்கா இழுத்து, எச்சிலை எடுத்து இதுபோன்ற மற்றும் பல தொழில் செய்பவர்கள் 100க்கு 100 பேரும் திராவிட ஆண்மகனும் திராவிடப் பெண்மணியுமேயாகும். ஆனால் இதே திராவிடத்தில் பிழைக்க வந்துள்ள ஆரியர்கள், குஜராத்திகள், மார்வாடிகள், பார்சிக்கள், பஞ்சாபியர்கள் முதலிய அந்நியர்கள் திராவிட நாட்டில் 100க்கு 100 பேர் எப்படி உயர்ந்த, உன்னத, மேன்மையான நிலையில் பூதேவர்களாக இருக்கிறார்கள். இன்றிலிருந்து திராவிடர்கள் பழைய பெருமையை உணர்ந்து செயல்பட வேண்டும்.

ஆரியர் இங்கு வருவதற்கு முன்னால் திராவிடம் கலை, நாகரிகத்தில் சிறந்து விளங்கியது. (ஆரியர்கள், திராவிடர்களை எவ்வாறு தொல்லைப்படுத்தினார்கள் என்பதற்கான பல்வேறு புத்தக ஆதாரங்கள் தரப்படுகின்றன) திராவிடர்களின் கடவுளுக்கு உருவம் இருந்தது இல்லை. பண்டிதர்கள் பலரும் பலவாறு சொல்லி வருகிறார்கள். ஆனால் திராவிடர் பூரண விடுதலை அடைகிறவரை மானமே மதமாகவும் அறிவே கடவுளாகவும் அதற்கான ஆராய்ச்சியே பிரார்த்தனையாகவும் இருக்க வேண்டும். பார்ப்பனரிடமிருந்து

பார்ப்பனரல்லாதார், இந்துக்கள், முஸ்லிம்கள், கிறித்துவர்கள், தாழ்த்தப்பட்டவர்கள் விலகிப் பாதுகாப்பு தேடவேண்டிய நிலையில் உள்ளோம். ஆரியருக்கும் வெள்ளையர்க்கும் கூட்டுறவு இருக்கிறது. வெள்ளையர்கள் நம் நாட்டுக்கு வந்து 200 ஆண்டுகாலம் ஆகியும் இன்னமும் இந்த நாட்டில் சூத்திரனும் பறையரும் இருக்கக் காரணம் பார்ப்பனர்களுக்கு வெள்ளையர் லஞ்சம் கொடுத்து நம்மை மூடமக்களாக்கினதைத் தவிர வேறு என்ன சொல்ல முடியும்? நாம் தற்குறிகளாக இருக்க, பார்ப்பனர்கள் அனைவரும் படித்து அனைத்து வேலைகளையும் கைப்பற்றினார்கள். பார்ப்பனரின் செல்வாக்கும் நம்முடைய அடிமை மனமும்தான் இதற்குக் காரணம். காந்தி, நேரு, படேல், பிரசாத்தை அழைத்து வைஸ்ராய் கேட்கிறார். நம் இழிநிலை பற்றி இவர்களுக்குத் தெரியுமா? தெரிந்தாலும் சரியான மார்க்கம் தேடுவார்களா? இவர்கள் இராஜாஜியையும் சத்தியமூர்த்தியையும் தானே கேட்பார்கள். அதனால் திராவிடர் நிலை தேவை ஆகியவை உணர்ந்து செயல்பட வேண்டும். இக்கருத்துகளை வைஸ்ராய்க்கு அனுப்புங்கள். தமிழர்கள் தங்கள் குடும்பத்தில் பேசும்போதும் இதுபற்றியே பேச வேண்டும்"–என்கிறது இத்தலையங்கங்கள்.

பெரியார் ஊட்டிய இன எழுச்சி என்பது, 'நான் தமிழன்', 'நான் தமிழன்' என்று கத்திக் கூப்பாடு போடுவது அல்ல.

எதையும் மறைக்காமல் ஒளிவுமறைவு இல்லாமல் மக்களிடம் விதைத்தார். அவரிடம் 'மறைமுக தந்திரங்கள்' எப்போதும் இருந்தது இல்லை. அவரிடம் மிகத் தெளிவான வரையறைகளும், திட்டமிடுதல்களும் இருந்தன. அதற்கு எடுத்துக்காட்டாக, 'தமிழ்நாடு தனியாகப் பிரிய வேண்டும்' என்ற தலைப்பிட்டு அவர் எழுதிய தலையங்கம் மிகமுக்கியமான ஆவணமாக இருக்கிறது. (மிக நீண்ட தலையங்கத்தின் சுருக்கம் மட்டும் இங்கே தரப்படுகிறது)

* இந்தியா என்பது ஒரு கண்டம். அது பல நாடுகளாகத்தான் பிரிக்கப்பட வேண்டும். பிரிட்டிஷ் ஆட்சி வருவதற்கு முன்னால் இது 56 தேசங்களாகத்தான் இருந்தது.

* மதம், மொழி, கலை, மனோநிலை, ஒரு குடிமக்கள் என்ற வரலாற்று உணர்ச்சி, வரலாற்று பந்தத்துவம் இவைகள்தான் இன இயல்புகள். (சோவியத் ஸ்டாலின் வரையறை போல பெரியார் ஒரு வரையறையை சொல்கிறார்!) இம்முறைப்படி இந்தியாவில் தனித்தனியான பல இனங்கள் இருக்கின்றன. இனவாரியாக இந்தியாவைப் பிரிக்க வேண்டும்.

* பிரிட்டிஷ் இந்தியா, சுதேச இந்தியா, பிரெஞ்சு இந்தியா, டச்சு இந்தியா எனப் பல இந்தியாக்கள் இப்போதே இருக்கின்றன. 574 சுதேச சமஸ்தானங்கள் இருக்கின்றன. இவ்வளவும் தனித்தனியாக இருக்கும் போது திராவிட இந்தியா உருவாக முடியாதா?

* ஒரே நாடாக இருந்ததால் இனப்போர், கலைப்போர், மொழிப்போர், கிளம்பி அடக்குமுறை தாண்டவம் ஆடி, சர்வாதி காரம் வளர்ந்தது. ஒரு இனம், மற்றொரு இனத்தை நம்புவது இல்லை. அச்சம் ஏற்படுகிறது. அந்த அச்சமும் அவநம்பிக்கையும் பெற்றெடுத்த குழந்தையே பயங்கரப்புரட்சி. இந்தப் பயங்கரப்புரட்சியைத் தடுக்கவே இப்போது பிரிய வேண்டும் என்கிறோம்.

*(விடுதலை 18.4.1940, இதே தலையங்கம் 9.7.1958 அன்று மீண்டும் விடுதலையில் வெளியிடப்பட்டுள்ளது!)*

*13.* அன்றே அனைத்தையும் சொல்லி விட்டார்!

ஏதோ தம்மில் இருந்துதான் தமிழ்த் தேசியம் முகிழ்த் தெழுந்ததாக மணியரசன் சொல்லி வருகிறார். தாமே திராவிட, வடுக, வடவர் ஆதிக்கத்தை முதலில் கண்டெடுத்துக் கண்டித்தவராக குணா எழுதிக் கொண்டு வருகிறார். ஆனால் இவை அனைத்தையும் பெரியார் இயக்கம் எப்போதோ செய்யத் தொடங்கிவிட்டது.

ஒரே ஒரு கட்டுரையை மட்டும் இங்கு உதாரணமாகக் காட்டுகிறேன். ‘தனித்தமிழ்நாடு வேண்டுவதேன்’ என்பது அதன் தலைப்பு. எழுதியவர் பெயர் ‘அரசு’ என இடப்பட்டுள்ளது.

*(விடுதலை 1959 சூலை மாதம்)*

* பதியெழுவறியாப் பழங்குடியினராகிய தமிழர் சென்னை நாடு எனப்படுகிற இந்தியப் பேரரசு ஆட்சிக்கு உட்பட்ட நிலப் பரப்பில் வாழ்கின்றனர். இத்தமிழர் இன்று தன்னரசு கோரி உரிமை முழக்கம் செய்கின்றனர்.

* தமிழ்மொழி, தமிழர், தமிழ்நாடு ஆகிய மூன்றையும் ஒருங்கு குறிக்கும் சொல் தமிழ(க)ம். தமிழ்மொழி பிறமொழிச் சார்பின்றி இயங்கும் தன்மையாதல் போலவே தமிழரும், தமிழ்நாடும், அயல்நாட்டார் சார்பும் மேலீடும் இல்லாமல் தன்னரசு அமைத்து வாழும் தகுதியினைக் கொண்டுள்ளமை அறியலாம்.

* 3000 ஆண்டுகளுக்கு முன் தமிழ்நாடு இன்றைய பாகிஸ்தானும் இந்துஸ்தானும் குமரிமுனைக்குத் தெற்கே கடற்பரப்பில் அமிழ்ந்து போன நிலப்பரப்பும் அடங்கியதாக இருந்தது. உலக நாடுகள் பலவற்றுடன் வணிக, அரசியல் தொடர்பு கொண்டதாக இருந்தது.

* இந்தியா, திராவிடம் என்பன தமிழகத்தின் பழம்பெயர்கள். பிற்காலத்தில் தமிழகத்தின் எல்லை சுருங்கியது. வடபகுதி ஆரிய வர்த்தம், பிரமாவர்த்தம் என அழைக்கப்பட்டன. தொல்காப்பியர் காலத் தமிழகம் நன்னூலார் காலத்தில் தமிழ்ப்பிள்ளை மொழிகள் தோற்றத்தால் இன்னும் சுருங்கியது. தெலுங்கு முதலிய மொழியினரின்

இனப்பெருக்கத்தால் விழுங்கப்பட்ட தமிழகம் இஞ்ஞான்று மிகக் குறுகிய பரப்பினைக் கொண்டதாயுள்ளது.

* உண்மையில் இந்தியா ஒரு துணைக்கண்டம். அதிலுள்ள பல நாடுகள் தனி எல்லை ஆட்சிமொழி கொண்டிருந்தன. இன்றைய இந்திய ஒருமைத் தோற்றத்திற்கு ஆங்கிலேயர் ஆட்சியமைப்பே காரணம்.

* தமிழரின் தனிப்பண்பியற்படி தொடர்பற்ற மத ஒருமையாலும் முறையில் சட்டஆட்சி நெறியாலும் வேற்றுமைகள் வெளியே தோன்றாவிடினும் இந்திய அரசு தமிழருக்கு உரிமையும் உயர்வும் அற்றதே.

* தமிழர் செல்வ, இன்ப வாழ்வு வாழ்ந்து தன்னரசுடன் விளங்கிய மாண்பை வால்மீகி தெரிவிக்கிறார். பேரரசர் அசோகன் காலத்திலும் தமிழகம் மூவேந்தர் கொடி பறந்த வான்சிறப்பைப் பெற்றிருந்தது. படைப்புக்காலம் தொட்டு மேம்பட்டு வரும் குடிகள் என்று பரிமேலழகர் தெளிவுறுத்துகிறார்.

* ஆரியர் வருகையைத் தொடர்ந்து அயவலர் படையெடுப்பிற்கும் ஆட்சிக்கும் ஆளாகி வந்துள்ளது தமிழகம். ஆரியர் வருகையை எதிர்த்துக் காத்தது போலவே மற்றையோர் ஆட்சிக் காலத்தும் காத்து வந்தது. கிபி 4ஆம் நூற்றாண்டு முதல் 9ஆம் நூற்றாண்டு வரை ஆந்திரர், பல்லவர், களப்பிரர், கதம்பர், மேலைக்கங்கர் முதலியோரும், கிபி 9ஆம் நூற்றாண்டு முதல் 13ஆம் நூற்றாண்டு வரை சாளுக்கியர் முதலியோரும், கிபி 15 முதல் 17 வரை விசயநகர், நாயக்கர் மரபினரும், 14, 18ஆம் நூற்றாண்டுகளுக்கிடையே முகமதியரும் மராட்டியரும் தமிழகத்தில் புகுந்து ஆட்சி கவர்ந்து அலைக்கழித்து வந்துள்ளனர். அதன் பயனாக வடமொழி, மராத்தி, உருது, தெலுங்கு முதலிய பல மொழிகளும் தமிழோடு கலந்தமை யோடு தமிழ் நாகரிகம் தன் உயர்வையும் தனித்தூய்மையையும் இழந்தது தமிழகம். தமிழரின் ஒற்றுமைக்குக் கேடான சாதி, சமயங்கள் தமிழர் வாழ்வில் மேலீடு செலுத்தின.

* இந்தக் காலகட்டத்திலும் மூவேந்தரும் எழுச்சியுடன் வல்லரசு புரிந்து வந்தார்கள். நிலை தடுமாற்றத்திடையே தன்னரசைக் காத்த தமிழகம் தன்னரசு இழக்க நேர்ந்தது அய்ரோப்பியர் ஆட்சிக் காலத்திலேயே. அய்ரோப்பியரின் வெளியேற்றம் இந்திய அரசு தமிழகத்தைத் தன்னடிமைப்படுத்தி வரச்செய்தது.

* உலகம் நாடு நாடாகப் பிரிந்து இயங்குகிறது. எவனும் உலக மகனாகப் பிறக்கவில்லை. ஒரு நாட்டு மகனாகவே பிறக்கிறான். எனவே தமிழன் இந்தியனாகப் பிறக்கவில்லை. தமிழ்நாட்டுக் குடியாகவே பிறக்கிறான்.

* இந்திய அரசியல் அமைப்பு இந்தியர் ஒவ்வொருவரும் இந்தியக் கூட்டரசுக்கே குடியானவர், மாநில அரசுக்கும் கூட்டரசுக்கும் குடியாக மாட்டார்கள் என்று எடுத்துரைக்கிறது. குடியுரிமை வழங்காத மய்ய அரசில் தமிழனுக்கு உரிமை தரப்படும் என்று கூறப்படுவதே பித்தலாட்டம்.

* எல்லா வளமும் கொண்டு தன்னிறைவு பெற்ற நாடு தமிழகம், ஆனால் அது தன்னரசு பெறவில்லை. அரசு என்பது தன்னரசையே குறிக்கும். தமிழகத்துக்குத் தன்னரசு இல்லாத காரணத்தால் மலையாளியும் தெலுங்கரும் பிறரும் தமிழகத்தைச் சுரண்டுமளவிற்கு அரண் செய்யப்படாமலிருக்கிறது. தமிழ்மொழியால் பயிற்று விக்கப்பட்ட தமிழ்ப்படை இல்லை. வெளிநாட்டுக் கொள்கையை வகுத்துக் கொண்டு இயங்கச் சென்னை அரசுக்கு உரிமையில்லை. குடியுரிமையற்ற மக்களைக் கொண்ட சென்னையரசு பொம்மை யரசாக இயங்குகின்றது.

* தமிழ்மண்ணிலுள்ள நிலக்கரி, இரும்பு, படிமம், அலுமினியம், பலவகை மணி ஆகியவற்றின் சுரங்கங்களும் எண்ணெய் ஊற்றும் இந்திய அரசியல் சட்டத்தைத் தமிழர் ஏற்றுக் கொண்டிருப்பதனால் மைய அரசுக்கே சேர்ந்து, தமிழருக்குப் பயனும் உரிமையும் இல்லாமல் போகின்றன.

* இலங்கை, மலேயாவிலிருந்து வெளியேற்றப்படும் தமிழரின் தவிப்பை நீக்கவும், தாயகம் வந்துற்ற திக்கற்ற தமிழருக்குப் புகல் தரவும் மய்ய அரசுக்குட்பட்ட சென்னையரசால் முடியவில்லை.

* சென்னை சட்ட அவை, சட்டமன்றம், தில்லிப் பாராளுமன்றம் ஆகிய மூன்றினால் தமிழ்மக்கள் அறம், ஒழுக்கம், ஒற்றுமையுணர்வு, தன் இனத் தலைவரைத் துணைக்கோடல் முதலியன இல்லாத வராக்கப்பட்டனர்.

* சாதியும் மதமும் தமிழர்க்கியைபில்லாதன.

* சாதியைக் காக்கும் அரசியல் சட்டத்தை எரித்த பெரியாரைக் கைது செய்து சிறையில் அடைத்தனர். இத்தகைய தமிழ்க் குடிதழீஇக் கோலாச்சாத இந்திய அரசில் வாழ்வதைவிட நடுகல்லில் நிற்கலாம் தமிழர்.

* இமயமலை போலுயர்ந்த ஒரு நாடும் தன் மொழியில் தாழ்ந்தால் வீழும். தமிழ் அனைத்து வழியிலும் தாழ்த்தப்படுகின்றது. தமிழர் நாட்டில் தமிழ்க்கல்வி கட்டாயம் என்று சட்டம் செய்ய இந்திய அரசுக்கடங்கிய சென்னையரால் முடியாது. தமிழ்முறை மணமாகிய காதல் வாழ்க்கைத் துணை ஒப்பந்தத்தைச் செல்லுபடி யாகச் சட்டம் செய்ய மய்ய அரசுக்கடங்கிய சென்னையரசால் முடியாது.

* அயலிசை, அயல்மொழிகளைக் கலப்பதால் தமிழ் நாகரிகம் அடியோடு அழியவிருக்கிறது. தமிழர் உடைமைகள் சுரண்டப் படுகின்றன. வாழ்வு பறிக்கப்படுகிறது. இவற்றைத் தடுத்து நல்வாழ்வு தரச் சென்னையரசால் இந்தியக் கூட்டமைப்பில் முடியாது. ஆகையால் இந்தியப் பேரரசில் தமிழ்மக்களுக்கு வாழ வகையில்லை.

* தமிழர் என்னும் சொல்லுக்கே ஆரியர் போல்வர் சேர்க்கை யின்றித் தமித்து வாழ்வார் என்பது பொருளாம். ஆரியரையும் ஆரியப் பண்பாட்டையும் அகற்றிவிட்டுத் தமிழர் வாழ்விற்கு, ஆரியச் சேர்க்கையாலேயே உருவாகித் தமித்து நிலைத்து வாழும் தெலுங்கு முதலிய மொழி வழங்கும். திராவிட நாடுகளின் கூட்டரசமைப்பில் இடமும் வாய்ப்பும் இரா. பொதுமொழி எல்லை அரசுத் தலைமை முதலிய சிக்கல்களால் தமிழர் தொல்லைப்பட நேரும். ஆதலால் திராவிடக் கூட்டரசும் தமிழர்க்கு வாழ்வின்பம் தராது. எனவே எந்த மய்ய அரசும் கூட்டரசும் ஏலாமல் தமித்து தனித்தமிழ்நாடு கண்டு வாழும் வாழ்வே தமிழர்க்கு நலமாம். அதுவே தமிழர்க்கு வையத்துள் வாழ்வாங்கு வாழும் முறையாம்!

– என்கிறது அந்தக் கட்டுரை. 1959ஆம் ஆண்டு 'விடுதலை' கட்டுரையைவிட இவர்கள் என்ன புதிதாகச் சொல்லி விட்டார்கள்? 'விடுதலை' சொன்னதில் பல கருத்துகளை இவர்களால் இப்போதும் சொல்ல முடியாது என்பதும், சொல்லவில்லை என்பதும் நமக்குத் தெரியும். சொல்லவும், தயாராக ஏன் இல்லை என்பதை அவர்களே அறிவார்கள்!

## 14. ஆரியம் விதைத்தது, சாதியம் வளர்த்தது!

பெரியாரை நாயக்கர் என்று சொல்லி விதைத்தது முதலில் வ.வே.சு. அய்யரே! குருகுலம் என்ற பெயரால் குலதர்ம குருகுலம் நடத்திய வ.வே.சு. மூளையில் உதித்தது.

"தமிழ்நாட்டு விஷயத்தைப் பற்றி ஆந்திரத் தேசத்தவரான ஒரு நாயுடுவும் கன்னட தேசத்தவரான ஒரு நாயக்கரும் கிளப்புவது நமக்கு வெட்கக் கேடாக இல்லையா?" என்று வ.வே.சு. முதலில் கேட்டார். அதனை ம.பொ.சி. பிடித்துக் கொண்டார். இராஜாஜியின் மூளைக் குழந்தைதான் தமிழரசுக் கழகம் என்பார்கள் முனைவர் பொற்கோவும் பேராசிரியர் சுப.வீரபாண்டியனும். திராவிட இயக்கம் விதைக்கும் பிளவு முயற்சிகளை எதிர்ப்பதற்காகவே தமிழரசுக் கழகம் துவங்கப்பட்டது என்ற ம.பொ.சி.யின் மேற்கோளைச் சுப.வீ. சுட்டிக் காட்டுகிறார்.

(பெரியாரின் இடதுசாரித் தமிழ்த் தேசியம், பக்கம். 139)

மார்க்சிஸ்ட் தலைவர்களில் ஒருவரான பி.ராமமூர்த்தி தமது சுதந்திரப்போராட்ட தியாக வாழ்க்கை–தொழிலாளர் இயக்க உழைப்புகள் ஆகிய அனைத்தையும் வீணடிக்கும் வகையில் ஒரு புத்தகம் எழுதினார். 'ஆரிய மாயையா? திராவிட மாயையா? விடுதலைப் போரும் திராவிட இயக்கமும்' என்பதாகும். வரலாறு–தர்க்கம் என எதுவுமில்லாமல் அவதூறுகளின் குவியலாக அது அமைந்திருந்தது. அவர்கள் பிற்போக்கானவர்கள் என்று கிளம்பிய 'அதிதீவிர முற்போக்குகளும்' இதேபோல் 'திராவிட இயக்கக் கலாச்சாரம்' என்ற போர்வையால் மொத்தமாகப் பெரியாரின் பங்களிப்பை மூட முயற்சித்தார்கள். இந்த அதிதீவிரங்கள் இப்போது என்ன ஆனார்கள், எங்கே போனார்கள் எனத் தெரியவில்லை. இந்த அதிதீவிர வாசனை மணியரசனுக்கும் குணாவுக்கும் உண்டு.

இளமையில் திராவிட இயக்க ஆதரவாளராக இருந்து தனித்தமிழியக்க ஆர்வலராக மாறிய பொறியாளர் குமரி மைந்தன், பெரியாரிய அவதூறுகளைத் தொடங்கி வைத்ததில் முக்கியமானவர். குமரி மைந்தன் சொன்ன, மார்வாடிகளிடம் பணம் வாங்கியதால் பெரியார் பணக்காரர் ஆனார் என்ற கழிவறைக் கறுப்புச் சுண்ண அவதூறைத்தான் குணா ஆதாரமாகக் காட்டுவார். குமரி மைந்தனின் சிந்தனைகளை 'நிகழ்' இதழில் தொகுத்து வெளியிட்ட கோவை ஞானி அந்த இதழிலேயே இக்கருத்தை மறுத்தும் எழுதி இருப்பார். "தமிழ்மக்களின் நலன்களை அழிப்பவர்களோடு அவர்களிடம் பணம் பெற்று பெரியார் சமரசம் செய்து கொண்டார் என்ற தொனியில் அமைந்த இவரது கூற்று மறுக்கத்தக்கது" என்கிறார் ஞானி.

*(நிகழ் இதழ் 31, நிகழ் கட்டுரைக் களஞ்சியம் பக்கம். 471)*

இந்த அவதூறை டாக்டர் ராமதாஸ் பிடித்துக் கொண்டார். திராவிட இயக்கங்களை விமர்சிக்க இந்த அஸ்திரத்தை எடுத்தார். 1990 களில் இராமதாஸ் நடத்திய மாநாட்டுக்கு எழுதி அனுப்பிய கட்டுரைக்குத்தான் 'திராவிடத்தால் வீழ்ந்தோம்' என்று தலைப் பிட்டார் குணா. இன்று சாதியவாதிகளால் முழுமையாகப் பெரியார் கொச்சைப்படுத்தப்படுவதற்கான அடித்தளம் அன்று இராமதாஸ் போட்டது. அதற்குச் சித்தாந்த சப்ளை குணாவினுடையது.

இராமதாஸின் அரசியல் கூட்டணியில் இருந்து தேர்தலில் நின்று தோற்ற பெ.மணியரசன் அதனைப் பிடித்துக் கொண்டார். முதலில் பெரியாரை லேசாக விமர்சித்தார். அதன் பிறகு அதற்குக் கைதட்டு அதிகம் கிடைத்ததும் (எவர் தட்டுகிறார் என்று பார்க் காமலேயே!) அந்த மயக்கத்தில் அதையே தமது பாணியாகக் கொண்டார். பேச்சாளர்களுக்கு ஒரு நோய் உண்டு, எது கைதட்டை

அதிகம் வாங்கித் தருகிறதோ அதையே அதிகமாகப் பேசுவார்கள். பெ.ம. அதைப் பிடித்துக் கொண்டார். சீமான் வருகை, மணியரசனுக்குச் சிக்கலாகிறது.

வைகோவின் செல்வாக்கை தன்னை நோக்கித் திருப்ப, 'திராவிட திட்டுதலை' சீமான் கையில் எடுத்தார். சீமானிடம் தமிழ்த் தேசியம் முழுமையாகப் போய்ச்சேர்ந்து விடக்கூடாது என்பதற்காக இன்னும் கோரமாகக் கடித்துப் பிறாண்ட ஆரம்பித்தார் மணியரசன். த.தே. ஆட்களை யார் தக்க வைப்பது என்பதன் பங்காளிச் சண்டை இது. அதற்குப் பலியானது பெரியாரே.

இப்படி ம.பொ.சி. தொடங்கி மணியரசன் வரை நோக்கம் என்பது அரசியலே தவிர வேறல்ல!

அதனால்தான் இவை அனைத்துமே அரசியல் ரீதியான தாக்குதல்தான் என்கிறார் தொ.ப.

"திராவிடம் என்ற கருத்தாக்கம் கேள்விக்குள்ளாவது சமூக பிரச்னைகளால் அல்ல. வாக்குவங்கி அரசியல் சார்ந்தது. இந்த முறையைத் தொடங்கி வைத்தவர் ராமதாஸ். கட்சி அரசியல் சார்ந்த குழம்படியாக இது உள்ளது" என்கிறார் அவர்.

(தொ.ப.நேர்காணல்கள், பக்கம். 101)

எச்.ராஜாக்கள் மணியரசன்களை மேற்கோள் காட்டுவதும், இந்து முன்னணி ஆட்கள், 'முதல்ல சீமானுக்குப் பதில் சொல்லுங்கள்' என்று எடுத்துத் தருவதும் இவர்கள் யாருடைய ஆள் என்பதை அடையாளம் காட்டுகின்றன. மணியரசன் தமது மகத்தான சித்தாந்தத் தோழனாக கி.வெங்கட்ராமனை வைத்திருப்பது எளிதில் புரியாதவை அல்ல.

"விடுதலை அரசியலைக் கோரும் குழுக்களுக்கிடையே பிளவுகளை ஏற்படுத்துவது ஒன்றே நவீன பிராமணியத்தின் பிரதான நிரந்தரமான வேலைத்திட்டம்" என்பார் ராஜ்கௌதமன். அதுதான் எல்லா மட்டங்களிலும் நடந்து கொண்டு இருக்கிறது. தமிழ்த் தேசியத் திலும் தாராளமாக நடக்கிறது.

(தலித்திய அரசியல், பக்கம். 48)

## 15. காட்டுமிராண்டி மொழி என்று ஏன் சொன்னார்?

ஐயோ தமிழைக் காட்டுமிராண்டி மொழி என்று சொல்லி விட்டார் என்று 'நீசபாஷைக் கோஷ்டி' சொல்லிக் கொண்டு இருக்கிறது. அதனைத் த.தே.க்களும் சொல்வதுதான் அதிர்ச்சிக்குரியது. ஏன் சொன்னார் என்பதைப் படிக்காமல் உளறுகிறார்கள்.

தமிழைப் பல இடங்களில் புகழ்ந்த பெரியார், விமர்சிக்கவும் செய்தது ஏன்? தமிழர்களைப் பாழ்படுத்திய ஆரியம், தமிழைப் பயன்படுத்திக் கொண்டதே என்பதால்தான். தமிழ் இலக்கியத்தில் முக்கால் பங்கை மதம் ஆக்கிரமித்துக் கொண்டதால் அந்த இலக்கி யங்களை விமர்சித்தார். இலக்கியத்தில் சாதி புகுந்தது மட்டுமல்ல, இலக்கணத்தில் புகுந்ததை மிகக் கடுமையாகக் கண்டித்தார். சுவை இருக்கிறது, கதை இருக்கிறது, கற்பனை இருக்கிறது, சாதி இருக்கிறது, மதம் இருக்கிறது, ஆனால் முன்னேறத் தேவையான அறிவு இருக்கிறதா என்று கேட்டார். பயன்பாட்டின் அடிப்படையில் மொழியைப் பார்த்தார். "நான் தமிழினிடத்தில் அன்பு வைத்திருக்கிறே னென்றால், அதனிடத்தில்-அதன் மூலம் நான் எதிர்பார்க்கும் நன்மையும் அது மறைய நேர்ந்தால் அதனால் நஷ்டமேற்படும் அளவையும் உத்தேசித்தே நான் தமிழினிடம் அன்பு செலுத்துகிறேன்" என்றவர் அவர்.

தமிழைக் காட்டுமிராண்டி மொழி என்று சொன்னார் பெரியார். ஆம் உண்மைதான்! ஏன் சொன்னார்?

அதனைக் காட்டுமிராண்டிக் காலத்தைப் போலவே வைத் திருக்காதே, வளர்ச்சிக்குரியதாக மாற்று என்று சொன்னார். புராணம்-கடவுள்-மூடநம்பிக்கைகள்-பெண்ணடிமைச் சிந்தனைகள் பார்ப்பன துதி-இதை மட்டுமே வைத்திருக்காதே. அதனை அறிவியல் பூர்வமானதாக, பகுத்தறிவுக்கு அடித்தளம் அமைப்பதாக மாற்று. அப்படி மாற்றாமல் போனால் காட்டுமிராண்டி மொழி தான் என்றார்.

இன்று இருந்திருந்தால் அப்படிச் சொல்லி இருப்பாரா? மாட்டார். அதனால்தான் பெரியார் சொன்னதை, 1960 கால கட்டத்துக்கு முந்தைய பார்வையாகப் பார்க்க வேண்டும் என்றார் தொ.ப. சமீபத்திய பண்பாட்டு ஆராய்ச்சி முடிவுகளை வைத்துப் பழைய கருத்துகளைப் பார்க்கக் கூடாது என்றார் தொ.ப.

"மொழியை மேம்படுத்துவதற்கு, புதுமைப்படுத்துவதற்கு உரிய, வழிமுறைகள் என்னென்ன என்பது பற்றி இந்தியாவில் முதலில் சிந்தித்தவர் தந்தை பெரியார் தான்" என்றார் முனைவர் பொற்கோ.

(தமிழ் வரலாற்றில் தந்தை பெரியார், பக்கம். 47)

"காட்டுமிராண்டிக் காலச் சமயம், கடவுள், நடப்புகளைக் கூறும் மொழி காட்டுமிராண்டி மொழியன்றி வேறென்ன?" என்று கேட்டார்.

காட்டுமிராண்டி என்பது அவர் அடிக்கடி பயன்படுத்தும் சொல் தான். ஒரு மனிதனின் செயலைக் குறிக்க, தன்மையைக் குறிக்க அவர் பயன்படுத்தினார். "மனிதன் அறிவு பக்குவம் அடையாமல்

மிருகப் பிராயத்தில் இருக்கும் தன்மையைக் குறிப்பிடும் சொல்... பக்குவப்படாத தன்மை கொண்டது என்ற பொருளில் அதனைக் கூறி வருகிறேன்" என்று சொன்னார்.

(விடுதலை 19.3.1968)

இதில் கொச்சைப்படுத்தல் எங்கே இருக்கிறது? வரலாற்றுப் பின் புலத்துடன் பெரியார் அப்படிச் சொல்கிறார். ஆரியம் புகுந்ததால் தமிழ் காட்டுமிராண்டித்தனமானது என்றார் பெரியார். அப்படியானால் அந்த ஆரியக் காட்டுமிராண்டித்தனத்தை (மூட நம்பிக்கை, இழிவுகள்) போக்கவேண்டாமா? அகற்ற வேண்டாமா?

(விடுதலை 5.1.1968)

அவர் சொல்கிறார் அல்லவா? பகுத்தறிவுக்கு உகந்த இலக்கியம் எது என்று! அதைப் போலப் பகுத்துத் தமிழறிஞர்கள், தமிழ்ப்புலவர்கள் பார்க்க வேண்டாமா?

"ஆங்கிலம் வளர்ந்த மொழி, விஞ்ஞான மொழி என்பதும் தமிழ் வளர்ச்சி அடையாப் பழங்கால மொழி என்பதும் என்னுடைய மதிப்பீடு ஆகும். இதை நான் சொன்னதற்கான முக்கிய நோக்கம் தமிழ் மொழி ஆங்கில மொழி அளவுக்கு விஞ்ஞான மொழியாகவும் பகுத்தறிவு மொழியாகவும் ஆகவில்லை என்பதுதானே தவிரத் தமிழ் மீது எனக்குத் தனி வெறுப்பில்லை" என்றார் பெரியார். தமிழ் மீது அவர் வைத்த பாசம் தான், அதன் வளர்ச்சிக்காக அப்படி அவரைப் பேச வைத்தது!

(விடுதலை 1.12.1970)

தமிழைக் கடவுள் மொழியாக, இன்னும் சொன்னால் கடவு ளாகவே வைத்துப் பூஜித்தால் போதும் என்ற சூழல் வருமானால் அந்த இடத்தில் இந்தி வந்து உட்காரும் என்று நினைத்தார். இந்திக்காரர்கள் உயர் பதவிகளை அடைவார்கள் என்று கோபம் கொண்டார். ஆங்கிலத்தைப் படித்துவிட்டுப் பார்ப்பனர்கள் முன்னேறுகிறார்களே என வெம்பினார். தமிழன் பின் தங்கி விடுவானே என்று பயந்தார். அதனால்தான் தமிழை அறிவியல் மொழியாக்கத் துடித்தார். அதனை யாராவது தடுத்தால் ஆங்கிலத்தின் மூலமாகவாவது தமிழன் முன்னேறிவிட மாட்டானா என்று தவித்தார். இந்த அடிப்படையில் அவரது மொழிச் சிந்தனைகளைப் பார்க்க வேண்டும். தமிழுக்கு அவர் பாசுரம் பாடவில்லையே, தமிழைப் போற்றவில்லையே, துதிக்கவில்லையே என்று அவரிடம் எதிர்பார்ப்பது பெரும் தவறு.

நீச பாஷை என்பது உன் மொழியே இழிவானது என்பது. காட்டுமிராண்டிக் காலத்தை குறித்தே சொன்னேனே தவிர, பண்பின் அடிப்படையில் அல்ல என்றும் பெரியார் விளக்க மளித்துள்ளார்.

பெரியார் சொல்ல வந்தது, தமிழை அறிவுமொழியாக, அறிவியல் மொழியாக, பயன்பாட்டு மொழியாக மாற்று என்பது தான். சங்கராச்சாரியார் சொல்வதற்கும் பெரியார் சொல்வதற்கும் வேறுபாடு அறியாத குணாவுக்கும் குருமூர்த்திக்கும் வேறுபாடு எதுவும் இல்லை!

*16.* பெரியாரின் கலையுணர்வு!

பெரியாருக்குக் கலா உணர்ச்சி இல்லை, எல்லாவற்றையும் நிராகரித்தார் என்பது அவர்களது வாதம். இது தவறானது. எல்லாக் கலை உணர்ச்சியும் அவருக்கு இருந்தது. இசை, நாடகம், நாட்டியம், ஓவியம், சிற்பம் ஆகிய அனைத்துக் கலைகளையும் அவர் விரும்பினார். ஆனால் அந்தக் கலையின் அழகியலைவிட அதன் உள்ளடக்கமே அவருக்கு முக்கியமானதாக இருந்தது. கலை என்பதற்காகக் கண்ணை மூடிக்கொண்டு அனைத்தையும் அவர் ஆதரிக்கவில்லை.

தமிழனின் எல்லாக் கலைகளையும் ஆரியம் அபகரித்துவிட்டது. ஆரியம் கபளீகரம் செய்த கலையை அவர் ஏற்கவில்லை. தமிழனுக்கு எதிரானதாக கலையே இருந்தாலும் அந்தக் கலையைக் கொலை செய் என்றார் பெரியார். கலை என்பது மக்களின் இன்பம், பொழுது போக்குக்கு உகந்ததாக மட்டும் இருக்கக் கூடாது என்ற பெரியார், வாழ்க்கைக்கு வழிநடத்துவனவாகக் கலைகள் அமைய வேண்டும் என்றார். நல்லதையும் கெட்டதையும் பிரிக்கும் திறனை மக்களுக்கு உருவாக்குவனவாகக் கலைகள் இருக்க வேண்டும் என்றார்.

(விடுதலை 19.10.1955)

எந்தக் கலையும் ஒழுக்கக் குறைவாக இருக்கவும் கூடாது, மூடநம்பிக்கையை வளர்க்கவும் கூடாது என்றார்.

(விடுதலை 22.5.1948)

பாட்டு, நடனம், நாடகம் ஆகிய மூன்று கலைகள் மூலமாக மக்களைத் திருத்த முடியும் என்று நினைத்த பெரியார், பாடல், நடனத்தைவிட நாடகம் அதிக வசதியானது என்றார். (விடுதலை 9.1.1966) ஆனால் இம்மூன்றும் மூடநம்பிக்கையைப் பரப்புவனவாக ஆகிவிட்டதைக் கண்டித்தார். நம்மிடம் முன்பு இருந்த கலைகளோ, சிற்பமோ இப்படி ஆரியமயமாக ஆரம்பத்தில் இல்லை என்பதையும் அவர் சொன்னார். இந்தக் கலைகள் தான், இந்தச் சிற்பங்கள் தான் ஒரு காலத்தில் நாம் எப்படி உயர்ந்திருந்தோம் என்பதை உலகுக்குக் காட்டின என்று சொன்னவரும் அவர் தான். (விடுதலை 18.1.1959). நாட்டியக் கலை தமிழர்களின் கலை என்று சொன்னார். அறிவுக்கலை என்றார். (விடுதலை 27.4.1970). ஓவியமும் சிற்பமும்

தமிழரின் நிகரற்ற கலைகள் என்றார். கோவில் சிற்பங்களையும், சித்தன்னவாசல் ஓவியங்களையும் உதாரணமாகக் காட்டினார். (குடிஅரசு 26.4.1931). நம்மிடம் இருக்கும் சிற்பங்கள் இந்தியாவில் வேறு எங்கும் இல்லை என்றார்.

"அக்காலத்தில் அதாவது ஆயிரம் இரண்டாயிரம் ஆண்டு களுக்கு முன் உள்ள நம் சக்தியும் அதிகம். இந்தியாவிலேயே வேறு எவனுக்கும் இல்லாத சக்தி நமக்கு இருக்கிறது. இது தஞ்சாவூர் ஜில்லாவைப் பார்த்தாலே தெரியும். இந்தியாவிலேயே இந்த மாதிரி நாகரிகத்தில் தலை சிறந்து விளங்கியது சென்னை ராஜ்யம். அதிலும் சிறப்பானது தமிழ்நாடு. அதாவது சேர சோழ பாண்டிய நாடாகும். அதிலும் குறிப்பிடத்தக்கது தஞ்சாவூர் ஜில்லாவாகும். அங்குள்ள கோவில்களைப் பார்த்தால் நுண்ணறிவு சிற்ப அறிவு மாத்திர மல்லாமல் மனிதனுடைய சக்தி திட்டப்படுத்த முடியாத அளவுக்கு உயர்ந்திருக்கிறது. ... கப்பி ரோடு இல்லாத காலத்தில் இவ்வளவு பெரிய கற்களை எப்படிக் கொண்டு வந்திருப்பார்கள்? எப்படித் தூக்கி நிறுத்தியிருப்பார்கள்? அதாவது 5 டன், 10 டன் எடை தூக்கக் கூடிய கிரேன்கள் கிடையாது. எல்லாம் மனித சக்தியைப் பயன்படுத்தித்தான் கொண்டுவந்திருக்க வேண்டும். சிற்பம் செதுக்கினார்கள் என்றால் கடுதாசியிலே களிமண்ணிலே மரத்திலே பண்படுத்தப்படும் பொம்மை போல எவ்வளவு எளிதாகக் கல்லிலே செதுக்கத்தக்க அறிவுத்திறமையுள்ளவர்களாக எவ்வளவு நுட்ப அறிவு சக்தியுள்ளவர்களாக இருந்திருக்க வேண்டும். இதைப் பிரத்தியட்சமாக இன்றைக்கும் பார்க்கிறோம்" என்றார் பெரியார். இப்படி அனைத்துக் கலைகளையும் வியந்தவர். போற்றியவர். தமிழர் கலைகளாகச் சொன்னவர். அதனைப் பயன்படுத்த உத்தரவிட்டவர்.

(விடுதலை 18.1.1959)

இந்தக் கலைகள் அனைத்தும் கோவில் கலைகளாக, புராணக் கலைகளாக, ஸ்தல புராணங்களாகப் போவதை அவர் விரும்ப வில்லை. எதிர்த்தார்.

நாடகத்தில் புராணக் கதைகள் ஒழிக்கப்பட்டுப் பகுத்தறிவுக் கலைகள் வர வேண்டும் என்றார். நாடகங்களைப் பாட்டாக நடத்தக் கூடாது, வசனமாக நடத்த வேண்டும் என்ற பெரியார், எல்லா நாடகங்களும் இரண்டு மணிநேரத்தில் முடிய வேண்டும், இழுப்பதற்காகக் கிளைக்கதைகள் கூடாது என்றார். பாவேந்தரின் இரணியன் நாடகத்தைப் பார்த்த அவர், எனக்கே இரணியனாக நடிக்கலாமா என்ற ஆசை வந்துவிட்டது, ஆனால் தாடி இருப்பதால் நடிக்க முடியவில்லை என்றார்.

(விடுதலை 19.7.1936)

ஒரு நடிகன், நடிப்பின் இலக்கணம் என்ன என்பதைப் பெரியார், அனைவரிலும் வேறுபட்டு விவரித்தார்.

"ஒருவர் சிறப்பாக நடிக்கிறார் என்றால், அவரது நடிப்பைப் பார்த்து நான் சொல்வது இல்லை. அவர் நடிப்பைப் பார்க்கும் மக்கள் என்ன உணர்வு பெறுகிறார்கள் என்பதை வைத்தே பாராட்டுவேன்" என்றார். நடிப்பவர் காட்டும் பாவனை, பார்ப்பவர் மனதில் உடலில் முகத்தில் வர வேண்டும் என்று சொன்னார்.

*(குடிஅரசு 11.11.1944)*

தமிழிசைக்காகப் பெரியாரின் உழைப்பு வேறொரு இடத்தில் விரிவாகக் கூறப்பட்டுள்ளது. இசையில் முதலில் கருத்து முக்கியம், அடுத்து சுவை முக்கியம் என்றார். அனைத்து இசையும் தமிழில் தான் பாடப்பட வேண்டும் என்றார். மாற்று மொழியில் பாடுவதைத் தடை செய்யச் சொன்னார். இசை மாநாடுகளில் பங்கெடுத்தார். சுயமரியாதை மாநாட்டிலேயே இசை நிகழ்ச்சி நடத்தினார். இந்த உயர்ந்த கலையை ஆரியம் புகுந்து, கலைக்கு மொழி இல்லை என்று சொன்னதாகப் பெரியார் சொன்னார்.

இந்தக் கலைகளில் ஆரியத்தின் கலப்பால் அடுத்து ஆபாசம் நுழைந்து விட்டதாகவும் வருந்தினார். பெரும்பாலான நாடகம், சினிமாக்கள் ஆபாசமானவையாகவும், ஒழுக்கக் கேட்டை வலியுறுத்துபவையாகவும் உள்ளன என்று சொன்னார். இந்த ஆபாசங்களைப் பொதுமக்கள் ஏன் எதிர்க்கவில்லை என்று கேட்டார். *(விடுதலை 28.8.1960)*. நாட்டியக் கலையை கெட்ட உணர்ச்சியைத் தூண்டுவதாக மாற்றிவிட்டார்கள் என்றார். *(விடுதலை 20.9.1963)* "மொழி ஒரு தொடர்பு கருவியாக இருந்தாலும் அது பல்வேறு பரிணாமங்களைப் பெறுகிறது. பெரியாரின் மொழிச் சிந்தனைகள் மொழியின் பண்பாட்டு அரசியல் சார்ந்தவை. சமஸ்கிருதத்தைச் சுற்றி கட்டமைக்கப்பட்ட தெய்வீக ஐதீகத்தைக் களைந்தெறிய முற்பட்டார்" என்கிறார் எம்.ஏ.நுஃமான்.

எனவே பெரியார் தமிழ்க் கலைகளை எதிர்க்கவில்லை. அதன் உள்ளடக்கம் பார்ப்பனீயமாக இருப்பதைப் பகுத்தறிவியமாக மாற்றிப் பயன்படுத்தவே சொன்னார்.

## *17*. பெரியாரின் இடம்!

பெரியார் பெற வேண்டிய இடத்தை அவர் வாழ்ந்த காலத்திலேயே பெற்றுவிட்டார். அதனை இந்த அறிவுச்சமூகம் ஏற்கெனவே வழங்கிவிட்டது. அதனை யார் நினைத்தாலும், எத்தனை குட்டிக்கரணங்கள் போட்டாலும் அவரிடம் இருந்து பறிக்க முடியாது.

தேசம் என்பது ஒரு சமுதாயம்–ஒரு குறிப்பிட்ட மக்களைக் கொண்ட சமுதாயம் என்று சொன்னார் சோவியத் ஜே.வி.ஸ்டாலின். தேசிய இனப்பிரச்னை குறித்த தெளிவான வரையறைகளை முதலில் வைத்தவர் அவர். வரலாற்று அடிப்படையில் அமைந்த மக்கள் சமுதாயத்தின் பொதுவான இடம், பொதுவான பொருளாதார வாழ்வு, பொருளாதார ஒன்றிணைவு ஆகியவை முக்கியமான அடிப்படையாகும் என்ற அவர், பொதுமொழி என்பதுதான் அதன் ஒரு தேசத்தின் முக்கியமான அடிப்படை என்றும் சொன்னார். இதன் அடிப்படையில் அமைந்த மக்கள் சமூகத்தின் திரட்சியே தேசிய இனம் என்றார். இந்தத் தேசிய இனத்துக்குச் சுயநிர்ணய உரிமை வேண்டும் என்றார். அந்தச் சுயநிர்ணய உரிமையை அந்தத் தேசிய இனமே தீர்மானிக்க வேண்டும் என்றார். ஏனைய தேசிய இனங்களின் கூட்டரசு ஆகவும் அது இருக்கலாம் என்றார். தேசிய இயக்கம் என்பது சாராம்சத்தில் முதலாளித்துவ இயக்கமாகும் என்பதையும் அவர் சொல்ல மறக்கவில்லை.

(மார்க்சியமும் தேசிய இனப்பிரச்னையும், பக்கம். 913)

இந்த அடிப்படையில் பெரியார், தமிழர்கள் என்ற தேசிய இனத்துக்கே சுயநிர்ணய உரிமை முழக்கத்தை வைத்தார். அதுதான் தமிழ்நாடு தமிழருக்கே!

'தமிழ்நாடு தமிழருக்கே' என்ற முழக்கத்தை அவர் முன் வைக்கும் போது, 'தமிழ்நாடு' என்ற மாகாணம் தனியாக இல்லை. அது சென்னை மாகாணம் என்ற பெயருடன் இருந்தது. அதில் தெலுங்கர்கள் வாழும் பகுதிகள், மலையாளிகள் வாழும் பகுதிகள், கன்னடர் வாழும் பகுதிகள் இருந்தன. அப்படியானால் அந்தத் தேசிய இனங்களின் நிலைமை என்ன என்ற கேள்வி எழுந்தது.

அப்போதுதான் ஒரு பொதுப்பெயர் தேவைப்பட்டது. மொழிக் குடும்பப் பெயராக மொழியியலாளர் பயன்படுத்தியதைப் பயன்படுத்தி 'திராவிடநாடு திராவிடருக்கே' என்ற முழக்கத்தை முன்னெடுத்தார்.

தேசிய இனங்களின் கூட்டரசுக்காக அவர் முயற்சிகளை எடுத்து வந்தபோது கிளம்பியது தான் மொழிவாரி மாகாணங்கள் தேவை என்பதாகும். தேசிய இனங்களின் கூட்டரசு–என்ற கொள்கையைச் சிதைக்க இந்தியாவுக்குள் உள்ளடங்கிய மொழிவாரி மாகாணங்கள் தேவை என்ற முழக்கம் முன்னெடுக்கப்படுவதாக ஐயம் கொண்டார். அதனால் சில காலம் மொழிவாரி மாகாணங்களை எதிர்த்துக் கருத்துச் சொன்னார்.

மொழிவாரி மாகாணங்களை அவர் எதிர்க்க முக்கியக் காரணம், 'அது இந்திய எல்லைக்குள்' இருக்கும் என்பதால் தான். அவர் கேட்ட தேசிய இனங்களின் கூட்டரசு என்பது இந்திய எல்லைக்கு வெளியே!

தமிழர், தெலுங்கர், மலையாளியர், கன்னடர் இணைந்த இனங்களின் கூட்டரசாக இதனைச் சொன்னார். இந்தத் தனியரசுக்கு மற்ற இனத்தவர் தயாராக இல்லை. தமிழர்-தெலுங்கர் மோதல் ஏற்பட்ட போது தமிழர் பக்கமாக மட்டுமே இருந்தார் பெரியார். தமிழர்-மலையாளியர் மோதல் ஏற்பட்ட போது தமிழர் பக்கமாக மட்டுமே இருந்தார். நான்கைந்து இனங்களைக் கூட்டி வைத்து ஒரு கூட்டரசை உருவாக்குவது சிரமம் என்ற முடிவுக்கு அவர் 1945-1955 காலகட்டத்தில் வருகிறார். மொழிவாரியாக மாகாணங்கள் பிரிவது அவருக்கு வசதியாக ஆகிவிட்டது. எனவே, 'தேசிய இனங்களின் கூட்டரசு' என்பதை விடுத்து, தமிழகத் தனியரசு என்று தமது எல்லையை வரையறுத்துக் கொண்டார். 1956 முதல் அவர் கேட்டது 'சுதந்தரத் தமிழ்நாடு' என்பதுதான். அதன் பிறகு அவருக்கு அலை பாய்தல் இல்லை! இக்காலத்தில் அவர் பேசியது அனைத்தும் தமிழர் குரலே! கிளப்பியது தமிழ் இன எழுச்சியே!

"இருபதாம் நூற்றாண்டின் தொடக்க நாள்களில் திராவிட இன உணர்வை உருவாக்குவதில் தமிழ்மொழி முக்கியப்பங்காற்றியது.." என்பதை தமது ஆழமான ஆய்வு நூலான 'தமிழ் மறுமலர்ச்சியும் திராவிட தேசியமும்' என்ற நூலில் முனைவர் கு.நம்பி ஆரூரன் நிறுவுகிறார். 1905 ஆம் ஆண்டுக்கும் 1944 ஆம் ஆண்டுக்கும் இடைப்பட்ட காலத்தில் தமிழ் மறுமலர்ச்சிக்கும் திராவிட தேசியத்துக்கும் இடையில் உருவாகி வளர்ந்த உறவுகளை ஆய்வு செய்யும் நூல் இது. ஆங்கிலத்தில் எழுதப்பட்ட இந்நூலை, க.திருநாவுக்கரசு, பி.ஆர்.முத்துகிருஷ்ணன் ஆகிய இருவரும் தமிழில் மொழிபெயர்த்துள்ளார்கள். தமிழ் மறுமலர்ச்சி, திராவிடக் கருத்தியல், பார்ப்பனரல்லாதார் இயக்கம் ஆகிய மூன்றும் ஒன்று சேர்ந்து துணை புரிந்து வளர்ந்தன என்று தமது நூலில் நிறுவுகிறார். திராவிட இனம் என்ற கருத்தியல் முழுமையாக இல்லாவிடினும் பெரிய அளவில் பழந்தமிழ் இலக்கியங்களின் பீடும் பெருமையும் மிக்க பின்னணியை அடிப்படையாகக் கொண்டு அமைந்ததே.

(பக்கம். 17)

ஆரிய நாகரிகம் என்பது ஏற்றத்தாழ்வுகள் மலிந்த சாதி அமைப்பு முறை. திராவிட நாகரிகம் என்பது ஏற்றத்தாழ்வுகளற்ற இணக்கமான ஒரு சமத்துவ சமூக அமைப்பு என்று பார்ப்பனரல்லாதார் விளக்கம் தந்தார்கள். (பக்கம். 34). திராவிடன் என்று பயன்படுத்தப்படும் சொல் தென்னிந்தியப் பார்ப்பனர் அல்லாதாரிடையே அணிதிரட்டும் திட்டமாக ஆயிற்று. (பக்கம். 83)- என்பார் ஆரூரன். தனித்தமிழ் இயக்கமும் பெரியார் இயக்கமும் ஒன்றுதிரண்டு செயல்பட்டதை இந்நூல் விரிவாகப் பேசுகிறது.

மொழி அடிப்படையில் ஆரூரன் சொல்லும் இதேபார்வையுடன் அரசியல் களத்தைப் பெரியார் இயக்கம் எப்படி மாற்றியது என்பதை மார்க்சிய நோக்கில் சொல்கிறார் கா.சிவத்தம்பி. " ... அதிகாரப்பட்டு நிற்கும் இக்கால கட்டத்திலே தான் (1835–1929) பிராமணர் – பிராமணரல்லாதார் சமூக எதிர்ப்புணர்வு அரசியலாக்கப்பட்டது. திராவிடக் கருத்துநிலை எழுந்தது. ஜஸ்டிஸ் கட்சி (1916), மறைமலையடிகளின் தனித்தமிழியக்கம், ஈ.வெ.இராமசாமியின் சுயமரியாதை இயக்கம், பகுத்தறிவு இயக்கம் ஆகியன தோற்றுவிக்கப் பெற்றன. ஒரு பண்பாட்டுக் குழுமம் என்ற வகையில் தமிழர்களின் தனித்துவத்துக்கான போராட்டம் நடந்த காலம் இதுவேயாகும். இக்கால கட்டத்தில் நடந்த போராட்டமானது, ஐம்பதுகளில் தி.மு.க.வினால் நடத்தப் பெற்ற போராட்டத்திலிருந்து வேறுபட்டதாகும். பிந்திய போராட்டம், சுதந்திர இந்தியாவில் தமிழர்களை ஒரு தேசிய இனமாகவும் தமிழ்நாட்டை அத் தேசிய இனத்தின் மாநிலமாகவும் வரையறுத்துக் கொள்வதற்கான போராட்டமாகும். 1835–1929 இல் நடந்த போராட்டம், பேரிந்திய அமைப்பிற்குள் திராவிடர்கள் என்ற வகையில் தமிழர்களின் பண்பாட்டுத் தனித்துவத்தை நிலைநிறுத்துவதற்காக நடந்த போராட்டமாகும். .... பிராமணர்களால் சமூக மட்டத்தில் ஒதுக்கி வைக்கப்பட்டும், தொழிற்றுறைகளில் மேலமுத்தி அமுக்கப்பட்டும் நின்ற, மேற்கிளம்பி வந்த பிராமணரல்லாதார், ஆரியர்களுக்கு முற்பட்ட திராவிடப் புகழ் பேசித் தம்மை இந்தப் பண்பாட்டு மேலாதிக்கத்திலிருந்து விடுவித்துக் கொள்ளப் பார்த்தனர். தங்கள் பண்பாட்டுத் தனித்துவத்தைக் காட்டுவதற்கான அவர்களின் முயற்சி, அரசியல் முதல் மொழி வரை சகல துறைகளிலும் பரிணமித்தது" என்கிறார் கா.சிவத்தம்பி.

(தமிழில் இலக்கிய வரலாறு வரலாறெழுதியல் ஆய்வு,
பக்கம். 96–87)

தனித்தமிழியக்கம், திராவிடர் கழகம், சிறப்பாகத் திராவிட முன்னேற்றக் கழகம் ஆகியவை தமிழைப் புகழ்வதோடு அனைத்திந்திய நோக்கைத் தவிர்த்தன என்றும், பண்பாட்டு நோக்கில் அகச்சார்பு நிலைப்பட்ட ஒரு கண்ணோட்டத்தை ஊக்குவித்தன என்றும் கா.சிவத்தம்பி கூறுகிறார்.

(பக்கம். 225)

திராவிட மொழியியல் அறிஞர் வ.அய்.சுப்பிரமணியன், கடந்த நூற்றாண்டின் இலக்கிய ஊற்றுகளுக்கான பிரிவுகளை விளக்கும் போது பிராமணரல்லாதார் இயக்கத்தின் பங்களிப்பைச் சொல்கிறார். கிறித்துவ மதப்பிரச்சாரர்களின் உரைநடை, வள்ளலார் மற்றும் ஆறுமுக நாவலரின் உரைநடை, உ.வே.சா உரைநடை, நவீன தாக்கம்

கொண்ட பாரதியின் உரைநடை, மணிக்கொடி படைப்பாளிகளின் உரைநடை ஆகியவற்றின் வரிசையில் தனித்தமிழ் உரைநடையை அவர் குறிப்பிட்டுச் சொல்லும் போது, "... அவற்றில் ஒன்று தனித்தமிழ் ஊற்று. இதனைத் தோற்றுவித்தவர் வி.கோ. சூரியநாராயண சாஸ்திரியார். தமிழ் மக்கள் தெரியுமாறு பரப்பியவர் மறைமலையடிகளார். இதற்கு அடிப்படையாக அன்றுள்ள பிராமணர் அல்லாதார் இயக்கமும் வட்டார மொழி, கலை முதலியவற்றிற்கு மேம்பாடு தரும் நோக்கமும் காரணமாகக் கூற இயலும். தூய தமிழ் வாதம் புலமைப் பிடிப்புள்ளவர்களால் தோற்றுவிக்கப்பட்டது. பின்னர் வட்டார மொழி, பண்பாடு முதலியவற்றைப் போற்றும் நீதிக்கட்சி, திராவிடக் கட்சி முதலிய இயக்கங்களால் போற்றப்பட்டன" என்றார் வ.அய்.சு.

(இலக்கியமும் ஆளுமைகளும், பக்கம். 247)

"கற்பு, தேசியம், ஒழுக்கம், சாதி, மதம், கடவுள் என்று புனிதமாகக் கட்டமைக்கப்பட்டிருந்த அனைத்தையும் போட்டு உடைத்தார் பெரியார்" என்ற அ. மார்க்ஸ், "வேதியத்துக்கு எதிராக முன்வைக்கப்பட்ட மொழி, சைவவேளாளப் பண்பாடு, சைவ சித்தாந்தமும் வர்ணாசிரமம், சாதியவாதம் ஏற்றுக் கொண்டவையாக இருந்தன. மதத்திலிருந்து அனைத்தையும் பிரிக்க நினைத்தார் பெரியார். அவர் ஒரு எதிர் தேசியவாதியாகவே இருந்தார். தேசியம் என்பதே கட்டமைக்கப்பட்டது என்றார். தமிழ்நாடு பிரிவினை பேசினாலும் தமிழ் பெருங்கதையாடல்கள் பிடிக்கவில்லை. பெருங்கதையாடல் தேசியமானது. தேசிய வெறி பாசிசமாக மாறிவிடும். பற்றுகளை விட்டொழித்தலே விடுதலை என்றார். சுயமரியாதை ஒன்றே அவசியம். சுய உறுதி படைத்த தன்மைகளே தமது சமூகத்தை விடுதலை செய்ய முடியும்" என்று பெரியார் எண்ணியதாகக் கூறுகிறார்.

தமிழ் வரலாற்றில் தந்தை பெரியாரின் இடம் எத்தகைய முக்கியத்துவம் வாய்ந்தது என்பதை முனைவர் பொற்கோ எழுதி இருக்கிறார். பெரியார் இயக்கத்தைத் தமிழ் என்ற பெயரால் சிலர் எதிர்த்தார்கள், வைதீகத்தை ஆதரிக்கும் தமிழர்களும் எதிர்த்தார்கள் என்கிறார் பொற்கோ.

"... அதேநேரத்தில் தமிழைக் காட்டித் திராவிட இயக்கத்தை வீழ்த்தலாம் என்று நினைத்துத்தான் தமிழரசுக் கட்சி என்ற ஒன்று வந்தது. அன்றைக்குத் தமிழரசுக் கழகம், காங்கிரசுக்கு ஆதரவான எல்லா வேலைகளையும் செய்து கொண்டு தமிழைக் கொண்டு வந்து முன்னே நிறுத்தியது. வைதீக மேலாதிக்கம் மதிப்புக்குரிய சிலம்புச்செல்வர் ம.பொ.சி. அவர்களின் ஆற்றலை ஒரு எல்லைக்கு

மேல் வளரவிடாமல் முடக்கிவிட்டது. அவருடைய இயக்கத்தையும் கரைத்துவிட்டது" என்கிறார் பொற்கோ.

(தமிழ் வரலாற்றில் தந்தை பெரியார், பக்கம்.52)

தமிழுக்குப் பெரியார் ஏற்படுத்திக் கொடுத்த மரியாதையையும் பொற்கோ பட்டியலிடுகிறார். "இந்த நூற்றாண்டில் நம்முடைய தலையாய பணியாக இருக்க வேண்டியவை, வகுப்புரிமையை நிலைநாட்டுவதும் அந்தந்த மாநில மொழியின் முதன்மையைப் பாதுகாப்பதுமே ஆகும். இந்த நன்மைகள் வரும்பொழுதுதான் மற்ற நன்மைகள் வரமுடியும். இவை எல்லாவற்றுக்கும் முழுக்க முழுக்கப் பெரியார்தான் நமக்கு வழிகாட்டியாக இருந்திருக்கிறார்."

(பக்கம். 54)

"சுயமரியாதை இயக்கத்தின் பிராந்திய அடையாளத்திற்கான தேடல் என்பது சமஸ்கிருத இந்துயியத்தின் சமூக மற்றும் கலாச்சார மேலாதிக்கத்தின் ஒரு விளைவு" (பக்கம். 170, தமிழகத்தில் சமூக ஒடுக்குமுறைக்கு எதிரான எழுச்சி) என்று முனைவர் பி.எஸ். சந்திரபாபு கூறுகிறார். "சமஸ்கிருதமயமாக்கப்பட்ட கலாச்சாரத்திற்கு எதிராகப் போராடியதன் மூலம் தமிழ் மொழிக்கு இனரீதியான ஒரு அடையாளத்தை அளித்தது" என்றும்,

(பக்கம். 182)

"சுயமரியாதை இயக்கத்தின் தொடர்ச்சியான ஓய்வற்ற சமஸ் கிருத கலாச்சாரத்திற்கும் இந்திமொழிக்கும் எதிரான போராட்ட மானது பிராமணர் அல்லாதார் இடையில் ஒரு ஒற்றுமையைக் கட்டியது. ஆரிய இனத்தவரான பிராமணர்களுக்கு எதிரான ஒரு தனி இனம் என்று தன்னை அடையாளப்படுத்திக் கொண்டது. இது இந்தியாவிலிருந்து தனித்தமிழ்நாடு பிரிக்கப்பட வேண்டும் என்ற சிந்தனையை நோக்கிச் சுயமரியாதை இயக்கத்தை நகர்த்தியது" என்றும் அவர் எழுதுகிறார்.

(பக்கம். 190)

ராஜ்கௌதமனின் பார்வை இன்னும் ஆழமானது. உற்று நோக்கத்தக்கது. ".. சாதி வரிசையில் கணிசமான அளவு உயர் தகுதி கொண்ட சாதியில் பிறந்தவராயினும் தமது சூத்திர வருணம் வேசியின் மக்களின் வருணம் என்று அசிங்கப்படுத்திய பிராமணியத்தால் பெரும் அவமானம் அடைந்தார். பாதிக்கப்பட்ட இந்த உணர்வே அவரைப் பரந்துபட்ட பார்வை கொண்ட சுயமரியாதையையும் சமதர்மமும் கொண்ட விடுதலை அரசியலுக்கு உந்தித் தள்ளியது.... சுயமரியாதை–சமதர்மம் என்ற சாதி வர்க்க ஒழிப்பு நிலைப்பாட்டிலிருந்து சாதியமைப்பையும் தனியுடைமைப் பொருளாதார அமைப்பையும் ஒட்டுமொத்தமாக அவர் தாக்கியதால்

நெல்லுக்கிறைத்த நீர் வாய்க்கால் வழியோடிப் புல்லுக்கும் ஆங்கே பொசியுமாம் என்பதற்கிணங்க, தலித் மக்களை எரித்துக் கொண்டிருந்த தீண்டாமை வெப்பம் சற்றுத் தணிந்தது. ... அயோத்திதாசரும் பெரியாரும் நடத்திய போர்முறைகளில் முன்னவர் தலித் என்ற சாதி இழிவைப் போக்க தலித்துக்களுக்குச் சாதி பேதமற்ற பூர்வ திராவிடர்–பௌத்தர்–தமிழர் என்ற அடையாளங்களை முன் வைத்தார். இவற்றின் துணையோடு பிராமணியத்தைத் தாக்கினார். பெரியார், சூத்திரரின் சாதி இழிவை அகற்றுவதற்காக பிராமண ரல்லாதார்–திராவிடர்–தமிழர்–என்ற அடையாளங்களை முன்வைத்துப் பிராமணியத்தைத் தாக்கினார். இது தலித்துக்களுக்குத் தன்னம்பிக்கையை ஊட்டியது.... (பக்கம். 40–42, தலித்திய அரசியல்) என்கிறார் ராஜ்கௌதமன். அயோத்திதாசரையும் பெரியாரையும் ஒப்பிட்டும் வேறுபடுத்தியும் இவர் எழுதி இருக்கிறார். பெரியார் இயக்கத்தின் போதாமையையும் விமர்சித்துள்ளார். என்றாலும் பெரியாரின் சுயமரியாதை–சமதர்ம போராட்டங்களைக் குறைத்து மதிப்பிடவுமில்லை. மற்ற தலித்திய சிந்தனையாளர்களைப் போல பெரியாரை விமர்சிப்பதில் தனிச் சுகம் காண்பவராகவும் இவர் இருக்கவில்லை.

"ஏற்றத்தாழ்வாகக் காணப்படும் சாதிகளுக்கிடையே முதலில் சமநிலை ஏற்படவேண்டும்" பின்னர் அது சாதி ஒழிப்பில் (அல்லது) சாதிக்கரைப்பில் சென்று முடியவேண்டும் என்பதே திராவிட இயக்கத்தின் சிந்தனையாகும்" என்று (நீடாமங்கலம் சாதியக் கொடுமையும், திராவிட இயக்கமும் பக்.13) குறிப்பிடுகிறார் பேராசிரியர் ஆ. திருநீலகண்டன்.

ஆய்வாளர் பர்னெட் கூறியதைப் பேராசிரியர் கு.திருமாறன் தமது நூலில் மேற்கோள் காட்டுகிறார். "தமிழ்த் தேசியத்தின் தோற்றத்துக்கும் திராவிடத்துவம் மலர்வதற்கும் இந்நூற்றாண்டின் தொடக்கத்தில் தமிழ்நாட்டு அரசியல் தளத்தில் நிலவிய பார்ப்பனர், பார்ப்பனரல்லாதார் அறிவாளர் எடுத்திருந்த இருவகைப் போக்குகளே காரணம்" (தனித்தமிழியக்கம்) என்று பர்னெட் எழுதியதாகக் கூறுகிறார். "தமிழ் ஒன்றுதான் இன்றுவரைக்கும் வடமொழிக் கலப்பை ஓரளவுக்காகவாது எதிர்த்து வந்திருக்கிறது. வேற்று மொழிக் கலப்பின்றித் தனித்துச் சிறப்புடன் வாழக்கூடிய தன்மையைத் தமிழ் பெற்றிருக்கிறது" என்று பெரியார் சொன்னதையும் கு.திருமாறன் சுட்டிக் காட்டி, தனித்தமிழியக்கத்துக்குப் பக்கபலமாக இருந்ததாகக் கூறுகிறார்.

1940 களில் சங்க இலக்கியத்தை முழுமையாகத் தொகுத்து வெளியிடும் பணி தொடங்கியது. அதில் முக்கியப் பங்கு வகித்தவர் வையாபுரியார். "அப்போது சங்க இலக்கியம் முன்னுக்கு வருகிறது.

இதனைத் திராவிட இயக்கத்தவர் முன்மொழியும் போது–அவர்களது அரசியலை எதிர்ப்பவர்கள் கம்பராமாயணத்தை முன்னெடுத்துக் கம்பன் கழகங்களை உருவாக்கினார்கள்" என்கிறார் பேராசிரியர் வீ.அரசு. (சங்க இலக்கியம் பன்முக வாசிப்பு). இதனை அடியொற்றிப் பேராசிரியர் ஐ.சிவக்குமார், சங்க இலக்கியம்–சைவ சமயவாசிப்பு என்ற கட்டுரை தீட்டினார்.

"இந்தியா முழுவதும் உயர்சாதியினரும் பிராமணர்களும் இந்து இந்திய தேசியத்துக்குப் புத்துயிர் அளித்துவந்த நிலையில் பார்ப்பனர்களுக்கு எதிரான போக்கு வளர்ந்த தமிழகத்தில் அது சைவ சமய எழுச்சியாகவும் திராவிட உணர்வாகவும் பரிணாமம் பெற்றது. ... மனோன்மணியம் சுந்தரனார்தான் சைவத்தையும் திராவிடத்தையும் இணைத்துப் பார்த்தார். தமது மாணவப் பருவத்தில் இந்து மதம் சார்ந்து இதழ் நடத்திய மறைமலையடிகள் தான், இந்து சமயத்திற்கும் இந்திய தேசியத்திற்கும் எதிராக சைவ சமயத்தையும் திராவிடக் கருத்தாக்கத்தையும் முன்னெடுத்தார். தேச விடுதலையை வலியுறுத்திய காங்கிரசில் தீவிரமாக இயங்கிய பெரியார் தான், சுயமரியாதை இயக்கத்தையும் திராவிடர் கழகத்தையும் வழிநடத்தினார். சென்னை கிருஷ்ணாம்பேட்டையில் கூடிய சைவ சித்தாந்த மாநாட்டுப்பந்தலிலேதான் திராவிடக் கருத்தாக்கத்தின் பின்புலத்தில் செயல்பட்ட ஐஸ்டிஸ் கட்சித் தோற்றத்தின் அவசியத்தைப் பற்றித் தியாகராயர் பேசினார். மொத்தத் தத்துவ இந்தியத் தன்மைக்குள்ளிருந்து தென்னிந்தியாவிற்கும் திராவிட மொழிகளுக்குமான தனித்தன்மையையும் அடை யாளத்தையும் கண்டறிந்து சொன்னவர்கள் ஐரோப்பியர்கள் தான். பின்னர் இவ்வடையாள அரசியலை முன்னெடுத்தவர்கள் சைவர்களே. இவ்வடையாள அரசியல் சைவ சமயம்–இந்துத்துவம், திராவிடர்–ஆரியர், தமிழ்–சமஸ்கிருதம், பிராமணரல்லாதார் –பிராமணர் முதலான முரண்பாடுகளின் அடிப்படையில் முன்னெடுக்கப்பட்டது...என்ற முடிவுக்கு வருகிறார்.

(சங்க இலக்கியம் பன்முக வாசிப்பு, பக்கம். 232–233)

"பெரியாரியமும் தமிழ்த் தேசியமும் ஒன்றுக்கொன்று எதிரானது அல்ல" என்று பழ.நெடுமாறன் பேசினார். (பேருருவம் கொள்ளும் தமிழ்த் தேசியம், 2002) அதனால் தான், " தமிழ்த் தேசியம் என்று இன்று உறுதியோடு பேசுபவர்களில் பெரும்பாலானவர்கள் பெரியாரியர்களாக உள்ளனர்"(பக்கம். 43, ஏன் வேண்டும் தமிழ்த் தேசியம்?) என்று சொன்னார் கோவை ஞானி.

"திராவிடம் என்ற சொல்லைப் பிடிவாதமாகப் பயன்படுத்திய ஒரு காரணத்தாலேயே உள்ளடக்கம் திரிந்து போகாது" என்றார் தியாகு. "திராவிடம் என்பது தமிழியத்தின் உருத்திரிந்த வடிவம்.

உள்ளடக்கம் தமிழியம் தான். இந்த உள்ளடக்கத்தைச் சரியாக முன்னெடுத்துச் செல்வதற்குத் தடையில்லை என்கிற வரைக்கும் உருத்திரிபுகளைப் பற்றிக் கவலைப்படவேண்டாம். தடையாக வரும்போது உடைத்துக் கொண்டு முன் செல்வோம்" என்றார் அவர்.

(பெரியாரும் தமிழ்த் தேசியமும்)

"தான் ஒரு இந்தியன் என்ற கற்பனையிலும் தான் ஒரு சாதியைச் சேர்ந்தவன் என்ற பொய்ம்மையிலும் மயங்கிக் கிடந்த தமிழர்களைத் தாங்கள் தமிழர்கள் என்று உணர வைத்த உளவியல் உருவாக்கமே பெரியார் தமிழ்த் தேசியத்திற்குச் செய்த பெரும்பணி" என்கிறார் சுப.வீரபாண்டியன்.

(பெரியாரின் இடதுசாரி தமிழ்த் தேசியம், பக்கம். 197)

"தமிழ்ச்சமூகத்தில் மதநீக்கம் செய்கிற பணியைத் தம்மேற் போட்டுக் கொண்டவர் பெரியார்...மேலைச் சமூகத்தில் பதினைந்தாம் நூற்றாண்டில் ஏற்பட்ட மாற்றம் இந்தியச் சமூகத்தில் ஏற்படவில்லை. இந்தச் சூழலைச் சரியாகக் கணக்கில் எடுத்துக் கொண்ட தலையாய சிந்தனையாளராகப் பெரியார் உள்ளார். சமூகம் ஜனநாயகப்படுவதற்கான முதல் நிபந்தனையாக மத நீக்கம் உள்ளது. மதநீக்கமின்றிச் சாதியொழிப்புச் சாத்தியமில்லை. மதநீக்கமின்றிச் சனநாயக அரசியலும் சாத்தியமில்லை என்றார் பெரியார்.

இங்கே வடமொழிக்கு எதிராக முன்வைக்கப்பட்ட தமிழ் மொழியும், பார்ப்பனீயத்துக்கு எதிராக முன்வைக்கப்பட்ட சைவ வேளாளப் பண்பாடும், வேதாந்தத்திற்கு மாற்றாக முன்வைக்கப்பட்ட சைவ சித்தாந்தமும் வேதங்களுக்கு பதிலாக வைக்கப்பட்ட சைவ இலக்கியங்களும் ஏதோ ஒரு வகையில் வருணாசிரமத்தை சாதியத்தை ஏற்றுக் கொண்டவையாகவும் வேதங்களையும் பார்ப்பனீயத்தையும் பிரமாணமாகக் கொண்டவையாகவும் இருந்தன...எனவே மதத்தி லிருந்து எல்லாவற்றையும் பிரித்தெறிவது முதற்பணியாக அமைந்து விடுகிறது. .. சாதி ஒழிப்பைப் பார்ப்பன ஆதிக்க எதிர்ப்பை முதன்மைப்படுத்தி இயங்கி வந்த பெரியார் சாதிக்கும் பார்ப்பனீயத் திற்கும் ஆதாரமாக இருப்பது இந்து மதமும் இந்திய அரசியல் சட்டமும் என உறுதியாக நம்பினார்...சாதியைப் பார்ப்பனீயத்தை எதிர்ப்பதற்காகத்தான் இந்திய தேசியத்திலிருந்து விடுபட வேண்டும் என்கிற அணுகல் முறையை அவர் கொண்டிருந்தார். ...மொத்தத்தில் மொழி, நாடு, மதம், ஜாதி ஆகியவற்றின் மீதான பற்றுகளை அழிப்பது ஒடுக்கப்பட்ட மக்களின் விடுதலைக்கான வழி என்று நினைத்தார். பற்றுகளை விட்டொழித்தலே விடுதலை என நினைத்தார். சுயமரியாதையை மட்டுமே அவர் வலியுறுத்துகிறார். மற்ற பற்றுகளை

விடச் சொல்கிறார். சுயமரியாதை – தன்மதிப்பு – சுயத்தை உறுதி செய்தல் என்கிற நீட்ஷேவின் சிந்தனையுடன் பொருத்திப் பார்க்க வேண்டிய ஒன்று இது. பெரியாரின் விடுதலை, பற்றறுத்தல் முதலான சிந்தனைகள் சுய உறுதிப்பாடு என்பதிலிருந்து எழுகின்றன. சுய உறுதி படைத்த தன்னிலைகளே தமது சமூகத்தை விடுதலை செய்யவும் முடியும். தனிமனித விடுதலையும் சமூக விடுதலையும் சந்திக்கும் புள்ளியும் இதுவே.

'எனது சொந்த அனுபவங்களால் நானறிந்து உங்களுக்கு உரைப்பதுதான் என்னுடைய விடுதலை. அதனை ஆராய்ந்து அறிந்து அதன்படி நடப்பதுதான் உங்கள் விடுதலை' என்றார் பெரியார். தாமறிந்து உரைப்பதே எப்படி விடுதலையாகிவிடும்? 'தேவைகள் பற்றிய பிரக்ஞை கொள்ளுதலே விடுதலை' என்பார் எங்கெல்ஸ். அதுபோலவே இங்கு சுய உறுதிப்பாட்டின் அடிப் படையில் உணர்தலும் அறிதலும் உரைப்பதுமே விடுதலையாகி விடுகின்றன. அது வெற்றி, தோல்வியைப் பற்றிக் கவலைப்படவில்லை.

இங்கே நடத்தப்பட வேண்டிய போராட்டம் கலாச்சாரத்தின் பேரால்தான் என்பதில் பெரியார் தெளிவாக இருந்தார். இதற்குத் தமிழன் என்ற அடையாளம் போதாது. தமிழன் என்ற அடை யாளத்தின் வழியே இந்து என்கிற அடையாளம் நுழைந்து விடுகிறது என்பதை அவர் புரிந்திருந்தார்.. 'இனம்' என்று சொன்னாலும்கூட அதைக் கலாச்சார ரீதியாகவே அடையாளப்படுத்தினார். 'திராவிட' என்கிற அடையாளத்தை அவர் இறுக்கமாக வரையறுக்காமல் 'ஆரிய' என்பதற்கு எதிராகவே அதைக் கட்டமைத்தார். அவரது திராவிட வரையறை ஆரியத்தை மட்டுமே விலக்கி மற்ற எல்லாரையும் முஸ்லீம்கள் உட்பட உள்ளடக்கியதாகவே இருந்தது. .. எல்லா இழிவுகட்கும் கலாச்சாரக் கட்டமைப்புகள் தான் அடிப்படையாக உள்ளன என்பதிலும் அக்கலாச்சாரக் கட்டமைப்புகளைத் தகர்ப்ப திலும் பெரியார் குறியாய் இருந்தார். வாழ்நாள் முழுக்கக் கலாச்சாரப் போராளியாகவே திகழ்ந்தார்...

இன்றளவும் உயர்சாதி ஆதிக்கம் மிகுந்துள்ள தமிழ் இலக்கியச் சூழலிலும் சிற்றிதழ்ப் பாரம்பர்யத்திலும் பெரியார் தீண்டப் படாதவராக ஒதுக்கி வைக்கப்பட்டுள்ளது சிந்திக்கத்தக்கது. தமிழ் மறுமலர்ச்சியின் அடையாளமாக இன்று உயர்த்திப் பிடிக்கப்படும் மணிக்கொடி இதழ் அன்றைய சுயமரியாதை இயக்கத்தைக் கடுமை யாகத் தாக்கி வந்ததும் சு.ம.காலிகள் எனத் தொடர்ந்து திட்டி வந்ததும் இங்கே குறிப்பிடத்தக்கன. உதவாக்கரை இலக்கியங்கள் எனப் பெரியார் சாடியது பண்டைய இலக்கியங்களுக்கு மட்டுமன்றி இன்றைய நமது மேற்சாதி இலக்கியக்காரர்கள் பிதுக்கித் தள்ளும் பெரும்பாலான நவீன இலக்கியங்களுக்குங்கூடப் பொருந்துவதாகவே இருக்கிறது..

ஒரு தாராளவாதியாக, தேசத்துரோகியாக, மொழிப்பற்றை விட்டவராக, சிலை உடைப்பாளராக, எதிர்க்கலாச்சாரவாதியாக, எல்லாவிதமான பற்றுகளுக்கும் எதிரியாய், சுய உறுதியாக்கத்தையே விடுதலை என்று உணர்ந்தவராய் மொழிந்தவராய்ப் பெரியாரை அணுகுதல் என்பது பெரியாரின் மறைக்கப்பட்ட பரிமாணங்களையும் மவுனமாக்கப்பட்ட சிந்தனைகளையும் மட்டுமன்றி இந்த நோக்கில் நிகழ்காலச் சூழலையும் விளங்கிக்கொள்ளப் பயன்படும்" (பெரியார்?) என்ற கோணத்தில் பெரியாரைப் புரிந்துகொள்ளத் தூண்டுகிறார் அ.மார்க்ஸ்.

சுயமரியாதை இயக்கத்தின் தொடக்க காலத்தில் சைவப் புலவர்களால் பெரியாரின் இயக்கம் தாக்கப்பட்டதைப் போல 1960களில் நவீன இலக்கியவாதிகள் என்று சொல்லிக் கொண்டவர்களால் பெரியாரின் இயக்கம் தாக்கப்பட்டது. இதனைச் செய்தவர்கள் க.நா.சு., வெங்கட்சாமிநாதன், சி.சு.செல்லப்பா, ஜெயகாந்தன் ஆகியோர். தமிழவன் தமது முன்னீடுகளைப் பின்னர் மாற்றிக் கொண்டார். அது ஜெயமோகன் வரைக்கும் தொடர்ந்து வருகிறது. இன்னும் பலர் வெளிப்படையாகச் சொல்லாமல் உள்மனதுக்குள் வைத்து அடுத்தவர்களை வைத்துச் சொல்ல வைத்துக் கொள்வார்கள். அன்றும் அவர்கள் தொகை அதிகம். இன்று குறைவு. அவர்களது விஷப்பல் பெரும்பாலும் பிடுங்கப்பட்டு விட்டது.

இந்த வட்டாரத்தை நறுக் நறுக்கென்று கொட்டியவர் பிரமிள். பல்வேறு கட்டுரைகள், பேட்டிகளில் அதனை அவர் வெளிப்படுத்தினாலும் ஒருசிலவற்றை மட்டும் இங்கு மேற்கோள் காட்டுகிறேன்.

'வின்செண்ட் சர்ச்சில், ஈ.வெ.இரா., சி.என்.ஏ.–என்ற தலைப்பில் பிரமிள் ஒரு கட்டுரை எழுதினார். அதில், பெரியார் மீது பிரமிள் வைக்கும் பார்வை முக்கியமானது.

"... இந்தத் துணைக் கண்டத்தில், தென்னகத்தில், இந்தியாவில் காலம்காலமாக ஜாதியத்துக்கு எதிரான ஓர் இயக்கம் நடத்தப் பட்டிருக்கிறது. இது நேரடியாக மக்களின் மனோ நிலத்தில் இறங்கிக் களை பிடுங்கிய பெரும்பணி. அறிவு – கலாச்சாரம் – மரபு – மதங்கள் – தத்துவங்கள் யாவையும், தென்னகத்தில் மகத்தாய ஜீவன் பெற்றமைக்கும், இந்த மனோநிலக் களையெடுப்புப் பணிக்கும் இடையில் தொடர்பு உண்டு. இதை மக்களின் தளத்தில் செய்தவர்கள் ஈ.வெ.ராமசாமியும் சி.என்.அண்ணாதுரையும். இவ்விருவருள் ஈ.வெ.ராமசாமியை நாம் பலவிதங்களில் சர்ச்சிலுக்கு ஒப்பிட வேண்டும். முறையான படிப்பறிவுகூட அற்ற அவரது இயக்கத்தின் ஆதாரம், பார்வைத் தீர்க்கமாகும். ஜாதியம், இதன் ஆதாரமான பார்ப்பனீயம், இவற்றின் விளைவான எல்லா விதமான மூடநம்பிக்

கைகள், மனித விரோதங்கள்–யாவற்றையும் அங்கம் அங்கமாகத் தாக்கியவர் அவர். இலக்கியம் பற்றி இடதுசாரிக் கொள்கை என்ன? இலக்கியம் வேறு அரசியல் வேறு அல்ல, உருவத்தைவிட உள்ளடக்கமே முக்கியம். இந்த இரண்டும்தான் ஈ.வெ.ராவுடையதும் கூட. ...(இராமாயணம், சிலப்பதிகாரம் குறித்துப் பெரியார் கூறியதைக் குறிப்பிடுகிறார்).. இன்றைய வக்கிரங்களுக்கு ஆதாரமாக இருக்கக் கூடிய நமது பிதுரார்ஜிதங்கள் முழுவதுமே விமர்சனம் செய்யப்பட வேண்டியது என்ற அக்னிப்புயலின் வீச்சு ஈ.வெ.ராவுடையது. இதற்காக அவரது குரல் இலக்கியார்த்தமான கவனம் பெற்றே ஆகவேண்டும். அவரது இலக்கியக் கணிப்பின் குறைகளை மீறிய பரிமாணம் இது. சரித்திரத்தின் திருப்புமுனைகள் தோறும் பழைய சுவடுகள் யாவும் கேள்விக்குள்ளாகும். இவ்விதக் கேள்விகளை இந்தியாவில் எழுப்பியவர்களுள் மிகவும் அதிசயமான ஒருவர் ஈ.வெ.ரா. ஏனெனில் அவரது ஒரே ஆதாரம், மனிதார்த்த மதிப்பீடுகள் சார்ந்த அபாரதீர்க்கமும் உச்சகட்டத் தயக்கமின்மையும் ஆகும்.” என்று பிரமிள் எழுதினார்.

(பிரமிள் படைப்புகள்,
தொகுதி *4*, பக்கம். *470*, லயன், சனவரி *1995*)

“திராவிட இயக்கத்தவர், பாமரர்களைப் பார்ப்பனீயர்கள் ஏய்த்துச் சுரண்டும் தளத்தில் போராடியவர்கள். இன்றைய காலகட்டத்தில் பார்ப்பனீயத்தின் மார்க்கெட்தான், அவர்களது செருப்படிக்கு இலக்காயிற்று. சமூகத்தின் சமகால ஏற்றத்தாழ்வை, தமிழகத்துப் பெரும்பான்மை மக்கள் புரிந்துகொள்ளக்கூடிய தோரணையில் அவர்கள் வெளிக்கொணர்ந்து காட்டினார்கள். ... இதைச் செய்யும் போது பார்ப்பனீயர்களுடைய முத்திரை பொறித்த எல்லாவற்றையுமே சாடினார்கள். இருந்தும் ஞானார்த்தத்தை இவர்கள் சாடியதில்லை... ஈ.வெ.ராமசாமியின் உரைகள், எழுத்துகள் உள்ள நூல்களில் ஞானிக்கும் சித்தனுக்கும் கோவில் வழிபாடு வேண்டியிராததை அவர் குறிப்பிடுகிறார்... திராவிட இயக்கத்துக்குப் பார்ப்பனீய மதவாதத்தின் மேலும் அதன் வர்ணாசிரமக் கொள்கை மேலும் தான் குறி...” என்ற பிரமிள், ஞானார்த்தத்தை தனது வேலைத்திட்டத்தில் பெரியார் வைத்திருக்க வேண்டும் என்றும் சொல்கிறார்.

(பிரமிள் படைப்புகள், தொகுதி *5*, பக்கம். *241*)

பெரியாரின் அடையாள அரசியலை ந.முத்துமோகன் மிகச் சரியாக வரையறுத்தார். தமிழ் அடையாள அரசியலைத் தொடங்கி வைத்தவராக ஆறுமுகநாவலரை இவர் சொல்கிறார். இது ஒருவிதமான சைவத் திரட்சி. இதனை பௌத்த அடையாளமாகக் கட்டமைத்தவர் அயோத்திதாசர். இலங்கையில் பரவிய கிறித்துவத்துக்கு

எதிராகச் சைவ அடையாளத்தை ஆறுமுக நாவலர் முன்வைத்தார். இந்தச் சைவ அடையாளத்துக்கான எதிர்ப்பு தமிழகத்தில் அயோத்தி தாசரிடம் இருந்து வந்ததாக முத்துமோகன் வரிசைப்படுத்துகிறார். இந்த சைவ அடையாளத்தையும் பௌத்த அடையாளத்தையும் பெரியார் சமப்படுத்துகிறார் என்கிறார் இவர்.

"தமிழ்ச் சைவ அடையாளத்திற்கும் தமிழ்ப் பௌத்த அடையாளத்திற்கும் இடையே இருந்த முரண், பெரியார் தமிழக அரசியலில் நுழைந்தபோது சமரசமாகிறது. பெரியாரின் சுயமரியாதை இயக்கம், அடையாள உருவாக்கத்தில் இருந்த மதப்பரிமாணத்தைப் பின்னுக்குத் தள்ளிவிட்டு, திராவிட அடையாளத்தை எல்லாத் தமிழர்க்கும் இன்னும் பரந்துபட்ட அளவில் எல்லாத் தென்னிந்தியர்களுக்கும் முன்நிறுத்தியது. இந்தத் திராவிட அடையாளம், தமிழ் அடையாள உருவாக்கத்தின் வெற்றிகரமான நெகிழ்வான ஒரு குறிப்பான் ஆனது, பிராமண எதிர்ப்பும் பெரியாரின் செயல் பாடுகளால் தீவிரப்படுத்தப்பட்டது. காங்கிரஸ் எதிர்ப்பை முன் வைத்ததால் பெரியார் தமிழ் அடையாள இயக்கத்திற்கு அரசியல் பரிமாணத்தைத் தருகிறார். கீழிருந்து உருவாகும் இந்த அடையாளத்தைத் தேசிய அளவில் டாக்டர் அம்பேத்கர் கூர்மைப் படுத்தினார்" என்கிறார் முத்துமோகன்.

(தமிழ் அடையாள அரசியலின் இயங்கியல், பக்கம். 80)

பெரியார் விட்ட இடத்தையும் முத்துமோகன் சுட்டிக் காட்டு கிறார். பெரியாரின் அடையாள அரசியலுடன் வர்க்க அரசியலை இணைக்கச் சிங்காரவேலரும், ஜீவாவும் எடுத்த முயற்சிகள் அன்று செயலுக்கு வரவில்லை. இரண்டும் இணைந்திருந்தால் தமிழகத்தில் நல்ல விளைவுகள் ஏற்பட்டிருக்கலாம் என்கிறார் முத்துமோகன். பெரியார் காலத்தில் நடக்காத இணைப்பானது இன்று உருவாகி யுள்ளது. பெரியாரியம் பேசும் மார்க்சீயர்கள், மார்க்சீயம் பேசும் பெரியாரியர்கள், இரண்டு இயக்கங்களுக்குமான பொதுப்பண்புகள், கூட்டு இயக்கங்கள், தலைவர்களுக்குள் ஒற்றுமை, தொண்டர்களுக்குள் இணக்கம் ஆகியவை உருவாகி உள்ளன. பொது எதிரியை அடையாளம் கண்டுவிட்டார்கள் இருவரும்.

இந்த நேரத்தில் இதனைக் குலைப்பதுதான் தமிழ்த் தேசியர்கள் பார்க்கும் ஒரே பணி!

தமிழ்ப்பற்றை மறுத்த பெரியாரை, தமிழின வாதத்தை ஏற்றுக் கொண்ட தமிழ்ப்பற்றாளர்கள் தங்கள் தலைவராக தந்தையாக ஏற்றுக் கொண்டனர். இந்த முரண்பாட்டை சுமதி இராமசாமி (தமிழ்ப்பற்றும் மொழி அரசியலும்) விளக்குவதை இ.அண்ணாமலை மேற்கோள் காட்டுகிறார் : தமிழர்களின் உயர்வு பிராமணர்களின்,

ஆரியர்களின் உயர்நிலை ஒழிந்தே ஏற்பட முடியும் என்று போராடும் ஒருவர் தமிழின் சிறப்புத் தன்மையை ஏற்றுக் கொள்ளாவிட்டாலும் தமிழ்ப்பற்றாளராகவே இருக்க முடியும் என்று இந்தத் தமிழன்பர்கள் நம்பினர். இவர்களுக்கு இடையே உள்ள வேறுபாட்டில் ஒரு கேள்வி பிறக்கிறது. மொழி மனிதனுடைய நிலையை உயர்த்துகிறதா? அல்லது மனிதன் மொழியின் நிலையை உயர்த்துகிறானா? தமிழன்பர்கள் முன்னதை நம்பினர். சுயமரியாதைக்காரர்கள் பின்னதை ஏற்றனர்" (பக். 78, தமிழ்மொழி அரசியல், காலச்சுவடு கட்டுரைகள்) என்று தெளிவாக்கினார். த.தே. அமைப்பினருக்குப் புரியும் திறன் இல்லை!

## 18. பெரியாரின் தேசம்!

பெரியாரின் தேசியம் திராவிட தேசியமும் அல்ல, தமிழ்த் தேசியமும் அல்ல என்பதை மாறுபட்ட நிலையில் கணித்தவர் எம்.எஸ்.எஸ். பாண்டியன். 'தேசியப் பழமைவாதத்தை மறுதலித்தல் – பெரியாரின் அரசியல் கருத்தாடலில் தேசம்' என்ற தமது கட்டுரையில் இதனை விரிவாக எழுதி உள்ளார். பெரியார் காங்கிரசில் இருந்தது ஐந்து ஆண்டுகள் மட்டுமே. தேசம் பற்றிய அவரது கருத்து தேசமக்கள் அனைவருக்கும் சமமான குடியுரிமை வேண்டும் என்பதை மையப்படுத்தியது என்ற அவர், தம்முடைய தேசியத் தேடலைப் பழமைவாதத்திலிருந்து விடுவித்து எதிர்காலத்தில் நிலை கொள்ள வைத்தார் பெரியார் என்கிறார். பெரியாரது தேசம், சுயமரியாதை பெற்ற மக்களால் உருவாக்கப்படும் தேசம் என்கிறார் பாண்டியன்.

மொழியைச் சமதர்மம், சுதந்திரம், பகுத்தறிவுக்கு ஏற்றதாக மாற்ற வேண்டும் என்று சொன்னவர் பெரியார். அதனைச் சுட்டிக் காட்டும் பாண்டியன், "தேசியம் என்பது ஒரு தேடலேயன்றி ஒரு முடிவான உருவாக்கம் அல்ல எனும் இக்கருத்தின் அடிப்படையில் தான் பெரியார் தான் தேடிய தேசத்துக்குப் புவியியல் எல்லைகளைத் தெளிவாக வகுப்பது பற்றி அக்கறை காட்டவில்லை. தாம் கருதியுள்ள தேசத்தில் இந்தியாவிலுள்ள சூத்திரர் அனைவருக்கும் இடமுண்டு. வர்ணாசிரமத்தை மறுக்கும் எவரும் அவருக்கு திராவிடரே. அவருடைய தேசம் மொழி, கலாச்சாரம் அடிப்படையில் புவியியல் எல்லைகளை வகுக்க மறுத்தது. எல்லைகளை மீறி ஒடுக்கப்பட்டோர் இணைந்து விடுதலை தேடுவதே அதன் கூறு" என்கிறார் எம்.எஸ்.எஸ். பாண்டியன்.

(காலச்சுவடு கட்டுரைகள், 1999 அக்டோபர்–டிசம்பர்)

"பழமையை மறுத்து எதிர்காலத்தில் தளமிட்டு ஒடுக்கப்பட்ட மக்களுக்கான காலந்தோறும் மாறும் உரிமைகளைத் தொய்வின்றி முடிவின்றிக் கேட்டுப் போராடுகின்ற பகுத்தறிவு அலைகளால் ஏற்படப் போகின்ற மாற்றங்களை அறிவிக்கின்ற தொடர்ச்சியாக எல்லைகளை மறுக்கின்ற ஒரு தேசமே பெரியாரின் தேசம். அத்தகைய தேசத்தின் வெற்றி என்பது அதன் நிகழ்வில் இருப்பதல்ல. ஆனால் பல்வேறு அடித்தட்டு மக்கள் தங்களுக்கு மறுக்கப்பட்டுள்ள சமத்துவத்தைத் தேடி இன்றைய தேச அரசுகளின் தோல்விகளைக் கேள்விக்குள்ளாக்குவதும், எதிர்காலத்தில் சமதர்மமும் சுதந்திரமும் கொண்ட தேசத்தைக் கற்பனை செய்து பார்க்கிற நிலையுமே அதன் வெற்றி" என்கிறார் பாண்டியன்.

*(காலச்சுவடு கட்டுரைகள், பக்கம். 29–30)*

ஆரியர் அல்லாதவர்களைத் திராவிடர்கள் என்று அவர் சொன்னதும், திராவிடம் என்பது ஜாதியற்ற பண்பாடு என்பதும் அவர் வெவ்வேறு காலகட்டத்தில் அளித்த விளக்கங்கள். (*26.9.1948* விடுதலை, *4.3.1959* கரண்ட் இதழுக்கு அளித்த பேட்டி). திராவிடம் என்ற சொல், பார்ப்பனீய மேலாண்மைக்கு எதிராக உயர்த்திப் பிடிக்கப்பட்ட கருத்து நிலை என்கிறார் சுப.வீரபாண்டியன்.

*(பெரியாரின் இடதுசாரி தமிழ்த் தேசியம், பக்கம். 83)*

"தேசம் என்பது குறித்த மாற்றுப் பார்வையை வைத்தவர் பெரியார்" என்கிறார் தமிழவன். உனது தாய்நாடு தமிழ்நாடுதான், உன் தேசம் தமிழ்த் தேசம் தான் என்பதை 1937இல் சொன்னவர் பெரியாரே என்கிறார். "இந்திய அமைப்பைப் புதிதாக்குவதில் புரட்சிகரமான சிந்தனையாளரான பெரியார் மிக முக்கியமான தலைவராக விளங்கினார்" என்றும், "திராவிடப் பழமையைக் கட்டுதலும், திராவிடப் பெருமை பேசுதலும் திராவிட உணர்வெழுச்சி பெறுதலும் எல்லாம் தமிழுணர்ச்சி கொள்ளுதலோடு பின்னிப் பிணைந்தவை. தமிழைத் தாண்டின திராவிடம் என்று இல்லாமல் ஆகிறது" என்கிறார். பெரியாரின் சுயமரியாதை சிந்தனையே சமற்கிருதத்திற்கு எதிர்ப்பே என்றும் சொல்கிறார்.

"நான் ஏன் இந்த ஆரிய – திராவிட என்ற பிரிவினையை முக்கியமானதென எடுக்கிறேன்? அது எனக்கு இருபதாம் நூற்றாண்டுத் தமிழ் இலக்கிய வரலாற்றின் உள் சரடுகளைக் கண்டுபிடிக்க உதவுகிறது" என்பதும் தமிழவனே.

*(திராவிடம் – தமிழ்த் தேசம் – கதையாடல்)*

பெரியாரை ஒரு கலக மரபுச் சிந்தனையாளராக அடையாளம் கண்டால் மட்டும்தான் அவரை முழுமையாக உள்வாங்க முடியும் என்றார் தொ.பரமசிவம். தம்மைத் தேசத் துரோகி என்று சொல்லிக்

கொள்ளும் பெரியார், தேசாபிமானத்தைக் கண்டிக்கிறார். இதையே கலக மரபாகச் சொல்கிறார் தொ.ப.

"ஆகம வழிப்பட்ட விழாக்களையும் பெரிய கடவுள்களான பிள்ளையாரையும் ராமனையும் எதிர்த்தாரே தவிர, அவர் சுடலை மாடனையும் கருப்பசாமியையும் காத்தவராயனையும் எதிர்த்தாரா? இல்லையே. ஏனென்றால் பெரியாரின் நோக்கம் என்பது விடுதலை தான்" என்கிறார் தொ.ப.

(தொ.ப.நேர்காணல்கள், பக்கம். 94)

தனிநாட்டுக்குத் திருக்குறளே வேதம், திருக்குறளே மதம் என்றார். 'நாம் இந்துவல்ல, திருக்குறளான்' என்று சொல்லச் சொன்னார்.

கையகல நாடாக இருந்தாலும் தம் கனவு நாடாக இருக்க வேண்டும் என்று பெரியார் சொன்னது இதனால் தான். "தமிழ்நாடு தனியாகப் பிரிந்தால் பத்து ஆண்டுகளுக்கு உள்ளாக நாம் அனைவரும் ஆகாயத்தில் பறப்போம், நூறு ஆண்டுகள் வாழ்வோம்" என்று இறுதி உரையில் குறிப்பிட்டார். தமது தேசத்தில் சாதி தடை செய்யப்படும் என்றார். குற்றமாக ஆக்கப்படும் என்றார். அனைத்தும் பொதுவானதாக ஆக்கப்படும் என்றார். கூட்டுறவு வாழ்க்கை அமையும் என்றார். அது பொதுவுடைமை, பொதுஉரிமை நாடாக இருக்கும் என்றார். பார்ப்பனர் வாழலாம், ஆனால் எவருக்கும் மேலானவராக வாழ முடியாது என்றார். தமிழ் பேசும் தமிழனாக மட்டுமல்ல, தமிழ்ப்பண்பாடு கொண்ட தமிழனாக வாழ்வோம் என்றார்.

எனக்கு முதலாவது இன ஒழிவு நீக்கம், அடுத்த முக்கியம் பொருளாதாரப் பேத நீக்கம் என்றார். பொருளாதாரத் துறையில் மேலே வருவதற்குச் சமூகத்துறையில் கட்டுப்பாடுகளை உடைக்க வேண்டும் என்றார். தொழிலாளி-முதலாளி முறை ஒழிந்து பங்காளி முறை ஏற்பட வேண்டும் என்றார். பார்ப்பனர்களைப் போலவே ஜமீன்தார்களும் உலகத்துக்கு வேண்டாதவர்கள் என்றார். மனித சமுதாயத்துக்கு சமத்துவத்துக்கு முற்போக்குக்கு எது தடையோ அதுவெல்லாம் அழிய வேண்டும் என்றார். சுதேசியமெல்லாம் முதலாளிகள், ஆமதாபாத் முதலாளிகள் பிழைக்கும் சூழ்ச்சியே தவிர வேறில்லை என்றார். தமது இறுதிக் குறிக்கோளாக, உலகம் முழுவதும் ஒரு குடும்பம் ஆவதுதான் என்றார்.

அவரது தேசம் எல்லைகளைப் பற்றிய கவலை கொண்டது அல்ல, எண்ணங்களால் ஆனது. அவரது தேசம், யாரைத் தமிழர் என்று வரையறுப்பதை விட, 'ஆரியர்-பிராமணர்-பார்ப்பனர் தமிழர் அல்ல' என்று வரையறுத்தது. ஆரியம் நீக்கப்பட்ட அனைத்தும் தமிழியம் என்றார். ஆரியர் அல்லாதாரைத் தமிழர் என்றார்.

சுயமரியாதை கொண்ட நாட்டையே தமது நாடு என்றார். அந்த நாட்டுக்கு மானுடப்பற்று ஒன்றே மெய்யியல்!

*19. அவை விமர்சனம் அல்ல! அவதூறுகளே!*

பெரியார் குறித்து தமிழ்த் தேசியர்கள் என்ற போர்வைக்குள் ஒளிந்திருப்பவர்கள் வைப்பது விமர்சனம் அல்ல, அவதூறுகளே ஆகும்!

தமிழுக்கு, தமிழர்களுக்கு விரோதியாகப் பெரியாரைக் காட்ட நினைப்பதன் மூலம் என்ன நிறுவ நினைக்கிறார்கள்? என்பது இதுவரை புரியாத புதிராகவே இருக்கிறது!

தமிழில் இருந்து மதத்தை, ஆரியக் கருத்துகளை நீக்கச் சொன்னார். அது எப்படி தமிழ் விரோதம் ஆகும்? கம்பரை விமர்சித்தார். உண்மை தான். நடவாத பொய்க்கதையை தமிழில் கம்பன் மொழிபெயர்த்ததைத் தனித்தமிழ்த் தந்தை மறைமலையடிகள் கண்டித்தாரே!

(முற்காலப் பிற்காலத் தமிழ்ப்புலவோர் பக்கம். 140, மறைமலையம் தொகுதி 10)

“திருவள்ளுவருக்குப் பிறகு வந்த பிற்காலத் தமிழ்ப் புலவரிற் பெரும்பாலார் தமிழுக்கு ஆக்கமாவது ஏதேனுஞ் செய்தனரோவென்று ஆராய்ந்து பார்ப்பின் அத்தகைய கேதுஞ் செய்வதில ரென்பதே தெளியப்படுகின்றது” என்று சொன்னவரும் அடிகள் தானே!

(முற்காலப் பிற்காலத் தமிழ்ப்புலவோர் பக்கம். 125, மறைமலையம் தொகுதி 10)

இல்லாத ஆரியத்தை கற்பித்துக் கொண்டார் பெரியார் என்கிறார் குணா. ‘‘ஆரியர் வருவதற்கு முன்னரே தமிழர் மிக்க நாகரிகமுடையரா யிருந்தனரென்பது இருக்கு வேதத்தினாலேயே இனிது அறியப்பட்ட தொன்றாம். ஆரியர் சிந்து நதிக்கரையில் வந்து குடியேறிய காலத்தில் உள்நாட்டில் இருந்த தமிழர் எழுவகை அரண்மனைகளும் தொண்ணூறு கோட்டைகளும் உடையராய் வாழ்ந்தனரென இருக்குவேதம் உரை தருகின்றது. (பக்கம். 26, பண்டைக்காலத் தமிழரும் ஆரியரும், மறைமலையம் 29) என்றும், இந்திய நாட்டுக்கு வருமுன் ஆரியர்கள் ஆடுமாடுகள் மேய்த்துக் கொண்டு அவற்றின் மேய்ச்சலுக்குப் புல் வளர்ந்த நிலங்களைத் தேடித்திரிந்தபடியாகவே இருந்தனர். (சாதிவேற்றுமையும் போலிச் சைவரும், பக்கம். 100) என்றும், “ஆரியர் தம்மைப் பிராமணர் எனவும் ஆரியரல்லாத தமிழரைச் சத்திரிய, வைசிய, சூத்திரரெனவும் வகுத்த நால்வேறு வகுப்பையுங்கூட ஒழித்துத் தமிழர் எல்லாரையும் ஒருங்கு சேர்த்துச் சூத்திரரென முற்றும் இகழ்வாகவே வழங்கு

வதற்குத் துணிந்து கலி காலத்தில் சத்திய வைசிய வகுப்பில்லை, பிராமணர் அல்லாத அனைவருஞ் சூத்திரரே ஆவர் என ஒரு கதை புனைந்து கட்டி, அதனைத் தாம் இயற்றிய சில நூல்களிடையே நுழைத்துவிட்டு, அதனையுந் தமிழர் எல்லாரும் எளிதிலே நம்பும்படி செய்து தமதுகருத்தை நிறைவேற்றிக் கொண்டார்கள் என்றும் சொன்னவர் அடிகள் அல்லவா?

(வேளாளர் நாகரிகம், பக்கம். 261, மறைமலையம் 29)

"எல்லாவற்றுக்கும் காரணம் பார்ப்பான் என்று குருட்டுப் பாடம் எடுத்தார் பெரியார்" என்கிறார் குணா. "மக்களுக்குப் பெருந்தீங்கு பயப்பனவாகிய சாதி வேற்றுமைகளை ஒழிக்கும் வழிகள் தெரிதல்வேண்டுமாயின் முன் நாளில் அவ் வேற்றுமைகளைக் கிளறிவிட்ட மூலங்களை அறிந்தே அவ்வாறு செய்தல்வேண்டும். அதனை நீக்கலுறுவோன், அந்நோயை உண்டாக்கின மூலத்தை அறிந்தாலன்றி அவன் அதனைமுற்றும் நீக்கமாட்டான் அல்லன்." (சாதிவேற்றுமையும் போலிச் சைவரும் பக்கம். 151, மறைமலையம் தொகுதி 29) என்றவரும் அடிகளே! பார்ப்பனரையும் தமிழ் அந்தணர்களையும் ஒன்றாகப் போட்டு பெரியார் குழப்பிக் கொண்டார் என்றும் சொல்கிறார் குணா.

"பிற்பட்ட காலத்தில் தோன்றிய புராணங்கள் பலவற்றிலும், ஆகமங்களிலும் பிறநூல்களிலும் ஆரியப் பார்ப்பனரும் அவர் வழிச்சார்ந்த தமிழ் அந்தணரும்.... (வேளாளர் நாகரிகம், பக்கம். 202, மறைமலையம் தொகுதி 29) என்பதே மறைமலையம்!" தமக்கு மாறாயிருந்த தமிழ் மக்களைப் பெரிதும் இகழ்ந்து அவர்களைத் தாசர்என்றும் அசுரர் என்றும் வழங்கினாரென்பதும் இருக்கு வேதத்தை ஒரு முறை படித்துப் பார்ப்பவர்க்கு விளங்காநிற்கும்.... என்றார் அடிகள்!

(கருத்தோவியம், மறைமலையம் தொகுதி 16, பக்கம். 237)

சூத்திரன் என்பதற்கு இழிவான பொருளை பெரியார் அவராகவே சொல்லிக் கொண்டார் என்கிறார் குணா. "நால்வகைச் சாதிகளும் அவற்றிற்குரிய கடமைகளும் வரையறுத்துப் பார்ப்பனரை வரை கடந்துஉயர்த்தி ஏனை மூவரையும் அவருட் கடைப்பட்ட சூத்திரரையும் இழித்துப் பெருந் தொகையினரான இந்து மக்களை இழிந்த சூத்திர வகுப்பிற் சேர்த்து, அவர்களைக் கல்வியிலும் நாகரிகத்திலும் தலையெடுக்க வொட்டாமல் நசுக்கிப் பன்றி, நாய், கழுதை முதலான விலங்கினங்களிலும் அவர்களைத் தாழ்த்தி நினைப்பினும்நெஞ்சம் நடுங்கும் கொடுந்தண்டனைகளைச் சிறிதும் இரக்கமும் ஈர நெஞ்சமும் இன்றி அச்சூத்திரர்க்கு மட்டுமே ஏற்படுத்திச் சாதிப்பிரிவுகளுக்கு அழுத்தமான அடிப்படைகோலிய தருமசூத்திரங்கள், மிருதிகளுங்கூட ........ தம்மைப் பார்ப்பனர்

சூத்திரர் என்றழைத்தால் அச்சொல்லின் இழிந்த பொருளை யறியாமல் தாமுந் தம்மைச் சூத்திரர் எனவுஞ் சற்சூத்திரர் எனவுஞ் சொல்லிக் கொள்ளும்போலிச் சைவர்கள் மட்டும் பிறப்பளவில் உயர்ந்தவர் ஆதல் எங்ஙனம்?" என்று கேட்டவர் அடிகள்.

சூத்திரன் என்றால் தேவடியாள் மகன் என்று பெரியார் அவராகவே இழி பொருளைக் கற்பனையாகக் கற்பித்துக் கொண்டார் என்கிறார் குணா. "சண்டையில் வென்று சிறையாகப் பிடித்துக் கொணரப்பட்டவன், தன் அற்றைச் சோற்றுக்காக ஊழியஞ் செய்பவன், தன் வீட்டில் தன் வேசிக்குப் பிறந்தவன், விலைக்கு வாங்கப்பட்டவன், பிறராற் கொடுக்கப்பட்டவன், தன் முன்னோர் காலந்தொட்டுத் தனக்கு அடிமைப்பொருளாய் வருபவன், குற்றத்திற்காக அடிமைப்படுத்தப்பட்டவன்" எனச் சூத்திரர் எழுவகைப்படுவர் என்று சூத்திரர் இன்னா ரென்பது தெளிவாகக் காட்டப்பட்டு இருக்கிறது..... தம்மைச் சூத்திரர் என்று தாமே ஒப்புக் கொண்ட மட்டில் அவர்கள் பார்ப்பனர் வீட்டுக் கடைவாயிலிற் காத்திருந்து அடிமை வேலை செய்யும் ஊழியக்காரரே...... சூத்திரர் என்போர் பார்ப்பனர், அரசர், வணிகர், என்னும் ஏனைய மூன்று வகுப்பினர்க்கும் அடிமைகளாய் ஊழியம் ஒன்றே செய்தற்குரிய ரல்லாமல் உழவு வாணிகம், நடாத்திச் செல்வந்தொகுக்கவாவது, கல்வி கற்கவாவது, சிவவழிபாடு இயற்றவாவது உரிமை வாய்ந்தவர் அல்லர்...." என்று அடிகள் எழுதியதை அவர் படிக்கவில்லையா?

(சாதிவேற்றுமையும் போலிச்சைவரும், பக்கம். 93–94)

"பார்ப்பனர்களில் எத்தனையோ சிறந்த தமிழ்ப்புலவர்கள் உண்டு" என்று மணியரசன் வக்காலத்து வாங்குகிறார். அவர்களது தமிழ் எதற்காகப் பயன்படுத்தப்பட்டது என்பதை மணியரசன் ஏன் அறியவில்லை?

இதோ மறைமலையடிகள் எழுதுகிறார்: "ஆரியப் பார்ப்பனர்க்குத் தமிழ் மொழி எட்டிக்காயினுங் கசப்பதாகும்...தமிழையும் தமிழ் நூல்களையும் அவை கற்றாரையுங் கண்டாற் சூத்திர பாஷை சூத்திர நூல்கள், சூத்திரப் படிப்பாளிகள் என்று இகழ்ந்து முகஞ்சுளித்துப் போவர். இத் தென்றமிழ் நாட்டிற் பிறந்தவர்களாயிருந்தும் இவ்வாரியப் பார்ப்பனர் வடநாட்டிலுள்ளவர்களையும் அவர்கள் தம்முடைய மொழிகளில் எழுதி வைத்திருக்கும் நூல்களையுமே எந்நேரமுங் கொண்டாடுவர். இவர்களிற் சிற்சிலர் தமிழ் மொழியைக் கற்றுத் தமிழ்ப் புலவராயிருந்து பொருள் தேடினும் இவர்களை நெருங்கி ஆராய்ந்தால் இவர்களுந் தமிழையுந் தமிழ் நூல்களையுந் தமிழரையும் இகழ்பவராகவே காணப்படுகின்றனர். அதனால் இவர்கள் தமிழ்கற்றது வயிற்றுப் பிழைப்புக்கே யன்றிப் பிறிதன்றென்பது நன்கு புலப்படும்''

(வேளாளர் நாகரிகம், மறைமலையம் தொகுதி 29, பக்கம். 211)

என்று எழுதியதைப் படிக்கவில்லையா? பிராமணர் பெரும்பாலும் தமிழுக்கு மாறாயிருப்பதால் அவரைக் கொண்டு தமிழை ஆராய்வது பாலுக்குப் பூனையையும் ஆட்டுக் கிடைக்கு ஓநாயையும் காவல் வைப்பது போன்றதே. ( பாவாணர் பொன்மொழிகள், உவமைகள் பக்கம். 350) என்பார் பாவாணர். பாவலரேறு பெருஞ்சித்திரனாரின் 'ஆரியப் பார்ப்பனரின் அளவிறந்த கொட்டங்கள்' என்ற நூலைப் படிக்கவில்லையா? அதைப் படித்தால் மணியரசனுக்கு கசக்கலாம்!

'எல்லாவற்றுக்கும் ஆரியமே காரணம் என்று பொதுமைப் படுத்தினார் பெரியார்" என்கிறார் குணா. பாவலரேறு பெருஞ் சித்திரனார் கூற்றும் அதுதான். "ஆரியப் பாப்பனர்கள் அளவில் சிறிய இனத்தவராயினும் அவர்கள் இந்தியாவைக் குறிப்பாகத் தமிழ்நாட்டைக் கெடுப்பது போல் வேறு எந்த இனமும் கெடுக்க வில்லை" என்றார் பாவலரேறு!

(ஆரியப் பார்ப்பனரின் அளவிறந்த கொட்டங்கள், பக்கம். 11)

மொழி குறித்து வெப்பம், குளிர்ச்சி என்று அறிவற்ற தன்மையிலான விளக்கம் சொன்னார் என்று பெரியாரைக் குற்றம் சொல்கிறார் குணா. இத்தன்மை குறித்து மறைமலையடிகளே எழுதி இருப்பது குணாவுக்குத் தெரியாதா?

" ஒவ்வொரு நிலத்தின் கண் உறைவோர்க்கும் ஒவ்வொரு வகையான ஒலிகள் தோன்றுதல் ஏன் என்று ஆராய்ந்து பார்ப்பின், ஒரு நிலங் குளிர் மிகுந்ததாய் இருக்க, மற்றொரு நிலம் வெப்பம் மிக்க தாயும் பிறிதொன்று சூடுங் குளிர்ச்சியும் ஒன்றினொன்று மிகாமல் ஒத்து நிற்கப் பெறுவதாயும் வேறுபட, இங்ஙனம் வேறுபட்ட அவ்வந் நிலத்தின் காலநிலைக்கு இசைந்த பயிர் பச்சைகளும் அவற்றில் உண்டாம் உணவுப் பொருகளும் பல்வேறு வகைப்பட்ட இவற்றை உண்டு உயிர் வாழும்.......நமது செந்தமிழ் நாடு ஆற்ற முடியாத வெப்பம் மிகுந்தன......... வடக்கே செல்லச் செல்ல குளிர் மிகுந்தே வரும்......... பெரும்பாலும் குளிர்மிகுந்த நாடுகளில் உறைவோரின் குரலொலிகள் உரத்த ஓசை வாய்ந்தனவாய் இருக் கின்றன. வெம்மை மிகுந்த இடங்களில் உள்ளாரின் குரலொலிகளோ மெல்லியவா யிருக்கின்றன". என்கிறாரே. அடிகள் கூற்றும் அறிவற்ற கூற்றா?

(அறிவுரைக்கொத்து பக்கம். 32, மறைமலையம் தொகுதி 19)

அந்தணர், பார்ப்பனர், பிராமணர், ஆரியர் என்று குழப்பிக் கொண்டார்கள் திராவிட இயக்கத்தினர் என்று குணாவும் மணியரசனும் சொல்கிறார்கள்.

"அந்தணர், அரசர், வணிகர், வேளாளர் என்பது தமிழ்ப் பாகு பாடு. இத்தமிழ்ப் பாகுபாட்டை ஆரியர் (பிராமணர்), பிராமணர்,

சத்திரியர், வைசியர், சூத்திரர் எனத் தந்தலத்திற்கேற்ப முறையே படிமுறைத் தாழ்வுற்ற நிலையான நாற்பெரும் பிறவிக் குலப் பாகு பாடாகத் திரித்து, பிராமணர்க்கு ஆரிய மறையான வேதமோதுதலும் வேள்வி செய்வித்தலும், சத்திரியர்க்குப் போர் புரிதலும் வேள்வி செய்வித்தலும், வணிகர்க்கு வாணிகமும் உழவும் செய்தலும், சூத்திரர்க்குக் கைத்தொழிலும் மேல் மூவகுப்பார்க்கும் ஏவன் செய்தலும் தனிச்சிறப்புத் தொழிலென வகுத்த முறையைப் பெரும் பாலும் பின்பற்றியே, ஆரியரல்லாதவரும் வேதமும் வேள்வியும் வேண்டாதவருமான தமிழ் நால்வகுப்பார்க்கும் அவ்வாறு தொழில் வகுத்துக் கூறியுள்ளமை, தமிழ் மரபிற்கும் தமிழர் உயர்வுக்கும் எள்ளளவும் ஏற்காத இழி நிலையும் கடைப்பட்ட அடிமைத்தனமுமே காட்டும் என்றார் பாவாணர்.

(தேவநேயம் தொகுதி 1, பக்கம். 278–279)

தமிழ் பேசும் பிராமணர்கள் தமிழரே என்கிறது தமிழ்த் தேசியர்களின் குரல். பாவாணர் சொல்கிறார்: “தமிழ்நாட்டுப் பிராமணர், இன்று தமிழ்நாட்டவரும் தமிழ் பேசுவோருமா யிருக்கின்றாரே யன்றித் தமிழராயில்லை. பரிமாற்கலைஞன் போல் தமிழை ஒரே உண்மையான தாய்மொழியாகக் கொள்ளின், முழுவுரிமைத் தமிழராவார். அதுவரை அயலார் போன்றே கருதப் படுபவர்” என்றார் அவர்.

(தேவநேயம் தொகுதி 7, பக்கம். 228)

“தமிழ் பேசுவதால் மட்டுமே ஒருவன் தமிழன் என்று கருதப்பட்ட வேண்டும் என்றால் ஆங்கிலம் பேசுகின்ற தமிழரை ஆங்கிலேயர் என்று தான் கருதுதல் வேண்டும்....பார்ப்பனர்களை நாம் தமிழர்கள் என்று ஒப்பினாலும் அவர்கள் தம்மைத் தமிழர்கள் என்று சொல்லிக் கொள்வதில்லை. இன்னும் சமசுகிருதத்திற்கு அவர்கள் மதிப்பு வைப்பது போல் தமிழ்மொழிக்கு வைப்பதில்லை.

(ஆ.பா.அ.கொ பக்கம். 21)

தமிழ் வேந்தர்களையே பெரியார் விமர்சிக்கலாமா? என்று மணியரசன் கேட்கிறார்.

அவர் பாவாணரைப் படித்ததில்லை போலும். “முற்காலத்தில் தமிழைக் கெடுத்தவர் பல்வேள்விச் சாலை முதுகுடுமிப் பெருவழுதியும், சோழன் அரச வேள்விவேட்ட பெருநற்கிள்ளியும் சேரமான் பல்யானைச் செல்கெழு குட்டுவனும் போலும் மூவேந்தர். இக்காலத்தில் தமிழைக் கெடுப்பவர் முத்தலைமைத் தமிழ்ப் பேராசிரியர்.

(தமிழக வரலாறு, பாவாணர் பொன்மொழிகள், உவமைகள், பக்கம். 328)

பிராமணர்க்கு முற்றும் அடிமையாகித் தமிழகத்தைப் பாழாக்கிய பாண்டியருள் தலைசிறந்த பல்வேள்விச் சாலை முதுகுடுமிப் பெருவழுதி கி.மு.முதல் நூற்றாண்டினராயிருந்திக்கலாம்.

(தமிழ் வரலாறு பக்கம். 60)

சேரன் செங்குட்டுவன், தமிழரசரை யிகழ்ந்த கனகவிசயர் மேல், பனிமலையி லெடுத்த பத்தினித் தெய்வப் படிமைக் கல்லை ஏற்றிக் கொணர்ந்தது என்றும் தமிழர்க்குப் பெருமை தருவதே. ஆயினும், அக் கல்லைக் கங்கைக் கரையில் நீராட்டியபோது, மாடலன் என்னும் பிராமணனுக்குத் துலை நிறைத்தானமாக 50 துலாம் பொன் கொடுத்ததும், கொடுங்கோளூரில் அவன் சொன்ன வுடன் வேள்வி செய்ததும் அவனது ஆரிய அடிமைத் தனத்தைத் தெளிவாகக் காட்டும்.

(தமிழ் வரலாறு பக்கம். 63)

முதுகுடுமிப் பெருவழுதி, கரிகால் வளவன், அரச வேள்வி வேட்ட பெருநற்கிள்ளி, பல்யானைச் செல்கெழு குட்டுவன், சேரன் செங்குட்டுவன் முதலிய தமிழவேந்தர், ஆவின் பாலிருக்க அங்கணநீர் குடிப்பார் போல், கோவிலில் வழிபடும் பெருந்தேவ வழிபாட்டை விட்டுவிட்டுக் கொலைவேள்வி செய்யும் சிறுதெய்வ வழிபாட்டை மேற்கொண்டனர்.

(தமிழ் வரலாறு பக்கம்.77)

கடைக் கழகக் காலத்திலேயே மூவேந்தரும் வேள்வி மதத்தைத் தழுவிய ஆரிய அடிமைகளாய்ப் போய்விட்டனர்.

(தமிழ் வரலாறு பக்கம். 90)

முதற் பராந்தகச் சோழன்.... கோவில்களில் பூசை வேளையில் திருப்பதிகம் ஓதப் பிராமணரை அமர்த்தினான்...... முதலாம் இராசராசனுக்கு குருக்களாயிருந்தவர்கள் இலாடம், காசி, காசுமீரம் முதலிய வடநாடுகளிலிருந்து வரவழைக்கப்பட்ட பிராமணர்கள்..... மதத்துறையிற் போன்றே மற்றத் துறைகளிலும் மூவேந்தரும் பிராமணர்க்கு எடுப்பார் கைப்பிள்ளைகளாயினர். தமிழ், சமற்கிருத வார்ப்பகத்தில் வார்க்கப்பட்டது.

(தமிழ் வரலாறு பக்கம். 91–93)

மூவேந்தரும் பிராமணர்க்கு முழு அடிமையாயராய்ப் போனதற்கு பிராமணப் பெண் நுகர்ச்சியும் கரணியமாயிருந்திருக்க லாம் என்கிறார் பாவாணர்!

(தமிழர் மதம் பக்கம். 140)

திராவிட இயக்கத்தின் அரசியலை வேர் அறுப்பதே தமிழ்த் தேசிய இயக்கங்களின் நோக்கமாக இருக்கிறது. இந்த நோக்கமே தமிழுக்கு,

தமிழர்க்கு, தமிழ்நாட்டுக்கு எதிரானது. பெரியாரும் சுயமரியாதை இயக்கமும் வந்தபிறகே எனது சிந்தனைக்கான களம் கிடைத்தது என்றவர் மறைமலையடிகள். திராவிட இயக்கமே தமிழியக்கம் என்றவர் தமிழ்க் காப்பு இயக்கம் கண்ட பேராசிரியர் இலக்குவனார்.

(தமிழ் இலக்கிய வரலாறு பக்கம்.28)

கடந்த மூன்றாண்டு காலத்திற்குள் திமுக அரசு தமிழ் விடுதலைக்கும் முன்னேற்றத்திற்கும் செய்துள்ள ஆக்கப் பணிகள் மூன்று. அவை, இந்திய அமைப்புத் திட்டத்தில் தமிழ்நாட்டின் பெயர் சென்னை நாடு என்று இருந்ததைத் தமிழ்நாடு எனத் திருத்தியது. தமிழ்க் கரணத்தைச் சட்ட முறைப்படி செல்லுபடியாக்கியது. கோவில் வழிபாட்டிற்குக் கடந்த மூவாயிரம் ஆண்டாக விலக்கப் பட்டு இருந்த தமிழை மீண்டும் புகுத்தியது என்பன. அம்மூன்றும் முறையே ஒன்றினொன்று சிறந்தவை.

(திமுக அரசிற்குப் பாராட்டு, பாவாணர் தமிழ்க் களஞ்சியம் 46, பக்கம். 97)

தமிழ்நாட்டிற் பல அரசியற் கட்சிகளிருப்பினும் நிலையாக இருந்து ஆளத்தக்கது தி.மு.க.வே

(தமிழர் வரலாறு, பக்கம். 149)

மூவாயிரம் ஆண்டு ஆரியத் தடையால் முடங்கிக் கிடந்த தமிழும் தமிழரும் முன்னேறவும், இந்தியை வட நாட்டிற்குத் துரத்தவும், தமிழர் ஒற்றுமை இன்றியமையாதது. ஆதலால் தி.க., தி.மு.க., அ.தி.மு.க. ஆகிய முக்கட்சியும் உடனே ஒன்றாகுதல் வேண்டும். அல்லது ஒன்று சேர்தல் வேண்டும். கட்சித் தலைவர் இனநலம் நோக்கித் தத்தம் பிணக்கை விட்டுவிடுதல் வேண்டும்.

(தமிழ் இலக்கிய வரலாறு, பக்கம். 302)

தமிழ்நாட்டுக்குத் தூய்மையான ஆட்சிமட்டுமின்றி வடமொழியையும் இந்தியையும் எதிர்க்க வல்லமையுள்ள ஆட்சியும் வேண்டும். ஆதலால் தி.மு.க.வும் அ.தி.மு.க.வும் விரைந்து இணைந்துவிட வேண்டும்.

(பாவாணர் கடிதங்கள் பக்கம். 226)

நம்பா மதத்தாரென்று தமிழ்ப் பகைவராலும் அவரடியாராலும் பழிக்கப்பட்ட தி.மு.க. அரசினர், பழங்கோவில்களைப் புதுக்கியும், திருவிழாக்களைச் சிறப்பாக நடத்தியும், வருமானத்தைப் பெருக்கியும், தமிழரெல்லாரும் நெஞ்சுருகி உண்மையாக வழிபடத் தாய்மொழியில் வழிபாடு செய்வித்தும், மாந்த ரெல்லாரும் இறைவன் மக்களென்று உணர்ந்து, ஏமாற்றும் ஏற்றத்தாழ்வும் இனப்பகையுமின்றி, எல்லாரும்

உடன்பிறப்புப் போல் ஒருமித்து இன்புற்று வாழ, கோவிற் பூசகரை எல்லா வகுப்பினின்றும் தெரிந்தெடுக்கத் திட்டமிட்டும், இதுவரை வேறெவ்வரசும் செய்யாத முறையில் சிறந்த இறையடியார் போல் உண்மையான மதத்தொண்டு செய்து வருவது, எதிர்காலத் தமிழ்நாட்டின் முன்னேற்றத்திற்கு ஒரு நற்குறியாகும்.

(தமிழர் மதம், பக்கம். 115)

இன்று நயன்மைக் கட்சியுடம்பும் பகுத்தறிவுக் கட்சியுயிரும் ஓரளவு தனித்தமிழ்க் கடசியுள்ளமும் கொண்டு தமிழர் அல்லது தமிழ் நாட்டார் முன்னேற்ற வினையை ஒல்லும் வகையால் செல்லும் வாயெல்லாம் செய்து வருவது தி.மு.க அரசே என்றும் எழுதியவர் பாவாணர்.

(தமிழ் வளம், பாவாணர் தமிழ்க் களஞ்சியம் 46, பக்கம். 80)

நீதிக்கட்சியால் தெலுங்கர்களே பயனடைந்தனர் என்று குணாவும் மணியரசனும் சொல்லி வருகிறார்கள்.

"ஆங்கில ஆட்சியின் விளைவாகவும் ஆங்கிலக் கல்வியின் பயனாகவும் திராவிடர் கண் விரிவாகத் திறக்கப்பட்டு, நயன்மைக் கட்சி தோன்றி 1920 இலிருந்து 1937 இடைவரை இரட்டையாட்சியைத் திறம்பட நடத்தித் தமிழரையும் திரவிடரையும் முன்னேற்றியது. அதனால் வகுப்புவாரிச் சுழல் பதவிகளும், குலத்தொகை விழுக்காட்டு அலுவற்பேறும் பிற்பட்டோர்க்குப் பலவகைச் சலுகைகளும் ஏற்பட்டன என்றவர் பாவாணர்.

(தேவநேயம் தொகுதி 7, பக்கம். 248)

இந்த வரிசையில் இவர்களது அபத்தமான குற்றச்சாட்டு, திராவிடர் என்றால் ஆரியரைக் குறிக்கும் என்று மணியரசன் சொல்வதும். திராவிடர் என்றால் வடுகரைக் குறிக்கும் என்று குணா சொல்வது. இதனை ஆரியரும், வடுகருமே ஒப்புக்கொள்ள மாட்டார்கள்.

"தமிழ் என்னும் சொல் முதலாவது வடமொழியில் திரிந்த வடிவம் த்ரமிளம் என்பதே. திரமிளம் என்னும் சொல்லிற்கு பஞ்ச திராவிட தேசங்கள், தமிழ் என இரு பொருள் கூறும் சென்னைப் பல்கலைக் கழகப் பேரகராதியும்.

த்ரமிளம் என்பது பின்பு த்ரமிடம் எனத் திரிந்தது. த்ரமிடம் என்பதும் சிறிது காலத்தின் பின் த்ரவிடம் எனத் திரியலாயிற்று. இவ்விறுதி வடிவத்தின் நீட்சியே த்ராவிடம் என்பது. இது தமிழில் திராவிடம் என்றாகும்.

திரவிடம் என்னும் பெயர் தமிழையும் தமிழினத்தையும் தமிழ்நாட்டையுமே முதற்காலத்தில் குறித்து நின்றது. தமிழினின்று

திரவிட மொழிகள் கிளைத்த பின்பும் திரவிடம் என்னும் சொல் தமிழைத் தனிப்படக் குறிக்கும் வழக்கும் கால்டுவெல் காலம் வரை தொடர்ந்து வந்ததாகத் தெரிகின்றது. ..... விந்திய மலைக்குத் தெற்கிலுள்ள மொழிகளெல்லாம் திரவிடம் என்னுங் கொள்கை யிருந்தது. அதனாலேயே தெலுங்கு, கருநாடகம், மராத்தி, கூர்ச்சரம், திராவிடம் என்னும் ஐந்தும் பஞ்ச திராவிடம் என்று வடநூல்களும் கூறின. இப்பட்டியில் திராவிடம் என்னும் பெயர் தமிழை மட்டுங் குறித்தல் கவனிக்கத்தக்கது. தொன்று தொட்டு தமிழையே தனிப் படவும் தலைமையாகவும் குறித்துவந்த திரவிடம் என்னும் சொல், தமிழம் என்பதன் திரிபே என்பது வரலாற்றுணர்ச்சியுடையார்க் கெல்லாம் தெற்றென விளங்குதல் திண்ணம். ... திரவிடம் என்பது தென் சொல்லே யென்று தெளிக.

*(தென்றல், 1959, பாவாணர் தமிழ்க் களஞ்சியம் 44, பக்கம். 76)*

கிறித்துவிற்கு முன் தமிழிலன்றித் திரவிட மொழி யெதிலும் இலக்கியமின்மையால் திரவிடம் என்னும் பெயரால் தமிழையே தலைமையாகக் குறித்து வந்தனர் வடவர்.

*(தமிழ் வரலாறு பக்கம். 31)*

தமிழ் என்பதன் திரிபே திரவிடம் என்பது புலனாம்( தமிழ் வரலாறு பக்கம். 33) திரவிடம், தென்மொழி என்னும் பெயர்கள் திரவிட மொழிக ளெல்லாவற்றையும் தன்னுள் அடக்கிக் கொண்டிருந்த தமிழின் பண்டைத் தலைமையை உணர்த்தும்.

*(தமிழ் வரலாறு, பக்கம். 40)*

வடமொழியாளரே வேதக்காலத்தின்பின், தென்னிந்திய மொழிகளையெல்லாந் திரவிடமொழிகள் என்று கொண்டு தமிழ்,தெலுங்கு, கன்னடம், மராத்தி, குசராத்தி ஆகிய ஐந்தையும் ஐந்திரவிடம் (பஞ்ச திரவிட) எனக் குறித்தனர். வட இந்திய மொழிகளை முன்வடமொழி (பிராகிருதம்) எனக் குறிப்பதே பொருத்தமாம்.

*(தமிழ் வரலாறு பக்கம். 37)*

தமிழர் அல்லது திரவிடர், ஆரியர் துருக்கியர் முதலிய பிறமக்களைப் போல் அயல்நாடுகளிலிருந்து நாவல் (இந்துத்) தேசத்திற்கு வரவில்லை. தெற்கே இந்துமாக்கடலில் முழுகிப் போன குமரிக்கண்டமே தமிழரின் பிறப்பிடம் என்றார் பாவாணர்.

*(தமிழர் சரித்திரச் சுருக்கம், பாவாணர் தமிழ்க் களஞ்சியம் 34 , பக்கம். 68)*

அந்தணர் அய்யர் குழப்பம் திராவிடர் கழகத்துக்கு உள்ளது என்கிறார் குணா.

“பிராமணர் வருமுன், தமிழ்நாட்டின் முனிவர் அந்தணரென்றும், நூற்றொழிலுள்ள இல்லறத்தார் பார்ப்பாரென்றும் அழைக்கப் பட்டனர். பிராமணர் வந்தபின் முதலாவது பார்ப்பார் பெயரும் பின்பு அந்தணப் பெயரும் அவர்க்கு வழங்கலாயின. முதலாவது பார்ப்பாராயிருந்த தமிழர் (ஆதிசைவர்) ஆரியப் பிராமணர் வந்தபின், அவரோடு கலந்திருக்கலாம். 12ஆம் நூற்றாண்டில் இராமாநுசாச்சாரியாரும் சில திரவிடரைப் பார்ப்பனராக்கியதாகத் தெரிகின்றது. இங்ஙனம் சில கலப்புகள் நேர்ந்தாலும் அவை சிறுபான்மையாயும் பிரிக்க முடியாதவையாயுமிருப்பதால், இற்றைத் தமிழ்நாட்டுப் பார்ப்பனரெல்லாம் ஆரியரென்றே கொள்ள முடியும்.

(தமிழர் சரித்திரச் சுருக்கம், பாவாணர் தமிழ்க் களஞ்சியம் தொகுதி 34, பக்கம். 78)

பிராமணர் தமிழரையும் திரவிடரையும் போல இந்தியப் பழங்குடி மக்களல்ல என்றார் பாவாணர்.

(தமிழ்வளம், பாவாணர் தமிழ்க் களஞ்சியம் 46, பக்கம். 77)

இப்படி குணா, பெ.ம. சொல்வது அனைத்தும் ஏற்கனவே மறுக்கப்பட்ட கருத்து நெறிகள் தான். அதனைத் திரும்பத் திரும்பச் சொல்வதன் மூலமாக என்ன உருவாக்க விரும்புகிறோம் என்பதை அவர்கள் இதுவரை விளக்கவில்லை.

மறைமலையடிகள், திரு.வி.க., நாவலர் சோமசுந்தரபாரதியார், இலக்குவனார், பாவாணர் குரலையே தனக்கான மக்கள் மொழியில் பெரியார் பேசினார். அதனால் தான் அவர்கள் வாழ்ந்த காலத்தில் அவர்களாலேயே பெரியார் மதிக்கப்பட்டார். தங்களின் அரசியல், சமூகக் குரலாக பெரியாரை அவர்கள் பார்த்தார்கள். தனது இலக்கியக் குரலாக பெரியார், அவர்களைப் பார்த்தார் பெரியார். இந்தப் பொருத்தப்பாட்டை உணரும் தன்மை குணா, மணியரசன்களுக்கு இல்லை!

“பயிர்போன்றார் உழவர்க்குப்
பால்போன்றார் குழந்தைக்கு
பசும்பொற் கட்டித் தயிர் போன்றார் பசித்தவர்க்கு
தாய் போன்றார் ஏழையர்க்கு
தகுந்தவர்க்குச் செயிர் தீர்ந்த தவம் போன்றார்

செந்தமிழ் நாட்டிற் பிறந்த மக்கட்கெல்லாம் உயிர் போன்றார்” என்று சொன்னார் அடையாளம் கண்டார் பாவேந்தர் பாரதிதாசன்! உள்ளத்தில் கள்ளமில்லா உள்ளம் பெரியாரை அறியும்! அத்தகைய உள்ளத்தால் மட்டுமே பெரியாரை அடையாளம் காண முடியும்!

"இந்த இயக்கத்தின் பெயர் கால்டுவெல் வழங்கிய மொழிக் குடும்பத்திற்குரிய அதாவது திராவிட மொழிக் குடும்பத்திற்குரிய பொதுப் பெயராக இருந்தாலும் உண்மையில் இது தமிழ், தமிழினம் தமிழ் மொழி தமிழ்த் தேசியம் என்ற பொருளிலேயே பயிலப்பட்டு வந்துள்ளது" என்றும், "இந்த இயக்கத்தின் இருட்டு குமுகப் புரட்சி மட்டுமன்றி இழந்துபோன இனமானத்தை மொழிமானத்தை மீட்டெடுப்பதும் ஆகும்" என்கிறார். முனைவர் இரா. சக்குபாய், பேராசிரியர் க. நெடுஞ்செழியன். (இந்திய சமூகப் புரட்சியில் திராவிட இயக்கத்தின் கொடை)

"பெரியாரது உள்ளம் ஆழமானது மட்டுமல்ல, அரிய உள்ளமும் பெரிய உள்ளமும்" என்று 1978 ஆம் ஆண்டு எழுதியவர் முத்தமிழ்க் காவலர் கி.ஆ.பெ.விசுவநாதம் அவர்கள். அவர் தான் பெரியாரை 1920களில் இருந்து பார்த்தவர். உடனிருந்தும், பிரிந்தும், பின்னர் சேர்ந்தும் உன்னிப்பாகக் கவனித்தவர். பெரியாரை மிகக் கடுமையாக சில ஆண்டுகள் மட்டும் (1944–49) மட்டும் விமர்சித்தவர். அவர் தான் சொல்கிறார், அந்த ஆழமான அரிய உள்ளம் என்று. அப்பெரியாரைக் கொச்சைப்படுத்துதலே சிறியாரின் தொழிலாக ஆகிப் போனது தமிழ்நாட்டில் சிலருக்கு. அந்தக் கூட்டத்தில் தமிழ்த் தேசியம் பேசுபவர்கள் சேர்ந்து கொண்டதுதான் தமிழினத்தின் கேடூழ்!

## *20.* பகுத்தறிவு மெய்யியல்!

தமிழ்த் தேசியர்கள், பக்தி இலக்கியங்கள் சார்ந்தது தான் மெய்யியல் என்று நினைக்கிறார்கள். ஆன்மிகம், கோவில் இடம் பெற்றால் தான் அது மெய்யியல் என உருவகப்படுத்துகிறார்கள். அதனால் தான் பெரியாரின் மெய்யியலை அவர்களால் உணர முடியவில்லை! இயலவில்லை!

பெரியாரின் மெய்யியல் என்பது புத்தர், வள்ளுவர், அவ்வை, சித்தர்கள், வள்ளலார், அயோத்திதாசர் ஆகியோரின் நீட்சியாகும். சாதி, மத பேதமற்ற, எல்லார்க்கும் எல்லாம் என்ற பொதுவுடமை கூட்டுறவுச் சமூகமாக நாம் தொடக்க காலத்தில் இருந்தோம் என்றால் அதை மீண்டும் உருவாக்க நினைப்பதே பெரியாரியம். அதுதான் பெரியாரின் மெய்யியல்.

"பெரியார் மறுத்தது பார்ப்பனிய மெய்யியலே!" என்கிறார் ஞான.அலாய்சியஸ். "புத்த சமயத்தை மறுபடியும் வகுத்தவர்கள் – முறைப்படுத்தியவர்கள் என மேலே குறிப்பிட்ட அனைவரிலும் பெரியார்தான் மிகுந்த புரட்சிகரத் தன்மையாகவும், குற்றம் குறைகளுக்கு இடம் இல்லாதவராகவும் இருக்கிறார். அவர்தான்

புத்தரின் மய்யமான போதனைகளைச் சுற்றிலும் ஆயிரம் ஆண்டு காலமாக இருந்த பழைய மரபுகளின் புறப்பெருக்கங்களை ஏறக்குறைய முழுமையாக தவிர்த்து மேற் சென்றார்” (பெரியார் பார்வையில் இஸ்லாமும் புத்தமும் பக்.56) என்றார். “புத்தரின் தொடர்ச்சியானவர், சாராம்சத்தில் பவுத்தராக இருந்தார்” (இந்துத்துவ வேரறுக்கும் உயிராயுதமும் முதற் குடிகளும்) என்கிறார் ஏ.பி. வள்ளிநாயகம்.

“ஜான்லாக் கூறியது போல பெரியாரும் சொந்த அனுபவங்களி லிருந்து தொடங்கச் சொல்கிறார். பெரியார் தன்னை மிக உணர்வுப் பூர்வமாக பௌத்தத்துடன் தொடர்புபடுத்திக் கொண்டார். வெறும் புலனுணர்வுடன் நின்றுவிடாமல் பகுத்தறிவு என்ற விஷயத்தை இணைத்துப் பேசுகிறார். பௌத்தத்தை மதமாக இல்லாமல் அறிவு மரபாகப் பார்த்தார். பவுத்தத்தை அவர் மீட்டெடுக்கவில்லை. பெரியார் ஒரு மாபெரும் மறுப்பை, ஒரு விமர்சனத்தை ஒரு கட்டுடை குறித்து நின்றார். இலக்கியமோ, பண்போ, மொழியோ, தேசியமோ இன உணர்வோ சனநாயகமோ எதுவுமே தானாக மக்களை விடுதலை செய்துவிடாது. மக்களின் விழிப்புணர்வே அவர்களை விடுதலை செய்யும் என்றார். மறுப்பு, மாபெரும் செயலாக இடையறாது தொழில்படும் சமுதாயமே தனது விடுதலை கண்டு கொள்ளும் என்பதே பெரியாரியம்” என்கிறார் ந.முத்துமோகன். (பௌத்தமும் பெரியாரியமும்)

‘சமத்துவத்துக்கு இடையூறாக கோவில்கள் இல்லாமல் இருந்தால் அந்தக் கோவில்களைப் பற்றி நான் கவலைப்படப் போவதில்லை’ என்றே பெரியார் சொல்லி இருக்கிறார். சமத்து வத்துக்கு கடவுள் இடையூறு செய்பவராக இல்லை என்றால் அந்தக் கடவுளைப் பற்றி நாம் கவலைப்படப் போவதில்லை என்று தான் சொன்னார்.

“கோயில் முறை எடுக்கப்பட்டு பிரார்த்தனை இடங்களாக உருவ சம்பந்தமே இல்லாத பொதுமண்டபங்களாக இருக்கலாம்” என்று சொன்னவர் பெரியார்.

*(பெரியார் ஒரு வாழ்க்கை நெறி , கவிஞர் கலி. பூங்குன்றன், பக்கம். 22)*

“கடவுளாகட்டும், மதமாகட்டும், பக்தியாகட்டும், மோட்ச மாகட்டும் வைத்துக்கொள். எதுவானாலும் அது தனிப்பட்ட மனிதனுடைய சொத்து. உலகத்துக்குப் பொதுச் சொத்தல்ல. ஒழுக்கம், நாணயம் ஆகியவை தான் பொதுச்சொத்து. மனித சமுதாயத்திலே இது கேடாக இருந்தால் சமுதாயத்துக்குக் கேடு” என்றவர் பெரியார்.

*(பச்சையப்பன் கல்லூரி பேச்சு, 24.11.1964)*

உயரிய கூட்டுறவு பொதுவுடமை வாழ்க்கையை நோக்கியதாக பெரியாரின் சிந்தனைகள் அமைந்திருந்தன. அதனால் தான் சமூகப் போராட்டத்துடன் தனது வாழ்க்கை முடியப் போவதில்லை, சமூகப் போராட்டம் முடிந்ததும் பொருளாதாரப் போராட்டத்தைத் தொடங்க வேண்டும் என்றார். கல் முதலாளி காசு முதலாளி இரண்டையும் எதிர்ப்பேன் என்றார்.

பெரியாரியல் ஒரு வாழ்க்கை நெறி என்பதைத் திராவிடர் கழகத் துணைத் தலைவர் கவிஞர்.கலி.பூங்குன்றன் விரிவாக எழுதி இருக்கிறார். உணவுமுறை, உடை சாயல் மாற்றம், பொது சமையற் கூடங்கள், கூட்டுறவு வாழ்க்கை முறை, சொத்துரிமை, வாரிசுரிமை, குடும்பம், ஆண் பெண் ஒப்பந்தம், பிள்ளைப் பேறு ஆகியவை குறித்து அதில் விரிவாக தொகுத்துக் கூறி இருக்கிறார்.

(பெரியார் ஒரு வாழ்க்கை நெறி கலி.பூங்குன்றன்)

பெரியாரின் கிராமசீர்திருத்தம், விவசாயத் தொழிலாளர் சங்கம் ஏன் ஆகிய நூல்களைத் தமிழ்த் தேசியர்கள் முதலில் படிக்க வேண்டும். விவசாயம், அது ஒதுக்கப்பட்டதாக இல்லாமல் தலைநிமிர்ந்து விவசாயியை வாழ வைக்கும் தொழிலாக மாற வேண்டும் என்றே பெரியார் சொல்லி இருக்கிறார்.

விவசாயத் தொழிலாளர் வாழ்க்கைத் தரத்தை உயர்த்துவதே அச்சங்கத்தின் நோக்கமாக பெரியார் அறிவித்தார்.

கிராமங்களைச் சீர்திருத்தம் செய்ய வேண்டுமானால் உழவுத் தொழிலை உடல் உழைப்புத் தொழிலாக இருப்பதில் இருந்து மாற்றி அதனை இயந்திரத் தொழில் முறையாக மாற்ற வேண்டும் என்றார். உழுவதும், விதைப்பதும் அறுப்பதும் இயந்திரத்தால் செய்யப்பட வேண்டும் என்றார். கிணறு வெட்டுதல், நீர் இறைத்தல், நீர் பாய்ச்சுதல் இயந்திரத்தால் செய்யப்பட வேண்டும் என்றார். இதனால் வேலை இல்லாமல் ஆகிவிடாது. நாள் முழுவதும் உடலுழைப்பு என்பது, சில மணிநேர ஓய்வுக்கு வழிவகுக்கும் என்றும் பெரியார் சொன்னார்.

பெரிய விவசாயிகளை விட சிறுகுறு விவசாயிகளைப் பற்றி அதிகம் கவலைப்பட்டவர் அவர். விவசாயிகள் பாதி விவசாயமும், பாதி அளவுக்கு ஆடு, மாடு, கோழி, பன்றி, மீன் வளர்ப்பில் கவனம் செலுத்த வேண்டும் என்றார். உணவுப்பஞ்சம் இதனால் ஒழியும் என்றார். அரிசி சாப்பிடுவதைக் குறைத்துவிட்டு, இறைச்சி சாப்பிடுவதை அதிகப்படுத்த வேண்டும் என்றார்.

வெள்ளை கொல்லும் என்று சொல்லி வருகிறார்கள் இன்றைய இயற்கை மருத்துவர்கள். அரிசி, பால், சர்க்கரை ஆகிய மூன்றையும் கடுமையாக அவர் எதிர்த்து எழுதி இருக்கிறார். காப்பிக்கே

பெருமளவு பால்போவதால் காப்பியைத் தடை செய்ய வேண்டும் என்றார். சத்துள்ள கேப்பை, கீரைகளையும் மனிதன் புறக்கணித்து விட்டான் என்று கண்டித்தவர் பெரியார். 'அரிசியினால் உடலில் உறுதி இல்லை, வீண் செலவும் நோயும் தான் மிச்சம்' (குடிஅரசு 17.2.1945) என்று எழுதியவர் அவர். சத்து இல்லாத உணவு சாப்பிடுவதை நிறுத்தியதே நாணயக் குறைவுக்குக் காரணம் என்றும் விமர்சித்தார். உடைகளில் ஆண் பெண் வேறுபாடு கூடாது என்றார். பெண்களை கூந்தல் வளர்க்கக் கூடாது என்றார். சுத்தமும் அழகும் தான் தேவையே தவிர ஆடம்பர அலங்காரம் கூடாது என்றார். ஒவ்வொரு குடும்பத்துக்கும் தனித்தனி வீடு தேவையில்லை, ஒருவகையான கம்யூன் வாழ்க்கை வாழ வலியுறுத்தினார். பொதுக்குடியிருப்புகள் தேவை என்றார். அதாவது ஒரு சமையல் கூடங்களை ஒன்றாக்கச் சொன்னார். அதாவது 20 வீடுகள் இருந்தால் அந்த 20 வீட்டுக்கும் சேர்த்து ஒரு சமையல் கூடம் போதும். உணவு விடுதிகளைப் போல வீடுகள் இருக்க வேண்டும் என்றார்.

உயரிய கூட்டுறவு வாழ்க்கை முறையையே வலியுறுத்தினார். நான் என்பதை விடுத்து நாம் என வாழச் சொன்னார். சொத்துரிமையே நான் என்ற சுயநலத்துக்கு காரணம், வாரிசுகளுக்குக் கொடுக்கவே சொத்தைச் சம்பாதிக்கிறான் என்றார். லாபம் வரையறுக்கப்பட வேண்டும் என்றார். பொதுவுடமை பொதுவுரிமை கூட்டுறவு என்ற சொற்களையே திரும்பத் திரும்பப் பயன்படுத்தினார்.

பூமிகளைச் சீர்திருத்த வேண்டும் என்றார். பயன்படாத பூமிகளில் பாடுபட அவசியமில்லாத பயிர்களைச் செய்யவேண்டும் என்றார். விளைபொருட்களை ஆங்காங்கே கூட்டுறவு முறைப்படி விற்பனை செய்யப்பட்டு பயன் விவசாயிகளுக்கே கிடைக்க வேண்டும் என்றார். கீழான தொழில், ஈனத்தொழில், கஷ்டமான தொழில், சரீரத் தொழில் எதுவும் இருக்கக் கூடாது. எனது முடிவான இலட்சியம், உயரிய கூட்டுறவு வாழ்க்கை முறையே என்றார். அது அமைந்தால் மக்களே கவலையற்று இருப்பார்கள். அதில் அரசாங்கம் என்பது தனியாக இருக்காது. மக்கள் தான் அரசாங்கம் என்றார். அவரது அறிவு என்பது அறிவியலைப் பயன்பாட்டு வழியில் ஆதரித்தது. ஆனால் இயற்கையையே அது தழுவி நின்றது.

சங்க கால இயற்கை சார்ந்த நிலவுடமைக்கு முந்தைய பொதுவுடமை வாழ்க்கை முறையை நோக்கியதாகப் பெரியாரது எண்ணங்கள், சிந்தனைகள் அமைந்திருந்தன. அதனால் தான் "தமிழிய மெய்யியலில் நிகழ்காலச் சிந்தனை ஓட்டமாக பெரியாரியமும் மார்க்சியமும் உள்ளன" என்று சொல்லும் பேராசிரியர் மு.க.சுப்பிரமணியம்,

“பெரியாரின் பகுத்தறிவுக் கொள்கையும் நாத்திக அணுகு முறையும் மற்ற நாடுகளுக்கு அறிமுகமானவையே. ஆனால் இவற்றில் பார்ப்பனிய எதிர்ப்பு எனும் கூர்முனை இருப்பதால் பெரியாரியம் பிறநாடுகளுக்கும் பொருந்தாத நிலையில் உள்ளது. இவை அனைத்தையும் விஞ்சி நிற்கின்ற பெரியாரின் மனிதநேயம் உலகப் பார்வை பெற்றிருக்கிறது. சாதி, மதம், நாட்டுப்பற்று, மொழிப்பற்று, மரபினப்பற்று ஆகிய எல்லாவற்றையும் கடந்து நிற்கின்ற பெரியாரின் உள்ளமும் சிந்தனையும் அவரை முழு மனிதனாகவும் தேர்ந்த உலகக் குடிமகனாகவும் மனிதகுலப் பார்வையில் படும்படி முன்னிறுத்துகிறது. தன்னுடைய இனம், மக்கள், நாடு முன்னேற வேண்டும் என்பதற்காகக் கொள்கைகளையும் தத்துவங்களையும் வகுத்துக் கொண்டு அதனடிப்படையில் பாடுபடும் மனிதர், சுயநலமிகளின் கண்களுக்கு வகுப்பு துவேஷியாகத் தென்படும் அதேவேளையில் சாதி, மதம், மொழி, நாடு எனும் உணர்வு அழுத்தங்களையெல்லாம் அறவே ஒழித்துவிட்டு மனிதனை நேசிக்கும் மனிதராகவும் இருக்கிறார்” என்று அளவிடுகிறார். இது தான் பெரியாரின் பகுத்தறிவு மெய்யியல். தமிழ் மெய்யியலையும் உள்வாங்கிய உலகளாவிய மெய்யியல் இது!

(பெரியார் மெய்யியல், பக்கம். 20)

இந்த மெய்யியலின் அடிப்படைகளையும் பேராசிரியர் மு.க.சு. வரிசைப்படுத்தி விளக்கி இருக்கிறார். என்ன நிலவுகிறதோ, என்ன அமைந்திருக்கிறதோ அதன் தொடர்ச்சியாகத் தான் பெரியாரியம் தோன்றியது. இது தொடர்ச்சி ஒருத்திருத்தல் விதி. இதற்கு எதிர்ப்பாகத் தோன்றியது. இது எதிர்ப்பியல் விதி. இதற்கு மாற்றாகத் தோன்றியது. இது மாற்றியல் விதி. இதற்கு நேர் இணையாகத் தோன்றியது. இது நேரிணை விதி என்று வரிசைப்படுத்துகிறார் அவர். இது தமிழரிடம் காலம் தோறும் வளர்ந்த எந்தெந்த மெய்யியல் இலக்கியங்களின் தொடர்ச்சி என்பதையும் அவர் சுட்டிக் காட்டி உள்ளார்.

பெரியாரியம் என்பது திருக்குறள் நெறியின் தொடர்ச்சி. அதனால் தான் குறளைக் கையில் எடுத்து பரப்புரை செய்தார். பெரியாரியத்துக்கு நெருக்கமான குறள்களைப் பட்டியலிடுகிறார். எப்பொருள் யார்யார் வாய் கேட்பினும், மெய்ப்பொருள் காண்பது அறிவு ஆகிய இரண்டும் சுயமரியாதைத் தத்துவத்துக்கு அடிப்படையான மெய்யுணர்தல் என்கிறார். மானம், அறிவுடமை ஆகியவையே சுயமரியாதைத் தத்துவம் என்கிறார். சங்க இலக்கி யங்கள் பெரும்பாலும் மதச்சார்பற்ற பொதுமைச் சான்றோரால் எழுதப்பட்டுள்ளன. அதுவும் சமூகக் கொடுமைகளுக்கு எதிரான சித்தர்கள் குரலும் சுயமரியாதை இயக்கத்தோடு நெருக்கமானவை.

சித்தர்களின் பெரும்பாலான பாடல்கள், பகுத்தறிவுப்பாடல்களே. நால்வருணத்தாருக்கு கீழிருந்த ஒடுக்கப்பட்டோரைத் திருக்குலத்தார் ஆக்கிய இராமானுஜரும் சுயமரியாதை இயக்கக் கொள்கையோடு இணைந்தவரே. வள்ளலாரை சுயமரியாதை அடிகளார் என்றே பேராசிரியர் மு.க.சு.சொல்கிறார். பன்னெறி நீங்கி பொது நெறி தேடினார் வள்ளலார்.

இதே காலகட்டத்தில் வருணாசிரமமும் பார்ப்பனீயமும் நம்முடைய இலக்கியத்தில் நிரவி வந்ததையும் அவர் பட்டியலிடுகிறார். இதற்கான எதிர்ப்பியல் குரலாக பெரியார் இருந்தார்.

இதனை மாற்றுவதற்கு பவுத்தம், சுயமரியாதை, சமூக சமூகத் துவம், வள்ளுவம், சுயமரியாதைத் திருமணம் ஆகிய ஆக்கப்பூர்வமான செயல்பாடுகள் மூலமாக மாற்றியல் விதியைப் பயன்படுத்தினார் பெரியார். இப்படி வரிசைப்படுத்தி வரும் பேராசிரியர் மு.க.சு...

"பார்ப்பனரலாத வையம் சார்ந்த பண்பாட சந்நதிகளைச் சுயமரியாதைப் பீரங்கித் தாக்குதலுக்கு உட்படுத்தாமையையும்

குன்றக்குடி அடிகளாரை முன்னிறுத்தி அவரை உயர்த்திப் பிடித்ததையும்

அரசியலில் பார்ப்பன காங்கிரசை எதிர்த்தும், அடிநாள் தொட்டு காமராசரை பின்னர் அவர் அமைத்த காங்கிரசு மந்திரி சபையை ஆதரித்தமையும்

பார்ப்பனிய ஆதிக்கமிருந்த பொதுவுடமைக் கட்சியரைத் தாக்கி வந்தாலும், பொதுவுடமைக் கொள்கையைத் தூக்கிப் பிடித்ததையும் நேரிணைத் தோற்றம்" என்கிறார். பெரியாரியம் என்பது தத்துவமாக மட்டும் இல்லாமல் போராட்ட உத்திகளைப் பயன்படுத்திய இயக்கமாகவும் மாறியது என்பதை அவர் விரிவாகச் சொல்லி இருக்கிறார். தமிழக அரசுக் கல்லூரிகளில் பொருளாதாரப் பேராசிரியராகவும் முதல்வராகவும் இருந்த பேராசிரியர் மு.க.சுப்பிரமணியனாரின் எழுத்துகளை கோவை ஞானி, தனது 'நிகழ்' இதழில் தொடர்ந்து வெளியிட்டு வந்தார். இத்தகைய பொருத்தப்பாடுகளை உணரும் தன்மை தமிழ்த் தேசியர்க்கு இல்லை.
(பெரியார் மெய்யியல், பக்கம். 22–30)

யாதும் ஊரே யாவரும் கேளிர், தீதும் நன்றும் பிறர் தர வாரா, பிறப்பொக்கும் எல்லா உயிர்க்கும், மேலிருந்தும் மேலல்லார் மேலல்லர், கீழிருந்தும் கீழல்லார் கீழ் அல்லர், அறத்தால் வருவதே இன்பம், மெய்ப்பொருள் காண்பது அறிவு, ஒன்றேகுலம் ஒருவனே தேவன், கோயிலாவது ஏதடா? குளங்களாவது ஏதடா? சாதியாவது ஏதடா? பூசை பூசை என்று நீர் பூசை செய்யும் பேதைகாள், சாதிப் பிரிவினிலே தீயை மூட்டுவோம், தாவாரம் இல்லை தனக்கொரு

வீடில்லை தேவாரம் ஏதுக்கடி குதம்பாய்?, எல்லாம் இன்புற்று இருக்க நினைப்பதுவே அல்லாமல் வேறு ஒன்று அறியேன், வாடிய பயிரைக் கண்டபோதெல்லாம் வாடினேன், சாதியிலே மதங்களிலே சமய நெறிகளிலே சாத்திரச் சந்தடிகளிலே கோத்திரச் சண்டையிலே ஆதியிலே அபிமானித்து அலைகின்ற உலகீர் அலைந்து அலைந்து வீணே அழிதல் அழகலவே–இதன் நீட்சி தான் பெரியார். மனுவுக்கு எதிரான முற்போக்குத் தமிழ் மரபின் தொடர்ச்சி தான் பெரியார்.

மானம் அறிவு இரண்டையும் திரும்பத் திரும்ப வலியுறுத்தினார் பெரியார்.மானம் என்ற குணத்தின் அரசியல் சொல்லே சுயமரியாதை. அறிவு என்ற தன்மையின் அரசியல் சொல்லே பகுத்தறிவு.

சுயமரியாதைக்காரர்களைப் பகுத்தறிவுவாதிகள் என்றார். பகுத்தறிவுவாதிகளை இயற்கைவாதிகள் என்றார். பெரியாரும் இயற்கைவாதியே! பெரியாரியர்களும் இயற்கைவாதிகளே!

அத்தகைய பெரியாரை, 'ஆங்கிலம் அறியாத ஈ.வெ.ராமசாமி நாயக்கர் என்ற கன்னடியன்' என்று கொச்சைப்படுத்திய சொல் லாடலில் தான் குணாவின் குதர்க்கம் அடங்கி இருக்கிறது. அத்தகைய பெரியாரை நோக்கி, சமூக சீர்திருத்தவாதிக்கு இருக்க வேண்டிய குணமா இருந்தது என்று பெ.மணியரசன் கேட்பதில் தான் தமிழ்த் தேசிய இயக்கங்களின் நெறியற்ற குண வன்மம் இருக்கிறது.

பெரியாரியம் என்பது பெரியாரை அடக்கம் செய்ததோடு முற்றுப்பெற்றுவிடவில்லை. 'எனக்கு வாரிசு என்பது எனது புத்தகங்கள் தான்' என்றவர் பெரியார். எனவே, அவரது புத்தகங் களின் மூலமாகச் சிந்தனை பெற்றோர், பெரியாரியத்தை விரிவான தளத்துக்கு நகர்த்திச் சென்றுள்ளார்கள். அதனால் தான் குணாக்கள், மணியரசன்கள் இன்னமும் அதனை அழிக்கப் போராடிக் கொண்டு இருக்கிறார்கள். அடுத்த கட்டத்துக்கு பெரியாரியம் வளராமல் தேங்கி இருந்திருந்தால் குணாக்கள், மணியரசன்களுக்கு வேலை இல்லாமல் போயிருக்கும்.

1973 ஆம் ஆண்டுக்குப் பிறகு தேங்கிப் போனது பெரியார் அல்ல, மணியரசனும் குணாக்களும் தான்!

பெரியாரை உள்வாங்கிக் கொண்ட சிந்தனையாளர்கள் பலரும் பெரியாரைத் தங்களோடு சேர்ந்து நகர்த்தி வந்துள்ளார்கள். அப்படி யாரெல்லாம் இருக்கிறார்கள் என்று நான் யோசித்த வகையில்..

பெரியாரை மானுடவியல் பண்பாட்டுடன் இணைத்தவர்களாக பிரமிள், தொ.பரமசிவம், க.நெடுஞ்செழியன், வீ.அரசு, சக்குபாய், க.பஞ்சாங்கம், கோவை ஞானி, ந.முத்துமோகன், தமிழவன்,

எம்.எஸ்.எஸ். பாண்டியன், முருகரத்தினம், ராஜன்குறை, பசு. கவுதமன், ஞான. அலாய்சியஸ், ஆ. இரா.வேங்கடாசலபதி, திருநீலகண்டன், பழ.அதியமான், கண்ணபிரான் ரவிசங்கர், பூ.கொ.சரவணன், சித்தானை, சி.இளங்கோ,

மார்க்சியத்துடன் இணைத்தவர்களாக எஸ்.வி.ராஜதுரை, கோ.கேசவன், அ.மார்க்ஸ், தா.பாண்டியன், தியாகு, இளவேனில், இன்குலாப், அருணன், நிறப்பிரிகை,

தலித்திய ஒப்பீட்டுப் பார்வையை பொறுத்தியவர்களாக ராஜ்கௌதமன், புனிதபாண்டியன், ஏ.பி.வள்ளிநாயகம், ஸ்டாலின் ராஜாங்கம், தலித் முரசு,

தமிழியத்துடன் இணை ஆய்வு செய்தவர்களாக கு.நம்பிஆரூரன், நன்னன், பொற்கோ, சிவத்தம்பி, அ.இராமசாமி, பிரபஞ்சன், சுபகுணராஜன், செந்தலை கவுதமன்,

பெண்ணியப் பார்வையுடன் கவனித்தவர்களாக வ.கீதா, ஆனந்தி, சரசுவதி, ஓவியா, அருள்மொழி, வளர்மதி, மீனாகந்தசாமி, புதியமாதவி, இரா.உமா, இலக்கியா, ம.வீ.கனிமொழி, முனைவர் சுப.செல்வி,

நவீன அரசியலுடன் பொருத்திப் பார்த்தவர்களாக க.திருநாவுக்கரசு, சுப.வீரபாண்டியன், ஜெயரஞ்சன், மஞ்சை வசந்தன், ஆர்.திருநாவுக்கரசு, சுகுணா திவாகர், கருப்புப் பிரதி நீலகண்டன், பாமரன், வே.மதிமாறன், முரளிதரன் காசிவிசுவநாதன், கலையரசன், விஜயபாஸ்கர், டாக்டர் விஜய் அசோகன், தளபதிராஜ், கார்த்திக், இரா.மனோகரன், தாரிணி அழகிரிசாமி, ஜெயநாதன் கருணாநிதி, விக்னேஷ் கார்த்திக், ராஜராஜன் ஆர்ஜே, சூர்யா கிருஷ்ணமூர்த்தி,

தமிழ்த் தேசியத்தின் அடையாளமாக பெருஞ்சித்திரனார், கு.ச.ஆனந்தன், புலவர் கலியபெருமாள், பொழிலன், தணிகைச் செல்வன், இளந்தமிழர் இயக்கம், மே 17 இயக்கம்,

தமிழுக்கு அப்பால் இருந்து ராமச்சந்திர குஹா, பர்னெட், கன்ஷியாஷா, சுனில்கில்லானி, ஸ்கார்ட் கர்பீஸ், சாரா ஹாட்ஜஸ்ட், மாத்யூ பேக்ஸ்டர் ஆகியோர்.

இப்படி வரிசைப்படுத்தலாம். இவை எனது நினைவுகளில் இருந்து எழுதப்பட்ட பட்டியல். இது முழுமையானது அல்ல. இவர்கள் பெரியாரை, அடுத்தடுத்த கட்டத்துக்கு நகர்த்தி அதன் பரிணாமத்தை எடுத்துக் காட்டியும் போதாமையை இட்டு நிரப்பியும் இருக்கிறார்கள். இத்தகைய பரந்துபட்ட பார்வை குணா, மணியரசனுக்கு இல்லாமல் போனது அவர்களின் பிழையே! பெரியாரின் பிழையன்று!

பெரியாரின் நூற்றாண்டுகால உழைப்புக்கு இணையான உழைப்புக் கொண்டோர் யார்? சாதி ஏற்றத்தாழ்வைச் சமப்படுத்திய

கால்கள் அவருடையது தானே? ஆரியச் சாதியை மட்டுமல்ல, ஆண்ட சாதிப் பெருமையையும் அவர்களது கூட்டத்துக்குள் புகுந்து தேன் கூட்டைக் கலைப்பது போலக் கலைத்து தேனீயைப் போல கொட்டிய நாக்கு அவர் நாக்கு அல்லவா? எத்தனை ஆண்டுகள் இந்த ஊருக்குள் அலைந்து திரிந்தார். என்றாவது சலித்துக் கொண்டாரா? முடங்கிக் கிடந்தாரா?

அவரை விடத் தியாகம் கொண்டவர் யார்? மறுநாள் நிம்மதிக்காக என்றாவது நினைத்திருப்பாரா? சிறைக்கு அஞ்சினாரா? சட்டத்துக்கு அஞ்சினாரா? புனிதங்களைக் கொளுத்தினால் வாழ்வு இருண்டுவிடும் என்பது தெரிந்தும் கொளுத்திய துணிச்சலுக்கு சொந்தக்காரர் அவர் மட்டும் தானே? தமிழை வளர்த்தவர்க்கு உதவியாய் நின்றவர் யார்? தமிழைக் கெடுப்பாரை உடைத்த கடப்பாரை வேறு யார்? யாரிடமாவது நன்றியை எதிர்பார்த்தாரா? நான் சாதித்துவிட்டேன் என்று சொல்லிக் கொண்டாரா? 'உங்களைச் சூத்திரனாகத் தான் விட்டுவிட்டுப் போகிறேன் என்றால் அப்புறம் என்ன தொண்டு செய்துவிட்டேன்' என்று கடைசிக் கூட்டத்தில் இவரைப் போல எவர் கேட்டுள்ளார்? யாரைத் தான் இவர் எதிர்க்கவில்லை? தனது நண்பர்கள் அனைவரையும் தனது கொள்கைக்காகப் பகைத்துக் கொண்டவரல்லவா? எல்லாம் கொளுத்தினாரே? எல்லாவற்றையும் உடைத்தாரே? அனைத்தையும் உடைத்தாரே? எல்லாம் எதற்காக? தனது சுயநலத்துக்கா?

'நான் பல குட்டிக்கர்ணம் போட்டாலும் அது என் சுயநலத்துக் காக அல்ல' என்று சொல்லும் துணிச்சல் எவருக்கு இருந்தது?

அவரே உனது இனம் எது, உனது உண்மையான தாய்நாடு எது என்பதை அடையாளம் காட்டினார். உனது எதிரி யார் என்பதையும் அடையாளம் காட்டினார். இந்தியாவே, 'இந்திய விடுதலைக்காக' போராடிக் கொண்டு இருந்தபோது, அது கிடைத்தால் அது தமிழர் களுக்கான விடுதலையாக இருக்காது என்றவர் அவரே. மற்ற எந்த தேசத்திலும் இல்லாத தேசச் சிக்கல் இங்கு இருக்கிறது என்பதைச் சொன்னவரும் அவரே. இந்தியா அல்ல, தமிழ்நாடே நமது தேசம் என்றவரும் அவரே. தேசியம் என்பதே தப்பான வழியில் மக்களை ஏமாற்றிப் பிழைக்க நினைக்கும் மேல் சாதியாரின் சதி என்று விடுதலைப் போராட்டக் காலத்தில் சொன்ன துணிச்சலே பெரிது. மனுதர்மப்படி பிரிட்டிஷார் ஆட்சி நடத்தி இருந்தால் 'இந்திய விடுதலைப் போராட்டம் என்ற ஒன்றே உருவாகி இருக்காது' என்றார். ஒரு பக்கம் அரசியல் விடுதலையையும், இன்னொரு பக்கம் வருணாசிரமத்தையும் நிலைநாட்டும் போராட்டம் அது என்றார். அதற்காக பிரிட்டிஷ் அரசாங்கம் நிலைக்க வேண்டும் என்று அவர் நினைக்கவில்லை. பிரிட்டிஷ் அரசாங்கம் போனால்

அடுத்து அமைவது சமதர்ம, பொதுவுடமை அரசாங்கமே அமைய வேண்டும் (குடிஅரசு 4.1.1931) என்று மிகச்சரியாகச் சொன்னவர் அவரே. பணக்காரத்தன்மையும் பார்ப்பனீயமும் ஒருசேர ஒழிய வேண்டும் என்றார்.

வெள்ளையர் சுரண்டல் என்பது பார்ப்பனீய, மார்வாடி, பனியா சுரண்டல் மாற்றமாக ஆவதே 1947 ஆகஸ்ட் 15 என்றார். சுரண்டல் அதிகார மாற்றம் என்றார்.

"தேசங்களின் சுயநிர்ணய உரிமை என்பது ஒடுக்கும் தேசத்தி லிருந்து விடுதலை பெறுவதற்கான உரிமையை மட்டுமே குறிக்கும்" என்றார் லெனின். அதைப் பேசியவர் பெரியாரே!

தமிழின எதிரிகள் அனைவரையும் எதிர்த்து நின்ற மாவீரன் யார்? வாழ்ந்த காலத்தில் மட்டுமல்ல, மறைந்து அரை நூற்றாண்டு ஆனபிறகும் சிம்மசொப்பனமாக இருப்பவர் யார்? எதிரிகளை, துரோகிகளை மிகச் சரியாக உணர்ந்தவர் இவரை விட யார்? இன்றும் எதிரிகளையும் துரோகிகளையும் அடையாளம் காணச் சரியான கண்ணாடி அவருடையது தானே? எதிரிகளை வீழ்த்தும் வலிமை அந்தக் கைத்தடிக்குத் தானே உண்டு? பல்லாயிரம் ஆண்டு காலமாக மனு மூலமாக பரவிய நுண்கிருமியான ஆரியத்துக்கு மாற்றான கஷாயம் உற்பத்தி செய்து கொடுத்த தமிழ் மருத்துவர் பெரியார் தானே? அவர் நம் தலைவர் தானே? அவரையே தமிழர் இல்லை என்போர் தமிழ்த் துரோகிகள் தானே? இவர் தமிழர் இல்லை என்றால் எவர் தமிழர்?!

# X
## தமிழ் ஈழமும் தந்தை பெரியாரும்

## தமிழ் ஈழமும் தந்தை பெரியாரும்

தமிழ் ஈழ விடுதலைப்புலிகள் அமைப்பின் தாய் அமைப்பு தமிழ் மாணவர் பேரவை. இந்த அமைப்பில் இயங்கிய தம்பி பிரபாகரன், பின்னர் உருவாக்கிய அமைப்புத் தான் தமிழ் ஈழ விடுதலைப் புலிகள்.

தமிழ் மாணவர் பேரவையினர் 1971இல் தம்மை வந்து சந்தித்தபோது அவர்களது ஆயுதப் போராட்டத்தை ஆதரித்து உற்சாகப்படுத்தியவர் தந்தை பெரியார். ஈழத்தந்தை செல்வா அவர்கள், வந்து 1972இல் சந்தித்தபோதும் அவர்களுக்கு தனது ஆதரவு உண்டு என்றவர் பெரியார். இவர்களது வருகைக்கு முன்பாகவே, ஈழத் தமிழர் உரிமைக்கு குரல் கொடுத்தவர் பெரியார். 1973 இல் பெரியார் மறைந்துவிட்டார். ஆனால் விடுதலைப்புலிகள் அமைப்பு ரீதியாகச் செயல்படத் தொடங்கியது அதற்குப் பிற்பாடு தான்.

ஈழத் தமிழர்களது போராட்டங்களைத் தொடர்ச்சியாக ஆதரித்தவர் பெரியார். 1950 இல் இலங்கை விடுதலை பெற்றது முதல் இந்தச் செய்தியை 'விடுதலை' நாளிதழில் காணலாம். தமிழர்கள் அங்கு தொடர்ந்து புறக்கணிக்கப்படுவதை எழுதி வந்தார். தமிழர்கள் அங்கு புறக்கணிக்கப்படுவதையும் தமிழ் புறக்கணிக்கப் படுவதையும் எழுதியவர், 'அங்கும் ஆரியம் தலைவிரித்தாடுகிறது' என்று சொன்னார். 'நம் தமிழர்கள் இலங்கை, மலேசியா, பர்மா ஆகிய நாடுகளில் துன்பப்படுகிறார்கள். ஆனால் தமிழ்நாட்டில் வடநாட்டவர் வந்து மகிழ்ச்சியாகச் சம்பாதிக்கிறார்கள்' என்றார். 'தனித்தமிழ் நாடு அமைந்தால், வெளிநாடுகளில் துன்பப்படும் தமிழர்களை இங்கு அழைத்து வந்து நிம்மதியாக வாழ வைக்கலாம்' என்று கனவு கண்டார்.

இப்படி பெரியாரின் வாழ்வில் ஈழமும் முக்கிய இடம் பெற்றுள்ளது.

1. முதன்முதலாக!

பெரியாருக்கும் ஈழத்தமிழர்க்குமான தொடர்பு மிக நீண்ட நெடிய வரலாறு கொண்டது.

17.10.1932 முதல் 7.11.1932 வரை இலங்கையில் இருந்தார் பெரியார். கொழும்பு, கண்டி, மாத்தளை, உக்கனை, நவல்பட்டிய, ஹட்டன், கொடிக்காமம், பருத்தித்துறை, வட்டுக்கோட்டை, யாழ்ப்பாணம் ஆகிய இடங்களுக்குச் சென்றுள்ளார். ஜெர்மனி, ஸ்பெயின், ரஷ்யா, இங்கிலாந்து என சுமார் ஓராண்டு காலம் சுற்றுப்பயணம் செய்த பெரியார் இலங்கை வழியாகத் தமிழகம் வந்தார்.

இப்பயணத்தைத் தொடங்கும் போது இலங்கை வழியாகத் தான் சென்றார் பெரியார். 13.12.1931 அன்று கொழும்பு வந்த பெரியாரை ஜனாப் பி.எம்.ஷாஹூல் ஹமீது வரவேற்றார். கொழும்பு நகரத்தை மட்டும் சுற்றிப் பார்த்தார். புத்த மதக் கோவிலுக்குச் சென்றார். அன்று இரவு அவருக்கு விருந்து தரப்பட்டது. பெரியார் வந்திருப்பதை அறிந்து கொழும்பில் உள்ள இந்திய சுயமரியாதை சங்கம் சார்பில் அவருக்குப் பாராட்டுச் செய்யப்பட்டது. இந்திய சுயமரியாதை சங்கம், இலங்கை இந்திய சங்கம், இராமநாதபுரம் மாவட்ட ஆதிதிராவிட மகாஜன சங்கம், ஆலம்பட்டு ஆதிதிராவிட அய்க்கிய சங்கம், செம்பனூர் ஆதிதிராவிட சங்கம், செல்வரசன் கோட்டை ஆதிதிராவிட சங்கம் ஆகிய அமைப்புகளைச் சேர்ந்த வர்கள் பெரியாருக்கு மாலை அணிவித்தனர். இந்த ஊர்ப்பெயர்கள் எல்லாம் இராமநாதபுரம் மாவட்டத்தைச் சேர்ந்தவை. இங்கிருந்து அங்கு போனவர்கள் தனித்தனி அமைப்புகளை வைத்துள்ளார்கள். அன்று இரவே மேலைநாட்டுப் பயணம் தொடங்கிவிட்டார்.

17.10.1932இல் மீண்டும் கொழும்பு வந்திறங்கினார் பெரியார். ‘சிலோன் டெய்லி நியூஸ்’ நாளிதழுக்குப் பேட்டி கொடுத்துள்ளார்.

தமது சமூக சீர்திருத்த எண்ணங்களை முழுமையாக அதில் சொல்லி இருப்பார். கொழும்பு ஆதிதிராவிடர் சங்கம் சார்பில் அவருக்கு வரவேற்புக் கொடுத்தார்கள். அப்போது, ‘தாழ்த்தப்பட்ட மக்கள் ஈடேறும் வழி’ என்ற தலைப்பில் பேசினார். கொழும்பு சுயமரியாதைச் சங்கம், மலையாள சுயாபிமான சங்கம் ஆகியோர் அளித்த வரவேற்புக்கு நன்றி சொல்லிப் பேசும் போது, அனை வருக்கும் தேசாபிமானம் தேவையில்லை, மனிதாபிமானமே தேவை என்றார். கொழும்பு கால்பேஸ் மைதானத்தில் கூடிய கூட்டத்தில், சாதி ஏற்றத்தாழ்வுகளுக்கு எதிராகக் கடுமையாகப் பேசினார். சட்டசபை மண்டபத்தில் பெரியாருக்கு வரவேற்பு தரப்பட்டது. காந்தி சங்கத்தினரின் கூட்டத்தில் கலந்து கொண்டார். பார்ஷியன் உணவகத்தில் தந்த விருந்தில் பேசும்போது, தேசியம், சாதி, மதம் ஆகியவை தனித்தனி வியாபாரங்கள் என்றார். கொழும்பில் இருக்கும் இராமநாதபுரம், திருநெல்வேலி மாவட்ட ஆதிதிராவிடர் சங்கத்தினர் வரவேற்பு அளித்தனர். கொழும்பு இராமானுஜம்புதூர்

ஸ்ரீசரஸ்வதி சங்கீத வாலிபர் கழகத்தினர் வரவேற்புக் கொடுத்தனர். இக்கூட்டங்களில் பெரியார் பேசியவை அனைத்தையும் தொகுத்து, 'இலங்கைப் பேருரை' என்ற தனி நூலே வெளியாகியுள்ளது. இதன்பிறகு இலங்கையில் சுயமரியாதை இயக்கமும் தோன்றியது.

அதற்கு முன்னதாகவே நீதிக்கட்சிக்கும் மலையகத் தமிழர் களுக்கும் தொடர்பு இருந்துள்ளது. மலையகத் தமிழர்கள் 1828 முதல் 1944 வரை இலங்கை அரசினால் அழைத்துவரப்பட்டுக் குடியமர்த்தப்பட்டவர்கள் என்கிறார் ச.கீதப்பொன்கலன். (இலங்கை வம்சாவளித் தமிழரும் இலங்கை அரசியலும்). இவர்கள் 1900 வரை கண்டியத் தமிழர் என்றும் 1946 வரை இலங்கைத் தமிழர் என்றும் அதன்பிறகு இந்திய வம்சாவளித்தமிழர் என்றும் அழைக்கப் பட்டார்கள். மலையகத் தமிழர் என்று அழைப்பதே பொதுவழக்கமாக இருந்துள்ளது.

தமிழகத்தில் இருந்து இலங்கைக்குப் புலம் பெயர்ந்த தமிழர்களால் கொழும்புவில் இருந்து நடத்தப்பட்டது ஆதிதிராவிடன் இதழ். (1919-21). இதனை ஆய்வு செய்த பேராசிரியர் பாவேந்தன், இந்தியாவில் இருந்து புலம் பெயர்ந்து சென்ற தமிழர்கள் பலரும் இணைந்து 1912 ஆம் ஆண்டு இலங்கை இந்தியச் சங்கம் என்ற அமைப்பைத் தொடங்கினார்கள். இந்த அமைப்பின் சார்பில் 'ஆதிதிராவிடன்' இதழ் வெளியானது என்கிறார். சுவாமி சகஜானந்தர் ஆலோசனைப்படி இந்த இதழ் தொடங்கப்பட்டதாகப் பாவேந்தன் சொல்கிறார். இதன் ஆறாவது இதழில் நீதிக்கட்சித் தலைவர் டி.எம்.நாயர் மறைவுக்காக அவரது படம் முதல் பக்கத்தில் இடம்பெற்றது என்கிறார். தாம் பார்வையிட்ட இரண்டு ஆண்டு இதழ்களில் இருக்கும் ஒரே படம் நாயருடையதுதான் என்றும் சொல்கிறார். டாக்டர் நாயர் குறித்த தியாகராயரின் அறிக்கை இதில் இருப்பதாகவும் சொல்கிறார். தமிழகத்தில் இருந்து வெளியான 'திராவிடன்' இதழின் ஆசிரியராக இருந்த சனக சங்கர கண்ணப்பரின் கட்டுரைகள், ஆதிதிராவிடனிலும் வெளியாகி உள்ளன. தியாகராயருக்கு சர் பட்டம் வழங்கிய குறிப்பும் அதில் உள்ளது. இதனை வைத்துப் பார்க்கும் போது நீதிக்கட்சியினருடன் அவர் களுக்குத் தொடர்பு இருந்துள்ளது தெரிகிறது. 1921 ஆம் ஆண்டுக்குப் பிறகு நீதிக்கட்சிக்கு எதிரான நிலைப்பாடு எடுத்துள்ளது. சென்னை பின்னிமில் ஆலை பிரச்னையில் நீதிக்கட்சியினருக்கும் ஆதிதிராவிடர் களுக்கும் ஏற்பட்ட மோதல் இதில் எதிரொலித்துள்ளது. இந்தத் தொடர்பும், பெரியாருடனான நெருக்கத்துக்குக் காரணமாக உள்ளது.

(ஆதி திராவிடன் இதழ் தொகுப்பு பக்கம். 49)

எஸ்.வி.இராஜதுரையின் கட்டுரை மூலமாக அறிய வரும் சில தகவல்கள் இங்கு சுட்டிக் காட்டத்தகுந்தவை.

இலங்கையில் சுயமரியாதை இயக்கம் 1931 சனவரியில் தொடங்கப்பட்டது. பி.எஸ்.எம்.கொம்பையா என்பவர் குடி அரசுக்கு (16.10.1943) எழுதிய கடிதம் மூலமாகத் தெரியவருகிறது. இவர் ஆதிதிராவிடர் லீக் என்ற அமைப்பை நடத்தி வந்துள்ளார். ஊர் ஊராக எத்தனை ஆதிதிராவிடர் அமைப்புகள் இலங்கையில் இருந்துள்ளன என்பதைக் குடி அரசுவில் இருந்து தேதிவாரியாக எஸ்.வி.ஆர்.மேற்கோள் காட்டி இருக்கிறார்.

இலங்கைத் திராவிடர் கழகத்தைத் தோற்றுவித்தவர்களில் ஒருவர் எஸ்.கே.மாயக்கிருஷ்ணன். இவர் இராமநாதபுரம் மாவட்ட ஆதிதிராவிட இளைஞர் கழகத்தின் தலைவராகவும் இலங்கை பெரியார் ஈவெரா பிரச்சாரக் கழகத் தலைவராகவும் இருந்துள்ளார். இவர் நடத்திய அம்பேத்கர் விழா குறித்த தகவல்கள் குடி அரசுவில் உள்ளன.

தமிழகத்தில் இருந்து இலங்கைக்குச் சென்றவர்களிடம் மட்டுமன்றி ஈழத் தமிழர் பகுதிகளுக்குள்ளும் சுயமரியாதை இயக்கம் பரவி வந்ததற்கான ஓரிரு சான்றுகள் கிடைத்துள்ளன. யாழ்ப் பாணத்தைச் சேர்ந்த ஜி.எம்.பொன்னுத்துரை பெரியாருடன் தொடர்பில் இருந்துள்ளார். தமிழகம் வந்து பெரியாரை 1944இல் சந்தித்துச் சென்றுள்ளார். தமிழ்வளர்ச்சி, தமிழர் முற்போக்கு, மூடப்பழக்கம் ஒழிப்பு, திராவிடர்களைத் தட்டி எழுப்புதல் ஆகிய நோக்கம் கொண்டதாகப் புலோலித் தமிழ் இளைஞர் கழகம் 1944இல் தொடங்கப்பட்டுள்ளது.

கொழும்பில் இருந்து வெளியான 'இந்திய கேசரி' இதழ் சுயமரியாதை சமதர்மக் கருத்துகளைப் பரப்பி வந்துள்ளது.

22.10.1932 குடி அரசு இதழில் 'இலங்கையும் தமிழர்களும்' கட்டுரையை எம்.ஆறுமுகம் எழுதி உள்ளார்.

27.11.1944 குடி அரசு இதழில் இலங்கையின் முதல் கம்யூனிஸ்ட் தலைவர் கொல்வின் ஆர்.டி.சில்வாவின் கட்டுரை வெளியாகி உள்ளது.

1940 சேலம் பொதுக்கூட்டத்தில் பேசிய பெரியார், "திராவிட நாடு தனியாகப் பிரிந்தால்தான் நாம் சமுதாயத்திலும் பொருளா தாரத்திலும் முன்னேற முடியும். பர்மா தனியாகப் பிரிந்துவிட்டதனால் அதற்கு நன்மையுண்டாகவில்லையா? சிலோன் தனியாகப் பிரிந்திருப்பதனால் அதற்கு நன்மையுண்டாகவில்லையா? அவர் களுடைய வேலையில்லாத் திண்டாட்டத்தையும் அன்னியர் சுரண்டலையும் ஆரிய ஆதிக்கத்தையும் போக்கிக் கொள்வதற்காக

அங்கேயிருக்கும் நமது மக்களை விரட்டுகிறார்கள். நமது கையில் ஆட்சியிருந்தால் நாமும் இங்கிருக்கும் அன்னிய சுரண்டலையும் ஆரிய ஆதிக்கத்தையும் விரட்ட முடியும். நமது மக்கள் வேலை தேடி அன்னியநாடு சென்று மானமிழந்து தவிப்பதைத் தடுத்து அவர்களுக்கு இங்கேயே வேலை கொடுக்க முடியும்" என்கிறார் பெரியார்.

(குடி அரசு 7.7.1940)

எனவே, ஈழத்தமிழர் அரசியல் குறித்த அக்கறையும் பார்வையும் தொடக்க காலம் முதல் பெரியாருக்கு இருந்ததை உணர முடிகிறது.

2. உரிமைப் போருக்கான விதை!

தமிழகத்தில் இருந்து இலங்கைக்குப் பல்வேறு தொழில்களுக்காக அழைத்து வரப்பட்ட தமிழகத் தமிழர்கள், இந்தியாவில் நடக்கும் அரசியல் மாற்றங்களின்படி அங்கும் அரசியல் இயக்கங்களை உருவாக்கி வந்தார்கள்.

இலங்கையில் தொழிலாளர் அமைப்புகளுக்குள்கூடச் சிங்கள இனவாதம், 1930களில் தலைதூக்கியது. இலங்கைத் தொழிலாளர் தலைவரான ஏ.ஈ.குணசின்ஹ, சிங்கள இனவாத மனிதராக மாறினார். இந்தியத் தொழிலாளர்க்கு எதிராக மாறினார். அவருடன் இணைந்து அதுவரை செயலாற்றிய கோ.நடேசன் (பெரியார் வருகை தந்தபோது அவருக்கு வரவேற்பு அளித்தவர்) இதனைக் கடுமையாக எதிர்த்தார். குணசின்ஹவிடமிருந்து நடேசன் பிரிந்தார். சாதி ரீதியாக ஏற்கெனவே பிரிந்திருந்த தமிழ்த்தொழிலாளர்கள், தொழில் ரீதியாகவும் பிரிக்கப்பட்டனர். இந்நிலையில் அவர்களது அணிச்சேர்க்கை உருவானது. இந்நிலையில் 1932 இல் இலங்கைச் சுயமரியாதைச் சங்கம் கொள்ளுபிட்டியில் தொடங்கப்பட்டது. (இலங்கைத் தி.மு.க.வரலாறு, பெ.முத்துலிங்கம், பக்கம். 24). கொழும்பு வந்த பெரியார், இவர்களைத் தனியாகச் சந்தித்துப் பேசினார். குடிஅரசு, விடுதலை ஆகிய இதழ்கள் இவர்களுக்கு வரத் தொடங்கின. தமிழகத்தில் நடக்கும் போராட்டங்களை அங்கும் அவர்கள் நடத்தினார்கள். 1938 இந்தி எதிர்ப்பு போராட்டம் தமிழகத்தில் நடந்தபோது, இலங்கையிலும் நடந்த தகவல்கள் 'குடிஅரசு'வில் உள்ளன. இப்போராட்டத்தில் கலந்து கொள்ள நான்கு தமிழர்களைச் சென்னைக்கு அனுப்பி வைத்தார்கள். அவர்கள் இங்குவந்து மறியலில் கலந்து கொண்டு சிறை சென்று விட்டு மீண்டும் கொழும்பு போயிருக்கிறார்கள்.

1944இல் திராவிடர் கழகம் தமிழகத்தில் தொடங்கப்பட்டபோது, அங்கும் 'இலங்கைத் திராவிடர் கழகம்' தொடங்கப்பட்டது.

திராவிட முன்னேற்றக் கழகம் தொடங்கப்பட்ட போதும், 'இலங்கைத் திராவிடர் முன்னேற்றக் கழகம்' தொடங்கப்பட்டது. 1.7.1948 அன்று திராவிட நாடு பிரிவினை நாள் இங்கு கொண்டாடிய போது அங்கும் கொண்டாடி இருக்கிறார்கள். கோபிச்செட்டிப் பாளையத்தில் இருந்து சென்ற திராவிடர் கழகத் தோழர் ஜி.என்.இராசு இதனைத் தொடக்கி வைத்துள்ளார். "உலகத்திலே உள்ள ஒவ்வொரு இனமும் தனி ஆட்சிகோரிக் கிளர்ச்சி செய்கின்றனர். உலகில் எங்கு நோக்கினும் இன எழுச்சியும் கிளர்ச்சியுமே காணப்படுகின்றன. அவ்வினத்துக்கு அவ்வினத்தின் ஆட்சியின் மூலமே நன்மையும் பாதுகாப்பும் செய்ய முடியும்.... நமது இலங்கைத் தீவு 65 இலட்சம் மக்களைக் கொண்டது. நிலப் பரப்பிலே கோயமுத்தூர் ஜில்லாவுக்கு சமதையானது. இந்த நாடு தனி ஆட்சி செய்வதில் என்ன தீங்கு நேரிட்டு விட்டது" என்று ஜி.என்.இராசு அன்று பேசியதாகப் பெ.முத்துலிங்கம் எழுதுகிறார்.
(12.7.1948 சுதந்திரன் இதழில் இச்செய்தி வெளியாகி உள்ளது, இலங்கைத் திமுக வரலாறு, பக்கம். 29)

இளஞ்செழியன், இலங்கைத் திராவிடர் கழகத் தலைவர் ஆனார். 'நாவலர் இளஞ்செழியன்' என்று அழைக்கப்பட்டார். இவர் இராமநாதபுரத்தில் இருந்து சென்றவர். "ஜி.என்.இராசுவின் பேச்சு இலங்கை வாழ் இந்திய வம்சாவளியினர் மத்தியில் மட்டு மல்லாது இலங்கையைத் தாயகமாகக் கொண்ட தமிழர்கள் மத்தியிலும் தமிழ்த் தேசிய உணர்வினைத் தோற்றுவித்தது" என்கிறார் பெ.முத்துலிங்கம்.

இலங்கைத் திராவிடர் கழகத்தின் சார்பில் 31.7.1948 அன்று இந்தி எதிர்ப்பு கூட்டம் ஒன்று நடத்தப்பட்டுள்ளது. பிற்காலத்தில் ஈழத்தமிழர் அரசியலில் முக்கிய இடம் வகித்த அ.அமிர்தலிங்கம் மாணவராக இக்கூட்டத்தில் கலந்து கொண்டார். அப்போது நியமிக்கப்பட்ட செயற்குழுவில் அமிர்தலிங்கமும் ஒரு உறுப்பினராக இருந்தார். 22.8.1948 அன்று கொழும்பில் இந்தி எதிர்ப்பு மாநாட்டை இலங்கை திராவிடர் கழகம் நடத்தியது. இதில் கொழும்புப் பல்கலைக்கழகத் தமிழ்ப்பேராசிரியர், சு.வித்தியானந்தம் கலந்து கொண்டு பேசினார். தமிழ்த் தேசியவாதம் இலங்கையில் வேரூன்ற இம்மாநாடு காரணமாக இருந்தது என்கிறார் பெ.முத்துலிங்கம்.

பெரியார், அம்பேத்கர் ஆகியோர் புத்தம் குறித்துப் பேசிய கருத்துக்களால் ஈர்க்கப்பட்ட இளஞ்செழியன், தமிழ் பௌத்த சங்கத்தையும் 1950 இல் உருவாக்கினார். 1951 திராவிட முன்னேற்றக் கழக மாநாட்டுக்கு இலங்கையில் இருந்து மலையகத் தமிழர்கள் வருகை தந்தார்கள். இம்மாநாட்டு நிதிக்காகக் 'கண்ணீர்' என்ற நாடகத்தை எழுதி அரங்கேற்றினார் இளஞ்செழியன். தமிழகப்

பேச்சாளர்கள் அங்கு அழைக்கப்பட்டார்கள். 1952 இல் திருக்குறள் விழாவுக்கு பேராசிரியர் க.அன்பழகன் அழைக்கப்பட்டார். சி.பி.சிற்றரசு, நாஞ்சில் மனோகரன், டார்பிட்டோ ஜனார்த்தனம், என்.வி.நடராசன் ஆகியோர் வருகை தந்தார்கள்.

1953 இல் அரிசி மானியத்தை இலங்கை அரசு நீக்கியதைத் தொடர்ந்து நாடு முழுவதும் நடத்தப்பட்ட பொதுவேலை நிறுத்தத்தில் இலங்கைத் திமுக கலந்து கொண்டது. இதனால் கொள்ளுப்பட்டியில் இருந்த அக்கட்சியின் அலுவலகம் காவல் துறையால் முற்றுகையிடப்பட்டு ஆவணங்கள் எடுத்துச் செல்லப் பட்டன. இலங்கைத் திமுக இரண்டு பிரிவாகச் செயல்பட்டு வந்ததை இணைத்து வைப்பதற்காக 1954 இல் நாவலர் நெடுஞ்செழியன் அங்கு சென்று பேச்சுவார்த்தை நடத்தியுள்ளார். இலங்கையைச் சேர்ந்தவர்களே, அங்குள்ள அரசியல் கட்சிகளுக்குத் தலைமை வகிக்க வேண்டும் என்று அப்போது இளஞ்செழியன் சொன்னார்.

## 3. பிரிவினையைத் தூண்டிய இலங்கைத் திமுக!

1956 இல் இலங்கையில் சிங்களம் அரசமொழி, ஆட்சி மொழியானது. இந்த மொழி வெறிக்கு எதிராக இலங்கைத் திமுகவும் போராடியது. மலையகத்தில் மட்டுமல்லாது, வடக்கு கிழக்கிலும் மொழியுரிமைக் கூட்டங்களை நடத்தியது. பண்டாரவளை சீவலி வித்தியாலயத்தில் நடந்த மாநாட்டில், 'தமிழ் மொழிக்கு சமவாய்ப்பு கொடு, இந்திய வம்சாவளி மக்களுக்குக் குடியுரிமை வழங்கு, நாட்டைச் சோசலிசப் பாதைக்குக் கொண்டு செல்வோம்' என்ற பதாகைகளைத் தூக்கிச் சென்றனர். இந்த ஊர்வலத்தில் சிங்களவர்கள் புகுந்து கலகம் செய்தனர். இந்த மாநாட்டில் எம்.ஆர்.ராதாவின் 'கீமாயணம்'நாடகம் நடத்தப்பட்டது. இம்மாநாட்டைத் தொடர்ந்து வடக்கிலும் பரப்புரைக் கூட்டங்களை நடத்தியது. இலங்கைத் தமிழர் பகுதி முழுவதும் அது பரந்தது. 1957 ஆம் ஆண்டு தமிழகத் திமுக, தேர்தலில் நிற்பது என்று முடிவெடுத்தது. அதே ஆண்டு கூடிய இலங்கைத் திமுக, தனது அரசியலை இலங்கையுடன் நிறுத்திக் கொள்வது என்று முடிவெடுத்தது.

ஆனாலும் கொள்கை சார்ந்த நட்பு தொடர்ந்தது. 1957 டிசம்பரில் பருத்தித்துறைக் கடற்கரையில் நடக்க இருந்த மாநாட்டுக்குத் தமிழகத்தில் இருந்து நாவலர் நெடுஞ்செழியன், ஈ.வெ.கி.சம்பத், பேராசிரியர் க.அன்பழகன் ஆகியோர் வருவதாக அறிவிக்கப்பட்டது. ஆனால் அவர்களுக்கு இந்திய அரசு அனுமதி தரவில்லை. எனவே, இளஞ்செழியனே இதில் சிறப்புரை ஆற்றினார்.

இந்தச் செய்திகளை வரிசைப்படுத்தும் பெ.முத்துலிங்கம், ஒரு முக்கியமான தகவலைச் சொல்கிறார். தமிழர் பகுதி எப்படி இருந்தது என்பதற்கு இது எடுத்துக்காட்டாகும்.

மாநாட்டின் குறுக்கே மக்கள் மத்தியில் கயிறு கட்டப்பட்டு இருந்தது. 'இது என்ன கயிறு?' என்று அமைப்பாளரிடம் இளஞ்செழியன் கேட்கிறார். சாதிரீதியாக மேல்சாதியினர் கீழ் சாதியினருடன் இரண்டறக் கலக்க விரும்பாததன் காரணமாகவே அக்கயிறு கட்டப்பட்டிருந்தது. இதனை அறிந்து கொண்ட இளஞ்செழியன் தமது உரையின் போது சாதிப்பிரிவுக்குக் காரணமாகவுள்ள வருணாசிரமத்தைக் கடுமையாக விமர்சித்தார். இந்து மதக் கடவுள்களை விமர்சித்தார். 'கடவுளைத் திட்டாதே, இந்து மதத்தைச் சாடாதே' என்று ஒரு கும்பல் குழப்பம் விளைவித்தது. இப்படிப்பட்ட நிலைமை தான் அங்கு இருந்துள்ளது. இலங்கைத் தமிழரசுக் கட்சி இதழ்களே இவர்களைக் கடுமையாக விமர்சித்துள்ளன.

(இலங்கைத் திமுக வரலாறு பக்கம். 46)

இந்நிலையில் இலங்கைத் திராவிடர் முன்னேற்றக் கழகத்தின் கொள்கை விளக்கத்தை இளஞ்செழியன் வெளியிட்டார். தமிழ் பேசும் மக்களை ஓரணியில் திரட்டுவது இதன் கொள்கையாக இருந்தது. மொழிக்காகவும், மலையக மக்களுக்காகவும் போராடுவதாக அறிவிக்கப்பட்டது.

சுயமரியாதை, பகுத்தறிவு, சாதி எதிர்ப்பு, மத எதிர்ப்பு, பொதுவுடைமை ஆகிய நெறிமுறைகளைக் கொண்டதாக இந்த அமைப்பு மாறியது. முற்போக்குச் சிங்கள சக்திகளின் கணிசமான ஆதரவும் இக்கட்சிக்கு இருந்துள்ளது தெரிகிறது. தேர்தல்களில் தமிழரசுக் கட்சியை ஆதரித்துள்ளது. இக்கட்சியின் இரண்டாவது மாநாட்டில் (1962) மலையகத் தமிழர்களும் தமிழரசுக் கட்சித் தலைவர்களும் கலந்து கொண்டுள்ளனர். ஈழத்தந்தை செல்வாவும் இளஞ்செழியனும் திறந்த ஊர்தியில் வந்துள்ளனர். மலையகச் சீர்திருத்த இயக்க மாநாட்டில் வடகிழக்கு அரசியல் கட்சித் தலைவர்கள் பங்கெடுத்தது தென்னிலங்கை அரசியல்வாதிகளுக்குக் கலக்கத்தை ஏற்படுத்தியது என்கிறார் பெ.முத்துலிங்கம்.

என்னதான் தமிழகத் திமுகவுடன் தொடர்பு இல்லை என்று இவர்கள் அறிவித்திருந்தாலும் அதனை இலங்கை அரசு நம்பத் தயாராக இல்லை. தமிழகத்தில் தனித்திராவிட நாடு கேட்கும் தி.மு.க.வின் அங்கமாகவே இலங்கைத் திமுக பார்க்கப்பட்டது. எனவே இக்கட்சியைத் தடை செய்யவேண்டும் என்று சிங்களக் கட்சிகள் வலியுறுத்தத் தொடங்கின. இலங்கையைப் பிரித்துத் தமிழகத்துடன் இணைக்க இலங்கைத் திமுக போராடுகிறது என்று

நாடாளுமன்றத்தில் ராஜரத்தின, சேனாநாயக்க போன்றோர் பேசினர்.

இலங்கைக் கம்யூனிஸ்ட் கட்சியின் உறுப்பினர் பேர்சி விக்ரமரத்ன, நாடாளுமன்றத்தில் பேசிய சிங்கள உரையின் தமிழ் மொழிபெயர்ப்பைப் பெ.முத்துலிங்கம் மேற்கோள் காட்டியுள்ளார்.

"டி.எம்.கே. அல்லது திராவிடர் முன்னேற்றக் கழகம் என்னும் அமைப்பு சதிகார அமைப்பாகும். இதன் முன்னணியினரைக் கைது செய்து, இக் கட்சியை உடனே ஏன் தடை செய்யக்கூடாது? இந்தியாவிலிருக்கும் இந்த அமைப்பின் கிளையை மலையகத்தில் அமைப்பதன் மூலம் எவ்வாறான நடவடிக்கையை, இவர்கள் எத்தகைய பிரச்னையை உருவாக்கப்போகிறார்கள்?" என்றார். இதைத் தொடர்ந்து 1962 சூலை 22 அன்று இலங்கைத் திமுக தடை செய்யப்பட்டது. இதற்குள் அமைப்பில் பிளவும் ஏற்பட்டது. எல்லாமே திமுக தானே என்பதால் மூன்று திராவிடர் முன்னேற்றக் கழகத்தையும் தடை செய்வதாக ஸ்ரீமாவோ பண்டாரநாயகா அறிவித்தார். இளஞ்செழியன் தலைமறைவு ஆனார். கட்சி செயல்பட முடியாததால் கட்சியில் இருந்தவர்கள் அனைவரும் வள்ளுவர் மன்றம், பகுத்தறிவு மன்றம், அண்ணா மன்றம், பாவேந்தர் மன்றம் தொடங்கினார்கள். இரண்டாம் கட்டத் தலைவர்கள் அதனை வழிநடத்தினார்கள். தமிழகம் அறிந்த மலையக எழுத்தாளர் அந்தனிஜீவா இந்த அமைப்பைச் சேர்ந்தவரே. சிலர் இலங்கை வாலிப முன்னணியைத் தொடங்கினார்கள்.

இத்தடையை எதிர்த்து இலங்கை நாடாளுமன்றத்தில் பேசிய அமிர்தலிங்கம் பேச்சின் மூலமாக இந்த அமைப்பின் வரலாற்றை முழுமையாக அறியலாம்:

"மலையகத் தமிழ்மக்கள் மத்தியில் மூடப்பழக்க வழக்கங்களை ஒழித்து, சாதிபேதங்களை அகற்றி, அவர்களுடைய மொழி, குடி உரிமைகளைப் பெற்று அவர்களும் இந்நாட்டில் மனிதர்களாகத் தன்மானத்தோடு வாழவேண்டும் என்ற ஒரே இலட்சியத்துக்காக உழைத்து வருகிற திராவிடர் முன்னேற்றக் கழகத்தைத் தடைசெய்தது ஜனநாயகத்துக்கு முரணானது. மனித உரிமைக்கு மாறானது... இது இன்று நேற்று தோன்றிய இயக்கமல்ல. நான் இலங்கை சர்வகலாசாலையில் 1946–47 ஆம் ஆண்டளவில் கல்வி கற்றுக் கொண்டிருந்த காலத்திலேயே இலங்கைத் திராவிடர் கழகம் இருந்தது. கடந்த பதினாறு ஆண்டுகளாக இந்தக் கழகம் இந்த நாட்டிலே இயங்கி வருகிறது. மலைநாட்டு மக்கள் மத்தியில் சாதிபேதங்களை ஒழித்துக்கட்டுவதுதான் இவர்களது நோக்கம். மூடநம்பிக்கையில் சிக்கிக் காடனையும் மாடனையும் வணங்கிப் பலியிட்டுக் கூத்தாடி வாழும் மூடநம்பிக்கையில் இருந்து அவர்களை

விடுவிக்க வேண்டுமென்பதாகும். மலைநாட்டு மக்கள் தன்மானம் பெற்றவர்களாகப் பகுத்தறிவுப் பாதையில் செல்ல வேண்டும். பெயரளவில்தான் தென்னிந்தியாவில் இருக்கும் திராவிட முன்னேற்றக் கழகத்துக்கும் இவர்களுக்கும் ஒற்றுமை இருக்கிறதே தவிர, அமைப்பு ரீதியாக இல்லை. .... இவர்களுடைய நோக்கம் நாட்டைப் பிரிப்பது அல்ல... சாதி பேதத்தை அகற்ற அக்கட்சி நினைப்பது பிழையா? ...கடவுளுக்குப் பலியிடத் தேவையில்லை என்பது பிழையா?...மலையக மக்களுக்கு உரிமை கேட்பது பிழையா?..” என்று கேட்டுள்ளார் அமிர்தலிங்கம்.

(Sansard *24.7.1962*, இலங்கைத் திமுக வரலாறு, பக்கம். *65*)

*1963* மே மாதம் தடை நீக்கப்பட்டது. பத்து லட்சம் மலையக மக்களை நாடற்றவர் ஆக்கும் பிரச்னையை இலங்கைத் திமுக கையில் எடுத்தது. இந்திய நாடாளுமன்றத்தில் இது தொடர்பாகத் திமுக நாடாளுமன்ற உறுப்பினர் நாஞ்சில் மனோகரன் அழுத்தமாகப் பேசினார். பிரதமர் நேரு இலங்கை வருவதாக இருந்தது, எனவே நாடற்றவர் மறுப்பு மாநாட்டை இலங்கைத் திமுக நடத்த ஏற்பாடு செய்தது. ‘தமிழ்ப்பெருமக்களே ஒன்று படுங்கள்’ என்ற தலைப்பில் இளஞ்செழியன் வெளியிட்ட துண்டு வெளியீட்டில் நாஞ்சில் மனோகரனின் நாடாளுமன்றப் பேச்சு மேற்கோள் காட்டப் பட்டுள்ளது.

இம்மாநாட்டுக்கான அழைப்பிதழில்தான் முதன்முதலாக –

“புலி”வருகிறது! அடிமைத் தளைத் தகர்க்க அனைவரும் திரண்டு வாரீர்!

இலங்கைத் திராவிடர் முன்னேற்றக் கழக நாடற்றவர் மறுப்பு மாநாடு.

எலி என உன்னை இகழந்தவர் நடுங்க

புலியெனச் செயல் செய்யப் புறப்படு வெளியில்!

ஈழத்திராவிடர் பெருங்குடி மக்களுக்கு இதுதான் நாடு. இதுதான் வீடு என்பதை அறிவிக்கவே நாடற்றவர் மறுப்பு மாநாடு கூடுகிறது. பத்துலட்சம் திராவிடப் பெருங்குடி மக்களின் இழிபெயரைப் போக்கி உரிமை மீட்கத் துடித்தெழுந்துவிட்டது திமுக. அதில் வெற்றி காணும் வரை ஓயாது ஒழியாது, கழகத் தாய்க்குலமே தம்பியர் படையே! திரண்டிடுவீர்!

வீரம் வீழ்ந்ததில்லை!

மானம் இழந்ததில்லை!

இனி என்ன செய்யப் போகிறீர்கள்?”

இலங்கைத் திமுக கூட்டம்

– நாடற்றவர் மறுப்பு மாநாடு. (இலங்கைத் திமுக வரலாறு பக்கம். 69) என்று அனல் பறக்க எழுதினார் நாவலர் இளஞ் செழியன். இம்மாநாட்டில் தமிழரசுக் கட்சியோ இடதுசாரி முற்போக்குச் சக்திகளோ கலந்து கொள்ளவில்லை. மாநாட்டு ஊர்வலத்தில் சிங்களவர் புகுந்து கலகம் ஏற்படுத்தினர். சிங்கள வர்க்கும் தமிழ் இளைஞர்களுக்கும் மோதல் ஏற்பட்டது. தீ வைக்கப்பட்டது. 4 தமிழ் இளைஞர்களும் 11 சிங்களவர்களும் காயம் ஏற்பட்டு மருத்துவமனையில் அனுமதிக்கப்பட்டனர். மலைநாட்டுத் திராவிடத் தொழிலாளர் நாடற்றவர் அல்ல என்று இம்மாநாட்டில் தீர்மானம் நிறைவேற்றப்பட்டது. இளஞ்செழியன் பேச்சு இனவாதத்தைத் தூண்டுவதாகச் சிங்களப் பத்திரிகைகள் எழுதின. வன்முறை அமைப்பாக இலங்கைத் திமுக அடையாளப் படுத்தப்பட்டது. இலங்கைத் திமுகவை நிரந்தரமாகத் தடை செய்யப் பாராளுமன்றத்தில் கோரிக்கை வைக்கப்பட்டது.

இந்நிலையில் ஸ்ரீமாவோ–சாஸ்திரி ஒப்பந்தம் கையெழுத்தானது. 5.25 லட்சம் மலையகத்தவர்க்கு இந்தியாவும் 3 லட்சம் மலையக மக்களுக்கு இலங்கையும் குடியுரிமை வழங்கும் என்ற மிக மோசமான ஒப்பந்தம் அது. இந்த ஒப்பந்தத்தைத் தமிழரசுக் கட்சியும் இலங்கைத் திமுகவும் மட்டுமே எதிர்த்தன. போராடின. கண்டித்தன. 1965 தேர்தலில் தமிழரசுக் கட்சியை இலங்கைத் திமுக ஆதரித்தது. தேர்தலில் இலங்கையின் இரண்டு பெரிய கட்சிகளான சுதந்திராக் கட்சி, ஐக்கிய தேசியக் கட்சி ஆகிய இரண்டுக்குமே பெரும்பான்மை கிடைக்கவில்லை. ஐக்கிய தேசியக் கட்சிக்குத் தமிழரசுக் கட்சி ஆதரவு தெரிவித்ததை இலங்கைத் திமுக எதிர்த்தது. இதனால் தமிழரசுக் கட்சி, இலங்கைத் திமுக நட்பு முறிந்தது.

ஸ்ரீமாவோ – சாஸ்திரி ஒப்பந்தத்தை இந்த அரசு செயல் படுத்தியது. இதன் அமைச்சரவையில் தொண்டைமான் அமைச்சராக இருந்தார். இதே ஆண்டு தனது 3 வது மாநில மாநாட்டை மட்டக்களப்பில் இலங்கைத் திமுக நடத்தியது.

1967 இல் தமிழகத்தில் திராவிட முன்னேற்றக் கழகம் ஆட்சியைக் கைப்பற்றியது. இதைத் தொடர்ந்து 1968 இல் இலங்கைத் திமுக அரசியல் கட்சியாக மாற்றப்பட்டது. பொதுச்செயலாளராக ஏ.இளஞ்செழியன் தேர்வானார். இலங்கையின் அடையாள அட்டை மசோதாவை இலங்கைத் திமுக கடுமையாக எதிர்த்தது. மாவட்ட சபை மசோதாவையும் எதிர்த்தது.

1968 இல் கொழும்பில் தமிழக முதல்வர் அண்ணாவின் பிறந்தநாளை இலங்கைத் திமுக கொண்டாடியது. அதற்காகத் தமிழகத்தில் இருந்து திமுக இளைஞர் கழகத் தலைவர் ஜனார்த்தனம் வந்திருந்தார். இவ்விழாவில் பேசிய அனைவரும் ஸ்ரீமாவோ–சாஸ்திரி

ஒப்பந்தத்தைக் கடுமையாக விமர்சித்தார்கள். 'எத்த' என்ற சிங்கள இதழ் இக்கூட்டத்தை இனவாதக் கூட்டம் என்று செய்தி வெளியிட்டது.

"ஸ்ரீமாவோ – சாஸ்திரி ஒப்பந்தப்படி திருப்பி அனுப்ப வேண்டியுள்ள குறிப்பிட்ட இந்தியர்களைத் தடுத்து இலங்கைத் திராவிடர் முன்னேற்றக் கழகம் என்ற கட்சியை வளர்த்து தென்னிந்தியாவையும் வட இலங்கையையும் ஒன்றிணைத்துத் திராவிட இராஜ்ஜியத்தை உருவாக்குவதற்காகக் கொண்டு செல்லும் சதி அம்பலமாகியுள்ளது. இந்திய திராவிட முன்னேற்றக் கழகக் கட்சியின் தலைவர், மெட்ராஸ் முதலமைச்சர் சி.என்.அண்ணாதுரை அவர்களின் அறுபதாவது பிறந்த தினத்தைக் கொண்டாடும் தோரணையில் இலங்கை வந்துள்ள அண்ணாதுரை குழுவினர் இதற்கான அமைப்பு வேலைகளை நடத்திச் செல்கின்றனர்" என்று அந்த இதழ் எழுதியது. (எத்த – 15.10.1968, இலங்கைத் திமுக வரலாறு பக்கம். 90). அனைத்துச் சிங்களக் கட்சிகளும் இலங்கைத் திமுகவை தடை செய்யக் கோரின. ஊர்வலம் சென்றன. அடுத்து நடக்க இருக்கும் தேர்தலில் 20 தொகுதிகளில் போட்டியிடப் போவதாக இலங்கைத் திமுக செய்த அறிவிப்பும் இந்த எதிர்ப்புக்குக் காரணம்.

1969 இலங்கைத் திமுகவின் நான்காவது மாநாடு யாழ்ப்பாணத்தில் நடந்தது. இலங்கையைத் தமிழகத்தின் ஒரு குடியேற்ற நாடாக்கும் தேசத்துரோகத் திட்டமோ லட்சியமோ கொள்கையோ இலங்கைத் திமுகவுக்கு இல்லை என்றும் இலங்கைத் திராவிட முன்னேற்றக் கழகத்துக்கும் தமிழகத் திராவிட முன்னேற்றக் கழகத்துக்கும் கலாச்சாரத் தொடர்பு மட்டுமே உண்டு, வேறு எந்தத் தொடர்பும் இல்லை என்றும் இப்பொதுக்குழுவில் தீர்மானம் நிறைவேற்றப்பட்டது.

"தமிழினம் இழந்த உரிமைகளை மீண்டும் பெறவும் நிலை நாட்டவும் முன்னேற்றம் பெருவாழ்வு சமத்துவம் சமாதானம் ஆகியவைகளை ஏற்படுத்தவும் வகை செய்யும் ஓர் உண்மை சமதர்மக் குடியாட்சியை உருவாக்கவும் இலங்கைத் திமுகவின் தலைமையில் திரண்டெழுமாறு ஈழம் வாழ் தமிழ் இனத்தை இப்பொதுக்குழு வேண்டுகிறது" என்று ஒட்டுமொத்தமாக ஈழத்தமிழனத்துக்கு அறைகூவல் விடுத்தது. தமிழ்ப்பட்டதாரிகள் ஏராளமாக வேலையின்றித் தவிப்பதைச் சுட்டிக்காட்டி அவர்களுக்கு வேலை தரச் சொன்னது. பல்கலைக் கழகம் ஒன்றை உடனடியாக உருவாக்கச் சொன்னது. இப்பொதுக்குழுவைத் தொடர்ந்து நடந்த மாநாட்டில் பேசிய இளஞ்செழியனின் உரை, இலங்கையை அதிர வைத்தது. காரணம், முதன்முதலாக ஆயுதப் போராட்டப் பாதையை அவர் அறிவிக்கிறார்.

"தமிழ் மக்களின் நியாயமான உரிமைகளைச் சாத்வீகப் போராட்டம் மூலம் பெற முடியாவிடின், புரட்சி ஒன்றினை ஏற்படுத்துவதன் மூலம் பெறவிரும்பின் தமிழ்மக்கள் கொரில்லா யுத்தமொன்றிற்குத் தம்மைத் தயார்ப் படுத்திக் கொள்ள வேண்டும். தற்கொலைப்படை அமைத்தல், பொலீஸ் நிலையங்களைத் தகர்த்தல், ஆயுதப் பயிற்சி முகாம் அமைத்தல் வேண்டும். ஆனால் அதற்கான தேவை தற்போது இல்லை" என்று இளஞ்செழியன் பேசினார். அவரது பேச்சைச் சிங்கள பத்திரிக்கைகள் திரித்து வெளியிட்டன. (சிலோன் டெய்லி நியூஸ் 21.9.1969 இலங்கைத் திமுக வரலாறு பக்கம். 101). போலீஸ் நிலையங்களைத் தகர்க்கச் சொன்னார் இளஞ் செழியன் எனச் செய்தி போட்டன. இலங்கைத் திமுகவைத் தடை செய் என்ற முழக்கம் அதிகமானது. தமிழ்க் காங்கிரஸ் தலைவர் ஜி.ஜி.பொன்னம்பலனும் இளஞ்செழியன் உரையைக் கண்டித்தார். இலங்கைப் பிரதம நீதியரசர் பதவியேற்ற கூட்டத்திலேயே இலங்கைத் திமுகவை தடை செய்ய வேண்டும் என்று தீர்மானமாக நிறைவேற்றப் பட்டது. செழியன் உள்ளிட்ட கட்சி நிர்வாகிகள் குற்றப்புலனாய்வுத் துறையினரால் விசாரிக்கப்பட்டனர். இவர் இலங்கை குடியுரிமை பெற்றவர் அல்ல என்றும் தமிழகத்தில் சி.பா. ஆதித்தனார் தலைமை யிலான நாம் தமிழர் இயக்கத்தால் இலங்கைக்குள் அனுப்பப்பட்டவர் என்றும் இலங்கையின் வடபகுதியைத் தமிழகத்துடன் இணைக்க முயற்சிக்கிறார் என்றும் குற்றம் சாட்டினர். அவரை நாடுகடத்தும் திட்டமும் தயார் ஆனது.

திராவிட முன்னேற்றக் கழகம் என்ற இனவாதக் கட்சியின் தலைவர் என்றும், இவரது குடியுரிமைக் கோப்புகளைக் காண வில்லை என்றும், இராமநாதபுரத்தைச் சேர்ந்த குமரவேல் என்பவர் தான் 1952இல் இலங்கைக்கு வந்து இளஞ்செழியன் என்று பெயர் மாற்றி வாழ்வதாகவும் சிங்கள இதழான 'எத்த' எழுதியது. மலையகத் தமிழர்களை இனவாதக் கலகத்துக்குத் திராவிட முன்னேற்றக் கழகம் தூண்டுகிறது என்றது அந்த இதழ். இந்திய விஸ்தரிப்பு வாதத்தின் கூட்டாளிகளாக மலையகத் தமிழர்கள் செயல்படுகிறார்கள் என்றும், அக்குரலைத்தான் இலங்கைத் திமுக பிரதிபலிக்கிறது என்றும் சிங்கள கம்யூனிஸ்ட் பத்திரிக்கைகள் எழுதின.

இலங்கையில் சமதர்மம் சமைக்கப் போராடப் போவதாக அறிவித்த இலங்கைத் திமுகவை, தமிழகத் திமுகவின் கிளை அமைப்பாகவே சிங்கள இடதுசாரியினர் கணித்தார்கள். இது இலங்கைத் திமுகவினருக்கே சித்தாந்தக் குழப்பத்தை ஏற்படுத்தியது. சிங்கள இனவாதம் ஆழமாகப் புரையோடி அது வர்க்கப் பிரச்சினை களைப் பின்னுக்குத் தள்ளிவிட்டது என்பதை உணருவதற்கு இலங்கைத் திமுகவினரால் முடியவில்லை. இயக்கத்தின் பெயர்ச்

சிக்கல்தான் காரணம் என்று நினைத்து, 'திராவிடர் முன்னேற்றக் கழகம்' என்ற பெயரை மறுபரிசீலனை செய்ய நினைத்தார்கள். இப்பெயரை மாற்றுவதற்கு அமைப்புக்குள் எதிர்ப்பும் இருந்தது. எனவே, இளம் சோசலிச முன்னணி என்ற இன்னொரு அமைப்பைத் தொடங்கினார்கள். இரண்டு அமைப்பையும் ஒரே நேரத்தில் நடத்தினார்கள். சிங்கள இடதுசாரிக் கட்சிகளின் மாபெரும் குழப்பங்கள், இனவாதக் கருத்துகள் குறித்து நாம் இங்கு சொல்ல விரும்பவில்லை. இலங்கையைப் பொறுத்தவரை அது இடதுசாரி இனவாதமே!

இந்தச் சூழலில் இளஞ்செழியனும் சிக்கிக் கொண்டார். ஜனதா விமுக்தி பெரமுனா என்ற சிங்கள இனவாத அமைப்பு தொடங்கும் போது இடதுசாரி புரட்சிகர அமைப்பே. அதனுடன் இளஞ் செழியன் இணைந்து செயல்பட்டார். ஆட்சிக்கு எதிராக அந்த அமைப்பு முன்னெடுத்த தீவிரவாத நடவடிக்கைகளுக்கு இவரும் உதவிகள் செய்தார். இதனால் மலையகத் தமிழர்கள் கடுமையாகப் பாதிக்கப்பட்டனர். நெருக்கடியைச் சந்தித்தனர். இவர் கைதாகி விடுதலை செய்யப்பட்டார். ஆனால் பலரும் மாதக்கணக்கில் சிறையில் இருந்தார்கள். எனவே, கட்சியே கலகலத்தது.

இந்த நிலையில் தமிழ்த் தேசியவாதமா, இடதுசாரிக் கொள்கையா என்பதில் செழியன் குழப்பம் அடைந்தார். இவரைத் தமிழர் கூட்டணியில் இணைக்கும் முயற்சி நடந்தது. அதனை நிராகரித்தார். இலங்கைத் திமுகவின் நோக்கம், தமிழ்த் தேசியவாதம். ஆனால் இளம் சோசலிச முன்னணி இடதுசாரி அமைப்பு. எனவே, இலங்கைத் திமுகவை அந்தச் சிந்தனை கொண்டவர்களிடம் ஒப்படைத்தார். 1972 ஆம் ஆண்டு இலங்கைத் திமுக பொதுக்குழுவில் இதற்கான முடிவு எடுக்கப்பட்டது. சமூகச் சீர்திருத்த இயக்கமாகத் தொடர்வது என்றும் சோசலிச இலட்சியம் தாங்கிய கட்சியை ஆதரிப்பது என்றும் முடிவெடுக்கப்பட்டது.

இலங்கைத் திமுகவுக்கும் தமிழகத் திமுகவுக்கும் தொடர்பு இல்லை என்று முதல்வர் அண்ணா அறிக்கை வெளியிட்டார்.

1969 செப்டம்பர் 17,18 ஆகிய நாட்களில் யாழ்ப்பாணத்தில் இலங்கைத் திமுகவின் நான்காவது யாழ்மாநாடு நடந்துள்ளது. மாநாடு நடந்த முற்றவெளி மைதானத்துக்கு அறிஞர் அண்ணா நகர் என்று பெயரிடப்பட்டுள்ளது. இதில் பேசிய இளஞ்செழியன், "தமிழ் மக்கள் மத்தியில் இரண்டு தீர்வுகள் வைக்கப்பட்டுள்ளன. தமிழரசுக்கட்சி சமஷ்டி ஆட்சியைக் கோரியுள்ளது. சுதந்திரத் தமிழ் ஈழக் கொள்கையை அடங்காத்தமிழர் சுந்தரலிங்கத்தின் சுயாட்சிக் கழகம் வைத்துள்ளது. இவை இரண்டு கோரிக்கைகளும் வடக்கு, கிழக்கு மாகாணத்துக்குத் தான். அப்படியானால் வடகிழக்கு

நீங்கலான பகுதியில் வாழும் 15 லட்சம் இந்திய வம்சாவளி தமிழர் நிலை என்ன? இசுலாமியர் நிலை என்ன?" என்று கேட்டார். இவர்கள் அனைவர் பிரச்னைக்கும் சோசலிசம் தான் தீர்வு என்று சொல்லத் தொடங்கினார் செழியன். 'நீங்கள் அமைக்க இருக்கும் தனிஈழத்தில் சாதி இருக்குமா? ஒடுக்கப்பட்டோர் நிலைமை என்ன? ஒடுக்கப்பட்டவர்களை எப்படி நடத்துவீர்கள்' என்று சீர்திருத்தக் கேள்விகளைக் கேட்டார். ஆயுதப் படை அமைக்க வேண்டும், கொரில்லா யுத்தத்துக்கு தயார் ஆக வேண்டும், தமிழ்நாட்டில் பயிற்சித் தளம் அமைக்க வேண்டும், உங்களுக்குப் பின்னால் ஒரு நாடு இருக்க வேண்டும், இத்தனையும் இருந்தால் தமிழீழத்தைப் பிரகடனம் செய்யலாம், சிங்களப் பேரினவாத முதலாளித்துவ அரசை வெளியே போகச் சொல்லலாம். அதற்கு நீங்கள் தயாரா என்று கேட்டார். இப்படி எல்லாம் அவர் செய்யப் போவதாகச் சிங்களப் பத்திரிக்கைகள் திரித்து எழுதின.

இது தமிழகத்தில் இருந்த திமுகவுக்கும் சிக்கலை ஏற்படுத்தியது. 31.3.1969 நாளிட்ட 'முரசொலி' நாளிதழில், "இலங்கையில் இருக்கும் திமுக இரகசியமான சட்டவிரோத நடவடிக்கைகள் எதிலும் ஈடுபட வில்லை என்று இலங்கை அதிகாரிகள் நடத்திய ரகசிய ஆய்வில் தெரியவந்தது. இலங்கையில் உள்ள திமுகவில் 60 ஆயிரம் உறுப்பினர்கள் இருப்பதாக இரகசிய அறிக்கையில் தெரியவந்துள்ளது" என்று செய்தி வெளியாகி உள்ளது.

இந்தியப் பிரதமர் இந்திரா அளித்த பேட்டியில், "திமுக பற்றி இலங்கையில் சில அச்சங்கள் தெரிவிக்கப்பட்டன. ஆனால் தமிழ்நாடு முதலமைச்சர் இந்த அச்சங்களைப் போக்கிவிட்டார்" என்று கூறியதாக இலங்கைத் தமிழ் நாளிதழான 'தினகரன்' செய்தி வெளியிட்டது.

(26.10.1969)

அண்ணாவின் 'காஞ்சி' இதழை அவரது மகன் இளங்கோவன் நடத்தி வந்தார். அதில் ஸ்ரீமாவோ பண்டாரநாயகாவுக்கு விரிவான பதில் தரப்பட்டுள்ளது.

(காஞ்சி 1.9.1968)

"இங்குள்ள தமிழ் மக்கள் பிரச்னையை இங்குள்ள தமிழ்மக்கள் தான் தீர்க்க வேண்டும். தமிழகத் தலைவர்களுடன் தொடர்பு கொண்டு பேசுவதில் தவறு இல்லை. அவர்களுடன் பேசுவதால் எமது பிரச்னைகளுக்குத் தீர்வு காணமுடியாது" என்று இளஞ் செழியன் சொன்னதாகப் பெ.முத்துலிங்கம் எழுதுகிறார்.

1972 இல் சிங்கள இனவாதத்தின் கொடும் கரங்கள் உக்கிர மாயின. பௌத்தமே அரசு மதமாக அறிவிக்கப்பட்டது. தரப்படுத்துதல்

காரணமாகத் தமிழ் இளைஞர்களின் கல்வி மறுக்கப்பட்டது. நிலச்சீர்திருத்தம் என்ற பெயரால் அரசுடைமையாக்கப்பட்ட நிலங்களில் இருந்து தோட்டத் தொழிலாளர்கள் விரட்டியடிக்கப்பட்டார்கள். இவை அனைத்தும் தமிழ்த் தேசிய உணர்வைக் கூர்மைப்படுத்தியது. இதில் இளஞ்செழியனின் இடதுசாரியவாதம் முனை மழுங்கியது.

வட்டக்கோட்டைத் தீர்மானத்தின் மூலம் அரசியல் அரங்கில் தமிழரசுக் கட்சி முன்னேறியது. 1977 தேர்தலில் தமிழ் ஈழப் பிரகடனத்தை முன்வைத்துத் தமிழர் விடுதலைக் கூட்டணியினர் தேர்தலைச் சந்தித்து, எதிர்க்கட்சியாக வந்து உட்கார்ந்தார்கள்.

மலையக மக்களின் அடிப்படை உரிமைகளைப் பேசுபொருளாக ஆக்கியதும், சுயமரியாதை–பகுத்தறிவு–சாதி எதிர்ப்பு ஆகியவற்றை முன்னெடுத்ததும், தமிழ்த் தேசிய உணர்வை மலையகம் மட்டு மல்லாமல் வடகிழக்கில் விதைத்ததும் இலங்கைத் திராவிடர் கழகம், இலங்கைத் திராவிடர் முன்னேற்றக் கழகம் வழிநடத்திய இளஞ் செழியன் அணியினரின் வரலாற்றுப் பங்களிப்புகளாக அமைந் திருந்தன. மலையகத்தில் பகுத்தறிவு மன்றம், பெரியார் மன்றம், அண்ணா மன்றம், வள்ளுவர் மன்றங்களை அமைத்தனர்.

பொங்கல் விழாவைத் தமிழ்த் தேசிய புத்தாண்டு விழாவாக நடத்தினார்கள். சமயச் சடங்குகள் இல்லாமல் திருமணங்களை நடத்தினார்கள். மூடநம்பிக்கை எதிர்ப்புப் பரப்புரைகள் செய்தார்கள். தமிழகத்தைப் போலவே அங்கும் திராவிட இயக்க இதழ்கள் ஏராளமாக நடத்தப்பட்டன. 1950 முதல் 1971 வரையிலான காலகட்டத்தில் அறிவுமணி, நாம், திராவிடமுரசு, ஈழமுரசு, போர்முரசு, இனமுழக்கம், மாணவமலர், முத்தமிழ்முழக்கம், மலைமுரசு, கதிரவன், அண்ணா, சங்கம், திரைக்கலை, உரிமைக்குரல், தேசபக்தன், மலைமுழக்கம், எரிமலை, திமுக, மறுமலர்ச்சி, முரசு, சமூகமுன்னேற்றம், ஈழமணி, தமிழ்முரசு, ஈழத்தென்றல், தீ, போர்வாள், தாய்நாடு, எம்.ஜி.ஆர், தமிழில் உலகம், தூதுவன், கலைக்குயில், தமிழோசை, நமது முழக்கம், முரசொலி ஆகிய இதழ்கள் நடத்தப்பட்டுள்ளன. இலக்கியங்களைப் படைத்தார்கள். ஈழத்தின் முக்கிய இடதுசாரி விமர்சகரான சிவசேகரம், "வடக்கில் இடதுசாரிய இயக்கத்துக்குள் வந்தவர்களில் கணிசமானோரிடம் பகுத்தறிவு இயக்கப்பாதிப்பு இருந்தது. ஆயினும் தமிழகத் திராவிட இயக்கப் பாதிப்புக்கு உட்பட்டவர்களில் பலர் தமிழரசுக் கட்சிக் குள்ளும் இழுபட்டனர்" என்கிறார்.

"1960களில் மலையகத்தில் தமிழகத் திராவிட முன்னேற்றக் கழகக் கருத்துகளும் நூல்களும் பரவிக் கிடந்தன. இவையே புத்தி

ஜீவிகளின் வேட்கையைப் பூர்த்தி செய்தன" என்கிறார் இலங்கை மலையக ஆய்வாளர் எம்.வாமதேவன்.

(மலையகம், சமத்துவ அபிவிருத்தியை நோக்கி, பக்கம். 128)

மேலும் அரசியல் இயக்கமான தமிழரசுக் கட்சியும் சமூகச் சீர்திருத்த நடவடிக்கையில் இறங்கத் தூண்டுகோலாகவும் இவை அமைந்தன.

இலங்கையில் மறைந்து காணப்படும் சாதிப்பாகுபாடு, சமூகவிலக்கு மற்றும் எதிர்ப்பு நடவடிக்கைகளின் இயங்குநிலைகள் குறித்துச் சர்வதேச தலித் கூட்டொருமைப்பாட்டு வலைப்பின்னல் என்ற அமைப்பின் சார்பில் கருத்தரங்கு நடத்தப்பட்டபோது, 'இலங்கையிலுள்ள பெருந்தோட்டத் தொழிலாளர் மீது இந்தியாவிலுள்ள திராவிடமுன்னேற்றக் கழகத்தின் தாக்கம் பற்றி ஆய்வாளர்கள் கவனம் கொள்ளவேண்டும்' என்று கருத்துச் சொல்லப்பட்டது.

(சாதியின்மையா, சாதிமறைப்பா?–காலிங்க டியூடர் சில்வா, சிவபிரகாசம், பரம்சோதி தங்கேஸ், பக்கம். 195)

அந்தளவுக்கு தமிழ் ஈழ அரசியல், தனிநாட்டு உரிமைக்கான அடித்தளத்தை இலங்கைத் திராவிடர் கழகம், திராவிட முன்னேற்றக் கழகம் செய்து வைத்தது!

### 4. இளஞ்செழியன் யார்?

நாவலர் ஏ.இளஞ்செழியன், தமிழகத்தில் இராமநாதபுரத்தைச் சேர்ந்தவர். அங்கிருந்து இலங்கை வந்து 'இலங்கைப் பெரியார்' என்று அழைக்கப்பட்ட ஏ.எஸ்.ஜோன் என்பவரது கடையில் வேலை பார்த்தார். சுயமரியாதை இயக்கத்தால் ஈர்க்கப்பட்டு, அந்தத் தோழர்களுடன் இயங்கினார். தமிழ்த் தேசியத்தை முன்னெடுத்தார். 1950–70 காலகட்டத்தில் சிங்கள இனவாதிகளின் பேசு பொருளாக இருந்தவர். சிங்கள இனவாதத்துக்கு எதிரான தமிழ்த் தேசியராக இயங்கினார். பின்னர், பொதுவுடைமையராக மாறி , இளம் சோசலிச முன்னணி என்ற அமைப்பைத் தொடங்கி அதில் இயங்கினார்.

2007ஆம் ஆண்டு மறைந்தார். தமது வாழ்க்கை வரலாற்றை விரிவாக எழுதியுள்ளார். தமிழகத்தில் அது வெளியிடப்பட்டதால், "ஈழத்தில் பெரியார் முதல் அண்ணா வரை' என்ற தலைப்பில் (விகடன் பிரசுரம் 2012) வெளியிடப்பட்டது. தமிழகத்தில் உருவான சுயமரியாதை இயக்கத்தின் தாக்கம் ஈழத்தில் எவ்வாறு இருந்தது என்பதை அந்நூலில் செழியன் விவரிக்கிறார். 1934–37 காலகட்டத்தில் திருநெல்வேலி ஆதிதிராவிட மகாசன சங்கம், இராமநாதபுரம்

ஆதிதிராவிட மகாசன சங்கம், பாப்பாரக்குடி பகுத்தறிவுக் கழகம், பெரியார் ஈவெரா வாலிபர் பிரச்சாரக் கழகம் ஆகிய அமைப்புகள் இருந்ததாக அவர் சொல்கிறார்.

1938இல் தமிழகத்தில் நடந்த இந்தி எதிர்ப்புப் போராட்டத்தில் கலந்து கொள்வதற்காக ஈழத்தில் இருந்து ஏ.டி.சுப்பையா, எஸ்.எம்.சிங்காரம், தமிழறிஞர் எஸ்.ஐ.சுப்பையா, கு.யா.திராவிடக்கழல் ஆகிய நால்வரை அனுப்பி வைத்ததாகவும் சொல்கிறார். இவர்கள் இங்கு சிறையிலும் இருந்துள்ளார்கள்.

1948ஆம் ஆண்டு ஆட்டுப்பட்டியில் நடந்த இந்தி எதிர்ப்பு மாநாட்டில் கலந்து கொண்ட செல்வா, 'பார்ப்பனர்களும் தமிழர்கள் தானே, பிறகு ஏன் அவர்களைத் துவேசமாகப் பேசுகிறீர்கள்?' என்று பேசி இருக்கிறார். "நீங்கள் ஒரே ஒருநாள் தமிழ்நாடு சென்று தங்கிப் பார்த்துவிட்டு வாருங்கள், பார்ப்பன ஆதிக்கம் என்றால் என்னவென்று தெரியும்" என்று இளஞ்செழியன் பதில் அளித்துள்ளார்.

(பக்கம். 28)

ஸ்ரீமாவோ பண்டாரநாயகா 1967 தேர்தல் பரப்புரைக் கூட்டத்தில் பேசும்போது, "இன்று இலங்கையைப் பெரும் அபாயம் சூழ்ந்துள்ளது. சென்னை மாநிலத்தைத் திராவிட முன்னேற்றக் கழகம் கைப்பற்றித் தமிழ் அரசாங்கம் ஒன்றை நிறுவியுள்ளது. அந்தக் கட்சியினர் இலங்கையில் வடக்கையும் கிழக்கையும் கைப்பற்றிக் கொள்வதோடு மலேசியாவின் சில பகுதிகளையும் கைப்பற்றி மாபெரும் தமிழ் இராச்சியத்தை நிறுவினாலும் ஆச்சர்யப்படுவதற்கில்லை" (வீரகேசரி 12.3.1967) என்று பேசியதாக இளஞ்செழியன் மேற்கோள் காட்டுகிறார். ஸ்ரீமாவோவின் எண்ணம் தவறானது என்பதை விளக்குவதற்காகச் சி.பி.சிற்றரசுவை இலங்கைக்கு அனுப்பி வைத்தார் முதல்வர் அண்ணா. அவரைச் சந்திக்க ஸ்ரீமாவோ மறுத்துவிட்டார். 'ஒரு அண்ணாதுரை அல்ல, ஒன்பது அண்ணாதுரை வந்தாலும் என் எண்ணத்தை மாற்ற முடியாது' என்று டெய்லி மிரர் பத்திரிக்கைக்கு ஸ்ரீமாவோ பேட்டி அளித்திருக்கிறார். சி.பி.சிற்றரசு எழுதிய கடிதத்துக்கு ஸ்ரீமாவோ பதில் எழுதி உள்ளார்.

1973 டிசம்பர் 24 பெரியார் மறைந்தார். 29.12.1973 அன்று கொழும்பு நாராயணகுரு மண்டபத்தில் அவருக்கு இரங்கல் கூட்டம் நடத்தப்பட்டது. வித்தகன் தலைமை தாங்கினார். டாக்டர் ஆபிரகாம் கோவூர், ஏ.இளஞ்செழியன், ஜனாப் எல்.எம்.எஸ். செய்த்முகமது, கம்பளை தாசன், சி.கா.ஆறுமுகம், அந்தோணிமுத்து, எம்.பி. பாரதி, ஈ.கே.பாரன், திரு.பாரதமுத்து, மா.சே.அருள், ஏ.இக்பால், ஹுசைன் பாரூக், செல்வி விஜயா ராஜகோபால்,

முத்துகிருஷ்ணன், கே.செல்வராஜ், ஜனாப் உஸ்மான் பை லா, எஸ்.கே.இராமையா, டி.சச்சிதானந்தன் ஆகியோர் கலந்து கொண்டு உரையாற்றினர். அதற்கு மறுநாள் இலங்கைத் திமுக சார்பில் தனியாக இன்னொரு இரங்கல் கூட்டத்தை நடத்தியது. இதிலும் இளஞ்செழியன் பேசினார்.

(ஈழத்தில் பெரியார் முதல் அண்ணா வரை, பக்கம். 164)

1971 இலங்கைக் காவல்துறையினரால் கைது செய்யப்பட்டு விசாரணைக்கு உட்ப்படுத்தப்பட்ட போது அளித்த வாக்குமூலத்தில், 1945 ஆம் ஆண்டு இலங்கையில் திராவிடர் கழகத்தைத் தொடங்கிய தாகவும், தோட்டத் தொழிலாளர்களுடன் சேர்ந்து ஆரம்பித்ததாகவும், சாதிமதகடவுள்மூடநம்பிக்கை எதிர்ப்பும், சமத்துவமும் தமது கொள்கை என்றும், தமது இயக்கத்துக்கும் தமிழகத் திமுகவுக்கும் 1956 வரைக்கும் தொடர்பு இருந்ததாகவும், அவர்கள் தேர்தலில் நிற்கத் தொடங்கியது முதல் தொடர்பு இல்லை என்றும் இளஞ் செழியன் வாக்குமூலம் கொடுத்துள்ளார். 1926 முதல் பெரியார் முன்னெடுத்த சமூகச்சீர்திருத்த இயக்கம் குறித்து விரிவாக அதில் சொல்லி இருக்கிறார்.

(பக்கம். 182)

1976இல் திமுக அரசு தமிழகத்தில் கலைக்கப்பட்டதைக் கண்டித்துப் பம்பலப்பிட்டி சரஸ்வதி மண்டபத்தில் கண்டனக் கூட்டம் நடந்ததாகவும், சென்னையில் கலைஞர் கைது செய்யப் பட்டதைக் கண்டித்துக் கொழும்பு இந்தியத் தூதரகம் முன்பு ஆர்ப் பாட்டம் நடத்தப்பட்டதாகவும் இளஞ்செழியன் கூறுகிறார். இந்தியத் தூதரரிடம் கோரிக்கை அறிக்கையையும் அவர்கள் கொடுத் துள்ளார்கள்.

24.9.1978 அன்று பெரியாரின் நூற்றாண்டு விழா பம்பலப்பிட்டி சரஸ்வதி மண்டபத்தில் கலைஞர் கருணாநிதி பொதுப்பணி மன்றம் சார்பில் நடத்தப்பட்டது. இதில் இளஞ்செழியன் கலந்து கொண்டார். "பெரியார் தொடக்கக் காலத்தில் முதலாளித்துவத்தை எதிர்த்தார், பின்னர் பார்ப்பனர்களே அனைத்துக்கும் காரணம் என்றார். இதனை என்னால் இப்போது ஏற்கமுடியாது. இன்றைய அனைத்து நெருக்கடிகளுக்கும் முதலாளித்துவ அமைப்பே காரணம்" என்று பேசினார். பெரும்பாலும் திராவிடர் கழகத்தவர் திரண்டிருந்த கூட்டம் என்பதால் சிறுசலசலப்பு ஏற்பட்டதாக செழியன் எழுதுகிறார். இக்கூட்டத்தில் திராவிடர் கழகப் பொதுச்செயலாளர் கி.வீரமணி, சிவசிதம்பரம், வண்ணை ஆனந்தன், அ.பொ.செல்லையா, எம்.எஸ்.செல்லச்சாமி, நவசோதி ஆகியோர் கலந்து கொண்டனர். சுயமரியாதை–சமதர்ம மனிதராக இளஞ்செழியன் இருந்துள்ளார்.

தமிழீழத் தேசிய உருவாக்கத்தில் அவரது பங்களிப்பு நினைவு கூரத்தக்கது.

## 5. பெரியாரின் தொடர் ஆதரவு!

அவர்களுக்கான போராட்டத்தை அவர்கள்தான் நடத்த வேண்டும் என்பதே பெரியாரின் எண்ணமாகும். அதேநேரத்தில் அவர்களுக்கான தார்மீக ஆதரவைத் தருவதற்குப் பெரியார் என்றும் தயங்கியதில்லை. 1939 முதல் 1973 வரை ஈழத்தமிழர்க்கான அவரது ஆதரவு தொடர்ந்தது.

27.5.1939 – தமிழர்கள் துரத்தப்படுகின்றனரே!

7.2.1948 – இலங்கைக்கு டொமினியன் அந்தஸ்து

25.12.1950 – இலங்கையைப் பாருங்கள்–தலையங்கம்

7.5.1951 – இலங்கைத் தமிழர் தனியாட்சித் தனிநாடு

24.11.1953 – பழந்தமிழ்நாடான இலங்கையிலும் தமிழுக்கு ஆபத்து

9.10.1954 – எட்டு லட்சம் தமிழர்கள் நிலை

20.4.1955 – இலங்கையிலும் திராவிடநாடு எதிரொலி, தனித்தமிழ்நாடு கோரிக்கை முழக்கம்

10.4.1958 – இலங்கையில் நாம் தமிழர் இயக்கத்துக்கு ஆதரவு

21.6.1958 – கடல் கடந்த தமிழர் துயர் நீங்க வழி

25.6.1958 – தமிழ்நாட்டில் அகதிகள்

9.8.1958 – தனித்தமிழ்நாடு இருந்தால்

6.7.1967 – இலங்கையில் இருந்து திரும்பும் தமிழர்க்கு வாழ்க்கை வசதி–தமிழக அரசு ஏற்பாடு

5.8.1967 – ஐந்து லட்சம் இலங்கை அகதிகளுக்கு மறுவாழ்வு

ஆகியவை மிக முக்கியமான தலையங்கங்கள். 'விடுதலை'யில் தொடர்ந்து பல்வேறு செய்திகள் வெளிவந்துள்ளன.

தமிழர்கள் துரத்தப்படுகின்றனரே என்று கண்ணீரோடு 1939ஆம் ஆண்டே 'விடுதலை' தலையங்கம் தீட்டியுள்ளது.

மிகப் பெரிய தலையங்கம் அது. 'விடுதலை' நாளிதழின் முக்கால் பக்கத்துக்கு அது எழுதப்பட்டுள்ளது. அங்கு வேலை பார்த்து வந்த 8 ஆயிரம் தொழிலாளர்களை இலங்கை அரசாங்கம் தமிழகத்துக்குச் செல்ல உத்தரவிட்டதைக் கண்டித்து எழுதப்பட்டதாகும். சிங்களவர் பிழைக்க வழியில்லாததால்தான் இந்தத் தொழிலாளிகள் திருப்பி அனுப்பப்படுகிறார்கள், இவர்கள் பெரும்பாலும் தமிழர்கள், அந்தோ

தமிழரின் கதி உள்நாட்டிலும் வெளிநாட்டிலும் ஒன்றாகத்தான் உள்ளது, வந்தவரை எல்லாம் வரவேற்ற தமிழ்நாடு வரண்டதால் தான் வேலைக்காக வெளிநாடு போனான் தமிழன், ஆனால் அவனை அங்கும் வாழவிடாமல் செய்துவிட்டார்கள், இதனை யார் கேட்கப் போகிறார்கள், இந்தத் தமிழர்கள் உயர்சாதியைச் சேர்ந்தவராக இருந்தால் பலரும் கொதிப்பார்கள், ஆனால் ஏழைத் தமிழர்களுக்காக யார் கேட்பார்கள், இந்த ஏழைகளின் அழுகுரல் காங்கிரசுக் கட்சியினருக்குக் கேட்கவில்லை, காந்திக்குக் கேட்கவில்லை, எட்டு மாகாணங்களை ஆள்வதாகச் சொல்லும் காங்கிரசு இப்போது எங்கே போனது, இதற்குத் தானா தமிழர்கள் மஞ்சள் பெட்டியை நிரப்பினார்கள், தமிழர் ஆயிரக்கணக்கில் தீயில் சிக்கிய குளவிபோல இலங்கையை விட்டு ஓடிவருகிறார்களே அவர்களது மனக்கொதிப்பு மாகாண மந்திரிகளுக்கு கேட்கவில்லையா, காங்கிரசு மனதைக் கரைக்கவில்லையா, யூதர்களை ஹிட்லர் விரட்டினால் கண்ணீர் வடிக்கிறது காங்கிரசு, ஸ்பெயின் மக்களுக்காகக் காங்கிரசு பணம் வசூல்செய்கிறது, அந்தக் கருணை தமிழர்களுக்காக ஏன் வர மறுக்கிறது, தமிழ்நாடு தமிழருக்கே கிளர்ச்சி வெற்றி பெற்றால் கடல்கடந்து துன்பப்படும் அனைத்துத் தமிழர்க்கும் இங்கு இடமுண்டு, வாழவழியுண்டு, வாழ்க்கையிலே இன்பமுண்டு, ..தமிழர்கள் கதி இதுதான்! யார் இருக்கிறார்கள், அவர்களுக்கு என்ன நேரிட்டாலும் கேட்க" என்று கண்ணீர்த் தலையங்கம் தீட்டியது பெரியாரின் 'விடுதலை'அல்லவா?

(விடுதலை 27.5.1939)

1945 ஆம் ஆண்டு திருச்சியில் கூடிய 17வது திராவிடர் கழக மாநாட்டில், "பர்மா, மலேசியா, இலங்கை முதலிய வெளிநாடுகளில் உள்ள இந்திய மக்களின் உரிமைகள், வியாபாரங்கள், சொத்துகள், நிலங்கள், அந்தஸ்து ஆகியவை ஆங்கிலேயர்களுக்கு உள்ளது போன்று பாதுகாக்கப்படுவதோடு தொழிலாளர்களின் உரிமையும் பாதுகாக்கப்பட வேண்டும் என்று இந்திய அரசாங்கத்தாரைக் கேட்டுக் கொள்கிறது" எனத் தீர்மானம் நிறைவேற்றப்பட்டது.

22.07.1956 ஞாயிறன்று தோழர் எஸ்.குருசாமி அவர்கள் தலைமையில் சிவகங்கையில் நடைபெற்ற இராமநாதபுரம் மாவட்ட திராவிடர் கழக மாநாட்டில், இலங்கையிலிருந்து துரத்தப்படுகின்ற தமிழ் மக்களுக்கு வேண்டிய வசதிகள் செய்து கொடுக்கும்படி தமிழ்நாடு ஆட்சியாளரையும் மத்திய ஆட்சியையும் கேட்டுக் கொள்ளும் தீர்மானம் நிறைவேற்றப்பட்டது.

1959ஆம் ஆண்டு, "நீங்கள் கேட்கும் சுதந்திரத் தமிழ் நாட்டில் இலங்கையையும் சேர்த்தா கேட்கிறீர்கள்?" என்று பெரியாரிடம்

கேள்வி கேட்கப்பட்டபோது, இல்லை என்றார். "நான் அப்படிச் சொல்லவில்லை. சுதந்திரத் தமிழ்நாடு இலட்சியத்திற்குப் பாடுபடும் நாம் தமிழர் இயக்கத்தார் ஆரம்பத்தில் அப்படிச் சொன்னார்கள். நான் அவர்களிடம் அதை எதிர்த்துச் சொன்னேன். அது வேறு ஒரு அரசு, அது பற்றி நமக்குக் கவலையில்லை என்பதாக. அதுதான் எங்களுக்கும் அவர்களுக்கும் உள்ள முக்கிய வேறுபாடுகளில் ஒன்றாகும்" என்று விளக்கம் அளித்தார் பெரியார்.

(விடுதலை 9.2.1959)

இலங்கைத் தமிழர் இன்னல் குறித்துக் கவலையோடு பார்த்து வந்தார் பெரியார். தொடர்ந்து அவர்களைப் பற்றி எழுதியும் பேசியும் வந்தார். இலங்கைச் செய்திகளை விடுதலையில் தொடர்ந்து வெளியிட்டு வந்தார்.

இலங்கைப் பிரதமராகப் பொறுப்பேற்ற ஸ்ரீமாவோ பண்டாரநாயகா, அங்குள்ள தமிழர்களது குடியுரிமை குறித்துப் பேசும் போது தம்முடைய காலத்திலேயே இப்பிரச்னையைத் தீர்ப்பேன் என்று சொல்லி இருந்தார். அச்செய்தியை முழுமையாக வெளியிட்டது விடுதலை. இதை வரவேற்று 'அகத்திலும் புறத்திலும் தமிழர்நிலை' என்ற தலைப்பில் எழுதப்பட்ட தலையங்கத்தில், "அந்நியர் நாடுகளில் வதியும் தமிழ்மக்களின் நிலையும் மேலும் மேலும் சரியத் தொடங்கிவிட்டது. வெளி மாநிலங்கள், வெளிநாடுகள் சுயேச்சை நிலை அடைந்து வருகையில் தமிழரை அந்நியராகவே மதிக்கின்றனர். தமிழரின் இரத்த வியர்வையினால் தங்கள் நாடு வளமாக ஆக்கப் பட்டதை மறந்துவிட்டனர். தமிழரைச் சுரண்ட வந்த ஆக்கிரமிப்புக் காரராகக் கருதி வெறுப்புக் கொள்கின்றனர். .... இனி நாடு விட்டு வெளியேறுவதைத் தவிர வழியில்லை என்று நிலை. தாயகம் ஏற்கக் கூடிய நிலையுமில்லை...இதிலிருந்து மீள்வது எப்படி?..." என்று எழுதியது.

(விடுதலை 30.7.1960)

"தமிழர் இன உணர்வு பெருக வேண்டும்" என்ற தலையங்கத்தில்,

"இலங்கை வாழ் இந்தியர்களில் பெரும்பாலோர் தமிழர்கள், அந்த நாட்டை வளப்படுத்திய பாட்டாளி மக்கள். இலங்கையையே தாயகமாகக் கொண்டு இன்றல்ல, நேற்றல்ல, தலைமுறை தலைமுறை யாகப் பண்டைக்கால முதல் அங்கு வசித்து வருகின்றார்கள். தமிழர், இலங்கைக்கு அந்நியரல்ல, அந்நியர்போல் சுரண்டிக் கொண்டு வெளியேறுபவர்கள் அல்ல, அங்கேயே தங்கி அங்கேயே உறைபவர்கள். அந்நாடு அவர்களுக்கு உரியது.

தற்போது அங்கு வசித்து வரும் தமிழர்களை அந்நாட்டவ ரல்லாதார் என்ற துர் எண்ணத்தைச் சிங்கள வெறியர்களிடம் புகுத்தியதன் பயனாகவே அங்கு தமிழர்களின் உரிமைப் போர் எழும் நிலையேற்பட்டது. தமிழரை வேற்று நாட்டவர் என மதித்து அவர்களை வெளியேற்றும் கெட்ட எண்ணத்துடன் அங்கு சிங்கள மொழியைக் கட்டாயமாகத் தமிழர்மீது திணித்தும் ஆட்சி மொழியாக சிங்களம் ஒன்றே இருக்க வேண்டும் என்றும் சட்டம் செய்தனர். ஆட்சிப் பொறுப்பில் இருப்போர் பெரும்பாலும் சிங்கள வெறியர் ஆதலின் சிறுபான்மையினர்களான தமிழர் மீது சிங்கள மொழியைக் கட்டாயமாகத் திணித்து அதன் மூலம் தமிழரின் அரசு உரிமையைப் பறித்திட சூழ்ச்சி செய்து வருகின்றனர்.....

தமிழர்கள் போட்டி அரசு நிறுவியாவது தங்கள் உரிமையை நிலைநாட்ட முன்வந்தது மிகவும் பாராட்டுக்குரியதாகும். சட்ட பூர்வமான கிளர்ச்சிகள் பயன்பெறாதொழிந்ததன் பிறகே – சத்தியாக் கிரக முறைகளும் பயன்பெறாத பிறகே–சுதந்திரப் போராட்டத்தில் இறங்கியிருக்கின்றனர் தமிழர்கள்.....

தமிழர்கள் பெரும்பாலும் வசிக்கும் யாழ்ப்பாணம், வடக்கு கிழக்கு மாகாணங்களில்கூடத் தமிழர் அமைதியாக வாழவிடாமல் அங்கு சிங்களவர்களான போலீசாரையும் இராணுவத்தினரையும் நிறுத்தி வைத்துள்ளனர். தமிழர் வாழும் உரிமையைப் பறிக்கவே இலங்கை அரசினர் சூழ்ச்சி புரிகின்றனர்....தமிழர்களை அடக்கு முறை மூலம் அடக்கிவிடலாமென இலங்கை அரசு நினைத்திருக்கு மானால் அது ஆட்சியின் இறுதிக்கான முடிவு என்றே நாம் கருதுகிறோம்...இந்த நிலையில் இந்திய பிரதமர் நேரு தமிழர்களின் உரிமை பறிக்கப்படுவதைப் பார்த்துக்கொண்டு வாளாவிருக்கலாமா? உடனே இலங்கை அரசுக்கு இறுதி எச்சரிக்கை செய்வதும், காங்கோவுக்கு அனுப்பியது போல் இந்திய ராணுவத்தைத் தமிழர் உயிர்களைக் காக்க இலங்கையில் இறங்கச் செய்ய வேண்டியதும் அவசியமென நேருவுக்கு வற்புறுத்திக் கூறுகிறோம்.

.... தமிழ்நாடு தனிச் சுதந்திரநாடாயிருந்தால் இலங்கை இவ்வாறு கொடுமை செய்யத் துணிந்திருக்குமா? அல்லது இந்திய அரசு போல் தமிழக அரசும் தூங்கிக் கொண்டிருக்குமா? பாராளு மன்ற உறுப்பினர்கள் ஒருமித்த குரல் எழுப்பி இந்திய அரசு நல்ல முறையில் இப்பிரச்னையைத் தீர்க்கத் தூண்டவேண்டுமென்றும் இலங்கை அரசு நல்ல வழிக்கு வராவிட்டால் அரசியல் உறவை ரத்து செய்துவிட்டு நமது போர்ப்படைகளை அனுப்பித் தமிழர் களைக் காக்கச் செய்ய வேண்டியதும் அவசியமாகும். தமிழரே

ஒன்று படுங்கள். இன உணர்வு கொள்ளுங்கள். என்று அழைக்கிறோம்” என்று எழுதியவர் பெரியார்.

( விடுதலை 19.4.1961)

‘சிங்களவர் அடக்குமுறையை அய்.நா. தலையிட்டுக் களைய வேண்டும்’ என்று நாம் தமிழர் இயக்கத் தலைவர் சி.பா.ஆதித்தனார் விடுத்த அறிக்கையை அதே நாள் ‘விடுதலை’ வெளியிட்டுள்ளது. ம.பொ.சி.யின் அறிக்கையும் வெளியாகியுள்ளது.

சென்னைப் பொதுக்கூட்டத்தில் பேசிய பெரியார், “தமிழ்நாடு தனிச்சுதந்திர நாடாவதே இலங்கை வாழ் தமிழரைக் காக்க வழி” என்று பேசினார். அங்குள்ள பூர்வீகத் தமிழர்கள் பிரச்னையையும் கூலி வேலைக்காகச் சென்றவர்கள் பிரச்னையையும் தனியாகப் பிரித்து விளக்கம் அளித்தார். பூர்வீகத் தமிழர்கள் பிரச்னையை அந்த நாட்டுக்குள் தீர்க்க வேண்டும் என்றும், வேலைக்காகச் சென்றவர்களாக இருந்தால், அவர்களுக்கு வேலைகள் அங்கு இல்லை என்றால் தமிழகத்துக்கு அழைத்து வந்துவிட வேண்டியதுதான் என்றும் கூறினார்.

“இலங்கை ஒரு சுதந்திரநாடு. அந்த நாட்டின் உள்விவகாரங்களில் தலையிட நமக்கு என்ன உரிமை இருக்கிறது? இலங்கையில் யாழ்ப்பாணத்தில் வடக்கு கிழக்கு மாகாணத்தில் அங்கேயே நிரந்தரமாக வசித்து வருபவர்கள் அதையே தாய்நாடாகக் கொண்டிருக்கும் தமிழர்கள் இருக்கிறார்கள்.... வேலைக்காகச் சென்றவர்கள் இருக்கிறார்கள்... இப்படிச் சென்றவர்களுக்கு அங்கு வேலை இல்லை என்றால் நாம் அழைத்துவந்து வேலை கொடுத்து நம் நாட்டிலேயே வாழ வசதி செய்து தரவேண்டும்... தமிழ்நாடு தனிநாடாக இருந்தால் தமிழ்நாட்டில் இருக்கும் அந்நியர்களை வெளியேற்றி நம் தமிழ் மக்களை வரவேற்று வசதி செய்து கொடுத்திருக்கக் கூடும்...இலங்கை சுதந்திரநாடு. அங்குள்ள தமிழரும் இலங்கையர் தான். அவர்களுக்குள் ஏற்பட்டுள்ள ஆட்சிமொழித் தகராறு சிங்களவர் – தமிழர்களுக்குள்ளாகவே தீர்க்கப்பட வேண்டியதாகும்.... முதலில் இங்குள்ள அந்நியரை நாம் வெளியேற்றி இங்கு இடம் காண வேண்டும். பார்ப்பனர்களை, குஜராத்தி, மார்வாரி, மூல்தானி, மலையாளிகளையெல்லாம் வெளியேற்ற வேண்டும். நம் நாட்டுக் குடிமகனல்லாத அந்நியன் எவனாயிருந்தாலும் வெளியேற்றி நம் நாட்டிலிருந்து வயிற்றுப் பிழைப்புக்காகக் கடல் கடந்து சென்று இருக்கும் தமிழர்களை நமது கப்பலை அனுப்பி அழைத்து வந்து அவர்களுக்கு வேலையும் வாழ்வும் கிடைக்கும் வரை அகதிகளாக வைத்துக் காப்பாற்ற வேண்டியதுதானே கடமை. ... இலங்கையில் இருக்கும்

தமிழர்கள் அந்நாட்டுப் பிரஜைகளே... அவர்களுக்கு நாம் அனுதாபம் காட்டுவது தவிர செயல் முறையில் காரியசாத்தியமாக செய்யக் கூடியது வேறு ஒன்றும் இல்லை.... என்று பிரித்துத் தெளிவு படுத்தினார்.

(விடுதலை 6.5.1961)

அவர்களது போராட்டத்தை அவர்கள் நடத்த வேண்டும், ஆனால் அவர்களுக்கு நமது தார்மீக ஆதரவு எப்போதும் உண்டு என்பது பெரியாரின் நிலைப்பாடாக இருந்தது.

## 6. ஆயுதப் போராட்டத்துக்கு ஆதரவு!

தமிழர் ஆயுதம் தூக்கிய முதலாவது நிகழ்வு கல்ஓயாவில் 1956 இல் நடந்தது. சிறு ஆயுதக் குழு இருந்தது. இரண்டு சிங்களவர்கள் கொல்லப்பட்டனர். போலீஸ் வாகனம் தீ வைக்கப்பட்டது. 1958 இல் அடங்காத்தமிழர் என்று அழைக்கப்படும் சி.சுந்தரலிங்கம் வவுனியாவில் திருப்பித்தாக்கும் தமிழர் ஆயுதப்படை ஒன்றை வைத் திருந்தார். அதே ஆண்டு மட்டக்களப்பில் ரயில் ஒன்றைத் தமிழர்கள் கவிழ்த்ததில் இரண்டு சிங்கள காவலர்கள் கொல்லப்பட்டனர். 1961 இல் யாழ்ப்பாணத்தில் சிங்கள ராணுவ வாகனங்கள் மீது துப்பாக்கியால் சுட்டும், கல்வீசியும் தமிழர்கள் விரட்டினார்கள். இதே காலகட்டத்தில் தமிழரசுக் கட்சிக்குள் 20 பேருக்கும் மேற்பட்டோர் சேர்ந்து ஒரு ஆயுதக்குழுவை உருவாக்கி அதற்கு புலிப்படை என்று பெயர் சூட்டி, பாயும் புலியைச் சின்னமாகவும் வைத்திருந்தார்கள். கட்சிக்குள் உள்ளே இருந்து அவர்களது அகிம்சைத் தன்மைக்கு எதிராக விமர்சனங்களை வைத்து இவர்கள் உசுப்பேற்றி வந்ததாக ரி.சபாரத்தினம் எழுதுகிறார். அது மெல்ல அப்படியே அமுங்கியது. பின்னர் 1969 இல் யாழ்ப்பாணத்தில் குட்டிமணி, தங்கத்துரை, சிவகுமாரன், சின்னசோதி, செட்டி, ஆகியோர் கூடி ஒரு அமைப்பை உருவாக்கினார்கள். பாலஸ்தீன விடுதலை இயக்கத்தை முன்மாதிரியாகக் கொண்டு தமிழர் விடுதலை அமைப்பு(டெலோ) உருவாக்கப்பட்டது. ஆயுத நடவடிக்கையே இதன் முதன்மை நோக்கமாக இருந்தது.

தமிழர்களுக்கு எதிரான அடக்குமுறைகள் அதிகம் ஆனது 1970ஆம் ஆண்டின் தொடக்கத்தில். அதற்கு எதிராகத் 'தமிழ் மாணவர் பேரவை' என்ற மாணவர் இயக்கம் அந்த ஆண்டு தொடங்கப்பட்டது. ஆயுதத்தின் மீது நம்பிக்கை கொண்டவர்களாக இந்த இளைஞர்கள் இருந்தார்கள். இவர்களில் ஒருவர் பிரபாகரன். இவர்கள் செய்த செயல்பாடுகள் காரணமாகச் சிங்களக் காவல்

துறையால் தேடப்பட்டார். அதனால் தலைமறைவாகி தமிழகம் வந்தார். இரண்டு ஆண்டுகள் கழித்து அங்கு சென்றார். 1972 இல் அவர் உருவாக்கியதுதான் புதிய தமிழ்ப்புலிகள் இயக்கம். இதன் முதல் இராணுவ நடவடிக்கை 1975ஆம் ஆண்டு செய்யப்பட்டது. அடுத்த ஆண்டு இந்த இயக்கம், 'தமிழீழ விடுதலைப்புலிகள்' எனப் பெயர் தாங்கியது. 1978ஆம் ஆண்டு புலிகள் இயக்கம் இலங்கை அரசால் தடை செய்யப்பட்டது. 1984 - 87 காலகட்டத்தில் தமிழகத்தில் இருந்தார் பிரபாகரன்.

இந்தத் தமிழ் மாணவர் பேரவைக்கும் தந்தை பெரியாருக்கும் தொடர்பு இருந்தது.

தமிழீழ ஆயுதப் போராட்டத்தின் தொடக்கப்புள்ளிகளில் ஒருவர், சத்தியசீலன். விடுதலைப்புலிகள் உட்பட அனைத்து ஈழ விடுதலை ஆயுதப் போராட்ட இயக்கங்களுக்கும் தாய் அமைப்பான 'தமிழ் மாணவர் பேரவை'யைத் தொடங்கி, பிரபாகரன் தலைமுறை இளைஞர்களை ஆயுதப் போராட்டத்துக்கு அழைத்து வந்தவர். தமிழீழ விடுதலைப் போராட்டத்தில், முதல் சயனைட் தற்கொலைப் போராளியான பொன்.சிவகுமாரனின் உரும்பராய் கிராமத்தைச் சேர்ந்தவர் இவர். இனவாதச் சிங்கள அரசுக்குப் புரிந்த மொழி ஆயுதம்தான் என முதலில் உணர்ந்த சிலருள் இவரும் ஒருவர்.

"நான் யாழ்ப்பாணம் வருகையில், சிவகுமாரன் சிறிது காலம் சிறையில் இருந்துவிட்டு அப்போதுதான் வெளியே வருகின்றார். அவருடைய வீடும் என்னுடைய வீடும் அருகாமையில் இருந்தன. அதனால் இருவரும் எளிதாக இணைந்து செயல்பட முடிந்தது. தமிழரசுக் கட்சிப் பாரம்பரியத்தில் இருந்த சாத்வீக அணுகுமுறையை ஆயுதப் போராட்டத்தை நோக்கி திசை திருப்பியது நாங்கள்தான். பருத்தித்துறை தொடக்கம் திருக்கோயில் வரை இனவாத அரசின் கொடுமையால் குமுறிக் கொண்டிருந்த தமிழர்களை நாங்கள் ஒன்றிணைத்தோம். அடக்குமுறைக்கு எதிராகப் போராட வேண்டும் என்ற வேட்கையுடன் இருந்த மாணவர்களை ஒருங்கிணைத்துத் 'தமிழ் மாணவர் பேரவை'யைத் தொடங்கினேன்.

அதன்பிறகு, தமிழ் மாணவர் பேரவையின் கருத்துகளைச் சொல்வதற்குப் பல்வேறு ஊர்களுக்குச் சென்றோம். விடுதலை உணர்வுமிக்க வல்வெட்டித்துறைக்கும் சென்றோம். அப்போது அங்கே நடந்த கூட்டத்தில் கலந்துகொள்ள வந்த பிரபாகரனையும் வேறு சிலரையும், அவர்கள் மிகவும் சிறுவர்களாக இருந்ததால் கூட்டத்துக்கு ஏற்பாடு செய்திருந்தவர்கள் உள்ளே விடவில்லை. ஆனாலும், உடனே திரும்பிப் போகாமல் அவர்கள் வாசலில் நின்று

தர்க்கம் செய்தார்கள். நான், என்ன பிரச்னை என்று வெளியில் சென்று பார்த்தேன். அந்தச் சிறுவர்களின் ஆர்வத்தைக் கண்டு, 'உள்ளே விடலாமே' என்று வாசலில் இருந்தவரிடம் சொன்னேன். அவர், பிரபாகரனுக்கு அண்ணன் முறையானவர்.

'பிரபாகரன் வீட்டில் இம்மாதிரி நடவடிக்கைகளை ஏற்றுக் கொள்ள மாட்டார்கள்' என்றார். வல்வெட்டித்துறைக் கூட்டம் நடந்து, மூன்று தினங்களுக்குப் பிறகு பிரபாகரன் என்னைத் தேடி வீட்டுக்கு வந்தார். அவரது வயதுக்கு மீறிய அறிவுடன், தமிழ் மக்களின் அரசியல் உரிமைகள் பற்றிக் கதைக்கத் தொடங்கினார். 1970இல் தம் வீட்டைவிட்டு வெளியேறிய பிரபாகரன் சிறிதுகாலம் என்னுடனேயே தங்கியிருந்தார்.

தமிழ் மாணவர் பேரவையின் தொடக்கக் கூட்டம் நடைபெற்ற போது பிரபாகரன், தங்கத்துரை, குட்டிமணி, சிவகுமாரன், பரந்தன் ராஜன், திசைவீர சிங்கம் போன்ற ஈழப்போராட்டத்தின் முக்கியப் புள்ளிகள் பலரும் தமிழ் மாணவர் பேரவையில் இணைந்து கொண்டார்கள். 'என்னை இந்த தமிழீழ விடுதலைப் போராட்டத் துக்கு அழைத்து வந்தவர்கள் சத்தி அண்ணாவும் சிவகுமாரனுமே' என்று பிரபாகரன் பலமுறை நேர்காணல்களில் இதுபற்றிக் குறிப் பிட்டுள்ளார்.

ஈழ ஆயுதப் போராட்டத்திற்கு ஆதரவு தேடிக் கடல்வழியாக 1971ஆம் ஆண்டு நான் தமிழ்நாட்டுக்குச் சென்றேன். அந்தப் பயணத்தில் பெரியாரையும் ஜி.டி.நாயுடுவையும் சந்தித்தேன்.

பெரியார், நேரடியாக தமிழர் உரிமைக்கான போராட்டத்தை ஆதரித்தவர். "பெரிய டாங்கி போன்றவற்றைக் கொண்டு வந்து உங்களை அவர்கள் அழிக்க முற்பட்டால் என்ன செய்வீர்கள்" என்று என்னைக் கேட்டார். "அதற்குத்தான் உரிய வழியாக பதிலுக்கு நாங்களும் ஆயுதத்தை தூக்கும் நிலையைக் கைக்கொண்டி ருக்கிறோம்" என்றேன். "அப்படியென்றால் உங்கள் வசதிப்படி செய்யுங்கப்பா" என்றார் பெரியார்.

ஜி.டி.நாயுடுவைச் சந்தித்த போது, "நான் உங்களுக்கு உதவ வேண்டும் என்று நினைக்கிறேன். என்னால் எந்த வகையில் உதவமுடியும் என்று நீங்களே சொல்லுங்கள்?" என்று கேட்டார். நான், "தொலைத்தொடர்புக் கருவிகளை எங்களுக்குச் செய்து தாருங்கள்" என்றேன். அவர் இணக்கம் தெரிவித்தார்.

மீண்டும் இலங்கைக்குச் சென்ற பின்னர் 1973ஆம் ஆண்டு நான் கைது செய்யப்பட்டேன். நான்கு ஆண்டுகள் சிறையில் இருந்தேன். 1977இல் விடுதலையான போது, ஆயுதப் போராட்டத்தை

ப. திருமாவேலன் ◆ 1543

அடுத்த தலைமுறையினர் கையில் எடுத்து தொடர்ந்து கொண்டிருந்தார்கள். அவர்கள் மீது நம்பிக்கை வைத்து, 'இனி நான் தமிழீழத்தில்தான் கால்வைப்பேன்' என்ற முடிவுடன் அங்கிருந்து வெளியேறினேன். தமிழ்நாட்டுக்கு வந்து, பின்னர் ஜெர்மனிக்குச் சென்றேன். இன்றுவரை அய்ரோப்பாவில்தான் இருக்கிறேன்.

இந்த இடைப்பட்ட காலங்களில் எவ்வளவோ நடந்துவிட்டது. இலங்கைத் தமிழர்களின் அரசியல் உரிமைப் போராட்டம் ஒருபோதும் கைவிடப்படாது; அது தொடர்ந்து முன்னெடுக்கப்படும் என்பதில் இன்றும் நான் மிகுந்த நம்பிக்கையுடன் இருக்கிறேன். ஆனால், இப்போது நாங்கள் எங்கள் வழியைவிட்டு வேறு திசையில் எமது உரிமைக்கான போராட்டத்தைத் தொடரவேண்டும்.

நான் இலங்கையில் இருந்து வெளியேறிவிட்டாலும், பிரபாகரன் என்மீது கடைசிவரை பெரும் மதிப்பும் மரியாதையும் மாறாத பாசமும் வைத்திருந்தார். எப்போதும் என்னுடன் தொடர்பில் இருந்தார். 'சத்தி அண்ணா' என்றுதான் என்னை அழைப்பார். சென்ற வருடம் ஏப்ரலில் என்னை வன்னிக்கு வரும்படி ஓர் அவசர அழைப்பை விடுத்தார். என் முடிவை மாற்றி அங்கு செல்ல சம்மதித்தேன். ஆனால், என்னை அழைத்துச் செல்ல வேண்டியவரின் பயணத் தடங்கலால், அது தாமதப்பட்டது. பிரபாகரன் தன்னலமில்லாத நேர்மையான இளைஞர்..." என்று அந்தக் காலகட்டம் குறித்து பேசியுள்ளார் சத்தியசீலன்.

1971 இல் சத்தியசீலன், மகாஉத்தமன், ஞானம் ஆகியோர் தமிழகம் வந்து பெரியாரையும் ஜி.டி.நாயுடுவையும், ம.பொ.சி.யையும் 'முரசொலி' அடியாரையும் சந்தித்துள்ளார்கள். அதற்கு முன்னதாகவே பிரபாகரனும் இணைந்து இயங்கிய தமிழ் மாணவர் பேரவை தொடங்கப்பட்டு விட்டது. இந்த அமைப்பினரின் செயல்பாட்டுக்குத் தான் தனது ஆதரவை பெரியார் வழங்கி உள்ளார் என்பது வரலாற்றின் மிக முக்கியப் பதிவு ஆகும். இந்தப் பதிவுகள் அனைத்தையும் 'திராவிடர் விடுதலைக் கழகம்' குறுநூலாக வெளியிட்டுள்ளது.

தந்தை பெரியாரின் 141ஆவது பிறந்த நாளை முன்னிட்டு இலண்டனில் நடைபெற்ற நிகழ்வில், பெரியாரை நேரடியாக தாங்கள் சந்தித்த நிகழ்வையும், ஈழப்போராட்டம் தொடர்பாக பெரியார் என்ன கருதினார் என்பதையும் பதிவு செய்துள்ளார் சத்தியசீலன்.

"1971ஆம் ஆண்டு ஆகஸ்ட் மாதத்தில் இலங்கையின் யாழ்ப்பாணத்தில் நடந்த ஒரு சம்பவத்தில் இருந்து தப்புவதற்காக தமிழ்நாட்டின் திருச்சிக்குச் சென்றிருந்தேன். அப்போது திருச்சியில்தான் தந்தை பெரியாரும் வசித்துக்கொண்டிருந்தார். 'தமிழர்கள் இலங்கையிலே

வாழ வேண்டும் என்று சொன்னால், தமிழ் அரசியல்வாதிகள் அகிம்சை வழியிலே போராடுகின்ற போராட்டங்களால் சிங்களவர்கள் தமிழர்களுடைய உரிமைகளைத் தரமாட்டார்கள் அதற்கு நாங்கள் இளைஞர்கள் மாற்று வழியைத் தேடியிருக்கின்றோம். இது ஆயுதப் போராட்டம்தான். இதற்கு உங்களுடைய அறிவுரை என்ன?" என்று பெரியாரைக் கேட்டேன்.

அதற்கு பெரியார் பல்வேறு கருத்துக்களைச் சொல்லி நிறையவே கேள்வி கேட்டார். இதில் தமிழர்கள் இலங்கையில் எவ்வளவு பேர், சிங்களவர்கள் எத்தனை பேர் எனக்கேட்டார். அதற்கு நான் அதனுடைய தொகையைச் சொன்னேன். அப்படியாயின் அவ்வளவு சிங்களவர்களும் தமிழர்களை எதிர்த்து வந்தால் நீங்கள் எப்படி அதனைத் தாக்குப்பிடிப்பீர்கள் என்று கேட்டார். நான் அன்றைய இளமைத் துடிப்பிலும், பெரியார் கேட்கிறாரே என்பதற்கில்லாமல் எனது மனதில் பட்டதைச் சொன்னேன், அவர்கள் வைத்திருக்கின்ற ஆயுதங்களைவிட திறமான ஆயுதங்களை வைத்து போராட முடியும் என்று நம்புகிறோம், இளைஞர்கள் எங்களோடு துணிந்து வர இருக்கிறார்கள் என்றும் சொன்னேன்.

எல்லாவற்றையும் கேட்டுக்கொண்டிருந்த பெரியார், அவர்கள் பெரிய டாங்க் முதலானவற்றைக் கொண்டு வந்து உங்கள் அவ்வளவு பேரையும் அழித்தால் என்ன செய்வீர்கள் என்றார். அப்படி ஒரு அடிமை வாழ்வு வாழ்வதை விட, அழிந்து போகும் நிலை ஏற்பட்டால் அழிந்துபோகத்தான் வேண்டும் என்றேன். அப்போது எனக்கு 24 வயது. அவ்வளவு பெரிய ஆளை நாங்கள் எல்லோரும் சந்திப்பது போல அன்றைக்கு சிந்தனை ஓடாது. எப்படியும் எங்களது கொள்கையை நிறைவேற்றவேண்டும் என்பதுதான் மனதில் இருந்தது. அவர்கள் பெரிய டாங்கிகளைக் கொண்டுவந்தாலும் அடித்து முடிப்போம் என்றேன். சிறிது நேரம் யோசித்து விட்டு, செய்ய வேண்டாம் என்று பெரியார் சொல்லவில்லை. 'என்னத்தையாவது செய்யுங்கள்' என்றுதான் சொன்னார். .... நான் பேசியதைக் குறிப்பாக எழுதித்தரச் சொன்னார். கைப்பட எழுதிக்கொடுத்தேன். அது அன்றைய வார விடுதலைப் பேப்பரிலே 1971ஆம் ஆண்டு ஆகஸ்ட் மாதம் அது செய்தியாக போடப்பட்டது...." என்று பேசி இருக்கிறார் சத்தியசீலன். இதன் மூலம் பிரபாகரனின் போராட்டத்துக்கு பெரியார் வழங்கிய ஆதரவை அறியலாம். இது தொடர்பாக சத்தியசீலனிடம் நான் செல்பேசியில் பேசினேன். தனது உரையில் குறிப்பிட்ட விபரங்கள் அனைத்தும் உண்மை எனக் குறிப்பிட்டார். ஆயுதப் போராட்டத்தை வழிமொழிந்து பெரியார் சொன்ன சரியான சொற்கள் என்ன என்று கேட்டேன். "அப்படியானால் உங்க வசதிப்படி செய்யுங்கப்பா" என்பதாகும்.

வலிமையான சிங்கள ராணுவத்தை எதிர்கொள்ளும் வலிமை தங்களுக்கு இருக்கிறது என்று சத்தியசீலன் சொன்னதும், பெரியார் கூறிய சொற்கள் இவை!

இது பெரியாரின் தமிழீழ ஆயுதப் போராட்ட ஆதரவு நிலைப்பாடு!

## 7. தனித்தமிழ் ஈழத்துக்கு ஆதரவு!

1972ஆம் ஆண்டு தமிழர் உரிமைப் போராட்டத்திற்கு சர்வதேச ஆதரவைத் திரட்டுவது, போராட்டத்துக்கு தமிழ் மக்களின் ஆதரவைத் திரட்டுவது என்று தமிழரசுக் கட்சியின் செயற்குழு தீர்மானித்தது. செல்வாவின் தூதுவராக ஆ.இராசரத்தினம் தமிழகம் வந்து அனைத்து ஏற்பாடுகளையும் செய்தார். அவருடன் தமிழ் இளைஞர் பேரவைத் தலைவர் இரா.ஜனார்த்தனமும் பங்கெடுத்தார். தமிழகம் வந்த செல்வாவுடன் அமிர்தலிங்கம், மங்கையர்கரசி, 'சுதந்திரன்' இதழாசிரியர் கோவை மகேசனும் சென்றதாக செல்வாவின் அதிகாரப்பூர்வ வரலாற்றை எழுதிய ரி.சபாரத்தினம் கூறுகிறார். யாரையெல்லாம் இவர்கள் சந்தித்தார்கள் என்ற பட்டியலில் பெரியார் பெயரையும் அவர் குறிப்பிடுகிறார். எல்லாத் தலைவர்களும் தமது ஆதரவை உவகையுடன் அளித்தனர் என்றும், எந்தக் கட்சியுடனும் சிறப்பு உறவு கொள்ளவில்லை என்றும், தந்தை செல்வாவின் தமிழக வருகை பெருவெற்றி அளித்தது என்றும், அவர் சந்தித்த அத்தனை பேரும் ஒருமுகமாக இலங்கைத் தமிழரின் தர்ம யுத்தத்துக்கு ஆதரவளித்தனர் என்றும், இனப்பற்றோடு உருக்கமாக ஆதரவு அளித்தனர் என்றும் ரி.சபாரத்தினம் எழுது கிறார்.

(தந்தை செல்வா ஓர் அரசியல் வாழ்க்கை சரிதை, பக்கம். 288)

22.2.1972 அன்று சென்னை பெரியார்திடலில்வைத்து பெரியாரை ஈழத்தந்தை செல்வநாயகம் சந்தித்தார். அவருடன் அமிர்தலிங்கம், மங்கையர்கரசி அமிர்தலிங்கம், மணவைத்தம்பி ஆகியோர் உடன் வந்திருந்தனர். அமைச்சர் இராஜாராமும் துணை வேந்தர் நெ.து. சுந்தரவடிவேலுவும் உடனிருந்தனர். இலங்கைத்தமிழர் பிரச்னையில் தமது அனுதாபமும் ஆதரவும் எப்போதும் உண்டு என்று அவர்களிடம் பெரியார் கூறினார்.

"இலங்கையில் உள்ள தமிழர்களின் நிலை குறித்து விபரமாகக் கேட்டு – அறிந்தபின் அவர்களது உரிமைப் பூர்வமான கோரிக்கைக்கு தமது இயக்கத்தின் அனுதாபமும் ஆதரவும் எப்போதும் உண்டு என்பதைத் தந்தை பெரியார் அவர்கள் தெரிவித்தார்கள்" என்று 22.2.1972 நாளிட்ட 'விடுதலை' செய்தி வெளியிட்டுள்ளது.

இவர்கள் அனைவரும் அண்ணா நினைவிடம் சென்று மலர் வளையம் வைத்தார்கள். காஞ்சிபுரம் சென்று அண்ணா இல்லத்தைப் பார்வையிட்டனர். முதல்வர் கலைஞர் உள்ளிட்ட தமிழகத் தலைவர்களையும் சந்தித்தனர். 'தனிநாடு கேட்கும் கட்டத்தில் உள்ளோம்' என்ற செல்வாவின் பேட்டியை விடுதலை (23.2.1972) வெளியிட்டது. சென்னை மாநகராட்சி அளித்த வரவேற்பில் "இந்தத் தலைமுறையில் இல்லாவிட்டாலும் அடுத்த தலைமுறையிலும் தமிழர்க்கு சுதந்திரம் கிடைக்கப் பாடுபடுவோம்" என்று செல்வா பேசினார். (விடுதலை 26.2.21972)

அதே ஆண்டு செப்டம்பர் மாதம் காங்கேசன் துறை தொகுதி உறுப்பினர் பதவியை விட்டு செல்வா விலகினார். இலங்கையின் அரசியல் சட்டத்தைத் தமிழர்கள் நிராகரிக்கிறார்கள் என்பதை உணர்த்துவதற்காக இதைச் செய்தார். மே மாதம் அச்சட்டம் அமல்படுத்தப்பட்டது. அன்றைய தினம் தமிழர் பகுதிகள் எதிர்ப்புக் காட்டியது. தடையை மீறி ஊர்வலம் சென்றதாக காசிஆனந்தன், மாவை சேனாதிராசா, வண்ணை ஆனந்தன் ஆகியோர் கைதானார்கள். அவசரக் காலச்சட்டப்படி சிறை பிடிக்கப்பட்டனர். கைதான 70 பேரில் 42 பேர் இரண்டு ஆண்டுகளுக்கு மேல் சிறையில் இருந்தனர். 1973இல் சிங்கள மொழிப்பாடசாலைகள் திறக்கப்பட்டனர்.

1973 மே 17 தமிழர் கூட்டணியின் செயற்குழு யாழ்ப்பாணத்தில் கூடியது. அதில் தமிழ் ஈழக் கோரிக்கையை சி.சுந்தரலிங்கம் வைத்தார். அதிகாரத்தைப் பகிர்ந்து கொள்ள சிங்களவர் தயாராக இல்லை, எனவே தமிழ் மக்களுக்குள்ள ஒரே வழி பிரிவினையே அத்தனித் தமிழ் நாடு, தமிழ் ஈழம் என அழைக்கப்படவேண்டும் என்றார். இதனை ஏற்றுக் கொள்ளும் நிலைக்கு தமிழர்கள் தயாராகவில்லை என்றார் செல்வா. இதனை ஆராயக் குழு அமைக்கப்பட்டது. செப்டம்பர் 7, 8, 9 ஆகிய நாட்களில் தமிழரசுக் கட்சியின் 12வது மாநில மாநாடு மல்லாகத்தில் நடந்தது. இதில் தன்னாட்சி காண்பதே தனக்குள்ள ஒரே வழி என்ற தீர்மானம் நிறைவேற்றப்பட்டது. 'தமிழனுக்கு இரண்டு வழிகள் உண்டு, ஒன்று எச்சில் வாழ்க்கை, இன்னொன்று தன்னாட்சி வாழ்க்கை' என்றார் அமிர்தலிங்கம்.

1976 மே 14 தமிழர் கூட்டணியின் மாநாடு வட்டுக்கோட்டை தொகுதியிலுள்ள பண்ணாகத்தில் நடந்தது. இது அமிர்தலிங்கம் பிறந்த ஊர். 'ஒவ்வொரு நாட்டுக்குமுள்ள சுயநிர்ணய உரிமையின் அடிப்படையில் சுதந்திரமான, இறைமையுள்ள மதச்சார்பற்ற சோசலிச தமிழ் ஈழத்தை அமைப்பதற்கு நாம் எம்மை அர்ப்பணிப்

போம். இலங்கையில் வாழும் தமிழ் மக்களுக்கு இதுவே பாதுகாப்பானதாக அமையும் என்று நிறைவேற்றப்பட்டதுதான் வரலாற்றில் பதிவான வட்டுக்கோட்டைத் தீர்மானம்.

ஆயுதம் தாங்கிப் போராடி வந்தாலும் பிரபாகரன், உமாமகேசுவரன் போன்றோர் இம்மாநாட்டின் வெற்றிக்காக உழைத்தனர் என்கிறார் ரி.சபாரத்தினம். எனக்கு 78 வயதாகிறது. சாகும்முன்பு தமிழினத்துக்குச் செய்ய வேண்டியதைச் செய்துவிட்டுச் சாகிறேன் என்று திருகோணமலையில் பேசும் போது செல்வா சொன்னார். 'நாங்கள் போராடித் தனித்தமிழ் ஈழத்தை நிறுவியே தீருவோம்' என்று நாடாளுமன்றத்தில் ஆற்றிய இறுதி உரையிலும் செல்வா சொல்லிச் சென்றார்.

(1976 நவம்பர் 19)

இத்தகைய செல்வாவின் அறவழிப் போரையும் ஆதரித்து நின்றவர் பெரியார்! அத்தகைய பெரியாரின் வழித்தடத்தில் தமிழ் ஈழ விடுதலைப்புலிகளுக்கு தமிழகத்தில் களம் அமைத்துக் கொடுத்ததும், அவர்களுக்கான நிலமாக தமிழகத்தை மாற்றியதும் திராவிட இயக்கமே!

நேற்றுப் பெய்த மழையில் இன்று முளைத்த காளான்கள், திடீர் வசூலுக்காக புலி வாலைப் பிடித்து தொங்கிக் கொண்டு இருப்பதைப் போன்றது அல்ல திராவிட இயக்கத்தவர் ஆதரவும் செயல்பாடுகளும். புலிகளுக்கு முகாம் அமைக்க நிலம் கொடுத்தார்கள் திராவிடர் கழகத்தினர். பொருளை இழந்து, வாழ்வையும் இழந்து பணியாற்றினார்கள் திராவிட இயக்கத்தவர். பல்வேறு வழக்குகளில் சிக்க வைக்கப் பட்டார்கள். தி.க., தி.மு.க.வைப் பழிவாங்க புலிக் காரணம் காட்டப்பட்டன.

ஈழப்போர் நிலவரங்களை, ஈழம் குறித்த செய்திகளைத் தொடர்ந்து வெளியிட்டு வந்ததும் தி.க. நாளேடான 'விடுதலை' ஏடே ஆகும். புலிகளின் சந்திப்பு இடமாக அப்போது விளங்கியதும் பெரியார் திடலேயாகும். அதனால்தான் புலிகள் இயக்கம் 1992இல் தடை செய்யப்பட்டபோதும், ஒவ்வொரு முறை தடை நீட்டித்த போதும், அத்தடை ஆணைகள் 'தமிழீழ விடுதலைப் புலிகள், மே/பா. பெரியார் திடல், சென்னை 7' என்று முகவரி இடப்பட்டு பெரியார் திடலிலேயே ஒட்டப்பட்டன என்பதும், 1991 – காலக்கட்டத்தில் தடைகளை உடைத்து புலிகள் பக்கம் நின்றதும் பெரியாரின் கருஞ்சட்டை வீரர்களே!

இவை அனைத்துமே தமிழர் இன உரிமைப் போராட்டத்துக்கான பங்களிப்புகள்! பெரியாரின் தொடர்ச்சியே!

தமிழினத் தலைவர் கலைஞர் – விடுதலைப் புலித் தலைவர் பிரபாகரன் சந்திப்பு முதன்முதலாக 1977இல் நடந்தது என்கிறார் கவிஞர் காசி ஆனந்தன். அது முதல் திராவிட முன்னேற்றக் கழகத்தவர் ஆற்றிய பங்களிப்புகள், 1991 தி.மு.க. ஆட்சி கவிழ்க்கப் பட்டது, ஜெயின் ஆணையம் கொடுத்த நெருக்கடிகள் பற்றி எழுத பல நூறு பக்கம் தேவை. அது குறித்து விரிவாக பின்னர் எழுதுவேன்.

## 8. தந்தை பெரியாரும் தனித் தமிழீழமும்!

ஈழமும் தமிழகமும் ஒன்றிணைந்து தமிழப்பேரரசு அமைக்கப்பட வேண்டும் என்றவர் சி.பா.ஆதித்தனார். ஆனால் அதனைப் பெரியார் ஏற்கவில்லை. இரண்டு நாட்டு எல்லைகளும் வேறு, இரண்டு நாட்டு பிரச்னைகளும் வேறு என்று பெரியார் சொன்னார். அதேபோல், இலங்கைத் தமிழர்கள் தங்கள் பிரச்னைக்கு தாங்களே போராட வேண்டும் என்று சொன்னவர் பெரியார். அதேநேரத்தில் அவர்களது பிரச்னைக்காக எழுதினார். பேசினார். வெளிப்படையாக ஆதரவை வழங்கினார்.

இலங்கை வாழ் தமிழர்களின் உரிமையைப் பறிக்க இலங்கை அரசியல் சட்டத்தையே இயற்றியுள்ளது என்ற செய்தி 'விடுதலை'யில் வெளியானது. (2.6.1971) தமிழ் ஈழப் போராட்டமாக அது வடிவெடுத்து விட்டது என்பதைப் பெரியார் உணர்ந்தார். இது குறித்த செய்திகளைத் தொடர்ந்து வெளியிட்டார். 'தனித்தமிழ்நாடு கேட்டு இலங்கையில் போராட்டம் – தமிழரசுக் கழகத் தலைவர் செல்வா தலைமை வகித்தார் – சுயாட்சி அல்ல வங்கம் போல தனி நாடு – அமிர்தலிங்கம் பேச்சு' என்றது 'விடுதலை' (14.1.1972) 'இனி தமிழர்களின் இலட்சியம் சுயாட்சி அல்ல தனிநாடுதான்' என்ற தலைப்பும் இட்டது. இலங்கைத் தமிழர் சோலிக்கை (விடுதலை 19.1.1972), இலங்கைவாழ் இந்தியர்கள் வந்துகொண்டு இருக்கிறார்கள் (31.1.1972) இதன் பிறகுதான் செல்வா தமிழகம் வந்தார். பெரியாரைச் சந்தித்தார். (22.2.1972) "இலங்கையில் உள்ள தமிழர்களின் நிலை குறித்து விபரமாகக் கேட்டு – அறிந்தபின் அவர்களது உரிமைப்பூர்வ மான கோரிக்கைக்கு தமது இயக்கத்தின் அனுதாபமும் ஆதரவும் எப்போதும் உண்டு என்பதைத் தந்தை பெரியார் அவர்கள் தெரிவித்தார்கள்" என்று செய்தி வெளியிட்டுள்ளது 'விடுதலை' (22.2.72) 'தனிநாடு கேட்கும் கட்டத்தில் உள்ளோம்' என்று செல்வா பேட்டி அளித்தார். (விடுதலை 23.2.72) 'உங்கள் நகரம் தான் உலகத் தமிழர்களின் தனிநகரம்' என்ற செல்வா, 'இந்த தலைமுறையில் இல்லாவிட்டாலும் அடுத்த தலைமுறையும் தமிழர்க்கு சுதந்திரம்

கிடைக்கப் பாடுபடும்' என்று பேசினார். (விடுதலை 26.2.1972) இலங்கை அரசை எதிர்த்து தமிழர்களின் உரிமைப்போர், அரசியல் சட்டத்தை நிராகரிக்க தமிழர்க்கு வேண்டுகோள் என்ற செய்தியும் வெளியானது. (விடுதலை 27.2.72)

இலங்கைத் தமிழர் பிரச்னையில் டெல்லி பாராமுகமாக இருப்பதாகக் கண்டித்தது விடுதலை (29.2.1972) தமிழர்களை நசுக்கும் இலங்கை அரசின் சூழ்ச்சியை அம்பலப்படுத்தினார். (விடுதலை 7.9.73) ஆதிக்கவாதிகள் அழியட்டும் என்ற தலைப்பில், இலங்கை அரசை எதிர்த்து தமிழர்களின் தனிநாடு போர் – தமிழர் சட்ட மாநாட்டில் முடிவெடுக்கப்பட்டது என செய்தி வெளியிட்டது. (விடுதலை 10.9.73) தோட்டத் தொழிலாளர் பிரச்னை குறித்தும் பேசினார். (விடுதலை 14.9.73) தமிழர்களின் உரிமைப் போராட்டம் தொடங்கிவிட்டதை தொடர் செய்திகள் மூலமாக அறியலாம். 'தமிழர்களின் உரிமைப் போராட்டம் இலங்கை முழுவதும் சட்டமறுப்பு இயக்கம் – பதினாயிரக்கணக்கில் போராட்ட வீரர்கள் தயார் – போராட்ட வீரர்கள் பெயர் தயார் – தனிநாடு தவிர்க்க முடியாது' என்று அமிர்தலிங்கம் பேசியதை வெளியிட்டார். (விடுதலை 28.9.1973)

ஈழத்தின் முதல் ஆயுதப் போராட்ட செய்தியையும் வெளி யிட்டார்.

'இலங்கையில் இளந்தமிழர்கள் கைது' என்ற செய்தியில், "இலங்கை தமிழர்கள் மீது பழிவாங்கும் தன்மை அதிகமாகி வருகிறது. தமிழ் இளைஞர்களை வாட்டி வதைக்கிறது அரசு. அதிகாலையில் 42 இளம் தமிழர்கள் கைது" (விடுதலை 19.3.1973) என்று செய்தி வெளியிட்டார்.

ஆயுதம் தாங்கிய போராட்டத்தை முன்னெடுத்த சத்திய சீலனிடமும் அவரது போராட்டப் பாதைக்கு வாழ்த்துக் கூறினார் பெரியார்.

ஜனநாயக அகிம்சைப் பாதையைத் தேர்வு செய்த தந்தை செல்வா அவர்களிடமும் அவரது முன்னெடுப்புகளுக்கு தனது துணை உண்டு என்றார். மொத்தத்தில் தமிழீழக் கொள்கையை ஆதரித்தார். ஆயுதப்பாதையோ அகிம்சைப் பாதையோ தமிழீழம் அடைய ஆதரவை நல்கினார்.

செல்வாவைச் சந்தித்தபோது, 'நானே ஒரு அடிமை. ஒரு அடிமை இன்னொரு அடிமைக்கு எப்படி உதவ முடியும்?' என்று பெரியார் கேட்டதாகவும், அதை வைத்து ஈழப்போராட்டத்துக்கு உதவ பெரியார் கை விரித்ததாகவும் தமிழ்நாட்டு வசூல் தேசியர்கள் சொல்லி வருகிறார்கள்.

'இந்தியா என்ற நாட்டில் தமிழகம் அடிமையாக இருக்கிறது' என்பதை விட புரட்சிகர அரசியல் முழக்கம் என்ன இருந்திருக்க முடியும்? 'நானே ஒரு அடிமை, இன்னொரு அடிமைக்கு எப்படி உதவ முடியும்?' என்று அவர் கேட்டது, அவரது இயலாமையின் வெளிப்பாடே தவிர, கைவிரித்தல் அல்ல. இது தட்டிக் கழித்தலும் அல்ல.

சத்தியசீலன், செல்வாவோ கேட்டது தார்மீக ஆதரவு தான். அதனைத் தான் வழங்குவதாகச் சொன்னார். அவர் காலத்துக்குப் பின்னர் போராளிகள் ஆயுதங்கள், பயிற்சிகள் ஆகிய உதவிகளைக் கேட்டார்கள். அதனைத் திராவிட இயக்கம் வழங்கியது.

தமிழகத்தில் விடுதலைப்புலிகள் அமைப்பு ஆயுதப் பயிற்சி எடுத்து வந்த காலத்தில் பொட்டு, கிட்டு, பொன்னம்மான் ஆகியோர் ஒரு இடத்தில் தங்கி இருந்தார்கள். இந்திய ராணுவ அதிகாரி ஒருவர் இவர்களோடு அதிகமாக நட்பு பாராட்டினார். புலிகளும் அவரோடு அதிகம் நட்பாக இருந்தார்கள். இம்முகாமைப் பார்வையிட வந்த பிரபாகரன் இதனைக் கண்டுபிடித்தார். அப்போது பிரபாகரன் தன்னிடம் சொன்னதாக பொட்டு சொல்கிறார்: " உண்மையில் எமது விடுதலைக்காக நாமே சொந்தமாகப் போரிட வேண்டும். போராளிகளாகிய நாம் எமது விடுதலையை இந்தியா பெற்றுத்தரும் என்ற எண்ணத்துடன் இருப்பது எமது விடுதலைப் போரைப் பலவீனப்படுத்திவிடும். எனவே இந்தியாவை நம்பியிருக்காது எமது விடுதலைக்காகப் போராடும் மன உறுதியைப் போராளிகளிடம் ஏற்படுத்துங்கள்" என்று சொல்லி இருக்கிறார்.

(இவன் வரலாறு, பக்கம். 127)

"எமக்கு இந்தியாவின் உதவியும் நல்லெண்ணமும் அவசியம். அதே வேளையில் இந்தியா தனது தீர்வைத் தமிழீழ மக்கள் மீது திணிப்பதை நாம் விரும்பவில்லை. தங்களது எதிர்காலத்தை தீர்மானிக்கும் முழு உரிமையும் எமது மக்களுக்கு உண்டு" என்றார் பிரபாகரன்.

"தமிழகத்தில் சில தலைவர்களின் இனவெறியைத் தூண்டும் முயற்சியைப் பற்றி என்ன கருதுகிறீர்கள் இந்த பிரிவினைப் போக்கு உங்கள் நோக்கங்களுக்கு ஊறுவிளைவிக்காதா?" என்று 'தி வீக்' செய்தியாளர் கேட்டபோது, "அந்தக் கண்ணோட்டத்தில் அவர் களைப் பார்க்கவில்லை. அண்டை நாடான இலங்கையிலுள்ள தமிழர்களின் மோசமான நிலைமையைப் பற்றி உண்மையாகவே கவலையும் அக்கறையும் கொண்டுள்ளனர். எப்போதெல்லாம் சிங்கள இராணுவத்தினால் எங்கள் மக்கள் மீது தாக்குதல் நடத்தப்படுகிறதோ

அப்போதெல்லாம் தமிழக மக்களைத் திரட்டித் தங்கள் எதிர்ப்பைக் காட்டுகிறார்கள். ஈழத்தமிழர்களின் போராட்டத்திற்கான சகோதர வாஞ்சையும் ஆதரவு உணர்வும் உடையவர்கள் அவர்கள். இந்தப் பிரச்னையைத் தீர்க்க உதவ வேண்டும், தமிழர்களை இன அழிவிலிருந்து பாதுகாக்க வேண்டும் என்று கருதுகிறார்கள்" என்று பிரபாகரன் பதிலளித்தார்.

(தி வீக் 23.3.1986)

இத்தகைய தார்மீக ஆதரவைப் பெரியார் வழங்கினார். பெரியாரியர்கள் தொடர்ந்தார்கள்.

இதோ மணியரசனே சொல்கிறார்:

"ஈழம்–தமிழ் இனத்தின் இன்னொரு நாடு என்ற உறவும் உரிமையும் தமிழகத் தமிழருக்கு இருக்கிறது. அது இன்னொரு நாடு என்பதை முழுமையாகப் புரிந்து கொள்ள வேண்டும். ஏன்?

ஈழத்தமிழர்கள் எதிர்கொள்ளும் நேரடிப் பகைவர்கள் வேறு, தமிழ்நாட்டுத் தமிழர்களின் நேரடிப் பகைவர்கள் வேறு. இரு நாட்டுக்கும் எல்லைகள் வெவ்வேறு. அண்டை இனத்தவரும் வேறு வேறு. ஈழச் சமுதாய அமைப்பின் வர்ண சாதி முரண்பாட்டுக்கும் தமிழ்நாட்டு வர்ணசாதி முரண்பாட்டுக்கும் வேறுபாடு இருக்கிறது. தமிழ்நாட்டில் பார்ப்பனர்கள் தொழில், ஊடகம், அதிகாரவர்க்கம், ஆன்மிகம் என அனைத்துத் துறைகளிலும் ஆதிக்கம் செலுத்து கிறார்கள். ஈழத்தில் அப்படியில்லை. அங்கு பார்ப்பனர்கள் கோயில் ஊழியர்கள் மட்டுமே.... தமிழக நிலக்கிழமை, தமிழக முதலாளியம் ஆகியவற்றிற்கும், தமிழ் ஈழ நிலக்கிழமை, தமிழ் ஈழ முதலாளியம் ஆகியவற்றுக்கும் இடையே மலைக்கும் மடுவுக்குமான வேறுபாடு நிலவுகிறது. சாரத்தில் தமிழகப் பொருளியல் முரண்பாடுகளின் தன்மையும் தமிழ் ஈழப் பொருளியல் முரண்பாடுகளின் தன்மையும் வேறு. வேறு நாடு, சமூக அமைப்பு, பொருளியல் அமைப்பு, நேரடிப் பகை ஆற்றல்கள் எனப் பல்வேறு வேறுபாடுகள் தமிழ்நாட்டிற்கும் தமிழ் ஈழத்திற்கும் இடையே உள்ளன. எனவே, தமிழ்நாட்டு விடுதலைப் புரட்சிக்கும் தமிழ் ஈழ விடுதலைப் புரட்சிக்கும் இடையே களம், காலம், போர்முறை போன்றவை வேறுபடும்.

ஆதலால் தமிழகத் தமிழ்த் தேசியமும், தமிழ் ஈழத் தமிழ்த் தேசியமும் ஒன்றல்ல. இரண்டும் வேறுவேறானவை. அதேபோல் இரண்டிற்குமான அரசியல் அமைப்பும் தலைமையும் வேறு வேறானவை.

தமிழினத்திற்கு உலகளவில் புதிய பெருமை சேர்த்த, அரிதிலும் அரிதாக விடுதலை இயக்கத்திற்கு வாய்த்த தலைமையான தமிழீழத் தேசியத் தலைவர் பிரபாகரன் அவர்கள் தமிழகத் தமிழர்களின் நெஞ்சில் குடியிருக்க வேண்டியவர். அதேவேளை, தமிழ்நாட்டு விடுதலை இயக்கத்திற்கு அவரோ, அல்லது விடுதலைப் புலிகள் அமைப்போ தலைமை தாங்க இயலாது. .... அதேபோல் தமிழ் ஈழ விடுதலைப் போருக்கு அல்லது போராட்டங்களுக்குத் தமிழ்நாட்டைச் சேர்ந்த யாரும் தலைமை தாங்க முடியாது. தமிழ்நாட்டில் உள்ள எந்தக் கட்சியும் அல்லது இயக்கமும் அதற்கு வழிகாட்ட முடியாது..." (தமிழீழ ஆதரவுப் போராட்டங்கள் தன் திறனாய்வு, பக்கம். 29 –30) என்கிறார்.

இறுதியாக, "தமிழ்நாட்டு உரிமைகளுக்குப் போராட முடியாதவர்கள், ஈழ விடுதலைக்குப் பயனுள்ள வகையில் போராட முடியாது. அண்ணன் அம்மணமாக நின்று கொண்டு தம்பியின் அம்மணத்தைப் போக்க ஆடை தருகிறேன் என்றால் அது வெறும் வாய்ப்பந்தல்" ( பக்கம். 46) என்றும் சொன்னார் பெ.மணியரசன். இதைத்தான் பெரியாரும் சொன்னார், 'நானே அடிமையாக இருந்து கொண்டு இன்னொரு அடிமைக்காக எப்படிப் போராட முடியும் என்று!'

"இன்று பிரிவினை கேட்கும் நான் கிழவனாக இருக்கலாம். ஆனால் நாளைய இளைஞர்கள் கத்தி முனையில் கேட்பார்கள். துப்பாக்கி முனையில் கேட்பார்கள்" என்றார் உண்மைத் தமிழ்த் தேசியர் பெரியார். செய்தார்கள் ஈழத் தமிழ்த் தேசியர்கள்!

## 9. 'திராவிடப்' புலிகள்!

தமிழீழ விடுதலைப் புலிகள் 'திராவிடம்' என்ற சொல்லை ஏற்றுக் கொண்டார்களா என்று சில த.தே.கத்துக்குட்டிகள் கேட்கத் தொடங்கி உள்ளார்கள். ஆமாம், அவர்கள், 'திராவிடத்தை' ஏற்றுக் கொண்டவர்கள் தான்.

விடுதலைப்புலிகள் இயக்கத்தின் அரசியல் அறிஞரான அன்ரன் பாலசிங்கம் அவர்கள், 'போரும் சமாதானமும்' என்ற நூலை எழுதி இருக்கிறார். அதில், "இலங்கைத் தீவானது தொன்மை வாய்ந்த இரு நாகரிகங்களின் வரலாற்றுத் தாயகமாகும். வேறுபட்ட மொழிகள், பாரம்பர்யங்கள், பண்பாடுகள், வேறுபட்ட நிலப் பரப்புகள், வெவ்வேறான வரலாறுகளைக் கொண்ட இரு தனித்துவ மான தேசிய இனங்களாக அது விளங்குகிறது. இத்தீவில் வதியும் தமிழ் மக்களது வரலாறானது பண்டைய யுகம் வரை வேரோடிச்

செல்கிறது. சிங்கள மக்களின் மூதாதையர் கி.மு. ஆறாம் நூற்றாண்டில் வங்காளத்திலிருந்து தமது இளவரசன் விஜயனுடன் இத்தீவை வந்தடைந்த போது தொன்மை வாய்ந்த திராவிட (தமிழ்) குடியிருப்புகள் இங்கிருக்கக் கண்டார்கள். இலங்கைத் தீவில் சிங்களக் குடியேற்றம் நிகழ்வதற்கு முந்திய காலத்தில் நாகர், இயக்கர் என்ற திராவிடத் தமிழ் இராச்சியங்கள் நிலைபெற்றிருந்ததாக சிங்கள வரலாற்றுப் பதிவேடுகளான தீபவம்சமும் மகாவம்சமும் எடுத்தியம்புகின்றன... இத்தீவின் பூர்வீகக் குடிகளாகத் திராவிடத் தமிழர்களே இருந்திருக்க வேண்டும் என்பது தெளிவு (பக்கம் 14) என்று குறிப்பிடுகிறார் அன்ரன் பாலசிங்கம்.

பூர்வீகக் குடிகளான திராவிடத் தமிழர்களின் திராவிடத் தமிழ் இராச்சியங்களை சிங்களவர்களிடம் இருந்து மீட்கவே விடுதலைப் புலிகள் ஆயுதங்களை எடுத்தார்கள்.

1976 ஆம் ஆண்டு புலிச்சின்னம் தேர்ந்தெடுக்கப்பட்டது. புலிச்சின்னம் தேர்வு செய்யப்பட்டதற்கான அதிகாரப்பூர்வ விளக்கம் விடுதலைப்புலிகளின் அதிகாரப்பூர்வ இதழான 'விடுதலைப்புலிகள்' இதழில் 1991 பங்குனி மாதம் வெளியாகி உள்ளது. "புலிச்சின்னத்தை தமிழீழத்தின் தேசியச் சின்னமாக பிரபாகரன் தேர்ந்தெடுத்ததற்கு காரணமுண்டு. புலிச்சின்னம் திராவிடர் நாகரீகத்தில் வேரூன்றி நிற்கும் ஒரு படிமம். தமிழரின் வீர வரலாற்றையும் தேசிய எழுச்சியையும் சித்தரிக்கும் ஒரு குறியீடு" (பக்கம் 3) என்று அறிவிக்கப்பட்டது. விடுதலைப்புலிகள் மக்கள் முன்னணியின் சின்னமாக மஞ்சள், சிவப்பு, கருப்பு ஆகிய நிறங்கள் தேர்வு செய்யப்பட்டன. தமது வழிவழித் தாயகத்தில் சுயநிர்ணய உரிமையை நிலைநாட்ட மஞ்சளும், சமுதாயத்தை மாற்றியமைப்பதற்கு புரட்சிகரப் போராட்டத்தின் நிறமாக சிவப்பும், மக்களின் மன உறுதியைக் குறிக்க கருப்பும் தேர்வு செய்ததாக தலைமை அறிவித்தது. (விடுதலைப்புலிகள் 1990 வைகாசி)

சோசலிசப் பாதையே தனது அரசியல் பாதையாக பிரபாகரன் அறிவித்தார். (1986 இந்து இதழுக்கு அளித்த பேட்டி.) புரட்சிகரமான சமதர்ம சமுதாயத்தைக் கட்டி எழுப்புவதை தமது விடுதலை இயக்கத்தின் இலட்சியமாகச் சொன்னார். வர்க்கம், சாதி என்ற சுரண்டல் முறைகள் ஒழிக்கப்பட்டு பெண் ஒடுக்குமுறை போன்ற சமூக அநீதிகள் அழிக்கப்பட்டு உழைக்கும் பாட்டாளி மக்களின் சுவர்க்க பூமியாக சோசலிசத் தமிழீழம் திகழும் (விடுதலைப்புலிகள் 1986 நவம்பர்) என்று சொன்னார்.

"பழமைவாதத்திலும் மூடநம்பிக்கைகளிலும் ஊறிப்போன எமது சமூக அமைப்பில் நீண்ட நெடுங்காலமாக பெண்ணினம்

ஒடுக்கப்பட்டு வருகிறது. எமது, வேதாந்தங்களையும் மத சித்தாந்தங் களையும் மனுநீதி சாஸ்திரங்களையும் அந்தக் காலங்கொண்டே பெண் அடிமைத்தனத்தை நியாயப்படுத்தி வந்திருக்கின்றன. ஆணாதிக்கம், சாதியம், சீதனம் என்று பல்வேறு பரிமாணங்களில் இந்த ஒடுக்கு முறையானது பெண்ணினத்தின் வாழ்க்கையை ஊடுருவி நிற்கிறது. அவர்களது வாழ்க்கையைச் சிதைத்து வருகிறது" என்று உலக மகளிர் தினச் செய்தியாக பிரபாகரன் வெளியிட்டார்
(விடுதலைப்புலிகள் 1991 பங்குனி)

"பெண்ணடிமை வாதம் என்பது மூடநம்பிக்கைகளின் பிறப்பிடம். கருத்துலகம். பழமைவாதக் கருத்துகள் பெண்மையின் தன்மை பற்றிய பொய்மையை புனைந்துவிட்டுள்ளது. தலைவிதி என்றும், கர்மவினை என்றும் தனக்காக விதிக்கப்பட்ட மனுநீதி என்றும் பழைமை என்றும் பண்பாட்டுக் கோலமென்று காலங்காலமாக மறைமுக இருளுக்குள் முடங்கிக் கிடந்த பெண்ணினம் விழித்தெழ வேண்டும்" (விடுதலைப்புலிகள் 1992 பங்குனி) என்றும் பிரபாகரன் எழுதி இருக்கிறார்.

"தமிழீழ விடுதலைப்புலிகள் இயக்கம் மதச்சார்பற்ற நிலைப் பாட்டைக் கடைப்பிடிக்கும். விடுதலைப்புலிகள் இயக்கம் மதச் சார்பற்றது. தமிழ் இன ஒருமைப்பாட்டையும் தேசிய சுதந்திரத்தையும் லட்சியமாக வரித்துக் கொண்ட ஒரு விடுதலை இயக்கம் மதச்சார் புடைய கொள்கையைக் கடைப்பிடிப்பது தவறானதாகும். இந்தக் குறுகிய மதவாதப் போக்கு தமிழ் இனஒற்றுமைக்கும் தமிழ்த் தேசிய ஒருமைப்பாட்டுக்கும் பெரும் முட்டுக்கட்டையாக அமையும். வழிபடுவதும் வழிபடாமல் விடுவதும் அவரவர்க்கே உரித்தான தனிமனித சுதந்திரமாகும். வழிபாட்டு உரிமையானது, மனிதனின் சிந்தனைச் சுதந்திரம் சார்ந்தது. இதை எமது இயக்கம் தடுக்காது" (விடுதலைப்புலிகள் 1992 ஆடி, ஆவணி) என்று தமது இயக்கத்தின் கொள்கைத் திட்டமாக அறிவித்திருந்தார் பிரபாகரன்.

1983 திம்பு பேச்சுவார்த்தையின் போது இந்திய அரசு சொல்வதைப் பிரபாகரன் ஏற்க வேண்டும் என்று ரா உளவுப் பிரிவு அதிகாரியான சுந்தரம் கடுமையாக நிர்ப்பந்தம் செய்தார். அதனை பிரபாகரன் கடுமையாக எதிர்த்தார். இந்த சுந்தரம், ஒரு பார்ப்பனர். இது தொடர்பாக கொளத்தூர் மணியிடம் பேசிய பிரபாகரன், "திராவிட இயக்கத்தின் பிராமண எதிர்ப்பை முகாம்களில் சில புலிகள் கிண்டல் செய்வது உண்டு. திராவிட இயக்கத்தினர் பிராமணர்களை ஏன் இப்படி தீவிரமாக எதிர்க்கிறார்கள் என்ற கேள்வி எனக்கு இருந்தது. இந்த சுந்தரம் போன்றவர்களைப்

பார்க்கும் போதுதான் எனக்குப் புரிகிறது. திராவிட இயக்கத்தவர்களின் பிராமண எதிர்ப்பில் நியாயம் புரிகிறது" (பக்கம் 578, வேலுப்பிள்ளை பிரபாகரன் விடுதலைப் போராட்ட வரலாறு, செம்பூர் ஜெயராஜ், இலையூர் பிள்ளை) என்று சொல்லி இருக்கிறார்.

தனது போராட்டத்துக்கு அடித்தளம் தமிழார்வம் தான் என்று விடுதலைப்புலிகள் இயக்கம் அறிவித்தது. "அறிவுசார் மானிடத்தின் பொதுமூதாதை மொழி தொல் திராவிட மொழியாகத்தான் இருத்தல் வேண்டும் என்ற கருதுகோள்களின் படி தமிழார்வம் முகிழ்ந்துள்ளது. எமது விடுதலைப் போரும் தமிழார்வத்துக்கு இன்னுமோர் காரணமாகலாம்" (விடுதலைப்புலிகள், 2007 பங்குனி, சித்திரை) என்று எழுதப்பட்டது.

பிரபாகரன் தனது இறுதி மாவீரர் உரையில், "சுதந்திரமும் சமத்துவமும் கூடிக் குலவும் ஒரு வாழ்வை அவன் கண்டு கொண்டான். சாதி, சமய, பேதங்கள் ஒழிந்த அநீதியும் அட்டூழியங்களும் அகன்ற சூழ்ச்சிகளும் சுரண்டல்களும் நீங்கிய ஓர் உன்னத வாழ்வைக் கற்பிதம் செய்தான்" (விடுதலைப்புலிகள் ஐப்பசி, கார்த்திகை) என்றே தனது கனவுகளை அறிவித்தார்.

ஜெயவர்த்தனாவும் தன்னை ஆரியராகவே சொல்லிக் கொண்டார். தமிழர்களை திராவிடர்களாக அடையாளப்படுத்தினார். 1983 ஆம் ஆண்டு வங்காளத்தைச் சேர்ந்த அமிர்தபஜார் இதழில் நிருபர் அதிபர் ஜெயவர்த்தனாவை பேட்டி காணச் சென்றார். "நீங்கள் சிங்களவர்களின் மூதாதையர்கள் வாழ்ந்த பூமியில் இருந்து வந்திருக்கிறீர்கள். எனவே சிங்களவர்களுக்குள்ள ஆரிய இனத் தொடர்பை நீங்கள் பெற்றிருக்கிறீர்கள். இங்கே உள்ள சிறுபான்மையினர் (தமிழர்கள்) திராவிட இனத் தொடர்பு உள்ளவர்கள். சிங்களவர்களின் ஆரிய இனத்தைச் சார்ந்த வங்காளியான உங்களை வாழ்த்தி வரவேற்கிறேன்" என்றார் ஜெயவர்த்தனா. இதைக் குறிப்பிட்டு இந்து ஆங்கில நாளேட்டில் எழுதிய எஸ்.பார்த்தசாரதி, "சிங்கள வரலாற்றாசிரியர்கள் தமிழர் சிங்களவர் போராட்டத்தை ஆரிய திராவிட போராட்டமாகவே கூறுகிறார்கள்" என்று எழுதினார். (31.8.1983 இந்து) இதற்கு பதிலளித்து 'விடுதலை' எழுதிய தலையங்கம், 'இது ஒரு ஆரிய திராவிடப் போர்' என்று தலைப்பிட்டது. (விடுதலை 14.9.1983)

இராமாயண காலத்தில் இருந்து இதுதான் நடக்கிறது என்ற பெரியார், இராமாயணத்தையே ஆரிய திராவிடப் போர் என்று தான் சொன்னார். இதே கருத்தை மையமாக வைத்து புலிகளின் அதிகாரப்பூர்வமான 'புலிகளின் குரல்' வானொலியில் 'இலங்கை மண்' என்ற தொடரை கலை இலக்கியவாதியும் பகுத்தறிவாளருமான

பொன்.கணேசமூர்த்தி தயாரித்து ஒலிபரப்பினார். இதற்கு எதிர்ப்பு வந்தபோது, இந்த நாடகத்தை இரண்டாவது முறையும் ஒலிபரப்பச் சொன்னார் பிரபாகரன். இந்த நூலுக்கு அணிந்துரை வழங்கிய பிரபாகரன் எழுதுகிறார்:

"மனிதகுல வரலாற்றில் மனிதர் அனைவரும் ஒன்று சேர்ந்து, ஒத்திசைவாக ஒரு போதும் இருந்ததில்லை. மனிதன் குடும்பமாக, குழுவாக, இனக் குழுவாக வாழ்ந்த நாளிலிருந்து அவனுக்குள் முரண்பாடுகள் தலைதூக்கின. அவை முற்றி, மோதல்களாக வெடித்தன. அனைத்தையும் ஆள வேண்டும் என்ற ஆசை அவனிடம் பிறந்தது. மனிதனே மனிதனுக்கு விரோதியாக மாறும் விந்தை நிகழ்ந்தது.

தான் சாராத பிறரை எதிரியாகக் கண்டான். அவர்களைத் தீண்டத்தகாதோராக விலக்கிவைக்க முயற்சித்தான். மனிதகுல விரோதியாக, கொடியோராக, கொடுமைக்காரராக, மனிதரே அல்லாத 'அரக்கராக' முத்திரை குத்திப் பொய்யான கதைகள் கட்டினான். காலம் காலமாகக் கட்டியெழுப்பப்பட்ட அவர்களது வாழ்க்கை முறைகளையும் பண்பாட்டுக் கோலங்களையும் ஈவிரக்கமின்றிச் சாடினான். அவர்களை அடியோடு அழிப்பதே தர்மம் என்று போதனை வேறு செய்தான்.

கடவுட் கோட்பாட்டைத் துணைக்கு அழைத்துத் தன்னைத் தெய்வ அவதாரமாகக் காட்டிக் கொண்டான். பொய்யான விளக்கங் களை வியாக்கியானங்களைக் கொடுத்தான். தான் வாழ்ந்தாற் போதும் என்ற சுயநலத்துடன் தனது எதிரிகள் மீது ஈவிரக்கமின்றிப் போர் தொடுத்தான். இப்படியாக ஒருவரது அழிவில், இன்னொருவரது வெற்றியின் புதிய வரலாறு எழுதப்பட்டது. உண்மை வரலாற்றைக் குழி தோண்டிப் புதைத்துவிட்டு, பொய்களையும், புழுகுகளையும் புகுத்திப் புதிய வரலாறு, வெற்றி பெற்ற மனிதனுக்குச் சார்பாக எழுதப்பட்டது. சூதுகளையும், சூழ்ச்சிகளையும் செய்து, கோழைத்தனமாக, வஞ்சகமாக எதிரியைக் கொன்ற அசிங்கம் அதில் சொல்லப்படவில்லை. உண்மை வரலாறு இறந்தவர்களின் புதைகுழிகளின் இருளுக்குள் அப்படியே அடங்கிப் போனது. இதே கதிதான் இலங்கை மண்ணை ஆதியில் ஆண்ட தமிழ் மன்னனான இராவணனுக்கும் நிகழ்ந்தது. அன்றைய போர் விதிமுறைகளுக்கு மாறாக, மிகவும் கபடமான வழியில் தமிழ் மன்னனான இராவணனைக் கொன்றுவிட்டு, உண்மைக்குப் புறம்பான முற்றிலும் பொய்யான ஒரு வரலாறு எழுதப்பட்டது. மிகவும் நுட்பமாகச் செய்யப்பட்ட இந்த வரலாற்றுத் திரியில் தமிழரின் பண்டைய வரலாறு இருட்டடிப்பு செய்யப்பட்டது" என்றார் பிரபாகரன்.

பிரபாகரன் இப்படி எழுதுவதற்கான அடித்தளத்தை ஈழத்து வரலாற்றாசிரியர்கள், சிந்தனையாளர்கள், ஆய்வாளர்கள் விதைத் தார்கள். இலங்கையில் நடந்த இனவியல், மொழியியல், மானுடவியல் ஆய்வுகள் அனைத்திலும் திராவிடம் இடம்பெற்றது. 1899 ஆம் ஆண்டு சபாபதி நாவலர் தனது மொழியியல் நூலுக்கு 'திராவிடப் பிரகாசிகை' என்று பெயர் சூட்டினார். 1903 ஆம் ஆண்டு இலங்கைச் சரித்திர சூசனம் என்ற நூலை ஆ.முத்துத்தம்பி பிள்ளை எழுதினார். இலங்கையைத் திராவிட நாட்டார் (அதாவது தமிழ்நாட்டவர்) சிங்களத் தீவு என்று அழைத்ததாகத் தான் அந்தப் புத்தகத்தை தொடங்குகிறார். திராவிட மொழித் தொடர்புகள் குறித்து வி.கனகசபை (1800 ஆண்டுகளுக்கு முற்பட்ட தமிழகம்) விரிவாக எழுதி இருக்கிறார்.

இலங்கையில் குடியேறிய இந்தியத் தமிழர்களை, பி.ஜே. அமிர்தநாயகம், திராவிட மொழி பேசும் மக்கள் என்கிறார். (இலங்கை வரலாற்று வினாவிடை 1960) திராவிட மக்கள் வரலாறு என்ற ஆங்கில நூலை 1946 இல் இ.எல்.தம்பிமுத்து எழுதினார். இலங்கையில் திராவிடம் குறித்து அதிகம் எழுதியவர் ந.சி.கந்தையா. திராவிட நாகரிகம், திராவிடம் என்றால் என்ன, மறைந்த நாகரிகங்கள் திராவிட இந்தியா ஆகிய நூல்கள் 1947–49 ஆண்டுகளிலேயே வெளியாகிவிட்டது. தமிழ் என்பதன் சிதைவு திராவிடம் என்றும் திராவிடம் தமிழ் ஆகிய சொற்களை ஒரே பொருளில் ஆரியர் பயன்படுத்தினர் என்றும் திராவிடமென்பது தமிழ் என்னும் சொல்லின் உச்சரிப்பு வேறுபாடு என்றும் இவர் சொல்கிறார்.

இலங்கையின் பூர்வகுடிகளான இயக்கர், நாகர் ஆகியோரைத் திராவிடம் அன்றேல் தமிழ் பேசிய சாதியார் என்கிறார் எஸ்.பொ. (மகாவம்ச சிங்களக் கதை). சி.க. சிற்றம்பலத்தின் ஆய்வுகளில் திராவிட தேசமும், திராவிடர்களும் பலவாறாக அடையாளம் காட்டப்படுகிறார்கள். (பண்டைய தமிழகம்) யாழ் பல்கலைக் கழகத்தில் திராவிடம் குறித்த வகுப்பு எடுத்தவர் கலாநிதி வி.சிவசாமி. திராவிடர் ஆதிவரலாறும் பண்பாடும் என்ற நூலை 1973 இல் எழுதினார். இலங்கையில் தொல்லியலாய்வுகளும் திராவிடக் கலாச்சாரமும் என்ற நூலை தனபாக்கியம் குணபாலசிங்கம் எழுதி இருக்கிறார். திராவிடர் என்னும் பெயரும் தற்கால ஆராய்ச்சியும் என்ற தலைப்பில் சுப்பிரமணியம் தவராசா (இளங்கதிர் 1967–68 பேராதனைப் பல்கலைக் கழகம்) ஆய்வு செய்துள்ளார். தெற்கு தெட்ஷ தெஷ தெர்மிலர் திராவிடர் என்கிறார் இவர்.

திராவிட மொழி, திராவிட இனமக்கள், திராவிடர்கள் என்ற சொற்களைக் கலாநிதி முருகர் குணசிங்கம் (இலங்கையில் தமிழர் கிமு 300 கிபி 2000) பயன்படுத்தி இருக்கிறார். மட்டக்களப்பில் உள்ள ஈமத்தாழிகள் இரண்டாயிரம் ஆண்டுகளுக்கு முற்பட்ட திராவிட மக்களது கலாச்சாரம் என்று எ.விஜயரெட்சண (மட்டக்களப்பு வரலாறு பூர்வீக குடிகளும் குமார தெய்வ வழிபாடும்) கூறுகிறார். ஈழத்தில் நாகரிகத்தினைப் புகுத்தியவர்களாக பெருங் கற்கால கலாச்சாரத்திற்குரிய திராவிட மொழி பேசிய மக்களும், சிங்கள, தமிழ் மொழிகளைப் பேசுவோரின் மூதாதையர்களும் சேர்ந்து உருவாக்கியதே தற்கால ஈழத்து நாகரியமாகும்" (வரலாற்றில் திருகோணமலை) என்கிறார் கனகசபாபதி சரவணபவன்.

திராவிட மக்கள் வாழ்ந்த தென்னகம் என்கிறார் டாக்டர் சிவா தியாகராஜா. பழந்தமிழ் திராவிட தொல் சின்னம் என்கிறார் பேராசிரியர் செல்லையா கிருஷ்ணராசா. வன்னிநாட்டிற்கு நாகரிகத்தை அளித்த ஆதிக்குடிகள் பழைய திராவிடப் பெருமக்களே என்கிறார் பேராசிரியர் சி.க.சிற்றம்பலம். (வன்னி வரலாறும் பண்பாடும் பதிப்பாசிரியர் கணபதிப்பிள்ளை சுந்தரலிங்கம்) விமர் சனங்களில் வர்க்கப்பார்வையை அதிகம் வலியுறுத்திய க.கைலாசபதி கூட தனது ஆய்வில் திராவிடப் பண்பாடு குறித்து பேசுகிறார். (தமிழ் வீரநிலைக் கவிதை) திராவிடக் குடியிருப்பாளர்களை ஒப்புக் கொள்கிறார்.

'தென்னிந்தியாவில் இன்றும் வாழ்கின்ற தமது வழித் தோன்றல்களைக் கொண்டவர்களான திராவிடர்' (இலங்கை தேசிய இன முரண்பாடுகளும் சமாதான முன்னெடுப்பும்) என்கிறார் கலாநிதி அ.க.மனோகரன். 'பொதுவாகவே சிங்கள தமிழ் இனங்களைப் பிளப்பது மொழி மட்டுமல்ல. சிங்கள மொழியின் ஆரியச் சார்பு அவர்களை ஆரியர்களாக்கி திராவிட மொழி பேசும் தமிழர்களிடமிருந்து இன ரீதியாக அவர்களைப் பிரித்து விடுகிறது' ('ஸ்ரீலங்காவின் தேசியத் தற்கொலை') என்கிறார் பிரமிள்.

டாக்டர் சிவா தியாகராசா தனது ஆங்கில ஆய்வு நூலில் திராவிடர் என்ற சொல் இந்தியா, இலங்கை மற்றும் பிற இடங்களில் உள்ள மக்களைக் குறிக்கிறது. அவர்கள் இன்றைய தென்னிந்தியக் குடும்பங்களின் மொழியைச் சேர்ந்த ஒரு மொழி அல்லது பேச்சு வழக்கு பேசுகிறார்கள். பல ஆண்டுகளாக திராவிட என்ற பெயர் மொழிகளை மட்டுமல்ல தென்னிந்திய மக்களின் பரந்த இனக் குழுக்களையும் குறிக்கப் பயன்படுத்தப்படுகிறது. "இது திராவிட

என்ற சமஸ்கிருதச் சொல்லின் தழுவலாகும். இது வரலாற்று அடிப்படையில் தமிழ்மொழி மற்றும் தமிழ் மக்களைக் குறிக்கவும் மற்றவற்றில் தென்னிந்திய மக்களைக் குறிக்கவும் பயன்படுத்தப் படுகிறது" (peoples and cultures of early sri langa) என்கிறார்.

இலங்கையின் கிமு 2 ஆம் நூற்றாண்டு முதல் கிபி 2 ஆம் நூற்றாண்டு வரை இருக்கும் கல்வெட்டில் பெருமகன், வேலு, மருமகன், ஆசிரியன், வணிகன், திராவிடன் ஆகிய சொற்கள் இருப்பதாக நான்காவது உலகத் தமிழ்மாநாட்டு மலர் கூறுகிறது. யாழ்ப்பாணம் திருநெல்வேலி வளர்ச்சிக் கழகத்தின் நான்காம் தமிழ்விழாவில் (1951) பேசிய தனிநாயகம் அடிகள், 'இந்தியப் பண்பு, இந்திய நாகரிகம், இந்தியக் கலைகள், இந்திய மொழிகள் என்று மொழிவதெல்லாம் திராவிடப் பண்பு, திராவிடநாகரிகம், திராவிட கலைகள் இவற்றை அடிப்படையாகக் கொண்டதே' என்று பேசினார். (உலகத்தமிழாய்வில் தனிநாயகம்) இந்த நோக்கத்துக்காகத் தான் அனைத்துலக தமிழாராய்ச்சி நிறுவனத்தை அவர் தொடக்கினார். இதுவே உலகத் தமிழ்மாநாட்டை நடத்தத் தொடங்கியது. நான்காம் உலகத் தமிழ்மாநாட்டில் பச்சைப் படுகொலைகளை அரங்கேற்றியது சிங்களம். அதில் இருந்தே புலிகள் உள்ளிட்ட போராளிகள் ஆயுதம் தூக்கத் தொடங்கினார்கள்.

இத்தகைய பின்புலம் எதுவும் அறியாமல் 'திராவிடத்தை' திராவிட இயக்கம் மட்டுமே தூக்கிச் சுமப்பதாய் பொய்யுரைத்தல் தமிழ்த் தேசியம் மட்டுமல்ல, ஈழத் தேசியமும் அறியாதவர் செயலே ஆகும். மொழி, இன வரைவியலில் திராவிடம் என்ற சொல் வரும் இடத்தில் எல்லாம் பெ.மணியரசனைப் போல 'பார்ப்பனர்கள்' என்று போட்டாலோ, குணாவைப் போல 'வடுகர்' என்று பொருள் தந்தாலோ அதைவிட மதியிழந்த தன்மை வேறு இருக்க முடியாது. ஒன்றின் பொருள், வேறொரு இடத்தில் பயன்படுத்தும் போதும் அதே பொருளைத் தர வேண்டும். குணா, மணியரசன் போன்றோரது விளக்கங்கள் அப்படி இருப்பது இல்லை.

விடுதலைப்புலிகள் திராவிடத்தைப் பயன்படுத்தினார்களா இல்லையா என்பது விவாதத்தின் பொருள் அல்ல. இதன் மூலமாக நான் எதையும் நிறுவ நினைக்கவுமில்லை. அதுவும் ஒரு கேள்வியாய் கேட்கப்படுவதால் இதனைச் சொல்ல வேண்டிய தேவை ஏற்பட்டது.

இவ்வளவுக்குப் பிறகும் நான் இறுதியாய்ச் சொல்வதற்கு ஒன்று உள்ளது.

எனக்குத் தெரிய வந்த, நான் அறிந்த, நான் படித்த எந்தச் சொல்லையும் இந்நூலில் நான் திரிக்கவில்லை. மறைக்கவில்லை. உள்நோக்கம் கற்பிக்கவில்லை. உங்களுக்கு முன்னால், பார்வைக்கு வைத்துள்ளேன். உள்நோக்கம் இல்லாமல் பாருங்கள். பெரியார் பக்கம் நிற்பீர்கள்; பெரியார் தமிழினத்தின் பக்கமே நின்றதால்!

# XI

அடிப்படை ஆவணங்கள், நூல்கள், இதழ்கள் வரிசை, அகராதிகள்

### 1. முதல் நிலை மூல ஆவணங்கள்:

1. குடிஅரசு இதழ்–(1925–1945)
2. விடுதலை–(1937–1973)
3. புரட்சி–1933
4. பகுத்தறிவு–1934
5. உண்மை–(1970–1990)

### 2. பெரியார் முழுத் தொகுப்புகள்

1. குடிஅரசு தொகுப்புகள் 47 தொகுதிகள்–ஆசிரியர் கி.வீரமணி
2. பெரியார் ஈ.வெ.ரா.சிந்தனைகள் 30 தொகுதிகள்–வே.ஆனைமுத்து
3. குடிஅரசு தொகுப்புகள் 27 தொகுதிகள்–பெரியார் திராவிடர் கழகம்
4. நான் சொன்னால் உனக்கு ஏன் கோபம் வர வேண்டும்?–பசு.கவுதமன்
5. ஈ.வெ.ராமசாமி என்கிற நான்–பசு.கவுதமன்
6. பெரியார் ஆய்வடங்கல்–மா.நன்னன்

### 3. தந்தை பெரியார் நூல்கள்

1. குடிஅரசு கலம்பகம்
2. மறுப்புக்கு மறுப்பு
3. இந்திப்புரட்டு
4. தமிழ்நாடு தமிழருக்கே
5. திருவாரூர் மாநாட்டுத் தலைமையுரை
6. திராவிடர் ஆரியர் உண்மை
7. திருவள்ளுவர் பற்றி பெரியார்
8. மொழி எழுத்து
9. மொழியாராய்ச்சி
10. மொழியும் அறிவும்
11. சுதந்திரத்தமிழ்நாடு ஏன்?
12. தாய்ப்பால் பைத்தியம்
13. தமிழும் தமிழ் இலக்கியங்களும்

14. இந்தி எதிர்ப்பு கிளர்ச்சி, ஓர் நிலைமை விளக்கம்
15. கிளர்ச்சிக்குத் தயாராவோம்
16. தமிழும் தமிழரும்

## 4. ஆசிரியர் கி.வீரமணி

1. உலகத்தலைவர் பெரியார் (7 பாகங்கள்)
2. தமிழ்நாடா? திராவிடநாடா?
3. அமெரிக்காவில் பெரியார்
4. திராவிட இயக்க உண்மை வரலாறு?
5. தமிழுக்கு என்ன செய்தார் பெரியார்?
6. தந்தை பெரியாரின் முக்கிய நேர்காணல்கள்
7. காஞ்சி சங்கராச்சாரியார் யார்?
8. கீதையின் மறுபக்கம்

## 5. பகுதி அளவில் பயன்படுத்தப்பட்ட இதழ்கள்

1. தமிழன்–அயோத்திதாசப்பண்டிதர்
2. திராவிடன்–நீதிக்கட்சி இதழ்
3. தமிழன்–ஜி.அப்பாத்துரையார்
4. திராவிட நாடு–பேரறிஞர் அண்ணா
5. முரசொலி–கலைஞர்
6. தமிழர்நாடு–கி.ஆ.பெ.விசுவநாதம்
7. தமிழரசு–ம.பொ.சிவஞானம்
8. செங்கோல்–ம.பொ.சிவஞானம்
9. குயில்–பாவேந்தர்
10. செந்தமிழ்ச்செல்வி – இரா.முத்துகுமாரசுவாமி
11. இளந்தமிழன்–நாரா.நாச்சியப்பன்
12. விடுதலைப்புலிகள் (தமிழ்ஈழம்)
13. தமிழர் கண்ணோட்டம்–பெ.மணியரசன்
14. துக்ளக்
15. தினமணி
16. தினமலர்
17. விஜயபாரதம்
18. பிராமின்ஸ் டுடே

## 6. திராவிடர் கழக வெளியீடுகள்

1. இந்திப் போர் முரசு
2. தமிழன் தொடுத்த முதல் போர்

3. திருக்குறளும் மனுதர்மமும்
4. திருக்குறளும் திராவிடர் கழகமும்
5. எழுத்துச்சீர்திருத்தம்
6. அகத்தியர் ஆராய்ச்சி–கா.நமசிவாயர்
7. ஞானசூரியன்–சிவானந்த சரஸ்வதி
8. இராமாயண ஆராய்ச்சி–இ.மு.சு.
9. பெரியபுராண ஆராய்ச்சி–ஈழத்தடிகள்
10. பெரியாரும் இராமலிங்கரும்
11. மொழி உரிமை–கு.வெ.கி.ஆசான்
12. இராவணன் வித்தியாதரனா?–அ.சக்ரவர்த்திநாயனார்
13. ஒற்றைப்பத்தி–கவிஞர் கலி. பூங்குன்றன்
14. பார்ப்பனர் புரட்டுக்கு பதிலடி–கவிஞர் கலி. பூங்குன்றன்
15. பெரியார் ஒரு வாழ்வியல் நெறி–கவிஞர் கலி. பூங்குன்றன்
16. பெரியபுராண ஆராய்ச்சி–ஈழத்தடிகள்
17. சுயமரியாதைச் சுடரொளிகள்–அ.இறையன்

## 7. முன்னோடி நூல்கள்

1. பெரியாரைக் கொச்சைப்படுத்தும் குழப்பவாதிகள்–விடுதலை இராசேந்திரன்
2. திராவிடம் பெரியாரியம் இன்றும் தேவையே–புகழேந்தி (தொகுப்பு)
3. குணா: பாசிசத்தின் தமிழ் வடிவம்–அ.மார்க்ஸ், கோ.கேசவன்
4. பெரியாரின் இடதுசாரித்தமிழ்த் தேசியம்–சுப.வீரபாண்டியன்
5. திராவிடத்தால் எழுந்தோம்–சுப.வீரபாண்டியன்
6. மார்க்சியம் பெரியாரியம் தேசியம்–எஸ்.வி.ராஜதுரை
7. திராவிடத்தால் வீழ்ந்தோமா சாதியத்தால் வீழ்ந்தோமா? –கருணா மனோகரன்
8. ஆரியத்தால் வீழ்ந்தோம், திராவிடத்தால் எழுந்தோம் –மஞ்சை வசந்தன்
9. ஈழம் முதல் அணு உலை வரை சமகாலப் பிரச்னைகளில் பெரியாரிய பார்வை –கொளத்தூர் மணி
10. அயோக்கிய சிகாமணி அருகோவின் அண்டப் புளுகும் ஆகாசப்புளுகும்–திருவாரூர் கவி
11. தமிழ்நாட்டு எல்லைப் போராட்டமும் பெரியாரும் ம.பொ.சி.யும் – இளைஞர் இயக்கம்
12. தமிழர் பண்பாடு–கொளத்தூர் மணி
13. திராவிடம்–தமிழ்த் தேசியம் ஒரு விளக்கம்–கா.கருமலையப்பன்
14. திராவிடர் கழகம் பெயர் மாற்றம்–கொளத்தூர் மணி

15. பெரியார் தமிழினத்தின் பகைவரா?–வாலாசா வல்லவன்
16. பெரியார் தமிழ்த் தேசத் தந்தை–கவி
17. பெரியாருக்கு எதிரான முனை மழுங்கும் வாதங்கள் – கொளத்தூர் மணி
18. தோழர் வாலாசாவல்லவன் கேள்விகளுக்கு 50 மாதங்களாக பதில் சொல்லாத மணியரசன்
19. திராவிடத்தால் வாழ்ந்தோம்–மனுஷ்யபுத்திரன்
20. பெரியாரைத் திரிக்கும் புரட்டுகளுக்கு மறுப்பு–வ.மா.ஓ., புனிதபாண்டியன்
21. திராவிட இயக்க ஒவ்வாமை நோயிலிருத்தல் – வே.மு.பொதியவெற்பன்
22. இந்துத்துவச் சூழலில் பெரியாரின் தேவை–கண. குறிஞ்சி தொகுப்பு
23. விமர்சனத்துக்கு அப்பாற்பட்டவரா பெரியார்?–தளபதிராஜ்

## 8. அறிஞர் தொகுப்புகள்

1. பண்டித அயோத்திதாசர்
2. மறைமலையம்
3. திரு.வி.க.
4. பாவேந்தம்
5. அண்ணல் அம்பேத்கர்
6. மயிலை சீனி வேங்கடசாமி
7. சாத்தான்குளம் இராகவன்
8. கி.ஆ.பெ.விசுவநாதம்
9. கா.அப்பாத்துரையம்
10. நாவலர் பாரதியார்
11. மா.இராசமாணிக்கனார்
12. பாவாணர்
13. ந.சி.கந்தையா
14. ஔவை. துரைசாமி
15. இரா.இளங்குமரனார் – தமிழ்வளம்

## 9. தனி ஆளுமை வரலாறுகள்

1. என் வாழ்க்கைப் போர்–இலக்குவனார்
2. என் வரலாறு–கி.இராமலிங்கனார்
3. பாவலரேறு வரலாறு–பொழிலன்
4. தியாகி சங்கரலிங்கனார் வரலாறு–புலவர் சுந்தரராசன்
5. குடியரசு ஏட்டில் புரட்சிக்கவிஞர் கவிதைகள்–ச.சு.இளங்கோ

6. மக்கள் துணையோடு மரணத்தை வென்றேன்–புலவர் கு.கலியபெருமாள்
7. தூய தமிழ்க் காவலர் அண்ணல்தங்கோ–செ.அருள்செல்வன்
8. அண்ணாவின் அரசியல் குரு ‘சண்டே அப்சர்வர்’ – பி.பால சுப்பிரமணியன், செ.அருள்செல்வன்
9. நினைவலைகளில் பாவேந்தர்–கவிஞர் பொன்னடியான்
10. ஊ.பு.அ.சௌந்தரபாண்டியனார் வரலாறு–திலகபாமா
11. பாவேந்தர் நினைவுகள்–முருகுசுந்தரம்
12. பாவேந்தம்–கோவேந்தன்
13. பாரதிதாசன் தலையங்கங்கள்–ச.சு.இளங்கோ
14. பாவலரேறு பெருஞ்சித்திரனார் வாழ்க்கைச்சுவடுகள் – பொழிலன்
15. பண்பாட்டுப்போராளி நா.வானமாமலை – ஆ.சிவசுப்பிர மணியம்
16. நேச மணி ஒரு சரித்திரத் திருப்பம்–ஏ.ஏ.ரசாக்
17. எனது நினைவுகள்–கோவை அ.அய்யாமுத்து
18. டாக்டர் முத்துலட்சுமி ரெட்டி சுயசரிதை
19. சுயமரியாதை இயக்க வீராங்கனைகள்–மு.வளர்மதி
20. சுவாமி சகஜானந்தர் பேச்சும் எழுத்தும்–பூவிழியன் (தொகுப்பு)
21. சுவாமி சகஜானந்தர் மேலவையிலும் பேரவையிலும் ஆற்றிய உரைகள்–ரவிக்குமார் (தொகுப்பு)
22. குத்தூசி குருசாமி–குருவிக்கரம்பை வேலு
23. மா.இராசமாணிக்கனார்–இரா.கலைக்கோவன்
24. குருகுலப்போராட்டம்–நாரா.நாச்சியப்பன்
25. திரு.வி.க. வாழ்க்கைக் குறிப்புகள்
26. தனித்தமிழ்த் தந்தை மறைமலையடிகள் வரலாறு–மறை. திருநாவுக்கரசு
27. தமிழ்ப்பெரும்புலவர் இ.மு.சுப்பிரமணிய பிள்ளை – இ.மு.முத்துசாமி
28. சீர்திருத்தச்செம்மல் வை.சு.சண்முகனார்–கவியரசு முடியரசன்
29. டாக்டர் தர்மாம்பாள் நூற்றாண்டு விழா மலர் 1990
30. வள்ளல் கா.நமசிவாயர்–சிறுவை நச்சினார்க்கினியனார்
31. கா.அப்பாத்துரையார்–கு.வே.பாலசுப்பிரமணியன்
32. திருவரங்கர் வரலாறு–இரா.இளங்குமரன்
33. வ.சு.வரலாறு–இரா.இளங்குமரன்
34. வேலா வரலாறு–இரா.இளங்குமரன்

35. பெரியாரும் ஞானியாரடிகளும்–அ.நா.பாலகிருஷ்ணன்
36. உடுமலை நாராயணகவி–சு.சண்முகசுந்தரம்
37. புலவர் நன்னனின் அகமும் புறமும்
38. மூவலூர் இராமாமிர்தம்–மு.வளர்மதி
39. தமிழவேள் உமாமகேசுவரனார்–பேராசிரியர் சாம்பவசிவம்
40. மும்மூர்த்திகள் உண்மை தெரியுமா?–அண்ணல் தங்கோ
41. மா.இராசமாணிக்கனார் நூற்றாண்டு மலர் 2007
42. தமிழ்வேள் உமாமகேசுவரனார் நூற்றாண்டு விழா மலர் 1984
43. மொழிஞாயிறு தேவநேயப்பாவாணர் நூற்றாண்டு நிறைவு மலர் 2002
44. வ.அய்.சுப்பிரமணியனார் சிறப்புமலர்–2006
45. ஔவை துரைசாமி–முனைவர் ச.சாம்பசிவம்
46. வண்டமிழ் வளர்த்த வரதராசனார்–முனைவர் ஆ.ஆறுமுகம்
47. திருக்குறளார்–டாக்டர் ச.பிரபாகரன்
48. ஆட்சிமொழிக் காவலர் கி.இராமலிங்கனார் வாழ்க்கை வரலாறு–வீ.சந்திரன்
49. தனித்தமிழ் எழுத்தாளர் அகரமுதலி–க.தமிழ்மல்லன்
50. தமிழியக்க வேர்கள்–ச.மெய்யப்பன்
51. இந்திய வரலாற்றில் வ.உ.சி.–ப.முத்துகுமாரசாமி (தொகுப்பு)
52. ஜீவா என்றொரு மானுடன்–பொன்னீலன்
53. மாமனிதர் ஜீவா–ஜீவபாரதி ( தொகுப்பு)
54. ஜீவாவும் நானும்–தா.பாண்டியன்
55. மயிலை சீனி வேங்கடசாமி– வீ.அரசு
56. ரசிகமணி டி.கே.சி.–தி.சுபாஷினி
57. சிங்காரவேலர் பன்நோக்கு பார்வை–பா.வீரமணி
58. தென்னிந்தியாவின் முதல் கம்யூனிஸ்ட் ம.வெ.சி.–கே.முருகேசன், சி.எஸ்.சுப்பிரமணியன்
59. சிங்காரவேலரின் சிந்தனைப் பொழிவுகள்–பா.வீரமணி (தொகுப்பு)
60. நான் கண்ட பெரியவர்கள்–அ.ச.ஞானசம்பந்தன்
61. செம்மொழிச் செம்மல்கள்–பா.இறையரசன்
62. அருட்பாவும் அரசியல் இயக்கங்களும்–மு.வலவன்
63. அயோத்திதாசர் வாழும் பௌத்தம்–ஸ்டாலின் இராஜாங்கம்
64. இலட்சியப் போராளி எல்.ஜி. – முனைவர் எம்.தவசு

## 10. ம.பொ.சிவஞானம்

1. நான் அறிந்த ராஜாஜி
2. தமிழகத்தில் பிறமொழியினர்
3. தமிழும் சமஸ்கிருதமும்
4. தமிழா ஆங்கிலமா
5. எனது போராட்டம்
6. புதிய தமிழகம்
7. பிரிவினையின் வரலாறு
8. ஆங்கிலம் வளர்த்த மூடநம்பிக்கை
9. எம்.ஜி.ஆருடன் எனக்கிருந்த தொடர்பு
10. ஈழத்தமிழரும் நானும்
11. புதிய தமிழகம் படைத்த வரலாறு

## 11. குணா

1. தமிழ்த் தேசிய இனச்சிக்கல் உலக நம்பிகளின் இயங்காவியல்
2. திராவிடத்தால் வீழ்ந்தோம்
3. இந்திய தேசியமும் திரவிடத் தேசியமும்
4. தமிழர் வரலாறு–கிழாரியம் முதல் முதலாளியம் வரை
5. தமிழின மீட்சி
6. முன் தோன்றிய மூத்தகுடி
7. கிறித்துவத்தின் உள்ளீடு தேசிய விடுதலை இறையியலே
8. சக்கரவாளக் கோட்டம்
9. நாற்றங்கால்
10. தமிழர் தொன்மை
11. மண்ணுரிமை
12. ஒடுக்குண்ட கிறித்துவமும் தமிழ்த் தேசியமும்
13. வள்ளுவத்தின் வீழ்ச்சி
14. ஆணிவேர்
15. அறிவுக்கனியைத் தொடுவானேன்

## 12. பெ.மணியரசன்

1. திராவிடம் தமிழர் மறுமலர்ச்சியை வளர்த்ததா? வழி மாற்றியதா?
2. மொழி கருத்துப் பரிமாற்றக் கருவியா? உற்பத்திக் கருவியா? – கி.வெ.வுடன்
3. இந்துத்துவா அரசியலுக்கு மாற்று தமிழ்த் தேசியமே
4. ஆரியம் தமிழ்த் தேசியம்
5. தமிழீழ ஆதரவுப் போராட்டங்கள் தன் திறனாய்வு

6. மொழிப்போரை முன்னெடுப்போம்
7. தமிழ்த் தேசியம் சமகால வினாக்களுக்கு விடைகள்
8. சாதியும் தமிழ்த் தேசியமும்
9. கிழவனல்ல கிழக்குத் திசை-புகழேந்தி ஓவியங்களுடன்
10. தமிழ்த் தேசக் குடியரசு.

### 13. பெரியார் பற்றியவை

1. தமிழர் தலைவர்-சாமிசிதம்பரனார்
2. தந்தை பெரியார்-கவிஞர் கருணானந்தம்
3. ஒப்பற்ற சிந்தனையாளர் பெரியார்-மா.நன்னன்
4. பெரியாரியம்-பதிப்பாசிரியர் முனைவர் இரா.சக்குபாய்
5. பர்மாவில் பெரியார்-நாரா.நாச்சியப்பன்
6. பெரியார் ஒரு நடைச்சித்திரம்-மயிலை நாதன்
7. வள்ளுவரும் பெரியாரும்-திருக்குறள் முனுசாமி
8. பெரியாரும் சமதர்மமும்-நெ.து.சுந்தரவடிவேலு
9. புரட்சியாளர் பெரியார்-நெ.து.சுந்தரவடிவேலு
10. பெரியார் சுயமரியாதை சமதர்மம்-எஸ்.வி.ராஜதுரை, வ.கீதா
11. பெரியார் ஆகஸ்ட் 15-எஸ்.வி.ராஜதுரை, வ.கீதா
12. வைக்கம் போராட்டம்-பழ.அதியமான்
13. பெரியாரின் நண்பர் வரதராஜுலு நாயுடு-பழ.அதியமான்
14. இலக்கியம் மொழி கலை குறித்த பெரியாரின் சிந்தனைகள் – முனைவர் ப.கமலக்கண்ணன்
15. பெரியாரியல்-மா.நன்னன்
16. ஈழத்தில் பெரியார் முதல் அண்ணா வரை ஏ.இளஞ்செழியன்
17. பெரியார்?-அ.மார்க்ஸ்
18. பெரியாரும் பெருந்தலைவரும்-ஆ.கோபண்ணா
19. புத்தர் கொள்கையும் பெரியார் இயக்கமும்-க.திருநாவுக்கரசு
20. பெரியார் பார்வையில் இஸ்லாமும் புத்தமும்-ஞான.அலாய்சியஸ்
21. பௌத்தமும் பெரியாரியமும்-ந.முத்துமோகன்
22. ஈரோடு தமிழர் உயிரோடு-பிரபஞ்சன்
23. பெரியாரியல் பார்வையில் இந்திய தேசியம்-பெரியார் மையம்
24. சுயமரியாதை இயக்கமும் பொதுவுடமையும்-கோ.கேசவன்

## 14. திராவிடம், இயக்கம்

1. திராவிட தேசியம்–பேரறிஞர் அண்ணா
2. ஏன் வேண்டும் இன்பத் திராவிடம்–முரசொலி மாறன்
3. திராவிட இயக்கமும் வேளாளரும்–ஆ.இரா.வேங்கடாசலபதி
4. திராவிடம் தமிழ்த் தேசியம்–க.கருமலையப்பன்
5. இன்பத் திராவிடம்–பேரறிஞர் அண்ணா
6. நீதிக்கட்சி வரலாறு–க.திருநாவுக்கரசு
7. தி.மு.க.வரலாறு–க.திருநாவுக்கரசு
8. திராவிடத் தமிழர்களின் பண்டைக்கால வரலாறு – வெ.துரையனார் அடிகள்
9. ஆதிதிராவிடர் பூர்வ சரித்திரம்–டி.கோபால் செட்டியார்
10. திராவிட இயக்க வரலாறு–நாவலர் நெடுஞ்செழியன்
11. திராவிட இயக்கமும் திரைப்படவுலகமும்–க.திருநாவுக்கரசு
12. திராவிட இயக்கங்களின் பார்வையில் இந்து சமயம் – கு.ச.ஆனந்தன்
13. தி.மு.க.வரலாறு–டி.எம்.பார்த்தசாரதி
14. அண்ணா–இரா.கண்ணன்
15. அண்ணாவின் சட்டமன்ற உரைகள்
16. நீடாமங்கலம் சாதிக் கொடுமையும் திராவிட இயக்கமும் – திருநீலகண்டன்
17. தமிழ்நாட்டு எல்லைப் போராட்டம் பெரியாரும் ம.பொ.சி.யும்–பெரியார் திராவிடர் கழகம்
18. நாம் திராவிடர்–ப.கமலக்கண்ணன்
19. இந்திய சமூகப்புரட்சியில் திராவிட இயக்கத்தின் கொடை – இரா.சக்குபாய், க.நெடுஞ்செழியன்
20. திராவிடம் தமிழ்த் தேசம் கதையாடல்–தமிழவன்
21. இலங்கைத் திமுக வரலாறு–பெ.முத்துலிங்கம்
22. திராவிடம் பிரிந்தால் வாழுமா? – அ.கு.பாலசுந்தரன்
23. திராவிட நாடு திராவிடருக்கே – திராவிடப்பித்தன்
24. பத்து ஆண்டுகளில் திராவிட நாடு – திரு.வி.க.

## 15. ஆய்வு நூற்கள்

1. தமிழ் மறுமலர்ச்சியும் திராவிட தேசியமும்–நம்பி ஆரூரன், தமிழில் க.திருநாவுக்கரசு, பி.ஆர்.முத்துகிருஷ்ணன்
2. தமிழகத்தின் சமூக ஒடுக்குமுறைக்கு எதிரான எழுச்சி – முனைவர் பி.எஸ்.சந்திரபாபு

3. முத்தமிழ்க்காவலர் கி.ஆ.பெ.விசுவநாதம் அவர்களின் தமிழ்ப்பணி–முனைவர் கோ.வீரமணி
4. தமிழில் இலக்கிய வரலாறு ; வரலாறெழுதியல் ஆய்வு–கா. சிவத்தம்பி
5. திராவிட கலாச்சார வரலாறு–டாக்டர் வில்ப்ரெய்ட் நோயலே ; தமிழில் டி.எஸ்.பட்டாபிராமன்
6. தமிழகச் சமூகப் பண்பாட்டு வரலாறு–பேராசிரியர் கோ.தங்கவேலு
7. ஆனந்தரங்கப் பிள்ளை காலத் தமிழகம் 1736–61 இர.ஆலாலசுந்தரம்
8. நவீன கால இந்தியா–பிபின்சந்திரா, தமிழில் இரா.சிசுபாலன்
9. காலனியத் தொடக்க காலம் 1500–1800 எஸ்.ஜெயசீல ஸ்டீபன், தமிழில் சு.முத்துக்குமரவேல், அ.சாமிக்கண்ணு, எஸ்.தோதாத்ரி.
10. பழங்கால இந்தியாவில் அரசியல் கொள்கைகள் நிலையங்கள் சில தோற்றங்கள்–ஆர்.எஸ்.சர்மா, தமிழில் சோமலே
11. பண்டைய இந்தியாவில் சூத்திரர்கள்–ஆர்.எஸ்.சர்மா, தமிழில் ப்ரவாஹன்
12. தமிழகத்தில் வேதக்கல்வி வரலாறு–சி.இளங்கோ
13. மலர்க மாநில சுயாட்சி–கு.ச.ஆனந்தன்
14. வேதவெறி இந்தியா–பொழிலன்
15. தனித்தமிழ் இயக்கத்தின் தோற்றமும் வளர்ச்சியும்–பெருஞ் சித்திரனார்
16. தமிழர் சமயம்–கா.சுப்பிரமணியனார்
17. எம்.எஸ்.எஸ். பாண்டியன் கட்டுரைகள்
18. தொ.பரமசிவம் நேர்காணல்கள்
19. மக்கள் இயக்கங்களும் தமிழ் வெளியீடுகளும் 1850 – 1950 – டாக்டர் எஸ்.பெருமாள்
20. மனுதர்மத்துக்கு எதிரான முற்போக்குத் தமிழ் மரபு– சி. இளங்கோ
21. இந்தி ஏகாதிபத்தியம்–ஆலடி அருணா
22. இந்தி எதிர்ப்புப் போராட்டம்–அ.இராமசாமி

## 16. தமிழ்த் தேசியம்

1. இந்தியாவில் தேசிய இனங்களும் தமிழ்த் தேசியமும்– கு.ச. ஆனந்தன்
2. தமிழர் இந்தியர் இல்லையா?–அரு.கோபாலன்

3. பெரியாரும் தமிழ்த் தேசியமும்–இளந்தமிழர் இயக்கம்
4. தமிழ்த் தேச அரசியல் போராட்டம்–பொழிலன்
5. தமிழ்த் தேச விடுதலைப் போராட்டம் ஒரு வரலாற்றுப் பார்வை – பொழிலன்
6. பேருருவம் கொள்ளும் தமிழ்த் தேசியம்–பழ.நெடுமாறன், சுப.வீரபாண்டியன்
7. பெரியாரும் தமிழ்த் தேசியமும்–தியாகு
8. தலித்தியமும் தமிழ்த் தேசியமும்–தியாகு
9. எது தமிழ்த் தேசியம்–தொல்.திருமாவளவன்
10. ஏன் வேண்டும் தமிழ்த் தேசியம்–கோவை ஞானி
11. திராவிடம் மார்க்சியம் தமிழ்த் தேசியம்–இராசேந்திரசோழன்
12. தமிழினமும் தமிழ்நாடும்–அ.சி.சின்னப்பா தமிழர்
13. தமிழ் நாகரிகத்திற்கு என்ன எதிர்காலம்?–கோவை ஞானி
14. தமிழ்த் தேசத் தன்னுரிமை முன்னணி கொள்கைப் பட்டயம்
15. தமிழ்த் தேசியத் திருநாள்–புலவர் இறைக்குருவனார்.
16. தமிழினத் திரட்சியும் தாயக மீட்சியும்–தணிகைச் செல்வன்

## 17. மொழி

1. திராவிட அல்லது தென்னிந்திய மொழிகளின் ஒப்பிலக்கணம் – கால்டுவெல்
2. திராவிடச் சான்று–எல்லீசும் திராவிட மொழிகளும்–தாமஸ் டிரவுட்மன்
3. திராவிடப் பிரகாசிகை–சபாபதி நாவலர்
4. தமிழ் மொழி வரலாறு–பரிதிமாற்கலைஞர்
5. தமிழ் உணர்ச்சி தமிழ் வளர்ச்சி தமிழ் ஆட்சி–பொற்கோ
6. தனித்தமிழ் இயக்கத்தின் அரசியல் பின்னணி–கா.சிவத்தம்பி
7. மொழி வரலாறு–மு.வ.
8. தமிழ் மொழி வரலாறு–தெ.பொ.மீ.
9. தமிழும் பிறபண்பாடும்–தெ.பொ.மீ.
10. இலக்கியவரலாறு–கா.சுப்பிரமணியனார்
11. தனித்தமிழியக்க வரலாறு–இரா.இளங்குமரன்
12. தமிழ் மொழி வரலாறு–ம.இராசேந்திரன்( தொகுப்பு)
13. தமிழ் வரலாறு–இரா.இராகவய்யங்கார்
14. சுவடிக்கலை–இரா.இளங்குமரன்
15. சங்க இலக்கியம் பன்முக வாசிப்பு–வீ.அரசு( பதிப்பாசிரியர்)
16. தமிழ்நூல் வரலாறு–பாலூர் கண்ணப்பர்
17. தலித் பார்வையில் தமிழ்ப்பண்பாடு சங்ககாலம் – ராஜ்கௌதமன்

18. வ.அய்.சுப்பிரமணியம் கட்டுரைகள்( இரண்டு தொகுதிகள்)
19. இந்திய ஆட்சி மொழி-வ.சுப.மாணிக்கம்
20. கால்டுவெல்லின் திராவிட அல்லது தென்னிந்திய குடும்ப மொழிகளின் ஒப்பிலக்கணப்பதிப்புகள்-பாரா.சுப்பிரமணியன்
21. தமிழ் இலக்கியவரலாறு-டி.வி.சதாசிவ பண்டாரத்தார்
22. உலகச்செவ்வியல் மொழிகளின் வரிசையில் தமிழ்-டாக்டர் வா.செ.குழந்தைசாமி
23. திராவிட மொழிகளின் ஒப்பாய்வு-ஜான்சாமுவேல்
24. திராவிட மொழி இலக்கியங்கள்-ச.வே.சுப்பிரமணியம்
25. திராவிட மொழிகளின் ஒப்பீட்டாய்வு-டாக்டர் தங்கமணியன்
26. திராவிடவியலும் செம்மொழித் தகுதிப்பாடும் – ஜான்சாமுவேல்
27. நவீன வாசிப்பில் செவ்வியல் இலக்கியம்-எம்.வேதசகாய குமார்
28. பண்டைத்தமிழர் வரலாறும் இலக்கியமும்-சி.மௌனகுரு
29. நவீன இலக்கியக் கோட்பாடுகள்-பேராசிரியர் க. பஞ்சாங்கம்
30. தமிழின் மறுமலர்ச்சி-பேராசிரியர் எஸ்.வையாபுரியார்
31. திறனாய்வும் தமிழ் இலக்கியக் கொள்கைகளும்-டாக்டர் ந.பிச்சமுத்து
32. தொல்காப்பியர் காட்டும் வாழ்க்கை-ந.சுப்பு ரெட்டியார்
33. இலக்கண வரலாறு; பாட்டியல் நூல்கள்-மருதூர் அரங்கராசன்
34. சங்க இலக்கியங்கள் காட்டும் புலப்படுத்தும் வழிபாட்டு வரலாறு-ஆதி.பாலசுந்தரன்
35. அகத்தியர் யார்?-வித்துவான் ஆ.சிவலிங்கனார்
36. தமிழ் இலக்கியங்கள் கூறும் வர்க்க சமுதாயம்-கே.முத்தையா
37. மார்க்சிய லெனினியப் பார்வையில் சங்க இலக்கியம் – ந.வேலுசாமி
38. பத்தினித் தெய்வங்களும் பரத்தையர் வீதிகளும் ; தொல்காப்பியர் முதல் சித்தர்கள் வரை பெண்கள் சித்தரிப்பு-பிரேமா அருணாசலம்
39. நவீன இலக்கியக் கோட்பாடுகள்-பேராசிரியர் க.பஞ்சாங்கம்
40. கால்டுவெல் பார்வையும் பங்களிப்பும்-பதிப்பாசிரியர் டேவிட் பிரபாகர்
41. தமிழ் இலக்கிய வரலாறு-கு.அருணாசலம்

42. தமிழில் நீதி நூல்கள் உருவாக்கம்–நெய்தல்
43. தமிழ் இலக்கிய சரித்திரத்தில் காவிய காலம்–வையாபுரியார்
44. தமிழ் இலக்கண வரலாறு–இரா.இளங்குமரன்
45. தமிழிசை இயக்க வரலாறு–இரா.இளங்குமரன்
46. அறியப்படாத தமிழ் மொழி–கண்ணபிரான் ரவிசங்கர்
47. தமிழா சமற்கிருதமா?–கண்ணபிரான் ரவிசங்கர்
48. தமிழ்மொழி அரசியல் – காலச்சுவடு கட்டுரைகள்

## 18. இனம், நாட்டு வரலாறு

1. திராவிடநாடு–பேராசிரியர் அ.கு.பாலசுந்தரம்
2. புதிய தமிழகம்–சாமிசிதம்பரனார்
3. தமிழக வரலாறு மக்களும் பண்பாடும்–கே.கே.பிள்ளை
4. தமிழர் வரலாறு–இரா.இராகவய்யங்கார்
5. சோழர்கள்–நீலகண்ட சாஸ்திரி
6. ஆயிரத்தெண்ணூறு ஆண்டுகளுக்கு முற்பட்ட தமிழர்–வி.கனகசபை
7. பழந்தமிழர் சமுதாயமும்,வரலாறும்–கணியன்பாலன்
8. தமிழர் வரலாறு பண்டு முதல் இன்று வரை–பி.இராமநாதன்
9. தமிழக வரலாறு–புலவர் குழந்தை
10. தமிழ்நாட்டு வரலாறு–பா.இறையரசன்
11. புராதன இந்தியா எனும் பழைய 56 தேசங்கள்–ஜகதீசய்யர்
12. தமிழ்நாடு எல்லைப் போராட்டமும் பெயர் மாற்றமும்–அ.பெரியார்
13. மொழியும் இனமும்–முனைவர் மலையமான்
14. தமிழக வரலாறு ஒரு சமூகக் கண்ணோட்டம்–மாரியப்பன்
15. தமிழர் வரலாறு–பி.டி.சீனிவாசர்
16. சிந்துவெளி புதிய ஒளி–முனைவர் அன்பரசு
17. சிந்துவெளி தரும் ஒளி–க.த.திருநாவுக்கரசு
18. தமிழ நாகரிகமும் சிந்துவெளிநாகரிகமும்–அலெக்சாண்டர் காந்திரதாவ்
19. திருவிதாங்கூர் தமிழர் போராட்ட வரலாறு–பி.யோகீசுவரன்
20. திருவிதாங்கூர் தமிழரியக்க ஆரம்ப கால உண்மைகள் – இரா.வேலாயுதப்பெருமாள்
21. திருதமிழரியக்கம்–பி.எஸ்.மணி
22. தென்னிந்தியவரலாறு–கே.ஏ.நீலகண்ட சாஸ்திரி
23. சோழர்கள்–கே.ஏ. நீலகண்ட சாஸ்திரி
24. திராவிடர் வரலாறு–சோதிப்பிரகாசம்

25. இராமாயண உள்ளூரைப் பொருளும் தென்னிந்திய சாதி வரலாறும்–மனோண்மணியம் சுந்தரனார்
26. பண்டைய இந்தியாவில் சூத்திரர்கள்–ஆர்.எஸ்.சர்மா
27. வியத்தகு இந்தியா–ஏ.பாஷ்யம்
28. பண்டைய இந்தியா–எஸ்.ஏ.டாங்கே
29. பண்டைய இந்தியா–ஆர்.எஸ்.சர்மா
30. சிந்துவெளிப் பண்பாட்டில் திராவிட அடித்தளம் – ஆர்.பாலகிருஷ்ணன்

## 19. ஆரியம், பார்ப்பனீயம், பிராமணியம், மதம்

1. மனுதர்ம சாத்திரம்
2. தெய்வத்தின் குரல்–காஞ்சி சந்திரசேகர சங்கராச்சாரியார்
3. ஆரியராவது திராவிடராவது–நாமக்கல் வெ.இராமலிங்கம்
4. இந்து மதம் தமிழர் மதமா?–ஈழத்து அடிகள்
5. ஹிந்து யார்?–பண்டித ஜி. கண்ணையா
6. இந்துக்களே விழிமின் எழுமின்–டி.ஆர்.சட்டர்ஜி
7. பிராமண மதம்–தோற்றமும் வளர்ச்சியும்–ஜோசப் இடமருகு, தமிழில் த.அமலா
8. யார் தமிழர்?–ஆர்.பி.எஸ்.மணியன்
9. இராமாயணம்
10. மகாபாரதம்
11. சைவ சித்தாந்த வரலாறு – அனவரத விநாயகம்

## 20. அகராதிகள்

1. சதுரகராதி – வீரமாமுனிவர்
2. யாழ்ப்பாண அகராதி – சந்திரசேகரப் பண்டிதர், சரவண முத்துப்பிள்ளை
3. தரங்கம்பாடி அகராதி
4. இருபதாம் நூற்றாண்டுத் தமிழ்ப்பெயரகராதி – பி. இராமநாதன்
5. அபிதான சிந்தாமணி – ஆ.சிங்காரவேலு முதலியார்
6. இலக்கியச் சொல்லகராதி – சுன்னாகரம் அ. குமாரசாமிபிள்ளை
7. தமிழ்மொழி அகராதி – நா. கதிரைவேற்பிள்ளை
8. வெள்ளிவிழாப் பேரகராதி
9. மதுரைத் தமிழ்ப் பேரகராதி
10. கழகத் தமிழ்க் கையகராதி

11. கலைக்களஞ்சியம்
12. செந்தமிழ் அகராதி – ந.சி.கந்தையா
13. சென்னைப் பல்கலைக்கழக அகராதி
14. சிறப்புப் பெயரகராதி – கருப்பக்கிளர் சு.க. ராமசாமி புலவர்
15. தமிழ் தமிழ் அகரமுதலி – மு. சண்முகம்பிள்ளை
16. செந்தமிழ் சொற்பிறப்பியல் பேரகர முதலி
17. க்ரியாவின் தற்காலத் தமிழகராதி
18. செந்தமிழ் சொற்பொருட் களஞ்சியம் – இரா. இளங்குமரனார்

## 21. மேலும்

1. Tamil studys
2. விடுதலை பெரியார் மலர்கள்
3. திராவிடர் பண்பாட்டு மலர் 2013
4. இலங்கை வம்சாவளித் தமிழரும், இலங்கை அரசியலும்– ச.கீதபொன்கலன்
5. ஆதிதிராவிடன் இதழ் தொகுப்பு–பாவேந்தன்
6. தந்தை செல்வா ஓர் அரசியல் வாழ்க்கை சரிதை – K.சபாரத்தினம்
7. இவன் வரலாறு
8. தமிழகத்தில் தேவதாசிகள்–கே.சதாசிவன்
9. நவீன இந்தியாவின் சிற்பிகள்–ராமச்சந்திர குஹா
10. தலித்திய அரசியல்–ராஜ்கௌதமன்
11. நீதிக்கட்சி பவளவிழா மலர்–1969
12. செங்கல்பட்டு சுயமரியாதை மாநாடு, திராவிடன் மலர்–1929
13. மலர்க மாநில சுயாட்சி–கு.ச.ஆனந்தன்
14. பிரமிள் படைப்புகள் – நற்றிணை
15. போரும் சமாதானமும் – ஆன்டன் பாலசிங்கம்

❖

குறிப்புகளுக்காக...